இந்திய சுதந்திரப் போராட்டம்

ஆசிரியரின் பிற நூல்கள்

ஹென்றி ஃபோர்ட் : ஒரு கார் - ஒரு ஊர் - ஒரு பேர்

அலாஸ்கா : அழகின் சிலிர்ப்பு

கயிலாய யாத்திரை: பனி கண்டேன் பரமன் கண்டேன்

அலெக்சாண்டர் கிரஹாம் பெல்

எடிசன் : கண்டுபிடிப்புகளின் கதாநாயகன்

மகாகவி பாரதி

வீர் சாவர்க்கர்

இந்திய சுதந்திரப் போராட்டம்

இலந்தை சு. இராமசாமி

கிழக்கு

இந்திய சுதந்திரப் போராட்டம்
India Suthanthira Porattam
by *Elandhai S. Ramasamy* ©

First Edition: May 2016
808 Pages

ISBN: 978-93-84149-83-3
Kizhakku 921

Kizhakku Pathippagam
177/103, First Floor,
Ambal's Building, Lloyds Road
Royapettah, Chennai 600 014.
Ph: +91-44-4200-9603

Email : support@nhm.in
Website : www.nhm.in

kizhakkupathippagam
kizhakku_nhm

Author's Email: elandhai@gmail.com

Cover Image: Wikimedia Commons

Printed at Repro Knowledgecast Limited, Thane

Kizhakku Pathippagam is an imprint of New Horizon Media Private Limited

சுகங்களை இழந்தும், கொண்ட
சொத்துகள் இழந்தும், வாழ்ந்த
அகங்களை இழந்தும், தேசம்
மகத்துவம் காண வைத்த
மாண்புள தேச பக்தர்
முகந்தெரி யாத சான்றோர்
மொய்கழல் சமர்ப்பிக் கின்றேன்.

முன்னுரை

இந்திய சுதந்திர வரலாற்றில்தான் எத்தனை நிகழ்ச்சிகள்,

எத்தனை எழுச்சிகள்

எத்தனை நெகிழ்ச்சிகள்

எத்தனை பாடங்கள்

எத்தனை வேடங்கள்

எத்தனை வேதனை

எத்தனை சாதனை!

இது ஒரு தேசத்தின் வரலாறு மட்டுமல்ல,.இந்திய மக்களின் வரலாறும்கூட.

கடாரம், ஜாவா, சுமத்ரா என்று பலப்பல நாடுகளை வீழ்த்தி வெற்றிக் கொடி நாட்டி அரசாண்ட ஒரு மகத்தான தேசத்தின் மக்கள் பின்னாளில் அந்நியருக்கு எப்படி இவ்வாறு அடிமையானார்கள் என்பதை எண்ணிப் பார்க்கிற வரலாறு. அதுவும் ஒரு சிறிய நாட்டிடம் எப்படிச் சரணடைந்தார்கள் என்று படித்து அறிந்து பாடம் கற்றுக்கொள்ளவேண்டிய வரலாறு.

ராபர்ட் கிளைவ் நடத்திய பிளாசி யுத்தம்தான் இந்தியாவை ஆங்கிலேயரிடம் ஒப்படைக்க வித்திட்ட முதல் போராட்டம் என்று சொல்லப்படுகிறது.

அதில் வென்ற ராபர்ட் கிளைவ் சொல்கிறான்:

> 'நாங்கள் பிளாசிக்குச் செல்வதை இருபுறமும் நின்று வேடிக்கை பார்த்துக்கொண்டிருந்த பல்லாயிரக்கணக்கான மக்கள் ஆளுக்கொரு கல்லெடுத்து எங்கள் மேல் வீசியோ கம்பெடுத்து எங்களைத் தாக்கியோ இருந்தால் அவர்கள் எங்களை ஓட ஓட விரட்டியிருக்க முடியும்!'

ஏன் அப்படிச் செய்யவில்லை? வீரத்தில் குறைவா? மானத்தில் குறைவா? இரண்டும் இல்லை. 'இது என் தேசம்! இந்த நாடு

என்னுடையது' என்று எண்ணுகிற அந்தப் பெருமித உணர்வு அப்போது மக்களிடம் இல்லாமல் போனது.

ஆள்கிற அரசனோடும், அரசோடும் ஒட்டோ உறவோ இல்லாமல் போனால் அப்படித்தான் நடக்கும். மாறிமாறிவரும் படையெடுப்பு, மாறி மாறி வரும் மன்னர்கள் எந்த நேரத்தில் எவன் ஆளுவான் என்று தெரியாத நிலையில் மக்களின் மனத்தில் அந்தப்பெருமிதம் எப்படி வரும்? அது இல்லாமல் போனதால் வந்தவனுக்குச் சாதகமாகப் போய்விட்டது. நம் சுதேசி அரசர்களுக்கிடையே நடந்த உட்குத்து, பிரான்ஸ், இங்கிலாந்து, போர்த்துக்கல், நெதர்லேண்ட்ஸ் ஆகிய நாடுகளுக்கிடையே நடந்த வெளிக்குத்து ஆகியவை பிரிட்டனிடம் நம்மைப் பிடித்துக் கொடுத்துவிட்டன.

அது மட்டுமல்ல 'விசுவாசம்' என்பது நமது ரத்தத்தோடு ஊறிப்போன ஒன்று. எவனுடைய உப்பைத் தின்கிறோமோ அவனுக்கு உண்மையுள்ளவனாக இருக்கவேண்டும் என்ற தர்ம நெறி நமது சிப்பாய்கள் நம்மையே வதைக்கும் நிலைக்குத் தள்ளியது. உப்பிடுபவன் நம்மை ஏமாற்றுகிறான் என்ற உணர்வு எழுந்தபோதுதான் சிப்பாய் புரட்சி நிகழ்ந்தது.

'Expansion of England' என்னும் நூலின் ஆசிரியர் ஆங்கிலேயர்களைப் பார்த்துக் கேட்கிறார்.

'இந்தியாவைப் போரில் வென்று பெற்றோம் என்கிறீர்களே, நீங்கள் எப்பொழுது வென்றீர்கள்? வேண்டுமானால் இந்தியாவைப் பெற்றோம் என்று சொல்லுங்கள். இங்கிலாந்து அதன் பணத்தைச் செலவு செய்து அதன் ஆட்களை அனுப்பியா இந்தியாவை வென்றது! இந்திய பணத்தைக் கொண்டு இந்தியர்களே இந்தியாவை வென்று இங்கிலாந்திடம் கொடுத்தார்கள். இந்தியா உங்கள் கையில் விழுந்த கனி!' என்றார்.

இந்தக் காரணத்தினால் ஆங்கிலேயர் தங்களை இந்தியர்களைவிட உயர்ந்தவர்களாக எண்ணத் தலைப்பட்டனர்.

'இங்கே நாய்களுக்கும் இந்தியர்களுக்கும் அனுமதி இல்லை' என்று ஆங்கிலேயரின் கேளிக்கைத் தளங்களின் வாயிலிலே எழுதி வைத்தார்கள். இந்திய வைஸ்ராய் வெல்லிங்டன் தன்னுடன் ஓர் இந்திய நண்பரை அழைத்துக்கொண்டு பம்பாய் ஸ்போர்ட்ஸ் கிளப்புக்குள் நுழைந்தபோது, இந்தியரை அழைத்து வந்தால் அவரை உள்ளே அனுமதிக்க முடியாது என்று சொல்லிவிட்டார்கள். அந்த அளவுக்கு வெறி! சீமான்களுக்கு மட்டுமன்றி சீமாட்டி களுக்கும் நம்மவர் அடிபணிய வேண்டியிருந்தது.

வெள்ளையன் தூக்கிப்போட்ட 'ராவ் பகதூர்', 'சர்' பட்டங்களுக்காக நம்மவர் அலையாய் அலைந்தார்கள். சுதேசி மன்னர்கள் ஓரிருவரைத் தவிர மற்றவர் தாசானுதாசர்களாகக் கிடந்தார்கள்.

இந்த நிலையிலிருந்து இந்தியாவை மீட்டெடுத்துக் கொடுத்தது எது?

அதைத் தெரிந்து கொள்வதுதான் இந்த வரலாறு.

வந்தான், வென்றான், இருந்தான், சென்றான் என்பதல்ல இந்த வரலாறு. நம் மக்கள் எப்படி எழுச்சி பெற்றார்கள் என்பதை அறிகிற வரலாறு. அறம் வென்ற வரலாறு.

இன்று இந்தியாவில் வாழும் இளைஞர்கள் சுதந்திரப் போராட்டத்தைக் காணாதவர்கள். 'கத்தியின்றி ரத்தமின்றி யுத்தமொன்று வருகுது' என்று அன்று பாடினாலும் ரத்தம் சிந்தாமல் நாம் சுதந்திரத்தைப் பெற்று விடவில்லை.

... பெரும் தியாகத்தீயில் தம்மையே ஆகுதியாகத் தேசபக்தர்கள் தந்ததால்தான் நாம் இன்று சுதந்திரத்தை அனுபவித்துக்கொண்டிருக் கிறோம்.

ஆங்கிலேயர் செய்த ஒரு நல்ல காரியம் வரலாற்று ஆவணங்களைத் தூக்கிப் போட்டுவிடாமல் ஆவணப்படுத்திச் சேர்த்து வைத்திருக் கிறார்கள். அவற்றில் பல புத்தகங்களாக வெளிவந்துள்ளன. இந்தியாவில் பணிபுரிந்த ஆங்கிலேயர் பலர் தங்களது அனுபவங் களைப் புத்தகங்களாக எழுதிவைத்துள்ளனர். மைக்ரோசாஃப்ட் நிறுவனம் அளித்த நன்கொடையால் அவற்றில் பல மின்புத்தகங்க ளாக நமக்கு இலவசமாகக் கிடைக்கின்றன. இன்னும் இந்தியர்கள் பலரும் இந்திய வரலாற்றை எழுதி வைத்திருக்கிறார்கள். இந்திய நேஷனல் புக் ட்ரஸ்ட்டும் பவன்ஸ் நிறுவனமும் சுதந்திர வரலாறு தொடர்புடைய புத்தகங்கள் பல வெளியிட்டுள்ளன. இந்த இந்திய சுதந்திர வரலாற்றைப் பெரும்பாலும் நான் அமெரிக்காவில் இருக்கும்போது எழுதினேன். இங்கே இந்திய வரலாற்றைப் பற்றி ஏராளமான நூல்கள் நூலகங்களில் கிடைக்கின்றன. ஒரே சமயத்தில் எத்தனை நூல்கள் வேண்டுமானாலும் எடுத்து வந்து படிக்கலாம். மிகச் சமீபத்திய, நல்ல நூல்களை நூலகங்களிலிருந்து கொணர்ந்து படித்தேன். நூற்றுக்கும் மேற்பட்ட ஆங்கிலப் புத்தகங்களைத் தரவிறக்கிப் பலவற்றை ஆழ்ந்து படித்தும், சிலவற்றைப் படித்தும் இன்னும் சிலவற்றைப் புரட்டிப்பார்த்தும் விவரங்களைத் தொகுத்து அலசிப்பார்த்து ஓரளவு இங்கே கொடுத்திருக்கிறேன்.

நிகழ்ச்சிகளும் முக்கியம். அந்த நிகழ்ச்சிகளை நிகழ்த்தியவர்களும் முக்கியம்.

அதனால்தான் ஒரு மாநிலத்திற்கு ஒரு தேசபக்தரையாவது இங்கே கொண்டுவந்துவிடவேண்டும் என்று முயன்றிருக்கிறேன். ஒரு பானைச் சோற்றுக்கு ஒரு சோறு பதம் என்பதாக, கிட்டத்தட்ட *400* தியாகிகளின் பெயரையாவது இதில் படிக்க முடியும்.

இன்றைய நாளில்,

சுயநலம் தலை தூக்கத் தொடங்கியுள்ளது.

அன்று நம்மவர்கள் பெற்ற எழுச்சி இன்றைக்கும் தேவை.

வந்தே மாதரம்!

6-10-2015

அன்புடன்

இலந்தை சு. இராமசாமி

1

கிழக்கிந்தியக் கம்பெனி தொடக்கம்

‘கிழக்கு இந்தியப் பகுதிகளுக்கும் புதிய பூமிக்கும் நிறைய வேறுபாடு இருக்கிறது’ என்றார் தலைமை மாஜிஸ்ட்ரேட் ஸர் ஸ்டீபன் சோம்.

‘உண்மைதான். புதிய பூமியில் நாம் வர்த்தகம் செய்ய இப்பொழுது ஏதும் இல்லை. அதுமட்டுமில்லை. அங்கே பூர்வ குடிமக்களின் எதிர்ப்பும் பலமாக இருக்கிறது. ஆனால் கிழக்கு இந்தியப் பகுதிகளில் அப்படி இல்லை. அங்கே ஆள்பவர்கள் வியாபாரத்துக்குத் தயாராக இருக்கிறார்கள். வெளிநாட்டினரை வரவேற்கிறார்கள். வேண்டிய வசதிகளெல்லாம் செய்து கொடுக்கிறார்கள். அதனால் தானே போர்த்துக்கீசியர்கள் அங்கே காலூன்ற முடிந்தது?’ என்றார் லார்ட் மேயர்.

‘கிரேக்கர்களும் ரோமானியர்களும் அங்கே சென்று வெகு காலமாகவே வியாபாரம் செய்திருக்கிறார்கள். வாசனைத் திரவியங்களுக்கென்றே தனி வழித்தடம் அமைத்திருக்கிறார்கள். நாம் பின்தங்கிவிடக்கூடாது’ என்றார் ஒரு பிரமுகர்.

‘சமீபத்தில் டிரேக்கின் (Drake) சாமர்த்தியத்தால் நாம் ஸ்பானிஷ் ஆர்மெடாவைத் தோல்வியுறச் செய்தோம். அதனாலே நமக்கு இனி கிழக்குப் பகுதிக்குச் செல்ல எந்தத் தடையும் இல்லை. போர்த்துக்கீசியரைச் சமாளித்துவிடலாம்’ என்றார் இன்னொரு பிரமுகர்.

‘நமது மகாராணி கிழக்குப்பகுதியில் வர்த்தகம் செய்ய ஆர்வமாக உள்ளார். எனவே நமது முயற்சிகளுக்கு ஒப்புதல் அளிப்பார். இங்கே

இப்பொழுதே கிழக்கிந்தியக் கம்பெனி தொடங்கத் தீர்மானிக் கிறோம். இதற்குப் பங்குதாரராகச் சேரவிரும்புகிறவர்கள். பணம் கட்டலாம்' என்றார் மேயர்.

உடனே பலர் பணம் கட்டினார்கள். அப்பொழுதே 30,000 பவுண்ட் பணம் சேர்ந்தது.

அங்கு கூடியிருந்தவர்களின் பலத்த கைதட்டலால் லண்டன் மாநகரில் உள்ள பவுண்டர்ஸ் ஹால் எனப்படும் அக்கட்டிடம் அதிர்ந்தது. மிக உற்சாகமாகப் பலர் ஆதரவளிக்க முன்வந்தார்கள். படிப்படியாக 72,000 பவுண்ட் சேர்ந்துவிட்டது.

'நாம் அரசியைச் சந்தித்து இந்த நிறுவனத்துக்கு உரிமைச் சாசனம் வழங்கச் சொல்லி வேண்டுவோம். இந்த விண்ணப்பத்தில் கையெழுத்திடுங்கள்' என்றார் ஏர்ள் ஆஃப் கும்பர்லாண்ட். 215 பேர் கையெழுத்திட்டார்கள்.

1599ம் ஆண்டு செப்டெம்பர் மாதம் 22 ந்தேதி அங்கே ஈஸ்ட் இந்தியா கம்பெனி உருவானது. இந்தியாவில் பெரும் தாக்கத்தை ஏற்படுத்தப் போகும் அந்த நிறுவனத்தின் உதயத்தில் பிரிட்டிஷ் வணிகர்கள் செல்வம் திரட்டும் கனவு கண்டார்கள்.

உலகிலேயே பணக்கார நாடு இந்தியா!

இந்தியா என்றால் சொர்க்க பூமி, பொன் கொழிக்கும் நாடு என்று பரவலாகப் பேசப்பட்டு வந்த காலம் அது. செவிவழிக் கதைகளிலும் இலக்கியங்களிலும் இந்தியாவின் செல்வத்தைப் பற்றி ஆங்கிலேயர்கள் கேள்விப்பட்டிருந்தார்கள். மிளகும் ஏலமும் அவர்களை மயக்கியிருந்தன.

1592ல் ஷேக்ஸ்பியர் ஹென்றி - VI நாடகத்தை எழுதினார். அதில் ஹென்றி சொல்கிறான்:

'இந்தியாவின் நவரத்தினக் கற்கள் பதிக்கப்பட்ட கிரீடமாக இருந்தாலும் சரி, நான் எனது இதயத்தின் உணர்ச்சிகளுக்கு அதிகம் மதிப்பளிப்பேனே தவிர கிரீடத்திற்கு அல்ல'. என்கிறான். 'மிட் சம்மர் நைட்ஸ் ட்ரீம்' என்னும் நாடகத்தில் இந்தியாவைப் பற்றிப் பல குறிப்புகள் வருகின்றன. இந்தியாவின் செல்வம் பற்றிப் பேசப்படுகின்றது. பேராசிரியர் ஆங்கஸ் மேடிசன் இந்தியா, சீனா, மேற்கு ஐரோப்பா, உலக மொத்தம் ஆகியவற்றுக்கான வருமானம் 1000, 1500, 1600, 1700 ஆண்டுகளில் எவ்வளவு என்பதைக் கணித்துள்ளார். ஆர்கனைசேஷன் ஃபோர் எகனாமிக் கார்ப்பரேஷன் அண்ட் டெவெலப்மெண்ட் வெளியிட்டிருக்கும் அவரது

புத்தகத்தில் குறிப்பிடுகிறார். இந்தியா உலக வருமானத்தில் கால்பகுதிக்குமேல் கொண்டிருந்தது. இந்தியாவும் சீனாவும் உலகத்தின் செல்வ வளமிக்க நாடுகளாகத் திகழ்ந்தன.

	GDP in millions of dollars			
	1000	1500	1600	1700
இந்தியா	*33750*	*60500*	*74250*	*90750*
சீனா	*26550*	*61800*	*96000*	*82800*
மேற்கு ஐரோப்பா	*10165*	*44345*	*65955*	*83395*
உலக மொத்தம்	*116790*	*247116*	*329417*	*371369*

அப்பொழுது கிழக்காசிய நாடுகள் வாசனைத் திரவியங்கள், ஓபியம், டீ, ஆடைகள், துணிமணிகள் ஆகியவற்றில் கோலோச்சிக் கொண்டிருந்தன.

ஐரோப்பிய மக்களின் மனத்தில் இந்தியா என்பது எங்கோ வெகு தொலைவில் உள்ள தேசம். அது ஒரு சொர்க்க பூமி எனும் எண்ணம் பதிந்திருந்தது. தங்கத்துக்கு நிகராகக் கருதப்பட்ட மிளகைப் போர்த்துக்கீசியர்களிடமிருந்து ஒரு பவுண்டுக்கு 3 ஷில்லிங் விலை கொடுத்து வாங்கி லண்டனில் 8 ஷில்லிங்குக்கு விற்றார்கள். அதை நேரடியாக அவர்களே கொள்முதல் செய்தால் இங்கிலாந்து மக்களுக்குக் குறைந்த விலையில் விற்கலாம். வியாபாரிகளுக்கும் கொள்ளை லாபம் கிடைக்கும். அதுமட்டுமல்ல. இங்கிலாந்தில் தயாராகும் பொருள்களைப் பண்டமாற்று முறையில் இந்தியாவிலும் கிழக்கிந்தியத் தீவுகளிலும் விற்கலாம். எனவே அவர்களே நேரடியாக அங்கு வியாபாரத்தொடர்பு வைத்துக் கொள்ளத் துடித்தார்கள். அதன் விளைவுதான் கிழக்கிந்தியக் கம்பெனியின் தொடக்கம். அன்று அந்த ஃபவுண்டர்ஸ் ஹாலில் போடப்பட்ட விதை விருட்சமாக வளர்ந்து இந்தியாவையே பின்னர் சூறையாடியது. நாகரிகத்திலும் பண்பாட்டிலும் சிறந்தவர்கள் என்று கருதப்பட்ட இந்தியர்கள் வெள்ளைக்காரர்களை விடத் தாழ்ந்தவர் களாகக் கருதப்படும் நிலை உருவானது.

கடலில் செல்லக் கப்பல்கள் தயார்

கிழக்கிந்தியக் கம்பெனியை அங்கீகரிக்கும் வேண்டுதலுடன் ஏர்ள் ஆஃப் கும்பர்லேண்ட் சில பிரமுகர்களுடன் சென்று மகாராணி முதலாம் எலிஸபெத்தைச் சந்தித்தார். உடல்நிலை சரியில்லாதிருந்த நிலையிலும் ராணி அவர்களைச் சந்தித்தார். கிழக்கிந்தியக்

கம்பெனியை நிறுவி வியாபாரத்தொடர்பு மேற்கொள்ளும் திட்டம் ராணிக்கு மிகவும் பிடித்திருந்தது. உடனே அதை அங்கீகரித்துச் சாசனம் தயாரிக்க அனுமதி அளிக்கப்பட்டது. கடலில் செலுத்த நல்ல முதல்தரமான கப்பல்கள் தேவை என்பதற்காக அவற்றை உற்பத்திசெய்ய ஏற்பாடுகள் செய்யப்பட்டன. நான்கு பெரிய கப்பல்கள் வாங்கப்பட்டன. அவற்றிற்கு மேரிஸ்கர்ஜ், ஹெக்டர், சூசன், அசென்சன் என்று பெயர்கள் சூட்டப்பட்டன. மற்ற எல்லா ஏற்பாடுகளையும் செய்வதற்குள் ஒரு வருடம் ஓடிவிட்டது. 22-9-1600ல் மீண்டும் கூட்டம் நடந்தது. 31-12-1600 அன்று மகாராணி முதலாம் எலிஸபெத் கிழக்கிந்தியக் கம்பெனியை நிறுவி இயக்கும் சாசனத்தில் கையெழுத்திட்டார். கிழக்கிந்தியக் கம்பெனிதான் முதன் முதல் ஏற்படுத்தப்பட்ட 'ஜாயிண்ட் ஸ்டாக் கம்பெனி' என்று சொல்லப்படுகிறது.

கிழக்கிந்தியக் கம்பெனி மட்டுந்தானா வியாபாரத்தில் இறங்கியது?

அவர்களுக்குப் போட்டியாக இன்னொரு நாடும் கடல் ஆதிக்கம் கொண்டு சிறந்து விளங்கியது!

2

புகழின் உச்சியில் போர்த்துக்கீசியர்

கிழக்கிந்தியக் கம்பெனி இந்தியாவுக்குள் நுழையும் முன்பே போர்த்துக்கீசியர்கள் இந்தியக் கடற்கரைப் பகுதியில் தங்களது ஆதிக்கத்தைத் தொடங்கிவிட்டார்கள். ஸ்பெயின் நாடு அட்லாண்டிக் மேற்குக் கடற்கரைப்பகுதியிலும் கிழக்குக் கடற்கரைப்பகுதியிலும் மற்ற ஐரோப்பிய நாட்டினரின் கப்பல்கள் செல்லக்கூடாது என்று சொல்லும் அளவுக்கு ஆளுமை கொண்டிருந்தது. ஸ்பானிஷ் ஆர்மடாப் போரில் அவர்கள் தோல்வியுற்ற பிறகு அந்தத் தடை நீங்கியது.

போர்த்துக்கலின் அரசன் ஹென்றி என்பவன் கப்பலில் சென்று நாடுகளைக் கண்டறிவதில் மிகுந்த ஆர்வமுள்ளவன். அவனை 'ஹென்றி தி நேவிகேட்டர்' என்றே அழைத்தார்கள். அவன் தனது நாட்டின் மாலுமிகளை ஊக்குவித்தான். போர்த்துக்கீசியர்கள் வீர மிக்கவர்கள். துணிவோடு போரிடுபவர்கள். ஆபத்துக்கு அஞ்சாதவர்கள். அவர்கள் கிறித்துவ மதத்தின் கத்தோலிக்கப் பிரிவைச் சேர்ந்தவர்கள். போப்பாண்டவருக்குக் கட்டுப் பட்டவர்கள். அவர்கள் புதிய நாடுகளைக் கண்டறியச் செல்லும் பயணத்தின்போது மரணம் எய்த நேர்ந்தால் அவர்களுக்கு மீட்சி நாளில் வீடு பேறு நிச்சயம் என்று போப்பாண்டவர் சொல்லி யிருந்தார். அதுமட்டுமல்ல, கிறித்துவர்கள் நாள்தோறும் கடைப் பிடிக்க வேண்டிய கட்டுப்பாடுகளிலிருந்தும் அவர்களுக்கு சில விதிவிலக்குகளைப் போப்பாண்டவர் அளித்தார். அரசனின் ஆதரவு, மதத்தின் ஆதரவு இயற்கையிலேயே அவர்களிடமிருந்த துணிச்சல்

ஆகியவை போர்த்துக்கீசியர்களைக் கடல்வீரர்களாக மாற்றி விட்டன. கடல்வழி சென்று வெற்றி வீரர்களாகத் திரும்புகிறவர்களுக்குப் பட்டங்கள், சமுதாய அந்தஸ்தில் உயர்நிலை, நிலங்கள் ஆகியவை அளிக்கப்பட்டன.

மதத்தைப் பரப்புவதே மன்னனின் நோக்கம்

ஹென்றி கிறித்துவ மதத்தில் தளரா உறுதிகொண்டவர். வேற்று நாடுகளுக்குச் சென்று அங்கே ஆட்சியை விரிவுபடுத்த வேண்டும் என்ற நோக்கம் அவருக்கில்லை. ஆனால் அங்கே கிறித்துவ மதத்தைப் பரப்பவேண்டும், மூர்கள் என்று சொல்லப்படும் முஸ்லிம்கள் போர்த்துக்கீசியர்களது வாணிகத்துக்கு பெரும் இடைஞ்சல் கொடுத்துக்கொண்டிருந்தார்கள். அவர்களை வெற்றிகண்டு ஒடுக்க வேண்டும். என்பவைதான் அவரது முதன்மைக் குறிக்கோள். ஜெருசலத்திற்கும் தான் மன்னனாகவேண்டும் என்று நினைத்தார்.

கடற்பயணத்தின்போது முறைதவறி நடக்கும் மாலுமிகளுக்குக் கடுமையான தண்டனை கொடுக்கப்பட்டது. வேலை நேரத்தில் தூங்கி விட்டால் வெறும் ரொட்டி மட்டுமே தரப்படும். இதுவே எதிரி நாட்டுக் கடற் பகுதியில் இருக்கும்போது நடந்தால் அவனை அம்மணமாக்கிக் கசையடி கொடுத்து கடல் தண்ணீரில் மூன்று முறை முக்கியெடுப்பார்கள். எனவே தலைவனுக்குக் கட்டுப்பட்டு அவர்கள் இயங்கினார்கள்.

மாரியா, மேரியா?

அதன்பிறகு 1495ல் பட்டத்துக்கு வந்த மானுவல் என்ற அரசன் மிகவும் அதிர்ஷ்டக்காரனாகக் கருதப்பட்டான். அவனது ஆட்சிக் காலத்தில் பல நாடுகளுக்குப் போர்த்துக்கீசியர்களின் கப்பல்கள் சென்று வணிகத்தில் ஈடுபட்டன. அவன்தான் வாஸ்கோடகாமாவைத் தேர்ந்தெடுத்துக் கிழக்கு இந்தியத் தீவுகளுக்குச் செல்லுமாறு பணித்தான். சாவ் கேப்ரியல் என்னும் பெயர் கொண்ட கொடிக் கப்பலில் 1497ம் ஆண்டு ஜூலை மாதம் 8ந்தேதி லிஸ்பனிலிருந்து நான்கு கப்பல்கள் கொண்ட தொகுதிக்குத் தலைமை ஏற்று வாஸ்கோட காமா பயணப்பட்டான். அவனுக்கு அப்பொழுது வயது 36. திருமணமாகவில்லை. மிகவும் கண்டிப்பானவன். செல்லும் வழியில் ஆப்பிரிக்காவின் பல கடற்கரைப்பிரதேசங்களில் நின்று சிலவற்றை வென்று தொடர்ந்து சென்றான். வெகு நாட்கள், வெகு தொலைவு பயணப்பட்ட பிறகு நன்னம்பிக்கை முனை வழியாக 1498ம் ஆண்டு மே மாதம் 20ந்தேதியன்று கோழிக்கோட்டிலிருந்து சிறிது தொலைவில் உள்ள கப்பக்கடவு என்னும் பகுதியில் கரையேறினான். கோழிக்கோட்டில் அவனுக்குச்

சிறப்பான வரவேற்புக் கொடுக்கப்பட்டது. அவன் செல்லுகிற வழியில் ஒரு சிறு கோயிலுக்குள் தனது வீரர்களுடன் சென்றான். அது ஒரு மாரியம்மன் கோயில். அங்கே இருந்த பூசாரி மார்புக்குக் குறுக்கே பூணூல் அணிந்திருந்தார். அங்கு வந்திருந்த மக்கள் மாரி, மாரி என்று கத்திக் கூவி வணங்கினார்கள். பூசாரி வந்தவர்களுக்குத் தீர்த்தம் அளித்தார். இதைப்பார்த்த வாஸ்கோட காமா மேரி என்பதைத்தான் அவர்கள் மாரி என்று சொல்லுகிறார்கள் என்றும் பூசாரி புனித நீர் கொடுத்தார் என்றும் எண்ணினார்.

'அவர்கள் கிறித்துவர்கள். அவர்களுக்கு எப்படி வழிபடுவது என்று தெரியவில்லை. பின்னாளில் அவர்களுக்குக் கற்றுக்கொடுத்து விடலாம்' என்று அவர் தமது நாட்குறிப்பில் குறித்து வைத்துள்ளார். கிறித்துவமதத்தைப் பின்பற்றும் நாட்டிற்குத் தாங்கள் வந்திருப்பது அவருக்கு மகிழ்ச்சியைக் கொடுத்தது.

பிறகு அந்நாட்டு மன்னன் ஜாம்மெரினைச் சந்தித்தார். தமது நாட்டுமன்னன் பரிசாக அளித்தார் என்று சொல்லி சில பவள மாலைகள், ஒரு பெட்டியில் வைத்துப் பித்தளைப் பாத்திரங்கள், சிவப்புத் துணிகள் ஆகியவற்றைக் கொடுத்தார். அதைப் பார்த்தவர்கள் சிரித்தார்கள். 'இங்கே இவற்றைச் சாதாரணமானவர்கள் கூடச் சீந்த மாட்டார்கள். பொன் ஏன் கொணரவில்லை?' என்று கேட்டார்கள். அவர் விற்பதற்காகக் கொண்டுவந்திருக்கும் பொருள்கள் அரசர் ஆர்வம் காட்டும்படியாக இல்லை. அவற்றைப் பாதுகாத்து வைக்க ஓரிடம் தரவேண்டும் என்று வாஸ்கோட காமா கேட்டார். ஓர் இடத்தைக்காட்டி அங்கே வைத்துக்கொள்ளச் சொன்னார்கள். அந்த நாளில் பொருள்களை வைக்கும் களஞ்சியத்தை 'பேக்டரி (Factory)' என்றார்கள். அது தொழிற்சாலை அல்ல.

ஜாமரின் கடிதம்

சில நாள்கள் கழித்து வாஸ்கோட காமாவின் பேக்டரியைக் காவல்புரிய ஓர் ஆளை வைத்துவிட்டு நாடு திரும்பும்படி மன்னன் கூறினான். தான் தன் நாட்டுக்கு எடுத்துச்செல்ல மிளகு போன்ற வாசனைத் திரவியங்களைத் தம் கப்பலில் ஏற்றும்படி வாஸ்கோட காமா சொன்னான். ஆனால் ஜாமெரின் அவன் கொணர்ந்து வைத்திருக்கும் பொருள்களுக்குச் சுங்கவரி செலுத்தும்படியும் அதையும் பொன்னாகக் கொடுக்கும்படியும் கூறினான். வாஸ்கோட காமாவிடம் பொன் இல்லை. அதனால் மன்னன் வாஸ்கோட காமாவின் ஆள்கள் சில பேரைப் பிணைக் கைதிகளாகப் பிடித்துவைத்தான்.

பதிலுக்கு வாஸ்கோட காமா தனது கப்பலைப் பார்வையிட வந்தவர்கள் சிலரையும் பல நாயர்களையும் சிறைப்பிடித்துக் கப்பலில் வைத்தான். மன்னன் வாஸ்கோட காமாவின் ஆட்களை ஒவ்வொருவராக விடுவித்தபோது காமாவும் ஒவ்வொருவராக விடுவித்தான். போர்த்துக்கல் மாலுமி டியகோடயாச் மூலம் போர்த்துக்கல் மன்னனுக்கு ஜாமெரின் ஒரு கடிதம் கொடுத்தனுப்பினான்.

வாஸ்கோட காமா பிறகு ஐந்து நாயர் இன வீரர்களோடு தனது நாட்டுக்குப் பயணப்பட்டான். மன்னன் கொடுத்த கடிதத்தில் கீழ்க்கண்டவாறு எழுதப்பட்டிருந்தது.

'உங்கள் நாட்டிலிருந்து வாஸ்கோட காமா என்னும் கனவான் ஒருவர் எங்கள் நாட்டுக்கு வந்திருந்தார். எனக்கு மெத்த மகிழ்ச்சி. எனது நாட்டில் மிளகு, சின்னமன் (இலவங்கப்பட்டை), கிராம்பு, இஞ்சி மற்றும் சில மிக மதிப்புடைய ரத்தினக் கற்களும் அதிகம் உண்டு. நான் அவற்றை உங்களுக்குத் தங்கம், பவளம், சிவந்த துணிகள் ஆகியவற்றுக்கு மாற்றாகக் கொடுக்கத் தயாராக இருக்கிறேன்.'

பல இன்னல்களை எதிர்கொண்டு, பல மாதங்களுக்குப் பிறகு வாஸ்கோட காமா லிஸ்பனை அடைந்தான். அவனுக்குப் பலமான வரவேற்புக் கொடுக்கப்பட்டது.

கிறித்துவர்கள் வாழ்கிற நாடு என்று வாஸ்கோட காமா சொல்லி விட்டதால் அவர்களைக்கொண்டு மூர் இன மக்களை அழித்து விடலாம் என்றும் அவர்கள் தற்போது அனுபவித்துக்கொண்டிருக்கும் இந்தியச் செல்வ வளத்தை இனி நாம் அனுபவிக்கலாம் என்றும் மன்னன் மானுவல் சொன்னான்.

சோதிடம் துணை செய்தது

அதன்பிறகு வேறு இருவர் தலைமையில் பல கப்பல்கள் அனுப்பப் பட்டன. நான்காவது கப்பல் பயணத்தில் மீண்டும் வாஸ்கோட காமா அனுப்பப்பட்டார். அப்பொழுது பல யுத்த தளவாடங்களோடு சில கப்பல்கள் அவரைத் தொடர்ந்தன. ஜாமரினுக்குப் பாடம் கற்பிக்கவேண்டும் என்று காமா நினைத்தார். வரும் வழியில் மெக்காவுக்குச் சென்று திரும்பி வந்து கொண்டிருந்த கப்பலைத் தாக்கி அழித்தார். அதிலுள்ள பொருள்களை எல்லாம் கவர்ந்துகொண்டு அதில் பயணப்பட்ட 380 பேரையும் கொன்று குவித்தார். முன்பு தனக்கு தொல்லைகொடுத்த மூர்களை அவர் மன்னிக்கத் தயாராயில்லை. இரண்டு பெரிய கப்பல்களையும் 16 சிறிய படகுகளையும் பிடித்து அதிலிருந்த மூர்களைக் காதுகளையும்

மூக்கையும் அறுத்து சிறிய கப்பலில் ஏற்றித் தீயை வைத்துக் கொளுத்தினார். இந்தக் கொடூரத்தை அறிந்து ஜாமரின் அஞ்ச வேண்டும் என்பது அவரது எண்ணம். ஜாமரின் சற்றுக் கலவரம் அடைந்தாலும் வாஸ்கோட காமாவை எதிர்த்துப்போரிட்டான். வாஸ்கோட காமா பின்வாங்க நேர்ந்தது. செல்லும் வழியில் கொச்சின் சென்று அரசனுடன் பேச்சுவார்த்தை நடத்தினார். கொச்சின் அரசர் தன் நாட்டில் வந்து வணிகம் மேற்கொள்ளும்படி வாஸ்கோட காமாவை அழைத்தார். கண்ணனூர் ராணி தன் நாட்டிற்கு வந்து வியாபாரம் செய்ய அழைப்பு விடுத்தார்.

வாஸ்கோட காமாவைப்பற்றி எழுதியுள்ள காஸ்பெர் கோரியா (Casper Correa) என்னும் வரலாற்று ஆசிரியர் எழுதியுள்ள குறிப்பு விந்தையானது. தனது முதல் பயணத்தில் காலிகட்டிலிருந்து புறப்பட்ட வாஸ்கோட காமா கண்ணனூர் சென்றார். அங்கே ஏற்கெனவே ஒரு ஜோசிய அறிவிப்பு புழக்கத்திலிருந்தது. வெகுதொலைவிலிருந்து ஓர் அரசனின் ஆட்கள் வருவார்கள். அவர்கள் வெள்ளைத்தோல் உடையவர்கள். அவர்களின் அரசன் இந்தியா முழுதும் அரசாள்வான். அவனை ஆதரிக்காதவர்களை அவன் நசுக்கிவிடுவான்' என்று அந்தச் சோதிடக்குறிப்பில் கண்டிருந்தது. வாஸ்கோட காமாவின் கப்பல்கள் கண்ணனூரை அடைந்த செய்தியை அறிந்த கண்ணனூர் அரசி தனது சோதிடர் களை அழைத்துக் கலந்தாலோசித்தாள். அவர்கள் பிரஸ்னம் பார்த்து அந்தச் சோதிடக் குறிப்பில் கண்ட செய்தி உண்மைதான் என்றும் அது நிகழப்போகும் காலம் வந்துவிட்டதாகவும் கூறினர். உடனே அரசி பயந்து போய் வாஸ்கோடகாமாவை வரவேற்று அவருக்கு வேண்டிய பொருள்களை எல்லாம் கொடுத்து அனுப்பினாள் (British India by R.W. Fraser, Page 15). அந்தப் பயணத்தில் போர்த்துகல் அரசன் இமானுவலுக்கு 60 மடங்கு லாபம் கிடைத்ததாகச் சொல்லப்படுகிறது.

தன் இனத்தவன் ஆயினும் தனக்குப் பகையான அண்டை அரசருக்கு நேர்ந்த ஓர் இன்னலை, தங்களுக்குச் சாதகமாக்கி மற்ற அரசர்கள் அன்னியர்களை வரவேற்கும் இந்தப் போக்குத்தான் அன்னியர்கள் பின்னாளில் இந்தியாவுக்குள் நுழைய வழிவகுத்தது

இந்தியச் செல்வம் உங்களுக்கே

அதன் பிறகு ஆல்பகர்க்கி என்பவன் இந்தியாவுக்கு வந்து கோவாவைக் கைப்பற்றினான். கோவாவைக் கைப்பற்றியபின் ஆல்பகர்க்கி (Albuquerque) போர்த்துகல் அரசனுக்கு 1512ல் எழுதிய கடிதம்:

‘இறைவன் சித்தம் இதுவாக இருக்கட்டும். அரசே, வருடா வருடம் இந்தியாவின் பொருள்களையும் செல்வத்தையும் உங்களது கஜானாவில் கொண்டு சேர்க்க வேண்டும் என்பதே என் விருப்பம். நமது வாணிகம் அப்படி அமையவேண்டும். இந்த உலகத்தில் மாட்சிமை பொருந்திய தங்களுக்கு இணையாக வேறு எந்த அரசனும் செல்வமுடையவனாக இருக்கக்கூடாது. எனவே அரசே, இந்தியாவுடனான இந்தத் தொடர்பை ஆட்களாலும் படையாலும் பலப்படுத்துங்கள். இங்கே தொழிற்சாலைகளை நிறுவுங்கள். உங்களுடைய ஆதிக்கத்தை இந்தியாவில் நிலை நிறுத்த எல்லா முயற்சி களையும் மேற்கொள்ளுங்கள். இங்குள்ள மூர்களின் பிடியிலிருந்து இந்தியச் செல்வம் உங்கள் கைக்கு மாறவேண்டும்.

1583ம் ஆண்டு மூன்று ஆங்கில வியாபாரிகளைப் போர்த்துக்கீசியர் சிறைப் பிடித்துக் கோவாவுக்கு அனுப்பினர். அங்கே பல நாட்கள் தங்கிய பிறகு அவர்கள் விடுவிக்கப்பட்டார்கள். அவர்கள் அங்கிருந்து இந்தியாவின் பல பாகங்களுக்கும் சென்று அங்குள்ள வளங்களைப்பற்றியும் பல நகரங்களின் செல்வச் செழிப்பைப் பற்றியும் எழுதித் தன் நாட்டினருக்கு அனுப்பினர். அது பிரிட்டனில் வெகுவாகப் பரவியது. தனது நாட்டினரும் இந்தியாவுக்குச் சென்று செல்வம் திரட்ட வேண்டும் என்று அவர்கள் விரும்பினர்.

அதன்பிறகு 25 ஆண்டுகளுக்கு வாஸ்கோட காமா இந்தியாவுக்கு வரவில்லை. அந்த 25 ஆண்டுகளில் போர்த்துகலைச் சேர்ந்த பல புகழ்பெற்ற மாலுமிகள் இந்தியக் கடற்கரைக்கு யுத்தக் கப்பல் களுடன் வந்து இந்தியாவின் மேற்குக் கடற்கரைப் பகுதிகளிலும் கிழக்குக் கடற்கரைப் பகுதியில் ஒரு சில இடங்களிலும் கோட்டை கட்டிக்கொண்டு தமது ஆளுமையை விரிவுபடுத்திக்கொண்டார்கள். விஜயநகர சாம்ராஜ்யத்தில் அவர்கள் வரவேற்கப்பட்டார்கள். கோவா முழுக்க முழுக்க அவர்களது ஆட்சியின் கீழ் வந்தது.

இந்தியாவின் வைஸ்ராய் என்ற ஒரு பதவியை உருவாக்கினார்கள். பலர் அந்தப் பதவியிலிருந்து பணியாற்றி பல பகுதிகளை போர்த்துக்கீசியர்களின் ஆளுகையின்கீழ் கொண்டுவந்தனர்.

மயிர் நீப்பின் மானம் வரும்

டையூ என்னும் நகரைப்பிடிக்கும் போராட்டத்தில் போர்வீரர் களுக்குச் சம்பளம் கொடுக்கக்கூடப் பணம் இல்லை என்ற நிலையில் கப்பலின் தலைவன் காஸ்ட்ரோ தனது தாடியின் இரண்டு மயிர்களை கோவாவிடம் அடகு வைத்து 6000 பவுண்டு பணம்

பெற்றான். அக்காலத்தில் போர்த்துக்கீசியர்களுக்கு அவர்களது தாடி மிக முக்கியமானது. எனவே மிகவும் பாடுபட்டு கடலில் வந்த ஓர் இந்தியக் கப்பலைக் கொள்ளையடித்துத் தான் கொண்ட கடனை வெகு விரைவிலேயே செலுத்தி தனது மானத்தைக் காத்துக் கொண்டான்.

வைஸ்ராய் வாஸ்கோட காமா

அதன் பிறகு வாஸ்கோட காமா 1524 ஏப்ரல் மாதம் இந்தியாவின் வைஸ்ராயாக நியமிக்கப்பட்டுக் கோவாவுக்கு வந்தார். கோவாவின் நிர்வாகத்தைப் பலப்படுத்தினார். ஆனால் வந்த சில மாதங்களிலேயே, அவர் மரணமடைந்தார். அவரது உடல் கொச்சிக் கோட்டைக் குள்ளே செயின்ட் ஃபிரான்ஸிஸ் சி.எஸ்.ஐ சர்ச்சில் அடக்கம் செய்யப்பட்டது. பிறகு அங்கிருந்து தோண்டி எடுக்கப்பட்டு லிஸ்பனுக்குக் கொண்டு செல்லப்பட்டது.

போர்த்துக்கீசியர்களின் ஆளுகைப் பிரதேசங்களில் அடிமை முறை அமலில் இருந்தது. கோவாவில் அடிமைகளை அவர்கள் எப்படி நடத்தினார்கள் என்பதை நேரில் பார்த்த ஒருவர் எழுதியிருக்கிறார்.

பொறாமையாலே போயின பற்கள்

கோவாவில் போர்த்துக்கீசிய அதிகாரி ஒருவன் வீட்டில் ஓர் இந்தியப் பெண் அடிமையாக வேலை பார்த்தாள். இருபது வயதிருக்கும். அந்த அதிகாரி ஒருநாள் அவனுடைய மனைவியிடம் 'நம் அடிமைப்பெண் சிரிக்கிறபோது அவள் பல் வரிசை என்ன அழகாக இருக்கிறது பார்த்தாயா?' என்று சொன்னான். மறுநாள் அவன் பணி நிமித்தமாக வேறொரு ஊருக்குச் சென்றான். அவன் சென்ற பிற்பாடு அவன் மனைவி அந்தப் பெண்ணை அழைத்தாள். தன் வீட்டில் வேலைசெய்த இன்னொரு வேலையாளைச் சுத்தி கொண்டுவரச் சொல்லி அந்தப்பெண்ணின் பற்களைத் தட்டி உடைக்கச் சொன்னாள். எல்லாப் பற்களும் தாறுமாறாகத் தட்டி உடைக்கப் பட்டன. 'ஆண்கள் முன் சிரிக்கவா செய்கிறாய்? இனி எப்படிச் சிரிப்பாய்?' என்று கேட்டாள். இப்படிப் பல கொடுமைகள். நல்ல வேளையாக இந்தியா போர்த்துக்கீசியரிடம் அடிமைப்படவில்லை. (British Empire in India by Ryan Brown, Page 17-18)

இப்படிப் போர்த்துக்கீசியர்கள் இந்தியாவில் கொடிகட்டி ஆண்டு கொண்டிருந்த காலகட்டத்தில்தான் கிழக்கிந்தியக் கம்பெனி உருவானது. கிழக்கிந்தியத் தீவுகளில் தமது வணிகத்தை நிலைநாட்ட முனைந்தது. இந்தப் போட்டியில் டச்சுக்காரர்களும் ஈடுபட்டனர்.

புத்தகம் கொடுத்த புதிய ஊக்கம்

1595ம் ஆண்டு ஜான் ஹுகென் (Jan Huygen) என்பவன் கோவா சென்று 13 ஆண்டுகள் அங்கே தங்கி இந்தியாவைப் பற்றியும் இந்தியாவுக்குச் செல்லும் வழியைப்பற்றியும் விரிவாகப் புத்தகம் எழுதினான். அதைப் படித்தவர்கள் இந்தியாவுக்குப் போகத் துடித்தார்கள். டச்சு நாடு விழித்துக்கொண்டு. இந்திய வணிகத்தில் தங்கள் நாடும் பங்குகொள்ள வேண்டும் என விரும்பிக் கப்பல்களை அனுப்பியது. முதலாம் எலிஸபெத் அரசியால் உருவாக்கப்பெற்ற கிழக்கிந்தியக் கம்பெனியும் தனது முயற்சியில் தீவிரமாக இறங்கியது. முதலில் எதிர்பார்த்த அளவு லாபம் கிடைக்கவில்லை. ஒரு காலகட்டத்தில் அது அரசுக்குப் பெருமளவு கடன் பட்டிருந்தது. இந்த நிலையில் டச்சுக்காரர்கள், போர்த்துக்கீசியர்கள் ஆகியோர் ஆங்கிலேயரை எதிரிகளாகக் கருதி கிழக்கிந்தியப் பகுதிகளுக்கு வரவிடாமல் விரட்டியடித்தார்கள். முதலாம் எலிஸபெத் மறைந்து புதிய அரசன் பதவியேற்றான். அவன் ஈஸ்ட் இந்தியா கம்பெனி யிலிருந்து தனக்குக் கிடைக்கும் ஆதாயத்தையே பெரிதாகக் கருதிய காரணத்தால் முன்னளவு அரசின் ஆதரவு இல்லை. என்றாலும் ஈஸ்ட் இந்தியா கம்பெனி மீது பங்குதாரர்களின் ஆர்வம் குறையவில்லை. அது செல்வச் செழிப்புள்ள இந்தியாவோடு சிறப்பாக வணிகம் நடத்தி பெரும் லாபம் சம்பாதித்துக் கொடுக்கும் என நம்பினார்கள். அவர்களது நம்பிக்கை வீண்போகவில்லை.

கிழக்கிந்தியக் கம்பெனிக் கப்பல்கள் கிழக்கிந்தியத் தீவுகளில் சுற்றி வந்தாலும் இந்தியாவுக்குள் வந்தது முதன்முதலில் சூரத்தில்தான். சூரத்துக்குள் வருவதற்கு முன்னால் அவர்கள் போர்த்துக்கீசியர் களுடன் சண்டைபோடவேண்டியிருந்தது. போர்த்துக்கீசியர்களுக்கு ஆங்கிலேயரைக் கண்டால் பிடிக்காது. ஆங்கிலேயர் வரும் முன்னரே அவர்களைப்பற்றிப் போர்த்துக்கீசியர் முகலாய மன்னரிடமும் சூரத்தை ஆண்ட ஆளுநரிடமும் பொய்யும் புரட்டும் சொல்லி மனத்தில் கசப்புணர்ச்சியை ஏற்படுத்தியிருந்தனர்.

1600ம் ஆண்டில் பிரிட்டிஷ் ஈஸ்ட் இந்தியா கம்பெனி தொடங்கப் படுவதற்கு முன்பே பிரான்ஸ், நெதர்லேண்ட்ஸ், ஸ்பெயின், போர்த்துகல் ஆகிய நாடுகளில் ஈஸ்ட் இந்தியா கம்பெனி என்ற பெயரில் சில நிறுவனங்கள் செயல்பட்டு வந்தன. ஆங்கில ஈஸ்ட் இந்தியா கம்பெனி ஏற்பாட்டின்படி கம்பெனிக்குப் பெரும் இழப்பு ஏற்பட்டால் அதன் பங்குதாரர்கள் அவர்கள் முதலீடு செய்த பணத்தை மட்டும்தான் இழப்பார்களே தவிர மேற்கொண்டு கம்பெனிக்கு ஏற்படும் இழப்பிற்கு அவர்கள் பொறுப்பாக

மாட்டார்கள். அதை அரசே கவனித்துக்கொள்ளும். இந்த ஏற்பாட்டால் பிரிட்டிஷார் பலர் முதலீடு செய்தனர். கம்பெனி தொடங்கி சில ஆண்டுகள் நஷ்டத்தில் போனாலும் பின்னாளில் ஒரு சாம்ராஜ்யத்தையே உருவாக்கும் அளவுக்குப் பெரிய லாபத்தை அதன் பங்குதாரர்களுக்கு ஈட்டித் தந்தது

கிழக்கிந்தியக் கம்பெனி எந்தக் காரணத்திற்காக உருவாக்கப் பட்டதோ அதன் நிலையிலிருந்து பிறழ்ந்து பின்னாளில் அது நாடு பிடிக்கும் கம்பெனியாக மாறியது என்றால், அப்படி மாறுவதற்கு முன்னே அந்தக் கம்பெனி எதிர்கொள்ள நேர்ந்த போர்கள், அதற்காக உழைத்தவர்கள் செய்த தியாகங்கள் என்று வியப்பூட்டும் சம்பவங்கள் அநேகம் உண்டு.

சரி கிழக்கிந்தியக் கம்பெனி இந்தியாவுக்குள் எங்கு நுழைந்தது? எப்படி நுழைந்தது?

3

சூரத்தில் தொழிற்சாலை

*1608*ம் ஆண்டு ஆகஸ்ட் மாதத்தில் ஓர்நாள் கிழக்கிந்தியக் கம்பெனியின் கப்பலான ஹெக்டரில் (Hector) சென்றவர்கள் இந்தியாவின் மேற்குக் கடற்கரைப் பகுதியில் குஜராத்தில் உள்ள சூரத் கடற்கரையைக் கண்டார்கள். அங்கே இயற்கை அழகு கொலு வீற்றிருந்ததைக் கண்ட அவர்கள் செல்வ வளம் மிக்க இந்தியாவுக்கு வந்துவிட்டதை உணர்ந்தார்கள்.

அந்தக் கப்பலின் அப்போதையத் தலைவன் வில்லியம் ஹாக்கின்ஸ் (William Hawkins) வரலாற்றுச் சிறப்பு மிக்க ஒரு செயலுக்குத் தாம் அடித்தளம் இட்டிருப்பதாக உணர்ந்தான். அந்தப் பயணம் இந்தியாவையே தன் ஆளுகையின் கீழ் பிரிட்டிஷ் அரசு கொண்டு வரப்போவதற்கு முன்னோடி என்பதை அப்போது அவன் அறிந்திருக்கவில்லை.

இந்தப் புதிய நாட்டிற்குள் தங்களுக்கு வரவேற்பு எப்படி இருக்கும் என்று தெரியாத நிலையில் என்ன செய்வது என்பதைப்பற்றி வில்லியம் ஹாக்கின்ஸ் ஆலோசித்தான். தன்னுடன் வந்த சிலரை நகருக்குள் சென்று நிலைமையைக் கண்டு வர அனுப்பினான். கடற்கரைப்பகுதியைத் தன் கண்காணிப்புக்குள் வைத்திருந்த போர்த்துக்கீசியர்கள் அவர்களைப் பிடித்துக் கைது செய்தார்கள். ஹாக்கின்ஸ் முன்பு தான் அரேபியப் பகுதிகளுக்குப் பயணம் செய்த போது அங்கு பேசப்பட்ட அரபி மொழியைப் பேசக் கற்றிருந்தான். போர்த்துக்கீசியர்கள் தமது ஆட்களைக் கைது செய்திருப்பதை அறிந்த ஹாக்கின்ஸ் தான் வணிகனாக அல்லாமல் இங்கிலாந்து

அரசன் முதலாம் ஜேம்ஸின் தூதுவனாக வந்திருப்பதாகவும், மேலும் அந்தக் காலகட்டத்தில் போர்த்துக்கல் நாட்டுக்கும் இங்கிலாந்துக்கும் இடையில் எந்தச் சண்டையும் இல்லை என்பதையும் எடுத்துச் சொல்லி தமது ஆட்களை விடுவிக்கச் சொன்னான். அவர்கள் மறுத்தனர். சிறைப் பிடித்தவர்களைக் கோவாவுக்குக் கைதிகளாக அனுப்பினர்.

வஞ்சக ஆளுநர் மகரப்கான்

அப்பொழுது முகலாய அரசின் சார்பில் ஆளுநராக இருந்தவன் பெயர் மகரப்கான் (Makarrab Khan). அவன் முகலாய அரசன் ஜெஹாங்கிர் கடுமையான நோயால் பீடிக்கப்பட்டிருந்தபோது தனது வைத்தியத் திறமையால் மன்னனைக் குணப்படுத்தினான். அதற்குக் கைமாறாக அவனுக்குக் கிடைத்ததுதான் அந்தப் பதவி. மகரப்கான் கொடூரமானவன். பேராசைக்காரன். போர்த்துக்கீசியர் அல்லாத வெளிநாட்டினர் வந்திருக்கிறார்கள் என்பதை அறிந்து அவர்களை வரவேற்றான். ஆனால் கப்பலுக்குள் சென்று தனக்கு வேண்டிய பொருள்களையெல்லாம் எடுத்துக்கொண்டு வந்து விட்டான். பிறிதொரு நாளில் அவற்றுக்கு உரிய விலையைத் தாம் கொடுப்பதாகச் சொன்னான். அப்படிச் சொல்வது அவனது வழக்கம். பணம் கொடுக்க மாட்டான். நல்லவேளையாக முகலாய அரசர் ஜெஹாங்கிருக்குக் கொடுக்கத் தான் கொண்டுவந்திருந்த பொருள்களை ஹாக்கின்ஸ் வேறு இடத்தில் பத்திரமாக வைத்திருந்ததால் மகரப்கான் அவற்றை எடுக்கவில்லை.

இதற்கிடையில் போர்த்துக்கீசியர்கள் கவர்னர் மகரப்கானிடம் ஆங்கிலேயர்களை உள்ளே அனுமதிக்கக் கூடாது என்றார்கள். போர்த்துக்கீசியர்களைக் கட்டுக்குள் வைத்திருப்பதற்கு ஆங்கிலேயர் களை ஆதரிப்பது அவசியம் என்றும் புதிதாக வந்திருப்பவர்கள் பொன்முட்டையிடும் வாத்து என்றும் அவர்களைத் தன் சுய லாபத்திற்காகப் பயன்படுத்திக்கொள்வது என்றும் தீர்மானித்தான் மகரப்கான். அவன் அரச தூதுவனாக வந்திருப்பதால் அரசனிடம் செல்ல அனுமதிக்க வேண்டிய கட்டாயமும் இருந்தது. ஹாக்கின்ஸின் வரவைப்பற்றி அரசனுக்குச் சொல்லியனுப்பி அவனை மேற்கொண்டு ஆக்ராவிற்குப் பயணம் செய்ய அனுமதித்தான். ஹெக்டர் கப்பல் இன்னும் அந்தக் கடற்பகுதியில் இருந்தால் பொருள்கள் முழுவதையும் கொள்ளையிட்டுவிடுவான் என்பதை அறிந்த ஹாக்கின்ஸ் அதைப் பாண்டம் நகருக்குக் கொண்டு சென்றுவிடும்படி அனுப்பிவைத்தான். தானும் தன்னுடன் வந்த சிலருமாக தரைமார்க்கமாகப் பயணப்பட்டான். தன்னுடன் பாதுகாவலாக வருவதற்காக பட்டாணியர்கள் சிலரை

நியமித்துக்கொண்டான். வழியில் ஹாக்கின்ஸைக் கொன்றுவிடும்படி மகரப்கான் ரகசியமாகச் சொல்லியனுப்பியிருந்ததை அறிந்த ஹாக்கின்ஸ் மிகவும் விழிப்போடிருந்தான். ஒருவழியாக 1609ம் ஆண்டு ஏப்ரல் மாதம் 16ம் நாள் ஆக்ராவை அடைந்தான். அப்பொழுது ஆக்ராதான் முகலாய அரசின் தலைநகராக இருந்தது.

ஜெஹாங்கிர் அரசவையில் ஹாக்கின்ஸ்

மன்னன் ஜெஹாங்கிர் ஒரு மொடாக் குடியன். காலைப் பொழுதுகளில் தர்பாரில் இருப்பான். மாலையில் பெரும்பாலும் குடித்துக்கொண்டிருப்பான், ஹாக்கின்ஸ் வந்திருப்பதை அறிந்த ஜெஹாங்கிர் அவனையும் அவனைச் சேர்ந்தவர்களையும் உடனடியாகத் தன்னிடம் அழைத்துவரும்படி ஆட்களை அனுப்பினான். ஒரு மன்னரைச் சந்திக்கத் தயாராக இல்லாத நிலையில் வேறு வழியின்றி மொகல் தர்பாருக்குச் சென்று மன்னரைச் சந்தித்தான் ஹாக்கின்ஸ். அவனுக்குச் சிறந்த வரவேற்புக் கொடுக்கப்பட்டது. முதலாம் ஜேம்ஸ் மன்னன் அளித்த கடிதத்தை மன்னரிடம் சமர்ப்பித்தான். அதை அங்கிருந்த போர்த்துக்கீசியப் பாதிரியார் மொழியாக்கம் செய்தார். உடனே ஜெஹாங்கிர் தன் மகிழ்ச்சியைத் தெரிவித்து இங்கிலாந்து மன்னர் கேட்டுக்கொண்டபடி எல்லா உதவிகளையும் செய்யத் தயாராக இருப்பதாகச் சொன்னான். அச்சமயம் தற்செயலாக ஹாக்கின்ஸ் மன்னருடன் அரபியில் பேசினான்.

‘ஓ, உனக்கு அரபி தெரியுமா?’ என்று கேட்டான் ஜெஹாங்கிர்.

‘தெரியும்’ என்றான் ஹாக்கின்ஸ்.

‘மிகவும் நல்லதாகப் போயிற்று. நாளையிலிருந்து தினமும் காலையில் நமது தர்பாருக்கு வந்து விடு’ என்றான் ஜெஹாங்கிர்.

‘தங்கள் சித்தம். இங்கிலாந்து மன்னர் கேட்ட அனுமதியைத் தந்தால் நல்லது’ என்றான் ஹாக்கின்ஸ்.

சற்றும் பிடி கொடுக்காமல் ‘ஆகட்டும், பார்க்கலாம்’ என்றான் மன்னன்.

மன்னனின் தர்பாரில் இரண்டு வளைவுகள் உண்டு உள்புறச் சிகப்பு வளைவில் மன்னனுக்கு மிகவும் வேண்டப்பட்டவர்கள் மட்டுமே அமர முடியும். அங்கே அமரும் உரிமை ஹாக்கின்ஸுக்கு வழங்கப்பட்டது. தன்னிடம் பணியில் சேர்ந்துவிட்டால் வருடம் ஒன்றுக்கு 4500 பவுண்ட் சம்பளமும் தங்குவதற்கு வேண்டிய வசதிகளும் சூரத்தில் மட்டும் பேக்டரி அமைத்துக்கொள்ளும் உரிமையும் 400

குதிரைகள் கொண்ட குதிரைப்படைத் தலைமைப்பொறுப்பும் தருவதாக மன்னன் சொன்னான். வேறு வழியின்றி தூதனாக வந்த ஹாக்கின்ஸ் மன்னரின் உதவியாளனாகச் சேர்ந்துவிட்டான். மன்னரின் உள்சுற்றில் இடம் பிடித்துவிட்டான்.

தன்னுடன் வந்த இரண்டு ஆங்கிலேயர்களை அவன் சூரத்தில் விட்டுவிட்டு வந்திருந்தான். மன்னரவையில் ஹாக்கின்ஸ் மிகவும் மதிப்போடு பணியில் இருக்கும் செய்தி சூரத்தை எட்டியதால் ஆளுநரும் போர்த்துக்கீசியர்களும் சற்று அடங்கிப்போனார்கள்.

மன்னன் செய்துவைத்த திருமணம்

மாலைப்பொழுதில் மன்னருடன் மது விருந்தில் கலந்துகொள்ளும் வாய்ப்பும் ஹாக்கின்ஸுக்கு வழங்கப்பட்டது. அப்படிப்பட்ட விருந்தொன்றில் மன்னர் மிகவும் மகிழ்ச்சியாக இருந்தபோது ஹாக்கின்ஸைப் பார்த்து,

'உனக்குத் திருமணம் ஆகிவிட்டதா?' என்று கேட்டான் மன்னன்.

'இல்லை, ஆலம்பனா' என்றான் ஹாக்கின்ஸ்.

'உனக்கு நான் திருமணம் செய்து வைப்பதாகத் தீர்மானித்து விட்டேன். என்னுடைய அரண்மனையில் இருக்கும் எந்த வெள்ளைத்தோல் பெண்ணையும் நீ தேர்ந்தெடுக்கலாம். அவளைக் கிறித்துவ மதத்துக்கு மாறச் சொல்கிறேன். அவளுக்குச் சீதனங்களும் அடிமைகளும் தருகிறேன்.'

'நான் எந்த 'மூர்' இனப்பெண்ணையும் மணக்க இயலாது ஆலம்பனா!'

'பரவாயில்லை. என் அரண்மனையில் ஆர்மீனியப் பெண் ஒருத்தி இருக்கிறாள். அவளைத் திருமணம் செய்து கொள்.'

'சரி, ஆனால்...'

'ஏன் இழுக்கிறாய்?'

'திருமணத்தை நடத்திவைக்கப் பாதிரியார் இல்லையே?'

'நம்மிடம் இருக்கும் போர்த்துக்கீசியப் பாதிரியாரை நடத்திவைக்கச் சொல்லுகிறேன்!'

'அது சரிப்படாது ஆலம்பனா. என்னிடம் பணிபுரியும் நிக்கலோசைத் திருமணத்தை நடத்திவைக்கச் சொல்லுகிறேன்.'

ஹாக்கின்ஸ் சொன்ன ஏற்பாட்டின்படி திருமணம் நடந்தது. ஓர் அரசனின் ஆதரவைப்பெற என்னவெல்லாம் செய்ய

வேண்டியதிருக்கிறது. இப்படியெல்லாம் முதலில் வளைந்து கொடுத்துப் பின்னால் நிமிர்ந்தார்கள் ஆங்கிலேயர்.

காலூன்ற வைத்தவன் காலனிடம் போனான்

இரண்டு ஆண்டுகளுக்குப் பிறகு படிப்படியாக ஹாக்கின்ஸின் மதிப்புக் குறைந்து கொண்டேவந்தது. ஒருநாள் திடீரென்று அரசனின் உள்சுற்றுச் சிவப்பு வளைவுக்குள் செல்லும் உரிமை மறுக்கப்பட்டது. ஒரு நிலையில்லாமல் இயங்கும் மன்னன் இன்னும் என்னென்ன செய்வானோ என்று பயந்து அங்கிருந்து வெளியேறச் சமயம் பார்த்திருந்தான் ஹாக்கின்ஸ். அந்த வாய்ப்பும் வந்தது.

மூன்று பிரிட்டிஷ் கப்பல்கள் ஸர் ஹென்றி மிடில்டன் தலைமையில் சூரத்துக்கு வந்திருப்பதாகச் செய்தி வந்தது. சற்றும் தாமதிக்காமல் தனது மனைவியையும் தான் சேகரித்த பொருள்களையும் எடுத்துக் கொண்டு ஹாக்கின்ஸ் சூரத்துக்குச் சென்று மீண்டும் ஆங்கிலக் கப்பலின் பாதுகாப்புக்குள் அடைக்கலமானான். பின் அங்கிருந்து இங்கிலாந்துக்குத் திரும்பும் வழியில் கடுமையான நோயில் சிக்குண்டு அவன் இறந்தான். என்றாலும் ஆங்கிலேயர் இந்தியாவுக்குள் அடியெடுத்து வைக்கக் காரணமாக இருந்தவன் என்னும் புகழ் ஹாக்கின்ஸுக்குக் கிடைத்தது.

போர்த்துக்கீசியரின் தொல்லை, முகலாய ஆட்சியாளர்களின் நிலையற்ற போக்கு, அரேபியர்களின் கடற்கொள்ளை என எத்தனையோ இடர்ப்பாடுகள் இருந்தாலும் பிரிட்டிஷ் மாலுமிகளின் விடாமுயற்சியும், போர்க்குணமும் நாட்டுப்பற்றும் பொருள் குவிக்கும் ஆசையும் மீண்டும் மீண்டும் இந்தியாவுக்குள் நுழைய அவர்களைத் தூண்டின. அதேசமயம் எக்காரணம் கொண்டும் பிரிட்டிஷ்காரர்களை இந்தியாவுக்குள் நுழைய விடக்கூடாது என்பதிலே போர்த்துக்கீசியரும் தீவிரமாக இருந்தனர். அவர்கள் உள்ளே நுழைந்தால் தங்களது ஆதிக்கம் போய்விடும் என்று அஞ்சினர்.

ஹாக்கின்ஸ் வந்து சென்ற பிறகு சிறிது காலம்வரை பிரிட்டிஷ் கப்பல்கள் இந்தியக் கடற்கரையோரம் தலைகாட்டவில்லை. இனி அவைகள் வராது என்று போர்த்துக்கீசியர் பெருமிதம் கொண்டிருந்த நிலையில் 1612ம் ஆண்டு இறுதியில் இரண்டு கப்பல்கள் கேப்டன் பெஸ்ட் என்பவன் தலைமையில் சூரத் கடற்கரைப் பகுதிக்கு வந்தன.

கேப்டன் பெஸ்ட்டுக்குக் கிடைத்தது அனுமதி

கேப்டன் பெஸ்ட்டின் கப்பல்கள் இரண்டும் அந்தக்கால நிலவரத்தின் படி பெரிய கப்பல்கள் என்று சொல்ல முடியாது. ஆனால் அதில்

வந்தவர்களின் தீவிரமும் உறுதியும், எப்படியும் வெற்றி பெறுவோம் என்ற நம்பிக்கையை அவர்களுக்குக் கொடுத்திருந்தன. பெஸ்ட் கனிவானவன். அதேசமயம் கண்டிப்பானவன். நல்ல நிர்வாகி. வேலைவாங்கத் தெரிந்தவன். அவன் வந்த சமயம் மகரப்கான் கவர்னர் பதவியிலிருந்து நீக்கப்பட்டிருந்தான். புதிய கவர்னர் ஆங்கிலேயருக்குச் சாதகமானவன். போர்த்துக்கீசியர்களை அவ்வளவாக அவனுக்குப் பிடிக்காது.

பிரிட்டிஷ் கப்பல்கள் சூரத்தை நோக்கி வந்து கொண்டிருக்கின்றன என்பதை அறிந்த போர்த்துக்கீசியர் அந்தக் கப்பல்களை போரிட்டு விரட்டியடிப்பதற்காக கோவாவிலிருந்து நான்கு கப்பல்களுடன் புறப்பட்டனர். இதை அறிந்த கேப்டன் பெஸ்ட் தனது இரண்டு கப்பல்களையும் தயார் நிலையில் வைத்து மாலுமிகளை உத்வேகப் படுத்தினான். இதற்கிடையில் நான்கு 4 போர்த்துக்கீசியக் கப்பல்களும் சுவாலிப் பகுதிக்கு வந்தன. அவர்கள் தாக்கும் முன்னர் பெஸ்ட் அவர்களைத் தாக்கி வெற்றிகொண்டார். 29-11-1612 ல் நடைபெற்ற இந்தப் போர்தான் ‘சுவாலிப்போர்’ எனப்படுகிறது. இதன் பிறகு ஈஸ்ட் இந்தியா கம்பெனி தனக்கென ஒரு சிறு கப்பற்படையை உருவாக்கிக்கொண்டது. அதுதான் பின்னர் இந்தியன் நேவியாக உருவாகியது. போர்த்துக்கீசியர் மதவெறி கொண்டவர்கள். மெக்காவிற்குப் போகும் கப்பல்களை வழிப்பறி செய்கிறார்கள். அவர்களை பெஸ்ட் வென்றதால் போர்த்துக் கீசியர்களை ஒரு கட்டுக்குள் வைத்துக்கொள்வதற்கு ஆங்கிலேயர் தான் சரி என்று அப்போதைய கவர்னர் மன்னரிடம் சொல்ல, மன்னர் அதனாலேயே வணிக முன்னுரிமை கொடுக்கும் ஒப்பந்தத்தை அங்கீகரித்தார்.

பெஸ்ட் சூரத்திற்குள் சென்றான். அவர்களது தீரத்தை அறிந்த முகலாய மன்னன் சூரத்தில் இருந்து வியாபாரம் செய்வதற்கு அவர்களுக்கு அனுமதிக் கடிதம் வழங்கினான். தாங்கள் கடற்புற ஆளுமையில் சிறந்தவர்கள் என்பதை நிரூபித்திருந்த பெஸ்ட் அந்தக் கடிதத்தைப் பத்திரமாக மாற்றி அதில் இருந்த சில குறைபாடுகளைக் களைந்து தேதியிட்டு முறைப்படி வழங்கும்படிக் கேட்டுக் கொண்டான். அப்பத்திரம் அவன் கேட்டுக்கொண்டபடியே சின்னச் சின்ன மாற்றங்களுடன் 11-1-1613 தேதியிட்டு வழங்கப்பட்டது.

முகலாயர்கள் அப்படி ஒன்றும் பெரிய சலுகையை அவர்களுக்கு வழங்கிவிடவில்லை. எப்பொழுது வேண்டுமானாலும் விலக்கிக் கொள்ளக்கூடிய வகையில்தான் இருந்தது. இதை அறியாத பெஸ்ட் நுழைவுச் சீட்டுக் கிடைத்துவிட்ட மகிழ்ச்சியில் சில ஆட்களை சூரத்தில் விட்டுவிட்டு நாடு திரும்பினான்.

போர்த்துக்கீசியருடன் போர்

பிரிட்டிஷ்காரர்களுக்கு முகலாயர் வழங்கிய சலுகையைக் கண்ட போர்த்துக்கீசியர் எரிச்சல் அடைந்தனர். குஜராத்தின் கப்பல் ஒன்றைக் கைப்பற்றிக் கோவாவுக்குக் கொண்டு சென்றனர். அதைக்கண்டு முகலாய அதிகாரிகள் பயந்து விடுவர் என நினைத்தனர். ஆனால் அதற்கு மாறாக முகலாயர் போர்த்துக்கீசியர் களுக்கு எதிராகப் போர் அறிவித்தனர்.

போரை நடத்தும் பொறுப்பு மகரப்கான் வசம் ஒப்படைக்கப் பட்டது. பிரிட்டிஷ் கப்பல்கள் விரைவில் திரும்பிவரும். அவற்றைப் போர்த்துக்கீசியருடன் போர்தொடுப்பதில் பயன் படுத்திக்கொள்ளலாம் என்று எதிர்பார்த்தான் மகரப்கான். ஆனால் பலமாதங்கள் ஆகியும் பிரிட்டிஷ் கப்பல்கள் எதுவும் வரவில்லை. சூரத்தில் விட்டுச் சென்ற பிரிட்டிஷ் அதிகாரி ஆல்ட்வொர்த் சற்றும் சஞ்சலப்படாமல் உறுதியாகத் தனக்கு இடப்பட்ட பணியைச் செய்து வந்தான். மன்னரால் ஏற்கெனவே வழங்கப்பட்ட ஒப்பந்தம் மதிப்பற்றதாக ஆகிவிட்டது. ஆல்ட்வொர்த்தும் விட்டுவிட்டுச் சென்றிருந்தால் ஆங்கிலேயர் மீண்டும் சூரத்தில் உரிமை பெறுவது காலதாமதப்பட்டிருக்கும்.

1614ம் ஆண்டு அக்டோபர் மாத இறுதியில் கேப்டன் டௌண்டன் தலைமையில் நான்கு கப்பல்கள் சூரத்திற்கு வந்தன. போர்த்துக் கீசியர்களோடு போர் புரிவதில் தங்களுக்கு உதவுமாறு மகரப்கான் வேண்டினான். ஆனால் டௌண்டன் அதற்கு இணங்கவில்லை. பிரிட்டிஷ்காரர்களும் போர்த்துக்கீசியருக்கு ஆதரவளிக்கிறார்களோ என்று சந்தேகப்பட்டான் மகரப்கான். ஆனால் சில தினங்களில் கோவாவிலிருந்து டௌண்டனுக்கு ஒரு கடிதம் வந்தது. 'சூரத்தை விட்டு உடனே கிளம்பவில்லை என்றால் போர் தொடுப்போம்!' என்று எழுதப்பட்டிருந்தது. டௌண்டன் கிளம்பவில்லை. போர் மூண்டது. போர்த்துக்கீசியர்கள் விரட்டியடிக்கப்பட்டார்கள். என்றாலும் 15 நாட்கள் கழித்து மீண்டும் போர்த்துக்கீசிய கேப்டன் திரும்பி வந்தான். அதற்குள் முகலாய அரசு ஆங்கிலக் கப்பல்களுக்கு வேண்டிய தளவாடங்களும் உணவுப்பொருள்களும் அனுப்பி பலப்படுத்தியது. போர்த்துக்கீசியர் தோற்கடிக்கப்பட்டனர்.

இவ்வளவு செய்தும் முகலாயப் பேரரசன் ஜெஹாங்கிரின் மாளிகையில் ஆங்கிலேயருக்கு அனுமதி அளிப்பதில் எதிர்ப்பு இருந்தது. எதிர்ப்பு அணிக்கு முன்னிலை வகித்தது ஜெஹாங்கிரின் மகன் குர்ரம். பின்னாளில் அவன் தான் ஷாஜஹான் என்று பெயர் பெற்றான். அவன் சூரத் பகுதியை நிர்வகிக்கும் பொறுப்பேற்றான்.

4

தாமஸ் ரோவின் சாமர்த்தியம்

ஜெஹாங்கிருக்குச் செல்வம் கொட்டிக் கிடந்தாலும் வெளிநாட்டி லிருந்து வரும் பரிசுப் பொருள்களைப் பெறுவதில் ஆர்வம் அதிகம் என்று பரவலாகக் குறிக்கப்பட்டிருக்கிறது. அதுவரை ஆங்கிலேயர்கள் கொண்டுவந்த பரிசுப்பொருள்களில் ஒரு பயங்கர மான நாயைத் தவிர வேறொன்றும் ஜெஹாங்கிரை ஈர்க்கவில்லை. எனவே அவனும் பிரிட்டிஷ்காரர்கள் உறவுக்கு அவ்வளவு ஆர்வம் காட்டவில்லை. இதை அறிந்த கிழக்கிந்தியக் கம்பெனி நிர்வாகம் ஒரு நல்ல தந்திரசாலியான தூதனை அனுப்பி இழந்த மதிப்பை மீட்டுக் கொள்ள நினைத்தது. எனவே பிரிட்டிஷ் அரசர் தமது சார்பில் ஒரு தூதனை அனுப்பினால் நன்றாக இருக்கும் என்று முதலாம் ஜேம்ஸிடம் கிழக்கிந்தியக் கம்பெனி வேண்டுகோள் விடுத்தது. மன்னனும் சம்மதித்தான். ஸர் தாமஸ் ரோ (Sir Thomas Roe) என்னும் சாமர்த்தியசாலியை அனுப்ப முடிவு செய்யப்பட்டது.

தாமஸ் ரோ ஏற்கெனவே பல இடங்களுக்குச் சென்று அனுபவப் பட்டவன். அவன் ஓர் அருமையான கப்பலில் 1615 ம் ஆண்டு இறுதியில் சூரத்துக்கு அனுப்பப்பட்டான். அங்கே இளவரசன் குர்ரம் சார்பாக ஆண்டு வந்த சுல்ஃபிர்கான் தாமஸ் ரோவிடம் மிகவும் கடுமையாக நடந்துகொண்டான். நாட்டுக்குள் செல்ல அனுமதி மறுத்தான். ரோ அவனிடம் பணிந்து போகாமல் ஒரு தூதனுக்குரிய கம்பீரத்தோடு நடந்து கொண்டதால் நிலைமை மாறியது. சுல்ஃபிர்கான் அவனுக்கு எந்த உதவியும் செய்வதற்குத் தயாராக இருப்பதாகச் சொன்னான். ஒரு மாத கால தாமதத்திற்குப்

பிறகு ஜெஹாங்கிரிடமிருந்து ரோவுக்கு அழைப்பு வந்தது. அப்பொழுது மன்னன் ஆஜ்மீரில் இருந்ததால் ரோ ஆஜ்மீர் சென்றான்.

தாமஸ் ரோ தனது அனுபவ பலத்தால் ஜெஹாங்கிரின் விசித்திரமான நடவடிக்கைகளுக்கு ஏற்ப நடந்துகொண்டான். மன்னரின் விசித்திரமான கேள்விகளுக்கு அவன் மகிழும்படியாக மிகச் சாமர்த்தியமாகப் பதில் கூறினான். ஆங்கிலேயர்களுக்கு மன்னரின் ஆட்சியில் உள்ள பிரதேசங்களிலும் துறைமுகங்களிலும் கட்டுப் பாடற்ற அனுமதி கொடுக்கும்படியும் வழக்கமான சுங்கவரியைத் தவிர வேறு எதுவும் விதிக்காமல் பிரிட்டிஷ்காரர்கள் பொருள்களை வாங்கவும் விற்கவும் அனுமதிக்கும் படியும் வேண்டினான். தாமஸ் ரோ தானே ஒரு மாதிரிப் பத்திரத்தைத் தயாரித்தளித்தான். இன்று கையெழுத்தாகிவிடும், நாளை ஆகிவிடும் என நாள்கள் நகர்ந்து கொண்டிருந்தனவே தவிரப் பத்திரத்தில் ஒப்பம் இடப்படவில்லை. முகலாய அரசின் அமைச்சர் அசஃப்கான் பொய்யான உறுதி மொழிகளை அளித்துக்கொண்டே இருந்தான். இளவரசன் குர்ரம் ஆங்கிலேயர்களுடன் எந்தத் தொடர்பும் வைத்துக்கொள்ள விரும்பவில்லை.

மனம் வெறுத்துப்போய் தாமஸ் ரோ கிழக்கிந்தியக் கம்பெனிக்குக் கடிதம் எழுதினான். உள்நாட்டுக்குள் எந்தவிதமான வணிகத்துக்கும் முயலாமல் கடலாதிக்கத்தின் வழியாக வணிக நடவடிக்கைகளை மேற்கொள்வது நல்லது என்று எழுதினான். அப்பொழுதிருந்த நிலைக்கு அது சரியான முடிவு என்றாலும் பின்னால் நிகழ்ந் தவையோ நேர்மாறாக நடந்தன. ஆங்கிலேயன் தரையையும் பிடித்தான். தனக்கு இடப்பட்ட தளைகளையும் உடைத்தான். தடை விதித்தவர்களுக்கே தளையையும் போட்டான்.

ஷாஜகான் ஆன குர்ரம்

ஜெஹாங்கிரின் மகன் குர்ரம் தக்காணப் படையெடுப்புக்காகப் புறப்பட்டுச் சென்றான். அதையொட்டி மன்னன் ஜெஹாங்கிரும் ஆஜ்மீரிலிருந்து மாண்டு எனப்படும் இடத்திற்குத் தனது அமைச்சர் குழுவுடன் சென்றான். அப்போது தாமஸ் ரோவையும் அழைத்துச் சென்றான். இளவரசன் குர்ரம் தக்காணப் படையெடுப்பை வெற்றி கரமாக நடத்தி மீண்டதால் மாண்டுவில் அவனுக்கு ஷாஜகான் என்னும் கௌரவத்தை ஜெஹாங்கிர் வழங்கினான். இதற்கிடையில் இங்கிலாந்திலிருந்து ஒரு கப்பல் சூரத்திற்கு வந்தது. அதில் மன்னருக்கு அளிப்பதற்காகப் பல பரிசுப்பொருள்கள் இருந்தன. அதில் ஒரு பெரிய நகை இருந்தது. அதைப்பற்றி அறிந்த அமைச்சர்

அசஃப்கான் அந்த ஆபரணத்தைத் தனக்கு அளித்தால் தான் அவனுக்கு உதவுவதாக வாக்களித்தான். அதன்படி அந்த நகை அவனிடம் கொடுக்கப்பட்டது. அது அவன் எதிர்பார்த்த அளவு இல்லையென்றாலும் அசஃப்கான் தான் சொன்ன வாக்கைக் காப்பாற்றினான். இளவரசன் குர்ரத்திடம் தாமஸ் ரோவை அழைத்துச் சென்று ஆங்கிலேயரால் அவர்களுக்குக் கிடைத்து வரும் நன்மைகளை எடுத்துச் சொல்லி அவனது பகையுணர்ச்சியை மாற்றினான். அசஃப்கானின் சகோதரி நூர் மஹலுக்கு அவளது முதல் திருமணத்தின் மூலம் ஒரு மகள் உண்டு. அவளைக் குர்ரத்திற்கு மணம் செய்து கொடுக்கவேண்டும் என்று நூர்ஜஹான் விழைந்தாள். ஆனால் குர்ரம் அதற்கு ஒப்புக்கொள்ளவில்லை. அவன் மும்தாஜ் மஹலைக் காதலித்தான். எனவே நூர்ஜஹானும் அசஃப்கானும் தங்கள் அதிகாரத்தை நிலைநாட்டிக்கொள்ளத் திட்டம் தீட்டினர். இதையறிந்த ஸர் தாமஸ் ரோ தனது நிலையைச் சற்று மாற்றி அவர்களைத் தம் கைக்குள் போட்டுக்கொள்ள விழைந்தான்.

பரிசுப்பொருளில் மயங்கிய பாவை!

பிரிட்டிஷ் கப்பலில் வந்துள்ள பரிசுப்பொருள்களில் தனக்குப் பிடித்தமானதை எடுத்துக்கொள்ள அனுமதித்தால் தான் ஆங்கிலேயர்களுக்கு உதவுவதாக நூர்ஜஹான் வாக்களித்தாள். அவளுடைய ஆட்களைக் கப்பலுக்கு அனுப்பிப் பரிசுப்பொருள் களைத் தன் பாதுகாப்பில் எடுக்கும்படி பணித்தாள். ஸர் தாமஸ் ரோவும் தனது கப்பல் நண்பர்களுக்கு நூர்ஜஹானின் ஆட்களுக்கு எல்லா வசதிகளையும் செய்துகொடுக்கும்படி கட்டளையிட்டான்

ஒப்பந்தம்

முடிவாக 1618ம் ஆண்டு செப்டெம்பர் மாதம் ஒரு மாதிரியான ஒப்பந்தம் வழங்கப்பட்டது.

அதன்படி,

1. ஆங்கிலேயர்களைப் பகைத்துக்கொள்ளாமல் நல்ல முறையில் நடத்த வேண்டும்.
2. சுங்க வரிகளைச் செலுத்தினால் அவர்கள் சுதந்திரமாக வணிகம் செய்ய அனுமதிக்கப்படவேண்டும்.
3. முகலாயச் சக்ரவர்த்திக்கு அவர்கள் கொணரும் எந்தப் பரிசுப்பொருளையும் சூரத்தில் கண்காணிக்கக் கூடாது.

4. ஆங்கிலேயன் இறந்தால் அவனது உடைமைகளை ஆங்கிலேயரிடம் ஒப்படைக்க வேண்டும்.

இது தவிர இளவரசன் குர்ரத்துடன் ஒரு ஒப்பந்தம் போடப்பட்டது.

1. போர்த்துக்கீசியர்கள் பிரிட்டிஷ்காரர்களைத் தாக்கினால் சூரத் கவர்னர் ஆங்கிலேயருக்குக் கப்பல் இரவலாகத் தந்து உதவவேண்டும்.

2. உள்நாட்டில் வசிக்கும் ஆங்கிலேயர்கள் ஆயுதம் வைத்துக் கொள்ளலாம்.

3. தங்கள் மதத்தை அவர்கள் சுதந்திரமாக அனுசரித்துக் கொள்ள லாம்.

4. அவர்களுக்குள் நேரும் தகராறுகளை அவர்களே தீர்த்துக்கொள்ள அனுமதிக்கப்படுவர்.

ஜெஹாங்கிர் கடிதம்

ஒரு முழுமையான அனுமதிப் பத்திரம் கிடைக்காவிட்டாலும் கூட ஸர் தாமஸ் ரோ தனது விடாமுயற்சியாலும் ராஜதந்திரத்தாலும் ஆங்கிலேயர்கள் இந்தியாவில் வியாபாரம் செய்துகொள்ள வழி வகுத்தார். ஜெஹாங்கிர், ரோ மூலம் ஒரு கடிதத்தை இங்கிலாந்து அரசனுக்கு அனுப்பினான்.

> ‘மேன்மைதங்கிய மன்னர் இந்தக் கடிதத்தைத் திறக்கும்போது உங்கள் அரச இதயம் இனிய சுகந்தம் நிறைந்த மலர்த் தோட்டத்தைப்போல் புதிதாக இருக்கட்டும். தங்கள் வாயிலில் எல்லோரும் மரியாதையுடன் வந்து நிற்கட்டும். உங்கள் அரசாட்சி இன்னும் சிறக்கட்டும். இறைத்தூதர் ஏசுபிரானின் பாதையைப் பின்பற்றும் அரசர்களிலே நீங்கள் தனிச்சிறப் புடையவராக விளங்குக! எல்லா மன்னர்களும் தங்கள் இதயத்திலிருந்து ஊற்றாகப் பொங்கும் ஞானத்திலிருந்து தேவையான வழிகாட்டுதல் பெறட்டும். தங்கள் பாதுகாப்பில் ஏசுபிரானின் விதிமுறைகளின் ஆளுமை செழிக்கட்டும்!
>
> தங்களின் அன்பான கடிதத்தையும் தாங்கள் அனுப்பிய பரிசுப் பொருள்களையும் நான் மிகவும் மகிழ்ச்சியாக இருக்கும் தருணத்தில் தங்கள் நம்பிக்கைக்கு மிகவும் தகுதியான தங்கள் தூதுவர் ஸர் தாமஸ் ரோ என்னிடம் சேர்ப்பித்தார். அவற்றின் மீது பதிந்த என் கண்களை வேறு எவற்றின் மீதும் திருப்பக் கூடவில்லை. அவற்றை மிகவும் மகிழ்ச்சியோடு ஏற்றுக் கொண்டேன்.

தங்களது அன்புக்குக் கட்டுப்பட்டு நான் எனது ஆளுகைக்குட் பட்ட நாடுகளிலும் துறைமுகங் களிலும் தங்கள் வணிகர்களை எனது நண்பரின் பிரஜைகளாக எண்ணி வரவேற்கும்படி ஆணையிட்டிருக்கிறேன். அவர்கள் எங்கே தங்க விரும்புகிறார் களோ அங்கே எந்தக் கட்டுப்பாடும் இன்றித் தங்கலாம். அவர்கள் எந்தத் துறைமுகத்தில் வந்து இறங்கினாலும் போர்த்துக் கீசியர்களோ அல்லது வேறு எவருமோ அவர்கள் அமைதிக்குப் பங்கம் விளைவிக்கக் கூடாது என்று சொல்லியிருக்கிறேன். உங்கள் வணிகர்கள் எங்கு வேண்டுமானாலும் தங்கி, பொருள் களை வாங்கவோ விற்கவோ அவற்றை அவர்கள் தேசத்திற்குக் கொண்டு செல்லவோ சுதந்திரமாக அனுமதிக்கும்படி என்னுடைய ஆளுநர்களுக்கும் கப்பல் தலைவர்களுக்கும் ஆணையிட்டிருக்கிறேன்.

நம்மிருவர்களுக்கிடையே உள்ள அன்பிற்கும் தோழமைக்கும் அடையாளமாக என்னுடைய அரண்மனைக்கு ஏற்றாற்போல விநோதமான, விலைமதிப்பிடமுடியாத பொருள் களைத் தங்கள் வணிகர்கள் அவர்களது கப்பலில் கொணரும்படி தாங்கள் ஆணையிட வேண்டும் என்று நான் விரும்புகிறேன். வாய்ப்பு நேரும்போதெல்லாம் மேன்மை தங்கிய மன்னரவர் கள் எனக்குக் கடிதம் எழுத வேண்டுகிறேன். அவற்றைக்கண்டு நீங்கள் நலமாக இருப்பதை அறிந்து மகிழ்வேன். நம் நட்பு நீண்டு நிலைக்கட்டும்.

மேன்மை தங்கிய மன்னரவர்கள் ஓர் இறைத்தூதரைப்போல ஞானம் பெற்றவர்கள். சில வார்த்தைகளிலேயே பெரிதாக அறிந்துகொள்ளக் கூடியவர்கள்.

இறைவன் உங்களுக்கும் நமக்கும் மேலும் மதிப்பும் மரியாதையும் கொடுக்கட்டும்!

சண்டைக்கு வந்த டச்சுக்காரர்கள்

இதற்கிடையில் டச்சுக்காரர்கள் தங்களது கடலாதிக்கத்தைக் கிழக்கிந்தியத் தீவுகள் பக்கம் திருப்பினர். போர்த்துக்கீசியர்களோடு மட்டுமன்றி டச்சுக்காரர்களோடும் பிரிட்டிஷ்காரர்கள் மோத நேர்ந்தது. ஒரு காலகட்டத்தில் உனக்குப் பகைவன் எனக்கும் பகைவன் என்ற கொள்கையின் படி டச்சுக்காரர்களும் ஆங்கிலேயரும் ஒன்றிணைந்து போர்த்துக்கீசியரை எதிர்த்தனர். கோவாவிலும் போர்த்துக்கீசியர்களின் ஆட்சி ஆட்டம் கண்டது. இணைந்த படைகள் போர்த்துக்கீசியர் வசமிருந்த பம்பாய்த் தீவை நோக்கி முன்னேறின. போர்த்துக்கீசியர் எல்லாவற்றையும் சுருட்டிக்கொண்டு அங்கிருந்து

வெளியேறினர். இந்த நிலை வெகு நாட்கள் நீடிக்கவில்லை. டச்சுக்காரர்களும் பிரிட்டிஷ்காரர்களும் தனித்தனியாக இயங்குவது என்று முடிவாயிற்று. டச்சுக்காரர்கள் போர்த்துக்கீசியர் வசமிருந்த சிலோனின் பெரும்பகுதியைக் கைப்பற்றினர். இரண்டாண்டுகள் கழித்து யாழ்ப்பாணத்தையும் கைப்பற்றினர். இதனால் சிலோன் முழுவதும் டச்சுக்காரர் வசமாயிற்று.

அதோடு நிற்காமல் அவர்கள் தென்னிந்தியாவின் மேற்குக்கரையில் கொச்சியையும் கண்ணனூரையும் கைப்பற்றினர். சோழமண்டலக் கடற்கரையிலும் அவர்கள் அடியெடுத்து வைத்தனர். இதற்கிடையில் கிழக்கிந்தியக் கம்பெனியின் பொருளாதாரம் சீர் குலையவே ஒரு காலகட்டத்தில் சூரத்தை விட்டுப் போய்விடலாமா என்று கூட நினைத்தனர். இந்த நிலையில் கிழக்கிந்தியக் கம்பெனி இருந்தபோது, மிக வலிமையுடன் இருந்த டச்சுக்காரர்கள் சூரத்தையும் பம்பாயையும் எளிதில் கவர்ந்து இந்தியாவில் ஆங்கிலேயர் மேற்கொண்டு ஆதிக்கம் செலுத்தாத படி செய்திருக்க முடியும் என்று ஒரு வரலாற்று ஆசிரியர் எழுதுகிறார். ஏனோ அவர்கள் அப்படிச் செய்யவில்லை. அவர்களுடைய நோக்கம் தென்னிந்தியாவில் இருந்தது.

5

சென்னப்பட்டணம் உருவான கதை

1611ம் ஆண்டு குளோப் என்னும் ஒரு சிறு கப்பல் நன்னம்பிக்கை முனையைச் சுற்றிக்கொண்டு கோரமண்டல் கடற்கரைக்கு வந்தது. அது மசூலிப்பட்டினம் அருகே கரை ஏறியது. அந்தத் துறைமுகத்தில் இருந்த உள்ளூர் அதிகாரிகள் அந்தக் கப்பலில் இருந்தவர்களை வரவேற்றார்கள். ஆனால் அங்கு ஏற்கெனவே வந்து சரக்குக் கிடங்குகள் அமைத்து வணிகம் செய்துகொண்டிருந்த டச்சுக்காரர்கள் அவர்களை வெளியேறச் சொன்னார்கள். ஆனால் அந்தக் கப்பலில் ஆங்கிலேயர்கள் ஒரு போர்த்துக்கீசியனையும் டச்சுக்காரனையும் வேலைக்கு வைத்திருந்தார்கள். டச்சுக்காரன் அவர்களோடு பேசினான். என்றாலும் அவர்கள் சமாதானம் ஆகவில்லை டச்சுக்காரர்கள் போரிடத் தொடங்கினார்கள். அதற்குள் உள்ளூர் அதிகாரி வந்து அவர்களைச் சமாதானப்படுத்தி மசூலிப்பட்டினம் ராணியைப் பார்க்கச் சொன்னார்.

ஆனால் மசூலிப்பட்டினம் ராணி டச்சுக்காரர்களுக்குச் சாதகமாகப் பேசினாள். என்றாலும் ஆங்கிலேயர் வெளியேறுவதாக இல்லை. எஸ்ஸிங்க்டன், ஃப்ளாரிஸ் என இருவரை மட்டும் அங்கு விட்டுவிட்டு கப்பல் அங்கிருந்து அகன்றது. சில மாதங்களுக்குப் பின் கப்பல் மீண்டும் திரும்பி வந்தது. அப்பொழுதும் மறுபடியும் அரசியிடம் பேசி வியாபாரம் செய்ய அனுமதி வேண்டினர். ஆங்கிலேயர்களின் உறுதியைப்பார்த்த ராணி அவர்கள் உரிய சுங்க வரியைச் செலுத்திவிட்டு அங்கே வியாபாரம் செய்து கொள்ளலா மென்றும் அங்கே சரக்குக் கிடங்கு வைத்துக் கொள்ளலாமென்றும்

அதைக் கவனிக்க சிலரை விட்டுச் செல்லலாமென்றும் ஆனால் எந்த நிலத்தையும் அங்கே வாங்கக்கூடாதென்றும் நிபந்தனை விதித்தாள். அங்கே ஐந்து பேரை விட்டுவிட்டுக் கப்பல் சென்றது. மசூலிப் பட்டினம் தவிர புலிகாட் என்னும் இடத்திலும் இன்னொரு கிராமத்திலும்கூட ஆங்கிலேயர் கிடங்கு அமைத்துக் கொண்டனர். டச்சுக்காரர்கள் வேண்டுமென்றே விலைகுறைத்துக் கூறியதால் ஆங்கிலேயர் வியாபாரம் செய்யத் திணறினர். டச்சுக்காரர்களின் மேலாண்மையைப் பார்த்த உள்ளூர் அதிகாரிகள் ஆங்கிலேயரை ஏமாற்றத் தொடங்கினர்.

சென்னையில் தோரண வாயில்

இந்த நிலையை மாற்றி ஆங்கிலேயருக்கென்றே தனி நிலம் வாங்க வேண்டுமென்று கம்பெனி நிர்வாகிகளுக்குச் சொல்லப்பட்டது. அப்பொழுது மசூலிப்பட்டினம் நிர்வாகக் கவுன்சிலில் இருந்த ஃப்ரான்ஸிஸ் டே என்பவனிடம் அதற்கான பொறுப்பு ஒப்படைக்கப் பட்டது. அப்பொழுது மதராசப் பட்டணத்தில் சாந்தோம் பகுதியில் போர்த்துக்கீசியர் கோட்டை கட்டி வணிகம் செய்துகொண்டிருந் தார்கள். இந்தியாவில் பல பகுதிகளிலும் அவர்கள் ஆதிக்கம் தணிந்து போயிருந்ததால் அந்தக் கோட்டை சிதிலமடைந்திருந்தது. பல போர்த்துக்கீசியர் வெளியேறி விட்டார்கள். ஆனால் உள்ளூர்ப் பெண்களைத் திருமணம் செய்துகொண்டு அங்கே வாழ்ந்து கொண்டிருந்த சில இந்தியப் போர்த்துக்கீசியர்களை அணுகி ஃப்ரான்ஸிஸ் டே விசாரித்தான். அங்கே சிதிலமாயிருக்கும் கோட்டையை வாங்கி மராமத்து செய்து பயன்படுத்தலாம் என்று அவர்கள் ஆலோசனை சொன்னார்கள். ஆனால் அதை டே ஏற்கவில்லை.

அங்கிருந்து வடக்கே சிறு தொலைவில் கூவம் ஆற்றங்கரையை ஒட்டி கடற்கரைக்குச் சமீபம் 6 மைல் நீளம் ஒரு மைல் அகலம் உள்ள ஒரு சதுப்புப் பகுதியைப் பார்த்தான் ஃபிரான்சிஸ் டே. நிலம் மோசமானதாக இருந்தாலும் அது கடலுக்கு அருகில் இருந்ததாலும் நதியை ஒட்டி இருந்ததாலும் பாதுகாப்புக்கும் வணிகத்துக்கும் அது சிறந்த இடமாக இருக்கும் என எண்ணினான். அந்த நிலம் விஜயநகர சாம்ராஜ்யத்தைச் சேர்ந்த சந்திரகிரி மன்னனைச் சேர்ந்தது. அப்பொழுது அவரின் பிரதிநிதியாக நாயக் என்பவன் அதைப் பொறுப்பேற்றுக் கவனித்துக்கொண்டிருந்தான். நாயக்கின் தந்தையின் பெயர் சென்னப்ப நாயக். எனவே ஆங்கிலேயருக்குக் கொடுக்கும் நிலத்திற்கு தன் தந்தையின் பெயரை வைக்கவேண்டும் என்று அவன் சொன்னான். 22 ஜூலை 1639 அன்று தானப்பத்திரம் வழங்கப்பட்டது.

ஃபிரான்ஸிஸ் டே க்கு அளிக்கப்பட்ட தானப்பத்திரம்

தாமெலா வெங்கடாத்ரி நாயக்கினால் மதராஸ் பாடத்தில் திரு டே க்கு - ஆங்கிலேயருக்கு வழங்கப்பட்ட முன்னுரிமைகள் விவரம் அடங்கிய தானப்பத்திரம் (அ.க. எண் 1690- ஜூலை 22 (ஆகஸ்டு 22?) 1639.

தாமெல வெங்கடாத்ரி நாயக்கினால் ஆர்மகானில் இருக்கும் ஆங்கிலேயரின் தலைமைப் பொறுப்பாளர் திரு. பிரான்ஸிஸ் டே என்பாருக்கு, மரியாதைக்குரிய கம்பெனியார் சார்பில் அவர்கள் வியாபாரம் மற்றும் பாதுகாப்பு ஏற்பாடுகளுக்காக மதராச பாடத்தில் வழங்கப்படக்கூடிய முன்னுரிமைகள் இன்னின்னவை என்பது பற்றிய விவரம் பின்வருமாறு. திருவாளர் பிரான்ஸிஸ் டே ஆர்மகானில் இருக்கும் ஆங்கிலேயரின் தளபதியானவர். நாம் அவருக்கு அடிக்கடி வழங்கிய உறுதிமொழிகளின் காரணமாக மிகுந்த நம்பிக்கை கொண்டவராய் இருக்கிற படியினாலே மதராச பாடத்தில் இருக்கும் நம்முடைய துறைமுகத்தைப் பழுது பார்க்கச் சித்தமாக இருக்கிறார். அவருடைய தேசத்தாரின் கம்பெனியின் சார்பிலே நம்மோடு நேரடியான மாநாடு கூட்டிப் பேசியும் இருக்கிறார்.

நமது பிராந்தியங்களில் அவர்களுடைய வணிகம் பற்றிய கவலையினாலேயும் நமது மக்களுடனான சிநேகபூர்வமான வாணிபம் பற்றிய ஆர்வத்தினாலேயும் இவ்விதம் முன்வந்து பேசியதன் பொருட்டு, நாங்கள் ஆங்கிலேயருக்கு எங்களுடைய தனித்துவமான அன்பினாலேயும் அவர்களுக்குச் சகாயம் செய்கிற நிமித்தமாயும், மேலே சொல்லப்பட்ட தளபதிக்கு அல்லது கம்பெனியாரின் விவகாரங்களை நடத்திச் செல்லும் பொருட்டு நியமனம் செய்யப்படுகிற யாராவது ஒரு நபருக்கு மானியமாய் இந்தப் பத்திரத்தின் மூலமாக மதராச பாடத்தின் உள்ளேயோ வெளியேயோ ஒரு கோட்டையையும் பங்களாவையும் கட்டுவதற்கு அதிகாரமளித்திருக்கிறோம். அவர்களுக்கு ஆகச் சௌகரியம் மிக்கது எதுவென்று உத்தேசிக் கிறார்களோ அந்தப் படிக்குக் கட்டிக்கொள்ள வேண்டியது. அதற்காகும் செலவினங்கள், கட்டணங்கள் எவையேனு மிருந்தால் கட்டுமான வேலை முழுதாகவோ பகுதியாகவோ முடியும் தறுவாய் வரைக்கும் அவற்றை நாமே செலுத்தி விடுவோம் என்பதாக உறுதியளிக்கிறோம்.

ஆனால் அத்தொகைகளை மேற்சொல்லப்பட்ட ஆங்கிலேயர் கட்டி முடிக்கப்பட்ட இடத்தின் உரிமை கோரி முதன்முதலாக

நுழையும் தறுவாயில் திருப்பிச் செலுத்திவிடவேண்டும். ஆங்கிலேய தேசத்தினர் மீதான நமது அன்பை முழுமையாக வெளிப்படுத்தும் பொருட்டு அடுத்த இரண்டு வருஷாந்திர காலத்திற்கு மதராஸ பாடத்தின் அரசாங்கக் காரியங்கள் அனைத்தையும் நடத்திச் செல்லவும் அப்பகுதி முழுமையின் மீது ஆளுமை செலுத்தவும் குறிப்பிட்ட திரு. பிரான்ஸிஸ் டே அல்லது கம்பெனியார் சார்பிலே நியமனமாகும் முகவர்கள் - மாற்றுப் பிரதிநிதிகள் யாரானும் அவர்களுக்கு முழு அதிகாரமும் பலமும் வழங்க உறுதியளிக்கிறோம். அதற்குப் பிற்பாடு அவர்கள் அங்கேயே தங்கியிருக்கவும் கூறப்பட்ட கட்டுமானப் பாதுகாப்புகளின் மீது உரிமை கொண்டாடவும் உறுதி வழங்குகிறோம். மேலும் பிறகு எதிர்காலத்தில் அந்தக் கோட்டையின் மூலம் பெறப்படுகிற சுங்கத் தீர்வை மற்றும் இதர வரிவருவாய்களில் பாதியைச் சமமாகப் பங்கிட்டுத் தருவதையும் உறுதி செய்யவேண்டும்.

மேலதிகமாக, ஆங்கிலக் கம்பெனி எந்தவிதமான பொருள்கள் அல்லது வாணிபம் செய்தலின் பொருட்டு எவ்விதமான சாதனங்களை ஏற்றுமதியோ அல்லது இறக்குமதியோ செய்யும் பட்சத்தில் மதராச பாடத்தின் சுங்கத் தீர்வைகள் மற்றும் கட்டணங்கள் பொருட்டுக் கவலையற்ற விதத்தில், அரசாங் கத்தை அவர்கள் நடத்தப்போகும் மேற்சொன்ன இரண்டு வருஷ காலத்திற்கு மாத்திரமே அன்றி அதற்குப் பிறகு வருகிற எக்காலத்துக்கும் சுங்கவரி விலக்குப் பெறுவதற்கும் உறுதியளிக் கிறோம். இன்னும் என்னுடைய தேசத்தின் ஊடாகவோ, அல்லது தேசத்துக்குள்ளோ வேறு ஏதேனும் பொருள்களை எனது பகுதிக்குள்ளோ அல்லது வேறு ஏதாவது நாயக்கின் பகுதிக்குள்ளோ வாங்கினாலும் சரி, விற்றாலும் சரி, இந்தப் படிக்கே கட்டணம் செலுத்தக் கடமைப்பட்டவர்களாகிறார்கள்.

மேலும் சொல்லப்பட்ட ஆங்கிலேயக் கம்பெனியார், எந்தவித மான கட்டணங்களோ, தீர்வைகளோ செலுத்தாமல் நாணயம் அச்சடிக்கும் உரிமைகளைப் பெற்று அனுபவிக்கும் பாத்தியதை உள்ளவர்களாய் இருப்பார்கள். நிதியாதாரங்களுக்கான நாணயங்களைத் தயாரிப்பதற்கு சாதாரணமாய்ப் பணிய மர்த்தப்படுவோரின் ஊதியங்கள் வாடகைகள் போன்ற வற்றிற்கு அதிகமான வேறெந்தக் கட்டணமும் மேற்கண்ட இடங்களில் வசூலிக்கப்பட மாட்டாது என உறுதியளிக்கிறோம். ஆங்கிலேயர்கள் மேற்சொல்லப்பட்ட கோட்டையில் அல்லது பிறபகுதிகளில் இனி வசிக்கும் வியாபாரிகள், துணி எழுத்துக் காரர்கள் நெசவாளிகள் ஆகியோருக்கு ஏதேனும் பணம்

வழங்குவதற்கு முன்னதாக எங்களுக்கு அறிமுகமாகி இருப்பார்களேயானால் எங்களுடைய வார்த்தைகளே அவர்களுக்குப் போதுமானதாகும். நேர்மையான வாணிபப் பரிமாற்றத்திற்கு நாங்கள் உறுதியளிக்கிறோம். ஒருவேளை அவர்கள் தமது செயல்திறனை வெளிப்படுத்துவதில் தவறிப் போவார்களேயானால் ஆங்கிலேயருக்கு நன்மை செய்யும் பொருட்டு அத்தகைய எல்லாத் தொகைகளும் அவர்களுடைய கணக்கில் காணப்படுகிற படிக்கே நீடிக்கும் அல்லது அவர் களுக்கு வழங்கப்படும். எனது பகுதிகளில் எங்கு அவர்கள் காணப்பட்டாலும் இது செல்லுபடியாகும். மேலும் ஆங்கிலேயர் இங்குள்ள அவர்களுடைய அவர்களது துறை முகத்துக்கோ அல்லது கப்பல்களுக்கோ எத்தகைய மளிகைப் பொருள்கள் வாங்கினாலும் அவர்கள் எந்தவிதக் கலால் அல்லது சுங்க வரிகளோ கட்டணங்களோ செலுத்துவதற்குக் கடமைப்பட்டவர்கள் அல்லர்.

ஆங்கிலேயருக்கோ, (அல்லது இந்தத் துறைமுகம் மூலமாக வாணிபம் செய்து வருகிற அல்லது செய்யப்போகிற) எந்த ஒரு தேசாந்திரருக்கோ சொந்தமாயிருக்கக்கூடிய எந்த ஒரு கப்பலோ அல்லது படகோ தவறுதலாகக் கடலில் உடைந்து மூழ்கும்படியான நிலை ஏற்படுமானால் அவர்கள் எனது ஆளுகைக்குட்பட்ட பகுதிகளில் அப்படி உடைந்து மூழ்கிய வற்றின் மீது உரிமை கோரக்கூடிய அதிகாரம் பெற்றவர்கள் ஆவார்கள். (ஜூலை 22, 1639)

-(நன்றி- வந்தவாசிப்போர்-250 பக்கம் 164)

முத்துராசா பட்டினம் என்பதுதான் மதராச பட்டினமாக ஆனது என்று சொல்லப்படுகிறது. சென்னிநல்லூர் என்னும் பெயர்தான் சென்னப் பட்டினம் என்று ஆனது என்று இதற்கான ஆதாரம் சென்னை திருவொற்றியூர் கோயிலிலுள்ள கல்வெட்டில் காணப்படு வதாகச் சொல்லப்படுகிறது.

கோட்டை கட்டப்பட்டது

எப்படியோ ஆங்கிலேயர்களுக்கு என்று ஒரு தனி இடம் கிடைத்து விட்டது. இந்தியாவில் முதல் முதல் பெறப்பட்ட நிலம் இந்த சென்னப் பட்டினம்தான். அதற்குப்பிறகு வெகுகாலம் அங்கிருந்து தான் கிழக்கிந்தியக் கம்பெனியின் செயல்பாடுகள் நடைபெற்றுக் கொண்டிருந்தன. ஃபிரான்ஸிஸ் டே இடம் வாங்கி ஒரு நல்ல செயல் செய்திருந்தாலும் அந்த இடம் உருப்படாத இடம் என்று அவனைக் குறை கூறினார்கள். அங்கே ஒரு கோட்டை கட்டவேண்டும் என்று

ஃபிரான்சிஸ் டே சொன்னான். அதற்கு முதலில் கிழக்கிந்தியக் கம்பெனி நிர்வாகிகள் ஒப்புக்கொள்ளவில்லை. ஃபிரான்சிஸ் டே தான் வாங்கிய நிலத்தில் வீடு கட்டிக்கொள்ள அந்தப் பகுதியில் வாழ்ந்துவந்த வெளிநாட்டினருக்கு அனுமதி வழங்கியதால் பலர் அங்கே வீடு கட்டிக்கொண்டனர். முதன் முதல் வீடு கட்டியவரின் பெயர் கிளார்க். பின்னாளில் அவசியம் கருதி அங்கே கோட்டை கட்டப்பட்டு அதற்கு செயின்ட் ஜார்ஜ் கோட்டை என்று பெயர் சூட்டப்பட்டது. உள்ளே ஒரு பெரிய சர்ச்சும் கட்டப்பட்டது. கோட்டைக்குள் இருந்த காலனி ஒயிட் டவுன் என்றும் கோட்டைக்கு வெளியே இருந்த காலனி பிளாக் டவுன் (Black Town) என்றும் கூறப்பட்டது. கோட்டை கட்டிய பிறகு அந்த இடம் எவ்வளவு முக்கியமானது என்பதை கிழக்கிந்தியக் கம்பெனி நிர்வாகிகள் உணர்ந்தார்கள். ஆரம்ப காலத்தில் ஒரு முகவரின் (Agent) பொறுப்பில்தான் அந்தக் கோட்டை நிர்வாகம் விடப்பட்டது. முதல் முகவராக ஃபிரான்ஸிஸ் டே நியமிக்கப்பட்டான். மசூலிப் பட்டினம், புலிக்காட், பாண்டம் ஆகிய இடங்களின் நிர்வாகமும் அங்கிருந்து நடந்ததால் 1652ம் ஆண்டு அதை முகவர் நிலையிலிருந்து பிரசிடென்ஸி நிலைக்கு உயர்த்தினர். முதல் பிரசிடெண்டாக ஸர் ஆரான் பேக்கர் நியமிக்கப்பட்டான்.

அந்த நிலமா இந்த நிலம்?

சந்திரகிரி ராஜா அந்த ஒப்பந்தத்தில் கையெழுத்துப் போடும்போது தனக்குள் அந்த ஆங்கிலேயரின் முட்டாள்தனத்தை எண்ணி நகைத்திருப்பார். நாற்றம் பிடித்த ஒரு நதி, அதன் பக்கத்திலே பனையும் சில ஆலமரங்களையும் தவிர எதுவும் விளையாத களர் நிலம், இதைப்போய் இத்தனை விலை கொடுத்து இவ்வளவு தங்கத்தைக் கொடுத்து வாங்குகிறானே என்று சிரித்திருப்பார். அந்த இடத்தில் ஒரு கிளைவோ அல்லது மன்றோவோ வாழ்ந்து கிழக்கிந்தியக் கம்பெனியின் கொடியை உயர்த்துவார்கள் என்றோ; அந்த இடத்திலிருந்து ஜாப் சார்னாக் என்பவன் கிளம்பிச் சென்று கல்கத்தாவில் காலூன்றிக் கிழக்கிந்தியக் கம்பெனியின் ஆதிக்கத்தை விஸ்தரிப்பான் என்றோ; குமரிமுதல் இமயம் வரை பிரிட்டிஷ் ஆட்சி பரவுவதற்கு தாம் விற்ற அந்தக் களர் பூமியில் கட்டிய கோட்டையில் தான் விதை தூவப்படும் என்றோ அவர் சிறிதும் சிந்தித்திருக்க மாட்டார்.

செயிண்ட் ஜார்ஜ் கோட்டை

பிரான்சிஸ் டே வாங்கிய அந்த இடத்தை உருப்படாத இடம் என்று பலரும் சொன்னபோதும், ஃபிரான்சிஸ் டே அந்த இடத்தை அதன்

பாதுகாப்பான அமைப்பைக் கருதித்தான் வாங்கினான். அவன் அந்த இடத்தை வருடத்திற்கு 600 பவுண்டு வாடகையில் ஒப்பந்தம் போட்டபோதும் அதற்குப் பின்னரும் அவனைத் திட்டியவர்கள் உண்டு. மடத்தனமான செயலைச் செய்துவிட்டான் என்று சொன்னவர்கள் உண்டு. ஆனால் கோட்டை கட்டப்பட்ட சில நாட்களிலேயே அவனைப் புகழாதவர் இல்லை.

பத்திரமாக இல்லாத பத்திரம்

அந்த இடத்தை வாங்கியதற்கான ஒப்பந்தம் ஒரு தங்கத் தகட்டில் செதுக்கப்பட்டிருந்தது. அது மிகப் பத்திரமாக செயிண்ட் ஜார்ஜ் கோட்டையில் வைக்கப்பட்டிருந்தது. 1746ல் கோட்டையை பிரெஞ்சுக்காரர்கள் கைப்பற்றியபோது அவர்களிடம் சென்றது. 1749ல் கோட்டை மீண்டும் ஆங்கிலேயர் வசம் வந்தபோது அந்த ஒப்பந்தத் தகட்டைக் காணவில்லை. ஆங்கிலேயர் இந்தியாவில் முதன் முதல் சொந்தமாக நிலம் பெற்ற அந்த வரலாற்றுச் சின்னம் மறைந்தே போய்விட்டது. தங்கத்தில் இல்லாமல் ஓலையில் இருந்திருந்தால் ஒருவேளை பத்திரமாக இருந்திருக்கலாம்.

டச்சுக்காரர்கள் கொச்சினைக் கைப்பற்றியபோது அங்கிருந்த கத்தோலிக்கர் அனைவரையும் நாட்டைவிட்டுத் துரத்தி விட்டார்கள். அவர்கள் வசம்தான் இந்திய சுதேசி வணிகம் இருந்தது. பொருள்களை எங்கே வாங்குவது, எந்த விலைக்கு வாங்குவது என்பதையெல்லாம் அவர்கள்தான் அறிந்திருந்தார்கள். அவர்களைத் துரத்திவிட்டதால் டச்சுக்காரர்கள் பொருள்களை வாங்கமுடியாமல் திணறினார்கள். கத்தோலிக்கர்களைத் துரத்தியது முட்டாள்தனம் என்பதை அறிந்தார்கள். ஃபிரான்சிஸ் டே அந்தத் தவற்றைச் செய்யவில்லை. அவன் எல்லோரையும் அனுசரித்துக் கொண்டு போனான். எல்லோருக்கும் கோட்டைக்குள் சில நிபந்தனைகளுடன் இடம் கொடுத்தான்.

எதற்குக் கோட்டை என்றது கம்பெனி!

கோட்டை (Fort) என்ற சொல்லே லண்டனில் இருந்த கிழக்கிந்தியக் கம்பெனி இயக்குநர்களுக்குக் கசந்தது. சுதேசி அரசர்களுக்குச் சுங்கம் கட்டிவிட்டு பொருள்களை வாங்கி விற்று அமைதியாக வியாபாரம் செய்வதை விட்டுவிட்டு இப்படிக் கோட்டை கட்டி வாழ்கிறானே டே என்று அவர்கள் ஃபிரான்சிஸ் டேயைச் சாடினர். இதனால் என்னென்ன விளையுமோ என்று அஞ்சினார்கள். லண்டனில் இருந்த கிழக்கிந்தியக் கம்பெனியின் இயக்குநர் களுக்குப் பொருளை வாங்கி விற்பதில் உள்ள சிரமம் புரியவில்லை. பொருள்களை, அறுவடை செய்யப்பட்ட உடன் அல்லது விலை

மலிவாகக் கிடைக்கும் பருவத்தில் வாங்க வேண்டும். எப்பொழுது சாதகமாகக் கடலில் காற்று வீசுமோ அப்பொழுது ஏற்றி அனுப்ப வேண்டும். இதற்கு இடைப்பட்ட காலத்தில் அவற்றைப் பாதுகாப்பாகப் பண்டக சாலைகளில் வைக்க வேண்டும். அதை மற்றவர்கள் கையகப்படுத்தாமல் பார்க்கவேண்டும். இதற்கெல்லாம் ஒரு கோட்டை அவசியம் என்பதை அவர்கள் ஆரம்ப காலத்தில் உணரவில்லை. அதன் அவசியத்தை அவர்கள் உணர வைத்தவன் ஃபிரான்சிஸ் டே. ஆனால் அப்படிப்பட்ட உணர்வை ஏற்படுத்த அதிக நாள் ஆயிற்று.

இந்தச் சாதகமில்லாத நிலையில் தான் தனது சாமர்த்தியத்தைப் பயன்படுத்தி ஃபிரான்சிஸ் டே செயிண்ட் ஜார்ஜ் கோட்டையைப் படிப்படியாகக் கட்டினான். ஃபிரான்ஸிஸ் டே சென்னையில் நிலம் வாங்கியதற்கு வேறொரு காரணமும் இருந்தது. அவனது காதலி சென்னை சாந்தோம் பகுதியில் குடியிருந்தாள். அவளைக்கண்டு அளவளாவ வசதியாக அவன் அங்கு நிலம் வாங்கினான். (தமிழக வரலாறு மக்களும் பண்பாடும்- டாக்டர் கே.கே. பிள்ளை - பக்கம் 452)

கோல்கொண்டா அரசன் கோட்டை இருக்கும் நிலத்துக்குத் தான் தான் சொந்தக்காரன் என்றும் அதிக வாடகை வேண்டும் என்று கோரினான். கம்பெனி மறுத்தது. அடிக்கடி ஏதாவது பரிசுப்பொருள் கொடுத்து அவன் வாயை அடைக்கவேண்டியதாயிற்று. லஞ்சம் கொடுக்கும் பணம் கோட்டை கட்டச் செலவானதைவிட அதிகம் என்று கம்பெனி இயக்குநர்கள் வருத்தம் தெரிவித்தார்கள்.

6

முதல் சிப்பாய் கிளர்ச்சி

சென்னைக் கோட்டை பிரசிடென்சி என மதிப்புயர்த்தப்பட்டது ஆரோன் பேக்கர் என்பவர் தலைவர் ஆனார். ஆனால் சிறிது காலத்துக்குப் பிறகு மீண்டும் ஏஜென்ஸி அளவுக்குக் குறைக்கப்பட்டது. தாமஸ் சேம்பர்ஸ் என்பவன் முகவராக நியமிக்கப்பட்டான். அவன் முகவர்தான் என்றாலும் பிரஸிடெண்ட் என்றே கையொப்பமிட்டான். அவன் காலத்தில்தான் கோட்டைக்காவலுக்கு ஆள் எடுக்கும் பொறுப்பு பெத்த நாயக் என்னும் பொறுப்பில் உள்ள ஒருவரிடம் ஒப்படைக்கப்பட்டது.

கம்பெனி ஊழியர்கள் தங்கள் சுய லாபத்திற்காகத் தனியாக வியாபாரம் செய்து பொருளீட்டினார்கள்.

1670 ஆண்டு வில்லியம் லாங்க்ஹார்ன் என்பவர் பிரஸிடெண்டாக அனுப்பப்பட்டார். அவர் வந்தபோது கோட்டைக்குள் பலர் குடியிருந்தனர். கோட்டை சரியாக பராமரிக்கப்படாததால் அங்கும் இங்கும் உடைபட்டு சிதிலமடைந்திருந்தது. அதேசமயம் பிரெஞ்சுக்காரர்கள் சாந்தோமிலிருந்து வடக்கே வந்து திருவல்லிக்கேணியில் தளம் அமைத்துக்கொண்டனர். டச்சுக்காரர்கள் புலிக்காட்டிலிருந்து செயிண்ட் ஜார்ஜ் கோட்டையைப் பிடிக்கத் திட்டம் தீட்டிக் கொண்டிருந்தனர். கோட்டையிலுள்ள கல்டேரா முனையிலிருந்து உடனடியாகக் கோட்டையைப் பலப்படுத்துவதன் அவசியத்தை லாங்க்ஹார்ன், கம்பெனி இயக்குநர்களுக்கு எடுத்துரைத்தார். பீரங்கிகள் வைக்குமளவுக்குச் சுவர் பலப்படுத்தப்பட்டது.

முதல் சிப்பாய் கிளர்ச்சி

உள்ளே படைவீடுகளைக் கட்டும்பொழுது கட்டுபவர்களுக்குப் பாதுகாப்பாக மதராஸ் மஸ்டார்ட்ஸ் எனப்படும் சிறு படைவீரர் களுக்குத் துணையாகப் போர் வீரர்கள் சூரத்திலிருந்து கொண்டுவரப் பட்டனர். கொஞ்சம் கொஞ்சமாக கறுப்பு டவுனிலிருந்து பலர் ராணுவத்தில் சேர்க்கப்பட்டனர். சில போர்த்துக்கீசியரும் படையில் இருந்தார்கள். ராணுவ வீரர்களின் முதல் கலவரம் 1686ம் ஆண்டு நடைபெற்றது. சில படைவீரர்களை வங்காளத்திற்கு அனுப்பி வைப்பதாகச் சொன்னபோது அவர்களைச் சுமத்ராவிற்கு அனுப்பத்தான் சூழ்ச்சி செய்கிறார்கள் என்று நினைத்து சிப்பாய்கள் ஆங்கிலேய அதிகாரிகளுக்கு எதிராகக் கிளர்ச்சி செய்தார்கள். அவசர அவசரமாகக் கோட்டைக்குள் ஒரு கழுமரம் நிறுவப்பட்டது. கலவரம் விளைவித்த தலைவர்களைக் கழுவில் ஏற்றப்போவதாகக் கூறிப் பயமுறுத்திக் கலவரத்தை அடக்கினர்.

ஃபோர்ட் செயிண்ட் ஜார்ஜை வடிவமைத்தவரின் பெயர் எர்ட்வர்ட் ஃபவுல். செயிண்ட் மேரிஸ் சர்ச்சைக் கட்டியவரும் அவரே.

ஊழியர்களை வேலைக்கு அனுப்பிய பெத்த நாயக்கர்களின் பெயரில் இன்னும் சென்னையில் பெத்தநாயக்கன் பேட்டையும் பெத்த நாயக்கன் தெருவும் இருப்பதைக் காணலாம். சேம்பர்ஸ் ஓய்வு பெற்ற பிறகு செயிண்ட் ஜார்ஜ் கோட்டையின் நிலை மீண்டும் கவர்னர் ஆளுகைக்கு உயர்த்தப்பட்டது. அங்கிருந்து கொண்டு அவர்கள் எப்படித் தென்னகத்தில் தங்கள் ஆட்சியை நிலை நாட்டினார்கள், அவர்களை எதிர்த்து எப்படித் தென்னகப் புரட்சியாளர்கள் போரிட்டார்கள் என்பது பெரிய கதை. அதைப் பின்பு பார்ப்போம்.

டச்சுக்காரர்களும் திருமலை மன்னனும்

மதுரையை ஆண்ட திருமலை நாயக்கருக்கு தனது பாண்டிய நாட்டில் பெறப்படும் முத்து மற்றும் வாசனைத் திரவியங்களை விற்பதற்கு வெளிநாட்டு வியாபாரம் எதையாவது பிடிக்கவேண்டும் என்று ஓர் எண்ணம் இருந்தது. மலபார் கடற்கரையில் அப்படி யொரு வியாபாரம் நடைபெற்றுக் கொண்டிருப்பதை அறிந்த திருமலை நாயக்கர் தாமும் போர்த்துக்கீசியர்களோடு ஒரு ஒப்பந்தம் செய்துகொள்ள விரும்பினார். அதன்படி 1639ம் ஆண்டு ஒப்பந்தமும் செய்துகொண்டார். அந்த ஒப்பந்தத்தின் காரணமாகத் தென்தமிழ் நாட்டின் கடற்கரை ஓரம் போர்த்துக்கீசியர்கள் பண்டக சாலைகள் அமைத்துக்கொண்டார்கள். தூத்துக்குடியிலிருந்து முத்து வாணிகம் நடைபெற்றது.

ஆனால் போர்த்துக்கீசியரின் செயல்பாடுகள் திருமலை நாயக்கர் முதலில் நினைத்ததற்கு மாறாக அமைந்தன. போர்த்துக்கீசியர்களை அவ்வளவு நம்பிக்கையானவர்கள் என்று சொல்லமுடியாது. அவசியப்பட்டால் ஒப்பந்தத்தை மீறிப் போரிடவும் செய்வார்கள். மத வெறியர்கள். மதமாற்றம் செய்வதிலே குறியாக இருந்தார்கள். இந்த நிலையில் டச்சுக்காரர்களின் ஆதிக்கம் சோழமண்டலக் கடற்கரையிலும் மலபார்ப் பகுதிகளிலும் அதிகமாகிவந்தது. அவர்கள் பெரிய பெரிய பண்டகசாலைகளை அமைத்திருந்தார்கள். எனவே திருமலை நாயக்கர் அவர்களோடு 1646ல் ஒரு ஒப்பந்தம் செய்து கொண்டார். காயல் பட்டினத்தில் ஒரு கோட்டை அமைத்துக்கொள்ள அவர்களுக்கு அனுமதி அளித்தார். தமக்குப் போட்டியாக டச்சுக்காரர்கள் வந்துவிட்டதை அறிந்த போர்த்துக் கீசியர் டச்சுக்காரர்களைத் தாக்கி அவர்களது படகைப் பிடித்து அதிலிருந்த பொருள்களைக் கவர்ந்தது மட்டுமில்லாமல் அக்கோட்டையையும் அழித்தனர்.

திருச்செந்தூர்க் கோயிலில் சண்டை

அப்பொழுது டச்சுக்காரர்களின் தலைமையகம் சிலோனில் இருந்தது. அங்குள்ள ஆளுநருக்குச் செய்தி அனுப்பினார்கள். அவர் பத்துப் படகுகளுடனும் போர் வீரர்களுடனும் வந்து போர்த்துக் கீசியரை விரட்டியடித்து திருச்செந்தூர் முருகன் கோயிலுக்குள் புகுந்து அங்கே தாவடம் (தங்குமிடம்) அமைத்துக் கொண்டனர். கோயிலில் பூசை தடைப்பட்டதால் அவர்களை அங்கிருந்து வெளியேறும் படி ஊர்ப்பொது மக்களும் அங்கே பூசை புரிந்துவந்த திரிசுதந்திரர்களும் வேண்டினர். டச்சுக்காரர்கள் ஒப்புக் கொள்ள வில்லை. உடனே நாயக்கர் படையினர் ஈட்டி வாள்களுடன் டச்சுக்கார்களோடு போர் புரிந்தனர். அந்தப் போரில் நாயக்கர் படையைச் சேர்ந்த 50 பேர் மரணமடைந்தனர். போர் தோல்வியில் முடிந்தது.

பின் டச்சுக்காரர்களை திருச்செந்தூர் கோயிலை விட்டு வெளியேறு மாறு திருமலை நாயக்கர் தூதனுப்பினார். காயல் பட்டினம் கோட்டை அழிவுக்கும் சரக்குகள் பறிமுதலுக்கும் நஷ்ட ஈடாக 40000 பக்கோடாக்கள் தந்தால் வெளியேறுவதாக டச்சுக்காரர்கள் சொன்னார்கள். அதுமட்டுமல்ல அவர்கள் அங்கிருந்த சண்முகர், நடராஜர் சிலைகளையும் எடுத்துவைத்துக் கொண்டார்கள். ஒரு லட்சம் பக்கோடாக்கள் தந்தால் சிலைகளைத் திருப்பிக் கொடுப்ப தாகச் சொன்னார்கள். பிறகு டச்சுக்காரர்கள் பட்டாவியாவிலுள்ள தங்களது தலைமை அலுவலகத்தோடு தொடர்புகொண்டார்கள்.

அங்கிருந்த ஆளுநர், கோயில் நிர்வாகம் கொடுக்கும் பணத்தைப் பெற்றுக்கொண்டு இடத்தைக் காலி செய்யுமாறு பணித்தார்.

இந்த வரலாறு வேறொரு விதமாகவும் சொல்லப்படுகிறது.

கோயில் சிலைகளைத் தங்கம் என நினைத்துக்கொண்டு அவர்கள் கவர்ந்து சென்று கப்பலில் வைத்துக்கொண்டு நாடு திரும்ப முயன்றனர். அப்போது பெரும் புயல் அடித்து கப்பல் தத்தளித்தது. சிலைகளைக் கப்பலிலிருந்து எடுத்துக் கடலில் போட்டனர். உடனே கடல் கொந்தளிப்பு நின்றது. டச்சுக்காரர்கள் தாம் செய்த தவற்றை உணர்ந்தனர். நாயக்க அரசின் அதிகாரி வடமலைப் பிள்ளையன் கனவில் முருகன் தோன்றி தான் கடலில் கிடப்பதாகவும் தாமிருக்கும் இடத்தில் ஒரு எலுமிச்சம் பழம் மிதக்கும் என்றும் ஒரு கருடன் மேலே பறந்து வழிகாட்டும் என்றும் சொன்னார். அப்படியே நிகழ்ந்தது, எலுமிச்சம் பழம் மிதந்த இடத்திற்குக்கீழே இரண்டு சிலைகளும் கிடைத்தன. இன்றும் சண்முகர் முகத்தில் கடல் மீன்கள் கொத்திய வடுக்கள் இருப்பதைப் பார்க்கலாம்.

பிரெஞ்சுக் கிழக்கிந்தியக் கம்பெனி

பிரெஞ்சு கிழக்கிந்தியக் கம்பெனி 1664ம் ஆண்டு அமைக்கப்பட்டது. மற்ற ஐரோப்பியக் கம்பெனிகளுடன் பிரெஞ்சுக் கம்பெனியும் இந்தியாவில் பண்டகசாலை அமைப்பு ஊடாட்டத்தில் ஈடுபட்டது. நாட்டு அரசியலில் அப்போதிருந்த நிலை எல்லா ஐரோப்பிய கம்பெனிக்கும் சாதகமாயிருந்தது. ஒருவரோடொருவர் போட்டி போட்டுக்கொண்டு அந்தச் சூழ்நிலையைத் தமக்குச் சாதகமாக மாற்றிக்கொள்ளத் துடித்தனர். ஒவ்வொருவரும் தம்மை நிலை நாட்டிக்கொள்ள தங்களுக்குள் சண்டையும் போட்டும் கொண்டனர்.

அப்போதிருந்த நாட்டுச் சூழ்நிலை பற்றிப் பண்டிட் ஜவஹர்லால் நேரு தனது டிஸ்கவரி ஆஃப் இண்டியா புத்தகத்தில் தெளிவாக எழுதியிருக்கிறார்.

> ‘அந்தக் காலம் எந்த நெறிமுறையுமின்றி அடித்துப் பிடுங்கு வோருக்கு ஏற்றதாக இருந்தது. தர்மம் பின்னுக்குத் தள்ளப் பட்டது. கிடைத்த வாய்ப்பை எவன் துணிச்சலுடன் பயன்படுத் திக் கொண்டானோ அவன் வெற்றி பெற்றான். எனவே இந்தியா அடித்துப் பிடுங்குவோரின் ஆதிக்கத்துக்குள் சென்று விட்டது.
>
> ‘அவர்களிலே சிலர் இந்தியாவிலேயே பிறந்து வளர்ந்தவர்கள். சிலர் வடமேற்கிலிருந்து இந்தியாவுக்குள் வந்தவர்கள்.

ஆங்கிலேயரையும் பிரெஞ்சுக்காரர்களையும் போல அலை கடலுக்கு அப்பாலிருந்து வந்தவர்களும் உண்டு. ஒவ்வொரு நபரும், ஒவ்வொரு கூட்டத்தினரும் தம்முடைய ஆதாயத்தை மட்டும் பார்த்துக்கொண்டு அடுத்தவரைக் குழிபறித்துக் கீழே தள்ளுவதில் மும்முரமாக இருந்தனர். சிலசமயங்களில் இருவரோ அல்லது அதற்கு மேற்பட்டவரோ ஒன்று சேர்ந்து கொண்டு மூன்றாமவரை அழிப்பார்கள். எந்த விவஸ்தையும் இன்றி இந்தக் கூட்டணி மாறுவதும் உண்டு. அவர்களுக் குள்ளேயே சண்டைபோட்டுக்கொள்வார்கள். எவன் எந்தக் கூட்டணியில் இந்த நாளில் இருக்கிறான் என்று சொல்ல முடியாத அளவுக்குக் கூட்டணி மாறும். இராஜ்ஜியங்களைக் கைப்பற்றுவதற்கும் குறுக்கு வழியில் குறுகிய காலத்தில் எப்படியேனும் பணம் சேர்ப்பதற்கும், மானத்தை விட்டுக் கொள்ளையடிப்பதற்கும் சில சமயங்களில் வியாபாரம் என்ற போர்வையிலே மறைந்துகொண்டு கொள்ளையடிப்பதற்கும் அனைவரும் வெறிகொண்டு அலைந்தனர்.'

இதுதான் அன்றையச் சூழ்நிலை. இதைப் பிரெஞ்சுக்காரர்களும் ஆங்கிலேயரும் மிகச் சாமர்த்தியமாகப் பயன்படுத்திக்கொண்டனர். அவர்கள் வெளிநாட்டில் அடித்துக்கொண்டால் இங்கும் அடித்துக் கொண்டார்கள். வெளிநாட்டில் சமாதானமாக வாழ்ந்தால் அது இங்கேயும் பிரதிபலித்தது. சுயநலமான நவாப்புகளும் சிற்றரசர் களும் தமது வாரிசுப்போரில் ஐரோப்பியர்களைக் கூட்டுச் சேர்த்துக் கொண்டு பின்னாளில் அவர்களின் கைப்பாவையாக ஆடினார்கள். வெளிநாட்டினருக்கு இந்தியா ஓர் ஆடுகளமானது. அதுவும் அவர்கள் இங்கே புகுந்த ஆரம்ப நாட்களில் தமிழகம் அவர்களின் வட்டாட்டங்களுக்குக் களம் அமைத்துக் கொடுத்தது.

பிரெஞ்சுக்காரர்கள் ஆங்காங்கே இடம் தேடிப் பிடித்து வந்தனர். பிடிப்பதும் இழப்பதும் வழக்கமாக நடைபெறும் ஒரு நாடகம். போர்த்துக்கீசியர்கள் மதராச பட்டணத்தில் சாந்தோமில் கோட்டை கட்டி வாழ்ந்ததை முன்னரே பார்த்திருக்கிறோம். பிறகு அது ஆங்கிலேயர் வசம் வந்தது. பிறகு 1672ல் பிரெஞ்சுக்காரர்கள் அதைக் கைப்பற்றினர். பிறகு 1674ல் அதை இழந்தனர். பீஜப்பூர் சுல்தானுக்குக் கப்பம் கட்டி வலிகண்டபுரம் என்னும் ஊரை ஆண்டுவந்த ஷேர்கான் என்பவன் புதுச்சேரியை பிரான்சுவா மார்ட்டின் என்பவனுக்குத் தானமாக வழங்கினான். அவன் பிரெஞ்சுக் கம்பெனியின் வாணிகத் தளத்தைப் புதுச்சேரியில் நிறுவினான். 1677ல் மாவீரன் சிவாஜி தெற்கே தனது ஒன்று விட்ட சகோதரனை எதிர்த்துப் படையெடுத்து வந்தபோது புதுச்சேரி பல

தொல்லைகளுக்கு உள்ளானது. ஆனால் மார்ட்டின் சிறிதும் தளராமல் புதுச்சேரியில் பிரெஞ்சு வாணிகத்தைப் பெருக்கினான். இந்த வட்டாட்டப் போராட்டத்தில் டச்சுக்காரர்கள் புதுச்சேரியைக் கைப்பற்றினர். ஆனால் மார்ட்டின் சளைக்காமல் போராடிப் புதுச்சேரியை மீண்டும் பிடித்தான். அதை வளமுள்ள நகராக மாற்றினான். 38 ஆண்டுகள் பிரெஞ்சுக் காலனியை உருவாக்க மார்ட்டின் அயராது உழைத்தான். 1706ல் மரணமுற்றான். பிரெஞ்சுக் காரர்கள் கேரள கடற்கரையில் உள்ள மாஹேயை 1725ம் ஆண்டு கைப்பற்றினர். 1739ல் காரைக்காலைப் பிடித்தனர்.

துடிப்புமிக்க டூப்ளே

1742ல் புதுச்சேரியில் டூப்ளே என்பவன் கவர்னராகப் பொறுப் பேற்றான். மிகவும் துடிப்பும் முன்னேறிச் செல்ல வேண்டும் என்ற ஆர்வம், தளராத ஊக்கமும் கொண்டவன் டூப்ளே. அவனது ஆளுகையின்போது பிரெஞ்சுக் கம்பெனி சிறந்து விளங்கியது. டூப்ளே வருவதற்கு முன்பு பிரெஞ்சு கம்பெனி வாணிகத்தில் மட்டுமே ஆர்வம் காட்டியது. ஆனால் டூப்ளே ஆங்கிலேயரின் நாடு கவரும் நடவடிக்கையைக் கண்டு தானும் அந்நிலையைக் கைக்கொண்டான்.

ஒரு சமயம் சிவாஜி தென்னிந்தியாவுக்குள் படையெடுத்து வந்தார். செயிண்ட் ஜார்ஜ் கோட்டையிலிருந்து சில மைல் தூரத்துக்கு வந்து விட்டார். கோட்டையின் மேல் படையெடுக்கப்போவதாக வதந்திகள் பரவின. கோட்டை அப்பொழுது அவ்வளவு பலம் வாய்ந்ததாக இல்லை. கவர்னர் கோட்டையைப் பலப்படுத்துவதில் முனைந்தார். ஆனால் சிவாஜி அங்கு வந்த காரணமே வேறு. அவர் காளிகாம்பாள் கோயிலுக்கு வந்து அம்மனை வணங்கினார். பின் தனக்கு வேண்டிய விஷ முறிவு மருந்துகள் சிலவற்றை வாங்கி வரும்படி ஆளை அனுப்பினார். சிவாஜியின் தூதுவர்கள் அதன் படியே வாங்கிக் கொடுத்தனுப்பினர். சிவாஜி கோட்டையைத் தாக்காமல் சென்றது ஆங்கிலக் கவர்னருக்குப் பெரிய பாரம் குறைந்ததுபோல் இருந்தது.

சீதனமாகப் பெற்ற பம்பாய்த் தீவுகள்

போர்த்துக்கீசியர்கள் நிலைமையும் ஆட்டம் கண்டிருந்ததால் கோவா கவர்னர் போர்த்துக்கல் அரசிக்குக் கடிதம் எழுதி நிலைமையைச் சமாளிக்க ஏதாவது செய்யும்படி வேண்டினார். பெண் வழிச் சம்பந்தத்தின் மூலம் நாடுகளிடையே உறவு ஏற்படுத்திக் கொள்ளும் வழக்கப்படி போர்த்துக்கல் இளவரசி இன்ஃபாண்டாவை இங்கிலாந்து மன்னன் இரண்டாம் சார்லஸுக்கு மணம் செய்து

கொடுத்தாள் ராணி. இளவரசிக்குச் சீதனமாகப் பம்பாய்த் தீவு இரண்டாம் சார்லஸுக்குக் கொடுக்கப்பட்டது. அப்பொழுது பம்பாய் அதிகம் வளர்ச்சியடைந்த ஓர் இடமாக இல்லை. 10,000 குடிமக்களே இருந்தனர். அவர்களில் பெரும்பாலோர் முகமதியர்களும் பரதவர்களும்தான்.

இரண்டாம் சார்லஸ் மன்னன் பம்பாயைக் கிழக்கிந்தியக் கம்பெனிக்கு வருடத்துக்கு பத்து பவுண்ட் குத்தகைக்கு அளித்தான். ஒவ்வொரு வருடமும் செப்டெம்பர் மாதத்தில் அந்தப் பணத்தை அரசனுக்குச் செலுத்திவிடவேண்டும். அதற்கான ஒப்பந்தம் 21-9-1667 அன்று கையெழுத்தானது. பம்பாய் கிழக்கிந்தியக் கம்பெனி வசம் வந்தது. அதற்கு முன் சூரத் பகுதியைத் திறமையாக ஆண்டுவந்த ஆண்டர்சன் இறந்துவிடவே அவனது இடத்தில் ஆங்கியர் (Aungier) என்பவன் அனுப்பப்பட்டான். அவனும் மிகத் திறமைசாலி. சில ஆண்டுகளுக்குள்ளே பம்பாயின் மக்கள் தொகை 50,000த்தைத் தாண்டியது. பல தொழிற்சாலைகள் தொடங்கப் பட்டன. பனியாக்கள் பலர் தங்கள் வணிகத்தை அங்கிருந்து நடத்தினர். வணிகத்தில் மிகவும் தேர்ச்சி பெற்ற பார்ஸி இனத்தவர் பலர் அங்கு குடியேறினர். பம்பாய் வெகு விரைவில் மிகச் சிறந்த இடத்தைப் பிடிப்பதற்குக் காரணமானவர்களாக அவர்கள் இருந்தார்கள். அதன் பிறகு பம்பாயின் வளர்ச்சியை எவராலும் தடுத்து நிறுத்த முடியவில்லை.

வளம் கொழித்த வங்காளம்

அந்தக் காலத்தில் செல்வச் செழிப்பில் மிகச் சிறந்து விளங்கியது வங்காளம். வங்காளத்துக்குள் வந்தவர்கள் வெளியே போக விரும்ப மாட்டார்கள் என்று சொல்வார்கள். இந்தியாவின் தென்கிழக்கில் மெட்ராஸில் ஒரு கோட்டையையும் மேற்குக்கடற்கரையில் பம்பாயில் ஒரு கோட்டையும் நிறுவி வணிகம் செய்துகொண்டிருந்த ஆங்கிலேயர்களுடைய பார்வை அடுத்ததாக கங்கை நதிபாயும் வங்காளத்தின் மீது விழுந்தது. அதைக் கைப்பற்ற கிழக்கிந்திய கம்பெனி செய்த தகிடுதத்தங்கள்தான் எத்தனை எத்தனை!

வங்காளத்தில் அப்பொழுது இயற்கை வளம் கொட்டிக்கிடந்தது. நெல், கோதுமை, பருத்தி ஆகியவற்றின் மகசூல் அமோகம். உலகப் பிரசித்தி பெற்ற மஸ்லின் துணி அங்குதான் தயாரிக்கப்பட்டது. அந்தக் காலத்தில் இந்திய மஸ்லின் துணி மிகவும் புகழ் பெற்றது ஒரு பொடி டப்பியில் 20 கஜம் மஸ்லின் துணியை அடைத்துவிட முடியும். அந்த அளவுக்கு மெல்லிய துணியாக மஸ்லின் நெய்யப் பட்டது. மிஸா நாதன் என்னும் பயணி சொல்கிறார்: ஒரு ரூபாய்க்கு

20 கோழிகள் கிடைத்துக்கொண்டிருந்த காலத்தில் 4000 ரூபாய் கொடுத்து மஸ்லின் வாங்கினேன்.'

இது மட்டுமல்ல பல நாடுகளுக்கும் அதி முக்கியமாகத் தேவைப் பட்ட இண்டிகா என்னும் நீலச் சாயத்துக்கான அவுரிப் பயிரும் இங்குதான் அதிகம் பயிரிடப்பட்டது. இந்தக் காரணங்களால் இந்தியாவிலேயே அதிகச் செல்வச் செழிப்புள்ள பிரதேசமாக வங்காளம் விளங்கியது. வங்காள வர்த்தகர்கள் தங்கத் தட்டில் சாப்பிட்டார்கள். அவர்களது வீட்டுப்பெண்கள் பொன் நகையில் திளைத்தார்கள். அந்தச் செல்வ வளத்தைக் கண்ட வெளி நாட்டினரின் பாராட்டால் வந்த ஒரு பழமொழி 'வங்காளத்திற்கு உள்ளே வர 100 வாசல்கள் உண்டு. வெளியே செல்ல ஒரு வாசல் கூட இல்லை.' அதாவது அங்கு வந்தவர்கள் வெளியே செல்ல விரும்புவதில்லை என்பதுதான் அந்தப் புகழ் மொழியின் அர்த்தம்.

அவ்வளவு மதிப்பு வாய்ந்த வங்கத்தின் மீது பிரிட்டிஷ்காரர்களின் பார்வை விழுந்ததில் அதிசயமில்லை.

தவிர, வங்காளம் சுயதேவைப் பூர்த்தி உடையதாக இருந்தது. அதனால் வங்காளிகளுக்கு வெளிநாட்டுப்பொருள் எதுவும் தேவை யில்லாமல் இருந்தது. வெளிநாட்டு வியாபாரிகள் வேறு எந்தப் பொருளையும் பண்டமாற்றாகக் கொடுத்து வங்காளிகளுடன் வியாபாரம் செய்ய முடியாது. எனவே வெள்ளியைக் கொடுத்துப் பொருள் வாங்கினார்கள். அங்கிருந்து அரிசி ஸ்ரீலங்காவிற்கும் மாலத் தீவுகளுக்கும், சர்க்கரை மத்திய கிழக்கு நாடுகளுக்கும், மெஸபொடோமியாவிற்கும், பட்டு ஐரோப்பாவிற்கும், பருத்தித் துணிகள் உலகத்தின் பல்வேறு பாகங்களுக்கும் ஏற்றுமதியாகின.

முத்தமிட்டுப் பெற்றான் முதல் உரிமை

1633ம் ஆண்டு ஆறு ஆங்கிலேயர்கள் ஒரிஸ்ஸாவில் உள்ள படபட்டி என்னும் இடத்திற்கு வந்தனர். அப்பொழுது வங்கத்தை ஆண்ட முகல் வைஸ்ராய் ஆகா மொகமத் சமன். அவன் அவர்களுக்கு நல்ல வரவேற்பளித்தான். அந்த நாளில் வைஸ்ராயைச் சந்தித்து ஏதாவது சொல்ல வேண்டுமென்றால் அவரது பெருவிரலை முத்தமிட வேண்டும். அந்த எட்டுப்பேருக்குத் தலைவன் கார்ட்ரைட் (Cartwright) அந்தக் கீழ்த்தரமான செயலைச் செய்ய முதலில் உடன்பட வில்லை. தான் வந்த காரியத்தைச் சாதித்துக்கொள்ள வேண்டுமென்றால் வேறு வழியில்லை என்பதை உணர்ந்து வைஸ்ராயின் பெருவிரலை முத்தமிட்டான். விளைவு? வணிகம் செய்யும் உரிமையை கேர்ரைட் பெற்றான். பலாசோர், ஹரிஹர்பூர்

என்னும் இரண்டு இடங்களில் தொழிற்சாலைகளை அமைத்து வணிகம் நடத்தினான். பிறகு டச்சுக்காரர்கள் மற்றும் போர்த்துக்கீசியர் ஆகியோரின் எதிர்ப்பால் ஹரிஹர்பூர் தொழிற்சாலையை மூட நேர்ந்தது. பலாசோர் தொழிற்சாலை மட்டும் ஒப்புக்கு நடந்துகொண்டிருந்தது.

ஆங்கிலேயர்களின் ஆதிக்கம் வங்காளத்தில் முடிந்தது என்று நினைத்துக்கொண்டிருந்தபோது ஒரு புதுத் திருப்பம் நடைபெற்றது.

7

கல்கத்தாவில் காலூன்றிய கிழக்கிந்தியக் கம்பெனி

மன்னர் ஷாஜஹான், வைத்தியரிடம் கேட்டார்:

'என்ன வைத்தியரே, எனது மகளின் காலில் தழும்புகள் இப்படியே தான் இருந்து கொண்டிருக்குமா? ஒரு வருடத்திற்கும் மேலாகி விட்டது. இன்னும் சில இடங்களில் உள்ளே புண் ஆறவில்லை என்கிறாளே?'

'எனக்குத் தெரிந்த வைத்தியம் எல்லாம் செய்து பார்த்துவிட்டேன் ஹுஸூர். தீப்புண் கொஞ்சம் ஆழமாகப் போயிருக்கிறது' என்றார் லாகூரிலிருந்து இளவரசிக்கு வைத்தியம் பார்ப்பதற்கென்றே அழைத்துவரப்பட்ட மருத்துவர்.

'இப்படியேதான் இருக்குமா? வேறு வழியே கிடையாதா?' மன்னரது குரலில் வருத்தம் தொனித்தது.

'ஹுஸூர், போன மாதம் சூரத்துக்கு வந்த பிரிட்டிஷ் கப்பலில் டாக்டர் காப்ரியல் பௌட்டன் என்னும் ஒரு பெரிய வைத்தியர் வந்திருக்கிறாராம். கப்பல் சண்டையில் தீக்காயம் பட்ட பேர்களுக்கு வைத்தியம் செய்வதிலே கெட்டிக்காரராம். அவரை வரவழைத்துப் பார்க்கச் சொல்லலாமே?'

'வரவழையுங்கள்' என்றார் ஷாஜஹான்.

டாக்டர் காப்ரியல் பௌட்டனுக்கு மன்னரிடமிருந்து அழைப்பு வந்ததுமே அவருடன் கப்பலில் வந்தவர்கள் டாக்டரை உத்வேகப் படுத்தி அனுப்பினார்கள்.

‘டாக்டர்! ராஜ மரியாதையுடன் மன்னரே உங்களை அழைத்திருக்கிறார். அதை மிகச் சரியாகப் பயன்படுத்திக்கொள்ளுங்கள். நம்முடைய வியாபாரம் வங்காளத்தில் நிலைக்கச் சமயம் பார்த்து ஏதாவது செய்யுங்கள்!’ என்று சொல்லியனுப்பினர்.

டாக்டர் காப்ரியல் பௌட்டனை வரவேற்ற தலைமை அமைச்சர், ‘மருத்துவரே, எங்கள் இளவரசி ஆடையில் விளக்குச் சுடர் பற்றித் தீப்பிடித்துவிட்டது. அவர் உடனே அணைத்திருக்கலாம். ஆனால் ஆடவர்கள் அங்கிருந்ததால் நாணப்பட்டு அந்தப்புரத்துக்கு ஓடிப்போனார். அங்கே இருந்த பெண்கள் தீயை அணைத்தனர். அதற்குள் பலத்த தீக்காயம் பட்டு விட்டது. இளவரசிமேல் ஆலம் பனாவுக்கு மிகுந்த அன்பு. லாகூரிலிருந்து பெரிய வைத்தியரை வரவழைத்து வைத்தியம் பார்த்தார். ஓரளவு குணமானாலும் உள் காயம் ஆறவில்லை. வலிக்கிறது என்கிறாள். தழும்புகளும் நிறைய இருக்கின்றன. நீங்கள் அதைச் சீர்செய்ய முடியுமா?’ என்று கேட்டார் அமைச்சர்.

‘என் திறமைக்கு உட்பட்டு என்ன செய்யமுடியுமோ நிச்சயம் செய்கிறேன்’ என்றார் பௌட்டன்.

‘உங்கள் மருத்துவத்தால் எங்கள் இளவரசி நன்கு குணமடைந்தால் உங்கள் நாட்டு வியாபாரத்திற்கு அது மிகவும் உதவும்,’ என்றார் அமைச்சர்.

டாக்டர் பௌட்டன் தனிக் கவனம் எடுத்து இளவரசிக்கு வைத்தியம் செய்தார். உள்காயங்கள் மறைந்தன. தழும்புகளும் விகாரமாகத் தெரியாமல் ஓரளவுக்குச் சரியாகின. மன்னர் ஷாஜஹான் மகிழ்ச்சியடைந்தார். சமயம் பார்த்து பௌட்டன் வங்காளத்தில் தங்கள் நாட்டினர் வணிகம் செய்துகொள்ள அனுமதிக்கும்படி வேண்டினார். ஹூக்ளி நதியை ஒட்டி ‘பேக்டரி’ அமைத்துக் கொள்ளும் உரிமம் வழங்கப்பட்டது. அதன்படி ஆங்கிலேயர்கள் அங்கே இடம் பிடித்துக்கொண்டனர்.

இந்தக் காலகட்டத்தில் இங்கிலாந்தில் ஒரு பெரும் அரசியல் மாற்றம் நிகழ்ந்தது. உள்நாட்டுப் போரின் காரணமாக ஆலிவெர் கிராம்வெல்லின் போராட்டத்தால் இங்கிலாந்து அரசன் முதலாம் ஜார்ஜ் மரண தண்டனை விதிக்கப்பட்டு 1649ம் ஆண்டு ஜனவரி மாதம் 30ம் நாள் கொல்லப்பட்டான். அதன் பிறகு ஆலிவர் கிராம்வெல் லார்ட் ப்ரொடெக்டராகப் பதவியேற்றான். இங்கிலாந்துக்கும் ஹாலந்துக்கும் இடையே நடந்த போர் முடிவுக்கு வந்தது. கிழக்கிந்தியக் கம்பெனிக்கு அதிகச் சலுகைகளை

வழங்கினான் கிராம்வெல். அதனால் இந்தியாவில் பல புதிய பண்டகச் சாலைகளை நிறுவ முனைந்தனர். ஹுக்ளியிலிருந்த நிர்வாகத்துக்குக் கீழ் பலாசோர், காசிம் பஸார், பாட்னா ஆகிய இடங்களில் பண்டகச் சாலைகள் நிறுவப்பட்டன.

எல்லாம் சுமுகமாகப் போய்க் கொண்டிருந்த தருணத்தில் ஒரு தடங்கல் எழுந்தது. ஷாஜஹான் ஆட்சியில் வழங்கப்பட்ட சலுகைகளுக்கு வெகு விரைவிலேயே ஆபத்து வந்தது.

1658 ஜுலை மாதம் 22 ம் நாள் ஷாஜஹானின் மகன் ஔரங்கசீப் மன்னனானான்.

அதன் பிறகு ஆங்கிலேயரின் ஆதிக்கம் சற்று வலுவிழந்தது. டச்சுக்காரர்கள் வலுப்பெற்றுக் கொண்டிருந்ததோடு அவர்களின் தொல்லையும் அதிகமிருந்தது. முகலாயர்களின் ஆதரவும் இல்லாமல் போயிற்று. எனவே இனி பாடிக் கறக்க முடியாது. கெஞ்சியது போதும், விஞ்ச வேண்டியதுதான். சண்டையிட்டால் தான் இனி சாதிக்க முடியும் என்று கிழக்கிந்தியக் கம்பெனி தீர்மானித்தது. நேரடித் தாக்குதல் தொடுத்து வேண்டியதைப் பெறுவதற்காக ஜாப் சார்னாக் (Job Charnock) என்பவனைத் தேர்ந்தெடுத்தது.

ஜாப் சார்னாக் அப்பொழுது பாட்னாவில் நிர்வாகத் தலைவனாக இருந்தான். அவன் ஓர் இந்தியப் பெண்ணை மணந்திருந்தான். அதனால் இந்தியர்களின் பழக்கவழக்கங்கள் அனைத்தும் அத்துப்படி. அவர்கள் மொழியிலே பேசும் வல்லமையும் பெற்றிருந்தான். ஜாப் சார்னாக் பாட்னாவிலிருந்து ஹுக்ளி வந்தான். அவனுக்குத் துணையாகப் போர்வீரர்களுடன் கப்பல்கள் வந்திருந்தன. சற்று பயமுறுத்தித் தனது நிலையைப் பலப்படுத்திக் கொண்டான். சிட்டகாங்கைத் தாக்கி ஆக்கிரமித்து அதன் ஆளுநராக மாறுவது அவன் திட்டம். இதை அறிந்த டாக்காவின் நவாப் ஷியாஷ்டகான் ஆங்கிலேயரைத் தந்திரத்தால் வெல்ல வேண்டும் என்று நினைத்தான். அவர்களுக்குத் தெரியாமல் பெரும் படை திரட்டித் தாக்குவதற்குத் தயாராக இருந்தான். ஆனால் அதை வெளிக்காட்டிக் கொள்ளாமல்,‘உங்களுக்கு என்ன தேவையென்பதை எழுதிக் கொடுங்கள். அதற்கு அனுமதி பெற்றுத் தருகிறேன்’ என்றான் ஷியாஷ்டகான். மகிழ்ச்சியடைந்த சார்னாக் ஒரு பெரிய பட்டியலையே கொடுத்தான்.

- கோட்டை கட்டிக்கொள்ள ஓர் இடம் கொடுக்க வேண்டும்.
- நாணய சாலை ஏற்படுத்திக்கொள்ள அனுமதி தரவேண்டும்.

- முகலாயரால் இடித்து நொறுக்கப்பட்ட கம்பெனியின் சரக்குக் கிடங்கை மீண்டும் கட்டித்தரவேண்டும்.
- ஆங்கிலேயரிடமிருந்து கைப்பற்றிய பணத்தைத் திருப்பித் தரவேண்டும்.
- கம்பெனியின் கடன்களை வசூலிக்க உதவ வேண்டும்.

'இவையெல்லாவற்றையும் நாங்கள் ஏற்றுக்கொள்கிறோம். ஆனால் முகலாயச் சக்கரவர்த்தியின் ஒப்புதலைப் பெறவேண்டும். அது ஒன்றும் பெரிய காரியமல்ல. விரைவில் கிடைத்து விடும்' என்று உள்ளூர் அதிகாரிகள் சொன்னார்கள்.

சார்னாக்கின் தந்திரம்

சார்னாக் காத்திருந்தது வீணாகிற்று. சில நாட்களில் கையெழுத்துப் போடப்படாமலே அந்த ஒப்பந்தப் பத்திரம் திருப்பிக்கொடுக்கப் பட்டது. அது மட்டுமல்ல போர் அறிவிப்பும் செய்யப்பட்டது. உடனே சார்னாக் முகலாய அரசின் உப்பளத்தைச் சேதப்படுத்தி னான். கோட்டைகளைத் தகர்த்தான். அருகில் இருந்த ஹிஜிலி தீவுக்குள் பாதுகாப்பாகத் தன் படைகளைக்கொண்டு சென்றான். நதியில் வந்த படகொன்றைக் கைப்பற்றி அதிலிருந்தவர்களைக் கொன்று தலைகளைக் கம்பத்தில் தொங்கவிட்டான். இது உள்ளூர்வாசிகள் மனத்தில் அச்சத்தை விளைவித்தது. ஆனால் நவாப்பின் தளபதி 12,000 போர்வீரர்களுடன் தீவின் ஒரு பக்கம் முகாமிட்டான். அச்சமயத்தில் ஆங்கிலப்படையில் பாதிக்கு மேல் அந்தத் தீவில் பரவிய ஒரு நோயால் பாதிக்கப்பட்டு இறந்தனர். இருந்தும் சார்னாக் தன்னிடமிருந்த வீரர்களைக் கொண்டு எதிரிப்படையைச் சமாளித்து வந்தான். இந்த நிலை இனியும் நீடிக்க முடியாது என்ற நிலை வந்தபோது அவனது உதவிக்குக் கிழக்கிந்தியக் கம்பெனியின் கப்பல் ஒன்று வந்து சேர்ந்தது.

கப்பலில் 70 பேர் வந்தனர். எதிர்க்கரையிலோ ஆயிரக்கணக்கானவர் தயாராகக் காத்துக் கொண்டிருந்தனர். இந்த நிலையில் சார்னாக் ஒரு தந்திரமான செயலைச் செய்தான். கப்பலிலிருந்து ஆட்கள் இறங்கும் இடம் சற்று மறைவாக இருந்தது. கப்பலிலிருந்து இறங்கியவர்களுக்கு பாண்டு வாத்தியம் முழங்க வரவேற் பளித்தான். பிறகு அதே எழுபது பேரையும் தன்னுடன் இருந்தவர் களையும் கப்பலுக்குள் யாரும் அறியாதபடி உள்ளே போகச் செய்தான். மீண்டும் அவர்களை கீழே இறங்கச்செய்து அவர்கள் புதிதாக வந்தவர்கள் போல் அவர்களுக்குப் பாண்டு வாத்திய வரவேற்பளித்தான். இப்படிப் பலமுறை அவன் அளித்த

வரவேற்பை எதிர்க்கரையில் இருந்தவர்கள் பார்த்தார்கள். நவீன ஆயுதங்களோடு ஆயிரக் கணக்கானோர் வந்திருப்பதாக நினைத்தனர். அவர்களோடு போரிடுவது சரியில்லை என்று நினைத்த நவாப்பின் அதிகாரிகள் சமாதானக் கொடியைப் பறக்கவிட்டனர்.

சார்னாக் விரும்பியது கிடைத்தது. ஆங்கிலேயர் தங்குவதற்கு ஏற்ற இடமாக 'சுடானுட்டி' என்ற இடத்தைத் தேர்ந்தெடுத்தான். அது வணிகம் செய்வதற்கும் பின்னால் ஏதாவது தாக்குதல் நடந்தால் பாதுகாப்பாகவும் இருக்கின்ற இடம். ஆனால் அந்த இடத்தை சார்னாக் தேர்ந்தெடுத்தது கிழக்கிந்தியக் கம்பெனி அதிகாரிகளுக்குக் கொஞ்சமும் பிடிக்கவில்லை. அவனுக்குக் கிடைக்கவேண்டிய பாராட்டு கிடைக்கவில்லை என்பது மட்டுமல்ல அவன் மீது நடவடிக்கை எடுக்கவும் தீர்மானித்தனர். அவனைப் பதவி நீக்கம் செய்து அவனுக்குப் பதிலாக ஹீத் என்பவனை படையோடு அனுப்பினர். ஹீத் தனது தவறான முடிவுகளால் முகலாயர்களின் விரோதத்தைச் சம்பாதித்துக்கொண்டான். அவனால் எதுவும் செய்யக் கூடவில்லை. அவனது முயற்சிகள் தோல்வியடைந்தன. சாரணாக் பெற்ற வெற்றிகளையும் இடங்களையும் இழந்து திரும்பினான்.

சிவாஜி

மராட்டிய மாமன்னன் சிவாஜி ஆங்கிலேயரோடு பகைமை பாராட்டவில்லை. கிறித்துவர்கள் பல இந்துக்களை மதம் மாற்றிய போது கூட அப்படி மாற்றிய கிறித்துவப் பாதிரிகளை மரியாதை யோடு நடத்தினான். ஆங்கிலேயருடனும் முகலாயருடனும் போர் தொடுக்க நேர்ந்தபோது கூட மதகுருக்களுக்கு எந்தத் தீங்கும் விளை விக்கக்கூடாது என்று அவன் தன் படையினருக்கு ஆணையிட்டான். ஆங்கிலேயர் தன் வழியில் குறுக்கிடாதவரை அவன் அவர்களோடு மோதவில்லை. அவர்களது வணிகத்திற்கு ஓரளவு ஆதரவும் அளித்தான். தனக்குப் பீரங்கிகளை விலைக்குக் கொடுக்கும் படி ஆங்கிலேயரைக் கேட்டான். அவர்கள் முகலாயச் சக்கரவர்த்திக்குப் பயந்து விற்க மறுத்தபோது கூட அவர்களது நியாயத்தைப் புரிந்து கொண்டு அவர்களுடன் மோதவில்லை. ஆனால் அந்த மாவீரனின் நியாயத்திற்கு ஏற்றாற்போல் ஆங்கிலேயர்கள் நடந்து கொள்ள வில்லை. ஒரு சமயம் உபயோகமற்ற ஓட்டை உடைசல் பீரங்கி களை அவர்கள் அவனது படையினருக்கு விற்று அவனை ஏமாற்றி விட்டதாக அவர்கள் பெருமைப்பட்டுக் கொண்ட செய்தி பதிவில் இருக்கிறது.

ஆங்கிலேயர் தன்னைச் சீண்டியபொழுது சிவாஜி வெகுண்டெழுந் தான். சிவாஜியின் இரங்கானாப் போர் மிகவும் பிரசித்தம். பீஜப்பூர் படைகளுக்குப் பீரங்கி கொடுக்க வந்திருந்த ஆங்கிலேய ஊழியர்கள், அருகில் முகாமிட்டிருந்த சிவாஜி படையினரின் கூடாரம் மீது விளையாட்டாகக் குண்டு போட்டனர். அதிலிருந்த பிரிட்டிஷ் முத்திரைகளைக் கண்டு சிவாஜி கொதித்தெழுந்தான். 1660 ஆண்டு ராஜப்பூரைத் தாக்கிக் கம்பெனி ஊழியர் நான்கு பேரைச் சிறைப் பிடித்தான். நடுநிலை தவறியதற்காகத் தனக்கு நஷ்ட ஈடு தரவேண்டும் என்று கோரினான். ஆனால் ஆங்கிலேயர் தங்களது பண்டகசாலையைத் தாக்கியதற்காகத் தமக்கு அவன் நஷ்ட ஈடு தரவேண்டும் என்றனர். அதுவரை வணிகத்தை மட்டுமே கவனித்து வந்த ஆங்கிலேயருடன் நட்புறவோடு இருந்த சிவாஜியின் நிலைமை மாறியது. கம்பெனி ஊழியர் நால்வரும் ராய்கட்டில் சிறைவைக்கப்பட்டனர். அங்கே கோட்டை கட்டப்பட்டது. அந்நால்வரும் மிகவும் மரியாதையுடன் நடத்தப்பட்டனர். பிறகு விடுவிக்கப்பட்டனர்.

சூரத்திலிருந்த முகலாயர் கோட்டையைத் தாக்க எண்ணி சிவாஜி சூரத்திலிருந்து 10 கல் தொலைவில் முகாமிட்டான். சிவாஜியின் வருகையை அறிந்த சூரத் முகலாய கவர்னர் அங்குள்ளவர்களுக்குப் பாதுகாப்பு அளிக்க முயலாமல் கோட்டைக்குள் ஓடி ஒளிந்து கொண்டு கோட்டைக் கதவைச் சாத்திவிட்டான். ஆனால் ஆங்கிலப் பண்டகசாலைத் தலைவன் ஸர் ஜார்ஜ் ஆக்ஸிண்டன் கோட்டையின் வெளியில் இருந்தவர்களுக்குப் பாதுகாப்பு அளிப்பது தமது கடமை யென்றும் தாம் போரிடப்போவதாகவும் அறிவித்துவிட்டான். அவனது வீரத்தைச் சிவாஜி மெச்சினான். ஆங்கிலப் பாதிரியார்கள் தம்மால் மதம் மாற்றம் செய்யப்பட்டவர்களுக்கும் தங்களுக்கும் எந்தத் தீங்கும் விளைவிக்கக்கூடாது என்று வேண்டினர். கிறித்துவ தேவாலயங்கள் மட்டுமன்றி முகலாயத் தொழுகை இடங்களுக்கும் எந்தச் சேதமும் ஏற்படுத்தக்கூடாது என்று சிவாஜி ஆணையிட்டான்.

இதற்கிடையில் கோட்டைக்குள் இருந்த முகலாய கவர்னர் சமாதானம் வேண்டி ஓர் இளைஞனைத் தூதனாக அனுப்பினான். அவன் சமாதானம் பேசிக்கொண்டிருக்கும்போதே கத்தியால் சிவாஜியை மண்டையில் தாக்கினான். சிவாஜி இறந்துவிட்டதாகப் படைவீரர்கள் எண்ணினர். சூரத் சூறையாடப்பட்டது. ஆனால் சிவாஜி பிழைத்துக்கொண்டான். கொள்ளையிடப்பட்ட பொருள் களோடு ராய்க்கட் சென்றனர். தீரத்தோடு சிவாஜியை எதிர்த்த ஆங்கிலப் படைத் தலைவன் ஆக்ஸிண்டனைப் பாராட்டி முகலாய மன்னன் ஔரங்கசீப் ஆங்கிலேயரின் சுங்கவரியை இரண்டரை

சதவிகிதமாகக் குறைத்தான். கௌரவ அங்கி ஒன்றை அவனுக்கு அனுப்பிவைத்தான். கம்பெனி நிர்வாகம் பெரிய தங்கப்பதக்கம் வழங்கியது.

ஔரங்கசீப்பின் மனமாற்றம்

ஔரங்கசீப்பின் மனம் மாறியது ஆங்கிலேயர்களின் நல்ல நேரம் என்றுதான் சொல்ல வேண்டும். கடல் வணிகத்தில் மிகத் திறமையாக இருக்கிற ஆங்கிலேயர்களின் உதவி தமக்குத் தேவைப் படலாம் என்பதால் அவர்களுடைய பழைய இடங்களைத் திருப்பிக் கொடுக்கும்படியும் வங்காளத்தில் அவர்களது வியாபார முயற்சி களைத் தடைசெய்யவேண்டாம் என்றும் ஔரங்கசீப் ஆணையிட்டான். கிழக்கிந்தியக் கம்பெனியின் இயக்குநர்கள் கம்பெனியின் தலைமை இடத்தைச் சிட்டகாங்கிற்கு மாற்ற எண்ணினர். அவர்களது தீர்மானம் வெற்றிபெற்று சிட்டகாங்கிற்கு அவர்கள் சென்றிருந்தால் பின்னாளில் பிரிட்டிஷ் இந்திய அரசின் தலைநகராகத் திகழ்ந்த கல்கத்தா உருவாகாமலே போயிருக்கலாம். வெற்றுக் களராக இருந்த ஒரு பகுதியை மாபெரும் நகராக ஆங்கிலேயர்கள்தான் உருவாக்கினார்கள்.

டாக்காவின் கவர்னராக இருந்த இப்ராஹிம் கான் முகலாயச் சக்கர வர்த்தியின் விருப்பத்தை மெட்ராஸில் இருந்த சாரனாக்கிற்குக்குச் சொல்லியனுப்பினான். 1687ம் ஆண்டு மேற்குப் பிராந்தியத் தலைமை சூரத்திலிருந்து பம்பாய்க்கு மாற்றப்பட்டது. 1689ல் வணிகத்தின் முன்னேற்றத்திற்குத் தேவைப்பட்டால் இந்தியப் பகுதிகளையும் ஆளும் தன்மையைப் பெறவேண்டும் என்று கிழக்கிந்தியக் கம்பெனி முடிவெடுத்தது. ஔரங்கசீப் ஆங்கிலேயர் களுக்கு முகலாயர்களால் சேதப்படுத்தப்பட்ட பகுதிகளுக்கு ஈடாக 60,000 ரூபாய் நஷ்ட ஈடு வழங்கினான். 24-1-1690ல் ஹுக்லி நதிக்கரையில் ஆங்கிலேயன் கொடியை ஏற்றினான்.

1691ம் ஆண்டு பிப்ரவரி மாதம் 10ந்தேதியன்று அதிகாரபூர்வமான பத்திரம் வழங்கப்பட்டது. வருடத்திற்கு 3000 ரூபாய் பணம் கட்டி ஆங்கிலேயர் அந்தப் பகுதியில் விருப்பம்போல் வியாபாரம் செய்து கொள்ளலாம் என்று அதிகாரம் வழங்கப்பட்டது. கல்கத்தா முழு நகராக உருவாவதைக் காண சாரனாக் உயிருடன் இருக்கவில்லை. 1693ம் ஆண்டு ஜனவரி மாதம் 10ந்தேதி கல்கத்தாவில் மறைந்தான். அவனது உடல் செயிண்ட் ஜான்ஸ் சர்ச்சில் புதைக்கப்பட்டது.

கல்கத்தா வெகு எளிதாக உருவாகிவிடவில்லை. அந்நகரை உருவாக்கப் பல இன்னல்கள் பட நேர்ந்தது. ஆங்கிலேயர்களுக்கு

அளிக்கப்பட்ட நிலப்பகுதியை அடுத்திருக்கும் கிராமங்களை வாங்கப் பல தடைகள் விதிக்கப்பட்டன.

கல்கத்தா பெயர்க்காரணம்

கல்கத்தாவுக்குக் கல்கட்டா என்ற பெயர் எப்படி வந்தது என்பதைப் பற்றிச் சில சுவையான தகவல்கள் 'Early History of Calcutta' என்னும் புத்தகத்தில் கொடுக்கப்பட்டுள்ளது.

சக்தி பீடங்களில் ஒன்றான காளி கோயில் இருக்கும் காளிகாட் இருக்கும் பகுதியாதலால் கல்கட்ட என்ற பெயர் வந்தது என்றும் அங்கே அடிக்கடி நோயால் மக்கள் இறந்து மண்டையோடுகள் அதிகம் இருந்ததால் கோல்கொத்தா (மண்டையோட்டுக் குவியல் என்று பொருளாம்) என்று பெயர் பெற்றதென்றும், ஒரு ஆங்கிலேயன் தலையில் புல்கட்டுச் சுமந்து கொண்டு சென்ற ஒருவனைப் பார்த்து 'இந்த ஊரின் பெயர் என்ன என்று கேட்க அவன் 'இப்புல் எப்பொழுது வெட்டப்பட்டது?' என்று கேட்கிறான் என்று நினைத்து 'கல் கட்டா (நேற்று வெட்டினேன்)' என்று சொன்னதால் அந்தப் பெயர் வந்தது என்றும் சொல்கிறார்கள்.

ஆனால் அக்பர் காலத்திலேயே அந்தப் பகுதிக்கு மஹல் கல்கட்டா என்ற பெயர் இருந்ததென்று A Short History of Calcutta என்னும் பெயரில் உள்ள புத்தகத்திலிருந்தும் தெரிகிறது. பிரிட்டிஷ்காரர்கள் இந்த நகரில் கோட்டை கட்டிக்கொண்டு வாழ்ந்தனர்.

8

உருவானது மதராஸ் மாநகராட்சி

மதராஸ் கவர்னராக இருந்தவர் யேல். அவருடைய முன்னோர்கள் இங்கிலாந்திலிருந்து அமெரிக்கா போய்ப் பின்பு இங்கிலாந்துக்குத் திரும்பியவர்கள்.

யேல் கிழக்கிந்தியக் கம்பெனியில் 20 ஆண்டுகளுக்குமேல் பணிபுரிந்தார். 26-7-1687ல் மதராஸ் கவர்னரானார். அவர் காலத்தில் தான் ஸெயிண்ட் தாமஸ் மலை வரை இருந்த பகுதிகள் குத்தகைக்கு எடுக்கப்பட்டன.

1688ம் ஆண்டு முகல் பேரரசர் ஔரங்கசீப் கோல்கொண்டாவைக் கைப்பற்றினார். புதிய சுபேதார் கிழக்கிந்தியக் கம்பெனிக்கு ஒரு கடிதம் எழுதி, ‘முகலாயப் பேரரசே மேலாண்மையுடையது’ என்று ஆங்கிலேயர்களை ஒப்புக்கொள்ளச் சொன்னார். கம்பெனி ஏற்றுக் கொண்டது. ஔரங்கசீப் மதராஸ் சுதந்திரமாக இயங்கலாம் என்றும், மராத்தியர்களுக்கு எதிராகப் போர் நிகழ்ந்தால் ஆங்கிலேயர் முகலாயர்களுக்கு உதவிக்குப் படையனுப்பவேண்டும் என்றும் சொன்னார். கம்பெனி நிர்வாகம் அதையும் ஒப்புக்கொண்டது.

யேல் கவர்னராக இருந்தபோது மதராஸில் அடிமை வாணிகம் அதிகமாக நடந்தது. சிறுவர்களையும் பிடித்து அடிமையாக அனுப்பினர். யேலின் 3 வயது மகன் அப்பொழுதுதான் இறந்து போயிருந்தான். அந்த வருத்தத்தின் தாக்குதலால் யேல் சிறுவர்களை அடிமையாக ஏற்றுமதி செய்வதற்குத் தடை விதித்தான். யேலின் ஆட்சிக்காலத்தில்தான் மதராஸ் மாநகராட்சி உருவாக்கப்பட்டது.

30-12-1687 அன்று இங்கிலாந்து அரசர் இரண்டாம் ஜேம்ஸ், மதராஸ் மாநகராட்சி உருவாக்கும் சாசனத்தில் கையெழுத்திட்டார். *29-9-1688* அன்று மதராஸ் மாநகராட்சி உருவானது.நாதனீல் ஹிக்கின்சன் என்பவர் முதல் மேயரானார்.

யேல் மீது லஞ்சப் புகார் கொண்டுவரப்பட்டதால் அவர் *1692*ல் பதவியிலிருந்து விலக்கப்பட்டார்.

யேல் பெயரால் அமெரிக்காவில் கன்னெக்டிக்கெட் மாகாணத்தில் மிகவும் பிரசித்தி பெற்ற யேல் பல்கலைக்கழகம் இயங்கி வருகிறது. அதை நிறுவியவர் அவரல்ல. *1718*ம் ஆண்டில் காட்டன் மாத்தர் என்பவர் நியூ ஹேவெனில் ஆரம்பிக்கப்பட்ட ஒரு சிறு கல்வி நிறுவனத்துக்கு உதவும்படி யேலுக்குக் கடிதம் எழுதினார். யேல் இரண்டு பெட்டி நிறையத் துணிகள் முதலிய பொருள்களை அனுப்பினார். அவற்றை விற்றதில் *572* பவுண்டு பணம் கிடைத்தது. அதை வைத்துப் பெரிய கட்டடம் எழுப்பப்பட்டது. அந்தக் கட்டடத்திற்கு யேல் கட்டடம் என்று பெயர் கொடுக்கப்பட்டது. பிறகு அங்கு தோன்றிய கல்லூரி யேல் கல்லூரி ஆகி இன்று பல்கலைக்கழகம் யேல் பல்கலைக்கழகமாகிவிட்டது. யேலை விட மிக அதிகமாக ஜெர்மியா டம்மர் என்பவர் பணம் அள்ளிக் கொடுத்திருக்கிறார். நியாயமாக டம்மரின் பெயரைத்தான் அந்தப் பல்கலைக் கழகத்திற்கு வைத்திருக்கவேண்டும். ஆனால் டம்மர் என்ற பெயர் என்னவோ மாதிரி இருப்பதால் யேலின் பெயரே நிலைத்துவிட்டது. கொஞ்சம் கொடுத்துப் பெரும்பெயர் பெற்று விட்டார்.

கவர்னர் தாமஸ் பிட்

கிழக்கிந்தியக் கம்பெனி இந்தியாவில் காலூன்றிய புதிதில் கம்பெனியைத் தவிர வேறு எவரும் தனிப்பட்ட வியாபாரம் செய்யக்கூடாது என்று ஆணை பிறப்பிக்கப்பட்டிருந்தது. ஆனால் சில கம்பெனி ஊழியர்களே தனிப்பட்ட முறையில் வியாபாரம் செய்து பொருளீட்டிக் கொண்டிருந்தனர். கிழக்கிந்தியக் கம்பெனிக் கப்பல்களைத் தவிர வேறு சில பிரிட்டிஷ் கப்பல்களும் கிழக்குக் கடற்பகுதிகளில் இயங்கி வியாபாரம் செய்தனர். அவர்களோடு கம்பெனி ஊழியர் சிலர் தொடர்பு வைத்துக்கொண்டிருந்தனர். அப்படிச் செய்பவர்களுக்கு இண்டெர்லோபர் என்று பெயர். இண்டர்லோபராக இருப்பது தண்டிக்கப்படக்கூடிய குற்றம். கம்பெனியின் ஊழியராக இருந்து கொண்டே தாமஸ் பிட் என்பவர் இண்டர்லோபராக இருந்தார். முதலில் அவர் கொள்ளை லாபம் சம்பாதித்து வந்தார். பிறகு தனிப்பட்ட முறையிலும்

பொருளீட்டினார். எத்தனையோ தில்லு முல்லுகள் செய்தும் அவரை ஏதும் செய்யக் கூடவில்லை. பிறகு லண்டனுக்குத் திரும்பியபோது அவருக்கு 400 பவுண்டு அபராதம் விதிக்கப்பட்டது. அவர் தன்னிடமிருந்த பணத்தை வைத்து மானர் ஸ்ட்ரஃபோர்ட் என்னும் இடத்தை வாங்கினார். அதனால் நாடாளுமன்றத்தில் உறுப்பினரானார். பிறகு கிழக்கிந்தியக் கம்பெனி மீண்டும் அவரைப் பணியில் எடுத்து மதராஸ் ஃபோர்ட் செயிண்ட் ஜார்ஜ் கோட்டைக்குத் தலைவனாக அனுப்பியது. (7 July 1698). அவர் சென்னை ஆளுநராக இருந்த சமயத்திற்குச் சற்று முன்பு 'சைல்ட் வார்' எனப்படும் போராட்டம் நடைபெற்றிருந்தது. அது என்ன சைல்ட் வார்?

சைல்ட் யுத்தம்

சைல்ட் என்பது அப்பொழுது கிழக்கிந்தியக் கம்பெனியின் லண்டன் இயக்குநரின் பெயர்.

கிழக்கிந்தியக் கம்பெனிக்கும் முகலாயப் பேரரசுக்கும் இடையில் 1686 முதல் 1690 வரை நடந்த யுத்தத்துக்குச் 'சைல்ட் வார்' என்று பெயர். வங்காளத்தில் கிழக்கிந்தியக் கம்பெனி காலூன்ற முயன்ற காலமது. அப்பொழுது செயிஷ்டகான் என்பவன் வங்காள ஆளுநராக இருந்தான். அவனைச் சந்தித்து வங்காளத்தில் பண்டகசாலை அமைத்து வியாபாரம் செய்துகொள்ளும் உரிமையை ஒப்பந்தமாகப் பெற்று வரும் படி 1682ம் ஆண்டு கிழக்கிந்தியக் கம்பெனி வில்லியம் ஹெட்ஜெஸ் என்பவனை அனுப்பியது.

ஆனால் கம்பெனியின் இயக்குநர் ஸர் ஜோசையா சைல்ட் என்பவருக்கு அது பிடிக்கவில்லை. அதனாலே ஹெட்ஜெஸின் முயற்சியில் அநாவசியமாகத் தலையிட்டுக் குட்டையைக் குழப்பினார். இதை அறிந்த முகலாய மன்னர் ஔரங்கசீப் ஆங்கிலேயர்களோடு கொண்டிருந்த அத்தனை பேச்சுவார்த்தைகளையும் நிறுத்தியதோடு ஒப்பந்தங்களையும் நிராகரித்தார். இதனால் எரிச்சலடைந்த சைல்ட், அட்மிரல் நெல்சன் தலைமையில் 12 போர்க்கப்பல்களை 200 பீரங்கிகளோடும் 600 போர்வீரர்களோடும் அனுப்பினார். சிட்டகாங்கைத் தாக்குவது அவரது திட்டம். அவர்கள் அங்கே செல்லும் தருணம் மதராஸிலிருந்து 600 வீரர்கள் அவர்களோடு சேர்ந்து கொள்ள வேண்டும் என்பது ஏற்பாடு. ஆனால் போர்க்கப்பல்கள் சில அங்கங்கே பிரிந்து போனதால் ஒரு சில மட்டும் சிட்டகாங்க் செல்வதற்கு மாறாக ஹுக்லி நதிக்கு வந்து சேர்ந்தன. மதராஸிலிருந்து வீரர்கள் அங்கு வந்தனர். ஆங்கிலப் பெரும் படை வந்திருப்பதை அறிந்த செயிஷ்டகான் ஆங்கிலேயர்களோடு பேச்சுவார்த்தைக்குத் தயாராக இருப்பதாகச்

சொன்னான். ஆனால் அன்று நடந்த வேறொரு நிகழ்ச்சி நிலைமையைச் சீர் குலைத்தது.

ஹூக்லியில் இருந்த வியாபாரப் பகுதிக்குப் போயிருந்த மூன்று ஆங்கிலச் சிப்பாய்கள் அங்குவந்த முகலாய அதிகாரிகளுடன் தகராறு செய்ததால் அவர்கள் அடித்து நொறுக்கப்பட்டனர். இதை அறிந்த ஆங்கிலக் கடற்படைத்தலைவன் தீர ஆலோசிக்காமல் உணர்ச்சிவசப்பட்டு ஹூக்லி நகர் மீது குண்டு மழை பொழிந்து 500 வீடுகளைத் தரைமட்டமாக்கினான். பேச்சு வார்த்தையைத் தொடர்ந்து கொண்டே முகலாய அதிகாரிகள் பெரும்படை திரட்டினர். இதை அறிந்த ஆங்கிலத் தளபதி ஜாப் சார்னாக் அங்கிருந்து படைகளுடன் அகன்று சென்றான்.

ஆங்கிலேயர் மீண்டும் முனைப்புக் காட்டத் தொடங்கினர். 1688ல் மேற்குக் கடற்கரையோரம் தங்களது அட்டகாசத்தைத் தொடர்ந்தனர். மக்காவுக்குப் போகும் பயணிக் கப்பல்களைக் கைப்பற்றினர். முகலாயர்களிடம் கப்பற்படை அதிகம் இல்லாததால் ஔரங்கசீப் ஆங்கிலேயர்களுடன் பேச்சுவார்த்தை தொடங்கத் தயாரானார். ஆனால் கிழக்கிந்தியக் கம்பெனி மேலும் படைகளை அனுப்பியதால் புதிய தலைவன் கேப்டன் ஹீத் பேச்சு வார்த்தை களையும் ஒப்பந்தங்களையும் ரத்து செய்தான் பலாசோருக்கு வந்து அவ்வூரை அழித்தான். அங்கிருந்து சிட்டகாங்கிற்குப் படைகளுடன் சென்றான். ஆனால் அந்தக் கோட்டை மிகவும் பலம் வாய்ந்ததாக இருந்ததால் ஏதும் செய்யக் கூடாமல் அங்கிருந்து கிளம்பி மதராசுக்குச் சென்றுவிட்டான்.

அதன் பிறகு ஔரங்கசீப் தனது பலப்படுத்தப்பட்ட கப்பற்படையை ஏவி பம்பாயை முற்றுகையிட்டான். எங்கே தங்களிடமிருக்கும் பம்பாயும் மதராசும் கைவிட்டுப்போய்விடுமோ என்ற பயத்தில் கிழக்கிந்தியக் கம்பெனி சரணாகதி அடைந்தது. 1690ம் ஆண்டு பல கம்பெனித் தூதுவர்கள் சென்று ஔரங்கசீப்பின் காலில் தம் தலையை வைத்து வணங்கி மன்னிப்புக் கேட்டனர். பம்பாயில் மீண்டும் பண்டகசாலை அமைத்துக் கொள்ளவும் கல்கத்தாவில் புதிய தளம் அமைத்துக்கொள்ளவும் அனுமதி அளித்தான். என்றாலும் முகலாயர்களுக்கும் கிழக்கிந்தியக் கம்பெனிக்கும் இடையே சுமுக உறவு இல்லை. மேற்கொண்டு தங்கள் வியாபாரத்தை விரிவுபடுத்த இயலாத நிலையில் இருந்தனர். இந்த நிலையில் கவர்னர் தாமஸ் பிட் தனது சாமர்த்தியத்தைப் பயன் படுத்தி முகலாயர்களுடன் பேச்சு வார்த்தை நடத்தி மீண்டும் நல்லெண்ணம் உருவாகுமாறு ஏற்பாடு செய்தார்.

ஃபரூக்ஷியார் அளித்த அனுமதி

தாமஸ் பிட் கவர்னராக இருந்தபோது முகலாய அரசிடமிருந்து வணிக உரிமைச் சாசனம் பெற எவ்வளவோ முயன்றார். ஔரங்கசீப் இறந்தபிறகு நடந்த வாரிசுப் பிரச்னையில் உரிமை கோரிய ஒருவர் பிட்டின் உதவியை நாடினார். அதன் பிறகு பலவித மான பரிசுப்பொருள்களை அவர் கல்கத்தாவுக்கு அனுப்பினார். அவற்றை முகலாய அரசிடம் கொண்டு சேர்ப்பதற்குள் அரசர் இறந்தார். பிறகு செயிஷ்டகானின் புதல்வர் ஃபருக்ஷியார் பதவிக்கு வந்ததும் குதிரைகள், பொன்னாபரணங்கள் எனப் பலவிதமான பரிசுப்பொருள்களுடன் டெல்லிக்குப் பெரிய ஊர்வலமே போனது. மன்னர் பெரிதும் மகிழ்ந்தார். மன்னருடைய விரைவீக்கத்தை ஆங்கில வைத்தியர் ஒருவர் வைத்தியம் செய்து குணப்படுத்தினார். அவருக்குப் பல பரிசுப்பொருள்களைக் கொடுத்த மன்னர் வணிக அனுமதி கொடுப்பதைத் தாமதப்படுத்தினார். அனுமதி கொடுக்க வில்லை என்றால் தாங்கள் சூரத்திலிருந்து கடைகட்டிக்கொண்டு கிளம்பிவிடுவோம் என்று ஆங்கிலேயர் பயமுறுத்தியபோது தமக்கு வரும் அபரிமிதமான வரும்படி போய்விடுமே என்று அஞ்சி முகலாய மன்னர், முகலாய அரசு ஆளும் பகுதிகளில் எந்தத் தடையும் இன்றி வணிகம் செய்துகொள்ளும் பத்திரத்தில் கையெழுத்திட்டு அளித்தார்.

வைரம் வாங்கினார்

கவர்னர் தாமஸ் பிட் மெட்ராஸில் ஒரு புதிய படையை உருவாக்கினார். அதற்கு பிறப்பிலேயே வீரர்களாக விளங்கும் இனங்களிலிருந்து ஆள்களைத் தேர்ந்தெடுத்தார். கறுப்பு நகரத்தின் சுவர்களைப் பலப்படுத்தினார். ஐந்து புதிய நகரங்களை வாங்கினார். அவை திருவொற்றியூர், கத்திவாக்கம், நுங்கம்பாக்கம், வியாசர்பாடி, சாத்தங்காடு.

அவர் மகா லஞ்சப்பேர்வழி என்றாலும் அவருடைய ஆட்சிக்காலம் மதராஸின் பொற்காலம் என்று சொல்லப்படுகிறது. ஜாம்சந்த் என்பவரிடமிருந்து 410 காரட் (82 கிராம்) எடையுள்ள செதுக்கப் படாத வைரம் ஒன்றை 1710ம் ஆண்டு 20,400பவுண்டுக்கு விலைக்கு வாங்கினார். அதைச் செதுக்கியபிறகு அது 141 காரட் ஆகியது. அதை 1,35,000 பவுண்டுக்கு ட்யூக் ஆஃப் ஆர்லியன்ஸ் பிலிப்ஸ் II என்பவருக்கு விற்றார். அந்த வைரம் இப்பொழுது பாரிசில் உள்ள லூவர் மியூசியத்தில் வைக்கப்பட்டுள்ளது. தாமஸ் பிட் வம்சத்தில் வந்த ஒருவர் பின்னாளில் பிரிட்டனின் பிரதமரானார்.

தாயுமானவர் சுவாமிகள் நடத்திய போர்

முதல் சுதந்திரப் போர் எப்பொழுது நடந்தது என்பதைப் பற்றியெல்லாம் பல கருத்து வேறுபாடுகள் உள்ளன. பதினைந்தாம் நூற்றாண்டிலிருந்து பல ஐரோப்பியர்கள் இந்தியாவுக்குள் வர முயன்றிருக்கிறார்கள். அவர்களில் முதல் இடத்தைப் பிடிப்பவர் போர்த்துக்கீசியர்கள். 18 ம் நூற்றாண்டின் முற்பகுதியில் போர்த்துக்கீசியர்கள் ராமேஸ்வரத்தைக் கைப்பற்றி அங்கே ராணுவதளம் அமைக்க முற்பட்டபோது திருச்சி அரசரிடம் பணியாற்றிக் கொண்டிருந்த தாயுமானவர் சுவாமிகள் மறவர்குல அரசர்களையெல்லாம் ஒன்றுதிரட்டி சேதுபதி மன்னரின் உதவியுடன் 30,000 வீரர்களோடு ராமேஸ்வரத்திலிருந்த போர்த்துக்கீசியர் மேல் போர் தொடுத்தார். அதே சமயம் டச்சுக்காரர்களும் கடல்மார்க்கமாகப் போர்த்துக்கீசியர்களுக்குத் தொல்லை கொடுத்து வந்தனர். எனவே இருபுறமும் நசுக்குண்ட போர்த்துக்கீசியர் ராமேஸ்வரத்தைவிட்டு வெளியேறினர். ராமேஸ்வரத்தை ராமநாதபுரம் சேதுபதி வசம் ஒப்படைத்தார் தாயுமானவர் சுவாமிகள். பிற்காலத்தில் சன்னியாசிகள் யுத்தம் ஒன்று வங்காளத்தில் உருவாகியது. ஆனால் ஒரு ஆன்மீக வாதியின் யுத்தம் தமிழகத்தில் அதற்கு வெகுகாலத்துக்கு முன்பு நடைபெற்றது என்பது வரலாறு. (தமிழ்நாடு காங்கிரஸ் கையேடு)

9

முதல் கர்நாடகப் போர்

கிழக்குக் கடற்கரைக்கும் அதைச் சேர்ந்த பின்னிலத்திற்கும் மொத்தமாக வழங்கப்பட்ட பெயர் கர்நாடகம். பாண்டிச்சேரி பிரெஞ்சு ஆதிக்கத்தில் இருந்தது. அப்பொழுது ஆங்கிலேயர் சென்னையில் செயிண்ட் ஜார்ஜ் கோட்டையிலிருந்து ஆதிக்கம் செலுத்தி வந்தனர். இரு ஆதிக்கங்கங்களும் தனித்தனியாகத் தம் வணிகங்களைக் கவனித்து வந்த வரை ஒரு தொல்லை இல்லை. எப்பொழுது தமது எல்லையை விஸ்தரித்துக் கொள்ளும் எண்ணம் வந்ததோ அப்பொழுது தொடங்கியது சச்சரவு. அதுமட்டுமல்ல. தமது குறு நிலத்தை ஆண்டு வந்த சுதேசிய மன்னர்கள் தமக்குள் வாரிசுத் தகராறு வரும் பொழுதோ அல்லது அண்டை அரசருடன் தகராறு எழும் பொழுதோ தமக்குள்ளோ அல்லது தமது உறவினர் களைக்கொண்டோ அவற்றைத் தீர்த்துக்கொள்ளாமல் பலம் பொருந்திய அன்னியனின் உதவியை என்று நாடினரோ அன்றே தலைவலி தொடங்கிவிட்டது. கர்நாடகத்தில் அப்படித்தான் போர்கள் நிகழ்ந்தன.

முகலாய அரசின் பலவீனத்தைப் பயன்படுத்திக்கொண்டு அந்த அரசின் ஆளுகைக்கீழ் இருந்த குட்டி அரசுகள் பல சுதந்திரமாக இயங்கத் தொடங்கின. அப்படி இயங்கிய அரசுகளில் ஒன்றுதான் தக்காணத்துச் சுபேதார் அரசு. அதன் சுபேதார் நிஜாம் அல் முல்க் தன்னைச் சுதந்திர அரசனாக அறிவித்துக்கொண்டான். நிஜாம் அரசின் ஆளுகைக்கீழ் ஆர்க்காட்டில் ஆட்சிப்பொறுப்பை வகித்து வந்தார் ஆர்க்காட் நவாப். அவர் பெயர் தோஸ்து அலி. அவரும்

நிஜாமின் கட்டுப்பாட்டை ஒதுக்கித் தன்னிச்சையாக ஆண்டு வந்தார். நிஜாமுக்குத் தன்னரசைத் தக்கவைத்துக்கொள்ள மராத்தியரையும் வேறு சிலரையும் கண்காணிக்க வேண்டிய சூழ்நிலை இருந்ததால் கர்நாடகத்தில் கவனம் செலுத்த இயலாத நிலை இருந்தது.

இந்நிலையில் மராத்தியர்கள் கர்நாடகத்துக்குள் புகுந்து கொள்ளையடித்தனர். நவாபு தோஸ்து அலியைக் கொன்றனர். அவரது மருமகன் சந்தா சாகிப்பை கைது செய்து சதாரா என்னும் இடத்திற்குக் கொண்டு சென்றனர். தோஸ்து அலியின் மகன் சப்தார் அலி மராத்தியர்களுக்குக் கணிசமான பணம் கொடுத்துத் தன் அரசைத் தக்கவைத்துக்கொண்டான். ஆனால் விரைவிலேயே அவன் கொலையுண்டான். அவனது மகன் நவாபாகப் பதவி ஏற்றான்.ஆனால் அவன் அவனது உறவினனான முர்தஸா அலியால் கொல்லப்பட்டான், அரசின் நிலையற்ற தன்மையைக் கண்டு தக்காண நவாபு, அன்வருத்தீன் என்பவனைக் கர்நாடக நவாபாக நியமித்தார். அந்த நியமனத்தைத் தோஸ்து அலியின் உறவினர்கள் எதிர்த்தனர். பிரெஞ்சுக்காரர்களும் ஆங்கிலேயரும் இந்த நிலையில் சற்று ஒதுங்கியே இருந்தனர். ஆனால் இந்தப் போக்கு நீடிக்கவில்லை. பிரெஞ்சுக்காரர்களும் ஆங்கிலேயரும் தமக்குள் பகைத்துக் கொள்ளும் சூழ்நிலை உருவானது. அதற்குக் காரணம் இந்தியாவுக்குள் நடந்த நிகழ்ச்சியல்ல. வெளிநாட்டில் நடந்த நிகழ்ச்சி.

1740ல் ஐரோப்பாவில் நடந்த ஆஸ்திரிய வாரிசுப் போரில் இங்கிலாந்து ஈடுபடும் சூழ்நிலை உருவாகியது. அப்போரில் இரண்டு நாடுகளும் கிட்டத்தட்ட எட்டு ஆண்டுகள் போரிட நேர்ந்தது. இந்தியாவுக்குள் இரண்டு நாடுகளும் நடுநிலைமை வகிக்க முயன்றாலும் அது வெகுகாலம் நீடிக்கவில்லை. பார்னெட் என்பவரின் கீழிருந்த ஆங்கிலக் கப்பற்படை பிரெஞ்சு கப்பல்களைக் கைப்பற்றியது. புதுச்சேரியில் இருந்த பிரெஞ்சு கவர்னர் டூப்ளே தம்வசம் கப்பல்கள் இல்லாததால் மொரீஷியஸ் கவர்னரான லா போர்தொனேவுக்கு ஒரு செய்தி அனுப்பினான். உடனே கப்பற்படையுடன் உதவிக்கு வரும்படி அவசரக் கோரிக்கை விடுத்தான். சற்றுத் தயக்கத்திற்குப் பிறகு லா போர்தொனே எட்டுக்கப்பல்களுடன் இந்தியக் கடலுக்குள் விரைந்து வந்தார். அவருடைய வருகையால் பிரெஞ்சுக்காரர்களின் கை ஓங்கியது. அப்படை சென்னையைத் தாக்கியது. அப்படையை எதிர்த்து நிற்கும் பலம் இல்லாத ஆங்கிலக் கவர்னர் சென்னையை அப்படியே விட்டு விட்டு ஹுப்லிக்குச் சென்றுவிட்டார். பிரெஞ்சுப் படை

தரைவழியாகவும் சென்னையைத் தாக்கியது. ஒரு வாரப் போருக்குப் பிறகு சென்னை சரணடைந்தது.

போரின் ஆரம்பத்தில் ஆங்கிலேயர் சற்றுக் கடல் பலம் பெற்றிருந்தபோது பிரெஞ்சுக் கவர்னர் நவாப்பின் உதவியை வேண்டினார். ஆங்கிலேயர் நவாப்பை அலட்சியப்படுத்தினர். ஆனால் பிரெஞ்சின் கை ஓங்கிய பிறகு ஆங்கிலேயர் நவாப்பின் உதவியைக் கோரினர். நவாப்புக்குக் கடற்படை கிடையாது. எனவே சென்னையைத் தாக்கவேண்டாம் என பிரெஞ்சுக்காரர் களைக் கேட்டுக்கொண்டார். ஆனால் அவர்கள் அதற்குச் செவி சாய்க்கவில்லை, எனவே தரை வழி சென்னை தாக்கப்பட்டபோது நவாபு தனது படையைப் பிரெஞ்சுப் படைக்கு எதிராக அனுப்பினார்.

சிறிய பிரெஞ்சுப் படை எண்ணிக்கை மிகுந்த நவாப்பின் படையைச் சின்னா பின்னமாக்கியது நவாப்புப் படை பின்வாங்கியபோது மற்றொரு பிரெஞ்சுப் படை நவாப்பின் படையைத் தாக்கியது. நவாப்பின் படை தோல்வியுற்றது.

பிரெஞ்சுத் தளபதி டூப்ளே வெற்றி மிதப்பில் இருந்தபோது வேறொரு பேரிடி அவரைத் தாக்கியது. அவருக்கு உதவிக்கு வந்த லா போர்தொனே தான் குறிப்பிடும் விடுதலைப் பணத்தைக் கொடுத்தால் சென்னையை மீண்டும் ஆங்கிலேயர் வசம் ஒப்படைப்பதாக உறுதிமொழியளித்தார். இது டூப்ளேக்குப் பிடிக்கவில்லை.

ஒரு சூறாவளி வந்து கப்பற்படையைத் தாக்கியதால் லா போர்தொனே அவசரமாகத் திரும்ப நேர்ந்தது. ஆனால் சினமுற்ற டூப்ளே சென்னையைக் கொள்ளையடித்தார்.

லா போர்தொனே சென்றபிறகு கடற்பலத்தின் தராசு முனை ஆங்கிலேயர் பக்கம் சாய்ந்தது. 1748 ஜூன் மாதம் ஒரு பெரிய கடற்படை பாஸ்காவென் தலைமையில் இங்கிலாந்திலிருந்து வந்தது. பாண்டிச்சேரியை முற்றுகையிட்டது. ஆனால் கைப்பற்ற இயலவில்லை. இதற்கிடையில் ஆஸ்திரிய வாரிசு உரிமைப்போர் முடிவுற்றது. அதன் பின் ஏற்பட்ட உடன்படிக்கையின் படி சென்னை மீண்டும் ஆங்கிலேயர் வசமானது. பாண்டிச்சேரி பிரெஞ்சு வசம் தங்கியது.

10

ராபர்ட் கிளைவின் வெற்றி

'இளைஞனே, சொல். இது மிகவும் இக்கட்டான செயல். இதில் நாம் தோல்வியுற்றால் என்ன ஆகும் தெரியுமல்லவா?' என்று எதிரில் நின்று கொண்டிருந்த இளைஞனைப் பார்த்துக் கேட்டார் சென்னை செயிண்ட் ஜார்ஜ் கோட்டை ஆளுநர் சாண்டர்ஸ்.

'மேன்மை தங்கிய கவர்னர் அவர்களுக்கு நான் என்ன சொல்வதென்று தெரியவில்லை. தோற்றுவிடுவோமோ என்று இப்பொழுது நாம் ஏதும் செய்யாமல் இருந்தால் அதிகம் தோற்றுவிடுவோம்' என்றான் அந்த இளைஞன்.

'உண்மைதான். அதற்கு என்ன செய்ய வேண்டுமென்கிறாய்?'

'நல்ல தருணம் வாய்த்திருக்கிறது. ஆர்க்காட்டு நவாப் சந்தா சாகிப் இப்பொழுது திருச்சியில் தனது பெரும்படையுடன் இருக்கிறான். இப்பொழுது நாம் ஆர்க்காட்டு கோட்டையைத் தாக்கவேண்டும்' என்றான் ராபர்ட் கிளைவ் என்ற பெயர் கொண்ட அந்த இளைஞன்.

'இது ஒரு சோதனை முயற்சி. இதில் நாம் பெரிய படைபலத்தை ஈடுபடுத்த முடியாது. என்னுடைய தளகர்த்தர்களையும் இதில் ஈடுபடுத்த விரும்பவில்லை.'

'ஈடுபடுத்த வேண்டாம். பெரிய படையை எடுத்துச் சென்றால் சந்தா சாகிப்புக்குத் தெரிந்துவிடும். சிறிய படையோடு அனுபவம் அதிகமில்லாத நான் போனால் சந்தேகம் வராது.'

'உனக்குப் படை நடத்தத் தெரியுமா?'

‘முதல் கர்நாடகப் போரில் கலந்துகொண்டிருக்கிறேன். அவ்வளவு தான்.’

‘பின் எந்தத் தைரியத்தில் படை நடத்திச் செல்வதாகச் சொல்கிறாய்?’

‘சாவுக்குப் பயப்படாதவன். எந்த நேரத்திலும் பதட்டப்படாமல் துணிந்து செயலாற்றும் தகுதியுடையவன் என்னும் நம்பிக்கையால் சொல்கிறேன். உங்களிடம் வந்து இதைக் கேட்பதற்குக் காரணம் நீங்கள் வரும் ஆபத்தையும் எதிர்பார்த்துத் துணிந்து செயல்படுபவர் என்பதால்தான்.’

‘எனது தகுதிக்கு நீ சான்று கொடுக்கிறாயா?’

‘மன்னிக்க வேண்டும். பாராட்ட வயது வரம்பில்லை. ‘

‘நன்றாகத்தான் பேசுகிறாய்!’

‘மீண்டும் மன்னிக்க வேண்டும். நன்றாகச் செயல்படவும் செய்வேன்!’

‘நல்லது. பெரும்படையை இழக்க நான் தயாராக இல்லை. என்னிடம் இருக்கும் 350 பிரிட்டிஷ் வீரர்களில் 200 பேரைத் தருகிறேன். இந்தியன் சிப்பாய் 300 பேர் வருவார்கள். 100 பிரிட்டிஷ் அதிகாரிகள் வருவார்கள். அவ்வளவுதான்.’

‘இது போதும்? யார் தலைமை?’ எனக் கேட்டான் கிளைவ்.

‘நீதான்’என்றார் சாண்டர்ஸ்.

‘நீங்கள் உங்கள் நேரடிப்பொறுப்பில் படையை அனுப்புவதால் நான் இளைஞனாயினும் என் சொல்லைக் கேட்பார்கள். எதற்கும் நீங்களும் ஒரு வார்த்தை...’

‘நிச்சயம் சொல்கிறேன். நாளையே காலம் தாழ்த்தாமல் புறப்படு,’ என்றார் சாண்டர்ஸ்.

1751ம் ஆண்டு ஆகஸ்ட் மாதம் 26ம் நாள் மதராஸை விட்டுப் படை புறப்பட்டது. 42 மைல்கள் கடந்து 29ந்தேதி காலை காஞ்சிவரத்தை அடைந்தது. அங்கே எதிர்பாராத விதமாக இடி மின்னலுடன் கூடிய பெரும்புயல் தாக்கியது. அந்த நிலையிலும் பலவந்தமாகப் படையை முன்னேறச் சொன்னான் கிளைவ். அங்கிருந்து ஆர்க்காடு 27 மைல் தொலைவில் இருந்தது. கிளைவிடமிருந்த படையைவிட இரண்டு மடங்கு படை கோட்டையைக் காவல் புரிந்து கொண்டிருப்பதாகச் செய்தி வந்தது. கிளைவிடமிருந்தது மூன்றே

மூன்று பீரங்கிகள் மட்டுமே. என்றாலும் துணிந்து படை நடந்தது. தம்மைத் தாக்கப் படைவருவதை அறியாத ஆர்க்காட்டுப் படைகள் கிளைவின் திடீர்த் தாக்குதலைக் கண்டு பதைபதைத்துக் கோட்டையை விட்டு வெளியேறினர். ஒரு குண்டு கூடப்போடாமல் கிளைவ் ஆர்க்காட்டுக் கோட்டைக்குள் புகுந்தான்.

ஆர்க்காட்டு கோட்டை பிடிபட்டது என்பதை அறிந்த சந்தா சாகிப் தனது படைவீரர்களிலிருந்து திறமைவாய்ந்த 4000 வீரர்களையும் 150 பிரெஞ்சு படைவீரர்களையும் தனது மகன் ராஜா சாகிப் தலைமையில் கோட்டையை மீண்டும் கைப்பற்றுவதற்காக அனுப்பினான். செப்டெம்பர் 23 ந்தேதி அப்பெரும் படை ஆர்க்காடு நகருள் நுழைந்து ஆர்க்காடு கோட்டையை முற்றுகை இட்டது.

இதற்குள் கோட்டைக்குள் இருந்தவர்களை கிளைவ் தனது கட்டுப் பாட்டில் கொண்டுவந்திருந்தான். கோட்டைக்குள் மக்களுக்கு எந்தத் தொந்தரவும் கொடுக்கக் கூடாதென்றும், கொள்ளையடிக்கக் கூடாதென்றும் கிளைவ் தனது படைகளுக்கு ஆணையிட்டிருந்தான், உள்ளே அறுபது நாட்களுக்கு வேண்டிய உணவுப்பொருள்கள் இருந்தன. தண்ணீருக்குப் பஞ்சமில்லை. சந்தா சாகிப் மக்களிடம் பறித்திருந்த யாவற்றையும் அதன் சொந்தக்காரர்களுக்குத் திருப்பிக் கொடுத்தான்.

ஆர்க்காடு கோட்டை பலமான ஒன்று என்று சொல்ல முடியாது. அங்கங்கே சிதிலமடைந்திருந்தது. அகழியில் தண்ணீரில்லை. கிளைவின் படை வீரர்களில் பலர் நோயில் இறந்தனர். இந்த நிலையில் கிளைவைத் தவிர வேறொருவராயிருந்தால் கதிகலங்கிப் போயிருப் பான். ஆனால் கிளைவ் சிறிதும் அஞ்சவில்லை. எதிரியின் முற்றுகையை எதிர்த்துத் தாக்குப் பிடித்தான்.

இந்த நேரத்தில் கிளைவ் வெற்றிகரமாகக் கோட்டையைப் பிடித்திருக்கிறான் என்பதை அறிந்த ஆளுநர் சாண்டர்ஸ் அவனுக்கு உதவியாக மேலும் இரண்டு பெரிய பீரங்கிகளை அனுப்பி வைத்தார். அப்பீரங்கிகளை முற்றுகையிட்டிருக்கும் எதிரிகளுக்குத் தெரியாமல் கோட்டைக்குள் கொண்டுவர வேண்டுமே! எனவே கிளைவ் செப்டெம்பர் 14ந்தேதி இரவில் எதிரிப் படையின் மீது திடீர் தாக்குதல் நடத்தினான். உள்ளே எத்தனை பேர் இருக்கிறார்கள் என்பதை எதிரிப்படை அறியாமல் இருப்பதற்காகத்தான் இருளில் தாக்குதல் நடத்தினான். படைபலம் அதிகமாக இருக்கும் என நினைத்த ராஜா சாகிப்பின் படை சிதறி ஓடியது. போர் நடந்து கொண்டிருக்கும் போதே தனது வீரர்கள் சிலரை அனுப்பி எவருக்கும் தெரியாமல் பீரங்கிகளைக் கோட்டைக்குள் கொண்டு வந்துவிட்டான் கிளைவ்.

சிதறிய ராஜாவின் படைகள் மீண்டும் திரண்டு கோட்டையை முற்றுகையிட்டுத் தாக்கின. இன்னும் சில நாட்கள் நீடித்தால் உணவும் நீரும் இன்றி மடிய வேண்டியதுதான். சாண்டர்ஸ் சென்னையிலிருந்து சில படைவீரர்களை அனுப்பினார். ஆனால் அவர்கள் எதிரிப்படைகளால் விரட்டியடிக்கப்பட்டனர். இந்த நிலையில் பிரெஞ்சுப் படையொன்று வந்து தாக்கியதில் பெரிய பீரங்கிகளில் ஒன்று உடைந்தது. மற்றொன்று சேதப்பட்டது. அப்பொழுது தஞ்சாவூர் அரசன் முராரி ராவ் ஆங்கிலேயருக்கு ஆதரவாக படையனுப்புவதாகச் செய்திவந்தது. உடனே சரணடைந்து விடும்படி ராஜா சாகிப், கிளைவுக்குத் தூதனுப்பினான். முராரி ராவின் படை வருவதை அறிந்த கிளைவ் சரணடைய மறுத்துவிட்டான். எனவே ராஜா சாகிப் ஆர்க்காட்டை விட்டு வேலூருக்குத் திரும்பினான். கிளைவ் ஆர்க்காட்டை முழுமையாகக் கைப்பற்றி வெற்றி வீரனாகத் திரும்பினான். நலிந்து போயிருந்த ஆங்கிலேயரின் கௌரவம் கிளைவின் இந்தத் தீரத்தால் நிமிர்ந்தது. சிறு படையை வைத்துக்கொண்டு பெரும்படையைத் தோற்கடித்த தீரத்தைக் கண்ட மக்களில் பலர் ஆங்கிலேயப் படையில் போர் வீரர்களாகச் சேர விழைந்தனர்.

கிளைவின் வாழ்க்கை வரலாறு எழுதிய மார்க் பென்ஸ் ஜோன்ஸ் எழுதுகிறார்:

> ‘அது அதிர்ஷ்டமாக இருக்கலாம். எதிரிகளின் மடத்தனமான நடவடிக்கையாக இருக்கலாம். ஆனால் ஆங்கிலத் துணிச்சல் அற்புதப் போராற்றால் ஆகியவற்றை அப்போர் உணர வைத்தது. அந்த எழுச்சி ஒரு வெற்றியிலிருந்து மறுவெற்றிக்கு அவர்களை இட்டுச் சென்றது. ஆங்கிலேயர் வெல்லப்பிறந்தவர் என்னும் எண்ணத்தை மக்களிடையே எழுப்ப, கிளைவின் வெற்றி ஒரு காரணமாக அமைந்தது!’

11

சினம் கொண்ட சிராஜ் உத்தௌலா!

கிழக்கிந்தியக் கம்பெனி வங்காளத்தில் காலூன்றிச் சிறிது காலத்தில் மராத்தியர்களுக்கும் டெல்லி பாதுஷாவுக்கும் இடையில் அடிக்கடி போர் நடந்தது. அந்தச் சமயத்தில் முகலாயர்கள் பலவீன மாகிவிட்டார்கள். அவர்களுக்குக் கீழ் வங்காளத்தில் ஆண்டு வந்தவர்கள் இந்தப் பலவீனத்தைப் பயன்படுத்திக் கொண்டு தாங்களே சுதேச மன்னர்கள் போல முகலாயர்களோடு ஒப்புக்குத் தொடர்பு கொண்டவர்களாக ஆண்டு வந்தனர். இந்த வகையில் 1741ம் வருடம் அலிவர்திகான் என்பவன் தனக்கு முன் நவாபாக இருந்த ஸர்ஃபரஸ்கானைக் கொன்றுவிட்டு தானே வங்காள நவாபாக முடிசூட்டிக் கொண்டான். நவாப்புக்கும் மராத்தியர் களுக்கும் இடையில் முன்னர் நடைபெற்று வந்த போரால் ஆங்கிலேயரின் படிப்படியான ஆக்கிரமிப்பை அவர்கள் அதிகமாகக் கண்டுகொள்ளவில்லை. எனவே அவர்களின் சண்டை ஆங்கிலேயர் களுக்குச் சாதகமாக அமைந்தது. ஹூக்லி நதியை ஒட்டி அமைந் திருந்த அவர்களது வியாபாரம் செழித்து வளர்ந்தது.

1756ம் ஆண்டு அலிவர்த்திக்கான் மரணமடைந்தான். அவனது பேரன் சிராஜ் உத்தௌலா பட்டத்துக்கு வந்தான். அவன் வங்காளம், பீஹார் மற்றும் ஒரிஸ்ஸா பகுதிகளுக்கு நவாபாக இருந்தான். அவனுக்கு ஆங்கிலேயரின் போக்கு அவ்வளவாகப் பிடிக்க வில்லை. அவர்கள் கல்கத்தா பகுதியில் பண்டகசாலை அமைத்துக் கொண்டு அதிகாரத்துடன் வாழ்ந்ததைக் கட்டுப்படுத்த நினைத்தான். கிழக்கிந்தியக் கம்பெனியின் காசிம் பஜார் பண்டகசாலையை 1756

ஜுன் மாதம் 4ந்தேதி கைப்பற்றிக் கொண்டான். கம்பெனியின் சொத்துக்களைப் பறிமுதல் செய்தான்.

கல்கத்தா இருட்டறைச் சம்பவம்

இந்தச் சமயத்தில் ஐரோப்பாவில் நிலவி வந்த போர் மேகத்தின் காரணமாக பிரெஞ்சுக்காரர்களின் படையெடுப்புக்குப் பயந்து ஆங்கிலேயர்கள், தங்களின் கல்கத்தா கோட்டையைப் பழுது பார்த்துப் பலப்படுத்திக் கட்டிக் கொண்டார்கள். ஆயுத பலத்தை அதிகரித்துக் கொண்டார்கள்.

இதனால் சிராஜ் உத்தௌலா கோபம் கொண்டான். நவாபான தன்னிடம் அனுமதி பெறாமல் ஆங்கிலேயர்கள் தங்கள் இஷ்டப்படி அத்துமீறி நடந்து கொள்வதாக நினைத்தவன் அவர்களுக்கு சரியான முறையில் பாடம் கற்றுத் தர முடிவெடுத்தான்.

19-6-1756 அன்று சிராஜ் உத்தௌலா தனது படையுடன் புறப்பட்டுச் சென்று கல்கத்தாவைத் தாக்கிக் கோட்டையைக் கைப்பற்றிக் கொண்டான். அங்கிருந்த ஆலைகள், கிடங்குகளை எல்லாம் மன்னரின் படைகள் அடித்து நொறுக்கித் துவம்சம் செய்தன.

கோட்டையிலிருந்த 146 ஆங்கிலக் கைதிகள் ஒரு சிறிய கருங்குழியில் அடைக்கப்பட்டனர். மறுநாள் அவர்களில் 123 பேர் தாகத்தாலும், வெப்பத்தாலும் மூச்சுத் திணறலாலும் இறந்து போனார்கள். என்று அவர்களோடு கைதியாக இருந்த ஜான் ஹோல்வெல் என்பவன் சொன்னான். அந்த நிகழ்ச்சியை கறுப்புப் பொந்து (Black Hole) என்று சொல்கிறார்கள். அங்கிருந்து தான் மிகவும் அவதிப்பட்டுத் தப்பித்ததாகவும், மக்களைக்காக்க முயற்சி செய்ததாகவும் ஜான் ஹோல்வெல் சொன்னது மிகைப்படுத்தல் என்றும் அப்படிச் சொன்னால்தான் தன்னை மிக முக்கியமானவனாக உயர்த்திக் கொள்ளமுடியும் என்ற ஆர்வத்தில் ஜான் ஹோல்வெல் அப்படி மிகைப்படுத்திச் சொன்னான் என்பதும் பின்னால் தெரியவந்தது.

அந்தச் சிறிய அறையில் அத்தனை பேரை அடைத்து வைத்திருத்தல் இயலாதென்றும். அப்படியே வைத்திருந்தால்கூட ஒரே இரவில் அத்தனைபேர் மரணமடைந்திருக்க முடியாதென்றும் சொல்லப் படுகிறது. குடிக்கத் தண்ணீர் கிடைக்கவில்லை என்றும் அதைக்கூட லஞ்சம் கொடுத்து, இருந்த ஒரே ஜன்னல் வழியாகப் பெறவேண்டி யிருந்தது என்றும் சொல்லப்படுகிறது. பின்னால் நடந்த விசாரணையில் சிராஜ் உத்தௌலா அவர்களை அடைத்து வைக்கச் சொல்லவில்லை என்பதும் அவனது அதிகாரிகள் செய்த வேலையே

என்பதும் தெரியவந்துள்ளது. அங்கேயே வேறொரு அறையில் உறங்கிக்கொண்டிருந்த சிராஜ் உத்தௌலாவை எழுப்புவதற்கு அதிகாரிகள் தயங்கியதாலே அடைபட்டிருந்தவர்கள் நிலை அவனுக்குத் தெரியாதென்றும் தெரியவந்துள்ளது. மறுநாள் தெரிய வந்த பொழுது அத்தனை பேரையும் விடுவிக்கச் சொன்னான். ஆங்கிலேயரின் கஜானா எங்கிருக்கிறது. பணத்தை எங்கே மறைத்து வைத்திருக்கிறார்கள் என்று கேட்டானே தவிர இறந்தவர்களுக்காக அவன் வருந்தவில்லை என்று சிலர் எழுதிவைத்திருக்கிறார்கள். எப்படியானாலும் அந்த நிகழ்ச்சி பெரிதும் மிகைப்படுத்தப்பட்டு விட்டதாகத் தெரிகிறது. ஆனால் அப்படி மிகைப்படுத்தப்பட்ட செய்தி எங்கெங்கும் பரவி சிராஜ் உத்தௌலாவை வீழ்த்த ஆங்கிலேயர் துடித்தனர்.

மராத்தியர் அகழி

விடுதலையான கைதிகள் கல்கத்தாவிலிருந்து ஆங்கிலேயர்களின் கப்பலில் தப்பி, மதராஸிலிருந்து மாற்றுப் படைகள் வரும் வரை காத்திருந்தார்கள். அலிவருத்திகான் காலத்தில் மராத்தியர்கள் அடிக்கடி படையெடுத்துக் கொள்ளையடித்துச் சென்றதால் அவர்கள் கல்கத்தாவிற்குள் நுழைந்துவிடக் கூடாதென்பதற்காக மூன்று மைல் நீளத்துக்குக் கிழக்கிந்தியக் கம்பெனி அகழி தோண்டியது. அது மராத்தியர் தாக்குதலில் இருந்து பாதுகாப்பதற்காக என்பதனால் அதற்கு மராத்தா டிச் (Maratha Ditch) அதாவது 'மராத்தியர் பள்ளம்' என்று பெயர் சூட்டப்பட்டது. பின்னாளில் லார்ட் வெல்லெஸ்லி காலத்தில் பெரும்பகுதி மூடப்பட்டு சாலை அமைக்கப்பட்டது.

கல்கத்தா நோக்கி

சிராஜ் உத்தௌலா கல்கத்தாவைக் கைப்பற்றிக்கொண்ட செய்தி மதராஸில் இருந்த கிழக்கிந்தியக் கம்பெனி நிர்வாகிகளுக்கு 15-7-1756 அன்று தெரியவந்தது. அவர்கள் அங்கிருந்து மேஜர் கில்பேட்ரி என்பவன் தலைமையில் ஒரு படையை அனுப்பினர். அப்பொழுது தென்னிந்தியாவில் பிரெஞ்சுக்காரர்களின் ஆதிக்கம் அதிகமாகிக் கொண்டிருந்தது. வியாபாரம் செய்வதற்கு வங்காளம் போல வாய்ப்பான பகுதி வேறு இல்லை என்ற காரணத்தால் வங்காளத்தை விட்டுவிட அவர்கள் விரும்பவில்லை. எனவே எவ்வளவு படைகள் திரட்டமுடியுமோ அவ்வளவும் திரட்டி வங்காளத்துக்கு அனுப்ப முனைந்தனர். அதே சமயம் வைஸ் அட்மிரல் வாட்சன் தலைமையில் ஒரு கப்பற்படை வங்காள விரிகுடாவில் இருந்தது. அந்தப் படையையும் கூக்லி நதிப்பகுதிக்கு

அனுப்ப முன்வந்தனர். கப்பற் படைக்கு வாட்சன் தலைமை தாங்கவும் மற்றப் படைகளுக்குக் கிளைவ் தலைமை தாங்கவும் ஏற்பாடு செய்யப்பட்டது. கப்பல்கள் 1756 டிசம்பர் இரண்டாவது வாரத்தில் ஹூக்லி முகத்துவாரத்தை வந்தடைந்தன. கிளைவ் வங்காளத்துக்கு வருவதற்கு முன் சிராஜ் உத்தெளலா ஒரு சிறு படையைக் கல்கத்தாவில் நிறுத்தி வைத்துவிட்டுத் தன் இருப்பிடம் சென்றான். அது கிளைவிற்கு வசதியாகப் போயிற்று. கிளைவ் கல்கத்தாவிற்கு வந்ததும் அங்கிருந்த படை கிளைவிடம் சரணடைந்தது. கிளைவ் 9-1-1757 அன்று மீண்டும் ஹூக்லியைக் கைப்பற்றினான்.

சிராஜ் உத்தெளலா கல்கத்தாவை மீண்டும் கைப்பற்ற நினைத்துப் பெரும் படையுடன் மராத்தா டிச் அருகே வந்தான். கிளைவிடம் அப்பொழுது படைகள் அதிகமில்லை. அன்றைய நாள் 4-2 -1757. சிராஜ் உத்தெளலா படைமீது கிளைவ் போர்தொடுத்தான். அந்த நேரம் எங்கும் பனி மூட்டமாக இருந்தது. சிராஜ் உத்தெளலாவின் படையளவை அவனறியான். பனிமூட்டத்திற்குள் புகுந்து படையுடன் சென்றான். சற்றே பனி விலகியது. கிளைவ், சிராஜ் உத்தெளலா படைகளுக்கு நடுவில் இருந்தான். பனி மீண்டும் மூடத் தொடங்கியது. கிளைவின் படை அளவு என்ன என்பது சிராஜ் உத்தெளலாவுக்குத் தெரியவில்லை. தன் படைக்கு நடுவே துணிச்சலோடு வரவேண்டும் என்றால் கிளைவ் பெரும் படையோடு வந்திருக்கவேண்டும் என்று சிராஜ் உத்தெளலா நினத்து விட்டான். கிளைவும் துணிச்சலாக அந்தப் படையின் இடையே புகுந்து சென்று போரிட்டான். சிராஜ் உத்தெளலா பின்வாங்கிவிட்டான். அதோடு மட்டுமல்ல. 9-2-1757 அன்று ஒரு ஒப்பந்தமும் போட்டுவிட்டான். அதன் படி கம்பெனி அது முன்பு பெற்றிருந்த உரிமைகளை மீண்டும் பெற்றது. கல்கத்தாவிலும் காஸிம் நகரிலும் கைப்பற்றப்பட்ட அனைத்தும் திருப்பிக் கொடுக்கப்பட்டன.

ஆணையை மீறியதால் புகழ் பெற்ற கிளைவ்!

இதற்கிடையில் ஐரோப்பாவில் இங்கிலாந்துக்கும் பிரான்சுக்கும் இடையே யுத்தம் மூண்டுவிட்டது. எனவே உடனே சென்னைக்குத் திரும்பும்படி கிளைவுக்கு ஆணை வந்தது. அப்படிச் சென்றால் கல்கத்தா சிராஜ் உத்தெளலாவுக்கும் பிரெஞ்சுக்காரர்களுக்கும் இடையில் அல்லாட வேண்டியிருக்கும். அதை அப்படியே விட்டு விட்டுச் செல்ல கிளைவுக்கு மனமில்லை. வங்கப் பிரச்னைக்கு விரைவில் ஒரு முடிவு கட்டிவிடவேண்டும் என்று நினைத்தான்.

சிராஜ் உத்தௌலாவுக்கு பிரெஞ்சுக்காரர்களின் ஆதரவு இருந்தது. அங்கே அருகில் சந்தர நகரில் (சந்திர நாகூர்) பிரெஞ்சுக்காரர்களின் ஆட்சியிருந்தது. எனவே அதைக் கைப்பற்றினால் சிராஜ் உத்தௌலா தம்மைத் தாக்க வருவான் என்று நினைத்தான் கிளைவ். அதைப் பயன்படுத்தி அவனை வீழ்த்த நினைத்தான். அதற்குள் சிராஜின் மாமா மீர் ஜாபரை கிளைவ் கையூட்டுக் கொடுத்துத் தன்வசம் இழுத்துவிட்டான். கம்பெனிக்குக் கணிசமான அளவு பணம் கொடுத்தால் மீர் ஜாபரை நவாபாக ஆக்குவதாகவும் போர் சமயத்தில் தமது படைகளுடன் மீர் ஜாபர் தன் வசம் வந்துவிட வேண்டும் என்றும் கூறியிருந்தான். மீர் ஜாபர் சம்மதித்தான்.

கிளைவ் 1757 மார்ச் 14ம் நாள் 20மைல் தொலைவில் இருந்த சந்திரநகரின் மேல் தாக்குதல் தொடுத்தான். பிரெஞ்சுக்காரர்கள் எதிர்த்துப் போரிட்டார்கள். நவாப்பின் படை தனக்கு உதவிக்கு வரும் என்று எதிர்பார்த்தார்கள். ஆனால் ஹுக்லியின் ஆளுநர் நந்தகுமாருக்குக் கையூட்டுக் கொடுத்துப் படையை அனுப்பாமலிருக்கும் படி பார்த்துக்கொண்டான் கிளைவ். பிரெஞ்சுக்காரர்களின் கோட்டை பலமாக இருந்தது. அங்கிருந்து கம்பெனியின் கப்பற்படைக்கு அவர்கள் அதிகம் சேதம் விளைத்தனர். என்றாலும் ஆங்கிலேயரின் தாக்குதல் தீவிரமாக இருந்ததால் பிரெஞ்சுக்காரர்கள் மார்ச் 24ந்தேதியன்று சமாதானக்கொடி உயர்த்திவிட்டார்கள். சந்திரநகரை அழித்துவிட்டு கிளைவ் ஹுக்ளி திரும்பினான்.

12

பிளாஸி யுத்தம்

கிளைவிற்கு ஒரு கடிதம் வந்தது. மராத்தியர்கள் படையும் பிரெஞ்சுக் காரர்கள் படையும் பெருமளவு திரண்டுவந்து வங்காளத்தைத் தாக்கப் போவதாகக் கண்டிருந்தது. சிராஜ் உத்தௌலா ஆங்கிலேயர்கள் என்ன செய்யப் போகிறார்கள், தம்மை ஆதரிப்பார்களா என்று தெரிந்து கொள்வதற்காகச் சூழ்ச்சியாக அந்தக் கடிதத்தைத் தனக்கு அனுப்பி இருப்பானோ என்று நினைத்தான் கிளைவ். எனவே அந்தக்கடிதத்தை சிராஜுக்கு அனுப்பினான். உண்மையென்ன என்றால் அந்தக் கடிதத்தை சிராஜ் அனுப்பவில்லை. அதைப் படித்ததும் சிராஜ் பதறிப்போய் தனது படைகளை கல்கத்தாவிலிருந்து கிளப்பி முஸாபர்பூருக்குச் சென்று விட்டான். இது கிளைவிற்கு எதிர்பாராமல் கிட்டிய ஒரு வாய்ப்பாக அமைந்தது.

சந்திரநாகூரைக் கிளைவ் தாக்கியது நவாப்புக்குப் பிடிக்கவில்லை. அதுமட்டுமல்ல. முகலாய அரசர் பிரிட்டிஷ் கிழக்கிந்தியக் கம்பெனிக்கு வங்காள நவாப்பின் எல்லைக்குள் பண்டகசாலை அமைத்துக்கொள்ள அனுமதி கொடுக்கவில்லை என்று நம்பினான். அதனால் காஸிம்பஜாரில் இருந்த பிரெஞ்சு ஆளுநர் ஜேன் லாவுடன் ரகசியப் பேச்சுவார்த்தை நடத்தினான். ராய் துர்லப் என்பவரின் தலைமையில் ஒரு பெரும் படையை பிளாஸி என்னுமிடத்தில் நிறுத்திவைத்தான். கிளைவ் இந்தியாவுக்குள் வந்ததிலிருந்து கொடுப்பதைக் கொடுத்துத் தனக்கு வேண்டுவதைப்பெறும் கலையில் கைதேர்ந்திருந்தான். நேர்மையான வழியில் சென்று பல இழப்புகளுக்கு ஆளாவதை விட முறையற்ற வழியில் சென்று

பலனை அடைவதையே அவன் விரும்பினான். இந்தியாவில் அப்பொழுதிருந்த சிற்றரசர்களின் அதிகாரிகளும் சுயநலமிக்கவர் களாக இருந்த காரணத்தால் பல இடங்களில் அவன் நினைத்ததைச் சாதிக்க முடிந்தது. நவாப்பின் அரசவையிலேயே நவாப்புக்கு எதிராகச் சதி செய்பவர்கள் இருந்தனர். அவர்களில் சிலர் மீர் ஜாபர், ராய்துர்லப், மற்றும் வியாபாரி ஆம்னிசந்த் ஆகியோர். நவாப்பின் அவையில் ஆங்கிலேயர்களின் பிரதிநிதியாக இருந்த வில்லியம் வாட்ஸ் இச்செய்திகளை கிளைவிடம் சொன்னான். கல்கத்தாவில் இருந்த கிழக்கிந்தியக் கம்பெனி நிர்வாகத்தின் ஒப்புதலோடு மீர் ஜாபருடன் பேச்சு வார்த்தை நடத்தினான் கிளைவ். அவனை நவாப் ஆக்குவதாக வாக்களித்தான். அதற்கு ஈடாக மீர் ஜாபர் நவாப்புக்கு எதிரான போரில் தனக்கு ஆதரவாகச் செயல்படவேண்டும் என்றும் கல்கத்தாவைத் தாக்கியதற்காகப் பெரும்பணம் நஷ்ட ஈடாகத் தரவேண்டும் என்றும் சொன்னான்.

புரட்டுக்காரனின் போலிப் பத்திரம்

ஆம்னிசந்துக்குத் தெரியக்கூடாது என்று அவர்கள் செய்த சூழ்ச்சி எப்படியோ ஆம்னிசந்துக்குத் தெரியவந்தது. அவன் பெரிய சூழ்ச்சிக்காரன். கிடைத்த வாய்ப்பை நன்கு பயன்படுத்திக்கொள்ள விழைந்தான். கிளைவ், மீர் ஜாபர் கூட்டணியின் சூழ்ச்சி பற்றித் தான் சிராஜ் உத்தௌலாவிடம் தெரிவிக்காமல் இருக்கவேண்டு மென்றால் தனக்கு மூன்று லட்சம் ரூபாய் பணம் தரவேண்டும் என்றான். அந்தப் பணத்தைக் கொடுக்கக் கிளைவ் விரும்பவில்லை. அதேசமயம் ஆம்னிசந்தைப் பகைத்துக்கொள்ளவும் விரும்ப வில்லை. எனவே அதிகாரிகளின் ஒப்புதலோடு இரண்டு ஒப்பந்தங் களைத் தயார் செய்தான். அதில் ஒன்று உண்மையான பத்திரம். மற்றொன்று போலிப்பத்திரம். போலிப்பத்திரத்தில் ஆம்னி சந்திற்குக் கொடுக்கவேண்டிய பணத்தைக் கொடுப்பதாக ஒப்பந்தம் இருக்கும். உண்மைப் பத்திரத்தில் அது இருக்காது. முக்கியப் பொறுப்பில் இருக்கும் எல்லோரும் கையெழுத்திடவேண்டும் என்று ஆம்னிசந்த் வலியுறுத்தினான். ஆனால் கடற்படைத் தலைவர் வாட்சன், தான் உண்மைப்பத்திரத்தில் மட்டுமே கையெழுத் திடுவேன் என்று சொல்லிவிட்டார். இந்தச் சிக்கலைத் தீர்ப்பதற் காகப் போலிப் பத்திரத்தில் அவரது கையெழுத்தை வேறு யாராவது அவரைப்போலவே எழுதிப்போட்டுக்கொள்ள அனுமதி கொடுக்கு மாறு கிளைவ் சொன்னான். அதற்கு வாட்சன் ஒப்புக்கொண்டார். இரண்டு பத்திரங்கள் தயாரிக்கப்பட்டன.

இந்த வஞ்சக நடவடிக்கையைப் பற்றிப் பின்னாளில் 1773ம் ஆண்டு பிரிட்டிஷ் பார்லிமெண்ட் விவாதித்தது. அப்பொழுது கிளைவ்

சொன்னான். 'ஆம்னிசந்த் நவாப்பின் நம்பிக்கைக்கு உரிய வணிகன். நாங்கள் டுப்ரீ என்பவருடன் சிராஜுக்குத் தெரியாமல் ஒப்பந்தம் செய்துகொண்டபோது அதை சிராஜுக்கு வெளிப்படுத்தி அவரிடமிருந்து 4 லட்சம் ரூபாய் வெகுமதியாகப் பெற்றான். எனவே இந்த மனிதனைத் தாஜா செய்து வைத்துக்கொள்வது அவசியம் என்று கருதினோம் அவன் கேட்டவற்றை அளிப்பதாக நாங்கள் அவனுடன் ஒப்பந்தம் செய்துகொண்டோம். எல்லாம் முடிந்து ஒப்பந்தம் தயாராயிற்று. அன்று மாலை நமது பிரதிநிதி வாட்ஸிடம் தனக்கு 30 =லட்சம் ரூபாயும், கிடைக்கும் பொக்கிஷத்தில் 5 சதவிகிதமும் தரவேண்டும் என்றான். அதை உடனே நிறைவேற்றாவிட்டால் தான் நவாப்பிடம் சொல்லி விடுவதாகவும் அவையில் இருக்கும் இரண்டு ஆங்கிலேயரின் தலைகளும் துண்டிக்கப்படும் என்றும் சொன்னான். இதை வாட்ஸ் நிர்வாகக் கவுன்சிலில் சொன்னார். அதைக்கேட்ட நான் அவ்விருவர் உயிரையும் காப்பாற்றவும் நமது திட்டம் வெற்றிபெறவும் ஏதாவது திட்டம் தீட்டியே ஆகவேண்டும் என்று தீர்மானித்தேன். எனவே 'சிகப்பு ஒப்பந்தம்' ஒன்றும் 'வெள்ளை ஒப்பந்தம்' ஒன்றும் தயாரித்தேன். வாட்சனிடம் பேசியதிலிருந்து அவர் கையெழுத்தை வேறு எவரேனும் போடுவதில் அவருக்கு ஆட்சேபணை இல்லை என்பதை அறிந்தேன். அவருடைய கையெழுத்தை அவர் முன்னிலையில் போட்டார்களா, யார் போட்டார்கள் என்பதெல்லாம் எனக்குத் தெரியாது. பத்திரத்தை ஆம்னிசந்துக்கு அனுப்பினோம். அவன் சந்தேகப்படவில்லை. காரியங்களெல்லாம் நாம் நினைத்தபடி நன்கு நிறைவேறின. கம்பெனியின் செயல்பாடு ஊசலாடிக்கொண்டிருக்கும்போதும், இரண்டு உயிர்கள் காப்பாற்றப்படவேண்டும் என்ற நிலையிலும் மிகவும் மோசமான போக்கிரியான ஆம்னிசந்தை ஏமாற்றிய செயல் நீதியின் பாற்பட்டதும் அவசியமானதும் என்று மாட்சிமை பொருந்திய இந்த அவை ஒப்புக்கொள்ளும் என்று எதிர்பார்க்கிறேன்'.

•

மீர் ஜாபர் தன்னுடன் ஒத்துழைப்பான் என்ற நம்பிக்கையுடன் கிளைவ் சந்தர்நகரிலிருந்து கிளம்பினான். நவாப்பிடமிருந்த படையோ அவனிடமிருந்ததை விடப் பல மடங்கு அதிகம். ஆனால் நவாப்பின் பக்கம் சதிகாரர்கள் இருந்தார்கள். மீர் ஜாபரிடம் சிராஜ் உத்தௌலா ஆங்கிலேயருக்கு உதவி செய்யக் கூடாது என்று சத்தியம் வாங்கியிருந்தான். அந்த நம்பிக்கையில் அவன் தனது படைகளை பிளாசி என்னும் இடத்தில் குவித்தான். அது பாகீரதி நதியை ஒட்டி இருந்தது. பிளாசிக்கு சிராஜ் உத்தௌலாவின் படை

ஜூன் 27ம்தேதி வந்தடைந்தது. கிளைவ் அதற்கு முன்னால் இருந்த காட்வா என்னுமிடத்திற்குச் சென்றான். மீர் ஜாபர் கடைசி நிமிடத்தில் காலை வாரிவிட்டு விடுவானோ என்ற பயம் உள்ளுக்குள் இருந்ததால் படையெடுத்துச் செல்வதா வேண்டாமா என்று தனது சக ராணுவத் தளபதிகளுடன் கிளைவ் ஆலோசனை நடத்தினான். இருவரைத் தவிர மற்ற எல்லோரும் தாக்குதலைத் தொடங்கக் கூடாது என்றனர். கிளைவ் கூடத் தயக்கத்தில் இருந்தான். திடீரென என்ன நினைத்தானோ தெரியவில்லை. பாகீரதி நதியைக் கடக்கும் படி படைகளுக்கு உத்தரவிட்டான். படைகள் கடந்தன. 1757ம் ஆண்டு ஜூன் மாதம் 23ந்தேதி காலை நதியைக் கடந்தான்.

பிளாசியில் சிராஜ் உத்தௌலா தண்டு இறங்கிய இடத்திலிருந்து சற்றுத் தொலைவில் இருந்த மாந்தோப்பில் கிளைவ் தன் படைகளை நிறுத்தினான். அங்கிருந்து ஒரு மைல் தொலைவில் நவாப்பின் படைகள் குவிக்கப்பட்டிருந்தன. மாந்தோப்பை ஒட்டி இருந்த ஒரு வேட்டை மண்டபத்தில் கிளைவ் தங்கினான்.

சிராஜ் உத்தௌலாவிடம் 35,000 காலாட்படைவீரர்கள், 15,000 குதிரைப்படை வீரர்கள், 53 பீரங்கிகள் இருந்தன. சிப்பாய்கள் வாளும் ஈட்டியும் கொண்டுதான் சண்டையிடவேண்டும். கிளைவின் படையின் அளவு மிகவும் குறைவு. சிராஜிடம் அதிக அளவு கொண்ட பீரங்கிகள் இருந்தன. அவற்றின் கனம் காரணமாக அவை பெரிய வண்டிகளில் கொண்டுவரப்பட்டன. ஆனால் அதில் அதிகம் பயிற்சி இல்லாததால் 15 நிமிடத்திற்கு ஒரு குண்டுதான் அவர்களால் வீச முடிந்தது. ஆனால் ஆங்கிலேயர் நிமிடத்திற்கு இரண்டு குண்டு பொழியும் திறன் பெற்றிருந்தனர். சிராஜின் பீரங்கியிலிருந்து குண்டு வெளிப்படும்போது எழுந்த அதிர்ச்சியினால் வண்டிகளின் அச்சுகள் முறிந்தன. பின்னாலிருந்து அவ்வண்டிகளைத் தள்ளிவந்த யானைகள் மிரண்டு சிராஜின் படைகளையே தாக்கின. கோட்டை கொத்தளங்களில் நிறுத்தி வைக்கப்பட்டுப் பயன்படுத்தப்படவேண்டிய பீரங்கிகள் போர்க் களத்திற்குக் கொண்டுவரப்பட்டிருந்ததால் நன்மையின்றித் தீமையே ஏற்பட்டது. சதிகாரர்கள் தங்கள் படைகளுக்கு குழப்பமான உத்தரவு களைக் கொடுத்துக் கொண்டிருந்தார்கள். செயிண்ட் பிரைஸ் தலைமையில் பிரெஞ்சுக்காரர்கள் சிராஜுக்கு உதவியாகப் போரிட்டுக் கொண்டிருந்தார்கள்.

சண்டையில் வெற்றிக்கு டார்பாலின் காரணம்

சண்டையின்போது திடீரென மழைபொழிந்தது. ஏகப்பட்ட வெடி மருந்து வைத்திருந்தும் அவற்றை நனையாமல் காப்பதற்கு வேண்டிய

ஏற்பாடுகளை சிராஜ் உத்தௌலாவோ அவனது அதிகாரிகளோ செய்யவில்லை. கிளைவிடம் இருந்த வெடி மருந்து கொஞ்சம் தான். ஆனால் மழைவந்தால் அவற்றைப் பாதுகாப்பதற்காக டார்பாலின்கள் வைத்திருந்தான். மழை பெய்யத் தொடங்கியதும் டார்பாலின் போட்டு மூடி அவற்றைப் பாதுகாத்தான். மழை விட்டதும் சிராஜ் உத்தௌலாவின் வெடிமருந்துகளைப் பயன் படுத்த இயலவில்லை. ஆயுதங்கள் இருந்தும் பயனற்றுப் போயின. தம்முடையதைப் போலவே கிளைவின் சாதனங்களும் நனைந்து போயிருக்கும் என்று எதிர்பார்த்த எதிரிப்படை தைரியமாகத் தாக்கத் தொடங்கியது. ஆனால் அவர்கள் எதிர்பார்த்தது போல் நடக்க வில்லை. டார்பாலினும் கிளைவ்வின் வெற்றியின் ஓர் அங்கமாக அமைந்துவிட்டது.

கிளைவ் தலைமையில் சென்ற படை உக்கிரமாகத் தாக்கியது. தாக்குதலின்போது சிராஜின் தளபதி போரில் தாக்கப்பட்டு வீழ்ந்தான். அப்போது மீர் ஜாபரும் மற்றத் தளபதிகளும் சிராஜிடம் சென்று அவனை உடனே அங்கிருந்து நீங்கி முஸாபர்நகர் சென்று விடும் படியும் தாங்கள் போரை வெற்றிகரமாக நடத்துவதாகவும் சொன்னார்கள். அதை நம்பிய சிராஜ் சிலரை அழைத்துக்கொண்டு அங்கிருந்து முஸாபர் நகர் நோக்கிச் சென்றான். சில விசுவாசமுள்ள படைவீரர்கள் ஆங்கிலப்படையை எதிர்த்துப் போரிட்டனர். ஆனாலும் இறுதியில் பிளாஸி யுத்தத்தில் கிளைவ் வெற்றி பெற்றான். 23-6-1757 கிழக்கிந்தியக் கம்பெனி இந்தியாவில் ஆட்சியைப்பிடிக்கும் முயற்சிக்கு அஸ்திவாரம் ஊன்றப்பட்டது.

24 ந்தேதி மீர் ஜாபரைத் தனது இருப்பிடத்தில் சந்தித்த கிளைவ் அவனுக்குத் தலைவணங்கி ஒரு நவாப்புக்குக் கொடுக்க வேண்டிய மரியாதையைச் செலுத்தினான். பிறகு மீர் ஜாபர் மிஸாபர்பூர் சென்றான். மிர்ஸாபாத்தில் மீர் ஜாபர் வேண்டுமென்றே சில படைகளைத் தாக்கச் சொல்லியும் சில படைகளைச் சரணடையச் சொல்லியும் குழப்பமான உத்தரவுகளைக் கொடுத்துக் கொண்டிருந் தான். தப்பிச் சென்ற சிராஜ் உத்தௌலாவைத் தேடிப்பிடிக்க ஆள்களை அனுப்பினான். ஜூன் 29ந்தேதி கிளைவ் மிர்ஸாபூருக்கு வந்து மீர் ஜாபருக்கு முடிசூட்டினான். ஒரு பொன் தாம்பாளத்தில் தங்க நாணயங்களை வைத்துப் பரிசாக அளித்தான். ஜூலை 2ந்தேதி ராஜ்மஹல் என்ற இடத்தில் தங்கியிருந்த சிராஜ் உத்தௌலா கைது செய்யப்பட்டான். மீர் ஜாபரின் மகன் அவனைக் கொன்றான். அவனுடைய உடல் மூர்ஷிதாபாத்தில் அலிவர்தின் கல்லறைக்கருகி லேயே அடக்கம் செய்யப்பட்டது.

கஜானா காலி

நவாபாக முடி சூட்டப்பட்ட மீர் ஜாபர் கிழக்கிந்தியக் கம்பெனிக்கு அதிக அளவு பணம் கொடுக்க வேண்டியிருந்தது. சிராஜ் உத்தௌலாவின் கஜானா பொக்கிஷத்தில் அந்த அளவுக்குப் பணம் இல்லாததால் பாதி, பணமாகவும் மீதி நகைகளாகவும் கொடுப்பது என்று உறுதி செய்யப்பட்டது.

முகலாய மன்னராக இருந்த இரண்டாம் ஷா ஆலம் மீர் ஜாபர் மீது படையெடுத்து வந்தான். பாட்னா அநேகமாக விழுந்துவிட்ட நிலையில் கிளைவ் தானே படை நடத்திச் சென்றான். ஆங்கிலப் படையை கிளைவ் தலைமைப் பொறுப்பேற்று நடத்தி வருகிறான் என்பதறிந்த முகலாயப் படைகள் சிதறி ஓடின. மீர் ஜாபர் தனது நன்றியைத் தெரிவிக்கும் வகையில் நாமெல் என்னும் பகுதியைக் கிளைவுக்கு அளித்து அதற்குக் கிழக்கிந்தியக் கம்பெனி கொடுத்து வரும் வாடகைப்பணம் முழுதும் கிளைவுக்குக் கொடுத்து வருமாறு பத்திரம் எழுதிக்கொடுத்தான்.

ஓரிரு ஆண்டுகளுக்குப் பிறகு மீர் ஜாபருக்குக் கிழக்கிந்தியக் கம்பெனியின் பிடியில் தாம் சிக்கி இருப்பது பிடிக்கவில்லை. எனவே டச்சுக்காரர்களின் உதவியை ரகசியமாக நாடினான். ஏழு டச்சுக் கப்பல்கள் வங்காள விரிகுடாவுக்குள் வந்தன. சிஞ்சுரா என்னும் இடத்தில் டச்சுக்காரர்களின் தளம் இருந்தது. கிளைவ் மீர் ஜாபரின் துரோகத்தை அறிந்து டச்சுக்காரர்களைத் தாக்கி வெற்றி கொண்டான். தான் இங்கிலாந்து திரும்புவதற்கு ஓராண்டுக்கு முன் ராபர்ட் கிளைவ் பிரிட்டிஷ் பிரதம மந்திரிக்கு இந்தியாவில் பிரிட்டிஷ் ஆட்சியை ஏற்படுத்தவேண்டி ஒரு கடிதம் எழுதினான்.

பிரதமர் பிட்டுக்குக் கடிதம்

அப்பொழுது பிரிட்டிஷ் பிரதம மந்திரியாக இருந்தவர் வில்லியம் பிட். அவருக்கு ராபர்ட் கிளைவ் 1759ல் எழுதிய கடிதம்:

> ‘பொதுவாக பிரிட்டிஷ் ஆளுமையைப்பற்றி நீங்கள் காட்டும் அக்கறையைக் கண்டு நான் இந்தக் கடிதத்தின்மூலம் தங்களைத் தொந்தரவு செய்கிறேன். இந்தியாவில் கிட்டும் வருமானம் பற்றி உங்கள் கவனத்திற்குக் கொண்டு வருகிறேன்.
>
> சமீபத்திய புரட்சியில் நமது ஆயுதங்களின் வெற்றியினால் நமது கிழக்கிந்தியக் கம்பெனிக்குப் பல ஆதாயங்கள் கிடைத்துள்ளன. இங்கு ஆள்பவர்களுடன் ஒரு ஒப்பந்தம் செய்திருக்கிறோம். இது நமது மக்களின் கவனத்தை ஈர்த்திருக்கிறது. இப்பொழுதுள்ள நிலையைப் பலப்படுத்திக்

கொள்ளவும் எதிர்காலத்தில் மேலும் விரிவுபடுத்திக் கொள்ளவும் கம்பெனி கவனம் செலுத்தவேண்டும். மேலும் படையை அனுப்பவேண்டும். இங்குள்ள அரசர்களின் செயலையும் மக்களின் அறிவையும், கடந்த இரண்டு ஆண்டு களாகக் கவனித்துவரும் நான் நமது வெற்றிக்குப் பல வாய்ப்புகள் விரைவில் வருமென்று நம்புகிறேன். பிளாசியில் நாம் பெற்ற வெற்றியால் நாம் நியமித்திருக்கும், தற்பொழுது ஆண்டுவரும் நவாப் நம்மிடம் பூரண விசுவாசத்துடன் இருக்கிறான். வேறு எங்கிருந்தேனும் அவனுக்கு ஆதரவு கிட்டும் வரை அப்படி இருப்பான். ஆனால் முஸ்லிம்கள் இந்த நன்றியை எல்லாம் பாராட்டுபவர்கள் இல்லை. வாய்ப்புவந்தால் நமக்கு அவன் கடமைப்பட்டிருப்பதை மறந்து எதிராகச் செயல்படக்கூடும்.

சமீபத்தில் அவன் அவனது பிரதம மந்திரியை விலக்கி விட்டான். இரண்டு மூன்று முக்கிய அதிகாரிகளைத் தொலைத்துக் கட்டிவிட்டான். அவர்களெல்லாம் நம்மிடம் விசுவாசமாக இருந்தவர்கள். அவன் பதவி பெறுவதில் உறுதுணையாக இருந்தவர்கள். இப்பொழுது அவனுக்கு வயதாகி விட்டது. அவனது மகன் மிகவும் கொடூரமானவன். நம்மிடம் நம்பிக்கையில்லாதவன். அவன் பின்னால் பதவிக்கு வருதல் நல்லதில்லை. 2000 பேர் கொண்ட ஐரோப்பியப் படை போதும். நமக்கு எதிராக அவர்கள் கிளம்பினால் அவர்களை அடக்கி ஆட்சியைக் கைப்பற்றிவிடமுடியும். இங்கே இருக்கக் கூட்டிய சுதேசி மக்களுக்கும் அவனைப் பிடிக்கவில்லை. அந்தக் கொடுங்கோலனிடமிருந்து தப்ப நம்மை அவர்கள் வரவேற் பார்கள். முகலாய மன்னனும் இப்பொழுது பலம்வாய்ந்த வனாக இல்லை. நாம் இங்கிருப்பவனை வென்று இப்பகுதியை நமது பொறுப்பில் எடுத்துக்கொள்வதை முகலாய அரசன் விரும்புவான். கிடைக்கும் வருமானத்திலிருந்து 50 லட்சம் ரூபாய் வருடா வருடம் அவனுக்குக் கட்டிவிட்டால் போதும். அவனது பலவீனத்தைப் பயன்படுத்திக்கொண்டு முகலாய அரசின் கீழ் கப்பம் கட்டுபவர்களாக வாழும் சிற்றரசர்கள் கப்பம் ஒழுங்காய்க் கட்டுவதில்லை. முகலாய அரசனால் அவர்களை அடக்கவும் கூடவில்லை. முகலாயப் பெரும்படை திரண்டு தாக்கினாலொழிய அவர்கள் அடங்க மாட்டார்கள். இந்த நிலையில் பணம் கட்டத்தயாராக இருக்கும் நம்மை மன்னன் விரும்புவான். இதை நாம் பயன்படுத்திக் கொள்ள வேண்டும்.

ஒரு வாணிகக் கம்பெனிக்கு இவ்வளவு பெரிய அரசைக் கட்டிக் காப்பது எளிதல்ல. அரசாங்கத்தின் ஆதரவின்றி அதை அவர்களால் செய்ய இயலாது. எனவே இத்திட்டங்களை நிறைவேற்றுவதை அரசு தனது கையில் எடுத்துக்கொண்டு செய்வதைப்பற்றித் தங்கள் கவனத்துக்குக் கொண்டு வருகிறேன். இதைத் தாங்கள் கருத்தில் கொண்டு ஆவன செய்யவேண்டும். முகலாய அரசனின் ஒப்புதலுடன், நமக்குக் கிடைக்கும் வருவாயில் ஐந்தில் ஒரு பாகத்தை மட்டும் கொடுத்து விட்டு ஒரு பெரிய சாம்ராஜ்யத்தைக் கைப்பற்றுவது கடினமான செயலில்லை என்பதைத் தங்களுக்குத் தெளிவுபடுத்தி விட்டேன்.

இரண்டு மில்லியன் ஸ்டெர்லிங்கிற்கு அதிகமாக, அதுவும் வருடா வருடம் அதிகரித்துக்கொண்டே போகிற வருவாயும், கலையிலும் செல்வச்செழிப்பிலும் மிகுந்த மூன்று பிரதேசங் களின் ஆளுமையும் பெறத்தக்கவையா இல்லையா என்பதைச் சிந்தித்துப்பார்க்க வேண்டுகிறேன். இப்பொழுது பற்றாக் குறையில் அவதிப்படும் நிலையிலிருந்து இது நம்மை மீட்கும். மக்களின் ஆதரவு கிடைக்கும். ஒரு தன்னலமற்ற மந்திரியின் கீழ் இது அரசுக்கு நிறைய வருமானத்தைக் கொடுக்கும். இப்பொழுது அமெரிக்காவைத் தக்கவைத்துக் கொள்ளத் தாய்நாட்டு நிதியில் கரைக்கவேண்டியிருப்பது போல இல்லாமல், தாய்நாட்டின் நிதியில் அதிகம் கைவைக்காமல் இதை அடைய முடியும். அதுமட்டுமல்ல. இங்கே வியாபாரத்தில் ஈடுபடும் மற்ற ஐரோப்பிய நாடுகளும் நமது கட்டுத்திட்டங்களுக்கு உட்பட்டே இங்கே இயங்க முடியும். தாயகத்திலிருந்து ஒரு சிறுபடைபோதும். இங்கேயுள்ள கறுப்பர்களை எவ்வளவு வேண்டுமானாலும் நமது படையில் சேர்த்துக்கொள்ளமுடியும். இங்குள்ள மன்னர்கள் கொடுப்பதை விட அதிகச் சம்பளமும் வசதியும் நாம் கொடுப்பதால் அவர்கள் நமது படையில் சேர ஆர்வத்துடன் வருவார்கள்.

இப்பொழுது எனக்குக் கிடைத்திருக்கும் செய்திகளிலிருந்து தற்போது கிழக்கிந்தியக் கம்பெனியின் படைகள் கோல் கொண்டா பிரதேசங்களிலிருந்து பிரெஞ்சுக்காரர்களை விரட்டி யடிப்பதில் முனைந்திருக்கிறதென்றும் விரைவில் வெற்றிகர மாக அதைச் செய்து முடிப்பார்கள் என்றும் அறிகிறேன் இதுவரை அப்பிரதேசம் பிரெஞ்சுக்காரர்களின் ஆதிக்கத்தில் இருந்தது.

இந்த ஊழியனின் ஆசை, மிகவும் முன்னேற்றத்துடன் செயல் பட்டு வரும் தங்கள் மந்திரிசபை மேலும் மேலும் வெற்றி களைக் குவிக்கவேண்டும் என்பதுதான்.

தங்களிடம் விசுவாசமும் கீழ்ப்படிதலும் உள்ள
உங்கள் ஊழியன்,
ஒப்பம்
ராபர்ட் கிளைவ்
கல்கட்டா,
7-1-1759

கடிதத்தைப்படித்த பிட் உடனே ஒரு முடிவுக்கு வரமுடியவில்லை. அவரது தந்தை கிழக்கிந்தியக் கம்பெனியில் செய்த தகிடுதத்தங் களும் பிறகு மதராஸ் ஆளுநராகச் செயல்பட்டதும் அவருக்குத் தெரியும். அதைத்தவிர இந்தியாவின் நிலைமை பற்றி அதிகம் தெரியாது. இங்கிலாந்தை விட ஒரு பெரிய பிரதேசத்தை ஆக்கிரமித்து ஆள முடியுமா என்று தயங்கினார். எனவே கிளைவின் திட்டத்திற்கு ஆதரவு அளிக்கவில்லை.

அந்தச் சமயத்தில் ஆங்கிலேயர்களுக்கும் பிரெஞ்சுக்காரர்களுக்கும் சண்டை நடைபெற்றுக் கொண்டிருந்தது. வந்தவாசி என்னும் இடத்தில் பிரெஞ்சுக்காரர்கள் ஆதிக்கம் செலுத்தினர். அந்தச் சண்டையில் தோற்றால் ஆங்கிலேயருடைய ஆளுமை தெற்கில் ஓய்ந்துவிடும் என்ற நிலை. வங்காளப் பிரச்னை ஓரளவு தீர்ந்தபின் கிளைவ் வங்காளத்திலிருந்து கொண்டே தெற்கிலும் கவனம் செலுத்தினான். தன்னுடன் பிளாஸி யுத்தத்தில் துணை நின்று, எல்லோரும் போரிடவேண்டாம் என்று சொன்னபோது துணிந்து போரிடவேண்டும் என்று சொன்ன அந்த மாவீரன் ஐர்கூட் (Eyre Coote) டைச் சென்னைக்கு அனுப்பினான்.

சொர்க்கத்தில் பிறந்த தளபதி

வங்காளத்தில் ஓரளவு நிலையான ஏற்பாடுகளைச் செய்துவிட்டு 1760ம் ஆண்டு பிற்பகுதியில் ஆட்சிப் பொறுப்பை தற்காலிகமாக கறுப்புப் பொந்து புகழ் ஜான் ஹோல்வெல் (John Zephaniah Holwel) வசம் ஒப்படைத்துவிட்டு கிளைவ் லண்டனுக்குத் திரும்பினான். அவன் அங்கு செல்வதற்கு முன்பே கிளைவ் புகழ் அங்கு பரவியிருந்தது 'சொர்க்கத்தில் பிறந்த தளபதி' என்று மக்களவையில் பிரதம மந்திரி கிளைவைப் பற்றிக் கூறியிருந்தார். லார்ட் டுமோருக்கு யுத்தத் தந்திரங்களைக் கற்றுக்கொடுக்க இளவரசன்

ஃபெர்டினாண்ட் ஆஃப் ப்ரன்ஸ்விக்கிடம் அனுப்பலாம் என்று மன்னர் இரண்டாம் ஜார்ஜிடம் ஆங்கிலத் தளபதி சொன்னபோது 'ஏன் அங்கே இங்கே அனுப்பவேண்டும். பேசாமல் ராபர்ட் கிளைவிடம் அனுப்புங்கள்' என்றாராம் அரசர். அந்த அளவுக்கு ராபர்ட் கிளைவின் போர்த்தந்திரம் மக்களிடையே பரவலாகப் பேசப்பட்டு வந்தது. ஆனாலும் கிளைவ் இங்கிலாந்து சென்றபோது அவன் எதிர்பார்த்த அளவுக்கு அவனுக்கு வரவேற்புக் கொடுக்கப் படவில்லை. தன்னை இங்கிலாந்து பிரபுவாக ஆக்குவார்கள் என கிளைவ் எதிர்பார்த்தான். ஆனால் அவனை அயர்லாந்தின் பிரபுவாகத்தான் ஆக்கினார்கள்.

பொறாமையால் மங்கிய புகழ்

மீர் ஜாபர் கிளைவுக்குக் கொடுத்த நிலத்திற்கு கிளைவ் உரிமை கொண்டாட முடியாது என்று கிழக்கிந்தியக் கம்பெனி அவன் மேல் விசாரணைக்கு ஏற்பாடு செய்தது. இரண்டாம் ஜார்ஜ் இறந்து புதிதாகப் பட்டத்துக்கு வந்த மூன்றாம் ஜார்ஜ், பிரதம மந்திரி வில்லியம் பிட்டை நீக்கி வேறொருவரைப் பதவியில் அமர்த்தினார். அவர் கிளைவ் மேல் ஆர்வம் காட்டவில்லை. கிழக்கிந்தியக் கம்பெனியின் நிர்வாகக் குழுவின் தலைவராக இருந்த லாரென்ஸ் சல்லிவன் கிளைவின் மீது பொறாமை கொண்டவன். எனவே கிளைவ் மீது விசாரணைக் கமிஷன் நடவடிக்கைகளைத் துரிதப் படுத்த முனைந்தான். புதிய பிரதமரும் சல்லிவனும் சேர்ந்து கிளைவைப் பழிவாங்க நினைத்துச் செயல்பட்டனர். இதற்குள் கல்கத்தாவிலிருந்து கலவரப்படுத்தும் செய்திவந்தது. கிளைவ் சென்றதன் பிறகு நிலைமை மோசமாகி விட்டதாகவும் கிழக்கிந்தியக் கம்பெனியே ஆட்டம் கண்டுவிடும் நிலையில் இருப்பதாகவும் கிளைவ் ஒருவனால்தான் அதைச் சீர் செய்ய இயலும் என்றும் உடனே அவனைக் கல்கத்தாவுக்கு அனுப்பும் படியும் செய்தி வந்தது.

மிஞ்சியவர்கள் கெஞ்சத் தொடங்கிவிட்டார்கள். கிளைவுக்கு முழு அதிகாரமும் கொடுத்துக் கவர்னராக அனுப்புவதாகச் சொன்னார்கள். நிலம் சம்பந்தமான விவகாரத்தைக் காட்டி அவன் போகமாட்டேன் என்று சொல்லிவிடக் கூடாதென்பதற்காக நிலம் அவனுக்கே உரிமையானது என்று தீர்மானம் போட்டு நிறைவேற்றினார்கள். ஆனால் கிளைவ், சல்லிவன் தலைவராக இருக்கும் வரை தான் போக முடியாது என்று சொல்லிவிட்டான். எனவே மீண்டும் தேர்தல் நடத்தினர். சல்லிவன் தோற்கடிக்கப்பட்டார். கிளைவ் கவர்னராகவும் வங்காளப் படைத் தலைமைத் தளபதியாகவும் நியமிக்கப்பட்டான்.

அவனுடன் நான்குபேர், கிளைவின் ஆதரவாளர்கள் ஆலோசனை சபையில் நியமிக்கப்பட்டனர். தனக்குக் கிடைத்த நிலத்திற்கான வாடகையைப் பத்து ஆண்டுகள் தனக்குக் கொடுத்துவரவேண்டும் என்றும் அதற்குள் தான் இறந்தால் மேற்கொண்டு எவருக்கும் கொடுக்கவேண்டியதில்லை என்றும் கிளைவ் சொன்னான்.

1764ம் ஆண்டு ஜூன் மாதம் 4ந்தேதி கிளைவ் மீண்டும் கல்கத்தா வந்து சேர்ந்தான்.

13

புதிய நவாப் மீர் காசிம்

கிளைவ் இங்கிலாந்துக்குச் செல்வதற்கு முன் நிர்வாகக் கவுன்சிலின் தலைமைப்பொறுப்பை வான்சிடார்ட் என்பவரிடம் ஒப்படைக்கும் படி சொல்லியிருந்தான். வான்சிடார்ட் ஹோல் வெல்லிடமிருந்து பொறுப்பை ஏற்றான். அவன் பொறுப் பேற்பதற்குச் சில நாட்களுக்குமுன் மீர் ஜாபரின் மகன் மீரான் மின்னல் தாக்கி இறந்துவிட்டான். மீர் ஜாபருக் கும் வயதாகி விட்டது. அடுத்து யாருக்குப் பட்டம் அளிப்பது என்று தீர்மானிக்கப் படவில்லை. இந்த நிலையில் வான்சிடார்ட் ஆலோசனைக் கூட்டத்தைக் கூட்டினான். அதற்கு நவாப்பின் சார்பாக அவரது மாப்பிள்ளை மீர் காசிம் வந்தான். அவன் உள்ளுக்குள் ஆங்கிலே யரை வெறுத்தவன். ஆனாலும் அவர்களின் உதவியோடு முதலில் நவாப்பாகப் பொறுப்பேற்று விடவேண்டும் என்று நினைத்து மனத்து வெறுப்பை வெளிக்காட்டாமல் நடித்தான்.

நேர்மையானவர்கள் என்று சொல்லிக் கொண்டிருந்த ஆங்கிலேய அதிகாரிகளை மிக எளிதாக விலைக்கு வாங்கிவிட்டான் மீர் காசிம். எல்லோரும் அவன் வலையில் விழுந்துவிட்டனர். வான்சிடார்ட் உடனே மீர் ஜாபரிடம் சென்று அவனைப் பதவி விலகச் சொன்னான். அவனது ஆளுகையில் தலையிடமாட்டோம் என்று கிளைவ் கொடுத்திருந்த வாக்குறுதியை வான்சிடார்ட் நிராகரித்து விட்டான். ஆங்கிலேயரின் பாதுகாப்பில் கல்கத்தாவிலோ அல்லது அதன் சமீபமாகவோ தான் வாழவேண்டும் என்ற வேண்டுகோளின் பேரில் மீர் ஜாபர் பதவி விலகினான். மீர் காசிம் நவாப் ஆனான்.

உடனே பாட்னா சென்றான். அங்கே முகலாய மன்னர் இரண்டாம் ஷா ஆலம் அவனுக்கு வங்காளம், பிகார், ஒரிஸாவுக்கு நவாப்பாக முடிசூட்டினார்.

மக்கள் அனைவருக்கும் வரித்தள்ளுபடி

மீர் காசிம், மீர் ஜாபரைவிடத் திறமையான நிர்வாகி. உப்பு வரியால் மக்கள் படும் அவதியைக் குறைக்க நினைத்தான். ஆங்கிலேயர் அவர்களுக்குக் கொடுத்திருந்த வரித் தள்ளுபடியைத் தவறாகப் பயன்படுத்தினர். எனவே மீர் காசிம் எல்லோருக்கும் வரித்தள்ளு படிச் செய்து உத்தரவிட்டான். இதனால் ஆங்கிலேயர் எரிச்சலடைந்தனர். அவர்களுக்குக் கிடைக்கும் வருமானம் குறைந்தது. மீர் காசிம் தன் படைபலத்தைப் பெருக்கினான். தமது பிடியிலிருந்து விலகிச் செல்லும் மீர் காசிமைக் கட்டுக்குள் வைத்திருப்பதற்காக 25-6-1763 அன்று எல்லிஸ் என்பவன் பாட்னாவைத் தாக்கினான். ஆனால் மீர் காசிம் கோட்டையை அவனால் ஏதும் செய்ய முடியவில்லை. அதற்குள் வேறு திசைகளினின்றும் மீர் காசிமின் படைத்தளபதிகள் மீர் மெஹ்தி கானும், ஆர்மேனிய வீரன் மர்காரும் வேகமாக வந்து ஆங்கிலப்படையைச் சூழ்ந்துகொண்டு அதைத் தோல்வியடையச் செய்தனர். ஜூலை 1ந்தேதி ஆங்கிலேய வீரர்கள் கைது செய்யப் பட்டார்கள். கைது செய்யப்பட்டவர்கள் அனைவரும் பாட்னாவுக்குக் கொண்டு செல்லப்பட்டுக் கொல்லப்பட்டார்கள்.

மீர் காசிம் வீழ்ச்சி

இதனால் கொதித்தெழுந்த ஆங்கிலேயர் மேஜர் ஜான் ஆடம்ஸ் என்பவனை பெரும் படையுடன் அனுப்பினர். அவன் கட்வா என்னும் இடத்தில் மீர் காசிம் படைகளைத் தோல்வியுறச் செய்தான். அதன் பிறகு ஒரு மாதம் கழித்து நடந்த போரிலும் மீர் காசிம் தோல்வியைத் தழுவித் தப்பிச் சென்று அவுத் நவாப்பிடம் அடைக்கலம் கோரினான். அவுத் நவாப்பும் ஆங்கிலேயரை எதிர்த்துப்போர் தொடுத்தான். ஆனால் பக்ஸார் என்னும் இடத்தில் 23-10-1764 அன்று மன்றோ என்பவனால் தோற்கடிக்கப்பட்டான். பின்னர் அந்தப் படை அலகாபாத், பெனாரஸ் வரை சென்று பிறகு மார்ச் 1765 ல் அவுத்தையும் கைப்பற்றியது லக்னௌ வீழ்ந்தது.

கல்கத்தாவிலிருந்த ஆங்கில அதிகாரிகள் மீர் ஜாபரை மீண்டும் நவாப் ஆக்கினர். அதற்காக அவர்கள் அவனிடமிருந்து பெற வேண்டியதை எல்லாம் பெற்றார்கள்.

ஆங்கில அதிகாரிகள் மீர் ஜாபரிடமிருந்து பணமாகவும் பொருள் களாகவும் கறந்தார்கள். மீர் ஜாபர் ஒரு முறை சொன்னான் 'நான்

கம்பெனி ஊழியர்களுக்காகச் செயல்பட்ட வங்கி. என்னிடமிருந்து எப்பொழுது வேண்டுமானாலும் எவ்வளவு வேண்டுமானாலும் அவர்கள் பணம் எடுத்துக்கொண்டிருந்தார்கள்.' பணம் மட்டுமே எடுக்கக்கூடிய வங்கியாக அவனிருந்தான். அந்த மன உளைச்சலால் கிளைவ் வங்காளத்துக்கு வருவதற்கு நான்கு மாதங்களுக்கு முன்பு இறந்தான்.

ஆங்கிலேயர்களும், லஞ்ச லாவண்யமும்...

மீர் ஜாபரின் பேரன் ஒரு மைனர். அவனுடைய இளைய மகனும் வாரிசு உரிமை கோரினான். யார் தமக்குப் பணம் கொடுக்கும் முடிவை எடுக்கிற நிலையில் இருக்கிறானோ அவனிடம் ஆட்சிப் பொறுப்பை ஒப்படைக்க வேண்டும் என்று எண்ணி அவனிட மிருந்து ஒவ்வொருவரும் பெருத்த தொகை பெற்று மீர் ஜாபரின் மகனிடம் ஆட்சிப்பொறுப்பைக் கொடுத்தனர். இந்த உடன் படிக்கைக்குப் பெரிதும் உதவிய மொஹமத் ரிஸா கான் என்பவன் துணை நவாப்பாக நியமிக்கப்பட்டான். இந்தியாவில் இருந்த சுதேசி மன்னர்களின் ஒவ்வொரு ஆட்சி மாற்றத்தையும் அதிகமாக வரவேற்றவர்கள் ஆங்கிலேயர். அப்பொழுதுதானே காசு பெற்றுக் கொண்டு தமக்குச் சாதகமானவனை உட்காரவைக்கமுடியும்? ஆட்சி முறை நிர்வாகத்தில் அவர்கள் ஒரு ஒழுங்குமுறை அளித்தார்கள் என்று சொன்னபோதும் இந்தியர்களைப் பிடித்துத் தின்னும் லஞ்ச லாவண்யத்தை ஊதிப் பெரிதாக்கியவர்கள் ஆங்கிலேயர்கள் தான்.

கிளைவ் கவர்னராக நியமிக்கப்பட்டு இன்னும் சில நாட்களின் வங்காளம் வரப்போகிறான் என்று தெரிந்த நிலையில் அவன் வந்தால் தங்களால் கொள்ளையடிக்க இயலாது என்று நினைத்து ஆங்கிலேய அதிகாரிகள் துரிதமாகச் செயல்பட்டு ஆதாயம் தேடிக் கொண்டார்கள். ரகசிய ஒப்பந்தம் பிப்ரவரி 25ந்தேதி கையெழுத்தானது. இந்த நிலையில் கிளைவும் அவருடன் வந்த இரண்டு பேரும் வங்காளம் வந்து சேர்ந்தனர்.

கிளைவ் வங்காளத்தில் நடந்த முறைகேடுகளை அறிந்து அதிகாரி களைக் கேள்வி கேட்டபோது, அவர்கள், 1757லும் அதன் பிறகும் கிளைவ் கடைப்பிடித்த நடைமுறைகளையே தாங்களும் பின் பற்றியதாகச் சொன்னார்கள். ஆனால் அதற்குப் பிறகு கம்பெனி அதிகாரிகள் ஆளுவோரிடமிருந்து பரிசு பெறக்கூடாது என்று கிழக்கிந்தியக் கம்பெனி விதித்திருந்த சட்டத்தை அறவே மறந்து விட்டனர். நிர்வாகத்தை ஒழுங்குபடுத்துவதில் கிளைவ் அதிக முயற்சி எடுத்துக்கொள்ள நேர்ந்தது. அதனால் அவனது கவுன்சில்

உறுப்பினர்களே கூட அவனுக்கு எதிரிகளானார்கள். என்றாலும் கிழக்கிந்தியக் கம்பெனி ஊழியர்கள் தமக்குக் கொடுக்கப்பட்டிருந்த சில சலுகைகளைத் தமக்குச் சாதமாகப் பயன்படுத்தி மற்றவர் களுக்கு விற்றுக் கொண்டிருந்த நிலையை கிளைவ் முதலில் தடை செய்தான். அது சுதேசி மக்களுக்குச் சாதகமாக அமைந்தது. கம்பெனி ஊழியர்களுக்கு ஊதியத்தைக் கூட்டிக் கொடுத்தால் தவறான வழியில் அவர்கள் போக மாட்டார்கள் என்று கிளைவ் சொன்னதை கம்பெனி நிர்வாகம் ஏற்க மறுத்தது. முறைகேடாக அவர்கள் நடந்து கொள்வதனால் அவதிப்படுகிறவர்கள் இந்திய மக்கள்தானே என்று அவர்கள் அதைக் கண்டு கொள்ளவில்லை.

அதிகார ஒழுங்கிற்கு அடித்தளம் போட்ட கிளைவ்

படிப்படியாக அதிகாரிகளின் இயக்கத்தில் ஒழுங்கு முறையைக் கொண்டுவந்தான் கிளைவ். பின்னாளில் இந்தியாவின் அதிகார வர்க்கம் ஒழுங்கு முறையோடும் திறமையாகவும் உலகிலேயே சிறந்த நிர்வாகம் என்று போற்றப்படும் அளவுக்கு உயர்ந்ததற்கும் கிளைவ்தான் அடித்தளம் அமைத்துக்கொடுத்தான் என்று சொல்லப் படுகிறது. கிளைவின் அந்த நடவடிக்கைகளால் பொதுமக்கள் வாங்கும் உப்பின் விலை 15 சதவிகிதம்வரை குறைந்தது. நிர்வாகக் கவுன்சிலின் கெடுபிடியையும் குறைத்தான். எதிர்ப்புகளை எல்லாம் சமாளித்துத் தன்னை நிலைநிறுத்திக்கொண்டான்.

வங்காளத்திலும் மதராஸிலும் அவன் போரில் பங்கெடுத்தபோது காட்டிய தீரத்தை விட அதிகத் தீரத்தைத் தனது அதிகாரிகளையும் தனது கவுன்சில் உறுப்பினர்களையும் கட்டுப்படுத்துவதில் அவன் காட்டவேண்டியிருந்தது. போர்கள் அவனது உடல்நிலையை அதிகம் பாதிக்கவில்லை. ஆனால் நிர்வாகச் சீர்கேடுகளைக் கையாளுவதில் இரவு பகலாக எச்சரிக்கையாக இருக்கவேண்டி வந்தது. அது அவனது மனத்தையும் உடலையும் பாதித்தது.

ஸர் ஜான் மால்கம் என்பவர் இதைப்பற்றி ‘கிளைவின் சாதனை களையெல்லாம் கருதுகிறபோது அவரது போர்ச் சாதனைகளைவிட வங்காளத்தில் நிர்வாகத்தை ஒழுங்குபடுத்துவதில் அவர் பெற்ற வெற்றியே பெரிது’ என எழுதியுள்ளார் (Rulers of India - Clive Documents, Page 171).

அதுவரை வங்காளம், பீஹார், ஒரிஸ்ஸா ஆகிய நான்கு பிரதேசங் களின் ஆட்சியும், சட்டம் ஒழுங்கு, நீதி ஆகியவையும் நிஜாமின் கையிலிருந்தது. கிளைவ் அதையும் மாற்றினான். திவான் என்று பெயரளவுக்கு வைத்துக்கொண்டு வசூலிக்கிற வரித்தொகையைக் கம்பெனியின் கஜானாவில் சேர்க்கும் வகையில் ஏற்பாடு செய்தான்.

நிர்வாகப் பொறுப்பு, நீதி பரிபாலனம் ஆகியவை அனைத்தும் கம்பெனியின் பொறுப்பாயிற்று. நிஜாம் பெயரளவுக்குத்தான். எல்லாம் நிஜாமின் பெயரால் நடந்தாலும் நிஜாம் ஒரு பொம்மை தான். வருடத்திற்கு 53 லட்சம் ரூபாய் நிஜாமிற்குக் கொடுக்கப்படும். அதை வைத்து தனது அரசவையின் செலவை அவர் கவனித்துக் கொள்ளவேண்டும். புதிய நிஜாம் அதற்கு ஒப்புக்கொண்டான்.

அடுத்து கிளைவ் முகலாய அரசரையும் அவுத் நவாப்பையும் தமது கைப்பிடிக்குள் கொணர முனைந்தான். அவர்களுடனும் ஒப்பந்தம் செய்து கொண்டான். வருடத்திற்கு 26 லட்சம் ரூபாய் பெற்றுக் கொண்டு முகலாய மன்னர் இரண்டாம் ஷா ஆலம் தன்னிடமிருந்த மூன்று பிரதேசங்களின் உரிமையை கிழக்கிந்தியக் கம்பெனிக்கு எழுதிக்கொடுத்தார்.

'லார்ட் கிளைவ் ஃபண்ட்'

மீர் ஜாபர் இறப்பதற்கு முன் தன்னுடைய உயிலில் ராபர்ட் கிளைவுக்கு ஐந்து லட்சம் ரூபாய் கொடுக்கவேண்டும் என்று எழுதி வைத்திருந்தான். கம்பெனி ஊழியர்கள் எந்தப் பரிசும் சுதேசிகளிட மிருந்து பெறக்கூடாது என்று புதிதாகச் சட்டம் போட்டிருந்ததால் கிளைவ் அதைப் பெற முடியாது. எனவே கம்பெனி நிர்வாகத்தின் ஒப்புதலுடன் அது ஓர் அறநிதியாக 'லார்ட் கிளைவ் ஃபண்ட்' என்னும் பெயரில் வைக்கப்பட்டுக் கம்பெனியின் ஊழியர்கள் நலத்திற்காகப் பயன்படுத்தப்பட்டது.

ராணுவக் கிளர்ச்சி

ராணுவ அதிகாரிகளுக்குச் சம்பளத்தைத் தவிர பேட்டா எனும் பெயரில் அதிகப்படி பணம் கொடுக்கப்பட்டுவந்தது. ராணுவத் தளத்தில் இருக்கும்போது அரை பேட்டா. வெளியிலே வேறு ஊருக்கு அனுப்பப்படும்போது முழு பேட்டா. போரில் ஈடுபடும் போது இரண்டு பேட்டா கொடுக்கப்பட்டு வந்தது. மீர் காசிமுடன் சண்டை முடிந்த பிறகு இரட்டை பேட்டா கொடுக்கும் முறையைக் கம்பெனி இயக்குநரகம் தடைசெய்து ஆணை பிறப்பித்தது. இதை அறிந்த ஆங்கில ராணுவ அதிகாரிகள் தமக்குள் கலந்து பேசி எல்லாப் படைப்பிரிவைச் சேர்ந்தவர்களும் ஒன்றாகக் கிளர்ச்சியில் ஈடுபடுவது என்றும் ஒத்துவராவிட்டால் ராணுவத்திலிருந்து பதவி விலகி விடுவது என்றும் தீர்மானித்தார்கள். பின்னாளில் 1857ல் வந்த சிப்பாய் புரட்சி சுதந்திரத்திற்காக எழுந்தது. ஆனால் முன்னால் எழுந்த இந்த ராணுவக் கலகம் தங்கள் பொருளாதார வசதிகளுக்காக எழுந்தது. இதை அறிந்த கிளைவ் மிகத் துரிதமாக நடவடிக்கை

எடுத்தான். போருக்காகச் செல்லும்போது முழு பேட்டாவும் ராணுவத் தளத்திலிருக்கும்போது அரை பேட்டாவும் கொடுக்கப் படும் என்றும் தலைமைப் பிரதேசத்தில் அதாவது கல்கத்தாவில் இருக்கும்போது பேட்டா கிடையாதென்றும் அதற்குப் பதிலாக தங்குவதற்கு வீடு கொடுக்கப்படும் என்று கிளைவ் ஆணை யிட்டான். ராணுவ அதிகாரிகள் கிளைவிடம் முறையிட்டபோது தன்னால் எதுவும் செய்ய இயலாதென்றும் மேலிடத்து உத்திரவைத் தான் தெரிவித்திருப்பதாகவும் சொன்னான்.

கம்பெனிக்கு எதிராகப் போர்க்கொடி தூக்க ராணுவ அதிகாரிகள் தயாரானார்கள். ராணுவத்தில் பணி புரியாத மற்ற அதிகாரிகளும் அந்தக் கிளர்ச்சிக்கு ஆதரவாகச் செயல்பட்ட அமைப்பிற்கு 1,40000 ரூபாய் பண உதவி செய்தார்கள். இந்தச் சமயத்தில் மராத்தியர்கள் பெரும் படையுடன் படையெடுக்கப்போவதாக வதந்தி கிளம்பியது.

கிளைவ் உடனே தன்னுடைய ஆதரவாளர்களைக் கொண்ட குழு ஒன்றை அமைத்தான். மதராஸிலிருந்து அதிகாரிகளை வரவழைக்க ஏற்பாடு செய்தான். ஆங்கிலேயர் ஆண்ட கால வரலாற்றை ஊன்றிப் பார்த்தால் மதராஸில் இருந்த படைகள் மதராஸைப் பாதுகாக்கப் பயன்பட்டதை விட இந்தியாவின் எந்தப் பகுதியில் என்ன கலவரம் நடந்தாலும் அங்கு சென்று போரிடப் பயன்பட்டதுதான் அதிகம். எந்த அதிகாரியாவது வேலையைவிட்டு விலகுவதாகக் கடிதம் கொடுத்தால் அவர்கள் வேறு எங்கும் எந்த நிலையிலும் ராணுவத்தில் சேர்த்துக் கொள்ளப்படமாட்டார்கள் என்று சுற்றறிக்கை அனுப்பினான் கிளைவ். பிறகு எங்கெல்லாம் கிளர்ச்சி வெடிக்கும் என்று தோன்றியதோ அங்கெல்லாம் தானே சென்று பேசினான். கிளர்ச்சியின் முக்கியத் தலைவர்களைக் கைது செய்து ராணுவ விசாரணைக்காகக் கல்கத்தாவுக்கு அனுப்ப ஏற்பாடு செய்தான்.

அலகாபாத், பாட்னா, மூங்கிர் ஆகிய இடங்களில் இருந்த அதிகாரிகள் ஒன்றிணைந்து போராடுவதாக முடிவெடுத்திருந்தனர். அலகாபாத்திலிருந்த ராணுவத் தளபதி தமது அதிகாரிகளை ஆதரித்தார். மிகக் கடுமையான நடவடிக்கை எடுத்து கிளர்ச்சி தலைதூக்காதபடி கிளைவ் தமது சாமர்த்தியத்தாலும் தந்திரத்தாலும் அடக்கிவிட்டான்.

இப்படியாக தான் வந்த காரியத்தை வெற்றிகரமாக நிறைவேற்றி விட்ட கிளைவ் இங்கிலாந்து திரும்ப விரும்பினான். தமது சகாக் களுக்கு எதிராகவே நடவடிக்கை எடுக்கவேண்டியிருந்தது அவனது மனத்தை வேதனைப்படுத்தியிருந்தது. அவனது உடல்நிலையும் சீர்கெட்டது. ஓராண்டுக்கு முன்பே தாயகம் திரும்பத் தன்

விருப்பத்தைச் சொல்லியும் கம்பெனி இன்னும் ஓராண்டு தொடர்ந்து நிலைமையைச் சீர் செய்யும் படி வேண்டினர். 29-1-1767 அன்று இங்கிலாந்து செல்லப் புறப்பட்டான் கிளைவ். தனது கவர்னர் பொறுப்பை மிஸ்டர் வெரெல்ஸ்ட் என்பவரிடம் ஒப்படைத்தான்.

ஜூலை 14ந்தேதி இங்கிலாந்து போய்ச்சேர்ந்தான். அங்கே அவனுக்கு நல்ல வரவேற்புக் கொடுக்கப்பட்டது. ராஜாவும் ராணியும் கிளைவைச் சந்திக்க அழைத்தார்கள். மீர் காசிம் கிளைவுக்குக் கொடுத்த நிலத்தை அவன் மேலும் 10 ஆண்டுகளுக்கு வைத்துக் கொள்ளலாம் என்று கம்பெனி நிர்வாகம் தீர்மானம் நிறைவேற்றியது.

பேனாக் கத்தி வைத்த முற்றுப்புள்ளி!

இங்கிலாந்தில் மக்கள் கிளைவின் வெற்றிகளைப் புகழ்ந்து கொண்டாடியபோதிலும் அவனது எதிரிகள் அவனை விட்டு விடுவதாக இல்லை. கிளைவின் மேல் பழியைச் சுமத்தி ஒரு தேர்வுக்குழுவின் முன் கொண்டு நிறுத்தினர். அங்கு கிளைவ் விசாரிக்கப்பட்டான். அதன் பிறகு மக்களவையில் வழக்குத் தொடர்ந்தார்கள். வழக்கு வெகுகாலம் நடைபெற்றது. கிளைவ் வெளிப்படையாக அதிர்ச்சி காட்டவில்லையானாலும் உள்ளுக்குள் தளர்ந்துபோனான். அவனும் அவனது நண்பர்கள் எழுவரும் மக்களவைக்குத் தேர்ந்தெடுக்கப் பட்டாலும் மக்களவை உறுப்பினருக்குள்ள கௌரவம் அளிக்கப்படாமல் அவன் விசாரிக்கப் பட்டான். கிளைவ் சொல்கிறான்.

‘அவர்களின் எளிமையான ஊழியனாகிய பேரன் ஆஃப் பிளாஸியாகிய நான் ஒரு மக்களவை உறுப்பினன் என்பதையும் கருதாமல் ஒரு செம்மறியாட்டுத் திருடன் போல விசாரிக்கப் பட்டேன்!’

வழக்கை கிளைவ் மிகத் திறமையாகக் கையாண்டான். முடிவில் அவன்மீது சாற்றப்பட்ட வழக்கு தள்ளுபடி ஆனது. ஆனாலும் அவனது உடல்நிலை பாதிக்கப்பட்டது. மன நிலையும் பாதிக்கப் பட்டது.

லார்ட் சாண்ட்ஹோப் என்பவர் கிளைவ் எப்படி இறந்தான் என்பதைப்பற்றிச் சொல்லியுள்ளார்:

‘ஒரு நாள் கிளைவ் வீட்டில் தங்கியிருந்த ஒரு பெண்மணியின் எழுது கோல் பழுதுபட்டது. அப்பொழுதெல்லாம் மரக்கட்டைப் பேனா தானே! அப்போது கிளைவ் அப்பக்கம் வர, அந்தப் பெண் கிளைவை

அழைத்துத் தனது பேனாவைச் சரிசெய்து தரச் சொன்னாள். கிளைவ் தனது கையில் வைத்திருந்த பேனாக் கத்தியால் அதை மிகவும் சரியாகக் கூர் செய்து கொடுத்துவிட்டுத் தனது அறைக்குச் சென்றான். சிறிது நேரத்திற்கெல்லாம் அந்தப் பேனாக் கத்தியா லேயே தன்னைக் குத்திக்கொண்டு தற்கொலை செய்துகொண்டான் (Rulers of India by Robert Clive).

14

வந்தவாசிப் போர்

ஆங்கிலேயருடனான மோதல்கள் பலவும் இங்கிருந்தவனுக்கும் ஆங்கிலேயனுக்கும் தனியாகவோ கூட்டாகவோ நடந்த போர்கள். ஆனால் வந்தவாசிப் போரின் தன்மை வேறானது. இது வந்தேறி களுக்கிடையேயான போர். யார் ஆதிக்கம் பெறுவது என்ற முயற்சியில் பிரிட்டிஷ்காரர்களுக்கும் பிரெஞ்சுக்காரர்களுக்கும் இடையேயான போர். இந்தக் காரணத்தினால் இரண்டு அரசுமே வெற்றி பெற்றே ஆக வேண்டும் என்பதில் தீவிரம் காட்டின.

இந்தியாவிலுள்ள ஆங்கிலப்படைக்கு உதவ இங்கிலாந்திலிருந்து ஒரு படை புறப்பட்டது. அதே போல பிரான்ஸிலிருந்தும் ஒரு படை பிரெஞ்சுக்காரர்களுக்கு உதவுவதற்காகப் புறப்பட்டது. ஆங்கிலப் படையின் சிரத்தையும் ஊக்கமும் ஏனோ பிரெஞ்சுப் படைகளிடம் இல்லை. தாமதமாகக் கிளம்பிய பிரிட்டிஷ் படை முதலில் வந்தது. அதற்குப் பல மாதங்கள் முன்பாகவே கிளம்பிய பிரெஞ்சு படை ஆங்கிலப்படை வந்த பிறகுதான் வந்து சேர்ந்தது. பிரெஞ்சுக் காரர்கள் தாமதமாக வந்ததற்குக் காரணம் 'உள்குத்து', 'தலைவனுக்குப் பணியாத துணைத் தலைவன்' போன்றவைதான். ஆனால் இம்மாதிரியான நெருடல்கள் ஆங்கிலப்படையில் இல்லை. தளபதியும் துடிப்பு மிக்கவன். வீரர்களும் சொன்னதைச் செய்தவர்கள். பிரெஞ்சு படை முதலிலேயே வந்திருந்தால் போரின் போக்கே மாறியிருக்கலாம்.

இப்போரில் களநாயகர்கள் ஐரோப்பியர்கள். அவர்களிடம் கூலிக்கு வேலைசெய்யச் சில இந்தியர்கள், தமிழர்கள், மற்றும் வெற்றி

பெற்றால் கொள்ளையடிக்கலாம் என்ற ஆசையால் சில ஆயிரம் வீரர்களுடன் பிரெஞ்சுக்காரர்கள் பக்கம் யூனூஸ்கான் ஆகியோர் இருந்தனர்.

ராமன் ஆண்டாலென்ன, ராவணன் ஆண்டாலென்ன?

சங்க காலத்திலும் ஐரோப்பியர்கள் நம் தமிழ் மன்னர்களின் பணியில் இருந்ததுண்டு. அவர்களும் சில சமயங்களில் நாடுபிடிக்கும் ஆசையில் செயல்பட்டதுண்டு. அவர்களை உடனுக்குடன் மன்னனும் மக்களும் அடக்கிவைத்தனர். ஆனால் ஆங்கிலேயரோ பிரெஞ்சுக்காரர்களோ நாடுபிடிக்க முயன்றபோது மக்கள் அவர்களை எதிர்த்துப் போராடவில்லை, போரிட்டுத் தடைசெய்ய முயலவில்லை என்று சில சரித்திர ஆசிரியர்கள் கூறுகின்றனர். ஏன்? மக்களின் வீரம் குறைந்துவிட்டதா? மானம் குலைந்துவிட்டதா? இல்லை, மக்கள் வீரர்கள்தாம், மானமுள்ளவர்கள் தான். ஆனால் நாமிருக்கும் நாடு நமது நாடு. நாம் இதைக் காக்கப் போரிட வேண்டும் என்ற உணர்ச்சி அப்போது குன்றிப்போயிருந்தது. காரணம் பல நூற்றாண்டுகளாக ஆட்சியில் அவர்களின் பங்கின்றி எவனெவனெல்லாமோ ஆண்டான். அதனாலே அவன் வந்தா லென்ன இவன் வந்தாலென்ன நாம் அடிமைகள்தான் என்ற எண்ணம் படிந்து போயிருந்தது.

பாரதி சொல்வாரே 'வீரமிலா நாய்கள்' என்று. அப்படித்தான் இருந்தார்கள். இதை ராபர்ட் கிளைவே சொல்கிறார். 'பிளாசிப் போரில் நான் படையெடுத்துச் சென்றபோது ஆங்காங்கே வழியில் தென்பட்ட ஊர்களில் கிராமங்களில் ஏராளமான மக்கள் திரண்டு நின்று வேடிக்கை பார்த்தனர். அப்படி எங்கள் படையெடுப்பைப் பார்த்துக்கொண்டிருந்த பல்லாயிரக்கணக்கான உள்ளூர்வாசிகள் எல்லோரும் ஆளுக்கொரு கல்லை எடுத்து எங்கள் மேல் வீசியிருந் தாலோ கம்பெடுத்துத் தாக்கியிருந்தாலோகூட எங்களை ஓட ஓட விரட்டியிருக்க முடியும். ஆனால் யாரும் அப்படிச் செய்ய முன்வரவில்லை. வெறுமனே வேடிக்கைதான் பார்த்தனர்!' மக்களுக்கு அரசோடு பற்றில்லாதபோது தேசபக்தி எங்கிருந்து வரும்?

இந்த நிலையிலிருந்து பின்னாளில் தேசத் தலைவர்கள் மக்களை உசுப்பிவிட்டபோது விழித்துக்கொண்ட மக்களின் எழுச்சியால் சுதந்திரப் போராட்டம் நிகழ்ந்தது.

செய்யாத தவறுக்குச் சிரச்சேதம்

பிரெஞ்சு படைக்குத் தளபதியாக இருந்தவன் லாலி. ஆங்கிலப் படைக்குத் தளபதி அயர்கூட். லாலி நல்ல வீரன். ஆனால் முரடன்.

வந்தவாசிக்கு வரும் வழியில் ஊர்களைக் கொள்ளையிட்டான். அதற்குமுன் தஞ்சையை முற்றுகையிட்டான். தஞ்சைக் குதிரை வீரர்கள் 250 பேர், தாம் தஞ்சைப் பணியை விட்டுவிட்டதாகவும் லாலியின் படையில் சேரப்போவதாகவும் சொன்னதைக் கேட்டு மகிழ்ந்து அவர்களைச் சேர்த்துக்கொண்டான். ஆனால் அவர்கள் லாலியைக் கொல்லக் கருதித் தாக்கத் தொடங்கினர். லாலி தப்பி விட்டான். தஞ்சை முற்றுகையைக் கைவிட்டுத் திருவள்ளூர் வந்து அங்கு வீரராகவப் பெருமாள் கோயிலைத் தாக்கினான். அங்கே எதுவும் கிடைக்காமல் போகவே அங்கு பூஜை செய்துவந்த பட்டாச்சார்யார்கள் சிலரைக் கொன்றான். பிறகு சென்னைக் கோட்டையை நோக்கிப் படையெடுத்துச் சென்றான்.

சென்னை மதராஸ் கோட்டை ஏற்கெனவே ஆங்கிலேயரால் பலமாகப் பாதுகாக்கப்பட்டிருந்ததால் ஏதும் செய்ய முடியாமல் காஞ்சிபுரத்தில் ஆங்கிலேயர் வைத்திருந்த பண்டகசாலையைக் கொள்ளையிட்டான். அங்கிருந்து வந்தவாசி சென்றான். 1760 ம் ஆண்டு ஜனவரி 22ம் நாள் வந்தவாசிப்போர் நிகழ்ந்தது. பிரெஞ்சுப் படைகள் அதிக அளவு இருந்தாலும் ஆங்கிலப் படைகளை எதிர்த்துப் போரிட இயலவில்லை. பிரெஞ்சு படை தோல்வியைத் தழுவியது. லாலி அங்கிருந்து தனது படைவீரர்களுடன் பின்வாங்கிப் பாண்டிச்சேரி சென்றான். ஓராண்டுப் போராட்டத்துக்குப் பின் பாண்டிச்சேரி பிடிக்கப்பட்டு அழிக்கப்பட்டது. லாலியைக் கைது செய்து லண்டனுக்குக் கொண்டு சென்றனர். அதேசமயம் லாலி சரியாகப் போரிடவில்லை என்று பிரான்சு மன்னன் பதினைந்தாம் லூயி மன்னன் அவனுக்கு மரண தண்டனை விதித்தான். லண்டனில் இருந்த லாலி தான் பிரான்ஸ் சென்று தான் குற்றமற்றவன் என்பதை நிரூபித்து விட்டு வருகிறேன் என்று சொன்னான். ஆங்கிலேயர் எவ்வளவோ சொல்லியும் கேளாமல் விடைபெற்றுச் சென்றான். பிரான்சில் அவனது வாதங்கள் எடுபடவில்லை. 1766 மே 9ம் நாள் லாலியின் தலை சீவப்பட்டு மரண தண்டனை நிறைவேற்றப் பட்டது. பிறகு லாலியின் மகன் தன் தந்தை குற்றமற்றவர் என்பதை அடுத்து வந்த அரசன் பதினாறாம் லூயியிடம் ஆதாரங்களுடன் நிரூபித்தான். லாலி இறந்த பிறகு அவன் குற்றமற்றவன் என்று மன்னன் தீர்ப்பளித்தான்.

பிறகு நடைபெற்ற ஒரு ஒப்பந்தத்தின்படி பாண்டிச்சேரி பிரெஞ்சுக் காரர்களிடம் திருப்பிக் கொடுக்கப்பட்டது. வந்தவாசிப் போர் ஆங்கிலேயர்களின் ஆதிக்கத்தை நிலைநாட்டியது.

15

நாதிர்ஷாவின் நாச வேலைகள்

1707ம் ஆண்டு ஔரங்கசீப் இறந்த பிறகு பட்டத்திற்கு யார் வருவார்கள் என்பதில் கடும் போட்டி இருந்தது. பட்டத்துக்கு வந்த முகமது அசம் ஷா அவ்வளவு பலமானவன் அல்ல. அவனால் அவனது அரச சபையைச் சேர்ந்தவர்களையே கட்டுப்படுத்த இயலவில்லை. லஞ்சம் தலைவிரித்தாடியது. சில பிரபுக்கள் நாட்டுக்குக் கட்டுப்படாமல் தாங்கள் சுதந்திரமாக இயங்கத் தொடங்கினர். அந்த நிலையில் பெர்சிய அரசன் நாதிர்ஷா ஆப்கானிஸ்தான் மேல் படையெடுத்து அங்கிருந்து பெரும் படையுடன் இந்தியாவின் வடபகுதிக்குள் நுழைந்தான். லாகூரைக் கைப்பற்றினான். 17-2-1739 அன்று முகலாயப் படைக்கும் நாதிர்ஷா படைக்கும் இடையே கடும் போர் கர்நால் என்னும் இடத்தில் நடைபெற்றது. நாதிர்ஷா வென்றான், முகமது ஷா சரணடைந்தான். இருவரும் டெல்லிக்கு வந்தனர்.

டெல்லியில் நாதிர்ஷா இந்தியாவின் பேரரசனாக முடி சூட்டிக் கொண்டான். அவன் பெயரில் நாணயங்கள் அச்சடிக்கப்பட்டன. இந்தச் சமயத்தில் ஒரு பொய் வதந்தியின் காரணமாக பெர்சியன் படைவீரர்களுக்கும் டெல்லி வணிகர்களுக்கும் இடையே நடந்த கைகலப்பில் சில பெர்சியன் வீரர்கள் கொல்லப்பட்டனர். கோபமுற்ற நாதிர்ஷா அராஜகத்தைக் கட்டவிழ்த்துவிட்டான். மார்ச் 22 ந்தேதி கட்டற்ற முறையில் டெல்லி மக்கள் கொல்லப்பட்டனர். தெருவெல்லாம் பிணக்காடு. ஆறுமணி நேரத்தில் 20,000 பேருக்கு மேல் கொல்லப்பட்டனர். டெல்லி பாதுஷா முகமது அசம் ஷா

கெஞ்சினான். அதன் பிறகு நாதிர்ஷா தனது படைகளுக்கு வன்முறையை நிறுத்தச் சொல்லி ஆணையிட்டான்.

அதன் பிறகும் பல நாட்கள் நகரம் அழிக்கப்பட்டது. பாதுஷாவின் செல்வம் கொள்ளையிடப்பட்டது. டெல்லி மன்னரின் மயில் சிம்மாசனம் கவரப்பட்டது. கோஹினூர் வைரம், தர்யா இ நூர் ஆகிய இரண்டு பெரிய வைரங்களும் கவரப்பட்டன. முகலாய மன்னரின் பொக்கிஷ அறையில் இருந்த அனைத்துச் செல்வங்களும் கொள்ளை யிடப்பட்டன. எந்த அளவுக்குக் கொள்ளையிடப்பட்டன என்றால் நாதிர்ஷா பெர்சியாவுக்குத் திரும்பிச் சென்ற பிறகு அவனது நாட்டில் மூன்று ஆண்டுகளுக்கு அவன் மக்களிடம் வரி வசூலிக்க வில்லை.

ஔரங்கசீப்பின் காலில் விழுந்து மன்னிப்புக்கேட்ட ஆங்கிலேயர்கள் முகமது ஷாவின் மேற்கண்ட வீழ்ச்சியால் துணிச்சல் பெற்றார்கள். இனி முகலாய அரசு தங்களுக்குப் பெருந்தடையாக இருக்க முடியாது என்று கண்டுகொண்டனர். ஆனால் முகலாய அரசைக் கலவரப் படுத்திவந்த மராத்தியரைக் கண்டு அவர்கள் அஞ்சினார்கள்.

மூன்றாம் பானிப்பட்டு யுத்தம்

1757ல் கிளைவ் பிளாஸியில் சிராஜ் உத்தெளலாவைத் தோற்கடித்து கிழக்கிந்தியக் கம்பெனிக்கு ஒரு நிலையான தொடக்கத்தை ஏற்படுத்தினான். அதற்குப் பிறகு ஆங்கிலேயர்கள் மேலும் பலப்பல வெற்றிகளைப் பெற்றதற்குக் காரணம் முகலாயர்களுக்கும் மராத்தியர்களுக்கும் இடையே இருந்த பகை. நாதிர்ஷா டெல்லியைக் கொள்ளையிட்டுச் சென்ற பிறகு முகலாய சாம்ராஜ்யம் மிகவும் பலவீனப்பட்டுப் போயிற்று. மராத்தியர்கள் மிகவும் பலமுள்ள நிலையில் இருந்தார்கள். அந்தப் பலத்தை அவர்கள் அப்படியே தக்க வைத்துக் கொண்டிருந்திருந்தால் கிழக்கிந்தியக் கம்பெனி வடக்கே பரவியிருக்க முடியாது. ஆனால் அவர்கள் நாட்டை விஸ்தரிக்கும் ஆசையில் வடக்கே பஞ்சாப் வரையில் சென்றார்கள். 1758ம் ஆண்டு பாலாஜி பாஜி ராவ் பஞ்சாபைத் தாக்கினார். இதனால் ஆப்கானிஸ்தானத்து மன்னன் அஹமெட் ஷா அப்தாலி எச்சரிக்கையானான். மராத்தியர்கள் தெற்கு டெல்லிவரை ஆக்கிரமித்திருந்தார்கள். அதனால் முகலாய மன்னனும் பதட்டமடைத்து அகமத் அப்தாலியை உதவிக்கு அழைத்தான். மதத்தின் அடிப்படையில் வழியில் இருந்த ரோஹில்லாக்களும் கங்கைப்புறத்து தோப் அரசனும் அயோத்தியின் சுஜா உத்தெளலாவும் அகமத் ஷா அப்தாலிக்கு உதவுவதாக வாக்களித்தார்கள்.

மராத்தியர்களிடம் பிரெஞ்சுக்காரர்கள் கொடுத்த பலம் வாய்ந்த ஆயுதங்கள் இருந்தன. படைநடத்தத் தந்திரசாலியான சதாசிவ ராவ் பாவ் இருந்தார். பெருத்த படையும் இருந்தது. என்றாலும் டெல்லியை நோக்கி முன்னேறிய அப்தாலி மற்றும் அவனுடைய கூட்டாளிகளின் படைத் தொகுதி பானிபட் அருகே மராத்தியப் படைகளை நாலாபுறமும் சூழ்ந்துகொண்டன. மராத்தியருக்கு வேண்டிய உணவு கிடைக்க விடாமல் வளைத்துக்கொண்டனர். எனவே பட்டினி கிடந்த படைவீரர்கள் பசியால் சாவதைவிடப் போர் புரிந்து சாகலாம் என்று வற்புறுத்தவே. சதாசிவ ராவ் எதிரிப்படைக்குள் புகுந்து போரிட முடிவு செய்தார். அவருடைய தந்திரமான இயக்கத்தால் முதலில் அவருக்கு வெற்றி. மராத்திய மன்னரின் படை ஒன்று உதவிக்கு வந்துகொண்டிருப்பதாகவும் செய்தி வந்தது. ஆனால் அந்தப் படை வரத் தாமதமானதாலும் எதிரிகள் ஒன்றிணைந்து நாலாபுறமும் தாக்கியதாலும் சதாசிவ ராவ் யானையின் மீதிருந்து கீழிறங்கி எதிரிகளுடன் சண்டையிட்டார். ஆனால் யானையின் மீது சதாசிவ ராவ் இல்லாததால் தலைவனில்லை என்று நினைத்த மராத்தியப் படையின் குழப்பத்தாலும் நேரடியாக சூரிய ஒளி குதிரைகளின் கண்ணைத் தாக்கியதால் அவை கலவர மடைந்துத் திரும்பி ஓடியதாலும் துரதிர்ஷ்டவசமாக அப்தாலியின் படை வெற்றி பெற்றது.

இதில் கொடுமை என்னவென்றால் போருக்குப் பிறகு பானிபட்டைச் சுற்றியிருந்தவர்களும் கைதான போர் வீரர்களும் ஈவிரக்கமின்றிக் கொல்லப்பட்டார்கள். இதனால் முகலாயர்களின் கையில் மாட்டாமல் தாங்களே செத்துவிடலாம் என்று பல குடும்பங்களில் குடும்பத்தினரே ஒருவருக்கொருவர் வெட்டிக் கொண்டு இறந்தார்கள் என்று சொல்லப்படுகிறது. அப்தாலி இரண்டாவது ஷா ஆலத்தை முகலாய மன்னராக அறிவித்து நாடு திரும்பினான். மராத்தியர்கள் தலைதூக்கமுடியாத இழப்பைச் சந்தித்தாலும் அவர்கள் சும்மாயிருந்து விடவில்லை. 10 ஆண்டுகள் கழித்து அவர்கள் மீண்டும் டெல்லியைக் கைப்பற்றினர். பானிப் பட்டில் மராத்தியர் வெற்றி பெற்றிருந்தால் ஆங்கிலேயர் மேற்கொண்டு தமது பரப்பை விரிவு செய்திருக்க முடியாது என்று சரித்திர வல்லுநர்கள் சொல்லுகிறார்கள்.

16

கலங்க வைத்த ஹைதர் அலி!

தன்னம்பிக்கை, சலியாத உழைப்பு, திடகாத்திரம் இருந்தால் போதிய படிப்பில்லாவிட்டாலும் கூட ஒருவன் வரலாற்றில் சிறந்த இடம் பிடிக்க முடியும் என்பதற்குச் சான்று ஹைதர் அலி.

மைசூரில் கிருஷ்ணராஜ உடையார் என்கிற மன்னனின் படையில் சாதாரண படை வீரனாக இருந்த ஹைதர் அலி, அப்போது நடந்த தேவனஹள்ளிப் போரில் நிகழ்த்திய வீரதீரச் செயல்களால் படைத் தளபதி ஆனான். இதற்கு மேல் படிப்படியாக உயர்ந்து, படை வீரர்கள் மத்தியில் கதாநாயகனாகக் கொண்டாடப்பட்டு, வீரத்தால் போற்றப்பட்டு மக்கள் மத்தியிலும் பெரும் புகழ் பெற்றான். ஒரு காலகட்டத்தில் பொம்மை மன்னனான கிருஷ்ணராஜ உடையாரை ஓரங்கட்டி தானே மைசூரின் மன்னனான முடி சூட்டிக் கொண்டான்.

ஹைதர் அலி பகைவர்களுக்கு சிம்மசொப்பனமாக விளங்கினான். அவனை எவராலும் வீழ்த்த முடியவில்லை.பாளையக்காரர்கள், மராத்தியர்கள் ஆங்கிலேயர், பிரெஞ்சுக்காரர்கள், நிஜாம், நவாபு என அத்தனைபேரும் ஹைதர் அலியின் மேல் கோபம்கொண்டு இன்னல் கொடுக்க முனைந்து நின்றபோது தனது சாமர்த்தியத்தால் தலைநிமிர்ந்து நின்றவன் ஹைதர் அலி.

ஹைதர் அலியின் படையெடுப்புகள் அனைத்துமே வேகமானவை. எந்த நேரத்தில் எங்கு தாக்குவான் என்று சொல்லமுடியாது. பாளையக்காரர்கள் பலரையும் போரிட்டும் மிரட்டியும் பணிய வைத்தான். அவனது வெற்றிகளைக் கண்ட கிழக்கிந்தியக் கம்பெனி

மிரண்டது. தனித்துப் போரிட்டு வெற்றி காண்பது கடினம் என்பதால் ஹைதர் அலிக்கு எதிராக மராத்தியரும் ஆங்கிலேயரும் நிஜாமும் ஒன்றிணைந்தனர். ஆனால் மிகத் தந்திரமாக ஹைதர் அலி, மராத்தியரையும் நிஜாமையும் கையூட்டுக்கு அடிமையாக்கித் தன்னை ஆதரிக்கும்படி செய்து விட்டான். ஆங்கிலேயர் தனித்து விடப்பட்டனர். கூட்டணியில் யார் எந்த நேரத்தில் எங்கு சேர்வார் என்று சொல்ல முடியாது.

ஹைதர் அலி கர்நாடகத்தைத் தாக்கியபோது நிஜாம் கட்சி மாறினான். அதனால் ஆங்கிலேயரிடம் ஹைதர் அலி தோற்கும் நிலை வந்தது. ஆனால் ஹைதர் அலி சளைக்கவில்லை. படை திரட்டினான். மீண்டும் பாய்ந்து வந்தான். மதராஸ் கோட்டையை நெருங்கினான். ஆங்கிலேயர் அரண்டு போயினர். உடனே அடிபணிந்து ஹைதர் அலியுடன் ஒரு ஒப்பந்தம் செய்து கொண்டனர். அந்த ஒப்பந்தத்தின் படி ஹைதர் அலியை யாராவது தாக்கினால் ஆங்கிலேயர் தமது படையை உதவிக்கு அனுப்பவேண்டும். ஹைதர் அலி முழுமையாக ஆங்கிலேயரை நம்பிவிட்டான்.

ஆனால் 1771ம் ஆண்டு மராத்தியர் ஹைதர் அலியைத் தாக்கியபோது ஆங்கிலேயர் உதவிக்கு வரவில்லை. எனவே வெகுண்டெழுந்த ஹைதர் அலி மராத்தியரையும் நிஜாமையும் கூட்டு சேர்த்துக் கொண்டான். இந்நிலையில் பிரான்சுக்குச் சொந்தமான மாஹியை ஆங்கிலேயர் கைப்பற்றிக் கொண்டனர். கடும் கோபங்கொண்ட ஹைதர் அலி அப்பொழுது ஐரோப்பாவில் பிரிட்டிஷுக்குப் பாதகமாக இருந்த சூழ்நிலையைத் தனக்குச் சாதகமாக்கிக் கொண்டு 90,000 காலாட்படையுடன் செங்கண்மாக் கணவாயின் வழியாகக் கர்நாடகத்தில் நுழைந்தான். அவனிடம் நூறு பீரங்கிகளுக்கு மேலிருந்தன. கர்னல் பெய்லி என்னும் ஆங்கிலப் படைத்தளபதி ஹைதர் அலியை எதிர்த்துப் போரிட்டான். ஆனால் ஹைதர் அலியின் படைக்கு அவனால் ஈடு கொடுக்க இயலவில்லை. அவனும் அழிந்தான். அவனது படையும் அழிந்தது. ஆர்க்காடு ஹைதர் வசமானது.

நேரடியாகப் போரிட்டு வெற்றிகாண இயலாதபோது நட்புறவைப் பிரிப்பதும் அல்லது விதவிதமான சூழ்ச்சிகள் மூலம் வெல்ல முயல்வதும் ஆங்கிலேயருக்குக் கைவந்த கலை. ஹைதர் அலியின் காலகட்டத்தில் கிழக்கிந்தியக் கம்பெனியின் கவர்னர் ஜெனரலாக இருந்தவன் வாரன் ஹேஸ்டிங்ஸ். மிகவும் பொல்லாதவன். தந்திரசாலி. முயற்சிகளில் சளைக்காதவன். ஹேஸ்டிங்ஸ் திறமையற்ற மதராஸ் கவர்னரை நீக்கினான். சிப்பாய்களைப் பெருமளவு

திரட்டினான். ஸர் அயர் கூட் என்னும் தளபதி தலைமையில் ஒரு படையை ஹைதரை எதிர்க்க ஏவினான்.

சிதம்பரத்தை அடுத்த பரங்கிப்பேட்டையில் 1781ம் ஆண்டு கடும் போர் நடந்தது. ஹைதர் தோற்றான். ஆங்கிலேயர் தங்கள் வெற்றியைக் கொண்டாடுமுன்பே பிரெஞ்சுக் கப்பற்படையொன்று ஆங்கிலேயரின் கப்பற்படையுடன் மோதியது. ஹைதர் அலியின் மகன் திப்பு சுல்தான் தந்தையைத் தோற்கடித்த ஆங்கிலேயரைப் பழிக்குப் பழி வாங்கத் துடித்தான். கர்னல் பிரைத் ஒயிட் தலைமையில் வந்த பெரும்படையை திப்புசுல்தான் போரிட்டு வென்றான். ஆங்கிலேயர் தனது கவனத்தை டச்சுக்காரர் மேல் திருப்பினர். 1781ம் ஆண்டு இறுதிக்குள் அவர்களுக்குச் சொந்தமான நாகப்பட்டினம், சதுரங்கப்பட்டினம், புலிக்காடு ஆகிய இடங்களைக் கைப்பற்றினர்.

ஒப்பில்லா வீரன் திப்பு சுல்தான்

இதற்கிடையில் வாழ்நாளெல்லாம் போரிட்டுக்கொண்டிருந்த ஹைதர் அலி உடல் ஆரோக்கியம் குன்றி புற்று நோயால் 1783ம் ஆண்டு ஏப்ரல் மாதம் இறந்தான். அவனது மகன் திப்பு மைசூர் சுல்தானாக முடிசூட்டிக்கொண்டான். திப்புவும் மிகத் திறமையாக நாட்டை ஆண்டான். பிரெஞ்சுக்காரர்கள் அவனுக்கு உதவியாக இருந்தனர். தான் பதவியேற்ற நாளிலிருந்தே ஆங்கிலேயருக்குத் தீராத தலைவலியாக இருந்தான் திப்பு சுல்தான். அதுமட்டுமல்ல. பிரான்ஸ், பெர்சியா, துருக்கி ஆகிய நாடுகளுக்கும் 1787ம் ஆண்டு படைகள் அனுப்பி உதவும் படி வேண்டுகோள் விடுத்தான். அவனுக்கு உதவுவதாக அந்நாடுகள் வாக்குறுதி அளித்தன. ஆனாலும் படைகள் வரவில்லை. பிரான்ஸ் மட்டும் அவனுடைய போர்வீரர்களுக்கு ஆயுதப்பயிற்சி அளித்தது அவன் அதி நவீன ஆயுதங்களைத் தயாரிப்பதிலும் முனைப்புக் காட்டினான். அதில் ஒன்று இரும்பு வாணங்கள். அதாவது ராக்கெட்டுகள். வெகு தொலைவு சென்று எதிரிப்படையைத் தாக்கும் தீ உமிழும் ராக்கெட்டுகள். ஒன்றிரண்டல்ல. ஆயிரக்கணக்கில் ராக்கெட்டு களைத் தயாரித்துவைத்திருந்தான் திப்பு. பயிற்சி பெற்ற 5000 பேர் கொண்ட வாணப்படையே அவனிடம் இருந்தது. விதவிதமான பீரங்கிகளை ஆங்கிலேயர் வைத்திருந்தாலும் திப்புவின் வாணப்படையைக் கண்டு எதிரிகள் மிரண்டனர்.

17

பணிய மறுத்த பாளையக்காரர்கள்

பாளையக்காரர்கள் என்பவர்கள் யார்?

16வது நூற்றாண்டில் மதுரையை ஆண்ட விஸ்வநாத நாயக்கர் காலத்தில் உருவானது பாளையம். அவர் தனது நாட்டைப் பல பாளையங்களாக (சிறு சிறு ஆட்சிப் பகுதி) பிரித்து ஒவ்வொரு பாளையத்தையும் ஒரு பாளையக்காரரிடம் ஒப்படைத்தார். பாளையத்தின் முக்கிய கடமை தேசக் காவல். அவர்கள் தேசக் காவலர் என்றும் அழைக்கப்பட்டார்கள். தான் எந்த மன்னனின் ஆட்சிப்பகுதிக்கு உட்பட்டவரோ அந்த மன்னன் வேறொரு நாட்டுடனோ அல்லது அவசியம் நேர்ந்தால் வேறொரு பாளையத்துடனோ போர் தொடுக்க நேர்ந்தால் பாளையக்காரர் தனது சார்பாக மன்னனுக்கு உதவியாகப் போரில் பங்கேற்கத் தனது படையை அனுப்பவேண்டும். தவிர, தனது ஆட்சிக்குட்பட்ட பகுதியில் வரி விதிக்கவும், வரி வசூலிக்கவும் உரிமை பெற்றவர் பாளையக்காரர். அவர் வரி வசூலித்து தனது மன்னனுக்கு ஆண்டுதோறும் கப்பம் கட்டவேண்டும். மக்கள் கொடுக்கிற வரி தேசக்காவலுக்குக் கொடுக்கப்படுவதாகக் கருதப்படும். தான் ஆளும் பகுதியின் பாதுகாப்புப் பாளையக்காரரைச் சார்ந்தது.

மதுரையின் கீழ்மண்டலத்தில் மட்டும் 72 பாளையப்பட்டுகள் இருந்தன. தமிழகப் பாளையங்களில் முக்கியமானவை எட்டயபுரம், பாஞ்சாலங்குறிச்சி, நெல்கட்டும் செவல், சிவகிரி, சிவகங்கை, போன்றவை. பிற்காலத்தில் முகலாய ஆட்சி இந்தியாவில் ஏற்பட்டு அவர்களுடைய ஆதிக்கம் தெற்கிலும் பரவியபோது

இப்பாளையங்கள் ஆர்க்காட்டு நவாபு வசம் வந்தன. இவர்கள் ஆர்க்காட்டு நவாப்புக்குக் கப்பம் கட்டிவந்தனர். அதன் பிறகு ஆர்க்காட்டு நவாபு வலுவிழந்து போனபோது பெரிய பாளையங்கள் கப்பம் கட்டுவதை நிறுத்திக்கொண்டு தாமே சிற்றரசு போல கோட்டை கொத்தளங்களோடு ஆளத் தொடங்கினர். பெரும் பாலான பாளையங்களின் மக்கள் மகிழ்ச்சியாகவே இருந்திருக் கிறார்கள்.

1750 கால கட்டங்களில் ஆர்க்காட்டு நவாப்பாக சந்தா சாகிபும் முகமது அலியும் போட்டி போட்டுக்கொண்டு தமக்குள் சண்டையிட்டுக்கொண்டு ஒவ்வொருவரும் ஒவ்வொரு அயல் நாட்டினரைத் தமது உதவிக்கு அழைத்திருந்த நிலையில், அங்கு நிலவிய குழப்பத்தைத் தமக்குச் சாதகமாகப் பயன்படுத்திக்கொண்டு பாளையக்காரர்கள் பலர் தாம் செலுத்த வேண்டிய கப்பத்தை ஒழுங்காகச் செலுத்தவில்லை. நவாப் முகமதலி தன் சார்பில் கப்பத்தை வசூலிக்கும் உரிமையை கிழக்கிந்தியக் கம்பெனிக்குக் கொடுத்தான். இதற்காகத்தானே அவர்கள் காத்துக்கொண்டிருந் தார்கள். ஆர்க்காட்டு நவாப்புக்கே கப்பம் கட்டாதபோது உனக்கேன் கட்ட வேண்டும் என்று பல பாளையக்காரர்கள் கொதித்து எழுந்தனர். இந்தப் பகுதியில் பாளையக்காரர்களின் போராட்டங்களையும் பாளையக்காரர்களுக்கு உதவிய அவர்களுடைய வீரர்கள் சிலருடைய போராட்டங்களையும் பார்க்கலாம்.

அதிர வைத்த அழகுமுத்துக் கோன்

ஆங்கிலேயர்களும் முதலில் தாங்களே நேரடியாக ஈடுபடாமல் தமக்காக வரி வசூலிக்கும் பணியை உள்நாட்டைச் சேர்ந்த சிலரிடம் ஒப்படைத்தனர். திருநெல்வேலிப் பகுதியில் பல பாளையங்கள் இருந்ததால் திருச்சியிலும் திருநெல்வேலியிலும் கிழக்கிந்தியக் கம்பெனி தமது அதிகாரிகளை நியமித்திருந்தது. ஆங்கிலேயரால் வரிவசூலிக்க நியமிக்கப் பட்டவர்களில் ஒருவன் கான் சாகிபு. சிறந்த வீரன். அஞ்சாமல் போரிடுபவன். தந்திரம் மிக்கவன். படை நடத்தும் திறமையை ஆங்கிலேயரிடம் பயின்றவன். அவன் பாளையக்காரர்களிடம் கப்பம் உடனே கட்டவேண்டும் என்று வலியுறுத்தினான். கட்டபொம்மனின் தந்தை உட்பட பல பாளையக்காரர்கள் எதிர்ப்பின்றிக் கப்பம் கட்டினார்.

ஆனால் பின்னாளில் ஆங்கிலேயர்களுக்கு அடிவருடிய எட்டயபுரம் அப்பொழுது கப்பம் கட்ட மறுத்து எதிர்த்து நின்றது.மதுரை முத்துக்கிருஷ்ண நாயக்கரின் நம்பிக்கைக்குப் பாத்திரமான கட்டலங்குலம் அழகுமுத்துச்சேர்வை எட்டயபுரத்துக்குக் காப்பாக

அதன் தளபதியாக இருந்தான். எனவே மன்னன் முத்துக் கிருஷ்ண நாயக்கன் தனது வீரமிக்க தளபதியின் வீரத்தின் மேல் வைத்திருந்த அதீத நம்பிக்கையால் கப்பங்கட்ட மறுத்தார்.

கான்சாகிப் பீரங்கிப்படையுடன் வந்து எட்டயபுரத்தை முற்றுகை யிட்டான். அழகுமுத்துக்கோன் அஞ்சா நெஞ்சம் கொண்டு, தான் ஆணையிட்டால் எதிர் வார்த்தை கூறாமல் இயங்கும் படை வீரர்களோடு கான் சாகிப்பை எதிர்த்தான். கான் சாகிப் பீரங்கிப் பலத்தால் எட்டயபுரம் கோட்டையைத் தகர்த்தான். மன்னரை அழைத்துக்கொண்டு பெருநாழி என்னும் இடத்திற்குச் சென்றான் அழகுமுத்து. அங்கே மன்னர் இறந்தார். அங்கேயே மன்னனின் மகனுக்கு வாளையெடுத்துக் கொடுத்து முடி சூட்டினான் அழகுமுத்துக்கோன். அங்கிருந்து பெத்து நாயக்கன் கோட்டை என்னும் இடத்திற்குச் சென்றான்.

எட்டயபுரம் அரசரின் தம்பி குருமலைத் தம்பி துரை ஆங்கிலேயரிடம் அவர்களுக்கு தான் கப்பங்கட்டுவதாக ஒப்புக் கொண்டான். அவனது அமைச்சன் சிவசங்கரம் பிள்ளை அழகுமுத்துக்கோன் பெத்துநாயக்கன் கோட்டையில் இருப்பதை ஒற்றர்கள் மூலம் அறிந்து கிழக்கிந்தியக் கம்பெனி அதிகாரிகளிடம் கூறினான். உடனே கான்சாகிப் அங்கு சென்று அவர்களைச் சிறைபிடித்தான். அழகு முத்துவும் அவனுடைய படைத் தலைவர்கள் ஆறுபேருடன் அவனது படைவீரர்கள் 248 பேரும் கைது செய்யப்பட்டு நடுக்காட்டூருக்கு அழைத்துச் செல்லப் பட்டார்கள். அழகு முத்து பணிந்து போவதாயிருந்தால் எல்லோரையும் விட்டுவிடுவதாகச் சொன்னார்கள் ஆங்கிலேயர்கள். ஆனால் அழகு முத்து பணிய மறுத்துவிட்டான். வெளிநாட்டி லிருந்து வந்து நம்மை அடக்கி ஆளும் இனத்திற்குப் பணிய மாட்டேன் எனப் போர்க்குரல் எழுப்பினான். அவனுடைய வீரர்கள் 248 பேரின் வலது கரங்கள் வெட்டப்பட்டன. அழகு முத்துக் கோனையும் அவனோடு ஆறு வீரர்களையும் பீரங்கி வாயில் வைத்துச் சுட்டு வீழ்த்தினர். அவனைச் சுட்டு வீழ்த்திய இடத்தில் இன்றும் மக்கள் வருடா வருடம் வழிபாடு செய்து வருகிறார்கள்.

புரட்டி எடுத்த பூலித்தேவன்

1750ம் ஆண்டு ராபர்ட் கிளைவ் திருச்சிக்கு வந்து யூனியன் ஜேக் கொடியை ஏற்றிவைத்துவிட்டு தென்னாட்டுப் பாளையக்காரர்கள் தன்னைக் காண வரவேண்டும் என்றும் தன்னை அவர்கள் பேட்டி காண வேண்டும் என்றும் சுற்றறிக்கை விட்டான். பதறியடித்துக் கொண்டு வந்தவர்கள் பலர். தயங்கித் தயங்கி வந்தவர் சில பேர்.

ஆனால் கொஞ்சமும் பதறாமல் மாவீரன் பூலித்தேவன் திருச்சிக்கு வந்தான். பேட்டி காண அல்ல. போரிட. அந்தப் போரில் ஆங்கிலேயர் தோற்றனர். பூலித்தேவனின் புகழ் பரவியது. இதைக் கேட்கப் பொறுக்காத வெள்ளையர் ஆர்க்காடு நவாப்புக்குக் கட்டவேண்டிய கப்பத்தைக் கேட்டுப் பெறும் அதிகாரம் தமக்குக் கொடுக்கப்பட்டிருப்பதாகவும் அந்தப் பணத்தை உடனே கொடுக்கவேண்டும் என்றும் கேட்டுப் பெற்றுவர ஆங்கிலத் தளபதி அலெக்ஸாண்டர் ஹெரானை 1755ம் ஆண்டு அனுப்பினர். பலர் பணிந்தனர்.

ஆனால் பூலித்தேவன், 'இம்மண்ணுக்குச் சொந்தக்காரன் நான். என்னிடம் கப்பம் கேட்க நீ யார்? கப்பம் என்ற பெயரில் ஒரு சல்லிக்காசும் தரமாட்டேன்!' என்றான்.

'சரி, காசு பணம் கொடுக்கவேண்டாம். பொருளாக நெல்லையாவது கப்பம் கட்டேன்' என்றான் ஹெரான்.

'நெல்லையாவது கப்பம் கட்டவா? ஒரு நெல்மணியைக்கூட உனக்கு கப்பம் கட்டமாட்டேன்' என்றான் பூலித்தேவன். அதனாலேயே அவனது ஊர் 'நெல்கட்டான் செவல்' என ஆகியது எனச் சொல்கிறார்கள் (பூலித்தேவன் கும்மி).

பூலித்தேவனின் கோட்டையைத் தாக்கினான் ஹெரான். தோல்வியுற்றுச் சென்றான். வெள்ளையனுக்கு எதிராக நேரிடையாகத் தொடுக்கப்பட்ட முதல் போர் இதுதான் என்று சொல்லப்படுகிறது. 17 ஆண்டுகள் ஆங்கிலேயருக்கும் பூலித்தேவனுக்கும் விட்டுவிட்டுப் போர் நடந்துகொண்டிருந்தது. சலித்துப்போன ஆங்கிலேயர்களும் ஆர்க்காட்டு நவாப்பும் கான்சாகிப் என்னும் மருதநாயகத்தை நவீன ஆயுதங்கள் சகிதம் பூலித்தேவனுடன் போர் புரிய அனுப்பினர். பூலித்தேவனை வெல்லவில்லை என்றால் மற்றப் பாளையக் காரர்களும் எழுச்சி பெற்றுக் கம்பெனிக்கு எதிராகப்போய்விடுவார்கள் என்ற அச்சத்தில் எப்படியாவது பூலித்தேவனை வீழ்த்திவிடவேண்டும் என்று முனைந்தனர். அன்றைய காலகட்டத்தில், பூலித்தேவன் மேல் படை எடுப்பதற்காக, வெள்ளையர்கள் தென்மலை என்ற இடத்தில் முகாமிட்டிருந்தனர்.

ஒரு கை இழந்த ஒண்டி வீரன்

மன்னன் மாவீரன் பூலித்தேவனின் படை வீரர்கள் சண்டையிட வரும்போது அவர்கள் மீது பீரங்கியால் தாக்குதல் நடத்தத் திட்டமிட்டு அவற்றில் வெடி மருந்தும் நிரப்பி வைத்திருந்தனர் ஆங்கிலேயர்கள். பீரங்கி என்னும் ஆயுதம் மட்டும் அந்தக் காலத்தில் இல்லாதிருந்தால் பாளையக்காரர்களை வெள்ளையர்களால்

வென்றிருக்கவே முடியாது. அவர்களது பீரங்கிகளைக் கொண்டே அவர்களை அழித்துவிடவேண்டும் என்று பூலித்தேவன் திட்டம் போட்டான். அவனிடம் ஒண்டி வீரன் என்னும் மாவீரன் படையில் இருந்தான். அவனை வெள்ளையர்கள் பாசறைக்கு அனுப்பிவைத் தான் பூலித்தேவன். ஒண்டிவீரன் போருக்கு அஞ்சாத வீரன் மட்டுமல்ல. சிறந்த விவேகியும் கூட. அவன் பெயருக்கேற்ப அவன் ஒண்டியாகவே (தனி ஆளாக) சென்றான். இருட்டுவேளை. பக்கத்திலிருப்பது கூடத் தெரியாத மையிருட்டு. தீப்பந்தங்களை ஏந்திக்கொண்டு வெள்ளையர் பாசறையில் காவல் வீரர்கள் சுற்றிச் சுற்றி வந்தனர். மூச்சு விடுகிற சத்தங்கூடக் கேட்கும் மயான அமைதி. மலைச் சரிவில் எவர் கண்ணிலும் படாமல் பதுங்கிக் கிடந்தான் ஒண்டிவீரன். கையிலே ஒரு பெரிய மரத்தின் கிளையை ஒடித்து வைத்திருந்தான். படுத்த நிலையில் அதைத் தன் மேல் போர்த்துக் கிடந்தான்.

அப்போது அங்கு வந்த படை வீரன் ஒருவன், கொடி கட்டுவதற்காக இரும்பாலான ஈட்டி ஒன்றைத் தரையில் குத்தினான். ஈட்டி, ஒண்டி வீரனின் கையைக் குடைந்துகொண்டு மண்ணில் குத்தி நின்றது. வண்டுக் குடைச்சலைப் பொறுத்துக்கொண்ட கர்ணனைப்போல அந்த வலியையும் பொறுத்துக் கொண்டு அந்த இடத்திலேயே துடிதுடித்து கிடந்தான் ஒண்டிவீரன். தான் செயல்பட வேண்டிய தருணம் நெருங்கியதும், ஒண்டி வீரன், தனது இன்னொரு கையில் வாளைப்பிடித்து ஈட்டி குத்தியிருந்த கையை வெட்டினான். பீரங்கிகளை இயக்கும் இரகசியம் தெரிந்தவனாகையால் எதிரிகள் அசந்திருந்த நேரம் பீரங்கியைத் தனது ஒற்றைக் கையாலேயே திசைமாற்றி வைத்துவிட்டு தான் கொண்டுவந்திருந்த வெங்கல நகராவை ஒலித்து விட்டுக் குதிரையேறி வெகு வேகமாக எதிரிகளின் பக்கம் ஓடுவதாகப் போக்குக்காட்டிப் பறந்தான். எதிரிப் படை வந்துவிட்டது என்றெண்ணிப் பீரங்கி இயக்குபவன் என்ன செய்கின்றோம் என்று தெரியாமலே பீரங்கியை இயக்கினான். பீரங்கிக் குண்டுகள் தங்கள் முகாம் மீதே வெடித்துச் சிதறியதைக் கண்டு பதைபதைத்து எழுந்த வெள்ளையர்கள் பலர் குண்டடி பட்டு விழுந்தனர். பலர் மடிந்தனர். அதி வேகமாகப் பூலித்தேவன் பாசறைக்குச் சென்று மன்னன் முன் பணிந்து நின்றான் ஒண்டிவீரன்.

‘ஒண்டி வீரனின் கை துண்டிக்கப்பட்டிருந்ததைப் பார்த்த பூலித்தேவன் ‘என்ன நடந்தது?’ என்று கேட்டான். ஒண்டிவீரன் விவரம் சொன்னான். அவனைக் கட்டியணைத்துக்கொண்டு கண்ணீர் விட்டான் மன்னன் பூலித்தேவன். அந்த அரவணைப்பில் ஒண்டிவீரனின் வலி மறைந்தது.

‘மன்னா, இந்தக் கை போனால் என்ன? நான் பொற்கைப் பாண்டியன் ஆகிவிடமாட்டேனா?’ என்று கேட்டான் ஒண்டி வீரன்.

‘நிச்சயமாக. உனக்குப் பொன்னாலேயே கை செய்து மாட்டி விடுகிறேன்’ என்றான் மன்னன்.

வெண்ணிக்காலடி

நேரடிப் போரில் பூலித்தேவனை வெல்வது கடினம் என்று எண்ணி வஞ்சத்தாலும் லஞ்சத்தாலும் காரியத்தைச் சாதித்துக்கொள்ள முனைந்தனர் ஆங்கிலேயர். திருவிதாங்கூர் மன்னன் ஆங்கிலேயருக்கு உதவினான். 1761ம் ஆண்டு மே மாதம் 16ம் தேதி பூலித்தேவனை நவீன ஆயுதங்கள் கொண்டு தாக்கினான் கான்சாகிபு. அந்தப் போரில் தோற்கடிக்கப்பட்ட பூலித்தேவன் போர்க்களத்திலிருந்து தப்பிச் சென்றான். பூலித்தேவன் படையில் வெண்ணிக்காலடி என்னும் வீரன் எதிரிப்படையைத் தனி ஆளாகச் சின்னாபின்னம் செய்து உயிர் நீத்தான். அவனுக்கு மரியாதை செய்தான் பூலித்தேவன். அவன் வீழ்ந்த இடம் இன்றும் ‘காலாடி மேடு’ என்று அழைக்கப்படுகிறது.

கான்சாகிப் மறைந்த பிறகு 1767ல் டொனால்ட் காம்பல் என்னும் ஆங்கில அதிகாரி வாசுதேவ நல்லூர் கோட்டையைத் தாக்க அவனை எதிர்த்துப் போரிட்டான் பூலித்தேவன். இயற்கை செய்த சதியால் மீண்டும் மேற்குத் தொடர்ச்சிமலைக் காட்டுக்குள் சென்று பதுங்கியிருந்தான். இந்த நிலையில் எவரோ கொடுத்த தகவலின் படி பூலித்தேவனைச் சிறைப் பிடித்தனர் ஆங்கிலேயர். கொண்டு செல்லும் வழியில் சங்கரன் கோயிலில் தெய்வ தரிசனம் செய்து வருகிறேன் என்று கோயிலுக்குள் போனான். அங்கே போனவன் போனவன் தான். மீண்டும் எங்கேயும் காணப்படவில்லை.

அதற்குப் பிறகும் ஒண்டிவீரன் ஆங்கிலேயரைக் கதிகலங்கச் செய்துகொண்டிருந்தான் மறைந்திருந்து தாக்கும்கொரில்லாப் போர் முறையில் கைதேர்ந்தவன் ஒண்டிவீரன். நெற்கட்டான்செவல், திருநெல்வேலி, களக்காடு, கங்கைகொண்டான், வாசுதேவநல்லூர், ஸ்ரீவில்லிபுத்தூர் ஆகிய இடங்களில் நடந்த போர்களில் எல்லாம் வெள்ளையர்களைப் புறமுதுகிடச் செய்தான். பூலித்தேவனுக்குப் பிறகும் அவனது மகன்களுக்கு உதவியாக இருந்து புதுக்கோட்டைப் போர் முதலியவற்றில் வெள்ளையர்களை எதிர்த்து வெற்றிவாகை சூடினான். 1771 ல் மறைந்தான்.

மாவீரன் வாண்டாயத்தேவன்

வாண்டாயத்தேவன் என்பவன் கொல்லங்கொண்டான் என்ற பாளையத்தின் அதிபதி. பூலித்தேவனுடன் இணைந்து

ஆங்கிலேயர்களை எதிர்த்தவன். கொல்லங்கொண்டான் என்பது ராஜபாளையத்தின் அருகில் உள்ளது. பூலித்தேவருடன் ஆங்கிலேயர்கள் சண்டை போட்டபோது வாண்டாயத்தேவன் பூலித்தேவனுக்குப் படைகள் அனுப்பி உதவினான். எரிச்சலுற்ற ஆங்கிலேயர் வாண்டாயத்தேவனின் கொல்லங்கொண்டான் கோட்டையை முற்றுகையிட்டனர். ஒரு சின்னக்கோட்டையைத் தாக்க இரண்டு மேஜர்களின் படைகளோடு திருநெல்வேலியிலிருந்து வந்த ஒரு படையும் சேர்ந்துகொண்டது. 1766ல் நடந்த இந்தப் போரில் வாண்டாயத்தேவன் மிக உக்கிரமாகப் போரிட்டான். அப்படியொரு உக்கிரமான போரைத் தாங்கள் அதுவரை கண்டதில்லை என்று ஆங்கிலேயரின் நாட்குறிப்புகள் சொல்கின்றன. என்ன நடக்கிறது எப்படிநடக்கிறது என்று ஆங்கிலேயர் புரிந்து கொள்ளும் முன்பே பரங்கிப் படையில் பாதி அழிந்தது. ஐந்து ஆங்கிலப்படை அதிகாரிகள் கொல்லப்பட்டனர். பரங்கிப் படை பின்வாங்கியது.

ஆனால் ஓராண்டு கழித்து மீண்டும் பெரும்படையுடன் வந்தது பரங்கிப் படை. கர்னல் டொனால்ட் என்பவன் சென்னையிலிருந்து வந்த படையுடன் இணைந்து தாக்கினான். கொல்லங்கொண்டான் கோட்டை தகர்க்கப்பட்டது. வாண்டாயத்தேவனின் மனைவி கருவுற்றிருந்தாள். எனவே அவளை இரவோடிரவாகக் கோட்டைக்கு வெளியிலிருந்த ஊரில் விட்டுவிட்டு மறுநாள் போரை எதிர்கொண்டான் வாண்டாயன். ஆங்கிலப்படை பலமான படை. எனவே வீரத்தோடு போராடி மரணமடைந்தான். அவன் மனைவி சிலநாட்கள் கழித்து ஓர் ஆண்மகவை ஈன்றாள். அதன் பிறகு அவர்கள் என்ன ஆனார்கள் என்பது எவருக்கும் தெரியவில்லை.

18

வீரபாண்டிய கட்டபொம்மன்

1760ம் ஆண்டிலேயே கிழக்கிந்தியக் கம்பெனி தனது வரிவசூலிக்கும் அதிகாரத்தை முழுமையாக நிலை நாட்டத் தொடங்கியது. வங்காளத்தில் அவர்கள் பெற்றிருந்த வெற்றி அவர்களுக்கு மேலும் துணிச்சலைக் கொடுத்திருந்தது. தனது பிரதிநிதியாக மேஜர் பிராண்டு என்பவனை அனுப்பியது. அவனிடம் அடிபணிந்து கப்பம் கட்டினார்கள் பல பாளையக்காரர்கள். அதில் வீரபாண்டிய கட்டபொம்மனின் தந்தையும் அடக்கம்.

வீரபாண்டிய கட்டபொம்மன் 1790ம் ஆண்டு பிப்ரவரி மாதம் 14ம் நாள் அரியணை ஏறினான். அவன் அரசாளத் தொடங்கிய நாளிலிருந்து பாஞ்சாலங்குறிச்சியின் போக்கு மாறியது. கட்ட பொம்மன் மாவீரன். எவருக்கும் அடிபணியா தீரன். சுதந்திர நாட்டம் கொண்டவன். குறிப்பாக வெள்ளையரின் ஆளுமையை முழுமையாக வெறுத்தான். ஆனால் வெள்ளையரை முற்றிலும் வெறுத்தான் என்று சொல்ல முடியாது. பல வெள்ளையர் அவனது நண்பராக விளங்கினர். அதிலும் குறிப்பாக தூத்துக்குடியில் வாழ்ந்த டேவிட்சன் என்னும் வெள்ளையர் கட்டபொம்மனுக்கு நெருங்கிய நண்பர்.

கட்டபொம்மன் பதவியேற்ற அதே ஆண்டில் ஆர்க்காட்டு நவாப் வரிவசூலிக்கும் மேலதிகாரம் முழுவதையும் ஆங்கிலேயரிடம் ஒப்படைத்தான். அதன் மூலம் தனது அரசை அவர்கள் ஆள, தான் அவர்கள் கைப்பாவை ஆனான்.

கிழக்கிந்தியக் கம்பெனி மாக்ஸ்வெல் என்னும் அதிகாரியை வரிவசூலிக்க அனுப்பியது. தூதனாக வந்தவனை உரிய மரியாதை

கொடுத்து வரவேற்றான் கட்டபொம்மன். மாக்ஸ்வெல் கப்பம் கட்டவேண்டியது நிலுவையில் இருக்கிறது என்பதை எடுத்துச் சொன்னபோது கொதித்தெழுந்தான். அவனது கோபத்தைக் கண்டு மாக்ஸ்வெல் பதறினான். மீண்டும் பணிவாக வேண்டினான். ஆனாலும் கட்டபொம்மன் மனத்தை அவனால் மாற்றமுடியவில்லை. கடைசிவரை கட்டபொம்மன் வரி கட்ட மறுத்துவிட்டான்.

மாக்ஸ்வெல் தன் முயற்சியில் தோல்வியுற்றுத் திரும்பினான். அதன் பிறகு எத்தனையோ ராணுவ அதிகாரிகள் வந்தனர். அவன் கொடுத்தான் இவன் கொடுத்தான் என்று எத்தனையோ பாளையக் காரர்களின் பெயரைச்சொல்லி நீயும் கொடு என்று கேட்டார்கள். கட்டபொம்மன் தனது நிலைப்பாட்டிலிருந்து கொஞ்சமும் மாறவில்லை. கட்டபொம்மனின் வெள்ளைக்கார நண்பரின் சமரசமும் பலனளிக்கவில்லை.

தென்னாட்டுப் புரட்சி

கட்டபொம்மனின் வீரத்தைக்கண்டு, அதுவரை ஆங்கிலேயருக்கு அடிபணிந்திருந்த இன்னும் சில பாளையப்பட்டுக்காரர்களும் துணிச்சல் பெற்றனர். இது தவிர சேரநாட்டின் கேரளவர்மா என்ற பழசி ராஜா, விருப்பாச்சி கோபால் நாய்க்கர், மருது சகோதரர்கள் போன்றவர்களும் வேறு பலரும் ரகசியமாக அமைத்த தென்னாட்டுப் புரட்சிப்படையிலும் கட்டபொம்மன் முக்கிய பொறுப் பேற்றிருந்தான். மைசூர் திப்பு சுல்தானின் ஆதரவு கூட அந்தப் புரட்சிப்படைக்குக் கிடைத்தது. இவ்வளவு செல்வாக்குள்ள கட்டபொம்மனை விட்டுவைத்தால் இவன் மற்றவர்களையும் தூண்டி நம்மை எதிர்க்க வைத்துவிடுவான் என்று பயந்த கம்பெனி நிர்வாகம் சற்று கடுமையான போக்குக் கொண்ட ஆங்கில அதிகாரி ஜாக்ஸன் என்பவனை திருநெல்வேலிக் கலெக்டராக நியமித்தது. எப்படியும் கட்டபொம்மனை வென்று காட்டுகிறேன் என்ற சவால்விட்ட ஜாக்ஸன் உடனடியாக தன்னை வந்து சந்திக்கும் படி கட்டபொம்மனுக்குக் கடிதம் எழுதினான்.

கட்டபொம்மன் பலமுறை போக்குக் காட்டினான். இதனால் நிதானம் இழந்த ஜாக்ஸன் ஒரு குறிப்பிட்ட நாளைச்சொல்லி அன்று தன்னை வந்து சந்திக்க வேண்டும் என்றும், இல்லையென்றால் பாளையம் பறிக்கப்படும் என்று எழுதி அனுப்பினான்.

ஜாக்ஸனைப் போய்ப் பார்த்து ஒரு முடிவு கட்டுவோம் என்று தீர்மானித்த கட்டபொம்மனும் அவனது அமைச்சர் தானாதிபதிப் பிள்ளையும் 4000 படைவீரர்களை அழைத்துக்கொண்டு சென்றார்கள். அவர்களைக் குற்றாலத்துக்கு வரச் சொல்லி செய்தி அனுப்பிவிட்டுச்

சென்றுவிட்டான் ஜாக்ஸன். இப்படிப் பல இடங்களை மாற்றிக் கடைசியில் ராமநாதபுரத்தில் உள்ள ராமலிங்க விலாசத்தில் பேட்டி கொடுத்தான். தனியாக வரவேண்டும் என்பது ஜாக்ஸனின் கட்டளை. வீரபாண்டியன் தானாதிபதி பிள்ளையை அழைத்துக் கொண்டு சென்றான். ஒரு மன்னனுக்குத் தரவேண்டிய மரியாதையை ஜாக்ஸன் கொடுக்காதது கண்டு வீரபாண்டியன் வெகுண்டு வெளியேறினான். உடனே ஜாக்ஸனின் உத்தரவின் பேரில் லெஃப்டினட் கிளார்க் என்பவன் கட்டபொம்மனைக் கைது செய்ய வந்தான். அவனை வெட்டிச் சாய்த்துவிட்டு வெளியேறினான் கட்டபொம்மன்.

ஆனால் ராமலிங்க விலாசத்திலிருந்த படைவீரர்கள் அமைச்சர் தானாதிபதி பிள்ளையைக் கைது செய்தனர். அவரைத் திருச்சிக்கு அழைத்துச் சென்றனர். அங்கே விசாரணை நடந்தது. ராமலிங்க விலாசத்தில் நடந்தது அனைத்தையும் விவரமாகக் கூறிய தானாதிபதிப் பிள்ளை அங்கு நடைபெற்றவை அனைத்துக்கும் ஜாக்சனே காரணம் என்பதை நிரூபித்தார். எனவே அவர் விடுதலை செய்யப்பட்டார். ஜாக்சனின் வற்புறுத்தலால் ஊற்றுமலை, மற்றும் சிவகிரி ஜமீன்தார்கள் கட்டபொம்மன் தங்கள் ஊரில் கொள்ளை யடித்ததாகவும் மக்களைக் கொலை செய்ததாகவும் அவன் கொள்ளைக்காரன் என்றும் எழுதிக் கொடுத்தனர். ஜாக்சன் கொடுத்த இச்சான்றுகளைக் கம்பெனி நிர்வாகம் நம்பவில்லை. ஜாக்சனைக் கலெக்டர் பதவியிலிருந்து நீக்கினர்.

நெல்கொள்ளையால் நேர்ந்த விபரீதம்

தானாதிபதி பிள்ளை மகனுக்குத் திருமணம் செய்வதற்காக நெல் வேண்டுமென்று, ஆங்கிலேயர் தண்டல் மூலம் ஸ்ரீவைகுண்டத்தில் சேகரித்து வைத்திருந்த நெல்லையெல்லாம் கொள்ளையடித்துப் பாஞ்சாலங்குறிச்சிக்குக் கொணர்ந்தார். சற்று அடங்கியிருந்த வெள்ளை நிர்வாகம் இந்தச் செய்கையால் கொதித்தெழுந்தது. கட்டபொம்மன் இந்தச் செயலுக்கு வருந்திக் கம்பெனிக்கு நஷ்ட ஈடு தருவதாகச் சொன்னான். அதை ஏற்றுக்கொள்ளாமல் தானாதிபதி பிள்ளையைத் தங்களிடம் ஒப்படைக்க வேண்டுமென்றது கிழக்கிந்தியக் கம்பெனி. கட்டபொம்மன் மறுத்துவிட்டான்.

4-9-1799 அன்று பானர்மேன் என்னும் ராணுவ அதிகாரி தலைமையில் ஒரு பெரும் படை பாஞ்சாலங்குறிச்சியைத் தாக்கியது. போரைத் தொடங்குமுன் துவிபாஷி ராமலிங்க முதலியாரைக் கட்ட பொம்மனிடம் தூதனுப்பினான் பானர்மேன். தானாதிபதி பிள்ளையைத் தன்னிடம் ஒப்படைத்துவிட்டால் போரைக்

கைவிடுவதாகச் சொல்லியிருந்தான். கட்டபொம்மன் அதற்கு இணங்கவில்லை. கட்டபொம்மனின் தளபதி சுந்தரலிங்கம் என்பவன் எதற்கும் துணிந்தவன். தான் உயிரோடு இருக்கும்வரை, தன் தலைவனை எந்த ஆபத்தும் தீண்டாது என்று சூள் உரைத்தவன். வெள்ளையர்கள் கோட்டையைத் தகர்க்கச் சூழ்ந்திருக்கும் அந்நிலையில் வெள்ளையரின் வெடிமருந்துக் கிடங்கை அழித்து விடவேண்டும் என்று யாருக்கும் தெரியாமல் வெடிமருந்துக் கிடங்கை நெருங்கினான். அங்கே அவனின் காதலி வடிவு வந்திருந்தாள். காவல் காத்து நின்ற சிப்பாயை வெட்டி வீழ்த்தினான். அவன் வைத்திருந்த தீப்பந்தத்தைக் கைப்பற்றினான். அந்த வெடிமருந்துக் கிடங்கிற்குள் குதித்தான். அவனோடு அவனது காதலி வடிவும் குதித்தாள். வெடிமருந்துக்கிடங்கு தீப்பற்றிக் கொண்டது. சுந்தரலிங்கமும் வடிவும் அந்த நாளில் நடுச்சாமத்தில் அதாவது 1799ம் ஆண்டு செப்டெம்பர் மாதம் 8ந்தேதி கருகிச் சாம்பலாயினர். தானுரைத்த சூளை நிறைவேற்றினான் என்றாலும் பீரங்கிகளால் கோட்டை தகர்க்கப்பட்டது. இரு தரப்பிலும் நூற்றுக்கணக்கானோர் பலியாயினர்.

போரில் இறந்த வெள்ளையர்களின் சடலங்களை நல்லடக்கம் செய்வதற்கு வெள்ளையர்களுக்கு உதவினான் கட்டபொம்மன். அதுவரை போரை நிறுத்தினான். இதை வெள்ளையர்களே எழுதி வைத்திருக்கிறார்கள். ஆனால் ஆங்கிலேயர் கட்டபொம்மனை இரவுப்பொழுதில் அவன் அறியாமல் தாக்கினர்.

எட்டப்பனும் தன் போர்வீரர்கள் 4000 பேருடன் வந்து ஆங்கிலேயர் களுக்கு ஆதரவாகப் போரிட்டான். அதனால் கட்டபொம்மன் தோல்வியைத் தழுவ நேர்ந்தது. கோட்டைவாயிலிலே நடந்த போரில் தளபதி வெள்ளையத்தேவன் அவனது மாமனால் காட்டிக் கொடுக்கப்பட்டு உயிரிழந்தான். கட்டபொம்மனும் ஊமைத்துரையும் தானாதிபதி பிள்ளையும் தப்பிப்போய் நாகலாபுரம் பாளையத்தில் அடைக்கலம் புகுந்தனர். இதை அறிந்த சதிகாரர் சிலர் ஆங்கிலேயருக்குச் சொல்லிவிட நாகலாபுரம் கோட்டை தாக்கப் பட்டது. அங்கு நடந்த கலவரத்தில் கட்டபொம்மனும் ஊமைத் துரையும் தப்பிவிட்டனர். தானாதிபதி பிள்ளையும் நாகலாபுரம் ஜமீன்தாரின் தம்பி சௌந்தரபாண்டியனும் கைது செய்யப் பட்டார்கள். வெள்ளையர்கள் அவர்களை விசாரித்து மரண தண்டனை வழங்கினர். தானாதிபதி பிள்ளைமேல் இருந்த கோபத்தில் அவர் தலையை உடலிலிருந்து தனியாக வெட்டியெடுத்து ஈட்டிமுனையில் குத்தி பாஞ்சாலங்குறிச்சிக் கோட்டை வாசலில் நிறுத்திவைத்தனர்.

போட்டுக்கொடுத்தான் புதுக்கோட்டையான்

கட்டபொம்மனைப் பிடித்துக் கொடுப்போருக்குப் பரிசு என அறிவித்தது கிழக்கிந்தியக் கம்பெனி. தானாதிபதியைக் காட்டிக் கொடுத்ததால் ஏற்கெனவே பரிசுக்குச் சிபாரிசு செய்யப் பட்டிருந்தான் எட்டயபுரத்தான். இப்பொழுது புதுக்கோட்டைத் தொண்டைமான் அதைப்பெற முனைந்து நின்றான். அவனை நண்பனென நம்பி வீரபாண்டியனும் ஊமைத்துரையும் சென்றனர். அவனும் அவர்களை வரவேற்று இரண்டு நாட்கள் தங்க வைத்து உபசரித்தான். அதற்குள் பரங்கியருக்குச் செய்தி சொல்லி அனுப்பியிருந்தான். உறங்கும் சமயத்தில் திடீரென வெள்ளையர் படை கட்டபொம்மனையும் ஊமத்துரையையும் வளைத்துக் கொண்டது. கட்டபொம்மன் கையில் அப்பொழுது வாள் இல்லை. எனவே பிடிபட்டான். ஊமைத்துரை தப்பிச் சென்றுவிட்டான்.

கயத்தாற்றில் முகாமிட்டிருந்த பானர்மேனிடம் கட்டபொம்மனைக் கூட்டிச் சென்றனர். கட்டபொம்மனை விசாரிப்பதாக ஒரு நாடகம் நடத்தப்பட்டது. பானர்மேன் கட்டபொம்மன் மேல் பல குற்றங்களைச் சொன்னான். ஆனால் அவன் கூட கட்ட பொம்மனைக் கொள்ளைக் காரன் என்று குற்றஞ்சாட்டவில்லை. பானர்மேன் கூறிய அத்தனை குற்றங்களையும் ஏற்றுக்கொண்ட கட்டபொம்மன் அவை குற்றங்களே அல்ல என்றான். அவனுக்கு மரண தண்டனை விதிக்கப்பட்டது. தண்டனை நிறைவேற்றப் படுவதைக் காணுவதற்காகப் ஊர்மக்களை யும் குறிப்பாக எல்லாப் பாளையக்காரர்களையும் பானர்மேன் வருவித் திருந்தான். பாளையக்காரர்களையெல்லாம் அழைத்ததற்குக் காரணம் கட்ட பொம்மனுக்கு நேர்ந்த கதி உங்களுக்கும் நடவாமல் பார்த்துக் கொள்ளுங்கள் என்று எச்சரிப்பதற்காகத்தான். ஒரு புளிய மரத்தின் கிளையில் தூக்குக்கயிறு மாட்டப்பட்டது.கட்டபொம்மன் சுருக்குக் கயிற்றைத் தானே தனது கழுத்தில் மாட்டிக்கொண்டு மாண்டான்.

கட்டபொம்மனைக் காட்டிக் கொடுத்ததற்காகப் புதுக்கோட்டைத் தொண்டைமானுக்கு கலெக்டர் லூஷிங்டன் வரிவிதிப்பிலிருந்து விடுப்புக் கொடுத்தான். எட்டையபுரத்தானுக்கு சிவஞானபுரம் என்னும் ஊரைக் கொடுத்தான்.

பாளையங்களில் எவரும் ஈட்டி, வாள், வில், வேல் போன்ற ஆயுதங்கள் வைத்துக்கொள்ளக் கூடாதென்றும் அப்படி வைத்திருப்பது தெரிந்தால் மரணதண்டனை கொடுக்கப்படும் என்றும் பானர்மேன் அறிக்கை விடுத்தான்.

தப்பிப்போன ஊமைத்துரை பிடிபட்டுப் பாளையங்கோட்டைச் சிறையில் அடைக்கப்பட்டான். இதற்கிடையில் கட்டபொம்மனின் இனத்தவர்களான தோக்கலவார் மக்கள் பாஞ்சாலக்குறிச்சிக் கோட்டையை முன்னினும் சிறப்பாகக் கட்டி முடித்தனர். தென்னாட்டுப் புரட்சி வீரர்கள் மிகத் தந்திரமாகப் பாளையங் கோட்டைச் சிறையில் புகுந்து ஊமைத்துரையை விடுதலை செய்தனர். ஊமைத்துரை மீண்டும் பாஞ்சாலங்குறிச்சிக்கு வந்து கோட்டைக்குள் இருந்து அரசாண்டான். அவனைக் கம்பெனியார் நிம்மதியாக இருக்க விடவில்லை. மிகப்பெரிய படையோடு பாஞ்சாலங் குறிச்சிக் கோட்டையைத் தாக்கினர். பல நாட்கள் போர் தொடர்ந்தது. இருபுறத்தும் பெருஞ்சேதம். கடைசியில் வெள்ளையர் தமது ஆயுத பலத்தாலும் ஆள் பலத்தாலும் வென்றனர். ஊமைத்துரை தப்பி விட்டான். தப்பியவன் மருது சகோதரர்களுடன் சென்று சேர்ந்து விட்டான். பிறகு ஊமைத்துரை பிடிக்கப்பட்டுப் பாஞ்சாலங்குறிச்சிக் கோட்டையில் அவ்வூர் மக்கள் முன்னிலையில் தூக்கிலிடப்பட்டான்.

தனது ஆட்சிக்காலம் முழுதும் வெள்ளையனை எதிர்த்துக் கொஞ்சமும் அடிபணியாமல் போரிட்ட வீரபாண்டிய கட்ட பொம்மனின் போர்தான் முதல் சுதந்திரப் போர் என்று சொல்கிறார்கள்.

விருப்பாச்சிக் கோபால் நாயக்கர்

கோபால் நாயக்கர் என்ற சுதந்திரப் போராட்ட வீரர் பற்றிப் பலருக்குத் தெரியாது. ஆனால் அவசியம் தெரிந்து கொள்ளப்பட வேண்டிய ஒருவர் இவர். கோபால் நாயக்கர் தலைவர், குறுநில மன்னர், நிர்வாகி, போராட்ட வீரர், அஞ்சா நெஞ்சினர். வெள்ளை யருக்குச் சிம்ம சொப்பனமாக விளங்கியவர். ஆபத்தில் இருந்த பல போராட்ட வீரர்களுக்கு அடைக்கலம் கொடுத்தவர். திப்பு சுல்தான், கேரளவர்மா, துந்தாஜி வாக் போன்ற பெரிய வீரர்களோடு தொடர்பு கொண்டு தென்னாட்டுப் புரட்சிப் பேரமைப்பை உருவாக்கி வழி நடத்தியவர். அந்நாளிலேயே அவர் தலைக்கு 20000 ரூபாய் தருவதாக கிழக்கிந்தியக் கம்பெனி அறிவித்ததென்றால் அவரைக்கண்டு ஆங்கிலேயர் எவ்வளவு அஞ்சியிருக்கவேண்டும் என்பது தெரிகிறதல்லவா? இவர் திண்டுக்கல் மாவட்டம் பழனி அருகில் உள்ள விருப்பாச்சி என்னும் ஊரினை ஆட்சி செய்த குறுநில மன்னர். திருமலை கோபால சின்னப்பநாயக்கர் என்பது பெயர். ஆனால் கோபால் நாயக்கர் என்பதுதான் பிரசித்தம்.

எந்த நேரத்தில் எந்த இடத்தில் கோபால நாயக்கரின் படைகள் ஆங்கிலேயரைத் தாக்கும் என்று ஆங்கிலேயர் திகைக்கும் அளவுக்குச் செயல்பட்டார். தீபகர்ப்பக் கூட்டமைப்பு என்னும் ஒரு

புரட்சி அமைப்பு அவர் தலைமையில் உருவானது. கோபால் நாயக்கரின் அதிரடிச் செயல்களைக்கண்டு பாளையக்காரர்கள் பலரும் கோபால் நாயக்கரின் போராட்டங்களுக்கு உதவினர். எல்லாப் பாளையங்களும், ஒன்றிணைந்து கோயம்புத்தூரில் இருந்த ஆங்கில முகாமை ஒரே சமயத்தில் தாக்க வேண்டும் என்று திட்டமிட்டிருந்தனர். தெற்கத்திச் சீமையின் 3000 கிராமங்களின் பிரதிநிதிகள் ஒன்றிணைந்து நாளும் குறித்துவிட்டனர். தூந்தாஜி வாக் தன் படையை அனுப்புவதாக உறுதி அளித்திருந்தார்.

தீரன் சின்னமலை

இந்தப் புரட்சிப்படையில் சேர்ந்த தீரன் சின்னமலை கோவை ஈரோடு பகுதிகளில் புகழ்பெற்று விளங்கினான். திப்புசுல்தானிடம் 'ஜாகோபின் கழகம்' என்னும் பெயரில் பிரெஞ்சு விடுதலைக் கழகம் இருந்தது. அந்த வீரர்களிடம் சின்னமலையின் நண்பர்கள் பயிற்சி பெற்றனர். அவர்கள் படை 'கொங்குப்படை' என்னும் பெயரில் இயங்கி வந்தது. திப்பு நடத்திய போர்க்களங்களில் அப்படை பங்குபெற்றது. ஓடாநிலை என்னும் இடத்தில் சின்னமலை கோட்டைகட்டினான். 1800ம் ஆண்டில் கோவைக்கோட்டையின் தலைவனாக லெஃப்டினெண்ட் கர்னல் கே மக்ளிஸ்டர் இருந்தான். அங்கிருந்து கொண்டு மலபார், விருப்பாச்சி, கோயம்புத்தூர் ஆகிய பகுதிகளைக் கண்காணித்து வந்தான். அந்தக் கோட்டையைத் தகர்த்தால் போதும் பெருவெற்றி கிடைத்துவிடும். அதற்கான நாளைத்தான் குறித்து வைத்திருந்தார்கள். தாக்கும் நடவடிக்கையைச் செயல்படுத்தும் பொறுப்பு தீரன் சின்னமலை வசம் ஒப்படைக்கப் பட்டிருந்தது. 3-6-1800 அன்று கோவைக் கோட்டையைத் தாக்க முடிவு செய்யப்பட்டிருந்தது. அது திட்டமிடப்பட்டிருந்த நாள் மொகரம். ஆங்கிலேயப் படையிலிருந்த முஸ்லிம் வீரர்கள் விடுப்பில் சென்றிருப்பர். அதுதான் சரியான நாள் என்பது திட்டம். சிலரது ஆர்வக் கோளாறின் காரணமாக அவர்கள் கோவைக் கோட்டையை ஒட்டி முதல்நாளே நடமாடத் தொடங்கினார்கள். கோட்டையில் இருந்த தாசில்தாருக்கு வழக்கத்துக்கு மாறான நடமாட்டத்தைக்கண்டு ஐயம் வந்தது. அவர் ஆங்கிலேயருக்குத் தகவல் சொல்லக் கோட்டையின் பாதுகாப்புப் பலப்படுத்தப் பட்டது. வெளியிடத்திலிருந்து புரட்சிக்காரர்களுக்குத் துணையாக வருபவர்களைத் தடுத்து ஊருக்கு வெளியிலேயே நிறுத்த உத்தரவாயிற்று. உதவிக்கு வரும் என்று எதிர்பார்த்த துந்தாஜி வாக்கின் படையோ மருதிருவரின் படையோ வரவில்லை. காத்திருந்து பார்த்துவிட்டுக் கோட்டையைத் தாக்கினார்கள். தயாராக இருந்த படைக்கு எதிராகத் தாக்குப்பிடிக்க முடியவில்லை. 42 பேர்

கைதானார்கள். தீரன் சின்னமலை தப்பித்து தன் கோட்டைக்குச் சென்றுவிட்டான். கைதான 42 பேரையும் ஒப்புக்கு விசாரணை நடத்தித் தூக்கில் போட்டார்கள்.

புரட்சிப்படையின் தளபதி முகமது ஹாசன், சேலம் கலெக்டர் மக்லாய்க் செய்யும் சித்ரவதையினால் கூட்டணி ரகசியம் வெளியாகி விடக்கூடாது என்று எண்ணித் தன் கழுத்தைத் தானே அறுத்துத் தற்கொலை செய்துகொண்டார்.

கோவை நிகழ்ச்சிக்குப் பிறகு விருப்பாட்சிக் கோட்டை தாக்கப் பட்டது. தப்பிச் சென்ற கோபால் நாயக்கரை 20000 ரூபாய் பணத்திற்காக யாரோ காட்டிக்கொடுக்கக் கைது செய்யப்பட்டு திண்டுக்கல்லுக்கு வெளியே ஒரு குளக்கரையில் இருந்த புளிய மரத்தில் தூக்கிலிடப்பட்டார். அந்தக் குளம் இன்று கோபால சமுத்திரம் என்று அழைக்கப்படுகிறது.

தீரன் சின்னமலை அதன் பிறகும் கம்பெனியாரைச் சும்மா இருக்க விடவில்லை. அடுத்தடுத்து மூன்று போர்கள் நடைபெற்றன. எல்லாவற்றிலும் சின்னமலைக்குத்தான் வெற்றி. பெரும் பெரும் போர்களை வெற்றிகரமாக நடத்திய கம்பெனியின் தளபதி மாக்ஸ்வல் சின்னமலையுடன் நடந்த போரில் இறந்தார். கம்பெனி இறங்கி வந்தது. போரை விடுத்துச் சமாதானத்துக்கு வந்தால் அந்தப் பகுதிக்குத் தலைவனாகச் சின்னமலையை நியமிப்பதாகவும் மூன்றில் ஒருபங்கு வரி செலுத்தினால் போதும் என்றும் சொன்னார்கள். சின்னமலை இணங்கவில்லை.

சதி செய்தான் சமையல்காரன்

எரிச்சலுற்ற கம்பெனி கள்ளிக்கோட்டையிலிருந்து ஒரு பீரங்கிப் படையை அனுப்பியது. அதை அறிந்த சின்னமலையும் சகோதரர்களும் விருப்பாட்சிப் பாளையத்தைச் சேர்ந்த கருமலைக் காட்டுக்குள் சென்று வசித்தனர். அங்கு பதுங்கியிருந்தவர்களை ஒரு சமையல்காரன் காட்டிக்கொடுத்துவிட்டான். சின்னமலையும் சகோதரர்களும் கைது செய்யப்பட்டு 31-7-1805ம் ஆண்டு தூக்கிலிடப் பட்டனர். கம்பெனி அதிகாரிகள் ஒரு தலைவலி நீங்கியதாக நிம்மதி யடைந்தனர்.

19

தென்னாட்டுப் புரட்சி வீரர்கள் I

கேரளவர்மா பழசி ராஜா

ஆங்கிலேயர்களை நெடுங்காலம் எதிர்த்த தீரர் கேரளவர்மா பழசி ராஜா. இவர் கோட்டயம் ராஜ வம்சத்தைச் சேர்ந்தவர். ஆரம்ப காலத்தில் பிரிட்டிஷ் காரர்களே இவருக்குப் படைகள் உதவி ஹைதர் அலியையும் திப்பு சுல்தானையும் எதிர்க்க வைத்தனர். பின்னாளில் அவர்களின் சூழ்ச்சியை அறிந்த கேரளவர்மா பிரிட்டிஷ் காரர்களின் ஆதிக்கத்தை எதிர்த்துப் போராடினார். ஒன்றல்ல இரண்டல்ல, பல போர்களில் அவர் ஈடுபட நேர்ந்தது. அவருடைய தீரமும் ராஜ தந்திரமும் மக்கள் மத்தியில் போற்றப்பட்டது. தென்னாட்டுப் புரட்சியில் பெரும் பங்கு வகித்தார். கடைசியில் ஆங்கிலேயரால் கைது செய்யப்பட்டுக் கொல்லப்பட்டார்.

மானங்காத்த மருது சகோதரர்கள்

இவர்கள் சிவகங்கைச் சீமையைச் சேர்ந்தவர்கள். ஆற்றல் மிக்கவர் களாக விளங்கினர். பெரிய மருது பெரும் உடற்பலமும் வேட்டை யாடுதலில் விருப்பமும் கொண்டவர். சின்ன மருது போராற்றலும், வீர சாகசங்கள் செய்யும் ஆற்றலும் ராஜ தந்திரமும் மிக்கவர். இவர்கள் இருவரும் சிவகங்கை மன்னர் முத்துவடுகநாதன் பெரிய உடையத் தேவரிடம் பணிபுரிந்தவர்கள். 1772 இறுதியில் ஆங்கிலப் படை சிவகங்கைச் சீமையைத் தாக்கியதில் முத்துவடுகநாதர் மரண மடைந்தார். அவரது மனைவி வேலு நாச்சியார் விருப்பாட்சியில் தஞ்சம் புகுந்தார். பிறகு மைசூர் அரசர் ஹைதர் அலியின் ஆதரவில் மீண்டும் சிவகங்கையைக் கைப்பற்ற முனைந்தார்.

1780 ஐப்பசித் திங்கள் ஐந்தாம் நாள் வேலு நாச்சியார் தலைமையில் ஒரு படை திண்டுக்கல்லிலிருந்து சிவகங்கை நோக்கிப் புறப்பட்டது. ஹைதர் அலி 5000 குதிரை வீரர்களையும் 5000 போர்வீரர்களையும், பீரங்கிப்படை ஒன்றையும் அனுப்பி வைத்தார். படை காளையார் கோயிலை கைப்பற்றியது. சிவகங்கையில் முன்னர் நடைபெற்ற போரில் வேலு நாச்சியாரைக் காட்டிக்கொடுக்காத காரணத்தால் வெள்ளையரால் வெட்டுண்ட உடையாளுக்கு வீரக்கல் ஒன்றை நட்டு, தமது திருமாங்கல்யத்தை முதல் காணிக்கையாகச் செலுத்தி அஞ்சலி செலுத்தினார். இந்தக் கோயில் 'கொல்லங்குடி வெட்டுடைய காளியம்மன் கோயில்' என்று அழைக்கப்படுகிறது.

இறுதியாக சிவகங்கை நகரைக் கைப்பற்ற சின்ன மருது, பெரிய மருது, தலைமையில் படை திரட்டப்பட்டது. ஆண்கள் மட்டுமன்று பெண்களும் வேலு நாச்சியாரோடு போரில் கலந்துகொண்டார்கள். அன்று விஜய தசமி நாள், நவராத்திரி விழாவிற்காகக் கூடிய மக்கள் கூட்டத்தில் பெண்கள் படை மாறுவேடத்தில் புகுந்து அதில் குயிலி என்ற பெண் தன் உடம்பில் தீ வைத்து வெள்ளையரின் ஆயுதக் கிடங்கை எரித்து ஆயுதங்களை அழித்தாள்.

வேலு நாச்சியார், தனது கணவரைக் கொன்ற ஜோசப் ஸ்மித்தையும் தளபதி பான் ஜோரையும் தோற்கடித்தார். அவர் பெரிய மருதுவைத் திருமணம் செய்து கொண்டதாக பெரிய மருது கொடுத்த வாக்கு மூலம் சொல்கிறது. 1793ல் வேலு நாச்சியாரின் பேத்தி மரண முற்றாள். பேத்தியின்பால் மிகுந்த பாசம் கொண்ட வேலு நாச்சியார் மனமுடைந்து போனாள். அதனால் விருப்பாட்சி அரண்மனையில் தங்கினார். அங்கே டிசம்பர் 25, 1796 அன்று இறந்தார்.

போர்க்களத்தில் வேலு நாச்சியார் காட்டிய வீரம் இன்றும் போற்றப் படுகிறது. இதில் பெருந்தொண்டாற்றியவர்கள் மருது சகோதரர்கள். இவர்கள் கிழக்கிந்தியக் கம்பெனியோடு நட்புப்பூண்டு கப்பம் கட்டிவந்தார்கள். பிறகு கம்பெனியின் வரிவசூல் கொடுமை, அடக்குமுறை தாளமாட்டாமல் அவர்களுடன் போரிட்டனர்.

மருது சகோதரர்கள் பீரங்கிகளை பிரான்ஸிடமிருந்தும் மைசூர் ஹைதர் அலியிடமிருந்தும் பெற்றிருந்தனர். போரில் அவர்களைக் கம்பெனியார் வென்றிருக்கவே முடியாது. துரதிஷ்டவசமாக அவர்களுக்கு ஆயுதமும் உணவுப்பொருள்களும் வரும் வழிகளை கம்பெனியார் வெட்டி விட்டார்கள். வடக்கு இலங்கையிலிருந்து அரிசிகொண்டு வருவதற்காக நூற்றுக்கணக்கான தோணிகளைச் சின்ன மருது வைத்திருந்தார். பிரிட்டிஷ் படையின் யுத்தக்கப்பல்கள் அத்தனையையும் பீரங்கியால் சுட்டு அழித்தன.

பிரான்மலையிலிருந்து போரிட்டுக்கொண்டிருந்தவர்களை அங்கிருந்து போகச்செய்யவேண்டும் என்பதற்காக பிரான்மலைக் கோயிலில் புரட்சியாளர்கள் ஒளிந்திருந்து தாக்குவதாகக் கூறி அந்தக் கோயிலின்மீது பீரங்கிப் பிரயோகம் செய்யப் போவதாகக் கம்பெனிப் படை கூறியதால், கோயிலைப் பாதுகாப்பதற்காக மலையிலிருந்து சென்றுவிட்டனர். இல்லையென்றால் பிரான் மலையிலிருந்து கொண்டு வருஷக் கணக்கில் மருது சகோதரர்கள் போரிட்டுக் கொண்டிருந்திருக்க முடிந்திருக்கும்.

காட்டிக்கொடுத்தான் கறுத்தான்

அவர்களைக் காளையார் கோயில் கோட்டைக்குள்ளிருந்து வெளியே வரவழைப்பதற்காக மருது சேர்வைகள் கட்டிய ராஜ கோபுரத்தைப் பீரங்கியால் தகர்க்கப்போவதாகக் கர்னல் அக்னியூ சபதம் செய்தான். ஆகவே மருது சேர்வைகள் அங்கிருந்து வெளியேறினர். அவர்களுடைய உறவினர் உடையத்தேவரின் மாமன் மருதுவைக் காட்டிக்கொடுத்துவிட்டார். புதுக்கோட்டைத் தொண்டைமான் வெள்ளையர்களுக்கு ஆதரவாகப் படைகொடுத்து உதவினான். சின்ன மருதுவை அவரது கூட்டாளி கறுத்தான் என்பவன் காட்டிக்கொடுத்துவிட்டான்.

தென்னாட்டுப் புரட்சியில் இவர்களின் பங்கு அளவிடற்கரியது. இறுதியில் கம்பெனி அதிகாரிகளால் கைது செய்யப்பட்டுத் தூக்கிலிடப்பட்டனர். இளைய மருதுவின் மகன் துரைசாமியும் அவரது குடும்பத்தினர் 70 பேர்களும் பிரின்ஸ் ஆஃப் வேல்ஸ் தீவுக்கு நாடுகடத்தப்பட்டனர்.

கிளிங்கர்கள்

மலேசிய திருநாட்டின் பினாங்கு தீவில் வாழும் தமிழர்கள் முன்பு கிளிங்கர்கள் எனப் பிறமொழி பேசுபவர்களால் அழைக்கப் பட்டனர். கிளிங்கர்கள் என்ற பினாங்கு வாழ் தமிழர்களின் பட்டப் பெயருக்குப் பின்னால் இந்திய சுதந்திரப் போராட்ட வீரர்களின் தியாக வரலாறு ஒன்று ஒழிந்திருக்கின்றது. தமிழகத்தில் சிவகங்கைச் சீமையை ஆண்ட மருது சகோதரர்கள் ஆங்கிலேயரை எதிர்த்துப் போரிட்டு இறுதியில் தூக்கிலிடப்பட்டது வரலாறு.! மருது சகோதரர்களைத் தூக்கிலிட்டதோடு திருப்தியடையாத ஆங்கில அரசு, அன்னாரது குடும்பத்தைச் சார்ந்த இளைஞர்கள் மற்றும் தளபதிகள், வீரர்கள் என 72 பேரைப் பினாங்கு தீவிற்கு நாடு கடத்தியது.

அவ்வாறு நாடு கடத்தப்பட்டவர்கள் விலங்கிட்டு, கைகால்களை இரும்புச் சங்கிலியால் பிணைத்து நடமாட விடப்பட்டிருந்தனர். அவர்கள் நடக்கும்போது சங்கிலிச் சத்தம் கிளிங் கிளிங் எனக் கேட்டதால் அக்கைதிகள் கிளிங்கர்கள் என அழைக்கப்பட்டனர். நாளடைவில் அப்பெயர் அங்கு குடியேறிய தமிழர்களை அழைப் பதற்குரிய பெயராக மாறியது. அக்கைதிகளில் இருவருக்கு மட்டும் நடக்கக் கூட முடியாத அளவிற்கு சங்கிலிப் பிணைப்போடு பெரிய இரும்புக் குண்டுகளைக் கைச்சங்கிலியில் தொங்க விட்டிருந்தனர். ஏனென்றால் அவர்கள் இருவரும் அந்தக் கைதிகள் கூட்டத்தில் தலைமை சான்றவர்களாவர். அவர்களில் ஒருவர் இளைய மருதுவின் மகன் முத்துவடுகு என்ற துரைச்சாமி. மற்றவர் மருது சகோதரர்களின் முக்கிய படைத்தளபதிகளில் ஒருவரான ஷேக் உசேன் என்ற இஸ்லாமிய இளைஞர்.

ராமநாதபுரம் ராஜமாதா!

‘நீங்கள் ஆர்க்காட்டு நவாப்பின் மகன் என்பதால் உங்களுக்கு மரியாதை கொடுத்துப் பேசிக்கொண்டிருக்கிறேன். நீங்கள் வேறெங்கிருந்தோ இந்த நாட்டுக்குள் வந்தவர்கள் என்றாலும் இந்தியர்களாக மாறிவிட்டீர்கள். எனவே ஒன்று கேட்கிறேன். ஆங்கிலேயருக்கு இடம் கொடுக்காதீர்கள். அவர்கள் நம்மையே தூக்கிச் சாப்பிட்டு விடுவார்கள்’ என்றார் ராமநாதபுரம் மன்னரின் தாயாரான ராஜமாதா முத்துத் திருவாய் நாச்சியார்.

‘அம்மா நீங்கள் சொல்வது போல மாட்டிக்கொண்டுவிட்டோம். இனி எதுவும் செய்வதற்கில்லை. எங்களின் நிலை உங்களுக்கு வரக்கூடாதென்றால் அவர்கள் கேட்பதைக் கொடுத்துவிடுங்கள்’ என்றான் ஆர்க்காட்டு நவாப்பின் மகன் உம்தத்துல் உம்ரா.

‘நாங்கள் நாயக்க மன்னர்களுக்கே கப்பம் கட்டவில்லை. உங்களுக்கும் கப்பம் கட்டவில்லை. எங்களைக் கேட்கும் துணிச்சல் இதுவரை எவருக்கும் வந்ததில்லை. தயவு செய்து நீங்கள் இதில் தலையிடா திருங்கள். நாங்கள் பார்த்துக்கொள்கிறோம்,’ என்றார் ராணி.

‘அம்மா, இதில் எங்கள் விருப்பம் என்பதெல்லாம் ஒன்றுமில்லை. அவர்கள் தலையிடு என்றால் தலையிட்டுத்தான் ஆகவேண்டும். அந்த அளவுக்கு என் தந்தை கடன்பட்டுவிட்டார். அவர்கள் பொல்லாதவர்கள். உங்கள் நன்மைக்காகச் சொல்லுகிறேன்!’ என்றான் உம்ரா.

‘உங்கள் பரிவுக்கு நன்றி. நாங்கள் கப்பம் கட்டுவதாக இல்லை’ என்று உறுதியாகச் சொல்லிவிட்டார் ராணி.

ஆர்க்காட்டு நவாப்பின் மகன் கேட்டும் கப்பம் கட்ட மறுக்கிறாளே இந்த ராணி. இவர்களை விட்டுவைத்தால் மற்றைய மற்றைய பாளையக்காரர்களுக்குத் துளிர் விட்டுவிடும் என்று எண்ணிய கிழக்கிந்தியக் கம்பெனி தனது ராணுவத்தை ராமநாதபுரம் கோட்டையைத் தாக்குவதற்காக அனுப்பியது. பன்னிரண்டே வயதான மன்னர் முத்துராமலிங்க சேதுபதி சிங்கக்குட்டிபோலத் துள்ளினார். பிரதானி பிச்சப்பிள்ளை மறவர் படையைத் தூண்டி விட்டார். பீரங்கியும் துப்பாக்கிகளும் கொண்டுவந்த பெரும் படை, மறவர்களின் வீரத்தைக் கண்டு அஞ்சியது. காலனே எதிர்நின்று போரிட்டது போலச் சண்டையிட்டனர். ஆனால் அதிபயங்கரமான பீரங்கிகளின் குண்டுகளுக்குக் கோட்டை ஈடு கொடுக்க முடிய வில்லை. கோட்டை உடைப்பெடுத்தது. 3000க்கும் மேற்பட்ட மறவர்கள் உயிரிழந்தனர். மன்னரும் ராணியாரும் அவரது இரு பெண்குழந்தைகளும் கைது செய்யப்பட்டு திருச்சிக் கோட்டையில் அடைக்கப்பட்டனர். என்றாலும் போர்க்குணம் கொண்ட மறவர் குடிபடை கொதித்தெழுந்தது. எங்கெங்கினும் கிளர்ச்சிகள். எனவே ஆங்கிலேயர்கள், மன்னர் முத்துராமலிங்க சேதுபதியுடன் உடன்படிக்கை செய்துகொண்டு ராமநாதபுரம் ஆட்சியை 1781ல் மன்னரிடம் மீண்டும் ஒப்படைத்தனர்.

சிறை சென்று மீண்ட மன்னரின் சினம் உள்ளுக்குள்ளே கனன்று கொண்டிருந்தது. இளைஞராகிவிட்ட அவர் சில திட்டங்களைத் தீட்டினார். நாட்டில் கைத்தறித்துணி உற்பத்தியைப் பெருக்கினார். தானே பீரங்கிகளைத் தயாரிக்கும் ஆயுதச் சாலைகளை நிறுவினார். நாணய மாற்று முறையை அறிமுகப்படுத்தினார். டச்சுக்காரர் களுடன் தொடர்பு வைத்துக்கொண்டார். கம்பெனி நிர்வாகம் அவரிடமிருந்து சுங்கவரிச் சலுகையை எதிர்பார்த்தது. தர மறுத்து விட்டார். இதற்கிடையில் ஆர்க்காடு நவாப் தான் கம்பெனியிடம் பட்டிருந்த கடனுக்கு ஈடாக வரிவசூலிக்கும் உரிமையையும் தமிழகத்திலுள்ள அனைத்துக் கோட்டைக் கொத்தளங்களையும் பராமரிக்கும் உரிமையையும் ஆங்கிலேயரிடம் ஒப்படைத்தார். ராமநாதபுரத்தை மூன்று ஆண்டு கால வசூல் செய்துகொள்ளும் உரிமையை ஆங்கிலேயர் பெற்றனர்.

மாட்டி விட்டான் வஞ்சகன் மார்ட்டின்

வீரம் வீரத்தோடு மோதினால் வெற்றி பெறும். ஆனால் மன்னரின் வீரம் சூழ்ச்சியில் சிக்கவேண்டிய நிலை ஏற்பட்டது. ராமநாதபுரம் அரண்மனையில் மார்ட்டின் என்னும் அதிகாரி உளவாளியாகி விட்டான். கோட்டைச் சாவிகள் மார்ட்டின் வசம் இருந்தன. கும்பனிப் படைகள் எளிதாகக் கோட்டைக்குள் புகுந்து மன்னரைக்

கைதுசெய்தன. அவர் மீண்டும் திருச்சிக்கோட்டையில் அடைக்கப் பட்டார். ஆனால் மன்னரின் தளபதி மயிலப்பன் சேர்வைக்காரன் மிகத் தீவிரமாகப் போராடி மன்னரைச் சிறைமீட்க முயன்றான்.

மறவர்குல மக்கள் கொதித்தெழுந்தனர். கைக்கூலிகளால் காட்டிக் கொடுக்கப்பட்டுத் தளபதி மயிலப்பன் சேர்வையும் மீனங்குடி முத்துக்கருப்பத்தேவரும் கைது செய்யப்பட்டனர்.

செயிண்ட் ஜார்ஜ் கோட்டையிலே ஓர் அவசரக்கூட்டம் கூட்டப் பட்டது. திப்பு சுல்தான் பேரைக்கேட்டாலே அஞ்சிய பரங்கிக் கூட்டம் அன்று, ‘திப்பு கூடப் பரவாயில்லை. ஆனால் இந்த முத்துராமலிங்க சேதுபதியின் பெயர் குலை நடுங்க வைக்கிறதே’ என்று பதறியது. எனவே அவரை எவரும் நெருங்க முடியாத இடத்தில் வைத்திருக்க வேண்டும் என்று சொல்லி செயிண்ட் ஜார்ஜ் கோட்டையில் அடைத்து வைக்கப்பட்டார். அங்கேயே சிறையிருந்து *23-1-1809*ல் அமரரானார்.

20

தென்னாட்டுப் புரட்சி வீரர்கள் II

தஞ்சை மன்னன் அமரசிம்மன்

சிவாஜியின் ஒன்றுவிட்ட சகோதரருக்கு அவரது தந்தை வழங்கிய ஆட்சிதான் தஞ்சை. அதை ஆரம்ப காலத்தில் மிக நன்றாகத்தான் ஆண்டுவந்தனர். ஆனால் பின்னாளில் அவர்கள் ஆங்கிலேயர்களை ஆதரிக்கத் தொடங்கினார்கள். சரஸ்வதி மஹால் நூலகத்தை ஏற்படுத்திய சரபோஜி மன்னன்கூட ஆங்கிலேயரிடமிருந்து ஒரு தொகையை ஆண்டு வருமானமாக வாங்கிக்கொண்டு தஞ்சைக் கோட்டைக்கும் அதன் அருகிருக்கும் பிரதேசத்திற்கும் மட்டும் மன்னனாக ஆட்சி புரிந்தார். சரபோஜிக்கு முந்திய மன்னன் அமரசிம்மன் சிவாஜியின் வீரத்தோடும் தீரத்தோடும் அரசாண்டான். அதனால் ஆங்கிலேயர்களின் பகைமையைச் சந்திக்க நேர்ந்தது.

சன்னியாசியானவன் தத்தெடுக்கலாமா?

அமரசிம்மனின் தந்தை பிரதாப சிம்மன். அமரசிம்மனின் அண்ணன் துளஜா. பிரதாபசிம்மன் காலத்திலேயே ஆங்கிலேயர் தஞ்சைக்கு உட்பட்ட தேவிபட்டினத்தைப் பிடித்துக்கொண்டனர். பிரதாப சிம்மனுக்குப் பிறகு துளஜா அரசாண்டார். ஆனால் சிறிது காலத்தில் ஆர்க்காட்டு நவாப் முகமது அலி தஞ்சையைக் கைப்பற்றி துளஜாவைச் சிறை செய்தார். ஆங்கிலேயர்கள் மராத்தியரிடமே ஆட்சியை ஒப்படைக்க விரும்பி அமரசிம்மனை அரசுப்பொறுப்பில் அமர வேண்டினர். ஆனால் அண்ணன் இருக்கத் தான் அரசாள்வது சரியில்லை என்று சொல்லி அண்ணனையே அரசுப்பொறுப்பில்

அமர்த்தினார். இதற்கிடையில் துளஜா நோய்வாய்ப்பட்டார். சந்நியாசமும் வாங்கிக்கொண்டார். அவர் விரைவில் மரண மடைந்தார். அவரது மூன்று மனைவிகளும் சூழ்ச்சி செய்தார்கள். துளஜா இறக்குமுன் ஒரு பையனைத் தத்தெடுத்ததாகவும் அந்தத் தத்துப் புத்திரனே அரசாளவேண்டும் என்றும் சொன்னார்கள்.

ஆனால் அமரசிம்மனின் ஆதரவாளர்கள் ஒரு சன்னியாசிக்குத் தத்தெடுக்கும் உரிமையில்லை என்று சொன்னார்கள். ஆங்கிலேயர் 12 வைதீகர்களை அழைத்து விசாரித்ததில் தத்தெடுத்தது செல்லாது என்று சொல்லிவிட்டார்கள். அந்தப் பையனை ஒரு கிறித்துவப் பாதிரியார் தன் பொறுப்பில் எடுத்துக்கொண்டு சென்னைக்குக் கூட்டிச் சென்று படிக்கவைத்தார். அரசாட்சியை ஏற்கும்படி ஆங்கிலேயர் அமரசிம்மனிடம் சொன்னார்கள். அமரசிம்மன் அரசர் ஆனான். ஆங்கிலேயர்தாம் அமரசிம்மனை அரசனாக்கினார்கள் என்றாலும்கூட அவன் ஆங்கிலேயர்களுக்கு அடிபணிந்து நடக்கவில்லை.

அமரசிம்மன் விவசாயிகளுக்குப் பல நன்மைகளைச் செய்து மக்களின் பாராட்டைப் பெற்றான். மக்கள் அவனிடம் பெரிதும் ராஜவிசுவாசம் கொண்டிருந்தனர். ஆங்கிலேயர்களுக்குத் தன் நாட்டு வருவாயில் பங்குதர மறுத்தான் அமரசிம்மன். 1792ல் ஆங்கிலேயர் அவனது நாட்டின் மாயவரம், பட்டுக்கோட்டை, மன்னார்குடி திருவையாறு ஆகிய நான்கு பகுதிகளையும் ஜப்தி செய்வதாக அறிவித்து அவற்றில் வரிவசூல் செய்யும் உரிமையை ஆங்கிலேயர்களுக்கு அளித்துவிட்டதாக ஒப்பந்தம் செய்யச் சொன்னார்கள். அமரசிம்மன் மறுத்தான். ஆனால் வெள்ளையர்கள் ஆங்கிலப்படையைக் கோட்டையைச் சுற்றி நிற்கவைத்து வற்புறுத்திக் கையெழுத்துப் பெற்றனர். அமரசிம்மனுக்கு ஆதரவாக திருப்பனந்தாள் மடத்துத் தலைவர் தபோநிதி காசிவாசி குமரகுருபர கோஸ்வாமி என்பவரும் நரசிங்கராவ் என்பவரும் வடநாடு சென்று படை திரட்ட முயன்றனர். ஆனால் பாதிரியாரின் சூழ்ச்சியால் ஆங்கிலேயர் அமரசிம்மனைப் பதவி நீக்கம் செய்தனர்.

தத்துப்பையன் சரபோஜி மன்னன் ஆனான்!

மீண்டும் தத்துப்பையன் சரபோஜிக்கு ஆளும் உரிமை இருக்கிறதா எனப் பன்னிரண்டு வைதீகர்களைக் கேட்டனர். ஆனால் வைதீகர் களை வற்புறுத்திச் சாதகமாகத் தீர்ப்புச் சொல்லச் சொன்னார்கள். நரசிம்மாச்சாரி என்ற ஒருவரைத் தவிர மற்ற எல்லோரும் சாதகமாகத் தீர்ப்புச் சொன்னதால் 1798ல் சரபோஜி மன்னனாக அறிவிக்கப்பட்டான். ஓராண்டு மட்டுமே சுதந்திர அரசராக இருந்தார்

சரபோஜி. அடுத்த ஆண்டு தஞ்சை ஆட்சி ஆங்கிலேயர்களுக்கு உரியது என்று சொல்லி வருடாந்திரப் பணம் கொடுத்து சரபோஜியைத் தஞ்சைக் கோட்டைக்குள்ளும் அதன் பகுதிகளுக்கும் மட்டும் அரசராக்கி உட்கார வைத்துவிட்டார்கள். அந்த நிலையிலும் சரபோஜி பல நல்ல காரியங்கள் செய்து மக்களின் பாராட்டைப் பெற்றார் என்பது வரலாறு.

தளவாய் வேலுத்தம்பி

திருவாங்கூர் சமஸ்தானம் ஒரு நிலையில்லாமல் ஆங்கிலேயர் களுக்கு எதிராகப் பாளையக்காரர்களோடு இணைந்தும் பிறகு சுயநலத்தின் காரணமாக ஆங்கிலேயர்களை ஆதரித்துப் பாளையக் காரர்களை எதிர்த்தும் செயல்பட்டு வந்திருக்கிறது. கேரளவர்மா என்ற மாபெரும் புரட்சிக்காரர் மலபார் பகுதியில் சுதந்திரக் கொடியை தூக்கி நிறுத்திப் போராடியபோது கேரளாவின் மற்றொரு பகுதியான திருவாங்கூர் மன்னன் அப்படியொரு உறுதியான நிலைப் பாட்டைக் கொள்ளவில்லை என்பது வேதனைக்குரிய ஒன்று.

திருவாங்கூர் சமஸ்தானத்தில் நாஞ்சில் நாட்டைச் சேர்ந்த வேலுத்தம்பி என்பவன் தளவாயாகப் பதவி வகித்து வந்தான். தளவாய் என்பது திவானுக்கு நிகரானது. அப்பொழுது மன்னராக இருந்தவர் பலராம வர்மா. அவரிடம் தளவாயாகப் பதவி வகித்துவந்த ஜெயந்தன் சங்கரன் நம்பூதிரி நாணயமற்றவன், பொல்லாதவன். அவனுக்கு முன் இருந்த மிகத்திறமையான திவான் ராஜா கேசவதாசரைக் கொன்றவன். ராஜா கேசவதாசருக்குப் பத்மநாப சுவாமி கோயிலுக்குள் பெருஞ்செல்வம் புதைத்து வைக்கப்பட்டிருப்பது தெரியுமென்றும், அது வெளியில் தெரிந்தால் வெள்ளையர்கள் அதைக் கொள்ளையடித்துவிடுவார்கள் என்று எண்ணிச் சொல்லாமலே இறந்துவிட்டார் என்று சொல்லப் படுகிறது. (ஜெயந்தன் நம்பூதிரிக்கு எதிராக மக்கள் கொதித்தெழுந்த போது அந்தப் புரட்சிக்குத் தலைமை தாங்கியவன் வேலுத்தம்பி. அவனது வீரத்தையும் நேர்மையையும் கண்டு பலராம வர்மா நம்பூதிரியை நீக்கிவிட்டு வேலுத்தம்பியைத் தளவாயாக நியமித்தார். அப்பொழுது திவானாக நியமிக்கப்பட்டார் அய்யப்பன் செண்பகராமன். ஆனால் ஓரிரு ஆண்டுகளிலேயே இறந்து விட்டதால் தளவாய்ப் பொறுப்போடு திவான் பொறுப்பும் வேலுத்தம்பி வசம் வந்தன. வேலுத்தம்பி நேர்மையானவன். ஆனால் கடுமையானவன். தவறு செய்தவர் வேண்டியவர்களே ஆனாலும் தண்டனை பெறுவது உறுதி. தளவாயின் தாய் என்ற காரணத்தினால் அவனது தாய்க்குச் சொந்தமான நிலத்திற்கு வழக்கமான தீர்வையை விடக் குறைவாக நிர்ணயித்திருப்பதை

அறிந்து பாரபட்சம் காட்டிய அந்த அதிகாரியின் கட்டைவிரலை வெட்டியதோடு தனது தாயையும் தண்டித்தான் என்பது வரலாறு.

திருவாங்கூர் அரசு கிழக்கிந்தியக் கம்பெனிக்கு அடிபணிந்து கவர்னர் ஜெனரல் வெல்லெஸ்லி கொணர்ந்த துணைப்படை திட்டத்திற்கு ஒப்புக்கொண்டு செயற்பட்ட காலமது. ரீஜண்ட் என்ற பெயரில் கர்னல் மெக்காலே என்னும் ஆங்கிலேயன் திருவாங்கூர் சமஸ்தானத்தில் பதவி வகித்து வந்தான். தளவாய் வேலுத்தம்பி மிகத்திறமையாகத் தனது பொறுப்புகளை வகித்து வந்தான். ஆனால் ஆங்கிலேயரை முழுக்க நம்பி அவர்களுக்கு ஆதரவாகச் செயல்படத் தொடங்கினான். அதனால் கம்பெனி நிர்வாகம் வேலுத் தம்பியைப் போற்றிப் பாராட்டியது. மன்னரைவிட மன்னரிடம் பணிபுரியும் ஒருவன் அதிகம் மதிக்கப்பெற்றால் மன்னருக்கு வெறுப்பு வருவது இயற்கைதானே. எனவே பலராம வர்மாவுக்கும் வேலுத்தம்பிக்கும் இடையே சிறிது மனக்கசப்பு ஏற்பட்டது. ஊர் இரண்டுபட்டால் கூத்தாடிக்குக் கொண்டாட்டம் தானே! அதனால் வேலுத்தம்பியின் ஆதரவைப் பயன்படுத்தி வெல்லெஸ்லியின் துணைப்படைத் திட்டத்தின் கீழ் ஆங்கிலேயர் படை ஒன்றைத் திருவாங்கூர் சமஸ்தானத்தில் வைப்பதென்றும் அதற்குண்டான செலவை நிர்வகிக்க சில இடங்களின் வரிவசூலிக்கும் உரிமையைக் கம்பெனிக்குக் கொடுப்பதென்றும் ஏற்கெனவே இருக்கும் சுதேசி நாயர் படையைக் கலைத்துவிடுவதென்றும் மெக்காலே திட்டம் தீட்டினான். வேலுத்தம்பியும் அதற்கு ஆதரவளித்து மன்னரிடம் எடுத்துக் கூறினான். நாயர் படைக் கலைப்பு உத்தரவை எதிர்த்து நாயர் படையைச் சேர்ந்த போர்வீரர்கள் கலவரம் செய்தனர். அதற்கு மக்களின் ஆதரவும் இருந்தது.

மெக்காலேயின் விபரீத புத்தி

நாயர் படைக் கலவரத்தை முறியடிக்க வெள்ளைப்படை ஒன்றை ஏவினான் மெக்காலே. அதுவரை ஆங்கிலேயர் எது செய்தாலும் சமஸ்தானத்தின் பாதுகாப்புக்காகத்தான் செய்கிறார்கள் என்று நம்பி ஆதரவளித்துவந்த வேலுத்தம்பி ஆங்கிலேயரின் சூழ்ச்சியை அப்பொழுதுதான் அறிந்தான். தாம் ஏமாற்றப்பட்டதைக் கண்டு வெகுண்டான். மெக்காலே வருடா வருடம் கப்பத்தொகையை ஏற்றிக்கொண்டே போனான். ஒரு சமயம் மன்னர் தமக்குச் சொந்த மான நகைகளை விற்றுக் கப்பம் கட்ட நேர்ந்தது. கப்பத்தொகையில் ஒரு பங்கை மெக்காலே தனதாக்கிக் கொண்டதை அறிந்த வேலுத்தம்பி வெகுண்டான்.

வேலுத்தம்பி தனக்குத் தலைவலியாக மாறிவிட்டதைக் கண்ட மெக்காலே, மன்னரை வற்புறுத்தி அவனைப் பதவி நீக்கம் செய்ய

வைத்தார். மன்னரின் சேவகத்தில் இருந்துகொண்டு ஆங்கிலேயரை எதிர்ப்பதை விட வெளியில் சுதந்திரமாக இருந்து எதிர்ப்பது சிறந்தது என நினைத்தான் வேலுத்தம்பி. குண்டறை என்னுமிடத்திலிருந்து திருவாங்கூர் மக்களுக்கு ஒரு பிரகடனம் விடுத்தான். அது 'குண்டறைப் பிரகடனம்' எனச்சொல்லப்படுகிறது. மக்களுடைய ஆதரவோடு மெக்காலேக்கு எதிராகப் புரட்சி செய்தான். வேலுத் தம்பியின் எழுச்சியைக் கண்டு பயந்து கொச்சிக்கு ஓடிவிட்டான் மெக்காலே.

கொச்சி மந்திரி பழைய அச்சனும் வேலுத்தம்பிக்கு ஆதரவாக இருந்தார். திருவாங்கூர் மட்டுமன்றி கொச்சி சமஸ்தானத்திலும் போர் மூண்டது. வெற்றி பெற்றான் வேலுத்தம்பி. ஆனால் வெள்ளையர் படைகள் வெவ்வேறிடங்களிலிருந்து திரண்டு வந்ததால் வெற்றி தோல்வி மாறி மாறி வந்தது. ஆதரிக்க வேண்டும் என்று நினைத்தவர்கள் கோழைகளாக இருந்தனர். இந்த நிலையில் வெள்ளைப்படையை எதிர்த்து நிற்க முடியவில்லை. மாவீரன் வேலுத்தம்பி வெள்ளையர் கையால் சாக விரும்பவில்லை. எனவே தன்னோடு தோள்கொடுத்துத் தனக்குத் துணையாக நின்ற தனது வீரத் தம்பியை அவனது வாள்கொண்டு தன்னை வெட்டிவிடும்படி வேண்டினார். தம்பி எப்படி வெட்டுவார். எனவே வேலுத்தம்பியே தனது வாள்கொண்டு தன் கழுத்தை அறுத்து மாண்டார். தமையனின் வேண்டுகோளை மறுக்க மாட்டாமல் தம்பியே அண்ணனைக் கொன்றார் என்றும் சொல்லப்படுகிறது.

சின்னச் சின்னப் புரட்சிகள்

1769ல் முகலாயப் பேரரசிடமிருந்து திவானி முறையில் பெற்ற ஆங்கிலேயர் அதிகமாக வரிவசூலித்துக் கொடுமைப்படுத்தினர். அதனால் ஆங்காங்கே சின்னச் சின்னப் புரட்சிகள் உருவாகின. 1769 முதல் 1784ல் தால்பும்மிலும் 1783ல் ரங்காபூரிலும் 1789ல் விஷ்ணுபூரிலும் 1799ல் மிட்ணாபூரிலும் புரட்சிகள் வெடித்தன. இந்திய விடுதலைப் போருக்கு அடித்தளம் அப்பொழுதே போடப்பட்டது.

தமிழகத்திலும் ஆந்திராவிலும் ஆங்கிலேயர்களுக்கு எதிராகக் கிளர்ந்து எழுந்தவர்கள் மிகவும் வலுவுள்ளவர்களாக உருவாகினர்.

ஆந்திரக் கடற்கரைப் பகுதியில் ஜமீன்தார்கள் ஆங்கிலேயர்களுக்கு எதிராகப் போர்க்கொடி உயர்த்தினர். 1794ல் ஆங்கிலேயர் விஜயநகரத்தைக் கவர எண்ணியபோது ஜமீன்தார் விஜயராம் ராவ்ஜி, பல்கொண்டா, ஜெய்ப்பூர், கோல்கொண்டா ஆகியவற்றின் துணைகொண்டு வெளிநாட்டு ஆதிக்கத்தை எதிர்த்தார். விஜயராம்ஜி

போர்க்களத்தில் மாண்டார். ஆனாலும் அவரது வீரப் புதல்வர் நாராயண ராவ்ஜி ஆங்கிலேயர்களைத் தொடர்ந்து எதிர்த்ததால் அவர்கள் அவனோடு ஒரு உடன்படிக்கை செய்துகொண்டு பிடித்த சமஸ்தானத்தைத் திரும்பக்கொடுத்தார்கள்.

உய்யாலவாடா நரசிம்ம ரெட்டி

இவரும் கட்டபொம்மன் பூலித்தேவன் போல ஒரு பாளையக் காரர்தான். ஆந்திரா ராயலசீமாப் பகுதியில் உள்ள கோயில் குண்ட்லா என்ற பாளையத்தின் தலைவராக இருந்தார். அந்தப் பாளையத்தில் 66 கிராமங்கள் இருந்தன. பாளையத்தின் பாதுகாவலுக் காக அவரிடம் 2000 பேருக்கு மேல் இருந்தனர். ஹைதராபாத் நிஜாமின் ஆளுகைக்கீழ் இருந்த ராயலசீமா பகுதியை நிஜாம் ஆங்கிலேயர் வசம் ஒப்படைத்தார். நரசிம்மரெட்டியின் பாளையமும் ஆங்கிலேயர் வசம் சென்றது. ஆனால் நரசிம்ம ரெட்டி அதை ஏற்றுக்கொள்ள மறுத்தார். ஆங்கிலேயருக்கு வரி கொடுக்க மறுத்தார். அதனாலே ஆங்கிலேயர் அவரை வற்புறுத்தினார்கள். வரி கொடுக்காவிட்டால் போர் தொடுத்து அடக்குவோம் என்றார்கள்.

'நீ என்ன என்னை அடக்குவது? நானே உன்மேல் படையெடுக் கிறேன்' என்று சொல்லி கோயில்கொண்டாவில் அமைத்திருந்த பொக்கிஷத்தைத் தாக்கிக் கைப்பற்றினார். அதன் பிறகு பிரகாசம் காட்டிலிருந்த காட்டு அதிகாரியைக் கொன்றார். மாவட்டத்தில் உள்ள கம்பம் நோக்கிச் சென்றார். ருத்ராவரம் என்னும் ஊரிலிருந்த காட்டு அதிகாரியைக் கொன்றார். அப்பொழுது பிரகாசம் மாவட்டக் கலெக்டராக இருந்த தாமஸ் மன்றோ, நரசிம்ம ரெட்டியை அடக்கவேண்டும் என்று உத்தரவிட்டார். கேப்டன் நாட் மற்றும் வாட்சன் ஆகியோர் தமது படையுடன் நரசிம்ம ரெட்டியுடன் போரிட்டனர். ஆனால் தோற்று ஓடினர்.

நரசிம்ம ரெட்டியை நேரடியாகப் பிடிக்க இயலாது என்று நினைத்த ஆங்கிலேய அரசு அவரைப் பற்றிய செய்தி கொடுப்பவர்களுக்கு 5000 ரூபாயும் அவரது தலையை வெட்டியெடுத்துக் கொண்டு வருபவர்க்குப் பத்தாயிரம் ரூபாய் வெகுமதியும் கொடுப்பதாக அறிவித்தார்கள். 23-7-1846 அன்று நரசிம்ம ரெட்டி கிட்டலூரு என்னும் இடத்தில் பாசறை அமைத்துத் தங்கியிருந்த ஆங்கிலேயர் மேல் படையெடுத்து அவர்களைத் தோற்கடித்தார். ஆங்கிலப் படையாலே அவரைப் பிடிக்க முடியவில்லை. எனவே கடப்பாவி லிருந்த அவரது குடும்பத்தினரைச் சிறைப் பிடித்தனர்.

நரசிம்ம ரெட்டி அவரது குடும்பத்தை விடுவிக்கும் நோக்கத்துடன் நல்லம்ம காட்டுப் பகுதிகளுக்குச் சென்றார். ஒரு வஞ்சகன் கொடுத்த

செய்தியினால் ஆங்கிலப்படை நல்லம்ம காடுகளைச் சுற்றி வளைத்தது. நல்லம்ம காடுகளிலிருந்து அவர் கோயில் கொண்டா பகுதிக்கு வந்து ராமபத்ருனிப்பள்ளி கிராமத்தை நெருங்கிய பொழுது *6-10-1846* அன்று இரவு சிறைப்பிடிக்கப்பட்டார். அவரது கைகளிலும் கால்களிலும் விலங்கிட்டுப் பொதுமக்கள் பார்க்கும்படி வீதிகளில் இழுத்து வந்தார்கள். அவருக்கு மரண தண்டனை விதிக்கப்பட்டு கோயில்கொண்டாவில் நதிக்கரையோரம் தூக்கிலிடப்பட்டார்.

21

ஒழுங்குமுறைச் சட்டம்

ஆங்கிலேயர் வசமான தரங்கம்பாடி

தரங்கம்பாடியில் டேனிஷ் வணிகருக்குக் குடியேற்ற வசதிகளை 1640ல் தஞ்சாவூர் மன்னன் ரகுநாத நாயக்கன் செய்து கொடுத்திருந்தான்.

தரங்கம்பாடியில் டேனிஷ் வணிகர்கள் கோட்டை ஒன்றைக் கட்டி கொண்டு தன் வணிகத்தைத் தொடங்கினர். இந்தியாவில் கொள் முதல் செய்த சரக்குகளை அவர்கள் மலேயா தீவுகளுக்கு ஏற்றுமதி செய்து அங்கிருந்து அவற்றிற்கு ஈடாக மிளகு, பட்டை, ஏலக்காய் போன்ற சம்பாரப் பொருள்களை வாங்கி வந்தனர். அவர்கள் தம் வணிகத்தில் அதிகம் லாபம் காணவில்லை. எனவே டேனியர்கள் தரங்கம்பாடியையும் வடக்கில் இருந்த சேராம்பூரையும் ஆங்கிலேயரின் கிழக்கிந்தியக் கம்பெனிக்கு ரூபாய் 12,50,000க்கு விற்றுவிட்டனர்.

கடற்படைத் தளபதி கனோஜி ஆங்கரே!

மராத்தியர்களின் கடற்படைத் தளபதி கனோஜி ஆங்கரே என்பவர் பம்பாயை ஒட்டிய கடற்பகுதிகளில் பிரிட்டிஷ், டச்சு, போர்த்துக்கீசியர் கப்பல்களுக்குச் சிம்ம சொப்பனமாக இருந்தார். பெரிய கப்பல்களை அவர் பொதுவாக நெருங்குவதில்லை. மராத்திய மன்னர்கள் முதலில் அவரைக் கைது செய்ய முனைந்து போர் தொடுத்திருக்கிறார்கள். அவரை அவர்களால் வெல்ல முடியவில்லை. கடற்போரில் அவரை வெற்றி காண்பது இயலாத

ஒன்று. எனவே மேலைக்கடற்கரையின் மராத்திய துறைமுகங்களின் பாதுகாவலராக அவர் நியமிக்கப்பட்டார். அவர் சூரத்திலிருந்தும் பம்பாயிலிருந்தும் செல்லும் கிழக்கிந்தியக் கம்பெனிக் கப்பல்களை வழிப்பறி செய்தார். பம்பாயில் கொலாபா தீவில் அவர் துறைமுகம் அமைத்து அதைத் தன் பிடியில் வைத்திருந்தார். அவருக்குத் துறைமுக வரி செலுத்திய பிறகே கப்பல்கள் அந்த வழியாகப் போக இயலும். கிழக்கிந்தியக் கம்பெனி முதலில் அவருடன் ஒப்பந்தம் செய்து கொண்டு அவர் வழியில் போகாமல் இருந்தது. அவரும் கிழந்தியக் கம்பெனிக் கப்பல்களைக் கொள்ளையடிப்பதில்லை. இந்த நிலை அடுத்து வந்த கவர்னர் ஜார்ஜ் பூன் காலத்தில் மாறியது. அவர் கனோஜியைக் கைதுசெய்ய எவ்வளவோ முயன்றார். ஆனால் எத்தனை முயன்றும் 1715 முதல் தொடர்ந்து முயற்சி செய்தும் 1756ல் அவர் இறக்கும் வரை கனோஜியை யாராலும் நெருங்க முடியவில்லை. இந்திய மேற்குக் கடற்கரைப் பகுதியின் முடிசூடா மன்னனாகத் திகழ்ந்தார்.

முகலாயர்களின் எதிரியான அவருக்கு முகலாயர்களுடன் ஒப்பந்தம் செய்துகொண்டு நண்பர்களாகிப்போன கிழக்கிந்தியக் கம்பெனியின் மீது கோபம். சென்னையிலிருந்தும் கல்கத்தாவிலிருந்தும் அவர்கள் வாணிகம் செய்த அளவுக்கு மேற்குக் கடற்கரையிலிருந்து செய்ய முடியவில்லை.

வங்கம் மங்கியது

18ம் நூற்றாண்டின் தொடக்கத்தில் வங்காளம் செல்வச் செழிப்பில் மிதந்தது. வெளிநாட்டு வியாபாரிகள் வங்காளத்தின் பருத்தி, அபின், இண்டிகோ, சீனி, சணல், வெடியுப்பு, உப்பு முதலிய வற்றைத் தங்கக்கட்டிகள் கொடுத்து வாங்கி பாரசீகம் அரேபியா திபெத் ஆகிய நாடுகளில் வியாபாரம் செய்தனர். வங்காளத்திலேயே மக்களின் அன்றாட வாழ்வுக்கு வேண்டிய எல்லாப் பொருள்களும் கிடைத்ததால் அவர்களின் இறக்குமதி கொஞ்சம்தான். இறக்குமதி ஏற்றுமதியில் நான்கில் ஒரு பாகம்தான். கடல்வழியாகவும் தரை வழியாகவும் பொருள்கள் ஏற்றுமதி செய்யப்பட்டன. டச்சுக்காரர்கள் மட்டுமே காசிம் பஸார் பட்டுத் துணிகளை ஏழரை லட்சம் பவுண்டு விலைக்கு ஏற்றுமதி செய்தார்கள். வங்காளத்துப் பொருள்கள் மதராஸ், மலபார், பம்பாய், சூரத், சிந்து மஸ்காட், பாரசீக வளைகுடா, மோச்சா, ஜெட்டா என்னும் இடங்களுக்கு அனுப்பப் பட்டன. அவ்விடங்களிலிருந்து பல வெளிநாடுகளுக்குச் சென்றன.

1757 வரை இப்படிச் செல்வச்செழிப்பாக இருந்த வங்காளம் பிளாசி யுத்தத்திற்குப் பிறகு தன்னலம் பிடித்த ஆட்சியாளர்களின்

போக்கால் தனது வருமானத்தை இழக்கத் தொடங்கியது. மீர் ஜாபரும் மீர் காசிமும் 1757முதல் 1765வரை கம்பெனிக்கும் அதிகாரிகளுக்கும் கொடுத்த தொகை ஐந்து மில்லியன் டாலர். திவானி உரிமையைப் பெற்ற கம்பெனியே பொருள்களை நேரடியாக வாங்கி ஏற்றுமதி செய்து பொருள் ஈட்டியது. இதனால் ஆட்சி புரிந்த முகலாய அரசருக்கும் நவாப்புக்கும் கிடைத்துவந்த வருமானம் குறையத் தொடங்கியது. இந்தக் காரணத்தால் அவர்கள் அதிக வரியை மக்கள் மேல் சுமத்தினார்கள். 1757ம் ஆண்டிலிருந்து 1780 ஆண்டுவரை வங்காளத்திலிருந்து இங்கிலாந்துக்கு அனுப்பப் பட்ட பணம் 300 மில்லியன் பவுண்டுக்கும் அதிகம். செல்வச் செழிப்பில் மிதந்த வங்காளம் வறுமையில் வாடத் தொடங்கியது. பஞ்சம் என்பதையே அறியாதிருந்த மக்கள் பஞ்சத்தைச் சந்திக்க நேர்ந்தது. வியாபாரம் படுத்தது.

கட்டைவிரலை வெட்டிக்கொண்ட நெசவாளர்கள்!

வங்காளத்தின் பருத்தித் துணிகளுக்கு இங்கிலாந்திலும் வெளிநாடு களிலும் நிறைய மதிப்பிருந்தது. எனவே கிழக்கிந்தியக் கம்பெனி வங்காளத்திலிருந்த நெசவாளர்களைத் தங்களுக்காகவே நெசவு செய்யவேண்டும் என்று உத்தரவிட்டது. அப்படிச் செய்யாதவர் களுக்குக் கசையடி கொடுக்கப்பட்டது. உற்பத்தி செய்த துணியைத் தாங்கள் சொல்லும் விலைக்குத்தான் விற்க வேண்டும் என்றும் கம்பெனி வற்புறுத்தியது. சில சமயங்களில் அவர்கள் நிர்ணயித்த விலை நெசவாளர்கள் நெசவு செய்ய வாங்கிய பொருள்களின் மதிப்பை விடக்குறைவாக இருந்தது. நெசவு செய்ய மாட்டேன் என்று சொன்னால் அடி, உதை. ஒப்புக்கொண்ட காலத்துக்குள் நெய்து தரவேண்டி இருந்ததால் அவர்கள் ஒவ்வொரு நாளும் வெகு நேரம் உழைக்க வேண்டியிருந்தது. இந்தத் தொல்லை தாங்காமல் சில நெசவாளர்கள் தங்கள் வலதுகைக் கட்டைவிரலை வெட்டிக் கொண்டனர்.

வங்கத்தில் குறைந்த விலைக்கு வாங்கி ஆங்கிலேய வணிகர்கள் லண்டனில் அதிக விலைக்கு விற்றனர். அப்படி அதிக விலைக்கு விற்றதே மான்செஸ்டரில் உற்பத்திசெய்து விற்கப்பட்ட துணியை விட விலை குறைவாக இருந்தது. உள்நாட்டுப் பருத்தி ஆடைகள் தேங்கிக்கிடந்தன. எனவே மான்செஸ்டர் வியாபாரிகள் போராட்டம் நடத்தினர். பிறகு நெசவு இயந்திரம் கண்டு பிடிக்கப் பட்டது. மான்செஸ்டர் துணிகள் அதிகமாக உற்பத்தியாயின. விலையும் குறைந்தது. வங்காளப் பருத்தி ஆடை வியாபாரம் படுத்துவிட்டது. இங்கிலாந்தில் கண்டுபிடிக்கப்பட்ட நெசவு

இயந்திரத்தை வங்க நெசவாளர்களுக்குக் கொடுக்க கிழக்கிந்தியக் கம்பெனி விரும்பவில்லை. அதனால் வருமானமின்றி நெசவாளர்கள் வறுமையில் வாடினர். தொழிற்புரட்சியினால் விளைந்த முன்னேற்றங்கள் இந்தியாவில் ஆங்கிலேயருக்குச் சாதகமான துறைகளில் மட்டுந்தான் புகுத்தப்பட்டன. அப்படித் தேவைப் படாத இடங்களில் பொதுமக்களின் நன்மைக்காக அவை கொணரப் படவில்லை. ஒரு பஞ்சம் வருவதற்கு என்னவெல்லாம் செய்ய முடியுமோ அவையெல்லாம் செய்து பெரும் பஞ்சத்தில் வங்காளம் தள்ளப்பட்டது. வங்காளிகளின் கவனம் முழுதும் விவசாயத்தில் இருந்ததால் மக்கள் ஓரளவுக்குப் பஞ்சத்தை எதிர்கொள்ள முடிந்தது. இந்த எதிர்நீச்சல் போட்டு வெல்லும் நிலையையும் பின்னாளில் ஆங்கிலேயர்கள் சிதைத்துவிட்டார்கள்.

வர்த்தகத்திற்கு வந்த கிழக்கிந்தியக் கம்பெனியின் செயல்பாடுகள் வர்த்தகத்தோடு நிற்காமல் நிலங்களைக் கைப்பற்றித் தமது ஆளுமை எல்லைகளை விரிவுபடுத்திக்கொள்ளும் முயற்சியில் முனைப்புக் காட்டத் தொடங்கின. அவர்களே வேண்டாமென்று சொன்னால் கூட நமது சுதேசிய மன்னர்களும் குறுநில வேந்தர்களும் ஜமீன்தார் களும் அவர்களைச் சும்மா இருக்க விடவில்லை. தமக்குள் இருக்கும் பகைமையைத் தீர்த்துக்கொள்ள அவர்களின் உதவியை நாடினர். இது கட்டுக்கடங்காது போயிற்று. எட்மண்ட் பர்க், செரிடான் போன்றவர்கள் கிழக்கிந்தியக் கம்பெனியின் அட்டூழியத்தைச் சுட்டிக்காட்டினர். தனிப்பட்டவர்கள் வியாபாரத்தில் ஈடுபட்டுக் கொள்ளையடித்தனர். கம்பெனி தனது கொள்கையை விடுத்து அரசியலில் ஈடுபடத் தொடங்கியது. அமெரிக்காவோடு டீ வியாபாரம் செய்துகொண்டிருந்த கிழக்கிந்தியக் கம்பெனியின் வியாபாரம் அமெரிக்கச் சுதந்திரப் போராட்டத்தில் அமெரிக்க மக்கள் டீ வாங்குவதை நிறுத்திக்கொண்டதால் வியாபாரம் படுத்தது. அதுவரை பலத்த லாபம் சம்பாதித்துக்கொண்டிருந்த கிழக்கிந்தியக் கம்பெனியின் வியாபாரம் நஷ்டத்தில் செல்லத் தொடங்கியது. தனது ஏகபோக வியாபார உரிமையை நிலைநிறுத்திக் கொள்வதற்காக வருடம் ஒன்றுக்கு 400,000 பவுண்ட் பணம் பிரிட்டிஷ் அரசுக்குச் செலுத்திவந்தது. அரசுக்குப் பணம் செலுத்த இயலாத அளவுக்கு இழப்பு மேலிட்டதால் அரசிடம் கடன் கேட்கும் நிலைக்குத் தள்ளப்பட்டது. அப்பொழுது பிரிட்டனின் பிரதம மந்திரியாக இருந்த லார்ட் நார்த் கிழக்கிந்தியக் கம்பெனியின் நிர்வாகத்தைச் சீர்படுத்த முனைந்தார். அதன் விளைவாக எழுந்ததுதான் ஒழுங்குமுறைச் சட்டம் (Regulating Act).

ஒழுங்குமுறைச் சட்டத்தின்படி...

1. பிரிட்டிஷ் அரசுக்கு கிழக்கிந்தியக் கம்பெனி கொடுக்க வேண்டிய கடன் 1.5 மில்லியன் பணத்தை அடைக்கும் வரை 6%க்குமேல் டிவிடெண்ட் கொடுக்கக்கூடாது. டைரக்டர்களின் பதவிக்காலம் நான்கு ஆண்டுகள் மட்டுமே.

2. கிழக்கிந்தியக் கம்பெனி ஊழியர்கள் தனிப்பட்ட வியாபாரத்தில் ஈடுபடக் கூடாது. இந்தியர்களிடமிருந்து பரிசாக எதையும் பெறக்கூடாது

3. வங்காள கவர்னர் வாரன் ஹேஸ்டிங்ஸ் கவர்னர் ஜெனரலாக நியமிக்கப்படுவார். மதராஸ், பாம்பே மாநிலங்கள் கவர்னர் ஜெனரலின் ஆளுகைக்கு உட்பட்டதாக இருக்கும். கவர்னர் ஜெனரலுடன் பணிபுரிய நான்கு பேர் கொண்ட ஆட்சிக்குழு நியமிக்கப்பட்டது.

அந்த ஆட்சிக் குழுவுக்கு ஜான் கிளாவெரிங், ஜார்ஜ் மான்சன், ரிசர்ட் பார்வெல். பிலிப் ஃப்ரான்ஸிஸ் என்னும் நால்வர் நியமிக்கப்பட்டனர். இந்தக் குழுவுக்கு'கௌன்ஸில் ஆஃப் ஃபோர்' என்று பெயர்.

ஆட்சிக்குழுவினரிடையே கருத்து வேறுபாடு எழும்போது அதிக பட்ச உறுப்பினர்களின் கருத்தே ஏற்கப்படும். உறுப்பினர் எவரேனும் நீக்கப்பட்டிருந்தாலோ, இறந்து போய்விட்டாலோ அல்லது வரவில்லையென்றாலோ அச்சமயம் வாக்கு சரிசமமாக இருந்தால் கவர்னர் ஜெனரலோ அல்லது மூத்த உறுப்பினரோ தனது முடிவான வாக்கை அளித்துத் தீர்மானிக்கலாம்.

ஃபோர்ட் வில்லியம் பகுதியில் சுப்ரீம் கோர்ட் நிறுவப்பட்டது. தலைமை நீதிபதியுடன் மேலும் மூன்று நீதிபதிகள் இருப்பர். ஸர் எலிஜா இம்பே (Elija Impey) தலைமை நீதிபதியாக நியமிக்கப் பட்டார். சுப்ரீம் கோர்ட், கவர்னர் ஜெனரல், மற்றும் அவரது கவுன்சில் உறுப்பினர் பேரில் சாற்றப்படும் குற்றங்களையும் விசாரிக்கலாம். ஆனால் அவர்களைக் கைது செய்ய முடியாது. பிரிட்டிஷ் சட்டத்தை நடைமுறைப்படுத்த பிரிட்டனிலிருந்து நீதிபதிகள் அனுப்பப் பட்டனர்.

இவற்றையெல்லாம் படிக்கிறபோது ஆகா எவ்வளவு நேர்மையாகச் சட்டம் இயற்றியிருக்கிறார்கள் என்று தோன்றுகிறதல்லவா? சரி, ஒரு பானை சோற்றுக்கு ஒரு சோறு பதம் பார்க்கலாம்! ஆரம்பகாலத்தில் வந்த ஒரே ஒரு வழக்கை மட்டும் சான்றாகப் பார்க்கலாம்.

கள்ளக் கையெழுத்துக்கு கழுத்தில் தூக்கு!

ராஜா நந்தகுமார் பெங்காலில் ஒரு ஜமீன்தார். அவர் ஒருநாள் வாரன் ஹேஸ்டிங்கிற்கு எதிராக ஒரு வழக்கைக் கவுன்சில் உறுப்பினர்

களிடம் அளித்தார். முன்னாள் நவாப்பின் மனைவி முன்னி பேகத்திடம் பணம் லஞ்சம் வாங்கிக்கொண்டு ஒரு ஜமீன்தாரி ஒதுக்கினார் என்பது குற்றச்சாட்டு. அதற்கு ஆதாரமான ஆவணங் களைக் காட்டும்படிச் சொன்னார்கள். அவரும் ஆவணத்தைச் சமர்ப்பித்தார். அதிலிருந்து வாரன் ஹேஸ்டிங்ஸ் 3,45,105 ரூபாய் பணம் கையூட்டுப் பெற்றிருந்தது தெரியவந்தது. அந்தப் பணத்தைக் கம்பெனியின் கஜானாவில் செலுத்தும்படி வாரன் ஹேஸ்டிங்க்ஸிடம் சொன்னார்கள்.

வாரன் ஹேஸ்டிங்க்ஸின் மீதான வழக்கு தள்ளுபடி செய்யப் பட்டது. அதற்குள் ராஜா நந்தகுமார் மேல் கல்கத்தாவைச் சேர்ந்த மோகன்தாஸ் என்பவர் ஐந்து ஆண்டுகளுக்கு முன்பு கள்ளக் கையெழுத்துப்போட்டு ஏமாற்றியதாக வழக்குத் தொடுத்தார். சுப்ரீம் கோர்ட்டில் வழக்கு எடுத்துக்கொள்ளப்பட்டது. வாரன் ஹேஸ்டிங்கின் நண்பரான தலைமை நீதிபதி விசாரித்தார் 7-6-1775ல் வழக்குத் தொடங்கி எட்டு நாட்கள் இடைவிடாமல் நடந்தது. வழக்கு நிரூபிக்கப்பட்டதாகச் சொல்லி ராஜா நந்தகுமாருக்குத் தூக்குத் தண்டனை வழங்கப்பட்டு நிறைவேற்றப்பட்டது. அப்பீல் செய்யக்கூட அனுமதி வழங்கப்படவில்லை. சுப்ரீம் கோர்ட் நிறுவப் படுவதற்கு ஐந்து வருடங்களுக்கு முன்னால் கள்ளக்கையெழுத்துப் போட்டதாகச் சொல்லப்பட்ட வழக்கில் தண்டனை வழங்கப் பட்டது. இந்துச் சட்டத்தின்படி கள்ளக் கையெழுத்துக்கு மரண தண்டனை வழங்கும் வழக்கம் இல்லை. இப்படி வழக்கு நடந்தால் யார் அதிகாரிகளின் மேல் குற்றம் சாட்டுவார்கள்!

22

வருவாயைப் பெருக்க முனைந்த வாரன் ஹேஸ்டிங்ஸ்

புதிய ஒழுங்குமுறைச் சட்டத்தின்படி மேற்கொண்டு நிலத்தை விஸ்தரிப்புச் செய்யக்கூடாது. போரில் ஈடுபடுவதென்றால் முன்கூட்டியே அனுமதி பெறவேண்டும் என்றாலும் விஸ்தரிப்பு நடந்து கொண்டுதான் இருந்தது. சண்டை தொடர்ந்துகொண்டுதான் இருந்தது. அனுமதி பெற உடனடியாகத் தொடர்பு கொள்ள முடியாத சூழலும் ஒரு நல்ல சாக்காக அமைந்தது. வாரன் ஹேஸ்டிங்ஸ் கிழக்கிந்தியக் கம்பெனியின் வருவாயைப் பெருக்குவதில் தீவிர முயற்சி எடுத்துக்கொண்டார்.

வாரன் ஹேஸ்டிங்ஸ்

வாரன் ஹேஸ்டிங்ஸ் முதலில் வங்காளத்தில் நவாப்பின் அரசவையில் கம்பெனியின் பிரதிநிதியாக இருந்தார். அவர் கிளைவின் கீழ்ப் பணியாற்றினார். கிளைவின் ஆதரவைப் பெற்றிருந்தார். ஆனால் சுதேசி மக்களிடம் ஆங்கிலேயர்கள் காட்டிய கெடுபிடி அவருக்குப் பிடிக்கவில்லை. அவர்களிடம் கொஞ்சம் விட்டுப் பிடித்துப் போக வேண்டும் என்று நினைத்தார். அவரது எண்ணத்துக்கு ஆதரவில்லாததால் பதவி விலகி லண்டன் போனார். அவரது வருமானத்துக்கு மீறி கொஞ்சம் ஆடம்பரமாக வாழ முனைந்தார். தனது ஓவியத்தை லண்டனின் பிரபல ஓவியரைக்கொண்டு வரையச்செய்தார். இதனால் பணப்புழக்கம் குறைந்தது. எனவே மீண்டும் கிழக்கிந்தியக் கம்பெனியில் வேலை செய்வது என்று முடிவெடுத்தார்.

முதலில் அவரை மீண்டும் கம்பெனியில் சேர்த்துக்கொள்ள எதிர்ப்பு இருந்தது. பின்னர் அவரது திறமையில் நம்பிக்கை கொண்டிருந்த கிழக்கிந்தியக் கம்பெனி அவரை மதராசுக்கு அனுப்பியது. மதராசுக்குப் போவதற்காக மார்ச் 1769ல் கப்பலில் வந்துகொண்டிருந்த போது கப்பலில் ஜெர்மன் சீமாட்டி இமாஃப் என்பவரைச் சந்தித்தார். அவள் அவளுடைய கணவனுடன் வந்திருந்தாள். அவளுக்கும் அவள் கணவனுக்கும் என்ன தகராறோ? அவளும் வாரன் ஹேஸ்டிங்ஸூம் ஒருவருக்கொருவர் காதலிக்கத் தொடங்கினர். அவளுடைய கணவனும் அதற்குச் சம்மதித்து விட்டான். அவர்களுக்கு விவாகரத்துக் கிடைத்து ஹேஸ்டிங்ஸ் அவளை மணந்துகொண்டார்.

ஹேஸ்டிங்க்ஸ் மதராசுக்கு வந்தபோது அப்பொழுதுதான் முதல் கர்நாடகப் போர் முடிந்திருந்தது. சென்னையில் இருந்தபோது தரகர்களின் இடையீடு இன்றி வியாபாரிகள் கம்பெனியுடன் நேரடியாக வியாபாரம் செய்துகொள்ளும் முறையை ஏற்படுத்தினார். அதனால் கம்பெனிக்கும் வியாபாரிகளுக்கும் பயன் விளைந்தது.

1771ல் அவர் வங்காளத்தின் ஆளுநராக நியமிக்கப்பட்டார். அப்பொழுதுதான் வங்காளத்தை ஆட்டிப் படைத்த பஞ்சம் ஒரு முடிவுக்கு வந்திருந்தது. பாதி ஜனத்தொகை பட்டினியால் செத்திருந்தது. இதில் வேடிக்கை என்னவென்றால் பஞ்ச காலத்தில் மற்ற வருடங்களில்லாத அளவுக்கு கிழக்கிந்தியக் கம்பெனி வரிவசூல் செய்திருந்தது. அப்பொழுது கவர்னராக இருந்தவர் பஞ்சத்தை அவ்வளவாகக் கண்டுகொள்ளவில்லை. அவருக்கு அடுத்த நிலையில் இருந்த ஜான் கார்ட்டியர் ஒரு குறிப்பிட்ட பிரதேசத்தில் பஞ்சம் மிக அதிகமாக இருப்பதாகவும் வரி விலக்கு அளிப்பதைப் பற்றிக் கம்பெனி கருதவேண்டும் என்றும் மேலிடத்துக்கு எழுதினார். ஆனால் அடுத்த பத்து நாளில் பஞ்சம் தலைவிரித்து ஆடினாலும், மக்கள் பட்டினியால் செத்தாலும் கம்பெனிக்கு வரவேண்டிய வருமானம் ஒழுங்காக வந்துகொண்டிருப்பதாகவும் வரி விலக்கு அளிக்க வேண்டிய அவசியம் இல்லை என்றும் எழுதினார். அதே கார்ட்டியர் பின்பு கவர்னர் ஆனார். அந்த நிலையில்தான் புது ஆளுநராக வாரன் ஹேஸ்டிங்ஸ் வங்காளத்துக்கு வந்தார்.

பஞ்சத்தினாலும் மதக் காரணங்களாலும் 'தக்ஸ்' என்று சொல்லப் படும் கொள்ளையர்கள் வங்காளத்தில் அதிக இன்னல் விளைத்துக் கொண்டிருந்தனர். அவர்களை ஒழிப்பதில் வாரன்ஹேஸ்டிங்ஸ் அதிக அக்கறை காட்டினார்.

கொள்ளைக்காரர்களுக்கு மூன்று தண்டனை கொடுக்கவேண்டும் என்றார். 1. அவர்களை அவர்களின் கிராமத்திலேயே தூக்கிலிட

வேண்டும். 2. அந்தக் கிராமத்துக்கு அபராதம் விதிக்கவேண்டும். 3. கொள்ளையனின் சொந்தக்காரர்கள் அரசின் அடிமைகளாக வேண்டும்.

அந்தத் தண்டனைகள் அமலுக்கு வரவில்லை என்றாலும் அவரது காலத்தில் கொள்ளைக்காரர்களின் அட்டகாசம் குறைந்தது.

முதல் கவர்னர் ஜெனரல்

1773ம் ஆண்டு ஒழுங்குமுறைச் சட்டத்தின்படி வாரன் ஹேஸ்டிங்ஸ் முதல் கவர்னர் ஜெனரலானார். அந்தச் சட்டத்தின்படி அவருக்குப் பதவி உயர்வு கிடைத்தாலும் அவர் ஆளுநராகப் பதவி வகித்த போது இருந்த அதிகாரம் கூட இல்லாமல் போய்விட்டது கவர்னர் ஜெனரலின் ஆட்சிக்குழுவில் இருந்த ஐந்து உறுப்பினர்களின் அதிக பட்ச முடிவின் படிதான் செயல்பட முடியும். அவரும் அதில் ஒரு உறுப்பினர் என்ற வகையில்தான் செயல்பட முடிந்தது. சென்னை பம்பாய் ஆகிய மாநிலங்களின் ஆளுமையும் அவரது தலைமையின் கீழ் நடைபெறுவதாகச் சொல்லப்பட்டாலும் நடைமுறையில் அவர் தனது அதிகாரங்களைப் பயன்படுத்த முடியாத நிலைமை இருந்தது. அவரது ஆட்சிக்குழுவின் உறுப்பினர்களில் சிலர் அவருக்கு எதிரானவர்களாக இருந்ததால் அவர் பல இன்னல் களுக்கு ஆளாக நேர்ந்தது. இதற்கிடையில் வாரன் ஹேஸ்டிங்ஸ் பதவியேற்ற மூன்று ஆண்டுகளில் பிரிட்டிஷ் பிரதமர் நார்த் அவரைப் பதவியிலிருந்து தூக்கிவிடவேண்டும் என்றார். ஆனால் கம்பெனி நிர்வாகம் அதை ஏற்றுக்கொள்ளாததால் வாரன் ஹேஸ்டிங்ஸ் தொடர்ந்து கவர்னர் ஜெனரலாகப் பணி புரிந்தார்.

முதல் ரோஹில்லா யுத்தம்

ரோஹில்லாக்கள் பட்டாணியர்கள். ஆப்கானிஸ்தானத்திலிருந்த ரோகில்கண்ட் என்னும் இடத்தில் வாழ்ந்தனர். மராத்தியர்கள் அவர்களை விரட்டினர். அப்பொழுது அவர்கள் அவுத் அரசனிடம் உதவி வேண்டினர். அதற்குப் பிரதியாக ஒரு குறிப்பிட்ட தொகையைக் கொடுத்துவிடுவதாகச் சொன்னார்கள். அப்பொழுது அவுத்துக்குக் கிழக்கிந்தியக் கம்பெனி உதவி வந்தது. எனவே ரோஹில்லாக்களுக்கு அவுத்தின் உதவி கிடைத்தது. மராத்தியர்கள் அப்பகுதியிலிருந்து விலகிச் சென்றபின் ரோகில்லாக்கள் அவுத்திற்குப் பணம் கொடுக்கவில்லை. எனவே ரோகில்லாக்கள் மேல் படையெடுக்க அவுத் மன்னன் சுஜா உத்தௌலா, வாரன் ஹேஸ்டிங்ஸின் உதவியை நாடினான். வாரன்ஹேஸ்டிங்ஸ் உதவினால் 40 லட்சம் ரூபாய் பணம் கொடுக்கவேண்டும் என்பது

ஒப்பந்தம். அதன்படி வாரன்ஹேஸ்டிங்ஸ் அலெக்ஸாண்டர் சேம்பியன் என்னும் தளபதியின் தலைமையில் ஒரு படையை அனுப்பினான். எதிர்த்த ரோகில்லாத் தலைவன் ஹஃபிஸ் ரஹமத் அலி கான் 1774ம் ஆண்டு ஏப்ரல் மாதம் தோற்கடிக்கப்பட்டான். ரோகில்லாவை அழித்துவிட்டு அப்பகுதியை அவுத் நவாப் கைப்பற்றிக்கொண்டான். பின்னர் பிரிட்டிஷ் பாதுகாப்பில் ஃபைசுல்லாகான் என்பவன் தலைமையில் ஒரு புதிய ஒப்பந்தத்துடன் ரோகில்லா மாநிலம் உருவாக்கப்பட்டது.

பனாரஸ் அப்பொழுது அவுத் நவாப்பின் கீழ் ஒரு ஜமீந்தாரியாக இருந்தது. அதை ஜெயித்சிங் சாஹெப் பகதூர் என்பவர் ஆண்டுவந்தார். அவுத் நவாப் அதைத் தனது ராஜ்ஜியத்துடன் முழுதும் இணைத்து விட விரும்பினான். ஆனால் கிழக்கிந்தியக் கம்பெனியின் வற்புறுத்தலால் அது ஜெயித்சிங்கிடம் வந்தது. ஆனால் கிழக்கிந்தியக் கம்பெனியின் கவர்னர் ஜெனரல் வாரன் ஹேஸ்டிங்ஸின் தொந்தரவால் பனாரஸை கிழக்கிந்தியக் கம்பெனிக்கு எழுதிக் கொடுத்தார் நவாப். ஆனால் ஜெயித்சிங் தொடர அனுமதிக்கப் பட்டார். ஆண்டுக்கு இருபத்திரெண்டரை லட்சம் அவர் கம்பெனிக்குக் கொடுக்கவேண்டும் என்பது ஒப்பந்தம். ஆனால் வாரன் ஹேஸ்டிங்ஸ் அத்தோடு விடவில்லை. ஆங்கில பிரெஞ்சு யுத்தத்துக்கு உதவ மேலும் 5 லட்சம் ரூபாய் பணம் கேட்டு வாங்கினார். பணம் காய்ச்சி மரமாகக் கருதி ஜெயித்சிங்கிடம் அடிக்கடி பணம் பெறப்பட்டது. அதிகமாகப் பணம் கேட்டபோது கொஞ்சம் அவகாசம் கொடுக்கும்படியும் பணத்தைக் கொஞ்சம் குறைத்துக்கொள்ளும்படியும் ஜமீன்தார் கேட்பது வழக்கம். இது வாரன் ஹேஸ்டிங்ஸிற்குப் பிடிக்கவில்லை. 1780ல் கம்பெனியின் காலாட்படைக்கும் குதிரைப்படைக்கும் ஆகும் செலவுகள் அனைத்தும் ஜெயித்சிங் கொடுக்கவேண்டும் என்றார் வாரன் ஹேஸ்டிங்ஸ். 2000 குதிரைகளைக் கம்பெனிக்குக் கொடுக்கச் சொன்னார். பின் அதை 1000 ஆகக் குறைத்தார். ஆனாலும் ஜெயித்சிங்கால் கொடுக்க இயலவில்லை.

800 குதிரைகளும் 300 காலாட்படையையும் கொடுப்பதாகவும் அவை தயாராக இருப்பதாகவும் ஜெயித்சிங் சொன்னார். வாரன் ஹேஸ்டிங்க்ஸிடமிருந்து பதில் இல்லை. அவர் பணிய மறுத்ததற்காக 50 லட்ச ரூபாய் வாங்குவேன் என்று சொல்லி பனாரஸ் வந்து அவரைக் கைது செய்தார். இது அவரது ஜமீன் மக்களுக்குப் பொறுக்கவில்லை. அவர்கள் கலகம் செய்தார்கள். தன் படைகளைக்கொண்டு அதை ஹேஸ்டிங்ஸ் அடக்கினார். ஆனால் ஜெயித்சிங் வீட்டுக் காவலிலிருந்து தப்பிப் பல இடங்களுக்குச்

சென்றார். பெனாரஸ் ஜமீந்தாரி ஜெயித்சிங்கின் மருமகன் மகிப் நாராயண் வசம் 14-9-1781 அன்று ஒப்படைக்கப்பட்டது. ஜெயித்சிங் குவாலியரில் 29-3-1810ல் இறந்தார். அவருக்கு மூன்று மகன்கள் இருந்தும் அவர்களுக்கு ஜமீந்தாரி கிடைக்கவில்லை.

வாரன் ஹேஸ்டிங்ஸ் பதவி ஏற்றபோது வங்காள மாநிலத்தில் கிழக்கிந்தியக் கம்பெனி வசம் பணமில்லை. டெல்லியில் மராத்தியர்களின் பாதுகாப்பில் இருந்த முகலாய மன்னனுக்கு வருடத்திற்கு 26 லட்சம் பணம் கொடுக்கவேண்டியிருந்தது. எனவே வாரன் ஹேஸ்டிங்ஸ் பணநிலையைச் சீர்படுத்த பணத்தைத் திரட்ட வேண்டியதிருந்தது. எனவே பதவியேற்றதும் அநாவசியச் செலவு களைக் குறைத்தார். நிதி வசூலிக்கும் முறையை ஒழுங்குபடுத்தினார்.

டெல்லி பாதுஷா இரண்டாம் ஷா ஆலத்தை மராத்தியர்கள் டெல்லிக்குக் கொண்டு வைத்துவிட்டார்கள். அவரிடமிருந்த நிலப் பகுதிகளை அவர் மராத்தியருக்கு எழுதி வைத்துவிட்டதாகச் செய்தி பரவியது.

1773ல் அவருடைய பகுதிகளான கோராவும் அலகாபாத்தும் கைப்பற்றப்பட்டன. அப்பகுதிகளின் வருட வருமானம் 25 லட்சம் ரூபாய். ஆனால் அந்த அளவுக்கு வசூலிக்கப்படவில்லை. ஆங்கிலப்படைகளை வைத்துக்கொள்ள மாதத்திற்கு 30000 ரூபாய் கொடுக்கவேண்டும் என்ற ஒப்பந்தத்தை மாற்றி இரண்டு லட்சத்து பத்தாயிரம் கொடுக்கப் பணித்தார். கிழக்கிந்தியக் கம்பெனியின் நலத்துக்காக வாரன் ஹேஸ்டிங்க்ஸ் சுதேசி மன்னர்களிடம் பணம் பறித்தார். அதனால் சுதேசி மன்னர்களின் வெறுப்பைக் கம்பெனி சம்பாதித்தது. ஆனால் வாரன் ஹேஸ்டிங்க்ஸின் செய்கையை கம்பெனி இயக்குநர்கள் வரவேற்றனர். (India Tracts 1772-1782 Bengal and Benares by Major John Scott, Page 13).

வாரன் ஹேஸ்டிங்ஸ் வணிக ரீதியாக பொதுமக்களுக்குப் பயனுள்ள வகையில் சில சட்டதிட்டங்களை வகுத்தார். அவர் இந்திய இலக்கியங்களில் ஆர்வமுள்ளவர். மக்களின் கலாச்சாரத்தோடு ஒன்றி ஆட்சி நடப்பது அவசியம் என்று உணர்ந்தார். அதற்காக பகவத் கீதையை ஸர் வில்லியம் ஜோன்ஸைக் கொண்டு ஆங்கிலத்தில் மொழிபெயர்க்கச் செய்தார். 1781ல் மதரஸா அலியா என்னும் கல்வி அமைப்பைத் தொடங்கினார். அது பின்னாளில் அலியா பல்கலைக் கழகமாக உருவெடுத்தது. 1784ல் ஆசியாடிக் சொஸைட்டி ஆஃப் வங்காளம் உருவாக ஆதரவளித்தார். அது பல்கிப் பெருகி இன்று மிகச் சிறந்த ஒரு நிறுவனமாக கொல்கத்தா பார்க் தெருவில் செயல்பட்டு வருகிறது.

கவர்னர் ஜெனரல் வாரன் ஹேஸ்டிங்ஸை செயல்படவிடாமல் ஆட்சிக் குழுவில் இடைஞ்சல் கொடுத்தவர்களில் முதன்மை யானவர் ஃபிரான்சிஸ். அதையடுத்து மாக்ஃபெர்சன். மாக்ஃபெர்சன் மதராசில் இருந்த பொழுது ஆர்க்காட்டு நவாப்புடன் மிக நெருக்கமாக இருந்து கம்பெனி ரகசியங்களைச் சொன்னதற்காக சென்னை கவர்னர் பிகாட் அவரைப் பதவி நீக்கம் செய்தார். பிறகு லண்டன் சென்று பதவிநீக்கத்தைப் போராடி நீக்கச்செய்வதில் வெற்றி கண்டார். அப்பொழுது பிரதம மந்திரியாக இருந்த நார்த் தனது அரசை ஆதரித்த நன்றியினால் மாக்ஃபெர்சனை வங்காள ஆட்சிக் குழுவில் உறுப்பினராக்கினார். வாரன் ஹேஸ்டிங்க்ஸுக்குத் தலைவலியைக் கொடுத்தார் மாக்ஃபெர்சன். வாரன் ஹேஸ்டிங்ஸ் பதவியைத் துறந்து லண்டன் சென்றபோது கவர்னர் ஜெனரல் பொறுப்பை மாக்ஃபெர்சன் வசம் ஒப்படைத்தார். இடைக்காலக் கவர்னர் ஜெனரலாக அவர் 20 மாதங்களே பதவி வகித்தார், அவர் பதவி ஏற்றபோது பற்றாக்குறையில் இருந்த நிதி நிலைமையை உபரி வருமானம் உள்ளதாக மாற்றியது ஒன்றே அவரது பதவிக் காலத்தில் அவர்செய்த சாதனை. முகலாய அரசர் ஷா ஆலத்தைப் பிடித்துத் தங்கள் பாதுகாப்பில் வைத்திருந்த மராத்திய அரசர் மஹ்தோஜி சிந்தியா ஷாஆலத்துக்குக் கொடுப்பதாக வாக்களித் திருந்த 40 லட்சம் ரூபாயைக் கொடுக்கவேண்டும் என்று கேட்ட பொழுது வாயை மூடிக்கொண்டு சும்மா இருக்காவிட்டால் போர் தொடுப்பேன் என்று பயமுறுத்தினார். ஆனால் மராத்தியர்கள் திப்பு சுல்தானோடு போர் அறிவித்தபோது ஆங்கிலப்படைகளை அவருக்கு உதவிக்கனுப்புவதாகக் கூறினார். மராத்திய அரசர் அதை ஏற்கவில்லை. மாக்ஃபெர்சானுக்குப் பிறகு கவர்னர் ஜெனரலாக வந்த கார்ன்வாலிஸ் அந்த ஆதரவைத் திரும்பப்பெற்றார்.

23

கார்ன்வாலிஸ்

அமெரிக்கச் சுதந்திரப் போராளிகளுக்கு எதிராகப் படை நடத்தியவர் கார்ன்வாலிஸ்.

பிரிட்டிஷ் படையில் பெரும் பங்குவகித்த கார்ன்வாலிஸ் இறுதியில் வாஷிங்டனிடம் தோல்வியுற்றுச் சரணடைந்தார். சரணடையும் தினத்தில் தனக்கு உடல்நிலை சரியில்லை என்று சொல்லி அவரது வாளைத் தனக்கு அடுத்த நிலையிலிருந்தவரிடம் கொடுத்தனுப்பி வாஷிங்டனிடம் ஒப்படைக்கச் சொன்னார். இதையறிந்த வாஷிங்டன் அவ்வாளைத் தன் கீழ் பணிபுரிந்த ஒருவரைப் பெற்றுக் கொள்ளுமாறு சொன்னார். அங்கிருந்து இங்கிலாந்துக்கு வந்த கார்ன்வாலிஸ் அயர்லாந்தில் பணியாற்றினார். அதன் பிறகு பிட் பிரதம மந்திரியானதும் கார்ன்வாலிஸை வங்காளத்திற்குக் கவர்னர் ஜெனரலாகவும் ராணுவத் தளபதியாகவும் பொறுப்பளித்து அனுப்பி வைத்தார். 12-9-1786ல் அவர் கல்கத்தாவுக்கு வந்து சேர்ந்தார்.

கார்ன்வாலிஸ் கல்கத்தாவுக்கு வந்தபோது கம்பெனியின் நிதி நிலைமை சரியில்லை. எனவே முதலில் நிதிநிலையைச் சீர்திருத்த வேண்டிய பொறுப்பைக் கையில் எடுத்தார். வாரன் ஹேஸ்டிங்ஸ் செய்ததைப்போல இந்திய சுதேசி அரசர்களிடம் பணத்தைக் கொள்ளையடித்து நிதி நிலையை உயர்த்தவில்லை. நிதிநிலை மோசமானத்துக்கு அடிப்படைக் காரணம் என்ன என்பதைக் கண்டு பிடித்துச் சீராக்கினார். கம்பெனி ஊழியர்கள் தங்களுக்குக் கொடுக்கப் பட்ட சம்பளத்தைத் தவிர உள்நாட்டு வியாபாரம் மூலமும் வெளிநாட்டுக்குக் கம்பெனிக் கப்பல்களில் பொருள்களை

அனுப்பியும் சம்பாதிப்பதைக் கம்பெனி அனுமதித்திருந்தது. கம்பெனியின் நிதிநிலைமை சிறப்பாய் இருந்த மட்டும் இதனால் அதிகப் பாதிப்பில்லை. ஆனால் நிதிநிலைமை மோசமாக இருந்தபோது இது ஒரு தடையாக இருந்தது. கம்பெனியின் நிதி நிலையை உயர்த்துவதற்குப் பதில் ஊழியர்கள் தங்களுடைய நிதிநிலையை உயர்த்திக்கொண்டார்கள். எனவே முதலில் தடை செய்யவேண்டும் என நினைத்துத் தானே ஒரு முன்னுதாரணமாக நின்று ஊழியர்களின் வர்த்தகத்தைத் தடைசெய்தார். அதைத் தடை செய்யும் முன் அவர்களுடைய ஊதியத்தை உயர்த்தினார். இதனால் ஊழியர்கள் எதிர்க்க இயலவில்லை. கம்பெனியை மிகவும் அவசியமானால் தவிர போரில் ஈடுபடுத்தாத ஒரு முடிவை எடுத்தார்.

அதற்கு முன் கம்பெனியில் பதவி உயர்வு சிபாரிசின் பேரிலும் கையூட்டின் பேரிலும் கொடுக்கப்பட்டு வந்தது. அந்த நிலையை ஒழுங்குபடுத்தித் திறமையின் அடிப்படையில் பதவி உயர்வு கொடுக்கும் முறையைக் கொணர்ந்தார். இதில் அவர் காட்டிய கடுமை எந்த அளவுக்கிருந்ததென்றால் பிரிட்டிஷ் இளவரசரின் சிபாரிசையும் நிராகரிக்கும் அளவுக்குச் சென்றது.

கார்ன்வாலிஸ் கோட் (Cornwallis Code)

நீதிவழங்கும் பொறுப்பின் ஒருபகுதி நவாப்பின் வசம் இருந்தது. வாரன் ஹேஸ்டிங்ஸ் ஓரளவு இதைச் சீர்படுத்தியிருந்தாலும் அது அதிகம் பலனளிக்கவில்லை. ஹிந்து முஸ்லிம் சட்டங்கள் ஆங்கிலத்தில் இல்லை. வெவ்வேறு மொழியில் இருந்தன. கலெக்டர்கள் மாஜிஸ்ட்ரேட்டுகளாகப் பணிபுரிந்தாலும் சட்டம் வெவ்வேறு மொழிகளில் இருந்ததால் அவர்களால் ஒழுங்காக நீதி வழங்க இயலவில்லை. எனவே இவற்றை எல்லாம் ஒழுங்குபடுத்த வெவ்வேறு மொழிகளில் இருந்த சட்டத்தை ஆங்கிலத்தில் மொழியாக்கம் செய்ய ஏற்பாடு செய்தார் கார்ன்வாலிஸ். வில்லியம் ஜோன்ஸ் என்னும் சட்ட வல்லுநர் மூலம் சிவில் கிரிமினல் சட்டங்களை உருவாக்கினார். அங்கங்கே நீதி மன்றங்களை அமைத்து ஐரோப்பிய நீதிபதிகளை நியமித்தார்.

கார்ன்வாலிஸ் நிற வெறி கொண்டவர். இந்தியர்களைக் கடையர்களாகக் கருதினார். வெள்ளைக்காரர்கள்தாம் எல்லோரையும் விட உயர்ந்த ஜாதி என்றார். இந்தியாவில் இருந்த பல ஜாதிகளுடன் இந்த உயர்ந்த ஜாதியும் சேர்ந்துகொண்டது. கம்பெனியின் சிவில், ராணுவம், கப்பல்துறை பணிகளில் இந்தியாவில் பிறந்த எந்த இந்தியனும் பணியமர்த்தப்படக்கூடாது என்று விதித்தார். கார்ன்வாலிஸ் கொணர்ந்த சட்ட திட்டங்களுக்குக் 'கார்ன்வாலிஸ்

கோட்' (Cornwallis Code) என்று பெயர். பின்னாளில் வெள்ளையர் சட்ட திட்டங்களை வகுக்க இது ஓர் அடிப்படையாக அமைந்தது. நீதிபதிகளாகக் கம்பெனியில் பணிபுரிந்த ஐரோப்பிய ஊழியர்களே நியமிக்கப்பட்டார்கள். மாவட்ட ஆளுநர்களின் நீதிப்பொறுப்பு உயர்த்தப்பட்டது

சமுதாயத்தில் அடிமட்டத்தில் இருப்பவர்களுக்கும் ஏதாவது செய்ய வேண்டும் என்ற நோக்கில் ஆங்கில அதிகாரிகளால் அதுவரை கொடுமைப்படுத்தப்பட்டு வந்த இந்திய நெசவாளர்களைப் பாதுகாக்கச் சட்டமியற்றினார். குழந்தைகளை அடிமைப்படுத்துவதைத் தடுத்தார். வாரணாசியில் ஒரு சமஸ்கிருத கல்லூரியை நிறுவினார். கல்கத்தாவில் ஒரு நாணய சாலை நிறுவினார்.

நிலைத்த தீர்வை முறை

நில வரி விதிப்பில் விவசாயிகள் தாங்க ஒண்ணா அளவுக்கு வரி விதிக்கப்பட்டார்கள். இதனால் நேரடியாகப் பாதிக்கப்பட்டவர்கள் விவசாயிகள். ஏனென்றால் உற்பத்தியாகும் விளைச்சலை ஒட்டி வரி விதிப்பு அமைந்தது. இதனால் ஜமீன்தார்கள் அவ்வளவாகப் பாதிக்கப்படவில்லை. இதன் தீங்கை உணர்ந்த கார்ன்வாலிஸ் மகசூலின் அடிப்படையில் வரி விதிப்பதற்கு மாற்றாக நில அளவு, நிலத்தின் தன்மை அடிப்படையில் வரி விதிக்கவேண்டும் என நினைத்தார். அதற்காக ஜான்ஷோர் (இவர் அடுத்த கவர்னர் ஜெனரல்), சார்லஸ் கிராண்ட் ஆகியவர்களின் உதவியுடன் நிலைத்த தீர்வை அதாவது 'பெர்மனெண்ட் செட்டில்மெண்ட்' என்னும் பெயரில் ஒரு திட்டத்தை உருவாக்கினார். இதன்படி ஜமீன்தார்கள் பரம்பரை பரம்பரையாக நிலத்துக்குச் சொந்தக்காரர்கள் ஆவார்கள். அவர்கள் நிலத்தின் மதிப்பின் அடிப்படையில் தீர்வை செலுத்த வேண்டும் லண்டனில் இருந்த கம்பெனி நிர்வாகக் குழு இத்திட்டத்தை 1792 ல் அங்கீகரித்தது. 1793ல் இது அமல்படுத்தப் பட்டது. நிலத்தில் பயிரிட்டு விவசாயிகளைப் பாதுகாத்து பொது வருவாயைக் கட்டினால் யார் நிலத்துக்குச் சொந்தக்காரர் என்பதைப் பற்றி எங்களுக்கு அக்கறையில்லை என்றார் கார்ன்வாலிஸ்.

கார்ன்வாலிஸின் ஆளுமையால் மலாயாவிலும் நேபாளத்திலும்கூட மாற்றங்கள் நிகழ்ந்தன. இவ்வாறு பல்வேறு மாற்றங்களை நிகழ்த்தியபடி, நிலவிஸ்தரிப்பையும் போர்களையும் தவிர்த்துவந்த கார்ன்வாலிஸ்ஸும்கூட விரைவில் போரில் ஈடுபடவேண்டிய சூழ்நிலை உருவானது. அது திப்புவுடனான போர்.

வீரப் புலி திப்பு சுல்தான்

திப்பு சுல்தான் ஆங்கிலேயருடன் மோதி இழந்த பகுதிகளை மீட்கச் சமயம் பார்த்திருந்தான். தென்னாட்டுப் புரட்சி வீரர்களும்

அவனுக்கு உறுதுணையாக இருந்தார்கள். 29-12-1789ல் திப்பு திருவாங்கூருக்கு எதிராகப் போர்தொடுத்தான். கார்ன்வாலிஸ் சென்னை ஆளுநர் ஹாலண்டைப் போருக்கு ஆயத்தமாகச் சொன்னார். ஆனால் ஹாலண்ட் போர் வீரர் அல்ல என்ற காரணத்தால் தீவிரமாகச் செயல்பட இயலவில்லை. அவருக்குப் பதிலாக 1790 ஆரம்பத்தில் மெடோஸ் என்பவரை அனுப்பினார். அவர் முதலில் கொஞ்சம் வெற்றி பெற்றாலும் பின்னால் திப்புவை எதிர்த்து நிற்க இயலவில்லை. 1791ம் ஆண்டு திப்பு சுல்தானோடு போர் புரிவதற்காக மராட்டியப் படைத்தலைவரான ஹரி பந்து பூனாவிலிருந்து தெற்கு நோக்கி வந்தார். அதேசமயம் நிஜாம் படைகள் ஜங்கின் தலைமையில் கிளம்பி வந்தன. இரண்டு படைகளும் அப்பொழுது வங்காளக் கவர்னர் ஜெனரலாக இருந்த கார்ன்வாலிஸின் படையுடன் இணைந்து கொண்டன. ஒற்றர்கள் மூலம் ஆங்கிலேயர் திப்புவின் படைபலம் பற்றியும் அவனது கோட்டையின் அமைப்பு பற்றியும் முழு விவரங்களும் சேகரித்தனர். கார்ன்வாலிஸ் அடிப்படையில் போர்வீரர் என்பதால் தானே முன்னின்று படை நடத்த முனைந்தார். மராத்தியர் ஹைதராபாத் நிஜாம் ஆகியோருடைய உதவியைக் கோரினார். வேலூரிலிருந்து புறப்பட்டுச் சென்றார். பெங்களூரைக் கைப்பற்றினார். பிறகு மற்றப் படைகளுடன் இணைந்து ஸ்ரீரங்கப் பட்டினம் நோக்கிச் சென்றார். படைபலம் அதிகம் இருந்தாலும் வெவ்வேறு வகையான படைகள் ஒழுங்கற்றவையாக இருந்ததால் போரிடாமல் திரும்பினார். மராத்தியர்கள் நிஜாம் படைகள் மற்றும் ஆங்கிலப்படைகள் உதவிக்கு வந்ததால் கார்ன்வாலிஸ் மீண்டும் சென்று நந்திதுர்க்கத்தைக் கைப்பற்றி ஸ்ரீரங்கப்பட்டினம் நோக்கிச் சென்றார்.

1791ம்வருடம் பிப்ரவரி 5ம் தேதி கார்ன்வாலிஸின் படை ஸ்ரீரங்கப் பட்டணத்திலிருந்து எட்டுக்கல் தொலைவில் வந்து முகாமிட்டது. திப்பு சுல்தான் தீரத்துடன் போரிட்டான். என்றாலும் எதிரிப்படை பலமுள்ளதாக இருந்ததால் திப்புவால் வெற்றியடைய முடிய வில்லை. இருதரப்பிலும் மிகக் கடுமையாகப் போரிட்டனர். திப்புவின் கோட்டையை அவ்வளவு எளிதாகப் பிடித்துவிட முடியாது என்பதைக் கார்ன்வாலிஸ் அறிந்தார். அதேசமயம் ஆங்கிலேயரை எதிர்த்து அதிகநாள் தாக்குப்பிடிக்க இயலாது என்பதைத் திப்புவும் அறிந்திருந்தான். எனவே பிப்ரவரி 11ந்தேதி சமாதானம் பற்றிப் பேசுவதற்கு ஒரு தூதுவனை அனுப்பினான். கார்ன்வாலிஸ் மிகக் கடுமையான நிபந்தனைகளை விதித்தார்.

1. திப்பு சுல்தான் தன் ஆட்சியில் பாதியை விட்டுக்கொடுத்து விடவேண்டும்.

2. மூன்று கோடியே முப்பது லட்சம் ரூபாய் தண்டத் தொகையாகத் தரவேண்டும்.

3. இந்தப் பணம் முழுதும் செலுத்தி முடியும் வரை திப்பு சுல்தானின் இரண்டு மகன்களைப் பிணைக் கைதியாக ஆங்கிலேயரிடம் ஒப்படைக்கவேண்டும்.

திப்பு சுல்தான் அனைத்து நிபந்தனைகளுக்கும் ஒப்புக்கொண்டான். அவனது மகன்களில் ஒருவனுக்குப் பதினான்கு வயது. இன்னொருவனுக்கு எட்டு வயது. இருவரையும் பிப்ரவரி 23ந்தேதியன்று கார்ன்வாலிஸின் பாசறைக்கு அனுப்பி வைத்தான்.

அப்படி அவன் மகன்களை பிணையாக ஒப்படைத்ததை கார்ன்வாலிஸ் தரப்பு பெரிய விழாவாகக் கொண்டாடியது. திப்பு அளித்த பகுதிகள் மராத்தியருக்கும் நிஜாமுக்கும் பிரித்துக்கொடுக்கப்பட்டன.

போரில் ஈடுபட்டதாலும் மன அழுத்தத்தின் காரணமாகவும் கார்ன்வாலிஸ் உடல்நிலை பாதிக்கப்பட்டது. எனவே கவர்னர் ஜெனரல் பதவியை ஸர் ஜான் ஷோரிடம் ஒப்படைத்துவிட்டு அக்டோபர் 1793ல் இங்கிலாந்துக்குக் கிளம்பினார். இங்கிலாந்தில் அவருக்குப் பெருத்த வரவேற்புக் கொடுக்கப்பட்டது.

மீண்டும் 1805 ம் ஆண்டு அவர் கவர்னர் ஜெனரலாகவும் தலைமைத் தளபதியாகவும் வங்காளத்துக்கு அனுப்பப்பட்டார். முதன் முறை அவர் கவர்னர் ஜெனரலாக வந்தபோது இருந்த உடல் பலம் அப்பொழுது இல்லை. தளர்ந்துபோயிருந்தார். இருந்தாலும் பதவியேற்ற சில மாதங்களில் ராணுவத் தளங்களைச் சுற்றிப்பார்க்கக் கப்பலில் சென்றார். உடல்நிலை மிகவும் சீர்கெட்டதால் காஸியாபூர் என்னும் இடத்தில் 5-1- 1805ல் மரணமடைந்தார்.

ஸர் ஜான் ஷோர்

கார்ன்வாலிஸுக்குப் பிறகு வந்தவர் ஸர் ஜான் ஷோர். அவர் நிதி நிர்வாகத்தில் வல்லுநர். ஆனால் போர்க்குணம் கிடையாது. நடுநிலைமையோடு தனது ஆட்சியை நடத்த விரும்பினார். திப்பு சுல்தான் மராத்தியரின் உதவியோடு ஹைதராபாத் நிஜாமைத் தாக்க முனைந்தபோது அவர் நடுநிலைமை வகித்தார். திப்பு சுல்தான் மராட்டியரையோ நிஜாமையோ தாக்கினால் ஆங்கிலேயர் அவர்களுக்கு உதவ வேண்டும் என்பது ஏற்கெனவே உடன்படிக்கை. ஆனால் மராட்டியர் திப்புவுடன் சேர்ந்துகொண்டதால் அந்த உடன் படிக்கை செல்லாது என்று சொல்லி ஷோர் ஆங்கிலப்படைகளை அனுப்ப மறுத்துவிட்டார். அதனால் நிஜாம் பிரெஞ்சுக்காரர்களின்

உதவியை நாடினார். அவர்களும் உதவினார்கள். ஆயினும் குர்ட்லா என்னுமிடத்தில் நவாப் தனது மனைவியின் வற்புறுத்தலால் பின்வாங்கிவிட்டார். அதனால் ஏற்பட்ட ஒப்பந்தத்தின்படி மராத்தியர்களுக்கு வருடத்துக்கு 35 லட்சம் பணம் வருவாய்தரும் நிலப்பரப்பு, மூன்று கோடி பிணைத்தொகை - அதில் பாதி உடனே கட்டியாக வேண்டும். மற்றும் அவனது முதன் மந்திரிமுஷ்ஹி உல் முல்க் என்பவரை திப்புவிடம் ஒப்படைத்துவிடவேண்டும் என்கிற நிபந்தனைகளுக்கு நிஜாம் ஒப்புக்கொண்டு 13-3-1795 அன்று கையொப்பமிட்டார்.

சிறிது காலத்தில் பேஷ்வா இறந்துவிட்டதாலும் ஒற்றுமையின்றி மராத்திய ராஜ்ஜியத்தில் குழப்பம் ஏற்பட்டதாலும் நிஜாம் ஓரளவு மீண்டு பழைய நிலைக்கு வந்தார். ஆனால் அவரது மகன் அவருக்கு எதிராக போர்க்கொடி தூக்கியதால் அவர் மறுபடியும் ஆங்கிலேயரிடம் சரணடைந்தார்.

ஸர் ஜான் ஷோரின் காலத்தில் கிளைவ் காலத்தில் நடந்தது போலவே ஆங்கிலச் சிப்பாய்களின் கிளர்ச்சி நடந்தது. கிளைவ் முன்னர் தீரத்தோடு அதை எதிர்கொண்டார். ஆனால் ஷோர் ஈடுகொடுக்க இயலாமல் ஆங்கில ராணுவத்தினர் கேட்டதற்கும் அதிகமாகவே தருவதாக ஒப்புக்கொண்டார்.

அவர் காலத்தில் அவுத் ராஜ்ஜியத்தின் அரசன் தனது மோசமான குணத்தால் ராஜ்ஜியத்தை சீரழித்துக் கொண்டிருந்தான். ஜான் ஷோர் நேரில் சென்று அவனது சீர்கெட்ட நடவடிக்கைகளை எடுத்துச் சொல்லி புத்திமதி சொன்னார். ஆனால் அவன் திருந்தவில்லை. தனது கெட்ட பழக்க வழக்கங்களாலேயே விரைவில் இறந்து போனான். அவனுக்கு நேர் வாரிசு ஏதுமில்லை. முறைப்பிடி பிறந்த பிள்ளைகள் எவருமில்லை. அதனால் ராஜ்ஜியம் முறை தப்பிப் பிறந்த ஒருவனுக்குச் சென்றது. ஸர் ஜான் ஷோரிடம் அந்நாட்டு முதன் மந்திரி எடுத்துச் சொல்ல ஜான் ஷோர் மிகுந்த சாதுரியத்துடன் முந்தைய மன்னனின் சகோதரனிடம் அரசை ஒப்படைக்க வைத்தார்.

1798 மார்ச்சில் அவர் இங்கிலாந்து திரும்பினார்.

24

துணைப் படைத் திட்டம்

வெல்லெஸ்லி

வெல்லெஸ்லி 1798 முதல் 1805 வரை கவர்னர் ஜெனரலாகப் பதவி வகித்தார். அவர் பதவி ஏற்ற சிறிது காலத்தில் மைசூர் திப்பு சுல்தானை ஒழித்துக்கட்டிவிடவேண்டும் என்று முடிவெடுத்தார். அதற்கான ஆயத்தங்களைச் செய்யத் தொடங்கினார். அதற்காக ஹைதராபாத் நிஜாமின் படையின் ஆதரவைப் பெற்றார். மராத்தியர் நடுவுநிலைமை வகித்தனர். வெல்லெஸ்லி பின்னாளில் மிக முக்கிய மாகப் பயன்படுத்திய ஒரு சூத்திரம் முதன் முதல் நிஜாமிடம் சோதனை செய்யப்பட்டது. அவர் வைத்திருந்த பிரெஞ்சு படையைக் கலைத்து விட்டு ஆங்கிலப்படையின் பாதுகாப்பைப் பெறுமாறு கூறினார். இதுதான் அவரது துணைப்படைத் திட்டத்திற்கு வழிவகுத்தது.

மீண்டும் திப்பு

திப்பு சுல்தான் பிரெஞ்சு அரசின் ஆதரவு கிடைக்கும் என்று எதிர்பார்த்தான். ஆனால் அதற்குள் பிரிட்டிஷ் படைகள் ஸ்ரீரங்கப் பட்டினத்தை முற்றுகையிட்டன. எதிர்பார்த்த ஆதரவின்றி அவன் தனியனானான். என்றாலும் இனியும் இழுத்துக்கொண்டிருப்பதில் பயனில்லை என்று துணிந்து போரிட முடிவெடுத்தான். மானம் மரியாதை இன்றி வாழும் வாழ்க்கையும் ஒரு வாழ்வா என்னும் உறுத்தல் திப்புவை அரித்துக்கொண்டே இருந்தது. மீண்டும் தன் கோட்டை கொத்தளங்களை வலுப்படுத்தினான், படைகளைப் பெருக்கினான். அதேசமயம் பிரான்ஸில் பிரெஞ்சுப் புரட்சி முடிந்து

மன்னராட்சி ஒழிந்தது. எனவே பிரான்ஸின் துணையை நாடினான். பிரான்ஸ் ஒரு படையை மங்களூருக்கு அனுப்பியது. வழக்கம் போல் அப்போது கவர்னர் ஜெனரலாக இருந்த லார்ட் வெல்லெஸ்லி மராத்தியருடனும் நிஜாமுடனும் ஒப்பந்தம் செய்துகொண்டான். ஜெனரல் ஜாஹாரிசின் தலைமையில் பெரும்படை ஒன்று திப்புவுடன் மோதியது. கிழக்கிந்தியக் கம்பெனிப்படை திப்புவின் கோட்டை கொத்தளங்களைத் தகர்த்தது. கோடைக்காலத்தில் தங்குவதற்காகத் திப்பு கட்டிவைத்திருந்த நந்திமலைக் கோட்டையை 1791 அக்டோபர் மாதம் 10ந்தேதி அன்று தாக்கி அழித்தனர்.

திப்புவின் படை சரணடைந்தது. வாளேந்திய கையுடன் வீரனாகவே திப்பு மரணமடைந்தான். (1799). ஆங்கிலேயர் ஸ்ரீரங்கப் பட்டினத்தைச் சூறையாடினர். இதற்குமுன் திப்பு பணம் செலுத்தி அவனது மகன்களை மீட்டிருந்தான். அவர்கள் மீண்டும் கைது செய்யப்பட்டு வேலூர்ச் சிறையில் அடைக்கப்பட்டனர். மைசூர் ஆங்கிலேயர் வசம் வந்தது. நிஜாமுக்குக்கொடுத்த பகுதிபோக எஞ்சியிருந்ததில் கன்னடம், வயநாடு, தாராபுரம், கோயம்புத்தூர் மாவட்டங்கள், கிழக்கில் இரண்டு பெருநிலப்பகுதிகள். ஸ்ரீரங்கப் பட்டினம் ஆகியவை ஆங்கிலேயரால் எடுத்துக்கொள்ளப்பட்டன. எஞ்சியிருந்த ஒரு பகுதிக்கு மைசூரை அரசாண்ட பழைய இந்து வம்சத்தைச் சேர்ந்த ஒரு சிறுவன் அரசனாக்கப்பட்டான். ஆங்கிலேயரின் பாதுகாப்புப்படை ஒன்று அங்கே வைக்கப்பட்டது. அதற்கான பணத்தை மன்னன் கொடுக்க வேண்டும். நல்லாட்சி நடைபெறவில்லையென்றால் அந்நாட்டை கம்பெனியே எடுத்துக் கொள்ளும். ஆட்சி தவறாக நடத்தப்பட்டதாகச் சொல்லி வில்லியம் பெண்டிங். மைசூரை ஆங்கிலேயர் ஆதிக்கத்தில் கொண்டுவந்தார். அதற்குப்பிறகு வந்த ரிப்பன் பிரபு அவ்வரச குடும்பத்தை மீண்டும் ஆட்சிப் பொறுப்பில் அமர்த்தினார்.

அயோத்தி நவாப்பின் முறையற்ற ஆட்சியின் காரணமாக நாடு குழப்பத்திலிருந்தது. நவாபு அசாஃப் அல் உத்தெளலா இறந்த பிறகு வாரிசுப் பிரச்னை எழுந்தது. அது வெல்லெஸ்லிக்கு ஒரு வாய்ப்பாகப் போய்விட்டது. அதைச் சரியாகப் பயன்படுத்தி, தனது துணைப்படைத் திட்டத்தைப் புகுத்தி அவுத் ராஜ்ஜியத்தின் பாதிக்குமேல் அதுவும் அதன் சிறந்த பகுதியைக் கம்பெனியுடன் இணைத்துக்கொண்டார். அதுவொரு நல்ல வாய்ப்பான பகுதியாக கம்பெனிக்கு அமைந்தது. அங்கிருந்து வடக்கிலும் வட கிழக்கிலும் போரிடலாம். மராத்தியர்களை ஒரு கட்டுப்பாட்டுக்குள் வைப்பதற்கும் அது உதவும்.

துணைப்படைத் திட்டத்தின் அடிப்படை, சுதேசிச் சிற்றரசர் கம்பெனியின் ஒரு படையைத் தனது நாட்டின் எல்லைக்குள் தனது

சொந்தப் பொறுப்பில் வைத்துக்கொள்ளவேண்டும். அதற்கான செலவை அவர் ஏற்கவேண்டும் இல்லையென்றால் அதற்காக நாட்டின் ஒரு பகுதியைக் கம்பெனிக்குக் கொடுத்துவிடவேண்டும். வெளியுறவைக் கம்பெனி கவனித்துக்கொள்ளும். இந்தத் திட்டத்தின் மூலம் வஞ்சகமாக பல சிற்றரசுகளை ஆங்கிலேயர் களின் கைப்பாவைகளாக ஆக்கிக்கொண்டார் வெல்லெஸ்லி.

வாரன் ஹேஸ்டிங்ஸ் காலத்தில் கம்பெனியின் பாதுகாப்புக்காகப் பயன்படுத்தப்பட்ட வழிமுறை வெல்லெஸ்லி காலத்தில் கம்பெனியின் விஸ்தரிப்பு நோக்கில் தாக்குதல் நோக்கில் பயன் படுத்தப்பட்டது. வெல்லெஸ்லிக்கு இன்னொரு வாய்ப்பாக மராத்தியத் தலைவர்களுக்கிடையே இருந்த பூசல் அமைந்தது. அரசு உரிமையை நிலைநாட்டிக்கொள்ள மெலிந்தவன் ஆங்கிலேயரின் உதவியை நாடினான். இதற்காகத்தானே அவர்கள் காத்துக் கொண்டிருந்தார்கள். மராத்திய அரசன் இறந்தான். மிகத் திறமை சாலியான முதலமைச்சர் நானா பட்நாவிஸும் இறந்தார். எனவே வாரிசுச் சண்டை உருவானது. ஹோல்கரும், தௌலத்ராவ் சிந்தியாவும், இரண்டாம் பாலாஜி ராவும் அரசுரிமையைக் கோரினார்கள்.

1802ல் ஹோல்கர் வெற்றி பெற்றார். இரண்டாம் பாலாஜி ராவ் ஆங்கிலேயரின் உதவியை நாடினார். தலைமை இடம் பூனாவில் பிரிட்டிஷ் படைகள் நிறுத்தப்பட்டன. பாலாஜி ராவ் ஆங்கிலேயரின் கைப்பொம்மை ஆனார். மராத்தா யுத்தத்திற்கு இது வழிவகுத்தது. வெல்லெஸ்லியின் சகோதரர் ஆர்தர் வெல்லெஸ்லியின் தலைமையில் போர் நடந்தது. முதலில் ஆங்கிலப்படை வெற்றி பெற்று டெல்லியைக் கைப்பற்றி முகலாய மன்னர் ஷா ஆலத்தைத் தங்கள் பாதுகாப்பின் கீழ்க் கொணர்ந்தனர். ஆனால் அந்த வெற்றி நிலைக்கவில்லை. ஹோல்கர் டெல்லியை மீண்டும் கைப்பற்றினார். அதன் பிறகு ஹோல்கர் ஆங்கிலேயர்களால் தோற்கடிக்கப்பட்டார். என்றாலும் கம்பெனி நிர்வாகம் முதலில் ஏற்பட்ட தோல்வியை எளிதாக ஏற்றுக்கொள்ளவில்லை. எனவே வெல்லெஸ்லி திரும்ப அழைக்கப்பட்டார். என்றாலும் வெல்லெஸ்லியின் விஸ்தரிப்பு நடவடிக்கைகள் கம்பெனியை ஒரு வளமான நிலையில் வைத்தது என்பது உண்மை. கம்பெனிக்காக ராபர்ட் கிளைவ் வென்றார். வாரன் ஹேஸ்டிங்ஸ் தொகுத்தார். வெல்லெஸ்லி விரிவு படுத்தினார்.

கர்நாடகம் கம்பெனி வசம்

கர்நாடகத்தில் நவாப் முகமதலியும் அவனுக்குப்பின் ஓம்தத் அல் உம்மாராவும் திப்புவுடன் ரகசியக் கடிதப்போக்கு வைத்திருந்ததற் கான ஆதாரம் கிடைத்துள்ளது என்று சொல்லி கர்நாடகத்தின் சிவில் ராணுவ ஆட்சி முழுவதையும் கம்பெனி ஏற்றுக்கொண்டு, கம்பெனி

நவாபாக நியமிக்கப்பட்ட அஜீம் உத்தௌலாவுக்கு ஒய்வூதியமாக வரியினால் வரும் பணத்தில் ஐந்தில் ஒருபாகம் கொடுப்பதாக ஒப்பந்தம் செய்யப்பட்டது.

வெல்லெஸ்லியின் ஆட்சிக்காலத்தில் பல பிரதேசங்கள் அநியாய மாகக் கம்பெனியின் ஆட்சிப் பொறுப்பில் கொண்டுவரப்பட்டன. அப்படிக் கொண்டுவரப்பட்ட பிரதேசங்களுள் தஞ்சாவூரும் சூரத்தும் அடங்கும். 1799 அக்டோபர் 25ந்தேதி தஞ்சாவூரின் சிவில் ராணுவ அதிகாரங்கள் கம்பெனிக்கு மாற்றப்பட்டன. அவ்வரசர் ஒய்வூதியமாக ஆண்டுக்கு 40,000 பவுண்டுகள் பெற்றார்.

சூரத் நவாப் 1799ல் இறந்தார். அவரது வாரிசிடமிருந்து சூரத் பிரதேசங்களின் ஆட்சியைக் கம்பெனி பெற்றது.

கடன்காரன் முகமதலி

வாலாஜா நவாப் என்ற பெயர்கொண்ட கர்நாடக நவாப் முகமதலி அரசாளும் தகுதியே இல்லாதவன். அப்படிப்பட்டவன் நவாபாக இருந்தது ஆங்கிலேயர்களுக்கு மிகவும் பயனுள்ளதாகப் போயிற்று. கேளிக்கைகளில் ஈடுபாடு கொண்ட முகமதலி மதராஸ் சேப்பாக்கத் தில் மிக ஆடம்பரமான மாளிகையொன்று கட்டி இன்பமாக வாழ்ந்து வந்தான். எது எப்படிப்போனால் என்ன, எனக்கு இன்பமய மாக வாழவேண்டும் என்ற கொள்கையுடையவன். கிடைத்த பணத்தையெல்லாம் கேளிக்கைகளில் வாரி இறைத்தான். அவனைக் கைக்குள் போட்டுக்கொள்ள ஆங்கிலேய அதிகாரிகளும் அவனுக்குக் கடன் கொடுத்தனர். கடனைத் திருப்பிக்கொடுக்க இயலாமல் தனது உரிமையையெல்லாம் கொஞ்சம் கொஞ்சமாக விட்டுக்கொடுத்தான் வாலாஜா நவாப். 1781ம் ஆண்டு டிசம்பர் மாதம் 2ம்நாள் மதராஸ் கவர்னர் மக்கார்ட்னே நவாப்புடன் ஒரு உடன்படிக்கை செய்து கொண்டான். அதன்படி கீழ்நாட்டு அரசு கிழக்கிந்தியக் கம்பெனியின் கைகளுக்கு மாறியது. கர்நாடக அரசின் ஆறிலொரு பங்கு வருமானம் நவாப்புக்குச் ஜீவனாம்சமாகக் கொடுக்கப் பட்டது. அவன் கடன்களை அடைக்கக் கம்பெனி முன்வந்தது. முகமதலி அதையும் மீறிச் செலவு செய்தான். 1795ம் ஆண்டு மரணமடைந்தான். அவனது மகன் உல் ஓம்காரா ஆர்க்காட்டு நவாப் ஆனான். அரசின் மீதிருந்த கடன்கள் அனைத்தையும் கிழக்கிந்தியக் கம்பெனி தீர்த்தது. அதற்கு ஈடாகத் தன் நாட்டை ஆங்கிலேயர் வசம் ஒப்படைத்தான் ஓம்காரா. ஆண்டுதோறும் பன்னிரண்டு லட்சம் ரூபாய் அவனுக்கு வழங்கப்பட்டது. அவனும் வெகுநாள் வாழவில்லை 1801ல் அவனும் காலமானான்.

தமிழகத்தின் பெரும் பகுதி ஆங்கிலேயர் வசம் வந்தது.

25

வேலூர் சிப்பாய் புரட்சி

'ஏண்டி! உங்க வீட்டுக்காரர் இன்னும் கோட்டைக்குக் கிளம்பலியா?' என்று கேட்டாள் சின்னம்மா.

'அவரு உள்ளே பூஜை பண்ணிட்டிருக்காரு. அது முடிச்சு வெளியே வந்ததும் நெத்தியிலே பூசியிருக்கிற சந்தனம், திருநீறு எல்லாத்தையும் அழிச்சுட்டு தொப்பியை மாட்டிக்கிட்டுக் கிளம்பணும்' என்றாள் ராக்காயி.

'விபூதியை எதுக்காக அழிக்கணுமாம்?'

'அதையேன் கேக்கற அக்கா. புதுசா கிராதகன்னு ஒரு வெள்ளைக் காரரு வந்திருக்காரு. அவரு எல்லாரும் ஒரேமாதிரி தோல் தொப்பி போட்டுக்கணும்னு சொல்லுறாராம்.'

இதைக்கேட்டுக்கொண்டு வந்த சிப்பாய் ராமலிங்கம்,

'அவரு பேரு கிராதகன் இல்லை கிராடாக்னு பேரு. தொப்பி போடமாட்டோம்னு எல்லோரும் சொல்லிட்டோம். என்ன செய்யறதுன்னு தெரியாம முழிச்சிட்டிருக்காங்க. ஆனால் மிக்கிராஸ்னு ஒத்தரு இன்னும் மோசமா காதிலே கடுக்கன் போடக்கூடாது, தாடி வெச்சுக்கக்கூடாது, முடியை ஒட்ட வெட்டிக்கணும். நெத்தியிலே திருநீறு, குங்குமம், நாமம் எதுவும் அணியக்கூடாதுன்னு சொல்லிட்டாரு. கவர்னரு பென்டிங்க்னு ஒருத்தரு இருக்காரு. அவரும் அதுக்குச் சம்மதம்னு உத்தரவு கொடுத்துட்டாராம்.'

'அடப்பாவிங்களா, எல்லோரையும் கிறித்துவங்களா மாத்தப் பாக்கறாங்களா என்ன?'

'அதுவும் வெளியில் இரண்டாம் பேருக்குத் தெரியாம நடந்துக் கிட்டுதான் இருக்கு. நாங்கள்ளாம் எதிர்ப்புத் தெரிவிச்சிருக்கோம்!' என்று சொல்லிக்கொண்டே நெற்றியில் பூசிய திருநீற்றை அழித்தான் ராமலிங்கம்.

'ராமலிங்கம் அண்ணாச்சி, அங்கங்கே நம்மாளுங்க ஏதோ ரகசியமா பொம்மலாட்டம்லாம் நடத்தறாங்களாமே.'

'ஆமாம். அதில் மறைமுகமா புரட்சிக் கருத்துக்களைச் சொல்றாங் களாம். இன்னிக்குச் சாயங்காலம் நம்ம தெரு மசூதித் திடல்லே நடத்தறாங்க. போய்ப் பாருங்க.'

'எந்த மதச் சின்னங்களையும் நெற்றியில் பூசக்கூடாது. தலையில் தோல் தொப்பி அணியவேண்டும்!' போன்ற ஆங்கிலேய அதிகாரியின் உத்திரவுகள் ஒவ்வொரு இந்தியச் சிப்பாயின் குடும்பத்திலும் எரிச்சலை மூட்டியிருந்தன. அவர்கள் மனத்துக்குள் குமுறிக் கொண்டிருந்தனர்.

ரகசியம் பரம ரகசியம்

வேலூர்க்கோட்டைக்குள் திப்பு சுல்தானின் மகன்களையும் அவனது குடும்பத்தினரையும் அடைத்து வைத்திருந்தார்கள். அக்குடும்பங் களைக் கண்காணிக்க லெஃப்டினண்ட் கர்னல் மேரியேட் என்பவர் 1802ம் ஆண்டில் நியமிக்கப்பட்டார். திப்பு சுல்தானின் குடும்பத்தைச் சித்திரவதை செய்யாமல் நன்றாகக் கவனித்துக்கொண்டதாகவும் அவர்களின் தேவைகளைக் கவனிக்க வெளியிலிருந்து முஸ்லிம் ஊழியர்களை அனுமதித்ததாகவும் தெரிகிறது. ஊழியர் எனச் சொல்லிக்கொண்டு புரட்சியாளர் கோட்டைக்குள் சென்று இளவரசர்களோடு தொடர்புகொண்டு ரகசிய ஆலோசனைகள் நடத்தி வந்தனர்.

திப்புவின் முதல் மகன் படேல் ஹைதர் புரட்சியாளர்களுக்கு ஊக்கம் அளித்து வந்தான். எல்லாம் மிகவும் ரகசியமாக நடை பெற்றுவந்தன.

1806ம் வருஷம் ஜூலை மாதம் 7ம் நாள். புரட்சியாளரின் தலைவன் நூர்முகமது இன்னும் சில புரட்சியாளர்களுடன் சென்று இளவரசனைக் கோட்டைக்குள் சந்தித்தார். இளவரசன் எல்லோருக்கும் ரகசியப் பிரமாணம் செய்து வைத்தான்.

1806ம் வருடம் ஜூலை மாதம் 9ம் நாள் கோட்டைத் தளபதி கர்னல் கே கோர்ட், கவர்னருக்கு எழுதிய கடிதத்தில் கோட்டையில் எல்லாம் அமைதியாக இருப்பதாகவும், பணிகள் எல்லாம் வழக்க மாக நடைபெறுவதாகவும் எழுதினான். மறுநாள் புரட்சி வெடிக்கப் போகும் நிலையில் முதல்நாள் எந்தச் சந்தேகத்துக்கும் ஐயத்திற்கும் இடமின்றிக் கோட்டை அமைதியாக இருந்ததென்றால் ரகசியம் எந்த அளவுக்குக் காப்பாற்றப்பட்டிருக்கும் என்று தெரிகிறதல்லவா?

புரட்சி வெடித்தது

ஜூலை மாதம் 10ந்தேதி இரவு இரண்டு மணி. புரட்சிச் சிப்பாய்கள் அணிவகுத்தனர். அவர்களுக்கு ஆயுதங்கள் வழங்கப்பட்டன.

'படைவீரர்களே, ஆங்கிலேயர்கள் கொஞ்சம் கூடத் தாட்சண்யம் காட்டுவதில்லை.சின்னச் சின்னக் குற்றங்களுக்குக்கூடத் தூக்குத் தண்டனை கொடுக்கிறார்கள். எனவே இரக்கத்தைத் துடைத் தெறியுங்கள். முன்னேறுங்கள். சுட்டுத்தள்ளுங்கள்,' என்று ஆணையிட்டார் புரட்சித் தலைவர். மூன்று மணி அளவில் ஆங்கிலேயர் தங்கியிருந்த பகுதிக்குச் சென்ற புரட்சிப்படை சுடத் தொடங்கியது. உறக்கம் நீங்கிய ஆங்கிலேய அதிகாரிகளுக்கு அதிர்ச்சி. என்ன நடக்கிறது என்பது தெரியுமுன்னரே பலர் சுட்டு வீழ்த்தப்பட்டனர். இரண்டு ஆங்கில அதிகாரிகள் எப்படியோ தப்பி விட்டனர். நூற்றுக்கணக்கான ஆங்கிலேயச் சிப்பாய்கள் கொல்லப் பட்டனர். ஓட ஓட விரட்டப்பட்டனர். கோட்டையின் பல பகுதிகள் கைப்பற்றப்பட்டன. ஆயுதக்கிடங்காக இருந்த ஜலகண்டேஸ்வரர் கோயில் சிப்பாய்களின் கைவசமானது.

பணத்தாசையால் கண்ட தோல்வி

ஆங்கிலேயப் படைத்தளபதிகள் கொல்லப்பட்டனர். கோட்டை முழுதும் கைவசமானது. எல்லாம் திட்டமிட்டபடி நடந்து கொண்டிருந்தபோது ஒருவர் கஜானா இருக்கும் இடத்தைக்கண்டு பிடித்து அதை உடைத்தார். தங்க நாணயங்களைக் கையில் அள்ளிக் கொண்டு கோட்டையின் திட்டிக் கதவைத் திறந்து கொண்டு வெளியிலே ஓடினார். தங்கம் கிடைக்கிறது என்பதை அறிந்த பொதுமக்களும் கோட்டைக்குள் புகுந்து கொள்ளையடிக்க முயன்றனர். இந்த அமளியில் புரட்சி சிப்பாய்கள் கோட்டையைத் தம் கைவசம் பாதுகாப்பாக வைத்திருக்க இயலாமல் போயிற்று. அந்த நேரம் ஆர்க்காட்டிலிருந்து கர்னல் இஸ்லேபியின் குதிரைப் படை காலை 9மணி அளவில் கோட்டையை முற்றுகையிட்டது. புரட்சியாளர்களிடமும் பொதுமக்களிடமும் குழப்பம்

நிலவியதாலும் கதவு திறந்து கிடந்ததாலும் கர்னல் இஸ்லேபியின் படை உள்ளே புகுந்து யார் புரட்சியாளர் யார் பொதுமக்கள் என்ற வித்தியாசமின்றிக் கண்மூடித்தனமாகச் சுட்டு வீழ்த்தியதில் 300 பேருக்கு மேல் இறந்து போனார்கள். 600 பேர் கைது செய்யப் பட்டனர். வழக்கம் போலக் கண்துடைப்பு விசாரணை நடைபெற்றுத் தண்டனை அளிக்கப்பட்டது. பணத்தாசை அன்று வெற்றியைத் தோல்வியாக மாற்றிவிட்டது.

சுதந்திரத்திற்காக நடைபெற்ற இந்தப் போராட்டமே முறையான முதல் சுதந்திரப் போர் என்று சொல்கிறார்கள். பின்னாளில் நடைபெற்ற சிப்பாய் புரட்சிக்கு இது ஒரு ஒத்திகை என்று சாவர்க்கர் எழுதியுள்ளார்.

வேலூர் சிப்பாய் புரட்சி இந்திய சிப்பாய்கள் செய்த புரட்சி. ஆனால் ஆங்கிலேயச் சிப்பாய்கள் செய்த புரட்சி மதராஸ் மாகாணத்தில், வேலூர்ச் சிப்பாய் புரட்சி நடந்த இரண்டாண்டுகளில் நடை பெற்றது. வேலூர்ப் புரட்சி சுதந்திர உணர்வின் அடிப்படையில் அமைந்தது. ஆனால் மதராஸ் ராணுவப் புரட்சி சுயநலத்தால் நடந்தது.

இதே காலகட்டத்தில் ஒரிஸாவில் கிழக்கிந்தியக் கம்பெனிக் கெதிராக ராஜகுருவென்பவர் செய்த புரட்சி மிக முக்கியமானது.

26

பைக்கா புரட்சி

ஜெய் ராஜகுரு

ஹரேகிருஷ்ணபூரில் 29-10-1739ம் ஆண்டு பிறந்தவன் ராஜகுரு. அவனுடைய உண்மையான பெயர் ஜயகிருஷ்ண மஹாபாத்ரா. அவனுடைய மூதாதையர் பரம்பரை பரம்பரையாக குர்தா மன்னரின் அரசவையில் ராஜகுருவாகப் பணியாற்றி வந்தார்கள். அவனும் அவனது தந்தையின் மறைவுக்குப் பிறகு ராஜகுருவானான். பரம்பரையாக அந்தப் பதவி வகித்தாலும் அந்தப் பதவிக்குத் தேவையான அனைத்துக் கல்வியும் அவர்கள் பெற்றாக வேண்டும். அவர்கள் வேத விற்பன்னர்களாகத் திகழ்ந்தார்கள். அவன் ஜெய் ராஜகுரு என்றே அழைக்கப்பட்டான்.

குர்தா நாட்டுக்கு அண்டை நாட்டு மன்னர்களுடன் அடிக்கடி சண்டை நடப்பதுண்டு. என்றாலும் குர்தா வெற்றி பெற்றே வந்தது. ராஜகுருவுக்கு வாள்வித்தையும் தெரியும். அந்தச் சமயத்தில் மன்னன் இரண்டாம் சியாப்சிங்காதேவ் இறந்தான். வாரிசுத் தகராறு தொடங்கியது. அரசனின் மகனோ சின்னஞ் சிறுவன். ராஜகுரு தலையிட்டு அச்சிறுவனுக்குப் பட்டங்கட்டி மன்னனாக்கி அவனுக்குப் பொறுப்பாளனாக அவனது பெயரில் ஆட்சிப் பொறுப்பை நடத்தி வந்தான். அவனது திறமையால் நாடு வளம் பெற்றது மக்கள் மகிழ்ந்தனர். அப்பொழுது ராஜகுருவுக்கு 59 வயது. கிழக்கிந்தியக் கம்பெனியார் சுதேச மன்னர்களின் நாடுகளை ஒன்றன்பின் ஒன்றாகக் கைப்பற்றி வருவதை அறிந்தான். தனது நாட்டின் படைபலத்தைப் பெருக்கினான். குர்தா மக்கள் ஒவ்வொரு

வீட்டிலிருந்தும் ஒருவரை ராணுவத்திற்கு அனுப்பினர். அப்படி அனுப்பப்படுகிறவர்களுக்குப் பைக்கா என்று பெயர். அவர்கள் பழங்குடி வகுப்பினராக இருந்ததால் வீரத்தில் சிறந்து விளங்கினர். மிகுந்த போர்க்குணம் கொண்டவர்கள். வில்லம்பு வித்தையில் கை தேர்ந்தவர்கள். கிழக்கிந்தியக் கம்பெனிக்காரர்கள் புதுவிதமான ஆயுதங்களைக் கையாள்கிறார்கள் என்பதை அறிந்த ராஜகுரு தனது நாட்டிலும் புதுவகை ஆயுதங்களைத் தயார் செய்ய முனைந்தார்.

கிழக்கிந்தியக் கம்பெனி ஒவ்வொரு குறுநில மன்னருக்கும் கம்பெனிக்குக் கீழ்படிந்து போகும்படியும் வருடா வருடம் கப்பம் கட்டவேண்டுமென்றும் வரி செலுத்த வேண்டும் என்றும் அறிக்கை அனுப்பியது. பல குறுநில மன்னர்கள் பணிந்து போயினர். ஆனால் ராஜகுரு தனது மன்னனிடம் அதற்கு ஒப்புக்கொண்டு கையெழுத்திட வேண்டாம் என்றார். ராஜகுருவின் அந்தத் துணிச்சலான நடவடிக்கையைக் கண்டு மற்றக் குறுநில மன்னர்களும் குர்தாவுடன் இணைந்து கிழக்கிந்தியக் கம்பெனியை எதிர்த்து நிற்கத் துணிந்தனர். ராஜகுருவின் தலைமையில் மக்களும் பெருந்திரளாக அவருக்குப் பக்கபலமாக நின்றனர்.

1804ம் ஆண்டு மகாநதிக் கரையிலே ராஜகுரு ஆங்கிலப்படைகளை எதிர்த்தார். அவரது படையை எதிர்த்து நிற்க அவர்களால் இயலவில்லை. இப்படி இக்கட்டான நிலைகளிலெல்லாம் அவர்கள் மெட்ராஸிலிருந்து படைகளைத் தருவிப்பது வழக்கம். அப்படி மெட்ராஸிலிருந்து படைகள் வருவிக்கப்பட்டன. மீண்டும் மீண்டும் ராஜகுரு ஆங்கிலப்படைகளைத் தோற்கடித்தார். கடைசியாகப் பிரிட்டிஷ் படைகளுக்கும் ராஜகுருவின் படைகளுக்கும் இடையில் பரூனி என்னும் இடத்தில் போர் நடைபெற்றது. இது 'பரூனி யுத்தம்' என்று அழைக்கப்படுகிறது.

பரூனி யுத்தம்

பரூனி குன்றிலிருந்து ஸ்வர்ணகங்கா நதி கீழிறங்கிச் செல்கிறது. அதன் கரையோரத்தில் போர் தொடர்ந்து நடந்தது. பரூனி மலையில் போர் மேடைகள் அங்கங்கே அமைக்கப்பட்டிருந்தன. அதன் மேல் நின்று படைத்தளபதிகள் போர்வீரர்களுக்கு உத்தரவு கொடுப்பார்கள். ராஜகுருவும் அவ்வப்போது அம்மேடைகளில் ஏறி வீர உரையாற்றி வீரர்களை உற்சாகமூட்டியிருக்கிறார். அதன் அருகில் சிறிது தூரத்தில் குர்தா கோட்டை உள்ளது.

கோட்டையை 7000 போர் வீரர்களைக் கொண்ட ஆங்கிலப்படை சூழ்ந்துகொண்டது. கோட்டைக்குள் சில நூறு பைக்கா வீரர்கள்

மட்டுமே இருந்தனர். மூன்று நாள்கள் முற்றுகைக்குப் பிறகும் கோட்டையைக் கைப்பற்ற இயலவில்லை.

கையூட்டுக் கொடுத்தும், வரியே இல்லாமல் இலவசமாக நிலம் கொடுப்பதாக வாக்களித்தும் சிலரைத் தம் பக்கம் இழுத்தது கம்பெனி. அடுத்த தாக்குதலுக்காக ராஜகுரு போர்வீரர்களுடன் மறைந்திருந்த இடத்தை அறிந்து அவரைக் கைது செய்தனர். ராஜ குரு அவர்களைப் படுத்திய பாடு அவர்களுக்கு எரிச்சலூட்டி யிருந்தது. அவரை அங்கே விசாரித்தால் சமாளிக்க இயலாது என்று எண்ணி மிட்னாப்பூருக்கு அழைத்துச் சென்றனர். ஒப்புக்கு ஒரு நீதிவிசாரணை நடத்தினர். ராஜகுரு மன்னிப்புக் கேட்க மறுத்து விட்டார்.

கொடூரமான தண்டனை

10-12-1806 அன்று அவருக்கு மரண தண்டனை விதிக்கப்பட்டது. ராஜகுரு' 'நான் என் நாட்டுக்காகப் போராடும் பாக்கியம் பெற்றேன். அதற்காக மகிழ்கிறேன். தண்டனையை ஏற்கிறேன்' என்றார். அவருக்கு மற்றவருக்குக் கொடுக்கும் வழக்கமான தூக்குத் தண்டனை கொடுக்கவில்லை. துப்பாக்கியால் சுட்டுக் கொல்ல வில்லை. ஆனால் அடுத்தடுத்து இருக்கும் இரண்டு மரங்களின் நீண்ட கிளைகளை இழுத்துப்பிடித்து ஒரு மரத்தின் ஒரு கிளையில் ஒரு காலையும் இன்னொரு மரத்தின் மற்றொரு கிளையில் மறுகாலையும் கட்டி அவரைத் தலைகீழாகத்தொங்கவிட்டு இழுத்துப்பிடித்திருந்த மரக் கிளைகளை விட்டார்கள். கிளைகள் வேகமாகப் பின் நோக்கிச் சென்றபோது இரண்டு கால்களும் நேராக உடலைப்பிளக்க அவர் இறந்தார். கொடூரமான முறையில் தண்டனை நிறைவேற்றப்பட்டது.

தங்களது மதிப்பிற்குறிய மாவீரனும் வழிகாட்டியுமான ராஜகுருவை அநியாயமான முறையில் தூக்கிலிட்ட நிகழ்ச்சியை குர்தா மக்களும் வீரர்களும் மறக்கவில்லை. குர்தா அரசைக் கிழக்கிந்தியக் கம்பெனி கைப்பற்றியது. உடனடியாக அம்மக்களால் எதுவும் செய்ய முடியவில்லை. பைக்கா இனத்து வீரர்கள் உள்ளுக்குள் பொருமிக் கொண்டிருந்தனர். அவர்களின் எரிச்சலை மேலும் தூண்டிவிடும்படி கிழக்கிந்தியக் கம்பெனி ஒரு செயலைச் செய்தது. குர்தா அரசர்கள் ஆண்டுவந்த காலத்தில் பைக்கா போர் வீரர்களுக்கு இலவசமாக நிலமும் கொடுத்து அவர்கள் ஏற்கெனவே வைத்திருந்த சொந்த நிலத்துக்கு அரசுக்கு வரி செலுத்தத் தேவையில்லை என்று சொல்லி மானியமும் கொடுத்திருந்தார்கள். கிழக்கிந்தியக் கம்பெனி ஆட்சியைப் பிடித்ததும் 'இனி பைக்கா வீரர்கள் ராணுவத்திற்குத்

தேவையில்லை!' என்று சொல்லி அவர்களை நீக்கியது. அவர்களது ராணுவப் பணிக்காகக் கொடுக்கப்பட்ட நிலங்களைப் பறித்துக் கொண்டது. அத்தோடு நில்லாமல் அவர்களது நிலங்களுக்கு அவர்கள் வரி செலுத்த வேண்டும் என்றும் சொன்னார்கள்.

பைக்கா வீரர்களிடையே மூன்று பிரிவுகள் உண்டு. கண்டா என்று கூறப்படும் ஒருவகை வாளால் போர் செய்பவர் பஹாரிஸ். மற்ற நாடுகளைப் பிடிக்கப் போருக்கு அனுப்பப்படுபவர்கள் பனுவாஸ். வில்லம்பு கொண்டு ராணுவத்தில் பணிபுரிவோர் தேங்கியாஸ்.

பைக்கிகள் பொறுமையாகக் காத்திருந்தார்கள். குர்தா ராஜாவின் படைத்தலைவனாக இருந்த ஜகபந்து வித்யார் மஹாபத்ரா பிரபார் ரே, கில்லா ரோராங் என்னும் பகுதிக்குத் தலைவனாக இருந்தார். அதையும் கிழக்கிந்தியக் கம்பெனி 1814ல் கைப்பற்றிக் கொண்டது.

பைக்கிகள் போராட்டம்

ஜகபந்து தலைமையில் பைக்கி வீரர்களும் பதவி இறக்கப்பட்ட குர்தா மன்னரும், மற்ற ஜமீன்தார்களும் ஒன்று திரண்டனர். பானாப்பூர் என்னும் இடத்திலே புரட்சி தொடங்கியது. 1817ம் ஆண்டு கும்சூர் என்னுமிடத்திலிருந்து 400 கண்டா வீரர்கள் குர்தாவுக்குத் திரண்டு வந்தார்கள். ஜகபந்துவின் வீரர்களும் அவர்களோடு சேர்ந்து கொண்டார்கள். காவல்நிலையங்கள் தீக்கிரையாகின. தபால்நிலையம் கைப்பற்றப்பட்டது. ஆங்கில அதிகாரிகள் குர்தாவை விட்டு ஓட்டம் பிடித்தனர். புரட்சியாளர்கள் குர்தாவைக் கைப்பற்றினர். பராகானாலெம்பை என்னுமிடத்தைக் கைப்பற்றி அங்கிருந்த ஆங்கில அலுவலர்களைக் கொன்றனர். கிழக்கிந்தியக் கம்பெனி மாஜிஸ்ட்ரேட் இ. இம்பேய் ஒரு பெரும் படையை அனுப்பினார். அவர்கள் கட்டாக்குத் திருப்பியனுப்பப் பட்டார்கள். வெல்லிங்டன் தலைமையில் ஒரு படை பூரிக்குச் சென்றது. இன்னொரு படை குர்தாவுக்குச் சென்று கைப்பற்றியது. குர்தா மன்னன் சரணாகதி அடைந்ததால் சிறைப் பிடிக்கப்பட்டான். ஆனால் பூரி புரட்சியாளர்களால் கைப்பற்றப்பட்டது. ஆனால் 1817 முடிவில் கம்பெனி பெரும்படை கொணர்ந்து தங்களது ஆட்சியை ஒரிஸாவில் நிலைநாட்டியது. என்றாலும் பைக்கிகளின் தொல்லை இருந்துகொண்டே இருந்தது. ஜகபந்து 1825ல் சரணடைய நேர்ந்தது. சிறையில் 1829ல் மரணமடைந்தார்.

27

மதராஸ் ராணுவப் புரட்சி

ஸர் ஜார்ஜ் பார்லோ என்பவர் தற்காலிகக் கவர்னர் ஜெனரலாகப் பதவி வகித்ததன் பின்பு 1808ல் சென்னை கவர்னராக நியமிக்கப் பட்டார். ராணுவத்துக்கு டெண்டர் முதலிய வாங்குகிற பொறுப்பு சில ராணுவ அதிகாரிகளின் வசம் இருந்தது. அதில் கையூட்டு விளையாடியது. அதிகாரிகள் கொள்ளை லாபம் அடித்தார்கள். அதை நிறுத்தினார் பார்லோ.

உடனே அதிகாரிகள் கொதித்தெழுந்தனர். கலகம் செய்தனர். கவர்னருக்கோ அல்லது அவரது ஆதரவாளர்களுக்கோ கொடுக்கப் படும் அழைப்புகள் நிறுத்தப்பட்டன. உரிய மரியாதை கொடுக்கப் படவில்லை. ஆனால் பார்லோ நிதானமாக ஆனால் திடமாக நடவடிக்கை எடுத்தார். மூன்று அதிகாரிகள் ராணுவ விசாரணைக்கு உட்படுத்தப்பட்டார்கள் அதனால் மிக மோசமாக உருவெடுத்திருக்க வேண்டிய ராணுவக் கலகம் அடக்கப்பட்டது. பார்லோவிடம் உதவியாளராகப் பணியாற்றியுள்ள ஃப்ரேசர் என்பவர் தான் எழுதியுள்ள Memoir and Correspondence of General James Stuart Fraser of the Madras Army என்னும் புத்தகத்தில் ‘மிகவும் மோசமான இந்த எழுச்சியை இரும்புக்கரம் கொண்டு அடக்கி வெற்றிகண்ட சர் ஜார்ஜ் பார்லோவுக்கு இங்கிலாந்து என்றும் கடமைப்பட்டிருக்கிறது’ என்று எழுதியுள்ளார்.

ராணுவக் கலகம் வரக் காரணமென்ன? பம்பாய், வங்காளம் ஆகிய இரண்டு பிரதேசங்களிலும் பணிபுரிந்த ஆங்கிலேய ராணுவ வீரர்களை விடக் குறைவாக மதராஸ் ராணுவத்தில்

பணிபுரிபவர்களுக்கு ஊதியம் அளிக்கப்பட்டது. ராணுவம் இரண்டு பிரிவாக இருந்தது. ஒன்று அரசரின் படை. மற்றொன்று கிழக்கிந்தியக் கம்பெனிப்படை. கிழக்கிந்தியக் கம்பெனிப் படைக்குப் போர் வீரர்கள் இந்தியாவிலிருந்தே தேர்ந்தெடுக்கப் பட்டார்கள். கம்பெனிப் படைக்குத் தேர்ந்தெடுக்கப்பட்ட ஆங்கிலேயச் சிப்பாய்கள் இங்கிலாந்துக்குச் திரும்பிச் செல்வதே மிகவும் அரிதுதான். 1796லிருந்து 1820 வரையிலான காலகட்டத்தில் 201 பேரே ஒய்வூதியம் பெற்று இங்கிலாந்துக்குத் திரும்பிச் சென்றனர். 11,243 பேர் இந்தியாவிலேயே இறந்து போனார்கள். பதவி உயர்வு கிடைக்கும் வாய்ப்பும் வெகு மந்தமாகவே இருந்தது. அவர்களுக்கு வேண்டிய ராணுவ உடையைக்கூட அவர்கள்தான் வாங்கிக்கொள்ள வேண்டும். டெண்ட் வாங்குவதில் கிடைத்துவந்த அதிகப் பணமும் நின்று போயிற்று. முன்பெல்லாம் சென்னை ராணுவத் தளபதி தானாகவே கவர்னர் நிர்வாகக் குழுவில் உறுப்பினராக இருக்கும் உரிமை பெற்றிருந்தார். அந்த உரிமையையும் எடுத்துவிட்டார்கள். எனவே அப்பொழுது சென்னை ராணுவத்தின் தளபதியாக இருந்த லெஃப்டினெண்ட் ஜெனரல் ஹேய் மக்டோவல் (Hay McDowal) கொதித்தெழுந்தான்.

மக்டோவல் மசூலிப்பட்டினம் சென்று அங்குள்ள சிப்பாய்களை கம்பெனிக்கு எதிராக உசுப்பி விட்டான். கவர்னருக்கும் அதிகாரிகளின் வெறுப்பைப் பற்றிக் கடிதம் எழுதினான். மொத்தம் இருந்த 1300 ஐரோப்பிய அதிகாரிகளில் 150 பேர் மட்டுமே கவர்னர் பார்லோ அளித்த விசுவாசப் பத்திரத்தில் கையெழுத்திட்டனர். மற்றவர்கள் கம்பெனியின் கஜானாவை அங்கங்கே கொள்ளை யடித்துச் சிப்பாய்களைக் கவனித்துக்கொண்டனர். தாங்கள் விரும்பிய இடங்களுக்குச் சிப்பாய்களை அழைத்துச் சென்றார்கள். மதராஸ் பிரதேசத்தில் புரட்சி வேகமாகப் பரவியது. உயர் அதிகாரிகள் சிறைபிடிக்கப்பட்டார்கள். கவர்னரின் உத்தரவுகளை அலட்சியப்படுத்தினார்கள். கலவரத்துக்குத் தலைமைப் பொறுப் பேற்ற மக்டோவல் கலவரத்தைத் தூண்டிவிட்டு இங்கிலாந்து போய்ச் சேர்ந்தான். மக்டோவலுக்கு உறுதுணையாக இருந்ததாகக் கூறப்பட்ட போல், கேப்பர் என இரண்டு அதிகாரிகளின் மேல் நடவடிக்கை எடுக்கப்பட்டது.

இதற்கிடையில் கடற்படைக்கு மசூலிப்பட்டினம் படையிலிருந்து சிலரை மாற்றுவதற்கு நேர்ந்தது. அது அங்குள்ள வீரர்களுக்குப் பிடிக்கவில்லை. எல்லாம் சேர்ந்து மசூலிப்பட்டினத்தில் கலவரம் தொடங்கியது. கர்னல் இன்ஸ் என்பவரின் வீடு முற்றுகையிடப் பட்டது. கடற்கரைக்கு மாற்றம் செய்யப்பட்ட உத்தரவு ரத்து

செய்யப்பட்டது. கவர்னரை உடனடியாக வெளியேற்றும்படி கவர்னர் ஜெனரலுக்குக் கடிதங்கள் எழுதப்பட்டன. ஆனால் கம்பெனியின் தலைமையகத்திலிருந்து சர் பார்லோவை ஆதரித்துக் கடிதம் வந்தது. அரசப் படையின் தளபதி கலகக்காரர்களைத் தாக்கி அடிபணிய வைத்தார். பலர் இறக்க நேரிட்டது. ஒருவழியாகக் கலகம் அடக்கப்பட்டது. இதில் வேடிக்கை என்னவென்றால் படையில் இருந்த சுதேசிச் சிப்பாய்களுக்கு கம்பெனியுடன் எந்தத் தகராறும் இல்லை. ஆனால் அவர்கள் தங்களது மேலதிகாரிகள் என்ன உத்தரவு கொடுத்தார்களோ அதன்படி செயல்பட நேர்ந்தது.

லஸ்கர்ஸ்

கிழக்கிந்தியக் கம்பெனியின் கப்பல்களில் பணிசெய்ய அமர்த்தப்படும் இந்தியக் கப்பல் பணியாளர்களுக்கு லஸ்கர் என்று பெயர். லஸ்கர் என்றால் பெர்சியன் மொழியில் படை, அல்லது குழு என்று அர்த்தம். அவர்கள் இந்தியத் துறைமுகங்களிலிருந்து லண்டனுக்கு அழைத்துச் செல்லப்படுவர். அவர்களுக்கு மாதாந்திரச் சம்பளம் இந்திய முகவர்களால் கொடுக்கப்படும். லண்டனிலிருந்து மீண்டும் இந்தியாவுக்கு அவர்களைக்கொணரும் வரை லண்டனில் அவர்களது பராமரிப்புச் செலவையும் திரும்ப வரும் பயணக்கட்டணத்தையும் கிழக்கிந்திய இந்தியா கம்பெனி கவனித்துக்கொள்ள வேண்டும். ஆனால் கம்பெனி லண்டனில் அவர்களை அம்போ என்று அலையவிட்டுவிடும். லஸ்கர்கள் லண்டனில் அவஸ்தைப்படுவதை அறிந்த அரசு 1823ம் ஆண்டு மெர்ச்சண்ட் ஷிப்பிங் ஆக்ட் ஆஃப் 1823 என்னும் சட்டத்தை உருவாக்கி கம்பெனிச் சட்டப்படி அவர்களைக் கவனித்துக் கொள்வதைக் கடமையாக்கியது.

பிண்டாரிப்போர்

வெல்லெஸ்லியின் துணைப்படைத் திட்டத்தால் வெளியேற்றப் பட்ட சுதேசியப் படைகளைச் சேர்ந்தவர்கள் பலர் பிழைக்க வழி யில்லாமல் கொள்ளையடிக்கத் தொடங்கினர். அவர்கள் சிந்தியா அரசின் பகுதிகளிலும் மால்வாப் பகுதிகளிலும் அதிகமிருந்தனர். அவர்கள் ஏற்கெனவே கொள்ளையடிக்கும் தொழிலைச் செய்துவந்த பிண்டாரி என்பவர்களோடு சேர்ந்து கொள்ளையடித்தார்கள். அவர்களுக்கு எந்த நாட்டோடும் போரிடவேண்டும் என்ற கொள்கை யில்லை. கொள்ளையடிப்பதே தொழில். கொலைசெய்வதற்கும் அஞ்சாதவர்கள். ஈவிரக்கமற்றவர்கள். அவர்களுக்கு என்று குறிப்பிட்ட இடம் ஏதும் இல்லை. ஓரிடத்தில் தங்குபவர்களு மில்லை. எந்தக் குறிப்பிட்ட மதமோ இனமோ கிடையாது. எல்லா

இனத்தைச் சேர்ந்தவர்களும் அதில் இருந்தார்கள். எல்லாப் பகுதிகளிலும் இவர்களால் தொல்லை நேர்ந்ததால் ஆங்கிலேயர் திணறினர். சிறு சிறு நாடுகளைப் பிடிப்பதுபோல் இல்லாமல் மிகப் பெரிய படையுடன் திட்டமிட்ட நடவடிக்கைதான் அவர்களை அழிக்க முடியும் என்று எண்ணிய கவர்னர் ஜெனரல் அதற்கான அனுமதியை அதிகாரக் கவுன்சிலிடமிருந்து பெற்றார். 1,13000 வீரர்களையும் 300 பீரங்கிகளையும் பயன்படுத்தி அவர்களை எல்லா திசைகளிலும் வளைத்து ஓட ஓட விரட்டி பலத்த போராட்டத்திற்குப்பிறகு முற்றாக ஒழித்தார்.

இப்படி ஒரு கொள்ளைக் கூட்டத்தை தனது இரும்புப் பிடியால் அடக்கி ஒடுக்கிய ஆங்கிலேய நிர்வாகம் இன்னொரு கொள்ளைக் கூட்டத்தை அன்பளிப்பால் ஒடுக்கியது. ஆம். பட்டாணியர்கள் இரண்டு தலைவர்களின் கீழ் கொள்ளையடித்து வாழ்ந்தார்கள். இவர்கள் பிண்டாரிகள் போல் ஒரு ஒழுங்கில்லாத கூட்டமில்லை. இரண்டு தலைவர்களின் கீழ் வெவ்வேறு பிரிவுகளாக அரசுகளையும் அரசுத்தலைவர்களையும் தாக்கிக் கொள்ளையடித்தார்கள். இவர்களுக்கு மராத்திய அரசர்களின் ஆதரவும் இருந்தது. அமீர்கான், முகமது ஷா கான் என்னும் இரண்டு தலைவர்களின் கீழ் ராஜபுத்ர மராத்திய அரசுகளின் ராணுவத்தில் இருந்து மிகவும் துணிகரமாகப் போரிட்டனர்.

அமீர்கான் ஹோல்காரின் அரசில் தனது படையுடன் பணியாற்றினார். முகமது ஷா கான் 1814ல் இறந்தார். அவரது படை அமீர்கான் படையுடன் இணைந்தது. புதிய படைபலத்தால் கொள்ளை அடிப்பதும் அரசுகளைத் தாக்குவதும் அதிகரித்தன. வெள்ளையர் களுக்கு அடக்க முடியாத எதிரிகளாக விளங்கினர். ஆங்கிலேயர் தமது வழக்கமான பாணியை இங்கும் கடைப்பிடித்தனர். அவர்களால் அடக்க முடியவில்லை என்றால் உடனே ஒரு உடன்படிக்கை போட்டுவிடுவார்கள். அதன்மூலம் தமக்குச் சாதகமாக இருக்குமாறு செய்துவிடுவார்கள். அமீர்கானைத் தன்வசமாகச் செய்துவிட்டால் பட்டாணியர்களும் வசப்பட்டு விடுவார்கள் என நினைத்து ஹோல்காரின் உதவியுடன் அவரை டோங்க் என்னும் நகருக்கு நவாப்பாக நியமித்தனர். அவர்கள் கொள்ளையர் நிலையிலிருந்து ஒரு நாட்டுக்கு அதிபதிகளாகவும் அதைக் காப்பவர்களாகவும் மாறிவிட்டனர். ஒரு கொள்ளைக்கூட்டம் வசப்பட்டுவிட்டது.

உப்பைத் தின்ற விசுவாசம்

இந்தியாவில் பல சமஸ்தானங்கள் இருந்ததால் அங்கங்கே மன்னராட்சி நடைபெற்றுக் கொண்டிருந்தது. பரம்பரை பரம்பரையாக

மன்னர்கள் ஆண்டு வந்ததால் மக்கள் மன்னருக்கு விசுவாசம் மிக்கவர்களாக வாழ்ந்து பழகிப் போயிருந்தார்கள். அதிலும் ராணுவ வீரர்கள் கேள்வி கேட்காத கீழ்ப்படிதலும் மிகுந்த விசுவாசமும் உள்ளவர்கள். இந்திய வீரர்களின் இந்தக் குணம் ராஜபுத்திர வீரர்களிடம் அதிகமாக இருந்தது. இந்தக் குணத்தை ஆங்கிலேயர் மிக நன்றாகப் பயன்படுத்திக்கொண்டனர். எவன் கூலி கொடுக்கிறானோ அவனுக்கு உண்மையாக உழைக்கும் அந்த வீரர்களின் இயல்பான பண்புதான் சிப்பாய்களை ஆங்கிலேயருக்கு அடிமைகள்போல் வைத்திருக்க உதவியது. இதோ ஒரு நிகழ்ச்சி.

ஓர் ஆங்கில அதிகாரி வீட்டில் ராஜஸ்தானைச் சேர்ந்த ஒருவன் வேலைசெய்துகொண்டிருந்தான்.

அவன் ஒருநாள் தவறுதலாக வேட்டை நாய்களை அவிழ்த்து விட்டான். ஆங்கிலேயனுக்குக் கடும் கோபம் வந்தது. அந்த வீரனைத் தன் கையில் இருந்த தடியால் பலமாகத் திரும்பத் திரும்ப அடித்தான். ராஜபுத்திர வீரன் சற்றுத் தள்ளிச் சென்று தன் உடைவாளை உருவினான். ஆங்கிலேயன் பதறிவிட்டான்.

உடனே ராஜபுத்திரன் தன் எஜமானைப் பார்த்து, 'நீங்கள் பதற வேண்டிய அவசியமில்லை. எங்கள் தர்மப்படி அவமானப்படுத்திய உங்களை நான் கொல்லவேண்டும். ஆனால் நான் அப்படிச் செய்ய மாட்டேன். காரணம் நான் உங்கள் ஊழியத்தின் மூலம் உங்கள் உப்பைத் தின்று வாழ்கிறேன். எனவே உங்களுக்கு எதிராக ஆயுதம் தூக்க மாட்டேன். ஆனால் உங்களைத் தாக்கத் தவறிய அதர்மத்திற்காக நான் எனக்குத் தண்டனை கொடுத்துக்கொள்ள வேண்டும். அதற்குத் தண்டனை சாவுதான்' என்று சொல்லிக் கொண்டே தன்னைக் குத்திக்கொண்டு இறந்தான்

மகனைக் கைது செய்த விசுவாசத் தந்தை!

கண்மூடித்தனமாக நீதி நெறிகளைப் பின்பற்றும் நமது தர்மம் கூடப் பல முறை ஆங்கிலேயர்களுக்கு உதவியிருக்கிறது. இதில் இந்து முஸ்லிம் பாகுபாடு இல்லை.

சிக்கந்தர் பேகு என்பவர் ஆங்கிலேயப் படையில் சுபேதாராக இருந்தார். அவருடைய மகன் அதே இடத்தில் வேறொரு சுபேதாரின் கீழ் போர் வீரனாக இருந்தான். இரண்டு படைகளும் அடுத்தடுத்துச் சென்றுகொண்டிருந்தன. அப்பொழுது சிக்கந்தர் தனது போர்வீரர்களை விட்டு விலகிச் சற்றுப் பக்கவாட்டில் சென்றுகொண்டிருந்தார். அந்நேரம் திப்பு சுல்தானின் படையைச் சேர்ந்த சிலர் புதரின் மறைவிலிருந்து வெளிப்பட்டு சிக்கந்தரின் மீது

பாய்ந்தனர். அப்போது இதைக் கவனித்த சிக்கந்தரின் மகன் தனது படையிலிருந்து சரேலென விலகி எதிரி வீரர்களைத் தாக்கினான். அவர்கள் ஓடி மறைந்துவிட்டனர்.

தந்தையைக் காப்பாற்ற வேண்டும் என்ற பாச உணர்வில் தனது கடமையை மறந்து தனது படைத்தலைவனிடம் அனுமதி பெறாமல் தன்னை வந்து தன் மகன் காப்பாற்றியது நியதி மீறிய செயல் என்று சொல்லி அவனைக் கைது செய்து சிறையில் தள்ளச் செய்தார் அவனது தந்தை. ஆனால் அவரது மகன் செய்தது சரிதான் என்று அவரது மேலதிகாரி வாதாடி அவனுக்கு மன்னிப்புப் பெற்றுத் தந்தார். இப்படிப்பட்ட கடமை வீரர்களின் ராஜ விசுவாசம் ஆங்கிலேயருக்குத் தக்க பலமாக இருந்தது.

28

மதராஸ் கவர்னர் சர் தாமஸ் மன்றோ

சில வெள்ளைக்காரர்கள் ஆட்சிப்பொறுப்பில் இருந்தபோதும் இந்திய மக்கள் நலனைக் கருத்தில் கொண்டும் அதே சமயம் தமது தாய்நாட்டு நலனை விட்டுக்கொடுக்காமலும் பணியாற்றியிருக்கிறார்கள். அப்படிப் பணியாற்றியவர்களில் முக்கியமானவர் சர். தாமஸ் மன்றோ.

மன்றோவை முதலில் ராணுவ வீரராகத்தான் அறிய முடிகிறது. அவர் யுத்தங்களில் கலந்துகொண்டு மிகவும் கடுமையாகப் போரிட்டிருக்கிறார். திப்பு சுல்தானுடன் அவர் நிகழ்த்திய போர் மிக முக்கியமானது. ஆங்கிலேயர்கள் பர்மாவைக் கைப்பற்றியபோது அந்தப் போரிலும் பங்கேற்றிருக்கிறார். அவர் போர்களில் பங்கேற்பதைத்தான் அதிகம் விரும்பியிருக்கிறார். போரில் அவர் தயவு தாட்சண்யம் காட்டியதே இல்லை. திப்பு சுல்தான் மகன்களை வேலூர் கோட்டைக்குப் பத்திரமாக அழைத்துச் செல்லும் பொறுப்பிலும் அவர் இருந்திருக்கிறார். அதன் பிறகு அவர் தர்மபுரி மாவட்டத்தில் (அப்பொழுது பாராகால் மாவட்டம்) வருவாய் அதிகாரியாக பல ஆண்டுகள் பணியாற்றியிருக்கிறார். தன் வீட்டின் அருகிலிருந்த குளத்தைத் தூர்வார ஏற்பாடு செய்து அப்பகுதி மக்களுக்குத் தண்ணீர் வழங்க வழி செய்திருக்கிறார்.

அது மட்டுமல்லாமல் எந்த மத மாத்சர்யமுமின்றி அம்மாவட்டத்திலிருந்த பல கோயில்களுக்குத் திருப்பணி செய்ய ஏற்பாடு செய்திருக்கிறார். படிப்படியாக உயர்ந்து மதராஸ் மாகாணக் கவர்னர் ஆனார்.

சென்னை மாகாணத்தில் மன்றோவின் செயல்பாடுகள்:

இரயத்துவாரிமுறையை அறிமுகப்படுத்தினார்.

அதாவது ஜமீன்தார்கள், மிட்டாதாரர்கள், பட்டக்காரர்கள் போன்ற இடைத்தரகர்கள் மூலமாக இல்லாமல் கிழக்கிந்திய கம்பெனியே நேரடியாக நில உரிமையாளர்களிடமிருந்து நிலவரி வாங்கும் முறையே இரயத்துவாரி முறை.

இதன்மூலம் நில உரிமையாளர்களுக்கும் அரசுக்கும் இடையே நேரடி வரித் தொடர்பினை ஏற்படுத்தினார்.

இடைத்தரகர்களின் செயல்பாட்டைக் கட்டுப்படுத்தி ஜமீந்தாரி முறை யினை ஒழித்தார்.

இறக்குமதி செய்யப்படும் பொருள்களுக்கு வரியை ஏற்றியும் ஏற்றுமதி செய்யப்படும் பொருள்களுக்கான வரியை ஆங்கிலேயர் களுக்குச் சாதகமாக அமைத்தும் வெள்ளை அரசாங்கம் கொள்ளை லாபம் அடைந்தது. அதைத் தடுக்க நினைத்தார் மன்றோ. இங்கிலாந்தில் இறக்குமதி செய்யப்பட்ட இந்தியப் பொருள்களுக்கு இறக்குமதி வரியினைக் குறைத்து ஒரு நிலையான வரிவிதிப்பு முறையினை இங்கிலாந்து மற்றும் இந்தியப் பொருள்களுக்கு நிர்ணயிக்கக் குரல்கொடுத்தார். இது தொடர்பாக 1823இல் இங்கிலாந்து பாராளுமன்றத்தின் நிலைக்குழுவின் முன் இறக்குமதி மற்றும் ஏற்றுமதி பொருள்கள் குறித்து சான்றளிக்கப்பட்டு இந்திய வர்த்தகம் மேம்பட உதவினார்.

இவர் நீதித்துறை சீர்திருத்தத் தலைவராக இருந்தபோது, சட்டம் மற்றும் ஒழுங்கு, மாவட்ட முதன்மை நீதிபதியாகச் செயல்படும் அதிகாரங்கள் யாவும் மாவட்ட ஆட்சியருக்குப் பகிர்ந்தளிக்கப் பட்டது. வரிவசூல் செய்ய உறுதிசெய்யப்பட்டது. தாமஸ் மன்றோ வால் அறிமுகப்படுத்தப்பட்ட செயலாக்கம் மற்றும் நீதித்துறைகள் அதிகாரங்கள் இன்றளவும் சின்னச் சின்ன மாறுதல்களுடன் நடைமுறைப்படுத்தப்பட்டு வருகின்றன.

சென்னை மாகாண ஆளுநராகச் செயல்பட்ட காலத்தில், மாவட்டங் களில் நிலவிவந்த கல்வித்தகுதி பற்றிய நிலைகளும் மொழியறிவு பற்றிய விவரங்களும் சேகரிக்கப்பட்டன. அப்போது திண்ணைப் பள்ளிக்கூடங்கள் அங்கீகாரம் இல்லாமல் இருந்தன. அப்பள்ளிக் கூடங்களுக்கு நிதியுதவி அளித்தது மட்டுமில்லாமல் தொடர்ந்து நிதியுதவி பெறவும் வழிசெய்தார்.

மேலும் அவர் இந்து மாணவர்களுக்குத் தனியாக ஒரு பள்ளிக் கூடமும். முஸ்லிம் மாணவர்களுக்குத் தனியாக ஒரு

பள்ளிக்கூடமும் ஒவ்வொரு மாவட்டத்தின் தலைநகரங்களில் ஏற்படுத்தி ஆங்கிலத்தை ஒரு பாடமொழியுடன் போதனை செய்ய ஆணையிட்டார். மாவட்டப் பள்ளிக்கூடங்கள் தவிர வட்டாரத் தலைமை அலுவலகங்களிலும் கூடுதலாக ஒருபள்ளிக்கூடத்தினை மாகாணம் முழுவதும் ஏற்படுத்தியதோடு, பணியிலேயே ஆசிரியர் களுக்குப் பயிற்சி அளித்திட மதராஸ் ஸ்கூல் புக் சொஸைட்டியினை உருவாக்கினார்.

தாமஸ் மன்றோ இந்திய கலாச்சாரத்தினை மதித்தார். இந்தியர்களின் பழக்கவழக்கங்களையும் ஆக்கபூர்வமான முறையில் அணுகினார். அவருடைய நிர்வாகத்தில் ஏராளமான இந்தியர்களுக்கு வாய்ப்பளித் திருந்தார். அவர் அனைத்துத் தரப்பு மக்களிடையேயும் பேதமின்றி அளவுகடந்த அன்பினைச்செலுத்தியதோடு, ஏழை மக்களிடம் மிகவும் கருணையோடும் பாசத்தோடும் நடந்துகொண்டார்.

மக்களை அவர் மதித்தார். மக்கள் அவரை நேசித்தனர். ஆந்திராவிலும் தமிழ்நாட்டிலும் பல குழந்தைகளுக்கு மன்றோவின் பெயரைச் சூட்டினர்.

சர் தாமஸ் மன்றோ அவர்கள் இந்தியர்களின் மத வழிபாடுகளுக்கும் சடங்குகளுக்கும் மரியாதை செலுத்தியதோடல்லாமல் திருமலை திருப்பதி தேவஸ்தானத்தில் ஓர் அறக்கட்டளையினை உருவாக்கி அந்த அறக்கட்டளைக்குச் சித்தூர் மாவட்டத்தில் உள்ள சில கிராமங்களின் வரிவசூல் முழுவதும் சென்றடைய வழிவகை ஏற்படுத்தினார். இன்றும் திருப்பதி தேவஸ்தானத்தில் நண்பகல் வழிபாட்டுக்குப் பின்னர் வழங்கப்படும் 'நைவேத்தியம்' மன்றோ பெயரில் அவர் ஏற்படுத்திய அறக்கட்டளை வழியே நடைபெற்று வருவதாகச் சொல்லப்படுகிறது.

அவர் பதவி புரிந்த ஒவ்வொரு இடத்திலிருந்தும் பணி மாற்றம் காரணமாக வேறு இடத்துக்குச் செல்ல நேர்ந்தபோது அவரும் வருந்தினார். அவரைப் பிரிய நேர்கிறதே என அம்மக்களும் வருந்தினர். இந்த உணர்வை அவர் தனது சகோதரிக்கு எழுதிய கடிதங்களில் பதிவு செய்திருக்கிறார்.

நில உரிமையாளர்களுக்கும் அரசாங்கத்திற்கும் இடையே நேரடி பரிவர்த்தனை நிலவவேண்டும் என்றும் இவர்களுக்கிடையே ஜமீன்தாரர்களாகிய இடைத்தரகர்களின் செயல்பாட்டை அறவே கூடாது எனவும் வாதிட்டார்.

1807ஆம் ஆண்டு மன்றோ இந்தியாவைவிட்டு இங்கிலாந்து சென்ற காலத்தில் மன்றோவின் இரட்டைவரிமுறை அறிமுகப்படுத்தப்

பட்டது. கிழக்கிந்தியக் கம்பெனியின் இயக்குநர்கள் மற்றும் பொது மக்கள் சபையின் தெரிவுக் குழுவினர் மன்றோவின் பரிந்துரைகளை ஏற்றுக்கொண்டபின் இரயத்துவாரி முறை சென்னை மாகாணத்தில் அறிமுகப்படுத்தப்பட்டது. மேலும் 1814ஆம் ஆண்டு சென்னை திரும்பிய மன்றோ மாவட்ட நிர்வாகம் மற்றும் நிதித்துறை ஆகிய இருதுறைகளை சீர்திருத்தும் குழுவின் தலைவராகப் பணியேற்றுக் கொண்டார்.

மன்றோ 1820 ஆம் ஆண்டு சென்னை மாகாணத்தின் ஆளுநராக நியமிக்கப்பட்டார். அவருடைய ஆட்சியின் பொழுது மாவட்ட நிர்வாகத்தின் அடிப்படைக் கட்டமைப்பு வசதிகளை ஏற்படுத்தினார். மேலும் மாவட்ட நிர்வாகத்தின் ஆட்சியாளருக்கு (மாவட்ட ஆட்சியருக்கு அடிப்படைக் கடமையான வரிவசூல் தவிர), காவல் மற்றும் நீதித்துறை அதிகாரங்கள் வழங்கப்பட்டு மாவட்ட நிர்வாகம் திறம்படச் செயலாற்ற அடிப்படைக் கட்ட மைப்பு வசதியினை ஏற்படுத்தினார். அதுமட்டுமல்லாமல் மாவட்டங்கள், வட்டங்களாகப் பிரிக்கப்பட்டு ஒவ்வொரு வட்டமும் வட்டாட்சியரின் கீழ் செயல்படுவதோடு வரிவசூலிப்பு மற்றும் வட்டத்தின் நீதித்துறை அதிகாரங்கள் பகிர்ந்தளிக்கப் பட்டன. இத்திட்டத்தின் செயல்பாடு சென்னை மாகாணம் மட்டு மல்லாமல் தென்னிந்தியா முழுவதும் அமல்படுத்தப்பட்டது.

நிர்வாகச் செயல்பாடுகள் யாவும் வட்டார மொழியிலேயே இருக்க வேண்டும் என்று அம்மொழியில் புலமையில்லாதவர்களையும் பயிற்சி கொடுத்து நிர்வாகப் பதவிகளிலும் நீதித்துறைப் பதவி களிலும் பணியிலமர்த்தினார். மன்றோ மிக நேர்மையானவர். அதனால், ஆங்கிலேய அரசு அவருக்கு ‘கவர்னர் ஜெனரல் ஆஃப் இந்தியா’ பதவியைக் கொடுக்க முன்வந்தது. ஆனால், தனது இறுதிக் காலத்தைத் தாய்நாட்டில் கழிக்க விரும்புவதாகக் கூறிய அவர், கவர்னர் ஜெனரல் பதவியை மறுத்துவிட்டார்.

தாய்நாடு திரும்பும் முன்பு, தான் பணியாற்றிய கடப்பா மாவட்ட மக்களைப் பார்க்கச் சென்றார். ஆனால், அந்த நேரத்தில் அங்கே பரவி இருந்த காலரா நோய் தாக்கி, 1827, ஜூலை 6-ம்தேதி இறந்து விட்டார். அவரது உடல் சென்னை ஜார்ஜ் கோட்டை வளாகத்தில் இருக்கும் செயின்ட் மேரீஸ் சர்ச்சில் அடக்கம் செய்யப்பட்டது.

கடைசியாக அதிகாரிகளுடன் மன்றோ கடப்பாவுக்கு குதிரைப் பயணம் சென்றபோது, இருமலைகளுக்கு இடையே ‘பங்காரு தோரணம்’ (தங்கத் தோரணம்) காட்சி தந்ததாகச் சொன்னாராம். கடப்பாவில் இதைக் கேட்ட மதத் தலைவர்கள், ‘இது மகான்களுக்கு மட்டுமே கிடைக்கும் வாய்ப்பு. ஆனால், இந்தக் காட்சியைக்

கண்டால், அவர்களைக் கடவுள் விரைவாக அழைத்துக் கொள்வார்' என்று கூறித் துடித்துப் போனார்களாம். அதேபோல, ஓரிருநாட்களில் மன்றோ இறந்துபோனார். இந்தப் 'பங்காரு தோரணம்' பற்றிய குறிப்பு ராமாயணத்திலும் இருக்கிறது. கடப்பாவில் உள்ள ஒரு ராமர் கோயிலில் இன்றும் ராமருக்கு வலது பக்கம் மன்றோ படத்தையும் இடது பக்கம் அனுமன் சிலையையும் வைத்து வழிபடுகிறார்கள்.

ராகவேந்திர சுவாமிகளின் மந்திராலயத்திற்கு நவாப்பினால் கொடுக்கப்பட்ட நிலத்திற்கான கால கெடு முடிந்துவிட்டதென்றும் அந்த நிலத்தை அரசுக்குத் திருப்பிக் கொடுத்துவிடவேண்டும் என்றும் அதன் மூலம் வரும் வருமானம் அரசைச் சேர்ந்ததென்றும் அரசு ஆணையிட்டது. அப்பொழுது பெல்லாரி மாவட்ட ஆட்சியராக இருந்த மன்றோ அதைப்பற்றி விசாரிக்க மந்திராலயம் சென்றார். பிருந்தாவனத்திற்குள் செல்லும் முன் காலணியைக் கழற்றி வைத்துவிட்டுத்தான் உள்ளே சென்றார். அவர்களுடன் சென்றவர்கள் சற்றுத் தள்ளி நின்றிருக்க மன்றோ உள்ளே ராகவேந்திரரின் பிருந்தாவனம் இருக்கும் இடத்திற்குச் சென்றார். அவர் அங்கே நீண்ட நேரம் யாருடனோ உரையாடிக் கொண்டிருந்தார். பிறகு வெளியே வந்தார். அங்கே ஒரு துறவி தன் முன் வந்து பத்திரங்கள் பற்றிய சகல விவரங்களையும் தெளிவாக ஆங்கிலத்தில் எடுத்துச் சொன்னார். எனவே அரசு இனி இதில் தலையிடாது என்றார். விவரமாக மாநில ஆளுநருக்கு எழுதினார். அடுத்து அவர் சென்னை மாகாண ஆளுநராகப் பதவிப் பொறுப் பேற்றதும் முதல் உத்தரவே ராகவேந்திர மடத்தின் நிலத்தின் உரிமையை அம்மடத்துக்கு நிரந்தரமாக வழங்கிய உத்தரவுதான் என்று சொல்லப்படுகிறது. இன்றும் அவ்வுத்தரவு சென்னைக் கோட்டையிலும் மந்திராலயத்திலும் பாதுகாப்பாக வைக்கப் பட்டுள்ளது. (அரசு இதழ். அத்தியாயம் 9 பக்கம் 213.)

மன்றோ இறந்தவுடன் அவரது மனைவி வில்ஹெல்மினா தர்மபுரியில் நினைவிடத்தை அமைத்துள்ளார். அந்த இடத்தில்தான் இப்போது மன்றோ நினைவுத் தூண் இருக்கிறது. இனம், மதம் கடந்து மக்களின் நன்மையை மட்டுமே பிரதானமாகக் கருதிய அதிகாரி மன்றோ. அவரைப் போன்ற நேர்மை மிக்க மனிதர்களின் புகழ் எந்தச் சூழலிலும் மங்காது என்பதற்கு தர்மபுரி மன்றோ நினைவுத் தூண் மற்றும் சென்னை தீவுத்திடலை ஒட்டி இருக்கும் மன்றோ சிலையே சாட்சி!மன்றோவின் ஆட்சிக்காலத்தை ஒட்டி கர்நாடகத்தில் ஒரு வீராங்கனையின் புரட்சி வரலாற்றுப்புகழ் மிக்கது. வடக்கே பிற்காலத்தில் சண்டையிட்ட ராணி லக்ஷ்மி பாய் போல ஆங்கிலேயரை எதிர்த்துச் சண்டைபோட்டவள் கிட்டூர் ராணி சென்னம்மா.

29

கிட்டூர் ராணி சென்னம்மா

கிழக்கிந்தியக் கம்பெனி தனது ஆளுமையின் எல்லைகளை விஸ்தரிக்கத் தொடங்கிய காலம். தெற்கே பாளையக்காரர்களை அடக்கி, ஹைதர் அலியை வென்று திப்பு சுல்தானோடு சண்டையில் ஈடுபட்டிருந்த நேரம். அப்பொழுது மராத்தியரும் வீறுடன் விளங்கினார்கள். மராத்திய பேஷ்வா பூனாவிலிருந்தார். பெல்காமுக்கும் தார்வாருக்கும் இடையில் கிட்டூர் என்றொரு சிறு பிரதேசம். மிகவும் செழிப்பானது. பீஜப்பூர் சுல்தான்களுக்குப் போரில் உதவியதால் அந்தப் பிரதேசம் அடில் சாஹியால் மல்லா ஷெட்டி சகோதரர் களுக்கு 1585ல் வழங்கப்பட்டது. கிட்டூரில் மிக உறுதியான கோட்டை ஒன்று கட்டப்பட்டது. மிகவும் புகழ்பெற்றவர்களாக அப்பரம்பரையினர் ஆண்டுவந்தனர். அந்தப் பகுதியைப் பீஜப்பூர் சுல்தான்களிடமிருந்து ஔரங்கசீப் கைப்பற்றினான் என்றாலும் கிட்டூர் அரசை அவனுக்குக் கட்டுப்பட்ட சிற்றரசாகத் தொடர அனுமதித்தான்.

அதன் பிறகு கிட்டூர் மராத்தியர் கைக்கு மாறியது. அதனால் மராத்திய பேஷ்வாக்களுக்குக் கட்டுப்பட்டவர்களாக அவர்கள் ஆண்டு வந்தனர். அந்தப் பரம்பரையின் புகழ்பெற்ற அரசன் மல்லசர்ஜா. 1782லிருந்து 1816 வரை ஆண்டான்.

கிழக்கிந்தியக் கம்பெனியின் கவர்னர் வெல்லெஸ்லியின் காலத்தில் மராத்தியர்களுக்கும் கம்பெனிக்கும் ஏற்பட்ட உடன்படிக்கையால் கிட்டூர் அரசு கம்பெனிக்கு ஒத்துப்போக வேண்டியிருந்தது.

பேஷ்வாக்களுக்கும் ஆங்கிலேயர்களுக்கும் இடையே நடந்த போராட்டத்தில் ஒரு சமயம் கிட்டூர் அரசன் பிரிட்டிஷ்காரர்களுக்கு உதவ நேர்ந்தது. அப்பொழுது தார்வாரில் கமிஷனராக இருந்த சர் தாமஸ் மன்றோ அப்பொழுது கிட்டூர் அரசனாக இருந்த சிவலிங்க ருத்ரனுக்கு ஒரு பத்திரம் எழுதிக்கொடுத்தார். அதன்படி கிட்டூரைச் சேர்ந்த கனாபூர் தாலுகாவை கம்பெனியிடம் ஒப்படைத்துவிட வேண்டும் என்றும் கம்பெனிக்கு ஆண்டொன்றுக்கு 1,75,000 ரூபாய் பணம் கட்டிவிடவேண்டுமென்றும், அவர்கள் அப்படிச் செய்தால் கிட்டூர் அரசாட்சியில் கம்பெனி தலையிடாது என்றும் கிட்டூர் சுதந்திரமாக வாழலாம் என்றும் எழுதிக் கொடுத்தார். அதற்கு அரசன் ஒப்புக்கொண்டான். அதன்படி கிட்டூரை அவர்கள் ஆண்டு வந்தார்கள்.

மன்னன் மல்லசர்ஜா என்பவன் இளைஞனாக இருந்தபோது அவன் ஒரு நாள் வேட்டைக்குப் போனான். அங்கே ஒரு புலியைப் பார்த்து அம்பெய்து வீழ்த்தினான். ஆனால் அதே சமயம் வேறொரு அம்பும் புலியின் மீது பாய்ந்திருந்தது. அங்கே ஓர் இளம் பெண் குதிரையின் மீது வில்லம்போடு அமர்ந்துகொண்டிருந்தாள். தான் புலியை வீழ்த்தியதாகவும் அதைத் தன்னிடம் ஒப்படைத்துவிடவேண்டும் என்று கூறினாள். அவளது அழகில் மயங்கிய மல்லசர்ஜா புலியை அவளிடம் ஒப்படைத்தான். அவள் அண்டை நாடான காகத்தி நாட்டு இளவரசி. 20 வயது மங்கை. பெயர் சென்னம்மா. வாள் வீச்சிலும் அம்பெய்வதிலும் தேர்ச்சி பெற்றவள்.

மல்லசர்ஜாவுக்கு ஏற்கெனவே திருமணமாகியிருந்தாலும் அவன் வீரதீரமிக்க இளைஞன். இருவர் மனமும் இணையவே அவன் அவளை இரண்டாம் தாரமாகத் திருமணம் செய்துகொண்டான். முதல் மனைவி பக்தியிலும் பூஜையிலும் அதிகமாகப் பொழுது கழித்ததால் சென்னம்மா அரசவை நிர்வாகத்தில் பங்கு கொண்டாள். அவளுடைய நிர்வாகத்தினால் நாட்டில் பல நல்ல திட்டங்கள் செயல்படுத்தப்பட்டன. மக்கள் ராணி சென்னம்மாவைப் போற்றிப் புகழ்ந்தனர். இந்த நிலையில் 1816ல் மல்லசர்ஜா இறந்தான். அவனது மூத்த மகன் சிவலிங்க ருத்ரா சர்ஜா மன்னனானான். அவனது ஆட்சியில் தான் ஸர் தாமஸ் மன்றோ கிட்டூரை அவர்களின் ஆட்சிக்கு வழங்கினார். சில ஆண்டுகளுக்குப் பிறகு அவனது உடல் நிலையும் சீர் கெட்டது. சென்னம்மாவின் ஒரே மகனும் இறந்தான். சிவலிங்க ருத்ராவுக்கும் குழந்தைகள் இல்லை. இந்த நிலையில் ஒரு பையனைத் தத்தெடுக்க விழைந்தான் மன்னன். அவனைப் பார்ப்பதற்காக தார்வார் மாவட்டக் கலெக்டர் தாக்கரே ஒருநாள் வந்தார். அப்பொழுது அவரிடம் அவன் தத்தெடுக்க

நினைத்திருக்கும் செய்தியைச் சொல்லவில்லை. ஆனால் உடல் நிலை மிகவும் சீர்கெட்டதால் தனது தூரத்துச் சொந்தத்தில் ஒரு சிறுவனைத் தத்தெடுக்க முடிவு செய்தான்.

10-7 1824 அன்று, தான் சிவலிங்கப்பா என்னும் சிறுவனைத் தத்தெடுக்க விரும்புவதாக கலெக்டருக்கு ஒரு கடிதம் எழுதினான் மன்னன். ஆனால் அதற்குள் அவனது உடல்நிலை சற்றுத் தேறியதால் கடிதத்தைக் கலெக்டருக்கு உடனே அனுப்பவில்லை. மீண்டும் உடல்நிலை சீர் கெடவே 11-9-1824 அன்று முறைப்படி தத்தெடுக்கும் நிகழ்ச்சி நடைபெற்றது. ஆனால் அன்றே மன்னன் மடிந்தான். ராணி சென்னம்மா உடனடியாக நாட்டுத் தலைவர் களைக் கூட்டிப் பையனுக்கு ‘சவாய் மல்லசர்ஜா’ என்னும் நாமத்தோடு பட்டம் கட்டி மன்னனாக்கினாள். இது பிடிக்காத சிலர் கலெக்டர் தாக்கரேயிடம் பொய்யான தகவல்கள் கூறினர். கன்னூர் மல்லப்பா என்பவரிடம் ஜூலை மாதம் மன்னன் எழுதிய கடிதத்தைக் கலெக்டரிடம் சேர்க்கும்படி கொடுத்தனுப்பினாள். மல்லப்பா ஒரு நயவஞ்சகன். கலெக்டரிடம் முன்னுக்குப்பின் முரணாகச் செய்திகளைச் சொன்னான். அதற்கேற்றாற்போல மன்னனுடைய கடிதம் ஜூலை மாதம் 10ந்தேதி எழுதப்பட்டிருந்த தால் அது பொய்யான கடிதம் என முடிவெடுத்தான். கிட்டூர் அரசை ஏதாவது பொய்க்காரணம் காட்டி அபகரிக்கத் திட்டமிட்டிருந்த தாக்கரே அந்தத் தருணத்தைச் சாதகமாகப் பயன்படுத்திக்கொண்டு கிட்டூர் அரண்மனைக்கு ஒரு சிறு படையோடு வந்து அரண்மனை பொக்கிஷ அறையைப் பூட்டி முத்திரையிட்டான். தனது ஆள்களைக் காவலுக்கு வைத்தான். ஒரு சிறு படையை கோட்டைக் காவலுக்கு நிறுத்தினான். கோட்டைக்கு வெளியே சற்றுத் தொலைவில் மக்களைப் பயமுறுத்தும் நோக்கத்தோடு இன்னொரு படையையும் நிற்கவைத்தான். ராணி சென்னம்மா மன்றோவின் ஆவணத்தைக் காட்டி கப்பப் பணத்தை ஒழுங்காகக் கட்டிவருகிற வரை கம்பெனியின் குறுக்கீடு இருக்கக்கூடாது என்பதைத் தெரிவித்தாள்.

ஆனால் ஏற்கெனவே முடிவு செய்துவிட்ட தாக்கரே சுவீகாரத்துக்குத் தன்னுடைய ஒப்புதல் பெறவில்லை என்றான். டல்ஹௌசியின் அவகாசியிலிக் கொள்கை (டாக்டரின் ஆஃப் லேப்ஸ் (Doctrine of Lapse) என்னும் சட்டம் வெகு காலத்திற்குப் பின்னால் வந்தது. ஆனால் அதற்கு முன்னமேயே தாக்கரே வாரிசு இல்லாத நாடு எங்கள் நாடு என்றான். அப்படி எந்த நிபந்தனையும் அந்த ஆவணத்தில் இல்லை. சென்னம்மா நிதானமிழக்காமல் கம்பெனியின் ஆளுநருக்கு விண்ணப்பித்தாள். தாக்கரே அவரையும் குழப்பிவிட்ட

காரணத்தால் அவளது விண்ணப்பம் ஏற்கப்படவில்லை. அவர்களுக்கு ஜீவனாம்சம் கொடுக்கப்படும் என்றும் நாட்டைக் கம்பெனி அதிகாரிகளிடம் ஒப்படைக்க வேண்டும் என்றும் சொல்லிவிட்டார்.

இனி பொறுப்பதில்லை என்று கொதித்தெழுந்தாள் சென்னம்மா. அடிமைப்பட்டு அவன் இடும் பிச்சை ஊதியத்தைப் பெற்று வாழ்வதை விடப் போராடிச் சாவதே மேல் என முடிவெடுத்தாள். தன் நாட்டின் முக்கியத் தலைவர்களை ரகசியமாகச் சந்தித்தாள். தனது திட்டத்தைச் சொன்னாள். ராணி மீது பெருமதிப்புக் கொண்டிருந்த அவர்கள் ராணியின் திட்டத்திற்குச் சம்மதித்தனர். அதன்படி மக்களுக்கும் செய்தி சொல்லப்பட்டது. மக்கள் ராணியின் வாக்கே இறைவன் வாக்கு எனக் கொதித்தெழுந்தனர்.

இதற்கிடையில் தாக்கரே ஒரு ஒப்பந்தத்தை எழுதி ஸ்டீவன்ஸன் எல்லியட் என்னும் இரண்டு உதவியாளர்கள் வசம் கொடுத்து கையெழுத்து வாங்கிவரும்படி அனுப்பினான். வழியில் படையுடன் இருந்த சர்தார் குரு சித்தப்பாவிடம் அவர்கள் கையெழுத்துக் கேட்டபோது ராணி சொல்லாமல் எதுவும் செய்ய முடியாது என்று சொல்லி அவர்களைக் கோட்டைக்குள் அனுப்பினர். இதற்குள் தாக்கரே குதிரைப்படையினர் 100 பேரை கோட்டைக்குள் அனுப்பியிருந்தான். ராணியின் ஆணையின் படி குதிரைப்படையினர் தாக்கப்பட்டனர். திட்டிவாசல் வழியாக அவர்களில் பலர் தப்பி ஓடினர். அவர்களில் சிலர் கொல்லப்பட்டார்கள். பலர் கைது செய்யப்பட்டு ராணியின் முன் நிறுத்தப்பட்டனர். அவர்களில் சில பெண்களும் சில குழந்தைகளும் இருந்தனர். குழந்தைகளையும் பெண்களையும் கைது செய்யக்கூடாதென்றும் உடனடியாக அவர்களைப் பத்திரமாக அவர்களது இருப்பிடத்திற்குத் திருப்பி அனுப்புமாறும் சொன்னாள் ராணி. அவர்கள் திருப்பி அனுப்பப் பட்டனர். கோட்டைக்குள் இருந்த அலுவலர்கள் ஸ்டீவன்ஸன், எல்லியட் இருவரும் கைது செய்யப்பட்டனர். அவர்களைப் பிணைக் கைதிகளாக வைக்கும் படியும் அவர்களை நல்ல முறையில் கவனித்துக் கொள்ளும்படியும் ராணி சொன்னாள். நாட்டைத் திரும்ப ஒப்படைக்க இணங்கும் சமரசச் செய்தி வராவிட்டால் இருவரையும் கொன்று விடுவதாகவும் அவர்கள் ஆங்கில அதிகாரிகளுக்கு என்ன சொல்லவேண்டுமோ அதைக் கடிதம் மூலம் தாராளமாக எழுதி அனுப்பலாம் என்றும் சொன்னாள்.

ஊர் மக்கள் ஆயுதங்களோடு கிளம்பி வெளியிலே தொலைவிலிருந்த ஆங்கிலப் படையினரைச் சின்னாபின்னப்படுத்தினர். கோட்டைக் கதவுகள் மூடப்பட்டன. கலெக்டர் தாக்கரே ஒரு

பெரும் படையுடன் வந்தான். கோட்டைக் கதவைக் குண்டுகளால் துளைக்கப்போவதாகவும் அதற்குமுன் கதவுகளைத் திறக்கும் படியும் சொன்னான். குண்டுகள் பொழியத் தொடங்கும்போது கோட்டைக்கதவுகள் திறக்கப்பட்டன. உள்ளிருந்த ராணியின் படை வெகு வேகமாகப் பாய்ந்து ஆங்கிலப் படையைப் போரிட்டு முறியடித்தது. கோட்டைச் சுவரின் மேலிருந்து ராணி அம்புமழை பொழிந்தாள். கலெக்டர் தாக்கரேயின் உடல் துண்டு துண்டாக வெட்டப்பட்டது. ஆங்கிலப் படை பின்னோக்கி ஓடியது. 1824 அக்டோபர் 23ந்தேதி நடந்த அந்தப் போர் ஆங்கிலேயர்களைக் கதிகலங்கச் செய்தது. உதவி கலெக்டர் வாக்கர் புல்லட்ரான் படை கேட்டு எழுதியுள்ள கடிதத்தைப் படித்தால் அவர்கள் எவ்வளவு பதறிப்போய் இருந்தார்கள் என்பது தெரியவரும்.

> குதிரையில் விரையுங்கள். விரையுங்கள்.
>
> எந்த அலுவலராக இருந்தாலும் சரி, பெல்காமுக்குப் போங்கள்.
>
> அவசரம், அவசரம், அவசரம்.
>
> காப்பாற்றுங்கள். உடனடியாகக் கிட்டூருக்குப் படையை அனுப்புங்கள்.
>
> ஆயுதங்கள் அழிக்கப்பட்டுவிட்டன. படை நொறுக்கப்பட்டது. மிஸ்டர் தாக்கரே கொல்லப்பட்டதாகத் தெரிகிறது. கேப்டன் பிளேக் கொல்லப்பட்டார். செவெல் உயிருக்கு ஊசலாடிக் கொண்டிருக்கிறார். ஜே டைட்டன் கொல்லப்பட்டார். தாக்கரே யின் இரண்டு உதவியாளர்கள் எல்லியட், ஸ்டீவன்ஸன் பற்றி எந்தத் தகவலும் இல்லை. வேண்டுகிறோம். காப்பாற்றுங்கள் நம்மிடமுள்ள படைகளால் பயனில்லை. நூறு பேர் கூடத் தேற மாட்டார்கள்.'
>
> *தார்வார், இரவு 8 மணி,* ஒப்பம்
>
> **வாக்கர் புல்லட்ரான்**
> உதவி கலெக்டர்
> 23-10

பிரிட்டிஷ் ஆவணத்திலுள்ள இந்தக் கடிதம் ஆங்கிலேயர் அப்பொழுதிருந்த அவல நிலையைச் சொல்கிறதல்லவா!

இப்படியே ஆங்கிலேயர் விட்டுவிட மாட்டார்கள் என்பது ராணிக்குத் தெரியும். படைபலத்தைத் திரட்டிக்கொண்டு மீண்டும் வருவார்கள் என்பதை அறிவாள். எனவே தானும் படைபலத்தைப் பெருக்க வேண்டுமென்று தம்முடைய ஊர்த்தலைவர்களுக்குச் செய்தி அனுப்பினாள். தன்னையொத்த நிலைதான் மற்ற

சமஸ்தானங்களுக்கு ஏற்படும் என்று சொல்லி வேறு சமஸ்தானங்களுக்கும் உதவி கேட்டுச் செய்தி அனுப்பினாள். கோலாப்பூர் சமஸ்தானம் கிட்டூர் அரசுக்கு மிக வேண்டிய சமஸ்தானம் என்பதால் தனது தலைவர்களில் ஒருவரை அம்மன்னனிடம் அனுப்பினாள்.

ஆங்கிலேயரிடம் படைபலம் அவ்வளவாக இல்லை. எனவே மதராஸிலிருந்து ஒரு படையை வரவழைத்தனர். பம்பாயிலிருந்த கவர்னர் எல்பின்ஸ்டன் தலைமைத் தளபதியின் மூலமாகப் பல இடங்களிலிருந்தும் படைகளை அனுப்பச் சொல்லி உத்தர விட்டார். படைகள் வரும்வரை ஆங்கில அதிகாரிகள் போர் தொடுப்பதைத் தள்ளிப்போட்டு வந்தனர். கைதியாக வைத்திருக்கும் இரண்டு ஆங்கில அதிகாரிகளை விட்டுவிட வேண்டும் என்றும் உடனடியாகச் சரணடையவேண்டும் என்றும் அப்படிச் செய்தால் மேற்கொண்டு போர் தொடுக்க மாட்டோம் என்றும் தாங்கள் அவர்களுக்கு ஓய்வூதியம் கொடுப்போம் என்றும் கவர்னர் எல்பின்ஸ்டன் அறிவித்தார்.

அதே சமயம் தக்காண கமிஷனர் சேப்ளின் பெரும் படை திரட்டிக் கொண்டு பூனாவிலிருந்து கிளம்பி வந்தான். வரும் வழியில் படைகளுடன் மற்ற சமஸ்தான மன்னர்கள் தம்மை வந்து காணும் படி அறிக்கை விடுத்தான். எல்லோரும் படைதிரட்டி அவனைக் கண்டு ஒப்படைத்தார்கள். கோலாப்பூர் மன்னர் மட்டும் கிட்டூருக்கு உதவ நினைத்தார். படைகளைத் திரட்டினார். ஆகவே தனக்கு உடல்நலம் சரியில்லாததால் சேப்லினைச் சந்திக்க வரவில்லை என்றும் சேப்லின் கிட்டூரை நெருங்கும்போது தான் தனது படைகளுடன் அவரைப் பேட்டி காண வருவதாகவும் செய்தி சொல்லி அனுப்பினார். ஆனால் அவருடைய எண்ணத்தை அறிந்த சேப்லின் கோலாப்பூர் மன்னர் தன்னைக் காண வரவேண்டாம் என்று சொல்லிவிட்டான்.

ராணி சென்னம்மாள் ஆங்கில அலுவலர்கள் இருவரையும் விடுவித்தாள். ஆனால் சேப்லின் அவன் கொடுத்த வாக்குறுதிக்கு மாறாக கிட்டூர் கோட்டையைப் பெரும்படையுடன் தாக்கினான். அடிமையாகச் சரணாகதி அடைவதை விடப் போராடுவதே உத்தமம் என்றும், வீழும்போதும் மானத்தோடு வீழ வேண்டும் என்று சொன்னாள் சென்னம்மா. ஆங்கிலேயர் குண்டு போட்டுக் கோட்டைக் கதவைப் பிளந்தார்கள். உள்ளே இருந்த சொற்ப வீரர்கள் தீரத்தோடு போரிட்டு உயிரிழந்தார்கள். ராணி குதிரையேறிப் போரிட்டாள். அவளைக் கொல்லாமல் சிறை பிடித்தார்கள். பின்னர் சென்னம்மா ஹோங்காலா சிறைச் சாலையில் அடைக்கப்பட்டாள்.

அங்கிருந்து கொண்டே மீண்டும் போர் செய்யப் பல திட்டங்கள் தீட்டினாள் சென்னம்மாள். வெளியிலிருந்து அவளுக்கு உண்மையுள்ள வீரர்கள் கொரில்லா முறையில் போரிட்டார்கள். அவளுடைய தளபதி சங்கோலி ராயன்னா ஆங்கிலேயருக்குப் பெரும் தலைவலியாக இருந்தார். எந்த நேரம் எங்கிருந்து தாக்குவார் என்று சொல்லமுடியாது. ஆனால் அவரது இனத்தைச் சேர்ந்த சிலரால் அவர் காட்டிக் கொடுக்கப்பட்டுத் தூக்கிலிடப்பட்டார்

சென்னம்மா 2-2-1829 அன்று சிறைச்சாலையில் மரணமடைந்தாள். அவள் மறைந்தாலும் அவளது வீரதீரச் செயல்கள் இன்றும் மக்களால் நாட்டுப்புறப் பாடல்களாகப் பாடப்படுகின்றன. அவள் மறைந்த நாளில் கிட்டூரில் இரண்டு நாள்கள் நினைவு தின நிகழ்ச்சிகள் நடைபெறுகின்றன. அவளது போர்தான் முதல் சுதந்திரப் போர் என்று சொல்வோர்களும் உண்டு.

30

சாதனையாளர் லக்ஷ்மி நரசிம்மலு செட்டியார்

*1806*ல் சென்னை பெரியமேட்டில் பிறந்தவர் லக்ஷ்மி நரசிம்மலு செட்டியார். பருத்தி வியாபாரத்தில் பெரும் பணக்காரர் ஆனவர். அன்றைய சூழலில் மக்கள் மிகவும் அறியாமையில் இருந்தார்கள். அன்னியர்கள் நம்மை ஆளப் பிறந்தவர்கள். அதன்படி மதராஸ் மாகாணத்தை ஆண்டுவந்தவர்கள் தான் நம் எஜமானர்கள், அவர்கள் சொல்வதே சட்டம். அதுவே முடிவானது என்று நம்பி துயரத்தில் உழன்றார்கள். அந்த நிலையை மாற்றினார் லக்ஷ்மி நரசிம்மலு.

சென்னை மாகாணத்துக்கும் மேலே தங்களது குறைகளைத் தெரிவித்து நிவாரணம் பெற வழியுண்டு என்று மக்களுக்கு உணர்த்தி, அதற்காக விண்ணப்பங்கள் அனுப்பி குறைகளைத் தெரிவிக்க முடியும் என்று காட்டினார். அத்துடன் இந்த நாடு நமது நாடு என்றும் மக்களின் மனத்தில் பதியவைப்பதில் முதன்மையாக நின்றார். அதற்காகவே 'சென்னை சுதேசிய சபை' என்னும் அமைப்பைத் தொடங்கினார். இங்கிலாந்து நாடாளுமன்றத்துக்கு விண்ணப்பம் எழுதி ஆயிரக்கணக்கான மக்களின் கையொப்பங் களைப்பெற்று அனுப்பினார். அதுவரை இந்தியாவில் என்ன நடக்கிறது என்பதை அறியாதிருந்த நாடாளுமன்றம் அப்போதுதான் உண்மை நிலையை அறியத் தொடங்கியது.

கம்பெனி அரசாங்கம் இந்திய மக்களை கிறித்துவ மதத்திற்கு மாற்றுவதில் அதிக ஆர்வம் காட்டியது. மாவட்ட நிர்வாகத்

தலைவர்கள், நீதிபதிகள், கிறித்துவப் பாதிரிமார் ஆகியோர் இதில் தீவிரமாக ஈடுபட்டனர். கல்வி அளிப்பதாகச் சொல்லிக்கொண்டே மதமாற்றம் செய்துகொண்டிருந்தனர். மதம் மாறியவர்களுக்கு அதிகச் சலுகைகளும் உத்தியோகங்களும் வழங்கப்பட்டன. திருநெல்வேலி மாவட்டம் இந்தப் போக்கினால் அதிகம் பாதிக்கப் பட்டது. திருநெல்வேலிக் கலெக்டராக இருந்த தாமஸ் என்பவர் வெளிப்படையாகவே பாதிரிமார்களுக்கு ஊக்கமளித்தார்

சென்னையில் நீதிபதியாக இருந்த சர் வில்லியம் பர்ட்டன் என்பவர் தமது தீர்ப்புகளில் பெரும் பகுதியை கிறித்துவ மதப்போதனை களுக்கென்றே ஒதுக்கினார். பல இடங்களில் நீதி வழங்கும் பணியை ஒத்திவைத்துவிட்டு நீதி மன்றம் கிறித்துவ மதப் போதனைக்கென்று ஒதுக்கப்பட்டது. கல்வி நிலையங்களில் மாணவர்களின் கல்வித் தகுதியை நியமிக்கும் குழுவில் பாதிரிமார்கள் இடம் பெற்றனர். பைபிளிலிருந்து அவர்கள் கேட்கும் கேள்விகளுக்குப் பதிலளிக்கும் மாணவனே தகுதியுடையவனாகத் தேர்ந்தெடுக்கப்பட்டான்.

இந்தக் கொடுமைக்கு ஒரு முடிவுகட்ட வேண்டும் என்று நினைத்தார் நரசிம்மலு. அப்பொழுது அரசு ஆணையொன்று அவருக்குச் சாதகமாயிருந்தது. இந்தியர்களின் மத விஷயத்தில் தலையிட மாட்டோம் என்று பிரிட்டிஷ் அரசியார் வாக்குறுதி கொடுத்திருந்தார். அரசாங்கத்தோடு நேரடியாக மோதிப் போராட்டம் நடத்தும் சூழ்நிலையில் அப்பொழுது மக்கள் இல்லை. எனவே இங்கிலாந்துக்கு இந்தியாவில் நடப்பதைத் தெரிவிப்பதன் மூலம்தான் அதைச் சாதிக்க முடியும் என்று முடிவெடுத்தார் நரசிம்மலு. ஒரு விண்ணப்பம் தயார் செய்து அதில் பாதிரிமாரும் கவர்னர் உட்பட பல அதிகாரிகளும் மதமாற்றத்திற்கு உறுதுணையாக இருப்பதை ஆதாரங்களோடு சுட்டிக்காட்டியிருந்தார். சென்னையிலிருந்தவர் களை அதில் கையொப்பமிடச் சொன்னார். அரசாங்கம் காவல்துறை மூலம் கெடுபிடியைப் பயன்படுத்தியது. மக்கள் விண்ணப்பத்தில் கையெழுத்திடக் கூடாது என்று தடை செய்தது.

1846 அக்டோபர் மாதம் 7ம்நாள் பச்சையப்பன் கல்லூரி வளாகத்தில் இந்துக்களின் கூட்டம் ஒன்றைக் கூட்டி நிலைமையைத் தெளிவு படுத்தினார் நரசிம்மலு. 1200 பேருக்குமேல் விண்ணப்பத்தில் கையெழுத்திட்டனர். விண்ணப்பம் இங்கிலாந்துக்குச் சென்றது. சிறிது காலம் கழித்து மதமாற்றம் மீண்டும் தலை தூக்கியது. கல்லூரி களில் பைபிளைக் கட்டாயப் பாடமாக்க முயன்றனர். 1852ல் டான்பி சைமூர் என்னும் பாராளுமன்ற உறுப்பினர் மதராஸுக்கு வந்தார். நரசிம்மலுவைப் பற்றி அறிந்திருந்த அவர் அவரை அழைத்துக் கொண்டு தமிழ்நாட்டின் பல கிராமங்களுக்குச் சென்றார்.

விளைச்சலில்லாததால் வரி கொடுக்க இயலாத நிலையில் இருந்த விவசாயிகளைப் பொசுக்கும் வெயிலில் பெரும் பாறைகளைச் சுமந்துகொண்டு நிற்க வைத்திருப்பதையும் உழவர்களைத் தமது கால்கட்டை விரல் உடலை வளைத்துத் தலையால் தொடும்படி நிற்கவைத்து அடிப்பதையும் கண்டார். இவற்றையெல்லாம் கண்ட சைமூர் தாம் கண்டவற்றை ஆதாரங்களுடன் பாராளுமன்றத்தில் சமர்ப்பித்தார். நரசிம்மலு சளைக்காமல் விண்ணப்பங்கள் எழுதி இங்கிலாந்து பாராளுமன்றத்துக்கு அனுப்பினார். அதனால் நல்ல பலன் விளைந்தது. கிழக்கிந்தியக் கம்பெனியின் நிர்வாகத்தில் மாற்றம் வந்தது. கிறித்துவர்கள் ஒரு பத்திரிகையை நடத்தி வந்தனர். அதற்கு மாற்றாக 'கிரஸெண்ட்' என்ற பெயரில் ஒரு பத்திரிகை நடத்தினார் நரசிம்மலு. அதனால் அவர் பலத்த நஷ்டமடைய நேரிட்டது. என்றாலும் அந்தக் காலத்தில் அந்தப் பத்திரிகை செய்த தொண்டு மிக மிக அதிகம்.

பாராளுமன்றம், கிழக்கிந்தியக் கம்பெனியிடமிருந்து நிர்வாகத்தைத் தானே எடுத்துக்கொள்ளவேண்டும் என்றும் இல்லையென்றால் மக்கள் கொந்தளிப்படைவார்கள் என்று 1856ம் ஆண்டில் விண்ணப்பத்தின் மூலம் எச்சரித்தார். அவருடைய தீர்க்க தரிசனத்தின் படியே 'சிப்பாய் புரட்சி' வந்தது. அதன் பிறகு அவர் மத நடுநிலைமை வகிக்க வேண்டும் என்று வற்புறுத்தினார். அவரது முன்னெச்சரிக்கையை அறிந்த பாராளுமன்றம் அவரை மதிக்கத் தலைப்பட்டது. அவருக்குக் கௌரவப் பட்டம் அளித்தது. மேல்சபை உறுப்பினராக்கியது.

நரசிம்மலு ஆற்றிய பணிகள் மிக மிகச் சிறந்தவை. மைசூர் அரசருக்கு வாரிசு இல்லாததால் அவரது அரசைப் பறிமுதல் செய்து கொள்ளவும் திப்பு சுல்தானோடு செய்த போரில் உதவியதற்காகக் ஹைதராபாத்திற்குக் கொடுப்பதாக இருந்த பகுதிகளை இணைத்துக் கொள்ளவும் கம்பெனி சூழ்ச்சி செய்கிறது என்பதை அறிந்த நரசிம்மலு, மைசூர் அரசரை உடனே தத்து எடுக்கும்படிச் செய்தும் ஹைதராபாத்தை முன்கூட்டி எச்சரித்தும் தஞ்சை மன்னர்களின் விதவைகளுக்கு உதவித் தொகைகள் பெற்றுத் தந்தும் ஆர்க்காட்டு நவாபு குடும்பத்திற்கு உதவித்தொகை பெற்றுத் தந்தும் பெருந் தொண்டாற்றினார்.

இவ்வளவு தொண்டுகள் செய்த நரசிம்மலு மக்களுடைய தொண்டில் தனது செல்வத்தையெல்லாம் இழந்து வறுமையில் வாடி 1868ல் மரணமடைந்தார். பச்சையப்பன் கல்லூரி மண்டபத்தில் அவரது திரு உருவப்படம் திறந்து வைக்கப்பட்டது. பல போராட்டங்களில் அடைய வேண்டிய சாதனைகளை அவர் எழுத்தின் மூலம் சாதித்தார்.

31

ஆப்கன் போர்

ஆங்கிலேயருடைய பிரதேச விஸ்தரிப்பு ஆசையானது எல்லை கடந்து சென்றது. ரஷ்யா ஆப்கானிஸ்தானைப் பிடித்து அதன் வழியாக இந்தியாவுக்குள் நுழைய வாய்ப்பிருப்பதாகக் கிழக்கிந்தியக் கம்பெனி நம்பியது. அதனால் ஆப்கானிய அரசனுக்குத் தூதனுப்பிப் பார்த்தது. ரஞ்சித்சிங் பிடித்து வைத்திருக்கும் பெஷாவரை மீட்டுத் தமக்குத் தருவதென்றால் ஆங்கிலேயருடன் ஒப்பந்தம் செய்து கொள்வதாக ஆப்கான் நவாப் தோஸ்து முகமது சொன்னார். அதற்கு ஆங்கிலேயர் ஒப்புக்கொள்ளவில்லை. அதனால் தோஸ்து முகமது பாரசீகத்துடனும் ரஷ்யாவுடனும் பேச்சுவார்த்தையைத் தொடங்கினார். எனவே தோஸ்து முகமதுவை பதவி நீக்கம் செய்து ரஞ்சித் சிங்கின் உதவியுடன் ஷாசுஜாவை காபூல் சிம்மாசனத்தில் அமர வைப்பதாக அப்போதைய வைஸ்ராய் ஆக்லண்ட் பிரபு முடிவெடுத்தார். இது மிகத் தவறான முடிவு எனப் பல ஆங்கிலேயர்கள் அவரை எச்சரித்தனர். எதையும் பொருட் படுத்தாமல் ஆக்லாண்ட் சிந்துப் படைகளைத் திரட்டச் சொல்லி உத்தரவிட்டார். அந்தப் படை காபூலைக் கைப்பற்றியது. தோஸ்து முகமது காபூலைக் காலி செய்துவிட்டு வெளியேறினார். ஷா சுஜா காபூல் சிம்மாசனமேறினார்.

ஆனால் ஷா சுஜா மன்னன் ஆனதை மக்கள் விரும்பவில்லை. அவருக்கு உரிய மரியாதை கொடுக்கப்படவில்லை. நாட்டில் பொருள்களின் விலை ஏறியது. தான் தோல்வியடைந்து விட்டதை ஆக்லாண்ட் உணர்ந்தார். ஆனால் ஒப்புக்கொள்ளவில்லை.

காபூலிலிருந்த ஆங்கிலப்படை சோர்வடைந்தது. சீக்கிய அரசர் ரஞ்சித் சிங் இறந்தார். சீக்கிய உதவியை ஆங்கிலேயர் பெற முடியாமல் போயிற்று, ஆப்காஸ்தானில் புரட்சி வெடித்தது. தோஸ்து முகமதுவின் மகன் தலைமை தாங்கினான். தோல்வியுற்ற ஆங்கிலேயப் படையிலிருந்த 16500 பேரும் இந்தியாவை நோக்கிப் பயணப்பட்டனர். வழியில் குளிராலும் ஆப்கானிஸ்தாரர்களின் தாக்குதலாலும் ஆங்கிலப் படையின் பெரும்பகுதி அழிந்தது. கைதிகளாகப் பிடிக்கப்பட்ட 120 பேர்களைத் தவிர மற்ற எல்லோரும் இறந்தனர். ஆக்லாண்ட் பிரபு பதவி நீக்கம் செய்யப்பட்டு எல்லன்பரோ பிரபு பொறுப்பேற்றார். காபூலிலிருந்த அவர், படைகளை வேறு வழியாக அனுப்பிக் காபூலை அழிக்கச்செய்தார். காபூலில் கஜனி மொகமது சோமநாத் கோயிலிலிருந்து கொண்டு வைத்திருந்த கதவுகளைக் கைப்பற்றிக் கொண்டுவரச் சொல்லி உத்தரவிட்டார். கதவுகள் கைப்பற்றப்பட்டன. தோஸ்து முகமது அரியணை ஏற அனுமதிக்கப்பட்டார். சிந்து நாடும் பெரும் போராட்டத்திற்குப் பிறகு ஆங்கிலேயர் வசம் வந்தது.

ஆங்கிலேயரின் பிரதேச எல்லைகள் விரிய விரிய அவர்களது தொல்லைகளும் அதிகமாயின. எக்கணமும் எச்சரிக்கையாக இருக்கவேண்டியிருந்ததோடு அந்தப் பிரதேசங்களை தக்கவைத்துக் கொள்ள படாதபாடு படவேண்டியிருந்தது. அந்தக் காலகட்டத்தில் புலிகள் கூடப் பூனைகள் ஆயின. எந்த அரச வம்சத்தினரைக் கண்டால் அக்பர் போன்ற பெரும் மன்னர்களே அஞ்சினார்களோ அந்த ராஜபுத்திர மன்னர்கள் மராத்தியரின் கீழ் வலுவிழந்து விளங்கினர். சிலர் வாரிசுப் பிரச்னையில் சிக்கினர். பிரச்னைகள் எங்கிருந்தாலும் அங்கே மூக்கை நுழைத்துச் சாதகம் தேடிக் கொள்பவர்கள் அல்லவா ஆங்கிலேயர். ராஜபுத்திரர்களின் சகாயம் தமக்குத் தேவை என்பதை உணர்ந்து ஹேஸ்டிங்க்ஸ் பிரபு அவர்களுடன் உடன்படிக்கை செய்து கொண்டார். ஒவ்வொரு அரசருக்கும் ஏற்ற வண்ணம் தற்காப்பு ஒப்பந்தம், நிலையான நட்பு, பாதுகாப்பு, கீழ்நிலையில் கூட்டுறவுஆகியவற்றை அளித்து அவ்வரசு களைத் தமக்குச் சாதகமாகக் கம்பெனி இணைத்துக்கொண்டது.

அப்படி இணைந்த அரசுகள்

1. கோட்டா அரசு - 26-12-1817
2. உதயபுரி - 16-1-1818
3. புந்தி - 10-2-1818
4. கிருஷ்ணகார், பிகானீர் - மார்ச் 1818

5. ஜெய்ப்பூர் - 2-4-1818

6. பிரதாப்கர் - 2-4-1818

7. பன்ஸ்வாரா - 11-12-1818

8. ஜெய்சாலிமர் - 12-12-1818

9. சிரோக்கி - 1823

பல சிறிய நாடுகளும் இணைந்துகொண்டன. அந்நாடுகளின் ஆட்சி முறையை மாற்றியமைக்க நால்வர் குழு ஒன்று அமைக்கப்பட்டது. அரசியல் மற்றும் ராணுவ உடன்படிக்கைகள் செய்து கொண்டதனால் ஆங்கிலேயர் ஆட்சி இமயம் முதல் குமரி வரையிலும் சட்லெஜிலிருந்து பிரம்ம புத்ரா வரையிலும் பரவியிருந்தது.

கிளைவ் விதைத்த விதை வாரன் ஹேஸ்டிங்ஸ் பராமரிப்பில் துளிர்த்து, வெல்லெஸ்லி காலத்தில் கிளைவிட்டு மரமாகி ஹேஸ்டிங்ஸ் காலத்தில் மகசூல் கொடுக்கத் தொடங்கியது.

இன்னும் இருந்த பர்மா, பஞ்சாப் போன்ற பகுதிகளையும் கைப்பற்றும் முனைப்பில் ஈடுபட்டனர்.

வெகுகாலம் போரிட்டு பலத்த சேதத்திற்கும் தோல்விகளுக்கும் ஆட்பட்டு இரண்டு மாபெரும் போர்களை நிகழ்த்தி ரஞ்சித் சிங் என்னும் மாபெரும் மன்னனை எதிர்த்து நிற்கத் திராணியின்றி அல்லற்பட்டு ஒப்பந்தங்கள் செய்து பிறகு மீறி இப்படியாகச் சதிசெய்து கம்பெனி சீக்கியர்களைத் தோற்கடித்தது. 1849 மார்ச்சில் பஞ்சாபை இணைத்துக்கொண்டது. அதன் அரசர் துலீப் சிங்கிற்கு ஆண்டுக்கு ஐந்துலட்சம் ரூபாய் ஓய்வூதியம் வழங்கப்பட்டதோடு சரி.

நாடு முழுதும் கைப்பற்றப்பட்டதுடன், மன்னனுடைய நகைகள், மிக உயர்ந்த பொருள்கள் ஆகியவையும் கைப்பற்றப்பட்டன. கோஹினூர் வைரத்தைத் தவிர மற்ற நகைகளின் மதிப்பு அந்தக் காலத்தில் ஒரு மில்லியன் பௌண்ட். மிகவும் விலையுயர்ந்த கோஹினூர் வைரம் அரசனின் கையாலேயே இங்கிலாந்து அரசி வசம் ஒப்படைக்கப்பட்டது. குருகோவிந்தசிங்கின் ஆயுதங்களை டல்ஹௌசி வைத்துக்கொண்டான். துலீப் சிங் கல்வி கற்றுக் கொள்ள டாக்டர் லாகின் என்பவர் வசம் ஒப்படைக்கப்பட்டான். அவனுக்குக் கிறித்துவ மத போதனை நடந்தது. 1853ம் ஆண்டு மார்ச் மாதம் 8ம் நாள் அவன் கிறித்துவனாக மதம் மாற்றம் செய்யப்பட்டு 1854 ஏப்ரல் மாதம் இங்கிலாந்திற்கு அனுப்பப்பட்டான்.

இதை விடக் கொடுமை மஹாராஜாவின் தாயார், புகழ்பெற்ற ரஞ்சித் சிங்கின் மனைவி மகாராணி ஜிந்த் கௌர் சிறையிலடைக்கப்

பட்டார். வீரமிக்க அந்தத் தாய் சிறையிலிருந்தாலும் சீக்கியர்களுக்கு ரகசியமாகச் செய்தி அனுப்பி அவர்களை எழுச்சிபெறச் செய்ய முயன்றார். ஆனால் அவரின் ஒவ்வொரு நடவடிக்கையும் கண்காணிக் கப்பட்டதால் பெரிதாக எதையும் சாதிக்க இயலவில்லை. ராணி சிறையிலிருந்து தப்பி நேபால் போனார்.

டல்ஹௌசி காலத்தில் இரண்டு போர்களுக்குப் பிறகு கீழ் பர்மா முழுவதையும் பிரிட்டிஷார் கைப்பற்றிக்கொண்டனர்.

இதன் மூலம் இந்தியாவின் பெரும்பான்மைப் பகுதிகள் கம்பெனியின் ஆதிக்கத்தின் கீழ் வந்தது. (An Advanced History of India, Part 3, R.C.Majumdar, H.C.Ray Chaudhuri and K.Datta)

டல்ஹௌசி

டல்ஹௌசியை ஓர் இரட்டைமனிதன் என்று சொல்லலாம். கிழக்கிந்தியக் கம்பெனியின் ஆளுமை எல்லையைப் பெருக்கி வெள்ளையர்களை மிக உயர்வாக நிலை நிறுத்தும் ஆர்வம் அவருக்கிருந்தது. இரண்டாவது சீக்கியப் போர் அவர் காலத்தில் தான் நடந்தது. பஞ்சாபை இணைத்துக்கொண்டார். அவர் இந்தியாவுக்கு வைஸ்ராயாக வருவதற்கு முன்பே இங்கிலாந்திலும் நல்ல பதவிகளை வகித்து வந்தார். இந்தியாவுக்கு அவர் வரும் போது 36 வயது. 8 ஆண்டு காலம் இந்தியாவில் பதவியிலிருந்தார். 1853ல் இரண்டாம் பர்மிய யுத்தத்தில் கீழ் பர்மாவை இணைத்துக் கொண்டார். 1850 சிக்கிம் இணைக்கப்பட்டது. 1853ல் ஹைதராபாத் நிஜாமோடு ஏற்படுத்திக்கொண்ட ஒப்பந்தத்தின்படி பெரார், கம்பெனியுடன் இணைக்கப்பட்டது. வங்காளத்துக்குத் தனி லெஃப்டினெண்ட் கவர்னரை நியமித்தார். பஞ்சாப் பல பகுதி களாகப் பிரிக்கப்பட்டது. அவற்றின் ஆளுகைக்கு அதிகாரிகள் நியமிக்கப்பட்டனர். லாரென்ஸ் சகோதரர்கள் பஞ்சாபில் முக்கியப் பொறுப்பில் இருந்தாலும் கவர்னர் ஜெனரல் பஞ்சாபின் ஆட்சியில் தனி கவனம் செலுத்தினார்.

அவகாசியிலிக் கொள்கை எனப்படும் டாக்ட்ரின் ஆஃப் லேப்ஸ் (Doctrine of Lapse).

சுதேச சமஸ்தானங்கள் மூன்று வகைகளாக இருந்தன. அவை...

1. ஆங்கிலேயர்களால் உருவாக்கப்பட்ட அரசுகள்.
2. ஆங்கிலேயர்களைச் சார்ந்திருந்த அரசுகள்.
3. சுதந்திர அரசுகள்.

இவற்றில் அரசர்களுக்கு வாரிசு இன்றிப் போய்விட்டால் அவர்களது தத்துப் புத்திரர்களுக்கு நாடாளும் உரிமை கிடையாது என்கிற சட்டத்தைக் கொண்டு வந்தார் டல்ஹௌசி. இதுவே 'டாக்டரின் ஆஃப் லேப்ஸ்' எனப்படும் 'அவகாசியிலிக் கொள்கை' ஆகும். இதன்படி முதல் வகையினருக்குத் தத்தெடுத்துக்கொள்ள அனுமதியில்லை. இரண்டாவது வகையினர் அரசின் அனுமதி பெற்றே தத்தெடுக்கவேண்டும். அனுமதி கிடைக்கலாம் அல்லது மறுக்கப் படலாம். மூன்றாவது வகையினரின் தத்துப்பிள்ளைகளுக்குச் சொத்தில் உரிமை உண்டு. ஆனால் அரசாளும் உரிமை இல்லை.

வாரிசு இழப்பு கொள்கையின் மூலம் சதாரா, ஜெய்ப்பூர், சம்பல்பூர், உதய்பூர், ஜான்சி, நாக்பூர் ஆகிய பகுதிகளை ஆங்கிலேயப் பேரரசுடன் டல்ஹௌசி இணைத்துக் கொண்டார்.

தந்தி, ரயில்வே

டல்ஹௌசியின் காலத்தில்தான் முதல் ரயில்வே லைன் பம்பாய்க்கும் தானாவுக்கும் இடையில் போடப்பட்டது. தந்தி இலாகா ஓஷனஸி என்பவரின் தலைமையில் அமைக்கப்பட்டது. கல்கத்தாவுக்கும் ஆக்ராவுக்கும் இடையே தந்தித் தொடர்பு உருவாக்கப்பட்டது. ராணுவத் தலைமையகம் மீரட்டுக்கு மாற்றப் பட்டது. அரசுப் பதவிகளுக்குப் போட்டித் தேர்வு வைத்துத் தேர்ந் தெடுக்கும் முறை அறிமுகப்படுத்தப்பட்டது. 1854ல் புதிய தபால் துறைச்சட்டம் இயற்றப்பட்டது. தபால் தலைகள் வெளியிடப் பட்டன. பொதுப்பணித்துறை அமைக்கப்பட்டது. கங்கை கால்வாய் உருவாக்கப்பட்டது. விதவைகள் திருமணச்சட்டம் அமலுக்கு வந்தது.

அவுத் இணைப்பு

டல்ஹௌசி, அவுத் சமஸ்தானத்தை இணைப்பதைக் கடைசிவரை தள்ளிப்போட்டார். 1854ம் ஆண்டு லக்னௌ அவையில் அவுட்ரம் என்பவரை ரெசிடெண்ட் ஆக நியமித்தார். அந்த சமஸ்தானத்தின் நிலைமையை ஆய்ந்து அறிக்கை அனுப்பும்படி கேட்டார். 1855ம் ஆண்டு அவுட்ரம் தனது அறிக்கையைச் சமர்ப்பித்தார். அந்த அறிக்கையின்படி 'ஒழுங்கான ஆட்சியில்லை, சட்டம் ஒழுங்கு சீர் கெட்டிருக்கிறது' என்பதைக் காரணம் காட்டி எந்த நேரத்திலும் அவுத் மாநிலத்தை எடுத்துக்கொள்ளமுடியும் என்பதை டல்ஹௌசி அறிந்தார். 1801ம் ஆண்டு ஒப்பந்தத்தின்படி அரசரின் ஒப்புதலோடு அந்த மாநிலத்தை இணைத்துக் கொள்ளும் அதிகாரம் தனக்கு

இருக்கிறது என்பதை அறிந்தார். எனவே அவுத்தின் எல்லா நிர்வாகத்தையும் கம்பெனியின் பெயருக்கு மாற்றும்படி அவுத் அரசரிடம் சொன்னார். அதற்கு மாற்றாக அவருக்குத் தாராளமான மான்யம் வழங்கப்படும். பெயருக்கு மட்டும் அரசராக இருப்பார். அரசவையில் சில முன்னுரிமைகள் கொடுக்கப்படும் என்றார். அவர் அதற்கு மறுத்தால் போர் மூளும் என்றும் அதன் பின் கம்பெனியின் விருப்பம்போல் நடவடிக்கை எடுக்கப்படும் என்றும் சொன்னார்.

டல்ஹௌசி அப்பொழுது உடல்நிலை சரியில்லாத நிலையில் இருந்தார். ஆனால் லண்டனிலிருந்து கம்பெனி நிர்வாக இயக்குநர்கள் அவுத் ராஜ்ஜியத்தை இணைத்துக் கொள்ளும்படி உத்தரவிட்டார்கள். அவுத் அரசர் எந்த நிபந்தனையும் இன்றிச் சரணடைந்தால் ஒழிய வேறு எந்தத் தீர்வும் அவருக்குக் கொடுக்கப் படக்கூடாது என்றனர். அதனால் டல்ஹௌசி அவுட்ரமுக்கு விரிவாக உத்தரவுகள் கொடுத்தார். ஒரு ஒப்பந்தம் உருவானது. அரசர் ஒப்பந்தத்தில் கையெழுத்திட மறுத்தார். 13-2-1856 அன்று அந்தச் சமஸ்தானத்தை இணைத்துக்கொண்டதாகப் பிரகடனம் வெளியிடப்பட்டது. அது அவர் செய்த மாபெரும் தவறாக உள்நாட்டிலும் இங்கிலாந்திலும் கருதப்பட்டது. மக்கள் சுதேச அரசரின் ஆட்சியை விரும்பினர். போர்வீரர்கள் தங்களது முந்தைய உரிமைகளை இழந்ததால் வெறுப்புற்று கம்பெனிக்கு எதிரான மனப்போக்கைக் கொண்டிருந்தார்கள். இது சிப்பாய் புரட்சிக்கு வழிவகுத்தது.

32

திருத்தச் சட்டம், சாசனச் சட்டம், பட்டயச் சட்டம்

ஒழுங்குமுறைச் சட்டத்தில் இருந்த சில குறைகளைக் களைவதற்காக 1781ல் ஒரு திருத்தச் சட்டம் கொண்டுவரப்பட்டது.

1781 திருத்தச் சட்டம் (Judicature Act) ஒழுங்கு முறைச் சட்டத்தில் சுப்ரீம் கோர்ட்டிற்குக் கொடுத்த அதீத அதிகாரத்தால் தலைமை ஆளுநரின் அவை சரியாகச் செயல்பட இயலாத நிலையில் இருந்தது. எனவே நிர்வாகம் ஒழுங்காக நடைபெற வேண்டு மென்றால் சுப்ரீம் கோர்ட்டின் அதிகாரத்தைக் குறைக்கவேண்டி யிருந்தது. அதற்காகக் கொண்டுவரப்பட்ட திருத்தம்தான் 1781ம் ஆண்டுத் திருத்தச் சட்டம். எட்மண்ட் பர்க் தலைமையில் ஒழுங்கு முறைச் சட்டத்தை ஆய்ந்த அந்தக் குழு தனது அறிக்கையை நாடாளுமன்றத்துக்குச் சமர்ப்பித்தது. அதன்படி அரசால் நிறை வேற்றப்பட்ட சட்டமே 1781 திருத்தச் சட்டம். இது 'வங்காளத்தின் நீதித்துறைச் சட்டம்' என்றும் குறிக்கப்பட்டது.

இச்சட்டத்தின்படி...

1. சுப்ரீம் கோர்ட்டின் அதிகாரம் குறைக்கப்பட்டது.

   தலைமை ஆளுநர் நிர்வாகக் குழுவின் உறுப்பினர்களின் நிர்வாகச் செயல்பாடுகள் ஆகியவை உச்ச நீதிமன்றத்தின் எல்லைக்கு உட்படாதவை எனத் தீர்மானிக்கப்பட்டன.

2. 5000 பவுண்டு மதிப்பிற்கு மேற்பட்ட வழக்குகளிலும் தலைமை ஆளுநரின் ஆட்சி மன்றம் அளித்த தீர்ப்புகளிலும் உச்ச நீதிமன்றத்தில் மேல்முறையீடு செய்யாமலே நேரடியாக பிரிட்டிஷ் அரசருக்கு மேல் முறையீடு செய்து கொள்ளமுடியும்.

3. ஒழுங்கு முறைச் சட்டத்தின்படி தலைமை ஆணையரின் நிர்வாக முடிவுகள் உச்ச நீதிமன்றத்தில் பதிவு பெறுதல் வேண்டும். அந்த முறை நீக்கப்பட்டது.

   நில உரிமையானவர்கள், குடியானவர்கள் வருவாய் வசூலிக்கும் தகராறுகளையும், கம்பெனியில் பணிபுரியும் இந்தியர் மற்றும் கம்பெனியில் பணிபுரியும் வெள்ளையரின் கீழ் பணியாற்றும் இந்தியர்கள் ஆகியோரின் நிலம், சொத்து வாரிசு தொடர்பான வழக்குகளையும் தலைமை ஆளுநரின் நிர்வாகக் குழுவே விசாரிக்கலாம்.

4. சட்டம் எல்லாருக்கும் பொது என்றில்லாமல் வழக்குகளில் தீர்ப்பு அந்தந்த மதத்தின் அடிப்படையில் வழங்கப்படும்.

இதனால் உச்ச நீதிமன்றத்தின் பிடி தளர்த்தப்பட்டுத் தலைமை ஆளுநர் அதிகக் கட்டுப்பாடில்லாமல் செயல்படும் நிலைமை ஏற்பட்டது.

1793ம் ஆண்டின் சாசனச் சட்டம் (சார்ட்டர் ஆக்ட்)

டுண்டாஸ் என்பவரால் மக்களவையில் கொண்டுவரப்பட்ட மசோதா சட்டமாகியது. அதன்படி...

1. கிழக்கிந்தியக் கம்பெனிக்குக் கொடுக்கப்பட்டிருந்த வர்த்தக உரிமை, மேலும் 20 ஆண்டுகளுக்கு நீட்டிக்கப்பட்டது.

2. கட்டுப்பாடு வாரியத்தின் உறுப்பினர்களின் எண்ணிக்கை ஐந்தாகக் குறைக்கப்பட்டது.

3. நிர்வாக சபையின் இயக்குநர்கள் அரசின் ஒப்புதல் பெற்றே படைத்தலைவர் ஆகியோரை நியமிக்க வேண்டும். கம்பெனியின் பணியில் 12 ஆண்டுகளாவது இந்தியாவில் பணியாற்றியவர்களே தலைமை ஆளுநர் ஆட்சி மன்றங்களில் உறுப்பினர்களாக நியமிக்கப்படவேண்டும்.

4. தலைமை ஆளுநரின் நிர்வாக சபையில் படைத்தலைவர் உறுப்பினராக நீடிக்கக் கூடாது.

5. கம்பெனியில் உயர் பதவியில் இருப்பவர்கள் தமது பதவிக்காலம் முடியும் முன் இந்தியாவை விட்டுச் செல்லக்கூடாது. அப்படிச்

சென்றால் அவர்கள் பதவியிலிருந்து விலகியதாகக் கருதப்படு வார்கள்.

6. ஆட்சிமன்றத்தோடு கூடிய தலைமை ஆளுநரால் பிறப்பிக்கப் படும் ஆணைகளை மதராஸ், பம்பாய் அரசுகள் நிறை வேற்றியே ஆகவேண்டும்.

7. தலைமை ஆளுநர் மாநில ஆளுநரையோ மாநில ஆட்சி மன்றத்தையோ கலந்தாலோசிக்காமல் மாநிலத்தைச் சேர்ந்த எந்தப் பணியாளருக்கும் ஆணை பிறப்பிக்கலாம். தலைமை ஆளுநர் எந்த மாநிலத்திற்காவது சென்றால் அப்பொழுது மாநில ஆட்சி மன்றம் அவரது தலைமையில்தாம் இயங்கும்.

8. வருவாய், போர், அமைதி, இந்திய அரசர்களுடனான உறவு, ராணுவ நடவடிக்கை ஆகியவற்றில் தலைமை ஆளுநரின் ஆணைக்கு உட்பட்டே மாநில அரசுகள் செயல்பட வேண்டும்.

9. மாநில ஆளுநர்கள் தம் மாநிலச் செயற்குழுக்கூட்டங்களில் கலந்துகொள்ள இயலாவிட்டால் தமக்குப் பதிலாகக் கூட்டத்தை நடத்த ஒரு உதவித் தலைவரை நியமிக்கலாம்.

மாநில நிர்வாகக் குழுவின் முடிவை வீட்டோ செய்யும் அதிகாரம் மாநில ஆளுநருக்குக் கொடுக்கப்பட்டது.

கம்பெனியின் செயல்கள் குறித்து ஒவ்வோர் ஆண்டும் அறிக்கை நாடாளுமன்றத்துக்குச் சமர்ப்பிக்க வேண்டும்.

இச்சட்டத்தால் இந்தியர்களுக்கு உயர் வேலைவாய்ப்புக் கிடைப் பது அரிதானது. இந்தியாவின் வருவாயிலிருந்தே லண்டனிலிருந்த கட்டுப்பாட்டு அதிகாரிகளுக்கும் ஊழியர்களுக்கும் சம்பளம் தரப் பட்டதால் வரிச்சுமை அதிகமாகியது.

இந்திய மண்ணில் போர் நடவடிக்கைகள் தவிர்க்கப்படவேண்டும் என்று சட்டம் கூறியது. ஆனால் அது முழுக்கப் பின்பற்றப்பட வில்லை.

கம்பெனியின் நிர்வாகத்தில் பிரிட்டிஷ் அரசின் பிடி படிப்படியாக இறுகியது. அதன் ஆரம்பக்கட்டம் இந்தச் சட்டம்.

1813ம் ஆண்டுச் சாசனச் சட்டம்

ஐரோப்பாவில் பிரான்ஸின் ஆதிக்கம் அதிகரித்துக்கொண்டிருந்த காலம். பிரிட்டனில் வணிகத்தில் தேக்க நிலை ஏற்பட்டது. வணிகர் களுக்கு ஏதாவது செய்யாவிட்டால் நாட்டின் பொருளாதாரம்

பாதிக்கப்படும் என்று பிரிட்டன் அஞ்சியது. இந்தியாவோடு வணிகம் செய்ய கிழக்கிந்தியக் கம்பெனிக்கு மட்டும்தான் அதிகாரம் இருந்தது. வணிகர்கள் தங்கள் பொருள்களை நேரடியாக இந்தியாவில் விற்க முடியாது. இந்த நிலையில் கிழக்கிந்தியக் கம்பெனிக்குக் கொடுத்திருந்த உரிமை முடியக்கூடிய தருணம் நெருங்கிக்கொண்டிருந்தது. 1793 சட்டத்தின்படி 20 ஆண்டுகளுக்கு உரிமை வழங்கப்பட்டிருந்தது. 1813ல் அதைப் புதுப்பிக்கவேண்டும். 1812ல் அதைப்புதுப்பிக்க வேண்டி கம்பெனி பிரிட்டிஷ் அரசிடம் மனுச்செய்து கொண்டது.

கம்பெனியின் நிதி நிலைமையும் நல்ல நிலையில் இல்லை. கிறித்துவ மத குருமார்கள், பெரிய அளவு பரப்பும் மக்கள் தொகையும் கொண்ட இந்தியா கிறித்துவ மதத்திற்கு நிறையப் பேரை மாற்றுவதற்கு வாய்ப்பான இடம் என்றும் அதற்குத் தங்களை அனுமதிக்கவேண்டும் என்றும் சொன்னார்கள். அரசும் அதற்குச் செவி கொடுத்தது. எனவே கம்பெனிக்கு உரிமை புதுப்பிக்கும் மசோதா நாடாளுமன்றத்தில் தாக்கல் செய்யப்பட்டது. அது 1819ம் ஆண்டின் சார்ட்டர் சட்டமாக அரசரின் ஒப்புதலோடு சட்டமாகியது. அப்பொழுது நாடு இருந்த நிலைமைக்கேற்ப சட்டத்தில் பல புதிய விவரங்கள் சேர்க்கப்பட்டிருந்தன.

மேலும் இருபது ஆண்டுகளுக்குக் கிழக்கிந்தியக் கம்பெனிக்கு வணிக உரிமை வழங்கப்பட்டது. ஆனால் அதில் ஒரு சிறு மாற்றம். அது ஏகபோக உரிமையல்ல. எனவே தேயிலை வாணிகத்தைத் தவிர மற்ற எல்லாவற்றிலும் இந்தியாவுடன் வாணிகம் செய்ய பிரிட்டிஷ் குடிமக்களுக்கு அனுமதி வழங்கப்பட்டது. ஆனால் 350 டன்னுக்கு அதிகமான எடைக்கு அதிகமுள்ள கப்பல்கள் மூலம் வியாபாரம் நடைபெற வேண்டும். ஆனால் சீனாவுடனான வணிகத்திற்கு கம்பெனி ஏக போக உரிமைபெற்றது.

கிறித்துவ மதப் பிரச்சாரத்துக்கும் அனுமதி வழங்கப்பட்டது.

கல்விக்காக வருடத்திற்கு ஒரு லட்சம் ரூபாய் தனது நிதியிலிருந்து கொடுக்கக் கம்பெனிக்கு அதிகாரம் வழங்கப்பட்டது.

கம்பெனி தன் விருப்பத்திற்கேற்ப படைத்தலைவர்களையோ, தலைமை ஆளுநர் மற்றும் மாநில ஆளுநர்களை நியமிக்க முடியாது. அரசின் ஒப்புதலோடு கட்டுப்பாட்டுவாரியத் தலைவரின் ஒப்பமும் பெற்றிருக்கவேண்டும்

கிழக்கிந்தியக் கம்பெனியின் அதிகாரிகளுக்குப் பயிற்சி கொடுப்பதற்காக 1806ம் ஆண்டு லண்டனில் தொடங்கப்பட்ட ஹெய்லிபரி

கல்லூரியில் பயிற்சிபெற்றவர்களுக்கும் அட்டிஸ்கோம்ப் ராணுவக் கல்லூரியில் பயிற்சி பெற்றவர்களுக்கும் மட்டுமே இந்தியப் பணிகளில் நியமனம் கொடுக்கப்படவேண்டும்

இந்தச் சட்டத்தால் இங்கிலாந்துப் பொருள்களைக் கொண்டுவந்து கொட்டும் சந்தையாக இந்தியா மாறியது. அதனால் இந்தியக் கைத்தொழில் நசித்தது. இந்தியாவிலிருந்து கச்சாப் பொருள்களை மிகக் குறைந்த விலைக்கு வாங்கிக்கொண்டுபோய் இங்கிலாந்தில் அவற்றைக்கொண்டு தயாரிக்கப்பட்ட பொருள்களை இந்தியாவில் அதிக விலைக்கு விற்றுக் கொள்ளை லாபம் சம்பாதித்தனர் வெள்ளை வியாபாரிகள். கல்விக்குப் பணம் ஒதுக்கப்பட்டதால் கிறித்துவ மதப்போதகர்கள் பள்ளிகளைத் தொடங்கி கல்வியை அளித்து மதமாற்றம் செய்தனர். முறையான பயிற்சி பெற்றவர்கள் நிர்வாகத்துக்கு வந்ததனால் திறமையான நிர்வாகத்திற்கு அது வழி வகுத்தது என்றாலும் இந்தியர்களுக்கு உயர் பதவி வாய்ப்புப் பறிபோயிற்று.

கிறித்துவ மத போதகர்கள் மதம் மாற்றும் பணியை மட்டும் செய்வதோடு நிறுத்திக்கொள்ளாமல் வேறு மதங்களைக் குறை கூறிய காரணத்தால் இந்திய மக்களிடையே வெறுப்புணர்ச்சியைத் தூண்டினார்கள். இதற்கு அரசும் உதவியது.

இதுவும் பிற்காலத்தில் சிப்பாய் புரட்சி ஏற்படுவதற்கு ஒரு காரணமாயிற்று.

1833ம் வருடப் பட்டயச் சட்டம்

1813ம் ஆண்டுச் சட்டத்தைப் புதுப்பிக்கவேண்டிய தருணம் வந்தது. கிழக்கிந்தியக் கம்பெனியின் உரிமம் மேலும் 20 ஆண்டுகளுக்குப் புதுப்பிக்கப்பட்டாலும் அதன் வணிக உரிமை நீக்கப்பட்டது. ஐரோப்பியர்கள் இந்தியாவில் வந்து தங்க அனுமதி அளிக்கப் பட்டது. சீனாவோடு வணிகம் செய்யும் உரிமையும் தேயிலை வியாபார உரிமையும் நீக்கப்பட்டன. இந்தியா ஒரு பிரிட்டிஷ் காலனியாகக் கருதப்பட்டது. இந்தியாவில் கம்பெனியின் எல்லா நிலப்பரப்பும் அரசு ஏற்று கம்பெனியை அதற்கு அறங்காவலராக நியமித்தது.

வங்காள கவர்னர் ஜெனரல், பிரிட்டிஷ் இந்தியாவின் கவர்னர் ஜெனரலாக அறிவிக்கப்பட்டார். நிதி நிர்வாக அதிகாரங்கள் மையப் படுத்தப்பட்டன. இந்தச் சட்டத்தின்படி லார்ட் பெண்டிங்க் பிரிட்டிஷ் இந்தியாவின் முதல் கவர்னர் ஜெனரலாக அறிவிக்கப் பட்டார்.

சட்ட உறுப்பினர் ஒருவர் கவர்னர் ஜெனரலின் நிர்வாக சபையில் சேர்க்கப்பட்டு உறுப்பினர்களின் எண்ணிக்கை 4 ஆக உயர்த்தப் பட்டது. சட்ட உறுப்பினருக்கு மற்ற உறுப்பினர்களுக்குள்ள அதிகாரம் கிடையாது. அவர் சட்ட விஷயங்களுக்காக மட்டுமே செயல்பட்டார். முதல் சட்ட உறுப்பினராகப் பதவி ஏற்றவர் லார்ட் மெக்காலே. வங்காள மாகாண அதிகாரம் பல மடங்கு உயர்த்தப் பட்டது. அது ஆக்ரா பிரசிடென்ஸி என்றும் ஃபோர்ட் வில்லியம் பிரசிடென்ஸி என்றும் இரண்டாகப் பிரிக்கப்பட்டது. என்றாலும் அது அமலுக்கு வரவே இல்லை.

தலைமை ஆளுநரின் அதிகாரம் அதிகரிக்கப்பட்டது. அவர் எந்தச் சட்டத்தையும் தள்ளவோ, மாற்றவோ முடியும். பிரிட்டிஷ் இந்தியாவில், மனிதர்கள் அவர்கள் பிரிட்டிஷ்காரர்களாயினும் இந்தியர்களாயினும், வெளிநாட்டினர் ஆயினும், இடங்கள், பொருள்கள், குறித்தும் கவுன்சிலோடு கூடிய தலைமை ஆளுநர் இயற்றும் சட்டமே நாட்டின் நீதிமன்றங்களில் செயல்படுத்தப் படும். ஆனால் கட்டுப்பாட்டு அமைப்பின் கீழ் இயங்கும் இயக்குநர் சபை கவர்னர் ஜெனரல் கொண்டுவரும் எந்தச் சட்டத்தையும் தள்ளுபடி செய்ய இயலும். 1833ம் ஆண்டு சார்ட்டர் சட்டம் இந்திய எல்லைக்குள் சட்டத்தை ஒழுங்கு படுத்த முனைந்தது.

சாசனச் சட்டம் 87வது பிரிவின்படி எந்த இந்தியராயினும் பிரிட்டிஷ் குடிமக்களாயினும் மதம், பிறப்பிடம், நிறம், அல்லது மரபு வழி ஆகிய எக்காரணத்தைக் கொண்டும் நிலம், இடம் வாங்குவதில், பதவி அல்லது வேலை பெறுவதில் வேறுபாடு காட்டப்படக் கூடாது.

அடிமை முறை நீக்கம் - இந்தியா முழுதும் அடிமை முறையை நீக்க உடனடியாக காரியங்களை இந்திய அரசாங்கம் மேற்கொள்ள வேண்டும் என்று சட்டம் கூறியது.

இந்திய அரசியலமைப்பில் இந்தச் சாசனச் சட்டம் மிக முக்கியத்துவம் வாய்ந்ததென்பதில் எந்தச் சந்தேகமும் இல்லை. இது ஒரு திருப்புமுனையாக அமைந்தது.

1833ம் ஆண்டு சாசனச் சட்டத்தின்படி உறுதியளிக்கப்பட்ட சில வசதிகள் கொடுக்கப்படவே இல்லை. இந்திய மக்களுக்குப் பணி வாய்ப்புகள் கிட்டவில்லை. 1833ம் ஆண்டு சட்டம் இயற்றப்பட்டு 20 ஆண்டுகள் நிறைவு பெறும் நிலையில் பிரிட்டிஷ் அரசு அப்பொழுது கவர்னர் ஜெனரலாக இருந்த டல்ஹௌசியிடம் மேற் கொண்டு செய்யக்கூடிய ஒழுங்குமுறைகளுக்குக் கருத்துக் கேட்டது.

இரண்டு ஆய்வுக்குழுக்கள் அமைக்கப்பட்டன. டல்ஹௌசியின் கருத்துகள் ஆய்வுக்குழுவின் அறிக்கைகள் ஆகியவற்றைக் கணக்கில் கொண்டு 1853ம் ஆண்டின் சாசனச் சட்டம் உருவாக்கப்பட்டது. இச்சட்டம் அப்பொழுது மகாராணியாக இருந்த விக்டோரியா மகாராணியின் ஒப்புதலுடன் வெளியாயிற்று.

கம்பெனியின் உரிமை மேலும் 20 ஆண்டுகளுக்கு நீட்டிப்பது பற்றி ஏதும் கூறப்படவில்லை. ஆனால் மாற்று ஏற்பாடு செய்யும் மட்டும் கம்பெனி நீடிக்கும் எனச்சொல்லப்பட்டது.

கட்டுப்பாட்டு வாரியத்தின் சம்பளத்தை பிரிட்டிஷ் அரசாங்கம் நிர்ணயிக்கும். ஆனால் சம்பளத்தைக் கம்பெனி கொடுக்க வேண்டும்.

இயக்குநர் மன்றத்தின் உறுப்பினர்கள் எண்ணிக்கை 24 லிருந்து 18 ஆகக் குறைக்கப்பட்டது.

புதிய மாகாணங்களை உருவாக்கவும், கைப்பற்றப்பட்ட புதிய பகுதிகளையும் சேர்த்து உள்ள மாகாணங்களின் எல்லைகளைத் திருத்தி அமைக்கவும் அதிகாரம் கம்பெனி இயக்குநர்களுக்குக் கொடுக்கப்பட்டது.

அதுவரை இயக்குநர்கள் சில பணிகளில் தங்களுக்கு வேண்டியவர் களை நியமிக்கச் சிபாரிசு செய்ய முடியும். அந்த அதிகாரம் விலக்கிக் கொள்ளப்பட்டது. கம்பெனியின் உயர் பதவிகளில் பணிபுரியப் போட்டித் தேர்வு கட்டாயமாக்கப்பட்டது.

வங்காளத்துக்குத் தனி ஆளுநர் நியமித்துக்கொள்ள அதிகாரம் கொடுக்கப்பட்டது. ஆனால் டல்ஹௌசி ஒரு துணை ஆளுநரை நியமித்துத் தன் பணிச்சுமையைக் குறைத்துக்கொண்டார்.

1833 சட்டத்தின் படி நியமிக்கப்பட்ட தலைமை ஆளுநருடைய செயல் மன்றம் 12 உறுப்பினர்களோடு சட்டமன்றமாகச் செயல் பட்டது. சட்ட உறுப்பினர் தலைமை ஆளுநர் மன்றத்தின் முழுநேர உறுப்பினர் ஆக்கப்பட்டார். ஆட்சி சபையின் கூட்டங்கள் அனைத்திலும் கலந்துகொண்டு வாக்களிக்கும் உரிமை அவருக்கு அளிக்கப்பட்டது. தலைமைத்தளபதியும் நிர்வாக சபையில் உறுப்பினராகச் சேர்க்கப்பட்டார்.

33

புரட்சிகளும்... போராட்டங்களும்...

லார்ட் கேன்னிங் பதவியேற்குமுன் அவருக்கு ஈஸ்ட் இந்தியா கம்பெனி இயக்குநர்கள் அளித்த வழியனுப்பு விழாவில் கான்னிங் பேசும்போது,

> 'நான் பதவிக்காலத்தை அமைதியாகக் கழிக்க விரும்புகிறேன். ஆனால் இந்தியாவின் அமைதியான வானில் ஒரு கையளவு சிறு மேகம் தோன்றி பெரிது பெரிதாக வளர்ந்து நம்மை அழித்துவிடும் அளவு பயமுறுத்தக்கூடும் என்பதையும் நான் மறக்கவில்லை!'

எந்த எண்ணத்தில் இதைச் சொன்னாரோ தெரியவில்லை அவரது ஆட்சிக்காலத்தில் அப்படியொரு மேகம் பெரிது பெரிதாக வளர்ந்து படாத பாடு படுத்தியது என்பது உண்மை.

சிப்பாய்களை நன்கு நடத்துங்கள்

சிப்பாய் எழுச்சி நடைபெறுவதற்குச் சில ஆண்டுகளுக்கு முன்பு மதராஸ் ராணுவத்தைச் சேர்ந்த கேப்டன் ஆல்பெர்ட் ஹெர்வே (Albert Hervey) *என்பவர் எழுதிய ஓர் அறிக்கையில்...*

> 'சிப்பாய்களை நன்கு நடத்துங்கள். அவர்களுடைய தேவைகள் என்னவென்று தெரிந்துகொள்ளுங்கள். அவர்களுடைய புகார்களைக் காதுகொடுத்துக் கேளுங்கள். அமைதியாக இருங்கள். ஆனால் அதே சமயம் நீங்கள் ஓர் அதிகாரி என்ற கௌரவத்தையும் இழந்துவிடாமல் உறுதியாக இருங்கள். எப்பொழுதும் அவர்களிடம் ஒரே மாதிரி இருங்கள். அவர்கள் மேல் முழு

நம்பிக்கை வைத்திருப்பதாகவும் அவர்களின் வீரத்தை மதிப்பதாகவும் தனக்காக அவர்கள் உயிரையும் தருவர் என்றும் நம்பவையுங்கள். ஆனால் இதற்கு மாறாக வேறு நிலையை நீங்கள் எடுத்து அவர்கள்மேல் வசைபாடினால், அவதூறு சொன்னால், சித்திரவதை செய்தால், அலட்சியப்படுத்தினால் நம்பிக்கையிழந்து நடத்தினால் அவர்களது தேவைகளையும் வசதிகளையும் கவனியாது அலட்சியப்படுத்தினால் பிறகு அவர்கள் பிசாசுகளாக மாறிவிடுவார்கள். ஜாக்கிரதை!' - (பக்கம் 3, The Indian Mutiny by Julian Spilsbury).

இந்த அறிக்கையில் உள்ளபடி கம்பெனியின் ஆரம்ப காலத்தில் நடைபெற்றதுண்டு. கம்பெனி ராணுவ அதிகாரிகள் தனக்குக் கீழ் பணிபுரியும் சிப்பாய்களின் வீட்டுக்குப் போவதும், சிப்பாய்களைத் தன் வீட்டுக்கு அழைத்துப்போய் உபசரிப்பதும் உண்டு. இந்துக்களின் ஆயுத பூஜையின்போது சிப்பாய்களின் ஆயுதங் களோடு தங்களுடைய ஆயுதங்களையும் வைத்து வழிபட்டதுண்டு. இந்த அன்பு நிலை பின்பு மாறிவிட்டது. ஓர் இந்திய ராணுவ அதிகாரி எவ்வளவுதான் அனுபவசாலியாக இருந்தாலும் புதிதாகச் சேர்ந்த ஆங்கில அதிகாரிக்குக் கீழான அந்தஸ்தில் தான் அவன் இருக்கவேண்டும்.

பேட்டா நிறுத்தப்பட்டது

பஞ்சாபை இந்தியச் சிப்பாய்களின் உதவியோடு போராடிச் சேர்த்துக்கொண்டார்கள். அதற்கு முன்பு அந்தப் பகுதியில் பணியாற்றும் இந்திய சிப்பாய்களுக்கு பேட்டா கொடுக்கப்பட்டது. பஞ்சாபை இணைத்த பிறகு பஞ்சாப் தங்களோடு இணைக்கப்பட்டு விட்டதால் அவர்களுக்குக் கொடுக்கப்பட்டுவந்த பேட்டா நிறுத்தப் பட்டது. போராடி வெற்றி பெற்றுத் தந்ததற்குப் பரிசாக அவர்கள் ஏற்கெனவே வாங்கி வந்த சம்பளத்தைவிடக் குறைவாக வாங்க நேர்ந்தது.

உறவைக் கெடுத்தது உப்பு வேலி

'மிஸ்டர் ஹ்யூம், இந்த உப்பு வேலி அடிக்கடி பழுது பட்டு விடுகிறது. மூங்கிலாலும் மரங்களாலும் கட்டப்படும் இந்த வேலியை மக்கள் எளிதில் தகர்த்துக் கடந்துவிடுகிறார்கள். அதனால் நிறையப் பாதுகாப்புத் தேவைப்படுகிறது. வருமானத்தில் கால்பகுதி இதற்கே போய்விடுகிறது. இதற்கு மாற்று என்ன செய்யலாம்?' என்று கேட்டார் வங்கக் கவர்னர்

'முதலீடு அதிகமில்லாமல் கிடைப்பதுதானே இந்த வருமானம்?' என்றார் ஹ்யூம்.

‘உண்மைதான். ஆனாலும் பராமரிப்பைக் குறைக்க என்ன செய்யலாம்?’

‘யார் மீது வரி போடுகிறோமோ அவர்களில் ஏழைகளாக இருப்பவர்களைக் காவல் காக்கச் சொல்லுங்கள். அவர்களுக்குச் சம்பளமாக உப்பைக் கொடுத்துவிடலாம்’ என்றார் ஹ்யூம்.

‘இதைத்தானே ஆரம்ப முதல் செய்துகொண்டிருக்கிறோம். யாரை அடக்கி ஆள்கிறோமோ அவர்களை அடக்க அவர்களையே சிப்பாய்களாகப் பயன்படுத்தி வருகிறோமே. இவர்களுடைய மதக்கோட்பாடுகளில் விசுவாசம் என்பது ஓர் அம்சமாக இருப்பது நமக்கு எவ்வளவு பயன்படுகிறது தெரியுமா?’

‘உண்மைதான். இந்தியாவை நமக்கு இந்தியர்களே ஜெயித்துத் தருகிறார்கள்!’

‘நாம் உயிர் வேலி போடலாம். இங்கே பொட்டலில் கூட அதிகம் மழை தேவைப்படாத முள்மரங்கள் நன்றாக வளருகின்றன. அவற்றை மிக நெருக்கமாக வளர்த்தால் பதினைந்து அடிக்கு உரமான பச்சை வேலி கிடைத்துவிடும்’ என்றார் ஹ்யூம்.

ஒரிஸ்ஸாவிலிருந்து காஷ்மீர்வரை அதுவரை இருந்த தட்டி வேலி உயிர்வேலியாக மாற்றப்பட்டது. இந்தளவுக்கு கிட்டத்தட்ட 2500 மைல் உயிர்வேலி போடவேண்டுமென்றால் அவர்களுக்கு உப்பால் எவ்வளவு வருமானம் வந்திருக்கிறது என்பது புரிகிறதல்லவா. இந்த வேலி முழுக்க முழுக்க உள்நாட்டு உப்பு வணிகத்தைக் கட்டுப்படுத்தும் நோக்கம் கொண்டது. இது சுங்கவேலி (Customs hedge) என்றே அழைக்கப்பட்டிருக்கிறது.

அன்றைய பிரிட்டிஷ் இந்திய அரசின் முக்கியமான வருமானமே அவர்கள் உப்புக்குப் போட்ட உள்நாட்டுச் சுங்கவரிதான். அதை வசூலிக்கும் பொருட்டு உள்நாட்டு உப்புப் பரிமாற்றத்தை முழுக் கட்டுப்பாட்டுக்குள் கொண்டு வருவதற்காக பிரிட்டிஷார் இந்தியாவில் அவர்கள் வேரூன்றிய 1803 வருடம் முதல் இதை உருவாக்க ஆரம்பித்தனர். படிப்படியாக இதை நாற்பதாண்டுக் காலத்தில் அமைத்து முடித்தார்கள். 1843ல் இந்த வேலி முழுமையடைந்து உள்நாட்டுச் சுங்கத்துறையின் கட்டுப்பாட்டிற்கு வந்தது. உப்பில்லாமல் சாப்பாடு நடக்காது. அதுவும் இந்தியர்கள் தமது உணவில் உப்பு அதிகம் பயன்படுத்துபவர்கள். எனவே உப்புக்கு வரி போட்டால் அதிக அளவு லாபம் கிடைக்கும் என்று கிழக்கிந்தியக் கம்பெனி அதிகாரிகளின் வணிக புத்தி கணக்கிட்டது. அதன் விளவுதான் எக்கச்சக்கமாக வரி விதிக்கப்பட்டது. ஒரு ரூபாய்

பெறுமானமுள்ள உப்புக்கு இரண்டு ரூபாய் வரி போட்டால் மக்கள் என்னதான் செய்வார்கள்? உற்பத்தி செய்யப்பட்ட உப்பை ஆங்கில அரசுக்குத்தான் விற்க வேண்டும் என்று வேறு கட்டாயப்படுத்தி னார்கள். அதனால் பல உப்பு வியாபாரிகள் பலத்த இழப்பைச் சந்திக்க வேண்டியிருந்தது.

தெற்கிலும் கிழக்கிலும் உற்பத்தியாகும் உப்பு மேற்கிற்கும் கிழக்கிற்கும் வடக்கிற்கும் சுங்கவரி செலுத்தாமல் செல்ல முடியாத படி வேலி பயன்படுத்தப்பட்டது. இங்கிலாந்திலிருந்து கப்பல்கள் துணிகளை ஏற்றிக்கொண்டு இந்தியாவுக்கு வரும்போது அக்கப்பல் களுக்கு எடைகூட்டி நிலைப்படுத்திக் கொணர்வதற்காக உப்பு மூட்டைகளை அடுக்கிக் கொணர்வார்களாம். பிறகு அந்த உப்பு மூட்டைகளை இந்தியாவில் அதிக விலைக்கு விற்க வேண்டு மென்பதற்காக இந்திய உப்பின் விலையை அதிக வரி போட்டு உயர்த்திவிடுவார்கள். எனவே அதை விடக் குறைவாகக் கிடைக்கும் இங்கிலாந்து உப்பை மக்கள் வாங்குவார்கள். இப்படி என்னென்ன வகையிலெல்லாம் கொள்ளையடிக்க முடியுமோ அவ்வகையி லெல்லாம் கொள்ளையடித்தார்கள். பழைய காலத்தில் உப்புக்கும் நெல்லுக்கும் பண்டமாற்று சம அளவில் நடந்திருக்கிறது. அந்த அளவுக்கு விலை உயர்ந்த உப்பு படிப்படியாக விலை குறைந்து, மலிவாக உற்பத்தி செய்யப்பட்டது. அந்தச் சமயத்தில் ஆங்கிலேயர் புகுந்து மீண்டும் அதன் விலையைத் தங்களின் லாபத்திற்காக உயர்த்திவிட்டார்கள். அவசியமில்லாத விலையேற்றம் ஏழைகளின் அடிப்படை வாழ்வையே மாற்றிவிட்டது. எப்பொழுதாவது பஞ்சம் நேர்ந்தால் அதை எளிதாகச் சந்தித்துச் சமாளித்த மக்கள் ஆங்கிலேயரின் வணிகச் சுரண்டலால் நேர்ந்த பஞ்சத்தைச் சமாளிக்க முடியாமல் திண்டாடினர்.

சன்னியாசிப் போராட்டம்

வாரன் ஹேஸ்டிங்ஸ் வங்காளத்தில் பதவியேற்றபோது வங்காளம் பெரும் பஞ்சத்திலிருந்து சற்றே தலை தூக்கியது. வங்காளத்திலும் பீகாரிலும் சன்னியாசிகளும் முஸ்லிம் பக்கீர்களும் ஜமீன்தார்களிட மிருந்தும் மிராசுதார்களிடமிருந்தும் சில சமயங்களில் பொது மக்களிடமிருந்தும் காணிக்கை கோரிப்பெறுவார்கள். கிழக்கிந்தியக் கம்பெனியின் ஆளுகை இல்லாதிருந்த சமயத்தில் அவர்களுக்கு காணிக்கை கொடுப்பதில் ஏதும் சிரமமிருந்ததில்லை. ஆனால் கம்பெனி அதிக வரியைச் சுமத்தியதாலும் பஞ்சத்திலிருந்து அப்பொழுதுதான் மீண்டிருந்ததாலும் சன்னியாசிகளுக்கும் பக்கீர் களுக்கும் ஜமீன்தார்களாலும் மக்களாலும் போதுமான அளவு காணிக்கை கொடுக்க இயலவில்லை. சன்னியாசிகள் என்றால்

அவர்கள் முற்றும் துறவிகள் அல்லர். அவசியம் நேர்ந்தால் ஆயுதம் தூக்கவும் செய்யும் ஆற்றல் பெற்றவர்கள். அதே போலத்தான் பக்கீர்களும். அவர்களின் வாழ்வாதாரம் பாதிக்கப்பட்டதால் அதற்குக் காரணமாக இருந்த கிழக்கிந்தியக் கம்பெனியின் மீது அவர்களது ஆத்திரம் திரும்பியது. அவர்களாலே தங்களது வரும்படி பாதிக்கப்படுவதை கம்பெனி விரும்பவில்லை. எனவே அவர்கள் மதம் சார்ந்த இயக்கங்களுக்கும் கூடத் தடைவிதித்தார்கள். சன்னி யாசிகளும் பக்கீர்களும் ஆயுதம் தாங்கித்திரிவார்கள். அது காலங் காலமாக வழக்கத்தில் உள்ளதுதான் என்றாலும் கிழக்கிந்தியக் கம்பெனி அதை விரும்பவில்லை. வாரன் ஹேஸ்டிங்ஸ் ஓர் அறிக்கை அனுப்பினான்:

'அப்படிப்பட்ட வகையினர் எவரேனும் இரண்டு மாதங்களுக்குப் பிறகு வங்காளத்திலோ பீகாரிலோ காணப்பட்டால் அவர்களைப் பிடித்து அவர்களின் சொத்துகளைப் பறிமுதல் செய்து பொதுக் கட்டிடங்களில் வாழ்நாள் முழுதும் பணிசெய்ய அமர்த்த வேண்டும்.' 1771ல் நூற்றுக்கும் மேற்பட்ட பக்கீர்களும் சன்னியாசிகளும் கொல்லப்பட்டனர். இதனால் கொதிப்புற்ற சன்னியாசிகளும் பக்கீர் களும் போர்க்கொடி தூக்கினார்கள். அவர்கள் காலம் காலமாக வாழ்ந்து வருகிற பகுதிகளானபடியால் அவர்களுக்கு அங்குள்ள காடுகளும் மலைகளும் நதிகளும் குகைகளும் அத்துப்படி. ஆனால் கிழக்கிந்தியக் கம்பெனி அதிகாரிகளுக்கு அவ்வளவாகத் தெரியாது. அவர்களிடம் ஆயுதம் இருந்தது. சன்னியாசிகளிடம் அவ்வளவாக ஆயுதம் இல்லையென்றாலும் கடுமையாக எதிர்த்துத் தாக்கினார்கள். அவர்களின் தாக்குதல்களுக்கு கம்பெனிச் சிப்பாய்களால் ஈடுகொடுக்க இயலவில்லை.

விவசாயிகளின் ஆதரவு

இண்டிகோ சாயச்செடி பயிரிடச் சொல்லி விவசாயிகளை வற்புறுத்தியும் குறைந்த விலைக்குக் கொள்முதல் செய்தும் இன்னும் சில சமயங்கள் விவசாயிகள் வீட்டுப்பெண்களை அபகரித்தும் அட்டூழியம் செய்த கம்பெனி ஊழியர்கள்மீது விவசாயிகளுக்கும் கடும் கோபம் இருந்தது. எனவே விவசாயிகள் சன்னியாசிகளுக்கும் பக்கீர்களுக்கும் உளவாளிகளாகச் செயல் பட்டார்கள். வெள்ளைக்காரர்கள் கூடுமிடங்கள் திடீர்த் திடீரெனத் தாக்கப்பட்டன. ஒரு காலகட்டத்தில் 50,000 சன்னியாசிகள் போர்க் கொடி தூக்கினர். அவர்களை அடக்க எடுக்கப்பட்ட பல முயற்சிகளும் தோல்வியுற்றன. பக்கீர்கள் மதரீக்கா பிரிவைச் சேர்ந்தவர்கள். சன்னியாசிகள் பெரும்பாலும் ஏகதண்டி வகையைச் சேர்ந்தவர்கள்.

சன்னியாசிகளும் சரி பக்கீர்களும் சரி வலுவான தலைமையின் கீழ் இயங்கினார்கள். நேரடியாகப் பகைவனைத் தாக்குவதைவிட மறைமுகமாகத் தாக்குவதையே கைக்கொண்டனர். கொரில்லாப் போர் முறையில் தாக்குதல் நடத்தினார்கள். பெரும்படையொன்றை வாரன் ஹேஸ்டிங்ஸ் மேஜர் ஃபெல்தேம் என்பவன் தலைமையில் அனுப்பினான். முதலில் அவர்கள் சற்று வெற்றி பெற்றாலும் பின்னர் தாக்குப் பிடிக்க முடியவில்லை. சன்னியாசிகளின் கரம் ஓங்கியது. அவர்கள் எப்பொழுது தாக்குவார்கள் என்பதே தெரியாது. அவர்களது தேவைகள் கொஞ்சம். உறுதியான கொள்கையும் உள்ளத்தின் திட உரமும்தான் அவர்களை வழிநடத்தின.

அப்பொழுது தந்தி கண்டுபிடிக்கப்படாத காலம். அதனால் வெள்ளையர்களுக்கு ஓர் இடத்திலிருந்து இன்னோர் இடத்திற்கு உடனுக்குடன் செய்தி அனுப்ப இயலாதிருந்தது. ஆனால் சன்னியாசிகளின் செய்திப் பரிமாற்றம் மிக விரைவாக நடை பெற்றது. அதற்குக் கிராமத்து விவசாயிகள் பெரிதும் உதவினர். முப்பது ஆண்டுகளுக்கு மேல் சன்னியாசிகளின் போராட்டம் தொடர்ந்துகொண்டே இருந்தது.

பழங்குடியினர் போராட்டம்

தங்கள் இடம், தங்கள் வாழ்க்கை, என அமைதியாக வாழ்ந்து கொண்டிருந்த பழங்குடியினர் பிரிட்டிஷ்காரர்கள் உள் நுழைந்ததால் மிகவும் பாதிக்கப்பட்டனர். அவர்கள் வாழ்ந்த காடுகளில் அவர்கள் எந்தக் கட்டுப்பாடும் இன்றி வெளியிலிருந்து வேறு எவரும் வரியோ, உழைப்போ கேட்டு வற்புறுத்தாமல் அவர்கள் வழியில் வாழ்ந்து கொண்டிருந்தனர். அங்கே அவர்களுடைய எல்லாத் தேவைகளும் நிறைவேறியது. அவர்களுக்கு வேண்டியவை கிடைத்தன. காட்டிலேயே அவர்கள் பயிரிட்டார்கள். உணவு விளையாத காலத்தில் காய்கனிகளையும் இலை தழைகளையும் தாராளமாகக் கொடுத்துக் காடு அவர்களைக் காப்பாற்றி வந்தது. காட்டுமிருகங்கள், பருவநிலை மாற்றங்கள், பூச்சிகள், பாம்புகள் என்ற எதிரிகளோடு அவர்கள் இன்னல் அனுபவித்தாலும் அவை களோடு வாழப் பழகிக்கொண்டார்கள், இன்னும் சில சமயங்களில் அவற்றைப் பழக்கியும் கொண்டார்கள். அவர்களின் தேவைகள் அதிகமில்லை. அவர்கள் வெவ்வேறு இடங்களில் தனித்தனி இனங்களாக வாழ்ந்து வந்தனர். நெசவு தெரியும். கைத்தொழில் களாகக் கூடைமுடைதல், பாய் பின்னுதல் ஆகியவற்றையும் செய்தனர். அவர்களை வழிநடத்த ஒவ்வொரு இனத்துக்கும் ஒரு தலைவன் இருப்பான். அவனுக்கு ஒவ்வொரு பழங்குடியினர் குடும்பமும் மகசூலில் ஒரு பகுதி கொடுப்பார்கள். அதுமட்டுமன்றி

வருடத்திற்கு இத்தனை நாட்கள் அவனுக்காக இலவசமாக உழைக்கவேண்டும். அவன் அவர்களுடைய வழக்குகளைத் தீர்த்து வைப்பதிலிருந்து பொதுப் பாதுகாப்பு அளிப்பதுவரை எல்லா வற்றையும் கவனித்துக்கொள்வான்.

பழங்குடிகளின் இந்த அமைதியான வாழ்க்கைக்கு ஆங்கிலேயர் வரவால் பங்கம் விளைந்தது. அதுவரையில் வெளி உலகத்தோடு அவர்களுக்கிருந்த தொடர்பு குறைவு. ஆனால் போக்குவரத்து வசதிகளால் அவர்களோடு வியாபாரம் செய்யப் பல வணிகர்கள் வந்தார்கள். பழங்குடி மக்களின் அறியாமையை அவர்கள் தமக்குச் சாதகமாகப் பயன்படுத்திக் கொண்டார்கள். 19ம் நூற்றாண்டில் நடந்த பஞ்சங்கள் அவர்களைக் கடுமையாகப் பாதித்தது. அவர்களின் காட்டுப் பகுதிகளை மற்றவர்கள் ஆக்கிரமிப்பதற்கு முன்புவரை பஞ்சங்கள் அவர்களைக் கஷ்டப்படுத்தியதில்லை. ஆனால் வணிகர்கள் உள்ளே நுழைந்த பிற்பாடு அவர்களுக்கு வெளி உலகத் தொடர்பு ஏற்பட்டதால் வெளியிலே நடக்கும் சம்பவங்கள் அவர்களையும் பாதித்தன. பஞ்சத்தால் விலைவாசி ஏறியபோது, பழங்குடியினர் கையில் காசில்லாமல் பொருள்களை வாங்க இயலாத நிலையில் வாடினர்.

கம்பெனியார், பழங்குடியினர் வாழ்ந்த பகுதிகளுக்கு சொந்தக் காரர்களாக ஜமீன்தார்களை நியமித்தனர். பழங்குடி மக்களின் நிலங்களுக்கு ஒப்பந்தக்காரர்களாக டிக்கேதார்களை நியமித்தனர். இலவசமாக அனுபவித்து வந்தவர்களிடம் வரி வசூலிக்கப்பட்டது. நிலவாடகை பணமாகக் கொடுக்கப்பட வேண்டும் என்றனர். பழங்குடிமக்களிடம் ஏது பணம்? ஆனால் அவர்களுக்கு வட்டிக்குக் கடன்கொடுக்க அடகுதாரர்கள் தயாராக இருந்தனர். அவர்கள் அளவுக்கு அதிகமாக வரிவசூல் செய்தார்கள். சிலசமயங்களில் அரசு இழப்பீடு வழங்கியது. அதை இடைத்தரகர்கள் தமக்குள் பங்கு போட்டுக் கொண்டார்கள். யாருக்குச் சேரவேண்டுமோ அவர்களைச் சென்றடைந்தது மிகமிகக் குறைவு.

பழங்குடியினர் பணம்கொடுக்க இயலாதபோது அவர்களுடைய ஆடுமாடுகள், ஏன் மனைவி மக்கள் கூடக் கைப்பற்றப்பட்டார்கள். இது போதாதென்று அரசு அலுவலர்கள் வேறு நியமிக்கப் பட்டிருந்தார்கள். அவர்களை மதம் மாற்றுவதற்கென்று ஜெர்மன் கிறித்துவ போதகர்களும் பிரிட்டிஷ் கிறித்துவ போதகர்களும் போட்டி போட்டுக்கொண்டு முயன்றனர். ஆரம்பப் பள்ளிகள் கிறித்துவ மிஷனரிகளால் தொடங்கப்பட்டன. மாணவர்கள் கட்டாய மாக மதம் மாற்றப்பட்டார்கள். நில உரிமையையும், மத இனக் கலாச்சாரத்தையும் இழந்து அவர்கள் வாழவேண்டியிருந்தது.

அவர்களுக்கு நீதி வழங்கி வந்த பழங்குடித் தலைவனின் நீதிமன்றம் கலைக்கப்பட்டு ஜமீன்தாரும் அவரால் நியமிக்கப்பட்டவர்களும் அதிகாரம் செலுத்திய நீதிமன்றங்கள் நியமிக்கப்பட்டன. பழங்குடி மக்கள் சிலசமயங்களில் வக்கீலுக்குப் பணம் கொடுத்து வாதாட நேர்ந்தது. இதற்கிடையில் காவலர்களுடைய தொந்தரவு வேறு. அவர்கள் கையில் துப்பாக்கி இருந்தது. ஆனால் பழங்குடியினரிடம் இருந்ததோ வில், அம்பு, ஈட்டி, வாள், கத்தி மட்டுமே. வாழ் வாதாரம் சிதைக்கப்பட்ட நிலையில் அவர்கள் போராட்டத்துக்குத் தயாரானார்கள். அவர்களைப் பொறுத்த மட்டில் பழங்குடியினரைச் சேராத அன்னியர் யாவருமே அன்னியர்கள்தான். அவர்களை 'பிக்கு' என்று அழைத்தார்கள். பிக்குகள் அவர்களுக்கு எதிரிகள். முதன் முதலில் இந்த அடக்கு முறைக்கு எதிராக நடைபெற்ற போராட்டம் படிப்படியாக மாறித் தேசிய இயக்கங்களில் இணைந்து சுதந்திரத்திற்காகப் போராடும் அளவிற்கு வளர்ந்தது.

1850க்குப் பிறகு பழங்குடி மக்களின் எழுச்சி தொடங்கிவிட்டது. 1857ல் நிகழ்ந்த சிப்பாய் எழுச்சியைத் தம் மக்களுக்கு ஆதரவாக எழுந்த எழுச்சியாகக் கருதிப் பல பழங்குடியினர் அதில் ஆர்வத் தோடு கலந்துகொண்டனர். அவர்களுடைய எழுச்சியால் சிப்பாய்கள் புத்தெழுச்சி பெற்றனர். அதன்பிறகு வெவ்வேறு இனத்தவர் தங்கள் தலைவர்களின் வழிகாட்டுதலில் புரட்சியில் ஈடுபட்டனர். பிக்குகளின் வீடுகளைத் தீயிட்டுக் கொளுத்துதல், அவர்களைக் கொல்லுதல் போன்ற செயல்பாடுகளில் ஈடுபட்டனர். 19ம் நூற்றாண்டிலும் 20ம் நூற்றாண்டிலும் பழங்குடியினரின் புரட்சிகள் பல நடைபெற்றன. இதனால் விழிப்புற்ற அரசு பழங்குடியினர் பாதுகாப்புச் சட்டம் ஒன்றை இயற்றினர். பொதுவான மற்ற சட்டதிட்டங்கள் அங்கே செல்லுபடியாகாதென அறிந்தனர். 1874ம் ஆண்டு ஷெட்யூல் 1 டிஸ்ட்ரிக் சட்டத்தை உருவாக்கினர். என்றாலும் அது செயல் முறையில் பழங்குடியினருக்கு எந்தப் பாதுகாப்பையும் வழங்கவில்லை.

சில புரட்சிகள்

முதல் பழங்குடியினர் புரட்சி என்று சொல்லப்படுவது 1771ம் ஆண்டு தில்காமஞ்சிஹி என்னும் பழங்குடியினர் தலைவர் நடத்திய புரட்சியாகும். தங்கள் நிலங்களை அநியாயமாகக் கைப்பற்றி வைத்திருக்கும் நிலச்சுவான்தார்களிடம் இருந்து அவற்றைத் திரும்பப் பெறுவது மட்டுமன்றி தங்களின் பழைய சுதந்திர வாழ்க்கைக்கு எந்தப் பங்கமுமின்றித் திரும்பவேண்டும் என்பது தான் போராட்டத்தின் நோக்கம். அதை 'கேர்வார் இயக்கம்' என்றும்

சொல்கிறார்கள். கேர்வார் என்றால் பொற்காலம் என்று பொருள். அந்தப் பொற்காலத்துக்குத் திரும்பவேண்டும் என்பதே குறிக்கோள். பாபாஜி என்று அழைக்கப்பட்ட பகீரத்மஞ்சி தலைமையில் நடைபெற்றது.

இந்தப் போராட்டம் வலுத்துச் சந்தால்கள் அல்லாதாரைத் தாம் வாழும் பகுதியிலிருந்து விரட்டியடிக்கும் அளவு போயிற்று. இது பின்னர் ராணுவத்தால் அடக்கப்பட்டது என்றாலும் சந்தால்கள் அடங்கிக் கிடக்கவில்லை. அவ்வப்போது போராடிக் கொண்டிருந்தார்கள்.

அவர்களது போராட்டம் 1855ம் ஆண்டு தீவிரம் அடைந்தது. தங்களிடமிருந்து பெறப்பட்ட நிலங்களை பலாத்காரமாகத் திரும்பப் பெற்றுவிட வேண்டும் என்று போராட்டம் தொடங்கப் பட்டது. அதற்குமுன் 35,000 சந்தால்கள் சகிதம் சித்து, கனு என்னும் இரண்டு சகோதரர்கள் தலைமையில் கத்தி, வாள், அம்பு வில் சகிதம் வங்காள ஆளுநரைச் சந்திக்கத் திரண்டு சென்றனர். காவலர்கள் தடுத்தனர். பல சந்தால்கள் கொல்லப்பட்டனர். அப்படியும் அவர்களது புரட்சி ஓயவில்லை. 60 நாள்கள் தொடர்ந்து நடந்தது. அரசு பணிந்தது. 5000 சதுரமைல் பரப்புள்ள பகுதி ‘சந்தால் பராகானா’ என்று ஒதுக்கப்பட்டது. கையகப்படுத்தப்பட்ட நிலங்களைத் திரும்பப்பெற ஒரு நிர்வாக அதிகாரியை நியமித்தனர்.

மேற்கண்ட சந்தால் போராட்டத்தைப் போலவே தாமார் என்னும் பழங்குடியினரும் போராடினர்

தாமார்போராட்டம் (1789-1832)

1789முதல் 1832 வரை ஏழு தடவைகள் தாமார் போராட்டம் நடந்தது. அந்த இனம் மட்டுமன்றி அவர்களின் பகுதியை அடுத்திருந்த பழங்குடியினரும் இப்போராட்டங்களில் கலந்துகொண்டனர்.

தாமாரைச் சேர்ந்த போலோநாத் சஹாய் என்பவர் இப்போராட்டத்திற்குத் தலைமை தாங்கினார். அம்புகள் வழிச் செய்திப் பரிமாற்றம் நிகழ்ந்தது. ஓரான், முண்டா, ஹோ ஆகிய இனங்கள் ஒன்றிணைந்தன. அனைவரும் கங்கா நாராயண் என்பவர் தலைமையில் திரண்டனர். அந்தப் பகுதியில் இருந்த கிராமங்களில் வாழ்ந்த பிக்குகள் கொல்லப்பட்டனர். அவர்களின் வீடுகள் தீக்கிரையாகின. 1832 -33ல் அந்தப் போராட்டம் ஒடுக்கப்பட்டது. ஹோ பகுதி அரசுப்பகுதியாக இணைக்கப்பட்டது.

சிப்பாய் புரட்சிக்குப் பிறகுதான் முண்டா இனத்தவரால் கடவுள் நிலைக்கு உயர்த்திக் கருதப்பட்ட ‘பிர்ஸா முண்டா’வின்

போராட்டம் நடைபெற்றதென்றாலும் பழங்குடியினர் போராட்ட நிகழ்ச்சிகள் குறித்துக் கூறப்படும் இப்பகுதியில் அதன் தொடர்ச்சி கருதி அந்தப் போராட்ட விவரத்தையும் பார்த்து விடலாம்.

பிர்ஸா முண்டா

ஆதிவாசிகளுக்கு விடிவெள்ளி பிர்ஸா முண்டா. சாதாரண முண்டா ஆதிவாசிக் குடும்பத்தில் பிறந்து 25 ஆண்டுகளே வாழ்ந்த முண்டா இன்று ஜார்கண்ட் ஆதிவாசிகளால் பகவான் என்று கொண்டாடப் படுகிறான். தங்களுக்கென்று ஒரு பண்பாடு, தங்களுக்கென்று ஒரு வாழ்க்கை முறை என்று மிகவும் மகிழ்ச்சியாகத் தங்கள் நிலங்களில் பயிரிட்டு வாழ்ந்த ஆதிகுடிவாசிகளில் பலர் ஜெர்மன் மிஷன் பாதிரி களாலும் கத்தோலிக்க மிஷன் பாதிரிகளாலும் கிறித்துவர்களாக மாற்றப்பட்டார்கள். அப்பொழுது ஆங்கில அரசாங்கம் ஆதிவாசி களின் நிலங்களை இணைத்துப் பெரிய ஜமீன்தார்கள் வசம் ஒப்ப டைத்தது. தமது நிலமும் போய் ஜமீன்தார்களின் அடிமைகள் போல் வாழ வேண்டிய சூழ்நிலை ஏற்பட்டதோடு பலர் வேலை தேடி தமது கிராமங்களை விட்டு வேறு கிராமங்களுக்குச் செல்ல நேர்ந்தது. கிறித்துவ மிஷனைச் சேர்ந்தவர்களிடம் முறையிட்டும் பயனில்லை. பள்ளியில் படிக்கவேண்டுமென்றால் முதலில் கிறித்து வர்களாக மாறவேண்டும் என்பது நிபந்தனை. அதிகாரிகளிடம் முறையிட்டும் அரசிடம் முறையிட்டும் பயனில்லை. தங்களை வழிநடத்த தங்களினத்தில் இருந்து ஒருவன் வரமாட்டானா என ஆதிவாசிகள் ஏங்கி வேண்டினர். அவர்கள் வேண்டுதல் பலித்தது.

1874ம் ஆண்டு பிர்ஸா முண்டா பிறந்தான். பள்ளியில் படிப்பதற் காகக் கிறித்துவனாக மாறினான். பின்னால் ஒரு வைஷ்ணவ சாது வின் தொடர்பினால் தான் செய்தது தவறு என்று உணர்ந்தான். அவனுக்குத் திடீரென்று ஒரு உள்ளொளி தோன்றியது. தான் கடவுளின் தூதன் என அறிவித்தான். சில தீர்க்க தரிசனங்களைச் சொன்னான். அவற்றில் பல பலித்தன. ஆங்கிலேயர்கள்தான் தமக்கு எதிரிகள் என அறை கூவினான். ஆங்கிலேயரின் குண்டுகள் நம்மை ஒன்றும் செய்யாது. அவை தண்ணீராய்ப் போய்விடும் என்றான். பல முறை சிப்பாய்கள் அவனை துப்பாக்கிகளால் சுட்டபோது குண்டுகள் குறி தப்பிச் சென்றன. அதைக்கண்ட பிர்ஸாவின் தொண்டர்கள் பிர்ஸாவின் அடியவர் ஆனார்கள். பிர்ஸாவின் வார்த்தைக்குக் கட்டுப்பட்டு இயங்கினார்கள். நிலத்தை அபகரித்துக் கொண்ட ஜாகீர்தார்களுக்கும் அரசு அதிகாரிகளுக்கும் எதிராகக் கிளர்ச்சியைத் தூண்டிவிட்டான். காவல் நிலையங்கள் தகர்க்கப் பட்டன. ஆங்கிலேயர் பிர்ஸாவின் பெயரைக் கேட்டாலே நடுங்கினர். முதலில் தங்கள் நிலத்தைத் திரும்பப்பெறும் நோக்கத்தோடுதான்

போராட்டம் தொடங்கப்பட்டது. பின்னர் பிர்ஸா அறிவித்தான். - ‘மகாராணி ராஜ் டுண்டு ஜானா ஓரா அபுவா ஏதே ஜானா!’ - அதாவது ‘மகாராணியின் அரசை முடிப்போம், நமது அரசை உருவாக்கு வோம்!’

பிர்ஸாவைத் தரிசனம் செய்வதற்கென்றே ஆதிவாசி மக்கள் குழுமினர். முதலில் ஆயுதப் புரட்சியை அவன் ஆதரிக்கவில்லை. ஆனால் பின்னால் தன் நிலையை மாற்றிக்கொண்டான்.

பிர்ஸா உருவாக்கிய மதத்தைப் பின்பற்றியவர்கள் ‘பிர்ஸைட்ஸ்’ என்று அழைக்கப்படுகிறார்கள்.

1899ம் ஆண்டு டிசம்பர் 24ந்தேதி பெரும் புரட்சி செய்வதற்கான நாளென்று அது குறிக்கப்பட்டது. குறித்தபடி வில்லம்புப் போராட்டம் தொடங்கியது. மக்களின் எழுச்சியைக் கண்டு அதிகாரிகள் மிரண்டனர். ஜனவரி 8ந்தேதி ராஞ்சியைத் தாக்கப் போவதாக வதந்தி எழுந்தது. ராஞ்சி நடுங்கியது. பல போராட்டங் களுக்குப் பிறகு பணத்திற்காகச் சில துரோகிகள் காட்டிக் கொடுத்து விட்டார்கள். பிர்ஸா கைது செய்யப்பட்டு விசாரிக்கப்பட்டான். 20-5-1900 அன்று நோய்வாய்ப்பட்டு இறந்தான்.

அவன் இறந்த பிறகு பிர்ஸா விரும்பியபடி ஆதிவாசிகள் தங்கள் பண்பாட்டோடு வாழவும், சீர்திருத்தப்பட்ட நிலங்கள் அவர்களுக்குச் சொந்தமாகவும் சட்டம் இயற்றப்பட்டது. பல விவசாயச் சீர்திருத்தங்கள் செய்யப்பட்டன. பிர்ஸா எதற்காகப் போராடினானோ அது பெருமளவு கைகூடியது. இன்றைக்கும் பிர்ஸா ஜார்கண்ட், ஒரிஸா மற்ற வேறு பல இடங்களில் வாழும் பழங்குடியினரால் தெய்வமாகக் கருதப்படுகிறான்.

34

சிப்பாய் புரட்சி

'சத்தியம் செய்கிறாயா?' என்று கேட்டான் விஸியர் அலி நக்கி கான்.

'நிச்சயம் செய்கிறேன்' என்றான் 34ம் வங்காளம் ரெஜிமெண்டைச் சேர்ந்த சிப்பாய்.

'எந்தக் காரணம் கொண்டும் இது வெளியில் தெரியக்கூடாது. உயிரே போனால் கூட எவரிடமும் சொல்லக்கூடாது,' என்றார் கான்.

'நிச்சயம் சொல்லமாட்டேன்.'

'வெள்ளையர்களுடைய கொட்டம் நாளுக்கு நாள் அதிகமாகி வருகிறது. நேற்று வந்த வெள்ளைத் தோல்காரன் நமது சுபேதார் மேஜருக்கு மேலதிகாரியாம். ஏனென்றால் சுபேதார் தோல் கருப்பு'

'ஆமாம். இன்னும் எவ்வளவு நாள்தான் 7 ரூபாய்ச் சம்பளத்தில் காலந்தள்ளுவது?'

'சரி சொன்னது நினைவிருக்கட்டும்.'

அந்த ரெஜிமெண்டைச் சேர்ந்த எல்லா சிப்பாய்களும் சத்தியம் செய்தனர். அவர்களுக்குள்ளே தொடர்பு சப்பாத்தி மூலம்தான். எப்படித்தான் அவர்கள் செய்தியை அறிந்துகொண்டார்களோ தெரியவில்லை.

பாரக்பூரிலிருந்த 19வது ரெஜிமெண்டைச் சேர்ந்தவர்களும் உறுதி மொழி எடுத்துக்கொண்டார்கள். பாரக்பூரிலிருந்த ஆங்கில

அதிகாரிகள் புதிதாக வந்த கார்ட்ரிட்ஜை 19ம் ரெஜிமெண்டில் உள்ள சிப்பாய்களிடம் கொடுத்துச் சோதித்துப் பார்ப்பது என்று முடிவு செய்தார்கள். அவர்களிடம் கொடுத்தபோது அவர்கள் மறுத்து விட்டார்கள். அதுமட்டுமல்ல தங்கள் வாளில் கையை வைத்தார்கள். அருகில் வேறு ஆங்கிலப்படை ஏதும் இல்லை. அவர்களைப் பகைத்துக் கொண்டால் ஆபத்தென்பதை உணர்ந்த அதிகாரிகள் அந்தப் படையைக் கலைத்துவிட முடிவு செய்தார்கள். அதற்குமுன் ஆங்கிலேயர்களைக் கொண்ட ஒரு படையைப் பர்மாவிலிருந்து வரவழைக்க முயன்றார்கள். ஒரு படையைக் கலைப்பதென்பது அந்தப் படையைச் சேர்ந்தவர்களுக்கு அவமானம். அந்த அவமானம் அவர்களுக்கு நிகழும் முன் ஏதாவது செய்ய வேண்டுமென்று நினைத்தான் அங்கே போர்வீரனாகப் பணிபுரிந்த மங்கள் பாண்டே.

'கார்ட்ரிட்ஜ் ஒரு சாக்காக அமைந்ததே தவிர சிப்பாய்புரட்சி எழுவதற்கு அதுமட்டுமே முழுக்காரணமல்ல. அது முழுக்காரணமாக இருக்குமானால் பின்னால் எங்களோடு போர் புரிந்தபோது அதே கார்ட்ரிட்ஜை அவர்கள் பயன்படுத்தினார்களே! அப்பொழுது அவர்கள் மதம் குறுக்கே வரவில்லையா?' என ஒரு ஆங்கில ஆசிரியன் எழுதியுள்ளான்.

இங்கே அடிக்கடி படைகளின் பெயர்களைக் குறிப்பிட வேண்டிவரும். அதனால் கிழக்கிந்தியக் கம்பெனி காலத்தில் குறிப்பிட்ட படையின் பெயரை எப்படிக் குறித்தார்கள் என்று தெரிந்து கொள்வது நல்லது.

பிரிட்டிஷ் அரசாட்சியின்போது பிரிட்டிஷ் சேனைகள் HM (Her Majesty) என்று அடைமொழி பெற்று வரும். எ.கா. HM 86T foot. இந்தியர்களின் படை ஊர்ப்பெயரோடு சேர்ந்து வரும். எ.கா. BNI (Bengal Native Infantry) 19th BNI or NI. பம்பாய், மதராஸ் படைகளின் பெயரின் இடையே அப்பிரதேசங்களின் பெயர் வரும். எ.கா 24th Bombay NI)

அவசரப்பட்டான், அதிர்ச்சியைத் தந்தான்!

மே 31ந் தேதி இந்தியா முழுவதும் ஒரே சமயத்தில் புரட்சி வெடிக்க வேண்டும் என்று தலைவர்கள் திட்டமிட்டிருந்தார்கள். அப்படி நடந்தால் ஆங்கிலேயர்களால் எதுவும் செய்ய முடியாது என்பது புரட்சியைத் தூண்டிய தலைவர்களின் கருத்து. ஆனால் உணர்ச்சி வசப்பட்ட மங்கள் பாண்டே அதுவரை பொறுத்திருக்கத் தயாராக இல்லை. அவசரப்பட்டு விட்டான். மனத்தின் கொந்தளிப்பு தாளாமல் பரேட் கிரவுண்டுக்கு வந்தவன், சக தோழமை சிப்பாய்களைப்

பார்த்து, 'இன்னும் ஏன் காத்திருக்கிறீர்கள். எழுந்திருங்கள். உங்கள் மதத்தின் பேரால் அழைக்கிறேன். நம் தாய்நாட்டின் விடுதலைக்காக வெள்ளையனைச் சுட்டு வீழ்த்துங்கள்' என்று கத்தினான்.

பாண்டே இவ்வாறு முழக்கமிட்டதை சார்ஜண்ட் மேஜர் ஹுக்சன் (Hughson) பார்த்தான். உடனே சிப்பாய்களிடம் மங்கள் பாண்டேயைக் கைது செய்யச் சொன்னான். ஆனால் எந்தச் சிப்பாயும் அவனைக் கைது செய்ய முன்வரவில்லை. அதுவரை தனது அதிகாரத்துக்கு அடிபணிந்தவர்கள் மறுக்கிறார்களே என்கிற கோபத்தில் ஹுக்சன் அவனே மங்கள் பாண்டேவைக் கைது செய்ய முன்வந்தான். அதைப் பார்த்த மங்கள் பாண்டே தனது கையிலிருந்த துப்பாக்கியால் அவனைச் சுட்டான். ஹுக்சன் அக்கணமே இறந்து போனான். அதேசமயம் லெஃப்டினண்ட் பாக் (Baugh) அங்கே வந்தான். மங்கள் பாண்டேயின் துப்பாக்கியிலிருந்து வெளிவந்த இன்னொரு குண்டால் அவன் அடிபட்டு வீழ்ந்தான், வீழும் போதே அவன் மங்கள் பாண்டேவை நோக்கிச் சுட்டான். குண்டு தப்பிவிட்டது. அவன் வாளெடுத்தான். அதற்குள் பாண்டே தன் வாளால் அவனைக் கொன்றான். இன்னொரு வெள்ளையன் மங்கள் பாண்டேயை நோக்கிப் பாய்ந்தபோது சிப்பாய் ஒருவன் அவனைத் தாக்கி வீழ்த்தினான். கர்னல் வீலர் வந்தான். அவனது உத்திரவுக்கும் சிப்பாய்கள் பணியவில்லை. 'மங்கள் பாண்டேயின் தலை முடியைக்கூட நாங்கள் தொடமாட்டோம்' என்று சொல்லி விட்டார்கள்.

உயிரல்ல, மானமே பெரிது

கர்னல் வீலர் உடனே ஜெனரல் ஹியர்சே வீட்டிற்குச் சென்று நடந்ததைச் சொல்ல அவர் வெள்ளையர் மட்டுமே கொண்ட ஒரு படையுடன் அங்கே வந்தார். தான் கைதாவது நிச்சயம் என்று கண்டு கொண்ட மங்கள் பாண்டே கைதாகி அவர்களிடம் அவமானப் படுவதைவிட இறப்பதே மேல் என்று எண்ணித் தன் மார்பை நோக்கித் தானே சுட்டுக்கொண்டு கீழே விழுந்தான். ஆனால் குண்டு இதயத்தை ஒட்டிச் சென்று விட்டதால் உயிரிழக்கவில்லை. அவனை மருத்துவமனைக்குத் தூக்கிச் சென்றனர். பிறகு நாடகமாக ஒரு விசாரணை நடத்தித் தூக்குத் தண்டனை வழங்கினார்கள்.

'பாண்டே'என்னும் பட்டம்

மங்கள் பாண்டே சுட்ட நிகழ்ச்சி நடந்தது 29-3-1857. அவனுக்குத் தூக்குத்தண்டனை நிறைவேற்றக் குறித்த நாள் ஏப்ரல் 8. வழக்கமாகத் தூக்கிலிடும் பணியைச் செய்யும் எவரும் அவனைத் தூக்கிலிட மறுத்து விட்டனர். பரக்பூரில் தூக்கிலிட எவரும்

முன்வரவில்லை. கல்கத்தாவிலிருந்து ஆட்களை வரவழைத்து மங்கள் பாண்டேவைத் தூக்கிலிட்டனர். அதிலிருந்து இந்தியன் யாராவது புரட்சி செய்தாலோ அரசுக்கு எதிரான செயல்களில் ஈடுபட்டாலோ அவனைப் 'பாண்டே' என்றே வெள்ளையர் அழைத்தனர். பாண்டே தனது சாவின் மூலம் வெள்ளையர் மனத்தில் ஒரு கிலியை உருவாக்கியிருந்தான்.

35

மிரட்டிய மீரட்

‘சாகேப், உடனே எங்காவது தப்பித்துப் போய்விடுங்கள், சிப்பாய் கள் திரண்டு வருகிறார்கள். வழியில் பார்க்கிற எல்லா இங்கிலீஷ்காரர் களையும் சுட்டுத்தள்ளுகிறார்கள். வாளால் வெட்டுகிறார்கள்,’ என்றார் மூன்றாவது லைட் கேவல்ரி படையின் இந்திய அதிகாரி.

‘என்ன மேன் சொல்றே! சிப்பாய்களுக்குள்ளே ஏதாவது சண்டை யாயிருக்கும்’ என்றான் லெஃப்டினெண்ட் காஃப்.

‘இல்லை, சாகேப், உங்க ரெஜிமெண்டைச் சேர்ந்தவங்களும் திரண்டு வருகிறார்கள்’

‘நிச்சயமா இருக்காது மேன். அவங்க நான் சொல்லுவதைத் தட்ட மாட்டாங்க. வா வெளியிலே போய்ப் பார்க்கலாம்’ என்றான் காஃப்

‘சாகேப், நான் சொல்லவேண்டியதைச் சொல்லிவிட்டேன். பிறகு உங்கள் விருப்பம்!’ என்று சொல்லிக்கொண்டே வெளியிலே செல்ல முயன்றார் அந்த இந்திய அதிகாரி.

‘இப்போ எங்கே மேன் போறே?’

‘உங்களை வார்ன் பண்ணத்தான் வந்தேன், நான் போறேன். நான் இங்கே இருக்கிறது தெரிஞ்சா என்னையும் வெட்டிப் போட்டுடு வாங்க’ என்று சொல்லிக்கொண்டே வெளியேறினார்.

அந்தக் கைது நிகழ்ச்சி!

அப்பொழுதுதான் கர்னல் வீலருக்கு நிலைமையின் தன்மை புரிந்தது. ஒரு கைது நிகழ்ச்சிதான் இதற்குக் காரணம். மிகவும் பணிந்து

பணியாற்றிக் கொண்டிருந்த சிப்பாய்களை ஆங்கிலேயர் களுக்கு எதிராகத் தூண்டிவிடுவதற்குக் காரணமாக இருந்த அந்தக் கைது நிகழ்ச்சி வெள்ளைக்காரர்கள் பலருக்கும்கூடப் பிடிக்க வில்லை!

அது என்ன கைது நிகழ்ச்சி?

மங்கள் பாண்டேயின் தியாகத்திற்குப் பிறகு சிப்பாய்களிடையே புதிய எழுச்சி உருவாகியது. 34ம் ரெஜிமெண்டில் அடிக்கடி கூடிப் பேசியதாகவும் அதற்கு அதன் சுபேதார் துணை போனதாகவும் செய்தி அறிந்து ஆங்கில அதிகாரிகள் அந்த சுபேதாரைத் தலையைத் துண்டித்துக் கொன்றார்கள். 19வது ரெஜிமெண்டும் 31ம் ரெஜிமெண்டும் கலைக்கப்பட்டு அவர்களுடைய ஆயுதங்களும் உடைகளும் பறிமுதல் செய்யப்பட்டன. அந்தக் காலத்தில் சிப்பாய்கள் தொப்பியை மட்டும் தமது சொந்தச் செலவில் வாங்கிக் கொள்ளவேண்டும். ராணுவத்தை விட்டு விலகிச் செல்லும்போது அந்தத் தொப்பியை மட்டும் நினைவுச் சின்னமாக எடுத்துக்கொண்டு செல்லலாம். 19 மற்றும் 34 ரெஜிமெண்டுகள் கலைக்கப்பட்டவுடன் அவர்கள் வருந்தி மன்னிப்புக்கேட்பார்கள் என்று அதிகாரிகள் எதிர் பார்த்தார்கள். எப்பொழுது விட்டு விலகுவோம் என்றிருந்த சிப்பாய் கள் அவர்களாகவே விலக்கப்பட்டதில் ஆனந்தம் அடைந்தனர். தங்களது சொந்தச் செலவில் வாங்கியதானாலும் அதுவும் அடிமைச் சேவகம் செய்ததற்குச் சமம்தானே என்று தொப்பியைக் கீழே போட்டு அதை மிதித்து நாட்டியமாடினார்கள். அதிகாரிகளுக்கு அது ஓர் அவமானம்.

இதற்கிடையில் அம்பாலாவில் திடீர் திடீர் என்று வெள்ளை அதிகாரிகளின் வீடுகள் தீப்பிடித்தன. இரவு நேரத்தில் பலத்த பாதுகாப்புப் போடப்பட்டது. அப்படியும் தீவைக்கும் நிகழ்ச்சி நிற்கவில்லை. துப்புக் கொடுப்பவர்களுக்குப் பணம் கொடுப்பதாக அறிவித்தார்கள். எவரும் துப்புக் கொடுக்கவில்லை. காவல் காத்துக் கொண்டிருக்கும் போதே வீடுகள் தீப்பிடித்தன. ஏதாவது பூதத்தின் செயலாக இருக்குமோ என்றுகூட நினைத்தார்கள். இவ்வளவுக்கும் அம்பாலாதான் ஆங்கில ராணுவத்தின் தலைமையகம். ஆங்கிலப் படைகளின் சேனாதிபதி அன்சான் அங்குதான் இருந்தார்.

டெல்லிக்கு அருகில் மீரட்டில் ஒரு விபரீதம் நடந்தது. 6-5-1857 அன்று சில ஆங்கில அதிகாரிகள் புதிய கார்ட்ரிட்ஜை தமது ரெஜிமெண்டில் பரிசோதிக்க விரும்பினர். அதில் 90 சிப்பாய்கள் இருந்தனர். அவர்களிடம் கார்ட்ரிட்ஜை எடுத்துப் பயன்படுத்தும் படிச் சொன்னார்கள். ஐந்து பேரைத் தவிர மீதி 85 பேர் அதைத் தொட மறுத்தனர். மீண்டும் கொடுக்கப்பட்டது. எடுக்காவிட்டால் கடுமை யான தண்டனை அளிக்கப்படும் என்று சொல்லப்பட்டது. அப்படி யும் மறுத்துவிட்டனர். அங்கிருந்த தலைமை அதிகாரி ஒரு விசாரணை

நடத்தினார். 9-5-1857 அன்று 85 பேரும் வரிசையாக நிறுத்தப்பட்டனர். வெள்ளையர் படை அவர்களை எதிர்கொண்டு நின்றது. அத்தனைபேர் கையிலும் இரும்பு விலங்கு பூட்டப்பட்டது. 10 ஆண்டுகள் கடுங்காவல் தண்டனை விதிக்கப்பட்டது. கால்களிலும் சங்கிலி மாட்டி அத்தனை பேரையும் சிறையில் தள்ளினர்.

வளையல் மாட்டிக்கொள்ளுங்கள்

இதைப் பார்த்துக்கொண்டிருந்த மற்ற சிப்பாய்களால் ஏதும் செய்யக் கூடவில்லை. பொருமினார்கள். அவர்கள் அங்கிருந்து வீடு திரும்பும்போது வழியில் இருந்த பெண்கள். ‘உங்களுக்கு எதற்கு மீசை? வளையல் அணிந்து கொள்ளுங்கள். உங்கள் சகோதரர்கள் சிறையில் வாடுகிறார்களே. உங்களுக்குக் கொஞ்சமேனும் வெட்கமாக இல்லை!’ என்றார்கள். இது மேலும் அவர்களை உசுப்பேற்றியது.

10ந் தேதி காலை. சிப்பாய்கள் வழக்கமாகப் பணிக்குச் சென்றார்கள். அன்று ஞாயிற்றுக்கிழமை. முதல்நாள் இரவே சிப்பாய்கள் கூடிப் பேசித் திட்டம் வகுத்திருந்தார்கள். அதிகாரிகளுக்கு அதைப்பற்றி எதுவும் தெரியாது. அவர்கள் வழக்கம்போல் மனைவி குழந்தைகளை அழைத்துக்கொண்டு உல்லாசமாகத் திரிந்தார்கள்.

‘திரியுங்கள், திரியுங்கள். இன்னும் கொஞ்சம் நேரம்தான்’ என்று அவர்களைப் பார்த்த சிப்பாய்கள் மனத்தில் கருவிக்கொண்டார்கள். அதிகாரிகளைவிட அதிகாரிகளின் மனைவிகள்தான் சிப்பாய்களிடம் அதிக வேலை வாங்கினார்கள். அதனாலே ‘மேம்சாஹிப்கள்’ மீதும் அவர்களுக்குக் கோபம் இருந்தது.

மேம் சாஹிப்களைப் பல்லக்கில் தூக்கிக்கொண்டு சிலர் சர்ச்சுக்குச் சென்றார்கள்.

திடீர் தீப்பற்றல்

திடீரென மீரட்டில் பல கட்டடங்கள் தீப்பற்றி எரிந்தன. சிப்பாய்கள் மட்டுமின்றி ஊர்மக்களும் கைகளில் கிடைத்த ஆயுதங்களைத் தூக்கி கொண்டு பஜாருக்கு விரைந்தனர். வழியில் கண்ட வெள்ளைக்காரர்களை வெட்டிச் சாய்த்தனர். அவர்களின் வீடுகள் கொளுத்தப்பட்டன. செய்தியை அறிந்தான் லெஃப்டினட் காஃப்.

கார்ட்டிட்ஜைப் பயன்படுத்த மறுத்த சிப்பாய்களை அடித்து முழங்கால் போடவைத்து கால்களிலும் கைகளிலும் விலங்கிட்டு அடைத்து வைத்த அந்த நிகழ்ச்சியின் எதிர்விளைவாகத்தான் அது இருக்கும் என்று நினைத்தான். என்றாலும் வெளியே போய்த்தான் ஆகவேண்டும். குதிரையில் ஏறிக்கொண்டு ரிவால்வரையும் வாளையும் எடுத்துக்கொண்டு சென்றான்.

காஃப் மட்டுமில்லை. அங்கே படையில் அதிகாரிகளாக இருந்த வெள்ளைக்காரர்கள் பலருக்கும் புரியாத புதிராக இருந்தது. காலையிலே சர்ச்சுக்குப் போகும்போது கூடப் பணிவாகத்தானே வந்தார்கள்! எப்படி இந்த மாற்றம்! அவர்களால் நம்ப முடியவில்லை.

மீரட்டில் உள்ள வெள்ளைக்காரர்கள் வீடுகள் பற்றிக்கொண்டு எரிந்தன. வழியில் அகப்பட்ட வெள்ளைக்காரர்களைக் குழந்தைகள் பெண்கள் என்று பாராமல் சிப்பாய்கள் வெட்டி வீழ்த்தினர். ஆனால் தாம் பணிபுரிந்த வெள்ளை அதிகாரிகள் பலரை அவர்கள் உள்ளுக்குள் ஊறிப்போயிருந்த விசுவாசத்தின் காரணமாக எதுவும் செய்யாமல் காப்பாற்ற முயன்றார்கள். அந்தப் புரட்சி ஏதோ ஒரு நாளில் திடீரென கிளர்ந்ததாகத் தெரியவில்லை. பலநாட்கள் திட்ட மிட்டப்பட்ட ஒரு எழுச்சியாகத்தான் இருந்தது.

சிலிர்த்தெழுந்தனர் சிறை மீட்புச் செய்தனர்

அதுவரை மிகவும் கவனமாகப் பாதுகாக்கப்பட்டு வந்த சிப்பாய் களுக்கும் ஆங்கில அதிகாரிகளுக்கும் இருந்த உறவில் விரிசல் கண்டது. வெள்ளைக்காரர்கள் தெருவெல்லாம் வீறிட்டார்கள். காப்பாற்றுங்கள் என்று கத்தினர் பலர். ஆங்கில அதிகாரிகளும் கையில் வாளொடு களம் புகுந்து கையில் அகப்பட்டவர்களை வெட்டிச் சாய்த்தார்கள். மெக்கன்சி என்ற ஆங்கில அதிகாரி தன் குறிப்பில் எழுதுகிறான்: ‘என்னிடம் காவலனாக இருந்த ஒருவன் தன் கையிலிருந்த ஒரு ஈட்டியால் குவார்ட்டர் மாஸ்டர் சார்ஜெண்டை விலாவில் குத்தினான். அவன் சுவரேறித் தப்பினான். ஆனால் தப்பிக்கும்பொழுதே அந்த பத்மாஷை துப்பாக்கியால் சுட்டுக் கொன்று வீழ்த்தினேன். இது எனக்கு மிகுந்த மகிழ்ச்சியைத் தந்தது’. அந்த மெக்கன்சியை அதுவரை கொல்லாமல் பாதுகாத்ததே சிப்பாய்கள்தான். பிறகு அவன் தப்பித்து அங்கிருந்து அகன்றான்.

அடைக்கப்பட்டிருந்த கைதிகள் அனைவரும் புரட்சி வீரர்களால் விடுவிக்கப்பட்டனர். அங்கேயே கொல்லர்கள் அவர்களுக்குப் போடப்பட்டிருந்த கால் கை விலங்குகளை உடைத்தெறிந்தனர். அந்தக் கைதிகளின் ஆவேசம் இன்னும் அதிகமாக இருந்தது. தாசில்தார் தாக்கப்பட்டார், கஜானா கொள்ளையடிக்கப்பட்டது. வெள்ளை அதிகாரிகள் எங்கே சிப்பாய்கள் தங்கள் வீடுகளில் புகுந்துவிடுவார்களோ என்று பயந்து அருகே இருந்த இந்துக் கோயிலுக்குள் யாருக்கும் தெரியாமல் புகுந்துகொண்டனர். அதில் சிலர் இந்துத் தெய்வங்களாவது தம்மைக் காப்பாற்றாதா என்று எண்ணிக் கைகுவித்து வேண்டினார்கள்.

36

ஆங்கிலப்படையின் அட்டகாசங்கள்

புரட்சியில் இறங்கிய மீரட் சிப்பாய்கள் தங்கள் வீடுகளுக்குச் செல்லாமல் அங்கிருந்து டெல்லியை நோக்கி நடைபோட்டார்கள். அவர்கள் முகலாய அரசன் பகதூர் ஷாவைத் தலைவனாகக் கொண்டு மேலும் புரட்சியைத் தொடரத் திட்டமிட்டிருந்தனர். மீரட்டில் மட்டுந்தான் கலவரமா அல்லது மற்ற எல்லா இடத்திலும் இந்திய சிப்பாய்கள் புரட்சி செய்கிறார்களா என்று அவர்களுக்குத் தெரியவில்லை. திருமதி மட்டர் என்னும் அம்மையார் சொன்னார். 'நம்முடைய கழுத்தில் பதம் பார்ப்பதற்காகவா ஆயுதங்களைத் தீட்டிவைத்திருந்தோம்?'

மீரட்டில் இந்தியச் சிப்பாய்களோடு ஆங்கிலச் சிப்பாய்களும் அதிகமிருந்தார்கள். அவர்கள் சற்று முனைப்புக் காட்டியிருந்தால் அந்தக் கலவரத்தை அடக்கியிருக்கக்கூடும். என்றாலும் சிப்பாய்கள் தாய் நாட்டின் சுதந்திரத்திற்காகப் போராடினார்கள். அங்கே எண்ணிக்கை முக்கியமில்லை எழுச்சிதான் முக்கியம். சிப்பாய்கள் எப்பொழுதும் தங்களுக்கு அடிமைகளாக ஆடிக் கொண்டிருப்பார் கள் என்று ஆங்கிலேயர்கள் எதிர்பார்த்தார்கள். திடீரென்று எதிர்பாரா மல் சிப்பாய்கள் பொங்கி எழுந்த நிகழ்ச்சி அவர்களுக்கு அதிர்ச்சி யைக் கொடுத்தது. என்ன செய்வதென்று தெரியாத திகிலில் அவர்கள் உறைந்து போனார்கள். இரவில் பெரும்பாலான சிப்பாய்கள் டெல்லி நோக்கிச் சென்றனர். அவர்களைத் தடுத்து நிறுத்த எந்த முயற்சியும் ஆங்கில அதிகாரிகள் செய்யவில்லை. பொதுமக்களும் பொங்கி எழுந்ததால் அவர்களால் மேற்கொண்டு எதுவும் செய்யக் கூடவில்லை.

கதிகலங்கினார் கானிங் பிரபு

'டெல்லி புரட்சிக்காரர்கள் கையில் விழுந்துவிட்டது' என்ற தந்தி கல்கத்தாவில் இருந்த கானிங் கையில் கிடைத்ததும் பதறிப் போனார். அந்தக் காலத்தில் தந்தி மட்டும் இந்தியாவில் இல்லாமல் போயிருந்தால் ஆங்கிலேய அதிகாரிகளால் தொடர்புகொள்ள இயலாமல் போயிருக்கும். ஒரு ஆங்கிலேய அதிகாரி எழுதியிருக் கிறான். 'தந்தி வசதிதான் இந்தியாவை எங்களுக்குத் தக்கவைத்துக் கொடுத்தது. தந்தித் தொழில் நுட்பம் இல்லாதிருந்திருந்தால் அன்றே இந்தியாவை இழந்திருப்போம்.'

குழப்பத்தாலே தாமதம்

'அரசுக்கு இருந்த வசதி பொதுமக்களுக்கு இல்லாததாலே ஒரே சமயத்தில் எல்லா இடத்திலும் புரட்சி கிளம்பவில்லை. மீரட் மட்டும் அவசரப்படாமல் இருந்திருந்தால், பழைய திட்டப்படி மே 31ந்தேதி எல்லா இடத்திலும் ஒரே சமயத்தில் புரட்சி வெடித் திருக்கும். அப்படி வெடித்திருந்தால் எத்தனை பிரிட்டிஷ் படைகள் வந்தாலும் அரசைத் தக்கவைத்துக்கொண்டிருக்க முடியாது. விதி வேறு வகையாக விளையாடி விட்டது. கம்பெனி அதிகாரிகள் ஆங்காங்கே தங்கள் நிலையை பலப்படுத்திக்கொள்ள வசதியாகப் போயிற்று. புரட்சிக்காரர்களுக்கும் குழப்பம். உடனே எழுவதா அல்லது ஆரம்பத்தில் தீர்மானித்தபடி காத்திருப்பதா? இந்தக் குழப்பம் பல பாதகங்களை விளைவித்துவிட்டது. கானிங் சிம்லாவி லிருந்த தலைமைத் தளபதியை உடனே டெல்லிக்குச் சென்று அதைக் கைப்பற்றச் சொல்லித் தந்தி கொடுத்தார்.

ஆன்சன் சிம்லாவிலிருந்து அம்பாலா வந்தார். அம்பாலாவிலிருந்து டெல்லிக்கு ஆயுதங்கள் மற்றும் பொருள்கள் ஏற்றிச் செல்லுவதற்கு வண்டிகள் தயார் செய்வது கூட அவர்களுக்கு இயலாது போயிற்று. மிகவும் சிரமப்பட வேண்டியிருந்தது. டெல்லி சக்கரவர்த்தியிட மிருந்து புரட்சியில் இணைந்து கொள்ளுமாறு பாட்டியாலா, சிந்து மற்றும் நாபா சமஸ்தானங்களுக்குச் செய்தி அனுப்பப்பட்டது. குருகோவிந்த சிங்கைக் கொன்ற முகலாய வம்சத்து அரசனைத் தலைவனாக, ஏற்றுக்கொள்ள இயலாது என்று மூன்று சமஸ்தானங் களும் ஆங்கிலேயருக்கு ஒத்துழைப்புக் கொடுத்தார்கள். அவர்கள் தங்கள் படைகளை ஆங்கிலேயருக்கு உதவியாக அனுப்பினார்கள். பண உதவி செய்தார்கள். பஞ்சாபிலிருந்து புரட்சி வீரர்கள் கிளம்பி னாலும் அவர்களை இவர்கள் கொன்று குவித்தனர். தமக்குள்ளே வெட்டி மடிந்தனர். சீக்கியர்கள் மட்டும் புரட்சியில் சேர்ந்திருந்தால் நிலைமை வேறுவிதமாக இருந்திருக்கும்.

டெல்லிக்குச் செல்லும் வழியில் ஆன்சன் காலராவால் இறந்தான். சர் ஹென்றி பார்னார்ட், (Sir Henry Barnard) தளபதியாகப் பொறுப்பேற்றார்.

நம்மவரே நமக்கு எதிரி

சர் ஹென்றி பர்னாட் தலைமையில் பாட்டியாலா, நபாப், சிந்து மன்னர்களின் உதவியோடு வந்த படைகளும் இணைந்து செய்த கொடுமை கொஞ்சநஞ்சமல்ல. வழியிலே புரட்சி வீரர்களால் ஆங்கிலப்படைகளுக்கு எதுவும் நேராமல் மேற்சொன்ன மன்னர் களின் படைகள் அவர்களைக் காத்துவர ஆங்கிலேயர் வழியெங்கும் வெறியாட்டம் போட்டார்கள். ஆங்கிலேயரைவிட மேற்கண்ட மன்னர்களின் படைகள் இன்னும் அதிக வெறியாட்டம் போட்டன. வழியில் கண்ட கிராமத்துவாசிகளையெல்லாம் பிடித்துத் தூக்கில் போட்டனர். நீதி விசாரணை என்ற பெயரில் பேயாட்டம் ஆடினர். பசு மாமிசத்தை வாயில் தடவித் தூக்கிலிட்டனர்.

இம்மாதிரியே கொடுமைகள் இழைத்தபடி அவர்கள் அதிக எதிர்ப்பு எதுவுமின்றி டெல்லியை நெருங்கினர். ஆனால் டெல்லியில் அவர்கள் புரட்சிச் சிப்பாய்களால் தாக்கப்பட்டனர். அவர்களை எதிர்த்து நிற்கத் திராணி யின்றி பின் வாங்கியபோது எதிர்பாராதவிதமாக அவர்களுக்கு உதவி யாக ஒரு கூர்க்கா படையும் வேறொரு ஆங்கிலப்படையும் வந்தன. இதனால் புரட்சி வீரர்கள் பின்வாங்க நேர்ந்தது.

பஞ்சாப் கவர்னர் சர் ஜான் லாரென்ஸ் 21-10-1857 அன்று தானெழுதிய ஒரு கடிதத்தில், 'நமக்கு எதிராகச் சீக்கியர்கள் போரிட்டிருந்தால் எதுவும் நம்மைக் காப்பாற்றியிருக்க முடியாது,' என்று எழுதியுள் ளான். பல இடங்களிலும் சிப்பாய்கள் எழுச்சி பெற்றுப் போரிட்டார்கள் என்ற செய்தி பஞ்சாப் கவர்னர் ஜான் லாரென்ஸுக்குக் கிடைத்ததால் வெள்ளையர் படையை வரவழைத்து இந்தியப் படைவீரர்கள் கொண்ட படையை சுற்றி வளைக்கச் சொல்லி ஆயுதங்களைப் பறிமுதல் செய்துகொண்டு அந்தப் படையையும் கலைத்துவிட்டான். இப்படிப் பல இடங்களிலும் நடந்தது. அதனாலே ஆயுதமிழந்தும் அதே சமயம் வழி நடத்தும் தலைவனின்றியும் சிப்பாய்கள் தாங்களாகவே போரிடவேண்டியிருந்தது.

ஆயுதப் பற்றாக்குறை, உணவுப் பற்றாக்குறை, வழி காட்டலின்மை, கோடைக்கால வெப்பம் இவையெல்லாம் அவர்களுக்குப் பெருந்தடையாக இருந்தாலும் தேசப்பற்றும், வெள்ளையனை வெளியேற்றிவிட வேண்டும் என்ற வெறியும் சிப்பாய்களைத் தொடர்ந்து போரிடவைத்தன.

பலம் வாய்ந்த சீக்கியர்கள், போர்க்குணம் கொண்ட கூர்க்காக்கள் ஆகியோருடைய ஆதரவும், தொடைநடுங்கி சமஸ்தான அதிபதிகளின் ஆதரவும் கிடைத்த காரணத்தால் ஆங்கிலேயரின் கரம் சற்று ஓங்கியிருந்தது.

'பஞ்சாப் மட்டும் ஆரம்பத்தில் விழுந்திருந்தால் நாம் அழிந்தே போயிருப்போம். துணைப் படைகள் வருமுன் ஆங்கிலேயர்களின் எலும்புகள் வெய்யிலில் வெளுத்துக்கொண்டிருந்திருக்கும். இங்கிலாந்து தனது மேலாண்மையை மீண்டும் இந்தியாவில் மட்டுமல்ல கிழக்கே நிலைநாட்டியிருக்கவே முடியாது,' என்று ஜான் லாரென்ஸ் எழுதியிருக்கிறான்.

சீக்கியர்கள் நம்பிய சோதிடக் குறிப்பு

மற்ற எல்லா இடங்களிலும் முஸ்லிம்களும் இந்துக்களும் ஒன்றிணைந்து போராடினார்கள். அந்த நிலை பஞ்சாபில் ஏற்பட்டு விடக் கூடாதென்பதில் ஆங்கில அதிகாரிகள் அதிகக் கவனம் செலுத்தினர். முஸ்லிம்களுக்கும் சீக்கியர்களுக்கும் இடையே இருந்த பகையை ஊதிப் பெரிதாக்கினார்கள். ஏற்கெனவே ஒரு சோதிடத் தீர்க்கதரிசனம் ஒன்று பஞ்சாபில் உலவிவந்தது. சீக்கியர் கள் விரைவில் டெல்லிமேல் படையெடுத்துச் சென்று முகலாயரை வென்று ஆட்சியைக் கைப்பற்றுவார்கள் என்றது சோதிட முன் மொழி. அவர்கள் அதை நம்பினார்கள். வாய்ப்பு வந்து விட்டதாகக் கருதி ஆங்கிலேயர்களுடன் கைகோத்துக்கொண்டார்கள். அந்த அளவுக்கு அவர்களைப் பேச்சாலும் சலுகைகளாலும் ஆங்கிலேயர் மயக்கியிருந்தார்கள். அவர்களுடைய வெறி ஆங்கிலேயர்மேல் திரும்புவதற்கு மாறாக இந்தியர்கள் மேலே திரும்பியது. சீக்கியர் களைக் கொல்ல வேண்டும் என்று பகதூர் ஷா சொன்னதாக வதந்தியை வேறு கிளப்பி விட்டார்கள்.

'நான் அப்படிச் சொல்லவில்லை. நமது யுத்தம் வெள்ளையர்களுக்கு எதிராகத்தான். நம்மவர்கள் யாரானாலும் ஒரு சிறு தீங்கும் செய்யப் படமாட்டாது' என்று பகதூர் ஷா பறையறிவித்து தெரிவித்தபோதும் சீக்கியர்கள் அதை நம்பவில்லை.அவர்கள் முழுதாக வெள்ளையர் பக்கம் சாய்ந்துவிட்டார்கள். நம் கண்ணைக்கொண்டே நம்மவரை வெள்ளையர் குத்திவிட்டனர்.

பஞ்சாபில் இந்நிலைமை இருந்தாலும் சீக்கியரல்லாத மற்றவர்களும் படையில் இருந்தார்கள். அவர்கள் புரட்சி செய்தார்கள். ஆங்கிலப் படை பஞ்சாபிலிருந்து டெல்லி வரும் வழியில் செய்த கொடூரக் கொலைகள் கொஞ்ச நஞ்சமில்லை.

வழியெங்கும் அங்கங்கே தூக்கு மரங்கள் நிறுத்தப்பட்டன. அவை போதாவென்று பீரங்கி வாயில் நிற்க வைத்துக் கட்டியும் சிப்பாய் களைச் சுட்டனர். ஒப்புக்குக் கேட்பதுபோல் உங்கள் கடைசி விருப்பம் என்னவென்று சிலரிடம் கேட்டபோது, 'நான் சாவதற்கு அஞ்சவில்லை. தயவு செய்து என்னைத் தூக்கிலே தொங்கவிடாதீர் கள். பீரங்கி வாயில் நிற்க வைத்துச் சுட்டுத்தள்ளுங்கள். ஒரு வீரனா கவே சாக விரும்புகிறேன்' என்று அவர்கள் சொன்னார்கள். இதை ஆங்கில எழுத்தாளர்களே வியந்து எழுதியிருக்கிறார்கள்.

இவ்வளவு மோசமாக ஆங்கிலேயர் நடந்து கொண்டால்கூட லூதியானா, அலிகார் முதலிய இடங்களில் புரட்சி சிப்பாய்கள் ஆங்கிலேய அதிகாரிக்கு எந்தத் தொல்லையும் தராமல் ஊரை விட்டுப் பத்திரமாக அனுப்பிவைத்தார்கள்.

இடாவாவில் ஆலன் ஆக்டேவியன் ஹியூம் என்பவர் கலெக்டராக இருந்தார். இவர்தான் இதற்கு முன்னால் உப்பு வேலி அமைக்கவும் காரணமாயிருந்தவர். இடாவிலும் சிப்பாய்கள் எழுச்சி நடைபெறும் என்ற பயம் இருந்தது. அலிகாரிலிருந்து உத்தரவு வராததால் சிப்பாய்கள் எந்தவிதமான மாற்றமும் காட்டாமல் வழக்கமாகத் தம் நடவடிக்கைகளைச் செய்து வந்தார்கள். ஹியூம் ஒரு சிறுபடை அமைத்துச் சாலைகளிலிருந்து தாக்குதல் வராமல் பாதுகாத்து வந்தார். அந்நேரம் மீரட்டிலிருந்து சில சிப்பாய்கள் வந்துகொண்டிருந்தார்கள். ஹியூம் படையினர் மீரட் சிப்பாய்களை வளைத்துச் சரணடையச் சொன்னார்கள். அவர்களும் ஏதும் சொல்லாமல் கீழ்ப்படிந்து தம் ஆயுதங்களைக் கீழே போட்டார்கள்.

ஆனால் திடீரென அவர்கள் தம் ஆயுதங்களை எடுத்துக்கொண்டு அருகிலிருந்த கோயிலுக்குள் சென்று புகுந்து கொண்டார்கள். ஹியூமுக்குச் செய்தி போயிற்று. அவர் ஒரு படையுடன் அங்குவந்தார். ஊர்க்காரர்களும் அவருடைய படைகளும் அதற்குள் மீரட் சிப்பாய் களைக் கொன்றிருப்பார்கள் என்று அவர் நினைத்தார். ஆனால் நடந்தது வேறு. ஊர்க்காரர்கள் மீரட் சிப்பாய்களை வரவேற்று அவர்களை உபசரித்துக்கொண்டிருந்தனர். உள்ளூர்ச் சிப்பாய்களும் அவர்களுடன் சேர்ந்துகொண்டனர். மே 23ந்தேதி சிப்பாய்கள் புரட்சியில் ஈடுபட்டு கஜானாவைக் கைப்பற்றினார்கள். சிறைச்சாலைகளை உடைத்தார் கள். ஆயுதங்களைக் கைப்பற்றினார்கள். தப்பிச் செல்ல முயன்ற ஆங்கிலேயர்களை எதுவும் செய்யவில்லை. ஹியூமும் பெண்வேடத்தில் தப்பி ஓடினார். இந்த ஹியூம் தான் பின்னாளில் இந்திய தேசிய காங்கிரஸ் தொடங்குவதற்குக் காரணமாக இருந்தவர்.

பசு வதை தடுக்கப்படும்

டெல்லியை நோக்கிச் சிப்பாய்கள் செல்லும்போது வழியில் உள்ள ஊர்கள் எல்லாம் ஒவ்வொன்றாகச் சுதந்திரமாயின. மீரட் கிளர்ந்து எழுந்துவிட்டது எனக் கேள்விப்பட்ட பல ஊர்கள் புரட்சியில் குதித்தன. ரோஹில்கண்ட் முஸ்லிம்கள் சிப்பாய் புரட்சியை எதிர்பார்த்துக் காத்திருந்தார்கள் மீரட்டின் எழுச்சி பற்றிய செய்தி மே 14ம் நாள் அவர்களுக்குக் கிடைத்தது. டெல்லி அரசிடமிருந்து தாக்கீது அரச வாரிசான கான் பகதூர் கானுக்கு வந்தது. என்றாலும் அவர்கள் சரியான சமயத்துக்காகக் காத்திருந்தனர். வழக்கத்தை விடப் பணிவாக ஆங்கிலேயரிடம் நடந்துகொண்டனர். தம்மிடம் உள்ள குதிரைப்படை தமக்கு மிகவும் உண்மையுள்ளது என்று அங்குள்ள ஆங்கில அதிகாரி நம்பினான். அங்குள்ள சிப்பாய்களிடம் அதிகம் பரிவு உள்ளவன் போலவும் தானே புதிய கார்ட்ரிட்ஜுகளை அழித்துவிடுவதாகவும் சொன்னான். ஆனால் எதையும் சிப்பாய்கள் நம்பத் தயாராக இல்லை

முந்தைய அரசன் ஹஃபிஸ் ரஹ்மத்தின் வாரீசான கான் பகதூர் கான் ஆங்கில அரசில் நீதிபதியாகப் பணியாற்றியவர். அரசுக்கு ஆதரவாளர் என்று ஆங்கிலேயர்களால் பெரிதும் நம்பப்பட்டவர்.

மே 31ந்தேதி காலை கேப்டன் பிரௌன்லோவின் வீடு தீப்பற்றி எரிந்தது. ஆனாலும் சிப்பாய்கள் வழக்கம்போலப் பணிக்குப் போனார்கள்.

11 மணிக்கு ஒரு துப்பாக்கிச் சத்தம் கேட்டது. அவ்வளவுதான். சிப்பாய்கள் பொங்கியெழுந்தனர். ஆங்கிலேயர்கள் அகப்பட்டுக் கொண்டார்கள். பலர் மாண்டார்கள். பலர் நைனிட்டாலுக்குத் தப்பிச் சென்றார்கள். ஆறு மணி நேரப் போராட்டத்தில் ரோகில் கண்டின் தலைநகர் பரேய்லி சிப்பாய்கள் வசம் வந்தது. ஆங்கிலேயர் கொடி இறக்கப்பட்டு சுதந்திரக் கொடி பறக்கவிடப் பட்டது. கான் பகதூர் கான் மன்னராக அறிவிக்கப்பட்டார். கைதிகளாகப் பிடிபட்ட ஆங்கிலேய அதிகாரிகள் கான் பகதூர் கானால் விசாரிக்கப்பட்டுத் தூக்கிலிடப்பட்டார்கள். ரோஹில்கண்ட் விடுதலைபெற்ற செய்தி டெல்லிக்கு அனுப்பப்பட்டது

கீழ்க்கண்ட பிரகடனம் ரோஹில்கண்ட் முழுதும் சுவரொட்டிகளாக ஒட்டப்பட்டது.

> ‘ஹிந்துஸ்தானத்து மக்களே, நாம் நீண்ட நாள்களாக எதிர்பார்த்த சுதந்திரத் திருவிழா வந்துவிட்டது. நீங்கள் இதை ஏற்கப் போகிறீர்களா, மறுக்கப் போகிறீர்களா? இப்பொழுது கிடைத் திருக்கும் வாய்ப்பைப் பயன்படுத்திக்கொள்ளப் போகிறீர்களா அல்லது நழுவ விடப் போகிறீர்களா? ஹிந்து, முஸல்மான்

சகோதரர்களே, இதனால் நான் தெரிவிப்பது என்னவென்றால் இங்கிலீஷ்காரர்களை இங்கே மேலும் நீடிக்க நாம் அனுமதித்தால் அவர்கள் நம்மையெல்லாம் கொன்று தனது மதத்தை இங்கே புகுத்திவிடுவார்கள். ஹிந்துஸ்தான் மக்கள் இதுவரையில் ஆங்கிலேயர்களால் ஏமாற்றப்பட்டே வந்திருக்கிறார்கள். நமது வாள்களாலேயே நம்மைக் கழுத்தறுத்திருக்கிறார்கள். இந்தச் சதியை நாம் சரி செய்தாக வேண்டும். அவர்களின் வழக்கமான சதிவேலையை இன்னும் காட்டுவார்கள். ஹிந்துக்களை முஸல்மான்களுக்கு எதிராகவும் முஸல்மான்களை இந்துக்களுக்கு எதிரகவும் தூண்டி விடுவார்கள். இந்துச் சகோதரர்களே அவர்களது வலையில் விழுந்துவிடாதீர்கள். இந்துக்கள் புத்திசாலிகள். ஆங்கிலேயர்கள் கொடுத்த வாக்குறுதியைக் காப்பாற்றுவதில்லை என்பது நாம் சொல்லி அவர்களுக்குத் தெரியவேண்டியதில்லை. சதி செய்வதில் சாமர்த்தியசாலிகள் ஆங்கிலேயர்கள். பூமியில் நிலவும் மற்ற மதங்களையெல்லாம் அழித்துவிட்டுத் தம் மதத்தை மட்டுமே பரப்ப முனைகின்றனர். சுவீகாரம் செல்லாதென்று சொல்லவில்லையா? நமது அரசர்கள் பலரின் அரசுகளைப் பறிக்கவில்லையா? நாக்பூர் அரசை அபகரிக்கவில்லையா? லக்னௌவின் அரசை யார் பறித்தார்கள்.? இந்துக்களையும் முஸ்லிம்களையும் தங்கள் காலடியில் போட்டு நசுக்கியவர்கள் யார்? ஹிந்துக்களே நீங்கள் கோமாதாவை வழிபட்டால், முஸ்லிம்களே நீங்கள் குரானை மதித்தால் உங்களுக்குள் இருக்கும் சிறு சிறு பேதங்களையும் பிரச்னைகளையும் மறந்துவிட்டு இந்தப் புனித யுத்தத்தில் ஒன்றுபடுங்கள். ஒரே கொடியின் கீழ் போராடுங்கள். இரத்த ஆற்றில் ஆங்கிலேயன் என்ற பெயரையே கழுவிப்போடுங்கள். இந்துக்கள் இந்த யுத்தத்தில் முகம்மதியர்களோடு இணைந்து சுதந்திரத்திற்காகப் போராடினால் அவர்களின் தேசபக்திக்கு வெகுமதியாக பசு வதை தடுக்கப்படும் என்று உறுதியளிக்கிறேன். இந்தப் புனித யுத்தத்தில் யார் தானே கலந்து கொள்கிறார்களோ, யார் மற்றவர்கள் கலந்துகொள்ள நிதியுதவி செய்கிறார்களோ அவர்கள் நிச்சயம் முக்தியடைவார்கள். ஆனால் யாராவது இந்தச் சுதேசிப் போராட்டத்திற்கு ஊறுவிளைவித்தால் அவன் தனது தலையில் தானே அடித்துக்கொண்டு தற்கொலை செய்து கொண்ட பாவத்துக்கு உள்ளானவன் ஆவான்' என்று அந்த அறிக்கையில் எழுதப்பட்டிருந்தது.

37

கான்பூர் கலவரம்

‘நம்முடைய சிப்பாய்களிடம் பேசிப்பாருங்களேன்? உங்களுக்குத் தான் இந்தி நன்றாகத் தெரியுமே?’ என்றாள் மேடில்டா.

‘நம் சிப்பாய்கள் நல்லவர்கள். அவர்களிடம் நான் அவர்கள் பாஷையிலேயேதான் பேசுகிறேன். அவர்களை நான் மிக நன்றாகத்தான் கவனித்துக்கொள்கிறேன்!’ என்றார் 68 வயதான ராணுவத் தளபதி ஹுக் மாஸி வீலர். பல இடங்களில் மிகச் சிறப்பாகப் பணியாற்றிய பின் அவர் கான்பூருக்கு மாற்றப்பட்டிருந்தார். லண்டனில் நாடாளு மன்ற சபையால் முன்பு பாராட்டப்பட்டவர். கிட்டத்தட்ட 50 வருடங்கள் இந்தியாவிலேயே வசித்தவர். அவருடைய மனைவி மேடில்டா ஓர் இந்தியத் தாய்க்குப் பிறந்தவள்.

‘அப்படி நம்பி விட்டுவிடக் கூடாது. மீரட், டெல்லியில் நடந்ததைப் போல இங்கேயும் நடக்கக் கூடாதல்லவா?’ என்றாள் மேடில்டா

‘மேடி, அப்படி நடக்காது. உன் சொந்தக்காரன் நானா சாகிப், சிப்பாய் புரட்சி இங்கு நடந்தால் நமக்கு உதவுவதாகச் சொல்லி யிருக்கிறான். நேற்று கலெக்டரிடம் 1500 சிப்பாய்கள் தருவதாகச் சொல்லியிருக்கிறானாம்.’

‘சிப்பாய்களின் எழுச்சியென்றால் புரட்சிச் சிப்பாய்கள் அவனை அதில் இழுக்கத்தான் செய்வார்கள். எதற்கும் அவன்மேல் ஒரு கண் இருக்கட்டும். கிடங்கு மாளிகை எவ்வளவு முடிந்திருக்கிறது?’

‘அவசர அவசரமாகக் கட்டிமுடித்துவிட்டோம். ஆயிரம் பேர் அதன் பள்ளத்தில் பதுங்கலாம். இன்னொரு கட்டிடம் காயம்பட்டவர்

களுக்குச் சிகிச்சை செய்யும் ஹாஸ்பிடல். இரண்டும் அருகருகி லேயே கட்டப்பட்டிருக்கிறது,' என்றார்.

'இதைக் கொண்டுபோய் அங்கே ஏன் கட்டினீர்கள். இங்கே நமது ராணுவ இருக்கை வளாகத்திலேயே கட்டியிருக்கலாமே'

'இது பேரக்ஸிலிருந்து 7 மைல் தொலைவிலிருக்கிறது. அவசரத்துக்கு இங்கு வந்து போவது சாத்தியமில்லை. அதனால் தான் அங்கே கட்டினேன்.'

தளபதி மிகப்பொறுமையாகப் பதில் சொன்னார்.

இதற்கிடையில் மதராஸ் ஃபுஸிலியர்ஸைச் சேர்ந்த 15 வீரர்கள் வந்து கான்பூரில் காவலுக்குச் சேர்ந்துகொண்டனர். கல்கத்தாவிலிருந்து 100 பேரைக் கானிங் அனுப்பியிருந்தார். கான்பூரில் இருக்கும் இரண்டாவது லைட் கேவல்ரி படை புரட்சி செய்யப் போவதாகத் தகவல் கிடைத்தது. எனவே வெள்ளையர்கள், இந்தியக் கிறித்துவர்கள், ஐரோப்பியர்கள் அனைவரையும் பாதுகாப்பாகக் கிடங்கு மாளிகையில் கொண்டு சேர்த்தனர். ஜூன் 4ந்தேதி எதிர்பார்த்தபடியே 2வது கேவல்ரி படை புரட்சியில் இறங்கியது. மற்ற இடங்களைப் போலல்லாமல் கான்பூரில் புரட்சி செய்த இந்திய வீரர்கள் வெள்ளை அதிகாரிகள் எவரையும் கொல்ல விரும்பவில்லை. 'நாங்கள் புரட்சியில் இறங்கியிருக்கிறோம். நீங்கள் தப்பிச் சென்று விடுங்கள்!' என்று சொல்லி அவர்களைப் பாதுகாவலாக அனுப்பிவைத்தனர்.

தொலைவில் நானா சாஹிப் பெரும் படையுடன் வருவதாகச் சொல்லப்பட்டது. கலெக்டருக்கு வாக்களித்தபடி வெள்ளையர் களின் உதவிக்குத்தான் நானா சாஹிப் வருவதாக வீலர் நினைத்தார்.

நானாவின் தந்திரம்

கான்பூரின் கருவூலத்தைக் காக்கும் பொறுப்பை நானா சாஹிப்பின் வீரர்கள் எடுத்திருந்தார்கள். அவர்களும் புரட்சிக் கூட்டத்தில் சேர்ந்துகொண்டதால் கருவூலம் கைப்பற்றப்பட்டது. ஆயுதக் கிடங்கு கைப்பற்றப்பட்டது. சிறைச்சாலை உடைக்கப்பட்டுக் கைதிகள் விடுவிக்கப்பட்டனர். நானா சாகிப் தங்களை ஏமாற்றிவிட்டது அப் பொழுதுதான் வீலருக்குத் தெரிந்தது. கருவூலம் கைப்பற்றப்பட்டது என்ற செய்தியைக் கேள்விப்பட்டதும் வருத்தப்படுவதற்குப் பதிலாக தளபதி வீலர் உள்ளுக்குள் மகிழ்ந்தார். சிப்பாய்களுக்குப் பணம்தான் குறி. அதைக் கைப்பற்றிவிட்டால் அவர்கள் நேரடியாக டெல்லி நோக்கிச் சென்றுவிடுவார்கள். தமது ராணுவத்தளம் தாக்கப்படமாட்டாது என்று நம்பினார். பணத்தை எப்படியும்

ஈடுகட்டிவிடலாம். ஆனால் ராணுவத் தளம் அழிந்தால் இருக்கிற வெள்ளையர்களுக்குப் பாதுகாப்பு இல்லாமல் போய்விடுமே என்ற கவலை அவருக்கு. அவர் எதிர்பார்த்தது போலவே மூன்று முக்கிய மான திட்டத்தை (அதாவது கருவூலம், சிறைச்சாலை, ஆயுதக் கிடங்கு) நிறைவேற்றிய புரட்சி வீரர்கள் (The Indian Mutiny by Julian Spilsbury, Page 127) ஆட்டம் பாட்டத்தோடே டெல்லியை நோக்கி நடை போட்டார்கள். அது தொடர்ந்திருந்தால் கான்பூரில் நடந்தேறிய கொடூரம் நிகழாமலே போயிருக்க வாய்ப்புண்டு.

ஆனால் நானா சாகிப் உடனடியாக டெல்லி செல்ல விரும்ப வில்லை. அவரது மூதாதையர்களான மராத்திய மன்னர்களிடம் அடிபணிந்து கிடந்த மன்னனைத் தலைவனாக ஏற்றுக்கொண்டு அவனுக்குக் கீழே ஒரு சிற்றரசனாக இருக்க நானா சாகிப் விரும்ப வில்லையென்றும் அதனால் டெல்லிக்குச் செல்லாமல் கான்பூரி லிருக்கும் வெள்ளையர்களை முதலில் முற்றிலுமாக அழித்து விட்டுப் பின்னர் டெல்லி செல்வதைப் பார்த்துக்கொள்ளலாம் என்று அவன் முடிவெடுத்ததாகவும் வெள்ளையர்களால் எழுதிவைக்கப் பட்ட குறிப்புகளில் சொல்லப்படுகிறது.

ஆனால் நானா சாகிப்தான் சிப்பாய் புரட்சியின் சூத்திரதாரி என்றும் டில்லி பாதுஷாவைத் தலைவராக ஏற்கவைக்கும் ஏற்பாடே அவனுடையதுதான் என்றும் வேறு சிலரால் சொல்லப்படுகிறது. எது எப்படியாயினும் வாய்ப்புக் கிடைக்கும்போது பகைவர்களை அழிக்காமல் தப்பிப்போக விட்டுவிட்டால் அவர்கள் பின்னால் எழுச்சிபெற்றுத் தம்மை எதிர்க்கக்கூடும். ஆதலால் பகை, தீ, செயல் மூன்றையும் குறையாக விட்டுச் செல்வது தீது என்னும் நீதி நூல் களின் கருத்துப்படி நானா சாகிப்தான் வரும் வழியில் எதிர்கொண்ட புரட்சிப்படை வீரர்களை மீண்டும் கான்பூருக்குள்ளேயே போகும் படிச் சொன்னான். அதற்குப் பிறகு நடக்கும் செயல்களுக்குத் தாம் தலைமைப்பொறுப்பை ஏற்றுக்கொண்டான். தளபதி வீலருக்குத் தலைவலி தொடங்கிவிட்டது. ஜூன் 6ந்தேதி நானா சாகிப் ஒரு தூதுவன் மூலம் வீலருக்கு அவனது பாதுகாப்புக் கோட்டையைத் தாக்கப்போவதாகச் செய்தி அனுப்பினான்.

நானா தன்னைப் பேஷ்வாவாக அறிவித்துக் கொண்டான். ஒவ்வொரு படைப்பிரிவுக்கும் தளபதிகளை நியமித்தான். தாத்தியா தோப் அவனது தளபதியானான். அவனது படைவீரர்கள் பாதுகாப்புக் கோட்டையைத் தாக்கத் தொடங்கினர்.

நடுங்க வைத்த நடனக்காரி

அதற்கு முன்பு நடந்த ஒரு நிகழ்ச்சி.

கான்பூரில் ஓர் ஆங்கிலச் சிப்பாய் ஓர் இந்தியச் சிப்பாயைச் சுட்டான். குறிதப்பியது. அந்தச் சிப்பாய் புகார் கொடுத்தான். விசாரணை நடத்தினார்கள். ஆங்கிலச் சிப்பாய் குடிபோதையில் சுட்டதாகவும் குண்டு வெளிப்பட்டுவிட்டதாகவும் சொல்லி அது குற்றமில்லை என்றும் தீர்ப்புக்கூறிவிட்டார்கள். எனவே கோட்டையைத் தாக்கிய வீரர்கள். 'எங்கள் துப்பாக்கிகளிலிருந்தும் குண்டு வெளிப்படும். அது குற்றமில்லை' என்று சொல்லிக்கொண்டே சுட்டார்கள். தாக்குதல் தொடர்ந்தது. உள்ளே பெண்களும் குழந்தைகளும் அலறினார்கள். இதில் பெண்களும், 'எங்களுக்கும் பங்கு வேண்டும்' என்று சொல்லிப் போரில் குதித்தார்கள். கான்பூரில் அஸிஸான் என்ற மிக அழகிய நடனக்காரி இருந்தாள். அவளது அழகில் பலர் மயங்கிக் கிடந்தார்கள். அவளது காலடியில் பணத்தைக் கொட்டினார்கள். ஆனால் அந்த அழகி போர் தொடங்கியதும் தானும் வாளைக் கையிலெடுத்துச் சுழற்றினாள். தங்கள் மத்தியில் ஓர் அழகான பெண் சண்டையிடுகிறாள் என்பதைப் பார்த்த சிப்பாய்கள் மது உண்ணாமலே மயக்கம்கொண்டு தீவிரமாகப் போராடினார்கள். கோழைகளைப் பார்த்து அவள் புருவம் நெரித்தாள். கோழைகளும் வீரம் பெற்றுக் களத்தில் குதித்தார்கள்.

சிப்பாய்கள் தங்கள் உயிரைத் திரணமாக மதித்துக் கோட்டை சுவரின் மேலெல்லாம் ஏறி உள்ளே நோக்கிச் சுட்டார்கள். வெளியில் வந்து போராடிய ஆங்கிலேய அதிகாரிகள் சிப்பாய்களின் கடுமையான தாக்குதலுக்கு ஈடுகொடுக்க முடியாமல் கோட்டைக்குத் திரும்பிச் செல்ல முயன்றார்கள். அப்பொழுது வழியில் குண்டடி பட்டுச் செத்தவன்போல் கிடந்த ஒரு சிப்பாய் சடாரென எழுந்து ஆங்கில அதிகாரிகளைச் சுட்டுத்தள்ளினான். கோட்டைக்குள்ளே தண்ணீர்ப் பஞ்சம். தாகத்திலே தவித்தார்கள். கோட்டைக்குள்ளே தாக்குப் பிடிப்பதற்கு வேண்டிய அளவு உணவுப் பொருட்களைப் பதுக்கி வைப்பதற்கு ஒப்பந்தம் பெற்றவர், ஆங்கிலேயர் மேல் கொண்ட வெறுப்பால் நிறைய வைத்துவிட்டதாகச் சொல்லிக் குறையவே வைத்திருந்தார். எனவே உணவுப்பொருள்களும் அதிக நாளைக்கு வரமுடியாத நிலை.

தண்ணீர் இறைத்துத் தாகம் தீர்த்தவன்

அதுமட்டுமில்லை. கிணற்றிலும் போதுமான தண்ணீர் இல்லை. பகல் பொழுதில் குண்டு மழை பொழியப்பட்டதால் இரவில் பதுங்கிப் பதுங்கித் தண்ணீர் பிடித்தார்கள். தண்ணீர் இறைக்க மாட்டியிருந்த கப்பி குண்டடியில் அறுந்து விழுந்து விட்டதால் 60 அடி ஆழத்திலிருந்து கயிறு கட்டித்தான் இழுக்க வேண்டியிருந்தது. இதைப் பார்த்த ஒரு ஆங்கிலேயன் தான் அந்தப் பொறுப்பை

ஏற்றுக்கொண்டான். தண்ணீர் இறைத்துக்கொடுப்பது ஒன்றே அவனது வேலை. எந்த நேரத்திலும் அவன் மேல் குண்டு பட்டுச் சாகலாம் என்றிருந்த நிலையில் உயிரைக் கருதாமல் அவன் அந்தச் சேவையைச் செய்து வந்தான். ஒரு நாள் அவன் மேல் குண்டு பாய்ந்து கீழே விழுந்து விட்டான். அந்த நிலையிலும் தன் அருகில் இருந்தவர்களிடம், ‘அதோ அந்த மேடத்திற்கு நான் ஒரு வாளித் தண்ணீர் இறைத்துத் தருவதாகச் சொல்லியிருக்கிறேன். யாராவது ஒருவர் தண்ணீர் இறைத்து அவருக்குக் கொடுத்தால் நிம்மதியாகச் சாவேன்!’ என்றானாம்.

தாக்குதல் பல நாட்கள் தொடர்ந்து நடந்தது. இதற்கிடையில் நானா சாகிப் நகரை நிர்வகிக்க வேண்டிய சட்டதிட்டங்களை வகுத்தும் அவற்றை நிர்வகிக்க அலுவலர்களை நியமித்தும் வேண்டிய ஏற்பாடுகளைச் செய்தான். போர் தொடர்ந்துகொண்டே இருந்தது. ஜூன் 22ந்தேதி. மறுநாள் என்ன நடக்குமோ என ஆங்கிலேயர்கள் நடுங்கினார்கள். நூறாண்டுகளுக்கு முன்பு ஜூன் 23ந்தேதிதான் பிளாசி யுத்தத்தின் மூலம் ஆங்கிலேயர் ஆட்சியைப் பிடித்த நாள். எனவே அன்று பயங்கர யுத்தம் இருக்கும் என எதிர்பார்த்து நடுங்கிக் கொண்டிருந்தனர். அவர்கள் எதிர்பார்ப்பு வீண்போகவில்லை. அப்படியே நடந்தது. காலாட்படையும் குதிரைப் படையும் எப்படியும் கோட்டையைத் தகர்த்துவிடவேண்டும் என்று போராடின. கோட்டைக் குள்ளே இன்னும் ஆயுதங்களும் குண்டுகளும் அதிகம் இருந்ததால் அவர்களும் எதிர்த்துப் போராடினார். ஆனால் மேலும் இரண்டு தினங்களுக்கு மேல் ஆங்கிலேயர்களால் தாக்குப் பிடிக்க இயலவில்லை.

சமாதானக் கொடி

1857ம் ஆண்டு ஜூன் மாதம் 27ம் நாள் அவர்கள் சமாதானக் கொடியைக் கோட்டைமேல் பறக்கவிட்டார்கள். அதைப்பார்த்த நானா சாகிப், வீலருக்கு ஒரு கடிதம் கொடுத்தனுப்பினான். நானா சாகிப்பின் உத்தரவின்படி அஸிமுல்லாகான் எழுதியிருந்தான். அதைக் கைதியாகப் பிடித்து வைத்திருந்த ஒரு பெண்மணி மூலம் கொடுத்தனுப்பினார்கள்.

> ‘விக்டோரியா அரசியின் குடிமக்களுக்கு எழுதியது, டல்ஹௌசியின் கொள்கையோடு தொடர்பில்லாதவர்களும், ஆயுதங்களைக் கீழே வைத்துவிட்டுச் சரணடைகிறவர்களும் பத்திரமாக அலகாபாத்துக்கு அனுப்பி வைக்கப்படுவார்கள்.’

என்று எழுதியிருந்தான்.

மாரோ பரங்கிக்கோ

சண்டை தொடங்குவதற்கு முன் ஆயிரம் பேர் இருந்தார்கள். ஆனால் பல நாட்கள் போரில் தாகத்தாலும் வெப்பத்தாலும் குண்டு பாய்ந்தும் பலர் இறந்துவிட்டார்கள். எல்லோரையும் இழக்க விரும்பாத வீலர் தனது சகாக்கள் சிலரைப் பேச்சுவார்த்தையில் ஈடுபடுத்தினான். 'நானா சாகிப்பிடம் கஜானாவை ஒப்படைக்க வேண்டும், ஆயுதங்களை ஒப்படைக்கவேண்டும். அதற்கு மாற்றாக எல்லோரும் அங்கிருந்து லக்னௌவுக்குப் பாதுகாப்பாகச் செல்வதற்குப் படகுகளும் போதிய உணவுப் பொருள்களும், மற்ற தேவைப்பட்ட பொருள்களும் கொடுக்கப்படும்' என்று நானா சாகிப் தரப்பில் சொல்லப்பட்டது. எப்பொழுது அவர்கள் புறப்படத் தயாரென்பதை முடிவுசெய்து சொல்லும்படிச் சொல்லியனுப்பினான். அதன்படி மறுநாள் அதிகாலையில் புறப்படுவதாக ஏற்பாடு. நானாவின் தளபதிகளில் ஒருவனான தாத்தியாத் தோப் தேவையான படகுகளுக்கு ஏற்பாடு செய்தான். ஒவ்வொரு படகிலும் தேவையான உணவுப்பொருள்கள் வைக்கப்பட்டன. உட்காருவதற்கு வசதியாக இருக்கைகள் அமைக்கப்பட்டன. வெயிலுக்குப் பாதுகாப்பாக கூரை மறைப்புப் போடப்பட்டது. அவற்றைப் பார்த்த ஆங்கில அதிகாரிகள் மேலும் சில வேண்டுகோள்கள் வைத்தார்கள். அவர்கள் கேட்டுக்கொண்டபடி ஏற்பாடுகள் செய்யப்பட்டன. ஆங்கிலச் சீமாட்டிகளை அழைத்துக் கொண்டு வந்து சேர்க்க பல்லக்குகள், வீலரை அழைத்துவர அலங்கரிக்கப்பட்ட யானை ஆகியவை ஏற்பாடு செய்யப்பட்டன. ஆனால் வீலர் அந்த இழிவான நிலையில் யானையின் மீது ஏற விரும்பவில்லை. எனவே ஒரு பல்லக்கில் ஏறிக்கொண்டு மனைவி மக்களை யானையில் ஏற்றி அனுப்பினான். இதற்கிடையில் கான்பூர் விடுவிக்கப்பட்டதை அறிந்த பக்கத்துக் கிராம மக்களும் கான்பூர் மக்களும் பெருவாரியாக கங்கைக் கரையில் குவிந்தனர்.

அந்த மக்கள் கூட்டத்தில் கர்னல் நீல் என்பவனின் படைகளால் கொன்று குவிக்கப்பட்டவர்களின் உறவினர்கள் பலர் வந்திருந்தார்கள். இன்னும் வெள்ளையர்களால் தலை முடியை வெட்டித் தீக்கிரையாக்கப்பட்ட பெண்களின் உறவினர்கள் வந்திருந்தார்கள். எல்லோரும் பழிக்குப் பழி என்று கத்திக்கொண்டே நின்று கொண்டிருந்தார்கள். நிலத்தைப் பறிகொடுத்தவர்கள், மத உணர்வைச் சீண்டியதால் பாதிக்கப்பட்டவர்கள் எனப் பலரும் 'மாரோ பரங்கிகோ' என்று கத்திக்கொண்டு கரையில் நின்றிருந்தார் கள்.

கர்னல் நீல் அந்த அளவுக்கு வெறியாட்டம் போட்டிருந்தான். அவனது வெள்ளைப் படை கிராமம் கிராமமாக நுழைந்து கண்ணில்

பட்ட அப்பாவி குடியானவர்களையும், சாதுவான கிராமவாசிகளை யும் கட்டியிழுத்து வந்து தூக்கில் போட்டது. விளையாட்டாக புரட்சிக் குரல் எழுப்பிய சிறுவர்கள்கூட தப்பவில்லை.

அப்பாவி கிராமவாசிகளின் கதி இப்படியென்றால் நீலிடம் சிக்கிக் கொண்ட புரட்சிக்காரர்களின் நிலைமை அதி பயங்கரம். அவர்களின் தலை ரோமங்கள் கைகளினால் ரத்தம் சொட்ட பிடுங்கப்பட்டன. உடல்கள் துப்பாக்கி முனைக் கத்திகளால் குத்தித் துளைக்கப் பட்டன. ஈட்டி முனையில் குத்தியெடுக்கப்பட்ட பசு, பன்றி மாமிசங்கள் பச்சையாக வாயில் திணிக்கப்பட்டன. 'பசு, பன்றியின் கொழுப்புக் குண்டுகளை உபயோகிக்க மாட்டாயா? இப்போது அதை ருசி பார்' என்று சொல்லிச் சொல்லித் திணித்தார்கள். சித்ரவதை செய்யப்பட்டுக் கொல்லப்பட்டார்கள்.

நீலின் இந்தக் கொடூரமும், அரக்கத்தனமும் ஹிந்துஸ்தானத்தின் மூலை முடுக்கெல்லாம் பரவி குலை நடுங்கவைத்தது. அதனாலேயே சிக்கிக்கொண்ட வெள்ளையர் மேல் கான்பூர் மக்கள் மிகுந்த கொதிப்புடன் காணப்பட்டனர்.

அதனாலேதான், நானா சாகிப் மிஞ்சியிருக்கும் எல்லா ஆங்கிலேயர் களையும் மரியாதையோடும் பாதுகாப்போடும் வழியனுப்பி வைப்பதாக வாக்குக் கொடுத்திருப்பது அவர்களுக்குச் சிறிதும் பிடிக்கவில்லை. பழிக்குப் பழி என்ற கோஷம் வானைப்பிளந்தது.

'பழிக்குப்பழி வாங்குவது பாவம்' என்றார் ஒருவர். அவர் அருகில் ஒரு வேத பண்டிதர் நின்றுகொண்டிருந்தார்.

'மதத்தைச் சீர்குலைப்பவனையும், அடிமையாக அடக்கிவைப்பவனை யும் கொல்லுவது சாஸ்திர விரோதமன்று' என்றார் அவர்.

'இவர்களை இப்படி உபசாரம் செய்து வழி அனுப்புவது எங்களுக்குக் கொஞ்சமும் பிடிக்கவில்லை. நானா அனுமதி கொடுத் தால் இவர்களை இங்கேயே கொன்றுவிடுவோம்' என்றான் ஒரு சிப்பாய். அந்த அளவுக்கு சிப்பாய்கள் மனத்திலும் மக்கள் மனத்திலும் வெறுப்பு ஊடுருவி உட்கார்ந்திருந்தது.

பெண்டிர் குழந்தைகள் பிழைத்துப் போகட்டும்

கோட்டையில் ஆங்கிலக் கொடி இறக்கப்பட்டு சுதந்திரக் கொடி பறக்கவிடப்பட்டது. சாவிலிருந்து தப்பிப் பிழைத்தோம் என்ற மகிழ்ச்சியில் ஆங்கிலப் பெண்களும் மற்றவரும் உள்ளுக்குள்ளே இன்னும் வஞ்சம் கொண்டிருந்தாலும் வெளியில் மகிழ்ச்சியை வெளிப்படுத்தியபடி சடி சௌதா கட் துறைக்கு வந்து சேர்ந்தார்கள்.

அவர்கள் யானையிலிருந்தும் பல்லக்கிலிருந்தும் இறங்கினார்கள். ஏற்கெனவே நதிக்கரையில் தயாராகக் காத்திருக்கும் படகில் ஏற்றப்பட்டு வசதியாக உட்காரவைக்கப்பட்டார்கள். 40 படகு களுக்கு மேல் இருந்தன. கரையில் நானா சாகிப்பின் காலாட்படை, குதிரைப்படை வீரர்கள் குவிக்கப்பட்டிருந்தனர். அருகே இருந்த சிவன் கோயிலின் மேல்தளத்திலே தாத்தியா தோப், அஸிமுல்லாகான், நானா சாகேப்பின் சகோதரன் பாலே சாஹேப் ஆகியோர் நின்று கொண்டிருந்தனர்.

காயம்பட்டிருந்த கர்னல் ஈவார்ட் ஒரு டோலியில் தூக்கிவரப் பட்டார். அவரைக் கீழே இறக்கும்போது ஒரு சிப்பாய் ஓடிவந்து அவரை வெட்டித் தள்ளினான். அவருடைய மனைவியையும் விட்டுவைக்கவில்லை.

படகுகளைச் செலுத்தும்படி தாத்தியா தோப் கையசைத்துச் சைகை காட்டினான். படகுகள் கிளம்பின. அப்போது, நதிக்கரையிலிருந்து கொம்பூதி ஒருவன் ஊதுகுழலை ஆக்ரோஷமாக ஊத, அடுத்த நொடி படகுகளைச் செலுத்திக் கொண்டிருந்த அத்தனை படகோட்டிகளும் படகை விட்டு நீருக்குள் குதித்துக் கரை சேர்ந்தார்கள். உடனே, 'மாரோ ஃபரங்கிக்கோ' என்று கத்திக்கொண்டே சிப்பாய்கள் தண்ணீரில் இறங்கிச் சரமாரியாகச் சுட்டார்கள். படகிலிருந்த வெள்ளையர் பலர் செத்து விழுந்தனர். சிலர் தண்ணீரில் குதித்தனர். சிலர் நீந்திச் செல்ல முயன்றனர். தண்ணீருக்குள் மூழ்கி எழுந்த தலை தெரிந்தால் உடனே அத்தலை சுட்டுத்தள்ளப்பட்டது. இது இப்படி நடந்துகொண்டிருந்த போது, தொலைவில் கூடாரத்தில் இருந்த நானாவிடம் சென்று சிப்பாய்கள் செய்யும் அட்டகாசத்தைப் பற்றிச் சொன்னார்கள்.

நானா சொன்னான். 'பெண்களையும் குழந்தைகளையும் எதுவும் செய்யவேண்டாம். ஆண்களைச் சுட்டுத்தள்ளுங்கள்!' அதை அவனது தூதுவன் ஓடி வந்து சிப்பாய்களிடம் சொன்னதும் மேற்கொண்டு அவர்கள் பெண்களையும் குழந்தைகளையும் ஏதும் செய்யவில்லை. ஆண்கள் அனைவரும் கொல்லப்பட்டனர். ஒரு படகில் இருந்தவர்கள் மட்டும் தப்பிச் சென்றுவிட்டனர். 125 பெண்களும் குழந்தைகளும் காப்பாற்றப்பட்டு சவ்தா கோத்தியில் அடைக்கப்பட்டனர். ஒரு படகில் தப்பிய நான்கு ஆண்களை துர்விஜய் சிங் என்ற ஜமீன்தார் காப்பாற்றி ஒருமாதம் வைத்திருந்து பின்னர் அலகாபாத்திற்கு அனுப்பிவைத்தார்.

38

காசியும் அலகாபாத்தும்...

பல இடங்களில் சிப்பாய் எழுச்சி நடைபெற்றுள்ளது என்பதை அறிந்த வைஸ்ராய் கானிங், ஐரோப்பியர்கள் மட்டுமே அடங்கிய படையையும் நம்பிக்கையுள்ள மதராஸ் ஃபுஸிலியர்ஸ் படையையும் கலவர இடத்துக்கு அனுப்ப வரவழைத்தான்.

சென்னைப்படைக்குத் தலைமைப் பொறுப்பேற்று நீல் வந்து கொண்டிருந்தான். ஈவிரக்கமற்ற அதே கர்னல் நீல்தான். காசியில் ஆங்கிலேயர் தளம் அமைத்து ஆண்டு கொண்டிருக்க அங்கும் சிப்பாய் புரட்சி வெடிக்கும் சூழ்நிலை இருந்தது. ஏற்கெனவே ஜான் லாரென்ஸ் வழிகாட்டியபடி சிப்பாய் படைகளை கலைத்துவிடும் செய்கையில் அதிகாரிகள் ஈடுபட்டார்கள்.

காசிக்கு அருகில் உள்ள அஸிம்கர் என்னும் இடத்தில் 1857 ஜூன் மாதம் மூன்றாம் தேதி மாலை சிப்பாய் புரட்சி தொடங்கியது. கிளப்களில் ஆட்டம் போட்டுக்கொண்டிருந்த ஆங்கிலேயர்களும் அவர்களது சீமாட்டிகளும் அலறி அடித்துக்கொண்டு வெளியிலே ஓடினார்கள். அவர்களைப் பார்த்துச் சிப்பாய்கள் ‘பயப்பட வேண்டாம். உங்களைக் கொல்லும் உத்தேசம் எங்களுக்கில்லை. நீங்கள் எங்கே செல்ல வேண்டுமோ அங்கே செல்லலாம்’ என்றார்கள். ‘நாங்கள் போக வண்டிகள் இல்லையே’ என்றார்கள் சீமாட்டிகள். ‘நாங்கள் வண்டி ஏற்பாடு செய்கிறோம்’ என்று சொல்லி அவர்கள் போகப் பாதுகாப்பான ஏற்பாடுகள் செய்து கொடுத்தார்கள். அஸிம்கரில் அதிகாரிகள் இரண்டு பேரைத் தவிர மற்றவர்கள் பத்திரமாக வெளியேறினர். அங்கிருந்த கஜானா கைப்பற்றப்பட்டு சுதந்திரக் கொடி ஏற்றப்பட்டது.

திசை மாறிய சீக்கியர்

அஸிம்கர் கைப்பற்றப்பட்ட செய்தி காசியை எட்டியது. காசியின் சிப்பாய்கள் நல்ல தருணத்திற்காகச் காத்திருந்தனர். ஆனால் காசியில் சீக்கியர் படை ஆங்கிலேயருக்கு ஆதரவாக நின்றது. காசி அரசரும் ஆங்கிலேயருக்கு ஆதரவாக இருந்தார். இதனால் துணிச்சல் பெற்றிருந்தனர் ஆங்கிலேயர். ஜான் லாரென்ஸ் செய்தது போலத் தாமும் சுதேசியப் படையைக் கலைத்துவிடவேண்டும் என்று அவர்களைப் படை நடத்தும் தளத்துக்கு வரச்சொல்லி ஆயுதங்களைக் கீழே வைத்துவிடும்படிச் சொன்னார்கள். ஆயுதங் களைக் கீழே வைத்தாலும் அவர்கள் சுட்டுவிடுவார்கள் என்பதை அறிந்த சிப்பாய்கள் ஆயுதங்களைக் கீழே வைப்பதுபோல் வைத்து விட்டு உடனே எடுத்து எதிரிகளை நோக்கிச் சுட்டார்கள். அவர்களுக்குப் பாதுகாவலாக இருந்த சீக்கியர்கள் சிப்பாய்களோடு போரிட எழுந்தனர். ஒரு சீக்கியச் சிப்பாய் உணர்ச்சி வசப்பட்டு ஆங்கிலேயரைச் சுட்டுவிட்டான். உடனே ஆங்கிலேயர் சீக்கியரும் தமக்கு எதிரி என நினைத்து சீக்கியப் படையைச் சுடத் தொடங்கினர். வேறு வழியின்றி சீக்கியர் ஆங்கிலேயரை எதிர்த்துப் போரிட நேர்ந்தது.

இத்தருணத்தில் ஆங்கிலப்படை கர்னல் நீல் தலைமையில் பெனாரஸ் வந்து சேர்ந்தது. இனி எதிர்த்து நிற்க இயலாது எனத் தெரிந்த சுதேசிச் சிப்பாய்கள். அங்கிருந்து கிளம்பி வெவ்வேறு இடங்களுக்குச் சென்றார்கள். அப்படி அவர்கள் சென்ற இடங்களில் ஒன்று ஜவான்பூர். அங்கே புரட்சி நடப்பதற்கு முன்பே தந்திக் கம்பிகள் வெட்டப்பட்டன. ரயில்வே தண்டவாளம் அகற்றப் பட்டது. தப்பிச் செல்ல விரும்பிய ஆங்கிலேயர் அனுமதிக்கப் பட்டனர்.

காசியை அங்குள்ள மன்னரின் உதவியாலும் வந்து சேர்ந்த மதராஸ் படையின் உதவியோடும் கர்னல் நீல் கைப்பற்றினான். அதன் பிறகு அவன் செய்த அட்டூழியம் ஆங்கில எழுத்தாளர்களே எழுத ஒண்ணா அட்டூழியம் என்று வர்ணிக்கும் அளவு இருந்ததென்றால் வேறு என்ன சொல்வது.

புரோகிதரும் மௌல்விகளும் புரட்சியில் இணைந்தனர்

இங்கே வாரணாசி ஆங்கிலேயர் கையில் வீழ்ந்துவிட அலகாபாத்தில் என்ன நடந்தது என்று பார்க்கலாம். அலகாபாத் கோட்டைக்குள் ஆங்கிலேயர் பத்திரமாக இருந்தார்கள். அந்தக் கோட்டையையும் மிகவும் விசுவாசமுள்ள சீக்கியர் படை காத்துவந்தது. அலகாபாத்தி

லிருந்த 6வது ரெஜிமெண்ட் மிகவும் விசுவாசமுள்ள படையென்று ஆங்கிலேய அதிகாரிகளாலேயே கௌரவிக்கப்பட்ட ஒன்று. அந்தப் படை கோட்டைக்கு வெளியே காவலில் இருந்தது. அலகாபாத்தில் முஸல்மான்கள் அதிகம். அவர்களின் கீழ் ஹிந்துக்கள் பணிபுரிந்து வந்தார்கள். அவர்களுக்கிடையே பகை எழுந்துவிட்டால் ஒருவருக் கொருவர் அடித்துக்கொள்வார்கள் என்று ஆங்கிலேயர் எதிர்பார்த் தார்கள். அதற்கான முயற்சியிலும் சிலர் இறங்கினர். ஆனால் அலகாபாத்தில் புரோகிதர்களும் மௌல்விகளும் ஒன்றிணைந்து புரட்சியாளர்களை உணர்ச்சியூட்டி வந்தனர்.

சில சிறுவர்கள் சுதந்திரக் கொடியைக் கையில் பிடித்துக்கொண்டு வீதியில் சத்தம் போட்டுக்கொண்டு நடந்ததைப் பார்த்த ஆங்கில அதிகாரிகள் அவர்களைப் பிடித்துத் தூக்கிலிட்டுக் கொல்ல முனைந் தனர். ஒரு ஆங்கில அதிகாரியாலேயே அந்தக் கொடுமையைத் தாங்க முடியாமல் கொல்ல வேண்டாம் என்றார். கேட்காமல் அந்தக் குழந்தைகளைத் தூக்கிலிட்டுக் கொன்றார்கள். செய்தியைக் கேட்ட அலகாபாத் நகரம் மட்டுமன்று அண்டை அயலில் இருந்த கிராமங் களும் விழித்துக்கொண்டன. ஆங்கிலேயர் கொல்லப்பட்டார்கள். கோட்டையைப் பிடிப்பதற்காகப் புரட்சிப்படை சென்றபோது அதைப் பாதுகாத்து வந்த 400 சீக்கியப் படைவீரர்கள் அவர்களைத் தடுத்து நிறுத்தினர். அவர்கள் சுதேசிகளோடு சேர்ந்திருந்தால் பின்னால் நிகழ்ந்த பல கொடுமைகள் தவிர்க்கப்பட்டிருக்கும். அவர்கள் கோட்டையைப் பாதுகாத்ததால் 6வது ரெஜிமெண்டும் புரட்சியாளர்களோடு சேர்ந்து போரிட்டாலும் கோட்டையைப் பிடிக்க இயலவில்லை. என்றாலும் புரட்சியாளர்கள் ஒன்றிணைந்து மௌல்வி லீகத் அலியைப் புரட்சியை வழிநடத்தும் தலைவராகத் தேர்ந்தெடுத்தார்கள். அவர் குஸ்ருபாக் என்னும் இடத்தைத் தலைமைப்பீடமாகக் கொண்டு புரட்சி ஏற்பாடுகளைக் கவனித்து வந்தார். டெல்லிச் சக்கரவர்த்தியின் சுபேதாராக அவரை அறிவித்தார்கள். கோட்டையைத் தாக்க அவர் ஏற்பாடுகள் செய்த போது ஜெனரல் நீல் அங்கு படைகளுடன் வந்துவிட்டான். ஆங்கிலப் படைகளைக் கோட்டையைக் காக்கவைத்துவிட்டு சீக்கியப் படைகளை வெளியில் போரிட வைத்தான். தங்களை நீல் நம்பவில்லை என்று தெரிந்தும் என்ன காரணத்தினாலோ சீக்கியப் படை ஆங்கிலேயர் பக்கம் நின்று தீவிரமாகப் போரிட்டது. பொது மக்கள் அலகாபாத்தைக் காலி செய்துவிட்டு வெளியேறினார்கள். இனி போராடிப் பயனில்லை என்று மௌல்வியும் புரட்சிச் சிப்பாய் களுடன் கான்பூரை நோக்கிச் சென்றுவிட்டார்.

ஜூன் 18ந்தேதி அலகாபாத் ஆங்கிலேயர்களால் சீக்கியர் உதவியுடன் மீண்டும் கைப்பற்றப்பட்டது.

எவரையும் விட்டுவைக்காத வெள்ளையர் வெறியாட்டம்

நீலின் உத்தரவின் பேரில் ஒவ்வொரு ஆங்கிலேயனும் ஒவ்வொரு கிராமத்தை அழித்தான். வலமும் இடமுமாகச் சுட்டுத் தள்ளினோம் என்பதில் பெருமைப்பட்டார்கள். குழந்தை பாலருந்திக் கொண்டிருக்கும்போதே தாயையும் சேயையும் கொன்றார்கள். கிழவர்கள், நோயாளிகள், பெண்கள் என்று எவரையும் விட்டு வைக்கவில்லை.

நீல் தனது செயலைப்பற்றி எழுதியுள்ளான்.

> 'கடவுளே, நான் நீதியோடு நடந்திருக்கலாம். எல்லாச் சூழ்நிலைகளிலும் நான் மிகவும் கடுமையாக நடந்துகொண்டேன் என்பது எனக்குத் தெரியும். அதற்காக மன்னிப்புக் கோருகிறேன். என்னுடைய தேசத்தின் கௌரவத்தை மீண்டும் நிலை நாட்டுவதற்காகவும், அதிகாரத்தைத் திரும்பப்பெறவும், இந்தக் காட்டுமிராண்டித்தனமான, மனிதப் பண்புக்கு அப்பாற்பட்ட கலகத்தை அடக்கவும் என்னுடைய தேசத்தின் நன்மைக்காவும்தான் அப்படிச் செய்தேன்.'
>
> ஹோல்ம்ஸ் என்ற ஆங்கில வரலாற்று ஆசிரியன் எழுதுகிறான்: எந்தத் தீங்கும் செய்யாத கிழவர்கள், ஆதரவற்ற பெண்கள், பால்குடிக்கும் பச்சிளம் குழந்தைகள் நமது பழிவாங்குதலுக்கு உள்ளானார்கள். ஆனால் நீலைப் பொருத்தமட்டில் இது மகிழ்ச்சிக்காகச் செய்யப்படவில்லை. கடமைக்காகச் செய்யப்பட்டது.'

நீலின் வெறியாட்டம் அவனுக்குத் திருப்தியாக நடைபெற்ற பிறகு அவன் தன் படைகளுடன் கான்பூர் போக முனைந்தான். அப்பொழுது அவனுக்கு மேலே ஒருவர் நியமிக்கப்பட்டிருப்பதை அறிந்தான். பிரிகேடியர் ஜெனரல் ஹென்றி ஹேவ்லாக் பெர்சியாவிலிருந்து அவசரமாகத் தருவிக்கப்பட்டார். வெளிநாடுகளில் போர் நடத்தி அனுபவம் பெற்ற அவர் கல்கத்தா வந்து அங்கிருந்து படைகளைத் திரட்டிக்கொண்டு பெனாரஸ் வந்தார். அங்கிருந்து அலகாபாத் நோக்கிப் பயணமானார். அலகாபாத்திலிருந்து மேஜர் ரெனால்ட் ஒரு படையுடன் கான்பூர் நோக்கிப் பயணமானார். வழியில் சந்தேகத்திற்கு இடமாக யாரைக் கண்டாலும் தீர்த்துக் கட்டும்படி நீல் உத்தர விட்டிருந்தான். போகிற வழியெல்லாம் போர் புரிவதை விடத் தீர்த்துக் கட்டுகிற பணியில்தான் அவனும் அவனது படைகளும் அதிக அளவில் ஈடுபட்டனர். ஹேவ்லாக்கும்

அலகாபாத் வந்து சேர்ந்தார். அவரது படை செல்லுகிறபோது பலத்த மழை பிடித்துக்கொண்டது.

ஒற்றர்கள் மூலம் உளவறிந்த ஹேவ்லாக்

அரசிடம் பேசி ஒற்றர்களுக்குக் கொடுப்பதற்கென்றே ஹேவ்லாக் நிறையப் பணம் ஒதுக்கீடு பெற்றிருந்தார். அந்தப் பணத்தைத் தாராளமாகப் பயன்படுத்தியதால் எதிரிகளின் இயக்கத்தைப்பற்றி அவருக்கு அவ்வப்போது தகவல்கள் வந்துகொண்டே இருந்தன. நானா சாகிப்பின் படைகள் கான்பூரிலிருந்து சற்று முன்னேறி பதேபூருக்கு வந்திருந்தன. இதை அறிந்த ஹேவ்லாக்கின் படைகள் மெதுவாக அவர்களை நெருங்கினர். வெப்பத்தினாலும் மழையினாலும் ஹேவ்லாக்கின் படைபலம் குறைந்தது. அலகாபாத்திலிருந்து நீலின் படைகளில் சிலரை அனுப்பச் சொல்லிச் செய்தி பறந்தது. கான்பூரில் கொடூரத் தாக்குதலுக்குத் தப்பிப் பிழைத்த 125 ஆங்கிலேயப் பெண்களும் குழந்தைகளும் அடைபட்டுக் கிடப்பதாகச் செய்தி வந்தது. ஹேவ்லாக் விரைந்து சென்று அவர்களைக் காப்பாற்றத் துடித்தார்.

நானா சாகிப்பின் சகோதரன் 20 மைல் தள்ளியிருந்த நானாசாகிப்பிடம் சென்று ‘பிரிட்டிஷ் படைகள் நதிக்கு அப்புறம் வேகமாக வந்து கொண்டிருக்கின்றன. வழியெல்லாம் மக்களைக் கொன்று குவித்துக்கொண்டு வருகிறார்கள்,’ என்றான். ஹேவ்லாக்கின் படைகள் முன்னேறி வரும் பாதையெல்லாம் பிணக்குவியல்கள். ஏற்கெனவே முன்னேறிச் சென்ற ரெனோடின் படைகள் மரத்தில் தூக்குப்போட்ட பிணங்கள் அழுகிய நிலையில் தொங்க, நாய்களும் நரிகளும் அவற்றின் கால்பகுதி நோக்கிக் குதித்துக் குதித்துக் குதறிய காட்சிகளைப் பார்த்துக்கொண்டே சென்றார்கள் (The Indian Mutiny by Julian Spilsbury, Page 155). இந்தச் செய்திகள் நானா சாகிப்பின் காதுகளில் விழுந்தன.

அத்தனை பேரும் அழிக்கப்பட்டனர்

மறுநாள் பிரிட்டிஷ் படைகளை எதிர்கொள்ள வியூகம் வகுத்தான் நானா சாகிப். அவர்கள் விரைவாக முன்னேறி வருவதற்குக் காரணமே அங்கே அடைத்து வைக்கப்பட்டிருக்கும் 125 வெள்ளைக் கைதிகளை விடுவிக்கத்தான் என்பது அவனுக்குத் தெரியும். அவர்களை இரண்டு அறைகளில் அடைத்து வைத்திருந்தான். முதலில் அவர்களுக்குச் சாப்பாடு சரியாகக் கொடுக்கப்படவில்லை. பின்னர் அவர்களுக்கு நல்ல சாப்பாடு கொடுக்கப்பட்டதோடு அவர்கள் வெளிவராந்தாவில் உலவவும் அனுமதிக்கப்பட்டார்கள். ஆனால் வரும் வழியில் பிரிட்டிஷ் படைகள் ஈவிரக்கமின்றி

மக்களைக் கொல்வதை அறிந்த நானா அதற்கும் மேல் அவர்களை விட்டுவைக்க விரும்பவில்லை. அவர்களைக் கொன்றுவிட ஆணையிட்டான். இதற்கு அவனது சிப்பாய்கள் எதிர்ப்புத் தெரிவித்தார்கள். அவனுடைய மனைவியும் உறவினர்களும் கூட எதிர்ப்புத் தெரிவித்தனர். அவனுடைய மனைவி காசி பாய் கூரையிலிருந்து விழுந்து தற்கொலை செய்து கொள்வேன் என்று கூடப் பயமுறுத்தினாள்.

ஆனால் வெள்ளையர் இந்தியர்களை விசாரணையின்றித் தூக்கிலிட்டது. கிராமத்து அப்பாவி குடியானவர்களையும், சாதுவான கிராம வாசிகளையும் பெண்களையும் 8 போல் முறுக்கியும் 9 போல் வளைத்தும் கொன்றதும் ஒரே மரத்தில் பல பேரைக் கட்டித்தொங்க விட்டதுமான செய்திகள் நானாவின் காதில் விழுந்ததால் அவனால் பொறுத்துக்கொள்ள இயலவில்லை. 125 பேரில் 28 பேர் ஏற்கெனவே இறந்து விட்டார்கள். கைதிகளைக் கொல்ல மறுத்த சிப்பாய்கள் கொல்லப்படுவார்கள் என அறிவித்ததும் அவர்கள் கைதிகள் அடைக்கப்பட்டிருந்த அறைக்கு வெளியே நின்று ஜன்னல் வழியாக கூரையை நோக்கிச் சுட்டார்கள். என்ன செய்யவேண்டும் என்பதை அறிந்துகொண்ட நடனக்காரி தனது காதலர்கள் இரண்டு பேரை உள்ளே அழைத்து உள்ளிருந்த கைதிகளின் கதையை முடிக்கச் சொன்னாள். உள்ளிருந்து அலறல் சத்தம் கேட்டுக்கொண்டே இருந்தது. எல்லோரும் வாளால் வெட்டிக்கொல்லப்பட்டார்கள். அவர்களுடைய பிணங்கள் அருகில் இருந்த கிணற்றுக்குள் இழுத்தெறியப்பட்டன. எங்கும் இரத்த வெள்ளம். மிச்சமிருந்தவர்களும் அவர்களால் வெட்டிக்கொல்லப்பட்டார்கள்.

ஹேவ்லாக்கின் படை கான்பூரை நெருங்கிக்கொண்டிருந்தது. கான்பூரிலிருந்து 7 மைல் தொலைவில் உள்ள மஹாராஜாபூருக்கு வந்து விட்டது. நானாவின் படை எதிர்த்துத் தாக்கியது. ஹேவ்லாக்குடன் வந்த மற்ற போர்த் தளபதிகளும் முனைந்து தாக்கினார். நானாவின் துணிச்சலை எதிரிகளே பாராட்டி எழுதியிருக்கிறார்கள். போர் முனையில் வீரர்கள் மத்தியில் இருந்து சண்டையிட்டிருக்கிறான். என்றாலும் எதிரிகளின் பயங்கரத்தாக்குதலுக்கு ஈடு கொடுக்க இயலவில்லை. எனவே அவன் படை பின்வாங்கியது. கான்பூரே காலியாகியது. அங்கங்கே வீடுகள் தீப்பற்றி எரிந்தன. ஆயுதம் மற்றும் வெடிமருந்துக் கிடங்குகள் கொளுத்தப்பட்டன.

ஒன்றுக்கு நூறாய் உயிரை வாங்குவேன்

ஆங்கில அதிகாரிகள் கான்பூருக்கு நுழைந்தனர். தங்களது பெண்களும், குழந்தைகளும் கைதியாக அடைத்து வைக்கப்பட்டிருந்த பீபி கர்

என்ற அந்த இடத்தில் ரத்தம் கட்டி கட்டியாக உறைந்திருக்கக் கண்டார்கள். தலை முடி, கிழிந்த உடைகள், சின்னச் சின்னப் பொருள்கள் சிதறிக் கிடந்தன. ஆங்கிலேயர் நினைவுச் சின்னமாக அவற்றில் ஒவ்வொன்றையும் எடுத்து வைத்துக்கொண்டார்கள். கிணற்றுக்குள் மண்ணைப்போட்டு மூடினார்கள். ஒரு வெள்ளையன் சபதமுரைத்தான். 'இங்கே இழக்கப்பட்ட ஒவ்வொரு உயிருக்கும் நூறு மடங்காகப் பழிவாங்குவோம்!' சொன்னது மட்டுமல்ல, பின்னாளில் அதை நிறைவேற்றியும் காட்டினார்கள்.

நானா சாகிப் அங்கிருந்து அகன்று பித்தூர் சென்றுவிட்டான். ஹேவ்லாக் தனது அடுத்த இடம் லக்னௌ என்று சொல்லி நீலை கான்பூரின் பாதுகாப்புக்கு விட்டுச் சென்றார். நீல் உடனே உத்தரவு போட்டான். எவராவது சந்தேகத்துக்கு இடமானவராக இருந்தால் உடனே அவரைப்பிடித்து விசாரித்து அவர் தனது குற்றமின்மையை நிரூபிக்க முடியவில்லையென்றால் உடனே தூக்கிலிடவேண்டும். புரட்சியில் ஈடுபட்டவர் பிடிபட்டால் அவரை உடனே தூக்கில் போடக்கூடாது. உறைந்து கிடக்கும் ரத்தத்தை அவர் சுத்தப்படுத்த வேண்டும். அதன் பிறகு அவரைத் தூக்கில் போடவேண்டும். ஆனால் நடைமுறையில் நடந்ததோ வேறுமாதிரி.

மாமிசம் எடுத்து வாயில் திணித்தனர்

குற்றமிழைத்ததாகக் கருதப்படுபவர் உயர்ந்த ஜாதியினராக இருந்தால், கைதிகளில் தாழ்ந்த ஜாதியினராக இருக்கும் ஒருவர் அவர் கையினால் ரத்தக்கறையைக் கழுவி விடுவார். அந்த ரத்தத்தை உயர்ந்த ஜாதிக்காரன் நாக்கினால் நக்கிச் சுத்தப்படுத்த வற்புறுத்தப் படுவார். மறுத்தால் கசையடி. அப்படி அவர் சுத்தப்படுத்திய பிறகு அவரது வாயில் பன்றி மாமிசம் திணிக்கப்பட்டுத் தூக்கிலிடப் படுவார். இப்படி ஆயிரக்கணக்கானவர்கள் அவமானப்படுத்தப் பட்டுத் தூக்கிலிடப்பட்டனர். இதனாலேயே பலர் தாங்களாகவே தம்மை அழித்துக்கொண்டனர். சாவது நிச்சயம் என்று தெரிந்த பிறகு அவமானப்படாமல் சாகலாமல்லவா? இந்த அராஜகத்தைப் பிரிட்டிஷ்காரர்களாலேயே கூடச் சகித்துக் கொள்ள முடியவில்லை. நீல் அங்கிருந்து அனுப்பப்பட்டான். அவன் டெல்லிக்குச் சென்று அங்கு நடந்த போராட்டத்தில் சுடப்பட்டான். நீலுக்குப் பிறகு வந்த கேம்பல் என்ற அதிகாரி நீலின் அந்த அராஜக உத்தரவை நிறுத்தினான். ஒரு கிறித்துவ நாட்டைச்சேர்ந்தவன் அப்படிக் கடுமையாக நடந்துகொள்ளக்கூடாது என்றான் அவன்.

39

கடைசி முகலாய மன்னர் பகதூர் ஷா

சிப்பாய் கலகம் என்று ஆங்கிலேயர்களால் சொல்லப்பட்ட சுதந்திரக் கிளர்ச்சியைப் பற்றி நூற்றுக்கணக்கான புத்தகங்கள் வெளியாகியுள்ளன. அவற்றில் பெரும்பாலும் அந்த எழுச்சியில் பங்கு பெற்ற ஆங்கில அதிகாரிகளால் எழுதப்பட்டன. அவரவர் தீரத்தை மிகைப்படுத்தி எழுதப்பட்டவை பல. அவை தவிர ஆங்கில அரசு சேகரித்து வைத்திருக்கும் ஆவணங்கள் லண்டனில் உள்ள நூலகத்தின் இந்தியப் பகுதியில் பாதுகாப்பாக வைக்கப்பட்டுள்ளன. அவற்றை ஆய்ந்து பல நூலாசிரியர்கள் சிப்பாய் எழுச்சியைப் பற்றி பல நூல்கள் எழுதிவைத்திருக்கிறார்கள். வீர் சாவர்க்கர் ஆங்கில நூலகத்திலிருந்து மிகவும் சிரமப்பட்டு சேகரித்த ஆவணங்களை ஆய்ந்தும் அவருக்குக் கிடைத்த வேறு தகவல்களைக் கொண்டும் ‘முதல் சுதந்திரப் போர்’ என்னும் தலைப்பில் ஓர் அருமையான நூல் எழுதியிருக்கிறார்.

இந்த எழுச்சியில் மையத்தலமாக விளங்கியது டெல்லி. சிப்பாய்களால் டெல்லி கைப்பற்றப்பட்டபோதும் அதற்குப் பிறகு ஆங்கிலப்படை ஆதிக்கம் பெற்றுச் செய்த அழிவின்போதும் நடந்த நிகழ்ச்சிகளைப் பற்றிய உருது மற்றும் பெர்ஸியன் ஆவணங்கள் இந்திய தேசிய ஆவணக் காப்பகத்தில் ஆயிரக்கணக்கில் பாதுகாத்து வைக்கப்பட்டுள்ளன. அவை டெல்லியில் நடந்த சம்பவத்தை மிகவும் விவரமாகத் தெரிவிக்கின்றன. அவை ஆய்வு செய்யப் படாமல் இருந்ததாகவும் அவற்றை நான்காண்டுகளுக்கு மேல் படித்து அலசிப் பார்த்து உண்மையாக நடந்த நிகழ்ச்சிகளை

எழுதியிருப்பதாகவும் The Last Mugal - The Fall of the Dynasty என்னும் நூலை எழுதியுள்ள William Dalrymple கூறியுள்ளார்.

அப்பொழுது டில்லிச் சக்கரவர்த்தியாக இருந்த பகதூர் ஷா II (Mirza Abu Zafar Sirajuddin Muhammad Bahadur Shah Zafar) ஒரு நல்ல கவிஞர். அவரது அரசவையில் பல நல்ல கவிஞர்கள் இருந்தனர். டெல்லியில் பல உருது மற்றும் ஆங்கிலப் பத்திரிகைகள் நடைபெற்று வந்துள்ளன. பகதூர் ஷாவின் கவிதைகள் பல அக்கிளர்ச்சியின்போது அவரது செயல்பாடுகளையும் அவரது மனநிலையையும் பிரதிபலிக்கின்றன. அவரது அவைக்களப் புலவர்களின் கவிதைகளும் அந்நாள்களின் நிகழ்ச்சிகளை வர்ணிக்கின்றன. பத்திரிகைச் செய்திகள் பல அன்றாடச் செய்திகளை அளித்துள்ளன. அவற்றிலிருந்து அந்த ஆசிரியர் தொகுத்துக் கொடுத்திருக்கும் நிகழ்ச்சிகளைப் படிக்கும்போது கண்கள் ஈரமாகாமல் இருக்க முடியாது.

முதலில் சிப்பாய்களும் பிறகு ஆங்கிலேயர்களும் டெல்லியின் பெரும்பகுதியை அழித்துவிட்டார்கள். இந்த ஆவணங்களைத் தவிர ரங்கூனில் அடைக்கப்பட்டிருந்த பகதூர் ஷாவின் நாள்குறிப்புகள் ஆவணப்படுத்தப்பட்டு பிடிஎஃப் (PDF) கோப்புகளாகத் தொகுத்து வைக்கப்பட்டுள்ளன. இவற்றை ஆய்ந்த வில்லியம் டால்ரிம்பிள் 1857ல் எழுந்த எழுச்சி எங்கோ தனிப்பட்ட முறையில் தொடங்கிப் பரவிய புரட்சியல்ல. இது பல இடங்களில் பல்வேறு காரணங் களால் தொடங்கப்பட்டு நடைபெற்ற நிகழ்ச்சிகளின் தொகுப்புகள் என்கிறார். ஒரே தலைமையின் கீழ் முறையாகத் தொடங்கப்பட்டு இது நிகழ்ந்திருந்தால் வரலாற்றின் போக்கே மாறியிருக்கும் என்பது அவரது கருத்து. ஆங்கிலேயர்களால் பயிற்சி அளிக்கப்பட்ட சிப்பாய்களின் எழுச்சி தீவிர தேசபக்தியின் அடிப்படையில் நிகழ்ந்தாலும் தனித்தனிக் குழுக்களாக வெவ்வேறு தலைமையின் கீழ் ஒரு முறைப்படுத்தப்படாத நடவடிக்கையாக அமைந்து விட்டதே சிப்பாய் எழுச்சி தோல்வி அடைந்ததற்குக் காரணம்.

இவைதவிர இந்தியர்களுக்கு இந்தியர்களே எதிரிகளாக அமைந்து விட்டனர். சீக்கியர்கள் ஆங்கிலேயரிடம் பல அல்லல் பட்டுப் போராட்டம் நடத்தித் தமது ஆளுமையை இழந்திருந்தாலும் அவர்களது குருவைக் கொன்ற முகமதியர்களோடு இணைந்து புரட்சியில் ஈடுபட விரும்பாத காரணத்தால் ஆங்கிலேயரின் பக்கம் நின்று போர்புரிந்தனர். மிகவும் தீவிரமாகப் போராடும் கூர்க்கா படையினர் ஆங்கிலேயரின் பக்கம் இருந்து போரிட்டதும் ஆங்கிலேயருக்குக் கிடைத்த கிடைத்த அரியவாய்ப்பு.

‘டெல்லியில் தொடங்கிப் பாலம் வரையில் ஆண்டான் ஷா ஆலம்’ (The Kingdom of Shah Alam Runs from Delhi to Palam) என்று அந்தக் காலத்தில் சொல்லப்பட்டது. அந்த மன்னனின் மகன் அக்பர் ஷா II குருடாக்கப்பட்டான். அவனது உரிமையெல்லாம் ஒரு சதுரங்க அரசனைப்போல சில கட்டடங்களுக்குள்ளே அடங்கிப்போனது. அவனது மகன் பகதூர் ஷாவின் ஆட்சி செங்கோட்டைக்குள் மட்டுமே நடைபெற்றது. என்றாலும் ஒரு முகலாய மன்னனுக்குரிய தர்பார் அமைப்புகளோடு நடைபெற்றது. ஆனாலும் அவன் தன்னிச்சையாக வெளியார் எவருக்கும் எந்த விருதும் கொடுத்து விட முடியாது. அதற்கு பிரிட்டிஷ் அரசப் பிரதிநிதி சர் தாமஸ் மெட்கால்ஃபேயின் அனுமதி பெற்றே ஆகவேண்டும். தனது காலத்தில் தைமூர் வம்சத்தின் பரம்பரை அழிந்துவிடுமோ என்று பகதூர் ஷா கவலைப்பட்டார். பகதூர் அப்பொழுது அவர் எழுதிய கவிதை இதோ:

‘விரைந்து சிறகை அடித்துக் கூண்டின்
வெளியே வரவே விரும்புகிறேன்
பரந்திருக்கும் ஓவியத் துள்ள
பறவை போல வாழுகிறேன்
சுதந்திரமாகப் பறந்து செல்லச்
சுத்தமாக முடியாது
இதமாய் வீசும் தென்றல் தோட்டத்
திடத்தில் இதனைச் சொல்கிறது
பதமாம் வசந்தம் இலையுதிர் காலம்
பாரில் எனக்கோ ஒன்றேதான்
இங்கே நானும் இருக்கும் நிலையில்
இவையும் என்று வருமெனவே
சங்கை இன்று சொல்ல இயலாத்
தவிப்பில் அன்றோ இருக்கின்றேன்’

பகதூர் ஷாவுக்கு அதிகார பூர்வமாக 16 மகன்களும் 31 மகள்களும் இருந்தனர். அவரது கடைசிப்பையன் அவரது 70வது வயதில் பிறந்தான். தனது 64ம் வயதில் 19 வயது ஸீனத் மஹலை மணந்தார். பிறகு அவள் வைத்ததுதான் சட்டம் என்று ஆகிவிட்டது. அவளுக்குப் பிறந்த மிர்ஸா ஜவான் பக்த் என்பவன்தான் பின்னாளில் பட்டத்துக்கு வரவேண்டும் என்றாள் ஸீனத். அவன் பகதூர் ஷாவின் 15 வது மகன்.

இதற்கிடையில் முகலாய அரசரால் ஒப்புக்கு ஆளப்படும் டெல்லியில், கிறித்துவ மதத்தைப் பரப்பும் முயற்சி தீவிரமாக நடைபெற்றது. டெல்லியில் மட்டுமல்ல. நாடெங்கிலும் இதற்கான முயற்சிகள் அரசின் ஆதரவோடு நடைபெற்றுவந்தன.

கோஹினூர் வைரமும், கிறித்துவ ஒளியும்!

இந்தியாவை ஆளும் உரிமை கிழக்கிந்தியக் கம்பெனிக்குக் கிடைத்ததற்குக் காரணமே ஏசுபிரானின் அருள்தான் என்றும் அதனால் இந்தியாவில் மதம் என்ற பெயரால் சூழ்ந்திருக்கும் இருளைப் போக்குதற்குக் கிறித்துவ மதம் என்னும் ஒளியைப் புகுத்தி இந்திய மக்கள் அனைவரையும் கிறித்துவ மதத்திற்கு மாற்றவேண்டும் என்றும் மதபோதகர்கள் சொன்னார்கள். அப்படிச் செய்வதில் எல்லா விதமான உதவிகளை அளிப்பதும் கம்பெனியின் கடமையென்றும் கூறினர்.

டெல்லிக்கு இந்த நோக்கத்தோடு அனுப்பப்பட்ட மிட்ஜெல்லி ஜான் ஜென்னிங்ஸ் (Midgelly John Jennings) என்னும் பாதிரியார் ஒரு படி மேலே போய், ‘முகலாயருக்குச் சொந்தமாயிருந்த கோஹினூர் வைரம் தற்சமயம் இங்கிலாந்து அரசுக்குச் சொந்தமாகியிருக்கிறது. அதற்குக் கைமாறாக மதச் சண்டைகளால் இருண்டு கிடக்கும் இந்தியாவுக்குக் கிறித்துவ மதம் என்னும் ஒளியைக் கொடுப்பது நன்றிக் கடன்’ என்று சொன்னார். கோஹினூர் வைரம் பஞ்சாப் அரசர் ரஞ்சித் சிங்கின் வாரிசிடமிருந்து பலவந்தமாகப் பறிக்கப் பட்டு அரசரின் மகன் கையாலேயே இங்கிலாந்து அரசியிடம் 3-7-1850 அன்று ஒப்படைக்கப்பட்டது. அது போரின் முடிவில் பெறப்பட்ட பொருள், எனவே அது ஆங்கில அரசுக்குத்தான் சொந்தம் என்று டல்ஹௌசி அறிவித்துவிட்டார்.

மதபோதகர்களிடையே மட்டுமின்றி ஆங்கில அதிகாரிகளிடமும் இன்னும் குறிப்பாக ராணுவத்தில் மிக உயர்ந்த பொறுப்பில் இருந்த அதிகாரிகளிடமும் இந்தியர்களை கிறித்துவர்களாக மாற்ற வேண்டும் என்ற கருத்துப் பரவிக் கிடந்தது. அலகாபாத்தில் நடந்த கும்பமேளாவுக்குச் சென்று ஜான் ஜென்னிங்ஸ் மக்களைக் கிறித்துவர்களாக மாற்றப் பெரும் முயற்சி எடுத்தார்.

கர்னல் ஸ்டீவன் வீலர் என்பவன் தனது 34வது நேட்டிவ் இன்ஃபாண்டரி படைவீரர்களுக்குப் பைபிளின் சில பக்கங்களைப் படித்துக் காட்டுவதுடன் வழியில் தாம் சந்திக்கும் மனிதர்களையும் மாற்ற முனைந்தான். கிழக்கிந்தியக் கம்பெனியின் இயக்குநர்களில் ஒருவரான சார்லஸ் கிராண்ட் என்பவன் சொன்னான்: ‘ஆசியாவில்

நமக்குக் கிடைத்திருக்கக்கூடிய ஆட்சியின் மூலம் பணவரவு பெறுவது மட்டும் நமது குறிக்கோளாக இருக்கக்கூடாது. அங்கு மூட நம்பிக்கையில் மூழ்கியிருக்கும் மக்களுக்கு உண்மையின் வெளிச்சத்தைக் கொண்டு செல்வதும் நமது கடமை. அதற்காக இந்தியாவுக்கு பல மதபோதகர்களை அனுப்பவேண்டும்!' என்றான். கம்பெனியின் 1813ம் ஆண்டு சார்ட்டர் இப்படிச் செய்வதைத் தடைசெய்தது. மதபோதகர்களின் எழுச்சிப்போராட்டத்தால் பின்னர் அது மாற்றப்பட்டது.

இந்த மதமாற்றப் போக்கு மக்களிடம் மிகுந்த வெறுப்புணர்ச்சியைத் தூண்டிவிட்டிருந்தது. பிரிட்டிஷ்காரர்கள் செய்யும் ஒரு நல்ல செயலைக்கூட மதமாற்றக் கண்ணோட்டத்துடனே பார்க்கத் தொடங்கினர். சஹ்ரான்பூரில் ஒரு மருத்துவமனை கட்டினால் அதுவும் பர்தா முறையிலிருந்து முகமதியப் பெண்களை மாற்றி மதமாற்றும் முயற்சியோ என்று ஐயுற்றனர்.

பிரிட்டிஷ் பள்ளிகளும் கல்லூரிகளும் மதமாற்றத்திற்கான சாதனங்களாகவே கருதப்பட்டன.

கிழக்கிந்தியக் கம்பெனியை எதிர்த்த எல்லா அரசுகளையும் அடக்கிவிட்ட பிறகு எஞ்சி இருந்த சீக்கிய அரசையும் 1849ம் ஆண்டு கம்பெனியார் அடக்கிவிட்டனர். இனி தமக்கு எதிரிகளே இல்லை என்ற இறுமார்ப்புடன் ஆங்கிலேயர் மிகுந்த தலைக்கனத்தோடு நடந்துகொண்டனர். இந்தக் கர்வத்துடன் கிறித்துவ மதபோதகர்களின் அதீத ஈடுபாடும் சேரவே இந்திய மக்களிடையே அதுவரை இல்லாத அளவுக்கு அது வெறுப்பை மூட்டியது.

பகதூர் ஷாவின் சமரசப் பாங்கு

அதே சமயம் முகலாய அரசர் பகதூர் ஷா இந்துக்களிடம் மதத்துவேஷமில்லாமல் நடந்து கொண்டார். ஒரு ஹிந்து அவரிடம் வந்து நான் முகமதியனாக மாற விரும்புகிறேன் என்றபோது அவனை விரட்டியடித்தார். அரண்மனையில் ஹோலி கொண்டாடினார். மக்கள் ராம்லீலாத் திருவிழாக் கொண்டாட ஊக்கமளித்தார். தீபாவளி நாளில் ஏழு வகையான பொருள்களைத் தனது எடைக்கு நிகராக நிறுக்க வைத்து ஏழைகளுக்குத் தானம் செய்தார். இதனால் இந்துக்களிடம் அவரது மதிப்பு உயர்ந்திருந்தது.

ஆரம்பத்தில் பிரிட்டிஷ் பெண்கள் இந்தியாவுக்கு அவ்வளவாக வருவதில்லை. அதனாலே பிரிட்டிஷ் ஊழியர்களுக்கும் இந்திய மக்களுக்குமிடையே பல கலப்புத் திருமணங்கள் நடைபெற்றதுண்டு. பின்னால் பல இடங்களைக் கைப்பற்றி

கிழக்கிந்தியக் கம்பெனி ஒரு நிலையான ஆளுமை பெற்ற பிறகு பல ஆங்கில இளைஞர்கள் இந்தியாவுக்கு வந்தனர். அதனால் இங்கிலாந்தில் ஆண்களின் எண்ணிக்கை குறையவே ஆங்கிலேயப் பெண்கள் இந்தியாவுக்குக் கணவனைத் தேடி வந்தனர்.

இங்கேயுள்ள ஆங்கிலேயனைத் திருமணம் செய்த மேம் சாஹிப்களுக்கு வெளியில் செல்லப் பல்லக்கு, அதைத் தூக்க பல்லக்குத் தூக்கிகள், வீட்டில் வேலைசெய்ய ஆட்கள் என சகல வசதிகளும் கிடைத்தன. இங்கிலாந்தில் கிட்டாத அந்த வசதிகளை இங்கே அனுபவிப்பதற் காகவே வெள்ளைப் பெண்மணிகள் இந்தியா வந்தனர். அதன் விளைவாக வெள்ளைக்காரர்கள் இந்தியர்களிடமிருந்து விலகி யிருக்கத் தலைப்பட்டதோடு தாங்கள் எல்லாவகையிலும் இந்தியர் களை விட உயர்ந்தவர்கள் என்ற எண்ணம் கொண்டிருந்தனர்.

பகதூர் ஷாவின் மகன் மிர்ஸா ஃபக்ரு இறந்துவிட்டான். அவன் பட்டத்துக்கு வரக்கூடாதென்பதில் ஸீனத் மஹல் தீவிரமாக இருந்தாள். ஃபக்ரூவின் இறப்புக் கூடச் சந்தேகத்திற்கிடமாக இருந்தது. தனது மகன்தான் பட்டத்துக்கு வரவேண்டும் என்று ஸீனத் பிடிவாதம் பிடித்தாள். அரசர் கொடுக்கும் எந்த விருதையும் வாங்கக்கூடாது என்று டல்ஹௌசி ஆங்கில அதிகாரிகளுக்கு உத்தரவிட்டிருந்தார் இந்நிலையில் தன்னுடைய நிலையே ஆட்டம் கண்டுகொண்டிருக்கும்போது ஸீனத் அடுத்த பட்டத்தைப் பற்றிப் பேசுகிறாளே என்று அரசர் கவலைப்பட்டார். என்றாலும் இன்னும் கௌரவம் பார்த்துக்கொண்டிருந்தால் நடக்காது என்று எண்ணி விக்டோரியா மகாராணிக்கு ஒரு கடிதம் எழுதினார்.

‘சில விரும்பத்தகாத காரணங்களால் என்னுடைய அரசாகிய மலர் வாடத் தொடங்கிவிட்டது. எனவே எங்களைக் காப்பாற்றும் பொறுப்பு இப்பொழுது தங்கள் கையில் இருக்கிறது. எங்கள் அரசின் கௌரவத்தைக் குறைப்பதா அல்லது உயர்த்துவதா என்பது தங்கள் சித்தம். நான் என்னுடைய வருங்காலத்தில் என்னுடைய மதத்தின் கடமைகளைச் செய்து கழிக்க விரும்புகிறேன். நான் தங்களிடம் வேண்டுவதெல்லாம் என்னுடைய மூதாதையரின் பெயரும் புகழும் எனது பரம்பரையும் தாழ்ந்துபோய்விடாமல் நிலைத்திருக்கும் படியும் அது எனது பரம்பரையாக என்னுடைய வாரிசுகளுக்கும் செல்லவேண்டும் என்பதுதான் எனது ஆசை. ஆங்கில அரசுடன் ஆரம்பத்தில் ஏற்படுத்திக்கொண்ட ஒப்பந்தத்தின்படி தங்கள் இதை நிறைவேற்றிக்கொடுப்பீர்கள் என்பது எனது நம்பிக்கை!’ என்று எழுதினார்.

வாழும் வரைதான் மன்னர் பதவி

டல்ஹௌசியின் அவகாசியிலிக் கொள்கையால் வாரிசில்லாத பல அரசுகள் கைப்பற்றப்பட்டன. அவுத் ராஜ்ஜியம் ஓர் அபத்தமான காரணத்தால் இணைக்கப்பட்டது. அடுத்துத் தமது அரசுக்கும் அந்த நிலைமை வந்துவிடுமோ என்று அஞ்சிய பகதூர் ஷா அப்பொழுது கவர்னர் ஜெனரலாக இருந்த லார்ட் டல்ஹௌசிக்கு மிகவும் பணிவோடும் கெஞ்சுதலோடும் ஒரு கடிதம் எழுதினார்.

'இந்த மண்ணில் நான் வாழக்கூடிய நாட்கள் இன்னும் அதிகம் இல்லை. இந்த 80 வயதில் என்னுடைய கவலையெல்லாம் எனக்குப் பிறகு எனது மனைவி நவாப் ஸீனத் மஹலும் அவளது புதல்வன் இளவரசன் மிர்ஸா ஜவான் பக்த் பஹதூரும் எந்த இடையூறும் இன்னலும் இன்றி வாழவேண்டும் என்பதே என் வேண்டுதல். ஜவான் பக்த் இளவரசனாக அறிவிக்கப்படுவதற்கு எல்லாத் தகுதி களையும் உடையவன். அவன் எனக்கு முறைப்படி பிறந்தவன். ஓர் இளவரசனுக்குத் தேவைப்படும் தகுதிகள், பண்பு நலன்கள் அவனி டம் உண்டு. என்னுடைய வழிகாட்டுதலின் படி அவன் சிறந்த கல்வி பெற்றிருக்கிறான். எனது மற்ற மகன்கள் அவனுக்குச் சமமாக மாட்டார் கள். என்னுடைய ஆதரவு அவனுக்கு மட்டுமே. அதனால் அவனை அடுத்த பட்டத்துக்கு உரியவனாக அறிவிக்க வேண்டும். எனது மரணத்துக்குப் பிறகு அவர்கள் நன்றாகக் கவனித்துக்கொள்ளப் படுவார்கள் என்பதற்கு உத்தரவாதம் அளிக்க வேண்டுகிறேன்' என்று எழுதியிருந்தார்.

அதற்கு டல்ஹௌசி நேரடியாகப் பதிலளிக்காமல் அவருடைய செயலர் ஒருவர் மூலம் பதிலளித்தார்

'மேன்மைதங்கிய மன்னர், தங்கள் மனைவிகளுக்கும் இளவரசருக்கும் அளித்துவரும் நிவந்தம் தொடரும் என்று சொல்வது முறையாகாது. மேன்மை தங்கிய மன்னரின் ஆயுட்காலம்வரை அவை அளிக்கப் படும். அதற்குப் பிறகு தொடர்ந்து அளிக்க இயலாது. அப்படிச் செய்தல் எமது முந்தைய நடைமுறைக்கு மாறுதலாக இருக்கும்!'

இந்தப் பதில் பகதூர் ஷாவை உலுக்கிவிட்டது. தன்னோடு தைமூர் அரச வம்சம் அழிந்துபோய் விடக்கூடாது என்ற அவரது ஆசை நிறைவேறாமல் போய்விடுமே என்று கவலைப்பட்டார். இந்தப் பதில் மன்னரை மட்டுமல்ல. மன்னரைச் சார்ந்த அவரது அவையோ ரையும் அரச மானியம் பெற்றுவரும் மற்றவர்களையும் கதிகலங்க வைத்தது. அரச வம்சத்தினருக்கே எதுவும் கிடைக்காதென்றால் அவர்களுக்கு என்ன கிடைக்கும்?

டல்ஹௌசிக்குப் பிறகு லார்ட் கானிங் என்பவர் கவர்னர் ஜெனரலாக இந்தியாவுக்கு வந்தார். இங்கிலாந்து மகாராணிக்குச் சொந்தக்காரர். இங்கிலாந்து அமைச்சரவையில் தனக்கு மூத்த அமைச்சர் பதவி கிடைக்கவில்லை என்னும் எரிச்சலில் கவர்னர் ஜெனரல் பதவியை ஏற்றுக்கொண்டு இந்தியாவுக்கு வந்தவர் அவர். அந்த எரிச்சல் அவரது செயல்பாடுகளில் வெளிப்பட்டது. அதற்குத் தூபமிடுவதுபோல சைமன் ஃப்ரேசர் என்னும் கிறித்துவப் பாடகர், அதிகாரிகளால் மதிக்கப்பட்டவர் லார்ட் கானிங்கிற்கு ஒரு கடிதம் எழுதினார்

‘டெல்லி அரசனின் வாரிசாகக் கருதப்பட்ட மிர்ஸா ஃபக்ரு இறந்து விட்டான். உயிரோடு இருக்கும் மற்ற மகன்கள் யாரும் பதவிக்குரிய கண்ணியமோ, கௌரவமோ இல்லாதவர்கள். அவர்களால் உள் நாட்டு மக்களின் பரிதாபத்தைப் பெற முடியாது. எனவே எவரையும், குறிப்பாக ஜவான் பக்தை, பட்டத்து இளவரசாக அறிவிக்க வேண்டாம். ஐந்து மாதங்களுக்கு முன்பு செல்வச்செழிப்புள்ள அவுத் மாநிலத்தைக் கைப்பற்றிய பிறகு நமது நிலைமை மேலும் சிறப்பாக இருக்கிறது. மிர்ஸா ஃபக்ரூவும் இறந்து விட்டான். எனவே தைமூர் பரம்பரையை அழிக்க நமக்குக் கிடைத்திருக்கும் இந்த வாய்ப்பை நழுவ விட்டுவிடக்கூடாது. பகதூர் ஷா ஸஃபர் கிழவனாகப் போய்விட்டான். எப்பொழுது வேண்டுமானாலும் சாகலாம். இளவரசர்கள் எவரும் தகுதியில்லாதவர்கள் என்பதால் அவர்களை வாரிசாகத் தேர்ந்தெடுக்காததால் மக்களிடமிருந்து எந்த எதிர்ப்பும் ஏற்படாது!’ என்று எழுதினான்.

பகதூர் ஷாவுக்குப் பட்டம் இல்லை

ஏற்கெனவே எரிச்சலடைந்திருந்த கானிங்கிற்கு இதுவொரு வாய்ப் பாகப் போய்விட்டது. எனவே பிரேசர் எழுதிய கடிதத்தில் பின்வரும் குறிப்பை எழுதினான்.

‘டெல்லி அரசனிடமிருந்து மக்கள் எதிர்பார்க்கிற எல்லா அதிகாரங் களும் மரியாதைகளும் ஏற்கெனவே பறிக்கப்பட்டுள்ளன. கவர்னர் ஜெனரலும் ராணுவத் தளபதியும் அரசனைப் பேட்டிகாணும் வழக்கம் நீக்கப்பட்டுவிட்டது. நாணயத்தில் மன்னரின் உருவம் பொறிக்கப்படும் கௌரவம் இப்போழுது இல்லை. கவர்னர் ஜெனரலின் முத்திரையிலிருந்தும் அது அழிக்கப்பட்டுவிட்டது. மற்ற இந்திய மன்னர்களும் அதைப் பயன்படுத்தத் தடைவிதிக்கப் பட்டுள்ளது. பிரிட்டிஷ் அரசின் மேலாண்மையைக் கருத்தில் கொண்டு இனி இந்த அரசுக்குக் கீழ்ப்படிதல் என்னும் தன்மை

இனிமேல் இருக்காது. டெல்லி அரசன் என்னும் பெயருக்கும் இது பொருந்தும்!'

உள்நாட்டு மன்னர்கள் அனைவரையும் அடக்கிவிட்டோம் என்ற செருக்கினால் நாட்டு மக்களிடையேயும் சிப்பாய்களிடையேயும் எழுந்துள்ள மனக்கசப்பைக் கவனிக்கத் தவறிவிட்டார்கள் வெள்ளை யர்கள். மன்னரின் வாரிசுக்கு இடமில்லை என்று அறிவித்து விட்ட தால் நிகழப்போகும் பின்விளைவுகளைக் கேனிங் எண்ணிப் பார்க்கத் தவறி விட்டார். புகையே இல்லாமல் சாம்பலுக்குக்கீழே ஒரு நெருப்புக் கனன்று கொண்டிருந்ததை அவர் அப்பொழுது புரிந்து கொள்ளவில்லை. அளவுக்கு மீறிய ஆணவத்தினால் ஆங்கிலேயர் அடிபடப்போகிறார்கள் என்பதையும் அவர் அப்பொழுது அறிய வில்லை.

40

துப்பாக்கிக் குண்டுகளில் மாமிசக் கொழுப்பு

‘கவர்னர் ஜெனரலிடமிருந்து உத்தரவு வந்திருக்கிறது. என்ன செய்வதென்று தெரியவில்லை!’ என்றான் கேப்டன் ராபெர்ட் டைட்லெர்.

‘என்ன உத்தரவு?’ என்று கேட்டாள் அவனது மனைவி ஹாரியட். அவள் டைட்லெரின் இரண்டாவது மனைவி. முதல் மனைவி இறந்துவிட்டதால் அவளைத் திருமணம் செய்திருந்தான் டைட்லர். அவனை விடப் பல வருடங்கள் இளையவள்.

‘இந்தியச் சிப்பாய்களை உடனடியாக ரங்கூனுக்குக் கடல் மார்க்கமாக அனுப்பவேண்டுமாம்,’ என்றான் டைட்லர்.

‘இங்குள்ள நிலைமை அவருக்குத் தெரியாது என நினைக்கிறேன். நிச்சயமாக இந்தச் சிப்பாய்கள் கடல் கடந்து போக விரும்ப மாட்டார்கள்’ என்றாள் ஹாரியெட்.

‘சரியாகச் சொன்னாய். சிப்பாய்களிடம் சொன்னபோது அவர்கள் அப்படித்தான் சொன்னார்கள்!’

‘கவர்னர் ஜெனரலுக்குத் தகவல் கொடுத்துவிட்டீர்களா?’

‘தந்தி மூலம் தெரிவித்துவிட்டேன்’ என்றான் டைட்லர். அப்பொழுது டைட்லரின் ரெஜிமெண்டைச் சேர்ந்த ஒரு சிப்பாய் அங்கு வந்தான். டைட்லர் கையில் ஒரு கவரைக் கொடுத்தான். டைட்லர் அதைப் பிரித்துப் பார்த்தான்.

'ரங்கூன் போக மறுத்த சிப்பாய்களை உடனடியாகத் தரை மார்க்க மாக டாக்காவுக்கு அனுப்பவும்' என்று டல்ஹௌசி உத்தரவிட் டிருந்தார். வேறு வழியில்லாமல் அவர்கள் டாக்காவுக்கு அனுப்பப் பட்டார்கள். டாக்கா அப்பொழுது ஒரு தண்டனைப் பகுதி. அங்கு அடிக்கடி காலரா போன்ற நோய்கள் தலைவிரித்தாடும். அங்கு போன சிப்பாய்கள் மூன்று பேரைத்தவிர மற்றவர்களில் பெரும் பகுதியினர் இறந்துவிட்டார்கள். பலர் நோயினால் மருத்துவமனை யில் அனுமதிக்கப்பட்டனர்.

'தனது மதத்தின் விதிகளுக்கு உட்பட்டு நடந்ததற்கு இவ்வளவு பெரிய தண்டனையா?' என்று மறுகினாள் ஹாரியட். டல்ஹௌசி மிகுந்த பிடிவாத குணமுள்ளவர்.

கலவரம் வரலாம்...

*1850*ம் ஆண்டிலேயே ராணுவத் தளபதியாகப் பதவி வகித்த சார்லஸ் நேப்பியர் என்பவர் டல்ஹௌசிக்குக் கடிதம் எழுதினார். 'நம் ராணுவத்திலுள்ள இந்தியச் சிப்பாய்களின் நிலை சரியில்லை. அவர்களின் நலத்தில் அக்கறை காட்டாமல் இப்படியே விட்டால் பெருங்கலவரம் வருவதற்கு வாய்ப்பு இருக்கிறது,' என்று எழுதி யிருந்தார்.

அதற்கு டல்ஹௌசி, 'இந்தியா ஆபத்திலிருக்கிறது என்று கூச்சலிடு வதில் எந்தப் பயனும் இல்லை. வெளியிலிருந்து நமக்கு எந்த அபாயமும் இல்லை. நம்மிடம் தோற்றுப் போனவர்கள் முழுதும் சரணடைந்துவிட்டார்கள். அவர்கள் எழுந்து நின்று எதிர்ப்புத் தெரிவிக்கவே முடியாது. கவலைப்பட எதுவுமில்லை!' என்று பதில் எழுதினார். இதனால் வெறுப்புற்ற நேப்பியர் தனது பதவியை ராஜினாமா செய்தார்.

படிப்படியாகப் பரவிய வெறுப்பு

இந்தியச் சிப்பாய்கள் வெறுப்படைவதற்குக் காரணமாக அடுத்தடுத்து பலப் பல நிகழ்ச்சிகள் நடைபெற்றுக் கொண்டிருந்தன. சிப்பாய் களுக்குக் கொடுக்கப்பட்ட பேட்டா நிறுத்தப்பட்டது. சம்பளம் குறைக்கப்பட்டது. அதுமட்டுமன்றி கடல்கடந்து சென்று வெளிநாடுகளில் பணிபுரிய வேண்டும் என்ற நிபந்தனை விதிக்கப் பட்டது. கூர்க்காக்களும் சீக்கியரும் ஆங்கிலேயர்களுக்கு உண்மை யாகச் சேவகம் செய்வதற்கு முன்வந்ததால் அவர்கள் பெருமளவு ராணுவத்தில் சேர்த்துக்கொள்ளப்பட்டார்கள். அதனால் தங்கள் பணிக்கு ஆபத்து வருமோ என்று மற்ற சிப்பாய்கள் அஞ்சும் நிலை ஏற்பட்டது. எத்தனை வருடங்கள் மிகவும் சிரத்தையோடு பணி

புரிந்தாலும் இந்தியர்கள் சுபேதார் அல்லது சுபேதார் மேஜர் என்னும் பதவிக்கு மேல் உயரமுடியாது. அனுபவமே இல்லாத ஐரோப்பியன் அவர்களுக்கு மேல் உயர்ந்த பதவி வகிக்க முடியும்.

அதுமட்டுமல்ல. ஆரம்ப நாட்களில் ஆங்கிலேயர்கள் ராணுவத்தில் அதிகமில்லாமல் இந்தியச் சிப்பாய்கள் நிறைய இருந்தார்கள். அவர்களின் தயவு ஆங்கிலேயர்களுக்கு அதிகம் தேவைப்பட்டது. அப்பொழுது ஆங்கில அதிகாரிகள் இந்தியச் சிப்பாய்களோடு மிகவும் நேசமாகப் பழகினார்கள். அவர்களின் நலனில் அக்கறை காட்டினார்கள். அவர்களோடு சேர்ந்து நடனமாடினார்கள். அவர்கள் வேட்டைக்குச் செல்லும்பொழுது இந்தியச் சிப்பாய் களையும் உடன் அழைத்துச் சென்றார்கள். அவர்களின் மொழியைக் கற்று அவர்களோடு உரையாடினார்கள். அந்த அன்னியோன்யம் படிப்படியாக மறைந்து போனது. இந்தியர்கள் பிறப்பாலும் சமூக அந்தஸ்தாலும் தங்களுக்கு மிகவும் கீழானவர்கள் என்ற எண்ணம் ஆங்கில அதிகாரிகளின் மனத்தில் புகுந்துகொண்டது. அவர்களின் மனைவிமார்களான சீமாட்டிகள்கூட அவர்களைக் கடுமையாக வேலை வாங்கினார்கள்.

டெல்லியில் பணியாற்றிவந்த டைட்லர் வீட்டிற்குக் கவலையோடு திரும்பி வந்தான். அதைக்கவனித்த அவனது மனைவி ஹாரியட், ‘டைட்லர், என்ன ஆயிற்று உங்களுக்கு?’ என்று கேட்டாள்.

‘நிலைமை மிகவும் மோசமாகிவிட்டது. எந்த நேரத்தில் சிப்பாய்கள் நமக்கு எதிராகப் புரட்சி செய்வார்கள் என்று தெரியவில்லை!’ என்றான்

‘அப்படி அஞ்சும் அளவுக்கு இப்பொழுது என்ன அவசியம் வந்தது?’

‘புதிதாக என்ஃபீல்ட் ரைஃபிள் ஒன்று ராணுவத்தில் பயன்பாட்டிற்கு வந்திருக்கிறது. சிப்பாய்கள் இனிமேல் அதைத்தான் பயன்படுத்த வேண்டுமாம்!’

‘எதை வேண்டுமானாலும் பயன்படுத்தி விட்டுப்போகட்டுமே அதனால் நமக்கென்ன வந்தது?’

‘அந்த என்ஃபீல்ட் ரைபிளை இயக்கக் கேஸட்டுகளைப் பல்லினால் கடித்து இழுக்க வேண்டும். அது எளிதில் வெளிவருவதற்காக அதில் ஒரு பசை தடவப்படுகிறது. அந்தப் பசை மாட்டுக் கொழுப்பாலும் பன்றிக் கொழுப்பாலும் செய்யப்பட்டிருக்கிறது என்று வதந்தி பரவியிருக்கிறது. இந்துச் சிப்பாய்கள் பசு மாமிசக் கொழுப்புள்ள கேட்ரிட்ஜை எப்படிப் பல்லால் கடித்து இழுப்பார்கள். முஸ்லிம்

சிப்பாய்கள் பன்றிக் கொழுப்பைக் கையினாலும் தொடமாட்டார்கள். இந்தப் புதிய ரைஃபிளால் கலவரம் வெடிக்குமோ என்று பயமாக இருக்கிறது!' என்றான் டைட்லர்.

'உண்மையிலேயே மாமிசத்தால்தான் அந்தப் பசை செய்யப் பட்டிருக்கிறதா?'

'லார்ட் கானிங் அதை ஒப்புக்கொண்டிருக்கிறாரே! ஆனால் இப்பொழுது அந்தப் பசை மாற்றப்பட்டு விட்டதென்றும் சிப்பாய் களே அவர்கள் இஷ்டப்பட்ட பசையைப் பயன்படுத்திக்கொள்ள லாம் என்றும் சொல்லியிருக்கிறார்.'

'அதுதான் பிரச்னை தீர்ந்துவிட்டதல்லவா? பின் ஏன் கவலை?' என்று கேட்டாள் ஹாரியட்.

'பிரச்னை தீரவில்லை. புதிய என்ஃபீல்ட் ரைஃபிள் இயக்கத்தில் பயிற்சி பெறுவதற்காக எனது 38ம் நேட்டிவ் இன்ஃபேண்ட்ரி படையிலிருந்து சிப்பாய்களை அம்பாலாவுக்கு அனுப்பச் சொல்லி யிருக்கிறார்கள். நிச்சயம் இவர்கள் போக மாட்டார்கள். என்ன நடக்கப்போகிறதென்று தெரியவில்லை. இதுவரை எனது சிப்பாய் களுக்கு என்ஃபீல்ட் ரைஃபிள்களை வழங்காமல் சமாளித்து விட்டேன். இனியும் தாக்குப்பிடிக்க முடியாது என்று தெரிகிறது' என்றான் டைட்லர்.

'சிப்பாய்களிடம் தெளிவாகச் சொல்லிவிடவேண்டியதுதானே'

'அவர்கள் மிகவும் நல்லவர்கள். அவர்களுக்கு என்னைப்பற்றித் தெரியும். என்றாலும் அவர்களுடைய மத உணர்ச்சிகள் காயப்படும் பொழுது இவர் நமக்கு வேண்டப்பட்டவர் என்றெல்லாமா பார்த்துக் கொண்டிருப்பார்கள். ராணுவத்திலுள்ள இந்தியச் சிப்பாய்கள் கம்பெனிக்கு எதிராக எழுந்தால் அவ்வளவுதான். கம்பெனி இருக்குமிடம் தெரியாமல் தொலைந்துவிடும்!' என்றான் டைட்லர்.

அம்பாலா கண்டோன்மென்டில் சிப்பாய்களிடையே எதிர்ப் புணர்ச்சியைக் காணமுடிந்தது. என்ஃபீல்ட் ரைஃபிள்களை கையாள மறுக்கவும் செய்தார்கள். அதையும் மீறி கார்ட்ரிட்ஜைப் பல்லினால் கடித்திழுத்தவர்கள் மதத்திலிருந்து விலக்கி வைக்கப்பட்டார்கள். இதை ஒரு வாய்ப்பாகப் பயன்படுத்திக்கொண்ட மதபோதகர்கள் அவர்களைக் கிறித்துவர்களாக மாற்றினார்கள். கிறித்துவர்களாக சிப்பாய்களை மாற்றுவதற்காகவே இப்படிப் பசை தடவப் படுகிறதோ என்றுகூட சிப்பாய்கள் மத்தியில் சந்தேகம் எழுந்தது. மனத்துக்குள் சாம்பல் மூடிக்கிடந்த நெருப்பு மெல்ல மெல்லப் புகையத் தொடங்கியது.

கவனப் பிசகால் கடந்தது காலம்

டெல்லியிலே தந்தி அலுவலகத்தில் தந்திகள் வருவது நின்று விட்டன. ஒருவேளை கம்பி பழுதாகி இருக்குமோ என்று அலுவலர்கள் சந்தேகப்பட்டனர். அதேசமயம் டெல்லிக்கு வந்த லொஹாரு நவாப் சியா உட் டின் கான் தெரிவித்த செய்தியைக் கேட்ட பெண்கள் கதிகலங்கினர். 'மீரட்டில் சிப்பாய்களைச் சிறையில் தள்ளியிருக்கிறார்கள். இது அரசுக்கு நல்லதல்ல' என்றாராம் கான். இதை அவர்கள் டெல்லி பிரதிநிதியிடம் சொல்லச் சென்றபோது அவரது விடுமுறைப் பயணத்தில் அவர் மும்முரமாக இருந்ததால் அதைக் காதில் போட்டுக்கொள்ளவில்லை. அதே சமயம் நவாப் இன்னொரு கடிதத்தை சைமன் பிரேசரிடம் கொடுத்தார். அவர் கிறித்துவர். சர்ச்சுக்கான இசை நிகழ்ச்சித் தயாரிப்பில் இருந்ததால் அதைத் தன் கோட் பாக்கெட்டில் வைத்து விட்டார். மறுநாள் அதைத் திறந்து பார்த்தப்போது அதில் மீரட்டில் சிப்பாய்கள் புரட்சி செய்யப் போவதாகவும் அங்குள்ள எல்லாக் கிறித்துவர்களையும் கொன்றுவிடத் திட்டமிட்டிருப்பதாகவும் எழுதப்பட்டிருந்தது. பிரேசர் உடனே செயல்பட முனைந்து தனது குதிரைவண்டியில் ஏறினான். அதற்குள் அந்தச் செய்தியில் சொல்லப் பட்டிருந்ததைப்போல நிகழ்ச்சிகள் நடைபெற்றுவிட்டு முடிந்துவிட்டன. மீரட் சிப்பாய்கள் மீரட்டில் தமது செயலை முடித்துக்கொண்டு டெல்லியை நோக்கி வந்துகொண்டிருந்தார்கள்.

'1857ம் ஆண்டு மே மாதம் 11ம் நாள். காலை 7 மணி. தூக்கம் கலைந்து டெல்லி மன்னர் பகதூர் ஷா ஸஃபர், தாசிப் கானா எனப்படும் தனது தொழுகையிடத்திற்கு வந்தார். நதிக்கு அப்புறத்தே புகைமூட்டம் தெரிவதைப் பார்த்தார். யமுனை நதி கரும் புகைப்படலத்தில் மெலிதாகத் தெரிந்தது. கருமை மாறி தீக்கொழுந்துகள் செம்மையை வெளியிட்டுக்கொண்டு ஆடிக்கொண்டிருந்தன. என்ன நிகழ்கிறது என்றே தெரியவில்லை. கொஞ்ச காலமாக கசமுசவென்று பேசப்பட்டு வந்த புரட்சி வெடித்துவிட்டதா? பதறிப்போன மன்னர், 'பதே அலி... பதே அலி...' என்று கத்தினார். அவரது பல்லக்குத் தூக்கிகளின் தலைவனான மீர் பதே அலி ஓடி வந்தான்.

'அலி, உடனே ஒட்டகத்தில் ஒருவனை அனுப்பி யமுனை நதிக்கரையில் என்ன நிகழ்கிறது என்று பார்த்துவரச்சொல்!' என்றார். தொடர்ந்து, 'அப்படியே கேப்டன் டக்ளசையும் முதன் மந்திரி ஹகிம் அசனுல்லா கானையும் அழைத்து வா!' என்றார். அவர்கள் இருவரும் வருவதற்குள் ஒட்டகத்தின்மேல் சென்ற வீரன் ஓடி வந்தான். அவன் சிறிது தொலைவுகூடச் சென்றிருக்க

மாட்டான். சிப்பாய்கள் துப்பாக்கிகளோடும் வாள்களோடும் திரண்டு வந்துகொண்டிருப்பதைப் பார்த்ததாகவும் வருகிற வழியில் எதிர்ப்படுபவர்களை வெட்டிச் சாய்த்துக்கொண்டு வருவதாகவும் சொன்னான்.

இதைக் கேட்ட மன்னர் டெல்லிக்குள் வரும் எல்லாக் கதவுகளையும் மூடச்சொல்லுங்கள் என்று உத்தரவிட்டார்.அதற்குள் உயரமான டோல் ஹவுஸ் கொளுத்தப்பட்டிருந்தது. கேப்டன் டக்ளசும் முதன் மந்திரியும் வந்து சேர்ந்தார்கள். என்ன செய்வது என்று யோசிக்கும் முன்னே அரண்மனையில் அவர்கள் நின்று கொண்டிருந்த இடத்திற்கு முன்பாக வாளையுருவிக்கொண்டு சிப்பாய்கள் நின்று கத்திக்கொண்டிருந்தார்கள். 'நாங்கள் மன்னரைப் பார்க்கவேண்டும். மன்னரை வரச் சொல்லுங்கள், மன்னரை வரச்சொல்லுங்கள்!' என்று கூக்குரல் எழுப்பினார்கள். அவர்கள் இப்போது வந்து நிற்குமிடம் அந்தப்புரம் என்றும் அங்கெல்லாம் அவர்கள் வரக்கூடாது என்றும் டக்ளஸ் கத்திச் சொன்னவுடன் அவர்கள் அங்கிருந்து அகன்று சென்றார்கள்.

சிப்பாய்களின் எழுச்சி நகர் முழுவதும் பரவத் தொடங்கியது. வெளியே போன கேப்டன் டக்ளஸ், கிறித்துவ மதத்தைப் பரப்ப முழுமூச்சுடன் செயல்பட்ட ஜென்னிங்க்ஸ், கிறித்துவப் பாடல் களைச் சர்ச்சில் பாடிவந்த சைமன் பிரேசர் ஆகிய அனைவரும் கொல்லப்பட்டார்கள். ஹிந்துவிலிருந்து முஸ்லிமாக மாறியவர் களை அவர்கள் ஏதும் செய்யவில்லை. ஆனால் ஹிந்துவிலிருந்தோ அல்லது இஸ்லாமிலிருந்தோ கிறித்துவர்களாக மாறியவர் யாரேனும் எதிர்ப்பட்டால் அவர்களை உடனே கொன்று குவித்தனர்.

என்ன காரணத்திற்காக அந்தக் கிளர்ச்சி ஏற்பட்டதோ அந்த நிலை யிலிருந்து அது சிறிது சிறிதாக நழுவத் தொடங்கியது. சிப்பாய் களோடு நகரின் திருடர்கள், கொலைகாரர்கள், கொள்ளைக் காரர்களும் கலந்து கொண்டனர். அவர்களுக்குக் கிறித்துவர்களைக் கொல்லவேண்டும் என்பது நோக்கமல்ல. கிடைத்ததைச் சுருட்ட வேண்டும் என்பதே அவர்களது குறிக்கோள்.

கொள்ளையோ கொள்ளை!

டெல்லி மாநகரின் கடைகள் கொள்ளையடிக்கப்பட்டன. வீடுகள் சூறையாடப்பட்டன. பெண்கள் குழந்தைகள் என்ற வித்தியாச மில்லாமல் கொன்று குவிக்கப்பட்டனர். தெருவில் எங்கும் ரத்த வெள்ளம். பகலில் வெறியாட்டம். இரவில் வீடுகளில் புகுந்து பஞ்சு மெத்தையில் படுக்கை என்று கொள்ளையர்கள் தலைவிரித்தாடினர்.

சிப்பாய்கள் நகருக்குள் கால்நடையாகவும் குதிரைகளின் மேலும் வந்து குவிந்தனர். கண்ணில்பட்ட வெள்ளையர்கள் வெட்டப் பட்டனர். அவர்கள் குடும்பம் குடும்பமாக வெளியேறி நகரிலிருந்த ஒரு பாதுகாப்பான பகுதியில் தங்கினர். அங்கே அவர்கள் ஆயுதங்களுடன் தங்கியிருந்தனர். எந்த நேரத்திலும் தங்களுக்கும் ஆபத்து வரலாம் என்ற பயத்திலேயே அவர்கள் அங்கு தங்கியிருந்தனர்.

காவல் நிலையங்களிலிருந்து கைதிகள் விடுவிக்கப்பட்டார்கள். லொஹாரு நவாப் சியா உட் டின் ஒரு வழக்கு விஷயமாக டெல்லிக்கு வந்தவன் சிப்பாய்கள் நகருக்குள் புகுந்துவிட்டதை அறிந்து வெளியே ஓடி அரண்மனைக்குள் புகுந்தான். அரண்மனை வெறிச்சோடிப்போயிருந்தது. ஒன்றிரண்டு அலிகள் மட்டும் தென்பட்டனர். அவர்கள் அவனை மன்னரிடம் அழைத்துச் சென்றனர்.

‘அரசே ஏதாவது செய்யுங்கள். டெல்லி பற்றி எரிகிறது. மீண்டும் அமைதி திரும்ப உத்தரவிடுங்கள்!’ என்றான் டின்.

‘நானே நிராதரவாக இருக்கிறேன். இங்கே எவரும் நான் சொன்னபடி கேட்பதில்லை. நான் என்ன செய்ய முடியும்?’ என்றார் பகதூர் ஷா

‘நீங்கள் ஏதாவது ஆணை கொடுக்கிறீர்களா? நான் சென்று உரியவர்களிடம் தெரிவிக்கிறேன்!’

‘இதோ இங்கிருக்கும் எனது பல்லக்குத் தூக்கிகள் இருவரையும் கூட்டிச் செல். தர்யாகஞ்சுக்குப் போ. கிறித்துவர்கள் யாராவது இருந்தால் அவர்களை ஒன்றும் செய்யக்கூடாது என்பது என் உத்தரவு என்று சொல்லி அவர்களை அரண்மனைக்கு அழைத்து வா. அவர்கள் இங்கே பாதுகாப்பாக இருக்கலாம்!’ என்றார் மன்னர்.

அதன்படி அவர்கள் தர்யாகஞ்சுக்குப் போய் அரசரின் ஆணையைக் கத்திக் கூறினார்கள். அங்கே இன்னும் கொலை செய்யப்படாமல் இருந்த சில வெள்ளையர்களைப் பத்திரமாகக் கூட்டிக் கொண்டு வந்து அரண்மனைக்குள் சோட்டா காசா என்ற இடத்தில் பத்திரமாக வைத்தார்கள். அவர்களுக்கு உணவளிக்க அரசர் கட்டளையிட்டார். அன்று மாலை மேலும் 19 பேர் காப்பாற்றப்பட்டார்கள். மறுநாள் பிற்பகல் 3 மணிக்கு நிலைமை கட்டுக்கடங்காமல் போயிற்று. பல சிப்பாய்கள் அரண்மனைக்குள் நுழைந்தார்கள். அரண்மனையில் அரசர் தங்களை வரவேற்பார் என்று எதிர்பார்த்தனர். ஆனால் அங்கே எந்த வரவேற்புமில்லை. பல சிப்பாய்கள் அங்கே கூடி அரசரைப் பார்க்கவேண்டும் என்றனர். அரசர் வெளியே வரவில்லை. எனவே ராணுவ வீரர்கள் அரண்மனை முற்றம் திவானி இ காஸ்ஸில் கூடி தங்கள் துப்பாக்கியை வானை நோக்கிச் சுட்டார்கள்.

அந்தச் சத்தத்தைக்கேட்டு அரசர் வெளியே வந்தார். கையை உயர்த்தி அமைதியாக இருக்கும்படிக் கட்டளையிட்டார். கூச்சல் அடங்கியது. வீரர்களின் தலைவர்களை மட்டும் தன்னிடம் வரும்படி மன்னர் அழைத்தார். அவர்களின் கொந்தளிப்புக்கும் எழுச்சிக்கும், செயலுக்கும் காரணத்தைக் கூறுமாறு பணித்தார்.

வெள்ளையர்கள் துப்பாக்கி கார்ட்ரிட்ஜில் பசு மாமிசத்தையும் பன்றி மாமிசத்தையும் தடவி தங்களை வாயால் கடிக்கச் சொன்னதை எடுத்துக் கூறி, மத நெறிமுறைகளுக்கு எதிராக நடக்கத் தூண்டியதால் தாங்கள் இப்படி நடந்து கொண்டதாக தங்களது செய்கைக்குக் காரணம் கூறினார்கள். எனவே தம் மதத்தைக் காப்பதற்காகவே மன்னரின் பாதுகாப்பைத் தேடி வந்திருப்பதாகச் சொன்னார்கள்.

மன்னர் கோபமுற்றார். 'நான் உங்களை அழைத்தேனா? நீங்களாகத் திரண்டு வந்து அட்டூழியம் செய்கிறீர்கள்?' என்று கூறினார்.

இதைக்கேட்டுப் படைவீரர்கள் பலர் படியில் ஏறி மேலே வரத் தொடங்கினர்.

'எங்களை அரசர் ஆதரிக்கவில்லை என்றால் நாங்கள் செத்தவர் களுக்குச் சமம். நாங்களே என்ன செய்வதென்று தீர்மானித்துக் கொள்ள வேண்டியதுதான்!' என்றனர்.

சிப்பாய்கள் சொன்னதை மன்னர் ஏற்றுக் கொள்ளவில்லை. அவர்கள் செய்வது தவறு என்று எடுத்துரைத்தார். தனக்கு வயதாகி விட்டதென்றும் வாழ்வின் கடைசிக் கட்டத்தில் தாம் இருப்பதாகவும் தம்மை ஏன் அவர்கள் தொந்தரவு செய்யவேண்டும் என்றும் கேட்டார்.

அவருடைய முதன் மந்திரி படைவீரர்களைப் பார்த்து, 'உங்களுக்கு ஆங்கில அரசிடமிருந்து நல்ல சம்பளம் கிடைக்கிறது. நீங்கள் அதை விட்டுவந்தால் மன்னரால் உங்களுக்குச் சம்பளம் கொடுக்கக் கஜானாவில் பணம் இல்லை,' என்றார்.

அவரைத் தொடர்ந்து மன்னர், 'ஆமாம். என்னிடம் படைபலம் இல்லை. வெடிமருந்து இல்லை. ஆயுதங்கள் இல்லை. பணபலமும் இல்லை!' என்றார்.

'அரசே! எங்களுக்கு உங்கள் ஆசிகளை மட்டும் கொடுங்கள். மற்றவற்றை நாங்கள் பார்த்துக்கொள்கிறோம். கிழக்கிந்தியக் கம்பெனியின் பணம் முழுதையும் உங்கள் கஜானாவில் கொண்டு வந்து கொட்டுகிறோம்!' என்றார்கள்.

41

புரட்சிச் சிப்பாய்களும், மாமன்னரும்...!

சிப்பாய்கள் சொன்னதைக் கேட்டதும் மன்னனின் மனம் ஊசலாடத் தொடங்கியது. ஆங்கிலேயர் தம்மை மன்னராகக்கூடக் கருதுவதில்லை. தமக்குக் கொடுக்கவேண்டிய மரியாதையைத் தருவதில்லை. அதுமட்டுமல்ல, தனக்குப் பின் எவரையும் மன்னராக நியமிக்கப் போவதில்லை என்றும் தெரிவித்துவிட்டார்கள். எனவே ஆங்கிலேயருடன் இணக்கமாகச் சென்றாலும் தைமூர் வம்சம் அழியத்தான் போகிறது. ஆனால் இந்தச் சிப்பாய்களுடன் கூட்டுச் சேர்ந்து வெற்றி பெற்றால் தன் வம்சம் நிலைத்து நிற்கும். தம்மைப் பேரரசராக அவர்கள் மதிக்கிறார்கள். தம்முடைய பணத்தையோ படையையோ அவர்கள் எதிர்பார்க்கவில்லை. எனவே இவர்களோடு ஒத்துப்போவதுதான் நல்லது என்று எண்ணினார்.

மனத்தில் யோசித்து தீர்மானத்துக்கு வந்ததுமே தான் தர்பாரில் இருப்பதுபோல கால் மேல் கால்போட்டு ஆசனத்தில் அமர்ந்தார். புரட்சிச் சிப்பாய்களுக்கு தன்னுடைய ஆதரவைத் தருவதாகக் கூறினார். உடனே சிப்பாய்களும் அவர்களது வீரர்களும் ஒருவர் பின் ஒருவராக வந்து மன்னர்முன் தலைவணங்கினார்கள். அவர்கள் தலையில் கைவைத்து மன்னர் அவர்களை ஆசிர்வதித்தார். சதுரங்கக் கட்டத்தின் மன்னன் என்ற நிலையிலிருந்து அன்று அவர் ஒரு உண்மையான மன்னன் நிலைக்கு உயர்த்தப்பட்டார். அதன்பின் சிப்பாய்கள் அரண்மனைக்குள்ளேயே தங்கினர். மன்னருக்குப் பாதுகாவலாகவும் அது அமைந்தது. அவர்கள் தரிசன மண்டபத்திலேயே படுத்துக்கொண்டார்கள்.

வில்லோபி வைத்த வெடி

அந்தச் சமயத்தில் வெளியே பலத்த வெடிச்சத்தம் வெளியில் கேட்டது. ஆங்கிலேயரின் ஆயுதம் மற்றும் வெடிமருந்து வைத்திருந்த கிடங்கைச் சிப்பாய்கள் கைப்பற்றச் சென்றபோது அவர்கள் கையில் அவை சிக்கிவிடக் கூடாதென்று லெஃப்டினெண்ட் வில்லோபி என்பவன் அந்தக் கிடங்கை வெடிவைத்துத் தகர்த்துவிட்டான். அரண்மனையிலிருந்து அரை மைல் தொலைவில் நடந்த இந்நிகழ்ச்சி அரண்மனையையே அதிரவைத்தது. அந்த வெடிக்கிடங்கில் அருகில் இருந்த சிப்பாய்களும் காவல் காத்திருந்த ஆங்கிலேயரும் இறந்தார்கள்.

டெல்லி ரிட்ஜில் தங்கியிருந்த ஆங்கிலேயர்களைத் தவிரவும் டெல்லியைவிட்டுத் தலைமறைவாக வெளியேறியவர்களைத் தவிரவும் மிச்சமிருந்த பிரிட்டிஷ்காரர்களில் பெரும்பாலோர் கொல்லப்பட்டுவிட்டார்கள். 1803ம் ஆண்டு மராத்தியர்களை வென்று டெல்லியைக் கைப்பற்றிய பிறகு அங்கு வந்து வாழ்ந்த பிரிட்டிஷ்காரர்களில் பலர் அழிந்துபட்டனர்.

பகதூர் ஷா ஸஃபர், ஸீனத் மஹலின் ஆலோசனைப்படி ஆக்ராவிலிருந்த பிரிட்டிஷ் கவர்னருக்கு அதுவரை நடந்த எல்லாவற்றையும் தெரிவித்து அவரது அறிவுரையைக்கேட்டு ஒரு தூதுவன் மூலம் கடிதம் கொடுத்தனுப்பினார். ஆனால் அதே சமயம் இரவு பன்னிரண்டு மணிக்கு அவரது ஆட்சியில் தற்போது நடக்கும் புதிய எழுச்சியை அறிவிக்கும் வகையில் 21 பீரங்கிக் குண்டுகள் முழங்க அனுமதித்தார். சிப்பாய்கள் அரச மரியாதை தெரியாமல் அரண்மனைக்குள் நடந்துகொண்டமுறை அவரை வெறுப்படையச் செய்தாலும் அழிந்து போவது நிச்சயம் என்றிருந்த அவரது பரம்பரை ஆட்சியை மீண்டும் தூக்கி நிறுத்தக் கடவுளே தந்த வாய்ப்பாக அந்தச் சிப்பாய் எழுச்சியைக் கருதினார்.

சிப்பாய்களெல்லாம் ஒன்றிணைந்து பகதூர் ஷாவை மாமன்னராக அறிவித்து அவரை மிகப் பிரம்மாண்டமான ராஜ ஊர்வலமாக அழைத்துச் சென்றனர். அவர் வெளியே பவனி சென்றபோது இருபுறமும் நின்றுகொண்டிருந்த மக்கள் ஆரவாரம் செய்து அவரை வரவேற்றனர். பல இந்தியப் படைகள் அவருக்கு மரியாதை செய்தன. இவ்வளவு ஆர்வமாக மக்கள் தம்மை ஏற்றுக் கொள்வார்கள் என்று பகதூர் ஷா எதிர்பார்க்கவில்லை. பிரிட்டிஷ் காரர்கள் பலர் கொல்லப்பட்ட செய்தி அவரிடம் விலாவாரியாகக் கூறப்பட்டது. அதுமட்டுமல்லாது பம்பாயிலும் தக்காணத்திலும் கூட எழுச்சிகள் நடைபெற்றன என்னும் செய்தி அவரை எட்டியது.

எனவே அதுவரை தயக்கம் காட்டி வந்த பகதூர் ஷா அந்தச் சுதந்திர எழுச்சிக்குத் தாம் தலைமைப் பொறுப்பை ஏற்பதாக ஏற்றுக் கொண்டார். அதுவரை நடந்தவையெல்லாம் கிளர்ச்சிகளாகவே அறிவிக்கப்பட்டுவந்தன.

கிளர்ச்சி மாறிப் புரட்சியானது

பகதூர் ஷா தலைமைப்பொறுப்பை ஏற்றது முதல் சிப்பாய் புரட்சி என்பது கிளர்ச்சி என்ற நிலையிலிருந்து மாறி பிரிட்டிஷாரிடமிருந்து விடுதலை பெறும் சுதந்திரப் போராட்டமாக மாறியது. மறுநாளும் பவனி தொடர்ந்தது. ஆனால் முதல் நாளைப்போல இல்லாமல் புகார் கொடுப்பதற்குப் பலர் கூடிநின்றார்கள். நகரைக் கொள்ளையடிப்பதிலிருந்தும் அழிப்பதிலிருந்தும் காப்பாற்று வதற்காக மன்னர் தனது அரசவையின் பெரிய மனிதர்கள் பலரைக் கலந்து ஆலோசித்தார். தான் மீண்டும் பாதுஷாவாகி விட்டோம் என்பதை அறிவிப்பதற்காகப் பல வருடங்களாகப் பயன்படுத்தா திருந்த வெள்ளிச் சிம்மாசனத்தைத் தூசி தட்டிச் சுத்தம் செய்யச் சொல்லி அதில் அமர்ந்து தர்பாரை நடத்தினார்.

அவையினர் மிகுந்த மகிழ்ச்சியோடு மாமன்னர் தனது இளவரசர் மிர்ஸா ஜவான் பக்துடன் யானைமேல் ஏறி பவனி வரவேண்டும் என்றும் ஊர்வலத்தில் காலாட்படையும் அரசரின் மெய்க்காவல் படையும் வாத்தியம் வாசித்துக்கொண்டு வருபவர்களும் பின் தொடர வேண்டும் என்றும் சொன்னார்கள். அரச அறிவிப்பாக டெல்லி முழுவதும், ‘டெல்லி மீண்டும் அரசரின் கைவசம் வந்து விட்டது என்றும் எனவே எவரும் இனி நகரில் அழிவு ஏற்படுத்தாமலும் சூறையாடாமலும் இருக்கவேண்டும்!’ என்றும் சொன்னார்கள்.

மிர்ஸா முகல் என்ற இளவரசன் எல்லா காவல் நிலையங்களுக்கும் சென்று இனி நகரைக் கொள்ளையடிப்பவர்களின் மூக்கும் காது களும் வெட்டப்படும் என்றும் அறிவிக்கச் சொன்னான். மன்னர் பகதூர் ஷா வெளியில் போகும்போதும் திரும்பி அரண்மனைக்குள் வரும்போதும் 21 பீரங்கிகள் முழங்கின. தர்பாரில் மன்னரின் பரம்பரைக் கட்டியங்கள் கூறப்பட்டன. ஆனால் அதே சமயம் பல சிப்பாய்கள் உள்ளே நுழைந்து மன்னரை மரியாதையுடன் அழைக்க வேண்டும் என்பதையும் மறந்து, ‘எங்களுக்குச் சாப்பாடில்லை, சாப்பாட்டிற்கு ஏற்பாடு செய்யுங்கள்’ என்று கூக்குரலிட்டனர். மன்னர் சொல்வதற்குக் கீழ்ப்படிந்து நடப்பதாகச் சொன்ன சிப்பாய் களின் தலைவர்கள்கூட சிப்பாய்களை அடக்கமுடியாத நிலையில் இருந்தார்கள். அரண்மனை முழுதும் சிப்பாய்களின் கூடாரமாயிற்று.

மன்னருடைய அந்தரங்க அறைக்குள் சிலர் எட்டிப்பார்த்தனர். மன்னரால் எதுவும் செய்யமுடியவில்லை என்றாலும் தினசரி ராஜதர்பார் நடைபெற்றுக் கொண்டிருந்தது.

மன்னரின் மனைவி ஸீனத் மஹலுக்கு கணவரின் நடவடிக்கை பிடிக்கவில்லை. ஆங்கிலேயர்களைப் பகைத்துக் கொள்ளக்கூடாது என்றாள். ஆனால் ஸீனத் மஹலின் மகனைத் தவிர மற்ற எல்லா இளவரசர்களும் கிளர்ச்சியை ஆதரித்தார்கள். அவர்கள் அரசரைச் சந்தித்துச் சிப்பாய்களின் எழுச்சிக்கு ஒரு முறையான வடிவம் கொடுக்கவேண்டும் என்றும் அதனால் தங்களை படைத்தளபதி களாக நியமிக்கும்படியும் வேண்டினர். ஆனால் மன்னர் அதற்கு ஒப்புக்கொள்ளவில்லை. ஸீனத் மஹலும் முதன் மந்திரியும் கடுமை யாக எதிர்த்தார்கள். ஆனால் சிப்பாய்களும் சிப்பாய்களின் தலைவர் களும் திரண்டு வந்து மிர்ஸா முகலைத் தலைமைத் தளபதியாக நியமிக்கும்படி வேண்டினர். வேறு வழியின்றி மிர்ஸா முகல் தலைமைத் தளபதியாக நியமிக்கப்பட்டான்.

அவன் தலைமைத் தளபதியானதும் சிப்பாய்களின் இயக்கத்தை முறைப்படுத்த முயன்றான்.

ஸீனத் மஹலின் சூழ்ச்சி!

ஸீனத் மஹல் மன்னருக்குத் தெரியாமல் ஆங்கில அதிகாரிக்கு ஒரு கடிதம் எழுதினாள். தனது மகனுக்கு அடுத்தபடியாக பட்டம் சூட்ட ஒப்புக்கொண்டால் தானும் தன்னைச் சேர்ந்தவர்களும் ஆங்கிலேயர் களுக்கு உதவியாக சிப்பாய்களைப் பிடித்துக்கொடுப்போம் என்று எழுதப்பட்ட ஒரு கடிதத்தை ஆங்கில அதிகாரிகளுக்கு எழுதி அனுப்பினாள். ஆனால் அது சிப்பாய்களின் கையில் கிடைத்தது. அரசரிடம் விவரம் கூறப்பட்டது.

இதற்கிடையில் கலகக்காரர்களிடமிருந்து காப்பாற்றப்பட்டு மன்னர் தனது அரண்மனையில் அடைக்கலம் கொடுத்து வைத்திருந்த பிரிட் டிஷ் ஆண்களையும் பெண்களையும் கொல்ல வேண்டுமென்று சிப்பாய்கள் அவர்களைக் கட்டி இழுந்து வந்தனர். மன்னர் பகதூர் ஷா பதறிப் போனார். தன்னால் அடைக்கலம் கொடுக்கப்பட்டவர் களைக் கொல்லக்கூடாது என்றார். எந்தக் காரணம் கொண்டும் ஒரு குற்றமும் அறியாத பெண்களையும் குழந்தைகளையும் கொல்லக் கூடாது என்று ஆணையிட்டார். ஆனால் அவரது ஆணையைக்காதில் வாங்குபவர் யாருமில்லை. மன்னர் அடைக்கலம் கொடுத்து வைத்திருந்த அத்தனை பிரிட்டிஷ்காரர்களையும் சிப்பாய்கள் கொன்று தீர்த்தார்கள். இது பகதூர் ஷாவைக் கலங்கடித்தது.

ஆங்கிலேயர்கள் மீண்டும் டெல்லியைப் பிடித்தால் தாம் தொலைந்தோம் என்று உணர்ந்தார்.

திட்டமில்லா சிப்பாய் கூட்டம்

ஆங்கிலேயரால் கைவிடப்பட்டுக் கிடந்த துப்பாக்கிகளையும் வாள் களையும் கையிலெடுத்துக்கொண்டு சிப்பாய்கள் அல்லாத குண்டாக் கள் சூறையாடுதல் போன்ற அட்டூழியங்களைப் புரிந்தார்கள். சிப்பாய் கள் தனித்தனிக் குழுக்களாக இருந்துகொண்டு அவர்களது குழுவின் தலைவனுக்கு மட்டுமே கீழ்ப்படிந்தார்கள். மிர்ஸா முகல் தலைமைத் தளபதியாக இருந்தாலும் சிப்பாய்கள் பொதுவான தலைமைக்குக் கீழ்ப்படியாமலே நடந்தனர். ஒரு ஒழுங்கான, முறையான எழுச்சி யாக இருந்திருந்தால் வரலாறு வேறு விதமாக மாறியிருக்கும்.

அரசரின் அரண்மனைத் தோட்டத்தில் தங்கியிருந்த சிப்பாய்கள் வெளியேற வேண்டும் என்று அரசர் ஆணையிட்டார். ஆனால் சிப்பாய்கள் கீழ்ப்படியவில்லை. எனவே தனது உள்ளறைக்குள் போய்க் கதவைச் சாத்திக்கொண்டு மன்னர் வெளியில் வரவில்லை. உடனே சிப்பாய்கள் ஒவ்வொருவராக அரண்மனைத் தோட்டத் திலிருந்து வெளியேறினர். இந்த உத்தி பயன்படுவதை அறிந்த மன்னர் ஒரு உத்தரவு பிறப்பித்தார். தான் சொல்லுவதைக்கேட்டுச் சூறையாடுதல், கொள்ளையடித்தல், கொல்லுதல் போன்ற அராஜ கத்தை நிறுத்தவில்லையென்றால் தான் சிப்பாய்களின் எழுச்சிக்குத் தலைமை தாங்கப் போவதில்லை என்றும் எல்லாவற்றையும் விட்டுவிட்டு தனது கூட்டத்துடன் மெக்காவுக்குப் போய்விடப் போவதாகவும் அறிவித்தார். சிப்பாய்கள் இந்த மிரட்டலுக்கு ஓரளவு கட்டுப்பட்டார்கள். ஆனால் இஸ்லாம் மௌல்விகள் சிலர் ஆங்கிலேயர்களுக்கும் ஹிந்துக்களுக்கும் எதிராக ஜிஹாத் அறிவித் தார்கள். அரசர் உடனடியாகத் தலையிட்டு அதை நிறுத்தினார். ஹிந்துக்களுக்கும் முகமதியர்களுக்கும் இடையே வரும் எந்தப் போராட்டத்தையும் தாம் அனுமதிக்கப் போவதில்லை என்றார்.

42

நிகல்சன் என்னும் நீசன்

டெல்லியில் கலவரம் இப்படி நடந்துகொண்டிருந்தபோது ஆங்கிலேயரின் தலைமைத் தளபதி ஜெனரல் ஆன்சன் சிம்லாவில் இருந்தார். அவருக்குத் தந்திச் செய்தி மே 12ந்தேதி கிடைத்தது. அவர் அதை மிக முக்கியமான ஒன்றாகக் கருதவில்லை. அங்கிருந்து கிளம்ப எந்த முயற்சியும் எடுக்கவில்லை. அவருடைய துணைத் தளபதிகள் அவரை ஏதாவது செய்யும்படி அவசரப்படுத்தியதால் அங்கிருந்து கிளம்பி மே 15ந்தேதி அம்பாலாவை அடைந்தார். அங்கே டெல்லி ஃபீல்ட் ஃபோர்ஸ் என்ற பெயர்பெற்ற மூன்று பெரும் படைப்பிரிவுகள் இருந்தன. ஆனால் அங்கிருந்து அந்தப் படையைக் கிளப்பமுடியாமல் சில பிரச்னைகள் எழுந்தன.

அங்கே அப்படியென்றால் முதன் முதல் சிப்பாய் கிளர்ச்சி எழுந்த மீரட்டில் நிலைமை இன்னும் மோசம். அங்கிருந்து டெல்லியை நோக்கிப் புறப்பட்டுச் சென்ற சிப்பாய்களைப் பின்தொடர்ந்து ஆங்கிலப் படையால் செல்ல இயலவில்லை. அதன் தலைவராக இருந்த ஜெனரல் ஆர்ஜ்டேல் வில்சன் படையை அங்கிருந்து நகர்த்தவே இல்லை. படை நடத்த வேண்டிய வண்டிகள், மாடுகள் இல்லை. பதினைந்து யானைகளும் ஒருசில காளைமாடுகளும் மட்டுமே இருந்தன. அம்பாலாவிலும் மீரட்டிலும் நிலைமை இப்படி இருக்க ஆங்கிலேயரின் தன்மானத்தைக் காக்கின்ற வீரர்கள் இருவர் வேறு இரண்டு இடங்களிலிருந்து புறப்பட்டனர். அவர்களுள் ஒருவன் நிகல்சன்.

அவன் அப்பொழுது பெஷாவரில் இருந்தான். டெல்லியிலிருந்து தந்தி 11ந்தேதி இரவு வந்தது. உடனே செயலில் இறங்கவேண்டும்

என்று துடித்தான். அவனுடைய பழைய நடவடிக்கைகளைப் பார்த்தால் அவன் கொலை செய்ய அஞ்சாதவன். மனத்தில் ஈவிரக்கம் அற்றவன். எனவே உடனே சரிவர பயிற்சி பெறாத படையுடன் அவன் கிளம்பினான். கிளர்ச்சியில் ஈடுபட்டவர் பிடிபட்டால் எந்த விசாரணையும் தேவையில்லை. ஒட்டு மொத்தமாக அவர்களை உயிரோடு கொளுத்திவிட வேண்டும். என்பது அவனது திட்டம். மனச்சாட்சியின் உறுத்தலே இல்லாமல் அவர்களைச் சித்திரவதை செய்து கொல்லுவேன் என்றான் நிகல்சன். அவன் வாள்வீச்சில் வல்லவன். இந்தியாவையும் இந்தியர்களையும் அடிமனத்திலிருந்து வெறுத்தான். உடனே டெல்லியை நோக்கித் தனது படையுடன் புறப்பட்டான். இந்தியப் படை வீரர்கள் இருந்த படைகளைக் கலைத்தான். கிளர்ச்சி செய்தவர்களையும் அவர்களது தலைவர்களையும் கொன்றான். மகாபாரதத்தில் பீமன் ஜராசந்தனைப் பிளந்தது போல ஒரு சிப்பாய் தலைவனை வாளால் வெட்டித் தலை முதல் கால்வரை பிளந்தான். அவ்வளவு வெறி. யாரையும் கைது செய்வது என்ற பேச்சுக்கே இடமில்லை. உடனடி மரணதண்டனை தான். அவன் தூங்குகிற நேரம் கொஞ்சம். டெல்லியை நோக்கி அவன் வந்து கொண்டிருந்தபோது வழியில் அவன் படையில் பணி புரியும் அதிகாரிகள் சாப்பாட்டுக்காகக் காத்துக்கொண்டிருந்தனர். சாப்பாடு வரவில்லை. கால தாமதமாயிற்று. நிகல்சன் அவர்களிடம் வந்து, 'இன்னும் கொஞ்ச நேரம் காத்திருங்கள்' என்றான். ஏனென்று கேட்டதற்கு 'உங்கள் சமையல்காரர்களையெல்லாம் கொன்று விட்டேன். ஏனென்றால் அவர்கள் சாப்பாட்டில் வேரைக் கலந்தார் கள் என்பதை அறிந்தேன்!' என்றான். அத்தனை கொடூரமானவன் நிகல்சன்.

இன்னொருவன் ஹாட்சன். மிகவும் தந்திரக்காரன். பலமான ஒற்றர் படையை உடையவன். டெல்லியிலும் அவனுக்காகச் சிலர் ஒற்று வேலை செய்து செய்தி அனுப்பிக்கொண்டிருந்தனர். டெல்லி ஃபீல்ட் படையைப் பொறுப்பேற்று டெல்லியை நோக்கி நடத்திக் கொண்டு வந்தான். நிகல்சனும் பஞ்சாப் வழியாக வந்து அங்கங்கே புதிய ஆள்களைப் படையில் சேர்த்துக்கொண்டு முன்னேறி வந்தான்.

மீரட்டில் கிளர்ச்சி நடந்து பல நாட்கள் ஆகியும் அங்கிருந்த ஆங்கிலப் படை புரட்சியாளர்களைப் பின்தொடர்ந்து செல்ல வில்லை. அப்படையின் தலைவன் வில்சன் மே மாதம் 27ந்தேதிதான் ஒருவாறு அங்கிருந்து புறப்பட்டான். அதேசமயம் டெல்லி மன்னன் பகதூர் ஷா ஓரிரு நாட்களுக்கு முன்பே ஒரு படை மீரட்டுக்குச் சென்று அதைக் கைப்பற்றவேண்டும் என்று சொன்னார்.

அப்பொழுது அங்கே ஒரு படையின் தலைவனாக நியமிக்கப் பட்டிருந்த மன்னனின் பேரன் மிர்ஸா அபுபக்கர் டெல்லியில் போராடுவதற்குப் பதிலாகச் சூறையாடிக் கொண்டிருந்தான். அவனை அழைத்து ஒரு பெரும்படையுடன் மீரட்டை நோக்கிச் செல்லப் பணித்தார் பகதூர் ஷா. அந்தப் படை மே 25ந்தேதி கிளம்பியது. மே 27ந்தேதி மீரட்டிலிருந்து வந்த படையை அது வழியில் சந்தித்தது. இரண்டு படைகளுக்கும் நடந்த சண்டையில் மிர்ஸா அபுபக்கரின் படை தோல்வியடைந்தது. ஆனால் வில்சனின் படையில் இறந்தவர்கள் அதிகம். செய்தி அறிந்த மன்னன் டெல்லிக் கோட்டையின் கதவுகளைச் சாத்திவிடும்படி கட்டளையிட்டார். ஓரிரு தினங்களில் டேராடூனிலிருந்து கலோனெல் ரீட் தலைமையில் சிர்மோர் கூர்க்கா ரெஜிமெண்ட் வந்து வில்சனுடன் சேர்ந்து கொண்டது. டெல்லி ஃபீல்ட் படையும் வந்துகொண்டிருந்தது. அதூய் என்ற கிராமத்தில் முகாமிட்டது.

வெறியேற்றிய வெள்ளைப் பெண்ணின் துண்டுபட்ட கை

அப்போது ஒரு படைவீரன் துண்டிக்கப்பட்ட ஒரு வெள்ளைக்கார இளம்பெண்ணின் கரம் அருகில் விழுந்து கிடந்ததைக் கண்டான். அதைக் கொண்டுபோய் டெல்லி ஃபோர்ஸின் படைவீரர்களிடம் காட்டினான். அவ்வளவுதான் ஆங்கிலேயர்கள் தலைகால் தெரியாமல் கோபத்தில் கொதித்தார்கள். அவர்கள் செல்லும் பாதையில் எதிர்ப்பட்டவர்களையெல்லாம் கொன்று குவித்தார்கள். பலரை மரங்களில் தூக்கிலிட்டார்கள். அங்கிருந்த கிராமங்கள் அனைத்தும் தீக்கிரையாகின. அந்த வெறி இன்னும் தணியாமல் அவர்கள் டெல்லியை நோக்கி வந்துகொண்டிருந்தார்கள். வில்சனின் படையும் டெல்லி ஃபீல்ட் ஃபோர்ஸும் அலிப்பூரில் சந்தித்தன. டெல்லி இன்னும் அதிகத் தொலைவில் இல்லை. ஹாட்சன் அந்தப் படையிலிருந்தான். அவனது ஒற்றர்கள் டெல்லியி லிருந்து செய்தி கொண்டுவந்த வண்ணமிருந்தனர். இன்னும் ஒருநாள்தான். டெல்லியை அடைந்து விடமுடியும். இதற்குள் டெல்லிப் படைகளுக்குச் சேனாதிபதியாக இருந்த மிர்ஸா முகல் சும்மா இருக்கவில்லை. கோட்டைக்கு உள்ளே பலத்த தடுப்புச் சுவர் எழுப்பியிருந்தான். எதிரிகள் அவ்வளவு எளிதாக உள்ளே நுழைந்து விட முடியாது.

அரசனை வணங்கிவிட்டுப் பெரும் படையொன்று கோட்டைப் பாதுகாவலுக்காகச் சென்றது. அங்கே இருந்த எழுச்சியைப் பார்த்தால் ஆங்கிலப் படைகளை ஒழித்துவிடுவார்கள் போலத்தான் தெரிந்தது. மிர்ஸா முகல் தனது தந்தைக்கு ஒரு கடிதம் எழுதினான்.

‘மேன்மைதங்கிய மன்னர் எதிரிகளின் வருகையைப் பற்றிச் சிறிதும் கவலைப்படவேண்டாம். நமது படைகளும் உங்கள் ஊழியனாகிய நானும் இங்கே பள்ளங்களில் பதுங்கியிருக்கிறோம். எதிரிகள் அருகில் நெருங்க முடியாது. நான் பெரும் படையுடன் எதிரிகளை வதம் செய்யக் காத்திருக்கிறேன். சண்டை விரைவில் தொடங்கி விடும் இறையருளால் உங்கள் வீரர்கள் வெற்றிபெறுவதை நீங்கள் விரைவில் காணுவீர்கள்’ என்று எழுதியிருந்தான்.

ஆனால் நடந்தது வேறு. ஆங்கிலப் படையின் 75 வது பிரிவு ரிச்சர்ட் பார்ட்டர் என்பவன் தலைமையில் அதிகாலைப் பொழுதில் சிப்பாய்களைத் தாக்கியது. மேலும் இரண்டு ஆங்கிலப் படைகளும் மிகுந்த தந்திரத்துடன் தாக்கியதால் புரட்சிப் படையால் எதிர்த்து நிற்க முடியவில்லை. ஒரு புரட்சிப் படையின் தலைவன் ஓடினான். அவனைத் தொடர்ந்து மற்ற சிப்பாய்களும் ஓடத் தொடங்கினர். மிர்ஸா முகல் தைரியத்துடன் எதிர்த்து நின்றாலும் அன்று புரட்சிப் படை பலத்த சேதத்தை அடைந்தது. வெற்றிக்களிப்பில் ஆங்கிலப் படை மேலும் தாக்குதற்கு முன்னேறிய பொழுதே அங்கே ஒரு விபரீதம் நிகழ்ந்தது.

வெளியிடங்களிலிருந்து அப்பொழுதுதான் வந்த புரட்சிப் படைகள் பின்புறமிருந்து ஆங்கிலப்படைகளைத் தாக்கத் தொடங்கின. கைப்பற்ற வந்தவர்கள் கைப்பற்றப்பட்டு நின்றார்கள். ஆங்கிலப் படைகள் இதை எதிர்பார்க்கவில்லை என்றாலும் தாக்குப்பிடித்து நின்றார்கள்.

ஜிகாத் கிளப்பிய சிக்கல்

இதற்கிடையில் இஸ்லாம் மதகுருக்கள் சிலர் ஜிகாத் என்று சொல்லி அதை மதப் போராக மாற்றி அவர்களும் படை வீரர்களைச் சேர்த்துப் போரிடத் தொடங்கினர். அதுவரை ஒற்றுமையாகப் போரிட்டுவந்த இந்துக்களுக்கும் முஸ்லிம்களுக்கும் இடையே பிரிவினை ஏற்பட்டது. அவர்கள் ஒன்றாக முனைந்து போராடவில்லை என்பது மட்டுமல்ல. அவர்களுக்கிடையேயும் போரிட்டுக் கொண்டார்கள். புரட்சியாளர்களுக்குச் சாதகமாக இருந்த நிலை இந்தப் போக்கால் பாதிக்கப்பட்டது. இதை அறிந்த மன்னர் கோபங்கொண்டார். அவர் தமது ஆட்சிக் காலத்தில் இந்துக்களுக்கும் முஸ்லிம்களுக்கும் இடையில் எந்தக் காரணம் கொண்டும் பிணக்கு வந்துவிடக்கூடாது என்பதில் கவனமாக இருந்தார். போரில் மன்னர் வெற்றிபெற வேண்டுமென்பதற்காக ஹோமங்கள் செய்யும்படி இந்துப் பண்டிதர்களைக் கேட்டுக் கொண்டார். இந்த நிலைமை மாறியதைக் கண்டு மன்னர் இரு தரப்பினரையும் அழைத்துத் தமது வருத்தத்தைத் தெரிவித்தார்.

பலம்! பலவீனம்!

வங்காளத்திலிருந்தும் வேறு பல இடங்களிலிருந்தும் ஆயிரக் கணக்கான சிப்பாய்கள் வந்து போராடினார். முறையான தலைமை இல்லாத காரணத்தினால் அதிக வீரர்களைக் கொண்ட படை பலம் இருந்தும் ஆயுதங்கள் இருந்தும் அவர்களால் ஆங்கிலேயர்களைப் போலப் போராட இயலவில்லை. ஒரு கட்டத்தில் ஆங்கிலேயர் தங்கியிருந்த இடத்தின் பின் பகுதியாக வந்து புரட்சியாளர்கள் தாக்கினர். அதுதான் ஆங்கிலேயர் பாதுகாப்பின் மிகப் பலவீனமான பகுதி என்பதை அவர்கள் அப்போது அறிந்திருக்கவில்லை. எனவே சிறிது நேரம் தாக்கிவிட்டுச் சென்றுவிட்டனர். இன்னும் சிறிது நேரம் முறையாகத் தாக்கியிருந்தால் வலுவான அந்த ஆங்கிலப் படை அவர்களுக்கு ஆதரவாக மற்றப் படைகள் வருமுன் அழிந்திருக்கும். அந்த இடத்தைப் புரட்சியாளர்கள் கைப்பற்றி யிருக்கக்கூடும். அதன் பலவீனம் புரட்சியாளர்களுக்குத் தெரியவந்த போது ஆங்கிலேயர் பலப்பட்டு விட்டனர்.

இரண்டு பக்கமும் பலத்த சேதம். இறந்து போன சடலங்கள் அப்புறப்படுத்தப்படாததால் எங்கெங்கும் துர்நாற்றம். ஓர் ஆங்கிலேய அதிகாரி எழுதிய குறிப்பு ஒன்று...

‘எங்கெங்கும் இறந்த உடல்கள். அவற்றைச் சுற்றி எங்கு பார்த் தாலும் ஈக்கள் படையாகப் பறந்துகொண்டிருந்தன. மூடியிருக்கும் சாப்பாட்டைத் திறந்து சாப்பிடலாமென்றால் திறந்த உடனேயே ஈக்கள் அவற்றின் மேல் கரும் போர்வையாக மொய்த்துக் கொள்ளும். டீயை வாயில் வைத்துக் குடிக்க முடியாது. ஈக்கள் உதட்டில் வந்து உட்கார்ந்து கொள்ளும்!’

அவ்வளவு மோசமான நிலைமை. இதற்கிடையில் மழை தொடங்கி விட்டது. ஜூன் 27 ந்தேதியன்று தொடர்ந்து மழைபெய்தது. பிணங்களைச் சுற்றி நீர்க்குட்டை. அருகிலே புழைகளிலிருந்து பாம்புகளும் நட்டுவாக்காலிகளும் வெளியில் வரத் தொடங்கின. அழுகிப்போன பொருள்கள் தங்கிய குட்டைகளால் காலரா மிக விரைவாகப் பரவியது. அம்பாலிலிருந்து வரும்போது ஆங்கிலத் தளபதி ஆன்சன் காலராவால் இறந்தார். அதன்பிறகு பொறுப்பேற்ற ஆங்கிலத் தளபதி பர்னார்டும் காலரா நோயால் பாதிக்கப்பட்டு இறந்தார். அவருக்கடுத்த தளபதி சர் தாமஸ் ரீட் வயதானவர். அவர் ஒரு வாரம் ஏதும் செய்யாமல் இருந்துவிட்டு பொறுப்பை வில்சன் என்பவரிடம் ஒப்படைத்துவிட்டுச் சென்றுவிட்டார்.

என்ன கிழித்துவிடப் போகிறீர்கள்?

ஜூலை 9ந்தேதி புரட்சிச் சிப்பாய்கள் கடுமையாகத் தாக்கினர். எவ்வளவுதான் கடுமையாகத் தாக்கினாலும் பிரிட்டிஷ்காரர்கள் தங்கியிருந்த ரிட்ஜிலிருந்து அவர்களை வெளியே கிளப்ப இயலவில்லை. பல சிப்பாய்கள் வெளியிடத்திலிருந்து வந்து தமக்காகப் போராடுகிறார்கள் என்பதில் மகிழ்ந்த டெல்லி மன்னரின் எதிர்பார்ப்பு மிக அதிகமாக இருந்தது. ஆங்கிலேயர்களை சிப்பாய் கள் அன்று நொறுக்கி எறிந்து விடுவார்கள் என்று நம்பினார். ஆனால் அது நடக்கவில்லை. எலி வளைக்குள் பதுங்கியிருப்பதைப்போல ஆங்கிலேயர் பதுங்கி இருந்தார்கள். இதற்கிடையில் 1000 சிப்பாய் கள் குவாலியரிலிருந்தும் 6000 ஜிகாதிகள் நசீராபாத்திலிருந்தும் வந்து மன்னருக்காகப் போரிடத் தயார் என்றும் மன்னர் அனுமதி அளித்தால் உடனே கிளம்பி வருவதாகவும் செய்தி அனுப்பினர். ஏற் கெனவே இங்கு இருக்கும் பெருத்த சிப்பாய்களின் படையாலேயே ஆங்கிலேயர்களை அவர்கள் தங்கியிருக்கும் இடத்திலிருந்து கிளப்பமுடியவில்லை. இன்னும் ஆள்கள் எதற்கு என எரிச்சல் அடைந்த மன்னர் தன் கருத்தை எழுத்தின் மூலம் அனுப்பச் சொன் னார். ‘இங்கே 60,000 சிப்பாய்கள் இருக்கிறார்கள். அவர்களாலேயே அந்த ரிட்ஜிலிருந்து ஆங்கிலேயரைக் கிளப்ப முடியவில்லை. நீங்கள் 6,000 பேர் வந்து என்ன கிழித்துவிடப் போகிறீர்கள்?’

வழிமாற்றிய மதக்கலவரம்

அதுவரை சேனாதிபதியாக இருந்த பகத் கானை மாற்றி மீண்டும் மிர்ஸா முகலைச் சேனாதிபதி ஆக்கினார் மன்னர். இதற்கிடையில் பக்ரீத் வந்தது. இம்முறை ஜும்மா மசூதியின் முன் ஒரு பசு மாட்டைப் பலி கொடுக்கப்போவதாகவும் ஹிந்துக்கள் தடுத்தால் அவர்களை முதலில் கொன்றுவிட்டுப் பிறகு பரங்கியரைக் கொல்லப்போவதாகவும் டோங்க் என்ற இடத்திலிருந்து வந்த காஸிக்கள் சொன்னார்கள். அதற்குள் சில பசுக்களைக் கொன்ற 5 முஸ்லிம்களை இந்துக்கள் கொன்றார்கள். இதனால் மதக்கலவரம் மூண்டது. இதைத்தான் பிரிட்டிஷ்காரர்கள் எதிர்பார்த்தார்கள். அவர்களுக்குள் அடித்துக்கொண்டு சாகட்டும், பின்னர் நாம் நுழைந்துவிடலாம் என்று எதிர்பார்த்துக் காத்திருந்தார்கள். செய்தி அறிந்த பகதூர் ஷா தனது அவையினரைக் கூப்பிட்டனுப்பினார். பக்ரீத்துக்குப் பசு மாடுகளை வெட்டக்கூடாது என்று உத்தரவு போட்டார். முஸ்லிம்கள் யாரெல்லாம் பசு மாடு வைத்திருக் கிறார்களோ அவர்களெல்லாம் அம்மாடுகளைப் பற்றிய விவரங்களைக் காவல் நிலையத்தில் பதிய வேண்டும் என்றார்.

இதனால் கலவரம் அடங்கி எந்தப் போராட்டமும் இல்லாமல் பக்ரீத் அமைதியாகக் கடந்தது. ரத்தக்களரியை எதிர்பார்த்த பிரிட்டிஷ்காரர்கள் ஏமாந்து போனார்கள்.மன்னர் பகதூர் ஷா ஸஃபர் தனது மன ஆற்றாமையைக் கவிதை எழுதிக் கழித்தார். மன்னருடைய மனைவியோ ஆங்கிலேயர்களுக்குத் தூதுவிட்டுச் சமாதானம் தேட முயன்றாள். ஆனால் லார்ட் கானிங் எந்தப் பேச்சுவார்த்தைக்கும் இடங்கொடுக்கக்கூடாது என்று உறுதியாகச் சொல்லிவிட்டார்.

கொல்! கொல்! கொல்!

புரட்சிச் சிப்பாய்களுக்கிடையே எழுந்த பிளவால் ஆங்கிலேயர் களைத் தாக்குவது நாளுக்கு நாள் குறைந்துகொண்டே வந்தது. பிரிட்டிஷ்காரர்கள் பலர் கொல்லப்பட்டனர் என்பதை அறிந்த இங்கிலாந்து மக்கள் பழிக்குப்பழிவாங்க வேண்டும் என்று பத்திரிகைகளில் எழுதினர். லாகூரிலிருந்து வெளிவந்த 'டெல்லி கெஸட் எக்ஸ்ட்ரா' என்ற ஒரு பத்திரிகை எழுதியது:

'பிரிட்டிஷ் படைகள் டெல்லியைக் கைப்பற்ற வேண்டும். முகல் அரண்மனையில் பிரிட்டிஷ் தளபதி இருந்துகொண்டு முகல் மன்னனின் கழுத்தில் சணலால் ஆன மாலையைப் போட்டு சாகடிக்க வேண்டும். டெல்லி பிணக்காடாக வேண்டும். மயான அமைதி அங்கே நிலவ வேண்டும். அங்குள்ள ஒவ்வொரு இந்தியனையும் கொல்லவேண்டும். அப்பொழுதுதான் நீதியை நிலை நாட்டியதாகும்.'

இதை நடைமுறையில் செயலாக்கிக் காட்டுவோம் என்று சொல்லு வதுபோல பெரும்படை ஒன்று அம்பாலாவிலிருந்தும் இன்னொரு விரைவுப் படை கொடூரமான தளபதி நிகல்சன் தலைமையில் கிராண்ட் ட்ரங்க் சாலை வழியாகவும் வந்து கொண்டிருந்தன.

நிகல்சன் வருகின்றான் என்று தெரிந்த உடனே பிரிட்டிஷ் படை களிடையே ஒரு புது எழுச்சி ஏற்பட்டது. அப்பொழுதே டெல்லிப் புரட்சி சிப்பாய்களை அடக்கிவிட்டது போன்ற ஒரு உணர்வு அவர் களுக்கு ஏற்பட்டது. 1857 ஆகஸ்ட் மாதம் 14ம் நாள் அதிகாலைப் பொழுதில் நிகல்சன் அவனது விரைவுப்படையுடன் வந்து சேர்ந் தான். அவன் வருகிற வழியெல்லாம் எதிர்ப்பட்ட கிராமத்தவர் களையெல்லாம் பிடித்துச் சுட்டுக்கொன்றான் என்ற செய்தி அவன் வருமுன்பே டெல்லியை எட்டியிருந்தது.

43

டெல்லி வீழ்ந்தது!

டெல்லிச் சிப்பாய்கள் கொள்ளையடித்து உண்டார்களே தவிர அவர்களுக்கு உணவளிப்பதற்குக்கூட அரசன் முன்வரவில்லை என்று குற்றம் சாட்டினார்கள். மக்களிடமிருந்து பணம் பறித்தால் அவர்களிடமிருந்து சிப்பாய்களுக்கு எப்படி ஆதரவு கிடைக்கும். ஆரம்பத்தில் புரட்சிச் சிப்பாய்களை வரவேற்ற டெல்லி மக்கள் அவர்களின் தொல்லை தாங்காமல் அவர்களை வெறுக்கத் தொடங்கினர். இந்த நிலையில் பல சிப்பாய்கள் டெல்லியைவிட்டு வெளியேறத் தொடங்கினர். மிகவும் கொடூரமான நிகல்சன் தனது படைகளுடன் டெல்லியை தாக்கத் தொடங்கினான்.

செப்டெம்பர் 11ந்தேதியிலிருந்தே டெல்லிக் கோட்டைகளை நோக்கி ஆங்கிலப் படைகள் முன்னேறத் தொடங்கின. நிகல்சன் மிகவும் திறமைசாலியான பகத்கானின் படைகளை எதிர்த்துச் சென்றான். இதற்கிடையில் மன்னனின் மனைவி ஸீனத் மஹல் வெள்ளையர் படைத்தளபதியான ஹட்சனுக்கு ஒற்றன் மூலம் தூதனுப்பித் தன்னையும் தன் மகனையும் தன் தந்தையையும் அரசனையும் கொல்லாமல் விட்டால் தான் கோட்டைக்குள் அவர்கள் வர ஏற்பாடு செய்வதாகச் சொன்னாள். ஹட்சன் எழுத்து மூலம் உத்தரவாதம் அளித்தான்.

ஆங்கிலப் படைகளின் தாக்குதல் அதிகமாயிற்று. 'காயமடைந்தவர்களை அப்படியே விட்டு விட்டுச் செல்லுங்கள். யாரையும் சிறைபிடிக்காமல் அங்கேயே தீர்த்துவிடுங்கள். பெண்களையும் சிறுவர்களையும் எதுவும் செய்யவேண்டாம்,' என்று தலைமைத் தளபதி வில்சன் உத்தரவளித்தான்.

வீழ்ந்தான் நிகல்சன்

டெல்லிக் கோட்டையைக் குறித்தபடி ஆங்கிலப் படைகள் தாக்கின. நிகல்சன் படைகள் அவன் அருகில் இல்லாத பொழுதும்கூட முன்னேறின. எதிரிப் படைகள் திரண்டு வந்து தாக்கின. தனது படைகளை வழிநடத்திய நிகல்சன் எதிர்த்து நின்றவர்களையெல்லாம் வெட்டி வீழ்த்தினான். ஒரு புரட்சிச் சிப்பாயின் குண்டு அவனது மார்பில் பாய்ந்தது. நிகல்சன் கீழே விழுந்தான். அருகிலிருந்தவர்கள் இரண்டு டோலி கூலிகள் மூலம் அவனை ஆக்ரா கோட்டைப்பக்கம் தூக்கிச்செல்லுமாறு சொன்னார்கள். அவர்கள் அவனைத் தூக்கிச் சென்று சிறிது தொலைவில் விட்டு விட்டுச் சென்றுவிட்டனர். அவ்வழியாக வந்த ஃப்ரெட் ராபெர்ட்ஸ் என்பவன் நிகல்சன் அடிபட்டுக் கிடப்பதைத் தற்செயலாகப் பார்த்தான். எப்படிப்பட்ட வீரன். அனாதைபோல அடிபட்டுக் கிடக்கிறானே என்று பச்சாதாபப்பட்டு அவனைத் தூக்கிக்கொண்டு பத்திரமான இடத்தில் சேர்த்தான். அந்த நிலையிலும் 'நான் பிழைக்க மாட்டேன். ஆனால் இந்த நிலையிலும் என்னால் பலபேரை சுட்டு வீழ்த்த முடியும். டெல்லி முழுவதும் கைப்பற்றப்பட்டுவிட்டது என்ற செய்தியை நான் சாகும் முன் கேட்கவேண்டும்!' என்றான் நிகல்சன். டெல்லிக் கோட்டைக்குள்ளே இன்னும் பல்லாயிரக் கணக்கான சிப்பாய்கள் இருந்தனர்.

செப்டெம்பர் 14 ந்தேதி போரின் நிலைமை இழுபறியில் இருந்தது. செப்டெம்பர் 16ந்தேதி ஆங்கிலேயரின் கரம் சற்று ஓங்கி யிருந்ததாகத் தெரிந்தது. புரட்சிச் சிப்பாய்கள் தளர்ந்திருந்தனர். சாப்பாடே இல்லாமல் எப்படிச் சண்டையிடுவது? மிர்ஸா முகல் பணம் அனுப்பச் சொல்லி மன்னனுக்குச் செய்தி அனுப்பினான். உடனே, 'வெள்ளி நாற்காலிகளையும் வெள்ளிச் சேணங்களையும் அவனுக்கு அனுப்புங்கள். அவற்றை விற்றுக் காசாக்கிக் கொள்ளட்டும். அவை மட்டுமே என்னிடம் உள்ளன!' என்றார் அரசர். 16ந்தேதி காலை மௌல்வி சஃப்ராஸ் அலி தலைமையில் பல சிப்பாய் தலைவர்கள் அரசனைச் சந்தித்தனர்.

'ஆலம்பனா, நமது படைவீரர்கள் தளர்ந்து போயிருக்கின்றனர். நீங்கள் வந்து யுத்தத்தில் கலந்துகொண்டால் நம் வீரர் எழுச்சி பெறுவார்கள்,' என்றனர்.

'நானா, நான் வயதானவன். எப்படி யுத்தத்தில் கலந்துகொள்ள முடியும்?' என்றார் மன்னர்.

'நீங்கள் தலைமை தாங்க வேண்டாம். வந்து கலந்துகொண்டால் போதும். உங்களுக்கோ வயதாகிவிட்டது. அவர்கள் வெற்றி

பெற்றால் உங்களை உயிரோடு விடப்போவதில்லை. ஒரு மானங் கெட்ட சாவைச் சந்திப்பதைவிட யுத்தத்தில் வீரமரணம் எய்தினால் உங்கள் பரம்பரைப்புகழ் நிலைக்கும்!'என்றனர். மன்னன் ஒப்புக் கொண்டார். 'மன்னரே வெளியே வந்து படையைத் தலைமை தாங்கி நடத்திச் செல்லப் போகிறார்!' என்ற செய்தி நகரெங்கும் பரவியது. வயதான மன்னரே யுத்தத்தில் கலந்துகொள்வதென்றால் நாம் சும்மா இருப்பதா என்று டெல்லி மக்களும் கிடைத்த ஆயுதங்களை எடுத்துக்கொண்டு வீதிக்கு வந்தனர்.

சொன்ன நேரத்தில் மன்னர் அரண்மனையை விட்டு வெளியே வந்தார். அப்போது அவருடைய முதன் மந்திரி ஹகிம் அசனுல்லாகான் வேகமாக அரசரிடம் வந்தார்.

'ஆலம்பனா, நான் சொல்வதைக் கேளுங்கள். வெள்ளையரை எதிர்த்து நீங்கள் போருக்குச் செல்லக்கூடாது. பின்னாலே நான் சமாதானம் பேசும் நிலை ஏற்பட்டால் எப்படி இதைப் பிரிட்டிஷ் காரர்களிடம் எடுத்துச் சொல்லுவேன். நீங்கள் போரில் கலந்து கொண்டீர்கள் என்றால் அவர்கள் உங்களைச் சும்மா விடுவார்களா?' என்றார்.

அவ்வளவுதான். மன்னரின் முடிவு மாறியது. 'எனக்கு மாலைத் தொழுகைக்கு நேரமாகிறது நான் வருகிறேன்' என்று சொல்லிக் கொண்டே மன்னர் திரும்பவும் கோட்டைக்குள் ஒரு பாதுகாப்பான இடத்திற்குள் சென்றுவிட்டார். படைத்தலைவர்களின் ஆர்வம் குறைந்தது. அதனால் படைவீரர்களின் ஆர்வமும் குறைந்தது அவர்கள் நழுவத் தொடங்கினார்கள். (The Last Mugal by William Dalrymple, Page 339-340)

மன்னன் மகளை மறித்த கொள்ளையர்கள்

செப்டெம்பர் 16ந்தேதி இரவு பகதூர் ஷா தனது மகள் குல்சும் சமானி பேகத்தை கூப்பிட்டனுப்பினார். அவளுக்காகத் தொழுதார். பிறகு அவளிடம் சில நகைகளை ஒப்படைத்து, 'இனி நீ என்னுடன் இருப்பது நல்லதல்ல. நீ உன்னுடைய கணவனை அழைத்துக் கொண்டு வெளியே சென்றுவிடு,' என்று அனுப்பி வைத்தார். குல்சும் அவளுக்காகக் காத்திருந்த வண்டியில் அவள் கணவனுடன் புறப்பட்டுச் சென்றாள். மீரட்டுக்குச் செல்லும் வழியில் குஜார்ஸ் என்று சொல்லப்படும் வழிப்பறிக் கொள்ளையர்கள் அவர்களிடம் இருந்ததையெல்லாம் பறித்துக்கொண்டு அனுப்பினர்.

மகளை அனுப்பி வைத்த மறுநாள் செப்டெம்பர் 17ந்தேதி அதிகாலைக்கு முன்பு மன்னன் தனது அன்பு மனைவியிடம் கூடச்

சொல்லாமல் செங்கோட்டையை விட்டு வெளியேறி பல்லக்குத் தூக்கிகள் தூக்கிவர ஒரு சில காவலாளிகளுடன் மட்டும் வெளியேறி யமுனையில் படகேறி நிஸாமுதீனில் உள்ள சுபி மசூதிக்குச் சென்று விட்டார். தன்னுடன் சில அரசாங்க ஆவணங்களையும் நகைகளையும் கொண்டுவந்திருந்தார். அதைத் தவிர தைமூர் அரச வம்சத்தினரால் மாபெரும் புனிதம் பெற்றதாகக் கருதப்படும் இறைத்தூதர் முகமது நபியின் தாடியிலிருந்து பெறப்பட்ட மூன்று முடிகளை எடுத்துச் சென்று அங்கிருந்த சூஃபியிடம் பத்திரமாக வைத்திருக்கும்படி ஒப்படைத்தார்.

பிறகு தலைமை சூஃபியிடம் சொன்னார்:

'இந்தப் புரட்சி வீரர்கள் எங்கள் தலைகளுக்கு ஆபத்தைக் கொணர் வார்கள் என்பதை ஆரம்பம் முதலே நானறிவேன். இப்பொழுது அது உண்மையாகிவிட்டது. ஆங்கிலேயர் உள்ளே வருமுன்பே இவர்கள் வெளியே ஓடிவிட்டார்கள். ஒரு பக்கீரைப் போல வாழ வேண்டும் என்பதுதான் எனது ஆசை. ஆனால் என் ரத்தத்திலும் மாபெரும் தைமூர் வம்சத்தின் ரத்தம் ஓடுகிறதே! எனது முன்னோர் கள் இப்பொழுது நான் படும் கஷ்டத்தைவிட அதிகம் பட்டிருக் கிறார்கள். ஆனால் மனம் தளர்ந்துவிடவில்லை. இப்பொழுது என்ன நடக்கப்போகிறது என்பது எனக்குத் தெளிவாகத் தெரிகிறது. என்னுடைய வம்சத்தை அடியோடு முடிவுறச் செய்யும் பேரழிவு நெருங்கி வருகிறது. மாபெரும் தைமூர் வம்சத்தின் சிங்காதனத்தில் அமர்ந்தவர்களில் நான்தான் கடைசியானவனாக இருப்பேன் என்பது தெரிகிறது. முகல் சாம்ராஜ்ய விளக்கு இன்னும் ஒருசில மணி நேரமே எரிந்துகொண்டிருக்கும். எனக்கு இது நன்றாகத் தெரியும்போது நான் ஏன் இன்னும் ரத்தத்தை அதிகம் ஓடவிட வேண்டும்? அதனால்தான் வெளியேறிவிட்டேன் இப்பொழுது இந்த நாடு கடவுள் வசம். அவர் இதை என்ன செய்ய நினைக்கிறாரோ அப்படியே செய்துகொள்ளட்டும்!'

பிறகு மன்னர் அங்கிருந்தும் வெளியேறினார். அவரது உறவினன் இலாஹி பாட்ஷா அவரை வழியில் சந்தித்து 'ஆலம்பனா! வழியில் வழிப்பறிக் கொள்ளையர்களான குஜார்கள் கொள்ளையடிக்கக் காத்துக்கொண்டிருக்கிறார்கள். வேறுவழியாகச் சென்று விடுங்கள்' என்றார். அவர் ஆங்கிலத் தளபதி ஹட்சனின் கையாள். ஆனாலும் அவர் சொன்னதிலும் உண்மை இருந்ததால் மன்னன் மீண்டும் நிஸாமுதீன் வந்து அங்கிருந்து ஹுமாயுன் டூம் எனப்படும் மசூதிக்குச் சென்றுவிட்டார்.

குஜார்கள் என்ற இனம் க்ஷத்திரியர்கள் இனத்திலிருந்து வந்ததென் பார்கள். குஜார் அரசர்கள் ஒருகாலத்தில் கொடிகட்டி ஆண்டிருக்

கிறார்கள். பிற்காலத்தில் ஆங்கிலேயர்களால் அடக்கப்பட்டனர். பின்னர் அவர்கள் வழிப்பறிக் கொள்ளை செய்து வாழ்ந்து வந்தார்கள். சிப்பாய் கிளர்ச்சி காலத்தில் அவர்கள் தப்பி ஓடுபவர்களை வழி மடக்கிக் கொள்ளையடித்திருக்கிறார்கள்.

வீதியில் நடந்த வெறியாட்டம்

செப்டெம்பர் 20ந்தேதி பகல் 11 மணிக்கெல்லாம் பிரிட்டிஷ்காரர்கள் செங்கோட்டைக்குள் புகுந்துவிட்டனர். ஒரு சில ஜிஹாதிகளைத் தவிர அவர்களை எதிர்ப்பவர் வேறு எவருமில்லை. ஜிஹாதிகள் போராடி உயிரிழந்து வீர மரணம் எய்தினர். கோட்டைக்குள் அரசனைத் தேடினர். அரசன் அங்கே இல்லை. ஹட்சனுக்குத் தெரியும். என்றாலும் தெரிந்ததுபோல் காட்டிக்கொள்ளவில்லை. டெல்லி வாசலை ஒட்டிய பகுதிகளை அழித்துவிடச் சொல்லி உத்தரவு பிறப்பிக்கப்பட்டது. மக்களை எல்லாம் சுட்டுவிடச் சொன்னார்கள். அன்று மக்கள் பலர் கொல்லப்பட்டனர். கொலை செய்வதையே ஒரு சாதனையாக எண்ணி அன்று ஆங்கிலப் போர்வீரர்கள் செயல்பட்டனர். 'இப்படி மக்கள் செத்து விழுவதை நான் இனியொருமுறை பார்க்க விரும்பவில்லை' என்று அக் கொலைகளைச் செய்வதில் ஈடுபட்ட ஒருவனே எழுதி வைத்திருக் கிறான். அன்று நடந்தது ஒரு வெறியாட்டம். ஒவ்வொரு வீடும் சூறையாடப்பட்டது. பெண்களையும் சிறுவர்களையும் கொல்ல வில்லை. ஆனால் அவர்கள் கண்முன்னாலேயே அவர்களது கணவன், தந்தை, மகன் ஆகியோர் கொல்லப்பட்டதால் எழுந்த ஓலம் வீதியையே சோகம் கொள்ளச் செய்தது.

குச்சா ஜலன் என்னும் இடத்தில் ஒரே சமயத்தில் 1400 பேர் கொல்லப்பட்டனர். டெல்லியிலிருந்த கலைஞர்கள், அறிஞர்கள் ஆகிய 40 பேரை ஒன்று திரட்டி யமுனை நதிக்கரையில் செங்கோட்டைச் சுவரில் சாய வைத்துச் சுட்டுக்கொன்றனர். இதில் வேடிக்கை என்னவென்றால் புரட்சியின்போது ஆங்கிலேயர்களுக்குச் சாதகமாகச் செயல்பட்ட பலரும்கூட சுட்டுக் கொல்லப்பட்டார்கள்.

அரண்மனைக்குள்ளே சிறைவைக்கப்பட்ட மன்னர்

ஜெனரல் பகத் கான் ஹனுமான் டோம் மசூதியில் மன்னனைச் சந்தித்துத் தன்னுடன் வந்துவிடும்படியும் அவரை லக்னௌவுக்கு அழைத்துச் சென்று விடுவதாகவும் சொன்னான். ஆனால் முதன் மந்திரி அதைத் தடுத்தான். அரசன் வெளியேறினால் அவன் கொல்லப்படுவான் என்றான். அரசன் வெளியேறவில்லை. அதே சமயம் பிரிட்டிஷ்காரர்களின் கைக்கூலி இலாஹி பக்ஷ், மிர்ஸா

முகலை ஆசைவார்த்தை காட்டி அங்கேயே தங்க வைத்து ஹட்சனுக்குச் செய்தி சொல்லி அனுப்பினான். தலைமைத் தளபதி வில்சனின் அனுமதியுடன் ஹட்சன் ஹுமாயுன் டோமுக்கு வந்து அரசனைக் கைது செய்து அழைத்துச் சென்றான். அவனுக்குப் பின்னால் மிர்ஸா முகல் உட்பட அரசனின் மகன்கள் மூவரை அழைத்துச் சென்ற ஆங்கிலேய சிப்பாய்கள் மன்னனுக்குத் தெரியாமல் செல்லும் வழியிலேயே அவர்களை சுட்டுக் கொன்றனர்.

மன்னர் பகதூர் ஷா அவரது கோட்டைக்குள்ளேயே சிறைவைக்கப் பட்டார். சிறை அதிகாரியாக எட்வர்ட் ஒம்மனே நியமிக்கப் பட்டான். சிறையில் இருந்த அரசனிடம் அவனது மகன்கள் மூவரும் சுட்டுக் கொல்லப்பட்ட செய்தி சொல்லப்பட்டது. ஒரு மோசமான அறையிலே அரசனும் அவரது குடும்பமும் அடைத்துவைக்கப் பட்டனர். அரசனது சாப்பாட்டிற்காக நாளொன்றுக்கு இரண்டணா ஒதுக்கப்பட்டது. அவனது மூத்த மனைவி காலராவால் அங்கேயே இறந்தாள். மன்னன் பகதூர் ஷா ஸஃபரை விசாரிப்பதற்கு வேண்டிய ஆவணங்கள் கல்கத்தாவில் தயாரிக்கப்பட்டு ஒரு வழியாக விசாரணை செங்கோட்டையில் நவம்பர் மாதம் தொடங்கியது.

இந்த இடைப்பட்ட காலத்திலே பிரிட்டிஷ் போர்வீரர்கள் டெல்லி யிலே நிகழ்த்திய அட்டூழியங்கள் வெறியாட்டங்கள் எழுதி மாளாது. நாகரிகமானவர்கள் என்று சொல்லப்படுகிற வெள்ளைக்காரர்கள் பழிவாங்கும் வெறியில் எவ்வளவு அநாகரிகமாக நடந்து கொண்டார்கள் என்பதை வரலாறு மிகுந்த தலைகுனிவோடு ஆவணங்களின் வாயிலாக பதிவு செய்து வைத்திருக்கிறது.

மன்னனுடைய வழக்கின் விசாரணை தொடர்ந்து நடைபெற்று, 1858 மார்ச் மாதம் 11ந்தேதி மாலை மூன்று மணிக்குத் தீர்ப்பளிக்கப் பட்டது. பகதூர் ஷாவின் மேல் சாற்றப்பட்ட குற்றங்கள் யாவும் நிரூபிக்கப்பட்டு விட்டதாகவும், அவற்றிற்கு மரணதண்டனை அளிப்பதுதான் முறையெனினும் ஏற்கெனவே முன்னாள் மன்னனின் உயிருக்கு உத்தரவாதம் கொடுக்கப்பட்டிருப்பதால் தீவாந்தர தண்டனை கொடுக்கலாம் என்று தீர்ப்பளிக்கப்பட்டது.

எங்கே அனுப்பலாம் என்று தீர்மானிக்காமல் 7 மாதங்கள் கழிந்தன. இறுதியில் எந்த இடம் என்று தீர்மானிக்காமலே அவரையும் அவரோடு சிறைப் பிடித்தவர்களையும் வெளியே அனுப்ப 1858 செப்டெம்பர் மாதம் இறுதியில் முடிவெடுக்கப்பட்டது. 1858 அக்டோபர் மாதம் 7ம் நாள் காலை 4மணிக்கு ஒரு மாட்டு வண்டியில் வெளியே அனுப்பப்பட்டார் மன்னர். அவரை அழைத்துக் கொண்டு சென்றவர் அவரது சிறையதிகாரியாக இருந்த மிஸ்டர் ஓம்மனே.

மன்னருடன் அவரது இரண்டு மனைவியர், இரண்டு இளைய மகன்கள், மூத்தவனின் மனைவி ஆகியோரும் கூட்டிச் செல்லப் பட்டனர். பிறகு கடைசியாக அவர்களை ரங்கூனுக்கு அழைத்துச் சென்று இரண்டே அறைகள் இருந்த ஒரு கட்டடத்தில் அடைத்தனர். அவர்களுக்கு நாளொன்றுக்கு 11 ரூபாய் செலவழிக்க அனுமதிக்கப் பட்டது. ஞாயிற்றுக்கிழமையானால் ஒரு ரூபாய் அதிகம். மாதத்தின் முதல்நாள் மட்டும் இன்னும் ஒரு ரூபாய் அதிகம் கொடுக்கப் பட்டது. அவர்களுக்கு உதவியாக நான்கு வேலைக்காரர்கள் அமர்த்தப்பட்டனர். தனது அந்திமக் காலத்தில் மனைவியுடனும், பிள்ளையுடனும் அநாதரவாக நாடு கடத்தப்பட்ட மாபெரும் முகலாயப் பேரரசின் கடைசி முகலாய மன்னன் பகதூர் ஷா ஸஃபர் பழம் பெருமையின் மிச்ச சொச்ச நினைவுகளுடனே வாழ்ந்து 1862ம் வருடம் நவம்பர் மாதம் 7ந்தேதி இறந்து போனார். அவருக்கான இறுதிச் சடங்குகளை ஒரு வயதான மௌலானாவை வைத்து நடத்தி அங்கேயே புதைத்துவிட்டார்கள். மன்னரின் சாவை அறிவித்த நெல்சன் டேவிஸ், ‘இப்பொழுது ஒரு மூங்கில் வேலி போடப் பட்டுள்ளது. கொஞ்ச நாட்களில் அங்கே புல் முளைத்து மூடிவிடும். முகலாயக் கடைசி மன்னர் எங்கே புதைக்கப்பட்டார் என்பதே தெரியாமல் போகும்!’ என்று எழுதினான்.

மன்னனின் மனைவி இறந்தபோது அவர் அருகிலேயே புதைக்கப் பட்டாள். அவருடைய மகனின் மனைவி குருடாகி இறந்தாள். மிர்சா ஷா அப்பாஸ் அங்கேயே ஒரு பெண்ணைத் திருமணம் செய்துகொண்டான். அவனது வம்சாவளியினர் இன்றும் பர்மாவில் வசிக்கிறார்கள். இப்பொழுது பகதூர் ஷாவின் உண்மையான சமாதி கண்டுபிடிக்கப்பட்டு அங்கே பாதுகாக்கப்படுகிறது.

வெள்ளையரிடம் வீழ்ந்த பிறகு டெல்லியில் நிலைமை மிகவும் மோசமாக இருந்தது. தியோ மெட்காஃபேயின் அட்டூழியம் தாங்க முடியவில்லை. டெல்லியில் வாழ்ந்தவர்கள் அனைவருமே புரட்சிக்குத் துணைபோனவர்கள் என்று எவரது அனுமதியும் இன்றி கொன்று குவித்துக் கொண்டிருந்தான். லண்டனில் இருந்த சிலரும் இந்தியாவில் இருந்த ‘லாகூர் கிரானிக்கல்’ என்ற பத்திரிகையும் டெல்லியில் நடந்த சம்பவங்களுக்குத் தண்டனையாக டெல்லி என்று ஒரு நகரம் இருந்தது என்று தெரியாமலே அது அழிக்கப்பட்டு விடவேண்டும் என்று குரல் கொடுத்தனர். கவர்னர் ஜெனரல் லார்ட் கானிங்கும் நான்கு வாசல்களை யும் இடிக்க உத்தரவு கொடுத்து விட்டார். பழமையானது, வரலாற்றுப் புகழ் மிக்கது என்று எதையும் கருதாமல் அழித்துவிட வேண்டும் என்றனர். நல்ல வேளையாக பஞ்சாப் மாநில நிர்வாகியாக இருந்த ஜான் லாரென்ஸின் தலையீட்டால் முழு அழிவு இல்லாமல் காப்பாற்றப்பட்டது.

சிப்பாய் எழுச்சியின்போது ஆங்கிலப் பெண்கள் கற்பழிக்கப் பட்டார்கள் என்று தவறாகப் பரவிய வதந்தியை உண்மையென நம்பிய வெள்ளையர்கள் டெல்லியில் இருந்த பெண்களை குறிப்பாக அரண்மனையில் அரசனின் மனைவிகளாகவும், ஆசை நாயகிகளாகவும் இருந்தவர்களையெல்லாம் அழைத்துப்போய்க் கற்பழித்தனர் என்று கூறப்படுகிறது. அவர்கள் பின்னாளில் வாழ்வாதாரமின்றி பிச்சைக்காரர்களைப்போலத் திரிந்தார்கள். பின்னாளில் சாண்டர்ஸ் தலைமையில் நியமிக்கப்பட்ட நீதி விசாரணைக் குழு இந்தியர்கள் ஆங்கிலப் பெண்களைக் கற்பழித்ததாகச் சொல்லப்பட்டதற்கு எந்த ஆதாரமும் இல்லை என்று தீர்ப்பளித்தது.

டெல்லியின் நிர்வாகம் பஞ்சாப் நிர்வாகத்தின் கீழ் வந்தது. அதன் தலைமைக் கமிஷனராக ஜான் லாரென்ஸ் இருந்ததால் பல அழிவுகள் தடுக்கப்பட்டன. தியோ மெட்கால்பே நீண்ட விடுப்பில் லண்டனுக்கு அனுப்பப்பட்டான்.

எந்தக் கொலையும் செய்யாத எவரையும் கொல்லுவது தகாது என்றும் பார்வையாளராக இருந்ததற்காகத் தண்டனை கொடுப்பது தீது என்றும் லாரென்ஸ் கூறினான். நல்லவேளையாக அவனால் டெல்லியின் பெரும் பகுதிகள் காப்பாற்றப்பட்டன.

முஸ்லிம்களிடமிருந்து அபகரிக்கப்பட்ட சொத்துகள் ஏலமிடப் பட்டன. உயிரோடு திரும்பிவந்த மன்னரின் குடும்பத்தாருக்கு மாதம் 5 ரூபாய் மானியம் வழங்கப்பட்டது.

ஒரு மாபெரும் சாம்ராஜ்யத்தின் நெற்றித் திலகமாகத் திகழ்ந்த டெல்லி அநேகமாகக் காலி செய்யப்பட்ட நகரமாக ஒரு விதவைப் பெண்ணின் வெற்று நெற்றியாக ஆகியது.

44

மானமிழந்து வாழமாட்டேன்!

இந்தியாவின் வடக்கே இப்படிப் பிரளயம் நிகழ்ந்து கொண்டிருந்த போது தெற்கே எதுவும் நடக்கவில்லை என்று சொல்ல இயலாது. ஆனால் சரியான தருணத்தில் எழுச்சி நடைபெறவில்லை. ஹைதராபாத்தின் நிஜாம் பொங்கியெழுந்த தனது போர்வீரர்களுக்கு எதிராகத் தனது படையையே அனுப்பியது கொடுமையிலும் கொடுமை.

நிஜாம் தெற்கே புரட்சியைத் தடைசெய்து அடக்கிய போதிலும் அருகே சோராப்பூரின் ஹிந்து அரசன் படைகளைத் திரட்டினான். நிறையப் பணம் செலவு செய்து அரேபியர்கள், பத்தான்கள் அடங்கிய படையை உருவாக்கினான். அவன் காலம் கனியட்டும் என்று சற்றே காத்திருந்தபோது அவனது ஆளுகையின் கீழ் இருந்த மக்கள் தனது மன்னன் இப்படிக் கோழையாக இருக்கிறானே என்று கொதித்து எழுந்தார்கள். தனது குடிமக்களின் தீரத்தைக்கண்ட மன்னன் பேஷ்வாவின் பெயரில் போரிடத் தொடங்கினான். அவனை அடக்குவதற்கு வந்த பிரிட்டிஷ் படைகளோடு நிஜாமின் படைகளும் சேர்ந்து வந்தன. இனித் தாக்குப்பிடிக்க முடியாது என்பதை அறிந்த மன்னன் என்ன ஆனாலும் ஆகட்டும் என்று 1858ம் ஆண்டு பிப்ரவரி மாதம் தன்னந் தனியனாக ஹைதராபாத்துக்குச் சென்று எல்லோர் கண்களிலும் படும்படி நடந்துகொண்டிருந்தான். சாலர்ஜங்கின் உத்தரவின் பேரில் கைது செய்யப்பட்டுச் சிறையிலடைக்கப்பட்டான்.

சிறுவயதிலிருந்தே ஆங்கிலேயனான மீடோஸ் டெய்லர் என்பவருடன் மிக நட்புடன் பழகிவந்தவன் அம்மன்னன்.

டெய்லரை அப்பா என்றே அழைத்து வந்தான். எனவே ஆங்கில அதிகாரிகள் டெய்லரை அழைத்து, மன்னனை அவர் சிறையில் சென்று சந்தித்து அவனது கூட்டாளிகள் யாரென்று தெரிவித்தால் அவனை விடுவித்து விடுவதாகச் சொல்லும்படி வேண்டினர். டெய்லர் சென்று சந்தித்தார்.

மன்னன் அவரை அன்புடன் தழுவினான். டெய்லர் அவனிடம் சதிகாரர்களின் பெயரைச் சொல்லச் சொல்லிக் கேட்டார்.'

'அப்பா, அதை நிச்சயம் சொல்ல மாட்டேன். என்னைக் காப்பாற்ற நீங்கள் முயலவேண்டாம்,' என்றான்.

'நீ இளைஞன், இன்னும் நீண்டநாள் வாழவேண்டும்' என்றார் டெய்லர்.

'அப்பா, மானத்தோடு ஒரு நொடி வாழ்வது மானமிழந்து பலகாலம் வாழ்வதைவிட மேல்!' என்றார் மன்னன்.

'நன்றாக யோசித்துப்பார்' என்றார் டெய்லர்.

'நன்றாக யோசித்துத்தான் சொல்லுகிறேன். பீரங்கி, துப்பாக்கி, அதோ கருங்கடலுக்கு அந்தப்புறம் இருக்கிறதே தீவாந்திரச் சிறை எதுவும் துரோகத்தை விட மோசமில்லை.'

டெய்லர் அப்படி ஒரு தோழனைப் பெற்றதற்காக உள்ளுக்குள் மகிழ்ந்தார். வெளியில் சொல்ல இயலவில்லை.

'அப்பா, ஒரு வேண்டுகோள்! என்னைத் தயவு செய்து தூக்கில் தொங்க விடவேண்டாம் என்று சொல்லுங்கள். சுட்டுத் தள்ளச் சொல்லுங்கள்!' என்றான்.

கண்ணீர் மல்க விடைபெற்றார் டெய்லர். ஆங்கில அதிகாரிகளுடன் போராடி அவனுக்குத் தீவாந்திரத் தண்டனை பெற்றுக்கொடுத்தார்.

ஆனால் அந்த மன்னன் அந்தமானுக்குக் கொண்டு செல்லும் வழியில் ஒரு வார்டரின் துப்பாக்கியைப் பறித்துத் தன்னைத்தானே சுட்டுக்கொண்டு செத்தான். சாவதற்குமுன் அவன் சொன்ன வார்த்தைகள், 'என்னுடைய ஒரு சாதாரண பிரஜைகூடச் சிறையில் கிடந்து உழலுவதை விரும்ப மாட்டேன். நானா சிறைக்குள் கிடப்பேன்?' என்றான்.

அவனுடைய நண்பன் பாபா சாஹிப், நர்குண்ட் என்ற இடத்தின் தலைவன். அவன் ஆங்கிலேயருக்கு எதிராக எழுந்தான். அவனை விட அவனது மனைவி ஆங்கிலேயர்களைத் துரத்தி அடிக்க

வேண்டும் என்பதிலே தீவிரமாக இருந்தாள். போரிட்டு வந்த மான்சன் என்ற அதிகாரியைச் சுட்டுக் கொன்றான். ஆனால் ஆங்கிலப் படையொன்று வந்து தாக்கியதில் அவர்களால் ஈடுகொடுக்க முடியவில்லை. பிடிபட்டுத் தூக்கில் தொங்கினான். அவனது மனைவியும் அவனது தாயும் மாலப்ரபா நதியில் விழுந்து உயிரைவிட்டனர்.

45

வீரமங்கை ஜான்சி ராணி லக்ஷ்மி பாய்

1858 ஜூன் 4ந்தேதி.

'இந்தக் கடிதத்தைப் படித்துப் பாருங்கள்' என்றார் ஜான்சியிலிருந்த ஆங்கில உயர் அதிகாரி.

'இது லக்ஷ்மண ராவ் எழுதியிருப்பது. சிப்பாய்களுக்கு ரகசியமான உத்தரவு. எந்த நேரத்திலும் இங்கே சிப்பாய் கலகம் நிகழலாம்!' என்றார் கடிதத்தைப் படித்தவர்.

'இப்பொழுது என்ன செய்வது? நம்மிடம் அவ்வளவாகப் படைபலம் இல்லையே!'

'படை அனுப்பச் சொல்லி அனுப்பவேண்டியதுதான்.'

'அதற்குள் இங்கே கலகம் தொடங்கிவிட்டால்...'

'இப்பொழுதே நமது குடும்பங்களை அழைத்துக்கொண்டு கோட்டைக்குள் போய்விடலாம்' என்றார் ஆங்கில கமிஷனர். அதன்படியே உடனடியாக எல்லோரும் கோட்டைக்குள் இடம் மாறினர். அவர்கள் மாறிக்கொண்டிருக்கும்போதே எதிர்பார்த்தது போலவே புரட்சி தொடங்கியது.

புரட்சிப்படையினர் ரசல்தார் காலகான், தாசில்தார் மொகமத் ஹுஸைன் ஆகியோர் தலைமையில் கோட்டையைத் தாக்கிக் கைப்பற்றி ஜான்சியின் கொடியைக் கோட்டைமேல் ஏற்றினர். ஆங்கிலேயர் சமாதானக் கொடியை ஏற்றினர்.

‘ரசல்தார் சாஹிப். இவர்களை என்ன செய்யலாம்?’ என்று கேட்டார் தளபதி.

‘இவர்கள் துரோகிகள். நமது ராணியைப் பதவி இறக்கம் செய்வதில் எவ்வளவு ஆர்வம் காட்டினார்கள். இவர்களை விட்டுவைப்பது ஆபத்து. எனவே தீர்த்துக்கட்டிவிடவேண்டியதுதான்’ என்றார் ரசல்தார். டல்ஹௌசியின் பேராசைத் திட்டத்திற்கு உடந்தையாக இருந்த ஆங்கிலேயர்கள், தங்கள் திட்டத்தை நிறைவேற்ற ஈவிரக்க மின்றி நடந்துகொண்ட காரணத்தினால் சுட்டுக் கொல்லப் பட்டார்கள்.

‘உலகில் கடவுளின் ஆட்சி. ஜான்சியின் மன்னர் தாமோதர். அவரின் அன்னையே எங்கள் மகாராணி’ என்று முழங்கினர். ஜான்சி ராணி லக்ஷ்மி பாயின் கையில் மீண்டும் ஜான்சியின் ஆளுகை வந்தது.

ஜான்சி ராணியின் தர்பார் சிறப்பு

ஜான்சி ராணியின் தர்பாரானது தினமும் நடக்கும். உடனுக்குடன் தீர்வுகள் வழங்கப்படும். ராணி ஆணுடையில் பவனி வரும்போது பின்னால் 200 ஐரோப்பியர்கள் நடந்து செல்வார்கள். முன்னும் பின்னும் குதிரைப்படைசெல்லும். அமைச்சர்களும் அதிகாரிகளும் பக்கத்தில் செல்வார்கள். ராணியின் பவனி மிகவும் கம்பீரமானது. ஆண் அரசர்கள் அரசாண்டு கொண்டிருந்த சில சமஸ்தானங்களில் வெள்ளையர்களுக்கு மண்டியிட்டுக்கொண்டிருந்த மன்னர்கள் பலர், ஆங்கிலேயர்கள் என்ன கேட்டாலும் ‘இதோ, வைத்துக் கொள்ளுங்கள்’ என்று பணிவாகக் கொடுத்துக்கொண்டிருந்தார்கள். ஆனால் ராணி லக்ஷ்மி பாய் அப்படியில்லை. கொடுக்கமுடியாது என்று சொல்லத் தயங்கியதே இல்லை. ‘துணிவிருந்தால் ஜான்சியைக் கேட்டுத்தான் பார்க்கட்டுமே’ என்று சொல்லும் துணிச்சல் கொண்டவள் ராணி.

தாம் இழந்த ராஜ்ஜியங்கள் ஒவ்வொன்றையும் மீண்டும் கைப்பற்றும் முயற்சியில் கம்பெனி பெரும் படை திரட்டியது. பல பிரிவுகளாகப் பிரிந்து பல தளபதிகளின் தலைமையின் கீழ் போரிட்டு வந்தது. அப்படி ஒரு படை சர் ஹ்யூக்ரோஸ் தலைமையில் ஜான்சியை நோக்கி வந்து கொண்டிருந்தது. இதையறிந்த ஜான்சி கலங்கவில்லை. தனது படையை விட ஆங்கிலப்படை பெரிது என்று தெரிந்தும் போராடத் துணிந்தாள். அண்டை நாட்டு சுதேசி மன்னர்களும் மக்களும் திரண்டுவந்தனர்.

‘விடமாட்டேன்! இறுதிவரை போராடுவேன்!’ என வீறுகொண்டு எழுந்தாள் ராணி லக்ஷ்மி பாய். ஆங்கிலப்படைகள் வரும்

வழியிலெல்லாம் அவர்களுக்கு ஏதும் கிடைக்காத வகையில் பொட்டலாக்கினாள். ஆனால் குவாலியர் நாட்டு மன்னனான சிந்தியா, மராத்தா வம்சத்திலிருந்து வந்தவனென்றாலும் ஜான்சிக்கு உதவாமல் ஆங்கிலேயருக்குப் படையுதவி செய்தான். அதைப் போலவே தெஹ்ரி சமஸ்தான மன்னவனும் ஆங்கிலேயர் பக்கம் நின்றான். 'சாவது நிச்சயம். அதையேன் சரணடைந்து கெடுத்துக் கொள்ளவேண்டும். வீரர்களாகச் சாவதுவே நன்று' என எழுந்தாள் லக்ஷ்மி பாய். அவளது ராணுவத்தில் தேசபக்தியால் வந்தவர் பலர். ஆனால் அவர்கள் அவ்வளவு போர் பயிற்சி பெற்றவர்களல்ல. கொல்லர்களும் தச்சர்களும் போருக்கு வேண்டிய சாதனங்களைத் தயார் செய்து கொடுத்தனர்.

சண்டையிடாத வீரர்கள்!

ஆண்கள், பெண்கள் எல்லோரும் போருக்கு வேண்டிய ஆயத்தங் களைச் செய்வதில் ஈடுபட்டனர். 1858 மார்ச் 24ந்தேதி கோட்டைக் குள்ளிருந்து பீரங்கிகள் குண்டுமழை பொழிந்தன. 26ந்தேதி ஆங்கிலேயர் தெற்குப் பக்கத்துக் கோட்டையிலிருந்த பீரங்கிகளைத் தகர்த்தனர். ஆனாலும் ராணி தளர்ந்துவிடவில்லை. மற்ற வாயில் களைப் பலப்படுத்தினாள். அவள் படையின் போர்வீரன் குலாம் கோஸ் கான் என்பவன் ஆங்கிலேயரின் பெரிய பீரங்கி ஒன்றைக் குண்டு வீசி அழித்தான். மனம் மகிழ்ந்த ராணி உடனே அவனுக்கு வெள்ளித் தோடா அளித்துக் கௌரவித்தாள்.

ராணியின் படை வீர முழக்கம் செய்து ஆங்கிலேயர் படையைச் சின்னா பின்னம் செய்தது. என்றாலும் ஆங்கிலேயரின் படைபலத் தின் காரணமாகவும் சுதேசியத் துரோகிகளின் தாக்குதல் காரணமாக வும் அவர்களால் எதிர்த்து நிற்க இயலவில்லை. ஏழாவது நாள் கோட்டையின் இடதுபுறமிருந்த பீரங்கி ஏற்றி வைக்கப்பட்டிருந்த பீடம் தகர்க்கப்பட்டது. கோட்டையின் ஒரு பகுதி அழிந்தது. அன்று ஆங்கிலேயர்களுக்கு கொண்டாட்டம். மறுநாள் காலை கோட்டைக் குள் புகுந்து விடலாமென்று வந்தனர். என்ன ஆச்சரியம்! இரவோடு இரவாக கோட்டைச்சுவர் கட்டப்பட்டு பீரங்கி ஏற்றிவைக்கப்பட்டி ருந்தது. ஆங்கிலேயர்களுக்கு பெருத்த ஏமாற்றம். அன்று ஆங்கிலப் படைகளுக்குப் பலத்த சேதம். ஆனால் ஆங்கிலேயப் படைகளிடம் இருந்த தொலைநோக்குக் கருவிகளால் கோட்டைக்குள் இருந்தவற் றைப் பார்த்து தண்ணீர் கிணற்றில் குண்டு வீசினார்கள். வெடி மருந்துக் கிடங்கு தகர்க்கப்பட்டு பலர் இறந்தனர்.

மார்ச் 31ந்தேதி வரை ஆங்கிலப்படை கோட்டைக்குள் நுழைய இயலவில்லை. ஏப்ரல் 1ந்தேதி அவர்கள் தீவிரமாக முயன்று கொண்டிருந்தபோது தாத்தியா தோப் தன் வீரர்களுடன் அங்கு வந்து

சேர்ந்தான். அவனுடன் 22,000 சிப்பாய்கள் வந்தனர், பேட்வா நதியைக் கடந்து வந்து பின்புறமிருந்து எதிரியைத் தாக்க வேண்டியதுதான் பாக்கி. முன்புறம் ராணி. பின்புறம் தாத்தியா தோப். ஆனால் நிகழ்ந்தது என்ன? 22,000 வீரர்களும் அசையாமல் நின்றுவிட்டார்கள். அவர்களிடமிருந்த பீரங்கிகளை அவர்கள் இயக்கவில்லை. ஏன் அப்படி நின்றார்கள்? காரணம் தெரிய வில்லை. எனவே அரண்டு போயிருந்த ஆங்கிலேயரும் அவர்களுடன் இருந்த சுதேசியச் சிப்பாய்களும் எளிதாகத் தாத்தியா தோப்பின் படைகளைத் தாக்கிப் பீரங்கிகளைக் கைப்பற்றிக் கொண்டனர். அந்தப் படையில் பலர் எதிரியால் தாக்கப்பட்டு இறந்தனர். அதற்குப் பதிலாகச் சண்டையிட்டு அவர்கள் இறந்திருக் கலாம். என்ன செய்வது? வரலாறு என்ன என்ன வேடிக்கைகளை யெல்லாம் காட்டுகிறது!

தாத்தியாவின் வரவால் எதிரிகளின் ஆயுத பலம் அதிகரித்து விட்டது. ஆனால் தாத்தியாவோ ராணியோ அவ்வளவு எளிதாக விட்டுவிடுபவர்கள் இல்லை. உயிரைக் கொடுக்கவும் தயங்காதவர் கள். ஆனால் ஆணுடையில் இருந்தாலும் ராணி பெண்தானே! எனவே ராணி மானபங்கப்பட்டுவிடக்கூடாதே என்று மக்களும் அமைச்சர்களும் அஞ்சினார்கள். ராணி சொன்னாள், ‘எவன் என்னை நெருங்க முடியும்? வீர மரணம் அடைவேனே தவிர அவர்கள் கையில் வீழேன்!’

வெள்ளைக் குதிரையின் மேல் ஆணுடையில் ராணி

அன்றும் ராணியின் படை சீறிப் பாய்ந்தது. வெள்ளையர் படையை வாளால் வெட்டிச் சாய்த்துக் கொண்டிருந்தார்கள். இன்னும் வீழாத கோட்டைக் கொத்தளத்திலிருந்து குண்டு மழைபொழிந்தது. அலறியடித்து ஆங்கிலப் படை பின்வாங்கியது. ஆனால் மறுநாள் யாரோ ஒரு சதிகாரனின் உதவியால் ஆங்கிலப் படை தெற்கு வாயில் வழியாகக் கோட்டைக்குள் நுழைந்தது. உள்ளே கண்டன வற்றையெல்லாம் எரித்துச் சாம்பலாக்கினார்கள். ராணி தொடர்ந்து போராடிக் கொண்டிருந்தார். அதுவரை மிகத் தீவிரமாகப் போராடி வந்த அவளது படைத் தளபதிகள் இருவர் எதிரிகளின் குண்டுத் தாக்குதலுக்குப் பலியாகிவிட்டனர் என்பதை அறிந்த ராணி தனது வெடிமருந்துக் கிடங்கில் குண்டு வீசித் தானும் அதில் வீழ்ந்து இறக்கப்போவதாகச் சொன்னாள். ஆனால் அவரது தலைமைத் தளபதி இன்னும் போராட வாய்ப்பிருப்பதாகவும் ராணி இரவு நேரத்தில் ஆங்கிலப்படைகளின் ஊடே புகுந்து சில வீரர்களுடன் கல்பிக்குப் போய்விடவேண்டும் என்றும் சொன்னார். மீண்டும் போரிட வாய்ப்பிருக்கிறது என்பதை அறிந்த ராணி ஆணுடையில்

தனது வெள்ளைக் குதிரையின் மேல் ஏறி இடுப்புப்பட்டையில் வாளைத்தொங்கவிட்டு வளைந்த கத்தி ஒன்றை இடுப்பில் செருகி, பட்டு வேட்டியில் தனது வளர்ப்புமகன் தாமோதரை முதுகில் கட்டிக்கொண்டு சில வீரர்களுடன் வெகு பாய்ச்சலில் ஆங்கிலப் படையில் புகுந்து சென்றாள்.

என்ன நடக்கிறது என்று ஆங்கிலேயர்கள் திரும்பிப் பார்க்கும் முன்னே அந்தப் படையை விட்டு வெளியே வந்தாள். அவளது குதிரை கன வேகமாகச் சென்றது. அவளைப் பின் தொடர்ந்து பௌக்கர் என்னும் ஆங்கில அதிகாரி சில வீரர்களுடன் சென்றான். வெகு தொலைவு சென்ற பின்பு ராணி தனது குதிரையை இறுக்கிப் பிடித்தாள். பௌக்கர் நெருங்கி வந்தான். அவளுடைய வாள் அவனைக் காயப்படுத்த அவன் கீழே விழுந்தான். அதற்குமேல் அவன் பின் தொடர இயலவில்லை.

102 மைல் தொலைவு தொடர்ந்து பயணம் செய்து, இடையிடையே துரத்திவந்த வெள்ளையரைச் சமாளித்து ராணி லக்ஷ்மி பாய் நள்ளிரவில் கல்பி அரண்மனையை அடைந்தாள். அவள் அங்கே நுழைந்து குதிரையிலிருந்து இறங்கியதுதான் தாமதம், அவளுடைய வெள்ளைக் குதிரை கீழே சரிந்தது. நல்லவேளை மூச்சு ஓடிக் கொண்டிருந்தது. அதைக் கவனிக்கச் சொல்லிவிட்டு உள்ளே போனாள். அந்த மன அழுத்தத்திலும், ராணி காலைவரை நன்கு உறங்கினாள். மறுநாள் காலை பேஷ்வா ராவ் சாஹிபைச் சந்தித்தாள். மீண்டும் சண்டையைத் தொடர்வது என முடிவாயிற்று.

ஆளாளுக்கு அதிகாரம்

ராணி லக்ஷ்மி பாய் பேஷ்வாவின் அரண்மனையில் உண்டு உறங்கிப் பொழுதைக் கழிக்க வந்தவளல்ல. மற்றவர்களிடம் படைதிரட்டும் படி வேண்டினாள். ஆனால் ஆர்வத்தினால் திரட்டும் படைக்கும், ஒப்புக்காகத் திரட்டும் படைக்கும் வித்தியாசமிருக்கிறதே! படை திரண்டது. பல தலைவர்கள் உருவானார்கள். யாருடைய ஆணையை யார் கேட்பது என்பது பிரச்னை ஆனது. ராணியின் சொந்த நாட்டில் ராணி என்ன சொன்னார்களோ அதன்படி படை நடந்தது. இங்கே அதே கீழ்ப்படிதலை ராணி எதிர்பார்த்தாள். படை திரண்டது. ஆனால் உள்ளுக்குள் அதிகாரப் பூசல். சமாளித்துக் கொள்ளலாம் என்று ராணி படை நடத்திச் சென்றாள். 42 மைல் தொலைவில் உள்ள குஞ்ச்காம்வ் என்ற இடத்தில் வெள்ளையரை எதிர்கொண்டாள். ஆங்கிலப் படையிலே தனக்குக்கீழ் பணி புரிந்தவன் ஆணைக்குக் கட்டுப்பட்டுப் படை நடத்த வேண்டிய சூழ்நிலை பலருக்கு வந்ததுண்டு. ஆனால் அப்பொழுதெல்லாம் உள்ளுக்குள் குமைந்தாலும் தலைவனுடைய ஆணைக்குக்

கட்டுப்பட்டு கம்பெனியின் நலத்தையே கருத்தில் கொண்டு செயல் பட்டார்கள். ஆங்கிலேயர்கள். அந்த ஒழுங்கு பல சமயங்களில் சுதேசிப் புரட்சிப்படையில் இல்லாது போனதால் எளிதாக வெற்றி பெற வேண்டிய இடங்களில் தோல்வியைத் தழுவினார்கள். அப்படித்தான் குஞ்ச்காம்விலும் நிகழ்ந்தது. ஆனாலும் ராணி நிலை குலையவில்லை. தீரத்துடன் கல்பிக்கே திரும்பினாள்.

வீரர்கள் ராணியின் பக்கம்! அரசன் மட்டும் ஆங்கிலேயர் பக்கம்!

ஹூக் ரோஸ் தலைமையில் வெள்ளையர் படை கல்பிக்கும் வந்து விட்டது. ஒருவாரப் போராட்டத்திற்குப் பிறகு கல்பி விழுந்து விட்டது. ஆங்கிலேயர் உள்ளே போய்த் தேடினால் ராணி லக்ஷ்மி பாய், பேஷ்வா, பாண்டா நவாப் மற்றும் தலைவர்களைக் கோட்டைக்குள் காணவில்லை. எப்படித் தப்பினார்கள் என்பதே விந்தையாக இருந்தது. கல்பியிலிருந்து வெளியேறிப் புரட்சித் தலைவர்கள் கோபால்பூருக்குச் சென்றுவிட்டனர். அங்கே தாத்தியா தோப்பும் வந்தான். குவாலியருக்குச் சென்று அங்குள்ள அமைச்சர் களையும் படைவீரர்களையும் சந்தித்து அவர்களைப் புரட்சியாளர் களை ஆதரிக்க ஏற்பாடு செய்தான். ஆனால் அரசர் சிந்தியா மட்டும் ஆங்கிலேயர் பக்கம் இருந்தார். அவருடன் அவருக்கு விசுவாசமான சில படைவீரர்களும் இருந்தார்கள். குவாலியரில் சில ஏற்பாடு களைச் செய்துவிட்டு தாத்தியா தோப் கோபால்புரம் வந்தான். அங்கிருந்து மற்றத் தலைவர்களையும் அழைத்துக்கொண்டு குவாலியர் சென்றான். குவாலியர் படைகளும் தலைவர்களும் அவர்களை வரவேற்றனர். தனது படைக்கு எதிராக ஆனால் ஆங்கிலேயருக்கு ஆதரவாகச் சிந்தியா தனது படைவீரர்களுடன் புரட்சிப்படையோடு போரிட வந்தான். ஆனால் எதிர்த்து நிற்க முடியவில்லை. எனவே அங்கிருந்து தப்பி ஆக்ரா சென்றுவிட்டான்.

குவாலியரில் ஜூன் மாதம் 3ந்தேதி பேஷ்வா மன்னராக முடிசூட்டிக் கொண்டார். போர் முடிந்தது, ஓய்வெடுக்கலாம் என்று நினைத்த ஹூக் ரோஸ் மீண்டும் படையோடு வரநேர்ந்தது. ஓடிப்போன ஜாயாஜிராவ் சிந்தியாவையும் அழைத்துவந்திருந்தான். தனது மன்னனுக்கு எதிராகப் படைவீரர்கள் போராட மாட்டார்கள் என்று எண்ணினான். ஆனால் தாத்தியா தோப்பிடம் சத்தியம் செய்து கொடுத்திருந்த வீரர்கள் மன்னனைக் கண்டுகொள்ளவே இல்லை.

வீரத்துடன் போரிட்டாள், தீரத்துடன் மாண்டாள்!

மீண்டும் யுத்தம். இப்பொழுதும் ராணி லக்ஷ்மி பாய் முக்கியப் பொறுப்பெடுத்துப் போராட நேர்ந்தது. அவளை எதிர்த்து நிற்க இயலாமல் ஆங்கிலேயர்கள் தடுமாறினர். ஆனாலும் அவர்களது

படைபலமும் ஆயுதங்களின் இருப்பும் அவர்களை முன்னேறச் செய்தது. ராணி என்ன ஆனாலும் சரி என்று தனது குதிரையில் ஏறிப் போராடிப் படைக்குள் புகுந்து வெளியேறினாள். அவளுடைய வெள்ளைக் குதிரை அன்று களைத்துப் போயிருந்ததால் வேறொரு குதிரையில் ஏறிப் போரிட நேர்ந்தது. அதனால் அதனுடன் ஒரு ஒட்டுறவை அவளால் ஏற்படுத்திக்கொள்ள இயலவில்லை. எதிரே ஒரு சிறிய குன்று இருந்தது. அதைத் தாண்டி அந்தக் குதிரையால் தப்பிச் செல்ல இயலவில்லை. அவளுடைய வெள்ளைக் குதிரையாக இருந்திருந்தால் தாண்டிச் சென்றிருக்கும். குன்றைச் சுற்றிச் சுற்றி வந்தது. அதற்குள் துரத்திவந்த ஆங்கிலேயர் அவளைச் சூழ்ந்துகொண்டனர். ராணி அந்த இக்கட்டான நிலையிலும் பலரை வெட்டிச் சாய்த்தாள்.

அப்பொழுது எந்தத் தருணத்திலும் ராணியின் பக்கத்திலேயே துணையாக நின்று போரிடும் அவளது வீரத் தோழி வெட்டுப்பட்டு உயிரிழந்தாள். ராணி லக்ஷ்மி பாய் மிகுந்த கோபத்துடன் வாளைச் சுழற்றி எதிர்ப்பட்டவனையெல்லாம் வெட்டி வீழ்த்தினாள். ஆனால் பின்னாலிருந்து ஓர் ஆங்கிலேயன் அவளது முதுகுப்புறத்தில் வெட்ட ராணி சற்றே நிலைகுலைந்தபோது அவளது மார்பில் குத்துவிழுந்தது. இன்னொருவனின் வாள் வீச்சால் அவளது ஒரு பக்கத்து தலை உடைபட்டு வீழ்ந்தது. அவளுடைய வலது கண் வெளியே வந்து தொங்கியது. ராணி கீழே சாய்ந்தாள். அவளைத் தூக்கிக்கொண்டு அவளது உதவியாளர் அருகே இருந்த குடிசைக்குள் சென்று அவளது தாகம் தீரத் தண்ணீர் கொடுத்தார். சிறிது நேரத்தில் அவள் உயிர் பிரிந்தது. ஆங்கிலேயர் அவளது உடலைத் தேடிக்கொண்டு வருமுன்னே அவள் எரியூட்டப் பட்டாள்.

அவ்வளவுதான் எல்லோரும் வீழ்ந்து விட்டார்கள். போர் முடிவுக்கு வந்துவிட்டது. இனி அடக்குவதற்கு ஏதுமில்லை என்று ஆங்கிலேயர் இறுமாந்திருந்த வேளையில். தாத்தியா தோப் இன்னும் உயிருடன்தான் இருக்கிறான் என்ற எண்ணம் நினைவுக்கு வந்து அவர்கள் மனத்தை திகிலூட்டியது. இருந்தாலும் தனியாளாக அவன் என்ன செய்துவிடமுடியும் என்றும் எண்ணினார்கள். தாத்தியா தோப், பேஷ்வா ராவ் சாஹிப், இவர்களுடன் மான்சிங் என்பவரும் சேர்ந்துகொண்டார். தாத்தியா தோப் வசம் அதிகம் படையோ பணமோ பொருளோ கிடையாது. எனவே அவன் ஒரு திட்டம் தீட்டினான். அதன்படி ஆங்கிலேயர்களை நேரடியாக எதிர்கொள்வதில்லை. எல்லாமே மறைமுகத் தாக்குதல்தான்! தனக்கு வேண்டிய படைகளையோ பணத்தையோ பொருள்

களையோ சுதேசி மன்னர்களிடமிருந்து பெறுவது. அவர்கள் மறுத்தால், அவசியம் நேர்ந்தால் பலாத்காரமாகப் பெறுவது எனத் திட்டமிட்டுச் செயல்படுத்தினான். அநேகமாகப் பெரும்பாலான சுதேசி மன்னர்கள் ஒத்துழைத்தார்கள். மக்களும் ஒத்துழைத்தார்கள். தாத்தியா தோப்பை விட்டால் ஆங்கிலேயரைக் கதிகலங்கச் செய்பவன் வேறு எவரும் இல்லை என்பதால் சுதந்திர வேட்கை கொண்டவர்கள் தாத்தியாவை ஆதரித்தார்கள்.

ஆங்கிலேயருக்கு ஆட்டம் காட்டிய தாத்தியா தோப்!

எனவே தாத்தியா கொரில்லா முறையைப் பயன்படுத்தினான். எங்கிருந்து எப்படி வெளிப்படுவான் என்று தெரியாமல் ஆங்கிலேயர் திணறினர். அவர்களுக்கும் வேறு எதிரிகள் இல்லாத காரணத்தால் அபிமன்யுவைத் தாக்கச் சூழ்ந்த மகாரதர்களைப்போல தாத்தியா தோப்பைப் பல திசைகளிலிருந்தும் ஆங்கிலேயத் தளபதிகள் படையுடன் வந்து சூழ்ந்துகொண்டார்கள். அபிமன்யுவுக்குச் சக்கர வியூகத்தை விட்டு வெளியே வரத் தெரியாததால் மாட்டிக் கொண்டான். ஆனால் தாத்தியா தோப்புக்கு அப்படியில்லை. வியூகத்தை உடைக்கத் தெரிந்தவன் அவன். சுற்றி ஆங்கிலேயர் சூழ்ந்திருக்கும்போதே எப்படியோ தப்பிவிடுவான். பிறகு அவன் எங்கிருக்கிறான் என்று கண்டு பிடித்து அங்கே போவார்கள். எத்தனை படை அமைத்தும் அவனைப் பிடிக்க முடியவில்லை. ஒரு மாதமா, இருமாதங்களா, பல மாதங்கள்.

வஞ்சகர் விரித்த வலையில் மான்சிங்

இனி நேர் வழியில் தாத்தியாவைப் பிடிக்க முடியாது என்று அறிந்த ஆங்கிலேயர் சதி வேலையில் இறங்கினர். தாத்தியா தோப்பின் நண்பர் மான்சிங்கைத் தன் சதிவலையில் விழ வைத்தனர். அவனது ராஜ்ஜியத்தை மீட்டுத் தருவதாகவும் தாத்தியா தோப்பைப் பிடித்துத் தரவேண்டும் என்றும் கேட்டுக்கொண்டார்கள். மான்சிங் வீட்டில் தாத்தியா தோப் தங்கி ஓய்வு எடுத்துக்கொண்டிருந்தபோது மான்சிங் காட்டிக் கொடுத்துவிட்டான். அப்படித்தான் தாத்தியாவை அவர்களால் சிறைப்பிடிக்க முடிந்தது.

விசாரணை நடந்தது. 'விசாரணை எதற்கு? நான் இந்த விசாரணையில் பங்கேற்கப்போவதில்லை. என் முடிவு என்ன எனத் தெரிந்தே இந்தப் போராட்டத்தில் பங்கேற்றேன். மகிழ்ச்சியோடு சாவை எதிர்பார்க்கிறேன். இந்தச் சங்கிலிகளை அறுத்தெறிந்து என்னை பீரங்கி வாயில் வைத்தோ அல்லது கழுத்தில் தூக்கு மாட்டியோ விடுதலை பெறச்செய்யுங்கள். எனது ஒரே

வேண்டுகோள்... எனது இந்தச் செய்கைக்கு என் குடும்பம் பொறுப்பல்ல. எனவே எனது வயதான தந்தையை எதுவும் செய்து விடாதீர்கள்,' என்றான். தானே தூக்குக்கயிற்றைத் தன் கழுத்தில் மாட்டிக்கொண்டு தொங்கினான். அவனது உடலை அந்தத் தொங்கிய நிலையிலேயே பல மணி நேரம் வைத்திருந்தார்கள். அதன் பிறகு கீழே இறக்கிப் போட்டார்கள். அங்கு சுற்றி நின்று இதைப் பார்த்த மக்கள் அவனது ஞாபகார்த்தமாக அவனது தலைமுடியையோ அல்லது வேறு என்ன பொருள் கிடைத்ததோ அவற்றையோ எடுத்துக்கொண்டு சென்றார்கள். அந்த வீரன் இறந்தான். ஆங்கிலேயர் நிம்மதிப் பெருமூச்சு விட்டனர்.

46

விக்டோரியா மகாராணி ஆட்சியின் கீழ் இந்தியா

நானாவின் கடைசி நாட்கள்

நானா சாஹிப் கான்பூர் நிகழ்ச்சிக்குப் பிறகு தப்பி நேபாள் சென்றுவிட்டதாகவும் அதன் பிறகு 1858ல் உடல்நிலை சரியில்லாமல் போய் இறந்துவிட்டதாகவும் சொல்லப்படுகிறது. Persival Landan எழுதியுள்ள Under the Sun என்னும் புத்தகத்தில் ஒரு அத்தியாயம் எழுதியிருக்கிறார். அதில் நானா 1858ல் இறக்கவில்லை என்றும் அவர் வெகுநாள் வாழ்ந்திருந்தார் என்றும் இறந்து போனது உண்மையில் நானாவின் சகோதரன்தான் என்றும் எழுதியிருக்கிறார். நானா சாகிப்பின் மேல் ஆங்கிலேயர்களுக்கு அளவு கடந்த கோபம். அவர் நேபாளத்தில் இறந்து போனதாகச் செய்திவந்ததும் அதை வேண்டுமென்றே அப்படியே பிரச்சாரம் செய்துவிட்டார்கள் என்றும் சொல்கிறார். நானாவைப் பிடிக்க முடியவில்லை என்றால் ஆங்கிலேயரின் கோபம் அதிகமாகும். இறந்து போய்விட்டார் என்று சொன்னால் அடங்கிப்போவார்கள் என்று அரசு நினைத்ததால்தான் அப்படிப் பரப்பினார்கள் என்றும் சொல்கிறார். அவர் இறக்கவில்லை என்றால் பின் எங்கே போனார்?

ஆங்கிலேயர்களால் கான்பூரைத் தக்க வைத்துக்கொள்ள முடியாது என்றும் வாய்ப்பு வரும்போது விரைவிலேயே மீண்டும் கான்பூரைக் கைப்பற்றிக் கொள்ளலாம் என்னும் ஆசையோடு நானா சாகிப் பித்தூருக்குச் சென்றுவிட்டார். கான்பூரிலிருந்து விரட்டியடித்த ஹேவ்லாக் அங்கு தங்காமல் கொடூரன் நீலை அங்கே இருத்தி

விட்டுச் சென்றுவிட்டார். சில நாட்களுக்குப் பிறகு தாத்தியா தோப்பின் படைகள் வரவும் மீண்டும் கான்பூரை நானா சாகிப் தரப்பினர் கைப்பற்றினர். ஆனால் தற்காலிகமாக விலகிச் சென்றிருந்த கேம்பெல்லின் படைகள் அங்கிருந்து அவர்களைத் துரத்தி அடித்தன. நானா சாகிப் தரப்பினர் கல்பி மார்க்கத்தில் தப்பிச் சென்றனர். அவர்கள் விட்டுச் சென்ற ஆயுதங்களைச் சேகரிப்பதில் ஜெனரல் கிராண்ட் சிறிது காலம் செலவிட்டதால் நானா சாகிப்பை அவரால் பிடிக்க இயலவில்லை. அந்தப் பொறுப்பு மேஜர் ரஸ்ஸல் வசம் ஒப்படைக்கப்பட்டது. அதற்குள் நானா சாகிப் தனது இளம் மனைவியையும் தனது வளர்ப்புத் தாயையும் அவர்களுக்குத் துணையாக வேறு இரு பெண்களையும் அழைத்துக்கொண்டு நேப்பாளுக்குச் சென்று விட்டார்.

இதற்கிடையில் நேப்பாளத்திலிருந்து 3000 படைவீரர்களை ஆங்கிலேயர்களுக்கு உதவியாக நேப்பாள் முதன்மந்திரி பகதூர் ஜங் அனுப்பியிருந்தார். செய்தி முதலிலேயே பகதூர் ஜங்கிற்குத் தெரிந்த காரணத்தால் தொட்டிலையும் ஆட்டிவிட்டுப் பிள்ளை யையும் கிள்ளுவதுபோல ஆங்கிலேயர்களுக்கு படையனுப்பி விட்டு நானாவுக்கும் அடைக்கலம் கொடுத்தார். அவர்களுடன் தாத்தியா தோப்பும் நானாவின் சகோதரர் பாலே ராவும் சென்றதாகத் தெரிகிறது. நானாவின் தலைக்கு 50,000 ரூபாய் பரிசு அறிவிக்கப் பட்டது. நேப்பாள் மன்னர் பெயருக்குத்தான் மன்னர். எல்லா அதிகாரங்களும் பிரதம மந்திரி ஜங் பகதூர் ஜங் வசமே இருந்தது. நானாவின் இளம் மனைவி காசி பாய்க்குப் பதினான்கு வயதுதான். நானாவிடமிருந்த விலையுயர்ந்த நகையை மிகக் குறைந்த விலைக்கு வாங்கிக்கொண்டு பகதூர் ஜங் அவரை வேறிடத்திற்கு மாறுவேடத்தில் அனுப்பிவிட்டு காசி பாய்க்கு இரண்டு கிராமங்களைக் கொடுத்து அதன் வருவாயில் வாழ ஏற்பாடு செய்தார். தாத்தியாத் தோப் மீண்டும் இந்தியாவிற்குள் போரிடச் சென்றுவிட்டார். பாலே ராவ் 1858 ல் இறந்துவிட நானா சாகிப் இறந்து விட்டதாகக் கதை கட்டிவிட்டார்கள். நானா சாகிப் பல வேடங்களில் நேப்பாளத்தில் சுற்றித் திரிந்தார். சன்னியாசி வேடத்தில் அலகாபாத் கும்பமேளாவுக்கு வந்ததாகக்கூடச் சொல்கிறார்கள். 1885லும் 1897லும் 1906லும் நானாவைப் பார்த்ததாகத் தகவல் வெளிவந்துள்ளன. எவ்வளவு தூரம் உண்மை என்று தெரியவில்லை.

சிப்பாய் கலகத்தில் மணிராம் தெவான்

மணிராம் தெவான் அஸ்ஸாமைச் சேர்ந்த விடுதலை வீரர். அவர்தான் முதன் முதல் அஸ்ஸாமில் தேயிலைத் தோட்டம்

அமைத்தவர். தெவான் பிரிட்டிஷ்காரர்களோடு நட்புடன் பழகினார். அஸ்ஸாமில் சிங்க்போ மக்கள் விளைக்கும் தேயிலையின் சிறப்பைப் பற்றி அவர்களிடம் கூறினார். வெள்ளையரிடம் அதைச் சொல்லி யிருக்கக் கூடாது என்பது பின்னால்தான் தெரிந்தது. வெள்ளையர்கள் தாங்களே தேயிலைத் தோட்டம் போட்டதுடன் மட்டுமில்லாமல் மணிராம் தெவானைத் தனிப்பட்ட முறையில் தேயிலைத் தோட்டம் போடக்கூடாது எனத் தடுத்தனர். நட்போடு இருந்தவர் பிரிட்டிஷ் காரர்களின் பகைவராக மாறினார். அப்பொழுது சிப்பாய் புரட்சி நடைபெற்றுவந்த சமயம். அவர் சிப்பாய்களுக்கு ஆதரவாக இருந்தார். பிரிட்டிஷ்காரர்களுக்கு எதிராக ஒரு பெரிய போர் தொடுக்கவும் அசாமில் அஹோம் ஆட்சியைக் கொணரவும் தனது நண்பர்களுடன் ஆலோசித்து திட்டம் தீட்டினார். ஆனால் துரதிர்ஷ்டவசமாக அது ஆங்கிலேயருக்குத் தெரியவந்து, அவருடைய நண்பர்களுடன் கைது செய்யப்பட்டார். அவரும் அவருடைய நண்பர் பியோலி பருவாவும் 26-2-1858 அன்று பொதுமக்கள் முன்னிலையில் தூக்கில் தொங்கவிடப்பட்டனர். அவருடை 212 வது பிறந்த தினத்தன்று இந்திய அரசு அவருக்கு மரியாதை செலுத்தும் முகமாக தேநீரை இந்திய அரசு பானமாக அறிவித்தது.

★

சிப்பாய் புரட்சி முடிவுக்கு வந்துவிட்டது. ஒருவழியாக படாதபாடு பட்டு புரட்சிக்காரர்களிடமிருந்து அனைத்துப் பிரதேசங்களையும் மீட்டாகி விட்டது. என்றாலும், இந்திய மக்கள் மீண்டும் சலனப்பட்டுவிடக்கூடாது. மறுபடியும் புரட்சிக் காரர்களின் வலையில் வீழ்ந்து விடக்கூடாது. என்ன செய்யலாம்? பிரிட்டன் அரசு யோசித்தது.

1858 ஆகஸ்ட் மாதம் 2ம் நாள் இங்கிலாந்தின் பாராளுமன்றத்தில் பிரிட்டன் ராணி விக்டோரியா கையெழுத்துடன் சட்டமொன்று தாக்கல் செய்யப்பட்டு நிறைவேற்றப்பட்டது. அதன்படி ஹிந்துஸ் தானத்தின் ஆட்சியானது கிழக்கிந்தியக் கம்பெனியிடமிருந்து பிரிட்டிஷ் அரசுக்கு மாறியது. இந்தியா இனி பிரிட்டன் காலனி. அதன் அரசியார், மகாராணி விக்டோரியா.

விக்டோரியா மகாராணியின் பிரகடனம்

சிப்பாய் புரட்சியின் விளைவாக இந்தியாவில் பெரும் மாறுதல் நிகழ்ந்தது. இந்தியாவை ஆளும் பொறுப்பை நேரடியாக விக்டோரியா மகாராணியே ஏற்றுக்கொள்ள வேண்டுமென்று பிரிட்டிஷ் பார்லிமெண்ட்டில் முடிவாகியது.

அதன்படி விக்டோரியா மகாராணியின் பிரகடனம் இந்தியாவில் வெளியிடப்பட்டது.

சில வேறுபட்ட பலமான காரணங்களால், பிரிட்டிஷ் பார்லிமெண்டின் ஆலோசனையின்படி... இதன் மூலம் நாம் தெரிவித்துக்கொள்வது என்னவென்றால்...

நாம் இந்தியாவை ஆளும் பொறுப்பை நேரடியாகவே ஏற்றுக்கொண்டோம் என அறிவிக்கிறோம். இதன்மூலம் இந்தியப் பகுதிகளிலுள்ள எல்லாக் குடிமக்களும் எமக்கும் எமது வாரிசுகளுக்கும் அல்லது எமக்குப்பின் அரசாள் பவருக்கும் உண்மையாகவும் விசுவாசத்துடனும் இருக்க வேண்டும் என வேண்டுகிறோம்.

எமது பெயரில் நாம் இந்தியப் பகுதிகளை நிர்வகிக்க அனுப்பும் அதிகாரிகளின் அதிகாரத்துக்குக் கட்டுப்பட்டிருக்க வேண்டும் எனவும் கூறுகிறோம். எமது உறவினர் சார்லஸ் ஜான், விஸ்கௌண்ட் கானிங் அவர்களை இந்தியாவின் முதல் கவர்னர் ஜெனரலாக, எமது பெயரில் நிர்வகிக்கும் பொறுப்பை ஒப்படைக்கிறோம். அவர் முதன்மை அரசுச் செயலரிடமிருந்து பெறும் உத்தரவுகளுக்கேற்ப நிர்வகிப்பார்.

இதன்படி மதிப்பு வாய்ந்த கிழக்கிந்தியக் கம்பெனியால் நியமிக்கப்பட்ட உள்நாடு, ராணுவம், மற்றும் இதர அலுவல கங்களில் நியமிக்கப்பட்டுள்ளவர்களின் பணியை, பின்னாளில் நமது விருப்பத்துக்கு உட்பட்டும் வருங்காலத் தில் உருவாக்கப்படும் சட்டங்களுக்கு நெறிமுறைகளுக்கு உட்பட்டும் உறுதிசெய்கிறோம்.

சுதேசிய மன்னர்களுக்குச் செய்தி

இந்தியாவில் உள்ள சுதேசிய மன்னர்களுக்கு ஒன்று சொல்கிறோம். கிழக்கிந்தியக் கம்பெனியோடு அவர்கள் கொண் டிருக்கும் ஒப்பந்தங்களும் உடன்படிக்கைகளும் அப்படியே எங்க ளால் ஏற்றுக்கொள்ளப்பட்டு அதை மிகக் கவனமுடன் தொடர்ந்து கடைப்பிடிப்போம் என்றும் அவர்களும் அவ்வண்ணம் செயல் படவேண்டும் என்றும் கூறுகிறோம்.

நில ஆக்கிரமிப்புச் செய்யோம்

இப்பொழுதிருக்கும் நிலப்பகுதிகளுக்கு மேல் எல்லைகளை விரிவுபடுத்தும் நோக்கம் எங்களுக்கில்லையென்றும், எங்களது பகுதியின் மேல் வேறு எவரும் ஆக்கிரமிப்பதை

அனுமதியோம் என்றும் மற்றவர்களின் நிலப்பரப்பை நாங்கள் ஆக்கிரமிப்புச் செய்யோம் என்றும் கூறுகிறோம்.

எங்களுடையதைப் போலவே இந்தியாவின் சிற்றரசர்களின் உரிமைகளையும், மரியாதையையும், மானத்தையும் காப்போம். அவர்களும் எங்கள் குடிமக்களும் நல்ல வளமும் செழிப்பும் சமுதாய உயர்வும் பெற்று வாழ வேண்டும் என்று விரும்புகிறோம். இது நாட்டில் நிலவும் அமைதியாலும் நல்ல நிர்வாகத்தாலும் மட்டுமே கைகூடும்

மதத் திணிப்பு கிடையாது

நாங்கள் கிறித்துவ மதத்தின் உண்மையை நம்புகிறோம். மதம் கொடுக்கும் அமைதியையும் ஏற்றுக் கொள்கிறோம். ஆனால் எங்கள் குடிமக்கள் எவர் மீதும் எங்கள் நம்பிக்கையைத் திணிக்க மாட்டோம். எந்த மதத்தினரையும் மதத்தைக் காரணங்காட்டி அவமதிக்கவோ, புறந்தள்ளவோ, ஒதுக்கவோ மாட்டோம் என்பதை உறுதிபடச் சொல்கிறோம்.

எல்லோருக்கும் விருப்பு வெறுப்பில்லாமல் சட்டத்தின் பாதுகாப்புக் கிடைக்கும். எமது ஆளுகையின் கீழ் அதிகாரத்தில் இருப்பவர் எவராயினும் சரி அவர்கள் எல்லா மதத்தினரின் மத நம்பிக்கைகளிலும் நடவடிக்கைகளிலும் குறுக்கிடுவதைத் தவிர்க்க வேண்டும் என்று ஆணையிடுகிறோம்.

இயன்றவரை எமது குடிமக்கள் எவராயினும் வகுப்பு, இன பேதமின்றி எமது அலுவலகங்களில் அவர்களது தகுதிக்கும், படிப்புக்கும் நேர்மைக்கும் ஏற்ப பணிசெய்ய அனுமதிக்கப் படுவார்கள் என உறுதிகூறுகிறேன்.

நீதிக்கே முன்னுரிமை

சில பேராசைக்காரர்களின் செயல்களால் இந்தியாவுக்குக் கொணரப்பட்ட அழிவுக்கும் வேதனைக்கும் நாம் மிகவும் வருந்துகிறோம். அவர்கள் தம் தேசத்தவரை பொய்த் தகவல்கள் கொடுத்து ஏமாற்றி புரட்சியில் ஈடுபடச் செய்துவிட்டார்கள். அந்தப் புரட்சியை அடக்குவதில் எங்கள் அதிகாரத்தைக் காட்ட நேர்ந்தது. தவறாக வழிகாட்டப்பட்டு, ஆனால் இப்பொழுது தங்கள் கடமைக்கு உண்மையுள்ள வர்களாக வர விரும்புகிறவர்களுக்கு நாங்கள் எங்களது கருணையைக் காட்ட விரும்புகிறோம். பிரிட்டிஷ் குடிமக்களைக் கொல்வதில் நேரடியாக ஈடுபட்டுத் தண்டனை பெறப்போகிறவர்களைத் தவிர மற்ற அனைவரும்

மன்னிக்கப்படுவார்கள். இதில் கருணையை விட நீதியே முன்னுரிமை பெறும்.

இறையருளால் உள்நாட்டு அமைதி நிலைநாட்டப்படும். பொது உபயோகத்திற்காகவும் முன்னேற்றத்திற்காகவும் தேவையான வற்றை அளிக்கும் தொழில்களை ஊக்குவிக்க முனைகிறோம். மக்களின் நன்மைக்காக நிர்வாகம் நடத்தப் படும். எமது குடிமக்களின் செழிப்பே எமது பலம். அவர்களின் திருப்தியே எங்கள் பாதுகாப்பு, அவர்களின் நன்றியே எங்களுக்கு வெகுமதி.

ஆனால் பிரிட்டிஷ் மகாராணியினுடைய அறிக்கைப்படி அதற்குப் பின்னர் ஆட்சியில் வந்தவர்கள் நடக்கவில்லை. எஜமான்தான் மாறினாரே தவிர லகான் விடுபடவில்லை.

பழங்குடிமக்கள் வாழ்ந்துவந்த மேகாலயாவில் ஆட்சியாளர்கள் புதிது புதிதாக வரி போடத் தொடங்கினார்கள். அப்பொழுது கொதித்தெழுந்தான் ஒரு தேசபக்தன். அவன் பெயர் யுக்யாங் நங்பா.

மேகாலயாவில் உள்ள பெபேல் என்னும் இடத்தைச் சேர்ந்தவன் அவன். 1835ம் ஆண்டு பிரிட்டிஷ் அரசு மேகாலயாவைச் சேர்ந்த ஜைண்டியா அரசைக் கபளீகரம் செய்து தன்வசப்படுத்திக் கொண்டது. அப்பொழுது யுக்யாங் சிறுவன். அதன் பிறகு போலீஸ் செய்த அட்டகாசங்கள் அவன் மனத்தை வெகுவாகப் பாதித்தன. அந்த அரசை அபகரித்த பின் சிறிது காலம் அதிகத் தலையீடின்றி இருந்த கிழக்கிந்தியக் கம்பெனி கொஞ்சம் கொஞ்சம் கொஞ்சமாகத் தனது வேலையைக் காட்டத் தொடங்கியது. கிறித்துவப் பாதிரியார்கள் அவர்களுக்கு உதவுவதாகச் சொல்லி கிறித்துவப் பள்ளிகளைத் தொடங்கி மக்களை மதம் மாற்ற முனைந்தனர். அவர்களைச் சேர்ந்த ஓர் இனத்தினரின் இடுகாட்டுக்கு அருகில் குன்றின் மீது அரசு ஒரு காவல் நிலையத்தை அமைத்தது. அதைக்கண்டு கொதித்தனர் மக்கள். சிப்பாய் புரட்சி முடிந்து ஓரிரு ஆண்டுகளில் ஆங்கில அரசு வரி வசூலிக்கப்போகும் அறிவிப்பை 1859ல் அறிவித்தனர். அப்பொழுது கொதித்தெழுந்தான் யுக்யாங். வரி செலுத்த முடியாது என்று பலத்த குரல் கொடுத்தான். அத்தோடு நிற்காமல் மேகாலயாவைச் சேர்ந்த பல இனத்தவரையும் சென்று சந்தித்து வரி கட்டக்கூடாது என்று சொல்லி ஓர் அமைப்பையும் தொடங்கினான். புரட்சி தீவிரமடைந்தது.

போராட்டத்தைத் துரிதப்படுத்துவதற்கு மற்றவற்றையெல்லாம் விட முக்கிய காரணம் அவர்களின் கலாச்சாரத்தில் தலையிட்டது தான். அவர்களின் நடனமாகிய 'Pastieh Kaiksoo' என்னும் நடன

விழாவின்போது அதைத் தடைசெய்தனர். ஆயுதங்களோடு ஆடக்கூடிய நடனம் அது. அவர்களின் ஆயுதங்களைப் பறிமுதல் செய்து காவலர்கள் எரித்தனர். அதனால் கோபமடைந்த யுக்யாங் நங்பா புரட்சி வீரர்களைத் திரட்டினான். அவன் பெயரைக் கேட்டாலே காவலர்கள் நடுங்கினர். போலீஸ் நிலையத்தை எரித்துத் தரைமட்டமாக்கினான். ஆங்கிலேயர்களுக்காகப் பணி புரிந்த காவலர்களை ஓட ஓட விரட்டினான். வெள்ளையர்கள் அவ்விடங்களுக்கு வரவே அஞ்சிப் புதிய படையை அனுப்பினார்கள். அப்படியும் யாராலும் அவனைப் பிடிக்க இயலவில்லை. லாங் சுடுங்கா என்பவன் பணத்திற்கு ஆசைப்பட்டு யுக்யாங் இருப்பிடத்தைக் காட்டிக் கொடுத்துவிட்டான். நோயில் விழுந்து சிகிச்சை பெற்றுக்கொண்டிருந்த யுக்யாங்கைப் பலத்த போராட்டத்திற்குப் பிறகே கைது செய்ய முடிந்தது.

அவனைத் தூக்கிலிடத் தீர்ப்பாகியது. தூக்கு மேடைக்குச் செல்வதற்கு முன் தனது ஆதரவாளர்களைப் பார்த்துச் சொன்னான். ‘என்னைத் தூக்கிலிடும் பொழுது கவனமாகப் பாருங்கள். என் தலை கிழக்கு நோக்கித் திரும்பினால் இந்தியா இன்னும் நூறு ஆண்டுகளுக்குள் பூரண சுதந்திரம் அடைந்துவிடும். மேற்கே திரும்பினால் அடிமையில் உழல வேண்டியதுதான்’. அவனை *30-12-1862* அன்று தூக்கிலிட்டார்கள். அவன் தலை கிழக்கே திரும்பியது அவன் எதிர்பார்த்தபடி இந்தியா நூறு ஆண்டுகளுக்குள் பூரண சுதந்திரம் அடைந்தது.

47

கலங்கடித்த பஞ்சமும்... தடபுடல் தர்பாரும்...

விக்டோரிய மகாராணியின் பிரகடனத்திற்குப்பிறகு 1861ம் ஆண்டில் ஒரு கவுன்சில் சட்டம் இயற்றப்பட்டது.

சிப்பாய் புரட்சிக்குப்பிறகு விக்டோரியா மகாராணியின் ஆட்சியின் கீழ் பிரிட்டிஷ் இந்தியா வந்த பிறகு உருவான சட்டம் இது. 1874, 1892 ஆகிய ஆண்டுகளில் கொணரப்பட்ட சட்டங்களும் கவுன்சில் சட்டங்கள் என வழங்கப்பட்டன.

1861 கவுன்சில் சட்டம்

கவர்னர் ஜெனரல் செயலாட்சி மன்றத்தின் உறுப்பினர்கள் எண்ணிக்கை 4 லிருந்து 5 ஆக உயர்த்தப்பட்டது. 3 உறுப்பினர்கள் இந்தியப் பொதுப்பணியில் குறைந்தது 10 ஆண்டுகளாவது பணி செய்த அனுபவம் பெற்றவராக இருத்தல் அவசியம். அவர்கள் இந்திய அரசுச் செயலரால் நியமிக்கப்படுவார்கள். மற்ற இரு உறுப்பினர்களும் வழக்கறிஞர்களாகவோ ஸ்காட்லாந்து வழக்கறிஞர் மன்றத்தில் ஐந்தாண்டுகளுக்குக் குறையாமல் உறுப்பினர்களாகவோ இருப்போரிலிருந்து தேர்ந்தெடுக்கப்படுவர். இந்தியத் தலைமைத் தளபதியை அரசி உறுப்பினராக நியமிக்கலாம். ஒவ்வொரு உறுப்பினரும் தற்கால அமைச்சர்களைப்போல சில துறைகளுக்குப் பொறுப்பாளர்களாகச் செயல்படுவர். ஆட்சி மன்றம் சரிவரச் செயல்படத் தேவையான விதிகளை இயற்றும் அதிகாரம் கவர்னர் ஜெனரலுக்கு உண்டு. அவை சட்டங்கள் ஆகும்.

கவர்னர் ஜெனரல் செயல் ஆட்சி மன்றத்தில் நிறைவேற்றப்படும் தீர்மானங்கள் அவரின் ஒப்புதல் பெற்ற பிறகே சட்டமாகும்.

ராணுவம், பொதுக் கடன், வருவாய், மதம், கடற்படை, அயலுறவு சம்பந்தமான மசோதாக்கள் கொண்டுவருமுன் கவர்னர் ஜெனரல் அனுமதி பெற்றே கொண்டுவரவேண்டும்.

இந்தச் சட்டத்தின்படி சட்டசபைகள் பின்னால் உருவாவதற்கு அடி கோலப்பட்டது.

இதே போல மதராஸ் மற்றும் பம்பாய் மாநிலங்களுக்கெனத் தனிச் சட்டசபைகள் உருவாக்கப்பட்டன. அவையும் மாநிலங்களுக்கான சட்டமியற்றும் அதிகாரம் பெற்றன.

ஆளுநர் மற்றும் தலைமை ஆளுநர் ஒப்புதல் பெற்ற பிறகே மாநில மசோதாக்கள் சட்டமாகும்.

இச்சட்டத்தால் முதன் முதல் இந்தியர்களுக்கு வாய்ப்பளிக்கப் பட்டது.

1874ல் கவர்னர் ஜெனரலின் ஆட்சி மற்ற உறுப்பினர்களின் எண்ணிக்கையில் ஒன்று கூட்டப்பட்டு புதிய உறுப்பினர் பொதுப் பணித்துறைக்குப் பொறுப்பானவராக நியமிக்கப்பட்டார்.

பஞ்சமும் தர்பாரும்

1876-78 களில் இந்தியாவில் பெரும் பஞ்சம் வந்தது. பம்பாய், மைசூர், மதராஸ், ஹைதராபாத் ஆகிய பகுதிகளும் மத்திய இந்தியாவும் பஞ்சாப்பும் பெரிதும் பாதிக்கப்பட்டன. பஞ்சத்தை எதிர்கொள்ள வேண்டிய ஆயத்தங்கள் சரியான முறையில் செய்யப் படவில்லை. மக்கள் அவதியுற்றார்கள். பஞ்சத்தைத் தீர்ப்பதை விடுத்து அடுத்து பஞ்சம் வந்தால் என்ன செய்வது என்று ஆராய்ந்தார்கள் ஆட்சியாளர்கள். அதற்காக ஓர் ஆய்வுக் குழு நியமிக்கப்பட்டது.

1876-1877 ஆண்டுகளில் ஏற்பட்ட பஞ்சத்தின் கொடூரம்போல் அதற்குமுன் நிகழ்ந்ததில்லை. வெள்ளையர் ஆட்சியின் சுரண்டலும், அதீத வரிவிதிப்பும், இயற்கையின் ஒத்துழை யாமையும்தான் பஞ்சத்துக்குக் காரணம். அந்தப் பஞ்சத்தின்போது 40 லட்சம் மக்கள் பட்டினியால் இறந்ததாகச் சொல்லப்படுகிறது. விலைகொடுத்தால் கூட உணவுப்பொருள் கிடைக்கவில்லை. வியாபாரிகள் உணவுப்பொருளைப் பதுக்கி வைத்து அநியாய விலைக்கு விற்றனர். 1640 தொடங்கி 1877 வரை 12 தடவைகளுக்கும்

மேல் பஞ்சம் தமிழகத்தைத் தாக்கியிருக்கிறது. ஆனால் 1877ல் நடந்த பஞ்சம் போல் எவரும் பார்த்ததில்லை. கால்நடைகள் செத்து விழுந்தன. உண்ண உணவின்றிச் செத்து விழுந்த கால்நடைகளின் மாமிசத்தை- அதுவும் வத்தலாகப்போயிருந்தது- மனிதர்கள் உண்டு வாழ்ந்தார்கள். ஒவ்வொருவர் உடலிலும் எத்தனை எலும்புகள் என்பதை அவர்களைப் பார்த்தே எண்ணிவிடலாம் போல இளைத்துப் போனார்கள்.

தலை தூக்க முடியாத தாது வருடப் பஞ்சம்

அந்தச் சமயத்தில் நடந்த பஞ்சத்தின் கொடுமையை விளக்கி 'தாது வருஷக் கரிப்புக் கும்மி' என்னும் நூல் மலைமருத்தன் என்னும் புலவர் எழுதிய கும்மி விவரிக்கிறது. அந்தப் பஞ்சத்தை நேரடியாக அனுபவித்தவர் அவர்.

உணவின்றி மடிந்ததைப் பற்றிய கவிதை, கண்டதைத் தின்று காலன் கை வீழ்ந்த கதை, குடும்பத்தைக் காப்பாற்ற விபச்சாரத்தில் பெண்கள் ஈடுபட்ட கதை, பஞ்சம் பிழைக்கப் பயணம் செய்த கதை என அதைப் படிக்கப் படிக்க, மேலும் படிக்க முடியாமல் கண்ணீர் வரும். கணவனைப் பிறிந்ததுவும் குழந்தைகளை விற்றதுவும் நோயில் விழுந்ததையும் நொம்பலப்பட்டதையும் சொல்கிறது அந்தக் கும்மி. தானியம் ஏதாவது கிடைக்குமா என்று எறும்பு வளைகளைத் தோண்டிப் பார்த்திருக்கிறார்கள்.

எறும்பு வளைகளை வெட்டியதில்
இருக்கும் தானியம் தானெடுத்து,
முறத்தால் கொழித்துக் குத்திச் சமைத்து
உண்ணுகிறார் சிலர் பாருங்கடி
பட்டினியிருந்து சாப்பிட்டவர்க்கு,
பருத்த மேல்மூச்சுண்டாகி
அட்டியில்லாமல் களையை அடைந்து
அப்போதே சாகிறார் பாருங்கடி
வாணியம்பாடி, திருப்பத்தூர், சேலம்
மற்றும் மாமூர் குழியம் முதல்
வேளாவூரிலுள்ள ஆட்டக்காரரெல்லாம்
மேவி வந்ததைக் கேளுங்கடி
வடக்கிலுள்ள தாழ்ந்த சாதிகள்,
வகையுடன் கையில் சட்டிகளை

எடுத் தூரூராய் போய் கூழை

இரந்து குடிக்குறார் பாருங்கடி.

மரக்கால் உருண்ட பஞ்சம் மன்னரைத் தோற்ற பஞ்சம்

நாழி யுருண்ட பஞ்சம் நாயகனைத் தோற்ற பஞ்சம்

ஆழாக்கு உருண்ட பஞ்சம் ஆளனைத் தோற்ற பஞ்சம்

தாலி பறிகொடுத்து தனிவழியே நின்ற பஞ்சம்

கூறை பறி கொடுத்துக் கொழுநனைத் தோற்ற பஞ்சம்

கணவனைப் பறி கொடுத்து கைக்குழந்தை விற்ற பஞ்சம்

கொள்ளை, கொலை, திருட்டு அதிகமாயிற்று. குழந்தைகள் காப்பகங்கள் பெரிய நகரங்களில் மட்டும் அமைக்கப்பட்டிருந்தன. அங்கே தங்கள் குழந்தைகளைக் கொண்டுவிட்டு குழந்தைகளுக்கு முத்திரை போட்டுப் பின்னர் பஞ்சம் நீங்கியதும், பஞ்சத்தில் தப்பிப் பிழைத்த அன்னையர்கள் குழந்தைகளை மீட்டுச் சென்ற வரலாற்றை ருட்யார்ட் கிப்ளிங் எழுதியிருக்கிறார். குழந்தைகள் படும் அவதியைக் காணமாட்டாமல் தன் குழந்தைகளைத் தாமே கொன்ற நிகழ்ச்சிகளும் பதிவாகியுள்ளன.

சில தர்மவான்களின் புண்ணியத்தால் அங்கங்கே அன்ன சத்திரங்கள் அமைக்கப்பட்டன. யானைப்பசிக்குச் சோளப்பொறி போலத்தான் அவை. அன்ன சத்திரத்தைத் தேடி நடந்து செல்லும் வழியிலேயே இறந்தவர்கள் அநேகர். மதராசில் லார்ட் பக்கிங்காம் என்பவர் ஆளுநராக இருந்தார். அவர் மக்களுக்கு உதவுவதற்காக சென்னையில் போக்குவரத்துக்காக ஒரு கால்வாயைத் தோண்ட ஏற்பாடு செய்தார். இங்கிலாந்தில் அவருடைய நண்பர்களுக்கும் பெரிய நகர மேயர்களுக்கும் தந்தி கொடுத்து உதவி கேட்டு எழுதினார். லண்டன் மேயர் 4,75000 பவுண்ட் வசூலித்து அனுப்பினார். அவர் செய்த உதவியால் சென்னையில் பலர் அரைவயிற்றுக் கஞ்சியாவது சாப்பிட முடிந்தது.

பஞ்சம் இப்படித் தாண்டவமாடிக் கொண்டிருந்தபோது வைஸ்ராய் லிட்டன், பிரிட்டிஷ் மகாராணி விக்டோரியா இந்தியச் சக்கரவர்த்தினியாகப் பதவியேற்ற வைபவத்தை டெல்லியில் கொண்டாடிக்கொண்டிருந்தார். தம்முடைய சமஸ்தான மக்கள் பஞ்சத்தில் சாதல் கண்டும் சுதேச மன்னர்கள் யானைமேல் ஏறி அலங்காரம் செய்துகொண்டு தர்பாரில் கலந்துகொண்டார்கள். தர்பாருக்குச் செலவு செய்யப்பட்ட பணத்தைப் பஞ்சம் தீர்க்கப் பயன்படுத்தியிருந்தால் பலரைச் சாகாமல் காப்பாற்றியிருக்க முடியும்.

பட்டத்து ராணிக்குப் பட்டம்

விக்டோரியா மகாராணிக்கு ‘கைஸர் இ ஹிந்த்’ அதாவது ‘இந்திய மகாராணி’ என்னும் பட்டம் அளிக்கப்பட்டதை ஒட்டி 1-1-1877ல் டெல்லியில் ஒரு மாபெரும் தர்பார் நடைபெற்றது. 84000 பேர் குழுமியிருந்தார்கள். மிகப் பிரம்மாண்டமான ஏற்பாடு. சிப்பாய் புரட்சியின்போது உதவியாக இருந்த சுதேசிய மன்னர்களுக்கு பாராட்டும் பரிசுகளும் வழங்கப்பட்டன. 63 சிற்றரசர்கள், 300க்கும் மேற்பட்ட ஜமீன்தார் போன்ற முக்கியமானவர்கள் கலந்து கொண்டனர். ராணியின் தலை பொறித்த புதிய மொகரா (தங்க நாணயம்) வழங்கப்பட்டது. தர்பாரின் நிகழ்ச்சிகளை வண்ண ஓவியங்களாகத் தீட்டப் புகழ் பெற்ற ஓவியர்கள் நியமிக்கப் பட்டார்கள். முகலாய சாம்ராஜ்யம் எங்கள் கையில் என்று சொல்வது போல, முகலாய சாம்ராஜ்யத்தோடு தொடர்புடைய இடங்களில் நிகழ்ச்சிகள் நடத்தப்பட்டன.

நாட்டில் பஞ்சமும் பட்டினியும் நிலவி வந்தபோது அதைப்பற்றிக் கொஞ்சமும் கவலைப்படாமல் தலைசிறந்த சமையற்காரர்களைக் கொண்டு உணவு தயாரிக்கப்பட்டது. உணவின்றி மக்கள் அவதிப் பட்டபோது தர்பாரில் ஜமீன்தார்களும் செல்வந்தர்களும் கொறித்தது போக உணவு வீணடிக்கப்பட்டது. வந்தவர்கள் பலரும் மகாராணிக்கு வாழ்த்துப்பாடினர். பல்லாயிரக் கணக்கான ரூபாய் செலவில் கொட்டகை போடப்பட்டிருந்தது.

அந்த நிகழ்ச்சியில் மிக எளிமையாக கைத்தறி ஆடை அணிந்த ஒரு பெரியவர் மேடையேறி தன் கையிலிருந்த காகிதத்தைப் படித்தார். அவர்தான் பூனே சர்வஜானிக் சபையின் பிரதிநிதி கணேஷ் வாசுதேவ் ஜோஷி. மிகவும் பணிவாக எழுதப்பட்டிருந்த அந்தச் செய்தி இதுதான். ‘மேன்மை தங்கிய மகாராணி தமது பிரிட்டிஷ் குடிமக் களுக்குக் கொடுக்கப்படும் அதே சமூக அந்தஸ்தை இந்தியாவுக்கும் இந்தியர்களுக்கும் அளிக்கவேண்டும் என்று கேட்டுக்கொள் கிறோம்.’ அன்று அங்கே சுதந்திரக் கோரிக்கையின் வித்து விதைக்கப்பட்டது. தர்பாரைப் பற்றிச் செய்திகள் பத்திரிகையில் வெளிவந்ததைப் பார்த்து மக்கள் கொதித்தனர்.

48

லிட்டனின் அநியாயச் சட்டங்கள்: ரிப்பனின் அவசியச் சட்டங்கள்!

தர்பார் நிகழ்வுகளும் அதன் ஏற்பாடுகளும் மக்களிடம் மிகுந்த வெறுப்பைத் தூண்டின. கற்றறிந்த நல்லோர்களிடம் இது ஒரு பொறுப்புணர்ச்சியைத் தூண்டியது. நாட்டுக்கு ஏதாவது செய்தாக வேண்டும் என்று எல்லோரும் எண்ணத் தலைப்பட்டார்கள். இதன் பிறகுதான் சுரேந்திரநாத் பானர்ஜி இந்தியர்களைக் கொண்ட ஓர் அமைப்பை உருவாக்கினார். இந்தத் தர்பாரும் தேசிய எழுச்சியை மக்களிடையே உருவாக்குவதற்கு மூல காரணமாயிற்று.

லிட்டன் என்னும் துஷ்டன்

பம்பாயில் விவசாயிகளின் புரட்சி ஏற்பட்டது. பத்திரிகைகள் அரசின் செயற்பாடுகளைக் குற்றஞ்சாட்டின. அதிலும் குறிப்பாக சுதேச மொழிப் பத்திரிகைகள் அதிகமாகச் சாடி எழுதின. ஆங்கிலப் பத்திரிகைகளைப் படிப்பவர்கள் குறைவு. ஆனால் சுதேசியப் பத்திரிகைகளைக் கிராமத்தவரும் படிப்பார்கள். எனவே அரசைப் பற்றிய குற்றச்சாட்டுகள் நாடு முழுதும் பரவும். எனவே எழுத்து உரிமையில் கையை வைத்தார் அப்போதைய வைஸ்ராய் லிட்டன். அரசுக்கு எதிராக எழுதும் சுதேசியப் பத்திரிகைகள் மேல் நடவடிக்கை எடுப்பதற்காக சுதேசிப் பத்திரிகைகள் சட்டத்தை வெர்னாக்குலர் பிரஸ் (ACT IX of 1878) கொணர்ந்தார். அதன்படி எல்லா சுதேசிய பத்திரிகைகளின் ஆசிரியர்களையும் பதிப்பாளர் களையும் ஒரு மாஜிஸ்ட்ரேட் அழைத்து ஒரு ஒப்பந்தத்தில்

கையெழுத்திடச் சொல்வார். அரசுக்கு எதிரான கருத்துக்களை மக்கள் மத்தியில் எழுப்பும் எதையும் சுதேசப்பத்திரிகைகள் எழுதக்கூடாது. இதனால் பத்திரிகைச் சுதந்திரம் பறிபோயிற்று.

ஆயுதச் சட்டம் 1878

அடுத்து லிட்டன் கொண்டுவந்தது ஆயுதச் சட்டம்.

Arms ACT XI of 1878. இதன்படி இந்தியர்கள் எவரும் அனுமதி பெறாமல் ஆயுதங்களை வைத்திருப்பதோ, சுமந்து செல்வதோ, வியாபாரம் செய்வதோ சட்டப்படி கிரிமினல் குற்றமாகும். மூன்றாண்டுகள் வரை சிறைத்தண்டனையும் அபராதமும் விதிக்கப்படும். ஆயுதங்கள் வைத்திருந்து அதை மறைப்போருக்கு ஏழு ஆண்டுகள் வரை சிறைத் தண்டனையும் அபராதமும் விதிக்கப்படும். இச்சட்டம் ஐரோப்பியருக்கும் ஆங்கிலோ இந்தியருக்கும் சில அரசு அதிகாரிகளுக்கும் பொருந்தாது. அந்தக் காலத்தில் மிகப் பெரிய செல்வந்தர்களான இந்தியர்களிடம் அமெரிக்கர்கள், மற்றும் சில ஐரோப்பியர்கள் பணி புரிந்து வந்தனர். ஆயுதச்சட்டத்தின்படி பணிபுரியும் வேலைக்காரன் அமெரிக்கனாகவோ ஐரோப்பியனாகவோ இருந்தால் அவன் ஆயுதம் வைத்துக்கொள்ளலாம். ஆனால் முதலாளியான இந்தியர் வைத்துக் கொள்ள முடியாது. இது என்ன கொடுமை!

சொன்னது ஒன்று செய்தது ஒன்று

1853ம் ஆண்டு சட்டத்தின்படி இன நிற வேற்றுமையின்றி எவருக்கும் திறமையின் அடிப்படையில் கம்பெனியின் உத்தியோகங்கள் அளிக்கப்படும் என்று சொல்லப்பட்டது. அதே சட்டத்தின்படி உயர் பதவிகளுக்குத் தேர்வு லண்டனில் நடைபெறும். 1864ல் அதன்படி சத்யேந்திரநாத் தாகுர் ஐ.சி. எஸ். தேர்வில் வெற்றி பெற்ற முதல் இந்தியன் ஆவார். லிட்டன் இதையும் தடுக்க முயன்றான். 1869ல் இந்தியர்கள் ஐ. சி. எஸ். தேர்வு எழுதக்கூடாது என்று சட்டம் கொண்டுவரவேண்டும் என்று முயற்சித்தார். ஆனால் இந்தியா மந்திரி கிரேன்புரூக் வெள்ளையர் களையும் கறுப்பர்களையும் வேறுபடுத்திவிடச் சட்டம் கொண்டுவர நினைத்தார். அப்பொழுது லிட்டன் நியமன உயர் பதவிகள் சில உருவாக்க நினைந்தார். அதன்படி மாநில அரசுகளின் சிபாரிசின் பேரில் மிக உயர்ந்த குடியில் பிறந்தவர்களை இந்தியா மந்திரியின் ஒப்புதலுடன் நியமிக்கலாம் என்றும் அது மொத்தப் பதவிகளில் ஆறில் ஒரு பங்குக்கு அதிகம் இருக்கக் கூடாது என்றும் சொன்னார். அவர்களின் சம்பளத்துக்கும் அதிகாரத்துக்கும் தேர்வின்

மூலம் தேர்ந்தெடுக்கப்பட்டவர்களின் அதிகாரத்துக்கும் சம்பளத்துக்கும் வேறுபாடு இருக்கும். இது 1879ல் சட்டமாகியது. ஆனால் வரவேற்புப் பெறவில்லை. 8 ஆண்டுகள் கழித்து இது விலக்கிக் கொள்ளப்பட்டது.

லிட்டனின் ஆதிக்க வெறி இந்தியர்கள் ஐ.சி.எஸ். ஆவதை எப்படியாவது ஒடுக்கவேண்டும் என்று முனைந்தது. அதனால் தேர்வு எழுதுவதற்குரிய உச்ச வரம்பை 21 வயதிலிருந்து 19 ஆகக் குறைத்தார். இவை தவிர இரண்டாம் ஆப்கான் யுத்தத்திலும் ஈடுபட்டு அவமானப்பட்டார். மிகவும் வெறுக்கப்பட்ட வைஸ்ராய்களில் லிட்டனும் ஒருவர்.

மிகவும் கடுமையான முறையில் ஆட்சி நடத்திய லார்ட் லிட்டன் இங்கிலாந்தில் லிபெரல் கட்சி ஆட்சிக்கு வந்து கிளேட்ஸ்டோன் பிரதம மந்திரி ஆனதும் தனது வைஸ்ராய் பதவியை விட்டு விலகினார். அவருக்கு மாற்றாக லார்ட் ரிப்பன் அந்தப் பதவிக்கு நியமிக்கப்பட்டார். லார்ட் ரிப்பன் நேர்மையானவர். இளகிய மனம் கொண்டவர். அவருக்கு முன் வைஸ்ராயாக இருந்த லார்ட் லிட்டனின் சில கடுமையான சட்டங்களை நீக்கியும் தளர்த்தியும் அவர் ஆணையிட்டார். சுதேசிய மொழிப் பத்திரிகைகள் சட்டத்தின் படி ஆங்கிலப் பத்திரிகைகளுக்குச் சமமாகச் சுதேசியப் பத்திரிகைகள் கருதப்படவில்லை. சுதேசியப் பத்திரிகைச் சட்டம் ஆங்கிலம் அல்லாத மற்ற மொழிப் பத்திரிகைகளைக் கடுமையான கட்டு திட்டங்களுக்கு உட்படுத்தியது. லார்ட் ரிப்பன் அந்தச் சட்டத்தை விலக்கிக் கொண்டார். இரண்டும் சமமாகவே கருதப்பட வேண்டும் என்றார்.

ஆங்கிலச் சீமாட்டிகளும் வீதியில் வந்து கோஷம் போட்டனர். ஆங்கிலேயருக்கெதிராக இந்தியர்கள் வீதியில் கோஷம் போட்ட நிலை மாறி வெள்ளையருக்கெதிராக வெள்ளையரே கோஷம் போட்டது விநோதமாக இருந்தது. 'இங்கிலீஷ் மேன்' என்னும் பத்திரிகை எழுதியது: 'இந்தியாவில் பிரிட்டிஷாருக்கு மட்டும்தான் உரிமை உண்டு. இந்தியர்களுக்கு உரிமைகிடையாது!'

முதல் தொழிற்சாலைச் சட்டம் 1881

சிறுவர்களும் சிறுமியரும் அந்தக் காலத்தில் பணிக்கமர்த்தப் பட்டனர். ஏழு வயதுக்குக் கீழ்ப்பட்ட குழந்தைகளை வேலைக் கமர்த்தக்கூடாது என்று ரிப்பன் தடை விதித்தார். வேலை நேரத்தில் ஊழியர்களுக்கு ஒரு மணி நேரம் ஓய்வு கொடுக்கவேண்டும் என்றும், மாதத்தில் நான்கு நாட்கள் விடுமுறை அளிக்கவேண்டும் என்றும் விதித்தார். 12 வயதுக்குட்பட்ட சிறுவர்களின் வேலை

நேரத்தைக் குறைத்தார். மிகவும் ஆபத்தான எந்திரங்களைப் பாதுகாப்பாக வேலிபோட்டு வைக்கவேண்டும் என்றார். இவை சரியாகப் பின்பற்றப்படுகின்றனவா என்பதைக் கண்காணிக்க ஆய்வாளர்களை நியமித்தார்.

நிதி நிர்வாகத்தை ஒழுங்குபடுத்தினார். அவற்றை வெவ்வேறு தலைப்பில் நிர்வகிக்கும் வண்ணம் பகுத்தளித்தார்.

ஊரக ஆட்சித் தீர்மானம் 1882

இந்திய மக்களுக்குக் கல்வியும் ஊராட்சி அளவில் ஆட்சிப் பொறுப்பும் கொடுக்க வேண்டும் என்று ரிப்பன் நினைத்தார். அதற்கு முன் நகராட்சி மன்றங்கள் இருந்தன என்றாலும் எல்லா வற்றிற்கும் அரசே அலுவலர்களை நியமித்தது. மக்கள் தங்களைத் தாங்களே கீழ் மட்டத்தில் ஆளக் கற்றுக்கொள்ள வேண்டும் என்று விரும்பிய ரிப்பன், ஊராட்சி மன்றங்களுக்கும் நகராட்சிக்கும் உறுப்பினர்களை மக்கள் தேர்ந்தெடுக்கும் உரிமையை வழங்கினார்.

லார்ட் ரிப்பன் சொன்னார், 'சமுதாயத்தின் அறிவாளிகளுக்கும் திறமைசாலிகளுக்கும் படிப்படியாகப் பயிற்சி அளித்து தங்கள் ஊர்ப்புற விஷயங்களைத் தாங்களே நிர்வகித்துக்கொள்ளும் பொறுப்பை அவர்களுக்கு வழங்க நான் விரும்புகிறேன். இப்படி அதிகாரத்தைச் சிறிது பகுத்து அளிப்பதனாலே நிர்வாகம் பெருமளவு முன்னேறிவிடும் என்றெண்ணி நான் இதை அளிக்க வில்லை. ஆனால் அரசியல் மற்றும் பொதுக் கல்வி பலம்பெறும் என்பதால்தான் அளிக்கிறேன்,' என்றார். அதன் படி கிராமப்புறங் களில் ஜில்லா போர்டு மற்றும் ஊரக அமைப்புகள், தாசில் மற்றும் தாலுக்கா ஆகியவை அமைக்கப்பட்டன.

நகர்ப்புறங்களில் நகராட்சிக்குச் சில உறுப்பினர்களை மக்கள் தேர்ந்தெடுக்குமாறு விதித்தார். சிலர் நியமிக்கப்படுவார்கள். நகராட்சித் தலைவர் அரசு அலுவலர் அல்லாதவராக இருப்பார். நியமிக்கப்பட்ட உறுப்பினர்கள் மூன்றில் ஒருபங்கிற்கு மேல் போகக்கூடாது. கல்வி, உடல் நலம், சாலைகள், செய்தித் தொடர்பு ஆகியவை உள்ளாட்சி வசம் இருக்கும். உள்ளாட்சிகளுக்கு நிதி ஆதாரங்கள் அளிக்கப்பட்டன. ஆனால் அவற்றின் பயன்பாடு கண்காணிக்கப்பட்டது. தெரு விளக்கு, தெருச் சுத்தம், சுகாதார நிர்வாகம், கல்வி, நீர் வழங்குதல், மருத்துவ உதவி ஆகியவை சென்னை, பஞ்சாப், வங்காளம் மாநிலங்களிலுள்ள உள்ளாட்சி களின் பொறுப்பில் கொணரப்பட்டன.

1882ம் ஆண்டு சர் வில்லியம் ஹன்டர் தலைமையில் கல்வி ஆணையம் ஒன்றை அமைத்தார். ஆரம்பக் கல்வியை வழங்கும்

பொறுப்பை அந்த ஆணையம் மாநிலங்களின் பொறுப்பில் விடப் பரிந்துரைத்தது. புதிதாக அமைக்கப்பட்ட நகராட்சிக் கழகங்களிடம் அந்தப் பொறுப்பை மாநில அரசுகளின் கண்காணிப்பின் கீழ் விட வேண்டும் என்றது. பெண் கல்விக்கும் வழிவகை செய்யவும், சிறிது சிறிதாக நடுநிலை, உயர்நிலைப் பள்ளிகளின் பொறுப்புகளையும் அரசின் நிர்வாகத்திலிருந்து விடுவித்து நகராட்சிகளிடம் ஒப்படைக்க வேண்டும் என்று பரிந்துரைத்தது. வணிகக் கல்வியும் தொழிற் கல்வியும் வழங்கப்பட வேண்டும் என்றும் சிபாரிசு செய்தது. பெரும்பாலான பரிந்துரைகளை ரிப்பன் ஏற்றுக் கொண்டார். ஆப்கானிஸ்தானத்தில் அப்துர் ரஹ்மான் கானை அமீராக அங்கீகரித்து அமைதியை நிலைநாட்டினார். உப்புவரியைக் குறைத்தார். நிர்வாகத்தைச் சீர்திருத்தினார்.

வீதிக்கு வந்த வெள்ளைச் சீமாட்டிகள்

ஐரோப்பியர்கள் மீது வழக்கு வரும்போது அவர்களை இந்திய நீதிபதிகள் விசாரிக்கக்கூடாது என்ற சட்டம் அமலிலிருந்தது. பரந்த மனப்பாங்கு கொண்ட ரிப்பன் அதை மாற்ற விரும்பினார். விக்டோரியா மகாராணி தனது பிரகடனத்தில் இந்தியர்களும் தம் பிரஜைகளே என்றும் அவர்கள் பிரிட்டிஷ் பிரஜைகளுக்கு இணையாக நடத்தப்படுவார்கள் என்றும் உறுதிமொழி கொடுத் திருந்த நிலையில் இந்திய நீதிபதிகள் ஐரோப்பியரை விசாரிக்கக் கூடாது என்று சொல்வது அரசியின் ஆணைக்கு மாறானது என்றார். எனவே தனது நிர்வாகக் கவுன்சிலில் சட்ட உறுப்பினராக இருந்த இல்பெர்ட்டிடம் இந்திய நீதிபதிகள் ஐரோப்பியரை விசாரிக்கலாம் என்று ஒரு சட்ட வரைவை எழுதித் தருமாறு கேட்டார்.

இல்பெர்ட் மசோதா எதிர்ப்பைக் கண்டது

இல்பெர்ட் அதன்படி ஒரு மசோதாவைச் சமர்ப்பித்தார். அதற்கு ‘இல்பெர்ட் மசோதா’ என்று பெயர். இல்பெர்ட் சட்ட மசோதா, சபையில் சமர்ப்பிக்கப்பட்டபோது இந்தியாவிலும் வெளிநாட்டிலும் இருந்த ஆங்கிலேயரும் ஐரோப்பியரும் கொதித்தனர். எங்களை இந்தியன் விசாரிப்பதா என்று குதித்தனர். இந்த அநீதியை நீக்கி இந்திய நீதிபதிகளும் வெள்ளையரை விசாரிக்க முடியும் என்ற சட்டத்தைக் கொணர ரிப்பன் முயன்று நிர்வாகக் கவுன்சிலிலும் பிராந்திய அரசுகளிலும் அனுமதி பெற்றுவிட்டார். பிப்ரவரி 1882ம் ஆண்டு இது இம்பீரியல் லெஜிஸ்லேடிவ் கவுன்சிலில் கொண்டு வரப்பட்டபோது இந்தியா வாழ் வெள்ளைக்காரர்கள் கடும் எதிர்ப்புத் தெரிவித்தனர். கல்கத்தா தெருக்களில் கூடி ரிப்பனுக்கு எதிராகக் கோஷம் எழுப்பினர். போராட்டம் நடத்தினர். ரிப்பனைக்

கேலி செய்தனர். பத்திரிகைகளில் தரக்குறைவாக எழுதினர். கல்கத்தா டவுன் ஹாலில் கூட்டம் போட்டனர். கறுப்பு மசோதா எனக்கூறி ஆர்ப்பாட்டம் செய்தனர். ஆங்கிலச் சீமாட்டிகளும் வீதியில் வந்து கோஷம் போட்டனர். ஆங்கிலேயருக்கெதிராக இந்தியர்கள் வீதியில் கோஷம் போட்ட நிலை மாறி வெள்ளையருக் கெதிராக வெள்ளையரே கோஷம் போட்ட விநோதம் அப்போது நிகழ்ந்தது. ‘இங்கிலீஷ் மேன்’ என்னும் பத்திரிகை எழுதியது: ‘இந்தியாவில் பிரிட்டிஷாருக்கு மட்டும்தான் உரிமை உண்டு. இந்தியர்களுக்கு உரிமைகிடையாது!’ என்று.

நீர்த்துப்போனது ரிப்பன் - இல்பர்ட் சட்டம்

ரிப்பனை உடனடியாகத் திருப்பி அழைக்கவேண்டும் என்று ஆர்ப்பாட்டம் செய்தனர். தெருவிலே ஊர்வலம் நடத்தினார்கள். வெள்ளையர் உரிமைப் பாதுகாப்பு அமைப்புகளை ஏற்படுத்தினர். கிளர்ச்சிக்காக நிதி திரட்டினர். அவர்கள் வீதிக்கு வந்து செய்த கிளர்ச்சிகளை மக்கள் உன்னிப்பாகக் கவனித்தனர். வேறு வழியின்றி ரிப்பன் அந்த மசோதாவைப் பெருமளவு நீர்க்கச் செய்ய வேண்டியிருந்தது. ஐரோப்பியர்களை இந்திய நீதிபதிகளோ ஐரோப்பிய நீதிபதிகளோ விசாரிக்க நேர்ந்தால் அவர்கள் 12 ஜூரர்கள் கோரலாம். அவர்களில் 7 பேர் ஐரோப்பியர்களாகவோ அமெரிக்கர்களாகவோ இருக்கவேண்டும் என்று தீர்மானிக்கப் பட்டது.

ரிப்பன் எங்கள் அப்பன்

மக்களால் போற்றப்பட்ட வைஸ்ராயாக விளங்கினார் ரிப்பன். சென்னையிலுள்ள மாநகராட்சிக் கட்டிடம் இன்றும் ரிப்பன் பில்டிங் என்றே அழைக்கப்படுகிறது. கர்நாடகாவில் உள்ள ஷிமோகாவில் ரிப்பன் பேட் என்னும் ஊர் உள்ளது. கல்கத்தாவில் ரிப்பன் தெரு உள்ளது. ஏன், பாகிஸ்தானில் கூட ரிப்பன் ஹாலும், ரிப்பன் கட்டிடமும் உள்ளன.

ஐரோப்பியர்கள் கிளர்ச்சி செய்து சட்டத்தைத் திருத்த வைத்ததை அறிந்த இந்தியர்கள் அப்படி ஒருவழியைத் தாமும் தேர்ந்தெடுக் கலாம் என்று எண்ணத் தலைப்பட்டனர். ரிப்பன் 1884ம் ஆண்டு தன் பதவியை விட்டுத் தானே விலகினார்.

இந்தியர்கள் மிகுந்த மரியாதையோடும் அன்போடும் அவரை வழியனுப்பி வைத்தனர். தமிழ் நாட்டில் ரிப்பன் எங்கள் அப்பன் என்று போற்றப்பட்டார். அவர் விட்டுச் சென்ற அடுத்த ஆண்டே காங்கிரஸ் மகாசபை தோற்றம் கண்டது.

சர் ஜான் ட்ரெவெலியன்

சிப்பாய் கலகத்துக்குப்பிறகு இவர் மதராஸ் கவர்னர் பொறுப்பு ஏற்றார். மக்களிடையே நல்ல பெயர் பெற்ற கவர்னர்களில் இவரும் ஒருவர். நிலம் யார் வேண்டுமானாலும் வாங்கலாம் என்னும் விதியைக் கொணர்ந்தார். போலீஸ் அராஜகம் கிடையாது. மக்களோடு மிக சகஜமாகப் பழகினார். கெடுபிடி இல்லாத ஆட்சி எனவே மக்கள் அவரை விரும்பினர்.

லார்ட் கன்னிமரா - 1886-90

கன்னிமரா பொது நூலகத்துக்கு இவர்தான் அடிக்கல் நாட்டினார். மூன்றாவது காங்கிரஸ் மாநாடு சென்னையில் நடந்தபோது காங்கிரஸ் மாநாட்டுக்கு வந்த பிரதிநிதிகளுக்குக் கவர்னர் மாளிகையில் விருந்தளித்தார். கஞ்சம் என்னுமிடத்தில் பயங்கரப் பஞ்சம் ஏற்பட்டபோது தானே நேரடியாகச் சென்று பஞ்ச நிவாரணப் பணிகளை மேற்கொண்டார். சென்னையில் சுகாதாரப் பாதுகாப்புத் திட்டங்கள், கழிவுநீர் வெளியேற்றத் திட்டங்கள் ஆகியவற்றை நிறைவேற்ற. ஊக்குவித்தார். அவரது ஆட்சிக்காலத்தை மெட்ராஸின் பொற்காலம் என்று மதராஸ் மெயில் எழுதியது *(4-12-1890)*.

பெயில்பி லார்ட் மூன்றாம் பேரன் வென்லாக் - 1905 1911

இந்தியன் கவுன்சில் ஆக்ட் 1909 இவர் காலத்தில்தான் உருவானது. இவரும் ஒவ்வொரு இடத்துக்கும் சென்று மக்கள் மத்தியில் நெருங்கிப் பழகினார். இவர் கவர்னராக இருந்தபோதுதான் அர்பத்நாட் பேங்க் திவாலாகியது. பொதுமக்களிடமிருந்து பணம் வசூலித்து பணம் முதலீட்டாளர்களுக்கு ஓரளவு நிவாரணம் கிடைக்க ஏற்பாடு செய்தார். அதன் பிறகு தோன்றியதுதான் இந்தியன் வங்கி. 1911ல் மதராஸில் அரசினர் மருத்துவ மனைக்கு எதிரே அவரது மனைவியின் பெயரில் லேடி லாலி நர்ஸஸ் குவார்ட்டர்ஸைத் தொடங்கிவைத்தார். மியூசியம் இவரால் தொடங்கிவைக்கப்பட்டது.

லார்ட் பென்லேண்ட் - 1912-1916

இவர் இந்தியக் கலாச்சாரத்தில் அதிக ஈடுபாடு கொண்டவர். இவர் கவர்னராக இருந்தபோதுதான் எம்டன் கப்பல் சென்னையைத் தாக்கியது. இவருடைய ஆட்சிக்காலம் முழுவதிலும் முதல் உலக மகாயுத்தத்தைச் சந்திக்கும் ஏற்பாடுகளைச் செய்யவேண்டியிருந்தது. சென்னை வணிகர்களின் உதவியோடு மருத்துவக் கப்பல் ஒன்றை

மதராஸிலிருந்து மத்தியதரைக்கடல் பகுதிவரை, காயம்பட்ட கடற்படை வீரர்களுக்கு உதவுவதற்காக இயக்கிக்கொண்டிருந்தார். பாம்பன் பாலம் இவர் காலத்தில்தான் திறந்துவைக்கப்பட்டது. ராமேஸ்வரம் கோயிலின் பிரம்மாண்டத்தைக் கண்டு வியந்த இவர் வைஸ்ராய்க்கு எழுதி ராமேஸ்வரம் கடல்பகுதியில் அகழ்வாராய்ச்சி செய்து ஆடம்ஸ் பாலத்தையும் ஆராய்ச்சி செய்யவேண்டும் என்றார். அவர் வைஸ்ராய்க்கு எழுதிய கடிதத்தில் ‘எனக்கு மிக விருப்பமான இந்தியாவில் நான் மிகவும் நேசிக்கும் மாநிலம்!’ என்று குறிப்பிட்டிருந்தார். கணித மேதை ராமானுஜம் லண்டன் செல்ல லார்ட் பென்லேண்ட்தான் உதவியதாகத் தெரிகிறது.

49

இந்திய தேசியம்

'இந்தியா எப்பொழுதும் ஒன்றாக இருந்ததில்லை!

இந்தியா எப்பொழுதும் ஒன்றாக இல்லாமல் இருந்ததில்லை!'

விசித்திரமாக இருக்கிறதல்லவா? ஆனால் இதுதான் உண்மை. வடக்கே இமயமலையிலிருந்து தெற்கே கன்னியாகுமரி வரையும் இந்தியா எப்பொழுதும் ஒரே தேசமாகத்தான் இருந்திருக்கிறது. ஆனால் அந்த தேசத்துக்குள்ளே சின்னதும் பெரிதுமாகப் பல அரசுகளும் சிற்றரசுகளும் காலம் காலமாக இருந்து வந்திருக்கின்றன. இப்பொழுது பல இடங்களில் பார்க்கிறோமே, ஒரு குட்டி நாடு, அந்த நாட்டுக்குள்ளே தனித்தனி குட்டி நாடு. ஒன்றுக்குள்ளிருந்து மற்றொன்றுக்குப் போக எத்தனையோ தடைகள். நதியின் இந்தக் கரையில் ஒரு நாடு. நதியின் அந்தக் கரையில் ஒரு நாடு. நதியின் இந்தக் கரையிலிருந்து அந்தக் கரைக்கு ஒரு பறவை பறந்து போகும். ஆனால் மனிதன் போக முடியாது. ஒரு படகு போகும். ஆனால் மனிதனுக்குத் தடை.

இப்படியா இருந்தது இந்தியா?

வேற்றுமையிலே ஒற்றுமை

இந்தியாவில் எத்தனையோ துண்டு துண்டு நாடுகள் இருந்தாலும் ஒரு மனிதன் எளிதாகக் குமரியிலிருந்து இமயம் வரை எந்தத் தடையுமின்றிச் செல்லக்கூடும்.

அப்பொழுது போக்குவரத்து சாதனங்கள் கூட அதிகமிருந்ததில்லை. மாட்டுவண்டி, குதிரை, யானை, தேர் என்று ஏறிச் சென்று மக்கள் பாரத தரிசனம் செய்தனர். காசிக்குப் போனால் ராமேஸ்வரம் போக வேண்டும் என்று தெற்கையும் வடக்கையும் இணைத்தனர். சக்தி பீடங்கள் நாடு முழுக்க இருக்க மக்கள் தெற்கு, வடக்கு, மேற்கு, கிழக்கு எனப் பயணப்பட்டனர். 108 திவ்ய தேசங்கள் நாடு முழுதும் விரவிக் கிடக்கின்றன. அடிநாதமாக அடிப்படைக் கலாச்சாரம், மதம், இறை பக்தி எல்லாம் இந்தியா முழுவதையும் இணைத்தன. எனவே தேசியம் என்பது இந்தியாவுக்குப் புதியதல்ல என்றாலும் இடைப்பட்ட காலத்தில் வேற்று மதத்தினர் இந்தியாவின் பெரும் பகுதியை ஆளத் தொடங்கியபோது அவர்களால் நாட்டின் கலாச் சாரம் மாற்றம் பெற்றாலும் அடிநாதமாக ஒன்றிணைக்கும் அந்த இழை அறுந்து போய்விடவில்லை. மொழிகள் வெவ்வேறானவை தான். ஆனால் கற்றலும் கற்றுக் கொடுத்தலும் நிகழ்ந்தன.

பல்கலைக்கழகங்கள் வடக்கே நாளந்தாவிலும் காசியிலும் தெற்கே காஞ்சியிலும் இயங்கின. அவற்றுக்கிடையே அறிஞர்களின் பரிவர்த்தனை நிகழ்ந்து கொண்டிருந்தது. எத்தனையோ மொழிகள் பேசப்பட்டாலும் மொழி ஒரு தடையாக இருந்ததில்லை. இன்றைக்கும் வெளிநாட்டினருக்கு அது ஒரு வியப்புத்தான். தெற்கே ஒரு தத்துவம், ஒரு மதக்கொள்கை தோன்றினால் அதை வடக்கே சென்று பரப்ப முடியும். மக்களைத் தம் கொள்கைக்கு இழுக்க முடியும். ஆதி சங்கரர் ஒரு முறை, இரு முறையில்லை பல முறைகள் இந்தியா முழுவதிலும் சுற்றி வந்திருக்கிறார். அவர் நிறுவிய மடங்கள் பத்ரி நாத்திலிருந்து சிருங்கேரி வரையிலும் துவாரகாவிலிருந்து பூரி வரையிலும் தெற்கையும் வடக்கையும் கிழக்கையும் மேற்கையும் இணைத்தன. எனவே இந்தியாவில் எத்தனையோ பிரிவுகள் இருந்தாலும் அடி நாதமாக ஒரு அருள் பிணைப்பு இருந்தது. 'இந்தியா எப்பொழுது ஒரே நாடாக இருந்தது?' என்று வெளிநாட்டினர் கேட்டார்கள். ஆனால் இந்தியா எப்பொழுது ஒரே நாடாக இல்லாமல் இருந்தது என்று நம்மவர் கேட்டார்கள்.

ஒரே அரசனின் ஆட்சியின் கீழ் இயங்குவதுதான் ஒரு நாடு என்ற நிலையை விட்டு வெளிநாட்டினரால் வெளியே வர முடியவில்லை. ஒரே குடும்பத்தினர் வெவ்வேறு இடங்களில் இயங்கினாலும் அவர்கள் ஒரே குடும்பத்தைச் சேர்ந்தவர்கள்தாம் என்றனர் நம்மவர்கள். செப்புமொழி பதினெட்டுடையாள் எனில் சிந்தனை ஒன்றுடையாள் என்றார் பாரதி. குமரியில் தேள்கொட்டினால் இமயத்தில் வலித்தது. வீழ்ந்தால் முப்பது கோடி முழுமையும் வீழ்வோம் என்றார் பாரதி.

இப்படி அடிநாதமாக இழை ஓடிக்கொண்டிருந்தாலும் அரசர்களுக் குள்ளும் சிற்றரசர்களுக்குள்ளும் உட்குத்து நிகழ்ந்து கொண்டிருந் தது. நமக்குள்ளே ஒருவருக்கொருவர் துணைக்கு அழைக்கப்பட்டது மாறி அன்னியனைத் துணைக்கு அழைக்கத் தொடங்கியபோது நமது கலாச்சாரத்தில் விரிசல் கண்டது. இருவரின் தன் முனைப்பு மூன்றாமவனுக்கு அடிமையாகியது. காலம் காலமாக பிணைக்கப் பட்டிருந்த அந்த இழையில் பிசிறு காணத் தொடங்கியது. சாதியால் பின்னம், மதத்தால் பின்னம், இனத்தால் பின்னம், மொழியால் பின்னம் எனப் பின்னங்களே சின்னங்களாகி விட்டன.

ஒற்றுமை நிலைக்க உதவிய பெரியோர்

அறுந்து போகாமல் ஆனால் பிசிறுபட்டிருந்த அந்த இழையைச் சீர்படுத்தப் பல பெரியவர்கள் முன்வந்தார்கள்.

தெற்கே வள்ளலார் சமரச சுத்த சன்மார்க்கம் என்ற பெயரில் எல்லா மதங்களுக்கும் பொதுவான ஒரு மார்க்கத்தை வகுத்து ஒற்றுமையை நிலைநாட்ட முயன்றார். ஐந்து திருமுறைகள் வெவ்வேறு தெய்வங் களைப் பாடி வந்த அவர் இறுதியில் 'அருட்பெரும் ஜோதி தனிப் பெரும் கருணை' என்னும் ஒளிவழிபாட்டை நிலை நாட்டினார்.

கேரளாவில் நாராயண குரு என்பவர் சாதி மத வேறு பாடின்றி எல்லோரும் இறையை வழிபட முடியுமென்றார். அதற்காக உயர் இனத்தினர் வழிபடும் சிவன் கோயில்களைத் தாழ்த்தப் பட்டவர்களும் வழிபடுவதற்காகக் கட்டினார். ஸ்ரீ நாராயண குரு தர்ம பரிபாலன சபை மூலம் ஒற்றுமையையும் தேசிய எழுச்சியையும் ஏற்படுத்தும் பணிகளைச் செய்தார்.

வங்கத்திலே நடந்த சன்னியாசிப் போராட்டத்தை விவரமாகத் தன் ஆனந்த மடம் புதினத்தில் சொல்லிய பக்கிம் சந்திர சட்டர்ஜி வந்தே மாதரம் என்ற புகழ் பெற்ற பாடலை எழுதினார். அது நாடெங்கும் தேசிய உணர்வை எழுப்பும் தாரக மந்திரமாயிற்று.

ராமகிருஷ்ண பரமஹம்ஸரின் இயக்கம், சுவாமி தயானந்த சரஸ்வதியின் ஆர்ய சமாஜம், ராஜாராம் மோகன்ராயின் பிரம்ம சமாஜம் ஆகியவை மக்களிடையே ஒற்றுமைப்பாங்கை எழுப்பின. விவேகானந்தர் வெளிநாட்டிலே இந்தியாவின் பெருமையை நிலைநிறுத்திய பொழுது இந்தியா முழுவதும் கௌரவப்பட்டது. விவேகானந்தர் சொன்னார்:

'சுதந்திரம் என்பது கோழைகளுக்கில்லை. எல்லாப் பலவீனத்தையும் தூக்கி எறி. உன் மனதுக்குச் சொல்' 'நான் பலசாலி! என்மேல் கட்டுக் கடங்காத நம்பிக்கையும் உறுதியும் கொண்டுள்ளேன்.'

மேலும் சுவாமிஜி சொன்னார். 'நம்முடைய பழமையில் நாம் பெருமைப்படுகிறோம். ஆனால் அதிலேயே மூழ்கிவிடக்கூடாது. இப்பொழுதுள்ள புதுமையிலும் முனையவேண்டும்' என்றார். ஆங்கிலேயர், முஸ்லிம்கள் எல்லோரும் தங்கள் இனந்தான் உயர்ந்த இனம் என்பதைச்சொல்லிக்கொண்டிருந்த காலத்தில் இந்தியாவின் பழம் பெருமையைச் சொல்லி அது நாம் பெருமைப்படத்தக்கது தான் என்றாலும் அதிலேயே நின்று விடாமல், புதுமையையும் முயன்றுபார்ப்போம்' என்றார் சுவாமிஜி. அதற்குத் தேவை அச்ச மின்மை. விழித்தெழு, எழுச்சிகொள், உன்னுடைய லட்சியத்தை அடையும் வரை நிறுத்திவிடாதே 'என்றார். இந்தக்கூற்று ஒவ்வொரு தேசபக்தனையும் உணர்ச்சிகொள்ளச்செய்தது. அவன் விழித்தான். அவன் எழுந்தான், அவன் துணிந்து போராடினான். போராடிக் கொண்டே இருந்தான்.

அதனால்தான் சுவாமிஜியின் எழுத்துகளை, புத்தகத்தைக் கையில் வைத்திருப்பதுகூட தேச விரோதமான காரணம் என்று சொல்லிக் கைது செய்தார்கள். உளவுத்துறை பதிவுகளைப் பார்க்கிறபோது இதற்குப் பல ஆதாரங்கள் கிடைக்கின்றன.

இந்தியாவில் வெவ்வேறு இடங்களில் உள்ள ராமகிருஷ்ணா மிஷனின் ஆசிரமங்கள் சிலசமயங்களில் புரட்சியாளர்கள் கூடித் திட்டமிடும் இடங்களாக இருக்கின்றன. பல தீவிரவாதிகள் ராமகிருஷ்ணா மிஷனோடு தொடர்புடையவர்களாக இருந்திருக் கிறார்கள். தேசபக்திக்குப் பயிற்சி கொடுக்கிற பாடங்களாக சுவாமி விவேகானந்தரின் கட்டுரைகள் இருந்திருக்கின்றன.

லாகூர் சதி வழக்கு, பாரிசால் சதிவழக்கு, ஆகியவற்றோடு தொடர்புடைய இராஷ் பிஹாரி போஸ் மற்றும் அவரோடு வழக்கில் சம்பந்தப்பட்ட ஐவர் ஆகியோர் ராமகிருஷ்ணா மிஷனோடு தொடர்புடையவர்கள். டாக்கா அனுசீலன் சமிதி உறுப்பினர்கள் அடிக்கடி ராமகிருஷ்ணா மிஷனுக்குச் சென்றார்கள். உண்மையில் மிஷன் என்பது அவர்களது சங்கேதச் சொல்.

ரவீந்திரநாதருக்கு நோபெல் பரிசு கிடைத்தால் கன்னியாகுமரியில் இருப்பவன் களிப்படைந்தான். சர்.சி.வி. இராமனுக்கு நோபெல் கிடைக்கையில் காஷ்மீரி களிப்படைந்தான். கல்கத்தாவில் ஜகதீச சந்திர போஸ் புதிதாக உயிரின் ஒலி சித்தாந்தத்தை உலகம் வியக்க நிலைநிறுத்தியபோது தெற்கே மகாகவி பாரதி மிக மகிழ்ந்து கட்டுரை எழுதினான். அப்படி ஒரு பிணைப்பு நாட்டின் குறுக்கும் நெடுக்கும் இருந்தது

பிரம்ம சமாஜம்

ராஜாராம் மோகன் ராய் பாரம்பரியமான ஹிந்துக் குடும்பத்திலே பிறந்தாலும் ஹிந்து மதத்திலே இருந்த மூட நம்பிக்கைகளையும் சடங்குகள் என்ற பெயரில் செய்யப்படும் சில வேண்டத்தகாத செய்கைகளையும் வெறுத்தார். என்றாலும் வேதங்களும் உபநிடதங்களும் என்ன சொல்கின்றன என்பதை அறிய அவற்றை முற்றும் கற்றுணர்ந்தார். ஆங்கிலம், ஹீப்ரு, லேட்டின் போன்ற பல மொழிகளையும் கற்றார். கிறித்துவப் பாதிரிகளோடு பழகினார். கிறித்துவ மதத்திற்கு வலுக்கட்டாயமாக மாற்றும் நிலையையும் கண்டார். அதே சமயம் கணவன் இறந்தால் அவனோடு மனைவி யையும் எரிக்கும் சதி, மிகச் சிறுவயதிலேயே திருமணம் செய்வித்தல் போன்ற கொடுமைகளும் அவர் மனத்தைப் பாதித்தன. பெண் களுக்கு இழைக்கப்படும் அநீதிகளைக் களைய முன்வந்தார். அதனாலே உருவ வழிபாடில்லாத எல்லோருக்கும் பொதுவான பிரம்ம சமாஜம் என்னும் வழிபாட்டு முறையை வகுத்தார்.

கணவன் இறந்தால் உடன் மனைவியும் கணவனின் சடலம் வைத்திருக்கும் அதே சிதையில் விழுந்து இறக்கும் வழக்கம் இந்தியாவில் அதிகம் இருந்தது. வங்காளத்தில் மட்டுமே ஆயிரக் கணக்கில் ஒவ்வோராண்டும் சதிச் சாவு நிகழ்ந்தது. இந்த உடன் கட்டை ஏறும் சதிப் பழக்கத்தை இந்து மதத்தினார் புனிதமாகக் கருதி னார்கள். எனவே இந்தச் சதியை ஒழிப்பதற்கு முயன்ற பிரிட்டி ஷாருக்குப் பலத்த எதிர்ப்பிருந்தது. 'எங்கள் மதத்தில் தலையிட நீ யார்?' என்று கேட்டார்கள். அதனால் ஓர் இந்தியனை முன்னிருத்தி அதை ஒழிக்க முனைந்தது அரசு. ராஜாராம் மோகன் ராய் தான் முன் நின்று அதற்காகப் பாடுபட்டார். சதியை ஒழிக்க அரும்பாடு பட்டு ஆங்கில அரசின் ஒத்துழைப்போடு அதை ஒழிக்கும் சட்டம் கொணர வைத்தார்.

ஆர்ய சமாஜம்

கிறித்துவ மதத்திற்குப் பலவந்தமாக மாற்றப்பட்டவர்கள் மீண்டும் ஹிந்து மதத்திற்குத் திரும்ப இயலாத நிலையிருந்தது. எத்தனையோ பேர் தாய் மதத்திற்குத் திரும்ப விரும்பினார்கள். சுவாமி தயானந்த சரஸ்வதி தொடங்கிய ஆரிய சமாஜம் அதற்கு வழிவகுத்தது. அதனால் இந்தியா முழுதும் அது பரவியது. அது ஒரு தேசிய இயக்கமாக எழுந்தது.

இந்தச் சமயத்தில் உலகத்தில் நிகழ்ந்த தொழிற் புரட்சியின் காரணமாக இங்கிலாந்தில் உற்பத்தியான பொருள்களை

இந்தியாவில் கொண்டு விற்கும் நிலை ஏற்பட்டது. அதற்கு முன் இந்தியாவிலிருந்து துணிகள் வெளிநாட்டுக்குச் சென்றது மாறியது. அதனாலே இந்தியாவில், குறிப்பாக வங்கத்தில் நெசவுத்தொழில் நசித்தது. அதனாலே நெசவு தொழிலாளிகள் வெறுப்புற்றிருந்தனர்.

உப்பு உற்பத்தியைத் தனியார் செய்யவிடாமல் செய்து அதன் ஏக போக உரிமையை அரசே பெற்று நடத்திவந்தது. அத்தியாவசிய மான உப்புக்கு அதிக வரி விதித்தார்கள். தங்கள் வரும்படியையே கருத்தில் கொண்ட கிழக்கிந்தியக் கம்பெனியும் அதன் பிறகு பிரிட்டிஷ் அரசும் உப்புக்கு வரியை ஏற்றிக்கொண்டே போனார்கள். அதனால் மக்களின் வெறுப்புக்கு ஆளானார்கள்.

அவுரி வாணிகத்தில் தலையீடு, பழங்குடி மக்களின் நிலங்களைப் பறித்தல், ஒபியம் வியாபாரம் என அரசு எல்லாவற்றிலும் தலையிட்டு மக்களைச் சுரண்டினர். ரயில்வே போன்ற மக்களுக்குப் பயன்படும் போக்குவரத்துகளை நிர்மாணம் செய்தாலும் அதில் தொழில்செய்யும் அதிகாரிகள் பெரும்பாலும் ஆங்கிலேயர்களாக இருந்ததாலும் அங்கே கிடைக்கும் பணம் வெளிநாட்டிற்குச் சென்றதாலும், உள்நாட்டு மக்களின் பணம் அதிலும் கொள்ளை யடிக்கப்பட்டதாலும் மக்களின் பொருளாதாரம் சீரழிந்தது. இவற்றிற்கெல்லாம் மேல் 1877-78ல் நாட்டின் பெரும்பகுதிகள் பஞ்சத்தால் பாதிக்கப்பட்டபோது அதன் நிவாரணத்திற்குத் தேவையான செயல்களைச் செய்யாமல் விக்டோரியா மகாராணியை இந்தியாவின் சக்கரவர்த்தினி என அறிவிக்க மிகப் பிரம்மாண்டமாக நடத்திய தர்பாரைக்கண்டும் மக்கள் வெறுப்படைந்தனர்.

சிப்பாய் புரட்சியை ஒடுக்க நீல், நிகல்சன், ஹேவ்லாக் போன்ற ஆங்கில ராணுவ அதிகாரிகள் நிகழ்த்திய ஈவிரக்கமற்ற கொடுமைகள் மக்களைக் கொதிப்படையச் செய்திருந்தன.

மெக்காலேயின் கல்வித்திட்டம் ஆங்கில அரசுக்குத் தேவைப்பட்ட கீழ்மட்ட விசுவாசமிக்க பணியாளர்களை உருவாகிக் கொடுத்தது என்றாலும் அந்தக் கல்வி மக்களை வெளிநாட்டில் நடக்கும் நிகழ்ச்சிகளையும் அறிந்து கொள்ளச் செய்தது. பிரெஞ்சுப் புரட்சி, அமெரிக்க சுதந்திரப் போர், ஆகியவற்றைக் கற்றார்கள். நம்மவர்கள் அடக்கியாளப்படுவதை அறிந்தார்கள். எனவே ஆங்கிலக் கல்வி கற்றவர்கள் தாங்கள் கூடிக் கலந்தாலோசிக்கும் வகையில் அங்கங்கே சில அமைப்புகளை ஏற்படுத்தினர். நாமிருக்கும் நாடு நம்முடைய நாடு என்னும் உணர்வு கொஞ்சம் கொஞ்சமாகத் தலை தூக்கத் தொடங்கியது. படித்தவர்கள் மத்தியிலே அதாவது உயர் மட்டத்தில் இருந்தவர்கள் மத்தியிலே தான் இத்தகைய உணர்வு மெதுவாகச் சுடர்விடத் தொடங்கியது.

50

இந்திய தேசியக் காங்கிரஸின் தோற்றமும் செயல்பாடும்...

இந்திய தேசியக் காங்கிரஸின் வரலாறு இந்திய சுதந்திரப் போராட்ட வரலாற்றின் பேரங்கமாகும். இந்திய தேசியக் காங்கிரஸ் தொடங்கப்பட்டபோது அது கொண்டிருந்த கொள்கைகளுக்கும் பின்னாளில் படிப்படியாக ஏற்பட்ட மாறுதல்களின் விளைவாக அது கைக்கொண்ட போக்கிற்கும் பெருத்த வேறுபாடு உண்டு. மனுச் செய்து அரசிடம் சலுகைகளைப் பெறும் முயற்சியிலேயே அதன் தொடக்க காலம் கழிந்தது.

இந்திய தேசியக் காங்கிரஸ் எப்படித் தொடங்கப்பட்டது என்பதிலும் பல சர்ச்சைகள் உண்டு. இந்திய அரசின் வைஸ்ராய் டஃபெரினின் ஆலோசனைப்படிதான் ஸர் ஹியூம் அதைத் தொடங்கினார் என்றும், இல்லையில்லை அரசின் பல்வேறு செயல்பாடுகளால் வெறுப் படைந்த மக்களின் எழுச்சியால்தான் தொடங்கப்பட்டதென்றும் கருத்து வேறுபாடுகள் உண்டு. சர் ஹியூம் இந்தியத் தியாசாஃபிகல் சொஸைட்டியுடன் தொடர்புடையவர். அவர் ஐ.சி.எஸ். அதிகாரி யாக இருந்தவர். இந்தியர் ஒருவர் தொடங்கிவைத்தால் அரசு அதற்கு அங்கீகாரம் கொடுக்காமல் போகலாம் என்ற காரணத்தினால் இந்தியாவிடம் கொஞ்சம் கரிசனம் கொண்டிருந்த ஹியூமை அணுகி ஒரு தேசிய அமைப்பைத் தொடங்க உதவுமாறு கேட்டார்கள் என்றும் அவர் அதற்கு ஒப்புக்கொண்டு செயல்பட்டார் என்றும் பிபின் சந்திரா என்பவர் தான் எழுதியுள்ள நூலில் குறிப்பிடுகிறார்.

ஆனால் இந்திய தேசியக் காங்கிரஸின் அதிகாரபூர்வ வெளியீட்டில் வைஸ்ராய் டப்ஃரின் ஹியூமிடம் சொல்லித்தான் ஒரு தேசிய அமைப்புத் தொடங்கப்பட்டது என்று தெளிவாகச் சொல்லப் பட்டுள்ளது. 16-11- 1884ல் ஆலன் ஆக்டேவியன் ஹியூம் பூனா சர்வாஜானிக் சபையின் செயலர் சி.எஸ். சிப்லங்கருக்கு கடிதம் எழுதியுள்ளார். அக்கடிதத்தில் மாநில அரசியல் அமைப்புகளின் இணைப்புத் திட்டத்தைக் குறிப்பிட்டு ஒத்துழைப்பையும் கோரியிருக்கிறார்.

இந்திய தேசிய காங்கிரஸ் தொடங்கப்படுவதற்கு முன் தேசிய அளவில் அப்படி ஓர் அமைப்பு இல்லை. ஆனால் சில மாநிலங் களில் சில அமைப்புகள் செயல்பட்டுக்கொண்டிருந்தன. அவற்றில் முக்கியமானவை...

கல்கத்தாவில்: பிரிட்டிஷ் இந்தியன் அசோசியேஷன், இந்தியன் அசோசியேஷன்.

மகாராஷ்ட்ரா: பம்பாய் இந்தியன் அசோசியேஷன், பூனா சர்வஜானிக் சபை.

சென்னை: மதராஸ் நேட்டிவ் அசோசியேஷன், சென்னை மாகாஜன சபை.

பிரிட்டிஷ் இந்தியன் அசோசியேஷன்:

இந்த அசோசியேஷன் தொடங்கப்படுவதற்கு முன்பு வங்காளத்தில் ஜமீன்தாரி அசோசியேஷன், வங்காளம் பிரிட்டிஷ் இந்தியா சொஸைட்டி என இரண்டு அமைப்புகள் இருந்தன. இவற்றில் ஆங்கிலேயர்களும் இந்தியர்களும் உறுப்பினர்களாக இருந்தார்கள். சாதி, நிற வேறுபாடின்றி இவை இயங்கிவந்தன. இவை கிழக்கிந்தியக் கம்பெனிக்கும் பிரிட்டிஷ் நாடாளுமன்றத்திற்கும் குறை நிவர்த்தி மனுச்செய்யும் தொழிலைச் செய்து வந்தன. இவற்றிலும் ஒரு காலகட்டத்தில் விரிசல் கண்டது.

வைஸ்ராய் ரிப்பன் கொணர்ந்த இல்பெர்ட் மசோதாவை எதிர்த்த ஐரோப்பியர்கள் உறுப்பினர்களாக இருந்த அமைப்புகளில் ஐரோப்பியர்களுக்கும் இந்தியர்களுக்கும் இடையே மனக்கசப்பு ஏற்பட்டது. ஐரோப்பியர் அந்த அமைப்புகளிலிருந்து விலகிக் கொண்டனர்.

1851ம் வருடம் முதல் செயல்பட்டுவந்த பிரிட்டிஷ் இந்தியா அசோசியேஷனில் ஜமீன்தாரி அசோசியேஷனும் வங்காளம் பிரிட்டிஷ் அசோசியேஷனும் இணைந்தன. இந்த அமைப்பு இதற்கு

முந்திய அமைப்புகள்போல் இல்லாமல் சற்றுத் தீவிரமாகச் செயல் பட்டது. இதற்கு ஆங்கில அரசு செவிகொடுக்கும் அளவுக்குப் பலம் பெற்றுத் திகழ்ந்தது. இது கல்கத்தாவிலிருந்து செயல்பட்டாலும் இதன் நோக்கம் பரந்து பட்டதாகத் தேசியப் பார்வை கொண்டதாக அமைந்தது.

இந்த அசோசியேஷன் சார்பில் ‘இந்து பேட்ரியாட்’ என்னும் பத்திரிகை நடத்தப்பட்டது. ஹரிஷ் சந்திர முகர்ஜி அதன் ஆசிரியராக விளங்கினார். இந்திய சிப்பாய் போரின் போதும் இண்டிகோ விவசாயிகள் போராட்டத்தின் போதும் இந்தப் பத்திரிகை மிகத் தீவிரமாக எழுதியது. பிறகு தினசரிப் பத்திரிகையாக மாறியது.

கோர்ட்டுக்கு வந்த சாளக்கிராமம்!

சுரேந்திரநாத் பானர்ஜி வங்காளத்தில் மிகப் பெரிய தலைவர். அவர் மீது நடந்த ஒரு வழக்கு மிகவும் பிரசித்தம்.

‘சாளக்கிராமம் என்றால் என்ன? அதைக் கோர்ட்டுக்குக் கொண்டுவா. அதை நான் பார்க்கவேண்டும்’ என்றார் கல்கத்தா உயர்நீதி மன்ற நீதிபதி நாரிஸ்.

‘கனம் நீதிபதி அவர்களே, அது பரம்பரை பரம்பரையாக எங்கள் வீட்டுப் பூஜை அறையில் இருக்கிறது. அதைக் கொண்டு வர இயலாது. என்னை மன்னிக்க வேண்டும்,’ என்றார் குற்றம் சாட்டப் பட்டவர்.

‘உங்கள் இருவருக்கும் இடையே உள்ள வழக்குக்கு நான் தீர்ப்பளிக்க வேண்டுமானால் அது எவ்வளவு பழமையானது என்பதை நான் நேரிலே பார்த்தாகவேண்டும்’ என்றார் நீதிபதி

‘அப்படியென்றால் இந்து மதத்தைச் சேர்ந்த கடவுள் நம்பிக்கை யுள்ள கோர்ட்டுக்கு நம்பிக்கையான ஒருவரை என்னுடன் வீட்டுக்கு அனுப்புங்கள். அவர் முறைப்படி பூஜை செய்துவிட்டு அதை எடுத்துப் பார்க்கட்டும்,’ என்றார் குற்றம் சாட்டப்பட்டவர்.

‘அது முடியாது. அதை நானே தான் பார்ப்பேன்,’ என்றார் நீதிபதி.

வேறு வழியின்றி அச்சாளக்கிராமம் நீதிமன்றத்துக்குக் கொண்டு வரப்பட்டது. அதைக் கையில் வாங்கிப் பார்த்த நீதிபதி ஒரு கேலிப்புன்னகையோடு,

‘இதுவா பழமையான கல். நிச்சயமாக இருக்காது. நான் உன்னைக் குற்றவாளியெனத் தீர்ப்பளிக்கிறேன்,’ என்று சொல்லித் தண்டனை அளித்தார். இந்த விவரத்தை இரண்டு செய்திகளாக வெவ்வேறு

தினங்களில் 'The Brahmo public Opinion' என்ற பத்திரிகை வெளியிட்டிருந்தது. அவற்றைப் படித்த பேரறிஞர் சுரேந்திரநாத் பானர்ஜிக்கு எரிச்சல் வந்தது. நம் நாட்டு சமய வழிபாட்டில் ஆங்கிலேயன் எப்படி வரம்பு மீறி நடக்கலாம் என்று கோபம் கொண்டார். சுரேந்திரநாத் பானர்ஜி பெரிய மேதை. ஐ. சி. எஸ். தேர்வில் வெற்றி பெற்றவர். வயது சரியில்லை என்று காரணங் காட்டி ஐ.சி.எஸ் பதவியைப் பறித்தார்கள். போராடி மீண்டும் பதவியைப் பெற்றார். ஆனால் அவர்மீது பொய்க் குற்றம் சாட்டி மீண்டும் ஐ.சி.எஸ். பதவியைப் பறித்தனர்.

மத உணர்வுகளைப் பழிக்கும் விதத்தில் நீதிபதி நடந்து கொண்ட தால் தான் நடத்தி வந்த 'The Bengalea' என்னும் பத்திரிகையில் தீர்ப்பையும் தீர்ப்புக் கொடுத்தவரையும் தாக்கி எழுதினார்.

'இதுவரை உயர்நீதி மன்ற நீதிபதிகள் மக்களால் மிகவும் மதிக்கப் பட்டவர்களாகவே இருந்திருக்கிறார்கள். அவ்வப்போது அவர்கள் தமது கடமையில் தவறியது உண்டு. அவையெல்லாம் பொறுமை யின்மையாலோ அல்லது சமுதாயக் கலாச்சார அறியாமையாலோ இருந்திருக்கலாம். ஆனால் இப்பொழுது நம்மிடையே ஒரு நீதிபதி இருக்கிறார். அவர் நமக்கு மிகவும் மோசமான நீதிபதியான ஜெஃப்ரீ அண்ட் ஸ்காக்ஸை நினைவுபடுத்துகிறார் (ஜெப்ஃரீ ஸ்காக்ஸ் என்பவர் 17ம் நூற்றாண்டில் இங்கிலாந்தின் தலைமை நீதிபதியாக இருந்தவர். மிகவும் கொடுமையானவர். பல அப்பாவிகளுக்கும் தூக்குத் தண்டனை வழங்கியவர்). இந்தக் குறுகிய காலத்தில் இந்தப் பெரிய பதவிக்கு அவர் தகுதியானவர் இல்லை என்று நிரூபித்துக் கொண்டு வருகிறார். இந்த உயர்ந்த பதவியின் கண்ணியத்தைக் காப்பாற்ற இயலாதவராக இருக்கிறார். இதுவரை அவ்வப்போது அவரைப்பற்றி எழுதியிருக்கிறோம். அவற்றிற்கெல்லாம் சிகரம் வைத்தாற்போல் இப்பொழுது நமது சக பத்திரிகை 'தி பிரம்மோ பப்ளிக் ஒபீனியன்' பத்திரிகையில் வெளிவந்துள்ள செய்திகள் அமைந்துள்ளன. ஹூக்ளியைத் தீயிடும் முயற்சியில் இறங்கி யிருக்கிறார். நமக்கு ஆதாரம் ப்ரம்மோ பப்ளிக் ஒபீனியன் செய்தி. அந்தச் செய்தி பின்வருமாறு:

'இந்த நீதிபதியின் வன்முறையின் கடைசிக் கட்டம் வீட்டில் பூஜை அறையில் வழிபடப்படும் சாளக்கிராமத்தைக் நீதிமன்றத்துக் கொணரச் சொன்னதுதான். இதே நீதிமன்றத்தில் ஹிந்து வழிபாட்டுச் சிலைகள் பற்றிப் பல வழக்குகள் வந்துள்ளன. எந்த நீதிபதியும் சிலைகளை நீதிமன்றத்துக்குக் கொண்டுவரச் சொல்லவில்லை. நமது கல்கட்ட டேனியல் அந்த சாளக்கிராமத்தைப் பார்த்துவிட்டு அது நூறு வயதுள்ளதாக இருக்க முடியாது என்றாராம். இதிலிருந்து

நமக்குத் தெரிவது என்னவென்றால் நீதிபதி நாரிஸ் சட்டத்தில் மட்டுமல்ல, மருத்துவத்திலும் ஹிந்து சிலைகளைப்பற்றிய ஆய்விலும் தேர்ந்தவர் என்பது தெரிகிறது. அவருக்கு எந்தத் திறமை இல்லை என்று எப்படிச் சொல்லுவது? கல்கத்தா வாழ் ஹிந்துக்கள் அவர்கள் வீட்டில் வழிபடும் சிலைகளை நீதிமன்றத்துக்கு இழுக்கச் சம்மதிப்பார்களா என்பதை அவர்கள்தான் முடிவெடுக்கவேண்டும். ஆனால் இந்த இளைய நீதிபதியின், சகட்டுமேனிக்குத் தீர்ப்பு வழங்கும் போக்கை நிறுத்த ஏதாவது செய்து தான் ஆகவேண்டும் என்று நாங்கள் கருதுகிறோம்.'

1883 மே *3*ந்தேதி சுரேந்திரநாத் பானர்ஜிக்கும் தி பெங்காலி பத்திரிகை அதிபர் ராம்குமார் டேக்கும் நீமன்றத்தை அவமானப்படுத்திய குற்றத்திற்காகச் சம்மன் அனுப்பப்பட்டது. அதில் அவர்களுடைய பதிலை ஒரு தினத்திற்குள் ஒப்படைக்கவேண்டும் என்று சொல்லப் பட்டிருந்தது.

ராம் குமார் தான் அச்சுக் கோப்பதோடு சரி, தனக்கு அதைப்பற்றி ஒன்றும் தெரியாது என்று சொல்லிவிட்டார்.

சுரேந்திரநாத் பானர்ஜி பத்திரிகை அதிபருக்கு எதுவும் தெரியா தென்றும், தமது ஆசிரியப் பணியில் அவர் தலையிட முடியா தென்றும் அந்தக் கட்டுரையின் முழுப்பொறுப்பும் தன்னையே சார்ந்ததென்றும் பதிலுரைத்தார். தி பெங்கால் ஒப்பினியன் பத்திரிகையில் கண்ட செய்தியின் அடிப்படையில் தான் எழுதிய தாகவும் அது தவறாகச் செய்தி கொடுத்திருந்தால் தான் எழுதியதற்கு வருந்துவதாகவும் எழுதியிருந்தார்.

ஐந்து நீதிபதிகளில் மிட்டர் என்ற நீதிபதி மட்டும் சுரேந்திர நாத் பானர்ஜி தவறு செய்திருந்தாலும் இதை விட மோசமான நடவடிக்கைகளுக்கெல்லாம் இந்தக் கோர்ட் தண்டனை கொடுக்க வில்லை என்பதைச் சான்றாகக் காட்டி அவரை விடுவித்துத் தீர்ப்புச் சொன்னார். ஆனால் மற்ற நான்கு நீதிபதிகளும்-அவர்களில் நாரிஸூம் ஒருவர் - சுரேந்திரநாத்துக்கு எதிராகத் தீர்ப்பெழுதினார் கள். தலைமை நீதிபதி அவருக்கு இரண்டு மாதங்கள் தண்டனை வழங்கினார். நாடே கொந்தளித்தது. கடையடைப்பு, ஊர்வலம் எனப்போராட்டங்கள் எங்கும் நடந்தன. இரண்டு மாதங்கள் சிறைவாசம் முடிந்து சுரேந்திரநாத் பானர்ஜி வெளியே வந்தார். இப்படி பிரிட்டிஷ்காரர்களின் அராஜகத்தை நேரடியாக அனுபவித்த சுரேந்திர நாத் பானர்ஜி வங்காளத்தில் தொடங்கிய நிறுவனம் இந்தியன் அசோசியேஷன். இது ஆங்கில அரசோடு மோதல் நிலையைத் தவிர்த்தது. அதேசமயம் சற்று உறுதியாக அரசின்

ஒவ்வாத செயல்பாடுகளைச் சுட்டிக்காட்டி மாற்றம் கோரியது. இந்திய இயக்கத்தின் கேந்திர அமைப்பாக அசோசியேஷன் இருக்க வேண்டும் என்ற கருத்தே இவ்வமைப்புத் தோன்றக் காரணம் அரசியல் மேடைகளில் அனைத்திந்தியாவை முன்னிருத்த வேண்டும் எனப் பானர்ஜி விரும்பினார். இவ்வமைப்பின் கொள்கைகளாக அவர் சொன்னவை:

1. நாட்டில் பொதுவான மக்கள் கருத்தை உருவாக்குவது.

2. தனித்தனியாகப் பரவிக்கிடக்கும் அமைப்புகளின் கொள்கைகளை இந்திய நலனுக்கேற்றவாறு ஏகோபித்த கருத்தை உருவாக்குவது, லட்சியங்களை ஒன்று படுத்துவது.

3. தமக்குள் உள்ள வேறுபாடுகளைக் களைந்து இந்துக்களும் முஸ்லிம்களும் ஒன்றிணைந்து தேசிய நலனுக்காகப் பாடுபடுவது.

இந்த அமைப்பு மாணவர்களையும் விவசாயிகளையும் வெகுவாக ஈர்த்தது. தேசிய அளவில் மாணவர்களைப் பயிற்சி பெறச் செய்தது. இந்தியர்கள் அரசியல் நிர்வாகத்தில் அதிகம் பங்குபெற்றுவிடக் கூடாதென்பதற்காக சிவில் சர்விஸ் தேர்வு எழுதும் வயது 19 எனக் குறைத்தது பிரிட்டிஷ் இந்திய அரசு. சுரேந்திரநாத் பானர்ஜி இதை எதிர்த்து மக்கள் ஆதரவைத் திரட்டுவதற்காக நாடு முழுதும் பயணம் செய்தார். மக்கள் உசுப்பிவிடப்பட்டார்கள். லண்டனிலும் தங்கள் கோரிக்கை ஒலிக்க ஆவன செய்தார்கள். அதன் விளைவாக உச்சவயது வரம்பு 21 ஆக உயர்த்தப்பட்டது. சற்றுக் கனிவான மனம் கொண்ட லார்ட் ரிப்பன் இவ்வாணையை வெளியிடும் புண்ணியம் கட்டிக்கொண்டார்.

அடுத்து வந்தது ஒரு கொடுமையான சட்டம். அது ஆங்கில மொழியல்லாத உள்நாட்டு மொழிப் பத்திரிகைக் கட்டுப்பாட்டுச் சட்டம். ‘வெர்னாக்குலர் பிரஸ் ஆக்ட்’ என்று பெயர். இதன் மூலம் அரசாங்கத்துக்கு எதிராகச் செய்திகளை வெளியிடும் உள்நாட்டு மொழிப் பத்திரிகைகளின் வைப்பு நிதி முடக்கப்படும். அச்சு இயந்திரம், முதலான சொத்துகள், பத்திரிகைகள் யாவும் பறிமுதல் செய்யப்படும். சென்னை மாநிலம் தவிர மற்ற எல்லா இடங்களிலும் இந்தச் சட்டம் அமலில் இருக்கும். இச்சட்டத்திற்கு எதிராக இந்தியன் அசோசியேஷன் மாபெரும் பொதுக்கூட்டம் நடத்தியது. தந்திகள் பறந்தன. பிரிட்டிஷ் நாடாளுமன்ற எதிர்க்கட்சித் தலைவர் மூலம் மன்றத்தில் கேள்வி எழுப்பப்பட்டு விவாதம் நடந்து ஓட்டுக்கு விடப்பட்டது. 360 உறுப்பினர்களில் 152

உறுப்பினர்களின் ஆதரவைப்பெற்றுத் தோல்வியுற்றது என்றாலும் ஒரு நல்ல தாக்கத்தை ஏற்படுத்தியது. அமிர்தபஜார் பத்திரிகை ஒரே நாளில் வங்க மொழியிலிருந்து ஆங்கிலத்திற்குத் தாவியது. அச்சட்டத்தில் சின்னச் சின்ன மாற்றங்கள் செய்யப்பட்டன. இந்தியன் அசோசியேஷன் அரசில் சலனத்தை ஏற்படுத்தியது. '1857ம் வருடப் போராட்டத்திற்குப் பிறகு இந்த அமைப்பு பிரிட்டிஷ் அரசுக்கு ஏற்பட்ட மிகப்பெரிய சோதனை' என்று இங்கிலீஷ் மேன் என்ற பத்திரிகை எழுதியது.

இங்கிலாந்தில் தேர்தல் வந்தபோது பணம் திரட்டி இங்கிலாந்துக்கு லால்மோகன் கோஷ் என்பவரை அனுப்பி லிபரல் கட்சிக்கு ஆதரவு திரட்டியது. அந்தத் தேர்தலில் லிபரல் கட்சி வெற்றி பெற்றது. இந்திய வைஸ்ராய் லிட்டன் விலகினார். தாராள மனம் படைத்த லார்ட் ரிப்பன் பதவியேற்றார். நாம் ஏற்கெனவே பார்த்துள்ளபடி இல்பெர்ட் என்னும் வைஸ்ராய், கவுன்சிலின் சட்ட ஆலோசகர் ஐரோப்பியர், பிரிட்டிஷார் ஆகியோரும் இந்திய நீதிபதிகளின் விசாரணைக்கு உட்படவேண்டும் எனும் மசோதாவை வடிவமைத்தார். வெள்ளையர்கள் வெகுண்டெழுந்து ரிப்பனை இங்கிலாந்துக்கே திருப்பி அனுப்பும் போராட்டம் நடத்தினார்கள்.

இந்தியன் அசோசியேஷன் மசோதாவை ஆதரித்தது. தமக்குப் பிடிக்காத ஒன்று வெளியிடப்படும்போது பிரிட்டிஷார் கொதித்தெழுந்து வீதிக்கே வந்து போராடுகிறார்கள் என்றால் நாளெல்லாம் அநியாயத்தைச் சந்தித்துக்கொண்டிருக்கும் இந்தியர்கள் ஏன் போராடக்கூடாது என்ற எண்ணத்தை அந்தப்போராட்டம் இந்தியர்கள் மனத்தில் உருவாக்கியது. அந்த எண்ணத்தை உருவாக்குவதில் தீவிரம் காட்டியது இந்தியன் அசோசியேஷன். எல்லா அமைப்புகளும் ஒன்றிணைந்து ஒரு தேசிய மாநாடு நடத்த வேண்டும் என்று முனைந்தது. நடத்தியும் காட்டியது. இந்த மாநாடு பின்னாளில் தோன்றப்போகும் இந்திய தேசிய காங்கிரஸுக்கு அடித்தளம் அமைத்தது என்று சொல்லலாம். இரண்டாவது தேசிய மாநாட்டை 1885ம் ஆண்டு டிசம்பர் மாதம் 25, 26, 27ம் தேதிகளில் நடத்த சுரேந்திரநாத் பானர்ஜி அறிவிப்புச் செய்தார். ஆனால் இந்திய தேசிய காங்கிரஸின் முதல் கூட்டம் அதே சமயத்தில் பூனாவில் கூட்டப்படுவதாக அறிவிப்பு வெளியானது.

பம்பாய் அசோசியேஷன்

சிவாஜி காலத்தில் மராத்தியர்களுக்கும் ஆங்கிலேயர்களுக்கும் இடையே சிறு சிறு சண்டைகள் வந்தாலும் பின்னாளில் நட்புறவு ஏற்பட்டு ஆங்கிலேயர் வியாபாரம் செய்ய அனுமதிக்கப்பட்டனர்.

ஆனால் பின்னாளில் வந்த மராத்திய அரசுக்கும் ஆங்கிலேயர்களுக்கும் அடிக்கடி யுத்தம் நடைபெற்றது. சிப்பாய் போரில் பெரும்பாலும் ஈடுபட்டவர்கள் மராத்திய அரசர்களின் வழித்தோன்றல்கள். எனவே ஆங்கிலேயர்களை மராத்தியர்கள் பகைவர்களாகக் கருதி வந்தார்கள். மராத்தா சித்பவன் இனத்தவர் ஆங்கிலேயர்களுக்கு எதிராகச் சுதந்திரப் போராட்டத்தில் ஈடுபட்டவர்களில் முக்கியமானவர்கள். இந்தப் பகைமை மனப்பாங்கு அடிநாதமாக இருக்கப் பம்பாயில் சில அமைப்புகள் தோன்றின. அவற்றில் முக்கியமானது பம்பாய் அசோசியேஷன். இது 1852ம் ஆண்டு ஆகஸ்ட் 26ந்தேதி தொடங்கப்பட்டது. ஆங்கிலேயக் கல்வியால் பயன்பெற்ற சிலர் ஆங்கிலேயர் ஆட்சியில் பல நன்மைகள் விளைந்துள்ளன என்று சொன்னார்கள். இதை எதிர்த்து பாஸ்கர பாண்டுரங்கர் என்பவர் பம்பாய் கெஸட் என்னும் பத்திரிகையில் எழுதினார்.

> 'நாட்டைக் கொள்ளை கொண்டு தங்களைக் கொழுத்த பணக்காரர்களாக ஆக்கிக்கொண்டுள்ள அன்னியர்களின் ஆட்சியில் நாடு வளர்ச்சி பெற்றிருக்கிறது என்று சொல்வது எப்படி இருக்கிறதென்றால் கொள்ளைக் கூட்டத்தினரின் நேர்ப்பார்வையில் உள்ள ஒரு நகரத்தில் அமைதியும் பாதுகாப்பும் திகழ்கிறது என்று சொல்வதற்கு ஒப்பாக இருக்கிறது, இது சுத்தப் பைத்தியக்காரத்தனம்'.

பம்பாய் அசோசியேஷன் தொழில் முனைவோரின் நலன்களைக் கருத்தில் கொண்டு இயங்கியது. பார்ஸிக்கள் இதில் முக்கிய பங்கு வகித்தனர். அவர்களது பணபலத்தில் இது இயங்கியது. மதபேதங்கள் இன்றி இது இயங்கியது இதன் தனிச் சிறப்பு. பம்பாய் பல மதத்தினரும் பல இனத்தினரும் கலந்து வாழும் நகரமானதால் இந்த அசோசியேஷன் எந்த ஒரு தனிப்பிரிவையும் சாராமல் ஆனால் முதலாளிகளின் நலன் கருதி இயங்கியது. இதுவும் விண்ணப்பம் அனுப்பி நலம்பெற எண்ணிய அமைப்புதான். இவ்வமைப்பு ஆரம்ப காலத்தில் அவ்வளவு வலுவுள்ளதாக இல்லை. மற்ற மாநில அமைப்புகள் செயல்படத் தொடங்கிய பிறகு உறக்கத்திலிருந்து விழித்துக்கொண்டு இவ்வமைப்பு ஒப்புக்குச் செயல்பட்டது. என்றாலும் சிலசமயங்களில் அதன் செயல்பாடு வெற்றிகரமாக நிகழ்ந்திருக்கிறது. லிட்டன் பிரபு வர்த்தகம் தொழில்மீது வரி விதிக்கும் அதிகாரத்தைக் கைக்கொள்ள லைசன்ஸ் மசோதாவைக் கொணர்ந்தார். சிலச்சில திருத்தங்களை மட்டும் கூறிப் பம்பாய் அசோசியேஷன் நிறுத்திக்கொண்டது. தாதாபாய் நௌரோஜி இந்த அமைப்பில் நுழைந்த பிறகு இது சற்றுப் புத்துயிர் பெற்றது.

பூனா சர்வ ஜானிக் சபை

இது மற்ற மராட்டிய அமைப்புகளைவிடச் சுறுசுறுப்பாகச் செயல் பட்ட ஓர் அமைப்பு. இதில் ஈடுபாடு கொண்டவர்களில் முக்கிய மானவர்கள் மகாகோவிந்த ரானடே, கோபால கிருஷ்ண கோகலே, பாலகங்காதர திலகர் ஆகியோர். தேசிய நோக்கோடும் மிகுந்த அரசியல் விழிப்புணர்வோடும் இந்த அமைப்பு செயல்பட்டது. வங்காளிகள் தாங்கள் தாம் ஆங்கில அரசுக்கு எதிராகச் செயல் படுவதில் தலைமை வகிப்பவர்கள் என்று எண்ணிக் கொண்டிருந்த நிலையைச் சுட்டிக்காட்டி 1878ல் அமிருத பஜார் பத்திரிகையில் சிசிர் குமார் கோஷ் என்பவர் எழுதினார்: 'இந்தியாவின் தலைவர்கள் தாங்கள்தாம் என்ற மாயையிலிருந்து வங்காளிகள் விடுபட்டு பூனாவிலிருந்து அரசியல் கற்றுக்கொள்ளட்டும்.'

1870 ம் ஆண்டு ஏப்ரல் மாதத்தில் பூனா சர்வ ஜானிக் சபை ஆரம்பிக்கப்பட்டது. இதில் உறுப்பினராவது அவ்வளவு எளிதல்ல. வயதுக்கு வந்த 50 பேரிடமாவது கையெழுத்து வாங்கிவந்தால்தான் இதில் உறுப்பினராக முடியும். 1878ம் ஆண்டு இந்த அமைப்பின் சார்பில் 'ஜெர்னல் ஆஃப் பூனா சர்வ ஜானிக் சபா' என்னும் காலாண்டிதழ் தொடங்கப்பட்டது. அதில் மகா கோவிந்த ரானடே, கோபால கிருஷ்ண கோகலே ஆகியோர் கட்டுரைகள் எழுதினர். இது வெறும் மனுச்செய்யும் அமைப்பாக இல்லாமல் சுதேசி இயக்கங்களிலும் சமுதாயத் தொண்டிலும் தன்னை ஈடுபடுத்திக் கொண்டது. விவசாயிகளுக்குத் தொண்டு செய்வது இதன் முக்கிய குறிக்கோளாக விளங்கியது.

அந்தக் காலத்தில் போர்த்துக்கீசிய, பிரெஞ்சுப் பகுதிகளில் இருந்து, அந்தந்த நாட்டின் சட்டமன்றங்களுக்கு நேரடிப் பிரதிநிதிகள் தேர்வு செய்யப்பட்டு அனுப்பப்பட்டனர். அதுபோல இந்தியாவி லிருந்தும் பிரிட்டிஷ் சட்டமன்றத்திற்கு நேரடி இந்திய பிரதிநிதிகள் தேர்ந்தெடுத்து அனுப்பப்படவேண்டும் என்ற விண்ணப்பத்தை இந்தச் சபை சமர்ப்பித்தது. வங்காளம், பம்பாய், சென்னை மாநிலங்களிலிருந்து ஒவ்வொன்றிற்கும் நான்கு பிரதிநிதிகளும் வடமேற்கு மாகாணங்கள், பஞ்சாப் ஆகிய பகுதிகளிலிருந்து இரண்டிரண்டு பிரதிநிதிகளும் தேர்ந்தெடுக்கப்படலாம் என்றும் ஆலோசனை கூறியது. நியாய சபைகளை அங்கங்கே நிறுவி வழக்குகள் நீதிமன்றங்களுக்குச் செல்லாமல் சமரசம் செய்து வைத்தது. தேச பக்திப் பாடல்கள் புனையப்பட்டு அங்கங்கே பாடப்பட்டு எழுச்சியூட்டப்பட்டது.

1877ம் ஆண்டு ஜனவரி மாதம் 1ந்தேதி லார்ட் லிட்டன் பிரகடனத் தர்பார் ஒன்றை நடத்தினார். விக்டோரியா மகாராணியை

இந்தியாவின் சக்ரவர்த்தினியாக அறிவிக்க ஏற்பாடு செய்யப்பட்ட நிகழ்ச்சி அது. மகாராஜாக்களும் ஜமீன்தார்கள், நவாபுகள் மற்றும் அறிஞர்கள் பங்கேற்ற நிகழ்ச்சி. விக்டோரிய மகாராணி ஓர் அறிக்கை அனுப்பியிருந்தார்.

'நமக்கும் நமது குடிகட்கும் இடையே ஒரு பிணைப்பை இந்த நிகழ்ச்சி ஏற்படுத்தும் என நம்புகிறேன். மிக உயர்ந்த நிலையிலிருப்பவரும் சரி, மிகத் தாழ்ந்த நிலையில் இருப்பவரும் சரி நமது அரசாட்சியில் எந்தப்பேதமும் இன்றிச் சுதந்திரம், சமத்துவம், நீதி ஆகியவை பெறுவார்கள் என்பதை அறிந்திடுக. அவர்கள் மகிழ்வாகவும் வளத்தோடும் வாழ வழிவகுப்பதே எமது அரசின் நோக்கமாகும்.'

மிதவாதப்போக்கிலிருந்த பூனே சர்வ ஜானிக் சபா படிப்படியாக தீவிரவாதத்தை நோக்கிச் சென்றது. பாலகங்காதர திலகரின் கைக்கு அது மாறியது. இன்றும் புகழோடு விளங்கும் தக்காணக் கல்விச் சங்கம் தொடங்கவும் பூனே சர்வ ஜானிக் சபா காரணமாயிற்று.

மதராஸ் நேட்டிவ் அசோசியேஷன்

பிரபல வக்கீல் ஜார்ஜ் நார்ட்டனின் அறிவுரைப்படி காவேலி நரசிம்மய்யா என்பவரால் 'இந்து லிடெரரி சொஸைட்டி' தொடங்கப்பட்டது. அது இலக்கிய அமைப்பாக இருந்தாலும் அரசியல் உரிமையைக் கோரிப்பெறும் ஒரு சாதனமாகவும் அமைய வேண்டும் என்று நார்ட்டன் சொன்னார். இதையொட்டி 1834ல் 'மதராஸ் நேடிவ் எஜுகேஷன் சொஸைட்டி' என்னும் அமைப்புத் தொடங்கப்பட்டது. கிறித்துவ மதத்திற்கு இந்துக்களை மதம் மாற்றுவது கண்டு பொறுக்காத ஒரு சிலரால் தோற்றுவிக்கப் பட்டதே இவ்வமைப்பு. இது அரசியல் அமைப்பாக மாற வேண்டும் என்று நினைத்ததன் விளைவாக மதராஸ் நேட்டிவ் அசோசியேஷன் தோன்றியது. சென்னையிலிருந்து அனுப்பப்பட்ட விண்ணப்பங்கள் தனிக் கவனம் பெருமளவுக்கு இந்த அமைப்பு பலம் பெற்று விளங்கியது.

ட்ரிப்லிகேன் லிடெரரி சொஸைட்டி

'ட்ரிப்லிகேன் லிடெரரி சொஸைட்டி' - இது இலக்கிய அமைப்பாகத் தோற்றுவிக்கப்பட்டாலும் இதன் கொள்கை, 'உறுப்பினர்களின் இலக்கிய தார்மீக மேம்பாட்டிற்கும் இந்திய மக்களின் அரசியல் முன்னேற்றத்திற்கும் பாடுபடுதல்.' பெண்களின் திருமண வயதை 14ஆக உயர்த்தி அரசு ஆணையிட்ட போது அதை வரவேற்றது இந்த அமைப்பு. அந்தக் காலச் சூழ்நிலையில் இது ஒரு

துணிகரமான போக்குதான். இந்த இலக்கிய அமைப்புத்தான் விவேகானந்தரை முதன் முதல் தமிழ் மக்களுக்கு அறிமுகப் படுத்தியது.

சென்னை மகாஜன சபை

16-4-1884 அன்று அரசியலில் அதிக ஈடுபாடு கொண்ட சென்னை இளைஞர்களால் இந்த அமைப்புத் தொடங்கப்பட்டது. சுதேசமித்திரன், இந்து ஆகிய பத்திரிகைகளின் அதிபராக விளங்கிய ஜி. சுப்பிரமணிய அய்யர் இதில் மிகவும் முக்கியமான உறுப்பினர். சென்னையில் 16-5-1884ல் சென்னை மகாஜன சபையின் அமைப்புக் கூட்டம் நடைபெற்றது. இந்து பத்திரிகையும் சுதேசமித்திரனும் இந்தச் சபையின் செயல்பாடுகளை ஆதரித்தன. இம்மகாஜன சபையின் மாநாட்டில் தேசியம் மிக முக்கியமான ஒன்றாகப் பேசப்பட்டது. அப்படியிருந்தாலும் ராஜபக்தியையும் அவர்கள் கைவிட்டுவிடவில்லை. உள்ளாட்சி முறையை அறிமுகப்படுத்திய லார்ட் ரிப்பன் பதவி முடிந்து லண்டனுக்குத் திரும்பும் போது மூன்று மாநிலங்களிலிருந்த அமைப்புகளும் ஒன்றிணைந்து அவர்களுக்கு பிரிவு உபசாரம் வழங்கினர். எல்லோரும் இணைந்து செயல் பட்டதைப்போல எல்லா அமைப்புகளும் இணைந்து ஒரு தேசிய அமைப்பு உருவாக வேண்டும் என்று அப்பொழுது பேசப்பட்டது. ஓர் அரசியல் அமைப்பு விழைவுதான் பின்னாளில் இந்திய தேசிய காங்கிரஸ் உருவாகக் காரணமாயிற்று.

1884ம் ஆண்டு சென்னையில் பிரம்ம ஞான சபைக் கூட்டம் நடைபெற்றது. அதில் கலந்துகொள்ள வந்தவர்கள் அனைத்திந்திய அளவில் செயல்படும் ஓர் அமைப்பு வேண்டும் என்பதை மீண்டும் வலியுறுத்தினர். அந்தக் கூட்டத்திற்கு ஹியூமும் வந்திருந்ததாகச் சொல்லப்படுகிறது.

பிறகு நடந்த ரகசியக் கூட்டத்தில் அந்த அமைப்பை நடத்தும் பொறுப்பை ஹியூமிடமே விட்டுவிடலாம். அப்பொழுதுதான் பிரிட்டிஷ் இந்திய அரசின் முழு ஒத்துழைப்பும் கிடைக்கும் என்று பேசப்பட்டது.

மதராஸ் நேட்டிவ் அசோசியேஷன் சார்பில்தான் தமிழ்நாட்டில் முதன் முறையாக அரசியல் சுற்றுப்பயணமும் முதல் அரசியல் வெளியீடும் நிகழ்ந்தன. இவையிரண்டையும் நிகழ்த்தியவர், The Maker of the Modern Madras Presidency என சுரேந்திரநாத் பானர்ஜியாலும் 'தமிழ்நாட்டின் விழிப்பிற்கான ஆதிகர்த்தர்களுள் ஒருவரென மகாகவி பாரதியாலும் பாராட்டப்பட்ட இந்துப் பத்திரிகை சுதேசமித்திரன் ஆசிரியரான ஜி. சுப்பிரமணிய அய்யர்.

1882ல் ஜூலை ஆகஸ்டு மாதங்களில் ரிப்பன் பிரபுவின் ஸ்தல சுயாட்சி ஸ்தாபனங்கள் திட்டம் பற்றி விளக்கிப் பிரச்சாரம் செய்ய முதல் அரசியல் சுற்றுப்பயணத்தை மேற்கொண்டார் ஜி. சுப்பிரமணிய அய்யர். 1883ல் இத்திட்டத்தைப்பற்றிக் கிராமப்புற மக்களும் அறிந்து கொள்ளும் வகையில் பழகு தமிழில் வினா விடை உத்தியைப் பின்பற்றி ஜி. சுப்பிரமணிய அய்யர் அவர்கள் 'சுய அரசாட்சி வினா விடை' என்னும் சிறு நூலை எழுதி வெளியிட்டார். இதுவே தமிழில் வெளிவந்த முதல் அரசியல் நூல் எனச் சொல்லப் படுகிறது.

மகாஜன சபையின் சார்பில் சேலம் ராமசாமி முதலியார் அவர்களால் மூன்று சிறு நூல்கள் வெளியிடப்பட்டு அவை லண்டனில் விநியோகம் செய்யப்பட்டன. அப்புத்தகங்கள்,

1. Changes in India
2. The Employment of the Native of India in the Public Service of the Country
3. Financial Extravagances

பல கண்ணோட்டங்கள் காங்கிரஸ் தோற்றத்தில் இருந்தபோதிலும் 1884ல் சென்னை அடையாறு தியாசாஃபிகல் சொஸைட்டி கிறிஸ்துமஸ் வாரத்தை ஒட்டி நடத்திய ஆண்டு விழாவின்போது கலந்துகொள்ள வந்திருந்த பிரதிநிதிகளில் 17 பேர் கூடி அகில இந்திய அளவில் ஒரு தேசிய அமைப்பை உருவாக்க வேண்டும் என்று தீர்மானித்தனர். அந்தத் தீர்மானமே காங்கிரஸ் உருவாக அடிப்படைக்காரணம் என்று சொல்லப்படுகிறது.

கலந்துகொண்ட பிரதிநிதிகள்:

மதராஸ்: எஸ்.சுப்பிரமணிய அய்யர், பி.ரங்கய்ய நாயுடு, பி.அனந்தாச்சார்யலு.

கல்கத்தா: பாபு நரேந்த்ரநாத் சென், எம். கோஷ், சுரேந்திரநாத் பானர்ஜி.

பம்பாய்: கே, டி திலங், வி. என். மாண்டலிக், தாதாபாய் நௌரோஜி.

பூனா: பாண்டுரங்க கோபால், குப்புசாமி, விஜயரங்க முதலியார்.

வட மேற்கு மாகாணம்: காசி பிரசாத், பண்டிட் லக்ஷ்மி நாராயணன்.

பஞ்சாப்: ஸ்ரீதர் தயாள் சிங்.

பெனாரஸ்: லாலா ஹரிஷ் சந்தர்.

அலகாபாத்: சாரு சந்த்ரமித்ரா.

ஔத்: லாலா ஸ்ரீராம்.

*1919*ல் வெளியான ‘இந்தியாவும் சுயராஜியமும்’ என்னும் நூல் இந்தச் செய்தியைக் குறிப்பிடுகிறது.

‘இப்பொழுது சக்கரவர்த்திமுதல் சாதாரண அதிகாரிவரை யாவராலும் மதிக்கப்பெறுகிற காங்கிரஸ் மகாசபைக்கு அவர்களே புருஷர்கள்.

*1885*ம் ஆண்டு பூனா சர்வ ஜானிக் சபாவின் செயலாளர் சிப்லங்கருக்கு ஹியூமிடமிருந்து ஒரு கடிதம் வந்தது? அது என்ன கடிதம்?

51

முதல் காங்கிரஸ் மாநாடு

'இந்தக் கடிதத்தைப் படித்துப்பார். இதை நம்பலாமா?' என்று தன் நண்பரைக் கேட்டார் சிப்லுங்கர்.

'இது என்ன கேள்வி? ஹியூமைப் பற்றி உனக்குத் தெரியாதா? ஐ.சி.எஸ். ஆக இருந்தானே! அவனுக்கு இந்தியர்கள் மேல் கொஞ்சம் பச்சாதாபம் உண்டு,' என்றார் நண்பர்.

'ஹியூம் நல்லவன்தான். ஆனால் இது யாராவது தூண்டிவிட்டு எழுதப்பட்டிருக்குமோ என்று நினைக்கிறேன்!'

'அப்படி ஒன்றும் இருக்காது. அவன் தியாஸாஃபிகல் சொஸைட்டியில் ஈடுபாடு உடையவன். அன்னி பெசண்ட் சொல்லும் மகாத்மாக்களோடு எல்லாம் தொடர்பு உண்டாம். திபெத்துக்குப்போய் அவர்களைச் சந்தித்திருக்கிறானாம்.'

'அப்படியென்றால் நல்லவனாகத்தான் இருக்கவேண்டும். நாமெல்லாம் ஒன்றிணைந்து சீக்கிரத்தில் ஒரு தேசிய அமைப்பை ஏற்படுத்த வேண்டுமாம். நம்முடைய உதவியைக் கேட்டிருக்கிறான். நாம் சரியென்று சொன்னால் இந்த வருடம் டிசம்பர் கடைசியில் வைத்துக்கொள்ளலாமாம்.'

'அப்படி ஒரு சபையின் தொடக்கத்தை நம்மூரில் வைத்துக் கொண்டால் நமக்குப் பெருமைதானே!. ஏற்பாடுகள் கவனமாகச் செய்யவேண்டும் அவ்வளவுதான்,' என்றார் சிப்லுங்கர்.

பூனே சர்வ ஜானிக் சபா நிர்வாகிகளைக் கலந்தாலோசித்து புதிய தேசிய சபையைப் பூனாவில் தொடங்க அவர் ஒப்புக்கொண்டார். டிசம்பர் மாதம் 25, 26 தேதிகளில் வைத்துக்கொள்வது என்று முடிவாயிற்று. சென்னை மகா ஜன சபையும் பம்பாய் அசோசியேஷனும் பிரதிநிதிகளை அனுப்பச் சம்மதம் தெரிவித்தன. விழா ஏற்பாடுகள் தடபுடலாக நடந்தன. ஆனால் அதேசமயம் சுரேந்திர நாத் பானர்ஜி கல்கத்தாவில் இந்திய தேசிய இரண்டாம் மாநாடு நடத்தத் திட்டமிட்டிருந்தார். அவருக்கு அழைப்புக் காலதாமத மாகப் போனதாகத் தெரிகிறது. தன்னால் வர இயலாதென்றும் பின்னால் கலந்துகொள்வதாகவும் கூறிவிட்டார். அவர் வேண்டு மென்றே புறக்கணிக்கப்பட்டார் என்று குற்றம் சொல்பவர்களும் உண்டு.

புதிதாக ஏற்படுத்தப்படும் அமைப்பிற்கு ‘பாரத ஜாதீய ஐக்கிய சங்கம்’ என்று நாமகரணம் சூட்டப்பட்டது.

லண்டனில் ஹியூம்

காங்கிரஸ் மாநாடு தொடங்குவதற்கு முன்பாக ஹியூம் லண்டன் சென்றார். அங்கே லார்ட் ரிப்பன், லார்ட் டல்ஹௌசி, சர் ஜேம்ஸ் பிரைட், மிஸ்டர் ரீட், மிஸ்டர் ஸ்லேக் மற்றும் பல பிரபலங்களைச் சந்தித்து தான் தொடங்கப்போகும் அமைப்புக்கு வழிகாட்டியாக இருக்கவேண்டும் என்று கேட்டுக் கொண்டார். அவர்களிடம் அது குறித்து ஆலோசனைகள் பெற்றார். அவர்களின் ஆலோசனைப்படி லண்டனில் இந்தியன் பார்லிமெண்டரி கமிட்டி ஒன்றைத் தொடங்கி னார். அது தவிர பார்லிமெண்டிற்குப் போட்டியிடும் வேட்பாளர் களைச் சந்தித்து அவர்கள் இந்தியாவுக்காக வாதாடுகிறார்களோ இல்லையோ இந்தியர்கள் மேல் அக்கறை காட்டவேண்டும் என்று கேட்டுக்கொண்டார்.

‘இந்தியன் டெலிக்ராஃப் யூனியன்’ என்ற ஓர் அமைப்பைத் தொடங்கி அவசியம் நேரும்போது அதற்கு அனுப்பப்படும் முக்கியமான செய்திகளை இங்கிலாந்தின் முக்கிய பத்திரிகை களுக்குத் தந்தி மூலம் அனுப்பவேண்டும் என்ற ஏற்பாட்டையும் செய்தார். அப்பத்திரிகைகளோடும் பேசி, அவை பெறும் செய்திகளை வெளியிடவேண்டும் என்றும் வேண்டிக்கொண்டார். அதன் பிறகு இந்தியா திரும்பினார்.

பூனாவிலிருந்து பம்பாய்க்கு...

விழா ஏற்பாடுகள் மிக மும்முரமாக நடைபெற்றுக்கொண்டிருந்தன. ஆனால் திடீரென்று பூனாவில் காலரா பரவத் தொடங்கியது. எனவே

பூனாவில் விழாவை நடத்துவது உசிதமில்லை என்பதனால் விழாவைப் பம்பாய் நகரில் நடத்துவதென முடிவாயிற்று.

கூட்டத்தைப்பற்றி அனுப்பிய சுற்றறிக்கையில் கூறியிருப்பதாவது:

1. பாரத நாட்டின் முன்னேற்றத்துக்கு உண்மையுடன் பாடுபடுவோர் அனைவரையும் ஒருவருக்கொருவர் அறிமுகப்படுத்துதல்.

2. அடுத்த ஆண்டில் அரசியல் செயல்பாடுகளாக இந்தியர் என்ன செய்யவேண்டும் என்பதைப் பேசி முடிவு செய்தல்.

1885ம் ஆண்டு டிசம்பர் மாதம் 28, 29, 30ந்தேதிகளில் பம்பாயில் கோகுலதாஸ் தேஜ்பால் சமஸ்கிருதக் கல்லூரியில் முதல் காங்கிரஸ் கூட்டம் நடைபெற்றது. 27ந்தேதியே அரங்கில் கூட்டம் நடப்பதற்கும் வருபவர்கள் தங்கவும் ஏற்பாடு செய்யப்பட்டது. அன்று 72 பேர்வந்திருந்தனர். பலர் வெவ்வேறு அமைப்புகளின் பிரதிநிதிகள்.

வந்திருந்தவர்களில் முக்கியமானவர்கள்: திவான் பகதூர் ஆர். ரகுநாதராவ், மகாதேவ் ஜி. கோவிந்த ரானடே, ஆக்ராவிலிருந்து லாலா பைஜ்யனாத், பேராசிரியர் கே. சுந்தரராமன், பேராசிரியர் ஆர். ஜி. பண்டார்கர்.

பத்திரிகை ஆசிரியர்கள்: தி தியான் பிரகாஷ், தி க்வார்ட்டர்லி ஜர்னல் ஆஃப் தி பூனா சர்வஜானிக் சபா, தி மராத்தா, தி கேசரி, தி இண்டியன் மிர்ரர், தி நாபாபிகாகர், தி நாஸ்ஸிம், தி ஹிந்துஸ்தானி, தி ட்ரிப்யூன், தி இண்டியன் யூனியன், தி ஸ்பெக்டேடர், தி இந்து ப்ரகாஷ், தி ஹிந்து, தி கிரெஸண்ட்.

முக்கியமானவர்கள்: சிம்லாவிலிருந்து மிஸ்டர் ஹியூம். கல்கத்தாவிலிருந்து டபிள்யூ சி பானர்ஜி, நரேந்திரநாத் சென். பூனாவிலிருந்து டபிள்யூ எஸ் ஆப்தே, ஜி ஜி அகர்க்கர். லக்னௌவிலிருந்து கங்காப்ரசாத் வர்மா. பம்பாயிலிருந்து தாதாபாய் நௌரோஜி, கே. டி. தெலங், பெரோஷ் ஷா எம். மேத்தா, டி. இ. வாச்சா, பி. எம். மலபாரி, என். ஜி. சந்தவர்க்கர். சென்னை, மகாஜன சபையின் தலைவர் ரங்கைய்ய நாயுடு, எஸ். சுப்பிரமணிய அய்யர், ஜி. சுப்பிரமணிய அய்யர், மு. விஜயராகவாச் சார்யார். அனந்தபூரிலிருந்து பி. கேசவபிள்ளை.

முதல் மாநாடு

டிசம்பர் 28ந்தேதியன்று மதியம் 12 மணிக்குக் கூட்டம் தொடங்கியது. ஹியூம் முன்மொழிய எஸ். சுப்பிரமணிய அய்யரும், கே. டி. தெலங்கும் வழிமொழிய டபிள்யூ சி பானர்ஜி தலைவராகப்

பொறுப்பேற்றார். அன்று தனது தலைமையுரையில் அந்த நாள் ஒரு வரலாறு படைக்கும் நாளென்றும் இதுவரையில் பாரதம் கண்டிராத ஒரு வரலாற்று நிகழ்ச்சிக்கு அன்று அடிகோலியிருப்பதாகவும் அதற்காகப் பெருமையடைவதாகவும் சொன்னார். பின்னர் காங்கிரஸின் நான்கு குறிக்கோள்களை எடுத்துரைத்தார்.

'அரசின் பல்வேறு பகுதிகளில் பணியாற்றும் உண்மையான ஊழியர் களிடையே ஒரு நல்லிணக்கத்தை ஏற்படுத்துவது.

தேசப் பற்றுள்ளவர்களிடத்தே ஜாதி, மத, இன, மொழி, இட வேறுபாடுகளைக் களைந்து எல்லோரும் நட்புறவோடு பழகச் செய்வது, நமது அன்புக்குரிய லார்ட் ரிப்பன் காலத்தில் ஏற்றி வைக்கப்பட்ட தேசிய ஒற்றுமை உணர்வை முழுமையாகப் போற்றி மேலும் முன்னேற்றுதல்.

உடனடியாகக் கவனிக்கவேண்டிய சில சமுதாயப்பிரச்னைகள் பற்றி மேன்மை மிகுந்த சான்றோர்களிடம் பேசிப் பதிவு செய்தல்.

அடுத்து வருகிற பன்னிரண்டு மாதங்களில் மக்களின் பொது நன்மைக்காகத் தேசியத் தலைவர்கள் என்னென்ன செய்யவேண்டும் என்று தீர்மானித்தல்.'

அதன் பிறகு அன்று ஒன்பது தீர்மானங்கள் நிறைவேற்றப்பட்டன.

முதல் தீர்மானத்தைக் கொணர்ந்து வரலாறு படைத்தவர் அப்பொழு தைய சுதேசமித்திரன் பத்திரிகையின் ஆசிரியர் ஜி. சுப்பிரமணிய அய்யர்.

கிழக்கிந்தியக் கம்பெனியின் செயல்பாடுகளைக் கவனித்து அதன் உரிமம் 20 ஆண்டுகளுக்கு ஒருமுறை நாடாளுமன்றத்தில் விவாதிக் கப்படுவது வழக்கம். 1858 பிரிட்டிஷ் அரசின் நேரடி நிர்வாகத்திற்கு வந்த பிற்பாடு அப்படி செயல்பாடுகளைக் கண்காணிப்பது நின்று போய்விட்டது. 27 ஆண்டுகளாக என்ன நடக்கிறது என்பதே நாடாளுமன்றத்திற்குத் தெரியாது. இந்த நிலையை மாற்றி நிர்வாகத் தைக் கண்காணிக்க ஒரு ராயல் கமிஷனை நியமிக்க வேண்டும் என்று இன்று இந்த அமைப்புத் தீர்மானிக்கிறது,' என்பதுதான் அந்தத் தீர்மானம்.

அடுத்த முக்கியமான தீர்மானம் ஐ.சி.எஸ். தேர்வைப் பற்றியது. இந்தியர் ஐ.சி.எஸ். எழுத எவ்வளவு முட்டுக்கட்டைகள் போட முடியுமோ அவ்வளவு போட்டனர் அரசு அதிகாரிகள். வயதைக் குறைத்தனர். லண்டனில்தான் தேர்வெழுதவேண்டும் என்றனர்.

லண்டன் செல்லும் பணவசதி படைத்தவர்களே தேர்வெழுத முடிந்தது. இந்த நிலையை மாற்றக் கொணர்ந்த தீர்மானம்தான் இது. ஏற்கெனவே 1860ம் ஆண்டு இந்தியாவிலும் லண்டனிலும் ஒரே சமயத்தில் தேர்வு நடத்த வேண்டும் என்று முடிவெடுத்திருந்தாலும் அதை 20 ஆண்டுகள் ஆகியும் செயல்படுத்தவில்லை. வயது வரம்பு குறைத்ததை நல்லவேளையாக ரிப்பன் சரி செய்தார். காங்கிரஸ் தீர்மானத்தில் 'இப்பொழுது இங்கிலாந்தில் மட்டும் நடக்கும் போட்டித் தேர்வுகளை இனிமேல் ஒரே சமயத்தில் இரண்டு நாடுகளிலும் நடத்த வேண்டும். இரண்டு தேர்வுகளும் வெவ்வேறானவையாக இல்லாமல் ஒரே மாதிரியானவையாக இருக்கவேண்டும். இரண்டு நாட்டு மாணவர்கள் பெயர்களையும் ஒன்றாகத் திறமைக்குத் தக்கபடி அடுக்கி வெளியிட வேண்டும். இந்தியாவில் தேறுவோரை மேற்படிப்புக்காக இங்கிலாந்துக்கு அனுப்பலாம். தேவைப்பட்டால் அங்கே அவர்களை மேலும் தேர்வு செய்யலாம். பணியாளர் தவிர மற்றெல்லா முதல் நியமனங்களுக்கும் அரசின் விருப்பப்படி அறிவு, குணநலன், உடல் திடம் ஆகிய மூன்றிலும் தகுந்த விதிமுறைகள் அமைத்து இந்தியாவிலேயே போட்டித் தேர்வுகள் நடத்த வேண்டும்.'

'ஒப்பந்தச் சிவில் சர்விஸ் தேர்வுக்கு நுழைவு வயதின் உச்ச வரம்பை இருபத்து மூன்றுக்குக் குறையாமல் உயர்த்திவைக்க வேண்டும்.'

பத்திரிகைச் செய்திகள்

முதல் காங்கிரஸ் மாநாட்டில் சென்னை மாநிலத்தின் அதிகமான அளவில் பிரதிநிதிகளின் பங்களிப்பைப் பாராட்டி லாகூரிலிருந்து வெளிவந்த டிரிப்யூன் என்னும் ஆங்கில இதழ் 1886 ஜனவரி 16ந்தேதி எழுதியது, 'சென்னை மாநிலம் அதிகமான அளவு பிரதிநிதிகளை அனுப்பி வைத்துள்ளது. அனைவரும் நல்ல கல்வியறிவைப் பெற்றவர்கள். உயர்ந்த சமூக அந்தஸ்தைப் பெற்றவர்கள். தங்கள் முற்போக்கான கொள்கைகளாலும் வசப்படுத்தும் நாவன்மையாலும் அவையோரின் உள்ளங்களைக் கொள்ளை கொண்டனர்.'

இந்தியர்கள் முட்டாள்கள். ஆளத் தகுதியில்லாதவர்கள். ஆங்கிலேயர் மேல்நிலையினர், இந்தியர் கீழ்நிலையினர் என்ற எண்ணம் ஆங்கிலேயரிடம் மேலோங்கி இருந்தது. முதன் முதல் இந்தியர்களில் சிலர் ஒன்றிணைந்து ஒரு மாநாடு போட்டிருக்கிறார்கள் என்ற செய்தியே இங்கிலாந்திலிருந்த சில பத்திரிகைகளுக்கும் அங்கு வாழ்ந்த பலருக்கும் கசப்பாக இருந்தது. இந்தியர்களை மட்டம் தட்ட வேண்டும் என்பதிலே குறியாக இருந்தார்கள்.

லண்டன் டைம்ஸ் பத்திரிகை நிருபர் மாநாட்டைப்பற்றி அனுப்பிய செய்தியில் ஒரு பகுதி:

> ‘உலகம் தோன்றிய நாள் முதலாய் இப்பொழுதுதான் இந்தியர்களிடையே ஒற்றுமை உணர்வு தலை காட்டத் தொடங்கி யிருக்கிறது. சாதிச் சண்டைகளில் உழலும் அவர்கள் மாநாட்டில் சாதி, இன மத வேறுபாடின்றி ஒன்றாகத் திரண்டிருந்தனர். தங்கள் நாட்டைத் தாங்களே ஆளத் தகுதி படைத்தவர்கள் நாங்கள் என்று அம்மாநாட்டுப் பிரதிநிதிகள் கருதினார்கள். இந்தியருக்குத் தகுதியில்லை என்று சொல்பவர் மேல்நாட்டு முட்டாள்கள் என்பது அவர்கள் எண்ணம்.’

நிருபர் இப்படி எழுதினால் டைம்ஸ் பத்திரிகையின் மனநிலை வேறுமாதிரி இருந்தது. அதன் தலையங்கம் வெறுப்பை உமிழ்ந்தது.

> ‘மாநாட்டுப் பிரதிநிதிகள் அனைவரும் நன்கு கற்ற மேல்தட்டு வர்க்கத்தினர். நன்றாகப் பேசுவர். நன்றாக எழுதுவர். இதில் சந்தேகமேயில்லை. கல்வி இருந்தால் மட்டும் போதுமா? ஆட்சி நடத்தத் தகுதி வேண்டாமா? படைபலத்தாலே நாம் இந்தியாவை வென்றோம். படைபலம் கொண்டே இந்தியாவை ஆள்கிறோம். நாவன்மைக்கும் எழுத்துவன்மைக்கும் அஞ்சி நாம் இந்தியாவை விட்டு வெளியேற மாட்டோம். இந்தியர்களுக்கு நம்மைவிட வீரமும் தோள்வலியும் தோன்றுமானால், இந்தியாவுக்குப் படைபலம் நம்மைவிட அதிகம் கூடுமானால் அப்பொழுது வேண்டுமானால் நாம் இந்தியாவை விட்டு வெளியேறலாம். வேறுவகையில் வெளியேற மாட்டோம். இதைக் காங்கிரஸ் பேரவை எண்ணிப்பார்த்துச் செயல்படுவது நன்று,’ என்று எழுதியது.

அது ஒன்றை மறந்துவிட்டது. ஆங்கிலேயரின் படைபலமே இந்தியர்கள்தாமே! இந்தியர்களைக் கொண்டுதானே அவர்கள் இந்தியர்களை வென்றார்கள்!

காங்கிரஸ் மாநாடுகள்

முதல் காங்கிரஸ் மாநாடு பம்பாயில் நடந்ததைப் பற்றிப் பார்த் தோம். அதில் மிக முக்கியமான ஒன்பது தீர்மானங்கள் நிறைவேற்றப் பட்டன. கூட்டத்தின் முடிவில் விக்டோரியா மகாராணியார் வாழ்க என்று ஒன்பது முறை ஜே போட்டார்கள்.

இரண்டாவது காங்கிரஸ் மாநாடு கல்கத்தாவில் 1886 டிசம்பர் 27ல் நடைபெற்றது. இம்மாநாட்டில் முஸ்லிம் பிரதிநிதிகள் கலந்து கொண்டு ‘இந்து, முஸ்லிம் ஒற்றுமையாக வாழ்கிறோம். எங்களை

யாரும் பிரிக்க முடியாது' என்று பேசினார்கள். மாநாட்டுக்கு முதிய வர் தாதாபாய் நௌரோஜி தலைமை தாங்கினார். அவர் தலைமை யுரையின் தொடக்கத்தில் பெரும் பகுதி ஆங்கில அரசுக்குத் துதிபாடு வதிலும், அவர்கள் செய்த நன்மைகளுக்கு நன்றி சொல்வதிலும் மகாராணியாருக்கு வாழ்த்துச் சொல்வதிலும் கழிந்தது.

மூன்றாவது காங்கிரஸ் மாநாடு மதராஸில் கூடியது. இது மிகவும் முக்கியமான மாநாடு. அதுவரை ஆங்கிலத்திலேயே மாநாட்டு நிகழ்ச்சிகளை நடத்திவந்துள்ளனர். இங்குதான் முதன் முதல் சுதேசிய மொழியின் முழக்கம் கேட்டது.

கும்பகோணம் கைவினைஞர்கள் சங்கத்தின் பிரதிநிதியாக வந்திருந்த ராவ்சாகிப் மூக்கணாச்சாரி என்பவர்தான் காங்கிரஸ் மாநாட்டில் முதன் முறையாகத் தமிழில் பேசினார்.

மதத் தலைவர்கள் அவரவர் பிரதிநிதிகளை இந்த மாநாட்டுக்கு அனுப்பியிருந்தனர். கும்பகோணம் சங்கரமடத்திலிருந்தும், தருமபுரம் ஆதீனத்திலிருந்தும் பிரதிநிதிகள் வந்திருந்தனர்.

காங்கிரஸ் வினாவிடை

இந்த மாநாட்டில் ஆங்கிலேயரை எரிச்சலடைய வைத்த ஒன்று மு. வீரராகவாச்சார்யார் என்பவர் எழுதி வெளியிட்ட புத்தகம்தான். 'காங்கிரஸ் வினா விடை' என்னும் அந்தப் புத்தகம் 30,000 பிரதிகளுக்குமேல் அச்சிடப்பட்டு வழங்கப்பட்டது. அதன் தெலுங்கு, மலையாளம், கன்னடம் மொழியாக்கங்களும் வெளியிடப் பட்டன. ஆங்கிலத்திலும் மொழியாக்கம் செய்யப்பட்டது. காங்கிரஸ் மாநாட்டுச் செலவுக்கு ஒரு கணிசமான தொகையைப் பெற்றுத் தருமளவுக்கு அது புகழ் பெற்றது.

அதில் ஒருவர் கேட்கிறார், 'நம் காங்கிரஸ் சபை பலப்படுமா?'

அதில் பதில் சொல்லப்படுகிறது. 'ஆங்கிலேய உத்தியோகஸ்தர் களில் பலருக்குக் காங்கிரஸ் மகா சபை பலப்படுவது இஷ்டமிராது. அவர்களில் அனேகர் பல குத்தங் களை அதன்முன் வைப்பார்கள். இதற்கெல்லாம் பயப்படாமல் நமது தேசத்தார் அச்சபை அபிவிருத்தியடையும்படிச் செய்து வருவார் களேயானால் அச்சபை ஏன் பலப்படாது?'

அதில் இன்னோரிடத்தில் சொல்லுகிறார்: 'கிறித்துவ மதத்தைப் பரவச்செய்ய ஆங்கிலேய நாட்டார் எங்கும் அனுப்புவதுபோல் காங்கிரஸ் கமிட்டியார் சில காங்கிரஸ் பிரதி நிதிகளைக் கிராமங்கள் தோறும் அனுப்பவேண்டும். அப்போது தான் ராஜரீக விஷயங் களில் கியானமுண்டாகும்'

காங்கிரஸ் வினாவிடை பெற்ற கண்டனம்

ஆங்கிலேய அதிகாரிகள் கொதிப்படைந்தார்கள். 'நம்மை இந்தியர்கள் குற்றஞ்சொல்வதாவது? இதை எப்படிப் பொறுத்துக்கொள்வது?' வடமாகாணத் துணையாளுநராக இருந்த கால்வின் அதைப் படித்துவிட்டு காங்கிரஸின் பொதுச்செயலாளர் ஹியூம் அவர்களுக்குத் தனது கண்டனத்தைக் கடிதம் மூலம் தெரிவித்தார்.

'தாங்கள் அனுப்பிவைத்த இரு வெளியீடுகளையும் கவனமாகப் படித்தேன். பிரிட்டிஷ் நிர்வாகமும், ஆங்கிலேய அதிகாரிகளும் மக்களது வெறுப்பிற்கும் கோபத்திற்கும் ஆளாக்கப்பட்டுள்ளனர். இது நியாயமற்றது. ஒதுக்கப்படவேண்டியது. தவறான செய்தியுமாகும். காங்கிரஸை விமர்சனம் செய்பவர்கள் இந்த வெளியீடுகளில் கூறப்பட்டுள்ளவற்றிற்குக் காங்கிரஸ் தலைவர்களையே பொறுப்பாக்குவார்கள். இந்திய மக்களில் பெரும்பாலோர் எழுதப் படிக்கத் தெரியாதவர்கள். இவர்களிடம் பிரிட்டிஷ் பார்லிமெண்டைப் பற்றிக் கூறுவதை நான் வருத்தத்துடன் எதிர்க்கிறேன். இத்தகைய வெளியீடுகள் எழுதப்படுவதோ, வெளியிடப்படுவதோ காங்கிரஸ் கட்சி நலன்களுக்கு ஒரு கெட்டகாலமாகவே அமையும் என எண்ணுகிறேன். நகைப்பிற்கிடமானது, முட்டாள்தனமானது என எதைப் பற்றியேனும் குறிப்பிட வேண்டுமென்றால் காங்கிரஸ் வினா விடையைத்தான் கூறவேண்டும். போர்க்குணமும் குரோதமும் வாய்ந்த தமிழ் வெளியீடுகளைக் கொண்டு வருவதை அடியோடு கைவிடவேண்டும்.'

இந்தக் கடிதத்திற்கு ஹியூம் மிகவும் ஆணித்தரமாகப் பதிலளித்தார். 'இந்திய மக்கள் கீழை நாட்டிற்கே உரிய பண்பின் வழி மதிநுட்பம் வாய்ந்தவர்கள்' என்று எழுதினார்.

வைஸ்ராய் டஃப்ரினும் அந்தப் புத்தகத்தை எதிர்த்தார். 'அடக்கமில்லாத காங்கிரஸ்காரர்கள் ஹியூமின் முட்டாள்தனமான அரசாங்க எதிர்ப்பு நடவடிக்கைகளில் ஈடுபட்டுள்ளனர். தமிழ் வினா விடை போன்ற வெளியீடுகள் அவதூறுகளையும் பழிப்புரைகளையும் பரப்புகின்றன. இவற்றைத் திட சித்தமற்ற சாதாரண மக்கள் வியப்போடு கவனித்து வருகிறார்கள்,' என்று இந்திய அரசின் செயலாளர் கிராஸ் என்பவருக்கு எழுதிய கடிதத்தில் குறிப்பிடுகிறார்.

தடையை வென்று தழைத்தது காங்கிரஸ்

நான்காவது காங்கிரஸ் மாநாடு அலகாபாத்தில் நடைபெற்றது. மாநாட்டுக்கு இடம் கிடைக்காமல் செய்வதில் ஆங்கில அரசினர் முனைப்பாக இருந்து ஒன்றுக்கும் உதவாத முட்டுக்கட்டைகள்

போட்டனர். ஆனால் இரவோடிரவாக நவாப் ஒருவருக்குச் சொந்த மான மாளிகையில் அனுமதி பெற்று மறுநாள் வெற்றிகரமாக மாநாட்டை நடத்தினர். இதில் வேடிக்கை என்னவென்றால் அந்த மாளிகைக்கு அடுத்த மாளிகை அலகாபாத்தின் லெஃப்டினன்ட் கவர்னர் கால்வினின் மாளிகை. உள்ளுக்குள் பொருமுவதைத் தவிர அவரால் வேறு எதுவும் செய்யமுடியவில்லை.

இந்தியர்களுக்கு துப்பாக்கி போன்ற ஆயுதம் வைத்துக்கொள்ளும் உரிமை இல்லை. ஆனால் ஐரோப்பியரோ அமெரிக்கரோ வைத்துக் கொள்ளலாம். நான்காவது காங்கிரஸ் மாநாட்டில் பேசிய ஆவி மகமத் என்பவர் கேட்டார்: 'நான் ஓர் அமெரிக்கனை பணிக்கு அமர்த் தினால் அவன் ஆயுதம் தாங்கலாம். ஆனால் அவனது எஜமானான நான் ஆயுதம் தாங்கக் கூடாதாம். இது என்ன வேடிக்கை!' ஒவ்வொரு காங்கிரஸ் மாநாட்டிலும் ஆயுதச் சட்டத்தை நீக்கவேண்டும் என்று தீர்மானம் போட்டார்கள்.

பிராட்லா காங்கிரஸ்

ஐந்தாம் மாநாடு பம்பாயில் நடந்தது. இதற்கு சர் வில்லியம் வெட்டர்பன் தலைமை தாங்கினார். இந்தக் காங்கிரஸ் 'பிராட்லா காங்கிரஸ்' என்று பெயர் பெற்றது. இதில் சார்லஸ் பிராட்லா என்னும் இங்கிலாந்து நாடாளுமன்ற உறுப்பினர் கலந்துகொண்டு பேசினார்.

'இந்த 25 ஆண்டுகளாக உங்களுடைய உப்பைத் தின்று வாழ்கிறேன்,' என்றார் அவர். மேலும் சொன்னார். 'காங்கிரஸ் பற்றி அவநம்பிக்கை கொள்ளும் ஆங்கிலேயரிடம் சில சொற்கள் கூற விழைகிறேன். இந்தக் காங்கிரஸை ஏற்படுத்தியவர்கள் இங்கிலாந்து அரசின்பால் பற்றுடையவர்கள். இதைவிட்டு ருஷ்யாவின் ஆட்சியின் கீழ் இருப் பதை அவர்கள் விரும்பமாட்டார்கள்.'

மிதவாதிகள்- தீவிரவாதிகள்

இதன் பிறகு எத்தனையோ காங்கிரஸ் மாநாடுகள் நடந்தன. ஒவ்வொரு மாநாடும் பிரிட்டிஷ் இந்திய அரசுக்கு விசுவாசம் தெரிவித்து வாழ்த்துச் சொல்லிய பிறகே தொடங்கப்பட்டது. தீர்மானங்கள் நிறைவேற்றப்பட்டன. தாங்களும் இருக்கிறோம் என்பதை வருடத்துக்கு ஒருமுறை தெரிவித்துக்கொண்டனர். காலம் கனியவேண்டும் என்பது அவர்கள் கொள்கை. பக்குவமாகக் கேட்டுப் பயன்பெறவேண்டுமே தவிர பலவந்தமாகப் பெற முயலக்கூடாது என்று எண்ணியவர்கள் அவர்கள். அதில் உறுப்பின ராக இருந்தவர்கள் பலபேர் மிதவாதிகள். அப்பொழுதெல்லாம்

தீவிரவாதிகள் என்று நாமகரணம் சூட்டப்பட்டு எவரும் இல்லை யென்றாலும் தீவிரவாதிகளாகக் கருதப்பட்டவர்கள் சிலர் இருந்தார் கள். தீவிரவாதிகள் என்றால் வன்முறையில் ஈடுபடுவார்கள் என்று கருதிவிடக்கூடாது. அப்படியொரு கூட்டம் பின்னாட்களில்தான் உருவானது. ஆனால் அப்பொழுதிருந்த தீவிரவாதிகள் காங்கிரஸின் நடைமுறைகளில் இன்னும் கொஞ்சம் வேகம் வேண்டும் என்ற எண்ணம் கொண்டவர்கள். வருடாந்திர உற்சவம் கொண்டாடி விட்டு ஓய்ந்து போய்விடக்கூடாது என்று சொன்னவர்கள். அந்தக் காலகட்டத்தில்கூட காங்கிரஸில் இருந்த மிதவாதிகள் சிலர் அரசுக்கெதிரான தங்கள் கருத்துக்களை வன்மையாகச் சொன்னதும் உண்டு. இறக்குமதிப் பொருள்களின் மீது காப்புவரி விதிக்கப்பட்ட போதும் பருத்தியின் மீது ஆயத் தீர்வை விதிக்கப்பட்டபோதும் வன்முறை தவிர்த்து அகில இந்திய அளவில் போராடினார்கள். மிதவாதிகள் காலங்கனியக் காத்திருந்தாலும் கையேந்தி பிச்சையெடுத் தவர் அல்ல. அவர்கள் காரியம் சாதிக்க மக்களின் தூதுவர்களாகச் செயல்பட்டார்கள் என்று சொல்லலாம்.

அவர்கள் வேறெது செய்தார்களோ இல்லையோ, வெள்ளையர்கள் ஆளும் காலம் பொற்காலம் என்று நம்பி வந்த மக்களுக்கு நம் நாடு எப்படிச் சுரண்டப்படுகிறது என்பதை ஆய்ந்து எடுத்துரைத்தனர். அப்படிச் சுரண்டுவதற்கு என்னென்ன உபாயங்கள் பின்பற்றப் படுகின்றன என்பதையும் கூறி விழிப்புணர்வை ஏற்படுத்தினர். சற்றே விழித்தவர்கள் மீண்டும் உறங்கச் செல்லாமல் இருக்கும்படி பார்த்துக் கொண்டனர்.

ஆரம்பத்தில் இந்திய தேசியத் தலைவர்கள் பொருளாதார ரீதியாக ஆங்கிலேயர் பொருள் ஈட்ட இந்தியாவை வறுமைப்படுத்திய செய்தியைத் தெளிவாக எடுத்துரைத்தனர். இந்தியப் பொருளாதாரக் கொள்கையால் ஆங்கிலேயர் இந்தியாவை ஒவ்வொரு துறையிலும் புகுந்து சுரண்டி, அடிப்படையாகக் கொள்ளையடித்தனர் என்பதைச் சுட்டிக்காட்டினர். சில சமயங்களில் போராட்டமும் நடத்தினர். தாதா பாய் நௌரோஜி எப்படி இந்தியா ஏழை நாடாகிறதென்றும் இந்தியர்கள் படிப்படியாக எப்படி ஏழையர் ஆக்கப்படுகிறார்கள் என்றும் செல்வச் செழிப்போடு மிதந்தவர்கள் பஞ்சத்தில் அடிபடும் நிலைக்குத் தள்ளப்பட்டார்கள் என்றும் எடுத்துரைத்தார். கஞ்சி குடிப்பதற்கில்லார் அதன் காரணம் யாதென்னும் அறிவுமில்லார் என்று பின்னாளில் பாரதி பாடினானே அந்த நிலையில்தான் பெரும் பாலான இந்தியர் இருந்தனர்.

அயல்நாட்டு மூலதனத்தை இந்தியாவுக்குள் கொணர்ந்து அதனால் லாபமடைந்து கிடைக்கும் பணத்தை மேலும் இங்கே முதலீடு

செய்யாமல் பெரும்பகுதியை இங்கிலாந்துக்குத் திரும்பக்கொண்டு சென்றனர். அதனால் அவர்கள் கொழுத்தனர். இந்தியர் வற்றினர். பத்திரிகைகள் மூலமும் சொற்பொழிவுகள் மூலமும் தேசிய உணர்வு கீழ்நிலை மக்களிடமும் எழுப்பப்பட்டது.

அன்று தங்களது எழுத்துகள் மூலம் எழுச்சியூட்டிய இந்திய பத்திரிகைகள்:

ஹிந்து, சுதேசமித்திரன் - ஜி. சுப்பிரமணிய அய்யர்

கேசரி, மராத்தா - பாலகங்காதர திலகர்

பங்காலி - சுரேந்திரநாத் பானர்ஜி

அமிர்தபஜார் பத்ரிகா - சிசிர்குமார் கோஷ்

சுதாரக் - கோகலே

இந்தியன் மிர்ரர் - என் என் சென்

வாய்ஸ் ஆஃப் இந்தியா - தாதாபாய் நௌரோஜி

ஹிந்துஸ்தானி - அட்வகேட்- ஜி. பி வர்மா

அதன் பிறகு வந்த மாநாடுகள் பலவும் ராணிக்கு வாழ்த்தும் அரசுக்குப் பாராட்டும் சில தீர்மான நிறைவேற்றுதலுமாக, உண்டு விட்டு மாடுகள் மந்தையில் கூடி அசைபோட்டுக் கலைவது போல நடந்து கொண்டிருந்தன. அந்த மந்த நிலையைக் கலைத்து காங்கிரஸுக்குப் புதிய எழுச்சியைக் கொடுத்தது 1906ல் கல்கத்தாவில் நடந்த மாநாடு. இடைப்பட்ட காலத்தில் நாட்டில் பல நிகழ்ச்சிகள் நடந்தன.

52

பரங்கியன் பலம் ஒரு பஞ்சு மிட்டாய்!

பம்பாயில் தாமோதர், பாலகிருஷ்ணன், வாசுதேவன் எனும் மூன்று சாபேகர் சகோதரர்கள் இருந்தனர். சித்பவன் அந்தணர்கள். சித்பவன் இனத்தினர் பலர் சுதந்திரப் போராட்டத்தில் மிகவும் தீவிரமாகப் பங்கேற்றவர்கள். சாபேகர் சகோதரர்கள் தீவிர ஹிந்து ஆதரவாளர்கள். ஹிந்து நெறிமுறைகளைப் பழிப்பதையோ மாற்ற முயல்வதையோ அவர்கள் விரும்பவில்லை. எனவே அவர்கள் கோபம் கிறித்துவர்களாக மதம் மாறிய பிராமணர்கள் மேல் திரும்பியது. பிளேக் நோய் பயங்கரமாகத் தலை விரித்தாடிய சமயத்தில் பள்ளித் தேர்வு வந்தது. அதைத் தள்ளிப் போடும்படி மக்கள் கேட்டதை ஆங்கில அரசு ஏற்றுக் கொள்ளவில்லை. தேர்வுக்காகப் போடப்பட்ட பந்தலை தாமோதரனும் பாலகிருஷ்ணனும் யாருக்கும் தெரியாமல் எரித்தனர்.

விக்டோரியா மகாராணி அரசு பதவி ஏற்ற வைரவிழாவைக் கொண்டாடப் பம்பாய் அரசு ஏற்பாடு செய்திருந்தது. சாபேகர் சகோதரர்கள் யாரும் அறியாமல் பம்பாய்க் கோட்டைப் பகுதியில் இருந்த விக்டோரியா மகாராணியின் சிலையைச் சிதைத்து செருப்பு மாலை அணிவித்தனர். இது பம்பாயில் பெரும் பரபரப்பை ஏற்படுத்தியது. அங்கிருந்து அவர்கள் பூனா வந்தனர். பூனாவில் பிளேக் நோயைக் கட்டுப்படுத்தவும் பாதிக்கப்பட்டவர்களுக்கு உதவவும் அமைக்கப் பட்டிருந்த துறையின் தலைவர் ராண்ட் என்பவனின் அட்டகாசம் அதிகமாக இருந்தது. பிளேக் நோய் தடுப்பு ஏற்பாடுகளைவிட மக்களை வீட்டிற்குள்ளிருந்து வெளியே தள்ளி அவன் செய்த கொடுமையைக் கண்டு மக்கள் கொதித்தனர். இவனை அடக்க யாருமே இல்லையா என்று மக்கள் புலம்பத் தொடங்கினர்.

விக்டோரியா மகாராணி வைரவிழா ஏற்பாடுகளையும் ராண்ட் கவனித்து வந்தான். 1897 ஜூன் 27ம் தேதி ஊர்வலத்தில் வந்து கொண்டிருந்த ராண்டை தாமோதர் சுட்டுக் கொன்றான். யார் கொன்றது என்று எவரும் அறியாத அளவு அந்தக் கொலை செய்யப் பட்டது. எவ்வளவு முயன்றும் கொலையாளி யார் என்று போலீசால் கண்டு பிடிக்க முடியவில்லை. தாமோதர் மேல் சந்தேகம் இருந்ததால் தாமோதரைப் பிடித்துக்கொடுப்பவர்களுக்கு 20,000 பரிசு அறிவித்தது அரசு. கணேஷ் திராவிட் என்பவனும் அவனது சகோதரனும் தாமோரைக் காட்டிக் கொடுத்துவிட்டனர். தாமோதர் 1898 ஏப்ரல் 18ந்தேதி எரவாடா ஜெயிலில் தூக்கிலிடப்பட்டான். அவனது சகோதரர்கள் காட்டிக் கொடுத்த திராவிட் சகோதரர்களைக் கொன்றனர். அவர்களும் தூக்கிலிடப்பட்டனர். இக்கொலைகளுக்கு உடந்தை என்று அனாவசியமாகக் குற்றம் சாட்டி பாலகங்காதர திலகரைக் கைது செய்தனர். அவருக்கும் 18 மாதங்கள் சிறைத் தண்டனை வழங்கப்பட்டது.

‘அபிநவ பாரத்’ உறுதிமொழி

அதற்குமுன் சாவர்க்கர் என்னும் இளைஞன் தொடங்கிய அபிநவ பாரத்தின் உறுமொழி தாங்கிய அறிக்கைகள் பல இடங்களில் விநியோகிக்கப்பட்டன.

அது என்ன உறுதிமொழி?

வந்தே மாதரம்!

கடவுளின் பெயரால்,

பாரத மாதாவின் பெயரால்,

பாரதமாதாவுக்காக இரத்தம் சிந்திய தியாகிகளின் பெயரால்,

என் ஜன்மபூமியின்மேல் நான் கொண்ட பாசத்தைப்போல தாங்களும் கொண்டிருக்கும் எல்லா ஆண்கள் மற்றும் பெண் களின் தேசபக்தியின் பெயரால்,

எந்த நாட்டில் என் முந்தையோர்களின் சாம்பல் கலந்திருக் கிறதோ, எது எங்கள் குழந்தைகளின் தொட்டிலாக அமை கிறதோ, அந்த நாட்டில் அன்னியரால் அடிமைப்படுத்தப்பட்டு, சிறையில் தள்ளப்பட்டுக் கொடுமைப்படுத்தப்பட்ட தங்கள் மக்களின் துயர்கண்டு ஹிந்து மாதர்கள் வடித்த கண்ணீரின் பெயரால் -------------- என்ற பெயருடைய நான் பூரண சுதந்திரம் அல்லது சுயராஜ்ஜியம் இல்லாமல், பூவுலகில் மற்ற சுதந்திர நாடுகளுக்கிடையே மிக உயர்ந்த இடத்தைப் பெற இயலாது என்று மனப்பூர்வமாக நம்புவதாலும், அன்னியனுக்கு

எதிராக ரத்தம் சிந்திச் சளைக்காமல் போர்புரிவதன் மூலமே சுதந்திரத்தைப் பெறுவது சாத்தியம் என்று நான் நம்புவதாலும், இந்தக் கணத்திலிருந்து பூரண சுயராஜ்ஜியம் அடைவதற்காக என்னால் இயன்றதனைத்தையும் செய்து அன்னையின் முடியில் சுதந்திர மலர்க் கிரீடத்தை அணிவிப்பேன் என்று உறுதிமொழி எடுக்கிறேன்.

இதையே குறிக்கோளாகக் கொண்டு நான் 'அபிநவ பாரத்' புரட்சி இயக்கத்தில் சேர்கிறேன். இந்த உறுதிமொழியை எப்பாடுபட்டானும் காப்பாற்றுவேன் என்றும், இந்த இயக்கத்துக்கு உண்மையுள்ளவனாக இருப்பேனென்றும் சத்தியம் செய்கிறேன். இந்த உறுதிமொழிக்கு மாறாக முழுதாகவோ, அல்லது பகுதியாக நடந்தாலோ, இந்த இயக்கத்தையோ அல்லது இதே கொள்கைகளுடைய வேறு இயக்கங்களையோ காட்டிக்கொடுத்தாலோ, பாவிகள் விழும் நரகம் எனக்குக் கிட்டட்டும்!'

அனலில் பொசுங்கிய அன்னியத் துணிகள்

அபிநவ பாரத் உறுப்பினர்களில் பலர் இளைஞர்களாக இருந்த காரணத்தால் மக்களை எழுச்சியுறச் செய்யுமாறு எதையாவது செய்யவேண்டுமென்று துடித்தனர். வெறும் வார்த்தைகளால் அவர்களைக் கட்டுப்படுத்திவைக்க இயலவில்லை. எனவே விநாயக் சாவர்க்கர் ஒரு புதிய செயல்திட்டத்தை அறிவித்தான். அன்னியப் பொருள்களை பகிஷ்கரிக்கும் திட்டம்தான் அது. முதல் கட்டமாக அன்னியத் துணிகளை எரிப்பது என்று முடிவெடுத்தனர். திலகர் போன்ற பெரிய அரசியல்வாதிகள்கூட அத்திட்டத்தினால் ஏதும் பயனிருக்குமா என ஐயுற்றனர். ஆனால் விநாயக் இளைஞர்களை முடுக்கிவிட்டான். அவர்கள் வீடு வீடாகச் சென்று அன்னியத் துணிகளை அணியவேண்டாம் என்று வேண்டுகோள் விடுத்து அவர்களிடமிருந்த அன்னியத் துணிகளைச் சேகரித்து வந்தனர். 'அன்னியத் துணிகளை எரிப்பதால் பொருளாதாரச் சிக்கல் வரும்' என்று பலர் எச்சரித்தனர். காசு பணத்தால் அதை அளக்கக்கூடாதென்றும் அன்னியத் துணிகளை எரிப்பதன் மூலம் அன்னிய ஆட்சியினால் விளைந்த அடிமைத்தனத்தை எரிக்கிறோம் என்பதை உணர வேண்டும் என்றும் விநாயக் கூறினான். அன்னியத் துணியை பயன்படுத்தும் ஆர்வமும் அதன் மென்மைக்கும் அழகுக்கும் மனத்தைப் பறிகொடுத்த பாபத்துக்கும் கழுவாய் தேடிக்கொள்வோம் என்று முழக்கினான். வண்டிகளில் மூட்டை மூட்டையாகக் கொண்டு வரப்பட அன்னியத் துணிகள் மைதானத்தில் குவிக்கப்பட்டன. முதலில் ஐயுற்ற திலகர் மைதானத்துக்கு வந்தார். அவரும் வேறு பல

தலைவர்களும் அன்னியத் துணி எரிப்பைத் தொடங்கி வைத்தனர். அந்தக் குவியலில் எரிந்துகொண்டிருந்த ஒரு கோட்டைக் கையில் எடுத்துத் தூக்கிப்பிடித்து மகாதேவ் பரஞ்ச்பாய் வீர உரையாற்றினார்.

'இதோ இந்த விதேசிக் கோட்டின் சின்னப் பையினுள் கள்ளத்தன மாக இந்தியப் பணத்தையும் மணிமுடிகளையும் கௌரவத்தையும் அள்ளிக்கொண்டு சென்றார்கள். தீயே, இதை எரித்துத் தள்ளு! எங்கள் தேசிய அவமானத்தை, ஏ, தீயே கொளுத்திப் பொசுக்கு!' என்று பேசினார்.

1905ம் ஆண்டு நடைபெற்ற இந்த நிகழ்ச்சி பெரும் கொந்தளிப்பை ஏற்படுத்தியது. ஆங்கிலேய அரசை ஆதரித்த பத்திரிகைகள் அத்தகைய போக்கை முதலிலேயே கிள்ளி எரியவேண்டும் என்று எழுதின. கல்கத்தாவில் வெளியான பத்திரிகைகள் அந்த நிகழ்ச்சியைப் பாராட்டி எழுதியதோடு மட்டுமில்லாமல் எங்கும் அத்தகைய நிகழ்ச்சிகள் நடத்தப்படவேண்டும் என எழுதின.

பரங்கியன் பலம் ஒரு பஞ்சு மிட்டாய்

'சூரியன் அஸ்தமிக்காத நாடு என்ற கர்வம் எப்படியோ ஆங்கிலேயர் மண்டைக்குள் புகுந்துகொண்டது. ஐரிஷ்காரர்கள் வெள்ளைத் தோல் உடையவர்கள்தான். அவர்கள் சுதந்திரத்திற்காகப் போராடு கிறார்கள். அவர்களையும் அவர்கள் உதாசீனப்படுத்துகிறார்கள். இதற்கு ஒரே வழி அவர்கள் வழியிலேயே சென்று அவர்களை மடக்குவதுதான். கெஞ்சிக் கொண்டிருந்தால் பயனில்லை. அடிக்க வேண்டும். அப்பொழுதுதான் வலியை உணர்வார்கள். எப்பாடுபட் டேனும் நாம் ஆயுதப்பயிற்சி பெறவேண்டும். அவர்களை நிம்மதி யாகத் தூங்க விடக்கூடாது. அவர்களுடைய பலம் கூடப் பஞ்சு மிட்டாய் மாதிரித்தான். வெளிப்பார்வைக்குப் பெரிதாகத் தெரியும். பிடித்து அழுத்தினால் சுருங்கிவிடும்!' என்றார் சாவர்க்கர்.

'நாம் மட்டும் அதை எப்படிச் செய்துவிடமுடியும்?'

'முடியும். நம்மைப்போலச் சுதந்திரத்திற்குப் போராடுபவர்களை யும், அமெரிக்கா போன்று சுதந்திரத்திற்காகப் போராடி வென்றவர் களையும் நாம் நண்பர்களாக்கிக் கொள்ள வேண்டும். நான் லண்டனுக் குப் பாரிஸ்டராவதற்காகப் போகிறேன் என்பது ஒரு முகாந்திரம் தான். அங்கே பல இந்தியர்கள் ஐ.சி.எஸ்., ஐ.எஃப்.எஸ்., பார் அட் லா ஆவதற்குப் படிப்பதற்காகச் செல்லுகிறார்கள். அவர்களில் ஒரு சிலரையாவது நம் பக்கம் திருப்பமுடியுமென்றால் அது இந்தியா விலும் எதிரொலிக்கும். லண்டனில் நாம் செய்யும் எந்தப் புரட்சிகர

மான செய்கையும் உடனே பெரிய தாக்கத்தை ஏற்படுத்தும். ஐரோப்பாவின் வேறு பல நாடுகளுக்கும் பரவும். நாம் எதிர்பாராத இடங்களிலிருந்தெல்லாம் நமக்கு ஆதரவு கிடைக்கும். நமது தேவைகள் என்ன என்பது ஆளும் வர்க்கத்துக்குப் புரியும். இங்கே வந்து ஆங்கில அதிகாரிகளுக்கு அடிவருடும் மிதவாதிகள் அரசின் விசுவாசிகள். புரட்சிகரமானவர்கள் என்று பேசக்கூடியவர்கள் கூட ஆங்கில அரசு நீடிக்க வேண்டும், ஆனால் சீர்திருத்தங்கள் வேண்டும் என்றுதான் கேட்கிறார்கள். அமெரிக்கா போன்ற நாடுகளில் உள்ள வர்கள் ஆங்கில ஆட்சியை இந்தியர்கள் விரும்புகிறார்கள் என்று எண்ணும்படி ஒரு தவறான கருத்து உருவாக்கப்படுகிறது. எனவே நமது மிதவாதத் தலைவர்களை நம்புவதால் ஏதொரு பயனு மில்லை. பூரண சுதந்திரம் அடைந்தே தீரவேண்டும். இதை அடைவ தற்கு நம் உயிரைக் கொடுக்கவும் நேரலாம். தானே மடியப்போகிற உயிர் ஒரு சாதனைக்காகத்தான் மடியட்டுமே!' என்றார் சாவர்க்கர்

அசுர்-சக்தி

ஏதேனும் இரண்டு குழுக்கள் ஒன்றுக்கொன்று விரோதப் போக்குக் கொண்டிருந்தால் அவர்களுக்கிடையே பூசலை மூட்டிவிட்டு அதில் குளிர்காய்வதில் ஆங்கிலேயர் கெட்டிக்காரர்கள். இதோ ஒரு நிகழ்ச்சி:

ஜார்கண்டிலும் மேற்கு வங்காளத்திலும் 'அசுர்' எனச் சொல்லப் படும் இனம் ஒன்று இருக்கிறது. அந்த இனத்தைச் சேர்ந்தவர்கள் மகிஷாசுரனைத் தனது இனத்தின் முன்னோடி என வழிபடு கின்றனர். மகிஷாசுரனை துர்க்கை வதைத்ததால் மகிஷாசுரன் வதைக்கப்பட்ட மகாநவமியைத் துக்க தினமாகக் கொண்டாடு கின்றனர். துர்க்கை, பிரம்மா, விஷ்ணு, சிவனின் சொரூபம் என்று சொல்வதெல்லாம் கட்டுக்கதை என்பது அவர்களின் எண்ணம். அவர்கள் ஆங்கிலேயர்களுக்கு எதிராகப் போராடினார்கள். அசுர் களுக்குக் காளி பூஜை பிடிக்காது. எனவே அசுர்களுக்கும் வங்காளி களுக்கும் இடையில் பகைமையை மூட்டுவதற்காக ஆங்கிலேயர் ஒரு சூழ்ச்சி செய்தனர். வங்காளிகளுக்கு காளி பூஜை செய்வதற்கு வேண்டிய வசதிகள் எல்லாம் செய்துகொடுத்தனர். இதைக்கண்ட அசுர்கள் சினமுற்றனர். அவர்களுக்கிடையே சண்டை நடந்தால் அசுர்கள் ஆங்கிலேயரைத் தாக்கமாட்டார்கள். அவர்களது கவனம் முழுதும் வங்காளிகளோடு சண்ட போடுவதிலேயே இருக்கும் என நினைத்தனர். என்னே சூழ்ச்சி!

53

வங்கப் பிரிவினை! எங்கும் எதிர்வினை!

1899 முதல் 1905 வரை லார்ட் கர்ஸன் என்பவர் வைஸ்ராயாக இருந்தார். சின்னவயதிலிருந்தே தான் மிக உயர்ந்தவன் என்றும் ஆங்கிலேயர்களே ஆளப் பிறந்தவர்கள் என்றும் சொன்னார். அவருக்குப் பதிலடி கொடுக்கும் வகையில் தமிழ்நாட்டிலிருந்து 'ஆரிய சரித்திரம்' என்னும் நூல் வெளியாகியது. அந்நூல் இந்தியர்களின் பெருமையை நிலை நாட்டியது. அது வடமொழியில் இருந்தது. அப்புத்தகத்தைப் படித்த கெய்க்வார்ட் மன்னர் அதை எல்லா மொழிகளிலும் மொழியாக்கம் செய்யும் உரிமையை வேண்டிப் பெற்றார்.

ஜனநாயகத்தின்மேல் சிறிதும் நம்பிக்கையில்லாதவர் கர்ஸன். இந்தியாவின் வைஸ்ராய் பொறுப்பை வற்புறுத்தி வாங்கியவர். எப்படியேனும் இந்தியாவை ஆங்கிலப் பேரரசின் மிகமுக்கியமான அங்கமாக நிலை நிறுத்த வேண்டும் என்ற கொள்கையுடையவர். பிரித்தாளும் சூழ்ச்சி கைவரப்பெற்றவர்.

1857ம் ஆண்டில் சிப்பாய் புரட்சி எனப்பட்ட இந்திய முதல் சுதந்திரப் போர் இங்கிலாந்தை ஆட்டம் காண வைத்ததிலிருந்து எந்த ஒருசிறு எழுச்சியையும் தாங்க முடியாமல், உடனே அடக்கிவிடவேண்டும் என்னும் துடிப்பில் இருந்தனர் ஆங்கிலேயர். அந்தப் புரட்சியின் பொன் விழா ஆண்டு நெருங்கிக்கொண்டிருந்த நேரத்தில் பதவியில் இருந்த கர்ஸன் எந்தவிதமான அடக்கு முறையைப் பயன்படுத்தியேனும் இந்தியர்களை அடிமைகளாகத் தொடர்ந்து வைத்திருக்க வேண்டும் என்ற வெறிகொண்டிருந்தார். அதற்கு ஒரேவழி

ஒற்றுமையாக அண்ணன் தம்பிகளாக வாழ்ந்துகொண்டிருந்த இந்துக்களை யும் முஸ்லிம்களையும் எப்படியாவது பிரித்து அவர்களுக்குள் கலகத்தை மூட்டிவிட்டால் தம் கையால் தம் கண்ணையே குத்திக் கொள்ளும் வண்ணம் செய்துவிடலாம் என்று கனவுகண்டார்.

அதற்காக கிழக்கு வங்கப் பகுதிகளில் அடிக்கடி சுற்றுப் பயணம் செய்து அங்குள்ள மக்களோடு உரையாடினார் கர்ஸன். முஸ்லிம்கள் அதிகம் இருக்கும் கிழக்கு வங்கப் பகுதியையும் அஸ்ஸாமையும் ஒருங்கிணைத்து ஹிந்துக்கள் அதிகமிருக்கும் மேற்கு வங்கத்தைத் தனியாக்கி விடவேண்டும் என்று திட்டமிட்டார். இதை அறிந்த வங்க மக்கள் கொதித்தனர். முதலில் தனது திட்டத்தை வெளிப் படையாகச் சொல்லிக் கொண்டிருந்த கர்ஸன் அதைச் சிறிது காலம் வெளிப்படுத்தாதிருந்தார். ஆனால் அதிகாரிகள் மட்டத்தில் ரகசிய மாக அதற்குண்டான ஏற்பாடுகளைச் செய்து வந்தார்.

இதற்கிடையில் 1904ம் ஆண்டு பம்பாயில் காங்கிரஸ் மகாசபை கூடியது. அதிகாரிகள் கலந்துகொண்டால் எங்கே தனது திட்டம் வெளியே தெரிந்துவிடுமோ என்ற பயத்தில் அதிகாரிகள் காங்கிரஸ் மகாசபைக் கூட்டத்திற்குச் செல்லக் கூடாது என்று தடை விதித்தார். என்றாலும் மக்களுக்குச் செய்தி தெரியவந்தது. வங்காளத்தில் பெருங்கொந்தளிப்பு ஏற்பட்டது.

கோபால கிருஷ்ண கோகலே ஒரு சமயம் குறிப்பிட்டார். 'வங்காளி யர் இன்று நினைப்பதை மற்ற இந்தியர் நாளைக்கு நினைக்கின்ற னர்.' அது உண்மைதான் என்பதைக் காட்டுமாறு அமைந்தது வங்காளி யரின் செய்கை. எங்கும் கலவரம். இதைப் பொருட்படுத்தாத கர்ஸன் 1905ம் ஆண்டு ஜனவரி மாதம் வங்காளப் பிரிவினைக்கான பிரகடனத்தைச் செய்தான். மிகவும் சாந்தமான ரவீந்திரநாத் தாகூர் கூடக் கொதித்தெழுந்தார். அப்பொழுது ஒரு கவிதை எழுதினார். அதுதான் பின்னாளில் (1972) கிழக்கு வங்கத்தின் தேசிய கீதமாகி யது. பக்கிம் சந்த்ர சட்டர்ஜி எழுதிய ஆனந்த மடம் என்ற புதினத்தில் கிளர்ச்சி செய்த சன்னியாசிகள் பாடிய வந்தே மாதரம் கீதம் எங்கும் முழங்கத் தொடங்கியது.

சுரேந்திர நாத் பானர்ஜி, விபின் சந்த்ர பால் ஆகியோர் தலைமையில் வங்கப் பிரிவினையை எதிர்க்கும் கூட்டங்கள் பல இடத்திலும் பரவின. அதன் எதிரொலியாக இந்தியாவின் பல பாகங்களிலும் கிளர்ச்சிகள் மூண்டன. சென்னையிலும் மக்கள் விழித்துக் கொண்டனர். பம்பாய் மாநாட்டிற்குச் சென்று வந்த ஜி.சுப்பிரமணிய அய்யர் சுதேசமித்திரன் பத்திரிகையில் வைஸ்ராய் கர்ஸனின் சூழ்ச்சி

களைப் பற்றித் தீவிரமாக எழுதினார். அந்த மாநாட்டின் முதல் தீர்மானமான 'இந்தியர்களுக்கு அரசு உத்தியோகங்கள் தகுந்த முறையில் கொடுக்கப்பட வேண்டும்' என்ற தீர்மானத்தை முன் மொழிந்தவரே சுப்பிரமணிய அய்யர்தான். அம்மாநாட்டிற்கு அதிகாரிகள் வரத் தடைவிதித்ததே லார்ட் கர்ஸன்தான் என்பதைத் தனது பத்திரிகையில் வெளிப்படையாகவே எழுதினார். இந்தியர்கள் மட்டுமன்றி சுதந்திர உணர்வுள்ள உலகினர் அனைவரும் இந்தியாவுக்குச் சுதந்திரம் கொடுத்தே ஆகவேண்டும் என்று கூறும்படிச் செய்யவேண்டும் என்றார்.

வங்கப் பிரிவினையைப் பற்றி அனுமானமாக வந்த செய்திகளை அறிந்து அம்மாநாடு ஒரு தீர்மானம் நிறைவேற்றியது. 'ஆட்சி மாற்றத்திற்கு நிர்வாக வசதியே காரணம் என்று சொல்வது ஒரு பொய்க் காரணம் என்றும் வங்காளிகளைத் துண்டாடி அவர்களுக்கிடையே பகைமை உணர்ச்சியைத் தூண்டுவதே நோக்கம்' என்றும் கண்டித்தது அத்தீர்மானம். ஜில்லாக்களைத் துண்டாடுவதால் எந்தப் பயனும் விளையப்போவதில்லை என்றும் ஆட்சி முறையில் மாற்றம் ஒன்றே அதற்குப் பரிகாரம் என்றும் கூறியது. அய்யர் இதைப் பற்றியெல்லாம் பேசினார். அப்பொழுதுதான் தேசியக் கவி சுப்பிரமணிய பாரதியார் சுதேசமித்திரனில் உதவி ஆசிரியராகச் சேர்ந்திருந்தார்.

ஏற்கெனவே பாரதியின் நெஞ்சில் கனற்பொறியாக எந்த நேரத்திலும் பற்றத் தயாராக இருந்த சுதந்திர உத்வேகம் என்னும் தீயைப் பற்றவைக்கும் முயற்சியில் எண்ணெய் வார்த்தார் அய்யர். பாரதியின் மனத்தில் சுதந்திரத் தீ மெல்ல மெல்லப் பற்றத் தொடங்கியது. அது அவரது எழுத்துகளுக்குச் சூடேற்றியது.

பாரதியின் எழுத்துகளை மக்கள் அறிந்து கொள்ளாத காலமது. சுதேசமித்திரனில் பாரதியின் சுயமான கட்டுரைகள் அதிகம் வெளியாகவில்லை. பெரும்பாலும் செய்தி மொழியாக்கங்களே வெளியாகிக் கொண்டிருந்தன. தலையங்கங்களை சுப்பிரமணிய அய்யரே எழுதினார். ஆற்றல் மிக்க பாரதியை உதவி ஆசிரியப் பணிக்கு உயர்த்திய அய்யர் இன்னும் அதற்குள்ள முழுப்பொறுப்பையும் அவரிடம் கொடுக்கவில்லை.

பாரதியின் திறமையை அறிந்து அவரையே புதிதாகத் தொடங்கப் போகும் பத்திரிகைக்கு ஆசிரியராகப் போட முடிவு செய்யப்பட்டது. பத்திரிகை மகளிர் நலம் கருதி தொடங்கப்படுவதால் அதற்குச் 'சக்கரவர்த்தினி' என்று பெயர் சூட்டினர்.

சுதேசி இயக்கம்

வங்கப்பிரிவினை பற்றிய அறிவிப்பிற்கும் அதை அமல்படுத்திய நாளுக்கும் இடையே கிட்டதட்ட பத்து மாதங்கள் இருந்தன. அந்தப் பத்து மாதங்களில் வங்கத்தில் பல கிளர்ச்சிகள் நடத்தப் பட்டன. 1905 ஆகஸ்ட் 7ம் தேதி வங்கத்தில் கல்கத்தா சிட்டி ஹாலில் வங்கத் தலைவர்கள் ஒன்று கூடினர். அங்கே ஒரு தீர்மானம் நிறை வேற்றப்பட்டது. அதன்படி அன்னியத் துணிகளைப் பகிஷ்கரிப்ப தென்றும், இனி சுதேசித் துணிகளை அணிவதென்றும் முடிவெடுக் கப்பட்டது. முடிவெடுத்ததோடு நில்லாமல் பல இடங்களில் அன்னியத் துணிகள் எரிக்கப்பட்டன. வங்க மாணவர்கள் பெருமள வில் கலந்து கொண்டனர். அவர்களை ஆதரித்து இந்தியா முழுவதும் மக்கள் திரண்டனர்.

பூனா பர்குசான் கல்லூரியில் படித்துக்கொண்டிருந்த வீர் சாவர்க்கர் அன்னியத் துணிப் பகிஷ்கரிப்புக் கிளர்ச்சியை வங்காள மாணவர் களுக்கு ஆதரவாக மிகவும் வெற்றிகரமாக நடத்தினார். அதற்காக அவருக்குப் பத்து ரூபாய் அபராதம் விதிக்கப்பட்டது. கல்லூரி விடுதியிலிருந்தும் வெளியேற்றப்பட்டார். திலகர் கேசரிப் பத்திரி கையில் அன்னிய துணிகள் பகிஷ்கரிப்பை ஆதரித்து எழுதினார். சென்னையில் சுதேசி எழுச்சி கொண்ட மாணவர்கள் ஆயிரக் கணக்கில் ஒன்று திரண்டு வங்க மாணவர்களை ஆதரித்துக் கூட்டம் நடத்த முன்வந்தனர். அதற்கு பல அரசியல் தலைவர்களின் ஆதரவு இருந்தது. சுதேசமித்திரன் பத்திரிகையும் ஆதரித்தது. அதன் ஆசிரியர் ஜி. சுப்பிரமணிய அய்யர் அக்கூட்டத் திற்குத் தலைமைப் பொறுப்பை ஏற்க இசைந்தார்.

மதராஸ் கடற்கரையில் பாரதி பாட்டு

தனது பத்திரிகைத் தொழிலோடு பொதுக் கூட்டங்களிலும் பாரதி கலந்துகொள்ளத் தொடங்கினார். 14-9-1905 அன்று சென்னைக் கடற்கரை மணலில் கூட்டம் நடைபெற்றது. சுப்பிரமணிய அய்யர் தலைமையில் பலரும் பேசினர். ஆயிரக்கணக்கான மாணவர்கள் மிகவும் அமைதியாகச் சொற்பொழிவுகளைச் செவிமடுத்தனர். வங்க மாணவர்களைப் பாராட்டியும் வாழ்த்தியும், அவர்களைப் போலவே தமிழகத்திலும் அன்னியத் துணிகள் பகிஷ்காரம் நடை பெறவேண்டும் என்றும், பாலகங்காதர திலகரையும் சுரேந்திரநாத் பானர்ஜியையும் அழைத்துச் சொற்பொழிவாற்றச் செய்ய வேண்டும் என்றும் தீர்மானங்கள் நிறைவேற்றப்பட்டன.

அன்றையக் கூட்டத்தில் பாரதியார் கலந்துகொண்டு தான் எழுதிய ‘வங்கமே வாழிய’ என்ற பாடலைப் பாடினார். எழுத்தெண்ணிக்கை

கொண்டு நடக்கும் சற்றுக் கடினமான கட்டளைக் கலிப்பாவில் எழுதப்பட்ட அப்பாடலை மிகவும் எளிமையாகவும் உணர்ச்சிகர மாகவும் பாடினார்.

அங்கமே தளர்வெய்திய காலையும்
அங்கோர் புன்னரி தந்திடும் ஊனுணாச்
சிங்கமேயென வாழ்தல் சிறப்பெனாச்
செம்மைகூறிநந் தாய்ப் பெருந்தேயத்தைப்
பங்கமேபெறு மிந்நிலை நின்றுயர்
பண்டை மாண்பிடைக் கொண்டினி துய்த்திடும்
வங்கமே யென வந்தனை வாழிநீ!
வங்கமேநனி வாழிய வாழிய!

வங்கம் என்ற சொல்லில் கப்பல் என்றும் வங்க தேசம் என்றும் சிலேடைப் பொருள் வரும் வகையில் பாடியதைப் பலரும் ரசித்த னர். அடுத்த பாடல் நம் நாட்டின் பெருமையை மிக அற்புதமாகக் காட்டியது.

'மற்றவர்களுக்குக் கொடுத்துப் பழகியது பாரதம். அன்னியன் தரும் பொருளை வாங்கி அறியாத, அப்படிப் புகழ் வாய்ந்த கற்பகத் தரு போன்ற நாட்டிலே ஓர் அன்னியன் கரத்தை நோக்கி வாழ்வதா அடிமைப்பட்டுச் சாவதா என்று கொதித்தெழுந்த வங்கமே வாழ்க நீ' என்ற பொருள்பட அவர் வாழ்த்திய போது தமிழன்னை சற்று நிமிர்ந்து அமர்ந்தாள்.

அந்தப்பாடல் மறுநாள் சுதேசமித்திரன் பத்திரிகையில் வெளி வந்தது. நாட்டு மக்களுக்கு எழுச்சியூட்ட இதோ ஒரு கவிஞன் தோன்றி விட்டான் என்னும் எண்ணத்தை மக்கள் நெஞ்சில் எழுப்பியது. அந்தக் காலகட்டத்தில் வள்ளலார் போன்ற ஓரிருவரைத் தவிர மற்றவர் யாவரும் கடுமையான தமிழிலேதான் எழுதி வந்தனர். அதைக் கருதும் போது இன்றைய நோக்கில் சற்றுக் கடினமாகத் தோன்றும் அப் பாடல் எளிமையானதுதான். பாரதி எளிமையை நோக்கித் தன்னடியை எடுத்துவைக்கத் தொடங்கி விட்டார்.

வங்கம் பிரிந்தது கிளர்ச்சி எழுந்தது

எவ்வளவுதான் எதிர்ப்பு இருந்தாலும் அவற்றையெல்லாம் பற்றிக் கொஞ்சமும் கவலைப்படாமல் கர்ஸன் 1905 அக்டோபர் மாதம் 16ம் தேதியன்று வங்கத்தைப் பிரித்துவிட்டான். இந்தச் செய்கைக்கு ஆங்கிலேயர்களிடமிருந்து கூட எதிர்ப்பு எழுந்தது. வங்கப் பிரிவினை பெருமளவு தீங்கு செய்தாலும் அது ஓரளவு நன்மையும் செய்தது.

கிழக்கு வங்கத்தில் பிரிந்துபோன ஒரு சிலரைத் தவிர இந்தியா முழுதும் ஒரே குரலாக அந்தப் பிரிவினையை எதிர்த்ததால் மக்களிடையே ஓர் ஒற்றுமை உணர்ச்சி எழுந்தது. 1857 புரட்சியின் போது தூண்டப்பட்டப் புரட்சிக்கனல் அணைக்கப்பட்டாலும் அது நீறுபூத்த நெருப்பாக இருந்து வங்கப் பிரிவினையால் மீண்டும் கொழுந்துவிட்டு எரியத் தொடங்கியது. இந்தியாவில் மட்டுமன்றி அந்த உணர்ச்சி இங்கிலாந்திலும் புரட்சி இயக்கங்கள் தோன்ற வழிவகுத்தது. சுதந்திரத்திற்காகப் போராடி வென்ற அமெரிக்கா, போராடிக்கொண்டிருந்த அயர்லாந்து போன்ற நாடுகளிலும் சுதேசியப் போராட்டத்திற்கு ஆதரவு எழுந்தது. இவையெல்லாம் கவனித்து வந்த பாரதியின் பேனா வாய்ப்பாக வந்த தருணத்தைப் பிடித்துக்கொண்டு அனல் கக்கத் தொடங்கியது.

இந்தியா தனது நாடு என்ற எண்ணமே இன்றி ஆங்கிலேயர்கள் நாடு என்ற எண்ணத்தோடு வாழ்ந்த மக்களுக்கு ‘இந்தியா நமது நாடு’ என்ற எண்ணத்தை அவர்கள் மனத்திலே தோற்றுவிக்க வேண்டிய திருந்தது. எனவே வங்கப்பிரிவினை அமல்படுத்தப்பட்ட சில நாட்களிலேயே பாரதி எழுதிய ‘எங்கள் நாடு’ என்ற கவிதை சுதேச மித்திரனில் 1905ம் ஆண்டு அக்டோபர் மாதம் 24ம் தேதி பிரசுரமாகி யது. சக்கரவர்த்தினிப் பத்திரிகையின் தலையங்கங்கள் மூலமும் கட்டுரைகள் மூலமும் நாட்டில் நடக்கும் சுதேசிய எழுச்சியை மக்களுக்கு அறிவித்த பாரதியார்,. சுதேசியத்தைப் பற்றி வேறு எங்கெங்கே செய்திகள் பிரசுரிக்கப்பட்டாலும் அவற்றையெல்லா மும் தமது பத்திரிகையில் வெளியிட்டார்.

54

பாரிசால் போராட்டம்

‘என்னாலே இவங்களை அடிக்க முடியலய்யா,’ என்றார் அந்தக் காவலர்.

‘அடிச்சுத்தாம்பா ஆகணும்! வெள்ளைக்காரனிடம் சம்பளம் வாங்குறோம்லே?’ என்றார் இன்னொரு காவலர்

‘இவங்க வேறெதாவது கலாட்டா பண்ணுனா அடிக்கலாம். வந்தே மாதரம்னுல்லா சொல்றாங்க. எப்படி அடிக்கறது?’

‘வந்தேமாதரம்னா உனக்கு அர்த்தம் தெரியுமா?’

‘நல்லாத் தெரியும். நம்ம தாய்நாடு வாழ்கன்னு சொல்றாங்க. அதிலே என்ன தப்பு?’

‘நீ என்னையும் வம்புலே மாட்டி விட்டுடாதே. வெள்ளைக்காரனுக்கும் இது தாய்நாடில்லை. உங்களுக்கும் இது தாய்நாடு இல்லைன்னு நம்மைப் பாத்து அவன் சொல்றான். என்ன செய்யறது? வயித்துக்காக மாரடிக்க வேண்டியதுதான்,’ என்றார் இரண்டாவது காவலர்.

ஆங்கிலேயர்களின் கீழ் வேலை செய்த காவலர்கள், புரட்சி செய்த எத்தனையோ பேரை அடித்திருக்கிறார்கள். அப்பொழுதெல்லாம் உறுத்தாத மனச்சாட்சி வந்தே மாதரம் என்று சொன்னதற்காக அடிக்கச் சொல்லும் போது வலித்தது. ஆம் இது நடந்தது வங்காளத்திலுள்ள பாரிஸாலிலே! கர்ஸன் வங்க பிரிவினை உத்தரவை வெளியிட்டபோது பிரிவினையின் வலியை நேரடியாக அனுபவித்தவர்கள் பாரிசால் மக்கள். அவர்களால் தமது சினத்தை அடக்கிக்

கொள்ள இயலவில்லை. வந்தே மாதரம் என்னும் முழக்கம் விண்ணை அதிரவைத்தது. அதுவே வெள்ளைக்காரனுக்கு நாராசமாக இருந்தது. வந்தே மாதரம் என்று சொல்லக்கூடாது என்று உத்தரவு போட்டான். அழுத்திவைக்கப்பட்ட சுருள் கம்பி சற்றே விடுபட்டால் துள்ளி எழுவதுபோல அம்மக்கள் துடிப்புப்பெற்றார்கள். என்ன ஆனாலும் ஒரு கை பார்த்துவிடுவது என்ற வெறி அவர்களுக்குள்ளே எழுந்தது. அது மட்டுமல்ல, வாய்க்கொழுப்பு மிக்க கர்ஸன் ஆங்கிலேயர்தான் ஆளப் பிறந்தவர்கள் என்று வேறு சொல்லி விட்டான்.

விழுந்தாலும் எழுந்தாலும் வந்தே மாதரம்!

'விழுகிற ஒவ்வொரு அடியும் வந்தே மாதரம் எழுகிற குரலை வெளிக்கொணர்ந்தது. தள்ளப்பட்டவன் எழுந்திருக்கும்போதே 'வந்தே மாதரம்' என்று முழங்கிக்கொண்டே எழுந்திருந்தான். அவர்களுக்கு வந்தே மாதரம் வெறும் சொற்றொடரல்ல. அது தாயை வாழ்த்தும் மந்திரம். உணர்ச்சியை ஊட்டும் மந்திரம். வெள்ளையன் அடியினால் இந்தியன் அரண்டுவிடவில்லை. மிதியினால் விதிர்ந்து விடவில்லை. காவலன் தள்ள தேசபக்தன் துள்ள அங்கே ஒரு வீர நாடகம் நிகழ்ந்துகொண்டிருந்தது.

காவலர்களின் தாக்குதலில் ரத்தம் கொட்டியது. கை முறிந்தது. கால் ஒடிந்தது. ஆனாலும் தள்ளாடிக்கொண்டே 'வந்தே மாதரம்' என்றான் பாரிசால் வீரன். திரௌபதியின் துகிலை உரித்த துச்சாதனன் துவண்டு விழுந்ததைப்போல அடிகொடுத்தவன் துவண்டான். வந்தே மாதரம் தாரக மந்திரம். மக்கள் வீறுநடை போட்டுக்கொண்டு வந்தே மாதரம் பாடிக்கொண்டே சென்றார்கள்.

வங்கத்தைப் பிரிக்கக் கூடாது எனச் சபதம் எடுக்கவும் ஆங்கிலேய மேலாதிக்கத்தையும், ஒடுக்கு முறையையும், எதிர்க்க வேண்டுமென்றும், அடிமைத்தனத்திலிருந்து தேசத்தை விடுவிக்க வேண்டுமென்றும் இந்திய தேசிய காங்கிரஸ் முடிவெடுத்தது. அம்முடிவுகளைச் செயல்படுத்த வங்க மாகாண மாநாடு ஒன்று நடத்தத் தீர்மானிக்கப்பட்டது.

பாரிசால் ஏற்கெனவே கொதித்துக்கொண்டிருக்கிறது. அதைவிட வேறிடம் மாநாட்டுக்கு ஏற்றதாக அமைய முடியுமா? எனவே சுரேந்திரநாத் பானர்ஜி பாரிஸாலையே தேர்ந்தெடுத்தார். ஊர் மக்களுக்கு உற்சாகம். காங்கிரஸ் வீரர்களை வரவேற்க ஊரே விழாக் கோலம் பூண்டது. இதை எப்படியும் அடக்கியே தீர்வது என்று அரசு தீர்மானித்தது. அடக்குவதற்காக உள்ளூர்க்காவலர்களைத் தவிர

600க்கும் மேற்பட்ட கூர்க்காக்கள் அங்கே கொண்டுவரப்பட்டிருந் தனர். வந்தே மாதரம் பாடக்கூடாது. அந்தப் பாடலின் முதல் இரண்டு வரிகளைக்கூடப் பாடக்கூடாது என்று தடைவிதிக்கப்பட்டிருந்தது.

காங்கிரஸ் தலைவர்கள் அதிகாரிகளிடம் தலைவர்களை வரவேற் கும்போது வந்தே மாதரம் பாடமாட்டோம் என்று உறுதிமொழி அளித்திருந்தார்கள். எனவே படகுகளில் வந்திறங்கிய காங்கிரஸ் அன்பர்களிடம் சுரேந்திரநாத் பானர்ஜி பேசினார். ஒப்பந்தப்படி தலைவர்களை வரவேற்கும்போது நாம் வந்தே மாதரம் பாடக் கூடாது அவ்வளவுதான். மற்றபடி நாம் வந்தே மாதரம் பாடமாட் டோம் என்று நாங்கள் சொல்லவில்லை. எனவே இதனை மனத்துக் குள் கொண்டு நடந்து கொள்ளுங்கள்,' என்றார். தேசபக்தர் அஸ்வினி குமார் தத்தாவின் ஊர் பாரிசால். அவ்வூர் ஏற்கெனவே சுதேசிப்பொருள்கள் பயன்பாட்டிலும் முன்னணியில் இருந்தது. அதனால் ஆங்கில ஆதிக்கம் அதை ஒரு தீய நோக்குடனே கருதி வந்தது. எனவே வங்கப் பிரிவினையை ஒட்டிய அந்த வந்தே மாதரம் போராட்டத்தை எப்படியேனும் ஒடுக்கியே தீருவது என்ற முனைப் பில் அதிகாரிகளையும் படையையும் முடுக்கிவிட்டிருந்தது. போராட்ட வீரர்கள் சிறிதும் அஞ்சவில்லை. வன்முறையில்லாமல் அமைதியாகப் போராட்டம் நடத்துவது என்று தீர்மானித்திருந்தனர்.

வங்க மண்ணில் மக்கள் எழுச்சி

வீறு கொண்ட தேசபக்தர்கள் ஒரு பொதுக் கூட்டத்தில் வந்தே மாதரம் விண்ணைப் பிளக்க லார்டு கர்ஸன் கொடும்பாவியை எரித்து அவருக்கு இறுதிச் சடங்கையும் செய்து விட்டனர். ஆங்கிலேய அரக்கர்களின் எலும்புகளின் மீதும் சாம்பல் மீதும் பாரதத் தாயை அரியணையில் அமர்த்த வேண்டும் என அப்போது சபதமெடுத்துக் கொண்டனர்.

சிப்பாயைக் கண்டதும் அஞ்சி நடுங்கும் பயங்கொள்ளிகள் அல்ல பாரிசால் மக்கள். சிவப்புத் தொப்பியைக் கண்டால் போதும். அவ்வூர் குழந்தைகள் கூட வந்தே மாதரம் முழங்கிவிட்டு வீட்டுக் குள் ஓடிவிடும். பெண்களும் போராடத் தயாரானார்கள். அந்தப் போராட்ட பூமியைப் பார்ப்பதற்காகவே மக்கள் குழுமினர். 1906ம் வருடம் ஏப்ரல் மாதம் 14ம் நாள் மாநாடு நடத்த ஏற்பாடுகள் மும்முர மாக நடைபெற்றன. தோரணங்கட்டி ஊரே தலைவர்களை வரவேற் கத் தயாரானது. ஆனால் ஊர்வலத்தில் வந்தே மாதரம் பாடக்கூடாது என்று ஆங்கில ஏகாதிபத்தியம் தடைவிதித்திருந்தது.

மாநாட்டில் கலந்து கொள்ள வங்கம் முழுவதிலும் இருந்து பிரதிநிதிகள் வந்து குவிந்த வண்ணமிருந்தனர். எங்கும் கோலாகலம்.

எங்கும் உற்சாகம். தங்களை வழிநடத்தும் தலைவர்களைக் காண மக்கள் திரண்டனர். அவர்களின் முகத்தில் உற்சாகமும் நம்பிக்கையும் கரை புரண்டு ஓடியது. அங்கு குவிந்திருந்த வங்கத்தின் பெரும் தலைவர் களெல்லாம் தங்களது பேச்சுகளின் மூலம் குழுமியிருந்த பிரதிநிதி களை உணர்ச்சி பிழம்பாக்கிக் கொண்டிருந்தனர். பாபு சுரேந்திர நாத் பானர்ஜி தானே முன்னிலை வகித்து மாநாட்டின் குறிக்கோள்களை முழங்கினார்.

தலையை வெட்டினாலும் வந்தே மாதரம் பாடுவேன்

பாபு சுரேந்திர நாத் பானர்ஜி சொன்னார்: 'வந்தே மாதரம் பாடுவதும் முழங்குவதும் பாரிசால் நகர வீதிகளில் மட்டுமல்ல கிழக்கு வங்கம் முழுதும் தடை செய்யப்பட்டுள்ளது. பாரிசாலில் உள்ள காங்கிரஸ் தலைவர்கள் அதிகாரிகளிடம் வந்தே மாதரம் பாடலை, பிரதிநிதி களை வரவேற்கும்போது வீதிகளில் பாடுவதில்லை என்று ஒப்பந் தம் செய்துகொடுத்துள்ளனர். ஆனால் கர்ஸனின் கொடுமையால் பாதிக்கப்பட்டுள்ள துடிப்புள்ள இளைஞர்களும், கொள்கைப் பிடிப்புள்ள தீவிர எண்ணம் கொண்டோரும் வந்தே மாதரம் பாட வேண்டும் என்பதில் எந்த சமரசமும் செய்ய மாட்டோம் என்பதில் உறுதியாக இருக்கின்றனர். இது குறித்த தீர்மானமான ஒரு முடிவைத் தலைவர்கள் அறிவிக்க வேண்டும் என்று கூறுகின்றனர். இந்த உத்தரவு சட்ட விரோதமானது. இது குறித்துத் தகுதியான சட்ட ஆலோசகர்களிடம் விவாதித்துள்ளோம்,' என்று விவரித்தார்.

வந்தே மாதரம் பாடல் தடை செய்யப்பட்டது குறித்து விவாதம் எழுந்தபோது 'அமிர்த பஜார்' பத்திரிக்கையின் ஆசிரியர் மோதிலால் கோஷ், 'எனது தலையை வெட்டுங்கள் கவலையில்லை; ஆனால் நான் வந்தே மாதரம் பாடியே தீருவேன். வந்தே மாதரம் பாடலை விட எனது தலை அதிக மதிப்பு வாய்ந்ததில்லை' என்று வாதிட்டார். ஒப்பந்தத்தில் பிரதிநிதிகளை வரவேற்கும்போது வந்தே மாதரம் பாடக்கூடாது என்றுதான் குறிப்பிடப்பட்டுள்ளதே தவிர அதற்கும் மேலாக வேறு ஒன்றும் இல்லை. இதை ஏற்றுக் கொள்வதுதான் பாரிசால் தலைவர்களுக்கு நாம் அளிக்கும் மரியாதையாக இருக்கும் என்றும் இதர நேரங்களில் வந்தே மாதரம் பாடத்தடையில்லை என்பதால் வந்தே மாதரம் பாடலாம் என்ற எங்கள் முடிவை ஏற்றுக் கொண்ட பிறகுதான், வங்கம் முழுதும் வந்திருந்த பிரதிநிதிகள் படகை விட்டு பெருமை மிகு பாரிசால் நகரினுள் நுழைந்தனர்,' என்றார் பானர்ஜி.

சுரேந்திரநாதரின் பேச்சு மக்களுக்குப் புதிய எழுச்சியைக் கொடுத் தது. 'எந்தாய் வாழ்க என்று நான் சொல்லி என் தாயை வாழ்த்து

வதைத் தடுக்க யாரிந்த கர்ஸன்?' என்று மக்கள் ஆவேசம் கொண்டனர். மாநாடு நிகழ்ச்சிகள் திட்டமிட்டபடி ஏப்ரல் 14ம் நாள் தொடங்கின. முதல் நிகழ்ச்சியாக ஹவேலி ராஜா அரண்மனையிலிருந்து மாநாட்டுத் திடலை ஊர்வலமாகச் சென்று அடைவது என்று நிர்ணயிக்கப்பட்டிருந்தது. அதன்படி தொண்டர்கள் மூன்று, மூன்று பேராக ஒவ்வொரு வரிசையாக நிற்க வைக்கப்பட்டனர். அவர்களின் கைகளில் கொடிகளையும், வங்கப் பிரிவினையை எதிர்த்து கோஷங்கள் அடங்கிய அட்டைகளையும் ஏந்தியவாறு அணி வகுத்து நின்று கொண்டிருந்தனர். வந்தே மாதரம் தாங்கிய அடையாள அட்டைகள் அவர்களது சட்டைகளில் குத்தப்பட்டிருந்தன. வந்தே மாதரம் பாடலை அமைதியாகப் பாடியவாறு மாநாட்டுத் திடலைச் சென்று அடைவது என அவர்களுக்கு தலைவர்கள் கூறியிருந்தனர்.

மேடையில் பெரும் தலைவர்கள் அணிவகுத்திருந்தனர். சுரேந்திர நாத் பானர்ஜி, அமிர்த பஜார் பத்திரிகை ஆசிரியர் மோதிலால் கோஷ், புபேந்திரபாசு, அரவிந்த கோஷ், பிபின் சந்திர பால் என்று இன்னும் அநேக பிரமுகர்கள் அமர்ந்திருந்தனர்.

ஊர்வலத்துக்குத் தலைமை தாங்க பாரிஸ்டர் ரஸூல் தனது வெள்ளைக்கார மனைவியுடன் வந்திருந்தார். பிற்பகல் இரண்டு மணியளவில் ஊர்வலம் தொடங்கியது. மேலே சொல்லப்பட்ட தலைவர்களோடு ஆயிரக்கணக்கான இளைஞர்களும் அணிவகுத்து நின்றனர். தாய் நாட்டைக் காப்பாற்ற ஏதேனும் செய்தாகவேண்டும் என்ற வெறி அவர்களின் கண்களில் மின்னியது.

ஊர்வலம் இன்னும் முழுமையாகத் தொடங்கப்பெறவில்லை. தொண்டர்கள் இன்னும் ஊர்வல வீதியை அடையவில்லை. வந்தே மாதரம் பாடல் இன்னும் முழங்கப்படவில்லை. வீர நடை போட்டுத் தொண்டர்கள் பெருமிதத்துடன் நடந்தனர்.

ஆவேசத் தாக்குதல்

அந்தத் தொண்டர் அணியின் மிடுக்கைப் பார்த்த மாத்திரத்திலேயே ஆங்கிலேய ஏகாதிபத்திய போலீசாருக்கு ஆவேசம் வந்தது. அத்தனை சுதேசியச் சிப்பாய்களும் தாங்கள் பெறும் சம்பளத்தால் ஆங்கிலேயர்களுக்கு உண்மையுள்ளவர்களாக இருக்கவேண்டும் என்று நினைத்தார்களே தவிர தாம் தாக்கப்போவது தமது சகோதரர்களை, தமது தாய் நாட்டு மக்களை என்பதை மறந்து விட்டனர். தனது ஆங்கில அதிகாரிகளிடம் நல்ல பெயர் வாங்க வேண்டுமென்பதற்காக எப்பொழுது அதிகாரி அடிக்கச் சொல்வார் என்று காத்திருந்து, அவர் கட்டளையிட்டவுடன் எந்தவித முன்னறிவிப்புமின்றி,

திடீரென்று பின்வரிசையிலுள்ள தொண்டர்களை போலீசார் ஆவேச மாகத் தாக்கத் தொடங்கினர். நிராயுதபாணிகளான அந்த பாரதத் தாயின் தவப் புதல்வர்களை நீளமான தடிகளால் கண்மூடித்தனமாக தாக்கத் தொடங்கினர்.

தங்கள் மீது விழும் ஒவ்வொரு அடிக்கும் எதிர்த் தாக்குதலாக தொண்டர்கள் முழங்கியது வந்தே மாதரம். ஆயிரக் கணக்கானோ ரின் வந்தே மாதரம் இடி முழக்கமாக பாரிசால் நகரையே சுற்றி வளைத்தது. தாக்குதலில் அவர்களின் தலையில் இருந்தும் கைகால் களிலிருந்தும் ரத்தம் ஆறாகப் பாரிசால் வீதியில் பெருக்கெடுத் தோடியது. நிலை தடுமாறி விழுந்த தொண்டர்களின் தேகங்களை போலீசாரின் கால்கள் துவட்டி எடுத்தன. அவர்களின் மார்புகளில் அவர்கள் அணிந்திருந்த பாட்ஜ்கள் பிடுங்கி எறியப்பட்டன. பாட்ஜைப் பறிக்கலாம்; ஆனால் அவர்களின் சுதந்திர ஆவேசத்தை, அவர்களின் உள்ளங்களில் கொழுந்துவிட்டு எரிந்த சுதந்திர தாகத்தை யாரால் அழிக்க முடியும்? தாக்குதலில் நிலை குலைந்தாலும் வந்தே மாதர முழக்கம் உச்சத்தை எட்டிக் கொண்டே இருந்தது. பாட்ஜ் களுக்குப் பதிலாக அவர்களது மார்புகளை விழுப்புண்கள் அலங் கரித்தன. இதைப்பற்றிய விவரங்கள் ஒரு தேசத்தின் உருவாக்கம் என்ற புத்தகத்தில் கொடுக்கப்பட்டுள்ளது. (A Nation in the Making, Page 206)

போர் முழக்கமான வந்தே மாதரம்

வங்கம் பிரிக்கப்பட்டவுடன் புதிய வங்க கவர்னராக ஃபுல்லர் நியமிக்கப்பட்டார். பி.சி. லியோன் செயலாளராக நியமிக்கப் பட்டார். வங்க கவர்னர் ஆணைக்கிணங்க வந்தே மாதரம் பாடுவதை தடை செய்து செயலர் லியோன் உத்தரவிட்டார். இதன் பிரதிபலிப் பாக வங்கமெங்கும் தேசபக்தர்கள் ஆவேசமடைந்தனர். ஒவ்வொரு நகரங்களிலும் சிற்றூர்களிலும் தடை உத்தரவை எதிர்த்துப் போராட் டக் குழுக்கள் அமைக்கப்பட்டன. எங்கு பார்த்தாலும் எப்போது பார்த்தாலும் மக்கள் வந்தே மாதரம் பாட்ஜ் அணிந்தே வெளியில் சென்றனர். ராமானந்தராய், சசீந்திரகுமார் போஸ், கிருஷ்ணகுமார் மித்ரா போன்றோர் இந்தக் குழுக்களை முன்னின்று இயக்கினர். அரவிந்தரின் சகோதரர் பரிந்திரகுமார் கோஷ், ஸ்வாமி விவேகானந் தரின் சகோதரர் புபேந்திரநாத் தத்தா ஆகியோர் முக்கியமானவர்கள். சகோதரி நிவேதிதா இவர்களை பின்புலமாக வழி நடத்தினார். தடை உத்தரவு எதிர்ப்புக் குழுவினர் பாரிசால் மாநாட்டிற்கு திரளாக வரும்படி அழைப்பு விடுத்திருந்தனர். வங்கம் முழுதும் வியாபித் திருந்த வந்தே மாதரம் அவர்கள் சுவாசிக்கும் மூச்சாக இருந்தது.

வந்தே மாதரம்... வந்தே மாதரம்... என்ற இசை முழக்கத்திற்கு அவர்களின் நாடித்துடிப்பு தாளமாக அமைந்தது.

கண்மூடித்தனமான கடும் தடியடித் தாக்குதலை எதிர்கொண்ட வந்தே மாதரம் முழங்கிய தேசபக்தர்கள் சோர்வடையவில்லை. பாரிசால் நகரில் நடத்தப்பட்ட திட்டமிட்ட கொடூரமான தடியடிப் பிரயோகம் இந்தியாவிலேயே முதன் முதலாக இங்குதான் அரங் கேற்றப்பட்டது. ஆனால் இதுதான் ஆங்கிலேய ஏகாதிபத்தியத்தின் அடக்குமுறைக்கும் தேசீய உணர்விற்கும் இடையே நடக்கப் போகும் போருக்கு புதிய தொடக்கமாகவும் அமைந்தது. வந்தே மாதரம் புதிய போர் முழக்கம் ஆனது.

55

தடியடியும், தலைவர்கள் கைதும்...

போராட்டத்தில் வயதான தலைவர்களும், பொது மக்களும்கூட போலீசாரின் தாக்குதலுக்குத் தப்பவில்லை. அவர்களும் கொடூரத் தடியடிக்கு ஆளாயினர். தேச பக்தர்களின் தலைகள் காயப்படுத்தப் பட்டனவே தவிர, அவர்களின் உணர்வுகளுக்கு காயங்கள் ஏற்பட வில்லை. இளம் போலீஸ் அதிகாரிகள் அந்த வயதான தேசபக்தர் களை அவமதித்தனர். தேசியத் தலைவர்களெல்லாம் கிரிமினல் குற்றவாளிகள் போன்று அவமதிக்கப்பட்டு, ஜெயிலுக்குள் தள்ளப் பட்டனர். வங்க முடிசூடா மன்னர் சுரேந்திர நாத் பானர்ஜிகூட இந்தக் கொடுமையிலிருந்து தப்பவில்லை. அங்கு அவர் பெருத்த அவமானத்தைச் சந்திக்க நேர்ந்தது.

சுரேந்திர நாத் பானர்ஜி கைது செய்யப்பட்டு சிறையிலடைக்கப் பட்டார். விடுமுறை நாளானதால் மாவட்ட நீதிபதி வீட்டிற்கு அவர் அழைத்துச் செல்லப்பட்டார். மாவட்ட நீதிபதி முன்பு குற்றவாளி யாக நிறுத்தப்பட்ட சுரேந்திர நாத் பானர்ஜி, தாம் கைது செய்யப்பட்ட விதம் குறித்தும், போலீசாரின் நடவடிக்கைகளையும் வன்மையாகக் கண்டித்ததோடு அரசாங்கத்தின் அடக்குமுறைப் போக்கைக் கடுமை யாகச் சாடினார். ஆனால் நீதியைக் காப்பாற்ற வேண்டிய நீதிபதி எமர்சன் போலீசிற்கு சளைத்தவரல்ல என்பதை நிரூபித்தார். அவரால் சுரேந்திர நாத் பானர்ஜி கடுமையாகப் பேசிய பேச்சுக்களை சகித்துக்கொள்ள முடியவில்லை. கோர்ட்டை அவமதித்ததாக ரூ200 அபராதமும், ஊர்வலத்தில் கலந்து கொண்டதற்காக இன்னொரு 200 ரூபாய் அபராதமும் விதிக்கப்பட்டது. இந்தத் தீர்ப்பை தள்ளி வைக்க

வேண்டுமென்றும், அதன் மூலம் தான் வழக்கறிஞரை வைத்து வாதாடவும் சாட்சிகளை முன்னிறுத்தவும் வாய்ப்புத் தருமாறு கேட்டுக் கொண்டார் பானர்ஜி. ஆனால் அவருடைய கோரிக்கைகள் நிராகரிக்கப்பட்டன. இதே போன்று ஏனைய தலைவர்களின் வேண்டுகோள்களும் தள்ளுபடி செய்யப்பட்டு அபராதங்கள் விதிக்கப்பட்டன.

சுரேந்திர நாத் பானர்ஜி போன்ற தலைவர்களெல்லாம் அபராதத்தை அப்போதே கட்டிவிட்டு சுதந்திரப் பறவைகளாக மாநாட்டில் கலந்து கொள்ளப் புறப்பட்டனர். திட்டமிட்டபடி மாநாடு தொடங்கப் பட்டது. மாநாட்டுக்கு வந்திருந்த பிரதிநிதிகள் அனைவரும் தடியடி யால் பாதிக்கப்பட்டு ரத்தம் சொட்டச் சொட்டப் பந்தலில் அமர்ந் திருந்தனர். அந்த நிலையிலும் எழுச்சியுடன் அனைவரும் ஒரே குரலில் வந்தே மாதரம் பாடலை பாடியது அனைவரது உணர்வு களையும் தட்டி எழுப்பியது.

இதுபற்றி சுரேந்திரநாத் பானர்ஜி கூறும்போது, 'நண்பர்களுடன் மேடைக்கு நாங்கள் நுழையும் போது ஒரே மாதிரியான காட்சியை எங்களால் காண முடிந்தது. அங்கிருந்த அனைவரும் எழுந்து ஒரே குரலில் உணர்ச்சி ததும்ப வந்தே மாதரம் முழங்கியதைக் காண முடிந்தது. அனைத்து நிகழ்ச்சிகளும் சில நிமிட நேரங்கள் நின்று போயின. நாங்கள் எங்கள் இருக்கைகளில் அமர்ந்த பிறகு ஒருவாறாகப் பழைய நிலைக்கு மாநாட்டு அரங்கம் திரும்பியது.'

உடைந்த மண்டை ஓவியமானது

மேடையிலே ஓர் இளைஞர் தலையில் பலத்த கட்டுடன் தனது தந்தையுடன் நின்று ஆங்கிலேய ஏகாதிபத்தியத்தின் அடக்கு முறை குறித்தும் தான் போலீசாரால் எவ்வாறு தாக்கப்பட்டேன் என்றும் கூறிக்கொண்டிருந்தார். அதை ஆமோதிக்கும் வகையில் தனது மகன் தாக்கப்பட்டது குறித்து அவருக்கே உரிய பாணியில் உரையாற்றி அப்பாவும், மகனும், சாட்சியம் கூறுவது போன்று மாறி மாறிப் பேசி பார்வையாளர்களைத் தன்வயப்படுத்தினர். அவர்தான் பாபு மனோ ரஞ்சன் குஹாவும் அவரது மகன் சித்தரஞ்சன் குஹாவும் ஆவார்கள்.

பாபு மனோரஞ்சன் குஹா மிகப்பெரிய பேச்சாளர் இவரது மகனைத் தான் போலீசார் கடுமையாகத் தாக்கி தண்ணீர்த் தொட்டியில் வீசி யிருந்தனர். அதிர்ஷ்டவசமாகக் காப்பாற்றப்பட்டார். அப்போதும் அந்த இளைஞன் ஒவ்வொரு அடிவிழும்போதும் வந்தே மாதரத்தை விடாது முழங்கிக் கொண்டிருந்தான். தந்தையும் மகனுமாக மாறி

மாறி தாங்கள் மீது ஏவப்பட்ட மூர்க்கத்தனமான தாக்குதலை விவரித்துக்கொண்டிருந்தனர். இந்த உணர்ச்சி ததும்பும் பேச்சைக் கேட்டவர்களுக்கு, தங்கள் வாழ்நாள் முழுதும் மறக்க இயலாத ஒரு நினைவாக இவர்கள் பேச்சு அமைந்திருந்தது. இந்த நிகழ்ச்சிகள் பின்னர் ஓவியமாக வரையப்பட்டு 1906 கல்கத்தா கண்காட்சியில் வைக்கப்பட்டது, பின்னர் நாடு முழுதும் இந்த ஓவியங்கள் மிகவும் பிரபலமாக பேசப்பட்டன.

அன்றைய மாநாடு மாலையில் முடிந்து தொண்டர்கள் தங்கள் வீடு களுக்கு செல்லும்போது வந்தே மாதரம் முழங்கியவாறு சென்றனர். அடுத்த நாள் காலையில் மீண்டும் மாநாட்டிற்கு வரும்போதும் இந்த கோஷம் விண்ணைப் பிளந்தது.

தடையுத்தரவு

அடுத்த நாள் நிகழ்ச்சிகள் நடந்து கொண்டிருந்தபோது கெம்ப் என்ற போலீஸ் அதிகாரி திடீரென்று மேடைக்கு வந்து மாநாட்டுத் தலைவரிடம் ஒரு உத்தரவை வழங்கினார். தடை உத்தரவு பிறப்பிக் கப்பட்டிருப்பதால் உடனே கூட்டம் கலைந்து செல்ல வேண்டும். கூட்டத்திற்கு வந்திருப்போர் திரும்பிச் செல்லும்போது வந்தே மாதரம் பாடமாட்டோம் என்ற உறுதிமொழி வழங்கப்பட வேண்டும் என்றார். மாநாட்டுத் தலைவர் அதற்கு மறுக்கவே அந்த போலீஸ் அதிகாரியே மாஜிஸ்ட்ரேட் போட்ட 144 தடை உத்தரவைப் படித்து கூட்டத்தைக் கலைந்து போகும்படி கூறினார். இதைக் கேட்டதும் அங்கிருந்த மாநாட்டுப் பிரதிநிதிகள் ஆத்திரமடைந்தனர். பார்வை யாளர்கள் இந்த உத்தரவிற்கு அடிபணிய மறுத்தனர். பிறகு தலைவர் களின் வேண்டுகோளுக்கிணங்க பார்வையாளர்கள் கலைந்து வீதி களில் சாரி சாரியாக வந்தே மாதரம் முழங்கிச் சென்றனர். மாநாட்டுப் பந்தலை நூற்றுக்கும் மேற்பட்ட ஆயுதம் தாங்கிய போலீசார் தங்கள் கட்டுப்பாட்டில் எடுத்துக்கொண்டனர். இவ்வாறாக அந்த மாநாடு யாரும் எதிர்பார்க்காத வகையில் முடிந்தது.

சகோதரி நிவேதிதா

கல்கத்தாவிலிருந்து வந்திருந்த பிரதிநிதிகள் திரும்பிச் செல்லும் போது வழி நெடுக ஒவ்வொரு ஊர் ரயில் நிலையங்களிலும் அந்தப் பிரதிநிதிகளைப் பார்க்க கூட்டம் கூட்டமாக மக்கள் திரண்டனர். எங்கும் வந்தே மாதரம் எப்போதும் வந்தே மாதரம் என்ற நிலைமை ஏற்பட்டது. அந்த மக்களிடையே சுரேந்திர பாபு மற்றும் சகோதரி நிவேதிதா ஆகியோர் பேசும்போது, 'ஆங்கிலேய அரசாங்கம் போராளிகளையெல்லாம் எப்படியாவது சிறைகளில் அடைக்கத் திட்டமிட்டனர். ஆனால் நீங்கள் அந்த சூழ்ச்சியை முறியடித்து

விட்டீர்கள். அவர்கள் போட்ட வலையில் அவர்களே சிக்குண்டு விட்டனர். இந்த வெற்றி உங்களையே சாரும்' என்றார்.

வைஸ்ராய் கூட வருந்திப் பேசினார்

சுரேந்திர நாத் பாபுவுடன் தடை உத்தரவை எதிர்த்து நடத்தும் போராட்டக் குழுத் தலைவர் பாபு கிருஷ்ண குமார் மித்ரா அவர்களும் ரயிலில் உடன் சென்றார். சகோதரி நிவேதிதா பேசும்போது அவரது பேச்சு பாச உணர்வோடு இருந்ததால் மக்கள் பெரும் உணர்ச்சி வசப்பட்டனர். நாட்டின் விடுதலைக்காக உங்களுடைய உதிரங்களை தாய் மண்ணிற்கு அர்ப்பணித்திருக்கிறீர்கள். இந்தத் தியாகத்தின் மூலம் நீங்களும், வங்க மக்களும் உன்னத நிலையை அடைந்து விட்டீர்கள்' என்று பாச உணர்வோடு பேசினார்.

ஆங்கிலேய ஏகாதிபத்தியம் தான் போட்ட வலையிலேயே தானே சிக்குண்டுவிட்டது என்று சகோதரி நிவேதிதா பேசியது உண்மையாகி விட்டது. பாரிசால் நகரில் போலீசார் நடத்திய வன்தாக்குதல் குறித்து கருத்துத் தெரிவித்த வைஸ்ராய் லார்டு மிண்டோ, 'அமைதியாக நடந்து கொண்டிருந்த கூட்டத்தையும் ஊர்வலத்தையும் போலீசார் பேசாமல் விட்டிருந்தால் சுரேந்திர நாத் வேண்டுமென்றே கைது ஆவதற்கு வழி வகுத்திருக்காது. போலீசாரின் நடவடிக்கைகள் அவருக்கு சாதகமாகி விட்டது என்றும் வந்தே மாதரம் பாடலை பாடியதால் எந்தப் பேரழிவும் ஏற்படப் போவதில்லை. மாறாக அதை முறியடிக்க எடுக்கப்பட்ட நடவடிக்கைகள் ஆங்கிலேய ஆட்சிக்கு ஒரு பெரும் தீங்காக அமைந்து விட்டது' என்றார்.

உள்ளூர் நிர்வாகம் எடுத்த நடவடிக்கைகள் அனைத்துமே சட்டரீதியானதாகக் கருத முடியாது, கவர்னர் ஜெனரலுக்கு இது புதிய தலைவலியை உண்டு பண்ணிவிட்டது என்றும், ஊர்வலத்தில் புகுந்து சுரேந்திரநாத்தை கைது செய்தது சட்டபூர்வமாகச் சரி எனக் கூற முடியாது. மேலும் வந்தே மாதரம் பாடுவது சட்டத்திற்குப் புறம்பானது என்று சொல்வது சட்டத்தைத் தவறாகப் புரிந்து கொண்டதற்குச் சமம் எனவும் கருதினார். (India under Morely and Minto by M.N.Daas, Page 38-39)

எதிர்காலப் புரட்சிக்கு வந்தே மாதரம் என்ற புதிய போர் முழக்கத்துடன், விதைகளை விதைத்துவிட்டுப் போயுள்ள அந்த மாநாடு ஒவ்வொருவர் மனத்திலும் நீங்காத நினைவாக இருந்தது.

பாரிசால் மாநாடு தொடங்குவதற்கு நான்கு நாட்கள் முன்னர் இண்டியன் எம்பையர் பத்திரிக்கை தலைவர்களுக்கு ஓர் அறை கூவல் விடுத்திருந்தது. 'அடிமைகளாகவே இருக்கப் போகிறீர்களா இல்லை அடிமை விலங்கை உடைக்கப் போகிறீர்களா என்பதைத்

தீர்மானிக்கும் நேரம் வந்துவிட்டது. தேசபக்தர்களின் முனகல்கள் ஆட்சியாளர்களுக்கு துச்சமாகத் தெரியலாம், ஆனால் அதிகார வர்க்கத்திலிருப்பவர்களுக்கு இது கௌரவத்தைத் தராது,' என்று எச்சரித்தது.

பாரிசால் மாநாடு பெயரளவிற்குக்கூட தீர்மானங்களை நிறைவேற்ற வில்லை. ஆனால் அடுத்து என்ன நடக்கப்போகிறது என்பதை மாநாட்டு சம்பவங்கள் தெளிவாகக் காட்டிவிட்டன.

நடந்த சம்பவங்கள் குறித்து பத்திரிக்கைகள் ஆழமாகவும் கூர்மை யாகவும் விமர்சனங்கள் செய்தன.

ஆடு மாடுகள் போன்று இதுபோன்ற காட்டுமிராண்டித் தாக்குதல் களுக்கு அடிபணிந்து போவதா, இல்லை, சுய பாதுகாப்பிற்காக, தாக்குதலுக்கு எதிர்த் தாக்குதலா எது சிறந்தது என்பதை முடிவு செய்யுங்கள் என்று 'சந்தியா' பத்திரிக்கை எழுதியது.

பயங்கரமான சூறாவளி நாட்டின் மூலை முடுக்கெல்லாம் கடந்து கொண்டு இருக்கிறது. ஒவ்வொருவர் உள்ளங்களிலும் ஒரு வெறியைத் தூண்டியுள்ளது. நெருக்கடி முற்றிவருகிறது. பாரிசால் நகரில் நடந்தது போன்று இனி திரும்ப எங்காவது நடந்தால் நாடு முழுக்க மக்கள் தங்களது உயிர்களைப் பற்றிக் கவலைப்படாமல் வெள்ளையர்களை பழி வாங்கும் சூழ்நிலை ஏற்படும். என்று 'ஆனந்த பஜார் பத்ரிக்கா (19.04.1906)' குறிப்பிட்டிருந்தது.

மக்களின் பொறுமைக்கு எல்லை உண்டு. மக்களைத் தாக்கப் பயன் படுத்தும் அதே தடி ஆட்சியாளர்களின் தலைக்கே எதிராகவும் திரும்பக் கூடும் என்பதை மறந்து விடாதீர்கள் என 'வங்காளி (ஏப்ரல் 21)' பத்திரிக்கை எழுதியது.

பாரிசால் தாக்குதலைக் கண்டித்து பாரத தேசத்தின் 30 கோடி மக்களும் ஒரு சேர குரல் கொடுக்க வேண்டும். தாக்குதலுக்கு எதிர்த் தாக்குதலே ஒரே தீர்வு என முழங்கியது பரிந்தரா கோஷ்ஷின் 'யுகாந்திர' பத்திரிக்கை (ஏப் 22,1906).

'உங்களுக்குத் தன்மானம் இருந்தால் அது வெளிவரட்டும். இந்த அமைதி நமது தேசிய தன்மானத்திற்கு இழுக்கு. தேசத்திற்கு ஏற்பட்ட அவமானத்தைத் துடைக்க பழிக்குப் பழி ஒன்றே சரியான பாதை. நஞ்சை நஞ்சால் மட்டுமே முறியடிக்க முடியும். எந்த நஞ்சால் நமது தேசத்திற்கு அவமானம் ஏற்பட்டதோ அந்த நஞ்சாலேயே அந்த அவமானம் துடைத்தெறியப்பட வேண்டும்' என்று மக்களைப் பார்த்து மீண்டும் சாடியது சந்தியா (ஏப் 28, 1906).

'நசுக்கப்படும் புழுவும் கடித்துவிட்டே சாகும்'

ஹிதவர்த்தா பத்திரிக்கை கீழ்கண்டவாறு தேசபக்தர்களின் உணர்வுகளை அப்படியே பிரதிபலித்தது:

'இதுபோன்று உலகின் எந்த மூலையிலாவது நடந்திருந்தால் இந்நேரம் எமர்சன் தலை அவன் உடம்பிலிருந்து வெட்டப்பட்டு வீதிகளிலே வீசப்பட்டிருக்கும். இந்த விசித்திரப் பிறவியை உயர் பதவியில் வைத்து நாகரிகமாக நடத்தும் போக்கு வேறு ஏதாவது நாட்டில் நடந்திருந்தால் இந்நேரம் அவனுடைய எலும்புகள் சுக்கு நூறாக நொறுக்கப் பட்டிருக்கும்.

வருங்காலம் அனைவருக்கும் இருண்டதாகவே காட்சியளிக்கிறது. ஆயுதத்திற்கு எதிராக ஆயுதமே தீர்வு என்ற எண்ணம் மக்கள் மனத்தில் தோன்ற ஆரம்பித்துள்ளது. ஒன்றுமே அறியாத அப்பாவிச் சிறுவன் சிந்திய ரத்தத்தை வெள்ளைக் கொடுங்கோலன் ரத்தத்தா லேயே கழுவப்பட வேண்டும். ஒரு புழு கூட தான் நசுக்கப்படும் போது கடித்து விட்டுத்தான் சாகிறது. நாம் எவ்வளவு நாட்களுக்குத் தான் பொறுமை காப்பது?

அமைதியான சுதேசி இயக்கம் வேறொரு பாதையைத் தேர்ந்தெடுத்து விடுமோ என்று அஞ்சுகிறோம். வந்தே மாதரம் பாடுவதற்கு பதில் எமர்சன் தலையை கொடிக் கம்பத்தில் கட்டி தொங்கவிடும் நிலை வந்தால், அது மக்களுக்கும் நல்லதல்ல; ஆட்சியாளர்களுக்கும் நல்லதல்ல. வெள்ளை அரசாங்கம் ஆணவப் போக்கு கொண்ட இந்த மனிதரை ஆட்சியிலிருந்து நீக்காவிட்டால் இப்படிப்பட்ட காட்டுமிராண்டித்தனமான மனித நேயமற்ற தாக்குதல் நடத்தியவர் களைத் தண்டிக்காவிடில், இப்பொழுது கொழுந்துவிட்டு எரியும் நெருப்பு இன்னும் ஆயிரக்கணக்கானோரின் ரத்தத்தைக் குடிக்கும் என்பதை மறந்து விடாதீர்கள்.

தேச பக்தர்களின் உதிரம் பாரத மாதாவின் விடுதலைக்குக் கொடுக்கும் விலை என்பதை மக்கள் புரிந்து கொள்ள ஆரம்பித்து விட்டனர். அதற்காக என்ன விலையும் கொடுக்க தயாராகி விட்டனர் மக்கள். அவர்களை இனி யாரால் தடுக்க முடியும்?' - பொங்கியிருந்தது ஹிதவர்த்தா.

மகான் அரவிந்தர் அப்போது எழுதினார்:

'கொடுங்கோலர்கள் பலமுறை முயன்றுள்ளனர். ஆனால் ஒரு முறை யாவது நாட்டின் விடுதலைக்கு மனிதன் கொண்டிருந்த தாகத்தை அவர்களால் அடக்க முடிந்துள்ளதா? அடக்குமுறை, அடக்கு முறைக்கு எதிரான வலிமையை வளர்த்தே வந்திருக்கிறது. கொடுங்

கோலர்களின் காலடிகளிலே நசுக்கப்படும்போது, எண்ணற்ற வடிவங்களில் முன்னைக் காட்டிலும் வலிமை கொண்டதாக புதிய அவதாரங்கள் தோன்றியிருக்கின்றன. தோல்விகளிலிருந்தும், பட்ட துன்பங்களிலிருந்தும் அடக்குமுறைக்கு எதிராக புதிய எழுச்சி உருவாகியிருக்கிறது. சரித்திரத்தை திரும்பிப் பாருங்கள். அந்த எழுச்சி அடக்கு முறையாளர்களை தூக்கி எறிந்துள்ளது. இதுதான் சரித்திரத்தின் மூலம் நாம் அறிந்துள்ள பாடம். இதுதான் மனித குலத்திற்கு செய்தியுமாகும்.'

'விவிலியத்தில் குறிப்பிட்டுள்ள ஒருவகையான விஷப் பாம்பு போன்று அதற்கு கண் இருக்கும். ஆனால் பார்க்காது. காதிருக்கும், ஆனால் கேட்காது. அது போன்று இந்தக் கொடுங்கோலர்களுக்கு உலகளாவிய போதனைகளும், மனித குலத்திற்கான அன்பும் அவர் களிடம் இருக்காது. மனிதனின் மடத்தனமான மூர்க்கத்தனமான செயல்பாடுகள் ரத்தக் களரி மூலம் உலகிற்கு அழிவையே ஏற்படுத்தும்'.

பாரிசால் நகரில் நடந்த சம்பவங்கள் லண்டனிலுள்ள இங்கிலாந்து பாராளுமன்றத்தில் எதிரொலித்தது. போலீசாரின் காட்டுமிராண்டித் தனமான தாக்குதல் குறித்து இந்தியாவிற்கான செயலாளரிடம் விளக்கம் கேட்கப்பட்டது. இங்கிலாந்து அரசு இது தொடர்பான நடவடிக்கைகளை செயல்படுத்த நீண்ட நாட்கள் எடுத்துக்கொள்ள வில்லை. போலீசார் விதித்திருந்த பலவிதமான கட்டுப்பாடுகளை விலக்கிக்கொள்ள வைஸ்ராய்க்கு உடனடியாக உத்தரவிடப்பட்டது. கிழக்கு வங்க கவர்னருக்கு வைஸ்ராய் கீழ்கண்ட அறிவுரையை உடனடியாகப் பிறப்பித்தார்:

'சமீப காலத்தில் நடந்த சம்பவங்களின்போது கல்லூரியிலிருந்து நீக்கப்பட்ட 300 மாணவர்களை எந்தவித நிபந்தனையுமின்றி உடனடியாக திரும்பச் சேர்த்துக் கொள்ள வேண்டுமென்றும், இந்த நடவடிக்கையை கிழக்கு வங்க மக்களின் இயல்பான நல்ல நடத்தை காரணமாக பெருந்தன்மையாக தாங்களாகவே முன்வந்து எடுப்பதாக இருக்கும் வகையில் உத்தரவு பிறப்பிக்கப்பட வேண்டுமென்றும்' வைஸ்ராய் குறிப்பிட்டிருந்தார். அதே போன்று இதுவரை வந்தே மாதரம் பாட மற்றும் ஊர்வலங்களுக்கு விதிக்கப்பட்டிருந்த தடை உத்தரவு சுற்றறிக்கையை திரும்பப் பெறப்படாமல் இருந்தால் அதற்கான உத்தரவும் ஒரே சமயத்தில் வெளியிட வேண்டுமென்றும் உத்தரவிட்டார்.

இதை உடனடியாக அமல்படுத்துவதன் மூலம் சமீபத்தில் நடந்த கசப்பான சம்பவங்களுக்கு இது மருந்தாக அமைவதோடு இதன்

மூலம் வங்க மக்களின் நல்ல மதிப்பைப் பெற உங்களுக்கு இது உதவும் என்பதையும் நினைவில் கொள்ளுமாறு அறிவுறுத்தியிருந்தார்.

இந்தச் சலுகைகள் ஆங்கிலேய அரசின் பலவீனத்தைக் குறிப்பதாக மக்கள் கருதி விடக்கூடாது, அப்படிக் கருதினால் பல அபாயகரமான பின் விளைவுகளை ஏற்படுத்தும் என்றும், வன்முறைக்குத் தூண்டு கோலாக அமையும் என்று ஆங்கிலேய அரசு கருதியதையே இந்த அறிவுரை தெளிவுபடுத்தியது.

மதராஸ் மெரினாவில் மாபெரும் கூட்டம்

'பாரிசாலில் நகரில் நடந்த சம்பவங்கள் தேசிய சுதந்திரப் போராட்ட இயக்கத்தில் ஒரு பெரிய தாக்கத்தை ஏற்படுத்தியது. போலீசாரின் அத்துமீறிய தாக்குதல் நடவடிக்கைகள் வங்கத்தில் மட்டுமின்றி பாரத தேசம் முழுக்க விழிப்புணர்வையும் எழுச்சியையும் ஏற்படுத்தியுள்ளது. ஏப்ரல் 21 அன்று சென்னையில் போலீசாரின் அட்டூழியத்தை எதிர்த்து நடத்தப்பட்ட கண்டனக் கூட்டத்தில் 8000க்கும் மேற்பட்டோர் மெரினா கடற்கரையில் கலந்து கொண்டனர்' என்று டைம்ஸ் ஆஃப் இந்தியா (28.04.1906) ஒரு கட்டுரையில் குறிப்பிட்டிருந்தது.

சென்னையில் நடந்த கண்டனக் கூட்டத்திற்கு, கூட்டம் ஆரம்பிக்க பல மணி நேரங்களுக்கு முன்னதாகவே வந்தே மாதரம் பாடியபடி பத்தாயிரத்திற்கும் மேற்பட்டோர் சாரி சாரியாக வந்தனர். போலீஸ் அடக்குமுறையை எதிர்த்துக் கோஷமிட்டனர். (A Nation in the Making, Page - 215)

ஆங்கிலேய அடக்குமுறையைக் கண்டித்து நாடெங்கும் ஆங்காங்கே எதிர்ப்பு கூட்டங்கள் நடைபெற்றன. ஆங்கிலேய ஏகாதிபத்தியத் தின் கொடுங்கோல் ஆட்சியை எதிர்த்து அந்தக் கூட்டங்களில் கடுமையாக கண்டனம் எழுப்பப்பட்டது. வந்தே மாதரம் நாடு முழு வதும் எதிரொலித்தது. வந்தே மாதரம் ஒவ்வொரு பேரணிகளிலும் முழங்கப்படும் மந்திரமானது. அழுத்தத்துடன் பூமிக்குள் இருக்கும் தண்ணீர் வெளியே வர ஆயிரக்கணக்கான இடங்களில் பீறிட்டுக் கொண்டு வருவதுபோல, அடக்குமுறைக்கு எதிராக நாடெங்கும் குரல் கொடுக்க வந்தே மாதரம் ஒரு மந்திரமானது.

கர்ஸன் வங்கத்தைப் பிரித்ததனால் வந்த எதிர்விளைவு வந்தே மாதர முழக்கத்தைத் தீவிரப்படுத்தியது. பக்கிம் சந்திர சட்டர்ஜி தனது ஆனந்த மடம் புதினத்தில் எழுதிய அந்தப் பாடல் தேசிய எழுச்சியை எழுப்பப் பயன்பட்டது. வங்கத்தில் வந்தே மாதரம் என்னும் பெயரில் ஒரு பத்திரிகை சுதந்திர ஆவேசத்தை மக்களிடையே

தூண்டிவந்தது. தமிழகத்தில் அதுவரை அதிகமாகப் பரவாத அந்தப் பாடல் பாரதியை வெகுவாகக் கவர்ந்தது.

வங்கப்பாடலில் ஏழு கோடி மக்கள் தொகை என்று வங்கத்தின் ஜனத்தொகையைப் பக்கிம் சந்திரர் குறித்திருந்தார். ஆனால் பாரதி அதை இந்தியாவுக்குப் பொதுவாக்கி 'எங்கள் தாய்' எனும் தலைப்பில் முப்பது கோடி முகமுடையாள் அறுபது கோடி தடக்கைகள் என்று எழுதினார். அந்த மொழியாக்கம் சக்ரவர்த்தினி இதழில் 1905 நவம்பரில் வெளிவந்தது.

56

அர்பத் நாட் வங்கியின் அநியாயச் செயல்பாடு!

ஒருநாள் மாலை சுப்பிரமணிய அய்யரின் வீட்டிலிருந்து அவசரமாக வரச் சொல்லி அழைப்பு வந்தது. பாரதி வீரராகவ முதலித் தெருவில் இருந்த அவரது வீட்டிற்கு விரைந்தார். எப்பொழுதும் திண்ணையை அடுத்த உள்பகுதியில் அமர்ந்திருக்கும் அய்யரைக் காணவில்லை.

'வாங்கய்யா, அய்யா உங்களை உள்ளே கூட்டிவரச் சொன்னாங்க,' என்றான் வேலையாள். பாரதியை அய்யரின் படுக்கையறைக்கு அழைத்துச் சென்றான். எப்பொழுதும் கம்பீரமாக அமர்ந்திருக்கும் அய்யர் அன்று சோர்வாகப் படுத்திருந்தார். முள் முள்ளாகச் சதை வளர்ந்திருக்கும் அவரது முகம் மிகவும் வாட்டமாகக் காணப் பட்டது.

பாரதியைப் பார்த்ததும் அய்யர் மெதுவாக எழுந்து உட்கார்ந்தார். 'உங்களுக்கு உடம்பு சரியில்லையா? டாக்டரைக் கூப்பிடவா?' என்று கேட்டார் பாரதியார்.

'பாரதி, உனக்குச் செய்தி தெரியாதா? அர்பத்நாட் கம்பெனி திவால் ஆகிவிட்டது,' என்றார் அய்யர்.

'என்ன சொல்கிறீர்கள்?' பதட்டமாகக் கேட்டார் பாரதி.

'ஆமாம் பாரதி, கொஞ்ச நாட்களாகவே அங்கே தகராறு இருந்திருக் கிறது. செய்தி வெளிவராமல் அமுக்கி விட்டார்கள். வெள்ளையர்

களுக்கு வேண்டியதை எடுத்துக்கொண்டு ஐபி கொடுத்து விட்டார்கள்.’

‘நீங்கள் ஏதாவது முதலீடு செய்திருக்கிறீர்களா?’

‘என் முதலீட்டை விட்டுத் தள்ளு. சுதேசிய நிதி முழுதும் அதில்தான் முதலீடு செய்திருந்தேன். அது முழுகி விட்டது.’ அய்யரின் முகம் வேதனையைக்காட்டியது

‘நீங்கள் வேண்டுமென்றே செய்யவில்லையே!’

‘இல்லை பாரதி. இது மக்கள் பணம். அவர்களுக்கு என்ன பதில் சொல்வேன்?’

‘நான் இதை விடப்போவதில்லை. ‘இந்தியா’வில் எழுதுகிறேன். நீங்களும் சுதேசமித்திரனில் எழுதுங்கள்... நமக்கென்று ஓர் இந்திய வங்கி இல்லாதவரை இந்தக் கஷ்டம்தான். இதைச் சாக்கிட்டாவது நம்மவர்கள் ஒரு வங்கியைத் தொடங்கவேண்டும்,’ என்றார் பாரதி.

அர்பத்நாட் கம்பெனி நீண்ட நெடுங்காலமாகச் சென்னையிலும் வேறு பல நகரங்களிலும் அலுவலகங்கள் வைத்து லேவாதேவி நடத்தி வந்தது. அதன் முதலாளிகளாக இருந்தவர்கள் அரசின் பெரும் பதவிகளிலும் இருந்தனர். மிகவும் நம்பிக்கையாக இயங்கி வந்தது. இந்தியாவில் வேறு நம்பிக்கையான வங்கிகள் இல்லாத காரணத்தாலும் அர்பத்நாட் அதுவரையிலும் மிகவும் நம்பிக்கையாக நடந்து வந்த காரணத்தாலும் ஜமீன்தார்களும் அரசு அதிகாரிகளும் பெரிய நிறுவனங்களும் அதில் பணம் போட்டு வைத்தனர்.

20ம் நூற்றாண்டுத் தொடக்கத்தில் ஸர் ஜார்ஜ் கஃப் அர்பத்நாட் அதன் தலைவராக இருந்தார். ஆடம்பரமாகச் செலவு செய்வதில் விருப்ப முடையவர். அச்சமயத்தில் அவர் சென்னையிலிருந்த ஐரோப்பிய சங்கத்தின் தலைவராக இருந்தார். இஷ்டம்போல கம்பெனி பணத்தைச் செலவு செய்தார். அதுதவிர ஆனைமலைக் காடுகள், நீலகிரி ஆகிய இடங்களில் தங்கச்சுரங்கம் எடுப்பதில் ஈடுபட்டார். அமெரிக்க ரயில்வே திட்டங்கள், தென்னாப்பிரிக்கத் தங்கவயல்கள், மேற்கிந்தியத் தீவுகளின் பண்ணைகள் ஆகியவற்றில் முதலீடு செய்தார். கம்பெனி ஒழுங்காக இயங்கிக் கொண்டிருக்கிறது என்ற நம்பிக்கையில் யாரும் அவரைக் கேள்வி கேட்கவில்லை. அந்த நிறுவனத்தின் லண்டன் முகவரும், துணை நிறுவனமான மக்ஃபெட்யன் நிறுவனத்தின் தலைவர் 20-10-1906 அன்று தற்கொலை செய்துகொண்டபோது பல கேள்விகள் எழுந்தன. அதன் விளைவாக 22-10-1906 அன்று இரு நிறுவனங்களும் நீதிமன்றத்தில் திவால் மனு

கொடுத்தன. இது சாதாரண இழப்பல்ல. பலர் தாங்கள் போட்ட முதல் பணத்தை இழந்தனர். கம்பெனியின் இருப்புச் சொத்து 27 லட்சத்து எழுபத்தையாயிரம் ரூபாய். ஆனால் அது மக்களுக்குக் கொடுக்க வேண்டிய தொகை 270 லட்சம் ரூபாய். அதன் இருப்புச் சொத்தாகக் காட்டப்பட்டதுகூட உள் நுழைந்து பார்க்கும்போது கணக்கில் உள்ளபடி இல்லை.

அர்பத்நாட் கம்பெனியின் வீழ்ச்சியைப்பற்றி இந்துப் பத்திரிகை எழுதியது:

'இந்த வீழ்ச்சியின் காரணமாகத் தென்னிந்தியாவில் பல குடும்பங்கள் சீரழியும். அர்பத்நாட் இண்டஸ்ட்ரீஸ் தொடங்கப்படும்வரை இந்தக் கம்பெனி மிகவும் செல்வாக்கோடு நடைபெற்று வந்தது. அதன் பிறகு அதன் நடவடிக்கைகளில் சந்தேகம் ஏற்பட்டாலும் அதன் செல்வாக்கின் காரணமாக அதன் லேவாதேவி வணிகம் பாதிக்கப்படவில்லை. பெரும் பண முதலைகளிலிருந்து மிகச் சிறிய விவசாயிவரை அதில் பணத்தை முடக்கினர். அதில் பணம் போட்ட பலருக்கு இப்பொழுது வாழ்வா சாவா என்ற நிலை வந்துவிட்டது.

இனி ஆங்கிலேயர்மீதும் ஐரோப்பியர்மீதும் வைத்துள்ள நம்பிக்கை பொய்த்துவிடும்.'

பாரதியின் இந்தியா அலுவலகம் அர்பத்நாட் கம்பெனி இருந்த பகுதியில் இருந்ததால் அங்கே திரண்ட மக்களின் அழுகுரலை பாரதி நேரடியாகக் கேட்டார். மயங்கி விழுந்தவர்கள் பலர். மாரடைப்பால் நோய்வாய்ப்பட்டவர்களும் கதறி அழுதவர்களும் ஏராளம். ஏராளம். அவரது நெஞ்சம் கொதித்தது.

'இந்தியா' பத்திரிகையில் அந்த அவலத்தைப் பற்றி எழுதினார்.

'இந்தச் சமாசாரம் கேட்டவுடனே அனேக ஜனங்கள் நீரில் முழுகிச் சாகப் போகிறவர்கள் துரும்பைக் கைப்பற்றிப் பிழைத்துவிட முயல்வதுபோல அர்பத்நாட் கம்பெனி சேதம் அடைந்துவிட்ட தென்று கேள்விப்பட்டதற்கப்பால் தத்தம் பணம் ஒருவேளை கிடைக்கலாம் என்ற ஆசையுடன் கடற்கரையோரத்திலே இருக்கும் அர்பத்நாட் கம்பெனி வாசலுக்கு ஓடிச் சென்றார்கள். கம்பெனி கட்டிட வாசலிலே பெரிய பெரிய எழுத்துக்களில் பின்வருமாறு எழுதி ஒட்டப்பட்டிருந்தது.

'அர்பத்நாட் கம்பெனியார் கடனாளிகளுக்குப் பணம் கொடுப்பதை நிறுத்தி வைத்திருப்பதாக அறிவித்துக்கொள்கிறார்கள்.'

இதைப் பார்த்தவுடனே ஜனங்கள் எல்லாம் இன்னது செய்வதென்று தெரியாமல் திகைத்தார்கள். ஒரு க்ஷணத்துக்குள்ளே கதியற்றுப் போய்விட்ட விதவைகளும் கிழவர்களும் வயிற்றிலும் வாயிலும் அடித்துக்கொண்டு அழுதார்கள்.

அதற்குள் கம்பெனி வாசலிலே நிறுத்தப்பட்டிருந்த குதிரைப் போலீஸார் ஜனங்களைச் சவுக்கால் அடித்துத் துரத்தத் தொடங்கி னார்கள். 'ஐயோ வெள்ளைக்காரன் கையிலே பணத்தைக் கொட்டிக் கொடுத்துவிட்டுச் சவுக்கடியும் படவேண்டுமா, தெய்வமே!' என்று ஜனங்கள் அலறிக்கொண்டு திரும்பினார்கள்.'

(இந்தியா 27-10-1906)

பாரதியின் மனம் பரிதாபமாக அல்லல்படும் ஏழைகளுக்காக வருந்தியது. அவர் அந்த நிலையை வேறொரு கண்ணோட்டத்திலும் பார்த்தார். அதே நிலைமை இந்தியரால் நடத்தப்படும் ஒரு நிதி நிறுவனத்துக்கு நடந்திருந்தால் உடனே அதை உண்டு இல்லை என்று செய்திருப்பார்கள். அப்படியொரு நிலை வருவதற்கு முன்பே குறுக்கிட்டு நடவடிக்கை எடுத்திருப்பார்கள் ஆனால் ஆங்கிலேயரால் நடத்தப்பட்ட நிறுவனம் என்பதால் அவ்வளவாகக் கண்டுகொள்ளவில்லை. மக்களுக்கு உண்மை நிலையை எடுத்துக் காட்டும் நோக்கத்தோடு அந்த நிறுவனம் எப்படியெல்லாம் மோசடி செய்திருந்தது என்பதை நன்றாக ஆய்ந்து பத்திரிகையில் எழுதினார் பாரதி.

'அரசு தார்மீகப் பொறுப்பு ஏற்கவேண்டும். ஏனென்றால் அரசு, மற்றும் அரசு அதிகாரிகளின் பாராமுகமும் அதற்கு ஒரு காரணம்,' என்று எழுதினார்.

'இந்தியாவில் சர்க்கார் அதிகாரிகள், பிரிட்டிஷ் தனவந்தர்களுக்குக் கூடியவரை உதவியாக இருக்கிறார்கள் என்பதை யாராலும் மறுக்க முடியாது. பிரிட்டிஷ் வர்த்தகர்களுக்குப் பிரிட்டிஷ் அதிகாரிகள் உபகாரம் செய்வது சகஜமே அல்லவா?

கவர்மெண்ட் உத்தியோகம் பார்க்கும் இந்தியர்களிலும் ஐரோப் பியர்களிலும் எத்தனையோ பேர் இந்தச் சமயத்தில் பரம ஏழை களாகி விட்டார்கள்.

சொற்பச் சம்பளம் வாங்கி அரைவயிற்றுக்குச் சாப்பிட்டுக் கொண்டு பாக்கியையெல்லாம் வயது காலத்தின் பொருட்டு மிச்சம் வைத்திருக்கும் நம்மவர்களுக்கு வெள்ளிடி விழுந்தாற்போல இப்படி நஷ்டமுண்டாய் விட்டதே என்பதைப் பற்றித்தான் நாம் விசனமடைகிறோம்.

இவர்களெல்லாம் இப்படி நாசமடைவதற்கு சர்க்கார் விதியொன்று பெருந்துணையாக இருக்கிறது. அதாவது கவர்மெண்ட் உத்தியோகஸ்தர்கள் மற்ற ஜனங்களுடன் எவ்விதமான கொடுக்கல் வாங்கலும் வைத்துக்கொள்ளக் கூடாது என்றும் வெள்ளைக்கார பாங்கிகளில்தான் கொடுக்கல் வாங்கல் வைத்துக் கொள்ளலாம் என்றும் ஒரு விதியிருக்கிறது.

இதனால் எத்தனையோ கவர்ன்மெண்ட் காலேஜ் உபாத்தியாயர்களும் கலெக்டர் ஆபீஸ் முதலிய கச்சேரிகளிலே உள்ள, நாள் எல்லாம் அரைவயிற்றுச் சோறுக்கு உழைக்கும் ஏழை ஜனங்களும் தாம் கஷ்டப்பட்டு மீத்து வைத்திருப்பதை இருக்கிற பிரிட்டிஷ் பாங்கிகளிலே சிறிது நல்ல மாதிரியாக இருந்த அர்பத்நாட் கம்பெனியாரிடம் கொட்டிக் கொடுத்தார்கள்.

இப்போது அவர்களெல்லாம் உடைமையைத் தோற்றுவிட்டுப் பரிதவிக்கிறார்களே! சகாயம் செய்ய வேண்டியது கவர்ன்மெண்டாரின் கடமையல்லவா?' என்று எழுதினார்.

பணம் இழந்தவர்களுக்கு உதவும் பொருட்டாக சகாய நிதி சேர்க்கும் முயற்சி மேற்கொள்ளப்பட்டது.

அந்த நிதிக்குப் பொருள் அள்ளித் தரும்படி இந்தியா பத்திரிகையில் வேண்டுகோள் விடுத்தார் பாரதி. அர்பத்நாட் கம்பெனி சிதறிப் போனதில் நஷ்டமடையாத பிரபுக்கள் கஷ்டப்படும் ஜனங்களுக்கு உதவுவதைத் தமது கடமையாகப் பாவிக்க வேண்டும் என்று எழுதினார். அர்பத்நாட் கம்பெனியின் வீழ்ச்சி பற்றிய செய்திகள் எவ்விடத்து வந்தாலும் அங்கெல்லாம் தேடிச் சென்று படித்து இந்தியா பத்திரிகை மூலம் மக்களுக்குத் தெரிவித்தார். அது ஏதோ ஒரு தனிப்பட்ட கம்பெனியின் வீழ்ச்சியல்ல, அரசின் அலட்சியப் போக்கின் வெளிப்பாடு என்றும் அந்த நிகழ்ச்சி எப்படி மக்கள் இன்னும் தீவிரமாகச் சுதேசியப் போராட்டத்தில் ஈடுபட வேண்டும் என்பதைக் காட்டுகிறது என்பதைப் பற்றியும் எழுதி புதிய விழிப்புணர்ச்சி ஊட்டினார்.

அந்த வங்கி வீழ்ச்சியையும் தனக்கு ஓர் ஆயுதமாகப் பயன்படுத்தி அசந்து கிடந்த சோம்பேறிக் கும்பலைச் சற்றே உரசிப்பார்த்தார். தன் பணத்தைச் சூதாடுபவனையே கோர்ட்டில் தண்டிக்கிறார்கள். அன்னியர் பணத்தைச் சூதாட்டம் போன்ற முயற்சிகளில் செலவிடுவோனைச் சும்மா விட்டுவிடலாமா என்று கேட்டார். பாதிக்கப்பட்ட மக்களுக்காகப் போராட யாரும் இல்லையா என்ற கேள்வியை எழுப்பினார்.

இந்தியர்கள் எல்லோரும் சேர்ந்து ஒரு வங்கி தொடங்கவேண்டும் என்றார் பாரதி. அதன் விளைவாகத் தோன்றியதுதான் இந்தியன் வங்கி.

அப்பொழுது மதராஸ் கவர்னராக இருந்த லார்ட் வென்லாக் பொது மக்களிடமிருந்து பணம் வசூலித்து அர்பத்நாட் வங்கி திவாலான தால் பணம் இழந்த முதலீட்டாளர்களுக்கு ஓரளவு நிவாரணம் கிடைக்க வழிசெய்தார்.

57

சுதேசியம் சுடர்விட்ட காங்கிரஸ்

*1906*ல் நடந்த கல்கத்தா காங்கிரஸுக்குச் சென்றிருந்தார் பாரதி. இந்தியா முழுமையிலிருந்தும் 2500 பிரதிநிதிகளுக்கு மேல் வந்திருந்தனர். அதற்குமுன் இல்லாத வகையில் மாநாட்டிற்கு 20,000 பேருக்கும் மேல் பார்வையாளர் வந்திருந்தனர். புதிய கட்சியினர் தங்களுக்குள் ஒருவரைத் தலைவராகத் தேர்ந்தெடுக்க முயன்றனர். ஆனால் அந்தத் திட்டம் வெற்றி பெறவில்லை. மிதவாதிகள் முதியவர் தாதாபாய் நௌரோஜியைத் தலைவராக அறிவித்தனர். தாதாபாய் சிறந்த தேசபக்தர். துணிவு மிக்கவர். எனவே அவரை எதிர்க்கப் புதிய கட்சியினருக்கு முடியவில்லை. மிதவாதிகள் எதிர்பார்த்ததற்கு மாறாக 'ஸ்வராஜ்' என்ற சொல்லை அவர் வீரத்துடன் முழங்கினார். வெகுண்டெழுங்கள் (agitate agitate agitate) என்று வீரப் பரணி பாடினார். மிதவாதத் தலைவர்களின் விருப்பத் திற்கு மாறாக நான்கு தீர்மானங்கள் நிறைவேற்றப்பட்டன. ஆனால் அத்தீர்மானங்களின் தீவிரத்தைக் குறைத்துத்தான் அனுமதித்தார்கள்.

வங்கப் பிரிவினை எதிர்ப்பு, விதேசி பகிஷ்கரிப்பு, சுயாட்சி, சுதேசியம் ஆகிய நான்கு தீர்மானங்கள்தாம் அவை. வங்காளத்துக்கு மட்டும்தான் விதேசிப்பொருட்கள் பகிஷ்கரிப்புத் தீர்மானம் ஏற்றுக் கொள்ளப்படும். நாடு முழுதும் தழுவிய தீர்மானமாக இராது என்று மிதவாதிகள் கூறினர். அடுத்த காங்கிரஸ் மாநாடு நாகபுரியில் நடத்து வதாகத் தீர்மானிக்கப்பட்டது.

கல்கத்தா காங்கிரஸுக்குப் போய்வந்த பிறகு பாரதியின் மனப்பாங் கில் ஒரு மாற்றம் விளைந்திருந்தது.

தாதாபாய் நௌரோஜியின் ஸ்வராஜ்ய முழக்கம் தீவிரவாதிகளுக்கு ஏற்புடையதாக அமைந்தது.

சீறுவோர் சீறு

பாரதி தீவிரவாதக் கொள்கை உடையவர் என்றாலும் பகைவருக்கும் கருணை பாலிக்கும் கருணை நெஞ்சம் உள்ளவர். அவரையும் கொதிப் படையச் செய்த நிகழ்ச்சிகள் சில நடந்ததுண்டு. அச்சமயங்களில் பாரதி மக்களை அடங்கியிருக்கச் சொல்லவில்லை. சீறி எழச் சொன் னார். நாமே நம்மைப் பாதுகாத்துக் கொள்ள வேண்டும். அவசிய மானால் நாமே தண்டனை கொடுத்துவிடவேண்டும் என்றார்.

மதுரையிலே சட்டத்தை மீறாது செயல்பட்ட மக்களைக் கொடூரமாகப் போலீஸார் தாக்கினர். இதை அறிந்த பாரதி மதுரை போன்ற நகரங்க ளிலே இப்படி அராஜகம் நடந்தால் கிராமப்புறங்களிலே ஜனங்க ளைப் போலீஸார் கொடுமைப்படுத்தினால் யார் தட்டிக்கேட்பது? அதை அப்படியே விட்டுவிடக்கூடாது என்றார்.

காக்கிநாடாவில் 'வந்தே மாதரம்' என்று கோஷம் எழுப்பிய ஒரு மாணவனை மேஜர் கெம்ப் என்னும் ராணுவ சர்ஜன் அடித்து ரத்தக் காயப்படுத்திவிட்டான். ரத்தவெள்ளத்தில் பையன் கீழே கிடந்தான். அவனுக்கு யாரும் வைத்தியம் செய்யக்கூடாதென்று கெம்ப் சொல்லி விட்டான். அங்கே மருத்துவர்களாக இருந்தவர்கள் இந்தியர்கள். அவர்கள் அந்தப் பையனுக்கு வைத்தியம் செய்யவில்லை. செய்தி அறிந்த பாரதி கொதித்தார். தவறிழைத்த இந்திய வைத்தியர்களுக் குத் தானே நீதிபதியாக இருந்து தண்டனை வழங்க உத்தரவிட்டார்.

'பிரக்கினை தவறிப்போய்க் கிடக்கும் வாலிபனுக்கு வைத்தியம் செய்ய மாட்டோமென்ற வைத்தியர்களை எப்படி மன்னிப்பது? அவர்களை என்ன பெயர் சொல்லி அழைத்தால்தான் தகாது? கொலையாளிகளுக்கு நோய் கண்டாலும் ஸர்க்கார் செலவிலே சிகிச்சை புரிவது வழக்கம். வந்தே மாதரம் சொன்ன வாலிபன் அதைவிட நிஷ்சித்தமென்று இந்த வைத்தியர்கள் நினைத்தார்களா? இந்த வைத்தியர்கள் அனைவரும் ஐரோப்பியர்கள் இல்லை. நமது ஜனங்கள்தான். அவர்கள் மேற்கண்டவாறு நடந்தது மெய்யானால் அவர்களை ஜனங்கள் உடனே விலக்கிவைத்துவிடவேண்டும் என்று கேட்டுக் கொள்கிறோம். இந்த மகான்களின் உறவு இனி நமக்கு எவ்விதத்திலும் அவசியமில்லை (இந்தியா ஜூன் 8 1907).

விபின் சந்திரபாலரை அழைத்துவந்து சென்னையில் பேசவைத்தார் பாரதி. அவரது பேச்சு ஒரு புது எழுச்சியை ஊட்டியது.

மதராஸில் பாலரின் வெற்றிகரமான சொற்பொழிவுகளையும் அது பத்திரிகைகளிடையும் மக்களிடையும் ஏற்படுத்திய தாக்கத்தையும் அறிந்த பம்பாய் வாழ் மக்களும், வேறு மாநிலங்களில் உள்ளவர்களும் பாலர் தங்கள் இடத்திற்கு வந்து சொற்பொழிவாற்ற வேண்டுமென்று அழைப்பு விடுத்தனர். தமிழகத்தில் மட்டுமே ஒரு மாதம் சொற்பொழிவுகள் நிகழ்த்துவதாக பாலர் திட்டமிட்டிருந்தார். பாலர் அங்கே இல்லாத சமயம் வங்கத்தில் அரசியல் மற்றும் பத்திரிகைகளின் நிலைமை சரியில்லை என்றும் பாலர் அவசியம் உடனே வரவேண்டும் என்று அங்கிருந்து அழைப்பு வந்தது. பாலர் அதைப் பெரிதாகக் கருதவில்லை. தன் மாநில மக்கள் சமாளித்துக் கொள்வார்கள் என்று நினைத்தார். தமிழகத்தின் பல்வேறு மாவட்டங்களுக்குச் செல்வதாகத் தீர்மானித்தார். மே மாதம் 9ந்தேதி பஞ்சாப் சிங்கம் லாலா லஜபதி ராய் நாடுகடத்தப்பட்டார் என்று தந்தி வந்தது. ஆடிப்போனார் பாலர். வங்காளத்துக்கு உடனே செல்லவேண்டியது அவசியம் என்பதை உணர்ந்தார். சொற்பொழிவு செய்யும் மன நிலையில் பாலர் இல்லை. பாலர் 12ந்தேதியன்று கல்கத்தாவுக்குப் புறப்பட்டார். ஏற்பாடு செய்திருந்த கூட்டம் ரத்து செய்யப்பட்டது.

ஐந்து கூட்டங்களில்தான் பாலர் பேசினாரென்றாலும் அது பலத்த தாக்கத்தை ஏற்படுத்தியது. தமிழ்நாடு மிதவாத மாகாணம் என்று பெருமைப்பட்டுக்கொண்டிருந்த மிதவாதிகள் வெலவெலத்துப் போயினர். இதில் வேடிக்கை என்னவென்றால் அதுவரை மிதவாதிகளை ஆதரித்துவந்த பத்திரிகைகள் சில புதிய கட்சியை ஆதரிக்கத் தொடங்கின.

லாலா லஜபதி ராயை அற்பக் காரணத்திற்காகக் கைது செய்து பர்மாவிலுள்ள மாண்ட்லே சிறைக்கு அனுப்பியது அரசு.

லாலா லஜபதி ராயைக் கைது செய்த நிகழ்ச்சி பாரதியை மிகவும் பாதித்தது. லஜபதி ராய் பர்மாவிலுள்ள மாண்ட்லே சிறைக்கு அனுப்பப்பட்டார். தன்னையே நாடுகடத்தியது போல உணர்ந்தார் பாரதி. லஜபதி ராயைப் பற்றி எழுதினார். 'லஜபதி ராயரைத் தீவாந்தரத்துக்கு அனுப்பிவிட்டார்கள். இனி அவர் தமது பிறப்பு நாடாகிய பஞ்சாப் மாகாணத்தைப் பார்ப்பது நிச்சயமில்லை. வீர பூமியிலே பிறந்து கல்வியிலேயும் செல்வத்திலேயும் கீர்த்தியிலேயும் மதிப்பிலேயும் நிகரற்று விளங்கியவர் நமது லாலா லஜபதி ராய். பரோபகாரி என்றால் இவரைத்தான் கூறவேண்டும்.'

பாரதி மாண்ட்லே சிறையில் அடைபட்ட லஜபதி ராய் குறித்துப் பாடிய புலம்பல் 'லஜபதிராய் பிரலாபம்' என்ற கவிதையாக வெளிப்பட்டது.

லாலா லஜபதிராயைக் கைது செய்ததற்காக சென்னை மகாஜன சபை ஏற்பாடு செய்த கண்டனக் கூட்டத்தில் பாரதி அந்தப் பாடலைப் பாடினார். அதைக் கேட்டவர் அழுதனர்.

கற்பனை பயம்

ஏதாவது அழுத்தமான காரணமிருந்து அதற்காக லஜபதி ராய் நாடு கடத்தப்பட்டிருந்தாலாவது ஓரளவு சமாதானமடையலாம். ஆனால் ஏதோ ஒரு பத்திரிகை கற்பனையாக அவர் மேல் பழியைப் போட எந்த விசாரணையுமின்றி அவரை நாடுகடத்திய இந்திய அரசின் செயலைப் பாரதி கடுமையாகக் கண்டித்தார்.

சிப்பாய் கலகம்போல் ஒரு கலகம் வரப்போகிறதென்றும் அந்தக் கலகத்துக்குத் தலைமை தாங்கி நடத்தப்போகிறவர் லாலா லஜபதி ராய் என்றும் அப்பொழுது இந்தியாவில் வாழும் ஆங்கிலப் பெண்கள் கத்திக்கு இரையாவரென்றும், 'சிவில் மில்டரி கெஸட்' என்ற ஒரு பத்திரிகை எழுதியது. கற்பனை பயத்தால் எழுதப்பட்ட அதைச் சாக்காக வைத்து அவருக்குத் தீவாந்திரத் தண்டனை அளிக்கப்பட்டது. சாதாரண அநீதியா அது! பாரதியின் பேனா நெருப்பைப் பொழிந்தது.

லாலா லஜபதி ராயின் கைதும், பத்திரிகைக் கண்காணிப்பும், மனத்துக்குத் துக்கத்தை விளைவித்த அதே சமயம் மனத்துக்கு இதமளிக்கும் ஒரு நிகழ்ச்சி தூத்துக்குடியில் நடந்தது.

என்ன நேர்ந்தாலும் கப்பல்கள் வாங்காமல் திரும்பேன் என்று சூளுரைத்துவிட்டுச் சென்ற வ.உ.சி இரண்டு கப்பல்களை விலைக்கு வாங்கித் தூத்துக்குடித் துறைமுகத்துக் கொணர்ந்தார். அந்தச் செய்தி நொந்த இதயத்துக்கு ஒத்தடம் கொடுத்தது. அதை வெறும் செய்தியாகப் போடாமல் புதுமுறையில் வரவேற்க நினைத்தார் பாரதி. தமிழ்ப் பத்திரிகைத் துறைக்கே புதிய முறையான 'கார்ட்டூன்' வடிவில் அச்செய்தியை வெளியிட்டார். சித்திரம் உடனடியாக மனத்தில் சென்று தங்கும். படிக்கத் தெரியாதவர் களையும் பரவசப்படுத்தும்.

1907ம் ஆண்டு மே மாதம் 25ந்தேதி 'இந்தியா'வில் கார்ட்டூன் வெளிவந்தது.

'சுதேசியக் கப்பல் வந்தே மாதரம் கொடியுடன் வருதல் - இந்திய ஜனங்களின் மகிழ்ச்சி' என்ற தலைப்புடன் கார்ட்டூன் பிரசுரமானது.

'வந்தே மாதரம்' என்னும் மந்திரம் பொறித்த கொடியுடன் 'காலியா', லாவோ' என்னும் இரண்டு கப்பல்கள் தூத்துக்குடி துறைமுகத்தை அணுகுவது போலவும், ஆண்களும் பெண்களும் குழந்தைகளும்

திரளாகக் கூடி 'வீரச் சிதம்பரம் வாழ்க' என்று கோஷித்து, கப்பலை வரவேற்பது போலவும் 'கார்ட்டூன்' பிரசுரித்தார் (கப்பலோட்டிய தமிழன் ம.பொ.சி பக்கம் 40).

அக்கார்ட்டூனுக்கு விளக்கமாக, 'தூத்துக்குடியாரின் அரிய முயற்சிக்கு நமது நாட்டிலுள்ளோர் அனைவரும் பொருளாலும் வாக்காலும் வேறு வகைகளாலும் துணைபுரியக் கடமைப்பட்டிருக்கிறார்கள் என்பதை இங்கே வலியுறுத்துகிறோம்' என்று எழுதினார்.

அக்கப்பல்களைக் கண்டு பாரத மாதா எவ்வளவு ஆனந்தம் அடைவாள் என்பதைப் பற்றியும் எழுதினார். பாரத மாதாவின் ஆனந்தம் அவரது ஆனந்தமாக வெளிப்பட்டது.

58

சூரத் காங்கிரஸ் கலாட்டா

சூரத் காங்கிரஸ் மாநாட்டிற்கு அனைவரும் பெருந்திரளாக வரவேண்டும் என்று புதிய கட்சித் தலைவர்களிடமிருந்து வேண்டு கோள் வ.உ,சி.க்கும் பாரதிக்கும் வந்தது.

நாகபுரியில் நடப்பதாக இருந்த காங்கிரஸ் மாநாடு நாகபுரி காங்கிரஸ்காரர்களுக்கிடையே இருந்த கருத்து வேறுபாட்டால் இடம் மாற்றப்பட்டது. மிதவாதிகளின் ஆதரவு சூரத்தில் இருப்ப தால் மிதவாதத் தலைவர்கள் சூழ்ச்சி செய்து சூரத்துக்கு அதை மாற்றினார்கள். புதிய கட்சியினர் தம்மைத் தயார் செய்வதற்குக் கூடப் போதிய அவகாசம் கொடுக்கப்படவில்லை. பெரும் செல்வந் தரும் மிதவாதியுமான ராஜ்பிஹாரி கோஷ் என்பவரை அம்மாநாட்டுத் தலைவராக மிதவாதிகள் அறிவித்தனர். கோஷ் தலைவராக வருவது பாரதிக்கும் வ.உ.சிக்கும் கொஞ்சமும் பிடிக்கவில்லை. அப்பொழுதுதான் விடுதலையாகி வந்திருந்த லாலா லஜபதி ராயைத் தலைவராகத் தேர்ந்தெடுக்க வேண்டும் என்று அவர்கள் விரும்பினர். அதற்காக என்னென்ன முயற்சிகள் எடுக்கப்பட்டன என்று வ. உ சி சொல்வதைப் பார்க்கலாம்:

> ‘பாரதியார், நான் தேசாபிமானிகள் எல்லோரும் ஒருங்கு கூடி ஆலோசித்தோம். லாலா லஜபதி ராயையே காங்கிரஸ் மகா சபைக்குத் தலைவராக்க வேண்டுமென ஏகமனதாகத் தீர்மானித் தோம். அதற்கான வேலைகளைச் செய்யும் பொறுப்பு பாரதி யாருக்கும் எனக்கும் அளிக்கப்பட்டது.
>
> முதலில் ஸ்ரீமான் பாலகங்காதர திலகரையும், பாபு அரவிந்த கோஷையும் எங்கள் கொள்கைக்கு இணங்கும்படிச் செய்ய

வேண்டுமென நினைத்தோம். அவ்விரு தேசாபிமானிகளுக்கும் கடிதங்கள் போன்ற நீண்ட தந்திகள் பல அனுப்பினேன். காங்கிரஸ் மாநாட்டில் லாலா லஜபதி ராய்க்குப் பெரும்பான்மையான வாக்குகள் கிடைக்கச் செய்வதற்காக சென்னை மாகாணத்திலிருந்து அநேகப் பிரதிநிதிகளைக் கூட்டிக்கொண்டு வர முடியுமாவெனக் கேட்டு அவர்கள் பதில் தந்தி அனுப்பினார்கள்.

அப்படிச் செய்வதாக எனது வாக்குறுதியைப் பெற்றுக்கொண்டு காங்கிரஸ் மகாசபைக் கூட்டத்திற்கு லாலா லஜபதி ராயைத் தலைவராக்க வேண்டுவதைச் செய்கிறோம் என ஸ்ரீதிலகரும் கோஷும் எனக்கு முடிவான தந்தி அனுப்பினார்கள்.

ஆரம்பத் தேதியும் நெருங்கியது. ஏராளமான பிரதிநிதிகளுடன் காங்கிரஸ் மகாசபை கூடும் தேதிக்குச் சில தினங்களுக்கு முன்னரே சூரத் நகரம் வந்து சேரவேண்டும் என்று திலகர் பெருமானிடமிருந்து எனக்குத் தந்தி வந்தது.'

(வ.உ.சி. கண்ட பாரதி)

'தூத்துக்குடியினின்று நான் சில நண்பர்களுடன் புறப்பட்டுச் சென்னை போய்ச் சேர்ந்தேன். மண்டையன் கூட்டத்தார் வீட்டில் சென்னை ஜனசங்கத்தின் அங்கத்தினர்களாகிய இளந் தேசாபிமானிகளை எல்லோரையும் கூட்டம் கூட்டி ஆலோசனை செய்தோம். பாரதியார் 100 பிரதிநிதிகளுக்குக் குறையாமல் சென்னையிலிருந்து சூரத்திற்கு அழைத்துக்கொண்டு போகவேண்டுமென்று சொன்னார். அப்பிரதிநிதிகளில் பணம் இல்லாதவர்களுக்கு பணம் கொடுத்துக் கூட்டிக்கொண்டு போகவேண்டுமென்றும், அவர்களைச் சூரத்திற்குக் கூட்டிப்போய் வருவதற்குரிய செலவுத் தொகையில் ஒரு பாதியை மண்டையன் கூட்டத் தலைவர் சீனிவாசாச்சாரியும், மற்றொரு பாதியை நானும் கொடுக்க வேண்டுமென்றும் எங்களுக்குள் முடிவு செய்துகொண்டோம். சுமார் 100 பிரதிநிதிகளைக் கூட்டிக்கொண்டு வருவதாகத் திலகருக்குத் தந்தி கொடுத்தோம்.'

மாநாட்டுக்கு 'நேஷனலிஸ்ட்' பிரதிநிதிகளைத் திரட்டும் பெரும் பொறுப்பு பாரதியிடம் கொடுக்கப்பட்டது. எப்படியாவது 100க்கும் குறையாமல் பிரதிநிதிகளைக் கூட்டிச் செல்வதற்காகப் பாரதி பெருமுயற்சி எடுத்தார்.

மிதவாதிகள் அறிவித்திருந்த தலைவர் ராஜ்பிஹாரி கோஷ் சூரத் நகரைச் சேர்ந்தவர். செல்வந்தர். உள்ளூரிலே நல்ல செல்வாக்குள்ளவர். சென்ற ஆண்டு கல்கத்தாவில் நிறைவேற்றப்பட்ட தீர்மானங்களைக் கைகழுவிவிட மிதவாதிகள் தீர்மானம் செய்திருந்

தனர். இதையெல்லாம் அறிந்த திலகர் மிதவாதிகளால் காங்கிரஸ் சீரழிந்துவிடாமல் காப்பாற்ற வேண்டிய பொறுப்பு தமக்குள்ளதாக நினைத்தார்.

காங்கிரஸ் ரயில்

பாரதியும் அவருடைய நண்பர்களுமாக 30 பேர் 21ந்தேதியன்று சென்னை ரயில் நிலையத்திலிருந்து புறப்பட்டனர். பெருங்கூட்ட மாக மக்கள் திரண்டு வந்து வந்தே மாதரம் கோஷத்துடன் அவர் களை வழியனுப்பி வைத்தனர். 24ந்தேதி காலை அவர்கள் சூரத் ரயில் நிலையத்தை அடைந்தனர். மிதவாதிகளை வரவேற்கப் பெரும் ஏற்பாடு செய்திருந்த காங்கிரஸ் கமிட்டி சென்னையிலிருந்து சென்றவர்களைக் கண்டுகொள்ளவில்லை. ஆனால் புதிய கட்சியார் ஏற்பாடு செய்திருந்த இடத்தில் அவர்கள் தங்கினர்.

அன்றும் மறுநாளும் திலகரும் அரவிந்தரும் தம் ஆதரவுத் தோழர் களுக்கு அங்குள்ள நிலைமையை விளக்கிக் கூறினர். காங்கிரஸ் மாநாட்டில் அசம்பாவிதம் நிகழ்ந்தால் அது நாட்டு நலனைப் பாதிக்கும், ஆளும் அரசுக்குத் தொக்காகிவிடுவோம். எனவே எந்த விதமான அசம்பாவிதமும் நிகழாமல் சமாதானமாகப் போக முயல் வோம் என்றார் திலகர். நிதானக் கட்சியாருடன் சமாதானம் பேசிப் பார்த்தார். அவர்கள் மசிந்து வரவில்லை. ராஜ்பிகாரி கோஷ் அக்கி ராசனம் வகிக்கத் தகுதியில்லாதவரென்றும் அவர் மாநாட்டில் பேசப்போகும் தலைமை உரை ஏற்கெனவே பத்திரிகைகளில் வெளிவந்து விட்டன என்றும் குற்றம் சாட்டப்பட்டது. நிதானக் கட்சியார் கல்கத்தா தீர்மானங்களை அப்படியே ஏற்றுக்கொள்வதாக இருந்தால் தாங்கள் தலைவர் நியமன விஷயத்தில் தலையிடு வதில்லை என்று திலகர் சமாதானப் பேச்சுக்கு வித்திட்டார். ஆனால் கோகலே போன்ற பெருந்தலைவர்கள் அதற்கு ஒப்புக்கொள்ள வில்லை. சமாதானத்துக்கு வருபவர்கள் போல் போக்குக் காட்டி விட்டு கடைசி நேரத்தில் காலைவாரிவிட்டனர். கோகலே மதராஸ் பிரதிநிதிகளிடையே பேசினார். அரசு சும்மாயிருக்காது என்று சொல்லி மிரட்டினார்.

புதிய கட்சிப் பிரதிநிதிகளும் ஆதரவாளர்களும் கொதிப்புற்றிருந் தனர். அந்தக் கொதிப்பு சண்டையாக மாறிவிடக்கூடாதென்று திலகர் கவலைப்பட்டார். 26ம் தேதி பிற்பகல் 2-30க்கு மாநாட்டுப் பந்தலில் மகாசபை தொடங்கியது. சபை தொடங்குவதற்குச் சில நிமிடங்களுக்கு முன்புதான் தீர்மானங்களின் நகல் திலகரிடம் கொடுக்கப்பட்டது. மாநாட்டுப் பந்தலில் 700 பேருக்கு மேல் குழுமி யிருந்தனர். வரவேற்புக் கமிட்டியின் தலைவர் திரு புவன்தாஸ்

மால்வி டாக்டர் ராஷ் பிகாரி கோஷைத் தலைவராக முன்மொழியும் படி சுரேந்திரநாத் பானர்ஜியைக் கேட்டுக்கொண்டார். சுரேந்திரநாத் மேடையில் ஏறினார். கூட்டத்தில் ஒரே கூச்சல். கூட்டம் அமளி துமளிப்பட்டது. பானர்ஜியைப் பேசவிடவில்லை. எனவே கூட்டத்தை மறுநாளைக்கு ஒத்திவைத்தனர்.

அன்று இரவு எட்டுமணிக்கு சென்னை மாகாணப் பிரதிநிதிகளின் கூட்டம் ஒன்று நடைபெற்றது. அதற்கு ஜி. சுப்பிரமணிய அய்யர் தலைமை தாங்கினார். அந்தக் கூட்டத்தில் பாரதியார் பேசினார். 'எங்கள் காங்கிரஸ் யாத்திரை' என்ற தலைப்பில் பாரதியார் எழுதிய நூலில் அவர் பேசியதைப் பற்றி விரிவாக எழுதியிருக்கிறார்.

வாய் திறவாமல் மௌனமாயிருங்கள்

'இன்று பகலில் நடந்த அசம்பாவிதமான காரியங்களுக்கு யார் ஜவாப்தாரியாக இருந்தபோதிலும் நாளைமுதல் காங்கிரஸ் முடியும் வரை இம்மாதிரியான சம்பவம் நிகழ்வதற்குப் புதிய கட்சியைச் சேர்ந்த எந்தப் பிரதிநிதியும் இடங்கொடுக்கலாகாது என்று எங்கள் கட்சியருக்குத் திலகர் சொல்லியிருக்கிறார். ஐக்கியமே பலம். நிதானக் கட்சியாரும் நமது கட்சியாரும் சேர்ந்து பாடுபட்டால்தான் நமது தேச நன்மைக்கு விரைவாக பலன் ஏற்படும். நமது கட்சியாரைக் காங்கிரஸிலிருந்து பிரித்து விடுவதற்கு அவர்கள் பலவிதமாக முயற்சி புரிந்து வருகிறார்கள். அதற்கு என்ன வியாஜம் ஏற்படப் போகிறது என்று பார்த்துக் கொண்டிருக்கிறார்கள். நாமும் ஏமாந்து போய் ஓர் வியாஜம் ஏற்படுத்திக் கொடுத்துவிடலாகாது.

இன்று நடந்த குழப்பத்திற்கு நமது கட்சியார் முகாந்திரம் இல்லை என்பதை நன்கு அறிவேன். ஆனால் அவர்கள் நமது கட்சியாரைத் தான் குற்றம் சொல்வார்கள்என்பதில் சந்தேகம் இல்லை.

ஆகையால் நாளைக்குச் சுரேந்திரநாதராகட்டும் அல்லது வேறெந்த நிதானஸ்தர்களாகட்டும் நம்மைப் பற்றி என்ன சொல்லிய போதிலும் நீங்களெல்லாம் வாய் திறவாமல் மௌனமாகக் கேட்டுக் கொண்டிருக்க வேண்டும்,' என்றார் பாரதியார்.

இரவெல்லாம் சமரச முயற்சிகள் நடைபெற்றன. பாலகங்காதர திலகர் பேச்சு வார்த்தைகளுக்குத் தயாராக இருந்தார். ஆனால் மித வாதிகள் ஒத்துழைக்கவில்லை. இதற்கிடையில் திலகர், மால்விக்கு ஒரு குறிப்பு அனுப்பினார்.

> 'ஐயா, தலைவர் தேர்வில் பின்மொழிந்தபிறகு பிரதிநிதிகளிடம் நான் பேச விரும்புகிறேன். ஒரு உருப்படியான ஒத்திவைப்புத்

தீர்மானம் கொண்டுவர விழைகிறேன். என் பெயரை அழைக்கவும்'

தங்கள் அன்புள்ள
பி.ஜி.திலக்
தக்காணப் பிரதிநிதி (பூனா)

இந்தக் குறிப்பைப் பெற்றுக்கொண்டதாகக்கூட மால்வி காட்டிக் கொள்ளவில்லை.

மறுநாள் பிற்பகல் ஒரு மணிக்கு (27-12-1907) சுரேந்திரநாத் பானர்ஜி தன் உரையைத் தொடங்கினார். கோஷ் தலைவர் ஆசனத்தில் அமர்ந்தார். திலகர், மால்விக்கு ஒரு நினைவூட்டல் சீட்டு அனுப்பினார். மால்வி பதில் ஏதும் கூறவில்லை. தன்னை அலட்சியப் படுத்துகிறார்கள் என்பதை உணர்ந்த திலகர் மேடைமேல் ஏறினார். கோஷ் அவரைத் தன் இடத்திற்குச் செல்லும்படி வேண்டினார்.

'நீங்கள் முறைப்படி தேர்ந்தெடுக்கப்படவில்லை. நான் பிரதிநிதிகளிடம் பேச உரிமை உண்டு' என்றார் திலகர்.

இதற்கிடையில் சில மிதவாத இளைஞர்கள் திலகர் பக்கம் பாய்ந்து சென்று அவரை மேடையினின்றும் கீழே இறங்கும்படி வற்புறுத்தினர். இரண்டு பக்கமும் பிடித்து இழுத்தனர். கோகலே இரண்டு கைகளையும் வீசித் தடுத்துப்பார்த்தார். இதற்கிடையே யாரோ எறிந்த செருப்பு சுரேந்திரநாத் பானர்ஜியின் மேல் விழுந்தது. வ.உ.சி தலைமையில் தமிழ்நாட்டைச் சேர்ந்த பிரதிநிதிகள் திலகருக்குப் பாதுகாப்பாக அணிவகுத்து ஒரு பாதுகாப்பு வளையம் அமைத்து நின்றுகொண்டார்கள். நாற்காலிகள் பறந்தன. பெண்கள் அலறினார்கள். மேடையில் இருந்த தலைவர்கள் தப்பித்தோம் பிழைத்தோம் என்று பின்பக்கக் கதவு வழியாக வெளியேறினார்கள். திலகரின் தொண்டர்கள் அவரை அலக்காகத் தூக்கிச் சென்றுவிட்டார்கள்.

எந்தவிதத் தீர்மானமும் இன்றி மாநாடு காலவரையின்றி ஒத்தி வைக்கப்பட்டது.

மாநாடு முறிவுற்றதில் அதிகம் வருத்தப்பட்டவர் திலகர் தாம். தன்னால்தான் அந்த அவலம் நேர்ந்தது என்ற குற்றச்சாட்டுக்குத் தாம் ஆளாகிவிடக்கூடாதென்பதற்காகக் கீழே இறங்கிவந்து நிதானக் கட்சித் தலைவர்களுடன் சமாதானம் பேச முயன்றார். ஆனால் அவர்கள் கீழே இறங்கிவரத் தயாராயில்லை. வேறுவழியின்றித் தன் நிலைமையைப் பொதுமக்களுக்கு விளக்குவதற்காக சூரத்தில் பல கூட்டங்கள் நடத்தினார் திலகர்.

59

திலகருக்கு அளிக்கப்பட்ட தீவாந்திர தண்டனை

விபின் சந்திரபால் கைதாகிப் பின் விடுதலை பெற்ற தினத்தைச் சுயராஜ்ஜிய தினமாகக் கொண்டாட வேண்டும் என்று அறிவித்திருந்தார்கள். சென்னையிலே பாரதியார் தலைமையில் அமைதியான முறையில் சுயராஜ்ஜிய தினம் கொண்டாடப்பட்டது. ஆனால் நெல்லையில் அமைதியாக நடந்து முடிந்திருக்க வேண்டிய சுயராஜ்ஜிய தினம், கலெக்டர் விஞ்சின் அடக்குமுறையால் மிகவும் கலவரத்தோடு நடைபெற்றது.

முதலில் தூத்துக்குடியில்தான் ஊர்வலமும் கூட்டமும் நடைபெறுவதாக இருந்தது. ஆனால் கலெக்டர் அனுமதி தர மறுத்துவிட்டார். தன்னை நெல்லையில் வந்து சந்திக்கும்படி வ.உ.சிக்கும் சுப்பிரமணிய சிவாவுக்கும் உத்தரவு அனுப்பினார். ஏற்கெனவே தங்கள் மீது கருவிக்கொண்டிருக்கும் கலெக்டர் அவர் உத்தரவை அவமதித்து அங்கு போகாமல் இருந்தால் அதைச் சாக்காக வைத்து மேலும் அட்டகாசம் செய்வான் என்பதை எண்ணி வ.உ.சியும் சிவாவும் நெல்லை செல்ல முடிவெடுத்தனர். தாங்கள் அங்கு செல்வதால் விழாவை அங்கேயே வைத்துக்கொள்ளலாம் என்று முடிவெடுத்தனர்.

மார்ச் 9ம் தேதி விழாவுக்குத் தடையிருந்ததால் மார்ச் 8ந்தேதி ஒருகூட்டத்தைத் தூத்துக்குடியில் வ.உ.சி கூட்டினார். ஆயிரக்கணக்கில் மக்கள் கலந்துகொண்டனர். 9ம் தேதியன்று திருநெல்வேலியில்

கலெக்டரைச் சந்தித்தனர். கலெக்டர் குற்றச்சாட்டுகளை அடுக்கிக் கொண்டே போக வ.உ.சியும் சிவாவும் தங்களின் அற்புதமான வாதத்திறமையாலும் பொங்கிப் பெருகும் தேசபக்தி எழுச்சியாலும் தகுந்த மாற்றம் கொடுத்தனர். நன்னடத்தை ஜாமீன் அளிக்கவும் மறுத்துவிட்டனர்.

அன்று மாலையே அமைதியாகச் சென்றுகொண்டிருந்த தாமிரபரணி ஆற்றங்கரையிலே ஆர்ப்பாட்டமாக விழா நடந்தது. வ.உ.சியும் சிவாவும் மிகவும் ஆவேசமாகப் பேசினர்.

தடையுத்தரவு அமலில் இருந்தபோதும் 10ந்தேதியன்று தூத்துக் குடியில் பொதுக்கூட்டம் நடத்தப்பட்டது. அன்றையப் பேச்சில் அனல் தெறித்தது. சுதேசியத்தையும் அன்னியத் துணிகள் பகிஷ் காரத்தையும் விபின் சந்திரபாலரின் பெருமையையும் பற்றிப் பேசினார்களே ஒழிய ராஜதுவேஷமாகப் பேசவில்லை. என்றாலும் அப்படியொரு சந்தர்ப்பத்திற்காகக் காத்திருந்த கலெக்டர் விஞ்ச் தடையை மீறிக் கூட்டம் நடத்தியதைச் சாக்காகக் காட்டி தலைவர்கள் மேல் நடவடிக்கை எடுக்க முனைந்தான். வ.உ.சியையும் சுப்பிர மணிய சிவாவையும் மார்ச் 12ந்தேதி கைது செய்து பாளையங் கோட்டைச் சிறையில் அடைத்துவிட்டான்.

ஆஷ் துரையின் அநியாயச் செய்கை

மார்ச் 13ந்தேதியன்று திருநெல்வேலி நகரமே ஸ்தம்பித்தது. கடைகள் திறக்கப்படவில்லை. மின்கம்பங்கள் வீழ்த்தப்பட்டன. அரசு அலுவலகங்கள் சூறையாடப்பட்டன. தெருக்கள் எங்கும் மக்கள் திரள் திரளாக ஆவேசத்துடன் ஊர்வலம் சென்றனர். அப்பொழுது டெப்டி கலெக்டராக இருந்த ஆஷ் தன்னுடைய கைத் துப்பாக்கியால் கண்டபடி சுட்டதில் நான்குபேர் அங்கேயே உயிரிழந்தனர். அவ்வுடல்கள் அப்புறப்படுத்தப்படாமல் இரவு வரை கிடந்தன. ஆஷின் அந்தச் செய்கை பின்னாளில் அவன் கொல்லப்படுவதற்கு ஒரு காரணமாயிற்று.

வ.உ.சி. பேரில் இரண்டு வெவ்வேறு வழக்குகள் பதிவுசெய்யப் பட்டன. 1908 பிப்ரவரி மாதம் 23, 26ந்தேதிகளிலும் மார்ச் 1, 3 தேதிகளிலும் அரச நிந்தனையாகப் பேசியதாக இ.பி.கோ 124 ஏ, 109 பிரிவுகளிலும், சுப்பிரமணிய சிவாவுக்கு இடமும் உணவும் அளித்து உதவியதற்காக 153ஏ பிரிவுப்படியும் வ.உ.சி. மீது போலீஸார் வழக்குப் பதிவு செய்தனர். சுப்பிரமணிய சிவா மீதும் 124ஏ, பிரிவுகளின்படி வழக்குத் தொடுக்கப்பட்டது. மார்ச் மாதம் 26ந்தேதி திருநெல்வேலி ஜில்லா அடிஷனல் மாஜிஸ்திரேட்டால் வழக்கு விசாரணைக்கு எடுத்துக்கொள்ளப்பட்டது. தனது வழக்கறிஞரை

மதிப்போடு நீதிமன்றம் நடத்தவில்லை என்று சொல்லி சிதம்பரனார் எதிர் வழக்காட மறுத்துவிட்டார். எனவே வழக்கு ஜில்லா செஷன்ஸ் கோர்ட்டுக்கு மாற்றப்பட்டது. செஷன்ஸ் கோர்ட்டின் நீதிபதி பின்ஹே மிகவும் கடுமையானவர். தன் விருப்பம்போல் தண்டனை வழங்கும் இயல்புடையவர். வழக்கு விசாரணை இழுத்தடிக்கப்பட்டது.

1908 ஜூலை 8ந்தேதியன்று தீர்ப்பு கூறப்பட்டது. வ.உ.சிக்கு அரச நிந்தனைக் குற்றத்திற்காக இருபது ஆண்டுகள் தீவாந்திரத் தண்டனையும் சுப்பிரமணிய சிவாவுக்கு உதவியதற்காக 20 ஆண்டுகள் தீவாந்திரத் தண்டனையும் ஒன்றன்பின் ஒன்றாக அனுபவிக்க வேண்டும் என்று தீர்ப்பு வழங்கப்பட்டது. சுப்பிரமணிய சிவத்திற்குப் பத்தாண்டுகள் தீவாந்தரத் தண்டனை வழங்கப்பட்டது.

'பிள்ளை பெரிய அரசியல் துரோகி. அவருடைய எலும்புக்கூடு கூட ராஜ விசுவாசத்திற்கு எதிரானது,' என்று தனது தீர்ப்பில் குறித்திருந்தார் பின்ஹே.

அரவிந்தரின் தம்பி நடத்திவந்த யுகாந்தர் பத்திரிகை பிள்ளையின் வழக்கு விசாரணையை விவரமாக எழுதி வந்தது.

கொடுக்கப்பட்ட அநியாயமான தண்டனையைக் கேள்விப்பட்டு நியாய உணர்வுள்ள அனைவரும் வருந்தினர். அரசுக்கு அடிவருடும் ஒரு சில பத்திரிகைகளைத் தவிர எல்லாப் பத்திரிகைகளும் தண்டனை கடுமையானது என்று கண்டித்து எழுதின. லண்டனிலும் அது எதிரொலித்தது. 14-7 1908 அன்று இந்திய மந்திரி மார்லி பிரபு, வைஸ்ராய் மிண்டோவுக்கு எழுதிய ரகசியக் கடிதத்தில்...

'இந்தியாவில் சதிவழக்குப் போன்றவற்றில் கொடுக்கப்பெறும் தண்டனைகளை ஆழ்ந்து மிகக் கவனத்தோடு கவனித்துக்கொண்டு வருகிறேன். பம்பாயில் கல்லெறிந்தவர்களுக்குப் பன்னிரண்டு மாதத் தண்டனை என்று இன்று படித்தேன். இது உண்மையிலேயே கொடூரமானது. திருநெல்வேலி மற்றும் தூத்துக்குடிக்காரர்களுக்குப் போடப்பட்ட தண்டனைகள் ஒருவருக்கு ஆயுள் தண்டனை - மற்றவருக்குப் பத்து ஆண்டுகள் - அநியாயமானது. முடிவில் நிற்காது. இந்த மிருகத்தனமான போக்கை நான் எந்த வகையிலும் ஆதரிக்க மாட்டேன். எனவே இந்தத் தீர்ப்பையும் தீங்குகளையும் உடனே சரிசெய்ய வேண்டுகிறேன். நாம் ஒழுங்கை நிலைநாட்ட வேண்டியதுதான். ஆனால் அதி தீவிரமான கொடுமைகள் மூலம் அதைச் செய்யமுடியாது. அப்படிச் செய்தால் அது வெடிகுண்டுக்கு வழி வகுக்கும்!' என்று எழுதினார்.

திருநெல்வேலி சதி வழக்கில் சிக்கிய திரு. தருமராச அய்யர் தாம் விசாரணைக் கைதியாக இருந்த காலத்தில் அதிகாரிகள் தமக்கிழைத்த கொடுமைகளால் மனமுடைந்து விஷம் சாப்பிட்டு தற்கொலை செய்துகொண்டார்.

புனலூர் வேங்கடேஸ்வர அய்யர் போலீசார் செய்த கொடுமைகள் தாங்க மாட்டாமல் கத்தியால் தன் கழுத்தை அறுத்துக்கொண்டு இறந்தார்.

வங்கம் வெகுண்டது

வ.உ.சிக்குத் தண்டனை கொடுப்பதற்கு முன்னமேயே பீகாரில் உள்ள முஸாபர்பூரில் வெடிகுண்டுச் சத்தம் கேட்டுவிட்டது.

வங்கத்தில் அரவிந்த கோஷின் தம்பி பரீந்திரநாத் கோஷ் மாணிக் தலா தோட்டத்தில் ஓர் ஆசிரமம் அமைத்துக்கொண்டு அங்கிருந்து யுகாந்தர் என்ற பத்திரிகையை தேசபக்தியே வெறியாகக் கொண்ட இளைஞர்களின் உதவியோடு நடத்தி வந்தார். அந்தப் பத்திரிகை யின் எழுத்துகள் மிகத் தீவிரமானவை. அடிக்கடி அந்தப் பத்திரிகை யின் ஆசிரியர்கள் கைது செய்யப்படுவார்கள். ஒருவர் உள்ளே போனால் இன்னொருவர் ஆசிரியராகி விடுவார். அனுஷீலன்சமிதி என்னும் புரட்சிகர சமிதியில் இணைந்து தீவிர உறுதிமொழி எடுத்துக் கொண்டவர்கள் அவர்கள். அவ்விளைஞர்கள் பட்டிதொட்டிகளுக் கெல்லாம் சென்று சிறுசிறு துண்டுப் பிரசுரங்கள் மூலம் தேசபக்தியை ஊட்டினர். தங்கச் சரியான இடமோ, உண்ண உணவோ இன்றிப் பல இன்னல்களுக்கு ஆளான போதும் தேசத்தொண்டு ஒன்றே குறிக் கோளாக அவ்விளைஞர்கள் செயல்பட்டனர். அவர்களை ஆங்கி லேய அரசு தீவிரமாகக் கண்காணிக்க முற்பட்டதால் காட்டுக்குள் இருந்த பாழ்மண்டபங்களிலும் இடிந்த கட்டடங்களிலும் பயங்கர மான விலங்குகளுக்கிடையே தங்கி செயலாற்றிக் கொண்டிருந் தனர். விவேகானந்தரின் சீடர் சகோதரி நிவேதிதா இப்புரட்சி இயக்கத்துக்கு ஆதரவளித்தார்.

இவ்விளைஞர்கள் மாணிக்தலா தோட்ட வீட்டில் ஆசிரமம் அமைத்து வெடிகுண்டு தயாரிக்கும் பணியில் இறங்கினர். வெடி குண்டு தயாரிப்பது எப்படி என்று தெரிந்து கொள்வதற்காக ஹேமந்திரதாஸ் என்பவனைப் பாரிசுக்கு அனுப்பினர். பணத்திற் காகச் சிலசமயம் அவர்கள் கொள்ளையடிக்கவும் நேர்ந்தது. கொடுமை புரியும் ஆங்கிலேயனைக் கொல்வதும் தவறில்லை என நினைப்பவர்கள். அப்போது கல்கத்தாவில் ப்ரஸிடென்ஸி மாஜிஸ்தி ரேட்டாக கிங்க்ஸ்போர்ட் என்ற ஆங்கிலேயர் பணியாற்றிவந்தார்.

மிக மோசமானவர். தண்டனை அதிகம் கொடுத்து மகிழ்பவர். அவரைத் தீர்த்துக் கட்ட புரட்சி இளைஞர்கள் திட்டம் தீட்டினர். அதற்குள் அவர் பீகாரில் உள்ள முஸாபர்பூருக்கு ஜில்லா மாஜிஸ்ட்ரேட்டாக மாற்றலாகிவிட்டார். அதுவும் ஒருவகையில் கொலை வெறிகொண்ட அந்த இளைஞர்களுக்குச் சாதகமாகப் போயிற்று. ஏற்கெனவே ஓரிரு இடங்களில் வெடிகுண்டு வைத்துப் பழக்கப் பட்டவர்கள் அவர்கள். கிங்க்ஸ்போர்டைத் தீர்த்துக் கட்டுகின்ற பணியைக் குதிராம்போஸ், பிரபுல்லசாகி என்னும் இரண்டு இளைஞர்களிடம் ஒப்படைத்தார் பரீந்தர். பிரபுல்லசாகி ஏற்கெனவே கொடுங்கோலன் ஸர் புல்லரைக் கொல்லக் குண்டு வைத்தவன். அப்பொழுது பிரபுல்லசாகி தப்பிவிட்டான்.

வெடித்தது குண்டு

குதிராம்போஸும் பிரபுல்லசாகியும் முஸாபர்பூர் சென்றனர். அங்குள்ள நிலைமைகளை ஆராய்ந்தனர். ஒருநாள் மாலைநேரம் கிம்ஸ்போர்ட் தனது இல்லத்தில் ஒரு பெரிய விருந்துக்கு ஏற்பாடு செய்திருந்தது தெரியவந்தது. அந்த விருந்தில் கலந்துகொள்ள மாலையில் கோச்சு வண்டியில் கிங்ஸ்போர்ட் வருவார் என்பதை அறிந்து அவர் வருகிற சமயம் வண்டிக்குள் வெடிகுண்டை வீசி எறிவதாகத் திட்டம். குறிப்பிட்ட நேரத்தில் குதிராம்போஸும் கூட்டாளியும் ஏற்கெனவே குறித்திருந்த இடத்தில் ஒளிந்து கொண்டார்கள். கிங்ஸ்போர்டின் கோச்சு வண்டி வந்தது. உடனே குதிராம்போஸ் பாய்ந்து வெடிகுண்டை அந்த கோச்சு வண்டிக்குள் வீசிவிட்டு ஓடிவிட்டான். வெடிகுண்டு வெடித்ததில் அந்த வண்டிக்குள் இருந்த திருமதி கென்னடியும் அவரது மகளும் உடல் சிதறி இறந்தனர். அன்று நீதிமன்றத்தில் அதிக வேலையிருந்ததால் கிங்ஸ்போர்ட் அப்பெண்களை முதலில் தன் வண்டியில் அனுப்பினார். அவர் தப்பிவிட்டார். அப்பாவிப் பெண்கள் இருவர் மாண்டனர்.

பிரபுல்லசாகி தப்பிச் செல்லும் வழியில் ஒரு காவலரால் கண்டு பிடிக்கப்பட்டதால் தனது கைத்துப்பாக்கியால் தன்னையே சுட்டுக் கொண்டு இறந்தான். குதிராம்போஸ் பிடிபட்டு முசாபர்பூருக்குக் கொண்டுவரப்பட்டான். அவனைப் பார்க்க ஊரே திரண்டு நின்றது. அந்தப் பதினெட்டுவயது இளைஞன் சிறிதும் அஞ்சாமல் தலை நிமிர்ந்து சிரித்த முகத்தோடு நடந்தான்.

21-5-1908 தொடங்கி நீதிமன்றத்தில் வழக்கு நடந்தது. நீதிபதி அவனுக்கு மரணதண்டனை விதித்தார். குதிராம் சிரித்தபடி நின்று கொண்டிருந்தான். அவனுக்குத் தண்டனை கொடுக்கப்பட்டது அவனுக்குப் புரிந்ததா இல்லையா என்று நீதிபதிக்குச் சந்தேகம் வந்துவிட்டது.

'குதிராம், உனக்கு மரண தண்டனை கொடுத்திருக்கிறேன்,' என்றார்.

'தெரியும் ஐயா!' என்றான் குதிராம்.

'நீ ஏதாவது சொல்ல விரும்புகிறாயா?'

'வெடிகுண்டு செய்வது எப்படி என்று உங்களுக்குக் கற்றுக் கொடுக்க விரும்புகிறேன்!' என்றான் குதிராம்.

நீதிபதி உடனே அவனை நீதிமன்றத்திலிருந்து அப்புறப்படுத்தும்படி காவலர்களுக்கு உத்திரவிட்டார். குதிராம் விரும்பாவிட்டாலும் அவனுக்காகத் தாமாகவே வாதாடிய வக்கீல்களின் நிர்ப்பந்தத்தால் மேல்முறையீடு செய்தான். அங்கும் மரண தண்டனை உறுதி செய்யப்பட்டது. கவர்னர் ஜெனரலுக்கு விண்ணப்பித்ததில் அவரும் மரணதண்டனையை உறுதிசெய்தார்.

11-8-1908ம்நாள் தூக்குப் போட உறுதியாயிற்று. முதல்நாள் கல்கத்தாவில் எங்கும் மக்களின் ஊர்வலம். 11ந்தேதி காலையில் சிறைச்சாலைக்கு முன்மக்கள் திரண்டிருந்தனர்.

காலை 6 மணிக்கு அவனைத் தூக்குப்போட்டார்கள். அம்ரிதபஸார் பத்திரிகை மறுநாள் முழுச்செய்தி வெளியிட்டது. 'குதிராம் அமர னான். சிரித்துக்கொண்டே தூக்கில் தொங்கினான்,' என்று தலைப்புச் செய்தியை வெளியிட்டது. அவனது சடலத்தை ஊர்வலமாக எடுத்துச் சென்று எரியூட்டினர். அவனது சாம்பலை தெய்வீகச் சின்னமாகப் பெற்றுச்செல்ல அன்று மக்களிடையே போட்டா போட்டி ஏற்பட்டதாம்.

இந்த வெடிகுண்டு நிகழ்ச்சியில் சம்பந்தப்பட்டிருப்பதாகச் சொல்லி அரவிந்தர் உட்பட 37 பேர் மீது வழக்குத் தொடுக்கப்பட்டது. அதற்கு 'அலிப்பூர் வெடிகுண்டு வழக்கு' என்று பெயர். மிக நீண்ட காலம் நடந்த வழக்கு அது. அதில் அரவிந்தர், அவரது சகோதரர் பரீந்திர கோஷ், உல்லாஸ்கர் தத், ஹேம் சந்த்ர தாஸ், உபேந்த்ரநாத் பானர்ஜி ஆகியோர் அடக்கம். அரவிந்தர் சார்பில் பிரபல வக்கீலும் தேசபக்த ருமான சித்தரஞ்சன் தாஸ் வாதாடினார். அலிப்பூர் சிறைச்சாலையில் இருக்கும்போதுதான் அரவிந்தருக்கு இறை தரிசனம் கிடைத்தது. அவர் முழுக்க முழுக்க ஆன்மிகவாதியாக மாறிவிட்டார்.

பீரேந்திர குமார் கோஷ் மற்றும் உல்லாஸ்கர் தத் இருவருக்கும் மரண தண்டனை வழங்கப்பட்டது. ஹேம சந்த்ரதாஸ், உபேந்த்ர நாத் பானர்ஜி, பிபுபாய் பூஷன் சர்க்கார், ரிஷிகேஷ் காஞ்சிலால், பீரேந்திர சந்த்ர சென், சுதிர்குமார் கோஷ், இந்திரநாத் நந்தி, அபினேஷ், பட்டாச்சார்யா, சைலேந்திரநாத் போஸ் ஆகியோருக்

குத் தீவாந்திர ஆயுள் தண்டனையும், பரேஷ் சந்த்ர மௌலிக், சிசிர் குமார் கோஷ், நிரபதோ ராய், ஆகியோருக்குப் பத்தாண்டுகள் தீவாந்திரத் தண்டனையும் எல்லோருக்கும் சொத்துப் பறிமுதல் தண்டனையும் வழங்கப்பட்டது. அஷோக் சந்த்ரா நந்தி, பாலகிருஷ்ண ஹரிகேன், சுஷில் குமார் சென் ஆகியோருக்கு 7 வருட தீவாந்திரத் தண்டனையும், கிருஷ்ண ஜிபான் சன்யாலுக்கு ஒரு வருட கடுங்காவலும் வழங்கப்பட்டன. அரவிந்தர் உட்பட மற்றவர்கள் விடுவிக்கப்பட்டனர். அப்பீலில் எல்லோருடைய தண்டனைகளும் குறைக்கப்பட்டன. முதல் உலக மகா யுத்தத்திற்குப் பிறகு கொடுக்கப்பட்ட பொது மன்னிப்பில் எல்லோரும் விடுவிக்கப்பட்டார்கள்.

வெடிகுண்டு வீச்சும், விவாதங்களும்...

இந்த வெடிகுண்டு வீச்சு நாடெங்கும் பெரும் அதிர்ச்சியை ஏற்படுத்தியது. அரசின் அடக்குமுறை அதிகமானது. சுதேசிய வாதிகள்தான் இதற்குக் காரணம் என ஆங்கிலோ இந்தியப் பத்திரிகைகள் குற்றம் சாட்டின. பழிக்குப் பழிவாங்க ஆங்கில அதிகாரிகள் துடித்தனர்.

அந்தச் செயலை ஒரு பாடமாகக் கொண்டு நீதிபதிகளும் அரசும் நிதானமாகச் செயல்படவேண்டும் என்று சுதேசமித்திரன் அறிவுறுத்தியது. புதிய கட்சியின் தலைவரான திலகர் அந்த வெடிகுண்டுச் சம்பவம் அநாகரிகமானதென்றும் அது தமக்கு உடன்பாடற்றது என்றும் அரசுக்குத் தெரிவித்தார். எனினும் பிரிட்டிஷ் கவர்மெண்டாரின் ஆட்சி முறையும் சில அதிகாரிகளின் அக்கிரமச் செயல்களும்தான் இந்த வெடிகுண்டு முயற்சிகளுக்கு மூலகாரணம் என்பதைத் தெளிவுபடுத்தினார். ஜனங்களின் அதிருப்திக்கு மூல காரணமாயிருக்கும் குறைகளை நிவர்த்திப்பதே ராஜதந்திரமும் ராஜலட்சணமும் ஆகும் என்று எழுதினர்.

அவிழ்த்து விட்ட அடக்குமுறைச் சட்டம்

ஆனால் அதிகாரிகளின் கொடுமைகளை ஆராயாமல் அரசாங்கம் அடக்குமுறையை இன்னும் எப்படித் தீவிரப்படுத்துவது என்று சிந்தித்தது. முதலில் தீவிரவாதப் பத்திரிகைகளை ஒடுக்கி அவற்றின் ஆசிரியர்களைச் செயலிழக்கச்செய்வது எனத் திட்டமிட்டது. புதிதாகச் சட்டங்கள் இயற்றப்பட்டன. அரசு உத்திரவுகள் பிறப்பிக் கப்பட்டன. கீழ்மட்ட அதிகாரிகளுக்கும் அதிகாரம் கொடுக்கப் பட்டது. மாஜிஸ்ட்ரேட்டுக்குக் கேள்வி முறையே இன்றித் தண்டனை கொடுக்கும் அதிகாரம் கொடுக்கப்பட்டது. இதுவரை

தமக்கில்லாத அதிகாரம் புதிதாகக் கொடுக்கப்பட்டதால் அதை முழுவதும் பயன்படுத்திப் பார்த்துவிடுவது என்று அதிகாரிகள் முனைந்தனர்.

பத்திரிகை சுதந்திரத்தைப் பறித்த சட்டம்

பாரதி ஆசிரியராக இருந்த இந்தியா பத்திரிகைமீது எந்த நேரத்திலும் நடவடிக்கை எடுக்கப்படலாம் என்ற நிலை இருந்தது. இருக்கிற சட்டம் போதாதென்று இரண்டு புதிய சட்டங்களை அரசு ஒரே நாளில் இயற்றியது. மிக ஆங்காரமாக எழுதும் யுகாந்தர் போன்ற பத்திரிகைகளை ஒடுக்குவதற்காகத்தான் புதிய சட்டங்களைக் கொண்டுவந்ததாக அரசு தரப்பில் சொல்லப்பட்டாலும் எடுத்தேன் கவிழ்த்தேன் என்று எவர் மீதும் நடவடிக்கை எடுக்கும் அதிகாரத்தை மாஜிஸ்ட்ரேட்டுகளுக்கு வழங்கியதால் அதிகாரத்தைக் காட்டுவதற் காகவாவது அவர்கள் அதைத் தவறாகப் பயன்படுத்தினர்.

வெடிகுண்டுப் பொருள்கள் தடைச் சட்டமும் பத்திரிக்கைச் சுதந்திரத்தைக் கட்டுப்படுத்தும் சட்டமும் மிகக் கடுமையாகச் செயற்படுத்தப்பட்டன.

அச்சட்டங்களின்படி அரசுக்கு எதிராகப் பேசுபவர்களையும் எழுதுபவர்களையும் கடுமையாகத் தண்டிக்கலாம். பத்திரிகைகள் கடுமையாக எழுதுவதாகக் கருதினால் அபராதம் விதிக்கலாம். பத்திரிகைகளைப் பறிமுதல் செய்யலாம். சம்பந்தப்பட்டவர்களைக் கைது செய்யலாம். ஜில்லா மாஜிஸ்ட்ரேட் நினைத்தால் பத்திரிகைகள் வெளிவராமல் தடுக்கலாம். அச்சகத்தைப் பறிமுதல் செய்யலாம். பொதுக்கூட்டங்கள், ஊர்வலங்கள் ஆகியவற்றுக்குக் காரணம் காட்டாமல் தடைவிதிக்கலாம். மாஜிஸ்ட்ரேட்டின் தீர்ப்பே இறுதியானது.

‘இந்து’ பத்திரிகை அந்தச் சட்டத்தைப் பற்றி எழுதியது: ‘இந்தத் தேசத்தின் பத்திரிகைகளின் கழுத்தை நெறிக்க ஒரு வழியை அரசு உருவாக்கிவிட்டது. வேண்டப்படாத ஒரு பத்திரிகையை ஒரு மாஜிஸ்ட்ரேட்டின் உத்தரவு மீண்டும் உயிர்க்க முடியாதபடிக் கொன்றுவிடமுடியும். அதன் அச்சுக்கூடம், இயந்திரங்கள், அச்சுப் பொருள்கள், சாதனங்கள் அனைத்தையும் கைப்பற்ற முடியும். அந்தச் செய்தித்தாளின் பெயரே இல்லாதபடிச் செய்துவிடமுடியும். வன்முறையைத் தூண்டும் எழுத்து அதில் பிரசுரமானது என்று அறிந்தால் போதும். பாவம் அந்தப் பத்திரிகையை அச்சடித்தவரும் தொலைந்தார். வன்முறை என்றால் என்ன என்று வரையறுத்திருக்க வேண்டுமல்லவா? அதை மட்டும் செய்யாமல் வசதியாக

விடப்பட்டுள்ளது. எது வேண்டுமானாலும் வன்முறையைத் தூண்டுவதாகக் கற்பிக்கப்படலாம்.'

இவை அனைத்தும் பெரும்பாலும் மாநிலப்பத்திரிகைகளைக் குறிவைத்துச் செய்யப்பட்டவை ஆகும்.

அதன்படியே பம்பாய், வங்காளம் ஆகிய பகுதியில் வெளிவந்த பத்திரிகைகள்மீது நடவடிக்கைகள் எடுக்கப்பட்டன. வந்தே மாதரம், யுகாந்தர் பத்திரிகைகள் ஒடுக்கப்பட்டன. மத்திய மாநிலங்களில் 'ஹைகிஷோர்' என்ற பத்திரிகையின் ஆசிரியருக்கு ஐந்தாண்டுகள் கடுங்காவல் தண்டனை வழங்கப்பட்டது. அந்தப் பத்திரிகையின் அச்சு இயந்திரம் கைப்பற்றப்பட்டது. எகிப்தில் ஆங்கில அரசின் கல்விக் கொள்கையைத் தாக்கி எழுதியதற்காக 'உர்து இ மோல்லா' என்ற பத்திரிகையின் ஆசிரியருக்கு 500 ரூபாய் அபராதமும் இரண்டாண்டுகள் கடுங்காவல் தண்டனையும் விதிக்கப் பட்டன. வந்தே மாதரம் பத்திரிகைக்கு ஒரு கட்டுரை எழுதியதற்காக அலிகாரைச் சேர்ந்த ஹோதிலால் வர்மா என்பவருக்கு ஏழாண்டுகள் தீவாந்திரத் தண்டனை வழங்கப்பட்டது. பம்பாயில் ஹிந்து ஸ்வராஜ், விஹாரி, அருணோதயா, கல் ஆகிய பத்திரிகையின் ஆசிரியர்கள் தண்டிக்கப்பட்டார்கள். பாரதி தனது கருத்தைக் கட்டுரையாகவும் கார்ட்டூனாகவும் இந்தியாவில் வெளியிட்டார். அரசின் செயல் அரசுக்கே ஆபத்தாக விளையும் எனச் சுட்டிக்காட்டினார்.

யாருடைய வழிகாட்டுதலில் புதிய கட்சியினர் எழுச்சி பெற்று நாட்டுத் தொண்டு செய்தார்களோ யாரைத் தெய்வத்தைத் தொழுவதுபோல் தேசபக்தர்கள் தொழவேண்டும் என்று பாரதி எழுதினாரோ அந்தத் திலகரை 1908 ஜூன் மாதம் 24ந்தேதி கைது செய்தனர். ஒரு மாதத்திற்கு முன் கேசரி'பத்திரிகையில் அவர் எழுதிய ஒரு கட்டுரை ராஜ துவேஷமானது என்பதே அவர்கள் கூறிய காரணம்.

பூனா நகரமே அடைபட்டுக் கிடந்தது. பம்பாயிலும் பூனாவிலும் கலவரம் வெடித்தது. பலவந்தமாகவாவது திலகரை விடுவித்துவிட வேண்டும் என்று அவரது தொண்டர்கள் திட்டமிட்டனர். 25ந்தேதி பாரதிக்குச் செய்தி கிட்டியது. பதறிப்போனார்.

பாம்பே எஸ்பிளனேட் நீதிமன்றத்தில் நீதிபதி தவார் முன்பு திலகரின் வழக்கு விசாரணைக்கு வந்தது. இதே தவார்தான் இதற்கு முன் நடந்த வழக்கில் திலகருக்கு ஜாமீன் கொடுப்பதற்காக வாதாடியவர். நீதிபதியானவுடன் அவருடைய போக்கே மாறிவிட்டது. முகமதலி ஜின்னா, திலகருக்கு ஜாமீன் கொடுப்பதற்காக வாதாடினார். ஆனால்

ஜாமீன் கிடைக்கவில்லை. கேசரிப்பத்திரிகை எழுதிய மூன்று கட்டுரைகளுக்காக 124அ 153 அ பிரிவுகளின் கீழ் வழக்குத்தொடுக்கப் பட்டிருந்தது. திலக்கின் பத்திரிகைக் கட்டுரைகளை பம்பாயில் அச்சடித்துக் கொடுக்க எவரும் முன்வரவில்லை. அரசைக்கண்டு பயம். இந்த நிலையில் திலகர் தனது வழக்கைத் தானே வாதாட முன்வந்தார். நீதிமன்ற வழக்கு விவாதங்களில் உதாரணமாகக் காட்டப்படும் விவாதங்களாக திலகரின் பேச்சு அமைந்தது. தன்மேல் சுமத்தப்பட்ட குற்றங்களை ஆணித்தரமாக மறுத்த பிறகு அவர் ஜுரர்களைப் பார்த்துப் பேசிய பேச்சே ஒரு இலக்கியம். மொத்தம் 9 ஜுரிகள். ஆறுபேர் ஐரோப்பியர்கள். இருவர் பார்ஸிக்கள், ஒருவர் யூதர் இனத்தைச் சார்ந்தவர்.

‘உங்களிடமிருந்து எந்தக் கருணையும் எதிர்பார்த்து நான் பேசவில்லை. என்னுடைய செயல்களின் விளைவுகளைச் சந்திக்க நான் தயார். என்னுடைய கருத்துக்களோடு நீங்கள் ஒத்துப் போகாமல் இருக்கலாம். ஆனால் எனது இந்தச் செயல் 124ஏ பிரிவின் கீழ் வருமா என்பதை நீங்கள் சொல்லவேண்டும். நீங்கள் என் கருத்து களை ஒப்புக்கொள்கிறீர்களா இல்லையா என்பதல்ல இங்கே கேள்வி. மேன்மைதங்கிய மன்னரின் பிரஜையாக உள்ள எனக்குப் பிரிட்டனில் உள்ள பிரஜைகளுக்கும், இங்கே இந்தியாவில் உள்ள ஆங்கிலோ இந்தியப் பிரஜைகளுக்கும் உள்ள உரிமை இருக்கிறதா இல்லையா? இதைத்தான் நான் தெளிவுபடுத்திக் கொள்ள விழைகிறேன். இப்பொழுது நான் குற்றவாளியா, குற்றவாளி இல்லையா என்று தீர்ப்புக் கூறுவது உங்கள் கையில் இருக்கிறது. வெளியிலே நடக்கிற சில செயல்களோடு அநாவசியமாக என் பெயர் இழுக்கப்படுகிறது. அவற்றையெல்லாம் விட்டுவிட்டு நீங்கள் உங்களுடைய முடிவுகளைச் சொல்லுங்கள். உண்மைகளின் அடிப்படையில் சொல்லுங்கள். இந்த வழக்கை நானே எடுத்து நடத்த முன் வந்ததற்குக் காரணம் என்னை நீங்கள் நன்றாக அறிந்து கொள்ள முடியும் என்பதால்தான். நான் என்ன செய்தேன் என்பதைத் தெளிவாகச் சொல்லிவிட்டேன். உங்களிடமிருந்து எதையும் மறைக்கவில்லை.அது தவறென்று உங்களுக்குத் தோன்றினால் நீங்கள் தாராளமாக எனக்கு எதிராகத் தீர்ப்பளிக்கலாம். ஆனால் எனக்கு எதிராக எதுவும் இல்லை என்பதை நீங்கள் அறிவீர்கள் என நம்புகிறேன். எல்லா சூழ்நிலைகளையும் ஆய்ந்து ‘குற்றவாளி இல்லை என்னும் தீர்ப்பை வழங்குவீர்கள் என எண்ணுகிறேன். எனக்கு நம்பிக்கை இருக்கிறது. நான் எனக்காகச் சொல்லவில்லை. நான் எந்தக் காரணத்திற்காகச் செயல்படுகிறேனோ அந்தக் காரணத்தை மதித்துத் தீர்ப்பளிக்க வேண்டுகிறேன். நாம், எவர்முன், இறுதியில் நமது செயல்களுக்கெல்லாம் நீதியை எதிர்பார்த்து நிற்க

வேண்டுமோ அவர் உங்களது நியாயமான உணர்வுகளின்படி தீர்ப்பளிக்க உங்களுக்கு அருள்வாராக!'

இதற்கு மறுப்பாக அட்வகேட் ஜெனரல் சொன்னார். 'திலக்கின் செயல்களும் கொள்கைகளும் எந்த நீதிமன்றத்திலாவது ஒப்புதல் பெறுமென்றால் அராஜகத்துக்கு வாசலைத் திறந்துவிட்டது போலாகும். அதைத் தொடந்து வன்முறை பகல் இரவு தொடர்ந்து வருவதைப்போல வந்துகொண்டே இருக்கும்,' என்றார். 9 ஜூரி களில் 7 பேர் திலகர் மூன்று வகையிலும் குற்றவாளியென்றும் இருவர் மூன்று வகையிலும் குற்றவாளி இல்லையென்றும் தீர்ப்பளித்தனர்.

நீதிபதி திலகரைப் பார்த்து, 'நான் தீர்ப்புச் சொல்லுவதற்கு முன் நீங்கள் ஏதாவது சொல்ல விரும்புகிறீர்களா?' என்று கேட்டார்

'ஜூரர்கள் தீர்ப்பு வழங்கிய பின்னாலும் நான் சொல்ல விழைவது எல்லாம் இதுதான். நான் குற்றமற்றவன். எல்லாவற்றுக்கும் மேலே ஒரு சக்தி இருந்து எல்லாவற்றையும் நடத்திக் கொண்டிருக்கிறது. நான் எதற்காகப் பாடுபடுகிறேனோ அந்த லட்சியம் நான் சுதந்திர மாக இயங்குவதை விட இன்னலை அனுபவிப்பதிலேதான் சிறக்கு மென்பது அந்தப் பரம்பொருளின் எண்ணம் என நினைக்கிறேன்,' என்றார் திலக்.

நீதிபதி, 'நான் கொடுக்கப்போகும் தண்டனை நான் பரிவால் கொடுத்துவிட்டேனோ என்று சொல்லப்படுமோ என்று நான் நினைத்தாலும் நீங்கள் செய்திருக்கும் குற்றத்திற்கு இதற்கு மேல் குறைவாகக் கொடுக்கமுடியாது என்று சொல்லுமளவு தண்டனை விதிக்கிறேன். உங்கள் வயதைக் கருத்தில் கொண்டு இரண்டு வழக்குகளில், நீங்கள் நேசிப்பதாகச் சொல்லும் உங்கள் தேசத்தி லிருந்து கொஞ்சகாலம் வெளியில் இருக்கவேண்டும் என்பதற்காக இரண்டு வழக்கிலும் தலா மூன்றாண்டுகள் தீவாந்திரத் தண்டனை கொடுக்கிறேன். ஒன்றன் பின் ஒன்றாக மொத்தம் ஆறு ஆண்டுகள் அனுபவிக்கவேண்டும். அடுத்த குற்றத்திற்கு மேலும் சிறைத் தண்டனை கொடுத்து உங்கள் இன்னலை அதிகப்படுத்தாமல் ஆயிரம் ரூபாய் அபராதம் விதிக்கிறேன்' என்று தீர்ப்பு வழங்கினார். வழக்கு நடைபெற்றுக் கொண்டிருக்கும்போது நீதிமன்றத்துக்கு வெளியே கூட்டம் அலைமோதியது. திலகரை பின்வாசல் வழியாக ரயில்வே ஸ்டேஷனுக்கு அழைத்துச் சென்று அங்கிருந்து தயாராக இருந்த தனி ரயிலில் பர்மாவுக்கு அழைத்துச் செல்வதற்காகக் கொண்டுபோனார்கள். அங்கே மாண்ட்லே சிறையில் அடைக்கப் பட்டார்.

திலகருக்குக் கொடுக்கப்பட்ட தண்டனை நாட்டையே உலுக்கியது. 'இந்திய ஜனநாயகவாதி திலக்குக்குக் கொடுக்கப்பட்டது அநியாய மான தண்டனை,' என்றார் லெனின். மறுநாள் பம்பாயில் ஊழி யர்கள் வேலை நிறுத்தப்போராட்டம் நடைபெற்றது. தெருவெங்கும் மக்கள் கலவரத்தில் ஈடுபட்டார்கள். தனது தலைவரைக் கைது செய்துவிட்டார்களே என்று பாரதி மனம் நொந்தார்.

இந்தியா செல்வங்கொழிக்கும் நாடாக இருக்கும் காரணத்தால் தானே வெள்ளையன் இந்தியாவைச் சுரண்டிக்கொண்டிருந்தான். ஒன்றுமில்லாத நாடாக இருந்தால் அடிமைப்படுத்தியிருப்பானா? அதை நேராக்கத்தான் சுதேசியம் என்ற தீப்பந்தத்தை ஏந்தினார்கள் தேசபக்தர். அவர்களை அடக்குவதற்குக் கங்கணம் கட்டிச் செயல் பட்டான் வெள்ளையன். அதன் முதல் அடி பத்திரிகைகளின் மேல் விழுந்தது.

பாரதி பாண்டிச்சேரிக்குப் போன பிறகு சுதந்திரானந்தா என்னும் பெயரில் விஜயா பத்திரிகையில் 'அரசுக்கு எதிரான எழுச்சியை அடக்குவது எப்படி?' என்னும் தலைப்பில் ஒரு கட்டுரை எழுதினார். அந்தக் கட்டுரையை இன்று படித்தாலும் கண்ணில் நீர்சுரக்கும். ஆங்கில அரசின் ஆதரவாளர்களும் அரசுச் சார்புடைய பத்திரிகைகளும் அராஜகத்தை அடக்க என்னென்ன செய்ய வேண்டும் என்று சொன்னார்கள் என்பதைப் பட்டியலிட்டுவிட்டுப் பாரதி அன்று நாடிருந்த நிலையை அலசினார். வெள்ளைக்காரன் கொலை செய்தாலும் குற்றமில்லை. ஆனால் அதை எதிர்த்துக் கேட்டால் ராஜதுரோகம் என்ற நிலை. அதற்கு அரசில் பணி புரியும் இந்திய அதிகாரிகளும் ஒத்துப்பாடினார்கள்.

சில அநியாயமான நிகழ்ச்சிகளைப் பற்றிப் பாரதி எழுதினார்.

அரசியல் அநியாயங்கள்

'காபித் தோட்ட முதலாளியாகிய ஒரு வெள்ளையன் ஒருகூலித் தொழிலாளியை ஆணி பொருத்திய பூட்ஸ் அணிந்த காலால் எட்டி உதைக்க அவன் இறந்து போனான். கூலியாள் மாரடைப்பால் இறந்தான் என்று வெள்ளையன் விடுவிக்கப்பட்டான். வெள்ளை யர்கள் கிராமங்களில் புகுந்து ஆடு கோழி திருடும்போது கிராம மக்கள் தடுத்துக் கேட்க அவர்களைச் சுட்டுக்கொன்றனர். ஆனால் அவர்கள் குறி தவறி அவர்களைக் கொன்றுவிட்டதாகக் கூறி, இரண்டு ரூபாயோ மூன்று ரூபாயோ அபராதம் விதித்து விடுவித்தனர்.

ஆங்கிலேயன் எவரையேனும் சுட்டுவிட்டால் குறைந்த தண்டனை யில் விடுவிக்கப்படுவான் என்று முன்னர் பார்த்தோம். அப்படிப்

பட்ட நிகழ்ச்சிகளில் எதிர்ப்பு அதிகமானால் குற்றஞ்சாட்டப் பட்டவன் பைத்தியம் என்று சொல்லி மருத்துவமனைக்கு அனுப்பி அங்கே அவனுக்கு வேண்டிய எல்லா வசதிகளும் செய்து கொடுத்துப் பின்னர் விடுவித்தனர்.

ஆனால் இந்தியர்கள் எதைச் செய்தாலும் ராஜ துரோகம்தான்! இந்தியாவிலிருந்து ஏகப்பட்ட செல்வம் சுரண்டப்படுகிறது, கொள்ளையடிக்கப்பட்டு இங்கிலாந்துக்குக் கொண்டு செல்லப் படுகிறது என்று எழுதினால் அது ராஜ துரோகம். மக்கள் பட்டினி யால் சாகிறார்கள் என்று எழுதினால் ராஜ துரோகம். யாராவது உடற்பயிற்சி செய்தால், அது ராஜ துரோகம். அரசுக்கு எதிராகப் போராட உடலை வலிமைப் படுத்திக்கொள்கிறானோ என்பதுதான் கற்பனையான காரணம். உள்நாட்டு ஆடை வாங்கினால் ராஜ துரோகம். 'இன்று என் தந்தையின் திதி. எலும்பு பயன்படுத்திச் சுத்தப்படுத்தாத சர்க்கரை கொடு,' என்று கடைக்காரனிடம் கேட்டால் ராஜ துரோகம். கோயிலில் நின்று, 'அம்மா தாயே, கும்பிடுகிறேன். காப்பாற்று!' என்று சொன்னால் ராஜ துரோகம். ஏனென்றால் அது வந்தே மாதரம் சொல்லுவதற்குச் சமம். மனைவி சுதேசிய வேட்கை கொண்டிருந்தால் கணவன் அரசிடம் தெரிவிக்கா மல் இருந்தால் ராஜ துரோகம். யாரும் சன்னியாசி ஆகக்கூடாது. அப்படிச் சன்னியாசி ஆனால் அது ராஜ துரோகம். ஏனென்றால் சன்னியாசிகள்தானே வாரன் ஹேஸ்டிங்கின் ஆட்சியின்போது கலவரம் செய்தார்கள்! தேசியப்பள்ளிகளில் ஹரி ஓம் நமசிவாய சொல்லக்கூடாது. பகவத் கீதை படிக்கக்கூடாது ஹரிகதா காலட் சேபங்கள் நடத்தக்கூடாது இவையெல்லாம் ராஜ துரோகம். 'இது வெறும் சாராம்சம்தான். பிறகு அராஜகத்தை ஒழிக்க அரசு செய்ய வேண்டிய நடவடிக்கைகளைப் பட்டியலிட்டார். பாரதி கொடுத்த பட்டியலின்படி அரசு செயற்படாது என்பது அவருக்குத் தெரியும். என்றாலும் ஊதுகிற சங்கை ஊதிவைப்போம் என எண்ணி எழுதினார்.

அதன் முத்தாய்ப்பாக, 'நியாயமான உரிமைகளை வழங்க வேண்டும்.பிரித்தாளும் சூழ்ச்சியைக் கைவிடவேண்டும். அழுகிற குழந்தைக்கு வாழைப்பழத்தைக் காட்டிச் சமாதானம் செய்ய முயல்வதுபோல ஒன்றுக்கும் உதவாத சீர்திருத்தங்களைக் காட்டி மக்களை ஏய்க்கக்கூடாது. இதையெல்லாம் செய்யவில்லையென் றால் அரசுக்கு எதிராக மக்கள் எழுவதைத் தடுக்க முடியாது' என்று எழுதினார்.

60

லண்டனில் இந்தியப் புரட்சியாளர்கள்

இந்திய இளைஞர்கள் சிலர் லண்டனில் இந்தியா ஹவுஸில் தங்கி அங்கே படித்துக்கொண்டோ அல்லது வேலை பார்த்துக் கொண்டோ இந்திய விடுதலைக்காகத் தீவிரமான முறையில் போராடிவந்தனர். அவர்களில் முக்கியமானவர் வீர் சாவர்க்கர். அவருடன் அங்கே வி.வி.எஸ் அய்யர், டி.எஸ்.எஸ். ராஜன், எம்.கே.டி.ஆசார்யா ஆகியோர் தங்கியிருந்தனர். தாதாபாய் நௌரோஜி, கோபால கிருஷ்ண கோகலே ஆகியோரும் லண்டனுக்கு வந்து இளைஞர்கள் மத்தியில் சொற்பொழிவாற்றினர். தாதாபாய் நௌரோஜி இந்தியா வெள்ளையர்களால் எப்படிச் சுரண்டப்படுகிறது என்பதை விளக்கி ஒரு புத்தகமெழுதினார்.

அங்கே மதன்லால் திங்க்ரா என்னும் பஞ்சாபி இளைஞன் சாவர்க் கருக்கு அறிமுகமானான். உறுதியான கொள்கைப் பிடிப்புடைய அந்த இளைஞனை சாவர்க்கருக்கு மிகவும் பிடித்தது.

22 வயதான மதன்லால் திங்ரா பஞ்சாபிலிருந்து லண்டனுக்கு எஞ்சினியரிங் படிக்க வந்தவன். இந்தியா ஹவுசில் சாவர்க்கரையும் ஐயரையும் சந்தித்த பிறகு அவன் உள்ளத்தில் பயங்கரவாதம் வேரூன்றிவிட்டது. பிரிட்டிஷ் அரசு அப்பாவி இந்திய மக்களை வதைப்பதையும், இந்தியச் செல்வங்களைச் சுரண்டுவதையும், பத்திரிகைகளை ஒடுக்குவதையும், பேச்சுச் சுதந்திரத்தைக் கட்டுப்படுத்துவதையும் கண்டு மனம் கொதித்தான். அடங்கிக் கிடந்தால் ஆங்கிலேயன் ஒடுக்கத்தான் செய்வான். யாராவது துணிவாக தனது வீரத்தைக் காட்டினால்தான் அவனுக்கு இந்தியர்

களின் எதிர்ப்புப் புரியும். அதற்காக ஆயுதப் பயிற்சி பெற விரும்பி னான். சாவர்க்கர், ஐயர் இருவரும் தம்மாலான அனைத்து உதவி களையும் அவனுக்குச் செய்தனர். லண்டனில் இருந்த ஆயுதப் பயிற்சி சாலை ஒன்றில் சேர்ந்து தீவிரப் பயிற்சி பெற்ற திங்ரா துப்பாக்கியைக் கையாள்வதில் மிகுந்த தேர்ச்சி பெற்றான்.

சஹன சக்தி சோதனை!

மதன்லால் வெறும் வாய்ச்சொல் வீரத்தை விரும்பவில்லை. வாய்ச் சொல் வீரர்களைக் கண்டால் அவனுக்குக் கோபம்வரும். செயல்பட வேண்டும், நிலைமை மேலும் மோசமாவதற்குள் செயல்படவேண் டும் என்பதே அவனுடைய துடிப்பு. 'வீர இளைஞர்களுக்குச் சஹன சக்தி வேண்டும். எந்த ஆபத்தையும் அஞ்சாது எதிர்கொள்ளும் ஆற்றல் வேண்டும்' என்பான் திங்ரா.

இவ்வார்த்தைகளை நண்பர்கள் சூழ்ந்திருக்கும் சபையில் அவன் சொன்னபோது ஒருவர் அவனிடம் 'உனக்கு அந்தச் சஹன சக்தி இருக்கிறதா? என்று கேட்டார்.

'சோதித்துப் பார்த்துக் கொள்ளுங்களேன்,' என்றான் திங்ரா.

'சரி சஹன சக்தி என்றால் என்ன?' என்று கேட்டார் இன்னொருவர்.

'எந்த வலியையும் இன்முகத்தோடு தாங்கிக்கொள்ளும் சக்தி. குருவாகிய பரசுராமர் தம் மடியில் தலைவைத்துத் தூங்கும்போது, ஒரு வண்டு கர்ணனின் தொடையைக் குடைந்து ரத்தம் கொட்ட வைத்தபோதும் குருவின் தூக்கம் கலைந்துவிடக் கூடாதென்று வலியைப் பொருட்படுத்தாமல் இன்முகத்தோடு இருந்தானே அந்த சக்திதான் சஹன சக்தி' என்றான் திங்ரா.

'சரி, உன் புறங்கையில் ஒரு குண்டூசியைக் குத்தினால் உன்னால் புன்னகை மாறா முகத்தோடு இருக்கமுடியுமா?' என்று கேட்டார் ஒருவர்.

'செய்து பாருங்களேன். ஆனால் ஒன்று. என் கையில் குண்டூசியால் குத்தும்போது ரத்தத்தைப் பார்த்துப் பயந்து மேலும் குத்துவதை நிறுத்தக்கூடாது. உள்ளங்கைக்கு அது வரும்வரை குத்த வேண்டும். குண்டூசி வளைந்துவிடும் என்றால் ஆணியை எடுத்துக்கொள்ளுங் கள்!' என்றான் திங்ரா.

எவருக்கும் நம்பிக்கையில்லை.

அங்கிருந்த ஒருவர் துணிந்து ஒரு பெரிய குண்டூசியை எடுத்து அவன் புறங்கையில் குத்தினார். திங்ரா முகம் சுளிக்கவில்லை. அவன்

உதடுகளில் புன்னகை மறையவில்லை. உள்ளங்கை வரை ஊசி நுழைந்தது. ரத்தம் கொட்டியது. ஆனால் புன்னகை மன்னனாக வீற்றிருந்தான் திங்ரா. எல்லோரும் அவனை மிகுந்த ஆச்சரியத்தோடு பார்த்தனர். சொன்னதைச் செய்யக்கூடியவன், அபார சஹன சக்தி உள்ளவன் என அவனைப் புகழ்ந்தனர்.

இன்னொரு சமயம், உறுதிமொழிப்பத்திரத்தில் எல்லோரும் ரத்தக் கையெழுத்து இடவேண்டும் என்று சொன்னபோது திங்ரா சற்றும் தயங்காமல் ஒரு கத்தியால் தன் கையைக் கீறி, 'இதோ, என் ரத்தத்தை மையாகக் கொண்டு எல்லோரும் கையெழுத்திடட்டும்!' என்றான்

வங்கத்தைப் பிரித்த லார்ட் கர்ஸன் அப்பொழுது லண்டனில்தான் இருந்தார். அவரைத் தீர்த்துக்கட்டினால் அது பிரிட்டிஷ் அரசு வட்டாரத்தில் பெரும் பரபரப்பை ஏற்படுத்தும். இந்தியர்கள் எதிர்க்கத் தொடங்கிவிட்டார்கள் என்பது அரசுக்குப்புரியும் எனச் சாவர்க்கர் நினைத்தார். ஆனால் கர்ஸனுக்குப் பலத்த பாதுகாப்புக் கொடுக்கப்பட்டிருந்தது. மார்லி பிரபுவை நெருங்கலாம் என்றால் அதுவும் இயலவில்லை. இந்த நிலையில் லண்டனில் இந்திய மந்திரிக்கு வலது கரமாக இருந்து அவருக்கு ஆலோசனை சொன்ன கர்சான் வைலி என்பவரைக் கொல்லுவது என முடிவு செய்தார்கள். அந்தச் செயலை நிறைவேற்ற மதன்லால் திங்ரா முன்வந்தான். அவனது வீரத்தையும், சஹன சக்தியையும் அறிந்த சாவர்க்கரும் ஐயரும் அவன்தான் சரியான ஆள் என்று தீர்மானித்தனர். கர்சான் வைலியை லண்டனில் கொன்றால், அவர்கள் இருக்கும் இடத்துக்கே, அதாவது சிங்கத்தின் குகைக்கே வந்து தாக்கும் பலத்தை இந்திய இளைஞர்கள் பெற்றுவிட்டார்கள் என்று பிரிட்டிஷ் அரசுக்குத் தெரியும் எனக் கருதினார்கள். அதே சமயம் அப்பாவி மக்களைத் தாக்க அவர்கள் விரும்பவில்லை. கர்சான் வைலியைக் கொல்லும் செயலில் திங்ரா பிடிபட்டால் மற்றவர்களை அவன் காட்டிக் கொடுக்கமாட்டான். எந்தத் துன்பத்தையும் தாங்கிக்கொள்வான் எனச் சாவர்க்கர் நினைத்தார்.

லண்டனில் விழுந்த கொலை

1909ம் ஆண்டு ஜுலை மாதம் 1ம்நாள். லண்டனில் இம்பீரியல் இன்ஸ்டிடூட் என்னுமிடத்தில் சர் கர்சான் வைலியைச் சுட்டுக் கொன்றான் திங்ரா. அவரைக் காப்பாற்ற வந்த டாக்டர் காவல்ஜி லால்லா எனும் பார்ஸி இனத்தவரும் அவனது குண்டுக்குப் பலியானார். திங்ரா நினைத்திருந்தால் ஓடித் தப்பியிருக்க முடியும். ஆனால் துப்பாக்கியைக் கையில் தூக்கிப் பிடித்துக்கொண்டு

அசையாமல் நின்றான். அவனைக் கைதுசெய்து சிறையில் அடைத்தனர்.

வ.வே.சு. ஐயரும், டாக்டர் ராஜனும் திங்ராவைச் சிறையில் சந்தித்தனர். வழக்குரைஞர் வைத்து வாதாடலாம் என்று அவனிடம் சொன்னபோது அவன் அதை ஏற்க மறுத்துவிட்டான். தனது செயலால் தனக்கு என்ன நேரும் என்பது தனக்குத் தெரியும் என்றும், தான் நன்கு தெரிந்தே அந்தச் செயலில் இறங்கியதாகவும் தனது தேசத்திற்காக உயிர்விடும் நாளை ஆவலுடன் எதிர்பார்த்துக் கொண்டிருப்பதாகவும் திங்ரா சொன்னான்.

திங்ரா தன்னுடன் ஒரு வாக்குமூலத்தை வைத்திருந்தான்.

'நான் ஓர் இந்து என்ற முறையில் எனது நாட்டிற்கு இழைக்கப்பட்ட அநீதி, கடவுளுக்கு எதிராக இழைக்கப்பட்ட அநீதியாகவே கருது கிறேன். நாட்டிற்குச் செய்யும் தொண்டே என் ராமனுக்குச் செய்யும் தொண்டு. நாட்டுக்குச் செய்யும் பணியே கிருஷ்ணனுக்குச் செய்யும் பணி. கடவுளிடம் நான் வேண்டுவது ஒன்றுண்டு. என் தாய் நாட்டி லேயே நான் மீண்டும் பிறக்க வேண்டும். இதே புனிதக் காரணத்திற் காக நான் மீண்டும் இறக்க வேண்டும். எடுத்த காரியம் வெற்றிகர மாக முடியும்வரை இவ்வாறே நிகழ வேண்டும். மனித குலத்தின் நலத்திற்காகவும் கடவுளின் பெருமைக்காகவும் பாரதத்தாய் விடுதலை பெறவேண்டும்.'

திங்ரா தூக்கிலிடப்பட்டான்.

கண்டனக் கூட்டத்தில் எதிர்ப்புக் குரல்

திங்க்ரா தூக்கிலிடப்பட்டதும் அவனது செயலைக்கண்டித்து லண்டனில் ஒரு கூட்டம் நடந்தது.

கூட்டத் தலைவர் ஆகாகான் திங்ராவின் செயலைக் கண்டித்து ஒரு தீர்மானத்தை முன்மொழிந்து தீர்மானம் ஏகமனதாக நிறைவேற்றப் பட்டது என்று கூறினார். அவர் கூறி முடித்த உடனே கூட்டத்தி லிருந்து ஒரு குரல் எழுந்தது. 'தீர்மானம் ஏக மனதாக நிறைவேற்றப் படவில்லை. நான் அதை எதிர்க்கிறேன்' என்றது அக்குரல். குரலுக்கு உரியவர் வீர் சாவர்க்கர்.

உடனே, கூட்டத்தில் பெரும் சலசலப்பு. 'யாரது, யாரது? பிடி! உதை!' என்று பலர் கத்தினர் சாவர்க்கர் தைரியமாக எழுந்து நின்று, 'நான்தான் எதிர்க்கிறேன்,' என்றார்.

ஒரு மெலிந்த உருவம் எழுந்து நின்று மிகுந்த திட சித்தத்துடன் பேசியதைக் கண்டு வியந்தவர் சிலர், பயந்தவர் பலர். கடந்த

இரண்டு நாட்களாக சாவர்க்கரின் பெயரும் பத்திரிகைகளில் அடிபட்டதால் அவர் கூட்டம் நடந்த இடத்தில் குண்டு வைத்து விட்டார் என்று தாமாகவே கற்பனை செய்துகொண்டு சீமாட்டிகள் வாசலை நோக்கி ஓடினர். சீமான்கள் பலர் அவர்களைப் பின் தொடர்ந்தனர். இதற்கிடையில் பால்மர் என்னும் பெயர்கொண்ட யூரேஷியத் தடியன் ஒருவன் சாவர்க்கரை முகத்தில் தாக்கினான். அவரது கண்ணாடி உடைந்து கண்களில் காயம் பட்டது அவர் நெற்றிப்பொட்டில் கண்ணாடித் துண்டு கிழித்து சதை பிய்ந்து ரத்தம் கொட்டியது. அதைக் கவனித்த சாவர்க்கரின் நண்பர் எம்.பி. திருமலாச்சாரியார் என்பார் தன் கையிலிருந்த தடியால் பால்மரைத் தாக்கினார்.

ஆவேசத்தில் விழுந்த அந்த அடியால் பால்மரின் மண்டை உடைந்து ரத்தம் பெருக்கெடுத்தது. அருகில் நின்ற வ.வே சு. ஐயர் பொங்கி எழுந்தார். தான் மறைத்து வைத்திருந்த ரிவால்வரை எடுத்து யூரேஷியனைச் சுடப்போனார். அதைக் கவனித்த சாவர்க்கர் அவரைத் தடுத்துச் சமாதானப்படுத்தினார். போலீஸ்காரர்கள் வந்து சாவர்க்கரைக் கைது செய்தார்கள். பால்மரையும் கைது செய்வதாகச் சாவர்க்கரிடம் கூறினார்கள். பால்மருக்கு உரிய தண்டனை ஏற்கெனவே கொடுக்கப்பட்டுவிட்டதால் அவரைக் கைது செய்ய வேண்டாம் என்றார் சாவர்க்கர். தீர்மானம் நிறைவேற்றப்படாமலே கூட்டம் கலைந்தது.

திங்ராவைப்போலத் திட சித்தம் உள்ள ஒரு தேசபக்தனை உருவாக்க சாவர்க்கரும் ஐயரும் நினைத்தனர். அதற்கான ஆளாக அவர்கள் எம்.பி.டி. ஆச்சார்யாவைத் தேர்ந்தெடுத்தனர். அவருக்குப் போர்ப் பயிற்சி தர நினைத்தனர்.

எம்.பி.டி. ஆச்சார்யா

எம்.பி.டி. ஆச்சாரியா என்றழைக்கப்பட்ட மண்டயம் பார்த்தசாரதி திருமலாச்சார்யா தேச பக்த குடும்பமான மண்டயம் குடும்பத்தைச் சேர்ந்தவர். பாரதியார் ஆசிரியராயிருந்த இந்தியா பத்திரிகையின் ஆசிரியராக சிறிது காலம் இருந்தார். அவரது தீவிரத் தேசியப்போக் கின் காரணமாக லண்டன் சென்றார். அங்கேதான் வீர் சாவர்க்கர், வ.வே.சு. ஐயர் ஆகியோரைச் சந்தித்து அவர்களுடன் இணைந்து பணியாற்றினார். அப்பொழுது ஸ்காட்லாண்ட் யார்ட் போலீஸ் சில இந்தியர்களையே உளவாளிகளாக இந்தியா ஹவுஸ் நடவடிக்கை களைக் கவனிக்க நியமித்தது. ஸ்காட்லாண்டு யார்டுக்கு இன்னும் சில உளவாளிகள் தேவை என்ற செய்தி தெரியவந்தது. அய்யர் தன்னுடன் தங்கியிருந்த எம்.பி.டி. ஆச்சார்யாரைத் தயார் செய்து

ஸ்காட்லாண்ட் யார்டுக்கு அனுப்பினார். அவர்களிடம் அவர் சாமர்த்தியமாகப் பேசி உளவாளியாகச் சேர்ந்தார். மாதம் ஐந்து பவுண்ட் சம்பளம். ஆறுமாதங்கள் அவர்களுக்குத் திருப்தியாக அவரது பணி அமைந்தால் இரட்டிப்புச் சம்பளம் கொடுக்க வேண்டும் என்பது உடன்பாடு. ஸ்காட்லாண்டு யார்டின் திட்டங்கள் சாவர்க்கருக்கும் அய்யருக்கும் உடனுக்குடன் தெரியவந்தன. இந்த விநோத ஏற்பாடு பல மாதங்கள் தொடர்ந்து நடந்து வந்தது.

போர்ப்பயிற்சி

இந்தியா ஹவுஸில் உள்ள தீவிரவாதிகள் நேரடியாக எந்தப் போரிலும் கலந்துகொண்டதில்லை. யுத்த அனுபவமில்லாமல் எப்படிச் சுதந்திரப் போரை நிகழ்த்துவது? எனவே இந்தியா ஹவுஸைச் சேர்ந்த இருவர் போர் நடக்கும் இடத்திற்குச் சென்று பயிற்சி பெறவேண்டும். அணிவகுப்பு, போர் முறைகள், யுத்த சாஸ்திரம் ஆகியவை கற்றுவரவேண்டும் என்று முடிவெடுத்தனர். யாரை அனுப்புவது. எம்.கே. திருமலாச்சார்யா தேசபக்தியின் காரணத்தால் இந்தியா ஹவுஸில் தங்கியிருந்தார். அவர் வேலை எதுவும் செய்ய வில்லை. இன்னொருவர் சோட்டா தத்தர் என அழைக்கப்படுபவர். 1909-10 வருடங்களில் மொராக்கோவிலுள்ள மூர் இனத்தினருக்கும் ஸ்பெயின் நாட்டினருக்கும் போர் நடந்துகொண்டிருந்தது. ஏதாவது ஒரு படையில் சேர்ந்து பயிலவேண்டும் என்று முடிவு செய்து அவர்களுக்கு வேண்டிய துப்பாக்கிகள், உடைகள் முதலியன தயார் செய்தனர். பணம் வேண்டுமே! தெரிந்தவர்களிடமெல்லாம் யாசித்து 300 பவுண்ட் வரை வசூலித்து 16-8-1909 அன்று அவர்களை அனுப்பினார் வ.வே.சு. ஐயர்.

அவர்கள் பயிற்சி பெற்றுத் திரும்பிவர ஆறுமாதங்களாவது ஆகும். அவர்கள் வந்தவுடன் ரகசிய ஆயுதப் பயிற்சி சாலை அமைத்து இந்திய இளைஞர்களுக்குக் கற்றுக் கொடுக்கவேண்டுமென்றும், நிறைய இந்திய இளைஞர்கள் சேர்ந்து போராட்டத்தைத் தொடங்க வேண்டுமென்றும் ஐயர் நினைத்தார். அந்த ஆறுமாதம் காலமும் அவருக்கு இதே நினைவுதான். வரைபடங்கள் தயாரித்தார். யார் யாரை உதவிக்கு அணுகுவது, எங்கிருந்து போராட்டத்தைத் தொடங்குவது போன்ற திட்டங்களைத் தயாரித்தார்.

ஐயர் எதிர்பார்த்தது நடக்கவில்லை. ஸ்பெயின் ஆட்சியை எதிர்த்து யுத்தம் செய்த மூர் இன மக்கள் அன்னியர் எவரையும் நம்பவில்லை. ஸ்பெயின் நாட்டவரும் ஏற்றுக்கொள்ளவில்லை. ஒற்றர்களாயிருப் பார்களோ என்று சந்தேகித்தனராம். நல்லவேளை ஒற்றரென்று கைது செய்யவில்லை. ஆங்கில அரசிடமிருந்து சான்றிதழ் பெற்றுச்

சென்றிருந்தால் ஏற்றுக்கொண்டிருப்பார்களாம். முன்னூறு பவுண்டு செலவளித்ததுதான் மிச்சம். ஏதொரு பயனுமின்றி ஆச்சார்யாவின் யுத்தப்பயிற்சி முயற்சி தோல்வியுற்றது. அதில் ஐயருக்குப் பெருத்த வருத்தம். ஆச்சார்யா சாப்பாட்டிற்குக்கூடக் கையில் பணமின்றி ஐயருக்குத் தந்தி கொடுத்தார். வ.வே.சு. ஐயர் பத்துப் பவுண்டு பணம் அனுப்பினார். போர்த்துகல் நாட்டில் லிஸ்பனுக்குச் சென்றார் ஆச்சார்யா. அங்கேயும் தாக்குப்பிடிக்க முடியாமல் பாரிஸ் சென்று பாரிஸ் குழுவில் இணைந்தார். பிறகு அங்கிருந்து ரஷ்யா சென்று இந்திய கம்யூனிஸ்ட் கட்சி உருவாக உதவினார். பிறகு இந்திய தேசியப் புரட்சிப்படையில் சேர்ந்து பணியாற்றினார். இத்தகைய மாவீரர் இந்தியா சுதந்திரம் பெற்ற பிறகு 1954ம் ஆண்டு மார்ச் 24ம் நாள் பம்பாயில் ஆதரவற்ற அனாதையாக உயிர்நீத்தார்.

லண்டன் இந்தியா சொஸைட்டி

முறையான ஓர் அமைப்பை முதன் முதல் தொடங்கிய பெருமை தாதாபாய் நௌரோஜியைச் சாரும்.

அவர் ஆரம்பத்தில் பிரிட்டிஷ் அரசு இந்தியாவுக்கு அவசியம் என்றும் அவர்களால் நன்மை விளைகிறது என்றும் நம்பினார். ஆனால் இங்கிலாந்தில் உள்ள ஆங்கிலேயர்களுக்கு இந்தியாவைப் பற்றியும் இந்தியர்களின் நிலைமையைப் பற்றியும் சரியான முறையில் எடுத்துச் சொல்லாததுதான் இந்தியர்களின் தொல்லை களுக்குக் காரணம் என்றார்.

‘பிரிட்டிஷ் அரசின் கீழ் நாம் துயருறவில்லை. வேறு எந்த அரசிலும் இயலாத அளவுக்கு மகிழ்ச்சியாக இருக்கிறோம். நாம் அரசின் குறைகளாகக் கொள்ளும் சில விஷயங்களுக்கு மூல காரணம் இங்கிலாந்திலிருந்து இந்தியாவிற்கு ஆள வரும் ஆங்கில அதிகாரி களின் அறியாமையே ஆகும்’ என்றார்.

‘பிரிட்டிஷ் அரசிடம் நமது குறைகளைச் சொல்லுவோம். அவர்க ளுடைய நீதி, நேர்மைக்குத் தலைவணங்கி வேண்டுவோம். அவர் கள் நம்மைப் புரிந்து கொள்கிறபோது நிச்சயம் நன்மைசெய்வார் கள்,’ என்றார்.

ஆங்கில அதிகாரிகளின் அறியாமையைப் போக்குவதற்காக ‘லண்டன் இந்தியா சொஸைட்டி’ என்ற ஓர் அமைப்பைத் தொடங்கி அதன் தலைவராக நடத்தி வந்தார். அதன் உறுப்பினர்கள் பிரிட்டிஷ் அரசருக்கு விசுவாசமாக நடப்பதாக உறுதிமொழி எடுக்கவேண்டும் என்று அவர் சொன்னார்:

‘இந்தியாவில் நடக்கும் நிகழ்ச்சிகளைப் பற்றிய செய்திகளை இங்கிலாந்தில் உள்ள மக்களுக்கு எடுத்துச் சொல்ல வேண்டும். ஆங்கில அரசு எதிர்பார்க்கிற மாதிரி இந்தியாவை ஆளுபவர்கள் நடந்துகொள்ளவில்லை என்பதை அவர்களுக்குத் தெளிவாக எடுத்துரைத்தாலே போதும். நிலைமை சீரடைந்துவிடும். அதற்கு ஒரே வழி பிரிட்டிஷ் பார்லிமெண்டின் உறுப்பினராகி நமது குரலை எழுப்புவதுதான்.’

பார்லிமெண்ட் உறுப்பினராவதற்குத் தேர்தலில் நின்று முதலில் தோற்றார். பிறகு பார்லிமெண்ட் உறுப்பினரானார்.

ஆங்கில அரசை ஆதரித்த அவரே ஒரு காலகட்டத்தில் அவர்களின் அலட்சியப் போக்கைச் சகிக்க மாட்டாமல் பிரிட்டிஷ் பார்லிமெண் டில் வீராவேசத்துடன் முழங்கினார்.

‘மிகவும் பிடிவாதமாகவும் அலட்சியமாகவும் இருந்து பெரிய கலவரத்துக்கு வித்திடாதீர்கள். இப்படிப்பட்ட அலட்சிய, வன் முறைப் போக்கினால் ஒரு மாபெரும் புரட்சியை 1857ல் அரசு சந்திக்கவேண்டியிருந்தது என்பதை மறந்திருக்க மாட்டீர்கள் என நினைக்கிறேன்.’

இதையே பார்லிமெண்டுக்கு வெளியே பேசியிருந்தால் அவரைக் கைது செய்து உள்ளே தள்ளியிருப்பார்கள்.

தாதாபாய் லண்டனில் இருந்தபோது தனது வணிகத்தையும் கவனித்து வந்தார். வசதியாக அங்கு தங்குமளவுக்குச் செல்வம் சேர்ந்ததும் வணிகத்தை நிறுத்திவிட்டார். ஆங்கிலேய அதிகாரி களையும் இந்தியர்களையும் உறுப்பினர்களாகக் கொண்ட ‘ஈஸ்ட் இந்தியா அசோசியேஷன்’ என்ற அமைப்பை நிறுவினார். இதில் இந்தியாவில் பதவி வகித்து ஓய்வு பெற்று லண்டனில் ஓய்வூதியம் பெற்றுக் கொண்டிருந்த அதிகாரிகள் உறுப்பினர்களாக இருந்தனர். இந்தியாவிலும் இதன் கிளைகள் தொடங்கப்பட்டன. மகாராஜாக் களிடமிருந்தும் சிற்றரசர்களிடமிருந்தும் பணம் வசூலித்து அந்த அமைப்பை செழிப்போடு நடத்தி வந்தார்.

அந்த அமைப்பின் மூலம் பிரிட்டிஷ் அரசு எப்படி இந்தியாவைச் சுரண்டுகிறது என்பதை ஆதாரங்களோடு சுட்டிக்காட்டினார். 1901 ம் ஆண்டு கணக்கின்படி ஆண்டு ஒன்றுக்கு 15 மில்லியன் ரூபாய் இந்தியாவிலிருந்து இங்கிலாந்துக்குச் சுரண்டிக்கொண்டு வரப்பட்ட தென்றும், இது கடந்த 100 ஆண்டுகளாக நடைபெற்று வந்தது என்றும் அந்தக் காரணத்தால் செல்வச் செழிப்புள்ள இந்தியா பஞ்சத்தில் உழல நேர்ந்ததென்றும் எடுத்துக்காட்டினார்.

சில ஆண்டுகளுக்குப் பிறகு அந்த அமைப்பிலிருந்தும் வெளியேறினார்.

ஐ.சி.எஸ். தேர்வு லண்டனிலும் இந்தியாவிலும் நடைபெறவேண்டும் என்றும் அப்பொழுதுதான் இந்திய அதிகாரிகள் பெரிய பதவிகளுக்கு வர இயலும் என்று தாதாபாய் பிரிட்டிஷ் பார்லிமெண்டில் கூறினார். அதற்கு ஆதரவாகப் பல எம்.பி.க்களும் குரல் கொடுத்த சமயத்தில் சர் செய்யத் அஹமத் என்பவர் அதற்கு எதிராக பிரிட்டிஷ் அரசுக்குக் கடிதம் எழுதினார். இந்திய முஸ்லிம்கள் மிகவும் பின்னடைந்தவர்களாக இருப்பதால் அவர்கள் ஐ.சி.எஸ். பதவிக்கு வர இயலாதென்றும் இந்தியாவில் தேர்வு நடந்தால் அது இந்திய இந்துக்களுக்கே உதவும் என்றும், இந்திய ஐ.சி.எஸ். அதிகாரிகளிடம் முஸ்லிம்கள் பணிபுரிய விரும்பவில்லை என்றும் ஆங்கில ஐ.சி.எஸ். அதிகாரிகளிடம் விசுவாசத்துடன் பணி புரிய விழைவதாகவும் எழுதியிருந்தார். எனவே தாதாபாயின் அந்த முயற்சியில் பின்னடைவு ஏற்பட்டது. ஆனால் அவரது விடாத முயற்சியால் ஐ.சி.எஸ். தேர்வை இந்தியாவில் நடத்த பிரிட்டிஷ் பார்லிமெண்ட் அனுமதி அளித்தது. ஆனால் இந்தியாவிலிருந்த அதிகாரிகள் அது சாத்தியமில்லையென்று கிடப்பில் போட்டுவிட்டார்கள். பார்லிமெண்டின் தீர்மானத்தையே நடைமுறைப்படுத்தாத துணிச்சல் இந்தியாவில் பணியிலிருந்த ஆங்கில அதிகாரிகளுக்கு இருந்தது. 'பிரிட்டிஷ் அண்ட் அன் பிரிட்டிஷ்' என்ற தலைப்பில் தாதாபாய் ஒரு புத்தகம் எழுதினார். அதில் இந்தியச் செல்வம் எப்படிக் கொள்ளையடிக்கப்படுகிறது என்று விளக்கியிருந்தார். ஆனாலும் அக்கொள்ளையை யாராலும் தடுக்கக் கூடவில்லை.

சியாமாஜி கிருஷ்ண வர்மா

சியாமாஜி கிருஷ்ண வர்மா குஜராத்தில் பிறந்தவர். சிறு வயதிலேயே பெற்றோரை இழந்தாலும் உறவினரின் உதவியால் வடமொழியும் ஆங்கிலமும் கற்றார். அவரது வடமொழிப் பாண்டித்தியத்தைக் கண்டு பலரும் வியந்தனர். ஸ்வாமி தயானந்தர் அவரை ஆதரித்தார். அவருடைய திறமையைக் கண்டு வெள்ளையர் ஒருவர் அவரை ஆக்ஸ்போர்ட் பல்கலைக்கழகத்தில் படிக்க அழைத்தார். என்றாலும் தனிப்பட்ட முறையில் அங்கு சென்று பி.ஏ. படித்து முடித்தார். அவருடைய புலமையின் காரணமாக அவர் பல கீழ்த்திசை மாநாடுகளுக்கு அனுப்பப்பட்டார். பிறகு பாரிஸ்டர் ஆனார். அங்கிருந்து இந்தியா திரும்பிப் பாரிஸ்டராக அஜ்மீரில் பணிபுரிந்தார். நல்ல வருமானமும் புத்திசாலித்தனமான முதலீடும் அவரைச் செல்வந்தர் ஆக்கின. ரட்லம் சமஸ்தானத்தின் திவானாகப்

பணிபுரிந்தார். அங்கிருந்து விலகி உதய்பூர் திவானாகப் பணிபுரிந்தார். அதன்பிறகு ஜுனாகாட் திவானானார். ஆக்ஸ்போர்டில் அவருடன் பயின்ற ஒரு வெள்ளையனின் சூழ்ச்சியால் அவர் திவான் பதவியிலிருந்து விலக நேர்ந்தது. என்றாலும் தனது பதவி நீக்கத்திற்கு எதிராக பல நிலைகளில் போராடிப் பார்த்தார். உதய்பூர் திவானாக வரும்படி அதன் மகாராஜா அழைத்தார். ஆனால் அச்சமஸ்தானத்தின் அரசியல் ஏஜண்டாக இருந்த கர்சான் வைலி அதை ஆதரிக்கவில்லை. வெறுத்துப்போன சியாமாஜி லண்டனுக்குக் குடிபெயர்ந்தார். அங்கேயும் அவருக்கு நல்ல வருமானம்.

முதலில் அரசியலில் ஈடுபடாமல் இருந்த சியாமாஜியின் மனம் மாற்றம் கண்டது. ஆங்கிலேயரிடம் அவர் பெற்ற அனுபவம் அவர்கள் பால் மனக்கசப்பை ஏற்படுத்தியிருந்தது. ஆங்கில அரசு இந்தியாவில் நடத்தும் அராஜகத்தைப் பற்றிப் பேசியும் எழுதியும் வந்த ஹெர்பெர்ட் ஸ்பென்சர் என்பவர் சியாமாஜியைப் பெரிதும் ஈர்த்தார். பிரிட்டிஷ் அரசிலிருந்து இந்தியாவை விடுவிப்பதைப் பற்றித் தீவிரமாகச் சிந்திக்கத் தொடங்கினார்.

1903ம் ஆண்டு டிசம்பர் மாதம் ஸ்பென்ஸர் இறந்தார். அவர் இறந்ததும் நடந்த இரங்கல் கூட்டத்தில் ஸ்பென்ஸரின் நினைவுச் சொற்பொழிவு நடத்துவதற்காக 1000 பவுண்டு நிதி ஆக்ஸ்போர்டு பல்கலைக் கழகத்துக்கு அளித்தார். இதனால் சியாமாஜி லண்டனில் ஒரு பெரிய மனிதராக அறியப்பட்டார். ஸ்பென்சரின் முதல் நினைவாண்டின்போது இரண்டு இந்திய இளைஞர்களுக்கு லண்டனில் தங்கிப் படிப்பதற்காக 2000 ரூபாய் நிதி உதவி அளிப்பதாக அறிவித்தார். நிதி உதவி பெற இரண்டு நிபந்தனைகளை விதித்தார். நிதியுதவி பெறுபவர் லண்டனில் தங்கிப் படிக்கவேண்டும். படிப்பு முடிந்த பிறகு அரசுப் பணியில் சேரக்கூடாது. இதற்காக ஓர் அறிக்கை தயாரித்து நடைபெறவிருந்த காங்கிரஸ் மாநாட்டில் அறிவிக்கும்படி எழுதியிருந்தார்.

‘என்னுடைய நிதி உதவியைப் பற்றிய விவரங்கள் பின்னர் வெளியிடப்படும். ஆனால் ஒரு நிபந்தனை மட்டும் உறுதியாகச் சொல்லப்படவேண்டும். அதாவது நிதி உதவி பெறுபவர், இந்தியா திரும்பிய பிறகு பிரிட்டிஷ் அரசு நிர்வாகத்தில் எந்தப் பதவியும் வகிக்கக் கூடாது. ஏனென்றால் அந்நிர்வாகம் அநியாயமாகவும் கட்டுப்பாடற்றும் செயல்படுகிறது. நிதி உதவி பெறுவோர் சமுதாயத்தில் சுதந்திரமாகச் செயல்படவேண்டும்.’

அந்த அறிக்கையின் இரண்டாவது நிபந்தனை அரசின் மேல் கொண்ட விசுவாசத்திற்குப் பாதகமாக இருக்கிறது என்பதற்காக காங்கிரஸ் மாநாட்டில் படிக்கப்படவில்லை.

காங்கிரஸ் தனக்குச் சாதகமாக இல்லை என்பதை அறிந்த சியாமாஜி தானே ஒரு பத்திரிகை தொடங்குவதுதான் சிறந்தது என்று கருதி 'இந்தியன் சோஷியாலஜிஸ்ட்' என்ற பத்திரிகையை1905ம் ஆண்டு ஜனவரி மாதம் ஒன்றாம் தேதி தொடங்கினார். அதன் முதல் இதழில் ஹெர்பெர்ட் ஸ்பென்சரின் பேச்சு மேற்கோள் காட்டப்பட்டிருந்தது.

'அடக்குமுறைக்கு எதிராக எழுவது நியாயமானதும் அவசியமானதும் ஆகும். அடங்கிப் போவது தற்பெருமைக்கும் கொடுங் கோன்மைக்கும் வழிவகுக்கும். இதுவரை இங்குள்ள பிரிட்டிஷ் மக்களிடம் இந்தியர்கள் படும் தொல்லைகளையும் அவதிகளையும் சொல்ல வில்லை. அந்தப் பணியை இந்தியன் சோஷியாலாஜிஸ்ட் செய்யும்' என்றார்.

அவர்களின் கோரிக்கைகளையும் தேவைகளையும் எந்த அமைப்பும் சரிவர எடுத்துச் சொல்லாமல் எதற்கெடுத்தாலும் 'இங்கிலாந்துப் பேரரசுக்கு 'விசுவாசமுள்ள' என்ற போர்வையைப் போர்த்துக் கொண்டு பேசுவது சியாமாஜிக்குப் பிடிக்கவில்லை. எனவே 'இந்தியன் ஹோம் ரூல் சொசைட்டி' என்றொரு அமைப்பைத் தொடங்கினார். ஹோம் ரூல் என்ற தொடரைச் சொல்லவே நடுங்கிக் கொண்டிருந்த காலம் அது. ஐரிஷ் ஹோம் ரூல் இயக்கம் இங்கி லாந்தை அதிரச் செய்த நினைவுகளை அப்பெயர் எழுப்பியது. எனவே சியாமாஜியின் அமைப்பில் சேரப் பலர் தயங்கினார்கள். அந்த அமைப்பின் தலைவராக சியாமாஜியும், துணைத் தலைவராக பாரிஸ்டர் ராணாவும் இருந்தனர்,

இந்தியா ஹவுஸ்

இங்கிலாந்துக்குப் படிக்க வரும் மாணவர்களும், வேறு காரணங் களுக்காக வரும் இந்தியர்களும் லண்டனில் தங்குவதற்கும் சாப்பிடு வதற்கும் சரியான இடமில்லாமல் தவிப்பதைக் கண்டு லண்டனில் மிக முக்கிய பகுதியில் (65. கிராம்வெல் அவென்யு, லண்டன் N 6) ஒரு பெரிய மூலை வீட்டை வாங்கினார். அதற்கு 'இந்தியா ஹவுஸ்' என்று பெயர் கொடுத்தார். ஒரே சமயத்தில் 25 பேர் தங்கமுடியும். பின் புறம் தேகப்பயிற்சி செய்யவும் விளையாடவும் இடமுண்டு. கீழ்த்தளத்தில் கூட்டங்கள் நடத்தப் பெரிய ஹாலும், நூலகமும் இருந்தன. நிதியுதவி பெற்று வருபவர்கள் தங்குவதற்கும் சாப்பாட் டிற்கும் சேர்த்து வாரம் 16 ஷில்லிங் கட்டவேண்டும். மற்றவர் களுக்குச் சற்று அதிகம். அந்த வீட்டில் தொடக்க காலத்தில் தங்கிய வர்களில் மிக முக்கியமானவர் லாலா லஜபதி ராய். 'இந்தியா ஹவுஸில் தங்கியதற்காகப் பெருமைப்படுகிறேன்' என்று அவர் அடிக்கடி சொல்வதுண்டு.

அதிரடிப்பேச்சு

இந்தியா ஹவுஸ் 1905ம் ஆண்டு ஜூலை மாதம் 1ம் தேதி தொடங்கப்பட்டது. அன்று மிஸ்டர் ஹைண்ட்மேன் தலைமை தாங்கினார். தாதாபாய் நௌரோஜி, லாலா லஜபதி ராய், மேடம் காமா, மிஸ்டர் ஸ்வெல்ஷ் (ஜஸ்டிஸ் பத்திரிகையின் ஆசிரியர்) சில மாணவர்கள் ஆகியோர் வந்திருந்தனர்.

இந்திய ஹோம் ரூல் சொசைட்டியின் துணைத்தலைவர் பாரிஸ்டர் ராணா சியாம்ஷி விதித்த நிபந்தனைகளோடே தன் சார்பில் மூன்று நிதி உதவிகளை அறிவித்தார்.

ராணா பிரதாப், சிவாஜி, மற்றும் ஒரு முஸ்லிம் பெரியவர் பெயரில் அவை அமைந்தன. சிவாஜி பெயரில் அவர் அறிவித்த நிதியுதவி திலகரின் சிபாரிசால் விநாயக் தாமோதர் சாவர்க்கருக்குக் கிடைத்தது.

இந்தியர்கள் மனது வைத்தால் ஒரே நாளில் பிரிட்டிஷ் அரசாங்கத்தைத் தூக்கி எறிந்துவிடலாம் என்றார் கிருஷ்ணவர்மா. டவுன்செண்ட் என்பவர் எழுதிய கட்டுரை ஒன்றைச் சுட்டிக் காட்டினார். 'இந்தியாவைப் பிரிட்டன் தக்க வைத்துக்கொள்ளுமா?' என்ற தலைப்பில் எழுதப்பட்ட கட்டுரை அது.

'இந்தியாவில் வெள்ளைக்கார அதிகாரிகள் இருக்கிறார்கள். ஒரு தபால்காரன்கூட வெள்ளையன் இல்லை. அத்தனை வெள்ளைக்காரர்களும் இந்திய ஊழியர்களையே சார்ந்திருந்தார்கள். இந்தியர்கள் அனைவரும் ஒருநாள், ஒரே ஒருநாள் நாங்கள் வெள்ளைக்காரர்களுக்கு ஊழியம் செய்யமாட்டோம் என்று அவர்களைச் சூழ்ந்து கொண்டால் போதும். ஒரு பகல்போதில் வந்த அவர்கள் ஓர் இரவுப் போதில் ஓடிப்போய்விடுவார்கள்,' என்று எழுதியிருந்தார்.

கிருஷ்ண வர்மா இதை இன்னும் சற்று விரிவுபடுத்தி,

'1. ஓர் இந்தியன் கூட அரசுப் பங்குகளில் முதலீடு செய்யக் கூடாது.
2. அரசின் கடன் சுமையை ஏற்கக்கூடாது.
3. ராணுவத்திலும் உள்நாட்டுப் பணிகளிலும் ஈடுபடக்கூடாது.
4. அரசுப் பள்ளிகளிலும் கல்லூரிகளிலும் எவரும் படிக்கக்கூடாது.
5. வக்கீல்களும் பாரிஸ்டர்களும் அரசு நீதிமன்றங்களைப் புறக்கணிக்கவேண்டும். வழக்குகளை தேசிய நீதிமன்றங்கள் அமைத்துத் தீர்த்துக்கொள்ளவேண்டும்,' என்றார்.

மேடம் காமா

மேடம் காமா 1861ம் வருடம் செப்டெம்பர் 24 தேதி பம்பாயில் ஒரு பணக்காரப் பார்ஸிக் குடும்பத்தில் பிறந்தவர். அவருக்கு 'பிக்காஜி'

என்று பெயர். சிறுவயதுமுதலே தார்மீகச் சிந்தையும் தேசப்பற்று மிக்கவராகவும் வளர்ந்தார். ஆங்கிலத்தில் சிறந்த புலமைபெற்ற அவர் வேறு பல மொழிகளையும் கற்றார். ரஸ்டம் ஓ கீ காமா எனும் செல்வந்தரை மணந்தார். அவரது கணவர் ஆங்கிலேயரிடம் அதிக விசுவாசம் உடையவர். அவர்கள் நாட்டுக்குப் பல நன்மைகள் செய்கிறார்கள் என்றார். அவர்களுடைய மேற்கத்தியப் பண்பாடு அவருக்குப் பிடித்திருந்தது. ஆனால் திருமதி காமா நேர்மாறான கொள்கையுடையவர். ஆங்கிலேயர் நாட்டைச் சுரண்டுகிறார்கள் என்றார். இருவருக்கும் கருத்து வேறுபாடுகள் தலைகாட்டத் தொடங்கின. பம்பாயில் ப்ளேக் நோய் பரவி பலர் இறந்தார்கள். மேடம் காமா தானே முன்வந்து நோயாளிகளுக்குப் பணிவிடை செய்தார். அதனால் அவரையும் பிளேக் தாக்கியது. குறித்த நேரத்தில் செய்யப்பட்ட சரியான வைத்தியத்தால் அவர் உயிர் பிழைத்தார். ஆனாலும் அவர் உடல்நிலை சீரடையவில்லை. எனவே வெளி நாட்டில் சிகிச்சை பெறுவதற்காக அவரை லண்டனுக்கு அனுப்பினர்.

1902ம் ஆண்டு காமா லண்டனுக்கு வந்தார். அங்கே இருந்த தாதாபாய் நௌரோஜியின் செயலாளராகப் பணியாற்றினார். பல தேசியத் தலைவர்களுடன் தொடர்பு ஏற்பட்டது. இந்திய சுதந்திரப் போராட்ட வீரர்களுக்குத் தன்னால் இயன்ற உதவிகள் அனைத்தும் செய்துவந்தார்.

அவருடைய அரசியல் ஈடுபாடு அவருடைய கணவருக்குப் பிடிக்காததால் விவாகரத்துப் பெற்றார்.

காமா, தனிநபர் பயங்கரவாதத்தை ஆதரித்தார். ஆங்கில அரசு அவரைச் சிறையிட ஏற்பாடு செய்வதறிந்து பிரான்சுக்குச் சென்று தங்கினார். பிரான்சில் அவருடைய வீடு போராட்ட வீரர்களின் தலைமைச் செயலகமாக இயங்கியது. அவர்தான் இந்தியக் கொடியை முதன் முதல் வெளிநாட்டில் 22-8-1907 அன்று தூக்கிப் பிடித்து நிறுத்தியவர். அவர் கொடியின் அமைப்பு இப்பொழுதுள்ள கொடியின் அமைப்பைவிட மாறுபட்டது. அதற்கு முன் சகோதரி நிவேதிதா ஒரு கொடியை வடிவமைத்திருந்தார். அதை பாரதி பாடியிருக்கிறார்.

> ‘இந்திரன் வச்சிரம் ஓர்பால்- அதில்
> எங்கள் துருக்கர் இளம்பிறை ஓர் பால்
> மந்திரம் நடுவுறத் தோன்றும்- அதன்
> மாண்பினைச் சொல்லில் வகுத்திடலாமோ?’

மேடம் காமாவின் கொடியில் வஜ்ராயுதத்துக்குப்பதிலாக சூரியன் இடம்பெற்றிருந்தது.

61

மிண்டோவின் அடக்குமுறைச் சட்டங்கள்

*1907*ல் சூரத் காங்கிரஸில் பிளவு ஏற்பட்ட பின் தீவிரவாதிகள் தனி இயக்கமாகப் போராடினார்கள்.

வங்கப் பிரிவினை ஒரு தீய செயல்தான் என்றாலும் கர்ஸன் அப்படிச் செய்ததால் மின்சாரம் தாக்கியதுபோல மக்கள் துடித்தெழுந்தார்கள். வங்கத்தில் தேள்கொட்டியது. மலையாளத்தில் நெறிகட்டியது. நாடு முழுதும் கொதித்தெழுந்தது. இந்த எழுச்சிக்கு வங்க எழுத்தாளர் பக்கிங்காம் சட்டர்ஜி, தாகூர், தமிழக மகாகவி பாரதி, இன்னும் பலர் காரணமானார்கள். அப்படித் தூண்டப்பட்ட எழுச்சி அதன் பிறகு ஓய்ந்துவிடவில்லை. ஏற்றிய பந்தம் எரிந்துகொண்டே இருந்தது. இந்திய மக்களின் கொதிப்பு அடங்கவேண்டுமென்றால் ஏதாவது உடனே செய்தாக வேண்டும் என்று பிரிட்டிஷ் பார்லிமெண்டில் பேசத்தொடங்கிவிட்டார்கள். கர்ஸன் இங்கிலாந்துக்குத் திரும்பிச் சென்றார்.

கர்ஸனின் மக்கள் விரோதப்போக்கினால் எரிச்சல் அடைந்திருந்த மக்கள் அடுத்து யார் வரப்போகிறார்களோ என எதிர்பார்த்துக் காத்திருந்தார்கள். அடுத்து வந்தவர் மிண்டோ. அவரும் சற்று கடுமையானவர்தான். தான் பிடித்ததுதான் சரி என எண்ணுபவர். தாட்சண்யம் என்பது அவரது அகராதியில் இல்லாத வார்த்தை. அடக்கியாள்வதுதான் மக்களைக் கட்டுப்பாட்டில் வைத்திருப்பதற்குச் சிறந்த வழி என எண்ணியவர். அவர் இயற்றிய சில அராஜகச் சட்டங்களால் பத்திரிகைகள் ஒடுக்கப்பட்டன. மக்களின் எழுச்சிகள் அடக்கப்பட்டன. வ.உ.சி. சிறை சென்றதும் அவர்

காலத்தில்தான். அப்பொழுது இந்தியா மந்திரியாக இருந்தவர் லார்ட் மார்லி. அவர் சற்றுக் கனிந்த உள்ளம் கொண்டவர். சாதாரணக் குற்றங்களுக்குக் கூடக் கடுமையான தண்டனைகள் கொடுப்பதை அவர் ஆதரிக்கவில்லை. வ.உ.சி.க்குக் கொடுத்த தண்டனை அதிகமானது என மிண்டோவுக்கு எழுதினார். அப்படிப் பட்ட அடக்குமுறைகளால் நாட்டில் புரட்சியாளர்கள் தோன்று வார்கள். அது வெடிகுண்டுப் புரட்சியாக முடியும் என்றார் அவர்.

அதுபோலவே அங்கங்கே கலவரங்கள் தோன்ற ஆரம்பித்தன. அஸ்ஸாம், கிழக்கு வங்கம், பஞ்சாப் துணை ஆளுநராக இருந்த பாம்பில்டி ஃபுல்லர் என்பவர் முஸ்லிம்களுக்கு ஆதரவாகச் செயல்பட்டு ஹிந்துக்களுக்கும் முஸ்லிம்களுக்கும் இடையே மனவேறுபாடு உருவாகக் காரணமாக இருந்தார். கர்ஸன் காலத்தி லேயே அப்படியொரு மனநிலை உருவாகிவிட்டது. அதைத்தானே கர்ஸனும் விரும்பினார். நிர்வாகத்தில் தேர்ந்தவனாகவும் நாட்டு நடப்புகளை நன்கு அறிந்தவனாகவும் இருந்த ஃபுல்லர் நல்ல அறிவாளி. ஆனால் அதைத் தவறான வழியில் பயன்படுத்தினான். மக்களைக் கொடுமைப்படுத்தினான். இரண்டு பள்ளி மாணவர் களின் செயல்பாட்டில் வெறுப்புக்கொண்ட அவன், அவர்கள் படிக்கும் பள்ளியின் அங்கீகாரத்தையே ரத்து செய்துவிடவேண்டும் என்று முனைந்தான். அவனது அட்டகாசம் தாங்காமல் என்ன செய்வதென்று குழம்பிப்போயிருந்த மிண்டோ அதற்கு ஒப்புக் கொள்ளவில்லை. அதனால் வெறுப்புற்ற அவன் பதவியைத் துறப்பதாகக் கடிதம் எழுதினான், அதை ஆளுநர் ஏற்கமாட்டார் என நினைத்தான். ஆனால் ஆளுநர் ஏற்றுக்கொண்டார்.

சில ஆங்கிலப் பத்திரிகைகள் தான்தோன்றித்தனமாக இந்தியர் களைப்பற்றி எழுதின. இந்தியரை இழிவாக எழுதிய அப்பத்திரிகை களைக் கண்டித்து இந்தியப் பத்திரிகைகள் எழுதின. ஆனால் இந்தியப் பத்திரிகைகளின் மேல் நடவடிக்கை எடுக்கப்பட்டது. 1907ம் ஆண்டு சிப்பாய் புரட்சியின் பொன்விழா ஆண்டு. எனவே சிப்பாய் புரட்சியைப் பற்றிய எண்ணம் வெள்ளையர் மனத்திலே ஒரு கிலியை உருவாக்கி இருந்தது. எந்தப் புரட்சிகரமான இந்தியத் தலைவரையாவது அவர்களுக்குப் பிடிக்கவில்லையென்றால் அவர் எந்த வன்முறையிலும் ஈடுபடாமல் சாதாரணமாக இருக்கும் போதே இவர் அதைச் செய்து விடுவார் எனக் கற்பனையாக ஒரு பயத்தை உருவாக்கிக்கொண்டு அவரைத்தாக்கி எழுதின.

1909ல் லார்ட் மிண்டோ சொன்னார்: ‘நாம் இந்தியாவில் ஓய்வெடுக்க வந்திருக்கிறோம். இங்கே கூடாரம் அடித்துத் தங்கியிருக்கிறோம்.

பிறகு கிளம்புவோம். நம்முடைய இந்திய பேரரசு எவ்வளவு செயற்கை யானது! இது நிலைத்திருக்குமா என்று நான் ஐயப்படு கிறேன். நிச்சயமாக நிலைத்திருக்காது.'

மிண்டோ அடக்குமுறையில் நம்பிக்கையுள்ளவர் என்ற காரணத்தால் 1907ம் வருடம் முதல் 1910ம் வருடம் வரை பல அடக்குமுறைச் சட்டங்களை அவர் பிரகடனப் படுத்தினார்.

1. பொதுக்கூட்டத் தடைச் சட்டம்

மக்களில் பலர் அதிகம் படிக்காதவர்கள். எனவே பத்திரிகை படித்து அவர்களால் செய்திகளை அறிந்துகொள்ள முடியாது. இப்பொழுது போல் வானொலியோ தொலைக்காட்சியோ கிடையாது. எனவே அவர்கள் நாட்டு நடப்பைத் தெரிந்து கொள்ளவேண்டுமானால்...

ஒன்று - தொண்டர்கள் வீடு வீடாகச் சென்று செய்திகளைச் சொல்லவேண்டும். இது அதிகச் செலவாகக்கூடிய செயல்.

இரண்டு - பொதுக்கூட்டங்கள் போட்டு மக்களைத்திரட்டி அவர்களிடம் பேசவேண்டும்.

பொதுக் கூட்டம் போடுவது பரவலாகக் கடைப்பிடிக்கப்பட்டு வந்த ஒன்று. அந்தப் பொதுக் கூட்டம் நடத்துவதில் கையை வைத்தால் மக்களுக்கு என்ன நடக்கிறதென்பது தெரியாது. எனவே எந்தக் கிளர்ச்சியும் கீழ்மட்டத்தில் நடக்காது என நினைத்து பொதுக் கூட்டம் போடுவதற்கு நிபந்தனைகளை விதித்தது ஆங்கில அரசு. 11-5-1907 அன்று அந்தச் சட்டம் வெளியிடப்பட்டது.

அதன்படி எவரேனும் பொதுக்கூட்டம் நடத்த விரும்பினால் ஒரு வாரத்துக்கு முன்பே மாஜிஸ்ட்ரேட்டிடம் விண்ணப்பித்து அனுமதி பெறவேண்டும். ஆனால் அந்த அனுமதி கிடைப்பதற்குள் தாவு தீர்ந்துவிடும்.

இந்தச் சட்டத்தை மார்லி ஆதரிக்கவில்லை.

2. கூட்டங்களுக்குத் தடைவிதிக்கும் சட்டம்

என்ன காரணமாயினும் 20 பேருக்கு மேல் கூட்டம் போட நேர்ந்தால் முன்கூட்டியே உரிய அதிகாரிக்கு எழுதி அனுமதி பெற்றே நடத்த வேண்டும்.

இந்தச் சட்டத்தினால் அரசுக்கு நன்மை விளைந்ததை விடத் தீங்கே அதிகம் விளைந்தது. அதுவரை நேரடியாகவே தங்கள் செயல்பாடு களைச் செய்துவந்தவர் மறைமுகமாகச் செயல்படத் தொடங்கினார்கள். அதனால் சதியாலோசனைக் கூட்டங்கள்

நடத்தப்பட்டன. இளைஞர் பலர் வன்முறையாளர்களாக மாறினார்கள். மறைமுகமாக வெடிகுண்டுகள் தயாரிக்கப்பட்டன. ஏன் வெடிகுண்டு தயாரிக்கத் தொடங்கிவிட்டார்கள் என்று ஆராய்ந்து அதற்குரிய காரணத்தைக் களையாமல் வெடி குண்டு தயாரிப்பதைத் தடை செய்ய ஒரு சட்டம் வந்தது.

3. வெடி குண்டு பொருள்கள் சட்டம்

வெடிகுண்டுகளையோ வெடி மருந்துப்பொருள்களையோ வைத்திருப்பது கண்டுபிடிக்கப்பட்டால் குற்றவாளிக்குப் பதினான்கு ஆண்டுகள் நாடு கடத்தும் தண்டனை விதிக்கப்படும் என அறிவிக்கப் பட்டது. மேலும் வெடிகுண்டு செய்யவோ, அல்லது வெடிமருந்து சேகரிக்கவோ உதவுவோர்க்கும், இடவசதி செய்து கொடுப் போர்க்கும் அதே தண்டனை வழங்கப்படும் என அறிவிக்கப்பட்டது.

4. பத்திரிகைச் சட்டம். 1908

இந்தச் சட்டத்தின்படி ஒரு பத்திரிகை கொலைமுயற்சிக்கான தூண்டு தலாகவோ வெடிமருந்துத் தடைச் சட்டத்திற்கு எதிரானதாகவோ, வன்முறையைத் தூண்டிவிடுவதாகவோ செய்திகள் வெளியிட்டதாக மாஜிஸ்ட்ரேட் கருதினால் அப்பத்திரிகையை வெளியிடாமல் தடுக்கவோ, அதை வெளியிட்ட அச்சுக் கூடத்தைப் பறிமுதல் செய்யவோ அவருக்கு அதிகாரம் அளிக்கப்பட்டது. இச்சட்டத்தினால் வந்தே மாதரம், சந்தியா, யுகாந்தர் போன்ற பத்திரிகைகள் தடை செய்யப்பட்டன. இச்சட்டத்தினால்தான் பாரதி புதுச்சேரி செல்ல நேர்ந்தது.

5. குற்றவியல் திருத்தச் சட்டம்

இச்சட்டத்தின்படி குற்றவாளியை விசாரிக்காமலே மூன்று நீதிபதி கள் அடங்கிய தனிக்குழுவின் விசாரணைக்கு அனுப்பிவிட முடி யும். ஜூரர்கள் கிடையாது. சாட்சிகள் விசாரிக்கப்படவேண்டிய அவசியமில்லை. ஒருவர் உண்மையிலேயே குற்றவாளி இல்லை யென்றாலும் கூடச் சாட்சிகளை விசாரிக்காமலேயே தண்டனை வழங்கித் தீர்ப்பளிக்கலாம். எந்த ஓர் அமைப்பினையும் அமைதிக் குப் பங்கம் விளைவிப்பதாகச் சொல்லி அதனைச் சட்டவிரோத மானது என்று அறிவித்துவிடலாம்.

அவ்வாறு சட்ட விரோதமெனக் கருதப்படுபவைகளின் நிகழ்ச்சிகளில் யாரேனும் பங்கேற்றால் அவர்களுக்கும் தண்டனை உண்டு. அவ்வாறு கருதப்படும் சட்டவிரோதமான செயல்கள் நடைபெறும் இடங்களை அரசு தனதாக்கிக் கொள்ளலாம்.

இதன் விளைவாகச் சமூக நலப்பணி செய்துவந்த தொண்டு நிறுவனங்கள் கூடக் கடையைக் கட்டிக்கொண்டன.

6. இந்திய பத்திரிகைச் சட்டம் 1910

பத்திரிகை நடத்துவது அந்தக் காலத்தில் ஒரு லாபகரமான தொழில் என்று சொல்ல முடியாது. பல பத்திரிகை அதிபர்கள் தேச பக்தர்கள். தியாகிகள். எனவே பண இழப்பு நேர்ந்தாலும் நாட்டு நலனுக்காகப் பத்திரிகை நடத்துவது என்று முதலீடு செய்து கைப்பொருள் இழந்து பத்திரிகை நடத்திக் கொண்டிருந்தனர். அந்த நிலையில் ஒவ்வொரு சுதேச மொழிப் பத்திரிகையும் வைப்புத்தொகை கட்டவேண்டும் என்று நிர்ணயிக்கப்பட்டது. பத்திரிகைகளின் முதுகெலும்பை ஒடிக்க என்னவெல்லாம் செய்யமுடியுமோ அத்தனையும் மிண்டோ வால் செய்யப்பட்டது. அரசுக்கு எதிராகப் பத்திரிகை எழுதுவதாகத் தெரிந்தால் வைப்புத் தொகை பறிக்கப்படும். உள்ளூர் அரசுக்கு மட்டுமே ஒரு நடவடிக்கையினைக் குற்றமா இல்லையா எனக் கூறும் அதிகாரம் உண்டு. ஒருமுறை வைப்புத்தொகை பறிமுதல் செய்யப்பட்டால் மீண்டும் அத்தொகையோடு அதிகப்பணம் கட்டவேண்டும்.

மிண்டோ மார்லி சீர்திருத்தம்

வேல்ஸ் இளவரசர் இந்தியாவுக்கு வந்து திரும்பிய பின் இந்தியா வுக்குச் சீர்திருத்தம் கருணை அடிப்படையிலும் அதேசமயம் உறுதி யான தன்மையிலும் வழங்கப்பட வேண்டும் என்றும் சொன்னார். அதனால் மார்லி இந்தியாவுக்குச் சீர்திருத்தம் வழங்கும் நிலைகளை ஆய்வதற்காக அருண்டேல் தலைமையில் ஒரு குழு ஏற்படுத்தினார். அதேசமயம் கோபால கிருஷ்ண கோகலே காங்கிரஸின் சார்பில் பல முறை மார்லியைச் சந்தித்தார்.

அருண்டேல் குழு அளித்த பரிந்துரைகள்

1. சமஸ்தானதிபதிகளின் அவை அரசப் பிரதிநிதியின் சபையில் அரசர்களின் பிரதி நிதிகளை நியமித்தல்.
2. அரசப் பிரதிநிதியின் நிர்வாக அவையில் இந்தியர்களை நியமித்தல்.
3. அரசப் பிரதிநிதியின் சட்டமன்றக் குழுவிலும் உள்ளூர் ஆட்சியிலும் இந்தியர்களுக்குப் பிரதிநிதித்துவம் அளித்தல்.
4. நிதிநிலை அறிக்கை விவாதத்தினை நீட்டித்தல், அதனைச் சமர்ப்பித்தல்.
5. திருத்தங்கள் கொண்டுவரும் உரிமை அளித்தல்.

தனித்தொகுதி கோரிக்கை

இதற்கு முன்னரே முஸ்லிம்கள் அரசப் பிரதிநிதி லார்ட் மிண்டோ வைச் சந்தித்துத் தங்களுக்கு மக்கள் தொகையின் எண்ணிக்கையின் அடிப்படையில் இல்லாமல் பிரிட்டிஷ் ஆட்சி வருமுன் அவர்கள் பெற்றிருந்த முக்கியத்துவத்தின் அடிப்படையில் பிரதிநிதித்துவம் வழங்கப்படவேண்டும் என்றும், முஸ்லிம்களுக்குத் தனித்தொகுதி வழங்கப்படவேண்டும் என்றும் கோரிக்கை வைத்திருந்தனர். பதவிகளிலும் ஊராட்சி மன்றங்களிலும் வெவ்வேறு அதிகார நிலைகளிலும் முஸ்லிம்களுக்கு முக்கியத்துவம் கொடுக்கவேண்டும் என்றும் கோரினார்கள். லார்ட் மிண்டோவும் அவர்கள் கோரிக்கைகளைப் பரிவோடு கவனிப்பதாக உறுதியளித்தார். அவர்களும் இந்தியர்கள்தாம் என்பதை மறந்து இந்துக்களும் முஸ்லிம்களும் தனித்தனி நாட்டினர் போல் ஆங்கிலேயர் கருதத் தொடங்கினர். பிரிவினைக்கு வித்து மிண்டோ மார்லி சீர்திருத்தம் வழங்கப்படுவதற்கு முன்னமேயே விதைக்கப்பட்டுவிட்டது.

முகிழ்த்தது முஸ்லிம் லீக்

1885ல் காங்கிரஸ் தொடங்கப்பட்டது போலவே 1886ல் தி மொஹம்மடன் எஜுகேஷனல் கான்ஃபரன்ஸ் என்னும் அமைப்பு சர் செய்யத் அஹமத் கான் என்பவரால் அலிகாரில் தொடங்கப் பட்டது. ஆனால் அரசியல் பற்றிப் பேசக்கூடாது என தடைவிதிக்கப் பட்டிருந்தது. 1906ம் ஆண்டு டாக்காவில் கூடிய அதன் மாநாட்டில் 3000 பேருக்கு மேல் கலந்து கொண்டனர். அப்பொழுது அரசியல் பேசக்கூடாது என்ற தடை நீக்கப்பட்டது. முஸ்லிம்களின் நலனைக் கவனிக்கவும் அவர்களது உரிமைகளை நிலை நாட்டவும் ஓர் அமைப்புத் தேவை என விவாதிக்கப்பட்டு முஸ்லிம் லீக் என்னும் பெயரில் ஒரு கட்சி தொடங்குவதென்று தீர்மானிக்கப்பட்டது. ஆனால் ஆரம்ப காலத்தில் அதுவும் காங்கிரஸும் இணைந்தே செயலாற்றி வந்தன. காங்கிரஸில் உறுப்பினர்களாக இருந்த முஸ்லிம்களின் எண்ணிக்கையை விட முஸ்லிம் லீகில் உறுப்பினர் களாக இருந்த முஸ்லிம்களின் எண்ணிக்கை குறைவாகவே இருந்தது. படிப்படியாக அந்த நிலை மாறியது.

மார்லிக்கு ஜலதோஷம்

மார்லி பிரபு சீர்திருத்தத்தை அறிவிக்க இதோ அதோ என்று இழுத்துக்கொண்டு ஏதேதோ சாக்குச் சொல்லிக்கொண்டிருந்தார். 1908 டிசம்பர் மாதம் 14ந் தேதி அறிவிக்கப்போவதாகச் செய்திவந்தது. மிதவாதத் தலைவர்களை நோக்கிப் பாரதி சொன்னார்:

'லார்ட் மார்லி மூட்டையை அவிழ்க்கப் போகிறார். ஐயோ என்ன பரிதாபம். நிதான சகோதரர்களே, மார்லி-மிண்டோ என்ற இந்த இரண்டு கிழக் கொக்குகளும் மாறி மாறி இந்திய சீர்திருத்தங்களைப் பற்றி இதுநாள்வரை தஸ்தா கணக்காக எழுதின ஆட்சேபணை - சமாதானக் கடுதாசி மூட்டையை ஹவுஸ் ஆஃப் காமன்ஸில் வருகிற டிசம்பர் மாதம் 14ந்தேதி அவிழ்க்கப்போகிறாராம் உங்கள் லார்ட் மார்லி' என்று அதற்கு முந்தின வார 'இந்தியா' வில் எழுதினார். ஆனால் 14ந்தேதியன்று மார்லிக்குச் ஜலதோஷம் பிடித்துக் கொண்டதாகச் சொல்லி அறிவிப்பை இன்னும் ஒரு வாரம் தள்ளிப்போட்டார்கள்.

அதைப் பற்றி பாரதி இந்தியாவில் எப்படி வேதனையோடும், அதே சமயம் அங்கதத்தோடும் எழுதியிருக்கிறார் பாருங்கள்.

'சபாஷ், லார்டு மார்லிக்கு ஜலதோஷமாம். ஆகவே முப்பது கோடி ஜனங்களுடைய ஒரு தேசத்தார் ஆவலுடன் எதிர்பார்த்திருந்த விஷயத்தை இன்னும் ஏழுநாள் தள்ளி வைத்துக் கொள்வோம் என்று சொல்லிவிட்டார். அடுத்த வாரம் அந்தப் பாட்டுக் கச்சேரி நடக்குமோ அல்லது அதற்கும் ஏதாவது விக்கினம் வந்துவிடுமோ தெரியவில்லை.

கல்கத்தா சட்டசபையில் அதர்மச் சட்டம் ஏற்படுத்த வேண்டு மானால் ஒரேயடியாக உட்கார்ந்து 36 மணி நேரத்துக்குள் முடித்து விடுகிறார்கள். எவருக்கும் தொண்டைக்கட்டு முதலிய யாதொரு தொந்திரவும் கிடையாது. இந்தியாவுக்குப் போலிச் சீர்திருத்தங்கள் செய்ய வேண்டுமென்றாலும்கூட அதற்கு ஆயிரத்தெட்டு விக்கினங் கள் வந்து சம்பவிக்கின்றன.' (இந்தியா 19-12 1908)

மார்லி சீர்திருத்தங்கள் அறிவிக்கப்பட்டன. அவற்றை வரவேற்று மிதவாதிகள் என்னவெல்லாம் செய்தார்கள் என்பதைப் பற்றி வ.வே.சு ஐயர் லண்டன் கடிதங்களில் எழுதினார். எதிர்பார்த் ததற்கும் மேலே சீர்திருத்தங்கள் கொடுக்கப்பட்டுள்ளன என்று கோகலே என்ற குயில் கூவியது.

உப்பு நீரா தாகம் தணிக்கும்?

பாரதி ஆனந்தக் கூத்தாடும் அந்தத் தலைவர்களை நையாண்டி செய்து எழுதினார். 'எதிர்பார்க்காத அளவுக்கு சுமக்க முடியாத சீர்திருத்தங் களை மார்லி கொடுத்துவிட்டாரே, இந்த இன்பச் சுமையை எப்படித் தாங்கப் போகிறோம் என்று மேத்தா பாதி சீர்திருத்தங்களை எங்களுக்கு வேண்டாம், எங்களால் தாங்கமுடியாது என்று சொல்லி

மார்லிக்கே திரும்பவும் பார்சல் செய்துவிடுவார் போலத் தெரிகிறது' என்று எழுதினார்.

சீர்திருத்தங்களை ஆழ்ந்து கவனிக்கிறபோது அவை நம்மை ஏமாற்று பவையாக உள்ளன என ஆய்ந்து எழுதினார். இந்தியா பத்திரிகையில் கார்ட்டூன் தீட்டித் தன் கருத்துக்கு வலுவேற்றுவது பாரதியின் பாணி. எனவே மார்லி சீர்திருத்தத்திற்கும் ஓர் அருமையான கார்ட்டூன் சித்திரம் தீட்டியிருந்தார். மிகவும் தாகத்தோடு இருக்கும் பாரதத்தாய் நெருங்க முடியாதபடி ஆங்கிலச் சிப்பாய்கள் இனிய நீர்ச்சுனையைக் காவல் காத்துக்கொண்டிருக்க மார்லி ஒரு சிறு குவளையில் உப்பு நீரைக் கொண்டுவந்து தாகம் தணித்துக்கொள்ளச் சொல்வது போலவும் பாரதமாதா விலகி நில் என்று சொல்லுவது போலவும் அமைந்த அந்தக் கோட்டுச் சித்திரம் உண்மை நிலையைப் படம் பிடித்துக் காட்டியது.

மார்லி சீர்திருத்தத்தினால் மாகாண சபைகளில் இந்தியருக்கு அதிகப் பிரதிநிதித்துவம் இருக்கும் என்றார் மார்லி. ஆனால் அவர்களுக்கு எந்த அதிகாரமும் கிடையாது. அவர்கள் தீர்மானித்ததை கவர்னர் ஒரே ஒரு கையெழுத்தில் தூக்கி எறிந்து விடமுடியும். இதைப் பற்றி விரிவாக 'இந்தியாவில்' எழுதிய லண்டன் நிருபர் வேடிக்கையாக எழுதினார்.

'அந்தக் கவுன்சிலில் பேசக்கூடியது பாக்கி என்ன இருக்கிறதோ தெரியவில்லை. ஸ்ரீரங்கம் கோயிலை இடித்துவிடலாமா அல்லது செலவைக் குறைக்கலாமா, அல்லது மடாதிபதிகளை அடித்து விரட்டிஅவர்கள் அதிகாரத்தை அடக்கலாமா என்பதைப் பற்றி என்ன வேண்டுமானாலும் பேசலாம் போலிருக்கிறது. என்ன சீர்திருத்தம்! மிகவும் ஆச்சரியமான அதிகாரம் ஜனங்களுக்குக் கிடைத்துவிட்டதே!'

பாரதியும் அங்கதமாக இதைப் பற்றி எழுதினார்:

> 'மதுரை மொட்டைக் கோபுரத்துக்கு எப்போது குடுமி வைத்தார்கள்? ஏன் குடுமி வைத்தார்கள்? என்பது போன்ற விஷயங்களைப் பற்றிப் பேசத்தான் நமது ஆனரபிள் மெம்பர்களுக்கு அதிகாரம் கொடுத்திருக்கிறார்கள்.'

(இந்தியா: 26-12-1908)

அப்படி என்னதான் மிண்டோ மார்லி சீர் திருத்தச் சட்டத்தில் கொடுக்கப்பட்டிருந்தது. 1909ம் ஆண்டின் கவுன்சில் சட்டம் என்றும் அழைக்கப்பட்ட இச்சட்டம் மே 25 1909 அன்று நிறை வேற்றப்பட்டது.

62

மிண்டோ மார்லி சீர்திருத்தம்

மிண்டோ மார்லி சீர்திருத்தத்தின்படி இந்திய சட்டமன்றங்களுக்கு இந்திய உறுப்பினர்களைத் தேர்ந்தெடுக்க தேர்தல் முறை முதன் முறையாக அறிமுகப்படுத்தப்பட்டது. அதுவரை இந்திய உறுப்பினர்கள் நேரடியாக நியமிக்கப்பட்டு வந்தனர். மேலும் சட்டமன்றங்களும், உள்ளாட்சி அமைப்புகளும் விரிவுபடுத்தப் பட்டு இந்திய உறுப்பினர்களின் எண்ணிக்கை அதிகரிக்கப்பட்டது.

தேர்தல் முறையில் பெரும்பான்மை இந்துக்களுக்கே அதிக சாதகம் உள்ளது என்ற முஸ்லிம்களின் நிலைப்பாடு ஏற்றுக்கொள்ளப் பட்டது. சட்டமன்றங்களிலும், உள்ளாட்சி அமைப்புகளிலும் முஸ்லிம்களுக்கு தனி இடங்கள் (25%) ஒதுக்கப்பட்டன. முஸ்லிம் உறுப்பினர்களை முஸ்லிம்களே தேர்ந்தெடுக்க தனித் தொகுதிகளும் உருவாக்கப்பட்டன.

தலைமை ஆளுநர் மற்றும் மாநில ஆளுநர்களின் நிர்வாகக் குழுக்கள் விரிவுபடுத்தப்பட்டு அதில் சில இந்தியர்களுக்கும் இடமளிக்கப் பட்டது.

இந்தச் சீர்திருத்தத்தால் உறுப்பினர் எண்ணிக்கை மிகுந்தது. சட்ட மன்றத்தில் இந்தியர் இடம் பெற்றனர். கேள்வி கேட்க உரிமை வழங்கப்பட்டது. தேர்தல் என்ற பெயரில் ஏதோ ஒன்று அறிமுகப் படுத்தப்பட்டது. இவற்றால் பெரும் பயன் ஏதும் இல்லை. கழுதைக்குமுன் கேரட்டை தொங்கவிட்ட கதைதான். ஆனால்

கோகலே போன்றோர் வரவேற்றனர். இந்தச் சீர்திருத்தத்தை அரசியலமைப்புக்குட்பட்ட யதேச்சாதிகாரம் (Constitutional Autocracy) என்று மார்லி குறிப்பிட்டார்.

கெஞ்சிக் கேள்வி கேட்கவேண்டும். அதற்கும் பதில் சொல்ல மறுக்கலாம். பாரதி சொன்ன மாதிரி தாகமெடுத்தவர் முன் உப்புத் தண்ணீரைக் குவளையில் காட்டி அதையும் தர மறுத்த கதைதான்.

கலோனியல் சுய ஆட்சி இந்தியாவுக்கு ஒத்துவராது என்றார் மார்லி. பொறுப்புள்ள அரசு என்ற பேச்சுக்கே இடமில்லை என்றார்.

'நேரடியாகவோ மறைமுகமாகவோ சீர்திருத்தங்கள் ஜனநாயக அரசுக்கு வழிவகுக்குமென்றால் அதில் நான் இருக்கமாட்டேன்,' என்றார் மார்லி.

இந்தச் சீர்திருத்தத்தினால் வகுப்புவாதப் பிரிவினைக்கு வழிகோலப் பட்டது. பிளவு ஏற்படுத்த முனைந்து வெற்றிகண்டது அரசு. அப்பொழுது விரலில் உருவாக்கப்பட்ட புண் காலை வெட்டிப் போடும் வரை ஆறவேயில்லை.

பிராமணர் பிராமணரல்லாதார்

1909ம் ஆண்டுச்சமயத்திலேயே தமிழ்நாட்டில் பிராமணர், பிராமணர் அல்லாதார் போராட்டம் தொடங்கிவிட்டது. 1909ம் ஆண்டு வெளிவந்த அயோத்திதாசர் பதிப்பித்த 'தமிழன்' என்னும் பத்திரிகையில் ரிஜிஸ்ட்ரார் ஜெனரலாக ஒரு ஐரோப்பியரை நியமித்திருப்பதற்காகக் கருணை தங்கிய சென்னை கவர்னர் சர் ஆர்தர் லாலி அவர்களுக்கு நன்றி தெரிவித்துச் செய்தி வெளியாகியிருக்கிறது. விளம்பரங்கள்கூட கனிவு நிறைந்த கவர்னரின் பெயரைச் சொல்லியே கொடுக்கப்பட்டிருப்பதை அப்பத்திரிகையில் காண்கிறோம். அதில் ஐரோப்பியர் ஒருவருக்கு உத்தியோகம் கொடுக்கப்பட்டதைப் பாராட்டி எழுதியுள்ளார்:

'நம்மை ஆளும் கவர்னர் ஆன ஹானரபிள் சர் ஆர்தர் லாலி GCIE, KCMG, பிரபு அவர்கள் சகல சாதியார் மீதும் கருணையுள்ளவராதலின் சகல சாதியோரும் சீர்பெற்று முன்னேறும்படியாய் ரிஜிஸ்ட்ரார் ஜெனரல் உத்தியோகத்தை சாதித் தலைவர்களாம் பிராமணர்களுக்குக் கொடுக்காமல் சாதிபேதமற்ற ஐரோப்பியத் துரைமகனார் ஒருவருக்குக் கொடுத்துவிட்டார்.'

உள்ளுக்குள்ளே இருந்த சாதி பேத வெறுப்புகளால் ஐரோப்பியர்களை ஆதரிக்கும் போக்கு அப்பொழுதே தொடங்கிவிட்டது.

கவிதையும் தண்டனையும்...

1908ம் ஆண்டு உருது முஹல்லாவில் பிரிட்டிஷாருக்கு எதிரான கருத்துக்களைத் தாங்கிய ஓர் இளைஞனின் கவிதை பிரசுரமானது. அக்கவிதை ஏற்படுத்திய சலசலப்பினால் கொதித்துப்போன ஆங்கில அரசு அப்பத்திரிகையின் ஆசிரியர் ஹஜ்ரத் மொஹானிக்கு நோட்டீஸ் அனுப்பியது. அக்கவிதையை எழுதியவர் யார் என்பதை எங்களுக்கு அறிவிக்கவேண்டும் என்று அந்த நோட்டீஸ் அச்சுறுத்தியது. அதற்கு ஹஜ்ரத் மொஹானி மறுத்துவிட்டார். கவிதையைப் பிரசுரித்த பத்திரிக்கையின் ஆசிரியர் நான். எனவே அதற்கு நான்தான் பொறுப்பு. எழுதியவரை அடையாளம் காட்டமுடியாது. வேண்டு மானால் என்மீது நடவடிக்கை எடுங்கள் என்று நோட்டீசுக்குத் துணிச்சலுடன் பதிலளித்தார்.

ஆங்கில அரசு ஹஜரத் மொஹானி மீது நடவடிக்கை எடுத்தது. கோர்ட்டுக்கு பலமுறை வரச்சொல்லி இழுத்தடித்தது. இறுதியில் ஆறுமாதச் சிறைத் தண்டனை வழங்கியது. உருது முஹல்லா பத்திரிக்கையைத் தடை செய்தது. அப்பத்திரிக்கை அச்சிடப்பட்ட ஹஜ்ரத்துக்கு சொந்தமான அச்சுக்கூடத்தை ஜப்தி செய்தது. 'யாரோ எழுதிய கவிதைக்காக நீங்கள் இத்தனை துன்பங்களை அனுபவிக்க வேண்டுமா?' - என்று அன்னாரிடம் அன்பர்கள் கேட்டபோது, 'அது யாரோ எழுதிய கவிதைதான். ஆனால் எனக்கு உடன்பாடான கவிதை. என் தேசநலன் நாடும் வார்த்தைகளைச் சுமந்த கவிதை. அக்கவிதையை என் பத்திரிக்கையில் பிரசுரித்ததற்காக நான் பெருமைப்படுகிறேன். அதற்காக எனக்கு இத்தண்டனை என்றால், என் தேசத்தின் விடியலுக்காக இத்தண்டனையை மகிழ்வோடு ஏற்கிறேன்!' - என்று பதிலளித்தார்.

ஹஜ்ரத் மொஹானி அவர்கள் கைது செய்யப்படும்போது அவரது மனைவியார் நிறைமாதக் கர்ப்பிணி. அக்குழந்தையை ஈன்ற அத்தாய், தன் கணவன் திருமுகத்தைப் பார்க்கவும் வாரிசைக் காட்டவும் குழந்தையைக் கையில் ஏந்திக்கொண்டு ஒவ்வொரு சிறைச்சாலையாக அலைகிறார். எந்தச் சிறையில் அவர் அடைக்கப் பட்டிருக்கிறார் என்பதைக் கூற ஆங்கில அரசு மறுத்து விடுகிறது. மூன்று நாட்கள் பட்டினியுடன் பல சிறைகளுக்கும் அலைந்த அத்தாய், இறுதியில் தன் கணவனைச் சந்திக்கிறார். தனது வாரிசை முதன் முதலாகப் பார்த்த ஹஜ்ரத் மொஹானி அவர்கள், சிறைக் கம்பிகளினூடே கைகொடுத்து குழந்தையை வாங்கி முத்தமிடுகிறார். தன் குழந்தைக்கு ஒரு தகப்பன் முத்தமிட்டது குற்றமா? ஆங்கில அரசு அதனையும் குற்றமாக்கியது. சிறை விதிகளை மீறி நடந்தார்

என்று குற்றம் சாட்டி மேலும் இரண்டாண்டுகள் சிறைத் தண்டனை வழங்கியது. சிறைச்சாலையில் ஹஜ்ரத் மொஹானி செக்கிழுத்த கொடுமையும் நடந்தது!

ஆஷைக் கொன்ற அஞ்சா நெஞ்சன்

திருநெல்வேலியில் வ.உ.சி. சுயராஜ்ஜிய தினம் கொண்டாட எடுத்த விழாவின் சமயத்தில் சப் கலெக்டர் ஆஷ் வெறிகொண்டு தனது துப்பாக்கியால் நான்கு பேர்களைச் சுட்டுக்கொன்றான் என்பதை ஏற்கெனவே பார்த்தோம். வ.உ.சியையும் சுப்பிரமணிய சிவாவை யும் சிறைக்கனுப்புவதில் அவன் குறியாயிருந்தான். இந்தச் செய்கை நெல்லை மாவட்டத்தில் பல இளைஞர்களைக் கோபம் கொள்ளச் செய்தது. அவர்கள் புரட்சி வீரர் நீலகண்ட பிரம்மச்சாரியின் தலைமையில் ரகசியக் குழு அமைத்தனர். அனைவரும் ஒன்றுகூடி காளி மாதாவின் திருமுன்பு வீரப்பிரதிக்ஞை எடுத்துக்கொண்டனர். துப்பாக்கிகளையும் போர் புரிய ஆட்களையும் திரட்டினர். அபிநவ பாரத்தின் பிரதிக்ஞைப் பத்திரத்தைக் கொடுத்து ஒப்பம் பெற்றனர். ஆஷ் தனது மனைவியுடன் ரயிலில் வருகிறான் எனக் கேள்விப் பட்டவுடன் அவர்கள் ஆஷைக் கொல்லத் திட்டமிட்டனர். சீட்டுக் குலுக்கிப் போட்டதில் இளைஞன் வாஞ்சியின் பெயர் வந்தது. வாஞ்சிக்குச் சமீபத்தில்தான் ஒரு பெண்குழந்தை பிறந்திருந்தது. அவன் எதைப்பற்றியும் கவலைப்படவில்லை.

1911ம் ஆண்டு ஜூன் மாதம் 17ம் நாள் திருநெல்வேலி கலெக்டர் ஆஷ் அவர் மனைவியுடன் ரயிலில் சென்றுகொண்டிருந்தபொழுது மணியாச்சி சந்திப்பில் வைத்து வாஞ்சிநாதன் ஆஷைச் சுட்டுக் கொன்றுவிட்டு மணியாச்சி புகைவண்டி நிலையத்திலிருந்த கழிப்பறைக்குள் சென்று தன்னையும் சுட்டுக்கொண்டு இறந்தான்.

வீரமரணம் அடைந்த வாஞ்சியின் உடலிலிருந்து கடிதம் ஒன்று எடுக்கப்பட்டது. அக்கடிதத்தில் பென்சிலால் எழுதப்பட்டிருந்த கடிதத்தின் சாராம்சம் இதுதான்:

> ‘ஆங்கிலச் சத்துருக்கள் நமது தேசத்தைப் பிடுங்கிக்கொண்டு அழியாத ஸனாதன தர்மத்தை காலால் மிதித்து துவம்சம் செய்து வருகிறார்கள். ஒவ்வொரு இந்தியனும் தற்காலத்தில் தேச சத்துருவாகிய ஆங்கிலேயனைத் துரத்தி தர்மத்தையும் சுதந்திரத் தையும் நிலைநாட்ட முயற்சி செய்து வருகிறான். எங்கள் ராமன், சிவாஜி, கிருஷ்ணன், குருகோவிந்தன், அர்ஜுனன் முதலியவர் இருந்து தர்மம் செழிக்க அரசாட்சி செய்துவந்த தேசத்தில் எருது மாம்சம் தின்னக்கூடிய ஒரு மிலேச்சனாகிய 5வது

ஜார்ஜ் என்கிற பஞ்சமனை, முடிசூட்ட உத்தேசம் செய்து கொண்டு பெருமுயற்சி நடந்து வருகிறது. அவன் இந்த தேசத்தில் காலை வைத்த உடனேயே அவனைக் கொல்லும் பொருட்டு 3000 மதராஸிகள் பிரதிக்கினை செய்து கொண்டிருக்கிறோம். அதைத் தெரிவிக்கும் பொருட்டு அவர்களில் கடையேனாகிய நான் இன்று இச்செய்கை செய்தேன். இதுதான் இந்துஸ்தானத்தில் ஒவ்வொருவனும் செய்ய வேண்டிய கடமை.

ஆர். வாஞ்சி அய்யர்
R.Vanch Iyer of Shencottah

ஜூலை மாதம் 'வந்தே மாதரம்' பத்திரிகையில் மேடம் காமா இந்தக் கொலையை வரவேற்று மிகவும் உணர்ச்சிகரமாக எழுதினார்.

'ராயல் சர்க்கஸில் கூத்தாடுபவர்களாக ஹிந்துஸ்தானத்துத் தலைவர்கள் லண்டன் வீதிகளில் உலாவந்து, ஆங்கில அரசருக்குத் தாங்கள் அடிமையென்று பறைசாற்றிக்கொண்டிருக்கும் இவ்வேளையில் நமது வீரத் திருநாட்டின் துணிச்சல்மிக்க இரண்டு இளைஞர்கள் ஹிஸ்துஸ்தான் தூங்கிக்கொண்டிருக்கவில்லை என்பதை நிரூபித்துவிட்டார்கள். வாஞ்சியின் துப்பாக்கிக்குண்டு நூற்றாண்டு காலமாக உறங்கிக் கொண்டிருந்த அடிமைத் தேசத்தை உயிர்த்தெழச் செய்திருக்கிறது. அவர்களைச் சுதந்திர இந்தியா மரியாதையோடு கௌரவிக்கவேண்டும். நம்மால் செய்யக் கூடியது அதுதான்.'

வாஞ்சிநாதன்

1886ம் ஆண்டு செங்கோட்டையில் பிறந்த வாஞ்சிநாதன் திருவாங்கூர் காட்டிலாக்காவில் எழுத்தராகப் பணியாற்றினார். பிபின் சந்திரபாலின் கனல் தெறிக்கும் பிரசங்கங்களால் ஈர்க்கப்பட்டார். சுதந்திரம், சுதேசியம், பகிஷ்கரிப்பு ஆகியவை பற்றி அவரது பிரசங்கங்கள் இளைஞர்களை வீறுகொள்ளச் செய்தன. வாஞ்சிநாதன் ஆஷைத் தீர்த்துக்கட்ட முனைந்தான். எனவே மூன்று மாதம் விடுப்பு எடுத்துக்கொண்டு பாண்டிச்சேரி சென்றான். அங்கே வ.வே.சு. அய்யரிடம் துப்பாக்கி சுடும் பயிற்சி பெற்றான் என்று சொல்லப்படுகிறது.

நீலகண்ட பிரம்மச்சாரி, சங்கர கிருஷ்ண ஐயர் ஆகிய இருவரும் மிக நெருங்கிய நண்பர்கள். சங்கர கிருஷ்ண ஐயர், வாஞ்சிநாதனின் மைத்துனர். எனவே வாஞ்சிநாதனுக்கும் நீலகண்ட பிரம்மச்சாரிக்கும் தொடர்பு ஏற்பட்டது. நீலகண்டரும் தீவிரமான புரட்சியாளர். அவர்

1910ம் ஆண்டு நவம்பர் மாதம் பாண்டிச்சேரி சென்றார். மீண்டும் ஜனவரியில் சென்றார். வாஞ்சியும் பாண்டிச்சேரி சென்றான். அங்கே தான் வாஞ்சிநாதன் ஐயரால் ஈர்க்கப்பட்டிருக்கிறான்.

அதைப்பற்றி நீலகண்டர் எழுதியுள்ளார்.

'நான் ஊரில் இல்லாத சமயம் வாஞ்சிநாதன் என்னைப் பார்க்கப் புதுவைக்கு வந்திருக்கிறார். வ.வே.சு. ஐயரைச் சந்தித்திருக்கிறார். அவர் இவரது துணிவையும், உணர்ச்சி வேகத்தையும், சஞ்சலப் புத்தியையும் பயன்படுத்திக்கொண்டு ஆஷ் துரையைச் சுட்டுக் கொல்லத் தூண்டிவிட்டார். அதற்கான திட்டத்தையும் வகுத்து, துப்பாக்கி சுடும் பயிற்சியையும் அளித்து துப்பாக்கி ஒன்றையும் கொடுத்து ஐயர் இவரை அனுப்பிவிட்டார்.'

புதுவையில் தேச பக்தர்கள் என்னும் நூலில் வ.வே.சு. ஐயர், பாரதி ஆகியோரின் நெருங்கிய நண்பரான நாகசாமி ஐயர், வாஞ்சியை வ.வே.சு. ஐயர் எப்படித் தயார்படுத்தினார் என்பதை விளக்கியுள்ளார்.

'தர்மாலயம் வாஞ்சியை மிகுந்த அனுதாபத்துடன் வரவேற்றது. அவர் அங்கே ஒரு மாதம் தங்கியிருப்பதற்கு வேண்டிய வசதியும் செய்து கொடுத்தது. வ.வே.சு. ஐயர் இந்த ஒரு மாதமும் தினம் தினம் தர்மாலயம் வந்து வாஞ்சிக்குத் தனியே போதித்து வந்தார். அதிகாலையில் சுமார் நாலுமணிக்கு ரிவால்வருடன் வந்து வாஞ்சியை அழைத்துக்கொண்டு போய்ப் புதுவைக்கு அருகில் உள்ள கரடிக் குப்பம் ஓடை வெள்ளவரியில் கை நடுங்காமலும் குறி தவறாமலும் சுடுவதற்குக் கற்றுக்கொடுத்து வந்தார்.'

ஆஷ் கொலை வழக்கில் கீழ்க்கண்டவர்களும் சேர்க்கப்பட்டிருந்தனர். பாரதியின் மறவன் பாட்டு நகல் ஒன்று வாஞ்சிநாதன் பையில் இருந்ததால் பாரதியின் பெயரிலும் கைது வாரண்ட் பிறப்பிக்கப் பட்டிருந்தது.

கைது வாரண்டு

பாண்டிச்சேரியிலிருந்துதான் கொலையை ஊக்குவிக்கும் பிரசுரங்கள் அனுப்பப்பட்டிருக்கின்றன என்றும் அவை கொலைக்கு முழுக் காரணம் இல்லாவிட்டாலும் அடிப்படைக் காரணங்களாக அமைந்தவை என்றும் போலீஸ் குற்றம் சாட்டி கைது வாரண்ட் பிறப்பித்தது.

கைது வாரண்ட்டுக்கு உள்ளானவர்கள்:

வ.வே.சு. ஐயர்

சி. சுப்பிரமணிய பாரதி

எஸ். சீனிவாசாச்சாரியார்

நாகசாமி ஐயர்

எஸ். மாடசாமிப் பிள்ளை

வாரண்ட் பிறப்பித்தாலும் அவர்கள் புதுச்சேரியில் இருந்ததால் அவர்களைக் கைது செய்ய இயலவில்லை. மாடசாமிப் பிள்ளை மட்டும் எங்கிருக்கிறார் என்று கண்டு பிடிக்க இயலவில்லை. அவரைப் பிடித்துவிட்டால் மற்றவர்களை எளிதில் நாடு கடத்தச் செய்துவிடலாம் எனக் காவல் துறையினர் நினைத்தனர்.

கடைசியில் நீலகண்ட பிரம்மச்சாரி மட்டும் தண்டனை பெற்றார்.

63

பசி! பஞ்சம்! பஞ்சாப்!

ரஞ்சித் சிங்கின் ஆட்சியை ஒழித்துப் பிரிட்டிஷ்காரர்கள் பஞ்சாபின் ஆட்சியைக் கைப்பற்றிய பிறகு, மிகவும் கௌரவமாக வாழ்ந்த சீக்கியர்களின் வாழ்க்கை சரியத் தொடங்கியது. ஆங்கிலேயர் பஞ்சாபைக் கைப்பற்றிய பிறகு தொழில்வளமும் ரயில்வே, தொலைத்தொடர்பு முதலிய வசதிகள் பெருகினாலும் அவற்றின் தாக்கம் கிராமப்புறங்களில் அவ்வளவாக நிகழவில்லை. அதற்கு மாறாக அவர்கள் விவசாய உற்பத்தி அதிகம் செய்யும்படி வற்புறுத்தப்பட்டார்கள். அப்படிச் செய்தபோதும் அவர்கள் உற்பத்தி செய்த உணவுத் தானியங்கள் அவர்களுக்கே கிடைக்காமல் சாப்பாட்டுக்கு தட்டுப்பாடு ஏற்பட்டது. விளைவித்த தானியங்கள் மொத்தமும் பிரிட்டனுக்கு ஏற்றுமதி செய்யப்பட்டது. அது மட்டுமன்றி விவசாயிகள் கட்டவேண்டிய வரி உயர்த்தப்பட்டது. நிலத்தின் விலை உயர்ந்தது. 20 ரூபாய்க்கு ஒரு ஏக்கர் நிலம் கிடைத்தது போய் வெகு விரைவிலேயே ஒரு ஏக்கருக்கு 98 ரூபாய் அளவுக்கு உயர்ந்து விட்டது. கட்டாய வரி வசூல் செய்யப்பட்டது.

பெரிய பணக்காரர்கள் அரசின் சலுகைகளோடு நிலங்களை வளைத்துப் போட்டனர். வரிகட்டக் கையில் காசில்லாமல் சிறு விவசாயிகள் தங்கள் நிலத்தைக் குறைந்த விலைக்கு விற்றார்கள். அல்லது அதிக வட்டிக்கு லேவாதேவிக்காரர்களிடம் அடகு வைத்தனர். 1886ம் ஆண்டில் மட்டுமே 1,20,000 ஏக்கர் நிலம் அடமானம் வைக்கப்பட்டதாகக் கணக்கிடப்பட்டுள்ளது. ஒரு முறை அடகுக்குப் போய்விட்டால் அவன் பரம்பரையினர்கூட அதை மீட்கமுடியாத அளவுக்கு அடகுதாரர்கள் வட்டி

வசூலித்தனர். இத்தகைய காரணங்களால் பஞ்சாப் பிரிட்டிஷார் வசம் வந்த முதல் ஐம்பது ஆண்டுக் காலத்தில் ஆறு பெரிய பஞ்சங்களைக் கண்டது. அதுநாள்வரையில் பஞ்சம் என்பது என்ன என்று அறியாத பஞ்சாப் மக்கள் மிகுந்த துன்பத்தில் உழன்றனர். பொருள் உற்பத்தியாகாமலில்லை. உற்பத்தி ஆனவை மக்களுக்குப் பயன்படவில்லை. பஞ்ச காலத்திலும் ஏற்றுமதியை நிறுத்தாத கொடுமையை என்னென்று சொல்லுவது?

அதே சமயம் அரசு பணமுதலைகளை ஆதரித்து வந்தது. ராவ் சாகேப் என்றும் ராவ் பகதூர் என்றும் கௌரவங்களை அள்ளிக் கொடுத்து அவர்களை அரசின் விசுவாசிகளாக மாற்றிவைத்தது. சிப்பாய் புரட்சியின்போது சீக்கியர்கள் ஆங்கிலேயருக்குப் பெருமளவு உதவிய காரணத்தால் அவர்கள் வீர தீரத்தையும் அரசின்மீது கொண்டுள்ள விசுவாசத்தையும் கருதி ராணுவத்தில் பெருமளவு சீக்கியர்களைச் சேர்த்தது. உண்மையுள்ளவர்களாக விளங்கிய அவர்களைத் தக்கவைத்துக்கொள்வதற்காக அவர்களது மத ஆசாரத்திலும் நடை உடையிலும் அவர்கள் தலையிடவில்லை. சீக்கியர்கள் டர்பன் அணிந்து கொள்ள அனுமதிக்கப்பட்டார்கள். நகர்ப்புறத்திலே இருந்தவர்கள் பலர் செல்வந்தர்களாகவும் வணிகர்களாகவும் அரசின் ஆதரவு பெற்றவர்களாகவும் இருந்தார்கள். ஆனால் கிராமப்புறங்களில் ஒவ்வொரு வீட்டிலும் ஒருவனாவது ராணுவத்தில் பணிபுரிபவனாக இருந்தான். ஒரு மாதத்திற்கு 7 முதல் ஒன்பது ரூபாய் வரை சம்பளம் கிடைத்தது. ராணுவ உடையை அணிந்து வலம் வருவது கௌரவமாகக் கருதப்பட்டது.

ஆட்கள் தேவை!

முன்பெல்லாம் பஞ்சாப் மக்களுக்கு அபரிமிதமாகக் கை கொடுத்து வந்த விவசாயம் பிரிட்டிஷ்காரர்களின் தகாத அடக்குமுறையாலும் சட்டங்களாலும் அப்பொழுது கைகொடுக்கவில்லை. விவசாயிகள் பெரும்பாலும் கடன்காரர்களாக இருந்தார்கள்.

பிளேக் என்னும் நோய் பல உயிர்களைக் கொள்ளை கொண்டது. அந்நோயிலிருந்து மக்களைப் பாதுகாப்பதாகச் சொல்லிக் கொண்டு அதிகாரிகள் செய்த அக்கிரமங்கள் கொஞ்சநஞ்சமில்லை. வேண்டிய உதவிகள் கொடுக்காமல் வீதியிலே இழுத்துப் போட்டார்கள். வீட்டுக்குள் இருந்த பொருள்கள் கொளுத்தப்பட்டன. கொதிப்புற்ற மக்கள் அதிகாரிகளையும் காவலர்களையும் தாக்கிக் கொல்லும் நிலை ஏற்பட்டது.

ஒருபக்கம் பொருளாதார ஏற்றத்தாழ்வு, மறு பக்கம் அரசின் அநியாய அடக்குமுறை, இவைதவிர மதத் தலைவர்களின் கொள்கை முரண்பாடுகள் எனப் பல விதச் சிக்கல்களிலிருந்து விடுபட வழிதான் என்ன என்று மக்கள் கொதித்துக் கொண்டிருந்தனர். அந்தக் காலகட்டத்தில் பஞ்சாபின் பல பத்திரிகைகளிலும் சில விளம்பரங்கள் பிரசுரிக்கப்பட்டன. அமெரிக்காவிலும், கனடாவிலும் வேலை செய்ய ஆட்கள் தேவை என்ற விளம்பரங்கள்தாம் அவை.

பஞ்சாபிலிருந்து அந்நாடுகளுக்கு ஏற்கெனவே சென்று தங்கியவர்களில் சிலர் அதை ஒரு வியாபாரமாகவே நடத்தினர். நல்ல வேளையாக அதில் ஏமாற்று அதிகமில்லை. காடுகளைத் திருத்தி வயல்களாக்கவும், புதிய ரயில்வே லைன் உண்டாக்கவும் அவர்களுக்குத் திறமையாக உழைக்கும் வேலையாட்கள் தேவைப் பட்டனர். ஏற்கெனவே ஜப்பானிலிருந்தும் சீனாவிலிருந்தும் பலர் அங்கே சென்று உழைக்கத் தொடங்கினர். கிடைத்த வாய்ப்பைப் பயன்படுத்திக்கொண்டு அமெரிக்காவிற்கும் கனடாவுக்கும் போக பஞ்சாப் இளைஞர்களும் திடகாத்திரமான மற்ற ஆடவர்களும் முன் வந்தனர். அங்கேயும் மிகவும் ஏழையான விவசாயக் குடும்பத்தைச் சேர்ந்தவர்கள் போக முடியாது. போக்குவரத்துக்கும், அங்கே போன பிறகு சிறிது காலத்திற்குத் தங்களைக் கவனித்துக் கொள்ளவும் பணம் தேவைப்பட்டது. 1907ம் ஆண்டு ஹாங்காங் வழியாக கனடாவிலுள்ள வாங்கூவர் போவதற்குக் கட்டணம் 201 ரூபாய். ஒரு சில ஏக்கர் நிலம் அப்பணத்தில் வாங்க முடியும். அமெரிக்காவுக்குச் செல்கிறவர்கள் குறைந்தபட்சம் 50 டாலராவது (150 ரூபாய்) வைத்திருக்கவேண்டும் என்று அமெரிக்க அரசு விதித்திருந்தது. கனடாவுக்குச் செல்ல விழைகிறவர்கள் கனடியன் டாலர் 200 ஆவது வைத்திருக்கவேண்டும்.

பாரத மாதா சொசைட்டி

அந்தக் காலகட்டத்தில் பஞ்சாப் அரசு பஞ்சாப் நிலச் சட்டம் 1901 என்ற சட்டத்தைக் கொணரத் திட்டமிட்டிருந்தது. பாரி தோப் கால்வாயிலிருந்து பாசன நீர் பெறுவதற்கு வரியை உயர்த்தியது. அதை எதிர்த்து அஜித் சிங் (சர்தார் பகத் சிங்கின் நெருங்கிய உறவினர்) பாரத் மாதா சொசைட்டி என்ற பெயரில் ஓர் அமைப்பை ஏற்படுத்திப் போராடினார். அவருக்கு உதவியாக இருந்தார் என்று பொய்க்குற்றஞ்சாட்டி லாலா லஜபதி ராயை அரசு மாண்ட்லேக்கு நாடுகடத்தியது. மக்கள் அரசு உத்தியோகங்களில் சேரக்கூடாது என்று பாரத மாதா சொசைட்டி வேண்டுகோள் விடுத்தது.

யார் உண்மையான சீக்கியர்?

சீக்கிய மதத்தைப் பின்பற்றுபவர்களிடத்தே சில நெளிவு சுளிவுகள் ஏற்பட்டதைக்கண்ட ராம்சிங் என்பவர் நாமதாரிப் பிரிவு என்ற ஓர் அமைப்பை ஏற்படுத்தினார். குருநானக் காலத்திலிருந்த அதே ஒழுங்குமுறை பின்பற்றப்படவேண்டும் என்று அவ்வமைப்புக் கூறியது. பசு வதை செய்த முஸ்லிம்கள் சிலரை அவர்கள் தாக்கிய போது 69 பேர் கைது செய்யப்பட்டு சுட்டுக் கொல்லப்பட்டார்கள். 1872ல் அவர்களின் குரு ராம்சிங் நாடு கடத்தப்பட்டு 1885ல் இறந்தார். அந்த மதத்தைச் சேர்ந்தவர்கள் அடங்கியிருந்தாலும் அங்கங்கே கொந்தளிப்புகள் நிகழ்ந்து கொண்டிருந்தன. நாமதாரிகளுக்குக் 'குக்கஸ்' என்று பெயர். அவர்களைப் பொறுத்தமட்டில் சீக்கிஸம் என்பது ஹிந்துயிஸத்திலிருந்து வந்தது என்று உறுதியாக நம்பியவர்கள். அவர்களுக்கு எதிராகப் பிரிட்டிஷ் அரசாங்கத்துக்கு உண்மையுள்ளவர்களாக ஓர் அமைப்பைச் சில பூசாரிகளும் நிலச்சுவான்தார்களும் ஏற்படுத்தினர். அவர்கள் அமைப்புக்கு 'சிங் சபா' என்று பெயர். அவர்கள் உண்மையான சீக்கியர்கள் யார், அவர்கள் இந்துக்களா என விவாதித்து சச்சரவைக் கிளப்பினார்கள். அரசு அவர்களுக்கு எல்லாவிதமான வெகுமதிகளும், பட்டங்களும், கௌரவங்களும் பதவிகளும் அளித்தது. இவைதவிர ஆர்ய சமாஜம், பிரம்ம சமாஜம் ஆகியவையும் பஞ்சாபில் நிலைகொண்டன. இவை போதாதென்று விவசாயிகளின் ஏழ்மை நிலையைப் பயன்படுத்திக்கொண்டு கிறித்துவப் பாதிரியார்கள் மத மாற்றம் செய்யப் பெரிதும் முயன்று வந்தார்கள்.

அமெரிக்காவில் வரவேற்பு

இப்படிக் குழப்பமான நிலையில் மக்கள் பஞ்சாபில் அல்லல்பட பிரிட்டிஷ் அரசாட்சிதான் காரணம் என்ற உணர்வு இளைஞர்களிடையே மேலோங்கியதால் பல இளைஞர்கள் அமெரிக்காவுக்கும் கனடாவுக்கும் சென்றனர். அவர்களுக்கு அங்கே வேலை வாங்கும் முதலாளிகளிடையே நல்ல வரவேற்பிருந்தது. குடியுரிமை வழங்கும் பகுதிக்கே சென்று அம்முதலாளிகள் ஆள் பிடித்துக்கொண்டு வந்தனர். தம்மினத்தைச் சேர்ந்தவர்கள் வந்துள்ளார்கள் என்று அவர்களை வரவேற்றுத் தம்முடனே தங்கவைத்துக் கவனித்துக் கொண்டார்கள் முன்பே வந்தவர்கள். மரங்களை வெட்டிச் சீர்செய்ய இயலாமல் வெள்ளை ஊழியர்கள் அவதிப்பட்டுக் கொண்டிருந்த நிலையில் தங்களது தளராத உழைப்பால் சீக்கிய இளைஞர்கள் அவ்விடங்களைச் சோலைவனங்களாக மாற்றி விட்டனர். ஒரு நாளைக்கு 2லிருந்து 3 டாலர் ஊதியம். இந்தியாவில் அவர்கள் பெறுவதை விட இது பல மடங்கு அதிகம். அவர்களது

செலவோ மிகக் குறைவு. சேமித்துவைத்து ஊருக்குப் பணம் அனுப்பி அங்கே நிலம் வாங்கிப்போட்டார்கள். ஏற்கெனவே சென்றவர்கள் வெளிநாட்டில் தாங்கள் வரவேற்கப்படுவதாகவும் நல்ல ஊதியம் கிடைப்பதாகவும் சொன்ன காரணத்தால் பஞ்சாபின் பல பகுதிகளிலிருந்தும் சீக்கியர்களும், இந்துக்களும் முஸ்லிம் களும் அமெரிக்காவுக்கும் கனடாவுக்கும் சென்றனர். அவர்கள் தங்கிய இடம் ஆரோக்கியமான இடம் என்று சொல்ல முடியாது. ஏற்கெனவே ராணுவத்தில் பணியாற்றி வெளிநாட்டுக்குச் சென்று வந்தவர்கள் அங்குள்ள நாகரிகங்களை அறிந்திருந்ததால் அவர்கள் ஓரளவுக்குத் தூய்மையாகவும் ஒழுங்காகவும் வாழ்ந்தனர். ஆனால் புதிதாகச் சென்றவர்கள் இந்தியாவில் வாழ்கிறபடி கண்ட இடங்களில் எச்சில் துப்புவதும், குப்பை கூளம் போடுவதுமாக வாழ்ந்தனர்.

அவர்கள் மனத்தில் தங்கள் நாட்டை விட்டு வெளிநாட்டில் வந்து வேலை செய்ய நேர்ந்ததற்குக் காரணம் இந்தியாவில் உள்ள பிரிட்டிஷ் ஆட்சியின் அடக்குமுறையே என்ற எண்ணம் வேரூன்றி இருந்தது. அங்கே வாழ்ந்த சீக்கியர், முஸ்லிம், ஹிந்து அனைவருமே இந்துக்கள் என்றே அழைக்கப்பட்டனர். அங்கே பணிபுரியும் அவர் களிடையே எந்தவிதமான இன, மத வேறுபாடுகள் எழவில்லை. எல்லோரும் ஒற்றுமையாகவே வாழ்ந்து வந்தார்கள். என்றாலும் இந்தியாவில் அடிமைகளாக அல்லல்பட்டு வாடுவதைவிட அமெரிக்க, கனடிய வாழ்க்கை அவர்களுக்குப் பிடித்திருந்தது. ஆனால் அந்த அமைதிக்கும் பின்னர் பங்கம் வந்தது.

இந்திய தொழிலாளர்களின் கடும் உழைப்பில் மகிழ்ந்த முதலாளி கள் அவர்களை மிகவும் விரும்பினர். ஆனால் அவர்களின் சக ஊழியர்களாகத் தொழில் புரிந்த வெள்ளையர்கள் இந்தியர்கள் அளவுக்கு உழைக்கமுடியவில்லையே என்ற எண்ணமின்றித் தங்கள் வேலைவாய்ப்பை அவர்கள் தட்டிப் பறித்துக்கொண்டு சென்று விட்டார்களே என்ற பொறாமையில் துடித்தார்கள். இருவர் செய்ய வேண்டிய வேலையை இந்தியன் ஒருவனாக எளிதில் செய்து முடிப்பதால் அவர்களது வேலைவாய்ப்பு மேலும் குறைந்தது. இதைவிட வெள்ளையன் சமுதாயப்படியில் மிக உயர்ந்தவன் என்ற எண்ணம் அவர்கள் மனத்தில் ஆழமாகப் படிந்து கிடந்தது. அதனால் சக இந்திய ஊழியர்களை அழுக்குப் பிடித்தவர்கள், கறுப்பர்கள், என்றெல்லாம் திட்டத் தொடங்கினர். அதுமட்டுமல்ல சீக்கியர்களின் தலைப்பாகையைப் பற்றி அவர்களின் நடை உடை பாவனைகளைப் பற்றி ஆபாசமான நகைச்சுவைத் துணுக்குகள் வேலை செய்யும் இடங்களில் வெள்ளை ஊழியர்களால் அவிழ்த்து விடப்பட்டன. இதற்கும் மேலாக இந்தியர்கள் சந்தைக்குச் சாமான் வாங்கச்

சென்றால் சிறுவர்களையும் மற்றவர்களையும் தூண்டிவிட்டு இந்தியர்களை நோக்கிக் கல்லெறிவது, திட்டி விட்டு ஓடிவிடுவது போன்ற செயல்களிலும் ஈடுபட்டார்கள்.

சுதந்திரமில்லாத நாட்டிலிருந்து வந்திருக்கும் அடிமைகள் என்று திட்டினார்கள். இதையெல்லாம் அன்றாடம் அனுபவித்துக்கொண் டிருந்த இந்திய ஊழியர்கள் இவற்றை எதிர்க்கத் தங்களுக்குள் சில அமைப்புகளை ஏற்படுத்திக்கொண்டார்கள். சில குருத்வாராக்கள் உருவாகின. அங்கே அடிக்கடி பேசப்பட்டு வந்த வாசகம், 'உன்னு டைய தலைப்பாகையைக் காப்பாற்றிக்கொள்.' காவலர்களும் வெள்ளைக்காரர்களின் அந்த நடவடிக்கைகளைக் கண்டு கொள்ள வில்லை.

வெள்ளைக்காரர்களின் சங்கங்களும் அரசியல் கட்சிகளும் இந்தியர் களை கனடாவில் அனுமதிக்கக்கூடாது என அரசை நிர்ப்பந்தித்தன. இந்த நிலைக்கெல்லாம் காரணம் இந்தியா அடிமைப்பட்டுக் கிடப்பதுதானே என்று இந்திய ஊழியர்கள் இந்தியாவை ஆளும் பிரிட்டிஷ் ஆட்சியின் மேல் வெறுப்புக்கொள்ளத் தொடங்கினர். பல சீக்கியர்கள் தங்கள் முடியை வெட்டி பாரம்பர்யத்திலிருந்து வழுக்கியபோது குருத்துவாராக்களில் போதனைகள் செய்யப்பட்டு அவர்கள் படிப்படியாகத் தனது இனத்துக் கலாச்சாரத்தில் பிடிப்புக் கொள்ளச் செய்தனர். இனி எந்தச் சீக்கியனும் இந்திய ராணுவத்தில் சேரக்கூடாது என்று பிரச்சாரம் செய்யப்பட்டது.

பணம் சேர்ப்பதற்காகத்தான் வந்தோம். பணம் சேர்த்துத் தாயகம் திரும்பினாலும் மானங்கெட்ட வாழ்க்கைதான் வாழ வேண்டும். எனவே எல்லோரும் சேர்ந்து பிரிட்டிஷ் அரசாங்கத்தை இல்லை யென்று செய்துவிட வேண்டும். அதற்கு ஒரே வழி வெள்ளையரைக் கொல்வதுதான். அதற்காக ஆயுதங்களைச் சேகரிக்கவேண்டும். அவற்றைக் கடத்திச் செல்லவேண்டும். இளைஞர்கள் அமெரிக்கா வையும் கனடாவையும் விட்டுப் பெருமளவு இந்தியாவுக்குச் சென்று அங்கங்கே உள்ள படைவீரர்களைச் சந்தித்து 1857ல் அரசுக்கு எதிராக எழுந்ததைப்போல புரட்சியில் எழ வேண்டும்என்று சிப்பாய்களின் மனங்களை மாற்ற வேண்டும். அந்த நோக்கத்திற்காகப் பணம் திரட்ட வேண்டும். அவசியப்பட்டால் பணக்காரர்களிடம் கொள்ளையடித்து ஏழைகளுக்கு உதவ வேண்டும் அப்படிச் செய்தால் மக்களிடம் புரட்சியாளர்கள் மீது மதிப்பு உயரும். அவர்களும் போரிட எழுவார்கள் என்றெல்லாம் திட்டம் தீட்டினர்.

கனடாவில் இந்திய அரசு தனது உளவுத்துறைக்கு ரகசியத் தகவல் கொடுப்பதற்காக வில்லியம் சி. காப்கின்சன் என்பவரை கனடாவின் வாங்கூவர் பகுதியில் நியமித்திருந்தது. அவர் ஏற்கெனவே கல்கத்தா

வில் பணியாற்றியவர். அவருக்குக் குருமுகி எழுதத்தெரியும். ஹிந்தி, பஞ்சாபி, வங்காள மொழி தெரியும். அவர் இந்தியர்களின் நடவடிக்கைகளைக் கவனித்துத் தன் சொந்தச் சரக்கையும் சேர்த்து இந்திய உளவுத்துறைக்குச் செய்தி அனுப்பி வந்தார். கனடா பிரிட்டிஷ் அரசின் டொமினியன் என்பதால் இந்தியர்கள் அனுமதிக் கப்படவேண்டும். ஆனால் இந்தியர்களின் செயல்பாடுகள் இந்திய அரசுக்கு எரிச்சலை ஊட்டியது. எனவே அப்பொழுது கவர்னர் ஜெனரலாக இருந்த லார்ட் மிண்டோ கனடிய கவர்னர் ஜெனரலிடம் இந்தியர்களை அனுமதிக்கவேண்டாம் என்று சொன்னார். ஆனால் அதிலும் ஒரு சிக்கல் இருந்தது. இந்திய ராணுவத்தில் மிகவும் உண்மையுள்ள வீரச் சிப்பாய்களாகச் சீக்கியர்கள் பலர் இருந்தனர். எனவே இந்தியர்களை அதுவும் குறிப்பாகச் சீக்கியர்களை அனுமதிக்க மறுத்து ஜப்பான், சீனா போன்ற தேசத்தினரை அனுமதித்தால் இந்தியப் படைகளில் இருக்கும் சீக்கியப் படைகள் வெறுப்புற்று அரசுக்கு எதிராகச் செயல்படக்கூடும். அப்படி ஒரு நிலைமை வந்தால் நிச்சயமாக இந்திய அரசால் சமாளிக்க முடியாது. எனவே கனடிய அரசு மிகவும் கவனமாகச் செயல்பட்டது. அனுமதியை நேரடியாக மறுக்காமல் வேறுவழியில் தடைகளைப் புகுத்த முனைந்தனர்.

மறைமுகத் தடை

கனடிய அரசு 27-5-1908 அன்று ஒரு உத்தரவு போட்டது. அதன்படி கனடாவுக்கு வருபவர்கள், தான் பயணம் தொடங்கிய இடத்தி லிருந்து நேரடியாகத் தொடர்ந்து கனடாவுக்கு வந்திருக்கவேண் டும். அப்படி வரவில்லையென்றால் அவர்கள் அனுமதிக்கப்பட மாட்டார்கள் என்றது அந்த உத்தரவு. அது மட்டுமல்ல. பயணிகள் தொடர்ந்து பயணம் செய்ததற்கான பயணச்சீட்டு வாங்கியிருக்க வேண்டும்.

இந்தியாவிலிருந்து நேரடியாகக் கனடாவுக்கு எந்தக் கப்பலும் செல்லவில்லை. எனவே இந்தியர்கள் முற்றிலுமாகத் தடை செய்யப்படுவார்கள். ஆனால் சீனா, ஜப்பான் போன்ற பகுதிகளி லிருந்தும், ஹாங்காங்கிலிருந்து நேரடியாகக் கப்பல் கனடாவுக்குச் சென்றது. எனவே சீனர்களும் ஜப்பானியர்களும் கனடாவுக்குச் செல்வதில் எந்த இடைஞ்சலும் இல்லை. இந்தியர்கள் கனடாவுக்குள் நுழையும்போது வைத்திருக்க வேண்டிய பணம் 200 டாலர். ஆனால் ஜப்பானியருக்கு 40 டாலர் இருந்தால் போதும். கனடாவின் கவர்னர் ஜெனரல் கனடிய நீதிமன்றங்கள் குடியுரிமை வழங்கும் விஷயத்தில் தலையிடக்கூடாது என்று அறிக்கை விடுத்

தார். ஆனால் கனடிய சுப்ரீம் கோர்ட் தலைமை நீதிபதி ஹண்டர் அந்த உத்தரவு செல்லாது என்றது தீர்ப்பளித்தார். என்றாலும் இந்தியர்களைத் தடை செய்வதிலே கனடிய அரசும் இந்திய அரசும் தீவிரமாக இருந்தன.

வெடிகுண்டுக்கு வரவேற்பு

1911ம் ஆண்டு வங்காளம் மீண்டும் இணைக்கப்பட்டது. அதே ஆண்டு டெல்லியில் இங்கிலாந்து மன்னரின் முடிசூட்டு விழாவை ஒட்டி மன்னரை வரவழைத்து பெரிய தர்பார் நடத்தினார் வைஸ்ராய் ஹார்டிஞ்ச் பிரபு. அதன் பிறகு தலைநகர் டெல்லிக்கு மாற்றப் பட்டது. அதை ஒட்டி வைஸ்ராய் தன் மனைவியுடன் யானை மேல் பவனி வந்தார், அன்று அவரைச் சுட்டுக் கொல்ல ராஸ் பிஹாரி போஸூம் அவரது நண்பர்களும் திட்டமிட்டனர்.

23-12-1912 அன்று வைஸ்ராய் ஹார்டிஞ்ச் பிரபு பவனி வந்தபோது சுட்டுக்கொல்ல குண்டு வீசினர். ஆனால் வைஸ்ராய் தப்பிவிட்டார் என்ற செய்தி கிட்டியது. லண்டனில் வீர்சாவர்க்கரிடம் பயிற்சி பெற்ற ஹர்தயாள் சிங் அப்பொழுது அமெரிக்காவில் இருந்தான். ஹர்தயாளும் மற்றவர்களும் அச்செய்தியைக் கேட்டுக் கொண்டாடி னார்கள்.

இந்தியர்கள் இனி வரவேண்டாம்

நிலைமை நாளுக்கு நாள் மோசமாகிக்கொண்டே இருந்தது. ஏற்கெனவே கனடாவில் இருக்கும் இந்தியர்களை ஹோண்டூராஸ் என்னும் இடத்திற்கு மாற்றலாம் என்றும் திட்டமிட்டார்கள். அதற்காக ஒரு குழுவை நியமித்து அதை ஹோண்டூராஸூக்கு அனுப்பி அங்குள்ள நிலைமையை ஆராயச் சொன்னார்கள். அங்கு சென்ற குழு அவ்விடத்தின் மோசமான அவல நிலையைக் கண்டது. கொசுக்களுக்கு மத்தியில்தான் ஆரோக்கியமற்ற சூழ்நிலையில் அங்கு வாழவேண்டும். அந்தக் குழுவுக்குப் பணம் கொடுத்துத் தன்வயப்படுத்தவும் முயற்சி நடந்தது. நல்லவேளையாகக் குழு உண்மை நிலையை எடுத்துச் சொன்னதால் ஹோண்டுராசுக்கு அனுப்பும் திட்டம் கைவிடப்பட்டது.

இதற்கிடையில் சில கனடாவாழ் இந்தியர்கள் இந்தியா சென்று பஞ்சாப் கவர்னர் ஒடியரையும் வைஸ்ராயையும் சந்தித்தனர். அவர்களுக்குச் சாதகமான பதில் கிடைக்கவில்லை. கனடாவின் கன்சர்வேட்டிவ் கட்சி எம்.பி. ஏ.ஏ.ஸ்டீவன்ஸ் சொன்னார், ’இந்தியாவிலேயே இந்தியர்களுக்குச் சுதந்திரம் கிடையாது. அவர்கள் கனடாவில் குடிமக்களாவதா? கூடவே கூடாது’ என்றார்.

22-10-1913 அன்று ‘நீங்கள் கனடாவில் மகிழ்ச்சியாக வாழ விரும்பி னால் இந்தியர்களை மூட்டை முடிச்சோடு கனடாவிலிருந்து அனுப் புங்கள்’ என்று சொன்னார்.

இந்தியாவிலும் பல தலைவர்கள் கைது செய்யப்பட்டு சிறையில் அடைக்கப்பட்டனர். லாலா லஜபதி ராய், பால கங்காதர திலகர் போன்றோர் முக்கியமானவர்கள். படித்த இளைஞர்கள் வெளி நாட்டுக்குச் சென்று கல்வி கற்கும் படியும் அரசியல் ஞானம் பெறும் படியும் திலகர் சொன்னார். அதன்படி பலர் லண்டனுக்கும், அமெரிக்காவுக்கும், பிரான்சுக்கும் சென்றனர்.

அமெரிக்காவில் இந்தியர்களை நாட்டுக்குள் அனுமதிப்பதில் கட்டுப்பாடுகள் இருந்தாலும் முற்றிலுமாகத் தடை செய்யப் படவில்லை.

ஹர்தயாள் சிங்கின் கத்தார் இயக்கம்

1911ம் ஆண்டு லாலா ஹர்தயாள் அமெரிக்காவுக்கு வந்தார். புரட்சிகரமான கருத்துகள் கொண்ட அவர் சீக்கியர்களையும் அங்கி ருந்த மற்ற இந்தியர்களையும் இணைத்து கத்தார் இயக்கத்தைத் தொடங்கினார். இந்தியாவிலிருந்து பிரிட்டிஷ்காரர்களை வெளி யேற்றுவதுதான் அதன் முக்கிய கொள்கை. அதற்காக இடங்கள் வாங்கப்பட்டன. மனைகள் கட்டப்பட்டன. மாணவர்களை அமெரிக்கா வில் படிக்க அழைத்து கல்வி உதவித்தொகை கொடுக்கப்பட்டது. கத்தார் இயக்கம் அமெரிக்காவில் மிகத் தீவிரமாகச் செயல்பட்டு வந்தது.

அங்கங்கே கூட்டங்கள் போடப்பட்டன. ஹர்தயாள் சொன்னார்: ‘135 வருடங்களுக்கு முன்னால் பிரிட்டிஷ்காரர்கள் அமெரிக்காவை அடிமைப்படுத்தி வைத்திருந்தனர். அமெரிக்கா விழித்துக் கொண்டது; போரிட்டது வென்றது. இன்று சுதந்திர நாடாகத் திகழ்கிறது. நாமும் அமெரிக்கா போல ஆகவேண்டும். ஆனால் இந்தியர்களின் அடிமைப் புத்தி இன்னும் ஒழியவில்லை. அவர்களை முதலில் உறக்கத்திலிருந்து விழிப்படையச் செய்ய வேண்டும். அதற்கு முக்கியமான தேவை பிரச்சாரம். இந்தியாவில் இருந்தும் இங்கிருந்தும் பிரச்சாரம் செய்யவேண்டும். சிப்பாய் களைப் புரட்சி செய்யத் தூண்டவேண்டும். பிறகு மக்களைப் புரட்சி செய்யத் தூண்ட வேண்டும். எல்லோரும் ஒரே சமயத்தில் எழுந்தால் பிரிட்டிஷ்காரர்களால் எதுவும் செய்ய இயலாது’ என்றார் ஹர் தயாள். அவரைப் பொறுத்தமட்டில் அது பத்து வருடத் திட்டம். அதற்காக முதலில் ஒரு பத்திரிகை தொடங்கவேண்டும் என்றும்

தீர்மானம் செய்யப்பட்டது. அந்தப் பத்திரிகையின் பெயர் 'கத்தார்' என்று வைக்கப்பட்டது. கத்தார் என்றால் புரட்சி என்று பொருள். சான்பிரான்ஸிஸ்கோவிலிருந்து உருதுவிலும் பஞ்சாபி மொழியிலும் கூட வெளியாகும். வெளிநாடுகளில் இந்திய மக்களிடையே இலவசமாக விநியோகிக்கப்படும் என்று தீர்மானமாயிற்று. உருளைக்கிழங்கு ராஜா (பொட்டடோ கிங்) என்று அழைக்கப்பட்ட ஜவாலா சிங்கும் அவரது நண்பர்களும் தாராளமாகப் பண உதவி செய்தனர். குருகோவிந்த சிங் பெயரில் கல்வி உதவித்தொகை வழங்கப்பட்டு மாணவர்கள் தருவிக்கப்பட்டனர். அவர்கள் மனத்தில் புரட்சிக்கருத்துகள் ஊன்றப்பட்டன. குரு கிரந்த சாஹிப் முன் நின்று இந்தியா சுதந்திரத்திற்காக உடல் பொருள் ஆவி மூன்றையும் இழக்கச் சித்தமாக இருப்பதாகச் சபதம் எடுத்துக் கொண்டார்கள்.

யுகாந்தர் ஆசிரமம்

அந்த இயக்கத்தில் உறுப்பினர் எந்த மதத்தினராக இருந்தாலும் சமுதாயப் படிக்கட்டில் எந்த நிலையில் உள்ளவராக இருந்தாலும் எல்லோரும் சமமாகவே கருதப்பட வேண்டும் என்று தீர்மானித் தார்கள். அமெரிக்காவில் அவர்கள் இயங்குவதற்குத் தேவையான சுதந்திரம் கிடைப்பதால் எந்தக் காரணம் கொண்டும் அமெரிக்க அரசுடனோ அமெரிக்க அதிகாரிகளுடனோ மோதல் போக்கில் செயல்படக்கூடாது என்றார் ஹர்தயாள். இயக்கம் செயல்படு வதற்காக சான்பிரான்ஸிஸ்கோ ஹில் தெருவில் உள்ள 436ம் எண் கட்டிடம் வாடகைக்கு எடுக்கப்பட்டது. அந்தக் கட்டடத்திற்கு யுகாந்தர் ஆசிரமம் என்று பெயர் கொடுக்கப்பட்டது. அங்கு தங்கியிருந்த ஹர் தயாள் தனது ஒழுக்க சீலத்தால் மற்றவர்களுக்கு வழிகாட்டியான தலைவராக விளங்கினார். அங்கு தங்கியிருந்த ஒவ்வொருவரும் தாமாகவே முன்வந்து எந்த விதமான சுயநலமும் இல்லாமல், எந்தக் கைமாறும் கருதாமல் தேச சேவை ஒன்றே குறிக்கோளாகச் செயல்பட்டார்கள். ஹர்தயாள் பேசிய கூட்டங்களி லெல்லாம் பணம் குவிந்தது. அந்த இயக்கத்தில் பல தரப்பினரும் இருந்தாலும் வெளி உலகுக்கு அது சீக்கியரின் இயக்கமாகவே தெரிந்தது.

கத்தார் பத்திரிகை

1-11-1913 அன்று உருது மொழியில் கத்தார் பத்திரிகை வெளியானது. அதன் தலைப்பில்,

'இன்று வெளிநாட்டில், ஆனால் நமது தேசத்து மொழியில் ஆங்கில ஆட்சிக்கு எதிராக ஒரு போர் தொடங்குகிறது' என்று அச்சிடப்

பட்டிருந்தது. கத்தார் என்ற பெயருக்குக் கீழே 'அங்கிரேஸி ராஜ் கா துஷ்மன்' அதாவது 'ஆங்கில ஆட்சியின் எதிரி' என்ற வார்த்தைகள் அச்சிடப்பட்டிருந்தன. நவம்பர் 1ம்தேதி பஞ்சாபி பத்திரிகையும் வெளியாகியது. முதல் பக்கத்தில் பத்திரிகையின் நோக்கம் வெளியாகியிருந்தது.

எங்கள் பெயர் என்ன?: கத்தார்

எங்களின் நோக்கம் என்ன? கிளர்ச்சியைத் தூண்டுவது

எங்கே அந்தக்கிளர்ச்சி நடை பெறும்? இந்தியாவில்

என்று நடைபெறும்? இன்னும் சில ஆண்டுகளில்

ஏன் கிளர்ச்சி செய்ய வேண்டும்? ஏனென்றால் ஆங்கில ஆட்சியின் அடக்குமுறையையும் கொடுங்கோன்மையையும் இனியும் பொறுத்துக்கொண்டிருக்க இயலாது. ஏனென்றால் இந்தியர்கள் தங்களது சுதந்திரத்திற்காகப் போராடத் தயாராகி விட்டார்கள். அந்தக் கிளர்ச்சிக்குத் தன்னைத் தயார்படுத்திக் கொள்வது ஒவ்வொரு இந்தியனின் கடமை.

ஹர்தயாள் சிங்கின் உணர்ச்சிகரமான கட்டுரை படிப்பவர்களைத் துள்ளி எழ வைப்பதாக அமைந்திருந்தது. பஞ்சாபியில் உணர்ச்சிகர மான கவிதைகள் எழுதப்பட்டன.

64

கோமகத மாரு கொடுமை!

‘தயவு செய்து எங்களுக்கு ஏதாவது ஏற்பாடு செய்யுங்கள். நாங்கள் வீடு வாசல் நிலம் எல்லாவற்றையும் விற்றுவிட்டு இங்குவந்து காத்திருக்கிறோம்,’ என்றார் ஒரு வயதான சர்தார்ஜி.

‘கனடா அரசு இந்தியர்களை அனுமதிப்பதில்லை என்பதுதான் உங்களுக்குத் தெரியுமே, பின் ஏன் பஞ்சாபிலிருந்து புறப்பட்டு வந்தீர்கள்?’ என்று கேட்டார் குர்தீத் சிங். அவர் சிங்கப்பூரைச் சேர்ந்தவர். அவர் சில நாட்களுக்கு முன்புதான் ஹாங்காங்கிற்கு வந்திருந்தார்.

‘நாங்கள் கிளம்பி வந்தபின்புதான் கனடா புது சட்டம் போட்டிருக்கிறது. ஆனால் பிரிட்டிஷ் கொலம்பியா சுப்ரீம் கோர்ட் அதை ஒப்புக் கொள்ளவில்லை. அதனால்தான் வந்தோம்,’ என்றார் பெரியவர்.

நூற்றுக்கும் மேற்பட்டவர் ஹாங்காங்கில் வந்து தங்கியிருந்தனர். தங்கள் நாட்டிலிருந்து நேரடியாகக் கடைசிவரை டிக்கெட் வாங்கி வருபவர்கள் மட்டும் தான் கனடாவுக்குள் நுழைய முடியும் என்று கனடா அரசு விதித்திருந்தது.

குழந்தை குட்டிகளோடு வந்திருந்த அவர்களைப் பார்த்துக் குர்தீப் சிங்கிற்கு இரக்கம் ஏற்பட்டது. அவர்களுக்கு உதவ வேண்டும் என்று தீர்மானித்தார். கனடா அரசின் புதிய குடியுரிமை விதி பற்றி அவருக்குத் தெரியும். என்றாலும் சுப்ரீம் கோர்ட் தீர்ப்பு இருப்பதால் முயற்சி செய்து பார்க்கலாம் என்று முடிவெடுத்தார். ஜப்பானியக் கப்பலொன்றை மாதாந்திரக் கட்டண ஒப்பந்தத்தில் எடுத்தார்.

அந்தக் கப்பலின் பெயர் கோமகத மாரு. ஹாங்காங்கில் இருந்த ஒவ்வொருவரிடமும் போதுமான அளவு பணம் இருந்தது. கல்கத்தாவிலிருந்து நேரடியாக வாங்கூவருக்குப் பயணம் செய்வது மாதிரி ஏற்பாடு செய்துகொண்டார். அந்தப் பயணம் வெற்றி யடைந்தால் ஒரு கப்பலை விலைக்கு வாங்கி வணிக ரீதியில் இயக்கலாம் என்பது அவரது திட்டம். எனவே ஒரு சோதனை முறை யில் இயக்கிப் பார்க்கலாம் என நினைத்தார். கனடாவில் ஏற்கெனவே இருந்த அவர்களின் உறவினர்கள், 'எப்படியாவது பயணச்சீட்டு வாங்கிக்கொண்டு இங்கே வந்துவிடுங்கள். இப்பொழுது இந்த வாய்ப்பை விட்டால் பின்னால் வர முடியாது,' என்று எழுதி விட்டார் கள். அதனாலேதான் பலர் மூட்டை முடிச்சுகளோடு ஹாங்காங் வந்திருந்தார்கள். 111 பேர் ஹாங்காங்கிலிருந்து கிளம்பினர். மோஜி, மணிலா, நாகசாகி ஆகிய இடங்களிலிருந்து பலர் சேர்ந்துகொண் டார்கள். மொத்தம் 376 பேர் யோகோகமா என்ற இடத்திலிருந்து வாங்கூவர் நோக்கிக் கிளம்பினர். 24 பேர் முஸ்லிம்கள். 12 பேர் ஹிந்துக்கள். 340 பேர் சீக்கியர்கள்.

ஜப்பானியர்களையும் சீனாக்காரர்களையும் அனுமதிக்கும் கனடா பிரிட்டிஷ் காலனியைச் சேர்ந்த இந்தியர்களையும் அனுமதிக்கும் என்று நம்பிச் சென்றனர்.

கத்தார் இயக்கத்தைச் சேர்ந்த பரகதுல்லாவும் பாய் பகவான் சிங்கும் யோகோகமாவில் பயணிகளைச் சந்தித்தனர். அவர்கள் கத்தார் இதழ்களை அவர்களிடம் கொடுத்தனர். அமெரிக்காவிலும் அனுமதிப் பதில்லை. கனடாவிலும் அனுமதிக்கவில்லையென்றால் இந்தியா வுக்குத் திரும்பிப்போய் பிரிட்டிஷ் அரசோடு போராட வேண்டியது தான் என்றனர். அவர்களுடைய பேச்சு கப்பலில் இருந்த பயணி களை பிரிட்டிஷ் அரசிடம் வெறுப்புக்கொள்ளச் செய்தது.

இதற்கிடையில் ஹாங்காங் கவர்னர் ஜெனரல் கனடாவுக்குத் தகவல் கொடுத்தார். 'அப்பயணிகளை அனுமதிக்க மாட்டோம். எனவே கப்பலை அனுப்பவேண்டாம்,' என்று கனடா பதிலனுப்பியது. ஆனால் அவர்களுடைய பதில் ஹாங்காங் சென்றடைவதற்கு மூன்று நாள்களுக்கு முன்பே கப்பல் கடலில் பயணப்பட்டுவிட்டது. கப்பலில் வயர்லஸ் வசதி கிடையாது. எனவே கப்பலோடு தொடர்பு கொண்டு செய்தி தெரிவிக்க இயலவில்லை.

வாங்கூவர் கடற்கரைக்கு வந்தது கப்பல்

கோமகத மாரு கப்பல் ஒன்பது நாள்கள் பயணம் செய்து வாங்கூவர் கடற்கரையை மே 23ந்தேதி சென்றடைந்தது. பிரிட்டிஷ் கொலம்பி யாவின் பிரதம மந்திரி சர் ரிச்சர்ட் மக்ப்ரைட் இந்தியர்களை கனடாவிற்குள் அனுமதிக்க மாட்டோம் என்று அறிவித்தார். கப்பல்

கடற்கரையிலிருந்து வெகு தொலைவில் நிறுத்தப்பட்டது. கப்ப லைச் சுற்றிப் பலத்த போலீஸ் காவல் போடப்பட்டது. கனடாவில் இருந்த இந்தியர்கள் ஒரு வக்கீலை ஏற்பாடு செய்தார்கள். ஆனால் ஹாப்கின்சனும் குடியுரிமை அதிகாரி ரெய்டும் வக்கீல் பயணி களைச் சந்திக்க அனுமதிக்கவில்லை. கப்பலில் இருந்த ஒரு பயணி யின் பெயரில் நீதி மன்றத்தில் வழக்குத்தொடுக்கப்பட்டது. நீதிமன்றம் வழக்கைத் தள்ளுபடி செய்தது. கப்பலில் இருந்த உணவுப் பொருள் களும் தீர்ந்துவிட்டன. பயணிகள் பட்டினி கிடக்க நேர்ந்தது.

இதற்கிடையில் கப்பலுக்கு அடுத்த கட்டணம் கட்டவேண்டிய தருணம் வந்தது. அமெரிக்காவிலும் கனடாவிலும் பணம் திரட்டப் பட்டுப் பணம் கட்டப்பட்டது. உணவுத் தட்டுப்பாட்டைப்பற்றிச் செய்திகள் இந்தியாவுக்கும் கனடாவுக்கும் தெரிவிக்கப்பட்டன. பயணிகள் இறந்தால் எல்லா சீக்கியர்களும் பகைவராகி விடுவார் கள் என்ற பயத்தில் 6000 டாலர் மதிப்புள்ள உணவுப்பொருள்கள் கப்பலில் ஏற்றப்பட்டன. ஆயுதம் தாங்கிய ஒரு கப்பல் கோமகத மாருவுக்கு அருகில் நிறுத்தப்பட்டது. கரையில் இருந்த இந்தியர்கள் இனியும் தாமதிப்பதில் பயனில்லை என்று கப்பலைக் கிளப்பச் சொன்னார்கள். கப்பல் பயணப்பட்டது. கப்பலிலிருந்து பயணிகள் எவரையும் எந்தத் துறைமுகத்திலும் இறக்கக்கூடாது என்று செய்தி எல்லா இடங்களுக்கும் பறந்தது. செப்டெம்பர் மாதம் 29ந்தேதி ஹௌராவிலிருந்து 7 மைல் தொலைவில் உள்ள பட்ஜ் என்னும் இடத்தில் கப்பல் நிறுத்தப்பட்டுப் பயணிகள் கீழே இறக்கப் பட்டனர்.

பயணிகளை ரயிலில் ஏற்றிப் பஞ்சாப்புக்கு அனுப்புவதாகச் சொன் னார்கள். 65 பயணிகள் மட்டும் ரயிலுக்குச் சென்றார்கள். அதிகாரி கள் வழியில் கைது செய்வார்கள் என்று நினைத்தனர். மற்ற பயணிகள் ஊர்வலமாக ஹௌராவுக்குள் சென்றுகொண்டிருந்த போது கலவரம் மூண்டது. பதினெட்டுப் பயணிகள் கொல்லப் பட்டனர். 2 ஐரோப்பிய அதிகாரிகள் கொல்லப்பட்டனர். 45 பயணி கள் போன இடம் தெரியவில்லை. கோமகத மாரு கப்பல் பயணி களுக்கு இழைக்கப்பட்ட அநியாயம் பஞ்சாபிலிருந்த சீக்கியர்களை யும் ஏனைய இந்தியர்களையும் ஆங்கிலேயர் மேல் கோபம் கொள்ளச் செய்தது. அதே சமயம் முதலாம் உலகப்போர் மூண்டது. கத்தார் இயக்கத்தைச் சேர்ந்தவர்கள் ஜெர்மனியின் உதவியை நாடவேண்டும் என்று திட்டமிட்டனர். 1857 சிப்பாய் கலகத்தின்போது ஆங்கில அரசுக்குச் சீக்கியர்கள் செய்த உதவியையும் மறந்து விட்டு ஆங்கில அரசு சீக்கியர்களுக்குச் செய்த கொடுமையை பஞ்சாபியர் மறக்க வில்லை.

வெகுமதி-உயிர்த்தியாகம் சுதந்திரம்

1914 ஆகஸ்ட் 11 ந்தேதி கத்தார் இதழில் இந்தியர்கள் உடனடியாகத் தாயகம் திரும்ப அறைகூவல் விடுத்தனர்.

தலையங்கத்தை ஒட்டி வெளியான செய்தி:

தேவை - அஞ்சாத, துணிச்சலான, வீரர்கள் இந்தியாவில் புரட்சியை நிகழ்த்தத் தேவை.

சம்பளம் - மரணம்

வெகுமதி - உயிர்த் தியாகம் - சுதந்திரம்

இடம் - இந்திய போர்க்களம்

தேவை அஞ்சாத் துணிச்சலுள்ள
 தீரர், அவர்க்குச் சம்பளமாய்
ஆவி நீங்கும் மரணம்தான்
 அவர்கள் இந்தி யாசென்று
காவு கொடுக்கும் எண்ணத்துடன்
 கண்ட இடத்தில் வெள்ளையனைச்
சீவிப்போட்டுச் சுதந்திரத்தைச்
 தேசம் பெறவே செயவேண்டும்

இந்த அறிவிப்பைக் கண்டு பல இந்தியர்கள் தமது சொத்துக்கள் அனைத்தையும் விற்றுவிட்டு தேவையான பணத்தை எடுத்துக் கொண்டு சான்பிரான்ஸிஸ்கோவிலிருந்து இந்தியா நோக்கிக் கிளம்பினர். எஸ்.எச்.கொரியா என்னும் கப்பலில் 70 இந்தியர்கள் கிளம்பினர். அவர்கள் கிளம்புமுன் கத்தார் இயக்கத் தலைவர்கள் ராம் சந்திரா, பகவான் சிங், பர்கத்துல்லா ஆகியோர் அவர்களிடையே சொற்பொழிவாற்றினார்கள். அவர்களது சொற்பொழிவின் சாராம்சம் இதுதான்.

'நமது தாய்நாடு உங்களை அழைக்கிறது. அன்னியக் கொடுங் கோலன் கரத்திலிருந்து தன்னை விடுவிக்க வேண்டுகிறாள் பாரத மாதா. உங்களது கடமை என்னவென்பதைத் தெளிவுபடுத்துகிறோம். இந்தியாவுக்குச் செல்லுங்கள். இந்தியாவின் மூலை முடுக்குகளில் புரட்சியைத் தூண்டுங்கள். செல்வந்தர்களைக் கொள்ளை

அடியுங்கள். ஏழைகளுக்கு உதவுங்கள். அப்பொழுதுதான் நீங்கள் எல்லோருடைய பரிவையும் பெற முடியும். நீங்கள் இந்தியா சென்றதும் உங்களுக்கு ஆயுதம் வழங்கப்படும். அப்படிக் கிடைக்கவில்லையென்றால் போலீஸ் ஸ்டேஷன்களைத் தாக்கி ஆயுதங்களைக் கைப்பற்றுங்கள். உங்களுடைய தலைவர்களுடைய கட்டளைகளுக்குக் கேள்வி கேட்காமல் கீழ்ப்படியுங்கள்.

சிரத்தைக் கொய்வோம், இல்லையெனில்
சிரத்தை இழப்போம், இந்தியரே
சிரத்தை இன்றி இருக்காதீர்
சீக்கிரத்தில் செயல்படுவீர்,
கரத்தில் எடுப்பீர் துப்பாக்கி
களத்தில் குதிப்பீர், பெருமுழக்காய்
உரத்துச் சொல்வீர், ‘உடனடியாய்
ஓடிப் போடா வெள்ளையனே!’

அக்டோபர் இறுதிக்குள் எட்டுக் கப்பல்களில் சான்ஸ்பிரான்ஸிஸ் கோவிலிருந்து இந்தியர்கள் தாயகம் நோக்கிப் பயணப்பட்டனர். அவர்கள் பல குழுக்களாகப் பிரிந்து வந்தனர். ஒவ்வொரு குழுவுக்கும் ஒரு தலைவன் தேர்ந்தெடுக்கப்பட்டான். அவர்கள் இந்தியாவுக்கு வருவதை அமெரிக்காவிலும் கனடாவிலும் பல பத்திரிகைகள் எழுதின. பெனாங்கில் அவர்கள் வந்த கப்பல்கள் நிறுத்தப்பட்டன. எம்டன் என்ற போர்க் கப்பல் இந்தியப் பகுதிகளில் உலவித் தாக்குதல் நடத்தி வருவதால் அதன் ஆபத்து நீங்கும்வரை கப்பல்களை அனுப்பவில்லை. பயணிகளை இந்திய அரசின் வேண்டுகோளின்படி வெளியிலும் விடவில்லை.

ஹாங்காக் கவர்னர், டோக்கியோவில் இருந்த பிரிட்டிஷ் தூதுவர், ஷாங்கை, பெனாங், சிங்கப்பூர், ரங்கூனில் இருந்த ஆங்கில அதிகாரிகள் ஆகியோருக்கு இந்திய அரசு அறிக்கை அனுப்பி, கப்பலில் வரும் இந்தியர்களை ஊருக்குள் அனுப்பவேண்டாம் என்று அறிவுறுத்தினார்கள். 1914 செப்டெம்பர் 5ந்தேதி வெளியிட்ட அரசு ஆணையின்படி இந்தியாவுக்குள் வரும் எந்த இந்தியரையும், விசாரிக்கவோ, கைது செய்யவோ, நிறுத்திவைக்கவோ, அல்லது தேவைப்பட்ட எந்த நடவடிக்கை எடுக்கவோ முழு அதிகாரம் கொடுக்கப்பட்டது. அரசு அனுப்பிய ஒரு குறிப்பின்படி,

‘அமெரிக்காவிலிருந்தோ கனடாவிலிருந்தோ வரும் எந்த இந்தியனையும், கலைஞராகவோ, மாணவனாகவோ, பணியாளராகவோ வேறு யாராகவோ இருந்தாலும் சந்தேகத்துடனேயே நோக்கப்பட

வேண்டும். அவன் புரட்சியாளனாக இருப்பான் எனக் கருதியே விசாரிக்க வேண்டும். அவன் புரட்சியாளனாக இல்லாவிட்டாலும் புரட்சியாளர்களுக்கு ஆதரவு தெரிவிப்பவனாக இருப்பான் என்றே கருதவேண்டும். இதில் எந்த விதத் தாட்சண்யமும் காட்டக் கூடாது. கப்பல்கள் வருவதற்கு முன்பே ராணுவத்தினரும் போலீஸ்காரர் களும் குவிக்கப்பட்டனர். பஞ்சாபியரை ரயில் மூலம் பஞ்சாப்புக்கு அனுப்பிவைத்தனர். அங்கே போலீஸ் இன்ஸ்பெக்டர் ஜெனரல் அவர்களைக் கைது செய்யவேண்டாம் என்று சொன்னபோதும் கூட கவர்னர் ஓ டியர் அமெரிக்காவிலிருந்தும், கனடாவிலிருந்தும் தூர கிழக்குப் பிரதேசங்களிலிருந்தும் வரும் எல்லோரையும் கைது செய்து மாண்கோமரி, மற்றும் முல்தான் சிறைகளில் தள்ளும்படி உத்தரவு கொடுத்தார். அதை அதிகாரிகள் அப்படியே பின்பற்றினர். எனவே புரட்சியாளர்கள் ஏதும் செய்யக் கூடவில்லை. இந்தக் கெடுபிடிக்கெல்லாம் தப்பி வந்த ஒரு சிலர் புரட்சி செய்தனர், அவர்கள் சிறைபிடிக்கப்பட்டுத் தூக்கிலிடப்பட்டனர்.

சந்தேகத்துக்கு அப்பாற்பட்டவர்கள் அவர்களுடைய கிராமங் களுக்கு அனுப்பப்பட்டுக் கிராமங்களை விட்டு வெளியேறக் கூடாது என்று சொல்லப்பட்டனர்.

ஹர்தயாளை அமெரிக்காவில் கைது செய்தனர். அங்கிருந்து அவர் ஜெனிவாவுக்குச் சென்று வாழ்ந்தார். என்றாலும் அவரைத் தொடர்ந்து பணியாற்ற அவர் ஆள்களைத் தயார் செய்து வைத்திருந்தார்.

மதராஸைத் தாக்கிய எம்டன்

முதல் உலக மகாயுத்தம் சமயத்தில் சென்னை தாக்கப்பட்டது. தாக்கியது எம்டன் என்னும் கப்பல். அந்தக் கப்பலின் கேப்டன் கார்ல் வோன் முயூல்லெர் என்பவர். அவருக்குத் துணையாக இருந்தவர் ஒரு தமிழர். அவர் பெயர் செண்பகராமன் பிள்ளை.

செண்பகராமன் பிள்ளைக்கு ஹிட்லருடன் தொடர்பிருந்தது, ஜெர்மனியில் இந்தியர்களைக் கொண்டு ஒரு படை திரட்டி யிருந்தார். முதன் முதலில் ‘ஜெய்ஹிந்த்’ என்னும் சொல்லைப் பயன் படுத்தியவர் அவரே. எனவே அவர் ‘ஜெய்ஹிந்த் செண்பகராமன்’ என்றே குறிக்கப்பட்டார். அவரிடமிருந்து நேதாஜி பின்னர் அச்சொற்றொடரை எடுத்துக்கொண்டார்.

1914ம் வருடம் செப்டெம்பர் மாதம் 22ந்தேதி. எஸ்.எம்.எஸ். எம்டன் என்னும் ஜெர்மன் கப்பல் சென்னைத் துறைமுகத்தை அணுகியது. அப்பொழுது பிரிட்டிஷ் கப்பற்படை வீரர்களும் ராணுவ வீரர்களும் இரவுக் கேளிக்கைகளில் ஈடுபட்டு ஆடிப் பாடி மகிழ்ந்திருந்தனர்.

இரவு 9-30 மணிக்கு மிகச் சமீபத்திலே திடீரென்று குண்டு ஓசை கேட்டது. கடற்கரையை ஒட்டியிருந்த பர்மா ஷெல் ஆயில் நிறுவனத்தின் எண்ணெய்க் கிடங்குகள் பற்றி எரிந்தன. என்ன நடக்கிறது என்பது தெரிய வருவதற்கு முன்பே அங்கிருந்த ஒரு சிறிய கப்பல் தீப்பற்றியது. 26 பேர் காயமுற்றனர் அவர்களில் ஐந்துபேர் இறந்தனர். மற்றபடி சென்னைக்கு வேறு பெருத்த சேதம் ஏற்படவில்லை. ஆனால் அது ஆங்கிலேயர் உள்ளத்திலே கிலியை ஏற்படுத்தியது. சென்னைக் கடற்கரையிலிருந்த கடற்படை வீரர்கள் சுதாரித்துக்கொண்டு எம்டனை நோக்கிச் சுடத் தொடங்கிய பொழுது எம்டன் தப்பித்து வெகு தூரம் சென்றுவிட்டது. அரைமணி நேரம் தான் குண்டுப் பொழிவு நிகழ்ந்தது. எம்டன் பின்னர் சிலோனை நோக்கிச் சென்றது. எத்தனையோ பிரிட்டிஷ் கப்பல்கள் முயன்றும் எம்டனை ஏதும் செய்யமுடியவில்லை. சாமர்த்தியமாகத் தப்பிச் செல்வதற்கு எம்டன் கப்பலுக்கு ஈடிணை இல்லை. எங்கிருந்து வரும் எப்படிப் போகும் என்று சொல்ல இயலாதபடி இயங்கியது. அதனால்தான் இன்றும் மிகவும் சாமர்த்தியசாலியான ஒருவனைப் பற்றிக் குறிப்பிடும்போது,'அவன் பலே எம்டன்' என்கிறார்கள்.

எம்டன் அதிகமாகச் சேதம் விளைக்கவில்லை. ஆனால் சென்னை யில் இருந்த ஆங்கிலேயர் அரண்டு போயினர். ஆங்கில நிர்வாகம் இந்தியர்களைப் பற்றிக் கவலைப்படவில்லை. ஆங்கிலேயர்களை மிகப் பத்திரமான இடங்களுக்கு அப்புறப்படுத்தியது.

இந்தியா சுதந்திரம் அடைவதற்கு முன்னமேயே செண்பகராமன் பிள்ளை ஆப்கானிஸ்தானில் ஒரு சுதந்திர அரசை நிர்மாணித்துப் பிரதம மந்திரியாக இயங்கினார். அதன் ஜனாதிபதியாக இருந்தவர் காபூலைச் சேர்ந்த ராஜா மஹேந்த்ர ப்ரதாப் சிங்.

எம்டன் சென்னையிலிருந்து கிளம்பி பல இடங்களில் பல கப்பல்களை வீழ்த்திவிட்டு ஆஸ்திரேலியாவிலும் சென்று குண்டு மழைபொழிந்தது. ஆஸ்திரேலியன் போர்க்கப்பல் HAMS SYDNEY 11-1-1914 அன்று எம்டன் கப்பலை மூழ்கடித்தது என்று சொல்லப் படுகிறது. அதில் இருந்தவர்கள் சாமர்த்தியமாகத் தப்பிச்சென்று பல வீரதீரச் செயல்களுக்குப் பிறகு தப்பிப் பிழைத்த மாலுமிகள் இஸ்தான்புல்லுக்குச் சென்றுவிட்டதாகச் சொல்லப்படுகிறது.

கத்தார் இயக்கத்தில் இந்தியாவுக்கு வந்தவர்கள் சிலரில் ஆங்கி லேயன் கண்களில் மண்ணைத்தூவி இந்தியாவுக்குள் புகுந்திருந் தனர். அவர்களுள் ஒருவன் கர்த்தார் சிங் சரபா! பெரும் வீரன்! வீராதி வீரன்!

65

கர்த்தார் சிங் சரபா

'தாத்தா! என்னை மற்றவர்கள் நினைத்துக் கொண்டிருக்கவேண்டும் என்பதற்காக நான் தாய்நாட்டுச் சேவை செய்யவில்லை. நம்முடைய வீட்டில் இரண்டு பேர் நோய்வாய்ப்பட்டு அதில் அவதிப்பட்டு இறந்தார்கள். என்றைக்கேனும் சாவது நிச்சயம். நானும் பின்னாளில் நோயில் விழுந்து அவதிப்பட்டுச் சாகவேண்டுமா தாத்தா. இப்பொழுதே செத்துவிடுவது அதைவிட நல்லதில்லையா தாத்தா!' என்றான் கர்த்தார் சிங் சரபா! தாத்தாவால் பதில் சொல்லக் கூடவில்லை.

அமெரிக்காவில் வேலை பார்த்துவந்த அவனுக்குத் தாய்நாட்டுச் சேவை செய்யவேண்டும் என்ற எண்ணம் எப்படி வந்தது?

கர்த்தார் சிங் 1912ம் ஆண்டு சான்பிரான்ஸிஸ்கோவில் இருந்த விமானங்கள் தயாரிக்கும் நிறுவனத்தில் வேலை பார்த்து வந்தான். ஒருநாள் ஒரு வெள்ளை அதிகாரி அவனைப் பார்த்து,

'ஏய்! கறுப்பா, இங்கே வா,' என்று அழைத்தான்.

'என் பெயர் கர்த்தார் சிங். என் பெயரைச்சொல்லிக் கூப்பிடுங்கள்,' என்றான் கர்த்தார்.

'அடிமை நாட்டில் இருந்து வந்திருக்கும் உனக்கு இவ்வளவு வாய்க் கொழுப்பா?' என்று கேட்டான் அந்த வெள்ளையன்.

'உங்கள் நாடும் அடிமையிலிருந்துதானே விடுபட்டது?' என்றான் கர்த்தார். அங்கே வேலைபார்த்த சாதாரண வெள்ளைத் தோல்காரன்

கூட இந்தியர்களைக் கேவலமாக நடத்தினான். 'இதற்குக் காரணம் என் தாய் நாடு அடிமையாய் இருப்பதுதானே?' என்று நினைத்தான் கர்த்தார். அமெரிக்காவிலேயே ஒரு புரட்சி அமைப்பை ஏற்படுத்தி னார்கள். லாலா ஹர்தயாள் சிங், 'கத்தார்' என்ற பெயரில் ஒரு புரட்சிப் பத்திரிகை நடத்தி வந்தார். பாரதியார் கூட அந்தப் புரட்சிப் பத்திரிகையின் வாசகராக இருந்தார் என அறிகிறோம். ஹர்தயாள் சிங்கோடு இணைந்து கத்தார் பத்திரிகையின் பஞ்சாபி இதழை கர்த்தார் நடத்தினான். பிறகு இந்தியாவுக்கு வந்தான். அங்கே எந்தப் புரட்சி இயக்கம் நடந்தாலும் அதில் ஒருவனாக கர்த்தார் இருந்தான். அவனுக்கு அப்பொழுது வயது 19 தான்.

புரட்சிக்காரர்கள் தங்களது புரட்சி இயக்கத்துக்குப் பணம் திரட்டு வதற்காக வெள்ளையர்களை ஆதரித்துவந்த இந்தியப் பணக்காரர் கள் வீட்டிலே கொள்ளையடிப்பதென்று திட்டம் போட்டார்கள். அப்படி ஒரு பணக்காரர் வீட்டில் கொள்ளையடிக்கக் கர்த்தாரும் அவனது நண்பர்களும் சென்றார்கள். அந்த வீட்டில் ஓர் அழகான இளம் பெண் இருந்தாள். கர்த்தாருடன் வந்தவன் அவளது கையைப் பிடித்து இழுத்தான். இதைப் பார்த்தான் கர்த்தார். அவன் நேரே சென்று அந்த நண்பனுடைய நெற்றிப்பொட்டில் துப்பாக்கியை வைத்து, 'என் தாய் நாட்டைச் சேர்ந்த ஒரு பெண் மானபங்கப் படுவதை என்னால் பார்த்துக்கொண்டிருக்க முடியாது. அவளது கையை விட்டு அவள் காலில் விழுந்து மன்னிப்புக் கேள். இல்லை யென்றால் உன்னை இங்கேயே சுட்டுக்கொன்றுவிடுவேன்,' என்றான். அந்த இளைஞன் அவள் காலில் விழுந்து மன்னிப்புக் கேட்டான்.

புரட்சித் தலைவர்களெல்லாம் ஒன்று சேர்ந்து 21-2-1915 அன்று எல்லோரும் வெவ்வேறு இடங்களில் ஒரே சமயத்தில் புரட்சியில் எழுவது என்று தீர்மானித்தார்கள். அவர்கள் கூட்டத்தில் கிருபால் சிங் என்றொருவன் இருந்தான். அவன் இவர்களின் திட்டத்தை ஆங்கிலேயர்களிடம் போட்டுக் கொடுத்துவிட்டான். ஆங்கில அரசு அவர்களைக் கைது செய்தது. இந்த வழக்கு அந்த நாளில் 'முதல் லாகூர் சதி வழக்கு' என்று பிரபலமானது. நீதிமன்றத்தில் நீதிபதி கர்த்தாரைப் பார்த்து, 'நீ பயங்கரக் குற்றவாளி. உனக்கு என்ன தண்டனை கிடைக்கும் தெரியுமா?' என்று கேட்டார்

'நன்றாகத் தெரியும். குறைந்தபட்சம் காலாபாணி (ஆயுள்தண்டனை). அதிகபட்சம் தூக்குத் தண்டனை கொடுக்கப்போகிறீர்கள். அவ்வளவு தானே! ஆனால் ஐயா ஒரு வேண்டுகோள்,' என்றான் கர்த்தார்.

'என்ன?'

‘ஐயா, தயவு செய்து மரண தண்டனையே கொடுங்கள். வெகு சீக்கிரத்திலேயே நான் மீண்டும் பிறந்து சுதந்திரத்திற்காகப் பாடுபடுவேன். எனது இந்திய தேசம் சுதந்திரம் அடையும்வரை நான் எத்தனை முறை பிறந்து சாவதற்கும் தயார்,’ என்றான் கர்த்தார்.

நீதிபதி தீர்ப்புச் சொல்லும்போது, ‘இவன் பயங்கரமானவன். இவனுக்குத் தூக்குத்தண்டனை அளிக்கிறேன்,’ என்றார்.

‘ரொம்ப நன்றி அய்யா’ என்று சிரித்துக்கொண்டே சொன்னான் கர்த்தார்.

அவனுடைய நண்பர்களிடம் கர்த்தார் தனது கடைசி விருப்பமாக ஒன்று சொன்னான்: ‘எனக்கு மரண தண்டனை நிறைவேற்றப்பட்ட பிறகு என்னைப்பற்றிக் குறிப்பிடும்போது பாகி கர்த்தார் சிங் என்றே சொல்ல வேண்டும் என்றான். பாகி (Baghi) என்றால் புரட்சி வீரன் என்று பொருள். பின்னாளில் கர்த்தார் சிங்கைத் தனது குரு என்று சொன்னான் பகத் சிங்.

பாய் பால்முகுந்த்

ராஸ் பிஹாரி போஸ் என்னும் புரட்சிக்காரர் ஒருவர் (பின்னாளில் ஐ.என்.ஏ.வைத் தொடங்கியவர்) 1910 வாக்கில் ஒரு புரட்சி அமைப்பை ஏற்படுத்தியிருந்தார். அதில் பல இளைஞர்கள் உறுப்பினர்களாக இருந்தனர். வைஸ்ராய் லார்ட் சார்லஸ் ஹார்டிங், பிரிட்டிஷ் அரசர் ஐந்தாம் ஜார்ஜின் வருகையை ஒட்டி டெல்லியில் மிகக் கோலாகலமாக தர்பார் நடத்தினார். அதற்காக கல்கத்தாவிலிருந்து தலைநகரை டெல்லிக்கு மாற்றினார்கள். அப்பொழுது டெல்லியில் யானையின் மேல் வைஸ்ராயும் அவரது மனைவியும் அமர்ந்து ஊர்வலமாகச் செல்ல ஏற்பாடாகியிருந்தது.

ராஸ் பிஹாரி போஸ், பாய் பால் முகந்த், அமீர் சந்த் மூவரும் அன்று வைஸ்ராயின் மேல் குண்டு வீசுவது என்று தீர்மானித்திருந்தார்கள். 23-12-1912 அன்று டெல்லி சாந்தினி சௌக்கிலிருந்து ஊர்வலம் புறப்பட்டது. லார்ட் ஹார்டிங்கும் அவரது மனைவியும் ஒரு யானை மேல் அமர்ந்திருந்தனர். அந்த ஊர்வலத்தில் பல ராஜாக்களும், மகாராஜாக்களும் கலந்துகொண்டனர். திடீரெனக் குண்டு வெடித்தது. வைஸ்ராயின் பாதுகாவலர் இறந்தார். வைஸ்ராய் தப்பிப் பிழைத்தார். குண்டு வைத்த மூவரும் தப்பி ஓடிவிட்டார்கள். போலீஸ் வலைவீசித் தேடியது.

சில மாதங்கள் கழித்து 17-5-1913 அன்று லாகூரில், லாரென்ஸ் கார்டனில் நடந்த விழாவில் பல ஆங்கில அதிகாரிகள் வீற்றிருந்

தனர். அங்கேயும் குண்டு வெடித்ததில் அவர்கள் அதிர்ச்சிக்குள்ளானார்கள். தீனா நாத் என்பவனைப் போலீஸ் கைது செய்தது. அவன் உண்மையைச் சொல்லி விட்டான். ராஸ் பிஹாரி போஸ் இந்தியாவிலேயே இல்லை. பாய் முகுந்த், அமர் சந்த், லாலா ஹனுமந்த் சஹாய், அவத் பெஹாரி, மற்றும் வசந்த் குமார் பிஸ்வாஸ் ஆகியோர் மீது வழக்குத் தொடுக்கப்பட்டது. அந்த வழக்கிற்கு 'டெல்லிச் சதி வழக்கு' என்று பெயர். பாய் முகுந்திற்கு ஒரு வருடத்திற்கு முன்புதான் திருமணமாகியிருந்தது.

5-10-1914 அன்று லாலா அனுமந்த் சஹாய்க்கு ஆயுள் தண்டனை கொடுத்து அந்தமானுக்கு அனுப்பினார்கள். மற்ற நால்வருக்கும் தூக்குத் தண்டனை. பால் முகுந்த் சிரித்துக்கொண்டே சொன்னான்: 'என்னுடைய மூதாதையர் முட்டி ராம் தேசத்திற்காக உயிரை விட்டார். அவர் வழியில் நானும் தியாகம் செய்ய வாய்ப்புக் கிடைத்ததற்காக மகிழ்கிறேன்.'

பாவம், அவனுடைய மனைவி. கணவன் சிறைச்சாலையில் இருக்கும்பொழுது, வீட்டில் தரையில் படுத்துத் தூங்கி எளிய வாழ்க்கை நடத்தினாள். அவனைத் தூக்கிலிட்டபின் பெரும் பகுதி நேரம் தியானத்திலேயே கழித்து உயிரைவிட்டாள்.

66

இந்தியாவுக்குத் திரும்பிய காந்தி

மோகன்தாஸ் கரம்சந்த் காந்தி தென்னாப்பிரிக்காவில் செய்த புரட்சி மகத்தானது. பின்னாளில் பிரிட்டிஷ் வெள்ளையரை கிடுகிடுக்க வைத்த சத்தியாக்கிரகத்துக்கு அங்கேதான் வித்திடப் பட்டது. அந்த சத்தியாக்கிரக போராட்டத்தில் தமிழர்களின் திட மனத்தையும் தியாகத்தையும் கண்டு பெரிதும் வியந்தார் காந்தி. தமிழகத்தைச் சேர்ந்த வள்ளியம்மையின் தியாகம் அவர் நினைவில் நீங்காமல் நின்றது. தென்னாப்பிரிக்க இந்தியர் துயர் துடைக்கத் தமிழகத்தில் நிதி திரட்டிக் கொடுக்கப்பட்டது. எனவே காந்திஜியின் மனத்தில் தமிழகம் ஒரு தனி இடத்தைப் பிடித்தது.

காந்திஜியின் முழுப்பெயர் தெரியாமலேயே, தென்னாப்பிரிக்கா வில் அவர் செய்த புரட்சியைக் கேள்வியுற்று மகாகவி பாரதி 1909ம் ஆண்டிலேயே காங்கிரஸுக்குக் காந்திஜி தலைமை தாங்கவேண்டும் என்று இந்தியா பத்திரிகையில் எழுதினார். அப்படிப் புகழ் பெற்ற காந்திஜி தென்னாப்பிரிக்காவில் தன் பணிகளை முடித்துக்கொண்டு இந்தியா திரும்பினார். அவர் இந்தியாவுக்குக் கிளம்புகிறார் என்று கேள்விப்பட்டதுமே தென்னாப்பிரிக்க ஆட்சியாளர்கள் நிம்மதிப் பெருமூச்சு விட்டனர். ஒரு உத்தமரைப் பிரிகிறோமே என்று தென்னாப்பிரிக்க இந்தியர்களும், அவரது நண்பர்களான வெள்ளையர் களும் கண்ணீர் வடித்தனர். தென்னாப்பிரிக்கச் சர்வாதிகாரி ஜெனரல் ஸ்மட்ஸ் ‘அப்பாடா ஒருவழியாக அந்தச் சன்னியாசி ஒழிந்தார். இனி திரும்பி வரமாட்டார் என நினைக்கிறேன்,’ என்றாராம்.

தென்னாப்பிரிக்க இந்தியர்களின் போராட்டத்தை இந்தியச் சமூகத்தின் கவனத்துக்குக் கொண்டுவர காந்தி முயன்றபோது, அதற்கு பெரும் ஆதரவாக இருந்தவர் கோபால கிருஷ்ண கோகலே. அப்போதிலிருந்தே கோகலேக்கும் காந்திக்குமிடையே நல்ல நட்புறவு இருந்தது. கோகலேயைத் தனது வழிகாட்டியாகவே மதித்தார் காந்தி.

காந்தியின் தென்னாப்பிரிக்க தேவை நிறைவுற்று அவர் இந்தியாவுக்குத் திரும்ப முனைந்தபோது கோபால கிருஷ்ண கோகலேயின் வேண்டுகோளின்படி தென்னாப்பிரிக்காவிலிருந்து இந்தியாவுக்குச் செல்லும் வழியில் லண்டன் வந்தார் காந்திஜி. கோகலேயின் உடல்நிலை சரியில்லாத காரணத்தால் அவர் பாரீஸில் தங்கிவிட்டார். லண்டனுக்கும் பாரீசுக்கும் இடையில் தொலைத்தொடர்பு கிட்டாத காரணத்தால் காந்தியால கோகலேயைத் தொடர்பு கொள்ள இயலவில்லை. எனவே லண்டனிலேயே அவருடைய நண்பருடன் தங்கிவிட்டார். அப்பொழுது முதல் உலக மகாயுத்தம் தொடங்கிய காரணத்தால் லண்டனில் எங்கெங்கும் போருக்கான உதவிகள் செய்வதற்காக மக்கள் முனைந்திருப்பதைக் கண்டார். இந்த நிலையில் பிரிட்டிஷ் அரசுக்கு உதவுவது தமது கடமை என உணர்ந்தார். அப்படிச் செய்வது தவறு என அவரது நண்பர்கள் சொன்னபோதும் காந்தி கேட்கவில்லை. போர் ஆயத்தங்களுக்கு முதலுதவிப் பயிற்சியில் வேண்டிய ஏற்பாடுகளைக் கவனிக்கிற லார்ட் க்ரூ என்பவருக்குக் கடிதம் எழுதி தனது நண்பர்களுடன் முதலுதவிப் பயிற்சியில் சேர்ந்தார். ஆறுமாதங்கள் பயிற்சி. அதன் பிறகு அவர் இந்தியாவுக்குக் கிளம்பினார்.

கவர்னரைச் சந்தித்தார் காந்திஜி

காந்தி பம்பாய்க்கு வந்ததும் அவருக்கு மக்கள் வரவேற்புக் கொடுத்தனர். குஜராத்தி சபாவில் வரவேற்பு அளிக்கப்பட்டது. அங்கு பலர் ஆங்கிலத்தில் பேசினார்கள். காந்திஜி சற்றும் தயக்கமில்லாமல் குஜராத்தியர் மட்டும் உள்ள இடத்தில் ஏன் ஆங்கிலத்தில் பேச வேண்டும் என்று கேட்டு அவர் குஜராத்தியில் பேசினார். பிறகு கோகலேயைச் சந்திக்கச் சென்றார். அப்பொழுது பம்பாயில் கவர்னராக இருந்தவர் சர் வெல்லிங்டன். அவர் காந்திஜியின் தென்னாப்பிரிக்கச் செயல்பாடுகளை நன்கு அறிந்தவர் என்பதால் காந்திஜியைச் சந்திக்க விழைந்தார். கோகலே சொன்னதன் பேரில் காந்திஜி கவர்னரைச் சந்திக்கச் சென்றார்.

'மிஸ்டர் காந்தி, உங்களைச் சந்தித்ததில் மிகவும் மகிழ்ச்சி,' என்றார் கவர்னர்.

'எனக்கும் உங்களைச் சந்தித்ததில் மெத்த மகிழ்ச்சி,' என்றார் காந்தி.

‘உங்களிடம் ஒரு வேண்டுகோள், அரசு தொடர்பாக நீங்கள் ஏதாவது நடவடிக்கை எடுத்தால் நடவடிக்கை எடுப்பதற்கு முன் நீங்கள் என்னை வந்து சந்திக்க வேண்டும்,’ என்றார் கவர்னர்.

‘இந்த உறுதிமொழியை அளிப்பதில் எனக்கு எந்தச் சிரமுமில்லை. ஒரு சத்தியாக்கிரகி என்ற முறையில் நான் யாரிடம் மோதுகிறேனோ அவருடைய கருத்தைத் தெரிந்துகொள்ளாமல் எப்பொழுதும் நடவடிக்கையில் இறங்குவதில்லை. இதை ஒரு விதியாகவே கடைப் பிடிக்கிறேன். எவ்வளவு தூரம் முடியுமோ அவ்வளவு தூரம் உங்களுடன் ஒத்துப்போகவே விரும்புகிறேன். இந்த விதியை தென்னாப்பிரிக்காவில் கடைப்பிடித்தேன். இங்கேயும் கடைப்பிடிப்பேன்.’

‘உங்களுக்கு மெத்த நன்றி. உங்களுக்கு எப்பொழுதெல்லாம் விருப்பமோ அப்பொழுதெல்லாம் என்னை வந்து சந்திக்கலாம். என்னுடைய அரசு வேண்டுமென்றே எந்தத் தவற்றையும் செய்யாது,’ என்றார் கவர்னர்.

‘இந்த நம்பிக்கைதான் என்னைத் தொடர்ந்து செயல்பட வைக்கிறது,’ என்றார் காந்திஜி.

கோகலேயுடன் சந்திப்பு

பூனாவில் கோகலே அவரைத் தன்னுடன் தங்க வைத்துக் கொண்டார். அங்கிருந்த செயலரிடம் காந்திஜியின் பெயரால் ஒரு கணக்குத் தொடங்கச் சொன்னார். பொதுக்காரியங்களுக்காகக் காந்திஜி செய்யும் செலவுகள் சொசைட்டியால் ஏற்றுக்கொள்ளப் படும் என்றார். காந்திஜியை அவரது ‘சேர்வெண்ட்ஸ் ஆஃப் இண்டியா’ சொசைட்டியில் அங்கத்தினராகச் சேர்க்க விரும்பினார். ஆனால் அதன் நிர்வாகிகளில் ஒரு பகுதியினர் கொள்கையளவில் காந்திக்கும் சொசைட்டிக்கும் வேறுபாடு இருப்பதால் அவரைச் சேர்க்கக்கூடாது என்றனர். குஜராத்தில் ஓர் ஆசிரமம் தென்னாப் பிரிக்கப் பீனிக்ஸ் ஆசிரமம் போலவே தொடங்கப்போவதாகக் காந்திஜி சொன்னபோது அதன் செலவு முழுதும் தன்னைச் சேர்ந்தது என்றார் கோகலே. அதுமட்டுமன்றி ஒரு வருடம் இந்தியா முழுதும் சுற்றுப்பயணம் செய்து வரும்படியும் காந்திஜியிடம் சொன்னார். அப்போது கோகலே நோய்வாய்ப்பட்டிருந்தார்.

முதல் வெற்றி

ஏதாவது பிரச்னை என்றால் தன்னை வந்து சந்திக்கும் படி கவர்னர் கூறினாரல்லவா? அதன்படி காந்திஜி, கவர்னரைச் சந்திக்க வேண்டிய சூழ்நிலை தொடக்கத்திலேயே வந்தது.

காந்திஜி குஜராத்துக்குச் சென்றார். மூன்றாவது வகுப்புப் பயணி சாதாரணமாக எந்த உடையில் செல்வாரோ அந்த மாதிரி உடையில் மூன்றாவது வகுப்பில் பயணம் செய்தார். வாத்வான் என்னுமிடத்தில் பிளேக் நோய் பரவியிருந்ததால் எல்லா மூன்றாவது வகுப்புப் பயணி களையும் மருத்துவ சோதனை செய்த பிறகே அனுமதித்தனர். காந்திஜிக்குச் சிறிது காய்ச்சல் இருந்ததால் சோதனையாளர் அவரிடம், 'நீங்கள் ராஜ்கோட் சென்றதும் மருத்துவ அதிகாரியைச் சந்திக்கவேண்டும்,' என்றார். மூன்றாவது வகுப்புப் பயணிகளுக்கு மட்டும்தான் அந்தச் சோதனை. மற்றவர்களுக்குக் கிடையாது. ராஜ்கோட்டில் மருத்துவ அதிகாரியைக் காந்திஜி சந்தித்தார். அவர் காந்திஜியைப்பற்றிக் கேள்விப்பட்டிருந்ததால் வருத்தம் தெரிவித் தார். ஆனால் காந்திஜி 'நீங்கள் சோதனையிடுவதில் தவறே இல்லை. ஆனால் அவர்களையும் மனிதர்களாகக் கருதிச் சோதனையிடவேண் டும். அவர்களை ஆடுமாடுகள்போல் நடத்தக்கூடாது. வாத்வானில் மக்கள் அப்படித்தான் நடத்தப்படுகிறார்கள்,' என்றார். பொது மக்கள் காந்திஜியிடம் அதை நிறுத்தப் போராட வேண்டும் என்றார்கள். அவர்களிடம் காந்திஜி சத்தியாக்கிரகத்தைப் பற்றிச் சொன்னார். அதன் பிறகு கவர்னரின் உதவியாளரைச் சந்தித்தார்.

அவர், 'மிஸ்டர் காந்தி, நீங்கள் சத்தியாக்கிரகம் என்ற வார்த்தையைப் பயன்படுத்தியிருக்கக்கூடாது,' என்றார்.

'சத்தியாக்கிரகம் என்பது பயங்கரமான வார்த்தையல்ல. நான் மக்க ளுக்கு அறிவுறுத்தினேன். அவ்வளவே. அது என்னுடைய கடமை. அவர்களுடைய குறைபாடுகளைக் களைந்துகொள்ள உள்ள வழி முறைகள் என்னென்ன என்று அவர்களுக்குத் தெரியவேண்டுமல் லவா? அடிமையிலிருந்து விடுபடவேண்டும் என்று நினைக்கிற ஒரு தேசம் சுதந்திரத்தை நோக்கி எந்தப் பாதையில் செல்ல வேண்டும்; அவற்றின் வழிமுறைகள் என்ன என்பதை அறிய வேண்டுமல்லவா? வழக்கமாக எல்லோரும் வன்முறையைத்தான் கைக்கொள்வார்கள். ஆனால் நான் வன்முறையற்ற வழிமுறையைத்தான் சொல்கிறேன். அதை எப்படி நடைமுறைப்படுத்துவது, அதன் பலம் என்ன, பலவீனம் என்ன என்பதை மக்களுக்குச் சொல்கிறேன். பிரிட்டிஷ் அரசு மிகவும் பலம்பொருந்திய அரசு. சத்தியாக்கிரகம் மிகச்சிறந்த வழி,' என்றார் காந்திஜி.

'பார்க்கலாம்!' என்றார் செயலர்.

அடுத்து கவர்னரைச் சந்தித்து இந்தக் கட்டாய மருத்துவ சோதனை குறித்த விஷயத்தைப் பற்றிச் சொன்னபோது, 'எங்களால் எதுவும் செய்ய முடியாது. இதைப்பற்றி டெல்லிதான் முடிவெடுக்க

வேண்டும்' என்றார் கவர்னர். அடுத்து வாய்ப்பு வந்தபோது காந்திஜி வைஸ்ராய் செம்ஸ்ஃபோர்டு பிரபுவைச் சந்தித்தார். அவர் வியப் போடு 'அப்படியா, எனக்குத் தெரியாதே. நான் விசாரித்துவிட்டு உடனே நடவடிக்கை எடுக்கிறேன்' என்றார். அவர் சொன்னபடியே ஒரு வாரத்தில் சோதனைப் பழக்கம் நிறுத்தப்பட்டது. இது இந்தியா வுக்கு வந்த பிறகு சத்தியாக்கிரகம் என்று செய்யாமலே சத்தியாக் கிரகம் என்ற வார்த்தையைச் சொன்னதற்குக் கிடைத்த முதல்வெற்றி

கோகலே மரணம்

அங்கிருந்து காந்திஜி ரவீந்திரநாத் தாகூரின் சாந்தி நிகேதனுக்குச் சென்றார். அங்கு சென்ற சில நாட்களில் கோபால கிருஷ்ண கோகலே மரணச்செய்தி வந்தது. உடனே புறப்பட்டுப் பூனா சென்றார். கோகலேயின் விருப்பப்படி சேர்வெண்ட்ஸ் ஆஃப் இந்தியா சொசைட்டியில் ஒரு உறுப்பினராகச் சேர விண்ணப்பித்தார். ஆனால் நிர்வாகிகளிடையே அவரை உறுப்பினராகச் சேர்ப்பதில் கருத்து வேறுபாடு இருந்ததால் தனது விண்ணப்பத்தைத் திரும்பப் பெற்றுக் கொண்டார்.

ஒப்பந்தக் கூலி முறை ஒழிந்தது

1894ல் தென்னாப்பிரிக்காவில் இருந்தபோது ஒப்பந்தக்கூலி முறைக்கு எதிர்த்துக் காந்திஜி குரல் கொடுத்தார். காந்திஜி இந்தியாவுக்கு வந்த பிற்பாடு அந்த முறையை முற்றிலுமாக எல்லா குடியேற்றக் காலனி களிலும் ஒழிப்பதற்காகச் சத்தியாக்கிரகத்தைப் பயன்படுத்தலாமா எனச் சிந்தித்தார். மதன் மோகன் மாளவியா, தலைமை ஆளுநரின் நிர்வாக சபையில் ஒப்பந்தக் கூலி முறையை ஒழிப்பதற்காக மார்ச் 1916ல் ஒரு மசோதா கொண்டுவந்தார். ஒப்பந்தக் கூலி முறையை விரைவில் ஒழித்துவிடுவதாக மேன்மை தங்கிய பிரிட்டிஷ் மன்னர் அரசிடமிருந்து தகவல் வந்திருப்பதாக வைஸ்ராய் ஹார்டிங் பிரபு சொன்னார். அந்தப் பதில் காந்திஜியைத் திருப்திப்படுத்தவில்லை. எனவே பத்திரிகைகளில் எழுதினார். பலரைச் சந்தித்து கருத்துக் கேட்டார். பொது மக்களுடைய கருத்து ஒப்பந்தத்தை உடனடியாக ஒழிக்க வேண்டுமென்பதே என அறிந்தார். எனவே அரசிடம் மீண்டும் வேண்டுகோள் வைக்கப்பட்டது. கூடிய விரைவில் என்று சொன்னாலும் உடனடியாக என்று சொன்னாலும் ஒரு நிச்சயமான காலக்கெடு இல்லாமல் அதை தேவைக்கேற்ப மாற்றிக்கொள்ள இயலும் என்பதால் ஜூலை 31ந்தேதிக்குள் ஒழிக்கவேண்டும் என்று வேண்டுகோள் வைக்கப்பட்டது.

மதன் மோகன் மாளவியா மீண்டும் இம்பீரியல் சட்டசபையில் மசோதா கொணர்ந்தார். அதற்கு வைஸ்ராய் செம்ஸ்போர்ட் அனுமதி

மறுத்தார். காந்திஜி வைஸ்ராயைச் சந்தித்தார். காலக்கெடு எதுவும் சொல்லாமல் அதே சமயம் விரைவில் செயல்படுத்தப்படும் என்றார் வைஸ்ராய். பம்பாயிலிருந்து பெண்கள் குழு ஒன்று வைஸ்ராயைச் சந்தித்தது. மேற்கொண்டு போராட்டம் எதுவும் செய்ய அவசியமில் லாமல் ஒப்பந்தக்கூலி முறை 1917 ஜூலை 31ந்தேதி ஒழிக்கப்பட்ட தாக அறிவிக்கப்பட்டது. ஒப்பந்தக்கூலி முறையில் தென்னாப்பிரிக் காவிலும், பிஜித்தீவிலும், இந்தியாவிலும் அல்லல்பட்டுக் கொண்டிருந்தவர்களுக்கு, குறிப்பாகத் தமிழர்களுக்கு ஒப்பந்தக் கூலி ஒழிப்புப் பெரும் வரப்பிரசாதமாக அமைந்தது. அவரது உள்ளங்கள் காந்திஜியை வாழ்த்தின!

சென்னையில் காந்திஜி

காந்தியடிகள் 17-4-1916 அன்று தனது மனைவியுடன் சென்னைக்கு வந்தார். தென்னாப்பிரிக்காவில் உயிர்த்தியாகம் செய்த வள்ளியம்மை யின் ஊராகிய தில்லையாடிக்குச் சென்றார். மிதவாதத் தலைவர்கள் பலர் போட்டி போட்டுக்கொண்டு அவர்களை வரவேற்றனர். தங்கள் இல்லங்களில் வந்து தங்க வேண்டினர். எந்தக் கைமாறும் கருதாது தென்னாப்பிரிக்காவில் போராடிய தமிழர்கள் நாகப்பன், நாராயண சாமி, வள்ளியம்மாள் ஆகியோரின் தியாகம்தான் தமக்குப் போராடும் உணர்வைத் தூண்டியது என்றார் காந்திஜி.

67

ஹோம் ரூல் இயக்கம்

1907ல் ஏற்பட்ட சூரத் பிரிவினைக்குப்பிறகு அரசின் ஆதரவு மிதவாதிகளுக்குக் கிடைத்தது. ஆனால் தீவிரவாதிகளை அடக்கு வதில் அரசு தீவிரம் காட்டியது. மிதவாதிகள் பேசினார்கள், பேசி னார்கள் பேசிக்கொண்டே இருந்தார்கள். பேசாத நேரத்தில் அரசுக்கு மனுக்கள் எழுதினார்கள் எழுதினார்கள் எழுதிக்கொண்டே இருந்தார்கள். காங்கிரஸ் அவர்கள் கைவசமிருந்தது.

இரண்டு பிரிவுகளும் பிரிந்து செயல்பட்டது ஆங்கில அரசுக்கு மிகவும் சாதகமாக இருந்தது. பட்டங்களையும் பதவிகளையும் மிதவாதிகளுக்கு அள்ளித் தெளித்தார்கள். அதனால் அவர்கள் ஆளும் அரசின் அடிவருடிகளானார்கள். தீவிரவாதிகள் எது செய்தாலும் அது அரசாங்க விரோதமாகக் கருதப்பட்டது. அவர்கள் நடத்திய பத்திரிகைகள் தடைசெய்யப்பட்டன. அவர்களின் கருத்துச் சுதந்திரமும் பேச்சுச் சுதந்திரமும் பறிக்கப்பட்டன அவர்களை ஒரு வெறித்தனமான கண்ணோட்டத்தோடே அரசு பார்த்தது. இந்நிலை யில் அரசுக்குச் சாதகமாக அமைந்தது இன்னொரு பிரிவு. அது, இந்துக்களுக்கும் முஸ்லிம்களுக்கும் இடையே இருந்த மதரீதியான பிரிவு.

இந்தியர்களுக்குள் இருந்த இந்த மதரீதியான பிளவையும் ஆங்கிலேயர்கள் தமக்குச் சாதகமாக்கிக் கொண்டார்கள். அது அவ்வளவு எளிதானதாக இல்லை. காலம் காலமாக அண்டை வீட்டுக்காரர்களாக வாழ்ந்தவர்களை அவ்வளவு எளிதாகப் பகைவர்களாக மாற்ற இயலவில்லை. அடி மேல் அடிவிழுந்தால்

அம்மியும் நகருந்தானே! அந்த வேலையைத்தான் ஆங்கிலேயர் செய்து வந்தனர். காங்கிரஸின் தொடக்க காலத்திலிருந்தே ஊக்க சக்தியாக விளங்கிவந்த பெரியவர்கள் பலர் முதுமையினாலும் நோயினாலும் மறைந்தனர். அநேகமாகச் செயலற்ற நிலையில் இருந்தது காங்கிரஸ். இந்த நிலையில் யாராவது அதற்குப் புத்துயிர் கொடுக்க வரமாட்டார்களா என எண்ணியிருந்த நிலையில் ஒருவர் வந்தார். வந்தவர் ஓர் அம்மையார். இந்திய மண்ணில் பிறந்து வளர்ந்தவர் அல்லர். ஆனால் வரும்போதே இந்தியராகத் தன்னை ஆக்கிக்கொண்டு வந்தவர். அவர் அன்னி பெசண்ட் அம்மையார். அயர்லாந்தைச் சேர்ந்த பெண்மணி. இந்திய ஆன்மீகத்திலே நாட்டங்கொண்டவர். சென்னையிலே தியாசாபிகல் சொஸைட்டி என்னும் நிறுவனத்தை உருவாக்கி வளர்த்து வந்தவர். தளராத இந்திய தேசபக்தி கொண்டவர். பேச்சாற்றலும் எழுத்தாற்றலும் மிக்கவர். முடங்கிக் கிடந்த காங்கிரஸை எழுந்து நிற்கச் செய்வதிலே இடையறா முயற்சி எடுத்தவர்.

இணைந்தால் எழலாம் இல்லையேல் விழலாம்

அன்னி பெசண்ட் மிதவாதிகளைச் சந்தித்தார். முஸ்லிம் லீகைச் சேர்ந்தவர்களோடு தொடர்பு கொண்டார். திலகரைத் தலைமை கொண்ட தீவிரவாதிகளோடு தொடர்பு கொண்டார். அவர்கள் எல்லோரும் ஒன்றிணைய வேண்டும் என்று வேண்டினார். இணைந் தால் எழலாம், இல்லையேல் விழலாம் என்றார். இனி விழுவதற்கு என்ன இருக்கிறது, எழத்தான் வேண்டும். எழுந்திருங்கள் என்றார். முதலில் அவரது முயற்சிக்கு முட்டுக்கடை போட்டவர் பலர். எங்களுக்கே இல்லாத அக்கறை இவருக்கு எதற்கு என எண்ணியவர் பலபேர். இதுவும் வெள்ளைக்காரர்களின் சூழ்ச்சியோ என சந்தேகித்தவர்கள் பலபேர். ஒதுங்கி நின்றவர் பலர், நெருங்கி வந்தவர் பலர். அன்னி பெசண்ட் பேசத் தொடங்கி அதைக் கேட்டு விட்டால் போதும். அவரது இயக்கத்தில் சேர்ந்துவிடுவர். அவ்வளவு பேராற்றல் அவரது பேச்சுக்கு இருந்தது.

முதல் உலக மகாயுத்தம் நடைபெற்றுக்கொண்டிருந்தபோது காங்கிரஸ் மகா சபை தீவிரவாதிகளும் மிதவாதிகளும் ஒருங்கி ணைந்தாலொழிய உருப்படியான செயல்பாடுகள் எதுவும் நிகழாது என்று அன்னி பெசண்ட் நினைத்தார். மிதவாதிகளோ ஒருங்கி ணைப்புக்கு கடும் எதிர்ப்புத் தெரிவித்து வந்தார்கள். இந்த நிலையில் உலக முதல் மகாயுத்தம் தொடங்குவதற்கான அறிகுறிகள் தென் பட்டன. இந்தத் தருணத்தைக் கைவிட்டால் இந்தியர்கள் விழைவதைக் கேட்டு வாங்க முடியாது என்று அன்னி பெசண்ட் நினைத்தார். அதனாலே இன்னொரு அமைப்பைத் தொடங்கினால்

அதன் மூலம் தீவிரவாதிகளும் மிதவாதிகளும் சேர்ந்து செயலாற்ற முடியும் என எண்ணினார். காந்திஜி இந்திய அரசியலில் வந்து செயல்படத் தொடங்கிய சமயம் அது. அன்னி பெசண்ட் 'நியூ இந்தியா' என்ற பெயரில் ஒரு பத்திரிகையைத் தொடங்கினார். அதில் வந்த கட்டுரைகள் புதிய எழுச்சியை ஊட்டின.

அன்னி பெசண்ட் 'ஹோம் ரூல் லீக்' எனும் பெயரில் ஓர் இயக்கத்தைத் தொடங்க விரும்பினார். அதற்குத் தாதாபாய் நௌரோஜி ஆதரவளித்தார். முக்கிய மிதவாதியாக இருந்த கோபால கிருஷ்ண கோகலே மரணமடைந்துவிட்டதால் சில காங்கிரஸ் தலைவர்கள் புதிய எழுச்சி காங்கிரஸுக்குத் தேவை என உணர்ந்தனர். எனவே 1915 நவம்பர் மாதம் 'யங் இந்தியா' என்னும் பெயரில் ஒரு பத்திரிகையை அன்னி பெசண்ட் தொடங்கினார். அவர் காங்கிரஸ் தலைவர்களை அழைத்துப் பம்பாயில் ரகசியமாக ஒரு கூட்டம் கூட்டி ஹோம் ரூல் இயக்கத்தைக் காங்கிரஸ் ஏற்க வேண்டும் என்றார். அந்தக் கூட்டத்திற்குச் சுரேந்திரநாத் பானர்ஜி தலைமைப் பொறுப்பேற்றார். காங்கிரஸ் வரும் 9 மாதங்களுக்குள் அதைப் பற்றிய ஒரு தீர்மானத்திற்கு வரவில்லையென்றால் அதன் பிறகு அன்னி பெசண்ட் தமது இயக்கத்தைத் தொடங்கிக் கொள்ளலாம் என்று காங்கிரஸில் தீர்மானம் இயற்றப்பட்டது.

முதல் உலக மகாயுத்தம் தொடங்கி நடைபெற்றுக்கொண்டிருந்த போது காங்கிரஸ் ஆங்கிலேயரின் யுத்த முயற்சிக்கு ஆதரவளித்துத் தீர்மானம் நிறைவேற்றியது. அந்த யுத்தத்தில் ஜெர்மன் படைகளை எதிர்த்து இந்திய வீரர்கள் சாகசங்கள் புரிந்தனர். இதை அறிந்த அன்னி பெசண்ட் கேட்டார்: 'அந்த வீர சாகசங்களுக்குப் பிரிட்டன் அளிக்கும் சன்மானம் என்ன? அந்தச் சன்மானம் இந்தியாவுக்குச் சுயாட்சி வழங்குவதாகத்தான் இருக்க முடியும்!'

நாளை என்று தள்ளிப்போட்டே அரசுக்குத் துதிபாடிக்கொண்டிருந்த மிதவாதிகளால் ஒரு முடிவுக்கு வர முடியவில்லை. இந்த நிலையில் அன்னி பெசண்ட் திலகரைச் சந்தித்தார்.

'நீங்கள் தயவு செய்து ஹோம் ரூல் இயக்கத்தை ஆதரிக்கவேண்டும்,' என்றார் அன்னி பெசண்ட்.

'நிச்சயமாக ஆதரிக்கிறேன். ஆனால் நான் ஆதரிக்கிறேன் என்பதற் காகவே மற்றவர்கள் ஆதரிக்க மாட்டார்கள்,' என்றார் திலகர்.

'அது எனக்கும் தெரியும். அதற்காக நீங்களில்லாமல் இந்த இயக்கத்தை எண்ணிப்பார்க்க என்னால் இயலவில்லை.'

‘நீங்கள் ஒன்று செய்யுங்கள். இப்பொழுது காந்திஜியின் பங்கேற்பு இருந்தால் மற்றவர்களும் இணைய விரும்புவார்கள்,’ என்றார் திலகர்.

‘நான் அவரையும் கேட்கிறேன்.’

‘எல்லோரும் ஆதரவு தெரிவித்தபின் நான் ஏற்றுக்கொள்கிறேன்,’ என்றார் திலகர்.

ஒன்பது மாதங்கள் ஓடிவிட்டன. காங்கிரஸ் ஹோம் ரூல் இயக்கத்தை ஓர் அங்கமாக ஏற்க ஒப்புதல் அளிக்கவில்லை. எனவே 1-8-1916 அன்று சென்னையில் அன்னி பெசண்ட் ஆல் இண்டியா ஹோம் ரூல் லீக்கைத் தொடங்கினார். இதற்கிடையில் அன்னி பெசண்ட் நடத்திவந்த நியூ இந்தியா பத்திரிகைக்குத் தந்த நிதியுதவியை சங்கர்லால் பேங்கர் நிறுத்திக்கொண்டார். அவர் காந்திஜியின் ஆதரவாளர். எனவே நியூ இந்தியா காந்திஜியின் கைக்குப் போயிற்று. அதன் பெயரை ‘ஹரிஜன்’ என்று மாற்றி காந்திஜி வெளியிட்டுவந்தார்.

திலகர் ‘இந்தியன் ஹோம் ரூல் லீக்’ என்னும் பெயரில் பம்பாயில் ஓர் இயக்கத்தை 23-4-1916ல் தொடங்கினார்.

இணைந்த உள்ளங்கள்

இதற்கு முன்னர் ஜின்னா கூட்டிய முஸ்லிம் கூட்டத்தில் அப் போதைய பம்பாய் கவர்னர் லார்ட் வெல்லிங்டன் மறைமுகமாகக் குழப்பத்தை உருவாக்கினார். இதனால் வெறுப்புற்ற ஜின்னா தனித்து இயங்காமல் காங்கிரஸுடன் இணைந்து செயல்படுவது நல்லது என நினைத்தார். இதை நன்கறிந்த அன்னி பெசண்ட் அது தான் தருணம் என உணர்ந்து காங்கிரஸ், முஸ்லிம் லீக் இரண்டும் கலந்து கொள்ளுமாறு 1916 டிசம்பரில் லக்னௌவில் ஒரு மாநாட்டிற்கு ஏற்பாடு செய்தார். 1907ல் சூரத்தில் நிகழ்ந்த பிரிவினைக்குப் பின் மிதவாதிகளும் தீவிரவாதிகளும் ஒன்றிணைந் தனர்.

ஜின்னா காங்கிரஸிலும் முஸ்லிம் லீகிலும் மிக முக்கியத் தலைவராக அறியப்பட்டார். இந்தியாவுக்கென்று ஓர் அரசியலமைப்புச் சட்டத்தை அவர் எழுதினார். ஹிந்துக்களுடன் இணைந்து தான் செயலாற்றச் சம்மதம் என்றும் ஆனால் முஸ்லிம்களுக்குத் தனி வாக்குரிமை அவர்களுடைய மக்கள் தொகை விகிதத்திற்கு அதிகமாக அளிக்கப்படவேண்டும் என்றும் கோரினார். காங்கிரஸ் தலைவர்கள் பலரும் அதற்கு ஒப்புக்கொண்டார்கள். காந்திஜி

மௌனம் சாதித்தார். அம்மாநாட்டில் சமீபத்தில் மறைந்த சுதந்திரப் போராட்ட வீரர் ஜி. சுப்பிரமணிய அய்யர் மறைவுக்கு அஞ்சலி செலுத்தப்பட்டது

அம்மாநாட்டில் அன்னி பெசண்ட் கொணர்ந்த இன்னொரு தீர்மானம் அங்கீகரிக்கப்பட்டது.

- இந்தியாவின் கலாச்சாரத் தொன்மை விசேடத்தை முன்னிட்டும் கல்வியிலும் பொதுவாழ்விலும் ஏற்பட்டிருக்கும் அபிவிருத்தியைக் கருத்தில் கொண்டும் மேன்மை தங்கிய மன்னர் பெருமான் 'வெகு விரைவில் இந்தியாவுக்குச் சுயாட்சி அளிப்பது பிரிட்டிஷாரின் நோக்கம்' என்று தயவு செய்து அறிவிக்க வேண்டும்.
- இவ்விஷயத்தில் முதல் படியாக காங்கிரஸூம் லீகும் வகுத்துள்ள திட்டம் அங்கீகரிக்கப்படவேண்டும்.
- பிரிட்டிஷ் சாம்ராஜ்யத்தின் திருந்திய அமைப்பில் இந்தியா சம அந்தஸ்து பெற்ற சுயாட்சி பெறவேண்டும்.

லக்னௌ காங்கிரஸ் ஒற்றுமை காங்கிரஸ் என்று பெயர் பெற்றது. அந்த மாநாட்டில் அம்மாநில ஆளுநர் கலந்துகொண்டு பேசினார். லக்னௌ ஒப்பந்தம் ஹிந்துக்களாலும் முஸ்லிம்களாலும் வரவேற்கப்பட்டது. அதுதான் பின்னாலே இரண்டு தேசங்கள் உருவாவதற்குக் காரணமாகப் போகிறது என்று அப்போது அவர்கள் அறியவில்லை.

திலகர் மீது திரும்பவும் வழக்கு

அன்னி பெசண்ட்டின் ஹோம் ரூல் இயக்கம் பொது மக்களிடையே நல்ல வரவேற்பைப் பெற்றது. உயர் மட்டத்தினரிடையே உலவி வந்த காங்கிரஸின் நிலையிலிருந்து கீழ் இறங்கி ஹோம் ரூல் இயக்கம் நடுத்தர மக்களையும் சென்றடைந்தது.

மிதவாதிகளையும் தீவிரவாதிகளையும் இணைத்துவிட்டாரே என்று பிரிட்டிஷ் அரசுக்குக் கோபம். காமன் வீல், நியூ இந்தியா பத்திரிகைகளில் அன்னி பெசண்ட் எழுதிவந்த கருத்துகள் மாணவர்களையும் கவர்ந்தன. எனவே மாணவர்கள் சுயாட்சி இயக்கத்தில் பெருமளவு சேர்ந்தனர். இதைக் கண்ட சென்னை கவர்னர் மாணவர்கள் அரசியலில் ஈடுபடத் தடைவிதித்தார். பஞ்சாபிலும் அப்படியே. திலகரும் அன்னி பெசண்ட்டும் செய்த பிரச்சாரங்களைக் கண்டு ஆங்கில அரசு அஞ்சியது. அவர்களை உடனடியாக ஒடுக்கும் வழிமுறைகளைச் சிந்தித்தது.

பம்பாய் மத்தியப் பிரதேச மாநிலங்களுக்குள் அன்னி பெசண்ட் நுழையக்கூடாது என அம்மாநில நிர்வாகங்கள் தடைவிதித்தன. திலகரின் சொற்பொழிவுகள் அரசியல் நிந்தனையுடையன என்று காரணங்காட்டி அவர் மீது வழக்குத் தொடுத்தது பம்பாய் மாநில அரசு. அவரிடம் ஓராண்டு காலத்திற்கு நன்னடத்தை ஜாமீனும் இரண்டாயிரத்துக்குச் சொந்த ஜாமீனும் தலைக்குப் பத்தாயிரம் வீதம் இருபதாயிரம் ருபாய் இரண்டு நபர் ஜாமீனும் தரவேண்டு மென்று கோரியது. பம்பாய் உயர்நீதி மன்றத்தில் திலகர் மனுச் செய்தார். மனுவை ஏற்று விசாரித்த நீதிபதி நன்னடத்தை ஜாமீன் வழக்கு சட்டவிரோதமானது என்று தீர்ப்பளித்தது. திலகர் வென்றார்.

அன்னி பெசண்ட் கைது

இதே முறையை அன்னி பெசண்ட் மீதும் வீசினர். பத்திரிகைகளில் அரசுக்கு விரோதமாக எழுதியதாகக் குற்றம் சாட்டி இரண்டாயிரம் ரூபாய் ஜாமீன் கேட்டது. கட்டப்பட்ட பணத்தை அரசு பறிமுதல் செய்தது. இரண்டாம் முறையாகப் பத்தாயிரம் ரூபாய் ஜாமீன் கேட்டது. அதனாலே அன்னி பெசண்ட் தமது பத்திரிகை அச்சிட்ட அச்சகங்களை விற்றுவிட்டார். அவரது முறையீடுகள் நிராகரிக்கப் பட்டன. இதனால் மக்கள் கொதிப்படைந்தனர். எனவே நாட்டு மக்களிடையே எழுச்சியைத் தேவையில்லாமல் தூண்டி விடுவதாகச் சொல்லி அன்னி பெசண்ட்டையும் அவரது நண்பர்கள் அருண்டேலையும், வாடியாவையும் 16-6-1917ல் கைது செய்தார்கள். இந்தச் செய்கையால் அன்னி பெசண்ட்டின் புகழ் மேலும் மேலும் உயர்ந்தது. அப்பொழுதிருந்த தலைவர்களிலே மிகவும் பெயர் பெற்ற ஒருவராக மாறிவிட்டார். அன்னி பெசண்ட்டை கைது செய்த நிகழ்ச்சி இந்தியாவில் மட்டுமன்றி இங்கிலாந்திலும் அதிர்ச்சியை ஏற்படுத்தியது. மிதவாதிகள் என்று தம்முள் பெருமைப்பட்டுக் கொண்டிருந்த சிலர் தீவிரவாதிகளாக மாறினார்கள். காந்திஜி ‘போராட்டவாதிகளையெல்லாம் விஞ்சி நிற்கும் போராட்டவாதி!’ என்று அன்னி பெசண்ட்டைப் பற்றிக் குறிப்பிட்டார்.

அன்னி பெசண்ட் விடுதலை

பல இடங்களில் ஹோம் ரூல் இயக்கக் கிளைகள் உருவாகின. மோதிலால் நேரு, ஜின்னா, புலாபாய் தேசாய், ஜயகர் போன்ற பெருந்தலைவர்கள் ஹோம் ரூல் இயக்க நடவடிக்கைகளில் ஆர்வத்துடன் பங்கேற்றனர். தெருமுனைக் கூட்டங்கள் நடத்தப் பட்டன. இந்தக் காலகட்டத்தில் மாண்டேகு என்பவர் இந்தியா மந்திரியாகப் பதவியேற்றார். அவர் 1917 ஆகஸ்ட் மாதம் 17ம் நாள் புதிதாகப் பிரிட்டிஷ் அரசின் கொள்கை ஒன்றை அறிவித்தார்.

‘நிர்வாகத்தின் எல்லாத் துறைகளிலும் இந்தியர்களுக்கு அதிகம் பங்களிக்கப்படும், பிரிட்டிஷ் இந்தியாவின் கீழ் பொறுப்பு வாய்ந்த அரசு ஒன்றை உருவாக்கும் வகையில் படிப்படியாக சுயாட்சி அமைப்புகள் ஏற்படுத்தப்படும்.’

அன்னி பெசண்ட்டைக் கைதுசெய்ததைப் பற்றி அவர் சிறையில் இருந்தபொழுது தலைமைப் பொறுப்பேற்ற மணி அய்யர் 24-6-1917 அன்று அமெரிக்க ஜனாதிபதியாக இருந்த உட்ரோ வில்சனுக்குக் கடிதம் எழுதி அன்னி பெசண்ட் அம்மையாரை விடுவிக்க உதவிகள் கேட்டார். அன்னி பெசண்ட் கைதால் கொதிப்படைந்த பலர் தமது பணிகளை விட்டுவிட்டு நாட்டுச் சேவையில் தம்மை ஈடுபடுத்திக் கொண்டனர். அவர்களுள் மிக முக்கியமானவர்கள் ராஜாஜி மற்றும் திரு.வி.க.

அன்னி பெசண்ட் சிறையில் இருக்கும்போதே அடுத்து கல்கத்தா வில் நடைபெறப்போகும் காங்கிரஸ் மாநாட்டிற்குத் தலைமைப் பொறுப்பை காங்கிரஸ் நிர்வாகம் அவருக்கு அளித்தது’

அம்மையாரைச் சிறையில் அடைத்துவிட்டால் சுயாட்சிக் கிளர்ச்சி அடங்கிவிடும் என நினைத்த பிரிட்டிஷ் அரசு நாட்டில் நடக்கும் நிகழ்வுகளெல்லாம் அதற்கெதிராக நடப்பதைக்கண்டு அஞ்சியது. நாட்டின் மூலை முடுக்குகளெல்லாம் சுயராஜ்ஜிய இயக்கக் கிளைகள் தோன்றின. எனவே அரசு இறங்கி வந்தது. செப்டெம்பர் மாதம் 17ந்தேதி அன்னி பெசண்ட் விடுதலை செய்யப்பட்டார். மூன்றே மாதங்கள் தமிழ்நாட்டிலுள்ள உதகமண்டலத்தில் காவலில் இருந்தார். பிறகு விடுதலை செய்யப்பட்டார்.

27-12-1917 ஆண்டு பிற்பகல் 2 மணிக்குக் கல்கத்தாவில் அன்னி பெசண்ட் அம்மையார் காங்கிரஸ் மாநாட்டிற்குத் தலைமை தாங்கினார். அவரது தலைமை உரை மிக நீண்டது. மொழிவாரியாக மாநிலங்கள் பிரிக்கப்படவேண்டும் என்றும் தாய்மொழியில் மக்கள் கல்வி பயில வழிவகைகள் செய்ய வேண்டுமென்றும் சொன்னார். அவரது பேச்சு நீண்டதாக இருந்தாலும் மக்கள் விரும்பும்படியாக இருந்தது. முத்தாய்ப்பாக அவர் சொன்னார்:

> ‘சகோதரப் பிரதிநிதிகளே, இந்திய விடுதலை பற்றியே உங்கள் வாய் பேசட்டும்.
>
> இந்திய விடுதலை பற்றிய செய்திகளையே உங்கள் காதுகள் கேட்கட்டும்.
>
> இந்திய விடுதலைக்கான நிகழ்ச்சிகளையே உங்கள் கண்கள் காணட்டும்.

இந்திய விடுதலை பற்றியே உங்கள் நெஞ்சம் சிந்திக்கட்டும்.

வந்தே மாதரம்!'

அந்த மாநாட்டில் பல முக்கிய தீர்மானங்கள் நிறைவேற்றப்பட்டன. அவற்றில் சில:

ஆந்திராவைச் சென்னை மாகாணத்திலிருந்து பிரித்துத் தனி மாகாணமாக்கும் தீர்மானம்.

வழக்கம்போல பிரிட்டிஷ் அரசுக்கு விசுவாசம் தெரிவிக்கும் தீர்மானம்.

இந்தியாவுக்கு வர உத்தேசித்திருக்கும் இந்தியா மந்திரி மாண்டேகு வருகையின்போது அவருக்கு வரவேற்பளிக்கும் தீர்மானம்.

இந்தியாவில் பிறக்காத, ஆனால் இந்தியக் குடியுரிமை பெற்ற அன்னிய தேசத்தவர் காங்கிரஸில் தலைமைப் பொறுப்பேற்பது அதுவே முதல் தடவை.

காங்கிரஸில் ஹோம் ரூல் இயக்கமும் ஓர் அங்கமாக ஏற்றுக் கொள்ளப்பட்டது. மாநாட்டுத் தலைமை முடிந்தவுடன் தமக்கென்ன வந்தது என்று ஒதுங்கிவிடும் தலைவர்களைப் போலல்லாது அன்னி பெசண்ட் அம்மையார் ஒவ்வொரு நாளும் அதற்காக உழைத்தார், எழுதினார், பேசினார், பிரச்சாரம் செய்தார், போராடினார்.

விதிர்விதிர்த்த வெல்லிங்டன்

பம்பாய் கவர்னர் லார்ட் வெல்லிங்டன் உலகப் போரில் இந்தியர்கள் உதவி செய்யும்படிக் கேட்பதற்காக ஒரு போர்க்கால மாநாடு கூட்டினார்.

அதில் பங்கேற்கப் பல அமைப்புகளும் அழைக்கப்பட்டிருந்தன. ஹோம் ரூல் இயக்கங்களில் சார்பாக திலகர் பேச வேண்டும் என்றும் போரில் பங்குகொள்ளத் தயாரென்றும் ஆனால் போர் முடிந்த பிறகு அரசியல் சீர்திருத்தம் கொடுக்கப்படவேண்டும் என்றும் அவர் சொல்லவேண்டும் என்றும் தீர்மானமாயிற்று. மாநாட்டில் திலகர் பேச எழுந்தார். தொடக்கமாக சில வார்த்தைகள் பேசிய பிறகு தமது கருத்தைச் சொல்லத் தொடங்கினார். உடனே கவர்னர் வெல்லிங்டன் படபடத்தான்.

'இங்கே அரசியல் சம்பந்தமாக எதுவும் பேசக்கூடாது!' என்றான்'

'அப்படியென்றால் எந்த மானமுள்ள இந்தியனும் இந்தக் கூட்டத்தில் கலந்துகொள்ளமாட்டான்,' என்றார் திலகர். பிறகு

அவருடன் ஜின்னாவைத் தவிர எல்லோரும் வெளிநடப்புச் செய்தனர்.

ஜின்னா பேச எழுந்தார். பெருமழை பொழிந்ததுபோலப் பேசினார். லார்ட் வெல்லிங்டன் திலகரைப் பேசவிடாமல் தடுத்தது யதேச்சதிகாரம் என்றார். அவரைப் பேச அழைத்துவிட்டுப் பேசத் தடைவிதிப்பதில் எந்தப் பொருளுமில்லை என்றார். மறு நாள் அவர் பேச்சு பத்திரிகைகளில் பிரசுரமாகியது. ஹோம் ரூல் இயக்கத்துக்கு அது ஊக்கமளித்தது.

லார்ட் வெல்லிங்டனின் யதேச்சதிகாரப் போக்கைக் கண்டிப்பதற்காக 11-6-1918 அன்று ஒரு கூட்டம் நடைபெற்றது. முதன் முறையாக காந்திஜி இந்தியாவில் தலைமை வகித்த கூட்டம் அது.

எதிர்க்க வந்தவர் எழுப்பினர் கோஷம்

லார்ட் வெல்லிங்டன் பம்பாய் கவர்னர் பொறுப்பிலிருந்து விடுபட்டுச் செல்லுவதால் அவருக்கு பிரிவு உபசாரச் சொற்பொழிவுக்குப் பம்பாய் ஷெரிஃப் ஏற்பாடு செய்திருந்தார். டவுன் ஹாலில் விழா நடைபெறும் என்று தெரிவிக்கப்பட்டிருந்தது. ஹோம் ரூல் லீக்கைச் சேர்ந்தவர்கள் பம்பாய் முழுதும் சுற்றி பிரச்சாரம் செய்தார்கள். ஷெரிப் நடத்தும் கூட்டத்திற்குப் பெருந் திரளாக மக்கள் செல்லவேண்டும் என்றும் அங்கு கவர்னருக்கு அளிக்கப்படும் பத்திர வாசிப்பை அனுமதிக்கக் கூடாதென்றும் கேட்டுக் கொள்ளப்பட்டது. ஷெரிப் தனது அதிகாரத்தைப் பயன்படுத்தி டெக்ஸ்டைல் மில்களிலிருந்து ஆட்களை கொண்டு குவித்திருந்தார். அவர்களுக்கு ஏன் அவர்கள் அங்கே வரவழைக்கப் பட்டுள்ளார்கள் என்பது தெரியாது. ஹோம் ரூல் லீகின் அழைப்பை ஏற்று மக்கள் பெருந்திரளாக வந்திருந்தனர்.

கூட்டம் தொடங்கும்போது விழா ஏற்பாடு செய்தவர்கள் சர் ஜாம்ஷெட்ஜி ஜீஜிபாயைத் தலைவராக முன்மொழிந்தார்கள். ஹோம் ரூல் லீக், திரு. பி.கே. தெலங்கைத் தலைவராக முன் மொழிந்தனர். கூட்டத்தில் கூச்சல் குழப்பம் ஏற்பட்டது. ஹோம் ரூலைச் சேர்ந்தவர்கள் 'வெல்லிங்டன் ஒழிக' என்று கோஷ மிட்டார்கள். மில்களில் இருந்து வந்தவர்கள் அப்படிக் கோஷமிடத் தான் தாங்கள் அழைத்துவரப்பட்டிருப்பதாக நினைத்து, அவர்களும் பெருங் குரலெடுத்து 'வெல்லிங்டன் வீழ்க' என்று கூச்சல் போட்டனர். எந்தச் சொற்பொழிவுமின்றிக் கூட்டம் கலைந்து சென்றது. ஹோம் ரூல் இயக்கத்தவர் அங்கங்கே கூட்டம் போட்டுத் தங்கள் வெற்றியைக் கொண்டாடினர். இந்த வெற்றியை நினைவில்

நிறுத்துவதற்காக ஒவ்வொருவரும் ஓரணா கொடுக்கும் நிதி தொடங்கப்பட்டது. பணம் குவிந்தது. அதை வைத்து ஜின்னாவின் பெயரில் ஜின்னா ஹால் கட்டப்பட்டது. அதை அன்னி பெசண்ட் அம்மையார் திறந்துவைத்தார்.

சாதனை செய்ய வந்த சத்தியவாதி

காந்திஜி அகில இந்திய ஹோம் ரூல் லீகின் தலைவராகத் தேர்ந் தெடுக்கப்பட்டார். சாதுவான தத்துவவாதி என்றே காந்திஜியைப் பற்றிப் பலர் நினைத்தனர். போகப்போகத் தெரிந்தது அவர் சாதுவான தத்துவவாதி அல்ல, சாதனை செய்ய வந்த சத்தியவாதி என்று.

காந்திஜியின் புகழ் பரவியது. அவர் சொல்லுக்குக் கட்டுப்பட்டு மக்கள் இயங்கினர். காங்கிரஸ் தொடக்கத்தில் காங்கிரஸ் மேல்தட்டு வர்க்கத்தினரின் திடலாக இருந்தது. ஹோம் ரூல் இயக்கம் மலர்ந்த பொழுது நடுத்தட்டு வர்க்கத்திற்கு இறங்கியது. காந்திஜி வந்து பொறுப்பேற்ற பிறகு கீழ்நிலையில் உள்ளவர்களும், 'நமக்கும் இந்தத் தேசத்தை அடிமைத் தளையிலிருந்து விடுவிக்கும் பொறுப்பு இருக்கிறது' என்பதை உணரவைத்தது. மாண்டேகு இந்தியாவுக்கு வந்தபோது காந்திஜியின் ஆளுமையைக் கண்ட பின்பு சொன்னார்.

'நாம் ஒரு எரிமலையின்மேல் அமர்ந்திருக்கிறோம் என்பதை இங்குள்ள அதிகார வர்க்கம் அறியவேண்டும் என நான் விரும்புகிறேன்!'

போருக்கு ஆள்சேர்க்கப் புறப்பட்டார் காந்திஜி.

முதல் உலக மகாயுத்தத்தின்போது காந்திஜி இந்திய அரசின் சார்பில் போரிட ஆள்சேர்ப்பதற்கு முன்வந்தார். 'உங்களுடைய ஆட்சேர்ப்புக் குழுத்தலைவராக நான் இருந்தால் நான் நிறைய ஆட்களைக் கொண்டு சேர்ப்பேன்,' என்று வைஸ்ராயிடம் சொன்னார். காந்திஜி அத்தோடு நிறுத்தாமல் யுத்தத்திற்காக ஆட்சேர்ப்புப் பணியிலும் ஈடுபட்டார்.

ஏற்கெனவே அவருக்குப் பரிச்சயமான கைராவுக்குச் சென்றார். 'என்னுடைய எல்லாப் பணிகளிலும் இந்தப் பணியையே மிக முக்கியமானதும் கஷ்டமானதாகவும் கருதுகிறேன்,' என்றார் காந்திஜி. அங்கே ஒரு கூட்டத்தில்' ஆங்கிலேயர் நீதியை மதிக்கி றார்கள். தனிமனிதனுடைய சுதந்திரம் அவர்களுக்கு மிகவும் முக்கியம். இங்கேயும் அடக்குமுறையைத் தடுத்து வந்திருக்கிறார்கள். அதற்கு நன்றி செலுத்தும்வகையில் நாம் போருக்கு ஆள்களை

அனுப்பவேண்டும். இச்செய்கை நம்மை அவர்களுக்குச் சமமாக அவர்களைக் கருதச் செய்யும். நம் மக்கள் தியாகம் செய்வது பலவான்களுக்கு வலி தரும் விஷயம் அல்ல. மகிழ்ச்சி தரும் விஷயம்' என்றார் காந்திஜி. காந்திஜியைப் பலர் கேலி செய்தார்கள். ஆனால் காந்திஜி சொன்னார், 'இந்த நெருக்கடியான நேரத்தில் நான் இந்தியாவின் திடகாத்திரமான மக்களைத் தியாகம் செய்யத் தயங்க மாட்டேன். இந்தச் செய்கையால் பேரரசின் மிக விரும்பத்தக்க பங்காளியாக இந்தியா திகழும். அதனால் இன வேறுபாடு என்பது கடந்த காலச் செய்தியாக மாறிவிடும்.' பிறகு ஒரு நண்பரிடம் 'இதில் நான் வென்றால் சுதந்திரம் நிச்சயம்!' என்றார்.

இதுதான் அஹிம்சையா?

'அஹிம்சாவாதியாகிய நீங்கள் யுத்தத்திற்கு ஆள் சேர்க்கலாமா?' என்று அவரிடம் கேட்டபோது அவர் சொன்னார். 'நான் ரத்த வெறியைத் தணிப்பதற்காகப் போரில் கலக்கச் சொல்லவில்லை. மரணத்துக்கு அஞ்சக்கூடாது என்பதைக் கற்றுக்கொள்வதற்காகத் தான் அப்படிச் சொன்னேன்,' என்றார். இதே கேள்வியை அவரது நண்பர் ஆண்ட்ரூஸ் கேட்டபோது காந்திஜி சொன்னார்.

'அஹிம்சையின் அடிப்படையைக் கருதி நான் என்னுடைய செயலுக் காகக் கழிவிரக்கம் கொள்ளவில்லை. சுதந்திரம் கிடைத்த பின்னும் நான் அவர்களை ஆயுதம் ஏந்தி நாட்டுக்காகப் போரிடச் சொல் வேன். தவிர்க்க முடியாத சமயங்களில் போர் என்பது இந்த உடலைப் போல ஓர் அவசியமான தீங்கு.'

காந்திஜி யுத்தத்துக்கு ஆட்சேர்ப்புப் பணியில் தீவிரமாக இறங்கி னார். அதில் வல்லபாய் பட்டேலையும் துணைக்கழைத்தார். ஆட்சேர்ப்புப் பணியில் ஈடுபடும்போது உடல் நிலை குன்றிப்போய் அவதிப்பட்டார். அரசிடமிருந்து 'இனிமேல் ஆள்சேர்க்க வேண்டாம்' என்று தகவல் வந்த பிறகே நிறுத்தினார். போருக்கு ஆள்சேர்த்து உதவியதால் 'கைசெர் இ ஹிந்த்' என்னும் தங்கப்பதக்கத்தை அரசு அவருக்கு வழங்கியது.

68

சம்ப்ரான் - கேதார்- அகமதாபாத் போராட்டங்கள்

1916ம் ஆண்டு. லாகூரில் காங்கிரஸ் மாநாடு நடந்தது. அதற்குக் காந்திஜியும் சென்றிருந்தார். அப்பொழுது ராஜ்குமார் சுக்லா என்னும் பிஹாரி ஒருவர் காந்திஜியைச் சந்தித்தார்.

'காந்திஜி நாங்கள் அவுரி உற்பத்தி செய்யும் விவசாயிகள். எங்களைத் தரகர்களும் ஆங்கில அதிகாரிகளும் கொடுமைப்படுத்துகிறார்கள். எங்களால் வாழவே முடியவில்லை. நீங்கள்தான் உதவ வேண்டும்,' என்றார் சுக்லா.

'உங்களுக்கு நான் எப்படி உதவ முடியும்? உங்கள் பிஹாரி எனக்குப் புரியவில்லை. எனது ஹிந்தி உங்களுக்குச் சரியாகத் தெரியவில்லை,' என்றார் காந்திஜி.

'இதோ எங்கள் வக்கீல். இவர் பெயர் பிஜோஷ் கிஷோர். இவர் உங்களுக்கு விளக்குவார்,' என்றார் சுக்லா.

'காங்கிரஸ் மாநாட்டில் நிறைவேற்ற எங்கள் விவசாயிகள் சார்பாக ஒரு தீர்மானம் கொடுத்திருக்கிறோம். அதை நிறைவேற்ற வேண்டும்' என்றார் வக்கீல். அந்தத் தீர்மானம் நிறைவேறியது.

காங்கிரஸ் மாநாடுகளில் எப்படித் தீர்மானங்கள் நிறைவேற்றப் படுகின்றன என்பதை ஏற்கெனவே காந்திஜி அறிந்திருந்தார். தீர்மானத்தை ஒருவர் முன்மொழிவார். பிறகு இன்னொருவர்

வழிமொழிவார். தீர்மானம் கொண்டுவந்தவர் அதைப் படிப்பார். அது என்ன தீர்மானம் என்பதைக்கூட மற்றவர்கள் காது கொடுத்துக் கேட்கமாட்டார்கள். தீர்மானம் நிறைவேறிவிடும். முன்னர் 1901ம் ஆண்டில் காந்திஜி கொண்டுவந்த தென்னாப்பிரிக்கத் தீர்மானம் அப்படித்தான் நிறைவேறியது. அதைப் பற்றித் தனது சுயசரிதையில் காந்திஜி விவரமாக எழுதியிருக்கிறார்.

அந்த விவசாயி தீர்மானமும் அப்படித்தான் நிறைவேறியது.

'தீர்மானம் நிறைவேறிவிட்டதல்லவா? மகிழ்ச்சிதானே?' என்று கேட்டார் காந்திஜி.

'மகிழ்ச்சிதான். இது ஒரு பதிவுக்காகத்தான். இந்தத் தீர்மானம் எதையும் சாதித்துவிடாது,' என்றார் சுக்லா.

'நான் என்ன செய்யவேண்டும்?'

'நீங்கள் சம்ப்ரானுக்கு வரவேண்டும்!'

'அது எங்கிருக்கிறது என்றுகூட எனக்குத் தெரியாது.'

'நான் கூட்டிப் போகிறேன். நீங்கள் வந்தால் போதும். எங்கள் வக்கீல் உங்களுக்கு எல்லாம் விவரமாகச் சொல்லுவார்,' என்றார் சுக்லா.

சிரமப்படுத்தும் தீன் கதியா

'காந்திஜி, சம்ப்ரானில் தீன் கதியா முறை கடைப்பிடிக்கப்படுகிறது,' என்றார் வக்கீல்.

'அது என்ன தீன் கதியா?'

ஒரு விவசாயியிடம் 1 ஏக்கர் நிலமிருந்தால் அதில் இருபதில் மூன்று பகுதி அவுரி முதலாளிகளுக்காகப் பயிர் செய்து கொடுக்க வேண்டும். இதற்குத் 'தீன்கதியா' என்று பெயர். இது தவிர வேறு பல கட்டுப்பாடுகளும் உண்டு,' என்றார் வக்கீல் பிரிஜேஷ். அவர் மேலும் சொல்லிக்கொண்டிருந்ததைக் கேட்கக் கேட்க காந்திஜிக்கு அங்கு நடக்கும் கொடுமை புரிந்தது. ஏதாவது செய்ய வேண்டும் என்று எண்ணினார். அங்கு போய் நேரில் விசாரிக்காமல் ஒன்றும் செய்ய முடியாது.

எனவே சுக்லாவிடம், 'இந்தத் தடவை என்னால் வர இயலாது. பின்னால் சொல்கிறேன்,' என்றார் காந்திஜி. அங்கிருந்து அவருடைய ஆசிரமத்துக்குச் சென்றார். அவர் ஆசிரமத்துக்குப் போகுமுன்பே அங்கே சுக்லா அவருக்காகக் காத்திருந்தார். அவருடைய தீவிரத்தைக்

கண்ட காந்திஜி, 'நான் இன்ன தேதியில் கல்கத்தாவில் இன்னார் வீட்டில் இருப்பேன். அங்குவந்து பாருங்கள். அங்கிருந்து நாம் போகலாம்,' என்றார். 1917ம் வருட ஆரம்பத்தில் காந்திஜி கல்கத்தா வில் பூபேன் பாபு வீட்டிற்குச் சென்றார். அங்கே சுக்லா காத்துக் கொண்டிருந்தார். சுக்லாவின் பிடிவாத குணமும் சக விவசாயி களுக்கு உதவ வேண்டும் என்ற அவரது பண்பும் காந்திஜியை ஈர்த்து விட்டன.

அரசு அடிபணிந்தது

எனவே இருவரும் அங்கிருந்து கிளம்பிச் சம்ப்ரானுக்குப் பயணப் பட்டனர். முதலில் பாட்னா போனார்கள். ராஜ்குமார் சுக்லாவுக்கு அங்கே பரிச்சயமானவர்கள் யாரும் இல்லை. அவருக்குத் தெரிந்த வக்கீல்கள் பலர் பணம் பறிப்பதில் குறியாக இருந்தார்களே தவிர வேறு உதவிகள் அவர்களிடம் எதிர்பார்க்க முடியாது. நல்லவேளை யாக அங்கே ஒரு மனிதத் தன்மையுள்ள ஒரு வக்கீலின் வீட்டிற்கு அவர் கூட்டிக்கொண்டு செல்லப்பட்டார். அந்த வக்கீல்தான் பாபு ராஜேந்திரப் பிரசாத். அவர் வீட்டில் இல்லை. ஆனால் அந்த வீட்டில் இருந்தவர்கள் காந்திஜியைத் தீண்டத்தகாதவர் என்று எண்ணிவிட்ட தால் அங்கு அவர் பட்ட பாடு கொஞ்சநஞ்சமில்லை.

நல்லவேளையாக காந்திஜிக்குத் தெரிந்த நண்பர் ஒருவர் அவ்வூரில் இருப்பது அவருக்கு நினைவுக்கு வந்தது. அவருக்குச் சொல்லி யனுப்பினார். அவர் வந்து காந்திஜியையும் சுக்லாவையும் முஜாபர் பூர் அனுப்பினார். அங்கே ஆச்சார்ய கிருபளானி பேராசிரியராக வேலை பார்த்து வந்தார். அவர் காந்திஜியை அழைத்துப் போனார். இப்படியாக அங்கிருந்து சம்ப்ரான் போனார்.

சம்ப்ரானில் உள்ள மக்களுக்கு அந்த ஊரைவிட்டு வேறு வெளி உலகமே தெரியாது. காந்திஜி அங்கே சென்றதும் ஒரு புதியவரை வரவேற்பதுபோல் இல்லாமல் ஏதோ நெடுநாள் பழகிய ஒருவரை வரவேற்பது போல் வரவேற்றார்கள். கள்ளமில்லா அந்த மக்கள் கொடுமைப்படுத்தப்படுகிறார்கள் என்ற உணர்வு காந்திஜிக்குத் தோன்றியது. இந்தியாவில் தனது முதல் பணியின் தொடக்கம் அங்கேதான் என்று உணர்ந்தார். அவரது செயல்பாடுகளின் வெற்றியும் தோல்வியும் அங்கே மக்களிடமும் அதிகாரிகளிடமும் பெறுகிற ஒத்துழைப்பைப் பொறுத்துத்தான் இருக்கிறது என உணர்ந்தார். அதிகார வர்க்கத்திற்கும் பொதுமக்களுக்குமிடையே இன்னொரு மாபெரும் தடை இருந்தது. அந்தத் தடையாக அமைந்த வர்கள் அங்குள்ள தோட்ட முதலாளிகள்.

அவர்கள் தொழிலாளிகளைப் பயிரிட வைப்பார்கள். ஆனால் பலன் தொழிலாளிகளுக்குக் கிடையாது. ஆங்கிலேயர்களிடமிருந்தும் தோட்ட முதலாளிகளிடமிருந்தும் தம்மைக் காக்க வந்திருக்கும் கடவுளாகவே அவர்கள் காந்தியைக் கருதினார்கள். படாடோபமான உடைகளின்றித் தம்மைப்போலவே எளிமையாக இருக்கும் அவரைத் தங்களுள் ஒருவராகக் கருதியதால் அவர்களால் தங்கள் பிரச்னைகளை அவரிடம் ஒளிவு மறைவின்றிச் சொல்லமுடிந்தது. தாங்கள் சொல்வதைக் காது கொடுத்துக் கேட்க ஒருவர் வந்துள்ளாரே என்பதில் அவர்களுக்கு மிக மகிழ்ச்சி.

சம்ப்ரானில்தான் எத்தனை எதிர்ப்புகள்! போலீஸ் அதிகாரி காந்தியை அங்கிருந்து வெளியேற உத்தரவிட்டார். காந்திஜி அந்த உத்தரவை மீறினார். கோர்ட்டுக்கு விசாரணைக்கு அழைக்கப்பட்டார். எந்தத் தகராறும் இன்றி மிகச் சாத்வீகமாக அவர் நடந்துகொண்டதால் அதிகாரிகளும் நட்போடு பழகினார்கள். அவர்களுக்கு அவரை என்ன செய்வதென்று தெரியவில்லை. இதற்குள் கவர்னரிடமிருந்து வழக்கைத் திரும்பப் பெறும்படி தகவல் வந்தது. பிறகு காந்தி மிகுந்த நட்புறவோடு தோட்ட முதலாளிகளைச் சந்தித்தார். அவர்கள் முரண்டு பிடித்தார்கள். கலெக்டரைச் சந்தித்தார். பிறகு தனது சக வக்கீல்களுடன் விவசாயிகளிடமிருந்து வாக்குமூலம் வாங்கினார். விவசாயிகளுக்குச் சாதகமாக அரசு ஆணை பிறப்பித்தது. இந்தச் சாத்வீகப் போராட்டம், குஜராத், பீஹார் போன்ற மாகாணங்களில் பரவி காந்திஜியின் வெற்றியைக் கொண்டாடினார்கள். சம்ப்ரானில் காந்திஜி நண்பர்களின் உதவியோடு சில பள்ளிகளைத் தொடங்கினார். சுகாதாரமாக வாழ்வதற்கு வேண்டிய ஏற்பாடுகளைச் செய்தார். இந்த மனிதர் சாதாரண ஆளில்லை. இவரிடம் மற்றவர்களைக் கவரக்கூடிய ஏதோவொரு ஆற்றல் இருக்கிறது என மக்கள் நம்பத் தொடங்கினர்.

‘சம்பரானின் வெற்றி மூலம் எலும்புக்கூடாக இருந்த ஒரு உருவத்திற்கு ரத்தமும் சதையும் கொடுத்தார் காந்தி’ என்று ஜூடித் பிரௌன் என்பவர் எழுதினார். சம்ப்ரானில் அவர் அதிகாரிகளுடன் பேச்சுவார்த்தை நடத்திக்கொண்டிருக்கும்போது பத்திரிகைக்காரர்கள் ஆர்வக் கோளாறால் செய்தியை மாற்றி வெளியிட்டுவிட்டால் தாம் செய்துகொண்டிருக்கும் பணி கெட்டுவிடும் என்றெண்ணிய காந்திஜி பத்திரிகைக்காரர்கள் எவரும் அங்கே வரவேண்டாம் என்றும், தாமே வடிகட்டப்படாத உண்மையான செய்தியை அவர்களுக்கு அனுப்புவதாகவும் சொன்னார். சம்ப்ரானில் தன்னுடைய செயல்பாடுகளும் அதன் விளைவுகளும் நிச்சயமாக அரசியல் நோக்கம் சார்ந்தவை அல்ல என்றும் காங்கிரஸின் எந்தப் பிரிவையும் ஈர்ப்பதற்காகச் செய்யப்பட்டவை அல்லவென்றும் சொன்னார் காந்திஜி.

காந்திஜியின் அணுகுமுறையைக் கண்ட பிரிட்டிஷ் அதிகாரிகள் மற்றத் தலைவர்களுடன் பேச்சுவார்த்தை வைத்துக்கொள்வதை விடக் காந்திஜியுடன் நேரடித் தொடர்பு வைத்துக்கொள்வது நல்லது என்று நினைத்தனர். காந்திஜிக்கு உண்மை, நேர்மை என்ற சுயபலம் இருந்ததால் மற்றவர்களை விட அவர் பலசாலியாகத் தெரிந்தார். காந்திஜி சொன்னார், 'ஆங்கிலேயர் நம்மைக் கொடுமைப்படுத்து வதற்குக் காரணம் அவர்களுடைய பலமல்ல, நம்முடைய பலவீனம்தான்!'

கேதார் விவசாயிகள் போராட்டம்

குஜராத்திலுள்ள கேதா என்னுமிடத்தில் மழையின்மையால் விவசாயம் செய்ய முடியாத நிலையிலும் தீர்வை கட்டச் சொல்லி ஆங்கில அதிகாரிகள் மக்களைக் கொடுமைப்படுத்தினர். கையில் பணமே இல்லாதபோது எங்கிருந்து தீர்வை கட்ட முடியும். எனவே காந்தியிடம் முறையிட்டார்கள். தனது சத்தியாக்கிரக முறையைப் பின்பற்ற இன்னுமொரு வாய்ப்புக் கொடுக்கப்பட்டிருப்பதாகக் காந்திஜி இதைக் கருதினார். அங்கே சென்றார். இம்முறை அவருக்கு உதவ சர்தார் வல்லபாய் பட்டேலும் இன்னும் சிலரும் இருந்தார்கள்.

கேதாவைச் சேர்ந்த விவசாயிகள் தாங்கள் வரிகட்டும் நிலையில் இல்லையென்றும் அரசு கருணை கூர்ந்து வரி கட்டுவதிலிருந்து விலக்கு அளிக்கவேண்டும் என்றும் அரசுக்கு விண்ணப்பம் அளித்தார்கள். ஆனால் அரசு அதை ஏற்க மறுத்தது. கண்டிப்பாக வரி கட்டியே ஆகவேண்டும் என்றும் அப்படிக் கட்டாதவர்களின் நிலம் பறிமுதல் செய்யப்படும் என்றும், ஒருமுறை பறிமுதல் செய்யப் பட்டுவிட்டால் பிறகு வரி கட்டினால் கூட நிலம் திருப்பிக் கொடுக் கப்பட மாட்டாது என்றும் அரசு பதிலளித்துவிட்டது. ஆனால் விவசாயிகள் மசியவில்லை. போராடியே தீருவது என முடிவெடுத்து விட்டார்கள்.

அரசு அதிகாரிகள் அடியாட்களை ஏவி விவசாயிகளை அச்சுறுத் தினர். மக்கள் எதிர்ப்புத் தெரிவிக்கவில்லை. அவர்களுடைய ஆடு மாடுகளும் நிலங்களும் பறிக்கப்பட்டன. மக்கள் சாத்வீகப் போராட்டம் நடத்தினார்களே ஒழிய வன்முறையில் இறங்க வில்லை. சாத்வீகப் போராட்டம் நடத்தி வந்த குஜராத் சபாவுக்குத் தங்கள் கைவசம் இருந்த பணத்தைக் கொடுத்து போராட்டத்தைத் தொடர உதவினார்கள். இந்த நிலையில் இப்போராட்டத்தை ஆதரித்த பல அன்பர்கள் நாட்டின் பலவேறு பாகங்களிலும் சென்று மக்கள் எழுச்சியைத் தூண்டினார்கள். ஆனால் காந்திஜியும்

வல்லபாய் பட்டேலும் அதை குஜராத் அளவில் நிறுத்திக்கொள்ள விழைந்தார்கள்.

ஒற்றுமையாகப் போராடியும் கட்டுப்பாடாக இருந்தும் காந்திஜியின் சத்தியாக்கிரகப் போராட்டத்திற்கு இலக்கியமாகத் திகழ்ந்தார்கள் அம்மக்கள். குஜராத்தின் வேறு பல பாகங்களில் இருந்தவர்கள் போராடிக் கொண்டிருக்கும் மக்களின் உறவினர்களுக்கு இடமளிப்பதிலும் உணவளிப்பதிலும் பாதுகாப்பாக வைத்துக் கொள்வதிலும் உதவினார்கள். பறிமுதல் செய்யப்பட்ட நிலங்களை வாங்க முன்வந்தவர்களை பொதுமக்கள் சமுதாயத்திலிருந்து ஒதுக்கிவைத்தார்கள். கடைசியாக அரசு அடிபணிந்தது. அந்த வருடத்துக்கும் வரும் வருடத்துக்குமான வரி நிறுத்தி வைக்கப்படுமென்றும் பறிமுதல் செய்யப்பட்ட நிலங்கள் திருப்பிக் கொடுக்கப்படும் என்றும் அரசு உறுதியளித்தது. நிலத்தை வாங்கியவர்களை அரசு திருப்பிக் கொடுக்கச் சொல்லாது என்று கூறியபோதும் பொதுமக்கள் அப்படி நிலம் வாங்கியவர்களை நிலங்களைத் திருப்பிக் கொடுக்கும்படி வேண்டிக் கேட்டுக்கொண்டார்கள். நிலங்கள் திருப்பிக் கொடுக்கப்பட்டன. சத்தியாக்கிரகப் போராட்டம் இங்கே வெற்றி பெற்றது. காந்தியின் புகழ் நாடெங்கும் பரவியது.

அகமதாபாத் தொழிலாளர்கள் பிரச்னை

அகமதாபாத்தில் மில் சொந்தக்காரர்களுக்கும் ஊழியர்களுக்கும் இடையில் தகராறு ஏற்பட்டது. அநியாய வேலை நேரம், குறைந்த சம்பளம், குறைந்த வசதிகள். இது காரணமாக தொழிலாளர்கள் போராட்டம் நடத்தினார்கள். காந்திஜி அதில் தலையிட நேர்ந்தது. இதில் பெரிய பிரச்னை என்னவென்றால் மில் சொந்தக்காரர்களில் முக்கியமானவர்கள் காந்திஜிக்குத் தெரிந்தவர்கள். என்றாலும் காந்திஜி வேலை நிறுத்தம் செய்யுமாறு ஊழியர்களைக் கேட்டுக் கொண்டார். 21 நாட்கள் வேலை நிறுத்தத்திற்குப் பிறகும் உடன்பாடு எட்டவில்லை. எனவே காந்திஜி உண்ணாவிரதம் இருந்தார். மூன்று நாட்கள் உண்ணாவிரதம் முடிந்ததும் நடுவர் குழுவுக்கு விட முடிவாயிற்று. ஒரு சுமுகமான தீர்வு ஏற்பட்டதால் மில் முதலாளிகள் ஊழியர்களுக்கு இனிப்பு வழங்க முடிவு செய்தார்கள். ஒரு பொது இடத்தில் இனிப்பு வழங்க ஏற்பாடு செய்தபொழுது, 24 நாட்கள் ஒழுங்காகக் கட்டுப்பாடு காத்த ஊழியர்கள் மத்தியில் குழப்பம் ஏற்பட்டது. இனிப்புப் பொட்டலங்கள் கீழே சிதறின. எனவே ஒரு கட்டடத்திற்குள் வைத்துக் கொடுக்க முடிவாயிற்று. இதனைக் கண்டு காந்திஜி மனம் தவித்தார். ஊழியர்கள் கட்டுக்கோப்பாக இல்லாமல் போய்விட்டார்களே என வருந்தினார். அதற்குப் பிறகுதான் அப்படி நடக்கக் காரணம் என்ன என்பது தெரியவந்தது.

அந்த ஊரில் இருந்த பிச்சைக்காரர்களுக்கு இனிப்பு வழங்கும் செய்தி எட்டியதால் அவர்கள் நிறையப் பேர் இனிப்புவாங்க நிற்கும்போது அவர்களுக்கிடையே தள்ளு முள்ளு ஏற்பட்டுக் குழப்பம் விளைந்தது. இதை அறிந்த பின்புதான் காந்திஜிக்கு மனம் சமாதானமானது. மக்கள் சாத்வீகமான சத்தியாக்கிரகப் போராட்டத்திற்குத் தயாராகிக் கொண்டிருக்கிறார்கள் என்று மகிழ்ந்தார். இங்கே பெற்ற வெற்றி இந்தியாவின் வேறிடங்களிலும் இந்தச் சத்தியாக்கிரகத்தைப் பயன் படுத்தலாம் என்ற நம்பிக்கையைக் கொடுத்தது.

69

காந்தி ஆசிரமும், காதியும்...

காந்திஜி தென்னாப்பிரிக்காவிலிருந்து திரும்பி வந்ததும் ஓர் ஆசிரமம் அமைக்கப் போவதாக கோகலேவிடம் கூறினார். பிறகு 25-5-1915 அன்று குஜராத்திலுள்ள கோச்ராப் பகுதியில் அவருடைய நண்பரின் வீட்டில் ஓர் ஆசிரமம் அமைத்துச் சென்றார். விவசாயம், பசு வளர்ப்பு, சில மருத்துவ முயற்சிகள், பள்ளிக்கூடம் ஆகியவற்றுக்கு அந்த இடம் போதாதென்பதால் சபர்மதி நதியை ஒட்டியிருந்த திறந்த வெளியில் ஆசிரமம் அமைத்தார். அது சிறைச்சாலைக்கும் இடுகாட்டுக்கும் இடையில் இருந்தது. ஒரு சத்யாக்கிரகி இந்த இரண்டுக்கும் இடையில் வாழ்வதுதான் பொருத்தம் என்றார் காந்திஜி. அந்த இடத்தில் ததீசி முனிவர் வாழ்ந்திருந்தாராம். உண்மைக்கும் தியாகத்துக்கும் உறுதிக்கும் அது சிறந்த தேர்வு என்றார் காந்திஜி. 17-6-1917 அன்று அங்கே குடிபுகுந்தார்.

காந்தியை மகாதேவ் தேசாய் என்பவர் பம்பாயில் சந்தித்தார். அவர்தான் பின்னாளில் காந்தியின் செயலாளராகவும், நண்பராகவும் திகழ்ந்தவர். காந்தி, மகாதேவ் தேசாயுடனான முதல் சந்திப்பி லேயே அவரை அடிக்கடி தனது ஆசிரமத்துக்கு வந்து சந்திக்கும்படி சொன்னார். மீண்டும் கோத்ராவில் 3-11-1917 அன்று காந்தியைச் சந்தித்த மகாதேவ் தேசாய் அங்கிருந்து தன் மனைவியுடன் காந்தி யின் அழைப்பின் பேரில் சம்ப்ரான் சென்றார். காந்திஜி அவரிடம், 'நீ என்னிடமே வந்து சேர்ந்துவிடு. உன்னைப்போல ஒருவன் தான் எனக்குத்தேவை. என்னுடைய பொறுப்பை எல்லாம் உன்னிடம் ஒப்படைத்துவிட்டு நான் என் பணிகளைக் கவனிப்பேன்,' என்றார்.

அதன்படி மகாதேவ் தேசாய் பிறகு தனது மனைவியுடன் காந்திஜி யின் ஆசிரமத்துக்கு வந்துவிட்டார். அதன் பிறகு 15-8-1942 ல் அவர் சிறையில் மரிக்கும்வரை காந்தியுடனே இருந்தார். அடுத்து காந்திஜி யின் பணியில் இங்கே கற்றுக்கொடுப்பதற்காக வல்லபாய் பட்டே லின் பெண் மணிபென் படேலும் வந்தார். அதுமுதல் காந்திஜியைக் கவனித்துக் கொள்வதிலும் ஆசிரியப் பணியிலும் ஈடுபட்டார். 7-11-1925 அன்று மேடலின் ஸ்லேட் (Madeleine Slade) என்னும் ஆங்கிலப் பெண்மணியும் காந்தி ஆசிரமத்தில் சேர்ந்தார். பின்னா ளில் 'வெள்ளையனே வெளியேறு' போராட்டத்தில் காந்திஜியுடன் கைது செய்யப்பட்டு புனேயில் ஆகாகான் மாளிகை யில் இருந்தார். இவர்தான் காந்தியால் மீராபென் என்று பெயர் மாற்றப்பட்டு காந்தியின் கடைசிநாள்வரை அவரது பக்கத்திலேயே இருந்து சேவையாற்றியவர்.

ரோமன் ரோலண்ட் எழுதிய மகாத்மா காந்தி என்னும் புத்தகத்தைப் படித்துவிட்டு அவரது வாழ்க்கை முறையால் ஈர்க்கப்பட்டு, ஆசிரமத்தின் வாழ்க்கை முறைகளுக்குக் கட்டுப்பட்டு ஆசிரமத்தில் வந்து சேர்ந்தவர் மீராபென். அவரும் உப்புச்சத்தியாக்கிரகத்துக்குப் புறப்பட்டுச் செல்லும்வரை அந்த இடம்தான் அவரது ஆசிரமம். 12-3-1930ல் காந்தி அங்கிருந்து புறப்படும்போது, 'இந்தியா சுதந்திரம் அடையாமல் நான் இங்கே திரும்ப மாட்டேன்,' என்றார். உப்புச் சத்தியாக்கிரகத்தில் பங்குபெற்றவர்கள் பலரின் சொத்துகள் பறி முதல் செய்யப்பட்டபோது காந்திஜி தனது ஆசிரமத்தையும் எடுத்துக் கொள்ளும்படி அரசிடம் சொன்னார். ஆனால் அது எடுத்துக் கொள்ளப்படவில்லை. ஆனால் 22-7-1933 அன்று அவரே அது கலைக்கப்படுவதாக அறிவித்தார். 1947 ஆகஸ்ட் 15ந்தேதி இந்தியா சுதந்திரம் பெற்றது. ஆனால் காந்திஜி அந்த சபர்மதி ஆசிரமத்துக்குத் திரும்பிவரவே இல்லை. அடுத்து அவர் வார்தாவில் ஆசிரமம் அமைத்துக்கொண்டார்.

தக்ளியும் கை ராட்டையும்

சபர்மதி ஆசிரமத்தில், ராட்டையும் தக்ளியும் கொண்டு நூல் நூற்று நமக்கு தேவைப்படும் ஆடைகளை நாமே தறியில் நெய்து கொண் டால் என்ன? என்று காந்திக்கு யோசனை வந்தது. அதற்காக ராட்டையும், தக்ளியும் தேவைப்பட்டது. ஆசிரமவாசிகள் இரண்டை யும் தேடிப் புறப்பட்டனர். ஆசிரமவாசியான கங்காபெஹன் என்பவர் பரோடா மாவட்டத்தில் விஜப்பூர் கிராமத்தில் வசித்து வந்த மீராபாய் என்பவர் வீட்டில் ராட்டையையும், தக்ளியையும் கண்டெடுத்து அதற்குரிய விலை கொடுத்து எடுத்துக்கொண்டு

சபர்மதி ஆசிரமத்திற்குச் சென்று காந்திஜியிடம் கொடுத்தாள். ஒரு ஏழைக்குப் புதையல் கிடைத்தால் எப்படி மகிழ்வானோ அப்படி மகிழ்ந்தார் காந்திஜி.

ஆசிரமத்தில் வேறொரு மூலையில் வேலை செய்துகொண்டிருந்த காந்திஜியின் சகோதரரின் மகன் மகன்லால் காந்தியை அழைத்து வரச் சொன்னார்.

ஆசிரமத்தில் ஏற்கெனவே இரண்டு மூன்று நெசவுத் தறிகளை சரிசெய்து வேலைசெய்யும் நிலையில் வைத்திருந்தார் மகன்லால். நூல் நூற்பதற்கு வேண்டிய ராட்டை கிடைத்துவிட்டதாலே அவற்றை வைத்துக்கொண்டு மேற்கொண்டு ராட்டைகள் செய்து நூல் நூற்கத் தொடங்கவேண்டியதுதான் என்று காந்தி நினைத்தார். சபர்மதி ஆசிரமத்தின் ஆன்மா என்றழைக்கப்பட்ட மகன்லால் காந்திக்குப் பொறியியல் திறமையும் உண்டு. காந்திஜியின் சகோதரர் குஷால்தாஸிடம் அவரது மகன்கள் இரண்டு பேரைத் தன்னிடம் ஒப்படைக்கும்படி காந்திஜி கேட்டார். அவரும் கொடுத்துவிட்டார். அவர்களில் ஒருவர்தான் மகன்லால்.

மகன்லால் வந்து ராட்டைகளையும் தக்ளியையும் பார்த்தார். பழுதடைந்தவற்றைச் சரிசெய்தார். அவற்றைப்போலவே பல சர்க்காக்கள் உருவாகின. ஆசிரமத்தில் நூல் நூற்பதைக் கற்றுக் கொடுப்பதற்கு ஆட்கள் இல்லை. அங்கும் இங்கும் அலைந்து அந்த வித்தை அறிந்தவர்களுக்கு அவர்கள் கேட்ட பணத்தைக் கொடுத்து நூல் நூற்கக் கற்றுக்கொண்டார்கள்.

கஞ்ச மகாப்பிரபுவான காந்திஜி எப்படி அவர்கள் கேட்ட பணத்தை மறுக்காமல் கொடுத்தார் என்பது அவர்களுக்கு வியப்பாக இருந்தது. கற்றுக்கொள்வது அவசியம். 'அதைச் சொல்லிக்கொடுக்க ஆள் இல்லாதபோது பின்னால் அது கொடுக்கும் நலன்களைக் கருத்தில் கொண்டு செலவழித்துத்தான் தீரவேண்டும்,' என்றார் காந்திஜி. விஜப்பூரிலிருந்து நூல் வந்து குவிந்தது. விஜப்பூரிலேயே தறியை நிறுவி ஆடை நெய்யத் தொடங்கினர். காந்திஜி கட்டிய வேட்டிக்கு 45 அங்குலம் அகலத்துணி தேவைப்பட்டது. ஆனால் விஜப்பூரில் உருவான துணியோ 30 அங்குல அகலம்தான் இருந்தது. எனவே காந்திஜி கங்காபெஹனை அழைத்து 'எனக்கு 45 அங்குல அகலம் வேட்டி இன்னும் ஒரு மாதத்திற்குள் வேண்டும். அதன் பிறகு மில் வேட்டி கட்டமாட்டேன். 30 அங்குலம் குட்டை வேட்டியைத்தான் கட்டிக்கொண்டு திரிவேன்,' என்றார். கங்காபெஹன் சவாலென்று எடுத்தால் முடிக்காமல் விடமாட்டார். எனவே ஒரு மாதத்திற்குள்

தறிகளில் வேண்டிய மாற்றங்களைச் செய்து காந்திஜி கேட்ட மாதிரி 45 அங்குல அளவு வேட்டியை அனுப்பினார். ஆசிரமத்தில் உள்ளவர்கள் ராட்டை கற்றுக்கொண்டனர். அங்கும் கதராடை நெய்யப்பட்டது.

1921ம் ஆண்டு இறுதிக்குள் 22 லட்சம் ராட்டினங்களைப் புழக்கத்தில் விடுவேன் என்று சொன்னார் காந்திஜி. அவர் சொன்னபடியே செய்தும் காட்டினார். நாடெங்கிலும் அநேகமாக எல்லா வீடுகளிலும் ராட்டினம் சுழலத் தொடங்கியது.

மதுரையம்பதியில் மாறிய அரையாடை

1921ல் செப்டெம்பர் மாதம் 21ந்தேதி தமிழகத்தில் உள்ள மதுரையில் 175 ஏ, மேல மாசி வீதியில் சேத்கல்யாண்ஜியின் வீட்டு மேல் மாடியில் காந்திஜி நின்றுகொண்டிருந்தார். அப்போது அந்தத் தெருவில் கட்டிய வேட்டியோடு மேலாடையின்றி பல விவசாயிகள் நடந்து செல்வதைக் கண்டார். அவர்களைப் பார்த்த காந்திஜி, இந்தியாவில் பலர் இந்த அரையாடை நிலையில் இருக்கையில் தனக்கு மட்டும் எதற்கு முழு உடை என்று நினைத்தவராக ஒரு முடிவெடுத்தார். அதன்படி அவரும் தனது தலைப்பாகை, சட்டை ஆகியவற்றைத் துறந்தார். அரை வேட்டியும் மேல்துண்டும் மட்டும் அணிந்தார். பெரும்பாலும் தார்ப்பாய்ச்சிக் கட்டிய அரைவேட்டியில்தான் இருந்தார். தனது முடிவை ராஜாஜியிடம் சொன்னபோது அவர் அதை ஏற்றுக்கொள்ள வில்லை. ஆனால் காந்திஜி மிக உறுதியுடன் இருந்தார். அதன் பிறகு அவர் வெளிநாடு செல்ல நேர்ந்த போதும்கூட மேலாடை அணியவில்லை.

காந்திஜி முதன் முதல் அரைவேட்டிக்கு மாறியபோது இருந்த அந்த மதுரை வீட்டை அரசு வாங்கியது. அங்கே தற்போது காதி போர்டின் அலுவலகம் இயங்கி வருகிறது.

70

மாண்டேகு செம்ஸ்ஃபோர்ட் சீர்திருத்தம்

முதலாம் உலக மகாயுத்தம் நடந்து கொண்டிருந்தபோது இந்தியா வுக்குள்ளும் போராட்டங்கள் நடந்துகொண்டிருந்தன. ஏதாவது ஒரு எலும்புத்துண்டைத் தூக்கி இப்பொழுது இந்தியாவில் வீச வேண்டும் என்று வெஸ்ட் மினிஸ்டரில் இருந்த போர் மந்திரிசபை தீர்மானித்தது. அதன் விளைவாக 12-8-1917 அன்று பிரிட்டீஷ் நாடாளுமன்றத்தில் எட்வின் மாண்டேகு சொன்னார்: மேன்மை தங்கிய மன்னரின் அரசு ஒரு பொறுப்புள்ள அரசை இந்தியாவில் பிரிட்டிஷ் அரசின் கீழ் நியமிக்கும் நோக்கத்துடன் அதிகம் இந்தியர் களை அரசாளும் அமைப்புகளில் சேர்க்க முடிவு செய்துள்ளது. சர்ச்சிலுக்கு அது பிடிக்கவில்லை. முதலில் சுய அரசாட்சி என்று அந்தத் தீர்மானத்தில் இருந்ததை லார்ட் கர்ஸனும் ஏ.எல். பால்ஃபோர் என்பவரும் திருத்தம் கொணர்ந்து பொறுப்புள்ள அரசு என மாற்றினர். ஏனென்றால் பொறுப்புள்ள என்பது ஒரு தெளிவில்லாத கூற்று.

மாண்டேகு செம்ஸ்ஃபோர்ட் சீர்திருத்தில் முக்கிய அம்சம் தலைமை அரசாங்கம். இங்கிலாந்திலுள்ள இந்தியா மந்திரியும் அவரது நிர்வாக சபையும் இந்திய அரசின் ஆட்சிப் பொறுப்பை ஏற்பர். இந்திய சபையில் 8 லிருந்து 12 வரையிலான உறுப்பினர்கள் ஐந்தாண்டு காலம் பதவி வகிப்பர். இந்தியரின் எண்ணிக்கை 2 லிருந்து 3 ஆனது. ஆங்கில அரசுக்குப் பொறுப்பாக இருக்க உயர் ஆணையாளர் நியமிக்கப்பட்டார். இந்திய அமைச்சரும் அவரது நேர் உதவிச் செயலர்களும் இந்தியாவிலிருந்து ஊதியம் பெறாமல் பிரிட்டன் நாட்டின் வருமானத்திலிருந்து ஊதியம் பெறுவர். அதனால் அவர்கள் அந்நாட்டு நாடாளுமன்றத்திற்குப் பொறுப் பானவர்கள் ஆனார்கள்.

இந்திய அரசாங்கம்

மத்திய அரசாங்கம்	மாநில அரசாங்கம்
தலைமை ஆளுநர்	நிர்வாகக் குழு
கீழ் சட்டசபை	ஆளுநரும் நிர்வாகக் குழுவும்
மேல்சபை	அமைச்சர் குழு

தலைமை ஆளுநரின் நிர்வாகக் குழுவில் நான்கு ஐரோப்பியரும் மூன்று இந்தியரும் இடம்பெறுவர். நிதி ஒன்றில்தான் இவர்கள் மத்திய சட்டசபைக்குக் கட்டுப்பட்டவர்கள். தலைமை ஆளுநர் சிறப்பதிகாரம் பெற்றிருந்தார்.

கீழ் சபை - தேர்ந்தெடுக்கப்பட்டவர்கள்: 102.

நியமிக்கப்படுபவர்கள்: 42

பொதுத்தொகுதிகளிலிருந்து கிட்டத்தட்டப் பாதிப்பேரும் மற்றவர் வகுப்பு வாரி அல்லது தனிப் பிரதிநிதித்துவ முறையிலும் தேர்ந்தெடுக்கப்படுவர். ஆயுட்காலம் மூன்றாண்டுகள். தலைமை ஆளுநர் விரும்பினால் இவ்வாயுட்காலத்தைக் கூட்டவோ குறைக்கவோ செய்யலாம்.

மேல் சபையில் கிட்டத்தட்டப் பாதிப்பேர் நியமன உறுப்பினர்கள். மற்றவர் தேர்ந்தெடுக்கப்படுபவர்கள். பதவிக்காலம் ஐந்தாண்டுகள். தலைமை ஆளுநர் அதைக் கூட்டவோ குறைக்கவோ இயலும். சட்டமன்றங்களில் வரவு செலவுத் திட்டம் உட்பட விவாதங்கள் செய்யலாம். கேள்வி கேட்கலாம். குறிப்பிட்ட சில பொருள்கள் பற்றி மசோதாக்கள் கொண்டுவரலாம். ஆனால், பாதுகாப்பு, வெளிநாட்டு உறவு, நாட்டுக் கடன், சமயம் போன்ற பல பொருள் கள் பற்றித் தனியாக மசோதாக்கள் கொண்டுவரும் அதிகாரம் அவைகளுக்கில்லை. ஒரு மசோதாவால் இடர்ப்பாடுகள் விளையும் என்று தலைமை ஆளுநர் கருதினால் அதனை அவர் நிராகரிக்கலாம்.

சில மசோதாக்கள் நாட்டு நன்மைக்கும் பாதுகாப்பிற்கும் அவசியம் என்று தோன்றினால் தலைமை ஆளுநர் அவற்றைச் சட்டசபைகள் நிராகரித்தபோதும் தனது தனி அதிகாரத்தைப் பயன்படுத்திச் சட்டமாக்கலாம். நிதிக் கட்டுப்பாடுகள் பெரும்பாலும் தலைமை ஆளுநர் வசமே இருந்தன. அவசரகாலங்களில் தனி உரிமை ஆணைகள் மூலம் அவர் ஆறுமாத காலத்திற்குத் தானே ஆளலாம். சட்டமன்றம் நிறைவேற்றும் சட்டங்கள் அவரது ஒப்புதலையும் அரசரது ஒப்புதலையும் பெற வேண்டும்.

இரட்டை ஆட்சி

மாநிலங்களில் இரட்டை ஆட்சி புகுத்தப்பட்டது. ஆளுநரும் நிர்வாகக் குழுவினரும் ஒரு புறம். அமைச்சர்கள் குழு ஒருபுறம். தனித்தனியே சில துறைகளை நிர்வகித்தனர்.

அமைச்சர்களின் கீழிருந்த துறைகள்: மாற்றப்பட்ட துறைகள்.

ஆளுநர் குழு கீழிருந்த துறைகள்: மாற்றப்படாத துறைகள்.

எனவே இது இரட்டை ஆட்சி எனப்பட்டது.

ஆளுநரின் தலைமையில் இருந்த நிர்வாகக் குழுவில் அரசால் நியமனம் பெற்ற நான்கு உறுப்பினர் வரை இருப்பர். அவர்கள் தலைமை அரசாங்கத்திற்கும் தலைமை ஆளுநருக்கும் மட்டுமே பொறுப்பானவர்கள். அவர்களுக்கான துறைகளில் அமைச்சர்கள் சட்டசபை தலையிட முடியாது. காவல், நிதி, நீதி, சிறை, நீர்ப்பாசனம், காடுகள், நிலவரி போன்றவை மாற்றப்படாத துறைகள். ஆளுநரின் நேர்ப்பார்வையில் இருப்பவை. சட்டசபை யிலிருந்து சிலரை அமைச்சர்களாக நியமித்து அவர்களிடம் மாற்றப் பட்ட துறைகள் ஒப்படைக்கப்பட்டன. உள்ளாட்சி, கல்வி, பொது நலத்துறை, பொதுப் பணித்துறை, மருத்துவம், விவசாயம் போன்றவை மாற்றப்படும் துறைகள். ஆளுநருக்குப் பொதுவாக உள்ள அதிகாரங்கள் தவிர சில சிறப்பதிகாரங்களும் கொடுக்கப் பட்டிருந்தன. அதன்படி அவர் மசோதாக்களை நிராகரிக்கவும், மாற்றவும், முடியும். பொதுவாக அவர் அமைச்சரவையின் ஆலோசனையைக் கேட்டுச் செயல்படவேண்டும்.

மாநிலத்தில் ஒரு சட்டசபை இருந்தது. 70 சதவிகித உறுப்பினர்கள் மக்களால் தேர்ந்தெடுக்கப்பட்டனர். மற்றவர்கள் நியமன உறுப்பினர்கள். ஆயுட்காலம் மூன்றாண்டுகள். ஆளுநர் இதைக் கூட்டவோ குறைக்கவோ செய்யலாம். ஒதுக்கப்பட்ட துறைகளில் ஆளுநரின் ஒப்புதலோடு மசோதாக்கள் கொணரலாம். சில சமயங்களில் அரசு பிரதிநிதியின் ஒப்புதல் பெறவும் தேவைப்படும்.

தேர்தல்

இதில் ஒரு நல்ல முன்னேற்றம். முன்பிருந்த சுற்றுவழித் தேர்தல் கைவிடப்பட்டு நேரடியாகத் தேர்ந்தெடுக்கும் முறை வந்தது. என்றாலும் வகுப்பு, இனப்படி தொகுதி ஒதுக்கீடுகள் செய்யப் பட்டன. நிலவரி, வருமான வரி செலுத்தக்கூடிய 21 வயதுக்கு மேற்பட்ட ஆண்கள் மட்டுமே வாக்காளர்கள். ஆனால் பெண்களுக்கு வாக்குக் கொடுப்பதைப்பற்றி சட்டங்கள் இயற்றுமாறு மாநிலச்

சட்டமன்றங்கள் கேட்டுக்கொள்ளப்பட்டன. முஸ்லிம்கள், சீக்கியர்கள், இந்தியக் கிறித்துவர், ஆங்கிலோ இந்தியர்கள் ஆகியோருக்குத் தேர்தல் தொகுதிகள் நிர்ணயிக்கப்பட்டன. இச்சீர்திருத்தத்தால் சில நன்மைகளும் பல தீமைகளும் விளைந்தன.

நிறைகள்:

1. தேர்தல். சுற்றுவழித்தேர்தல் கைவிடப்பட்டது. மக்கள் விரும்பும் பிரதிநிதிகளைத் தேர்ந்தெடுக்கலாம்.
2. மத்தியில் ஈரவைகள் கொண்ட சட்டமன்றம். இவற்றில் பலர் தேர்தல் மூலம் தேர்ந்தெடுக்கப்பட்டதால் ஜனநாயகம் வித்திட வழியேற்பட்டது.
3. இந்தியக் கட்சி உறுப்பினர்கள் மாநிலங்களுக்குத் தேர்ந் தெடுக்கப்பட்டதால் இந்தியர்கள் ஆட்சிப் பயிற்சி பெறவும் ஆட்சி செய்யவும் வாய்ப்புக் கிடைத்தது.
4. மாநிலத்தின் துறைகளை இரு அமைப்புகள் நிர்வகித்ததனால் நல்லாட்சி அமைய வாய்ப்புக் கிடைத்தது.
5. மாநில நிர்வாகத்தில் இந்தியர்களுக்குப் பயிற்சி கிடைத்தது.
6. முதன் முதலாக வரவு செலவுத் திட்டங்களின் மேல் வாக்களிக்கும் உரிமை கிடைத்தது.
7. இந்திய அமைச்சர் மற்றும் அவரது கவுன்சில் ஊதியம் பிரிட்டிஷ் அரசால் ஏற்கப்பட்டதால் நிர்வாகச் செலவு ஓரளவு குறைந்தது.
8. இந்தியச் செயல்பாடுகளுக்கென நியமிக்கப்பட்ட உயர் ஆணையர் இந்தியாவிலேயே தங்கி நிர்வகித்ததால் உடனுக்குடன் குறைகளைக் களையும் வாய்ப்புக் கிடைத்தது

குறைகள்:

1. மாநில சட்டசபைகளின் துறை பங்கீடு ஒழுங்கற்றதாக இருந்தது. ஒரே துறையைச் சேர்ந்த வெவ்வேறு துறைகள் இரு அமைப்பிற்கும் பங்கீடு செய்யப்பட்டிருந்தன. எடுத்துக்காட்டு: விவசாய மந்திரியின் கீழ் நீர்ப்பாசனம் இல்லை.
2. வாக்காளர்களின் தகுதி நிர்ணயத்தால் குறைந்த அளவு வாக்காளர்களே வாக்குப் போடும் நிலையிலிருந்தனர்.
3. தலைமை ஆளுநர் விருப்பம்போல் செயல்படும் வண்ணம் அதிகாரம் அவரிடம் குவிந்து கிடந்தது. அப்படியே ஆளுநரும். அவருக்கு வேண்டியவர்களையே அமைச்சர்களாக நியமித்தார்.

4. பிரிட்டிஷ் பேரரசுக்குத் தாளம் போடவேண்டும். மாறான சட்டங்கள் இயற்ற முடியாது.

5. மக்கள் தொகைக்கேற்பப் பிரதிநிதித்துவம் இல்லை.

6. மத்திய வரவு செலவைப் பொறுத்த மட்டில் மாநிலங்கள் சபைகள் ஒப்புதல் அளிக்கும். அவைகள் மட்டுமே!

7. ஆளுநருக்குக் கொடுக்கப்பட்ட அதீத அதிகாரத்தால் மாநிலங் களின் சட்ட சபைகள் வெறும் விவாத அவைகளாகவே இருந்தன. வாக்காளர் தொகுதிப் பாகுபாட்டால் இன வகுப்பு வாதப் பிரிவினைகள் சமுதாயத்தில் புகுத்தப்பட்டன.

எட்டிப்பார்த்த இனப்பாகுபாடு

மாண்டேகு செம்ஸ்ஃபோர்ட் சீர்திருத்தத்தால் அதிகாரம் மேல்தட்டு மக்களிடமும் இந்துக்களிடமும் சென்று விடும் என்று மைனாரிட்டி இனத்தவரும், தாழ்த்தப்பட்டவர்களும் கருதினர். பிரிட்டிஷ் அரசாட்சியின் போது இனப் பாகுபாடு இந்தியர்களிடையே காட்டப் படவில்லை. ஆனால் மாண்டேகு செம்ஸ்ஃபோர்ட் சீர்திருத்தத்தின் படி அந்தப் பாகுபாடு வந்துவிடும் என்று ஒரு பத்திரிகை எழுதியது.

1919ம் ஆண்டு மாண்டேகு செம்ஸ்ஃபோர்ட் சீர்திருத்தத்தைக் காங்கிரஸ் ஏற்கவில்லை. சட்டசபையில் பங்கேற்க மறுத்து விட்டது. அதே வருடம் காங்கிரஸ் ஒரு புது சட்ட வரவை ஏற்றது. அதன் முதல் கட்டுரையில் இருந்த வாசகம் 'அமைதியான, சட்டத்துக்குட்பட்ட வழிமுறைகளில் இந்திய சுயராஜ்ஜியம் அடைவதே காங்கிரஸின் குறிக்கோள்' என்றிருந்தது. காங்கிரஸி லிருந்த மிதவாதிகளுக்கு இது பிடிக்கவில்லை. எனவே சுரேந்திரநாத் பானர்ஜி, செடல்வாட், சி.ஒய்.சிந்தாமணி ஆகியோர் காங்கிரஸி லிருந்து விலகி 'நேஷனல் லிபெரேஷன் பெடரேஷன்' என்னும் அமைப்பைத்தொடங்கி அதன் வழி சட்டசபையில் நுழைந்து விட்டார்கள்.

சட்டசபையில் நுழைந்த திரு. கே.எம்.முன்ஷி அங்கே சட்டசபை எப்படி நடந்தது என்பதைப்பற்றி எழுதியிருக்கிறார். 'சட்டசபையில் இருந்த மந்திரிகளுக்கிடையே தகராறு. உறுப்பினர்கள் ஏதாவது ஒரு மந்திரியை ஆதரித்தார்கள். எல்லோரும் உறுப்பினர்களாக இருந்த அதிகாரிகளின் கண்பார்வைக்காக வெளியிலே தவம் கிடப்பார்கள். ஒவ்வொருவரும் அவர்களின் சுய லாபத்தையே கருதிச் செயல் பட்டுக்கொண்டிருந்தனர்.' (Pilgrimage to Freedom, Page 26)

71

ரௌடித்தனமான ரௌலட் சட்டம்

உலக மகாயுத்தம் ஒரு வழியாக முடிவுக்கு வந்தது. இனி, இந்தியர்களின் உதவி பிரிட்டனுக்குத் தேவையில்லை. யுத்தம் முடியும் முன் பொறுப்புள்ள ஆட்சி வழங்க முடிவெடுத்திருப்பதாகப் பார்லிமெண்டில் இந்தியா மந்திரி மாண்டேகு அறிவித்திருந்தாரல்லவா? அவர் அறிவித்து மூன்றுமாதங்கள்கூட ஆகவில்லை, அதற்குள் ஆங்கிலேயர் தங்கள் சுய புத்தியைக் காட்டத் தொடங்கிவிட்டனர். காரியம் ஆகவேண்டுமென்றால் காலையும் பிடிப்பர் இல்லையென்றால் கழற்றி விட்டுவிடுவர். அல்லது கொடுமைப்படுத்தி இன்பமடைவர். அதுதான் இப்பொழுதும் நிகழ்ந்தது.

இந்திய அரசு, நீதிபதி சர் சிட்னி ரௌலட் என்பவர் தலைமையில் ஒரு கமிட்டியை நியமித்தது. இந்தியாவில் நடக்கும் வன்முறை, சதி நடவடிக்கைகளை ஆராய்ந்து, அவற்றைத் தடுக்க நேரும் இடைஞ்சல்கள் பற்றியும் ஆய்ந்து, எப்படி அவற்றைக் கட்டுப்படுத்தலாம் என்றும் ஆலோசனை வழங்குமாறு அந்தக் கமிட்டியைக் கேட்டுக் கொண்டது. இந்தக் கமிட்டியை நியமித்ததை எதிர்த்துக் காங்கிரஸ் மாநாட்டில் தீர்மானம் நிறைவேறியது. 19-1-1919 அன்று ரௌலட் கமிட்டி ஓர் ஆவணம் தயாரித்து சட்ட சபையில் நடவடிக்கைகளாக்க என்ன செய்யவேண்டும் எனக் குறித்து அறிக்கை அளித்தது.

அநியாயமான ஆலோசனைகள்

அதில் உறுப்பினராக சென்னை உயர்நீதி மன்ற நீதிபதி கனம் திவான் பகதூர் சி.வி. குமாரசாமி சாஸ்திரி என்பவரும் இருந்தார். இந்தக் குழுவிற்குச் சூட்டப்பட்ட பெயர் செடீஷியஸ் கமிட்டி. ரௌலட் தலைவராக இருந்ததால் ‘ரௌலட் கமிட்டி’ என அழைக்கப்பட்டது.

குமாரசாமி சாஸ்திரிக்கு எதிராகப் பல பத்திரிகைகள் கண்டனம் தெரிவித்தன. அவர் கமிட்டியிலிருந்து விலகவேண்டும் என்றனர். ஆனால் அவர் அதைப் பற்றிக் கவலைப்படவே இல்லை. அந்தக் கமிட்டியின் அறிக்கையில் கண்டிருந்த ஆலோசனைகள் மிகக் கடுமையாக இருந்தன. ஒரு புறம் மாண்டேகு செம்ஸ்போர்ட் சட்டச் சீர்திருத்தம். இன்னொரு புறம் அரசு அதிகாரிகளுக்குச் சகல அதிகாரங்களும் வழங்கிய அடக்குமுறை அறிக்கை. அது சட்டமானால் கேள்வி கேட்பாரில்லாமல் எவரையும் கைது செய்து சிறையிலடைக்கலாம். வாரண்டின்றிக் கைது செய்யலாம்.

எந்த இடத்திலும் வசிக்க அரசு ஆணையிடலாம். அன்றாடம் காவல் துறையில் கையெழுத்திட ஆணையிடலாம்.

சாட்சியமில்லாவிட்டாலும் தண்டனை தரலாம். மேல்முறையீடு கிடையாது. விசேஷ நீதிமன்றங்களின் விசாரணை ரகசியமாக நடைபெறும்.

எந்த வீட்டையும் எந்த நேரத்திலும் போலீஸார் சோதனையிடலாம். வாதாட வக்கீல்களை நியமிக்க முடியாது. கமிட்டியின் அறிக்கைப் படி இரண்டு மசோதாக்களை அரசு தயாரித்தது.

சாஸ்திரியின் சாதனைப் பேச்சு

இவ்வறிக்கைகள் காந்திஜியை அதிர்ச்சியடைய வைத்தன. அவர் நோய்வாய்ப்பட்டிருந்த நேரம். ஆனாலும் ஓய்வெடுக்காமல் வல்ல பாய் பட்டேல் போன்ற முக்கிய தலைவர்களைக் கலந்தாலோசித் தார். அந்த ஆலோசனையே பின்னாளில் சத்தியாக்கிரகத்திற்கு வழி வகுத்தது.

சத்தியாக்கிரகக் குழு ஒன்று அமைக்கப்பட்டது. அதற்குக் காந்தி ஜியே தலைமைப் பொறுப்பேற்றார். அதில் பங்கெடுப்பவர் ஒரு உறுதி மொழி எடுத்துக்கொள்ளவேண்டும் என்றும் நாடு முழுதும் பல பெரியவர்களின் கையொப்பம் பெறுவதென்றும் தீர்மானிக்கப் பட்டது. வைஸ்ராய்க்குக் கடிதம் எழுதினார். ரௌலட் அறிக்கையின் அநியாயத்தைச் சுட்டிக்காட்டி அதைச் சட்டமாக்கக் கூடாதென்று எழுதினார். சட்டசபையில் ரௌலட் மசோதாவைப் பற்றி விவாதம் நடைபெற்றபோது பார்வையாளராகக் காந்திஜியும் சென்றிருந்தார். மசோதாவைக் கடுமையாக எதிர்த்து மகா கனம் 'சில்வர் டங்' சீனிவாச சாஸ்திரி பேசினார். அதைப் பற்றிக் காந்திஜி பின்னாளில் எழுதினார்

'வி.எஸ். சீனிவாச சாஸ்திரியார் ஆவேசமாகப் பேசினார். அரசுக்குக் கடுமையான எச்சரிக்கையும் விடுத்தார். வைஸ்ராய் அவருடைய

ஆணித்தரமான விவாதத்தையும் பேச்சு வன்மையையும் கண்டு வியப்போடும் திகைப்போடும் கேட்டுக்கொண்டிருந்தார். கண்ணிமைக்காமல் அவரைப் பார்த்துக் கொண்டிருந்தார். சாஸ்திரியின் பேச்சு உணர்வு பூர்வமாகவும் உண்மை நிறைந்ததாகவும் இருந்தது.'

உறுதிமொழிப் பத்திரம்

காந்திஜி தயாரித்திருந்த உறுதிமொழிப்பத்திரம் எச்சரிக்கை நிறைந்ததாகவும் அதே சமயம் ஒழுக்கத்தோடு பின்பற்றவேண்டியதாகவும் அமைந்திருந்தது.

'இந்தியக் கிரிமினல் சட்டத் திருத்த 1919ம் ஆண்டு 1ம் மசோதாவும், கிரிமினல் சட்ட அவசர மசோதாவும் அநியாயமானவை. நீதிக்கும் சுதந்திரத் தாத்பர்யத்துக்கும் புறம்பானவையாக இருப்பதோடு தனிப்பட்டவரின் அடிப்படை உரிமைகளைப் பாதிப்பனவாகவும் உள்ளன என்று நாங்கள் மனமார நம்புகிறோம். ஆகவே, இம் மசோதாக்கள் சட்டங்களானால் அவை விலக்கிக்கொள்ளப்படும் வரையில் இந்தச் சட்டங்களுக்கும் அவை மீறத்தகுந்தவைகளே என்று இனி நியமிக்கப்படவிருக்கும் குழு கருதும். சட்டங்களுக்கும் உடன்படாமல் சாத்வீகமான முறையில் மறுப்பதென்று உறுதியுடன் பிரதிக்ஞை எடுத்துக்கொள்ளுகிறோம்.

'இந்தப் போராட்டத்தில் சத்தியத்துக்குப் பங்கம் வராமல் அனுசரித்து நடப்பதுடன், உயிருக்கும் உடலுக்கும் சொத்துக்கும் கேடு விளைக்கும் வன்முறையில் ஈடுபடாமல் செயல்படுவோம் என்று உறுதி மொழி எடுத்துக் கொள்ளுகிறோம்.'

தமிழ்நாடு சென்ற காந்திஜி

காந்திஜி பகிரங்கமாகவும் ரகசியமாகவும் வேண்டிக் கொண்டும் எச்சரிக்கை விடுத்தும் எழுதிய கடிதங்களை வைஸ்ராய் கண்டு கொள்ளவே இல்லை. ரௌலட் மசாதாவில் ஒன்று சட்டமாகியது. இனி பொறுப்பதில்லை என்று பொங்கியெழுந்தார் காந்திஜி. உறுதி மொழிப் பத்திரங்கள் நாடுமுழுதும் அனுப்பப்பட்டன. எங்கிருந்து அதைத் தொடங்குவது என்று காந்திஜி யோசித்தபோது அவருக்குத் தமிழகம்தான் நினைவுக்கு வந்தது. அவ்வளவு தூரம் பயணப்பட உடல்நிலை இடம்கொடுக்காது போலிருந்தது. அதேசமயம் மதராஸிலிருந்து கஸ்தூரிரங்க அய்யங்கார் அவரை அழைத்திருந்த கடிதம் வந்தது. உடல்நிலையையும் பொருட்படுத்தாமல் காந்திஜி மதராசுக்குக் கிளம்பிவிட்டார்.

அதைப்பற்றிக் காந்திஜி தமது நாட்குறிப்பில் எழுதியிருப்பதாவது: 'திரு. கஸ்தூரிரங்க ஐயங்காரின் கையொப்பத்துடன் அழைப்பு வந்தது. ஆனால் அந்த அழைப்புக்கு முக்கியமான காரணகர்த்தா வாக இருந்தவர் ராஜகோபாலாச்சார்யார் என்பதைப் பின்னால் அறிந்தேன். அவருடன் எனக்குப் பழக்கம் ஏற்பட்டது அதுவே முதன் முறை.'

தகுதியற்ற சட்டம்

காங்கிரஸ் கட்சியோ அல்லது அதிலிருந்த மிதவாதிகளோ ரௌலட் சட்டத்தை விரும்பாவிட்டாலும்கூட அதை எதிர்ப்பதில் அவ்வளவு ஈடுபாடு காட்டவில்லை. மாண்டேகு செம்ஸ்ஃபோர்ட் சீர்திருத்தம் பற்றித்தான் அவர்களது கவனம் இருந்தது. ரௌலட் சட்டத்தைக் கண்டித்து ஒப்புக்குச் சப்பாணி தீர்மானம் போடப்பட்டது.

காந்திஜி தமிழகம் வருகிறார் என்று கேள்விப்பட்டபோதே அவர் வருவதற்கு முன்னமேயே தமிழகத்தின் பல நகரங்களிலும் கூட்டங்கள் கூட்டப்பட்டன. சிறையிலிருந்து விடுதலை பெற்ற பிறகு சற்று ஓய்ந்திருந்த வ.உ.சி.யும் காந்திஜி வழியில் சாத்வீக முறையில் போராடுவதன் மூலம்தான் நாடு விடுதலை பெற முடியும் என்ற தீர்மானத்திற்கு வந்துவிட்டார்.

காந்திஜி சென்னையில் 13 நாட்கள் தங்கியிருந்தார். அவர் சென்னை யிலிருக்கும்போதுதான் ரௌலட் சட்டம் வைஸ்ராயால் அங்கீகரிக் கப்பட்டு கெஸட்டில் பதிவாகியது. மக்களின் எதிர்ப்பைக் கண்டு வைஸ்ராய் பின்வாங்குவார் என்று காந்திஜி நம்பியிருந்தார். அந்த நம்பிக்கை பொய்யாகிவிட்டது. 'ஏற்கெனவே அவர்கள் தீர்மானித்துவிட்டதால் மக்களின் கூக்குரல்கள் செவிடன் காதில் ஊதிய சங்கு போலவும் வனாந்திரத்தில் இட்ட ஓலம் போலவும் பயனின்றிப் போய்விட்டன. ரௌலட் சட்டம், சட்டம் என்பதற்குத் தகுதியற்ற ஒரு சட்டம்' என்றார் காந்தி.

கனவில் கண்ட 'ஹர்த்தால்' வழிமுறை

சத்தியாக்கிரகம் தொடங்குவது என்று முடிவெடுத்தாலும் கூட அதை எப்படித் தொடங்குவது என்ற ஒரு தெளிவு ஏற்படவில்லை. மக்கள் காந்திஜியின் ஆணைக்கேற்பச் செயல்படத் தயாராக இருந் தார்கள். ஆனால் அவர்களுக்கு என்ன வழிமுறையைச் சொல்வது? குழப்பங்கள் ஏற்படும்போதெல்லாம் காந்திஜிக்கு ஒரு உட்குரல் கேட்கும். அது உணரக் கூடியதாகப் பெரும்பாலும் இருக்கும். சில சமயங்களில் கனவாக வெளிப்படும். சென்னையில் அவர் தங்கி யிருந்தபோது அப்படியொரு கனவு அவருக்குத் தோன்றியது.

என்ன கனவு அது? இதோ காந்திஜியே சொல்லக் கேட்போம்!

> 'நேற்றுக் கனவில் ஒரு யோசனை வந்தது. பொது ஹர்த்தாலை நடத்தவேண்டும் என்பதே அது. ஆன்மத் தூய்மையைச் செய்து கொள்ளும் முறையே சத்தியாக்கிரகம். நம்முடைய போராட்டமோ ஒரு புனிதமான போராட்டம். ஆகையால் அதை ஆன்மத் தூய்மை செய்துகொள்வதோடு ஆரம்பம் செய்வதே சரி என்று எனக்குத் தோன்றுகிறது. எனவே இந்திய மக்கள் அனைவரும் அன்று தங்கள் வேலைகளையெல்லாம் நிறுத்திவிட்டு உபவாசம் இருந்து பிரார்த்தனை செய்யட்டும். முஸ்லிம்கள் ஒருநாளைக்கு மேல் பட்டினி விரதம் இருக்க மாட்டார்கள். ஆகவே உண்ணாவிரதம் இருக்கும் நேரம் 24 மணி நேரம் என்றிருக்கவேண்டும். இந்த நமது வேண்டுகோளை எல்லா மாகாணங்களும் ஏற்றுக்கொண்டு நடத்தும் என்று சொல்வதற்கில்லை. ஆனால் பம்பாய், மதராஸ், சிந்து, பீகார், ஆகிய மாநிலங்கள் அனுசரிப்பது நிச்சயம் என்று நம்புகிறேன். இந்த இடங்களிலெல்லாம் ஹர்த்தால் சரியானபடி அனுஷ்டிக்கப்பட்டாலும் நான் திருப்தியடையக் காரணமுண்டு என்றே கருதுகிறேன். (விடுதலைப்போரில் தமிழகம் - சிலம்புச் செல்வர்- பாகம் 1 பக்கம் 414).

உடனே மக்களுக்குத் தெரிவிப்பதற்காக ஓர் அறிக்கை தயார் செய்யப்பட்டது. காந்திஜி அதில் ஹர்த்தால் என்றால் என்ன என்பதை விளக்கிவிட்டு ஏப்ரல் மாதம் 6ந்தேதி ரௌலட் சட்டத்தை எதிர்த்துக் கடையடைப்பு, வேலைநிறுத்தம், 24 மணி நேர உண்ணா விரதம் ஆகியவை நடைபெறவேண்டும் என்று வேண்டுகோள் விடுத்திருந்தார். முதலில் மார்ச் மாதம் 30ந்தேதியே ஹர்த்தால் அனுஷ்டிப்பது என்று அறிவிக்கப்பட்டிருந்தது. சில காரணங்களால் அது ஏப்ரல் 6ந்தேதிக்குத் தள்ளிப்போடப்பட்டது.

ஆனால் டெல்லியில் தேதி மாற்றத்தை அறியாத மக்கள் மார்ச் 30ம் தேதியே ஹர்த்தாலைத் தொடங்கிவிட்டனர். சுவாமி சிரத்தானந்தரும் ஹக்கீம் அஜ்மல்கான் சாகிப்பும் இணைந்து டில்லியில் ஹர்த்தாலை வெற்றிகரமாக நடத்தினர். அந்த இந்துத் துறவி டெல்லி ஜும்மா மசூதியில் சொற்பொழிவாற்றினார். அந்த அளவுக்கு இந்து முஸ்லிம் ஒற்றுமை அந்தக் காலகட்டத்தில் இருந்தது. மாறுபட்ட இனங்கள் ஒற்றுமையாக இருந்தால் அது ஆங்கிலேயருக்குப் பிடிக்காது. எப்படியேனும் அதைக் குலைக்க முற்படுவர். அப்படியிருக்கையில் இந்து முஸ்லிம்கள் இணைந்து ஹர்த்தால் நடத்துவதாவது? ஆங்கிலேயர்களால் அதைத் தாங்கிக்கொள்ள

இயலுமா? அமைதியாகச் சென்றுகொண்டிருந்த ஊர்வலத்தின் மீது துப்பாக்கிச் சூடு நடத்தினார்கள். அதில் இறந்தவர் சிலர், காயமுற்றவர் பலர்.

டெல்லியில் நடந்த துப்பாக்கிச்சூடு காந்தியடிகளைக் கலவரப் படுத்தியிருந்தது. எனவே காந்திஜி பொதுக்கூட்டங்களிலெல்லாம் மக்களைப் பார்த்துச் சொன்னார்:

> 'சத்தியாக்கிரக உறுதிமொழியில் கையெழுத்திடுமுன் சிந்தியுங் கள். முடிவெடுத்துக் கையெழுத்திட்ட பிறகு அதிலிருந்து பின் வாங்குவதோ அல்லது அதில் சொல்லப்பட்டிருப்பவற்றிற்கு மாறாக நடப்பதோ கூடாது. உறுதி மொழியை நிறைவேற்ற இறைவன் அருள் புரிவானாக! சத்தியாக்கிரக உறுதி மொழியில் கையெழுத் திட்டவர்கள் எல்லாம் சத்தியாக்கிரகிகள் அல்லர். உறுதி மொழிப்படி நடப்பவர் களே சத்தியாக்கிரகிகள் ஆவார்கள்.'

சாதனை செய்பவர் தமிழக மக்கள்

தமிழ் இனத்தவர்கள் எளிமையானவர்கள். அவசியம் நேர்ந்தால் தாங்கள் வாழும் எளிமை வாழ்க்கைக்கும் கீழே போய் வாழத் தயங்காதவர்கள் என்ற எண்ணம் காந்திஜிக்கு இருந்தது. எனவே தான் சொன்னார்:

'இந்தியாவில் வேறு எங்கும் இல்லாத அளவுக்கு உயர்ந்த முறையில் தேசியப் பண்பாட்டையும் பாரம்பரியத்தையும் நீங்கள் நன்றாக உணர்ந்திருக்கிறீர்கள். உங்களிடம் இறை நம்பிக்கை அதிகமிருக்கிறது. உங்களைப் பார்க்கும்போது மிகவும் எளிமையாக வாழ்ந்த நம்முடைய முனிவர்களே எனக்கு நினைவுக்கு வருகின்றனர்,' என்று சென்னையில் கடற்கரைக் கூட்டத்தில் பேசினார். அன்று அவர் பேசிய முதல் கூட்டத்தில் ஏ. அரங்கசாமி அய்யங்கார், தீரர் சத்தியமூர்த்தி, சரோஜினி தேவி, ராஜாஜி, வ.உ.சி. மதுரை ஜார்ஜ் ஜோசப் ஆகியோரும் பேசினர்.

புகழ்பெற்ற பல காங்கிரஸ் மிதவாதிகளுக்குக் காந்திஜியின் சத்தியாக்கிரக முறை பிடிக்கவில்லை. அவர்கள் அதை எதிர்த்து எதிர்ப்பு இயக்கம் தொடங்கினர்.

20-3-1919ல் கடற்கரையில் இரண்டாவது கூட்டம் நடைபெற்றது. கூட்டத்திற்குச் சேலம் சி. விஜயராகவாச்சாரியார் தலைமை தாங்கினார். காந்திஜி சத்தியாக்கிரகிகளுக்குச் சில கடுமையான நிபந்தனைகளை விதித்தார்.

> இடையூறுகளுக்கு அஞ்சாமல் சத்தியாக்கிரகத்தைத் தொடர்ந்து கடைப்பிடிக்கவேண்டும்.

தன்னுடைய எதிரிகளின் மேல் பகைமை பாராட்டாமல் அவர்களைத் தொடர்ந்து நேசிக்க முயலவேண்டும்.

இடையூறுகள் எவரிடமிருந்து வந்தாலும் சரி, அரசிடமிருந்தோ, சத்தியாக்கிரக இயக்கத்தை ஆதரிக்காதவர்களிடமிருந்தோ வந்தாலும் சரி கலங்காமல், அவற்றை ஏற்று எதிர்கொண்டு அனுபவிக்கத் தயாராக இருக்கவேண்டும்.

இதற்கு உடன்படுபவர்களே சத்தியாக்கிரகத்தில் கலந்துகொள்ள முடியும்.

சத்தியாக்கிரகத் தினமாக ஏப்ரல் 6ந்தேதி முடிவுசெய்யப்பட்டது. அதற்கான செயல் திட்டத்தைக் காந்திஜி வகுத்துக் கொடுத்தார்.

'ரௌலட் மசோதாக்களுக்கு வைஸ்ராய் அங்கீகாரம் அளித்த செய்தி வெளியானதற்கு அடுத்த இரண்டாவது ஞாயிற்றுக் கிழமையான ஏப்ரல் 6ந்தேதியை அவமான நாளாகவும் பிரார்த்தனை நாளாகவும் அனுஷ்டிக்கவேண்டும்.'

என்ன செய்வது என்பதன் விவரம்.

வயது வந்தோர் முதல்நாள் இரவு உணவு உண்ட நேரத்திலிருந்து 24 மணி நேரத்திற்கு உணவு உண்ணக் கூடாது. அடுத்துத் திட்டமிடப்பட்டுள்ள சட்டமறுப்புக்குத் தயாராகும் ஒரு முன்னோடியாகச் சத்தியாக்கிரகிகளும், தங்கள் மனம் புண்பட்டதை உரியவர்களுக்குத் தெரிவிக்கும் அறிகுறியாக மற்றவர்களும் இதைத் தவறாமல் கடைப்பிடிக்கவேண்டும்.

அத்தியாவசியமான அலுவல்களைத் தவிர வேறு எந்த அலுவல்களும் செய்யக்கூடாது. கடைகள் மூடப்படவேண்டும். வணிகங்கள் நிறுத்தப்படவேண்டும்.

அன்று பாரதம் முழுவதும், கிராமங்கள் உட்பட எல்லா இடங்களிலும் பொதுக்கூட்டங்கள் நடத்தப்பட வேண்டும். ஒவ்வொரு கூட்டத்திலும் ரௌலட் சட்ட மசோதா இரண்டையும் கைவிட வேண்டும் என்று வைஸ்ராயைக் கேட்டுக்கொள்ளும் தீர்மானம் நிறைவேற்றப்படவேண்டும்.

சத்தியாக்கிரகப் பிரகடன அறிக்கையைக் காந்திஜி தயாரித்த இடத்தின் பெயர் 'திலகர் பவனம்'. அங்கே தான் ராஜாஜி குடியிருந்தார். பத்திரிகைகள் முக்கியத்துவம் கொடுத்துச் சத்தியாக்கிரக நிகழ்ச்சிகள் பற்றிப் பிரசுரித்தன. இந்து, சுதேசமித்திரன், திரு. வி.க.வை ஆசிரியராகக் கொண்டிருந்த

தேசபக்தன் பத்திரிகை ஆகியவை சத்தியாக்கிரகச் செய்தியை முதல் பக்கத்திலேயே வெளியிட்டன. காந்தியடிகள் பம்பாய் சென்றார்.

உயிர் பெற்ற ஓவியம்

சத்தியாக்கிரகம் அறிவித்தால் மட்டும் போதாதே! அது சரிவர நடப்ப தற்குரிய முன்னேற்பாடுகள் செய்ய வேண்டுமே! தமிழகத்துத் தலைவர்கள் இரவு பகல் பார்க்காமல் உழைத்தனர். முதல் நாள் பல இடங்களுக்கும் சென்று தொண்டர்களை ஊக்கப்படுத்தினர். ஏப்ரல் 6ந்தேதி சென்னை ராயப்பேட்டையில் திரு. வி. கலியாணசுந்தரனார் தலைமையில் தேசியப் பஜனைக் குழுவினர் முருகன் படத்தை ஊர்வலமாக எடுத்துக்கொண்டும் பாடிக்கொண்டும் சென்றார்கள். ராயப்பேட்டை பாலசுப்பிரமணிய சபாவை அந்தக் குழு நெருங்கிய போது சற்றும் எதிர்பார்க்காத வகையில் பாரதியார் வந்து அந்த ஊர்வலத்தில் கலந்துகொண்டார். திரு. வி.க. அவரை ஒரு பாடல் பாட வேண்டினார். பாரதியாரும் ‘முருகா! முருகா! முருகா!’ என்னும் பாடலை மனமுருகிப் பாடினார். ‘அடியார் பலரிங்குளரே, அவரை விடுவித்தருள்வாய்’ என்று பாரதி பாடியபோது தெய்வ பக்திப்பாடல் தேசபக்திப் பாடலாயிற்று. அங்கிருந்த சாமிநாத சர்மா திரு.வி.க. ஆகியோர் அங்கே ஓர் அதிசயத்தைக் கண்டார்கள். இதோ திரு.வி.க. எழுத்துகளிலேயே காண்போம்.

> தமிழ்ப் பெருமான் ‘முருகா, முருகா,’ என்று பாடத் தொடங்கினார். பாட்டு-தமிழ்ப்பாட்டு-தேனினும் இனிய முருகன் பாட்டு! படத்திலுள்ள ஓவிய உருவம் வீறுடன் வெளிவருவது போன்ற தோற்றம் உண்டாகியது. அன்பர்கள் மெய்கள் அரும்பின! விதிர் விதிர்த்தன. சிலர் மயங்கினர், சிலர் வீழ்ந்தனர், சிலர் கண்ணீர் உகுத்துத் தம்மை மறந்தனர். எல்லாரும் ஆனந்தப் பரவசமாயினர். பாரதியார் சித்திரப் பதுமை ஆனார். பாட்டுக்கும் ஓவியத்துக்கும் உள்ள உருவ ஒருமைப்பாட்டை யான் கண்ணாரக் கண்டேன்.

இதே நிகழ்ச்சியைத் தாம் கண்டவாறே சாமிநாத சர்மாவும் ‘நான் கண்ட நால்வர்’ என்னும் புத்தகத்தில் எழுதியுள்ளார்.

ஊர்வலங்கள் கடற்கரையைச் சென்றடைந்தன. அன்று கடைகள் திறக்கப்படவில்லை. தொழிலாளர்கள் வேலைக்குச் செல்லவில்லை. வீதி வெறிச்சோடிக் கிடந்தது. கடற்கரையில் நடந்த பொதுக்கூட்டத் தில் ராஜாஜி, சத்திய மூர்த்தி போன்ற தேசத்தலைவர்கள் பேசினர்.

அடுத்துச் சட்ட மறுப்புக்குத் தயார்ப்படுத்தும் வகையில் சில ஏற்பாடுகள் செய்யப்பட்டன. ஒரு பத்திரிகை தொடங்கவேண்டு

மென்றால் அதற்கு அரசின் ஒப்புதல் பெறவேண்டும். ஆனால் அரசின் ஒப்புதல் பெறாமலேயே சத்தியாக்கிரகம் என்னும் பெயரில் ஒரு பத்திரிகை தொடங்குவது என்று முடிவாயிற்று. ஏப்ரல் 7ந்தேதியன்று பம்பாயில் காந்தியடிகளை ஆசிரியராகக் கொண்டு அப்பத்திரிகை வெளிவந்தது. சென்னையில் ஏப்ரல் 14ந்தேதி சத்தியாக்கிரகி பத்திரிகை டி.வி. வேங்கட ராம அய்யரை ஆசிரியராகக் கொண்டு வெளிவந்தது.

காந்திஜி தென்னாப்பிரிக்காவில் இருந்தபோது எழுதிய நூல்கள் : 'சர்வோதயம்', 'இந்திய சுயராஜ்ஜியம்'. அவை இரண்டும் இந்திய அரசால் தடை செய்யப்பட்டிருந்தன. அதேபோல வீர் சாவர்க்கர் எழுதிய 'முதல் இந்திய சுதந்திரப் போர்' என்னும் நூல் கையெழுத்துப் பிரதியாக இருந்தபோதே தடைசெய்யப்பட்டிருந்தது. அந்த நூல் 'எரிமலை' என்னும் பெயரில் தமிழில் மொழியாக்கம் செய்யப்பட்டிருந்தது. சட்டத்தை மீறுவது என்று தீர்மானிக்கப்பட்டிருந்ததால் அம்மூன்று நூல்களும் மீண்டும் விற்பனைக்கு வந்தன.

தெற்கே அமைதியாக நடைபெற்ற போராட்டம் வடக்கே அவ்வளவு அமைதியாக நடைபெறவில்லை.

பஞ்சாப்புக்குள் நுழைய பாபுஜிக்குத் தடை

காந்திஜி டெல்லிக்கும் பஞ்சாப்புக்கும் சென்று சத்தியாக்கிரகிகளிடம் பேச நினைத்தார். ஆனால் பம்பாயை விட்டு அவர் வெளியே செல்லக்கூடாதென்று அரசு உத்தரவு போட்டது. அதே போல அவர் பஞ்சாப்புக்குள் நுழையக்கூடாதென்று பஞ்சாப் அரசு தடைவிதித்தது. தடையை மீறி காந்திஜி பம்பாயிலிருந்து ஏப்ரல் 10ந்தேதி கிளம்பினார். வழியில் அவரை மடக்கிக் கைது செய்தது அரசு. காந்திஜி கைதாகி விட்டார் என்ற செய்தி பம்பாயை எட்டியதும் பம்பாய் போர்க்களமானது. எங்கும் கலவரம். அடிதடி. வன்முறை. காந்திஜியின் சத்தியாக்கிரகக் கொள்கைக்கு மாறாக மக்கள் நடந்து கொண்டார்கள். கதிகலங்கிப் போனது அரசு. உடனே காந்தியை விடுவித்துப் பம்பாய்க்குக் கொணர்ந்தனர். பம்பாயில் கலவரம் செய்துகொண்டிருந்தவர்களிடையே சென்று காந்திஜி பேசி அவர்களைச் சமாதானப்படுத்தினார். கலவரம் அடங்கியது.

72

அண்ணலின் ஆணை

'சத்தியாக்கிரகம் செய்பவர்கள் ஒரு உறுதிமொழி எடுத்துக்கொள்ள வேண்டும்,' என்றார் காந்திஜி.

'என்ன உறுதிமொழி?' என்று கேட்டார் அருகில் இருந்தவர்.

'உண்மையையே பேசுவேன், உண்மையைத் தவிர வேறு எதையும் பேச மாட்டேன்,' என்றார் காந்திஜி.

'நீங்கள் ஒரு வக்கீல் என்பதைக் காட்டிவிட்டீர்கள். நீதிமன்றத்தில் எடுக்கும் உறுதிமொழி மாதிரி இருக்கிறது!' என்றார் ஹார்னிமான். மேலும் தொடர்ந்து, 'நான் அப்படி ஒரு உறுதிமொழி எடுப்பது என் பத்திரிகை தர்மத்துக்கு விரோதமாக இருக்கும்,' என்றார் ஹார்னிமான். அவர் ஒரு பத்திரிகை ஆசிரியர்.

இந்திய மக்கள் சத்தியாக்கிரக அறிவிப்பைக் கேட்டு அதில் பங்கேற்க ஆவலாக இருந்தார்கள். காந்திஜியின் ஆளுமையை அனைவரும் நன்கு உணரத் தொடங்கியிருந்த நேரமது. காந்திஜி யைப் பொறுத்தமட்டில் அவர் ஒரு தீர்மானம் செய்துவிட்டால் அதைப் பெரும்பான்மையானவர்கள் எதிர்த்தாலும் அந்தத் தீர்மானத் தைக் கொண்டு செலுத்தியே ஆகவேண்டும். மக்களுக்கு அதுவரை சத்தியாக்கிரகத்தைப் பற்றி எதுவும் தெரியாது. ஏற்கெனவே கூறிய படி *6-4-1919* அன்று சத்தியாக்கிரகத்தைத் தொடங்கலாம் என்று தீர்மானமாயிற்று. ஒரு சத்தியாக்கிரக கமிட்டி அமைக்கப்பட்டது. அதுவரையிலும் தலைவர்களாக இருந்தவர்களெல்லாம் ஒரு மாபெரும் தலைவரின்கீழ் தொண்டர்களானார்கள். அந்தத் தலை

வரிடம் பகட்டான உடையில்லை, பணமில்லை, அலங்கார மில்லை. ஆனால் எல்லாவற்றிற்கும் மேலாக உண்மையிருந்தது, நேர்மை இருந்தது, திண்மை இருந்தது. தன்னையே தண்டித்துக் கொள்ளும் தன்மையிருந்தது.

போலீஸ் கமிஷனரிடம் மன்னிப்பு

சத்தியாக்கிரகக் கையேடுகள் அச்சடிக்கப் போலீஸ் கமிஷனரிடம் அனுமதி பெறவேண்டும். எவ்வளவு படிகள் அடிக்க அவர் அனுமதிக்கிறாரோ அத்தனைதான் அடிக்க வேண்டும். கையேடு தயாரிக்க ஒப்புக்கொண்ட உமர் ஷோபானி பெரும் பணக்காரர். அவர் அளவுக்கு அதிகமாகக் கையேடுகளை அச்சடித்து விட்டார். இதை அறிந்த நண்பர்கள் அது காந்திஜிக்குத் தெரிந்தால் ஒப்புக் கொள்ள மாட்டார் என்றார்கள். உடனே எவ்வளவு அதிகமோ அவற்றை தீயிட்டுக் கொளுத்திவிட்டார் ஷோபானி.

இது பின்னர் காந்திஜிக்கு தெரியவந்தது. அவர் ஷோபானியை அழைத்து, 'நீங்கள் செய்தது தவறு. குறிப்பிட்ட அளவுக்கு மேல் அடிக்க மாட்டோம் என்று வாக்குக் கொடுத்தபிறகு அதற்கு மேல் அச்சடித்தது தவறுதானே?' என்றார்.

'தவறு என்று தெரிந்தபிறகு அதிகப்படியானவற்றைத்தான் கொளுத்தி விட்டேனே!' என்றார் ஷோபானி.

'நாம் ஒப்புக்கொண்டது அதிகம் அச்சடிக்கமாட்டோம் என்பதற்குத் தான். அந்த ஒப்பந்தத்தை நீங்கள் மீறிவிட்டீர்கள்.'

'சரி, இப்பொழுது நான் என்ன செய்யவேண்டும்?'

'போலீஸ் கமிஷனரிடம் போய் உங்கள் தவற்றை எடுத்துச் சொல்லி அவரிடம் மன்னிப்புக் கேட்க வேண்டும்.'

'காந்திஜி, நான் போய் ஒரு அரசு அதிகாரியிடம் கைகட்டி நிற்க வேண்டுமா?'

'நிற்கத்தான் வேண்டும். வேறு வழியில்லை. அப்படிச் செய்ய நீங்கள் ஒப்புக்கொள்ளவில்லை என்றால் என்னையே நான் தூய்மைப்படுத்திக் கொள்ள உண்ணாவிரதம் இருக்க நேரிடும்,' என்றார் காந்திஜி.

யாரிடம் பலர் கைகட்டிச் சேவகம் செய்தார்களோ அந்தப் பெரும் பணக்காரர் போலீஸ் கமிஷனரிடம் போய் மன்னிப்புக் கேட்டார். காந்திஜியுடன் பணி புரிபவர்கள் எப்பொழுதும் பெரும் விழிப்போடு இருக்க வேண்டியது அவசியமாயிற்று.

ராட்டையே இன்றையத் தேவை

அந்தக் காலகட்டத்தில் காந்திஜி காங்கிரஸைவிட்டு விலகியிருந்தார். அவருடைய கவனமெல்லாம் ராட்டையின் மேல் இருந்தது. எல்லோரும் ராட்டையில் நூல் நூற்று கதராடை நெய்து அணிய வேண்டும் என்று விரும்பினார். இங்கிலாந்தில் தயாரித்து இந்தியா வுக்குள் இறக்குமதி செய்து இந்தியர்களை வறுமைக்குள் தள்ளும் ஆங்கிலேயரின் வணிகத்தை முடக்கி இந்தியப் பாமரர்களுக்கும் வாழ்வளிக்கும் திட்டம்தான் கதர் என்று அறிவித்தார் காந்திஜி.

1925ம் ஆண்டு காங்கிரஸை வழிநடத்தும் பொறுப்பை அவர் மீண்டும் ஏற்க வேண்டும் என்று அவரைக் கேட்டபோது காங்கிரஸில் சேரும் எல்லோரும் கதர் அணிவதற்கு ஒப்புக் கொண்டால் தாம் காங்கிரஸில் இணைந்து செயல்படுவதாகக் காந்திஜி சொன்னார். காந்திஜியின் கதர் புரட்சி மூலம் வணிகத்தை முடக்கி ஆங்கிலேயர்களை அடிபணியவைக்க முடியும் என்று ராஜாஜியும் நம்பினார். காந்திஜிக்குத் துணை நின்றார்.

அந்தச் சமயத்தில் காந்திஜி எதைச் சொன்னாலும் செய்வதற்குப் பாமர மக்கள் தயாராக இருந்தனர். கிழவர் ஒருவர் காந்திஜியைக் காண வந்தார். காந்திஜியின் காலில் விழுந்து வணங்கினார். காந்திஜி பதறிப்போய் 'என்ன இப்படிக் காலில் விழுகிறீர்களே!' என்றார்.

'மகாத்மாஜி நான் என் தெய்வத்தின் காலில் விழுகிறேன்,' என்றார். தன் கழுத்தில் மாட்டியிருந்த டாலரைக் காட்டினார். அதில் காந்திஜி யின் படம் இருந்தது. 'நான் பாரிச வாயுவால் அவதிப்பட்டுக் கொண்டிருந்தேன். மருந்துகளால் பயனில்லை. மகாத்மாஜி உங்கள் பெயரை ஜபம் செய்தேன். என் நோய் நீங்கிவிட்டது,' என்றார் அவர்.

'உங்களை ஆண்டவன் காப்பாற்றினார். நானும் உங்களைப்போல மனிதன்தான். எனக்கு அப்படிச் சக்தியெல்லாம் கிடையாது. சித்து விளையாட்டு எனக்குத் தெரியாது,' என்றார் காந்திஜி.

அந்தப் பெரியவர் நம்பத் தயாராயில்லை. இப்படி எத்தனையோ நிகழ்ச்சிகள்.

கிலாபத் இயக்கம்

'இது என்னய்யா ஒண்ணுமே புரியலே. எதுக்காக நம்மை போராடச் சொல்றாரு காந்தி?' என்று கேட்டார் ஸ்ரீமான் பொதுஜனம்.

'அதுவா எங்கோ துருக்கியிலே நடக்கறதுக்காக இங்கே போராட றோம்,' என்றார் நண்பர்.

‘துருக்கியிலே தேள் கொட்டினா இந்தியாவிலே நெறிக்கட்டுமா?’

‘கட்டும். அது மத சம்பந்தமான விஷயம். பிரிட்டிஷ் அரசு இந்திய முஸ்லிம்களை ஏமாற்றிவிட்டது. இங்குள்ள முஸ்லிம்கள் முதல் உலகப்போரிலே பிரிட்டனுக்கு ஆதரவாகப் போராடினர். ஆனால் அவர்கள் மதத் தலைவராகக் கருதப்படும் துருக்கி மன்னன் பிரிட்டனுக்கு எதிராக ஜெர்மனியை ஆதரித்தார். மதத் தலைவருக்கு ஆதரவாகப் போரிடுவதா அல்லது பிரிட்டனுக்கு ஆதரவாகப் போரிடுவதா என்ற குழப்பம். பிரிட்டிஷ் அரசு போருக்குப்பிறகு துருக்கி விஷயத்தில் தலையிடமாட்டோம் என்றும் ஆசியா மைனரிலுள்ள புனிதத்தலங்களுக்கு ஊறு விளைவிக்க மாட்டோம் என்றும் உறுதியளித்ததால் இந்திய முஸ்லிம்கள் போரின்போது பிரிட்டனை ஆதரித்தனர். போர் முடிந்ததும் பிரிட்டன் தனது வாக்குறுதியைக் கைவிட்டது. துருக்கி தோல்வியுற்றது. சுல்தானின் அதிகாரங்கள் பறிக்கப்பெற்றன. துருக்கியைத் துண்டாடினர்.’

‘அதற்கு நாம் என்ன செய்ய முடியும்?’

‘இந்திய முஸ்லிம் ஏமாற்றப்பட்டு விட்டனர். அவர்களுக்கு நாம் உதவ வேண்டாமா?’

‘அவர்களும் நமது சகோதரர்கள்தான். ஆனால் இந்தியாவுக்குள் அவர்களுக்கு ஏதாவது இன்னல் நேர்ந்தால் உதவ வேண்டும். ஆனால் மத சம்பந்தமாக இன்னல் நேரும்போது அவர்கள்தானே அதைப் போராடித் தீர்த்துக் கொள்ளவேண்டும்!’

‘ஆமாம், ஆனால் காந்திஜியினுடைய பார்வை வேறாக இருக்கிறதே! நம்முடைய சகோதரர்களுக்கு ஒரு பிரச்னையென்றால் அது எதுவாக இருந்தாலும் நாம் பங்கேற்க வேண்டும் என அவர் நினைக்கிறார்.’

ஆம். காந்தியடிகள் ஹிந்து, முஸ்லிம்களிடையே ஒற்றுமை நிலவினால் அது தேசிய உணர்வுக்குக் குந்தகம் இல்லாமல் செயல்படத் தூண்டும், ஒருவருக்கொருவர் ஒத்துழைத்தால்தான் பொது எதிரியாகிய வெள்ளையர்களோடு போரிட்டுச் சுதந்திரம் பெற முடியும் என்று நினைத்தார்.

போருக்கு முன்பிருந்த நிலைக்குத் துருக்கியின் எல்லைகள் பாதுகாக்கப்பட வேண்டுமென்றும் துருக்கி சுல்தானுக்கு முன்பிருந்த அதிகாரங்களும் மதத் தலைமையும் கொடுக்கப்படவேண்டும் என்று கோரிக்கை வைத்து கிலாபத் இயக்கம் தொடங்கினர். காலிபா என்ற சொல்லிலிருந்து கிலாபத் வந்தது. இதை அப்போது முகமதலி ஜின்னா கூட ஆதரிக்கவில்லை. ஆனால் காந்திஜி ஆதரித்தார், கிலாபத் இயக்கத்

தின் ஒரு கொள்கையாக இந்தியாவிலுள்ள முஸ்லிம் அல்லாத வருடனும் நல்லிணக்கம் வைத்துக் கொள்வதாகும்.

கிலாபத் இயக்க மாநாடு 1919 செப்டெம்பர் 21ம் நாள் லக்னௌவில் நடைபெற்றது. இந்தியத் தன்னாட்சி இயக்கமும் கிலாபத் இயக்கம் ஒரே தன்மையுடையன என்றார் காந்திஜி. ஆனால் இந்திய தேசியத் தலைவர் சிலர் இந்த இயக்கத்தை ஆதரிக்கவில்லை. மும்பையில் இஸ்லாமியர் கூட்டிய சிறப்பு வழிபாட்டில் காந்திஜி கலந்து கொண்டார். சென்னைக் கடற்கரையில் நடந்த கூட்டத்தில் 20,000 பேருக்குமேல் கலந்து கொண்டனர். கிலாபத் இரண்டாவது மாநாடு நவம்பர் 22, 23 தேதிகளில் டெல்லியில் கூடியது. அதில் அயல் நாட்டுப் பொருள்களைப் புறக்கணிக்கவும் தீர்மானித்தனர்.

1920 மார்ச் மாதம் 10ம் நாள் கிலாபத் இயக்கத்தின் செயல்திட்டங் களை வகுக்கும்போது காந்திஜி தனது ஒத்துழையாமை இயக்கத்தை அறிமுகப்படுத்தினார். அதற்குக் காந்தியே தலைமைப் பொறுப் பேற்று வழி நடத்த வேண்டுமென்று முஸ்லிம்கள் கேட்டுக் கொண்டனர்.

இப்படியெல்லாம் காந்திஜி ஒத்துழைப்புக் கொடுத்தாலும் முஸ்லிம்கள் இந்துக்களின் ஆதரவுக்கு முழுமையாக ஒத்துப்போக வில்லை. அதற்குக் காரணம் முஸ்லிம் இந்துவைவிட உயர்ந்த வர்க்கம் என்ற எண்ணம் அவர்கள் மூளையில் பதிவாகியிருந்ததுதான். அலி சகோதரர்களின் வேண்டுகோள் காரணமாகக் காந்தி கிலாபத் இயக்கத்தில் ஈடுபட்டாலும் முகமதலி சொன்னார்:

‘என்னுடைய மதத்தின் கோட்பாட்டின்படி ஒரு மோசமான முஸல் மான் காந்தியை விடச் சிறந்தவன் என்பதை நான் நம்புகிறேன்’ என்றார்.

73

ஜாலியன்வாலா பாக் படுகொலை

சத்யாக்கிரகம் எதிர்பார்த்ததை விட வேகமாகப் பரவியது. 6ந்தேதி தொடங்கியது. பஞ்சாப்புக்குள் நுழைய காந்திஜிக்குத் தடை விதிக்கப்பட்டது. டாக்டர் கிச்சுலு, சத்யபால் ஆகியோர் கைது செய்யப்பட்டனர்.

அமிர்தசரசில் ரௌலட் சட்டத்தை எதிர்த்துக் கூட்டம் போட்டார்கள். அப்பொழுது போலீஸ் செய்த அடிதடி அக்கிரமத்தால் மக்கள் கொதித்தெழுந்தார்கள். சில ஆங்கிலேயர் கொல்லப்பட்டனர். ஒரு தெருவில் ஒரு வெள்ளைக்காரப் பெண்மணிமேல் தாக்குதல் நடத்தப்பட்டது. இதை அறிந்த பிரிகேடியர் ஜெனரல் டயர் அந்தத் தெருவுக்குள் போகும் இந்தியர் எவரும் தவழ்ந்துதான் போக வேண்டும் என்று உத்தரவு போட்டான். அதை 'க்ராலிங் ஸ்ட்ரீட்' என அழைத்தார்கள்.

இரக்கமில்லா அரக்கன் டயர்

ஏப்ரல் 13ந் தேதியன்று பைசாக்கி தினம். அன்றுதான் குரு கோவிந்த சிங் கல்சாவைத் தொடங்கிய நாள். ஒவ்வோர் ஆண்டும் அந்த நாள் வெகு விமரிசையாகக் கொண்டாடப்படும். அந்த ஆண்டு கிட்டத் தட்ட 12,000லிருந்து 15,000 பேர் ஆண், பெண் குழந்தைகளென மக்கள் அமிர்தசரஸ் ஜாலியன்வாலா பாக் திடலில் குழுமியிருந்தனர். அங்கே சில தீர்மானங்கள் நிறைவேற்றப்பட்டன. மூன்றாவது தீர்மானம் வழங்கப்பட்டுக்கொண்டிருந்தபோது பிரிகேடியர் டயர் துப்பாக்கி ஏந்திய 50 போர் வீரர்களுடனும் வேறு பல காவலர்களுடனும் இயந்

திரத் துப்பாக்கிகள் கொண்ட இரண்டு வேன்களுடனும் ஜாலியன் வாலாபாக்கிற்குள் வந்தான்.

ஜாலியன்வாலா பாக் திடலில் உள்ளே செல்லும் வழி மிகக் குறுக லான வழி. எனவே வேன் இரண்டையும் வெளியிலே நிற்கவைத்து விட்டுப் போர்வீரர்களுடன் உள்ளே நுழைந்தான் டயர். போர்வீரர் களை ஒரு மேடான பகுதியில் நிற்க வைத்தான். எந்தவித முன்னறி விப்பும் இல்லாமல் அப்பாவிகளான பொது மக்களின் மேல் சுடச் சொல்லி உத்தரவளித்தான். மீண்டும் மீண்டும் சுடச் சொன்னான். பெண்கள், குழந்தைகள், ஆண்கள் எனப் பலரும் செத்து வீழ்ந்தார் கள். இந்தக் கலவரத்தில் உயிருக்குப் பயந்து ஓடியவர்கள் அடுத்தவர் களைக் கீழே தள்ளிவிட்டு ஓடினர். அப்படிக் கீழே விழுந்தவர்களின் மீது மற்றவர்கள் ஏறி மிதித்துக்கொண்டு ஓடினர். குண்டடி பட்டுச் செத்தவர் பலர். குத்துயிரும் குலையுயிருமாகக் கிடந்தவர் பலர். ஓடியவர் மேலே ஏறிச் சென்றதால் இறந்தவர் பலர். 15 நிமிடங்கள் வரை நிறுத்தாமல் சுடச் சொன்னான் ஜெனரல் டயர். 1600 குண்டு களுக்குமேல் பயன்படுத்தப்பட்டன. 1000 பேருக்குமேல் மடிந்தனர். அங்கே இருந்த ஒரு கிணற்றுக்குள் குதித்து மாண்டவர் பலர். மேற் கொண்டு தோட்டாக்கள் இல்லை. அதனால் நிறுத்திவிட்டான் அந்த வெள்ளை அரக்கன்.

அங்கே காயம் பட்டுக் கிடந்தவர்களை எடுத்துச் செல்ல ஒரு ஏற்பாடும் செய்யவில்லை. அது என் வேலையில்லை என்று சொல்லிவிட்டான் டயர். காயம் பட்டு வலியால் துடித்துக் கொண்டிருந்தவர் பலர், தாகத்துக்குத் தண்ணீர் கேட்டுத் தவித்தவர் பலர். எங்கே அவர்களுக்கு உதவி செய்தால் மீண்டும் வந்து நம்மையும் சுட்டுவிடுவானோ எனப் பயந்து பொதுமக்கள் உள்ளே வந்து உதவி செய்யத் தயங்கினர். டயர் செய்தது சரிதான் என்று எழுதினார் துணை நிலை ஆளுநர் ஓ டியர். இன்னும் தோட்டாக்கள் இருந்திருந்தால் மேலும் நிறையப் பேரைக் கொன்றிருப்பேன் என்றான் டயர். அவன் செய்கையைப் பாராட்டி ஆங்கிலப் பெண்கள் அவனுக்கு வீரவாள் பரிசளித்தனர். 26,000 பவுண்டு வசூல் செய்து அளித்தனர். இன்னொரு சிப்பாய் புரட்சி வராமல் செய்தவன் என்றனர். காக்க வந்த காவலன் என்றனர். டயர் பின்னாளில் பதவியிலிருந்து நீக்கப்பட்டு இங்கிலாந்து சென்றான். இருபது ஆண்டுகள் கழித்து லண்டனில் வைத்து உத்தம் சிங் என்பவரால் அவன் சுட்டுக் கொல்லப்பட்டான். உத்தம் சிங் தூக்கிலிடப் பட்டார்.

ஜாலியன்வாலா பாக் படுகொலைச் செய்தியைக் கேள்விப்பட்ட காந்திஜி துடித்துப்போய்விட்டார். வன்முறையில்லாத போராட்டத்

திற்கு இன்னும் மக்கள் பழக்கப்படவில்லை என்பதை உணர்ந்தார். எனவே ஏப்ரல் 18ந்தேதி சத்தியாக்கிரக இயக்கத்தைத் திரும்பப் பெறுவதாக அறிவித்தார். காந்திஜியின் வழிமுறைகளை அதுவரை அறிந்திராத தலைவர்களுக்கும் தொண்டர்களுக்கும் அந்த அறிவிப்பு அதிர்ச்சியாக இருந்தது. தன்னுடைய செயலின் விளைவைத் தாங்குகிற ஆண்மை அவருக்கில்லை எனச் சிலர் சொன்னார்கள். அவர்கள் காந்திஜியை அறிந்திருக்கவில்லை.

ஹண்டர் கமிஷன்

ஜாலியன்வாலா பாக் படுகொலையைப்பற்றி விசாரிக்க ஹண்டர் என்பவரின் தலைமையில் விசாரணைக் கமிஷன் ஒன்றை அரசு நியமித்தது. அதில் சென்று வாதிடுவதற்காகக் காங்கிரஸ் சிலரை நியமிக்கலாம் என்று எண்ணியிருந்தபோது காந்திஜி திடீரென ஹண்டர் கமிஷனைப் புறக்கணிக்க வேண்டுமென்றும் காங்கிரஸ் புதிதாக ஒரு கமிஷனை நியமிக்க வேண்டும் என்றும் சொன்னார்.

ஜாலியன்வாலா பாக் படுகொலையை ஒட்டி தேசிய காங்கிரஸ் மாநாடு அமிர்த சரஸில் நடந்தது. 1907ல் சூரத்தில் நடந்தது போலவே இங்கும் தகராறு எழுமோ என பலர் சந்தேகித்தனர். ஆனால் மாநாட்டின் பொறுப்பை நிர்வகித்துவந்த ராஜாஜியின் நடவடிக்கைகளினால் மிதவாதிகளுக்கும் தேசியவாதிகளுக்கும் இடையே எழவிருந்த கலகம் சமரசப்படுத்தப்பட்டது.

ஜாலியன்வாலா பாக் படுகொலையைக் கண்டித்தும் அமிர்தசரஸ் கலவரத்தில் மக்கள் நடந்துகொண்ட விதத்தைக் கண்டித்தும் ஒரு தீர்மானம் கொணரப்பட்டது. அந்தத் தீர்மானத்தில் அமிர்தசரஸ் மக்களைக் கண்டித்துக் கொணரப்பட்ட பகுதியைப் பெரும்பாலோர் ஏற்கவில்லை. ஓரிரு ஆங்கிலேயரைக் கொன்றதையும் ஆயிரம் பேரைக்கொன்ற படுகொலையையும் ஒன்றாகக் கருதித் தீர்மானம் கொண்டு வருவதா என்று வெகுண்டார்கள். ஒரு பஞ்சாபித் தலைவர் சொன்னார். ‘இந்தத் தீர்மானத்தை ஒரு உண்மையான இந்தியத் தாய்க்குப் பிறந்த எவனும் எழுதியிருக்கமாட்டான்.’ லோகமான்ய திலகர், பிபின் சந்திர பாலர், சி.ஆர்.தாஸ் என யாருக்கும் அந்தப் பகுதி பிடிக்கவில்லை. எனவே அந்தத் தீர்மானத்தின் பின்பகுதி அதிகப் படியான வாக்குவித்தியாசத்தில் நீக்கப்பட்டது.

இந்தியத் தாய்க்குப் பிறந்தவன்தான் இதை எழுதினான்

மறுநாள் கூட்டம் திரும்பக் கூட்டப்பட்டபோது அந்தத் தீர்மானத்தை மீண்டும் ஒருமுறை ஆராய்ந்து பார்க்கும்படி தலைவர் கேட்டுக் கொண்டார். காந்திஜி அந்தத் தீர்மானத்தை அப்படியே நிறைவேற்று

வதில் முனைப்பாக இருக்கிறார் என்றார் தலைவர். அதற்குப் பலத்த எதிர்ப்பு இருந்தது. ஒரு தனிமனிதன் வற்புறுத்தினால் அதைத் திரும்பப் பெறக் கருதுவதா எனப் பலர் முணுமுணுத்தனர். காந்தி அந்தத் தீர்மானத்தின் பகுதி விலக்கப்பட்டபின் தூங்கவே இல்லை. எனவே உட்காரக்கூட இயலாத நிலையில் இருந்தார். உட்கார்ந்த நிலையிலேயே நீக்கப்பட்ட பகுதியை மீண்டும் சேர்க்கவேண்டும் என்று கூறினார். பஞ்சாபித் தலைவர் சொன்னதுபோல அந்தப் பகுதியை எழுதியவன் ஓர் இந்தியத் தாய்க்குப் பிறந்தவனாக இருப்பானா என இரவு முழுதும் யோசித்துப் பார்த்ததாகவும் மிகுந்த ஆலோசனைக்குப் பிறகு ஒரு உண்மையான இந்தியத் தாய்க்குப் பிறந்தவன்தான் அப்படி எழுதியிருக்க முடியும் என்ற முடிவுக்கு வந்ததாகவும் சொன்னார். அதை அவர்தான் எழுதியதாகவும் சொன்னார். அதன் பிறகு அவரது வாழ்க்கையே அதில் அடங்கி யிருப்பதைப்போல நீண்ட நேரம் பேசினார். அவர் பேசப் பேச அந்த உண்மை ஒளியில் எல்லோரும் கட்டுண்டனர். அவர் பேசி முடித்ததும் பெரும்பாலோர் சரணாகதிதான். ஒரு சிலர் மட்டும் கேலி பேசினர். என்றாலும் காந்திஜியின் விருப்பப்படி அந்தத் தீர்மானம் நீக்கப்பட்ட பகுதியையும் சேர்த்து நிறைவேற்றப்பட்டது.

1920 நாக்பூர் காங்கிரஸில் காந்திஜியின் கொள்கைகள் அறிமுகப் படுத்தப்பட்டன. ஆனால் ஜின்னாவும் இன்னும் சிலரும் காங்கிர ஸிலிருந்து விலகினார்கள்.

நீதிபதியாயிருந்த சங்கரன் நாயர் ‘காந்திஜியும் அராஜகமும்’ என்ற பெயரில் ஒரு நூல் எழுதினார். அதில் பஞ்சாப் கவர்னர் சர் மைக்கேல் ஓட்வியர் தன்னைப்பற்றி அவதூறாக எழுதியிருப்பதாகச் சொல்லி லண்டன் உயர்நீதி மன்றத்தில் வழக்குத் தொடுத்தார். ஓட்வியருக்கு 3 லட்சம் ரூபாய் நஷ்ட ஈடு கொடுக்கச் சொல்லித் தீர்ப்பாயிற்று. இப்படி முன்னும் பின்னும் கொடுமை இழைத்துக் கொண்டிருந்த பஞ்சாபில் அமிர்தசரஸில் நடக்கும் காங்கிரஸில் ஜாலியன்வாலா பாக் படுகொலையின் தாக்கம் ஒரு மூடு நிழலாகப் பரவியிருந்ததால் அதைக்காட்டி தமக்குள் இருந்த புகைச்சலை மிதவாதிகளும் தேசியவாதிகளும் எழவொட்டாமல் குறைத்துக் கொண்டனர்.

அமிர்தசரஸ் காங்கிரஸ் மாநாட்டின் வரவேற்புக் குழுத் தலைவராக ஆரிய சமாஜத்தைச் சேர்ந்த சிரத்தானந்தா தலைவராக இருந்தார். சன்னியாசிகளும் தேசப்பற்றைத் துறக்காமல் தொண்டு புரிந்தார்கள். ஜாலியன்வாலா பாக் அராஜகத்தை அறிந்த ரவீந்திரநாத் தாகூர் தனது சர் பட்டத்தைத் துறந்தார்.

அமிர்தசரஸ் காங்கிரஸ் மாநாடு நடந்துகொண்டிருந்த அதே சமயம் கல்கத்தாவில் ‘ஜன நாயக மிதவாதிகள் மாநாடு’ நடந்து கொண்டிருந்தது. இங்கேயும் விடமுடியாமல் அங்கேயும் விட இயலாமல் சீனிவாச சாஸ்திரியும் சி.பி. இராமசாமி அய்யரும் சர். பி.என்.சர்மாவும் அமிர்தசரஸில் தலைகாட்டிவிட்டுக் கல்கத்தாவுக்குப் போய்விட்டனர்.

மகாத்மா காந்திக்கு ஜே!

அமிர்த சரஸ் காங்கிரஸ் மாநாடு கூடுவதற்குச் சில தினங்களுக்குமுன் கவியரசர் ரவீந்திரநாத் தாகூர் காந்திஜியை மகாத்மா என்று அழைத்திருந்ததால் அமிர்தசரஸ் காங்கிரஸில் ‘மகாத்மா காந்திஜிகி ஜே!’ என்ற கோஷம் அடிக்கடி எழுந்தது. அங்கே ரௌலட் சட்டத் தைக் கொணர மூல காரணமாக இருந்த லார்ட் செம்ஸ் போர்டை திரும்ப அழைத்துக்கொள்ளும் தீர்மானமும் நிறைவேறின. பண்டிட் ஜவஹர்லால் நேரு அமிர்தசரஸ் மாநாட்டில் கலந்து கொண்டார். அவரது தந்தை மோதிலால் நேருவை மிதவாதத்திலிருந்து கொஞ்சம் கொஞ்சமாகத் தீவிரவாதத்திற்கு இழுத்து வந்தது ஜவஹர்லால் நேருவே ஆகும். மோதிலால் நேருதான் அமிர்தசரஸ் காங்கிரஸுக் குத் தலைவர். தேச பந்து சித்தரஞ்சன் தாஸ் பிரிட்டிஷார் வழங்கும் அற்பச் சீர்திருத்தங்களை ஏற்கக்கூடாது என்று கூறினார். காந்திஜி யின் ஈர்ப்பினால் பின்னர் திருத்தப்பட்ட தீர்மானங்கள் நிறைவேற்றப் பட்டன.

அதில் முக்கியமானதாக ‘பார்லிமெண்டரி சபையார் இந்தியா வுக்குப் பூரண சுயாட்சி அளிக்கும் வகையில் மன்னர் பிரான் பிரகடனத்திலே’ இந்திய சரித்திரத்தில் இப்பொழுது ஏற்பட்டிருக்கும் புதிய சகாப்தத்தில் என்னுடைய குடிகளும் உத்தியோகஸ்தர்களும் ஒன்றுபட்ட மனத்துடன் ‘விரைவில் பூரண சுயாட்சி அந்தஸ்தை அடைவதற்கான முயற்சிகளைச் செய்வோம்’ என்று கூறியிருப் பதற்கிணங்கி காங்கிரஸ் மகாசபை அரசியல் சீர்திருத்தத்தை ஏற்று உழைப்பதெனத் தீர்மானிக்கிறது,’ என நிறைவேற்றப்பட்டது.

காந்திஜி பிடிவாதமாக வழங்கிய தீர்மானம்

‘கோபமூட்டப்பட்ட நிலையில் பாஞ்சால மக்கள் செய்த அக்கிரமங் களுக்காகக் காங்கிரஸ் மகாசபை பெரிதும் வருந்துகிறது’ என்னும் வாசகம் சேர்க்கப்பட்டு ஜெனரல் டயர் பதவி நீக்கம் செய்யப்பட வேண்டும். பஞ்சாப் துணை ஆளுநர் சர். மைக்கே ஓட்வியர் தாமாகவே பதவி துறக்கவேண்டும். வைசிராய் செம்ஸ்போர்டை பிரிட்டிஷ் அரசு திரும்ப அழைத்துக்கொள்ளவேண்டும்,’ என்னும்

தீர்மானங்கள் நிறைவேற்றப்பட்டன. சேலம் சி. விஜயராகவாச்சார்யார் 'இந்திய மக்களுக்கு எல்லாவிதமான குடியுரிமைகளையும் வழங்க வேண்டும்' எனும் தீர்மானத்தைக் கொணர, அது நிறைவேறியது.

அந்த மாநாட்டிற்கு முன் கிலாபத் இயக்கத்தைத் தொடங்கிய அலி சகோதரர்கள் (முகமது அலி, சௌகத் அலி) விடுதலை செய்யப்பட்டிருந்தனர்.

கிலாபத் இயக்கத்திற்காக ஒத்துழையாமைப் போராட்டம் நடத்த காந்திஜி தீர்மானித்தார். அதை ஆதரிப்பவர்களும் காங்கிரஸில் இருந்தார்கள். ஒரு மதவாதச் சிக்கலுக்காக மதம்சாராத காங்கிரஸ் ஏன் போராடவேண்டும் என்பதும் அப்படியே போராடினாலும் வருவாய் தரக்கூடிய வேலையை விட்டு ஏன் விலகவேண்டும் என்பதும் பலரது கேள்வி. சி.ஆர். தாஸ் ஒத்துழையாமையை வெறுத்தார். திலகருக்கும் முழு மனதில்லாவிட்டாலும் காந்திஜிக்காக ஒப்புக்கொண்டார். ஆனால் சில நாட்களில் அவர் மறைந்தார்.

தமிழ் நாட்டிலே ஜஸ்டிஸ் கட்சி தலையெடுக்கத் தொடங்கியிருந்தது. பிராமணர் அல்லாதாருக்காக ஆரம்பிக்கப்பட்ட கட்சி அரசியலில் ஈடுபாடு காட்டியது. ஒத்துழையாமைக்காக தேர்தலிலிருந்து காங்கிரஸ் விலகினால் ஜஸ்டிஸ் கட்சி ஆட்சியைக் கைப்பற்றிவிடும் என்றும் ஆங்கிலேயரை ஆதரிக்கும் அக்கட்சி பதவிக்கு வந்தால் தமிழ்நாட்டில் விடுதலை இயக்கம் நசித்துவிடும் என்றும் பலர் கவலையுற்றனர். எனவே கல்கத்தாவில் விஷய ஆலோசனைக் கமிட்டியிலும் விசேஷக் காங்கிரஸிலும் தமிழ் நாட்டைச் சேர்ந்த பலரும், வங்கத்தைச் சேர்ந்தவர்கள் பலரும் எதிர்த்து வாக்களித்தனர். ஆனால் முதலில் மொழியப்பட்ட தீர்மானம் பல வடிவ மாறுதலுக்குப் பிறகே நிறைவேற்றப்பட்டது.

நாகபுரிக் காங்கிரஸ்

1920ம் ஆண்டு நாகபுரிக் காங்கிரஸுக்குத் தலைவராக சேலம் சி. விஜய ராகவாச்சாரியார் தேர்ந்தெடுக்கப்பட்டார். அவர் தமிழ் காங்கிரஸ்காரர்களில் முதன் முதல் சிறை சென்றவராகக் கருதப்படுகிறார். நாகபுரிக் காங்கிரஸில் ஒத்துழையாமை போராட்டத்தை எதிர்ப்போர்க்கும் ஆதரிப்போர்க்கும் இடையே தீவிரப் போட்டி இருக்கும் என்று எதிர்பார்க்கப்பட்டது. ஒத்துழையாமையின் எல்லை விரிவுபடுத்தப்பட்டது. கிலாபத் இயக்கத்துக்கு மட்டுமில்லாமல் சுதந்திரப் போராட்டத்தின் அங்கமாகவும் ஒத்துழையாமைப் போர் தொடங்கப்படவிருக்கிறது என்றும் நீதிமன்றங்களையும்

அரசுக் கல்லூரிகளையும் விட்டுப் படிப்படியாக விலகலாம் என்றும் கொணரப்பட்ட தீர்மானங்களைக் காந்திஜி ஏற்றுக்கொண்ட பிறகு தீர்மானத்தை முதலில் எதிர்த்த சித்தரஞ்சன் தாசரே அதை முன் மொழியத் தீர்மானம் நிறைவேறியது. காந்திஜி வென்றார். காந்தி சகாப்தம் நாகபுரியில் தொடங்கியது.

பிரிட்டிஷ் சாம்ராஜ்யத்துக்கு உட்பட்டு சுயராஜ்ஜியத்துக்குப் போராடுவது என்ற கொள்கைப் பிடியிலிருந்து படிப்படியாக நழுவி சட்டத்துக்கு உட்பட்ட முறையிலும் சமாதான வழிகளிலும் பூரண சுதந்திரம் அடைய முயல்வது என்ற நிலைநோக்கி காங்கிரஸ் செல்லத் தொடங்கியது.

அமரரான திலகர் நினைவாக ஒரு கோடி ரூபாய் 'சுயராஜ்ஜிய நிதி' திரட்ட முடிவெடுக்கப்பட்டது.

ஒத்துழையாமைக் கொள்கையை ஆதரிக்காத வ.உ.சி. காங்கிரஸி லிருந்து விலகினார்.

கடையடைப்பும் ஹர்த்தாலும்

1921ம் வருடம் ஜனவரி மாதம் 3ந்தேதி புதிய இரட்டையாட்சி முறை அமலுக்கு வந்தது. அன்று ஒவ்வொரு மாநிலத்திலும் ஆளுநர்களுடன் அவர்களது நிர்வாக சபையினரும் அமைச்சர்களும் பதவிப் பிரமாணம் எடுத்துக்கொள்ளவேண்டும். அதைத் தொடங்கி வைப்பதற்காக கன்னாட் கோமகன் (டியுக் ஆஃப் கன்னாட்) இந்தியாவுக்கு வந்தார்.

அவர் வரவை காங்கிரஸ் பகிஷ்கரிக்க முடிவு செய்து நாகபுரி காங்கிரஸில் தீர்மானமும் போடப்பட்டது.

அவர் மதராசுக்குத்தான் முதலில் வருகிறார் என அறிவிக்கப்பட்ட தால் தமிழகம் அவரது வருகையைப் பகிஷ்கரிக்கத் தயாரானது. கடற்கரையில் பெருங்கூட்டம் கூட்டப்பட்டுத் தீர்மானம் நிறை வேற்றப்பட்டது. கன்னாட் கோமகன் 10-1-1921 அன்று சென்னைக்கு வந்தார். அன்று நகரம் முழுதும் கடையடைப்புச் செய்யப்பட்டது. பூரண ஹர்த்தால் நடைபெற்றது. மெரீனா கடற்கரையில் 50,000 பேருக்கு மேல் குழுமினர். ஆனால் அதே சமயம் மெரீனா கடற்கரை யின் வேறொரு பகுதியில் சென்னை மாநகராட்சியின் சார்பில் கன்னாட் கோமகனுக்கு வரவேற்பளிக்கப்பட்டது. புதிதாகப் பதவி யேற்ற ஜஸ்டிஸ் கட்சி அரசு வரவேற்புக்கு ஏற்பாடு செய்திருந்தது.

சென்னையில் ராஜ விசுவாசமிக்க ஜஸ்டிஸ் கட்சியின் ஆட்சியென் பதால் அவர்கள் வரவேற்புக் கொடுத்தார்கள். முதலில் ஓரிடத்தில் வரவேற்புப் பெற்றுவிட்டால் நாடெங்கிலும் வரவேற்புப்

பெறுவதில் பிரச்னை இருக்காது என்று அரசு தவறாக எடை போட்டு விட்டது. ராஜாஜி, திரு. வி.க., பி. வரதராஜுலு நாயுடு ஆகியோரின் பெருமுயற்சியால் ஹர்த்தால் மிகச் சிறப்பாக நடைபெற்று விட்ட தால் மற்ற இடங்களில் வரவேற்பைப் பெற அரசு பெருமுயற்சி எடுக்கவேண்டியிருந்தது.

மத்திய இந்தியாவில் இரண்டு வாரங்கள் சுற்றுலாவை முடித்துக் கொண்டு கன்னாட் கோமகன் கல்கத்தா சென்றார். அங்கேயும் சென்னையைப் போலவே பூரண ஹர்த்தால். காந்தியடிகள் கல்கத்தா வில் இருந்தார். அவர் மக்களிடம் பேசி எந்த அசம்பாவிதமும் நிகழக்கூடாது என்று கூறியிருந்ததால் ஹர்த்தால் அமைதியாக நடந்தது. பிறகு டெல்லி, ஆகிய இடங்களுக்குச் சென்றார். போகும் இடங்களிலெல்லாம் ஹர்த்தால். பிறகு பம்பாயிலிருந்து 28-2-21 அன்று லண்டனுக்குக் கிளம்பினார். ஹர்த்தால்கள் மூலம் பிரிட்டிஷ் அரசுக்கு மக்கள் தங்கள் எதிர்ப்பைத் தெரிவித்தனர்.

நான்கானா படுகொலை

சீக்கியர்கள் சிப்பாய் புரட்சியின்போது செய்த உதவியால்தான் ஆங்கிலேயர் வெற்றிபெற முடிந்தது என்பதைக்கூட நன்றி கெட்ட ஆங்கிலேயர்கள் மறந்தனர். கத்தார் இயக்கத்தின் எழுச்சியால் அவர்கள் சீக்கியர்களை அடக்குவதில் முனைப்புக்காட்டினர். அதில் தீவிரமாக இருந்த கவர்னர் ஓ டியர்தான் ஜாலியன்வாலா பாக் கலவரத்தின்போதும் கவர்னராக இருந்தான். எனவே ஆங்கிலேயரின் வழக்கத்தின்படி சீக்கியர்களுக்குள்ளேயே சண்டையைத் தூண்டி விட்டு அதில் ஆதாயம் தேட நினைத்தார்கள்.

சீக்கிய மதத்தில் மதக் கட்டுப்பாடும் ஒழுங்கும் அதிகம். அதைக் குலைத்தார் நான்கானா சாஹிப் குருத்துவாராவின் மகந்த் நாராயண் தாஸ். நான்கானா சாஹிப் குருநானக் பிறந்த ஊர். சீக்கியர்களுக்குப் புனிதமான இடம். ஒரு புனிதத் தலத்தில் என்னவெல்லாம் நடக்கக் கூடாதோ அவையெல்லாம் அங்கே நடைபெற்றதாகச் சொல்லப் படுகிறது. அவர் தனது வழிமுறைகளைத் திருத்திக்கொள்ள வேண்டும் என்று சீக்கியத் தலைமைக் குழு அறிவுறுத்தியது. அதைக் கேட்க மறுத்தார் அவர். அவரை வேறு பல குருத்துவாராக்களின் மகந்து களும் ஆதரித்தனர். தலைமைக் குழு அவரைச் சந்திப்புக்கு அழைத் தது. அவர் அதைத் தட்டிக் கழித்தார். குருத்துவாராவுக்குள் தம்மை எதிர்க்கும் சீக்கியர்கள் நுழைந்தால் அவர்களை எதிர்க்க, பத்தான் கூலிப்படைகளை ஏற்பாடு செய்தார். பாரஃபின் மெழுகு 14 டின்கள் சேகரித்துவைத்தார். துப்பாக்கிகள் சேகரித்துவைத்தார். மகந்த் நாராயண் தாஸ் ஆங்கில அரசின் ஆதரவாளர். எனவே அவரது

நடவடிக்கைகளுக்கு ஆங்கிலக் கமிஷனர் கிங் என்பவரின் ஆதரவு இருந்தது.

17-2-1921ம் தேதி இரண்டு சீக்கியர் குழுக்கள் பாய் லக்ஷ்மண் சிங், பாய் கர்த்தார் சிங் தலைமையில் சந்தர் காட் என்னுமிடத்தில் 19ந்தேதி கூட வேண்டும் என்றும் 20ந்தேதி நான்கானா சென்று மஹந்த் நாராயண் தாஸைச் சந்திக்கவேண்டும் என்றும் முடிவா யிற்று. ஆனால் நாராயண் தாஸ் செய்திருந்த பயங்கரமான ஏற்பாடு களை அறிந்த தலைமைக் குழு 19ந்தேதி கூடி நடவடிக்கையைத் தள்ளிப்போட முடிவெடுத்து பாய் கர்த்தார் சிங், ஜப்பாரிடம் சொன்னார்கள். ஆனால் பாய் லக்ஷ்மண் சிங் அதற்குமுன் கிளம்பித் தனது குழுவினருடனும் தன்னைப் பின்தொடர்ந்தவர்களுடனும் சந்தர் காட் சென்று அங்கு தொழுகை நடத்தி குரு கிரந்தசாஹிப் மீது சத்தியம் செய்து அங்கே அமர்ந்திருந்தார்.

ஜப்பார் அனுப்பிய தூதுவர் வந்து பாய் லக்ஷ்மண் சிங்கிடம் தலைமைக் குழுவின் கடிதத்தைக் கொடுத்து நடவடிக்கையைத் தள்ளிப் போடச் சொன்னார். ஆனால் குருவின் மேல் சத்தியம் செய்து உத்தரவு வாங்கியபின் தள்ளிப் போடுவது முறையாகாது என்று லக்ஷ்மண் சிங் முன்னேறினார். அங்கிருந்து நான்கானா சாஹிப் பகுதி நோக்கி முன்னேறினார். 20ந்தேதி காலை அங்கு சென்றடைந் தார். 19ந்தேதியே அவர்களுடைய வருகையைப்பற்றி அறிந்த மகந்த் தனது கூலிப்படைகளை ஏவி விட்டார். குருத்துவாராவுக்குள் நுழைந்த பாய் லக்ஷ்மண் சிங் அமைதியான முறையில் நடந்துகொள்ள வேண்டும் என்றும் எந்த எதிர்ப்பையும் காட்டக்கூடாதென்றும் தன் கூட்டத்தினருக்கு உத்தரவிட்டிருந்தார். குருத்துவாராவுக்குள் அவர் கள் சென்றதும் மகந்தின் ஆள்கள் வெளிவாயிலை அடைத்தனர். உள்ளே இருந்தவர்கள் சரமாரியாகச் சுட்டனர். உள்ளே தாடி வைத்த வர் எவராயிருந்தாலும் சுட்டுக் கொல்லப்பட்டனர். நூற்றுக்கும் மேற்பட்டவர் கொல்லப்பட்டனர். குருகிரந்த சாஹிப்புக்குப் பின் புறம் அமர்ந்திருந்த லக்ஷ்மண் சிங்கை நோக்கிச் சுடப்பட்ட போது குண்டு குரு கிரந்த சாஹிப்பைத் துளைத்துக்கொண்டு சென்றது. இறந்தவர் சடலங்கள் அனைத்தையும் ஒன்றாகக் குவித்தனர். லக்ஷ்மண் சிங் குற்றுயிராக இருந்தார். அவரை மரத்தில் கட்டி உயிருடன் கொளுத்தினர். மஹந்த் துப்பாக்கியுடன் வெளியிலே உலாவிக்கொண்டே உத்தரவுகள் கொடுத்துக்கொண்டிருந்தான்.

பாய் தலிப் சிங்கும் வர்யம் சிங்கும் அவனுக்கு ஏற்கெனவே பழக்கப் பட்டவர்கள் ஆனதால் அவர்கள் அவனிடம் கொலை செய்வதை நிறுத்தச் சொன்னார்கள். அவன் கேட்கவில்லை. அவர்களையும் கொன்று கண்டதுண்டமாக வெட்டிப் பிணக் குவியலில்

போட்டான். நீண்ட தாடிக்காரன் ஒருவரும் மிஞ்சக் கூடாது என்று கூக்குரலிட்டான். இறந்தவர்கள் அனைவரையும் ஒன்றாகக் குவித்து பாரஃபின் மெழுகை உருக்கி ஊற்றிக் கொளுத்தினான். காலையில் உத்தம் சிங் என்பவர் ஆளுநருக்குத் தந்தி கொடுத்தார். கமிஷனர் கிங் வந்து குருத்துவாராவைப் பூட்டிச் சீல் வைத்தான். ஆனால் செய்தி கேட்டு ஆயிரக்கணக்கான சீக்கியர்கள் திரண்டு வந்ததால் சாவியை ஜப்பார் வசம் ஒப்படைத்தான். ஆளுநர் எட்வர்ட் மக்ளகன் 22ந்தேதி நான்கானா வந்து பார்வையிட்டார். மகாத்மா காந்தி அலி சகோதரர் களுடன் 23ந்தேதி வந்து பார்வையிட்டார். ஆங்கிலேயரின் தூண்டு தலில்தான் அது நடந்திருப்பதாகக் கூறினார். அமைதியாக, ஆயுதப் புரட்சி செய்யாமல் சீக்கியர்கள் தியாகம் செய்ததைப் பாராட்டி னாராம். மகந்த் நாராயண் தாஸுக்கு மரண தண்டனை விதிக்கப் பட்டது. அப்பீல் செய்ததில் அது ஆயுள் தண்டனையாகக் குறைக்கப் பட்டது.

74

வேல்ஸ் இளவரவர் வருகை

அந்தச் சமயத்தில் வேல்ஸ் இளவரசர் இந்தியாவுக்கு வருவதற்கு ஏற்பாடாகியிருந்தது. காந்திஜி வேல்ஸ் இளவரசர் வருகையை ஒதுக்கிவிடவேண்டும் என்று சொன்னார். இந்த அறிவிப்பு வைஸ்ராய் ரீடிங் பிரபுவைக் கலங்கவைத்தது. அரசரின் வாரிசு இந்தியாவுக்கு வரும்போது அவருக்குச் சரியானபடி வரவேற்பு கொடுக்க இயலவில்லை என்றால் அவருடைய பெயர் கெட்டு விடும். எனவே அவர் பண்டிட் எச்.என். குஸ்ரு மற்றும் ஜம்னாதாஸ் துவாரகதாஸ், தேஜ்பகதூர், அன்னி பெசண்ட், மாளவியாஜி ஆகியோரை காந்திஜியிடம் அனுப்பினார்.

அவர்கள் காந்திஜியை அகமதாபாத்தில் 18-12-1921ல் சந்தித்தனர். வைஸ்ராய் ரீடிங்கின் செய்தியைக் கூறினர்.

வேல்ஸ் இளவரசர் இந்தியாவிற்கு வருவதற்கு ஒரு வாரத்திற்கு முன்பு ரீடிங் தானே ஒரு வட்டமேஜை மாநாட்டைக் கல்கத்தாவில் கூட்டுவதாகவும் அவரே பிரிட்டிஷ் அரசின் பிரதிநிதியாகப் பங்கேற்பதாகவும் சொல்லியிருந்தார். காந்திஜியும் மற்ற அரசியல் வாதிகளும் காங்கிரஸ்காரர்களும் இந்தியாவின் சார்பாகக் கலந்து கொள்ளலாமென்றும் அந்த மாநாட்டில் தாம் மாகாண அரசுகளுக்கு முழு அதிகாரம் கொடுக்கவும் மத்தியில் இரட்டை ஆட்சி அமைய வழிவகுப்பதாகவும் சொன்னார். அந்த அறிவிப்பைத் தாம் வட்டமேசை மாநாட்டில் பிரிட்டிஷ் அரசின் சார்பில் தெரிவிப்ப தாகவும் சொன்னார். அதுமட்டுமல்ல எல்லா அரசியல் கைதிகளையும் விடுவிப்பதாகவும் கூறியிருந்தார்.

சி.ஆர்.தாஸுக்கும் சொல்லியனுப்பினார். சி.ஆர். தாஸ் உடனே இதை ஏற்கும்படி காந்திஜிக்குத் தந்தி கொடுத்தார். காந்திஜியும் அதை ஏற்க எண்ணினார். ஆனால் முஸ்லிம் மௌல்விகள் பலர் இதை ஒப்புக்கொள்ளக்கூடாது என்று சொன்னார்கள். அரசியல் கைதிகளை விடுதலை செய்தாலும் அலி சகோதரர்கள் விடுதலை செய்யப்படமாட்டார்கள். காரணம் அவர்கள் வேறு காரணங்களுக்காகக் கைது செய்யப்பட்டிருந்தார்கள். அவர்களைத் திருப்திப் படுத்துவதற்காக காந்திஜி ரீடிங் அளித்த வாய்ப்பை ஏற்றுக்கொள்ள மறுத்துவிட்டார். காங்கிரஸ் தலைவர்கள் கடும் எரிச்சலுற்றார்கள். சுபாஷ் சந்திர போஸும், சி. ஆர். தாஸும் 'ஒரே ஒருமுறை கிடைக்கும் அற்புதமான வாய்ப்பு நழுவ விடப்பட்டது' என்றனர். அன்று மட்டும் காந்திஜி அதை மறுக்காமல் இருந்திருந்தால் 1939க்கு முன்னாலேயே நாட்டுக்கு டொமினியன் அந்தஸ்து கிடைத்திருக்குமென்றும், நாடு இரண்டாகப் பிரிந்திருக்காது என்றும் குலபதி கே. எம். முன்ஷி தனது, 'பில்கிரிமேஜ் டு ஃப்ரீடம்' என்னும் புத்தகத்தில் எழுதியுள்ளார். யாருக்குத் தெரியும் விதியின் விளையாட்டு?

காங்கிரஸ் தலைவர்கள் நுழையத் தடை

ஒத்துழையாமைப் பிரச்சாரத்தைக் காங்கிரஸ் தீவிரமாக முடுக்கி வந்தது. அரண்டு போன அரசு ஓர் ஆணை பிறப்பித்தது.

'ஒத்துழையாமை இயக்கத்தைப் பரப்பும் எண்ணத்துடன் வேலை செய்பவர்கள் வழக்கமான எல்லைகளையும் கடந்து சொற்பொழிவு வாயிலாகவோ, எழுத்து மூலமாகவோ பொதுமக்கள் வன்முறையில் இறங்கும்படித் தூண்டினாலும் ராணுவம், போலீசில் வேலை பார்ப்பவர்கள் ராஜ விசுவாசத்தைக் குலைக்க முயன்றாலும் அத்தகையோர் மீது மட்டும் மாகாண அரசுகள் தேவைப்படும் நடவடிக்கைகள் எடுக்க அனுமதிக்கப்படுகிறது. காங்கிரஸ் தலைவர்கள் பலருக்கு மாகாண அரசுகள் தங்கள் மாகாணங்களில் நுழையத் தடைவிதித்தன. மக்கள் மதுவிலக்குப் போராட்டம் செய்ததால் அரசின் வருமானம் குறைவதாக மதராஸ் மாகாண அரசு கூறியது.

நாகபுரிக் காங்கிரஸில் கேட்டுக் கொண்டதற்கிணங்க தமிழ்நாட்டில் மட்டும் 38 பேர் வக்கீல் தொழிலைத் துறந்தார்கள். தேசிய அளவில் வக்கீல் தொழிலைத் துறந்தவர்களில் சிலர் மோதிலால் நேரு, ஜவஹர்லால் நேரு, சர்தார் படேல், லாலா லஜபதி ராய், ராஜேந்திரப் பிரசாத், சித்தரஞ்சன் தாஸ், ராஜாஜி, டி. பிரகாசம் ஆகியோர்.

பல மாணவர்கள் பள்ளிகளையும் கல்லூரிகளையும் விட்டு விலகினர்.

1921ம் ஆண்டு பல நகரங்களில் காங்கிரஸ் கூட்டங்கள் நடத்தத் தடை விதிக்கப்பட்டது. தடையை மீறிக் காங்கிரஸ் பொதுச்செயலாளராக இருந்த ராஜாஜி டிசம்பர் 14ந்தேதி வேலூர் கோட்டைத் திடலில் சொற்பொழிவாற்றினார். தடையை மீறியதற்காகக் கைது செய்யப் பட்டார். அதே கூட்டத்தில் பேசிய காங்கிரஸ் கமிட்டித் தலைவர் சுப்பிரமணிய சாஸ்திரியும் கைது செய்யப்பட்டார். மூன்று மாதங்கள் தண்டனை கொடுத்து இருவரையும் வேலூர் சிறையில் அடைத்தனர்.

வேல்ஸ் இளவரசர் வருடக் கடைசியில் இந்தியாவுக்கு வருகை தரப் போவதாக அறிவிக்கப்பட்டது. காங்கிரஸ் வேல்ஸ் இளவரசரை வரவேற்கப் போவதில்லை என்றும் அவர் சம்பந்தமான எந்த நிகழ்ச்சி களிலும் கலந்து கொள்ளாமல் ஒதுங்கிவிடுவதென்றும் முடிவெடுத் தது. இந்த முடிவு வைஸ்ராயை எரிச்சல்பட வைத்தது. இளவரசர் நவம்பர் 17ந்தேதி பம்பாயில் வந்திறங்கினார். அவர் வந்த அன்று நாடெங்கிலும் கண்டனப் பொதுக்கூட்டங்களும் ஹர்த்தாலும் நடத்தப்பட்டன.

பம்பாயில் கலவரம்

வேல்ஸ் இளவரசர் பம்பாயில் வந்திறங்கிய நாளன்று சுதேசிப் போராட்டம் நடைபெற்றது. அன்னியத் துணிகள் கொளுத்தப் பட்டன. தெருவெங்கும் மக்கள் நின்று கண்டனக் குரல் எழுப்பினர். இதைத் தாங்கிக்கொள்ள முடியாத ஆங்கிலேயரும் பார்ஸிக்களும் காங்கிரஸ் மற்றும் கிலாபத் தொண்டர்களைத் தாக்கினர். காலையில் அமைதியாக நடந்த ஹர்த்தால் மாலையில் வன்முறை கொண்டதாக மாறிவிட்டது. டிராம் வண்டிகள் கொளுத்தப்பட்டன. கார்கள் கொளுத்தப்பட்டன. போலீஸார் சுட்டதில் 53 பேர் உயிரிழந்தனர். 400 பேர் காயமடைந்தனர். காந்திஜி அதிர்ச்சியடைந்தார். பம்பாயில் கலவரம் தொடர்ந்துகொண்டிருந்தது. அமைதி ஏற்படும்வரை தாம் உண்ணாவிரதம் இருக்கப் போவதாகக் காந்திஜி அறிவித்து உண்ணாவிரதத்தைத் தொடங்கினார். ஐந்து நாட்களுக்குப் பிறகு கலவரம் அடங்கியது. பம்பாய் நகரில் நடந்த கலவரத்தால் வேதனையுற்ற காந்திஜி பர்தோலி நகரில் நடக்கவிருந்த வரிகொடா இயக்கத்தைத் தள்ளிப்போட்டார்.

கல்கத்தாவில் இளவரசர் செல்லும் முன்பு தேசபந்து சித்தரஞ்சன் தாஸும், அவரது மனைவியும் கைது செய்யப்பட்டனர். காந்திஜியிடம் சமரசப் பேச்சு வார்த்தை நடத்த முயன்றனர். சிறையிலிருப்பவர்கள் அனைவரையும் விடுதலை செய்தாலன்றி சமரசப் பேச்சு வார்த்தை ஏற்படாது என்றார் காந்திஜி. அலி சகோதரர்களை வைஸ்ராய் விடுவதாயில்லை.

சென்னைக்கு வேல்ஸ் இளவரசர் 14-2-22 அன்று வந்தார். அன்று அங்கே ஹர்த்தால் நடைபெற்றது. அத்தோடு வன்முறைச் சம்பவங்களும் நடைபெற்றன. போலீசார் சுட்டதில் ஆறுபேர் உயிரிழந்தனர். ஆனால் மதராஸில் ஆட்சி புரிந்த ஜஸ்டிஸ் கட்சி அரசு வேல்ஸ் இளவரசை வரவேற்க ஏற்பாடு செய்திருந்தது. ஜஸ்டிஸ் கட்சித் தலைவர் சர் பி. தியாகராஜ செட்டியார் தன் இல்லத்திலிருந்து கிளம்பிக் கொண்டிருந்தபோது காங்கிரஸ் தொண்டர்கள் வழி மறித்து, அவர் வீட்டின் மேல் கல்லெறிந்து அவரை வெளியே செல்லவிடாமல் தடுத்துவிட்டனர்.

இந்நிகழ்ச்சிகள் எல்லாம் காந்திஜிக்கு வருத்தத்தைக் கொடுத்தன. காந்திஜி 22-1-22 'யங் இந்தியா' பத்திரிகையில் எழுதினார்.' 'சென்னை நிகழ்ச்சிகள் எதைக் காட்டுகின்றன? இந்த ஆட்சி முடியும்போது போக்கிரிகள்தான் ஆள்வார்களே தவிர நாம் ஆள மாட்டோம் என்பதையே காட்டுகின்றன!' என்று எழுதினார்.

சட்ட மறுப்புப் போராட்டம்

1921 டிசம்பர் மாதம் கடைசி வாரத்தில் 36 வது காங்கிரஸ் மகாசபை குஜராத் மாநிலத்தில் அகமதாபாத் நகரில் கூடியது. சிறையிலிருந்த தேசபந்து சித்தரஞ்சன் தாஸ் தான் அதன் தலைவர். அவர் தனது தலைமையுரையை எழுதியனுப்பியிருந்தார். அவரது உரையில் 'கௌரவம் காக்கப்படாத எந்தச் சமாதானத்தையும் என்னால் ஏற்கமுடியாது. புதிய அரசியல் சட்டத்தில் 'சுதந்திரம் பெற இந்தியருக்கு உரிமையுண்டு' என்று அதன் பூர்வ பீடிகையில் கூடச் சொல்லப்படவில்லை. இந்தியாவுக்கு எந்தக் காலத்திலாவது பிரிட்டனுக்குச் சமமான அந்தஸ்து அளிக்கப்படும் என்று சொல்லப்படவில்லை. இந்த நிலையில் அரசுடன் செய்யப்படும் எந்த ஒப்பந்தத்தையும் என்னால் ஏற்றுக்கொள்ள இயலாது,' என்று கூறியிருந்தார். அந்த மகா சபையில் காந்திஜியின் தலைமையில் நம்பிக்கை தெரிவிக்கும் தீர்மானம் நிறைவேறியது. அதன் பின் காங்கிரஸ் செயற்குழு வரிகொடா இயக்கத்தைத் தேசத்தின் பல பகுதிகளிலும் தொடங்க அனுமதி அளித்தது.

'அரசியல் கைதிகளை எந்தவித நிபந்தனையும் இன்றி விடுவிக்க வேண்டும் என்றும், பத்திரிகைச் சுதந்திரம் பாதுகாக்கப்பட வேண்டும் என்றும் இவற்றை ஏற்க அரசு ஒருவார காலத்துக்குள் முன்வராவிட்டால் தான் சட்ட மறுப்புப் போராட்டத்தைத் தொடங்கப் போவதாகவும் காந்திஜி வைஸ்ராய்க்கு அறிவித்தார்.

சௌரி சௌரா சம்பவம்

வைஸ்ராய் தனது பிடியிலிருந்து இறங்கி வராததால் நாடெங்கிலும் பொதுமக்கள் சட்டமறுப்பு நடைபெற்றது. மதுக்கடை மறியல், அன்னியத் துணிக்கடை மறியல் ஆகியவை நடைபெற்றுவந்தன. மக்கள் சிறையில் அடைக்கப்பட்டனர். இந்த நிலையில் 1922 பிப்ரவரி மாதம் 5ம் நாள் சௌரி சௌரா என்னும் இடத்தில் தடையை மீறி நடத்தப்பட்ட ஊர்வலத்தில் போலீஸ் தடியடிப் பிரயோகம் நடைபெற்றது. மக்கள் கொதித்தெழுந்தனர். போலீஸாரை எதிர்த்துப் போராடினர். சௌரி சௌரா போலீஸ் ஸ்டேஷன் கொளுத்தப்பட்டது. போலீஸ் ஸ்டேஷனுக்குள் இருந்த போலீஸ் சப் இன்ஸ்பெக்டரும் 22 போலீஸ்காரர்களும் கொளுத்தப்பட்டனர்.

பொதுஜன சட்டமறுப்பை உடனடியாக நிறுத்தவேண்டும் என்றார் காந்திஜி. காந்திஜியின் இந்த முடிவு செயற்குழுவிலிருந்த பலருக்கும் அதிர்ச்சியளித்தது. சட்ட மறுப்பு சூடு பிடித்துக்கொண்டிருப்ப தாகவும் அது தொடர்ந்தால் நாடு விடுதலை பெறுவது விரைவில் சாத்தியம் என்றும் சொன்னார்கள். ஆனால் காந்திஜி அதை நிறுத்தித் தான் தீர வேண்டும் என்று பிடிவாதமாக இருந்தார். கடுமையான விவாதத்திற்குப்பிறகு பொதுமக்கள் சட்டமறுப்பைக் கைவிடுவ தென்றும் தனிநபர் சட்ட மறுப்புத் தொடரலாம் என்றும் தீர்மான மாயிற்று. இந்த முடிவு சிறையில் இருந்த ராஜாஜியை வருத்தியது. பண்டிட் ஜவஹர்லால் நேருவுக்கும் பிடிக்கவில்லை.

ராஜாஜி தனது நாள்குறிப்பில் எழுதினா...

> 'கோரக்பூரில் ஜனக் கூட்டத்தார் செய்த காரியங்கள் அதிக அக்கிரமமானவை என்பதை நான் முற்றிலும் ஒப்புக்கொள்கிறேன். என் தலைவரிடமும் அவருடைய கொள்கைகளிடத்தும் எனக்குப் பரிபூரணமான நம்பிக்கை உண்டு. அப்படியிருந்தும் இத்தகைய சம்பவம் நடந்துவிட்ட காரணத்திற்காக இயக்கத்தை நிறுத்திவைப்பது ஏனெனப் புரியவில்லை. இப்படிச் செய்தது என்ன நியாயம்?'

நைனிடாவில் சிறையிலிருந்த நேருவும் காந்திஜியின் முடிவால் அதிர்ச்சியுற்றார்.

அவர் தனது சுயசரிதையில் கூறுகிறார்:

> 'எங்களது நிலை வலுப்பெற்று நாங்கள் எல்லா முனைகளிலும் முன்னேறிக் கொண்டிருந்ததாகத் தோன்றிய நேரத்தில் போராட்டம் நிறுத்தப்பட்டதை அறிந்து சினம் பொங்கி எழுந்தது.

சிறையிலிருந்த என் தந்தை மனம் வருந்தினார். இளைஞர்கள் பலரும் மனம் துடித்தனர். மலைபோன்ற எங்கள் நம்பிக்கையெல்லாம் மண்ணோடு மண்ணாகச் சரிந்தது. காந்திஜி மனம் தளர்ந்து இயக்கத்தை நிறுத்தியதைக் காட்டிலும் அதற்குச் சொல்லப்பட்ட காரணங்கள்தாம் எங்களுக்கு வருத்தத்தை அளித்தன.'

ஜவஹர்லால் சௌரிசௌரா நிகழ்ச்சி சரியென்று சொல்லவில்லை. அவர் எழுதினார்.

'சௌரி சௌரா நிகழ்ச்சி வருந்தத்தக்கதே! சாத்விக நெறிக்கு முரணானதே. ஆனால் எங்கேயோ ஓர் மூலையில் இருக்கும் யாரோ ஒரு சிலர் பொறுமை இழந்தமைக்காக விடுதலைப் போராட்டத்தை நிறுத்திவிட வேண்டுமா! இதுவே சாத்வீக நெறியில் நடைபெறும் செயலுக்கு நிபந்தனையென்றால் சாத்வீக எதிர்ப்பு முறை என்றுமே வெற்றி பெறாது. சட்டமறுப்பு இயக்கத்தை நிறுத்தியதற்குக் காந்திஜி கூறிய காரணம் சரியானதென்றால் பகைவர்கள் நம் போராட்டத்தை நிறுத்தும் படியான சூழ்நிலையை உருவாக்கிக்கொண்டே இருப்பார்கள். இது சாத்வீக முறையின் குறைபாடா அல்லது காந்திஜி கண்ட விளக்கத்தின் குறைபாடா?'

நேருவின் குறிப்புகளிலிருந்து அவரது வேதனை புரிகிறது. ஒரு நல்ல ஆயுதம் கிடைத்துள்ளது என்று சட்டமறுப்பு இயக்கத்தில் ஆர்வமாகக் கலந்து கொண்டிருந்த இளைஞர்கள் பலர் காந்திஜியின் முடிவில் வெறுப்படைந்தனர். எனவே இனி அவரை நம்பிப் பயனில்லை என்று தாமாகவே போரிட முனைந்தனர். பலர் வன்முறையில் ஈடுபட்டும் ரயில் கொள்ளை போன்றவற்றைச் செய்தும் சிறைப்பட்டனர். பலர் தூக்குக் கயிற்றில் தொங்கினர்.

சௌரிசௌரா நிகழ்ச்சியை காந்திஜி நிறுத்தியது அந்தக் காலத்தில் எல்லா இளைஞர்களையும் கொதிப்படையச் செய்தது. மிதவாதிகளின் போக்கால் அதுவரை எந்த எழுச்சிகளிலும் தீவிரப் பங்கேற்கும் வாய்ப்பு பெறாதிருந்த இளைஞர்களுக்குச் சட்ட மறுப்பு ஒரு வாய்ப்பாக அமைந்திருந்தது. நாடு முழுதும் நமக்கு ஒரு வழி கிடைத்து விட்டதென்று எழுச்சியுற்றிருந்தபோது காந்திஜி போராட்டத்தை நிறுத்திய செய்கையானது காந்திஜி மேலேயே வெறுப்பு கொள்ளும் அளவுக்கு மக்களைத் தூண்டிவிட்டிருந்தது.

பின்னாளில் நேருஜி காந்திஜியின் முடிவு சரியானதே என்னும் முடிவுக்கு வந்தார்.

'19-1-22 ல் கட்டுப்பாடும் ஒழுங்கும் இல்லை. மக்களிடையே போராட்ட ஆர்வமும் ஆங்கிலேயர் மேல் வெறுப்பும் இருந்தனவே தவிர ஒரு திட்டவட்டமான முயற்சி இல்லை. போராட்டம் நீடித் திருக்குமானால் பலவிடங்களில் பலாத்காரமும் வன்முறையும் தலைதூக்கியிருக்கும் என்பதில் சந்தேகமில்லை. அப்போது அரசாங்கம் மூர்க்கத்தனமான முறையில் அதை அடக்கியிருக்கும். பயங்கர ஆட்சி ஏற்பட்டிருக்கும்,' என்று எழுதினார்.

போராட்டம் நிறுத்தப்பட்டாலும் வன்முறை பல இடங்களில் தலைதூக்கத்தான் செய்தது.

75

மாப்ளா கிளர்ச்சி - 1921

கிலாபாத் இயக்கம் முஸ்லிம்களுக்காகக் காந்திஜி ஏற்படுத்தினாலும் அதுவே பின்னாளில் ஒரு மாபெரும் புரட்சிக்கு வித்திட்டது. மலபார் பகுதியில் சேர அரசன் காலத்தில் அரேபியாவிலிருந்து வந்த இஸ்லாமியர் தங்கி வந்தனர். அவர்களில் பெரும்பாலோர் விவசாயிகளாக வேலைசெய்து வந்தனர். அரசர்களால் தானமாகக் கொடுக்கப்பட்ட நிலங்களுக்குச் சொந்தக்காரர்களாக நம்பூதிரிகளும் நாயர்களும் விளங்கி வந்தனர். பயிரிட்டுவந்த இஸ்லாமியர் ‘மாப்ளா’ என்று அழைக்கப்பட்டனர். அவர்களுக்கு மகசூலில் மூன்றில் ஒரு பகுதி கிடைத்துவந்தது. பரம்பரை பரம்பரையாக நடைபெற்று வந்த இந்த முறையில் பிரச்னைகள் அதிகமாக இல்லை. அவ்வப்போது சில தகராறுகள் நடந்தாலும் அவை சில்லரைச் சிக்கல்களாகச் சென்றன. நிலம் பெரும்பாலும் ஹிந்துக்கள் வசமிருந்தது. திப்பு சுல்தான் அப்பகுதிகளைக் கைப்பற்றிய பிறகு ஹிந்துக்கள் விரட்டியடிக்கப்பட்டார்கள். பின்னர் திப்பு சுல்தான் ஆங்கிலேயரால் தோற்கடிக்கப்பட்ட பிறகு பிரிட்டிஷ்காரர்கள் விரட்டியடிக்கப்பட்ட ஹிந்துக்களை மீண்டும் கொணர்ந்து அவர்களுக்குரிய நிலங்களை ஒப்படைத்தார்கள். இதனால் பயிரிடுவோருக்கும் நிலச்சுவான்தாருக்கும் இடையே பகைமை எழுந்து கலவரம் தொடங்கியது.

பிரிட்டிஷ்காரர்களின் அதிக வரி விதிப்பால் மாப்ளாசுக்குக் கிடைத்துவந்த மகசூல் குறையத் தொடங்கியது. மாப்ளா கொஞ்சம் முரட்டு சுபாவம் உடையவர்கள். மத வெறி கொண்டவர்கள். கிலாபத் இயக்கத்தின்போது பிரிட்டிஷார் துருக்கிக்கு இழைத்த

துரோகத்தினால் வெறுப்புற்ற அவர்கள் பிரிட்டிஷ்காரர்களைத் தாக்கத் தொடங்கினார். போலீஸ் நிலையங்களையும் அரசு அலுவல கங்களையும் கைப்பற்றினர். முதலில் பிரிட்டிஷ்காரர்களுக்கு எதிராகத் தொடங்கப்பட்ட கிளர்ச்சி படிப்படியாக இந்துக்களை நோக்கித் திரும்பியது. சில இந்துக்கள் பிரிட்டிஷ்காரர்களிடம் தங்களைக் காட்டிக் கொடுத்ததாக அவர்கள் நினைத்ததால் ஹிந்துக் களுக்கு எதிராக நடவடிக்கை எடுக்கத் தொடங்கினர். முதலில் மதமாற்றத்தில் இறங்கினர். அப்பகுதி முழுவதையும் இஸ்லாமியர் மயமாகச் செய்துவிடவேண்டும் என்றும் முனைந்தனர். மதம் மாற மறுத்தவர்கள் கொல்லப்பட்டனர். பெண்களைச் சீரழித்தார்கள். இப்படி நடந்த கலவரத்தை ஆங்கிலேயர் மிகத் தீவிரமாக எதிர்த்து அடக்கினர். காலிகட் சாமெரின் அரசரின் கீழ்தான் மலபார் இருந்தது. அவர் என்ன நடந்தது என ஒரு மாநாட்டுத் தீர்மானத்தில் சொன்னார்:

கூறவொண்ணாக் கொடுமைகள்

‘பெண்களைச் சீரழித்தும், மக்களை உயிருடன் எரித்தும், மனிதர் களை, ஆண், பெண், குழந்தைகள் அனைவரையும் கூட்டமாகக் கொன்றும் குடும்பம் முழுவதையும் ஒட்டு மொத்தமாக எரித்தும், மக்களை, அவர்கள் ஹிந்துவானாலும் சரி, கிறித்துவர் ஆனாலும் சரி ஆயிரக்கணக்கில் பலவந்தமாக மதம் மாற்றியும் கொக்கரித்தனர். அப்படி மதம் மாற மறுத்தவர்களைக் கொன்றும், ஹிந்துக்கள், கிறித்துவர் வீடுகளைக் கொள்ளையிட்டும், தீயிட்டுக் கொளுத்தி யும், பாதி உயிர் போய் மன்றாடிக் கொண்டிருந்தவர்களைக் கிணற் றுக்குள் தூக்கி வீசியும், ஹிந்துக்களைக் கைகால்களைக் கட்டிச் சித்திரவதை செய்து அப்படியே அவதிப்பட விட்டுவிட்டுப் பிறகு கொன்றும் வெறியாட்டம் போட்டனர். கோயில்களைச் சிதைத்தும், பசுக்களைக் கொன்று மாமிசத்தைப் புனிதத் தலங்களில் வீசியும் தெய்வச் சிலைகள் மேல் போட்டும் கோயில்களின் மதிலிலும் உள்ளேயும் மாட்டுக் கபாலங்களைத் தொங்கவிட்டும் அவர்கள் செய்த கொடுமைகளை சிலர் மிகச் சாதாரணமாகக் கருதியும், அல்லது ஒன்றுமே நடவாததைப்போல ஒதுக்கித்தள்ளியும் நடந்து கொள்வதை இந்த மாநாடு வன்மையாகக் கண்டிக்கிறது,’ என்று பேசினார்.

அதிகாரபூர்வமான ஆவணங்களின்படி 2337 கலகக்காரர்கள் கொல்லப்பட்டனர். 1652 பேர் காயமுற்றனர். 45,404 பேர் கைது செய்யப்பட்டனர். 186 பேர் மதம் மாற்றப்பட்டனர். ஆனால் உண்மையில் 1500க்கும் மேல் மதம் மாற்றப்பட்டதாகச் சொல்லப் படுகிறது.

மாப்ளா கலகம் நடந்துகொண்டிருந்த சமயத்தில், மாப்ளாஸிடம் சென்று பேசிக் கலகத்தை அடக்க முயல்வதாக ராஜாஜியும் கிலாபத் இயக்கத் தலைவர் யாகூப் கானும் அரசிடம் அனுமதி கோரினர். ஹிந்துக்களுக்கும் முஸ்லிம்களுக்கும் இடையே ஒற்றுமை ஏற்பட்டு விடக் கூடாதென்பதிலே மிகவும் கவனமாக இருந்த அரசு அனுமதி கொடுக்கவில்லை. ஆனாலும் அவர்கள் மலபார் நோக்கிச் சென்றனர். வழியில் அவர்கள் தடுக்கப்பட்டார்கள்.

'தயவு செய்து ஆங்கிலேயர் விரித்துள்ள வலையில் சிக்கி விடாதீர்கள்' என்று அறிக்கை விடுவதைத் தவிர அவர்களால் வேறெதுவும் செய்யக்கூடவில்லை. நீதிபதியாக இருந்த சர் சி.சங்கரன் நாயர் மாப்ளா கலகத்தைப் பற்றி எழுதினார்:

'அந்த அராஜகம் பல மாதங்கள் நடந்தது. பிரிட்டிஷ் ராணுவ வீரர் களால் ஆயிரக்கணக்கான முஸ்லிம்கள் கொல்லப்பட்டனர். காயம் பட்டவர்கள் அநேகம். ஹிந்துக்கள் வெட்டிக் கொல்லப்பட்டார்கள் பெண்கள் அவமானப்படுத்தப்பட்டார்கள். ஆயிரக்கணக்கில் பலவந்தமாக மதமாற்றம் செய்யப்பட்டார்கள். குடும்பங்கள் கொளுத்தப்பட்டன. அவமானப்படுத்தப்படுவதிலிருந்து தப்பிப் பதற்காக நூற்றுக்கணக்கான பெண்கள் கிணறுகளில் குதித்துத் தற்கொலை செய்து கொண்டார்கள். இந்த மலபார் கலகத்துக்குக் காரணம் காந்தியின் கிலாபத் இயக்கமும் அவரது ஹிந்து நண்பர்களும்தான்.'

கைது செய்யப்பட்ட முஸ்லிம்கள் 90 பேர் போத்தனூர் மத்திய சிறைச்சாலைக்கு ஒரு சரக்கு ரயிலில் கொண்டு செல்லப்பட்டனர். மூச்சுத்திணறி அவர்களில் 61 பேர் உயிரிழந்தனர்.

★

'மிஸ்டர் காந்தி, நீங்கள் ஏதாவது வாக்குமூலம் அளிக்கிறீர்களா?' என்று கேட்டார் நீதிபதி.

'மகிழ்ச்சியுடன் அளிக்கிறேன் கனம் நீதிபதியவர்களே - நான் எழுதியே கொண்டுவந்திருக்கிறேன். அதற்குமுன் கொஞ்சம் பேசிவிட்டு அதைக் கோர்ட்டாரிடம் சமர்ப்பிக்கிறேன்,' என்று பதிலளித்தார் காந்திஜி.

இவர் மற்றவர்களைப் போல இல்லை என்பதை அறிந்த நீதிபதி அவரை மரியாதையோடு பார்த்தார்

'இங்கே என்மேல் குற்றம் சுமத்திய அட்வகேட் ஜெனரல் முற்றும் நியாயமாகவே பேசினார். இப்பொழுதுள்ள ராஜாங்கத்தின் மீது

ராஜதுவேஷம் கொள்ளும்படி இந்திய மக்களுக்கு எடுத்துச் சொல்வதிலே நான் பைத்தியமாகவே இருக்கிறேன். இந்த அரசோடு நட்புறவோடு இருக்க வேண்டும் என்று நினைத்தவன்தான் நான். இப்பொழுதும் அப்படித்தான் நினைக்கிறேன். அப்படிப்பட்ட என்னையே தங்களுக்கு எதிராகப் பேசும்படி என்னை இந்த அரசு மாற்றிவிட்டது. கோர்ட்டாரிடமிருந்து நான் எதையும் மறைக்க விரும்பவில்லை. இவர்கள் இந்தக் குற்றச்சாட்டில் குறிப்பிடும் காலத்திற்கு முன்பிருந்தே நான் அரசுக்கு எதிரான நடவடிக்கைகளில் ஈடுபட்டும் பேசியும் வந்திருக்கிறேன்.'

'சரி, மிஸ்டர் காந்தி, உங்களுக்கு வழங்கப்படும் தண்டனையைக் குறைப்பதற்கு வாதாட ஏதாவது காரணங்கள் வைத்திருக்கிறீர்களா?'

'இல்லை. எந்தக் காரணமும் இருப்பதாக நான் நினைக்கவில்லை. எனக்குக் கருணை காட்டும்படி நான் தங்களிடம் வேண்டப் போவதில்லை. வேண்டவும் மாட்டேன். இவ்வரசுச் சட்டத்தின்படி நான் செய்திருப்பது தண்டனைக்குரிய குற்றந்தான். இதை நான் தெரிந்தே செய்திருக்கிறேன். இந்தக் குற்றத்தைச் செய்வது இந்தியனாகப் பிறந்த அனைவரது கடமையும் உரிமையும் ஆகும். எனவே இதற்கு அதிக பட்சத் தண்டனையாக எவ்வளவு விதிக்க முடியுமோ, அதை நீங்கள் விதிக்கலாம். நான் அதை மிகவும் மகிழ்ச்சியாக ஏற்றுக்கொள்கிறேன்.'

'நீங்கள் எழுத்து மூலமாக உங்கள் வாக்கு மூலம் கொடுக்கப் போகிறீர்கள் அல்லவா?'

'ஆம். அதில் நான் சொல்லியிருக்கும் ஒரு செய்தியை இப்பொழுதே சொல்லியாக வேண்டும். கனம் நீதிபதி அவர்களே, உங்களுக்கு இரண்டு வழிகள்தான் இருக்கின்றன. ஒன்று நீங்கள் நீதிபதி பதவியை விட்டு விலகவேண்டும். அல்லது நீங்கள் எந்தச் சட்டத்தின்படி தீர்ப்பளிப்பீர்களோ அந்தச் சட்டத்தையும், இந்த அரசின் செயல்பாட்டையும் நம்பினீர்களென்றால் எனக்கு அதிகபட்சத் தண்டனை அளிக்கவேண்டும். உங்களிடம் மனமாறுதலை நான் எதிர்பார்க்கவில்லை. காரணமில்லாமல் நான் இந்தச் செயலைச் செய்யவில்லை.

'நீதிபதி அவர்களே, ரௌலட் சட்டம், ஜாலியன்வாலா பாக் படுகொலை, தவழும் உத்தரவு, துருக்கிக்கு அநீதி இப்படிப் பல அநீதிகளுக்கும் பிறகு மாண்டேகு செம்ஸ்ஃபோர்ட் சீர்திருத்தத்தை ஏற்கவேண்டும் என்று என் நாட்டு மக்களை வற்புறுத்தினேன். எனது நம்பிக்கை இப்பொழுது தவிடுபொடியாகிவிட்டது. நான்

நம்பிக்கை இழந்துவிட்டேன். இந்த நாட்டில் முன்பெல்லாம் அதிகப் பஞ்சங்கள் வந்ததில்லை. அப்படி வந்தாலும் அவற்றை யெல்லாம் தாங்கிக்கொண்டு மீண்டுவரும் வலிமை எங்களுக்கு இருந்தது. ஆங்கில ஆட்சி வந்ததன் பிறகு எங்கள் பொருளாதாரம் சீரழிந்தது. பஞ்சங்கள் அதிகமாகிவிட்டன. அவற்றைத் தாங்கிக் கொள்ளும் வலிமையும் எங்களை விட்டுப்போய்விட்டது. கிராம மக்கள் எலும்புக் கூடுகளாக வாழ்கிறார்கள். எங்கள் கிராமத்துக் குடிசைத் தொழில்கள் நசுக்கப்பட்டுவிட்டன. மிருகத்தனமான முறையில் பிரிட்டிஷார் இக்கொடுமையைச் செய்திருக்கிறார்கள். இதற்கு இணையான பாவம் வேறெதுவும் இருக்குமென எனக்குத் தோன்றவில்லை.

'அரசு அதிகாரிகள் இந்தியர்களுக்கு நல்ல நிர்வாகம் அளிப்பதாக உண்மையிலேயே நம்புகிறார்கள். அதேசமயம் கட்டுப்பாடற்ற பலாத்காரத்தைத் திணிக்கிறார்கள். திருப்பிக்கொடுக்கும் வலிமையை எங்களிடமிருந்து பறித்துவிட்டே இதைச் செய்கிறார்கள். சொந்த முறையில் யார் மீதும் ஏன் இந்த அரசு மீதும் கூட எனக்கு வெறுப்பில்லை. ஆனால் இனி தாங்க முடியாது என்ற அளவு இந்த அரசு கேடு விளைவித்துவிட்டது. எனவே அரசுக்கு எதிராகச் செயல்படுவதில் பெருமை கொள்கிறேன். அதை எனது கடமை என்று கருதுகிறேன். நல்லதோடு ஒத்துழைப்பது எவ்வளவு அவசியமோ அதே அளவு கெட்டதோடு ஒத்துழையாமையும் அவசியம்.'

காந்திஜி இப்படிக்கூறி முடித்ததும் வழக்கத்துக்கு மாறாக நீதிபதி ப்ரூம்ஃபீல்ட் தனது தலையைத் தாழ்த்தி காந்திஜிக்கு வணக்கம் தெரிவித்தார்.

'இந்த வழக்கு, தண்டனையை நிர்ணயிப்பதில் ஒரு நீதிபதியைத் தடுமாறச் செய்யும் ஒன்று. நான் இதுவரை விசாரித்த அல்லது விசாரிக்கப்போகும் மனிதர்களைவிட வேறுபட்டவர்கள் நீங்கள். நீங்கள் ஒரு மகானாகவே வாழ்கிறீர்கள். உங்களுக்கு ஆறு ஆண்டுகள் சிறைத்தண்டனை விதிக்கிறேன். உங்கள் தண்டனையைப் பின்னாளில் அரசு குறைக்குமானால் அதற்காக மகிழ்ச்சியடைபவர்களில் முதல் ஆளாக நான் இருப்பேன்,' என்றார் நீதிபதி.

காந்தியடிகள் பொதுச் சட்ட மறுப்பைக் கைவிட்டதால் அவருக்கு பலமான எதிர்ப்பு ஏற்பட்டது. காங்கிரஸில் ஒரு மாதிரியான பிளவு ஏற்பட்டது என்றுகூடச் சொல்லலாம். சட்டமறுப்பின் எழுச்சியைக் கண்டு அஞ்சிய ஆங்கில அரசு காந்திஜியைக் கைது செய்ய அஞ்சியது. ஆனால் சட்டமறுப்பு நிறுத்தப்பட்டு விட்டதாலும்

காங்கிரஸிலேயே வேறுபட்ட கருத்துகள் எழுந்துள்ளதாலும் இனிமேல் காந்திஜியைக் கைது செய்யலாம் என்று கருதிய வைஸ்ராய் ஏதாவது காரணம் காட்ட வேண்டுமே, அதற்காகக் காந்திஜி யங் இந்தியா பத்திரிகையில் எழுதிய மூன்று கட்டுரை களைக் காரணம் காட்டி அவரைக் கைது செய்து சபர்மதிச் சிறையில் அடைக்கச் செய்தார். வழக்கு நடந்தபோது காந்திஜி கொடுத்த வாக்குமூலம் அவர் உண்மையிலேயே மகாத்மா என்பதை உலகுக் காட்டியது. நீதிபதி வேறு வழியின்றிக் காந்திஜிக்கு ஆறு ஆண்டுகள் சாதாரணச் சிறைத் தண்டனை அளித்தார். நேருஜி எழுதினார், 'ஆங்கில நீதிபதி நல்லவர். மிக அன்போடும் பண்போடும் நடந்துகொண்டார். அந்நாள் என்றுமே நினைவில் நிற்கும் ஓர்நாள். காந்திஜி நீதிமன்றத்தில் கொடுத்த வாக்குமூலம் அனைவர் நெஞ்சையும் உருக்கியது. எல்லோருக்கும் மெய்சிலிர்த்தது.'

தாம் கைது செய்யப்படுவோம் என எதிர்பார்த்த காந்திஜி தனது யங் இந்தியா பத்திரிகையில் ஒரு வேண்டுகோள் விடுத்திருந்தார்.

'அரசு ரத்தவெள்ளத்தில் நம்மைத் தள்ளினும் நான் அஞ்சமாட்டேன். ஆனால் என் பெயராலோ என்னைக் காரணம் காட்டியோ மக்கள் அரசைப் பழித்தால் நான் வேதனை அடைவேன். என்னை அரசு கைது செய்யும்பொழுது மக்கள் நிதானம் இழந்து செயல்படுவார் களேயானால் அதை எனக்கு இழைக்கப்பட்ட அவமானமாகவே கருதுவேன்!' என்று எழுதியிருந்தார். எனவே காந்திஜி கைதான போது எந்த அசம்பாவிதமும் நடக்கவில்லை. கலவரம் நடக்கும் என்று நினைத்த அரசு ஏமாந்து போனது. காந்திஜியைக் கைது செய்ய வேண்டுமென்று லண்டனிலிருந்து பல உத்தரவுகள் வந்தபோதும் வைஸ்ராய் ரீடிங் அதைத் தாமதப்படுத்தினார். பிறகு இனிமேல் சும்மா இருக்கமுடியாது என்ற நிலைவந்த போதுதான் அவரைக் கைது செய்ய உத்தரவிட்டார். அவர் காந்திஜியை ஓரளவு அறிந்திருந்தார். எந்தக் கலவரமும் நடக்கவில்லை என நிம்மதி யடைந்தார். அவர் தனது மகனுக்கு எழுதிய கடிதங்களிலிருந்து இது தெரிய வருகிறது.

1922 மார்ச் 20ந்தேதி எரவாடா மத்திய சிறையில் காந்திஜி அடைக்கப் பட்டார்.

அண்ணலுக்கு அறுவை சிகிச்சை

1924 ஜனவரி மாதம் 1ந்தேதி காந்திஜிக்குக் கடுமையான வயிற்றுவலி வந்தது. சோதனையில் அது குடல்வால் அழற்சியால் வந்துள்ளது என அறிந்து உடனே சாசூன் என்னும் மருத்துவமனைக்குக் கொண்டு சென்றார்கள். அங்கே அறுவை சிகிச்சை செய்யும்

மருத்துவர்கள் எவருமில்லை. பம்பாயிலிருந்து வரவேண்டும். அதற்கு முன்னால் அறுவை சிகிச்சை செய்தே ஆகவேண்டும் என்ற நிலை. நல்ல வேளையாக அச்சமயத்தில் அங்கு வந்த கர்னல் மேடக் என்ற அறுவை சிகிச்சை நிபுணர் தான் அறுவை சிகிச்சை செய்வதாகவும் அதற்குக் காந்தி அனுமதிக்கவேண்டும் என்றும் கேட்டுக்கொண்டார். உடனே காந்தி வி.எஸ். சீனிவாச சாஸ்திரியையும் டாக்டர் பாடக் என்பவரையும் வரவழைத்து அவர்களிடம் ஓர் அறிக்கையை வாய்மொழியாகச் சொல்லி எழுதிக் கொள்ளச் சொன்னார். 'தனக்கு என்ன நேர்ந்தாலும் அரசாங்கத்து எதிராக மக்கள் கலவரத்தில் ஈடுபடக்கூடாது' என்று சொன்னார். அறிக்கையில் தானே கையெழுத்திட்டார்.

அறுவை சிகிச்சை செய்ய காந்திஜிக்கு மயக்க மருந்து கொடுத்து அறுவை சிகிச்சை தொடங்கிய போது அதற்குமுன் புயலடித்ததன் காரணமாக மின்சாரம் தடைப்பட்டது. மூன்று செவிலியர் டார்ச் லைட் அடித்து வெளிச்சம் காட்டினர். டார்ச் லைட்டும் அணைந்தது. மண்ணெண்ணெய் ஹரிக்கேன் விளக்கு வெளிச்சத்தில் அறுவை சிகிச்சை வெற்றிகரமாக நடந்தது. ஆனால் தையல் போட்ட இடத்தில் ஓரிரு நாட்களுக்குப் பிறகு சீழ்பிடிக்கத் தொடங்கியது. இந்த நிலையில் மேலும் அவரைச் சிறைக்குள் வைத்திருக்க விரும்பாத அரசு அவரை விடுதலை செய்தது.

விடுதலையானதும் காந்திஜி நேராகப் பம்பாயிலிருந்த ஜுஹு கடற்கரையை ஒட்டியிருந்த நண்பர் சாந்திகுமார் மொரார்ஜி வீட்டில் தங்கினார். கடற்கரையையே தனது இயற்கை வைத்தியசாலையாக மாற்றிக் கொண்டார். அவருடைய வைத்திய பரிசோதனையில் பங்கேற்கப் பலர் வந்தனர். அதில் காந்திஜிக்குப் பரம மகிழ்ச்சி.

அங்கே அவரைக் காண மோதிலால் நேருவும் சி. ஆர். தாஸும் வந்தார்கள். அப்பொழுதுதான் காந்திஜிக்கு இந்து முஸ்லிம் ஒற்றுமையைக் குலைக்கக்கூடிய பல நிகழ்ச்சிகள் நடைபெற்றுக் கொண்டிருந்தது தெரியவந்தது.

பிரிட்டிஷாரின் பிரிவினைப் போக்கு

கிலாபாத் இயக்கம் அப்பொழுது இல்லை. எனவே முஸ்லிம்கள் இந்துக்களோடு ஒத்துழைக்கவேண்டிய அவசியம் இல்லாமல் போய்விட்டது. எனவே பல மதக்கலவரங்கள் நடைபெற்றன. காந்திஜி பிரிட்டிஷ் அரசின் பிரிவினைப் போக்குதான் இந்து முஸ்லிம்களிடையே பிரிவினை உணர்ச்சி வந்ததற்குக் காரணம் என்றார். இன்னொரு முக்கிய காரணம் இந்துக்கள் என்றார். இரண்டு

பிரச்னைகள் தீர்க்கப்பட்டால் வெறுப்புணர்ச்சி விலகும் என்றார் காந்திஜி.

பசு வதை, ஊர்வலம் செல்லும்போது மசூதிகளுக்கருகில் மேளம் அடித்தல் இவை இரண்டுக்கும் ஹிந்துக்களே முதல் காரணம் என்பது காந்திஜியின் கருத்து. ஆங்கிலேயன் பசு வதை செய்வதைத் தடுக்கமுடியாதபோது முஸ்லிம்களை மட்டும் ஏன் குறைசொல்ல வேண்டும் என்றார்.

மசூதிகளுக்கருகில் மேளம் அடிப்பதில் இந்துக்கள் காட்டும் தீவிரத்தையும் அதேசமயம் அளவு மீறி முஸ்லிம்கள் வன்முறையில் ஈடுபடுவதையும் கண்டித்தார். தனது பத்திரிகையில் 6000 வார்த்தைகளுக்கும் மேல் கொண்ட கட்டுரை ஒன்றை இதற்காக எழுதினார். முஸ்லிம்களை இந்துக்களுக்கு எதிராக எப்படியும் தூண்டிவிடவேண்டும் என்ற ஆங்கில அரசின் செயல்பாட்டைச் சாடினார். அரசுப் பணிகளில் முஸ்லிம்களுக்குத் தனிச் சலுகை காட்டுவதாகச் சொல்லி அவர்களைக் கவர்வதில் அரசு முனைவதை எதிர்த்தார்.

யார் குற்றவாளி?

முஸ்லிம்களுடன் மிகவும் இயல்பாகப் பழகி வந்தவர் சுவாமி சிரத்தானந்தா. அவர் உடல்நலமின்றிப் படுத்திருந்தார். அவரைத் தேடி ஒருவன் வந்தான்.

1926ம் ஆண்டு டிசம்பர் மாதம் 23ம் நாள்.

‘நீ யாரப்பா, எதற்காக வந்திருக்கிறாய்?’ என்று கேட்டார் ஸ்வாமி சிரத்தா நந்தா.

‘நான் இஸ்லாம் மதத்தைச் சேர்ந்தவன். என் பெயர் அப்துல் ரஷீத்’ என்றான் அவ்விளைஞன்.

‘உனக்கு என்னிடம் என்ன வேலை?’

‘எனக்குச் சில சந்தேகங்கள் இருக்கின்றன. உங்களிடம் கேட்டுத் தெளிவுபடுத்திக் கொள்ளலாம் என்று வந்திருக்கிறேன்.’

‘இப்பொழுது எனக்கு உடல்நிலை சரியில்லை. எனக்கு உடல்நிலை சரியானதும் சொல்லியனுப்புகிறேன். உன் முகவரியைக் கொடுத்து விட்டுப் போ.’

‘உங்கள் அன்பான வார்த்தைக்கு நன்றி. நான் அப்புறம் வருகிறேன். எனக்குக் குடிக்கக் கொஞ்சம் தண்ணீர் கிடைக்குமா?’

சுவாமிஜி அங்கிருந்த அடியவர் தர்மபாலிடம் சொல்ல அவர் தண்ணீர் கொண்டு தந்தார். ரஷீத் நீரை வாங்கிப் பருகினான். தண்ணீர்க் குவளையை உள்ளே வைப்பதற்காக தர்மபால் போனார். அந்த நேரம் பார்த்து ரஷீத் தான் மறைத்து வைத்திருந்த துப்பாக்கியை எடுத்து அவரைப் பலமுறை சுட்டான். சிரத்தானந்தா இறந்து போனார். தர்மபால் ஓடி வந்து ரஷீதைப் பிடித்தார். ரஷீதிற்குப் பின்னர் தண்டனை அளிக்கப்பட்டது.

26ந்தேதி நடந்த கல்கத்தா காங்கிரஸ் மாநாட்டில் காந்திஜி ஓர் இரங்கல் தீர்மானம் கொணர்ந்தார். அதை ஒட்டிப் பேசும்போது 'எனது சகோதரர் அப்துல் ரஷீதைக் குறை கூறமாட்டேன், ஒருவருக் கொருவர் வெறுப்பை உருவாக்கி வளர்த்தவர்களே குற்றவாளிகள்!' என்றார் காந்திஜி.

சுவாமிஜி சிரத்தானந்தா தனது பிற்கால வாழ்வில் துறவு வாழ்க்கை மேற்கொண்டாலும் அவர் சுதந்திரப் போராட்டத்தில் தீவிரப் பங்கு கொண்டவர். ரௌலட் சட்டத்தை எதிர்த்து நடந்த போராட்டத்தில் தடையுத்தரவையும் மீறி ஊர்வலத்தில் கலந்துகொண்டு ஜூம்மா மசூதியில் நின்று உரையாற்றினார்.

ஹிந்துக்கள் பலவந்தமாக முஸ்லிம்களாக மாற்றப்பட்டபொழுது சுவாமிஜி அவர்களை மீண்டும் சுத்தி கர்மாவின் மூலம் இந்துக்களாக்கி இந்து மதத்தில் இணைத்துக் கொண்டார். இது காந்திஜிக்குப் பிடிக்க வில்லை என்று சொல்லப்படுகிறது. முஸ்லிம்களுக்கும் அவரது செயல் பிடிக்கவில்லை. ஒரு முஸ்லிம் பெண்ணை அவர் அந்தப் பெண்ணின் விருப்பப்படி இந்துவாக மாற்றியபொழுது இந்த வெறுப்பு உச்சக்கட்டத்தை அடைந்தது. அந்த வெறுப்புக்கு அவர் பலியானார்.

புரட்சியாளர் அல்லூரி சீதாராம ராஜூ

சத்திரிய ராஜூ இனத்தின் மிகப் பெரிய போராளி அல்லூரி சீதாராம ராஜூ. ஆந்திராவின் மேற்கு கோதாவரி மாவட்டத்தைச் சேர்ந்த வன். அவன் பஞ்சாப் படுகொலையின் காரணமாகக் கொதித்தெழுந் தான். தனது இனத்து மக்களை புரட்சிக்குத் தூண்டினான்.

'இப்படி நீங்களெல்லாம் தனித்தனியாக இருந்தால் ஒன்றும் செய்ய முடியாது. வெள்ளைக்காரன் விரல் விட்டு எண்ணக்கூடிய அளவு தான் இருக்கிறான். நீங்கள் எல்லாரும் ஒன்று சேர்ந்தால் அவனை நாட்டைவிட்டு ஓட்டிவிடலாம்,' என்றான் அல்லூரி சீதாராம ராஜூ.

‘இப்போ சிப்பாய்களெல்லாம் சேந்து போராடினாங்களே அதிலே செமத்தியா அடிபட்டுட்டோம். எங்களை விட்டுடுங்க,’ என்றான் கோண்டு ஆதிவாசிகளின் தலைவன்.

‘அப்போ நீங்க தனித்துப் போராடினீங்க. இப்போ ஆதிவாசிகள் எல்லோரும் ஒண்ணு சேரணும். அப்புறம் பாருங்களேன் வெள்ளைக் காரன் எப்படி ஓடப் போறான்னு,’ என்றான் சீதாராம ராஜு.

‘ஐயா, எங்களுக்கு வில்லம்பு பயன்படுத்தத் தெரியும். வேற ஆயுதம் ஏதும் இல்லை,’ என்றான் கோண்டு இனத் தலைவன்.

‘கவலைப்படாதீங்க. முதலில் போலீஸ் ஸ்டேஷனை சமயம் பார்த்து தாக்கித் துப்பாக்கிகளைக் கைப்பத்துவோம்.’

‘துப்பாக்கி மாத்திரம் இருந்து என்ன செய்ய? உபயோகிக்கத் தெரியணுமே?’

‘நான் சொல்லித் தர்றேன். நாம முதலில் கொரில்லா போர் முறையிலேதான் சண்டை போடணும். எங்கேருந்து தாக்குறோம்னு வெள்ளையனுக்குத் தெரியக்கூடாது. எதிர்பார்க்காத சமயத்திலே அடிக்கணும்.’

‘நிச்சயமா செய்வோம். எங்க நிலத்தையெல்லாம் பிடுங்கிக் கிட்டான் வெள்ளையன். எங்களையெல்லாம் ஓட்டாண்டிகளாக்கி விட்டான். அவங்களைச் சும்மா விடக்கூடாது.’

‘விழிப்பா இருக்கணும். அடிமையா இருந்து என்ன செய்ய? செத்தாலும் வீரர்களாகச் சாகணும்!’

‘என்னைக்குத் தாக்கணும்னு சொல்லுங்க?’

‘அதிக நாளில்லை. நாளைக்கே. மூன்று பிரிவா நாம பிரிஞ்சு மூணு போலீஸ் ஸ்டேஷனை ஒரே நாளில் அடிக்கணும்,’ என்றான் ராஜு.

பழங்குடியினர் நூற்றுக்கணக்கில் சேர்ந்துவிட்டனர். 22-8-1922 அன்று சிந்தப்பள்ளி போலீஸ் ஸ்டேஷனை ஒரு கூட்டம் தாக்கியது. வேறு இரண்டு கூட்டங்கள் கிருஷ்ணதேவிப்பேட்டா ஸ்டேஷனை யும் ராஜவொம்மாங்கி ஸ்டேஷனையும் தாக்கின. நிறைய ஆயுதங் கள் கைப்பற்றப்பட்டன. வீரய்யா டோர என்னும் புரட்சியாளன் ஒரு போலீஸ் ஸ்டேஷன் சிறையில் அடைக்கப்பட்டிருந்தான். அவனை யும் விடுவித்தனர். செய்தி அறிந்து பிரிட்டிஷ் ராணுவம் விரைந்து வந்தது. வெற்றிப் பெருமிதத்தில் இருந்த பழங்குடியினர் பெருமளவு திரண்டனர். எதிர்த்து வந்த ராணுவம் வந்த வழியே திரும்பி ஓடினர்.

புரட்சிப் படையை எதிர்த்து நிற்க இயலவில்லை, புரட்சிப்படை அவர்களைத் துரத்தியடித்தது.

பின் வாங்கிய ராணுவம் பழங்குடியின புரட்சியாளர்களைத் தாக்குவதற்காகப் பெத்தவலசை என்னுமிடத்தில் தங்கி மேலும் படைகள் வருவதற்காகக் காத்திருந்தனர். அங்கே சென்று சீதாராம ராஜுவின் படைகள் பிரிட்டிஷ் ராணுவத்தைத் தோற்கடித்தன. அன்றிலிருந்து தொடர்ந்து வெற்றிதான். ஆங்கிலேயரின் தாக்குதல் அனைத்தையும் முறியடித்தான் ராஜு. அந்தப் பகுதி முழுதும் அவன் ஆளுகையில் வந்தது. பிரிட்டிஷ்காரர்களுடன் சண்டை தொடர்ந்து கொண்டே இருந்தது. இரண்டு ஆண்டுகள் அவன் வெற்றி முழக்கம் செய்துகொண்டிருந்தான். பெரும் படையுடன் வந்துதான் அவனை அடக்க முடியும் என்று நினைத்த ஆங்கிலேய அரசு அஸ்ஸாம் ரைபிள்ஸ் படையை அனுப்பியது. அவனது 27 வது வயதில் 7-5-1924 அன்று மாம்பா என்னும் கிராமத்தில் அவன் ஆங்கிலப் படை வீரர்களால் சுட்டுக்கொல்லப்பட்டு இறந்தான்.

அரசுப் பணியில் திறமைக்கே முதலிடம்

அரசுப் பணிகளில் வகுப்புவாத இட ஒதுக்கீடு செய்யவேண்டும் என்று காந்திஜியிடம் சிலர் சொன்னபோது காந்திஜி எழுதினார், ‘அரசுப் பணிகளில் திறமையுள்ளவர்களை மட்டுமே பணியில் அமர்த்த வேண்டும். ஐந்து பொறியாளர் பதவிக்கு ஐந்து வெவ்வேறு சமுதாயத்திலிருந்து ஒவ்வொருவர் வீதம் எடுப்பது கூடாது. படிப்பில் வேண்டுமானால் அரசிடமிருந்து பிற்பட்ட சமூகத்தினர் சலுகையை எதிர்பார்க்கலாம். ஆனால் அரசுப் பணியில் அமர்த்தத் தகுந்த தேர்வு வைத்துத் திறமையானவர்களையே நியமிக்க வேண்டும். இதில் சலுகை காட்டக்கூடாது,’ என்றார் காந்திஜி.

இந்து முஸ்லிம் ஒற்றுமைக்காக ஒரு முஸ்லிம் வீட்டில் 21 நாள்கள் உபவாசம் இருந்தார். உபவாசத்தை முடிக்கும் முன்பு குரான் ஓதப்பட்டது. கிறித்துவ கீதம் பாடப்பட்டது. வினோபா பாவே உபநிஷத் சுலோகங்களைச் சொன்னார். வைணவப் பாடல்களை பாலகிருஷ்ணா என்பவர் பாடினார். அந்த உபவாசத்தினால் ஏதோ ஒன்றிரண்டு பேர் மனம் மாறினார்களே தவிர வேறு எந்தப் பலனும் விளையவில்லை.

நாகபுரிக் கொடிப் போராட்டம்

1923ம் ஆண்டு நாகபுரிக்கு வருகை தருவதாக இருந்த காங்கிரஸ் தலைவர்களை வரவேற்பதற்காக நாகபுரி நகராட்சி மாளிகையின் முகப்பில் தேசியக் கொடியை ஏற்றுவது என்று தீர்மானித்தார்கள்.

அதை அரசு தடை செய்தது. ஜம்னாலால் பஜாஜ் என்பவர் தான் முன் நின்று கொடியை ஏற்றும் போராட்டத்தில் ஈடுபட்டார். அவர் கைது செய்யப்பட்டுத் தண்டனை பெற்றதோடு அவரது விலையுயர்ந்த கார் ஏலத்தில் விடப்பட்டது. ஏலத்தில் எடுக்க எவரும் முன் வர வில்லை. இதை அறிந்த ராஜாஜி யங் இந்தியாவில் ‘கொடி அழைக் கிறது’ என்னும் தலைப்பில் ஒரு கட்டுரை எழுதினார். தமிழகத் தொண்டர்கள் திரண்டனர். காமராஜர் திருச்சியில் முகாமிட்டுத் தொண்டர்களைத் திரட்டி அனுப்பினார். அவர்கள் கைதாகி நாகபுரிச் சிறையில் தள்ளப்பட்டனர். வல்லபாய் பட்டேலும் அவரது சகோதரர் வித்தல் பாய் பட்டேலும் அதில் கலந்துகொள்ள வந்தனர். அரசு விழித்துக்கொண்டு சமரசத்துக்கு வரவே கொடிப் போராட்டம் கைவிடப்பட்டது.

76

சுயராஜ்ஜியக் கட்சியின் தொடக்கம்

சீர்திருத்தங்கள் வந்தாலும்கூட அவற்றைப் பயன்படுத்தக்கூடிய நிலையில் காங்கிரஸ் இல்லை. எனவே ஜஸ்டிஸ் கட்சியினர் போன்றவர்கள் அரசு ஆதரவு நிலையை எடுத்து ஆட்சியில் பங்கேற்றார்கள். அரசுக்கு ஓர் ஆக்கபூர்வமான எதிர்ப்பு சட்டசபையில் இல்லாமல் போயிற்று. சட்டமறுப்பு, ஒத்துழையாமை என்ற பெயரில் சட்டசபைக்குள் நுழையாமல் இருப்பதால் காங்கிரஸுக்குத்தான் இழப்பு என்று சில தலைவர்கள் நினைத்தார்கள். சிலர் அது கூடாது என்றனர். இப்படி இரண்டு பிரிவாக இருந்தபோது சட்டசபைக்குள் நுழைய ஒரு கட்சியைத் தொடங்கி, ஒத்துழையாமையின் மற்ற எல்லாக் கொள்கைகளையும் பின்பற்றும் அடிப்படையில் சட்டசபைக்குள் நுழையலாம் என்று சித்தரஞ்சன் தாஸ், மோதிலால் நேரு போன்றவர்கள் முன்வந்தார்கள்.

மாறுதல் தேவையா இல்லையா?

ஹக்கீம் அஜ்மல்கான் தலைமையில் சட்டமறுப்பு விசாரணைக் குழு ஒன்றை அமைத்து நாடு முழுதும் சுற்றி மக்களின் நிலையை அறிந்து வரக் காந்திஜி விரும்பினர். அப்படிச் செய்ததில் இரண்டு விதமான கருத்துகள் எழுந்தன. மாறுதல் விரும்பிகள், மாறுதல் விரும்பாத வர்கள் என்று இரு குழுக்கள் உருவாயின. தமிழ்நாட்டில் கஸ்தூரி ரங்க அய்யங்கார் மாறுதல் விரும்பாதவர். அவருக்குப்பின் ராஜாஜி போன்றோர் இருந்தனர். பெரியாரும் மாறுதல் விரும்பாதவர். காங்கிரஸின் முக்கியத் தலைவர்களில் ஒருவராகிய சீனிவாச அய்யங்கார் மாறுதல் விரும்பிகளின் கூட்டத்தின் தலைவர். சத்திய

மூர்த்தி அந்தக் கூடாரத்தில் இருந்தார். இது பின்னாளில் இரண்டு பிரிவுகளாகக் கடைசிவரை தொடர்ந்து, ராஜாஜி பிரிவு என்றும் காமராஜ் பிரிவு என்றும் பரிணமித்தது. 'அதிகாரத்தை எவரோ சிலர் பெற்றுக்கொள்வதால் சுயராஜ்ஜியம் வந்துவிடாது. அதிகாரம் தவறாகப் பயன்படுத்தப்படும்போது அதை எதிர்த்து நிற்கக்கூடிய திறனை மக்கள் பெறும்போதுதான் உண்மையான விடுதலையை அடைய முடியும்,' என்றார் காந்திஜி. ஓட்டுரிமை பெற்ற சில இந்தியர்களால் தேர்ந்தெடுக்கப்பட்ட சில நூற்றுக்கணக்கானவர்கள் சட்டசபைகளில் இடம்பெற்றார்கள். அவர்களுக்கும் பாமர மக்களுக்கும் எந்தத் தொடர்பும் இல்லை. பாமர மக்கள் எதையும் சகித்துக்கொள்ளும் நிலைக்குத் தள்ளப்பட்டுள்ளார்கள். அந்த இயல்பை உதறக்கூடிய தன்மையை அவர்களுக்குக் கற்றுத் தராவிட்டால் அதிகாரம் பெற்ற நம்மவர்களே கொடுங்கோலர் ஆகிவிடுவார்கள்,' என்றார் காந்திஜி. எனவேதான் காந்திஜி 'படித்தவர்களுக்கு என்னைப் பிடித்திருந்தாலும் என்னைக் கண்டு அவர்கள் அஞ்சுகிறார்கள்,' என்றார்.

உதயமானது சுயராஜ்ஜியக் கட்சி

1922ம் ஆண்டு கயாவில் நடந்த காங்கிரஸ் மாநாட்டில் இந்தப் பிரச்னை எழுப்பப்பட்டு விவாதிக்கப்பட்டது. தீர்மானம் தோல்வி கண்டது. ஆயினும் 'சுயராஜ்ஜியக் கட்சி' என்ற பெயரில் புதுக்கட்சி முளைத்தது. உள்ளிருப்புப் போராட்டத்துக்கு நிகராக எதிர்ப்பு எழுப்புவது போன்ற கொள்கைகளை அறிவித்தார்கள். சட்டமன்ற நடவடிக்கைகளிலும் பயிற்சி கிடைக்கும்; காங்கிரஸோடு இணைந்தே செயல்படும். 1923ம் ஆண்டு மையச் சட்டமன்றத்தில் சுயராஜ்ஜியக் கட்சி 145 இடங்களை வென்றது. பல மாநிலங்களில் கணிசமான இடங்களைப் பெற்றது. சுயராஜ்ஜியக் கட்சி உறுப்பினர்கள் சட்டசபைகளில் ஆக்க பூர்வமாகவும் சட்டசபையில் அரசுக்கு எதிர்க்கட்சியாகவும் செயல்பட்டு அரசின் பல பிற்போக்கு நடவடிக்கைகளுக்கு முட்டுக்கட்டை போட்டனர். காந்திஜி கொள்கை அளவில் எதிர்த்தாலும் அவர்களுடைய இயக்கத்தைக் குலைத்து விடாமல் ஆதரிப்பது தனது கடமையாகி விட்டது என்று எழுதினார்.

1924ல் பயங்கரவாதத்தை எதிர்ப்பதாகச் சொல்லிச் சுயராஜ்ஜியக் கட்சியினர் பலரை அரசு கைது செய்த போது காந்திஜிக்கு அவர்கள் தம்மைச் சார்ந்தவர்கள் என்ற எண்ணம் மேலோங்கியது

'தேவைப்படும் இந்த நேரத்தில் நான் சுயராஜ்ஜியக் கட்சியினர் பக்கம் நிற்கவில்லையென்றால் தவறு செய்தவனாவேன். சட்ட மன்ற நுழைவுக் கொள்கையிலோ சட்ட மன்ற எதிர்ப்பு நடவடிக்கை

களிலோ எனக்கு நம்பிக்கை இல்லையெனினும் நான் அவர்களின் பக்கம் இருந்தாகவேண்டும்,' என்று எழுதினார்.

சுயராஜ்ஜியக் கட்சி பின்னாளில் வலுவிழந்து போனாலும் அது சட்ட சபையில் ஆங்கிலேயரே அதிசயிக்கும் வகையில் ஒரு தாக்கத்தை ஏற்படுத்தியது என்பதை மறுக்கவோ மறைக்கவோ இயலாது. பின்னாளில் தாய் அமைப்போடு ஒன்றிவிட்டது.

அன்னியத்துணி பகிஷ்கரிப்புப் போராட்டம்

1922ம் ஆண்டு காந்திஜி சிறைப்பட்டதன் பின் வல்லபாய் படேல் அன்னியத் துணிகளை ஒதுக்கும் போராட்டத்தை நடத்தினார். ஆனால் அப்போராட்டத்தில் அவர் ஒரு புதுமையான முறையைக் கையாண்டார். 'அன்னியத் துணிகளை எரித்துவிடுவதால் மட்டும் நாம் என்ன செய்துவிடமுடியும். அதை வாங்கி வைத்திருக்கும் வணிகருக்கு இழப்புத்தானே. அதற்குப் பதிலாக அவர் அதை விற்பதற்குச் சிறிது கால அவகாசம் கொடுப்போம். மக்களை அன்னியத் துணிகள் வாங்கக்கூடாது என்று சொல்வோம்,' என்று தொண்டர்களிடம் சொன்னார். இன்ன தேதியில் இந்தக் கடையில் மறியல் செய்வோம் என்று முன்கூட்டியே அறிவித்துவிடுவார். அந்தத் தேதியில் அந்தக் கடை முதலாளியிடம் 'இனி நான் அன்னியத் துணிகளை வாங்கி விற்கமாட்டேன்' என்று எழுதி வாங்குவார். அதனால் எந்தக் கலவரமும் நடைபெறவில்லை என்பது மட்டுமன்றிக் கடை முதலாளிகளே மிகுந்த விருப்பத்தோடு அந்தப் புரட்சியில் பங்கு பெற்றனர்.

போர்ஸாக் கொள்ளைக்காரர்கள்

குஜராத் மாவட்டத்தில் உள்ள போர்ஸாத் தாலுக்காவில் கொள்ளைக் காரர்களின் தொல்லை அதிகமாயிருந்தது. போலீஸ்காரர்களால் அவர்களைக் கட்டுப்படுத்த முடியவில்லை. ஆனால் அதற்கு உண்மையான காரணம் என்னவென்றால் காவலர்களே கொள்ளை யருக்கு உடந்தையாக இருந்தார்கள். கொள்ளையரின் தலைவன் எலியா மிகவும் கொடூரமானவன். யாராவது போலீஸ்காரர்களுக்குத் தகவல் கொடுத்தால் அந்தச் செய்தி போலீஸ்காரர்களிடமிருந்தே எலியாவுக்குத் தெரிந்துவிடும். அவ்வளவுதான். தகவல் கொடுத்த வரை மரத்தில் கட்டிக் கையிலும் காலிலும் ஆணியடித்துச் சாகடிப் பான். அதனால் மக்கள் எவரும் போலீசுக்குத் தகவல்தர முன்வர வில்லை. உடனே மாவட்ட அரசு நிர்வாகம் ஒரு முடிவெடுத்தது. கொள்ளையர்களைப் பிடிக்க நியமிக்கப்படும் காவலர்களுக்காக அதிகப் பணம் செலவாகிறதென்றும் மக்கள் தகவல் கொடுக்க முன்

வராமல் கொள்ளையனுக்கு உதவுவதால் மக்களே அச்செலவை ஏற்கவேண்டும் என்றும் போர்ஸாத் தாலுக்காவில் வசிக்கும் 16 வயதுக்கு மேற்பட்டவர் ஒவ்வொருவரும் 2 ரூபாய் ஏழணா அபராதக் கட்டணம் செலுத்த வேண்டும் என்றும் அறிவித்தனர்.

மக்கள் வல்லபாய் படேலிடம் முறையிட்டனர். அவருக்குப் போலீஸ்காரர்கள் மேல் ஐயம் வந்தது. பணத்தைக் கட்டவேண்டாம் என்று சொன்னார். அவரது தம்பி போர்ஸாத்தில் வக்கீலாக இருந்தார். அவரிடம் சொல்லி துப்புத் துலக்கச் சொன்னதில் கொள்ளையனுக்கும் போலீஸுக்கும் தொடர்பு இருந்ததற்குத் தக்க ஆதாரம் கிடைத்தது. அதை மிகவும் ரகசியமாகச் செய்து வெளிப் படையாக ஆதாரத்துடன் அறிக்கை விடுத்தார் பட்டேல். அரசு கொள்ளையனைக் கைது செய்தது. மக்கள் நிம்மதியடைந்தனர்.

பர்தோலிப் போராட்டம்

சத்தியாக்கிரகம் ஒரு பலம் வாய்ந்த ஆயுதம் என்பதை நிரூபித்த ஓர் அருமையான போராட்டம் பர்தோலிப் போராட்டம்.

'பட்டேல்ஜி, இவர்களிடம் உறுதிமொழி வாங்கி விடலாமா?' என்று கேட்டார் வியாஸ்.

'வாங்குங்கள். ஆனால் எவர் மனமும் புண்படாதபடி அவர்களே விரும்பிக் கையெழுத்திடுவதாக இருக்கவேண்டும்' என்றார் வல்லபாய் பட்டேல்.

'உங்கள் பெயரென்ன?'

'கேசுபாய்.'

'சொல்லுங்கள், கேசு பாயாகிய நான், எந்தக் காரணத்தைக் கொண்டும் இந்தச் சத்தியாக்கிரகத்திலிருந்து பின்வாங்க மாட்டேன். பிரபு ராம் மீது சத்தியம்.'

கேசுபாய் அப்படியே திருப்பிச் சொன்னார். சத்தியாக்கிரகக் கொள்கைகள் அங்கிருப்போருக்குப் படித்துக் காட்டப்பட்டன.

'எங்கள் ஆடுமாடுகளை, கால்நடைகளை அரசு கைப்பற்றினாலும் கலங்க மாட்டோம். நிலத்தைக் கையகப்படுத்தினாலும் பின்வாங்க மாட்டோம் வன்முறையில் ஈடுபட மாட்டோம்.'

இஸ்லாம் மதத்தைச் சேர்ந்தவர்களிடமிருந்து அல்லாவின் பெயரால் உறுதிமொழி எடுக்கப்பட்டது.

‘ஆண்களிடம் உறுதிமொழி வாங்கினால் மட்டும் போதாது. பெண் களிடமும் நான் பேச வேண்டும். பெண்கள் கலந்து கொள்ளுமாறு ஒரு கூட்டத்திற்கு ஏற்பாடு செய்யுங்கள்,’ என்றார் பட்டேல்.

மாலையில் பெண்கள் கூட்டத்தில் பேசினார். ஒரு பெண்ணை அழைத்தார்.

‘உங்கள் கணவர் அரசுக்குப் பயந்து வரி கட்டிவிட்டால் நீங்கள் என்ன செய்வீர்கள்?’ என்று கேட்டார்.

‘அவரை வீட்டிற்குள்ளேயே சேர்க்கமாட்டேன்!’ என்றார் அந்தப் பெண்மணி.

‘நிச்சயமாகவா?’ என்று கேட்டார் பட்டேல்.

‘குதா கி கஸம்,’ என்றார் அந்தப் பெண்.

எல்லோரும் கோரஸாக உறுதிமொழி அளித்தார்கள். பெண்கள் எப்பொழுதுமே உணர்ச்சிவசப்பட்டவர்கள்.

ஒருத்தி எழுந்து ஆவேசமான குரலில், ‘சர்தார் வல்லபாய் படேல்ஜிக்கு ஜே’என்று கோஷமிட்டாள்.

எல்லோரும் சர்தார்ஜிக்கு ஜே என்று முழங்கினார்கள். அன்றிலிருந்து வல்லபாய் பட்டேல், ‘சர்தார் வல்லபாய் பட்டேல்’ ஆகிவிட்டார்.

ஆம். குஜராத்திலுள்ள பர்தோலியில்தான் மேற்சொன்னவாறு நிகழ்ந்தது.

பர்தோலிப் பகுதியில் நிலம் மற்ற இடங்களைவிட வளம்பெற்ற கரிசல் மண். அங்கே பரம்பரை பரம்பரையாக விவசாயம் செய்து வந்தனர். கொத்தடிமைகளாக பலர் பரம்பரை பரம்பரையாக மிகக் குறைந்த சம்பளத்துக்கு நிலச்சுவான்தார்களிடம் ஊழியம் செய்து வந்தார்கள். அங்கே அரசு மற்ற இடங்களை விட அதிகம் வரி வசூலித்து வந்தது. அந்த ஆண்டு அங்கே விளைச்சல் சரியில்லை. வரியைக் குறைக்கும்படி விவசாயிகள் அரசை வேண்டினர். அரசு ஜெயகர் என்பவர் தலைமையில் ஒரு விசாரணைக் குழுவை நியமித்தது. அந்தக் குழு வரி 22 சதவிகிதத்திலிருந்து 30 சதவிகிதத்திற்கு உயர்த்திப் பரிந்துரைத்தது. அந்த அநியாயத்தைக் கண்டு விவசாயிகள் கொதித்தனர். வரி கொடுக்க மறுத்தனர். அப்பகுதியைச் சேர்ந்த சில தேசியத் தொண்டர்கள் வல்லபாய் படேலிடம் சொன்னார்கள். அவர் ஏற்கெனவே கேதா

போராட்டத்தில் வெற்றி பெற்றிருந்ததால் அவர் நிச்சயம் தமக்கும் நல்லவழி காட்டுவார் என மக்கள் நம்பினர்.

பட்டேல் பம்பாய் கவர்னருக்குக் கடிதம் எழுதினார்.

'பர்தோலி விவசாயிகளின் குறை களைய உடனே விசாரணைக் கமிஷன் அமைக்கவேண்டும். அப்படிச் செய்யாவிட்டால் பர்தோலி விவசாயிகள் வரி கொடுக்கமாட்டார்கள். நீங்கள் என்ன நடவடிக்கை எடுத்தாலும் அதற்குக் கலங்கமாட்டார்கள். இது குறித்து நேரில் சந்திக்க நீங்கள் சம்மதித்தால் நான் உங்களைச் சந்திக்கத் தயார்,' என்று எழுதியிருந்தார்.

ஆனால் கவர்னர் பிடிவாதமாக வரியின் முதல் தவணையை பிப்ரவரி 15ந்தேதிக்குள் கட்டவேண்டும். இல்லையென்றால் கடுமையான நடவடிக்கை எடுக்கப்படும். நிலங்கள் ஏலத்தில் விற்கப்படும். ஆடு மாடுகள் ஜப்தி செய்யப்படும்,' என்றெல்லாம் பதிலளித்தார். பட்டேல் கவலைப்படவில்லை. விவசாயிகளைத் தெளிவுபடுத்த வேண்டிய அவசியமும் அவசரமும் வந்திருப்பதை உணர்ந்தார். அவர்களிடம் பேசினார்.

'இது உங்கள் போராட்டம். நீங்கள்தான் முடிவெடுக்க வேண்டும். உங்களுக்கு நான் துணை நிற்பேன். என்ன செய்யப்போகிறீர்கள்? என்ன தீர்மானம் எடுக்கப்போகிறீர்கள்?' என்று கேட்டார்.

பட்டேலின் உரையைக் கேட்ட விவசாயிகளில் ஒருவர் எழுந்தார், 'நாங்கள் உங்கள் தலைமையின் கீழ் போராடத் தீர்மானித்து விட்டோம். எங்கள் தீர்மானம் இதுதான்... அரசு உடனே விசாரணைக் கமிஷன் நியமிக்க வேண்டும். இல்லையெனில் வரி கொடுக்க மாட்டோம். எது நேரினும் எதிர்கொள்வோம்,' என்றார்.

இன்னொருவர் வழி மொழிந்தார். பர்தோலியின் வெவ்வேறு இனத்தின் சார்பில் ஒவ்வொருவர் வழி மொழிந்தனர். உடனே பட்டேல் நடவடிக்கையில் இறங்கினார். பன்னிரண்டு முக்கிய கிராமங்களில் போராட்ட முகாம்கள் அமைக்கப்பட்டன. பட்டேலின் பெண் மணிபென் மற்றும் முக்கியத் தொண்டர்களின் துணைவியர் முகாம்களின் பொறுப்பைக் கவனித்தனர். ஏற்கெனவே அமைக்கப் பெற்றிருந்த சுயராஜ்ஜிய ஆசிரமமும் இதில் முக்கியப் பொறுப்பேற்றது. பட்டேலின் சொற்பொழிவுகள் சூரத்தில் அச்சாகி மக்களுக்கு விநியோகிக்கப்பட்டன. பர்தோலி எழுச்சியின் எதிரொலி நாடெங்கும் கேட்டது. பஞ்சாப்பில், வங்கத்தில், பம்பாயில் இன்னும் பெரிய பெரிய நகரங்களில் ஊர்வலங்கள் நடத்தப்பட்டன. தொழிலாளர்கள் அடையாள

வேலை நிறுத்தம் நடத்தினர். குஜராத்திலிருந்து சட்டசபையின் மேல்சபை உறுப்பினர்கள் பதவி விலகினர். சத்தியாக்கிரகப் போராட்டப் பாடல்களை இசைக் குழுக்கள் கிராமம் கிராமமாகச் சென்று பாடினர். நாடெங்கும் பர்தோலி சத்தியாக்கிரகம் பற்றியே பேச்சு. பத்திரிகைகள் சத்தியாக்கிரகத்தைப் பற்றி எழுதின. அரசு அதிகாரிகள் கிராமங்களுக்கு வந்து ஏலம் விடுவதற்கு ஏற்பாடு செய்தனர். ஏலம் எவரும் எடுக்கவில்லை. எவராவது வேறு கிராமத்திலிருந்து எடுக்க வருகிறார்களா என்று கிராமத்தவர் கண்காணித்தார்கள்.

அதிகாரிகள் ஆடு மாடுகளைப் பிடித்துச் சென்றனர். வீடுகளைப் பூட்டி முத்திரை வைத்தனர். கலங்கவில்லை மக்கள். 1928 ஏப்ரல் மாதம் போராட்டம் தீவிரமடைந்தது. காந்திஜியும் பர்தோலிக்கு வந்தார். 1928 ஆகஸ்ட் மாதம் 6ம் நாள் பம்பாய் நிதியமைச்சருடன் பேச்சுவார்த்தை நடந்தது. இறுதியில் அரசு இறங்கி வந்தது. அதிக வரி விதிப்பு அகற்றிக் கொள்ளப்பட்டது. ஜப்தி செய்யப்பட்டவை திருப்பிக் கொடுக்கப்படும் என்று முடிவானது. ஏலம் விடப்படாத நிலங்களையும் உடனடியாகத் திருப்பிக்கொடுக்க கவர்னர் ஒப்புக் கொண்டார். போராட்டம் வெற்றி பெற்றது. வல்லபாய் பட்டேல் 'பர்தோலி வீரர்' என்று புகழப்பட்டார்.

மட்டிமான் கமிட்டி

மாண்டேகு செம்ஸ்ஃபோர்ட் சீர்திருத்தத்தின்படி அமைக்கப்பட்ட அரசியல் அமைப்பின் இரட்டை ஆட்சி முறை ஒழுங்காகச் செயல்படுகிறதா என்பதை அறியக் கவர்னர் ஜெனரலின் நிர்வாகக் கவுன்சிலில் உள்நாட்டு மந்திரியாக இருந்த சர் அலெக்ஸாண்டர் மட்டிமான் தலைமையில் ஒரு குழு 1924ம் ஆண்டு தொடக்கத்தில் அமைக்கப்பட்டது. நாட்டில் இரட்டை ஆட்சி முறைக்கு ஏற்பட்ட எதிர்ப்புகளே அந்தக் கமிட்டி அமைக்கக் காரணம். அதில் பல இந்தியர்களும் உறுப்பினர்களாக இருந்தனர். அவர்களில் முக்கியமானவர்கள் பர்த்வான் மன்னர், சர் தேஜ் பகதூர் சாப்ரு, சர் பி.எஸ். சிவசாமி அய்யர், முகமதலி ஜின்னா, டாக்டர் பி.ஆர். பரஞ்ச்பே ஆகியோர்.

1924 இரட்டையாட்சி எப்படி நடைபெறுகிறது என்பதை ஆராய மட்டிமான் கமிட்டி வந்தபோது மதராஸில் சில காலம் கவர்னராகவும் பிறகு மந்திரியாகவும் இருந்த கே.வி. ரெட்டி நாயுடு அவர்களுக்குக் கொடுத்த விளக்கம், 'நான் அபிவிருத்தி மந்திரியாக இருந்தேன். காடுகள் துறை என் வசம் கிடையாது. நான் விவசாய மந்திரியாக இருந்தேன். ஆனால் மதராஸ் விவசாயிகள் கடன்

சட்டத்திற்கும் எனக்கும் எந்தச் சம்பந்தமும் கிடையாது. நீர்ப்பாசனம் விவசாய மந்திரி வசம் கிடையாது. மதராஸ் நில அபிவிருத்திச் சட்டத்திற்கும் விவசாய மந்திரிக்கும் எந்தத் தொடர்பும் கிடையாது. பஞ்ச நிவாரணம், நீர்ப்பாசனம், நில அபிவிருத்தி, விவசாயிகள் கடன் இவை எவற்றையும் கவனிக்க முடியாத விவசாய மந்திரி எப்படி விவசாய மந்திரியாகச் செயற்பட முடியும்?'என்று கேட்டார். அதன் பிறகு நான் தொழில் மந்திரியாக இருந்தேன். தொழிற்சாலைகள், பாய்லர்கள், மின்சாரம், நீராண்மை, சுரங்கங்கள், தொழிலாளர் நலம் எதுவும் தொழில் மந்திரி வசமில்லை. எல்லாம் ஒதுக்கப்பட்ட துறைகள்,' என்றார்.

அந்தக் கமிட்டி இரண்டு அறிக்கைகள் கொடுத்தன. மைனாரிட்டி அறிக்கை ராயல் கமிஷன் ஒன்று அமைக்கவேண்டும் என்றும் இரட்டை ஆட்சியில் அவநம்பிக்கையும் தெரிவித்தது. வைஸ்ராய் ரீடிங் மைனாரிட்டி அறிக்கையை ஏற்கவில்லை. மட்டிமான் அறிக்கை குறைகூற ஏதும் இல்லை என்று கூறிவிட்டது. ரீடிங் வட்ட மேஜை மாநாடு ஒன்று கூட்ட முன்வந்தார்.

77

சைமன் கமிஷன்

1919ல் மாண்டேகு செம்ஸ்போர்ட் சீர்திருத்தம் வெளியிடப்பட்ட பொழுது 10 ஆண்டுகளுக்குப் பிறகு அது எப்படி செயல்படுகிறது என்பது ஆராயப்படும் என்று அறிவிக்கப்பட்டது. அதன்படி 1929ல் தான் அந்த ஆய்வுக் கமிட்டி நியமிக்கப்பட்டிருக்க வேண்டும். ஆனால் அப்பொழுதிருந்த அரசு இன்னும் இரண்டு ஆண்டுகளில் நடைபெறும் தேர்தலில் உழைப்பாளர் கட்சி பதவிக்கு வந்தால் அது இந்தியர்களுக்கு அதிக உரிமைகளை வழங்கிவிடும் என்றும் தமது கட்சியின் கட்டுப்பாடு நீங்கிவிடும் என்றும் அஞ்சியது. எனவே அப்பொழுது இந்தியா மந்திரியாக இருந்த லார்ட் பர்கென் ஹெட் 8-11-1927ல் சர் ஜான் சைமன் என்பவர் தலைமையில் 7 பேர் கொண்ட கமிஷன் ஒன்றை இந்தியாவில் அப்பொழுது இருக்கும் நிலைமையை ஆராய்ந்து அறிக்கை சமர்ப்பிக்கச் சொல்லி நியமித்தார். அந்தக் குழுவில் ஒரு இந்தியர் கூட இல்லை. ‘அந்தக் குழுவில் இடம்பெறத் தக்க ஒரு இந்தியர் கூட இல்லை’ என்று திமிரோடு சொன்னார் பர்கென்ஹெட். அதுமட்டுமல்ல, ‘இந்தியர் எவராலாவது ஒரு உருப்படியான அரசியலமைப்புச் சட்டத்தை உருவாக்க முடியுமா?’ என்று கேட்டார்.

1927ல் மெட்ராஸில் கூடிய இந்திய தேசிய காங்கிரஸ் மாநாட்டில் சைமன் கமிஷனைப் புறக்கணிப்பதென முடிவு செய்யப்பட்டது. அது மட்டுமல்லாமல் இந்தியாவில் எல்லோரும் ஏற்றுக்கொள்ளும் வகையில் பர்கென்ஹெட்டால் ஓர் அரசியலமைப்புத் திட்டத்தை உருவாக்க முடியுமா என்று சவால் விட்டது.

அப்பொழுது வைஸ்ராயாக இருந்த லார்ட் இர்வினும் இந்தியர்கள் எவரையும் கமிஷனில் சேர்க்காதிருந்ததற்கு ஒரு காரணம் என்று சொல்லப்படுகிறது.

லார்ட் பர்கென்ஹெட்டின் சவாலை காங்கிரஸ் ஏற்றுக்கொண்டது. எல்லாக் கட்சிகளையும் உள்ளடக்கிய ஒரு மாநாடு கூட்டப்பட்டு அரசியல் அமைப்புச் சட்டம் வரைவதற்கான வழிமுறைகள் விவாதிக்கப்பட்டன. அதன்படி எழுதப்பட்ட நேரு ஆவணம் 14-8-1928 அன்று வெளியிடப்பட்டது. இந்தியத் தலைவர்கள் விரும்புகிற அரசியல் முன்னேற்றத்தைப் பற்றி அது பேசியது. மிகுந்த ஆராய்ச்சியோடு மிக அற்புதமாகத் தயாரிக்கப்பட்ட ஆவணம் அது. அதற்காக நிறுவப்பட்ட குழுவில் மிதவாதிகள், ஹிந்து மஹாசபா உறுப்பினர்கள், முஸ்லிம்கள், பிராமணரல்லாத வர்கள், சீக்கியர்கள், உழைப்பாளிகள் உறுப்பினர்களாக இருந்தனர்.

28-12-1928ல் நடைபெற்ற சர்வ கட்சி மாநாட்டில் நேரு அறிக்கை சமர்ப்பிக்கப்பட்டது. பல விவாதங்களுக்கும் திருத்தங்களுக்கும் பிறகு திருத்தப்பட்ட அறிக்கை கல்கத்தாவில் 22-12-1928ல் சர்வகட்சி மாநாட்டில் சமர்ப்பிக்கப்பட்டது. ஜின்னா காலதாமதமாக வந்தார். நேரு அறிக்கையில் குறைகள் இருக்கின்றன என்றார். கூட்டத்தை அவமரியாதை செய்துவிட்டதாக ஐயகர் சொன்னார்.

மௌலானா அபுல் கலாம் ஆஸாத், 'தங்களுக்குத் தனிப் பாதுகாப்புக் கேட்கும் முஸ்லிம்கள் முட்டாள்கள் என்றும் அப்படிப் பாதுகாப்புக் கொடுக்க மறுக்கிற ஹிந்துக்கள் அவர்களிலும் அதிக முட்டாள்கள்,' என்றும் சொன்னார். ஜாதி மத வேறுபாடுகள் இருக்கக்கூடாது என்று வரைவு செய்யப்பட்ட நேரு அறிக்கையின் விவாதத்தில் ஜாதிமதம் புகுந்துகொண்டது.

ஜின்னாவின் 14 அம்சத்திட்டம்

நேரு அறிக்கை எங்கும் விவாதிக்கப்பட்டுக் கொண்டிருந்தபொழுது ஜின்னா புதிதாக 14 அம்சத் திட்டம் ஒன்றை அளித்தார்.

அதன்படி,

- ஹிந்துக்களோடு ஒப்பிடும்போது முஸ்லிம்கள் அவர்களிலும் மேம்பட்ட இனத்தைச் சேர்ந்தவர்கள் என்பதை ஹிந்துக்கள் ஒப்புக்கொள்ள வேண்டும்.
- ஹிந்து, முஸ்லிம் அதிகம் உள்ள மாகாணங்களின் கூட்டமைப்பு உருவாக்கப்படவேண்டும். முஸ்லிம்களுக்குத் தனி வாக்காளர் தொகுதி வேண்டும்.

- சட்டசபையில் முஸ்லிம் உறுப்பினர்களில் நான்கில் மூன்று சதவிகிதம் பேர் ஒரு சட்டத்தை எதிர்த்தால் அது வீட்டோ செய்யப்பட்டதாகக் கருதப்படும்.
- தானியக்கம் பெற்ற வாரியங்களிலும் பணிகளிலும் முஸ்லிம் களுக்குப் போதுமான பங்களிக்கப்படவேண்டும்.
- மத்திய மாநில மந்திரிசபைகளில் மூன்றில் ஒருபங்கு முஸ்லிம் களுக்கு ஒதுக்கப்படவேண்டும்.
- மத்திய சட்டசபையில் மூன்றில் ஒருபாகம் முஸ்லிம்களுக்காக ஒதுக்கப்படவேண்டும்.
- எல்லா மாகாணங்களும் ஒப்புக்கொண்டாலொழிய அரசியல் அமைப்புச் சட்டத்தைத் திருத்த முடியாது.

இவற்றிற்கெல்லாம் ஒப்புக்கொண்டால் ஹிந்துக்களோடு முஸ்லிம் கள் ஒத்துழைப்பார்கள் என்றார் ஜின்னா.

கடைசியில் நேரு அறிக்கையை காங்கிரஸ் ஏற்றுக்கொண்டது. அந்த அறிக்கையை அரசுக்கு அனுப்பி அதை முழுமையாக 1929 டிசம்பருக்குள் ஏற்றுக்கொள்ளவேண்டும் என்றும் அப்படிச் செய்யவில்லையென்றால் காங்கிரஸ் 'பூரண சுதந்திரமே எங்கள் லட்சியம்' என்று அறிவித்துவிடும் என்றும் சொல்லியது.

ஆனால் அதன் எதிர்விளைவாக 1929 பிப்ரவரி மாதம் இந்து முஸ்லிம் கலவரம் பம்பாயில் நிகழ்ந்தது. 149 பேர் உயிரிழந்தனர். நூற்றுக் கணக்கானோர் காயம்பட்டனர். பம்பாய் உயர் நீதிமன்ற நீதிபதி பெரிவால் தலைமையில் ஓர் ஆய்வுக் கமிஷனை அரசு நியமித்தது.

1927ல் சைமன் கமிஷன் அறிவிக்கப்பட்டது. காந்திஜி சைமன் கமிஷன் முறைப்படுத்தப்பட்ட அவமானம் என்று சொன்னாலும் அவர் ஒதுங்கியே இருந்தார். 1928ல் அவர் மிகவும் நேசித்த அவரது சகோதரர் மகன் மகன்லால் இறந்தார். எதையும் தாங்கும் இதயம் கொண்ட காந்தியையும் அவரது சாவு சற்றே உலுக்கிவிட்டது.

1927 டிசம்பரில் நடந்த காங்கிரஸில் காந்தி கலந்துகொள்ளவில்லை. ஆனாலும் கவனித்துக் கொண்டிருந்தார்.

கான்பூர் சதிவழக்கும் மீரட் சதிவழக்கும் (1927–1933)

சைமன் கமிஷன் இந்தியாவுக்கு வருகிற அந்தக் கால கட்டத்தில் கம்யூனிஸ்ட் சித்தாந்தத்தைத் தழுவிய பலர் இந்தியாவில் தமது செயல்பாட்டைத் தொடங்கினர். தொழிலாளர்களை வேலை

நிறுத்தம் செய்யத் தூண்டினர். தொழிலாளரின் உரிமைகளுக்காகப் போராடினர். அது மட்டுமன்றி கம்யூனிஸத்திற்கு மக்களை இழுக்கும் முயற்சியிலும் ஈடுபட்டனர். அவர்கள் பார்வை ரஷ்யாவை நோக்கியே இருந்தது. எனவே மில் முதலாளிகள் பிரிட்டிஷ் இந்திய அரசைத் தூண்டிவிட்டு ஏதாவது உடனே செய்ய வேண்டும் என வற்புறுத்தினர். பிரிட்டனிலும் கம்யூனிஸ அமைப்புகள் தோன்றி அவற்றைச் சேர்ந்தவர்கள் இந்தியாவில் உள்ளவர்களோடு இணைந்து செயல்பட்டார்கள். இதனால் இறையாண்மைக்குக் குந்தகம் வந்துவிடுமோ என்று அஞ்சிய இந்திய அரசு நடவடிக்கை எடுக்க முனைந்தது. எம்.என். ராய் என்பவர் ஒரு புரட்சிக்காரர். வங்காளம் பிரிக்கப்பட்டபோது எழுந்த புரட்சிப் போராட்டங்களில் பங்கு பெற்றவர். பல சதி வழக்குகளில் அவர் ஈடுபடுத்தப்பட்டார். அவர் பிறகு வெளிநாடு சென்று கம்யூனிஸ்ட் சித்தாந்தத்தில் ஈர்க்கப்பட்டு 1920ல் லெனினைச் சந்தித்தார். கம்யூனிஸ்ட் இண்டர்நேஷனல் அமைப்போடு தொடர்பு வைத்திருந்தார். கான்பூர் சதிவழக்கு என்னும் பெயரில் என்.பி. தாஸ் குப்தா, எம்.எஸ். உஸ்மானி, எம். அஹமெட். எஸ்.ஏ. டாங்கே, எம்.என். ராய் ஆகியோர் மீது வழக்குத் தொடுக்கப்பட்டு 20-5-1924 அன்று அவர்களுக்கு 4 ஆண்டுகள் கடுங்காவல் தண்டனை வழங்கப் பட்டது. எம்.என். ராய் அப்பொழுது இந்தியாவில் இல்லாததால் அவர் வழக்கு நிலுவையில் இருந்தது. 1930ம் ஆண்டு மே மாதம் எவருக்கும் தெரியாமல் இந்தியா வந்தார் ராய். அவருக்குப் போலீஸார் வலை வீசிப்பார்த்தார்கள். மிகுந்த முயற்சிக்குப்பிறகு 1931 ஜூலையில் அவர் கைது செய்யப்பட்டார். விசாரிக்கப்பட்டார். அவர் எழுதி அளித்த வாக்குமூலத்தை அனுமதிக்க நீதிமன்றம் மறுத்தது. ஆனால் அது பின்னால் பத்திரிகையில் வெளிவந்து மிகுந்த பரபரப்பை ஏற்படுத்தியது. அவருக்குப் பன்னிரண்டு ஆண்டுகள் கடுங்காவல் தண்டனை வழங்கப்பட்டது. அதன் பிறகு மேல் முறையீட்டில் ஆறு ஆண்டுகளாகக் குறைந்தது. அதேசமயம் வேறு 32 கம்யூனிஸ்ட்காரர்களைக் கைது செய்து மீரட்டில் நீதிமன்றத்தில் வழக்குத் தொடுத்தது. பெரிய நகரங்களில் வழக்குத் தொடுத்தால் கலவரம் நிகழலாம், ஜூரர்கள் அனுமதிக்கப்பட வேண்டும் என்ற காரணத்தினால் மீரட் நீதி மன்றத்தில் வழக்குத் தொடுக்கப்பட்டது.

1929ம் ஆண்டு மார்ச் மாதம் 20ம் நாள் அவர்கள் கைது செய்யப் பட்டார்கள். காந்திஜி சிறைச்சாலைக்குச் சென்று அவர்களைச் சந்தித்தார். அவர்களை அடைத்து வைத்திருப்பதும் அதுவும் எந்த வசதிகளும் பெறமுடியாத ஒரு சிற்றூரில் வழக்குத் தொடுப்பதும் அநியாயம் என்றார். நேருஜி உட்பட பல தலைவர்கள் கண்டனம்

தெரிவித்தனர். 11 மாதங்கள் கழித்து விசாரணை தொடங்கியது. 17-1-1933 அன்று தீர்ப்பளிக்கப்பட்டது. 31 பேரில் ஒருவர் வழக்கு நடக்கும்போது இறந்துவிட்டார். மூவர் விடுவிக்கப்பட்டார்கள். மற்ற 27 பேருக்கும் மூன்று வருடத்திலிருந்து ஆயுள் தண்டனை வரை வழங்கப்பட்டது. முஸாஃபர் அஹமெட் என்பவர் நாடு கடத்தப்பட்டார். விசாரணை வெறும் விசாரணையாக இல்லாமல் பிரச்சார விசாரணைபோல் அமைத்தது. அரசு தரப்பில் கம்யூனிஸத்திற்கு எதிராக வழக்குரைஞர் மணிக்கணக்காகப் பேசினார். குற்றம் சாட்டப்பட்டவர்களும் கம்யூனிஸப் பிரச்சாரமே செய்தார்கள் என்றுதான் சொல்ல வேண்டும். இது அந்தக் காலத்தில் மிக உன்னிப்பாகக் கவனிக்கப்பட்ட வழக்கு.

78

குற்றப் பரம்பரைச் சட்டம்

‘ஐயா, இந்தக் குற்றப் பரம்பரைப் பட்டியலை நீக்கி, பட்டன் வாடியா பறையா மக்களைக் காக்கவேண்டும்,’ என்றார் ரவிசங்கர் வியாஸ்.

‘நீங்கள் கேட்கிற மாதிரியெல்லாம் செய்ய முடியாது. அவர்கள் முன் காலத்தில் கொலை களவு கொள்ளை இவையெல்லாம் செய்தத னால்தான் அனைவரும் இந்தக் குற்றப் பரம்பரைப் பட்டியலில் இருக்கிறார்கள்,’ என்றார் பரோடா போலீஸ் இன்ஸ்பெக்டர்.

‘என்றோ நடந்ததற்கு அவர்கள் இன்று தண்டிக்கப்படவேண்டுமா?’ என்று கேட்டார் வியாஸ்.

‘அவர்கள் திருந்திவிட்டார்கள் என்பதற்கு உத்திரவாதம் கொடுக்க முடியுமா?’

‘கொடுக்கிறேன்.’

‘ஒன்று செய்யலாம். யார் யார் திருந்திவிட்டார்கள் என்று நினைக் கிறீர்களோ அவர்கள் பெயரை மட்டும் கொடுங்கள். அவர்களைப் பட்டியலிலிருந்து நீக்கிவிடுகிறேன்,’ என்றார் காவல் அதிகாரி.

‘இது குழப்பத்தை ஏற்படுத்தும்,’ என்றார் ரவிசங்கர்.

‘ஒரு சிலராவது விடுபடுவார்கள் அல்லவா?’

‘சரி பெயர்கள் தருகிறேன்.’

‘அதற்காக எல்லாருடைய பெயரையும் கொடுக்கக்கூடாது. அதில் திருந்தாதவர்கள் இருக்கிறார்கள் என்று கண்டுபிடிக்கப்பட்டால் நீங்கள் தண்டனை பெற நேரும்,’ என்றார் அதிகாரி.

வியாஸ் தனக்கு உண்மை என்று தெரிந்த பெயர்களை எழுதிக் கொடுத்தார். பல தினங்களுக்குப் பிறகு ஊருக்குச் சென்றார். கிராமத் தலைவர், பக்கத்து கிராமத்து மக்கள் ஆகியோருடைய எதிர்ப்பால் பட்டியல் பழையபடியே இருந்தது.

இரவு ஒன்பது மணிக்கு அந்தக் கிராமத்தில் பறையொலிக்கும். பதினாறு வயதுக்கு மேற்பட்ட கிராமத்து மக்கள் அனைவரும் அருகில் உள்ள காவல் நிலையத்துக்குச் சென்றுவிடவேண்டும். இரவு முழுவதும் அங்கேயே தங்கவேண்டும். காலையில்தான் திரும்பிச்செல்ல முடியும்.

இந்த நிலை தொடர்வதை வியாஸ் அறிந்து பதைபதைத்து மீண்டும் காவல்துறை அதிகாரியை 35 மைல்கள் நடந்துபோய்ப் பார்த்தார். காந்திஜியின் கொள்கைப்படி எளிமை வாழ்வு வாழ்வது என்ற உறுதியெடுத்திருந்ததால் காலில் செருப்புக்கூட அணிவதில்லை. அந்த நிலையில் நடந்தே போனார். காவல் துறை அதிகாரி தன்னால் எதுவும் செய்ய இயலாது என்று தெரிவித்துவிட்டார். மாவட்டக் கலெக்டரைப் போய்ப் பார்க்கச் சொன்னார். மாவட்டக் கலெக்டரைச் சென்று பார்த்தார். ஆணை ஏற்கெனவே அனுப்பப் பட்டுவிட்டது என்றார் கலெக்டர்.

மிகுந்த மகிழ்ச்சியோடு கிராமத்துக்கு வந்தார். ஆணை வந்திருந்தது. ஆனால் பட்டியலை நீக்குவதற்குப் பதிலாக பட்டியலைத் தொடர்ந்து நீட்டித்து ஆணை வந்திருந்தது. மீண்டும் நடை. செருப்பில்லாத காலால் 35 மைல் காட்டுவழியே நடை. கலெக்டர் அவரைக் காண விரும்பவில்லை. அவரும் விடுவதாக இல்லை. கலெக்டர் அலுவலக வாசலிலேயே தவங்கிடந்தார். அவருடைய உறுதியையும் தன்னலம் கருதாத தியாகத்தையும் கண்டு மனம் மாறிய கலெக்டர் அவரை அழைத்து, ‘பட்டியலை நீக்கி ஆணை பிறப்பித்துவிட்டேன். நீங்கள் போகலாம்,’ என்றார். உடனே கலெக்டர் அலுவலகத்திற்குச் சென்று ‘ஆணை எப்படி அனுப்பப் படும்?’ என்று கேட்டார். ‘படிப்படியாக நாலைந்து அதிகாரிகளுக்கு அனுப்பப்பட்டு எல்லோரும் கையெழுத்திட்ட பிறகு கலெக்டர் கையெழுத்தோடு அது அனுப்பப்படும்,’ என்றார்கள். அந்தக் கோப்பை தன்னிடம் கொடுக்கச் சொல்லி வாங்கி ஒவ்வொரு அலுவலகமாகச் சென்று எல்லோரிடமும் கையெழுத்து வாங்கிப் பிறகு கலெக்டரின் கையெழுத்தையும் பெற்று நடவடிக்கை

எடுக்கவேண்டிய அதிகாரியிடம் நடந்தே சென்று கொடுத்தார் வியாஸ். குற்றப் பரம்பரைப் பட்டியல் அறவே நீக்கப்பட்டது.

தனது குடும்பப் பணத்திலிருந்து திலகர் நிதிக்குப் பணம் கொடுக்கத் தனது குடும்பத்தைச் சேர்ந்தவர்கள் மறுத்துவிட்டதால் எல்லா வற்றையும் உதறிவிட்டு முழுக்க முழுக்கச் சுதந்திரப் போராட்டத் தில் வியாஸ் ஈடுபட்டார். வல்லபாய் படேலுடன் இணைந்து பர்தோலி போராட்டம், பிறகு உப்புச் சத்தியாக்கிரகம், வெள்ளையனே வெளியேறு போராட்டம் எனப் பல போராட்டங் களில் கலந்து கொண்டதால் 10 ஆண்டுகளுக்கு மேல் அவரது வாழ்க்கை சிறைகளிலே கழிந்தது. 1960 மே மாதம் 1ந்தேதி தனி குஜராத் மாநிலத்தைத் தொடங்கிவைத்தார். வினோபா பாவேயின் பூதான இயக்கத்தில் தீவிரப் பங்கு பெற்றார். தனக்கென்று எதுவும் கேட்காமல் ஏழைகளுக்காகவே பிச்சை கேட்டதால் இவருக்கு ‘லட்சம் பிச்சைக்காரர் அதிபதி’ என்ற பட்டப்பெயர் நிலவியது. கடைசிவரை மக்களுக்காகவே வாழ்ந்து தனது 102வது வயதில் காலமானார். ஒரு சமயம் காந்தி அவருக்கு எழுதிய கடிதத்தில்,

> 30-4-1928
>
> ரவிசங்கர், நீ அதிர்ஷ்டக்காரன். கிடைத்த உணவைக்கொண்டு திருப்தியடைகிறாய். கடுமையான குளிரும், தாக்கும் வெயி லும் உனக்கு ஒன்றுதான். உன் உடையோ கிழிந்த துணிகள். கடவுள் அனுமதித்தால், அதற்கு நீயும் சம்மதித்தால் நான் நீயாக மாற விரும்புகிறேன்!’
>
> ஆசிகளுடன்
> **பாபுஜி**

என்று எழுதியிருந்தார். அந்த அளவுக்கு மேன்மையானவர் பாபுவே வியந்த தியாகி ரவிசங்கர் வியாஸ்.

தமிழ் நாட்டில் இதே போல் குற்றப் பரம்பரைப் பட்டியலை ஒழிக்க அரும்பாடுபட்டவர் பசும்பொன் முத்துராமலிங்கத் தேவர் மற்றும் ரோசாப்பூ துரை என்று சொல்லப்பட்ட மதுரை ஜோஸப்.

சென்னையில் இருந்த அரசு, மறவர்களை ஈவு இரக்கமின்றி அடக்கி ஒடுக்க முடிவு செய்தது. 1871 ல் முதலில் குற்றப் பரம்பரைச் சட்டம் என்பது பிரிட்டிஷாரின் உத்தரவுப்படி விவசாயத்தில் ஈடுபட மறுத்த பழங்குடி மக்களுக்கு எதிராகப் பயன்படுத்தப்பட்டது. மதராஸ் மாகாணத்தில் 1911இல் இது அறிமுகப்படுத்தப்பட்டது. எந்தக் குழுவோ, கூட்டமோ, இனமோ ஜாமீனில் வெளி வர முடியாத குற்றங்களைத் தொடர்ச்சியாகத் திட்டமிட்ட முறையில் புரிந்தால்,

அதனைக் குற்றப் பரம்பரை என அறிவிக்கும் அதிகாரத்தை அரசுக்கு இச் சட்டம் வழங்கியது. ஒருமுறை அறிவிக்கப்பட்டு விட்டால் அக் குழுவின் உறுப்பினர் இதனை எதிர்த்து நீதிமன்றங்களில் முறையிட முடியாது.

இச் சட்டத்தை பெரும் சமூகங்களான கள்ளர்கள், மறவர்களுக்கு எதிராக அரசு பயன்படுத்த வகை செய்தது. குற்றப் பரம்பரையாக அறிவிக்கப்பட்ட உறுப்பினர்கள் தாங்களே முன்வந்து காவல் நிலையத்தில் பதிவு செய்து கொள்ளும்போது கைரேகைகளையும் பதிவு செய்ய வேண்டும். அதற்கு மறுத்தால் அதுவே ஒரு குற்றமாகக் கருதப்பட்டு ஆறு மாத சிறைத் தண்டனையோ இருநூறு ரூபாய் அபராதமோ அல்லது இரண்டும் சேர்த்தோ தண்டனையாக வழங்கப்பட்டது.

குற்றப் பரம்பரைச் சட்டம் மறவர்கள், கள்ளர்களின் நடமாட்டத் தினைக் கடுமையாகக் கட்டுப்படுத்தியது. இச் சட்டத்தின் பிரிவு 10 (a) மோசமான நபர்கள் மற்றும் படுகுற்றவாளிகள் எந்த நேரத்தில் காவல்நிலையத்தில் இருக்க வேண்டுமென்பதை நிர்ணயம் செய்தது. கள்ளர்கள், மறவர்களைப் பொருத்தமட்டில் இது இரவு பதினொரு மணி முதல் அதிகாலை நான்கு மணி வரை என ஆனது. இரவு நேரங்களில் குற்றங்கள் நிகழாமல் தடுக்க அரசு இம் முயற்சியை எடுப்பதாகக் கூறியது. ஆனால் இதன்படி கள்ளர்கள் மற்றும் மறவர் இன மக்கள் தினசரி காவல் நிலையத்திலேயே உறங்க வேண்டிய நிலை ஏற்பட்டது.

குற்றப் பரம்பரைச் சட்டத்தை ஒழிக்கக் காங்கிரஸ் முயன்றது. 1915 க்கும் 1920 க்கும் இடைப்பட்ட காலத்தில் ஜார்ஜ் ஜோசப் எனும் மதுரையைச் சேர்ந்த காங்கிரஸ்காரர் இதற்கான ஒரு பிரச்சாரத்தைத் தொடங்கினார். 1920களில் தஞ்சை காங்கிரசாரும் இதில் ஈடுபட்ட னர். ஆனால் திரு. முத்துராமலிங்கத் தேவர் அவர்களே இதனை ஒரு மக்கள் இயக்கமாக மாற்றியதில் வெற்றியடைந்தார். 1934 இல் அவர் இதற்கென இயக்கம் நடத்தி மறவர்களையும், கள்ளர்களையும், இச் சட்டத்தின் கீழ் தங்களைப் பதிவு செய்ய வேண்டாமென அறை கூவல் விடுத்தார். 1937 ஆம் ஆண்டு தமிழகத்தில் தேர்தல் அறிவிக்கப் பட்டவுடன் குற்றப் பரம்பரைச் சட்டம் ஒழிப்பு என்பது காங்கிரஸின் முக்கிய கோஷமாகத் தமிழகத்தில் மாறியது.

பல அரசியல் எதிர்ப்புகளுக்கு மத்தியிலும் இச் சட்டம் தேவை என 1945 வரை பிரிட்டிஷ் ஆளும் வர்க்கம் நம்பியது. மதுரையில் இருந்து வந்திருந்த ஒரு மனுவிற்கு பதில் எழுதுகையில் கவர்னரின் ஆலோசகர்களில் ஒருவர் கீழ்க்கண்டவாறு கூறியுள்ளார்.

'எக்காரணம் கொண்டும் குற்றப் பரம்பரைச் சட்டத்தை என்னால் தள்ளுபடி செய்ய இயலாது. அதை இன்னும் நன்றாகச் செயல் படுத்துவதற்காக மாற்றங்கள் என்றால் சரி. நீக்குவது என்றால் முடியாது,' என்கிறார். இறுதியாக 1947 இல் காங்கிரஸ் இடைக்கால அமைச்சரவையால் இச் சட்டம் நீக்கப்பட்டது.

வாளேந்தும் போராட்டம்

இந்திய மக்கள் ஆயுதம் வைத்துக்கொள்வதற்குக் கட்டுப்பாடு விதித்து அரசு ஆணை பிறப்பித்தது. ஐரோப்பியருக்கு அந்தக் கட்டுப் பாடு இல்லை. அதை எதிர்த்து நாக்பூர் நகரமன்றத் தலைவர் ஜெனரல் மன்சர்ஷா சுவாரி என்பவர் ஆயுதம் தாங்கும் போராட்டத்தை நடத்தியதுடன் ஆயுதம் தாங்கிய தேசியப் படை யொன்றையும் நிறுவினார். அவர்மீது வழக்குத் தொடர்ந்து அவருக்கு நான்காண்டுகள் சிறைத்தண்டனை வழங்கப்பட்டது.

இந்த அநீதியை எதிர்த்து மதுரையில் தமிழகக் காங்கிரஸின் சார்பில் ஒரு கூட்டம் நடந்தது. 1927 ஜூலை 16ம் தேதியன்று மதுரை மேலச் சித்திரை வீதியிலுள்ள தேசியப் பள்ளியிலிருந்து திரு. ந. சோமயா ஜுலு தலைமையில் ஆயுதம் ஏந்தி ஊர்வலம் சென்றனர். இரண்டடி நீளமுள்ள வாள்களை ஏந்தி ஊர்வலம் வந்தனர்.

நீல் சிலைப் போராட்டம்

நீல் என்பவன் செய்த கொடுமைகளைப்பற்றிச் சிப்பாய் புரட்சியின் போது விரிவாகப் பார்த்தோம். அலகாபாத்தின் கசாப்புக்காரன் என்று அழைக்கப்பட்டவன் அவன். மதராஸ் ஃபியூஸிலியர்ஸ் என்னும் ராணுவத்துக்குத் தலைமை தாங்கிச் சென்ற காரணத்தால் சென்னையில் அவனுக்குச் சிலை நிறுவியிருந்தார்கள். அந்தச் சிலையை அகற்றச் சொல்லித் தமிழ்நாட்டில் போராட்டம் நடை பெற்றது. நீல் சிலை சத்தியாகிரகம் என்பது சென்னையில் நடை பெற்ற ஓர் அறவழிப் போராட்டம்.

1927 இல் இந்திய விடுதலை இயக்கம் சென்னை மாகாணத்தில் சூடு பிடித்துக் கொண்டிருந்தபோது இந்திய தேசியவாதிகள் அச்சிலை யினை அகற்ற முடிவு செய்தனர்.

சென்னை மகாஜன சபையும், இந்திய தேசியக் காங்கிரஸின் சென்னை மாகாணக் குழுவும் நீல் சிலையை அகற்ற வேண்டி தீர்மானங்கள் இயற்றின. நெல்லை மாவட்டத்தைச் சேர்ந்த காங்கிரஸ் தலைவர் எஸ்.என். சோமயாஜுலு தலைமையில் நீல் சிலை அகற்றும் போராட்டம் 1927ம் ஆண்டு நடைபெற்றது.

சென்னையில் நடைபெற்ற போராட்டத்தில் தமிழகம் முழுவதிலும் இருந்து பலர் கலந்துகொண்டார்கள். அவர்களில் பலர் கைது செய்யப்பட்டு சிறையில் அடைக்கப்பட்டனர். அவர்களுக்கு சில வாரங்கள் முதல் ஒரு வருடம் வரை சிறை தண்டனைகள் வழங்கப் பட்டன. சோமையாஜுலு, டி.என். தீர்த்தகிரி முதலியார், சாமிநாத முதலியார் போன்ற முன்னணித் தலைவர்கள் கைது செய்யப் பட்டனர். மதுரை திரு. சீனிவாச வரதய்யங்கார், அவருடைய மனைவி திருமதி பத்மாசனி அம்மாள், மதுரை ரெ. சிதம்பர பாரதி ஆகியோர் கலந்து கொண்டனர்.

அதன் பின்னர் கு. காமராஜ் இப்போராட்டத்துக்கு தலைமை ஏற்றார். திருநெல்வேலி சுப்பராயலு நாயுடுவையும், ராமநாதபுரம் முகம்மது சாலியாவையும் போராட்டத்தைத் தொடங்குவதற்கு அனுப்பத் தீர்மானித்தனர். அவர்களுக்கு சென்னை செல்வதற்குரிய செலவை பத்மாசனி அம்மாள் தன் கொலுசை அடகு வைத்துக் கொடுத்து உதவினார். இருவரும் ஆகஸ்ட் 11-ஆம் நாள் தேசியக்கொடி, பூமாலை, உளி, சம்மட்டி, ஏணி முதலியவற்றுடன் தமிழ்நாடு காங்கிரஸ் கமிட்டி அலுவலகத்திலிருந்து புறப்பட்டுச் சென்று சிலையை உடைக்க ஆரம்பித்தனர். ஏணியில் ஏறி சாலியா ராவுத்தரும் சுப்பராயுலு நாயுடுவும் நீலன் சிலைமேல் சுத்தியால் அடித்துச் சேதப்படுத்தினர். சிலை செம்பினால் செய்யப்பட்டிருந்த தால் அதிகம் சேதமடையவில்லை. அவர்கள் கைது செய்யப்பட்டு நீதிமன்றம் அழைத்துச் செல்லப்பட்டனர். நீதிபதியிடம் அவர்கள் குற்றத்தை ஒப்புக்கொண்டனர். சிலை செம்பினால் செய்யப் பட்டதால் அதிகம் சேதப்படுத்த முடியவில்லை. வேறு பொருளாக இருந்திருந்தால் உடைத்திருப்போம் என்றனர். அவர்களுக்கு ஆறுமாதம் கடுங்காவல் தண்டனை விதிக்கப்பட்டது. இந்த விசாரணையை அறிந்த காந்தி, யங் இந்தியா பத்திரிகையில் அவர்களைப் பாராட்டி எழுதினார்.

> ‘சிப்பாய் கலகத்தில் பேர்பெற்ற நீல் சிலையைச் சேதப்படுத்த முயன்ற 30 வயது இந்து ஒருவர் மீதும் 25 வயது முஸ்லிம் ஒருவர் மீதும் நடந்த வழக்கு சுவையானதாக இருக்கிறது. லாகூரில் லாரென்ஸ் சிலையை அகற்ற நடந்த கிளர்ச்சி நினைவுக்கு வருகிறது. லாகூரில் இம்முயற்சி பொது மக்களால் செய்யப்பட்டது. சென்னையில் இவ்விருவரும் எந்த ஆரவாரங்கள் இன்றி உறுதியுடன் இச்செயலைச் செய்திருக்கிறார்கள். அவர்கள் நீதி மன்றத்தில் கொடுத்ததாக இந்து பத்திரிகையில் கொடுத்துள்ள வாக்குமூலத்தை மக்கள் படிப்பார்கள் என்று நம்புகிறேன்.

இந்த இளைஞர்களுடைய உன்னதமான லட்சியத்தையும் வழக்கு விசாரணையின்போது மிகவும் பண்போடும் கண்ணியத்தோடும் இவர்கள் நடந்துகொண்டதையும் அறிந்து பெருமைப்படுகிறேன்!'

என்று எழுதினார்.

மேலும் போராட்டம் தொடர்ந்து நடந்தது. பலர் கைதானார்கள். தமிழ்நாட்டின் பல பகுதியிலிருந்தும் பெண்கள் வந்து இப்போராட்டத்தில் கலந்துகொண்டனர். அவர்களில் ஒருவரான சேலம் அங்கச்சி அம்மாள் செப்டெம்பர் 1-ஆம் நாள் கழுத்தில் மாலையுடனும் கையில் கோடரியுடனும் போலீசை மீறி சிலையை உடைக்கச் சென்றபோது கைது செய்யப்பட்டு நீதிமன்றக் காவலும், 7 ரூபாய் அபராதமும் விதித்து தண்டிக்கப்பட்டார். இப்போராட்டத்தில் கடலூரைச் சேர்ந்த அஞ்சலையம்மாளும் அவர் மகள் அம்மாக்கண்ணு அம்மாள் என்ற 12 வயது சிறுமியும் செப்டெம்பர் 6-ஆம் நாள் கைது செய்யப்பட்டு அஞ்சலையம்மாளுக்கு 25 ரூபாய் அபராதமும் அதில் தவறினால் ஒரு வார கடுஞ்சிறைத் தண்டனையும் அம்மாக்கண்ணு அம்மாளுக்கு நான்கு வருடம் குழந்தைகள் இல்லத்தில் வைப்பது என்ற தண்டனையும் விதிக்கப்பட்டது. அஞ்சலையம்மாவைத் தமிழ்நாட்டில் தெரியாதவர்கள் இருக்கமுடியாது. இவர் பேச்சில் பெண்கள் வசீகரிக்கப்பட்டு தேச பக்தி கொண்டவர்களாகி விடுவார் கள். இவரை தென்னாற்காடு மாவட்ட வேலு நாச்சியார் என்று மக்கள் செல்லமாக அழைத்தனர்.

ஆனால் அதே சமயம் சைமன் கமிஷன் மறுப்புப் போராட்டமும் சேர்ந்துகொண்டதால் நீல் சிலைப் போராட்டம் வலுவிழந்து போனது. சிலை மவுண்ட் சாலையில் பல ஆண்டுகள் தொடர்ந்து நீடித்தது. 1937 இல் நடந்த தேர்தலில் காங்கிரஸ் வெற்றி பெற்றது. ராஜாஜி சென்னை மாகாண முதல்வரானார். அவரது ஆட்சியில் சென்னை மாநகராட்சியில் சிலையை அகற்றத் தீர்மானம் நிறைவேற்றப்பட்டது. முதல்வரான ராஜாஜி சிலையை அகற்றி சென்னை அருங்காட்சியகத்தில் வைக்க உத்தரவிட்டார்.

79

பொங்கியெழுந்த புரட்சி வீரர்கள்

1932ம் ஆண்டு. இந்திய ஆங்கிலேய கிளப் ஒன்றில் வாயிலில் எழுதி வைக்கப்பட்டிருந்த வாசகங்கள் இந்தியர்கள் மத்தியில் பெரும் கொந்தளிப்பை உருவாக்கியிருந்தது.

சூர்யா சென்

பிரீத்திலதா கோபத்தில் துடி துடித்தாள்.

'மாஸ்டர்தா, இன்று காலையில் நான் பாகர்தாலி ஐரோப்பிய கிளப் வழியாக வந்தேன். அவர்கள் கட்டடத்தின் வெளியே நம்மைக் கேவலப்படுத்தி எழுதி வைத்திருப்பதைப் பார்த்ததும் என் ரத்தம் தீயாகக் கொதித்தது,' என்று சூர்யா சென்னிடம் பொருமினாள்.

'ஆம். நானும் பார்த்தேன் லதா! 'நாய்களுக்கும் இந்தியர்களுக்கும் அனுமதி இல்லை' என்று அந்த வெள்ளைப் பன்றிகள் கொழுப் பெடுத்துப்போய் எழுதி வைத்திருக்கிறார்கள். வருத்தப்படாதே! நாம் அந்த நீசர்களுக்குப் பாடம் கற்றுக்கொடுப்போம். நான் முடிவெடுத்துவிட்டேன். அந்தக் கட்டடத்தையே இடித்துத் தகர்க்க வேண்டியதுதான். அந்தப் பொறுப்பை உன்னிடமே கொடுக்கிறேன். நீதான் இன்றைக்குத் தலைவி' என்றான் மாஸ்டர்தா என்றழைக்கப் பட்ட சூர்யா சென். அவன் தான் புரட்சிப்படைகளுக்குத் தலைவன், வழிகாட்டி எல்லாம். எனவேதான் அவனை எல்லோரும் மாஸ்டர்தா என்று அழைத்தார்கள்.

'ஆகட்டும் மாஸ்டர்தா! இன்றைக்கே வேலையை முடித்து விடுகிறேன்,' என்றாள் பிரீத்திலதா.

‘லதா, பொட்டாசியம் சயனைட் குப்பியை எடுத்துக் கட்டிக்கொள்,’ என்றான் சூர்யா சென்.

பிரீத்திலதாவும் அவளது தோழி கல்பனா தத்தாவும் தீவிரமான புரட்சிப் பெண்கள். திட்டமிட்டபடி 23-9-1932 அன்று பிரீத்திலதாவால் அந்த கிளப் அழிக்கப்பட்டது. அப்போது பிரீத்திலதா ஆணுடையில் இருந்தாள். ஆனால் அவள் தப்பிச் செல்லும்போது காவலர்கள் கையில் மாட்டிக் கொண்டாள். உடனே அந்த 21 வயது இளம் பெண் பொட்டாசியம் சயனைடைச் சாப்பிட்டு உயிர் நீத்தாள். அவளுடைய தியாகம் சிட்டகாங் பகுதியில் பல இளம் பெண்களைப் புரட்சியில் ஈடுபடத் தூண்டியது.

சூர்யாசென், ‘பெண்களும் ஆண்களுக்குச் சமமானவர்கள். அவர்களும் தாய்நாட்டைக் காக்கும் முயற்சியில் தியாகம் செய்ய முன்வர வேண்டும்,’ என்றான். பிரீத்திலதா அவனைப் புரட்சிப் பாதையில் திருப்பியதில் முக்கியமானவள். அவள் ஒரு முறை மரண தண்டனைக் கைதியாக சிறைக்குள் இருந்த ராம் கிருஷ்ண பிஸ்வாஸை எவருக்கும் தெரியாமல் சிறைக்குள் சென்று சந்தித்து மீண்டாள். சாவுக்கு அஞ்சாத பெண்மணி. எல்லோருக்கும் துணிச்சலை ஊட்டியவள். இறுதியாக தன் லட்சியத்தில் உயிர்த் தியாகம் செய்தாள்.

சூர்யா சென் நாகபுரிக் காங்கிரஸில் ஒத்துழையாமைக்கு அழைப்புக் கொடுத்ததிலிருந்து சிட்டகாங்க் பகுதியில் அதற்காக உழைத்தவன். ஆனால் வன்முறையற்ற போராட்டம் என்பதை அவனால் ஒப்புக் கொள்ள முடியவில்லை. அடிக்கு அடி, உதைக்கு உதை என்பதே அவனது சித்தாந்தம். வெள்ளையரை வன்முறையால் மட்டுமே விரட்ட முடியும் என்று சூர்யா சென் நம்பினான். அவனுடைய வீரதீர சாகசங்கள் மக்களால் இன்றும் பேசப்படுகின்றன.

அரசின் ஆயுதக்கிடங்கையே தனது சாமர்த்தியத்தால் கைப்பற்றினான் சூர்யா சென். ஜலாலாபாத் குன்றுகளில் ராணுவ வீரர்களுடன் போராடினான். ஒரே சமயத்தில் பல இடங்களைத் தாக்குகிற போர் முறையை வகுத்து நண்பர்களைப் பழக்கியிருந்தான். அவனுடைய நண்பர்கள் கணேஷ் கோஷ், நிர்மலா சென், லோகனாத் பால், நரேஷ் சந்தர் ரே, அம்பிகா சக்கரவர்த்தி, ஆனந்த் சிங் ஆகியோர்களுடன் ஒரு தனி அரசாங்கத்தையே உருவாக்கி அதன் மூலம் தந்திக் கம்பங்களை உடைப்பது, அரசாங்க அலுவலகங்களைத் தாக்குவது, தேசியக் கொடியை அரசு அலுவலகங்களில் ஏற்றுவது போன்ற செயல்களைச் செய்துவந்தான். தேசியக் கல்வி நிலையங்கள் உருவாக்க ஆதரவளித்தான். அவனைப் பிடிக்க இயலாமல் அரசு

அவன் தலைக்குப் பத்தாயிரம் ரூபாய் வெகுமதி அறிவித்தது. நேத்ரா சென் என்னும் விவசாயி அவன் இருக்கும் இடத்தைக் காட்டிக்கொடுத்து விட்டான்.

17-2-1933 அன்று சூர்யா சென் கைது செய்யப்பட்டான். அவனை விடுவிக்க அவனது நண்பர்கள் தாரகேஷ்வரும் கல்பனா தத்தாவும் முயன்றார்கள். அவர்களும் கைது செய்யப்பட்டார்கள். சூர்யா சென் மரண தண்டனை வழங்கப்பட்டு 12-1-1934 அன்று சிட்டகாங் சிறைச்சாலையில் தூக்கிலிடப்பட்டான். அதே நாளில் அவனைக் காட்டிக்கொடுத்த நேத்ரா சென் சுட்டுக்கொல்லப்பட்டான். கல்பனா தத்தாவுக்கு ஆயுள் தண்டனை அளிக்கப்பட்டது. பிரீத்திலதா, கல்பனா தத்தா ஆகிய பெண் புரட்சியாளர்களால் ஈர்க்கப்பட்டு பின்னாட்களில் வங்காளத்தில் பல பெண்கள் புரட்சியில் ஈடுபட்டார்கள்.

பினாதாஸ்

பினா தாஸ் என்கிற புரட்சிப் பெண் 6-2-1932 அன்று பட்டமளிப்பு நிகழ்ச்சிக்கு வந்திருந்த வங்காள கவர்னர் ஸ்டேன்ளி ஜாக்சனைச் சுடுவதற்கு முயன்றாள். ஐந்து குண்டுகள் சுடப்பட்டும் ஜாக்சன் தப்பிவிட்டான். ஆனால் பினாதாஸ் கைது செய்யப்பட்டு ஒன்பது ஆண்டுகள் கடுங்காவல் தண்டனை பெற்றாள். 1939ல் விடுதலை பெற்ற அவள் மீண்டும் வெள்ளையனே வெளியேறு புரட்சியில் ஈடுபட்டு 1942 முதல் 45 வரை சிறையில் இருந்தாள். பிறகு வங்காள அரசில் சட்டசபை உறுப்பினராகப் பதவி வகித்தாள்.

சாந்தி கோஷ் மற்றும் சுனிதி சௌத்ரி

சாந்தி கோஷ் மற்றும் சுனிதி சௌத்ரி என்னும் 14 வயதுப் பெண்கள் இருவர் மிகுந்த துணிச்சலுடன் கொமில்லா மாவட்ட நீதிபதி மிஸ்டர் ஸ்டீவன்ஸ் என்பவரை தீர்த்துக் கட்ட முடிவெடுத்தனர். அந்த நீதிபதி மிக மோசமானவரென்றும், பெண்களைப் பலாத்காரம் செய்து கொடுமைப்படுத்துவதாகவும் பரவலாகப் பேசப்பட்டது.

சாந்தி கோஷ், சுனிதி சௌத்ரி இருவரும் நீச்சல் குளமொன்று கட்ட அனுமதி வேண்டுவதுபோல் ஒரு மனு தயார் கொண்டு போய் நீதிபதி ஸ்டீவன்ஸை சென்று சந்தித்தனர். அவரை மிக நெருங்கி நின்ற சுனிதி கையிலிருந்த ரிவால்வரால் அவரைச் சுட்டாள். முதல் குண்டே அவரது உயிரைக் குடித்தது. பெண்கள் பிடிபட்டனர். காவலர்கள் அவர்களைச் சித்திரவதை செய்தனர். அவர்களது

வயதைக் கருத்தில் கொண்டு அவர்களுக்கு ஆயுள்தண்டனை அளிக்கப்பட்டது.

நாகாலாந்தில் புரட்சிப் பெண் ராணி கைதிலித்தா பிரிட்டிஷ் காவல் நிலையத்தில் இந்தியக் கொடி ஏற்றினாள். கைது செய்யப்பட்டு 13 ஆண்டுகளுக்கு மேல் சிறையில் இருந்தாள்.

அஷ்பக் உல்லா கான் - பிஸ்மில் எனும் இரட்டை வீரர்கள்

தாய்நாட்டுச் சுதந்திரத்திற்காகப் போராடி உயிரைவிட்டவர்களில் மிக முக்கியமானவன் அஷ்பக் உல்லா கான். உத்தரப்பிரதேசத்தில் ஷாஜகான்பூரில் 22-10-1900ம் ஆண்டு பிறந்தவன் அஷ்பக் உல்லா. சௌரிசௌராவில் காவல் நிலையத்தை போராளிகள் வன்முறை யாகத் தாக்கினார்கள் என்பதற்காகத் தனது ஒத்துழையாமை இயக்கத்தைக் காந்திஜி திரும்பப் பெற்றபோது பலரும் எதிர்ப்புத் தெரிவித்தனர். மேலும் பலர் எரிச்சலடைந்தனர். எட்டாவது படித்துக்கொண்டிருந்த அஷ்பக் அப்படி எரிச்சலடைந்தவர்களில் ஒருவன். அவன் படித்த பள்ளியிலேயே 9ம் வகுப்புப் படித்து வந்த ராம்ப்ரசாத் பிஸ்மில் இன்னும் அதிகமாகத் துடிப்பு மிக்கவன். அவன் அப்பொழுது உத்தரப் பிரதேசத்தில் இயங்கிவந்த புரட்சி இயக்கத்தில் சேர்ந்தான். அவனொத்த இளைஞர்களையும் அதில் சேர்த்தான். அவனால் ஈர்க்கப்பட்டு அந்தப் புரட்சி இயக்கத்தில் அஷ்பக் இணைந்தான். இருவரும் இணை பிரியாத நண்பர்கள் ஆனார்கள்.

பிஸ்மில் ஆர்ய சமாஜி. வெவ்வேறு மதத்தினராயினும் ஒரே தட்டில் சாப்பிடும் அளவுக்கு நண்பர்களாக விளங்கினர். சுதந்திரப் போராட் டத்தை நடத்த ஈடுபாடு கொண்ட புரட்சி இயக்கத்துக்குப் பணம் தேவைப்பட்டது. மக்களிடமிருந்து பணம் திரட்டுவதற்குப் பதிலாக அரசு கொள்ளையடிக்கும் அரசாங்கப் பணத்தையே கொள்ளையடிக்க விரும்பினர் புரட்சியாளர்கள். 9-8-1925 அன்று ரயில் நம்பர் 8 ஷாஜஹான்பூரிலிருந்து லக்னௌவுக்குச் சென்று கொண்டிருந்தது. அஷ்பக் உல்லா கான், பிஸ்மில், சச்சிதானந்த பக்ஷி, ராஜேந்திர லஹிரியுடன் வேறு சிலரும் சேர்ந்து அந்த வண்டியை சங்கிலியைப் பிடித்து இழுத்து லக்னௌவுக்கு முந்திய ககோரி ரயில் நிலையத் தில் நிறுத்தினர். அரசாங்கக் கஜானாவிலிருந்து வந்த பணப்பெட்டி அந்த ரயிலின் கார்டு பெட்டியில் இருந்தது. சச்சிதானந்த பக்ஷியும் அஷ்பக்கும் வண்டி ஓட்டுநரையும் கார்டையும் அமுக்கிப் பிடித்துக் கொள்ள மற்றவர்கள் பணப்பெட்டியைக் கவர்ந்தனர். எல்லோரும் பிறகு தப்பி ஓடிவிட்டனர்.

அஷ்பக் அங்கிருந்து தப்பி பீகார் மாநிலத்தில் உள்ள பலமௌ மாவட்டத்தில் ஒரு கடையில் 10 மாதங்கள் வேலைபார்த்தான். அவன் உருதுவில் சிறந்த கவிஞன். எனவே பல 'ஷேர்' பாடல்கள் இயற்றிக் கவியரங்குகளில் பாடினான். அதில் ஒன்று அவனது முதலாளிக்கு மிகவும் பிடித்துப் போயிற்று. எவருக்கும் தெரியாமல் அவன் அங்கேயே காலத்தைக் கழித்திருக்கலாம். ஆனால் தேசத்திற் காக ஏதாவது செய்ய வேண்டும் என்ற துடிப்பில் அங்கிருந்து வெளியேறி ஷாஜஹான்பூருக்கு வந்து தன்னுடன் பள்ளியில் படித்த ஒரு நண்பன் வீட்டில் தங்கினான். நண்பனும் அவனை நன்கு வரவேற்று உபசரித்தான். ஆனால் மறுநாள் காலை காவலர்கள் அவனது நண்பனுடைய வீட்டுக்குத் திரண்டு வந்து அஷ்பக்கைக் கைது செய்தனர். நண்பன் பணத்துக்கு ஆசைப்பட்டு அவனைக் காட்டிக்கொடுத்துவிட்டான். சிறையில் தஸ்ருக் கான் என்ற காவல் துறை உயர் அதிகாரி அவனிடம் வந்து' நீ அப்ரூவராக மாறி உன்னு டைய மற்ற நண்பர்களையும் காட்டிக் கொடுத்தால் நிறையப் பணம் கிடைக்கும். அதுமட்டுமல்ல. நீ ஒரு முஸ்லிம். சுதந்திரம் வந்தால் இந்தியா இந்து ராஜ்ஜியமாகிவிடும். அதற்காக நீயேன் உயிரைக் கொடுக்கவேண்டும்?' என்றார்.

'இந்தப் புரட்சிக் கும்பலில் நான் ஒருவன் மட்டுமே முஸ்லிம். நான் உயிரை ஈந்தால் ஒரு முஸ்லிம் உயிர்கொடுத்தான் என்பதிலே எனக்கும் பெருமை; என் மதத்தைச் சேர்ந்த அனைவருக்கும் பெருமை,' என்றான் அஷ்பக். 19-12-1929ம் தேதி அவன் ஃபிஸாபாத் சிறைச்சாலை யில் தூக்கிலிடப்பட்டான், இல்லை இல்லை தன்னைத் தானே தூக்கிலிட்டுக்கொண்டான். அதே தினம் கோரக்பூர் சிறைச்சாலை யில் பிஸ்மில் தூக்கிலிடப்பட்டான்.

பிஸ்மில் தூக்கிலிடப்படுவதற்கு முதல் நாள் அவனைப் பார்க்க அவனது தாய் வந்தார். தாயைப் பார்த்ததும் அவனது கண்களில் கண்ணீர் வழிந்தது. அப்பொழுது அவனது தாயார் சொன்னார்: 'நீ என்ன செய்கிறாய்? அழுகிறாயா? நீ கோழை அல்ல என்று நான் நினைத்திருந்தேனே! சாவைக் கண்டு பயந்துவிட்டாயா? இப்படி ஒரு மகனையா நான் பெற்றேன்! மகனே இதுவரை பாரத மாதா வுக்காக நீ அழுதாய். இப்பொழுது இந்தத் தாய்க்காக அழுகிறாயா? நீ சாவைக்கண்டு பயந்துவிட்டாயா? பிரிட்டிஷ் அரசாங்கம் உன் பெயரைக் கேட்டாலே நடுங்க வேண்டும். அதைத்தான் நான் எதிர் பார்த்தேன். இப்பொழுது அழுகிறாய். அழுதுகொண்டேதான் நீ சாக வேண்டுமென்றால் ஏன் சுதந்திரப் போராட்டத்தில் ஈடுபட்டாய்? இப்பொழுது அழுவதால் உனக்கு என்ன கிடைத்துவிடப் போகிறது? நீ மிகவும் தைரியசாலியாக தூக்குமரத்துக்குச் செல்ல

வேண்டும். இந்தியத் தாயின் சுதந்திரத்திற்காக என் மகன் உயிரை விட்டான் என்று நான் விம்மிதம் அடைவேன். உன்னைப் பாலூட்டிச் சோறூட்டி வளர்த்தது மட்டுமே என் கடமை. அதன் பிறகு நீ நாட்டின் சொத்தாகி விட்டாய். உன் தாய் நாட்டுக்காக உயிரை விடுகிறாய். இதில் எனக்கு எந்த வருத்தமுமில்லை,' என்றாள்.

பிஸ்மில் தழுதழுத்த குரலில் தன் அன்னையிடம், 'அம்மா என்னை நீங்கள் அறிந்துகொண்டது இவ்வளவுதானா? நான் உங்கள் மகனம்மா. எப்படிக் கோழையாக இருக்க முடியும்? அம்மா தீயின் அருகினிலே வெண்ணை உருகுவதில்லையா. உன்னைக் கண்டதும் அப்படிச் சற்று உருகிவிட்டேன். மரண தண்டனையை மகிழ்வோடு ஏற்றுக்கொண்டேன். அம்மா இக்கண்ணீர்த்துளிகள் என்னை ஈன்று வளர்த்த உங்கள் காலடியில் நான் சமர்ப்பிக்கின்ற காணிக்கை. உங்கள் மகன் எவ்வளவு கம்பீரத்தோடும் துணிச்சலோடும் கௌரவத்தோடும் தூக்கு மரத்தில் தொங்கினான் என்பதை நாளைக் காலை நீங்கள் கேள்விப்படுவீர்கள்,' என்றான்.

அதே போல 'வந்தே மாதரம்' என்ற முழக்கத்துடனே தூக்குமரத்தில் தொங்கினான்.

சிறைச்சாலையில் அவன் எழுதிய சுயசரிதை இன்றும் ஹிந்தி இலக்கியத்தில் மிகச் சிறந்த படைப்புகளில் ஒன்றாகக் கருதப் படுகிறது. சாவதற்கு இரண்டுதினங்களுக்கு முன்புதான் அதை நிறைவு செய்தான்.

புரட்டுப் புத்தகம்

1927ம் கேதரின் மாயோ என்பவள் மதர் இண்டியா என்னும் தலைப் பில் ஓர் ஆங்கிலப் புத்தகம் எழுதினாள். அவளுடைய நோக்கமே இந்தியாவை எவ்வளவு மோசமாகப் படம் பிடிக்க முடியுமோ அந்த அளவுக்கு மோசமாக எழுத வேண்டும் என்பதே. அந்தக் காலகட்டத் தில் இந்தியாவில் டொமினியன் அந்தஸ்து கேட்டுப் போராட்டம் அதிகமாக இருந்தது. காந்திஜியின் தலைமையில் சத்தியாக்கிரகம், ஒத்துழையாமை ஆகியவை நடைபெற்றுக்கொண்டிருந்தன. அமெரிக்காவிலும் இந்தியாவை அனாவசியமாக பிரிட்டன் அடக்கி வைத்திருப்பதாக ஒரு கருத்து நிலவி வந்தது. எனவே பிரிட்ட னிலும், ஐரோப்பாவிலும், அமெரிக்காவிலும் இந்தியாவைப்பற்றி ஒரு மோசமான கருத்தை எழுப்புவதற்காக எழுதப்பட்டது அந்நூல்.

அதில் இந்திய ஆண்கள் இளம் வயதிலேயே திருமணம் செய்து கொள்வதால் 30 வயதுக்குமேல் அவர்கள் பாலுணர்வே அற்றுச்

சக்தியிழந்து போவதாகவும், பெண்களெல்லாம் முதுகு வளைந்தும் வயிறு குழிந்தும் பிள்ளை பெறுவதற்கே சக்தியில்லாமல் மெலிந்த குழந்தைகளைப் பெற்றுத் தள்ளுவதாகவும் எழுதியிருந்தாள்.

இப்படி ஆற்றலற்ற ஆண்கள் ஆளத் தகுதியற்றவர்கள் என்றும் சுட்டிக் காட்டப்பட்டிருந்தது. பிரிட்டனிலும் அமெரிக்காவிலும் அந்தப் புத்தகம் பெரும் வரவேற்புப் பெற்றது. காந்திஜிக்கும் அந்தப் புத்தகம் ஒரு படி தரப்பட்டது. அவர் அதைப் படித்துப் பார்த்துவிட்டு தனது நவஜீவன் பத்திரிகையில் விமரிசனம் எழுதினார்.

> இந்தப் புத்தகம் மிகவும் சாமர்த்தியமாகவும் திறமையோடும் எழுதப்பட்டுள்ளது. மிகக் கவனமாகத் தேர்ந்தெடுத்துக் கொடுக்கப்பட்டிருக்கும் மேற்கோள்கள், இது உண்மையின் அடிப்படையில் எழுதப்பட்ட ஒரு புத்தகம் போன்ற தோற்றத்தை வெளிப்படுத்துகின்றன. ஆனால் என் மனத்தில் அது எழுப்பும் எண்ணம் என்ன தெரியுமா? இது ஒரு சாக்கடை ஆய்வாளரின் அறிக்கைத் தொகுப்பாகத்தான் தெரிகிறது. அதாவது நாட்டின் சாக்கடைகளைத் திறந்து மூடி அங்கே வெளிவரும் நாற்றத்தையும் அங்கே கண்டவற்றையும் படம் பிடித்தது போல், அறிக்கைகள் தரச் சொன்னதுபோல் இருக்கிறது. இந்தியாவின் சாக்கடைகளை ஆராய மட்டுமே தான் இந்தியாவுக்கு வந்திருப்பதாக மிஸ் மாயோ ஒப்புக்கொண்டால் இந்தப் புத்தகத்தைப்பற்றி எந்தக் குறையும் சொல்லமாட்டேன். ஆனால் அவள் மிக உறுதியோடு அவளது வேண்டடத்தகாத வெறுக்கத்தக்க முடிவாகச் ‘சாக்கடைதான் இந்தியா’ என்று பறைசாற்றுகிறாள்.’

அந்தப் புத்தகம் இந்தியாவிலும் நியூயார்க்கிலும் கொளுத்தப்பட்டது.

தலிப் சிங் சாவுண்ட் என்பவர் அந்தப் புத்தகத்துக்கு எதிராக ‘மை மதர் இண்டியா’ என்றொரு புத்தகம் எழுதினார். தன்கோபால் முகர்ஜி என்பவர் ‘எ சன் ஆஃப் மதர் இண்டியா ஆன்சர்ஸ்’ என்னும் தலைப்பில் ஒரு புத்தகம் எழுதினார்.

சர்ச்சிலுக்கு மாயோவின் இந்தப் புத்தகம் மிகவும் பிடித்தது. நிறையப் படிகள் வாங்கித் தன் நண்பர்களுக்கெல்லாம் அனுப்பினார்.

80

காந்திஜியின் புதிய தீர்மானம்

1929 அக்டோபர் 31 அன்று இர்வின் சொன்னார், '1917 சீர்திருத்தச் சட்டத்தின் உள்நோக்கமே இந்தியாவின் அரசியல் அமைப்பு முன்னேற்றம் டொமினியன் அந்தஸ்தை பெறுவதே என்பதை மேன்மைதங்கிய மன்னர் அரசின் சார்பில் சொல்ல நான் அனுமதிப் பட்டிருக்கிறேன்.' இது இங்கிலாந்தில் பெரிய குழப்பத்தை ஏற்படுத்தியது. ஆதரித்தவர் சிலர்; எதிர்த்தவர் பலர். எதிர்த்தவர்களில் மிக முக்கியமானவர் வின்ஸ்டன் சர்ச்சில்.

அவர் சொன்னார்: இந்தியாவைக் காட்டுமிராண்டித்தனத்திலிருந் தும் கொடுமையிலிருந்தும், கொடுங்கோன்மையிலிருந்தும், போர் களிலிருந்தும் காப்பாற்றி நாகரிகத்தை நோக்கித் திருப்பியது நமது பெரிய சாதனை. நம் பிரிட்டிஷ் ராஜ்ஜியத்தால்தான் இந்தியாவில் போர்கள் நிறுத்தப்பட்டன. இந்தியாவின் எல்லைகள் வடக்கிலிருந்து தாக்கப்படாமல் பாதுகாக்கப்பட்டன. பஞ்சத்தைக் கட்டுப்படுத்தி மக்கள் காப்பாற்றப்பட்டிருக்கிறார்கள். மனிதனுக்கு மனிதன், இனத் துக்கு இனம் பாரபட்சம் பார்க்காமல் நீதி வழங்கியிருக்கிறோம். தாமாகவே தம்மைக் காத்துக்கொள்ள சக்தியற்ற மக்களுக்கு விஞ்ஞான வளங்களை அளித்திருக்கிறோம். இவற்றையெல்லாம் நம்மவர்கள் செய்துள்ள தியாகத்தால் சாதிக்க முடிந்தது. இப்பொழுது நம்மவர் களையே இந்தப் பாரம்பரியம் தகர்க்கிறது. தகுதியில்லாத ஒரு சமுதாயத்துக்கு டொமினியன் அந்தஸ்து கொடுக்கப்படக்கூடாது. டொமினியன் அந்தஸ்து கொடுப்பது பற்றிய சிந்தனையையே இந்தத் தேசம் எதிர்க்கவேண்டும்,' என்றார் சர்ச்சில்.

காந்திஜியின் தீர்மானம்

லார்ட் இர்வின் ஓராண்டுக்குப்பின் ஒரு வட்டமேஜை மாநாடு கூட்டு வதாகவும் சொன்னார். காங்கிரஸில் பலர் இர்வினை ஆதரித்தனர். 'அப்பொழுது ஒத்துழைத்தால் பின்னால் வட்டமேஜை மாநாட்டில் காங்கிரஸின் கொள்கைக்குச் சாதகமாக முடிவுகள் எடுக்கப்படலாம். டொமினியன் அந்தஸ்து கிடைக்கலாம்' என்று சொன்னார்கள். ஆனால் காந்திஜியினுடைய நோக்கம் வேறு விதமாக இருந்தது. டெல்லியிலே எல்லோரும் சந்தித்தார்கள். அப்பொழுது காந்திஜி ஒரு சமாதானத் தீர்மானம் முன்மொழிந்தார். அதன்படி...

எல்லா அரசியல் கைதிகளையும் விடுவிக்க வேண்டும். வட்ட மேஜை மாநாட்டுக்கு முன் முழு டொமினியன் அந்தஸ்து வழங்கப் படவேண்டும்.

இந்திய நேஷனல் காங்கிரஸ் மட்டுமே தேசத்தின் கருத்தைப் பிரதி பலிக்கும் பிரதிநிதியாக ஏற்றுக் கொள்ளப்பட வேண்டும். தகுந்த டொமினியன் அரசியலமைப்பு உருவாக்க முனைய வேண்டும்.

நேருவுக்கும் சுபாஷ் சந்திர போஸுக்கும் இத்தீர்மானம் ஏற்புடைய தாக இல்லை. ஆனால் காந்திஜி அவர்களை வற்புறுத்திக் கையெழுத் திட வைத்தார். கையெழுத்திட்டுவிட்டு அவர்கள் காரியக் கமிட்டி யிலிருந்து விலகினார்கள்.

ரயில் விபத்தில் இர்வின்

அடுத்துவரும் லாகூர் காங்கிரஸ் மாநாட்டிற்கு முன்பு வைஸ்ராய் இர்வின் இந்தியத் தலைவர்களுடன் பேச்சு வார்த்தை நடத்த விரும்பி னார். அப்பொழுது ஹைதராபாத்தில் இருந்தார். வைஸ்ராயின் புதிய மாளிகை டெல்லியில் தயாராக இருந்தது. அங்கே குடிபெயர்வதற் காகவும் அங்கே தலைவர்களைச் சந்திப்பதற்காகவும் ஏற்பாடு செய்யப்பட்டிருந்தது.

அன்று ஹைதராபாத்தில் அவரது தனி ரயிலில் ஏறினார் இர்வின். அதில் எல்லா வசதிகளும் இருந்தன. மறுநாள் அது டெல்லி ஸ்டேஷனை வந்தடைந்தது. இன்னும் கொஞ்ச தூரம்தான். திடீரென்று ஒரு சத்தம் கேட்டது. எங்கோ குண்டு வெடித்திருக்க வேண்டும் என்று வைஸ்ராய் நினைத்தார். வண்டி நிறுத்தப்பட்டது. நல்லவேளையாக குண்டு சரியான முறையில் வெடிக்காததனாலே அதிகச் சேதமில்லை. வைஸ்ராய்க்கு எந்த ஆபத்துமில்லை. காயமுமில்லை. கீழே இறங்கிக் குண்டு விளைத்திருக்கும் சேதத்தைப் பார்த்தார். பிறகு வைஸ்ராய் மாளிகைக்குச் சென்றார். சிறிது நேரத்தில் கூட்டத்திற்கு வந்தார். அங்கே ஏற்கெனவே காந்தி, மோதிலால், நேரு,

டி.பி. சாப்ரு, வல்லபாய் படேல், முகமதலி ஜின்னா ஆகியோர் காத்திருந்தனர். இர்வின் உள்ளே வந்ததும் ரயில் விபத்திலிருந்து தப்பித்ததற்காக வைஸ்ராய்க்குத் தங்கள் மகிழ்ச்சியையும் வாழ்த்தையும் தெரிவித்தார்கள். தனக்கு விபத்து நேர்ந்ததால் சற்றுப் பரிவோடு பேசுவார்கள் தன் திட்டத்திற்கு ஒப்புக்கொள்வார்கள் என்று இர்வின் நினைத்தார். ஆனால் காந்தி வாழ்த்துத் தெரிவித்துவிட்டு நேராக விவாதத்திற்குச் சென்றுவிட்டார்.

ஏற்கெனவே டெல்லித் தீர்மானத்தில் சொல்லியிருப்பதிலிருந்து விலகிச் செல்லப் போவதில்லை. அதுதான் இறுதி என்று காந்தி சொன்னார். இந்தியர்கள் ஒரே குரலில் பேச பிரிட்டன் அனுமதிக்காத வரை லண்டனில் கூட்டப்படும் வட்டமேஜை மாநாட்டில் கலந்துகொள்வது இயலாத ஒன்று என்றார். இரண்டரை மணி விவாதத்தில் எல்லாவற்றையும் காந்தியே தீர்மானித்தார்.

இந்திய சுதந்திரப் பிரகடனம்

அடுத்து லாகூர் மாநாட்டில் லார்ட் இர்வின் குண்டு விபத்திலிருந்து தப்பியதற்கு வாழ்த்துத் தீர்மானம் நிறைவேறியது. சுபாஷ் சந்திர போஸ் தனிப்பட்ட எதிர் அரசு உருவாக்கும் தீர்மானம் கொணர்ந்தார். அது தோல்வி கண்டது. புத்தாண்டு முடியும் தறுவாய்க்குள் பிரிட்டிஷ் அரசு டொமினியன் அந்தஸ்துக் கொடுக்கவில்லை என்றால் பூரண சுயராஜ்ஜியம் ஒன்றே நமது குறிக்கோள் என்று அறிவித்தார். அதற்கு அரசிடமிருந்து எந்தப் பதிலும் இல்லாததனால் 1930ம் ஆண்டு முதல் நாள் காங்கிரஸ் தலைவரான நேரு, ரவி நதியின் கரையில் மூவர்ணக் கொடியை ஏற்றினார். காந்திஜி இந்திய சுதந்திரப் பிரகடனத்தை அறிவித்தார்.

‘வாழ்வில் தேவையான வசதிகளைப் பெறவும், அவர்கள் உழைப்பின் பயனை அடையவும், மற்றெல்லோரையும் போல் சுதந்திரம் பெறவும் இந்திய மக்களுக்கு மறுக்கமுடியாத உரிமை இருக்கிறது என்பதை நாங்கள் நம்புகிறோம். பிரிட்டிஷ் இந்திய அரசு இந்திய மக்களின் சுதந்திரத்தைப் பறித்தது மட்டுமல்லாமல் மக்களை அடக்கி நாட்டின் வளத்தைச் சுரண்டி, இந்தியாவைப் பொருளாதார, அரசியல், கலாச்சார, ஆன்மீக ரீதியாகப் பாழடையச் செய்து விட்டது. அதனால் இந்தியா பிரிட்டிஷ் தொடர்பை அறுத்துக்கொண்டு பூரண சுயராஜ்ஜியம் அதாவது முழு சுதந்திரம் அடையவேண்டும் என்றும் நம்புகிறோம்,’ என்று சொல்லி, ஒவ்வோராண்டும் ஜனவரி 26ம் நாள் சுதந்திர தினமாகக் கொண்டாடப்படவேண்டும் என்று தீர்மானிக்கப் பட்டது.

81

உப்புச் சத்தியாக்கிரகம்

ஒரு காலத்தில் உலகத்திலேயே அதிக அளவு உப்பு இந்தியாவில் தான் உற்பத்தியாகியிருக்கிறது. உப்புக் காய்ச்சி உப்பெடுப்பதும் காய்ச்சாமலே ஆதவனுடைய பரம கருணையினாலே உப்பு விளைவதும் நடைபெறுகின்றன. அது ஒரு சிறந்த வணிகப் பொருள். 'வெள்ளை உப்பின் கொள்ளை சாற்றி நெல்லொடுவந்த வல்வாயப் பஃறி' என்கிறது பட்டினைப்பாலை. ஒரிஸ்ஸாவிலும் ரான் ஆஃப் கூஜ் எனப்படும் குஜராத் பகுதியிலும் அதிகமாக உப்பு உற்பத்தி செய்யப்பட்டன. ஒரிஸாவின் உப்புக்காகவே 1803ல் அதைக் கைப்பற்றியது கிழக்கிந்தியக் கம்பெனி. அதற்கு முன்னால் முகலாயர் காலத்திலும் உப்புவரி இருந்திருக்கிறது. இந்துக்களுக்கு 5 சதவிகிதம். முஸ்லிம்களுக்கு அதில் பாதி. அதனால் மக்கள் அதிகமாகப் பாதிக்கப்படவில்லை. ஆனால் ஆங்கிலேயர் விதித்த வரி அளவுக்கு அதிகம். 1784-85ல் உப்பு மூலம் கம்பெனிக்குக் கிடைத்த வருமானம் 62 லட்சம் ரூபாய். கம்பெனி வருமானத்தில் 10ல் ஒருபாகம் உப்பு மூலமாகக் கிடைத்தது. அது படிப்படியாக உயர்த்தப்பட்டது. வைஸ்ராயாக ரீடிங் இருந்த காலத்தில் இரண்டு மடங்கு உயர்த்தப்பட்டது.

தனியார் உப்பு உற்பத்தி செய்யவோ விற்கவோ முடியாது. அப்படிச் செய்தால் அதை அரசுக்கே, அரசு நிர்ணயித்த விலையில் ஒரு மணங்குக்கு 1ரூபாய் நாலணா வரி செலுத்தி விற்கவேண்டும். இரண்டு ரூபாய்க்கு விற்க ஒண்ணே கால் ரூபாய் வரியென்றால் என்ன செய்ய? ஒவ்வொரு குடும்பத்தினரும் உப்புக்கு மட்டுமே தனது வருமானத்தி லிருந்து பத்தில் ஒருபங்கு செலவு செய்யவேண்டியிருந்தது.

1885ல் நடந்த முதல் காங்கிரஸ் மாநாட்டிலேயே உப்பு வரியை ஏற்றாமல் இருப்பதற்குக் குரல் கொடுக்கப்பட்டது. குரல் கொடுத்தவர் எஸ்.எஸ்.ஏ. சுவாமிநாத அய்யர். அவர் சொன்னார்: 'விலங்குகளின் ஆரோக்கியத்திற்கு அது முக்கியமான பொருள். வரி குறைக்கப்படும் என்று இந்தியாவின் லட்சக்கணக்கான ஏழை மக்கள் எதிர்பார்த்துக்கொண்டிருக்கும் இந்நாளில் வரியை உயர்த்துவது என்பது கொடூரமானது, பிற்போக்கானது. வரி உயர்வு மக்களை மிகவும் துன்புறுத்தும். எனவே உப்பு வரியை உயர்த்த முனையும் அரசின் போக்கிற்கு கடுமையான எதிர்ப்பைத் தெரிவிக்க வேண்டுமென்பதை காங்கிரஸ் மகாசபையின் கவனத்திற்குக் கொண்டு வருகிறேன்.'

1888ம் ஆண்டு காங்கிரஸ் மகாசபையில் உப்பு வரி உயர்வை எதிர்த்துத் தீர்மானம் கொண்டுவரப்பட்டது. அதற்கு அரசு செவி சாய்க்காததால் அடுத்து வரும் மாநாடுகளிலும் உப்பு வரி விதித்தபோது அதை முதல் முதல் எதிர்த்தது பிரிட்டனில் இருந்த சேம்பர் ஆஃப் காமர்ஸ். அது அளித்த மனுவில் கூறியது:

'இங்கே இங்கிலாந்தில் அதன் விலை ஒரு டன்னுக்கு 30 ஷில்லிங் மட்டுமே. ஆனால் இந்தியாவில் 20 பவுண்ட். இங்கே அதுவே அதிகம் என்று சொல்லி சில ஆண்டுகளுக்கு முன் உப்பு வரி அகற்றப்பட்டது. ஆனால் மேன்மை தங்கிய மன்னரின் இந்தியப் பிரஜைகள் நிச்சயமாக அதிகம் வரி குறைப்புக் கேட்கும் தகுதியுள்ளவர். அவர்கள் வறுமையில் வாடுகிறார்கள். உப்பு அவர்களின் சாப்பாட்டில் மிக மிக அவசியம். அங்குள்ள வெப்ப நிலையில் நோயிலிருந்து தடுத்துக் கொள்ளவும் அது மிக மிக அவசியம்,' என்றது.

தாதா பாய் நௌரோஜி பிரிட்டிஷ் பார்லிமெண்டில் ஆற்றிய உரை மிகப் பிரசித்தமானது. 'எந்த நாகரிகமுள்ள நாட்டிலும் விதிக்கப்படாத அளவு உப்பு வரி இந்தியாவில் விதிக்கப்படுகிறது. அதனால் மட்டுமே சென்ற ஆண்டு 8,600,000 ரூபாய் வருமானம் கிட்டியுள்ளது. இதனோடு ஓப்பியத்திற்கு விதிக்கப்படுவதையும் சேர்த்தால் அதுவே அரசின் வருமானத்தில் பெரும் பகுதியாகிவிடுகிறது. நீங்கள் அதை வரி என்றோ, வருமானம் என்றோ வாடகையென்றோ எப்படி வேண்டுமானாலும் கூறிக்கொள்ளுங்கள். நாட்டின் மொத்த வருமானத்தில் ஒரு பகுதியை அரசு எடுத்துக்கொள்ளும். எவ்வளவு எடுத்துக்கொள்கிறது என்பதைப்பற்றியும் கவலையில்லை. ஏனென்றால் அந்தப் பணம், இங்கே பிரிட்டனில் செய்யப்படுவதைப்போல யார் அதை உற்பத்தி செய்தார்களோ அம்மக்களின் நலனுக்கே திருப்பிவிடப்படும். ஆனால் இந்தியாவில் அப்படி நடப்பதில்லை. விற்கப்படும் உப்புக்குப் போடப்படும் வரியால் இந்திய மக்களுக்கு எந்தப் பயனும் இல்லை. இந்தியச் செல்வம் சுரண்டப்படுகிறது.

இது அரசுக்கு நல்லதல்ல. இப்படியே தொடர்ந்தால் மக்களின் வறுமை நாளுக்கு நாள் மோசமாகிக்கொண்டே போகும். இது தொடர்ந்தால் இந்தியா அழியும். இந்தியாவோடு பிரிட்டிஷ் சாம்ராஜ்யமும் அழியும்.'

இப்படியெல்லாம் பலரும் குரல் எழுப்பினாலும் ஆங்கில அரசு அசைந்து கொடுப்பதாக இல்லை. அவர்களது எல்லைகளை விரிவு படுத்திக்கொள்ள வேண்டிய பொருள் வளத்தை உப்பு வரி கொடுத்தது. இந்தியர்களிடமிருந்து பணம் பெற்று ஆயுதங்களை வாங்கி இந்தியர்களை அழிப்பதற்கு உப்பு வரி உதவியது. அதை விட்டுவிடுவார்களா?

உப்பு அடிமட்டத்திலிருந்தவனையும் கையைக் கடித்தது. சொல்லப் போனால் அவனைத்தான் அதிகம் கடித்தது. காங்கிரஸின் ஆரம்ப கால நடவடிக்கைகள் மேல் மட்டத்தில் நடைபெற்றுக்கொண்டிருந் தன. அவர்களைப் பட்டத்தாலும் பதவியாலும் வெள்ளையன் கைக்குள் போட்டுக்கொள்ள முடிந்தது. காந்திஜி வந்த பிறகு அது மத்தியதர வர்க்கத்திற்கு இறங்கியது. கீழ் மட்டத்திலிருந்தவர்கள் ராமன் ஆண்டால் என்ன ராவணன் ஆண்டாலென்ன என்ற நிலையில் தான் இருந்தார்கள். அவர்களையும் போராட்டத்துக்குள் இழுத்தால் தான் ஆங்கில அரசை அசைத்துப்பார்க்க முடியும். அதற்குக் காந்திஜி கொண்டு வந்த சத்தியாக்கிரகம்தான் உப்புச் சத்தியாக்கிரகம்.

இப்போராட்டம் முதலில் பார்ப்பதற்குச் சாதாரணமாகத் தோன்றி னாலும் அது பெரிய பொருளாதாரத் தாக்கத்தை ஏற்படுத்தும் மாற்றம் என்பதைப் பிரிட்டிஷார் பின்னால் தெரிந்து கொண்டார் கள். உலகம் வியந்தது. இப்படி ஒரு போராட்டமா என வியப்போடு நோக்கியது. ஆரம்பத்தில் அங்கங்கே பெருந் தலைவர்கள் சில பேரைச் சேர்த்துக்கொண்டு உப்பு அள்ளச் சென்றாலும் படிப்படி யாகப் பொது மக்களும் கலந்து கொண்டார்கள். 6- 4 - 1946 அன்று வைஸ்ராய் கவுன்சிலில் நிதி உறுப்பினராக இருந்த ஆர்ச்சிபால்ட் ரௌலண்ட் காந்திஜியின் வேண்டுகோளை ஏற்று உப்பு வரியை நீக்கி உத்தரவிட்டார். ஆனால் வைஸ்ராய் வேவல் அதைத் தனது தனியதி காரத்தைப் பயன்படுத்தி வீட்டோ செய்தார். 1946ல் இடைக்கால அரசு ஏற்பட்ட பொழுதுதான் அப்பொழுது பிரதம மந்திரியாக இருந்த ஜவஹர்லால் நேருவின் அமைச்சரவையில் தீர்மானிக் கப்பட்டு நிதி மந்திரியாக இருந்த லியாகத் அலிகானால் நீக்கப் பட்டது. அது வரை ஆங்கில அரசு அந்த வரியை, பொன் முட்டை யிடும் வாத்தை விட்டுவிட விழையவில்லை.

எனவே அரசின் உப்பு வருவாயில் கையை வைத்தால் அது அடிமடி யில் கைவைத்தது போலாகும். அது மற்றவர்களால் சாதாரணமாக

நினைத்துப்பார்க்க முடியாத ஒரு பொருளாதாரத் தாக்கத்தை ஏற்படுத்தும் என காந்திஜி நினைத்தார். எனவே எவரும் உப்பு காய்ச்சக்கூடாது என்ற சட்டத்தை முறிப்பது என்று தீர்மானித்தார். முதலில் கேலிசெய்தவர்கள் முடிவில் வியந்தனர்.

காந்திஜி உப்புச் சத்தியாக்கிரகம் தொடங்கப் போவதாக அறிவித்தார். உப்புச் சத்யாக்கிரகத்துக்குமுன் தனிநபர் சத்தியாக்கிரகம் தொடங்கினார்.

இணைத்திருக்கும் 11 கோரிக்கைகளையும் ஒப்புக்கொண்டால் உப்புச் சட்டத்தை மீறப் போவதில்லை. இல்லையென்றால் மீறுவேன் என்று வைஸ்ராய் இர்வினுக்குக் காந்திஜி கடிதம் எழுதினார். அதற்கு நாலே நாலு வரியில் உப்புச் சட்டத்தை மீறப்போவதை அறிந்து வருந்துவதாக எழுதினார் இர்வின். அந்தக் கடிதத்தைப் படித்த காந்திஜி சொன்னார், 'நான் மண்டியிட்டு ரொட்டி கேட்டேன். அவர் கல்லைக் கொடுத்திருக்கிறார். நமக்குக் கவலையில்லை. நமது கோரிக்கை நியாயமானது. நமது வழிமுறை பலமானது. கடவுள் நம் பக்கம் இருக்கிறார்,' என்றார் காந்திஜி.

உலகம் வியந்த உப்புச் சத்தியாக்கிரகம்

உப்புச் சத்தியாக்கிரகத்தில் கலந்து கொள்ள ஐந்து விதிமுறைகள். அவற்றை ஒப்புக்கொண்டு கையொப்பமிடுபவரே உப்புச் சத்தியாக்கிரகத்தில் கலந்துகொள்ள அனுமதிக்கப்படுவர்.

1. தேசிய காங்கிரஸ் நடத்திவரும் தேச விடுதலைக்கான சட்ட மறுப்புப் போராட்டத்தில் நான் உளப்பூர்வமாகக் கலந்து கொள்ள விரும்புகிறேன்.

2. அமைதியும் சட்ட அடிப்படையும் கொண்ட வழிகளில் முழுச் சுதந்திரத்தைப் பெறுவதே குறிக்கோள் என்ற காங்கிரஸ் இயக்கத்தின் கொள்கைகளை நான் ஏற்றுக்கொள்கிறேன்.

3. சத்தியாக்கிரகப் போராட்டத்தில் ஈடுபடுவதால் சிறைக்குச் சென்றாலோ, பிற துன்பங்கள், தண்டனைகள் அடைந்தாலோ, அதை முழுமையாக ஏற்றுக்கொள்ள நான் தயக்கமில்லாமல் உறுதி கூறுகிறேன்.

4. நான் சிறைத் தண்டனையைப் பெற்றால், இயக்கத்திலிருந்து என் குடும்பத்திற்கு எந்த விதமான நிதி உதவியையும் கேட்க மாட்டேன்.

5. இயக்கத் தலைமை இடும் கட்டளைகளை எவ்வித மறுப்பும் சொல்லாமல் அப்படியே கேட்டு, அதன்படி நடந்துகொள்வேன்.

காந்திஜியுடன் உப்புச் சத்தியாக்கிரகத்தில் பங்குகொள்ள 79 பேர் கையொப்பமிட்டனர்.

வழியில் காந்திஜி பல இடங்களில் மக்களிடம் பேசினார். ஓரிடத்தில் பேசும்போது, 'ஆங்கிலேயரின் ஆட்சியில் நமது இந்திய நாடு நாசமாகப் போய்விட்டது. செல்வம் கொள்ளைபோய் விட்டது. நமது பண்பாட்டுக் கலைகள் அழிந்துபட்டன. தேசத்தின் ஆன்மாவே அழிக்கப்பட்டுவிட்டது. இந்த அன்னிய ஆட்சி நமக்குக் கிடைத்த மாபெரும் சாபம். இதை ஒழிக்க நான் நடத்தும் புனிதப் பயணம் இது. 'மன்னன் வாழ்க' என்ற பாடலை நான் எத்தனையோமுறை பாடியிருக்கிறேன். அப்பாடலைப் பாடிய நானே இப்பொழுது ராஜ துரோகத்தை எனது மதமாக மாற்றிக்கொண்டேன். நமக்குச் சாபக் கேடாக இருக்கக்கூடிய இந்த ஆட்சியை அழித்து ஒழிப்பதே நமது தருமமாகும்,' என்றார். *(இந்திய விடுதலை பக்கம் 188-189).*

உப்புச் சத்தியாக்கிரக போராட்டத்துக்காக காந்தி தண்டியில் ஏப்ரல் 5ந் தேதி காலடி எடுத்துவைத்தார். ஒரு போலீஸ்காரன்கூட அங்கே இல்லை. நிறையக் கூட்டம் சேர்ந்திருந்தது. கூட்டத்தைப் பார்த்துச் சொன்னார்: 'அரசு என்னை இவ்வளவு தூரம் வர விடும் என்று நான் நினைக்கவில்லை. ஆனால் அரசு நடவடிக்கை எடுக்க வெட்கப் படுகிறது. இந்த வெட்கம் வன்முறையற்ற நமது போராட்டத்தின் வெற்றி. நாளை நாம் சட்டத்தை உடைப்போம். அரசு அதைத் தடை செய்யவில்லையென்றால் உப்புவரி நீக்கப்படும் என்று பொருள். அது நீக்கப்படாவிட்டாலும் பரவாயில்லை. நாடு முழுதும் எழுச்சி பெறும்போது எந்தத் தலைவரும் தேவையில்லை என்ற நம்பிக்கை யில்தான் இந்தப் போராட்டம் நடக்கிறது. ஒவ்வொரு இந்தியனும் வீட்டில் தனக்கு வேண்டிய உப்பைக் காய்ச்சிக்கொள்ளவேண்டும் என்பது என் குறிக்கோள். அப்படிச் செய்தால் அரசு சேர்த்து வைத்திருக்கும் உப்பு பயனில்லாததாகப் போய்விடும். அதையும் தாண்டி ஒரு லட்சியம் இருக்கிறது. அதுதான் சுயராஜ்ஜியம் என்ற தேவதை. அவளின் தரிசனம் கிடைக்கும்வரை நமது மனம் அமைதி யடையாது. அரசையும் அமைதியாக இருக்க விடமாட்டோம். இது ஒரு மனிதனின் போராட்டமல்ல. இது லட்சக்கணக்கானவர்களின் போராட்டம். இப்பொழுது என்னுடைய இதயம் கல்லைப்போல் ஆகிவிட்டது. இந்தச் சுதந்திரப் போராட்டத்தில் அவசியப்பட்டால் பல்லாயிரக்கணக்கான உயிர்களைப் பலிகொடுக்கவும் தயங்க மாட்டேன். இது கடவுளின் கருணை. நாம் உறுதியாக இருப்போம். அவனுடைய அற்புதங்களைக் காண்போம்.'

6ந்தேதி சத்தியாக்கிரக நாள். காந்திஜியும் அவருடன் சென்றவர் களும் கடலில் மூழ்கிக் குளித்துவிட்டுக் கடல்நீரை எடுத்து

சூடேற்றி உப்புக் காய்ச்சினர். 5 கிராம் உப்புக் கிடைத்தது. அதை அங்கேயே ஏலம் விட்டனர். குஜராத்தைச் சேர்ந்த ஓர் அன்பர் 525 ரூபாய் கொடுத்து அந்த உப்பை ஏலம் எடுத்தார்.

ராமதாஸ் காந்தி, தேவதாஸ் காந்தி, மகாதேவ தேசாய் ஆகியோர் ஏப்ரல் 6ல் கைதுசெய்யப்பட்டனர். நாடெங்கிலும் சத்தியாக்கிரகிகள் கைது செய்யப்பட்டனர். இந்தப் போராட்டத்தில் பெண்களும் பங்கேற்றார்கள்.

பெண்களைப் போராட்டத்தில் முன்னால் நிறுத்த காந்தி விரும்ப வில்லை. அவர்கள் கள்ளுக்கடை மறியல், அன்னியத் துணி பகிஷ் காரம் ஆகிய செயல்களில் ஈடுபடவேண்டும் என்று சொன்னார். காந்திக்கு முதல் ராட்டையைக் கொண்டுவந்துகொடுத்த கங்கா பெஹன் 90 வயதுக்கு மேற்பட்ட பெண்மணி, தனிநபர் சத்தியாக் கிரகத்தில் ஈடுபட்டு போலீஸால் தாக்கப்பட்டுத் தனது காதி உடையில் ரத்தக்கறையோடு ஆசிரமத்துக்கு வந்தாள். பெண்கள் அன்னியத் துணிக்கடைகள் முன் மறியல் செய்தனர். பல இடங்களில் அன்னியத் துணிகளை விற்கமாட்டேன் என்று உறுதி மொழி அளிக்காமல் இருந்த வியாபாரிகளின் வீட்டின் முன் அவனது கொடும்பாவியைக் கொளுத்தி பெண்கள் ஒன்றாகக் கூடி நின்று ஒப்பாரி வைத்தார்கள்.

இதுபோன்ற தனிநபர் சத்தியாக்கிரகத்தில் பங்கெடுப்பதற்கு முன்னரே அனுமதி பெறவேண்டும். அவர்களுக்கென்று சில ஒழுக்க முறைகள் வகுக்கப்பட்டன.

காரடியில் காந்திஜி கைதானார்

மே மாதம் 5ந்தேதி தண்டியை அடுத்த காரடி என்னும் இடத்தில் காந்திஜி இருந்தபோது நள்ளிரவு நேரத்தில் காந்திஜி கைது செய்யப் பட்டு எரவாடா சிறைக்குக் கொண்டு செல்லப்பட்டார். காந்தியுடைய கைது சத்தியாக்கிரகத்தை நிறுத்திவிடவில்லை. நேருஜி உப்பெடுத் ததற்காகக் கைது செய்யப்பட்டார். பதினைந்து வருட முயற்சிக்குப் பிறகு உப்புச்சத்தியாக்கிரகத்தின் மூலம் இந்திய அரசியலில் ஒரு பூகம்பத்தையே கொண்டுவந்துவிட்டார் காந்திஜி.

உப்புச் சத்தியாக்கிரகத்தில் பங்கு பெற்றவர்களுக்குக் காந்திஜி சொன்னது, 'உப்பை அள்ளும்போது கையில் உள்ள உப்பை அரசாங்க அதிகாரிகள் கவர்ந்துகொள்ள முற்படுவார்களானால் இயன்றவரை நாம் உப்பை விடக்கூடாது. ஒரு தாயானவள் தன் உயிர் போனாலும் எப்படித் தன் குழந்தையைப் பிறர் பறித்துக் கொண்டு போக இடங்கொடுக்க மாட்டாளோ அதே மாதிரி நாமும் நம் உயிர் போனாலும்கூட நமது கையில் உள்ள உப்பைப்

போலீஸார் பிடுங்க விடக்கூடாது.’ (இந்திய விடுதலைப் போரில் இலங்கை மகன் பங்கு)

ஒரு சத்தியாக்கிரகியின் அடையாள அட்டை

சிறைக்குப் போவதைப்பற்றிக் காந்திஜி சொன்னது: ‘எப்படி ஒரு புது மாப்பிள்ளை தாலி கட்டிய பின்னர் புதுப்பெண்ணின் அறைக்குள் நுழைய ஆவலாயிருப்பானோ அதே போன்று தேசத் தொண்டர்கள் சிறைச்சாலையைப் பார்க்க ஆவலாக இருக்கவேண்டும்,’ என்றார்.

சத்தியாக்கிரக வழிமுறைகள்

‘இந்திய சுதந்திரப் போராட்டத்தில் ஒரு இலங்கைமகன் பங்கு’ என்னும் தலைப்பில் புத்தகம் எழுதியுள்ள தியாகி ராஜகோபால் எழுதுகிறார். தனி நபர் சத்தியாக்கிரகம் எப்படிச் செய்யவேண்டும் என்று காந்திஜி அறுதியிட்டுச் சொல்லியிருக்கிறார். ‘விடுதலை யான ஒவ்வொரு தடவையும் நமது போராட்டம் வெற்றிகரமாக முடியும்வரை திரும்பத் திரும்ப நாம் சத்தியாக்கிரகம் செய்ய வேண்டும். உரிமையில்லாத தேசத்திலுள்ள தேசபக்தர்களின் உறைவிடம் சிறைக்கோட்டம். சத்தியாக்கிரகிகள் சிறை வீட்டை மறுமை வீடாகக் கொள்ளச் சித்தமாக இருக்கவேண்டும். தீய அரசாட்சியில் சத்தியாக்கிரகிகள் வெளியே இருத்தல் அந்த ஆட்சிக்கு உடன்பட்டு வாழ்வதாகும். நமக்கு மாண்புதரும் இல்லம் சிறையே! சட்ட மறுப்பே சத்தியாக்கிரகம் என நினைப்பவன் சத்தியாக்கிரகத்தை முழுதும் உணர்ந்தவன் அல்ல. சட்டமறுப்பில் சத்தியாக்கிரகம் உண்டு. சட்டத்துக்குக் கீழ்ப்படிந்து நடக்கக் கற்ற வனே சட்டத்திற்குக் கீழ்ப்படியாமல் நடக்கும் தகுதி பெற்றவனா வான். சத்தியாக்கிரகிகள் கைது செய்யப்படாமல் இருந்தால் அவர் கள் டெல்லி நோக்கி நடந்து செல்ல வேண்டும். ஒரு நாளைக்கு மூன்று நான்கு மைல் நடக்கலாம். ஒரு சத்தியாக்கிரகி கைதாகி விட்டால் அவரோ அவரது உறவினர்களோ காங்கிரஸிடமிருந்து எந்த உதவியும் எதிர்பார்க்கக்கூடாது. அவர்கள் போகிற வழியில்

கிராமத்தவர்கள் கொடுக்கும் உணவை உண்டு செல்ல வேண்டும். ஏழைப்பட்ட கிராமமாக இருந்தால் ஏதும் கேட்காமல் பட்டினி கிடந்து செல்லவேண்டும். ஒவ்வொரு கிராமத்திலும் சத்தியாக் கிரகக் கொள்கைகளைப் பிரச்சாரம் செய்து இப்போராட்டத்தில் கலந்து கொள்ள ஆள் சேர்க்கவேண்டும். ஒவ்வொரு சத்தியாக் கிரகியும் கையில் ஒரு குறிப்பேடு வைத்துக்கொள்ளவேண்டும். அதில் அன்றாட நிகழ்ச்சிகளைக் குறிப்பதோடு செல்லுகிற கிராமத் தின் முக்கியமானவர் ஒருவரிடம் கையெழுத்து வாங்க வேண்டும். இது பின்னர் காங்கிரஸ் அலுவலகத்தில் பரிசோதிக்கப்படும்.

உலகம் வியந்த உப்புப் போராட்டம்

தண்டியில் உப்பெடுத்தது போலவே தர்சானா என்னுமிடத்தில் உப்பெடுக்கப் போவதாகக் காந்திஜி 1930ம் வருடம் மே மாதம் 4ந்தேதி வைஸ்ராய் லார்ட் இர்வினுக்கு ஒரு கடிதம் எழுதினார். ஆனால் காந்திஜி உடனே கைது செய்யப்பட்டார். இந்திய தேசியக் காங்கிரஸ் காந்திஜி திட்டமிட்டபடி தர்சானாவில் உப்பெடுப்பது என முடிவெடுத்தது. ஆனால் பல முக்கிய காங்கிரஸ் தலைவர்கள் கைது செய்யப்பட்டனர். திட்டமிட்டபடி அப்பாஸ் தியாப்ஜி தலைமையில் காந்திஜியின் மனைவி கஸ்தூரிபாய் காந்தியும் அந்தச் சத்தியாக்கிரகத்தில் பங்கேற்றனர். ஆனால் அவர்கள் தர்சானாவைச் சென்றடையும் முன்னே கைது செய்யப்பட்டனர். மூன்று மாதங்கள் சிறைத்தண்டனை வழங்கப்பட்டது. அதைத் தொடர்ந்து கவிக் குயில் சரோஜினி நாயுடுவும் மௌலானா அபுல் கலாம் ஆஸாத்தும் அப்போராட்டத்தில் கலந்துகொண்டனர். அவர்கள் உப்பளத்தை நெருங்கும் சமயத்திலெல்லாம் போலீஸ்காரர்கள் அவர்களைத் திருப்பி அனுப்பினர். மிக அமைதியாக அந்தப் போராட்டம் நடந்தது.

அவர்கள் அங்கேயே 28 மணிநேரம் உட்கார்ந்திருந்தனர். நூற்றுக் கணக்கில் கைது செய்யப்பட்டார்கள். போலீஸ் அவர்களை வன்முறைக்குத் தூண்ட என்னவெல்லாமோ செய்தது. ஆனால் சரோஜினி நாயுடு சத்தியாக்கிரகிகளைப் பார்த்துக் காவலர்கள் எவ்வளவு தாக்கினாலும் எதைக் கொண்டு தாக்கினாலும் நீங்கள் திருப்பித் தாக்கக்கூடாது. அவர்கள் தாக்குதலை ஏற்றுக்கொள்ள வேண்டும். எதிர்த்துக் கையைக் கூட உயர்த்தக்கூடாது' என்று சொல்லிவிட்டார். மே 21ந்தேதி உப்பளத்தைச் சுற்றிப்போட்டிருந்த முள்வேலியைத் தகர்த்து சத்தியாக்கிரகிகள் உள்ளே நுழைய முயன்றனர். போலீஸ் தடிகொண்டு தாக்கினர். சத்தியாக்கிரகிகள் எதிர்த்துத் தாக்கவில்லை. ஒரு கும்பல் முதலில் சென்று

அடிவாங்கும். காயம்பட்டுக் கீழே விழுவார்கள். இன்னொரு கும்பல் அவர்களைத் தூக்கிக் கொணரும். வேறொரு கும்பல் உள்ளே நுழைய முயலும். அடிபடும். இதைப் பார்த்துக் கொண்டிருந்தார் அமெரிக்கப் பத்திரிகையாளர் வெப் மில்லெர் (Web Miller). பயங்கர மாகத் தாக்கியபொழுதும் எதிர்ப்புக் காட்டாத ஒரு போராட்டத்தை அவர் முன்பு பார்த்ததே இல்லை. பிரிட்டிஷ் அரசாங்கத்தின் கொடுமை களை உலகம் அறிந்தே தீர வேண்டும் என்று முடிவெடுத்தார். தாம் கண்டதை அப்படியே எழுதி அனுப்பினார்.

‘அடியைத் தவிர்க்க ஒரு சத்தியாக்கிரகி கூடக் கையைத் தூக்க வில்லை. மறைக்கப்படாத தலைகளில் தடிகளால் போலீஸார் தாக்கினர். அடுத்துப் போராட்டத்திற்குக் காத்துக்கொண்டிருந்தவர் களுக்குக் கோபம் வந்தது. ஆனால் அதை வெளிக்காட்டாமல் பெருமூச்சு விட்டுத் தங்களுக்குள்ளேயே அடக்கிக்கொண்டனர். அவர்களை அடித்தபோது இவர்களுக்கு வலித்தது.

அடிக்கப்பட்டவர்கள் ரத்தம் ஒழுகக் கீழே விழுந்தனர். இரண்டு மூன்று நிமிடங்களில் தரை முழுதும் கீழே விழுந்த உடல்கள். அவர்கள் ஆடையெல்லாம் ரத்தவண்ணம் பூசிக்கொண்டன. அவர்கள் கீழே விழுந்ததும். அடுத்த குழு முன்னேறும். அடிபட்டுக் கீழே விழுவார்கள். அடிபட்டவர்களைத் தூக்கிச் செல்ல அதிகம் ஸ்ட்ரெச்சர்கள் கூட இல்லை.

போர்வைகளை ஸ்ட்ரெச்சர்களாக மாற்றித் தூக்கிச் சென்றார்கள். போர்வைகள் ரத்தத்தில் குளித்தன. ஒரே சமயத்தில் 18 பேரைத் தூக்கிச் சென்றதை நான் பார்த்தேன். இன்னும் 42 பேர் அடிபட்டுக் கீழே விழுந்து முனகிக் கொண்டிருந்தனர்.

அந்தக் காட்சியைப் பார்த்த எனக்குத் தாங்க முடியவில்லை கோபம் வந்தது. அடித்தவர்கள் மேல் மட்டுமல்ல அடிபட்டவர்கள் மேலும் தான். இப்படி அடிபட்டு எதிர்ப்புத் தெரிவிக்காமல் கீழே விழுகிறார் களே என்று கோபம் வந்தது. கையாலாகாதவனாக இருந்தேன். உட்கார்ந்தவர்களின் மர்ம பாகங்களில் போலீசார் எட்டி உதைத்தார் கள். அவர்களை 100 கஜதூரத்திற்கும் மேல் தரதரவென்று இழுத்துச் சென்று பள்ளத்தில் தள்ளினார்கள்.’

மில்லெர் அனுப்பிய தந்திச் செய்திகள்கூட அனுப்பப்படவில்லை. பலத்த போராட்டத்திற்குப் பிறகே அவரால் செய்தியை அனுப்ப முடிந்தது. அச்செய்தியைப் படித்த உலகமே கொதித்தது. ஜனநாயகத்தைக் காப்பதாக வாய்கிழியப் பேசிய பிரிட்டனின் சாயம் வெளுத்தது. 1350 பத்திரிகைகள் இந்தச் செய்தியைச் சுமந்து வெளிவந்தன. அமெரிக்காவின் செனட் சபையில் இந்நிகழ்ச்சி

விவாதிக்கப்பட்டது. இந்நிகழ்ச்சியைப் பார்த்த வித்தல் பாய் படேல் 'பிரிட்டிஷ் சாம்ராஜ்யத்துடன் ஒத்துப்போகும் வழக்கம் இத்தோடு நிறுத்தப்படவேண்டியதுதான். போராட்டத்தை அடக்கப் பலாத் காரத்தை எந்த அரசும் பயன்படுத்தலாம். ஆனால் எந்தவிதமான எதிர்ப்பும் காட்டாத ஒரு சாத்வீகக் கும்பலின் மீது நாகரீகமானவர் கள் என்று சொல்லிக்கொள்ளும் ஒரு அரசின் போலீஸ்காரர்கள் இன்று காலை காட்டுமிராண்டித்தனமாகத் தாக்குதல் நடத்தியதை எவராலும் சகித்துக்கொள்ள இயலாது,' என்றார்.

இவ்வளவு நடந்தும் இங்கிலாந்து மன்னருக்கு வைஸ்ராய் லார்ட் இர்வின் எழுதியிருக்கும் கடிதத்தைப்பார்த்தால் எவ்வளவு நாகரிக மற்றவர்களாக அவர்கள் நடந்துகொண்டிருக்கிறார்கள் என்பது தெரியும். ஜார்ஜ் மாமன்னருக்கு அவர் எழுதிய கடிதத்தில், 'தார்சானா வில் நடந்த போராட்டத்தைப்பற்றி மேன்மைதங்கிய மன்னர் அவர்கள் அறிந்திருப்பீர்கள். போலீஸ்காரர்கள் நெடுநேரம் தாக்கா மல்தான் இருந்தார்கள். நிலைமை கட்டுக்கடங்காமல் போய்விட்ட தால் மிகவும் கடுமையாகத் தாக்க நேர்ந்தது,' என்று எழுதியிருந்தார்.

வேதாரண்யம் உப்புச் சத்தியாக்கிரகம்

13-4-1930. ராஜாஜி தலைமையில் உப்பு சத்தியாக்கிரகப் போராட்டத் தில் சத்தியாக்கிரகிகள் 100 பேர் திருச்சியில் இருந்த டாக்டர் டி.எஸ். எஸ். ராஜன் அவர்களுடைய வீட்டிலிருந்து 250 மைல் தொலைவிலி ருந்த வேதாரண்யம் நோக்கிக் கிளம்பினர். 'கத்தியின்றி ரத்தமின்றி யுத்தமொன்று வருகுது' என்னும் நாமக்கல் கவிஞரின் பாடலை வழிநடைப் பாடல்களாகப் பாடிக்கொண்டு சென்றனர். எல்லோரும் தேர்ந்தெடுக்கப்பட்ட சத்தியாக்கிரகிகள். உயிரைவிடத் துணிவுள்ள வர்களும் கைதாகிச் சிறைக்குச் செல்லத் தயங்காதவர்களும் மட்டும் கலந்து கொள்ளலாம் என்று அறிவிக்கப்பட்டிருந்தது.

சத்தியாக்கிரகிகளுக்கு எந்தவிதமான உதவியும் செய்யக்கூடாது என்றும் மீறிச் செய்பவர்கள் கைது செய்யப்படுவார்கள் என்றும் மாவட்டக் கலெக்டர் தார்ன் என்பவர் துண்டுப் பிரசுரங்கள் மூலமும் அறிக்கைகள் மூலமும் மக்களிடம் பரப்பினார். தடை செய்யச் செய்யத்தான் தடையை மீறும் ஆர்வம் அதிகமாகும். கும்பகோணத் தைச் சேர்ந்த கி. பந்துலு அய்யரும் அறந்தாங்கியைச் சேர்ந்த கிருஷ்ணசாமி அய்யரும் இரண்டு நாட்களுக்கு வேண்டிய சாப்பாடு ஏற்பாடு செய்தார்கள். அவர்கள் கைது செய்யப்பட்டார்கள். வேறு யாராவது சாப்பாடு கொடுக்கிறார்களா என்று போலீஸ்காரர்கள் கண்காணித்துக் கொண்டு வந்தனர். இதை மக்கள் சமாளித்த விதம் மிகச் சாமர்த்தியமானது. காலையிலேயே எவருக்கும் தெரியாமல் சத்தியாக்கிரகிகள் செல்லும் சாலையில் இருக்கும் மரங்களில்

உணவுப் பொட்டலங்கள் கட்டித் தொங்க விடப்பட்டிருக்கும். சில இடங்களில் காவிரி மணலில் புதைக்கப்பட்டு எவரிடமாவது குறிப்புக் கொடுக்கப்பட்டிருக்கும்.

சுடுகிற வெய்யிலும் சுகமே!

நல்ல வெய்யில் காலம். சுடுகிற வெய்யிலும் சத்தியாக்கிரகி களுக்குச் சுகமாக இருந்தது. வேர்வையில் குளித்து வீதியில் நடந்த னர். சாலையிலெல்லாம் மக்கள் நின்று ஆரவாரம் செய்தார்கள். அதுவொரு கண்கொள்ளாக் காட்சி. சத்தியாக்கிரகிகளில் முக்கிய மானவர்கள் டாக்டர் டி. எஸ். எஸ். ராஜன், சர்தார் வேதரத்னம், ருக்மிணி லக்ஷ்மிபதி, சி.ஆர். நரசிம்மன், டி. சதாசிவம், மதுரை வைத்தியநாதய்யர், ஜி. இராமச்சந்திரன் ஆகியோர். கலெக்டரின் பெயர் தார்ன் என்பதாலே thorne and thistles cannot stem this tide of freedom (சுதந்திர அலையை நெருஞ்சியும் முள்ளும் நெருக்க முடியாது) என்றார் ராஜாஜி.

15 நாட்கள் கழித்து 28ம் தேதி வேதாரண்யத்தை அடைந்தார்கள். 30ந் தேதி உப்புச்சட்டம் மீறப்படும் என்றார் ராஜாஜி. அன்று காலை ராஜாஜியும் 16 பேர்களும் எடந்தேவர் உப்பளம் நோக்கிச் சென்று உப்பெடுத்து மீள்கையில் போலீசார் அவர்களைத் தடுத்து நிறுத்தி னார்கள். ராஜாஜி கைது செய்யப்பட்டார். தடையை மீறிச் சத்தியாக் கிரகிகள் உப்பெடுத்தனர். ருக்மணி லக்ஷ்மிபதி உப்புக் குவியலில் நின்று காவலர்கள் நெருங்காமல் தடுத்தார். அவரும் கைது செய்யப் பட்டார். போலீஸ்காரர் தடுத்தும் உப்புக் குவியலின் மீது அமர்ந்த கோயமுத்தூர் ராஜு என்ற இளைஞன் தனது சட்டைப் பாக்கெட் டிலும் வாயிலும் உப்பை அள்ளிப்போட்டுக்கொண்டு அமர்ந்தான். அவனை போலீஸார் தரதரவென இழுத்து அடித்தனர். ரத்தம் கொட்டியது. தொண்டையை நெருக்கி உப்பைத் துப்பச் சொன்னார் கள். பதினாறு வயது இளைஞன் மயங்கி விழுந்தான். பலர் கைது செய்யப்பட்டனர். ராஜாஜியைக் கைது செய்து அங்கிருந்த பொன்னுசாமி பிள்ளை என்ற மாஜிஸ்ட்ரேட்டிடம் கூட்டிச் சென்ற னர். ராஜாஜிக்கு ஆறு மாதம் சிறைத் தண்டனை கொடுக்கப்பட்டது. வேதரத்னம் பிள்ளை 'சர்தார்' என்று அழைக்கப்பட்டார். அவரு டைய சொத்துக்கள் பறிமுதல் செய்யப்பட்டன.

82

பஞ்சாப் சிங்கம் பகத் சிங்

'என்னடா பகத், ஒருநாள் முழுக்க உன்னைக் காணோமே! எங்கே போய்விட்டாய்? நாங்களெல்லாம் எவ்வளவு பதறிப்போய் விட்டோம் தெரியுமா?' என்றாள் பகத் சிங்கின் அம்மா வித்யாவதி.

'குடும்பத்துக்கு ஏத்த வாரிசுதான். சித்தப்பன் போன இடம் தெரியலே. யாரு எப்போ வீட்டிலே இருப்பாங்க, யாரு வெளியிலே இருப்பாங்க, யாரு ஜெயில்லே இருப்பாங்க என்று ஒண்ணுமே தெரியலே!' என்றாள் பகத் சிங்கின் சித்தி.

மற்ற நாளாக இருந்திருந்தால் பகத் சிங் என்ற அந்தப் பன்னிரண்டு வயதுச் சிறுவன் 'சித்தப்பா இன்றும் வரவில்லையா சித்தி?' என்று கேட்டிருப்பான். அன்று அவனது மனநிலை சரியில்லை. அவன் கையில் ஒரு கண்ணாடி பாட்டில் இருந்தது. அதனுள்ளே சிவப்பாக மணலிருந்தது.

'என்னடா இது, இங்கே கொண்டா பார்ப்போம்,' என்றாள் அம்மா.

'அம்மா அதைத் தொடாதே,' என்று அவன் சொல்லிக் கொண்டிருக் கும்போதே அவன் கண்களில் நீர் வழிந்தது.

'ஏண்டா அழறே?' என்று கேட்டாள் சித்தி.

சித்தியை பகத் சிங்குக்கு அதிகம் பிடிக்கும். அவளைக் கட்டிக் கொண்டு அழுதான். அவன் அழுததைக்கண்டு அம்மா வித்தியாவதி அழுதாள். ஏன் அழுகிறோம் என்று அவளுக்குத் தெரியவில்லை. மகன் அழுகிறான். அதனால் அவள் அழுதாள்.

‘அம்மா, நான் ஜாலியன்வாலா பாக் சென்றிருந்தேன்.’

‘என்ன அமிர்தசரசுக்கா? தனியாகவா?’

‘ஆமாம்மா. நேற்று நூத்துக்கணக்கான பேரை இங்கிலீசுக்காரன் டயர் சுட்டுக் கொன்னுட்டாம்மா.’

‘நானும் கேள்விப்பட்டேன். எதற்காகக் கொன்னான்?’

‘நேற்று நம்ம குரு குருகோவிந்தசிங் கல்சா ஆரம்பித்த நாள். அதைக் கொண்டாட ஆயிரம் பேருக்கு மேலே ஜாலியன் வாலா பாக்கிலே இருந்தாங்க. அதுக்கு கொஞ்ச நாளைக்கு முன்னாலே அங்கேதான் காந்திஜி சொன்னாருன்னு பெரிய கூட்டம் போட்டாங்க. ஜெனரல் டயர்னு ஒரு கிராதகன். அவன் நிறையச் சிப்பாய்களைக் கூட்டிப் போய்ச் சரமாரியாச் சுட்டானாம். பத்து நிமிஷத்துக்கு மேலே தொடர்ந்து துப்பாக்கியாலே சுட்டதாலே அதுலேர்ந்து தப்பிக்க நிறையப் பேரு பயந்து ஓடினதுல தடுக்கிக் கீழே விழுந்து விழுந்தவர் மேலே இன்னும் பலபேர் விழுந்து நிறையப் பேர் மூச்சுத்திணறி செத்துட்டாங்களாம். தவிர இன்னும் சிலபேர் அங்கே இருக்கும் கிணத்துக்குள்ளேயும் விழுந்தாங்களாம்’

‘படுபாவி டயர்.’

‘சுமார் ஆயிரம் பேர் செத்திருப்பாங்களாம். எங்க ஸ்கூலிலே சொன்னாங்க. அதனாலேதான் ரயில் பிடிச்சு அங்கே போனேன்.’

‘இப்படித் தனியாப் போகலாமாடா?’

அம்மா கேட்டதை கவனிக்காமல் பகத் சிங் மேலும் வருத்தத்துடன் சொல்லிக்கொண்டே போனான். ‘அம்மா, ஒரே பிண நாற்றம் அம்மா. அங்கங்கே ரத்தம் திட்டுத்திட்டா உறைஞ்சுபோய் இருந்தது. காயம் பட்டவங்களை அப்படியே விட்டுவிட்டுப் போயிட்டாங் களாம். பொதுமக்கள்தாம் அப்புறப்படுத்தினாங்களாம். கிணத்துக் குள்ளேருந்து பிணங்களை எடுத்துக்கிட்டே இருந்தாங்க. நான் அந்தத் தியாகிகளுடைய ரத்தம் கலந்த மண்ணை இந்தக் கண்ணாடிக் குடுவையிலே எடுத்துப்போட முயற்சிபண்ணினேன். உறைஞ்சு போனதால எடுக்க வரல்லே. ஒரு செங்கலை எடுத்துத் தட்டித்தட்டி எடுத்து நிரப்பினேன். இதுக்குள்ளே இருக்கிறது வெறும் மண் இல்லேம்மா. இது தியாகிகளோடே மூச்சுக் கலந்த மண். அவங்களோட ரத்தத்தில் ஊறிய மண்!’ என்று அழுதுகொண்டே சொன்னான் பகத் சிங். அவனது அம்மாவுக்கும் அழுகை வந்தது.

பகத் சிங் அந்தக் கண்ணாடிப் பாட்டிலை நடுக்கூடத்தில் வைத்து ஒரு பூமாலையைப் போட்டான். உதிரிப்பூக்களை தூவி அஞ்சலி செலுத்தினான்.

‘சித்தி நான் பெரியவனானதும் இந்த வெள்ளைக்காரர்களை ஓட ஓட விரட்டுவேன். அப்போ சித்தப்பா நிச்சயம் திரும்பி வருவார்,’ என்றான் பகத் சிங்.

‘பகத், நீ ஜெயிலுக்குப்போய்விடாதே,’ என்றாள் அம்மா வித்யாபதி.

‘பேரப்பயலே, நீ செய்ததை எல்லாம் பார்த்துக்கொண்டுதான் இருந்தேன். நீ இந்தக் குலத்துக்குப் பெருமை சேர்க்கப்போகிறவன்,’ என்றார் தாத்தா அர்ஜுன் சிங்.

பகத் சிங்குக்கு அந்தக் கண்ணாடிக் குடுவையைப் பார்க்கும் போதெல்லாம் கோபம் வரும். எப்படியேனும் புரட்சி செய்து வெள்ளையரை நாட்டை விட்டு ஓட்ட வேண்டும் என்று ஆவேசம் பொங்கும். பகத் சிங் ஒரு புத்தகப் புழு. பள்ளியிலே அவனுக்குப் பிடித்த பாடங்கள் புரட்சி வரலாறுகள். எப்பொழுதும் அவன் படித்துக்கொண்டே இருப்பான். ஆரம்பத்திலே பகத் சிங்குக்கு ஆங்கிலம் அவ்வளவாக வராது. பின்னாளில் நன்றாகத் தேர்ச்சி பெற்றுவிட்டான். நீதிமன்றங்களில் அவன் கொடுத்த வாக்குமூலங்களைப் பின்னாளில் படித்த அவனது ஆசிரியர்கள் நமது பகத் சிங்கா இப்படி ஆங்கிலம் எழுதியுள்ளான் என்று வியந்தார்களாம்.

சோவியத் நாட்டுப் புரட்சி சமீபத்தில் தான் நடந்தது என்பதால் அது அவனை மிகவும் கவர்ந்தது. பகத் சிங் பொதுவுடமைக் கொள்கையால் ஈர்க்கப்பட்டான். அவனுக்குக் கடவுள் நம்பிக்கை இல்லையென்று சொல்ல முடியாது. ஆனால் அவன் தான் நாத்திகனா என சிலசமயம் எண்ணிப்பார்த்தான். அப்படியொரு குழப்பம் அவனிடம் இருந்தது. அவன் திருமணம் செய்துகொள்ள விரும்பவில்லை. ஆனால் அவனது வீட்டார் அவனைத் திருமணம் செய்துகொள்ள வற்புறுத்தியபோது வீட்டைவிட்டே ஓடிவிட்டான். அவன் ஓடிப் போகுமுன் தந்தைக்கு எழுதிய கடிதம் அவனது அப்போதைய தீவிரத்தைக் காட்டுகிறது.

அன்புள்ள தந்தைக்கு,

மரியாதையுடன் எழுதிக்கொண்டது,

என் வாழ்க்கை அன்றாடம் தின்று நாளைக்கழிக்கிற வெற்று வாழ்க்கையல்ல. ஒரு உன்னத லட்சியத்துக்காக வாழ்கிறேன். என்னுடைய லட்சியமே தேச சுதந்திரம்தான். அந்த என் லட்சியத்துக்காக வாழ்வின் லௌகீக சுகபோகங்களைத் துறக்க நான் முடிவு செய்துவிட்டேன். எனக்குப் பூணூல் கல்யாணம் நடத்திய போது தாத்தா சொன்னது நினைவிருக்கிறதா? தாத்தா என்னைத் தேச சேவைக்கு அர்ப்பணித்திருப்பதாகச் சொன்னார். அது

உங்களுக்கு நினைவிருக்கும். அப்பொழுது கொடுக்கப்பட்ட உறுதிமொழியை நான் கண்டிப்பாக நிறைவேற்றுகிறேன்.

இப்படிக்கு கீழ்ப்படிதலுள்ள

உங்கள் மகன்

பகத் சிங்

கடிதத்தை மேசைமேல் வைத்துவிட்டுக் கான்பூருக்குப் போய் விட்டான் பகத் சிங். திருமணம் செய்துகொள்ள வற்புறுத்த மாட்டோம் என்று குடும்பத்தினர் உறுதியளித்த பிறகே அவன் மீண்டும் வீட்டுக்கு வந்தான். இந்த வாழ்வு தேசத்துக்காகத்தான் என்று அவன் உறுதியாக முடிவு எடுத்துவிட்டான்.

பகத் சிங்கின் தந்தையும் தேசத்திற்காகப் பாடுபட்ட தியாகிதான். தாத்தா, சித்தப்பா, அவனுடைய தம்பிகள் எல்லோருமே புரட்சி யாளர்கள்தான். அவனுடைய தந்தை சீக்கிய மதத்தைச் சேர்ந்த வராயினும் ஆர்ய சமாஜத்திடம் ஈடுபாடு கொண்டவர். அதனால் பகத் சிங் டி.ஏ.வி. பள்ளியில் படித்தான்.

பிறகு அவன் லாகூரின் நேஷனல் கல்லூரியில் படித்தபோது அதே கல்லூரியில் சுகதேவ், பகவதி சரண், வோரா யஷ்பால். ஜெய்தேவ் குப்தா ஆகியோர் படித்தனர்.

அதன் பிறகு H.R.A. அமைப்போடு (இந்துஸ்தான் புரட்சி அமைப்பு) தன்னை இணைத்துக் கொண்டான்.

சீக்கியர் குழுவுக்குச் சிறந்த வரவேற்பு

நபா என்னும் சமஸ்தானத்தின் மன்னன் ரிபுதாமன்சிங் ஒரு துணிச்ச லுள்ள அரசன். அவன் ஆங்கிலேயர்களுக்கு அடிவருடவில்லை. எனவே அவனை அரச பதவியிலிருந்து அகற்றினர். இதைக் கண்டு கொதித்த சீக்கியர்கள் பெரிய பெரிய குழுக்களாக குருத்துவாராக் களுக்குச் சென்று சீக்கிய கிரந்தத்தை ஓதுவது, கூட்டம் போடுவது, கண்டனங்களைத் தெரிவிப்பது என அமைதியான முறையில் தங்கள் செயல்பாட்டைத் தொடங்கினர். இதைக் கண்ட போலீஸ் அவர் களின் மேல் தடியடிப்பிரயோகம் செய்தது.

1923 செப்டெம்பர் 14ம் நாள் ஆங்கிலக் காவல்படை ஜாய்தோவி லிருந்த குருத்துவாராவுக்குள் நுழைந்தது. கிரந்த சாஹிப் ஓதுவதைத் தடுத்தனர். பூசாரிகளையும் பக்தர்களையும் கைது செய்தனர். சீக்கியர் பல குழுக்களாகப் பிரிந்து ஜாய்தோ குருத்துவாராவை நோக்கிச் சென்றனர். அவர்களை ஆங்கிலப்படை அடித்து நொறுக்கியது.

அப்படி வந்த ஒரு குழு பகத் சிங் இருந்த நகருக்கு வந்தது. 1924 ஜூனில் தங்களது ஊருக்கு வந்த சீக்கியக் குழுவினரை வரவேற்கத் தந்தை ஊரில் இல்லை என்பதால் அந்தப் பொறுப்பை பகத் சிங் ஏற்றுக்கொண்டான். வருகிறவர்களுக்குத் தங்குமிடமும் உணவும் ஏற்பாடு செய்யவேண்டும். அரச விசுவாசியான தில்பக்த்சிங் என்பவன் இதற்கு எதிர்ப்புத் தெரிவித்தான். அவன் கௌரவ நீதிபதியாக பதவி வகித்துக்கொண்டிருந்தவன். ஆனால் அந்த எதிர்ப்புக்கெல்லாம் பகத் சிங் அஞ்சவில்லை. வருகிற சீக்கியர்களை வரவேற்க மிகச் சிறப்பாக ஏற்பாடு செய்தான். உணவு ஏற்பாடுகளும் மிகச் சிறப்பாக அமைந்தன. அதுமட்டுமன்றி அவர்களுடைய தியாகச் செயல்களைப் புகழ்ந்து சொற்பொழிவாற்றினான். எரிச்சலுற்ற தில்பக்த் சிங், பகத் சிங்கிற்கு எதிராக ஒரு வழக்கைப் பதிவுசெய்து வாரண்ட் பிறப்பித்தான். பகத் சிங் தலைமறைவாக வாழ நேர்ந்தது. அந்த நிலையிலும் பகத் சிங் வாளாவிருக்க வில்லை. 'நவ்ஜவான் பாரத் சபா' என்னும் ஓர் அமைப்பைத் தொடங்கி இளைஞர்களைத் திரட்டித் தொழிலாளர் நலனுக்கான திட்டங்களிலும் தேசத்தொண்டிலும் தன்னை முழுமையாக ஈடுபடுத்திக்கொண்டான்.

1927 மே மாதம் 29ம் தேதி பகத் சிங் லாகூரில் கைதுசெய்யப்பட்டான். ஆனால் அரசு பொய் வழக்குப் போட்டது. 1926ம் ஆண்டு அக்டோபர் மாதம் 25 ந்தேதி லாகூரில் தசரா ஊர்வலத்தில் நடந்த குண்டுவீச்சில் ஈடுபட்டதற்காகப் பகத் சிங் கைதுசெய்யப்பட்டதாக அறிவித்தது. அவரது தந்தை 60,000 ரூபாய் பணம் கட்டி பகத் சிங்கை ஜாமீனில் எடுத்தார். பகத் சிங்கும் அவனது கூட்டாளிகளும் 'இந்துஸ்தான் சோஷலிஸ்ட் ரிபப்லிகன் அசோசியேஷன்' என்னும் அமைப்பைத் தொடங்கினர். 'வந்தே மாதரம்' என்னும் கோஷம் 'இங்குலாப் ஜிந்தாபாத்' என்னும் கோஷத்திற்கு மாறியது.

பதிலுக்கு பதில்; மரணத்துக்கு மரணம்!

சைமன் கமிஷனுக்கு எதிராக நாடு முழுதும் எதிர்ப்பு நடந்து கொண்டிருந்த தருணத்தில் தாமும் ஏதாவது செய்யவேண்டுமென்று பகத் சிங் துடித்தான். சைமன் குழு லாகூருக்கு வந்தது. லாலா லஜபதி ராய் மற்றும் பண்டிட் மதன்மோகன் மாளவியா ஆகியோரின் தலைமையில் ஆர்ப்பாட்டம் நடந்தது.

இளைஞர்கள் லாலா லஜபதிராயைச் சுற்றி ஒரு பாதுகாப்பு வளையம் அமைத்து நின்றுகொண்டார்கள். அவரது தலைக்கு மேலே ஒரு குடை பிடிக்கப்பட்டது. காவல் பொறுப்பிலிருந்த கண்காணிப்பாளர் ஸ்காட் அந்தப் பாதுகாப்பு வளையத்தின்மீது தடியடி நடத்த

உத்தரவிட்டான். துணைப்பொறுப்பிலிருந்த சாண்டர்ஸ் காவலர்களை ஏவினான். தானே தடியடியில் இறங்கினான். தொடர்ந்து விழுந்த அடிகளில் ஒன்று லாலா லஜபதிராயின் தலையில் விழுந்தது. குடை நொறுங்கியது. அவரது மார்பிலும் அடி விழுந்தது. தடியடியால் நேர்ந்த காயத்தால் லாலா லஜபதி ராய் பின்னர் மரணமடைந்தார்.

பகத் சிங் உடனே தனது அமைப்பின் மத்திய குழுக் கூட்டத்தைக் கூட்டினான். லாலா லஜபதிக்கு நேர்ந்தது ஒரு தேசிய அவமானம். அதைத் துடைத்தே ஆகவேண்டும். அதற்கு ஒரேவழி லாலா லஜபதி மரணமடையக் காரணமாயிருந்த ஸ்காட்டுக்கு மரண தண்டனை கொடுப்பதுதான் என்று தீர்மானித்தனர்.

ஸ்காட்டை கொல்லத் திட்டமிட்டு ஓரிடத்தில் அவன் வருகையை எதிர்பார்த்துக் காத்திருந்தனர். அப்போது ஸ்காட் வருவதைக் கண்காணிக்க நியமிக்கப்பட்டிருந்தவன் ஸ்காட் எனத் தவறுதலாக அங்கு வந்த சாண்டர்ஸை அடையாளம் காட்டிவிட்டான். பகத் சிங்தான் முதலில் சுடவேண்டும் என்பது தீர்மானம். வந்தது சாண்டர்ஸ் என்பது பகத் சிங்கிற்குத் தெரிந்து போய்விட்டதால் அவன் சுடவில்லை. ஆனால் ராஜகுரு அவசரப்பட்டு அவனைச் சுட்டுவிட்டான். வேறு வழியின்றி பகத் சிங்கும் அவனைச் சுட நேர்ந்தது. பிறகு காவலாளிகளிடம் மாட்டிக் கொள்ளாமல் தப்பித்து விட்டார்கள்.

பகத் சிங்கிற்கு மிகவும் பிடித்தமான பாடல் 'மேராரங்க் தே பஸந்தி சோலா' என்னும் பாடல். அடிக்கடி பாடுவான்.

தொழிலாளர்களின் போராட்டங்களை நசுக்குவதற்காகத் தொழில் தகராறு சட்ட மசோதா, மற்றும் பொதுப்பாதுகாப்பு மசோதா ஆகியவை சட்டமன்றத்தில் தாக்கல் செய்யப்பட்டன. அவற்றை சட்டமன்றம் நிறைவேற்றவில்லையென்றால் தாமே தமது சிறப்பு உரிமையைப் பயன்படுத்தி நிறைவேற்றப் போவதாக வைஸ்ராய் அறிவித்தார். (பகத்சிங் - ஒரு வீர வரலாறு, எம் அசோகன், பக்கம் 76)

நானே குண்டு வீசுவேன்!

'நாடு முழுதும் எழுப்பப்படும் எதிர்ப்புக்குரல் அரசின் காதில் விழவில்லை. நாம் அவர்களைக் கேட்கும்படிச் செய்யவேண்டும்,' என்றான் பகத் சிங். அதற்கு ஒரே வழி அந்த மசோதா சட்ட மன்றத்தில் விவாதத்திற்கு வரும்போது குண்டு வீசுவதுதான். செவிடர்களின் காதில் அந்த ஓசை கேட்க வேண்டும் என்றான் பகத்

சிங். ஆனால் எவரையும் கொல்லக்கூடாது என்றும் குண்டு வீசி விட்டு அப்படியே அங்கேயே நிற்கவேண்டும் என்றும் தப்பி ஓடக் கூடாதென்றும் தீர்மானமாயிற்று, பகத் சிங் தானே குண்டுவீசப் போவதாகச் சொன்னான். அவனது நண்பர்கள் அதை ஏற்கவில்லை. வேறு வழியின்றி வேறு இருவர் அதைச் செய்யத் தேர்ந்தெடுக்கப் பட்டார்கள். அன்று மாலை இதை அறிந்த சுகதேவ், பகத் சிங்கைத் தனிமையில் சந்தித்துத் திட்டினான். பகத் சிங்தான் அதைச் செய்ய ஏற்றவன் என்றும் வேறு யாரும் இக்காரியத்தை வெற்றிகரமாகச் செய்துவிட்டு தமது கருத்தை விளக்கமாக எடுத்துச் சொல்ல முடியா தென்றும் சொன்னான். எனவே மீண்டும் கூட்டம் கூட்டப்பட்டது.

பகத் சிங் சொன்னான் 'முதலிலேயே நான் சொன்னேன். நீங்கள் ஏற்கவில்லை. எனக்கு அந்த வாய்ப்பைக் கொடுங்கள். இல்லை யென்றால் எனக்குப் பைத்தியம் பிடித்துவிடும். பிறகு நான் தற்கொலை செய்து கொண்டுவிடுவேன். அப்படி இறப்பதற்குப் பதிலாக இப்படி இறக்கிறேனே!' என்றான். எல்லோரும் அழுது கொண்டே ஏற்றுக்கொண்டார்கள். பகத் சிங்கும் பி.கே. தத்தும் அச்செயலைச் செய்யத் தேர்ந்தெடுக்கப்பட்டார்கள்.

திட்டமிட்டபடி 1929ம் ஆண்டு ஏப்ரல் மாதம் 8ந்தேதி 12-30 மணிக்குச் சட்டசபையில் குண்டு வீசப்பட்டது. எந்த உயிருக்கும் சேதமில்லை. பகத் சிங்கும் பி.கே. தத்தும் 'இன்குலாப் சிந்தாபாத், ஏகாதிபத்தியம் ஒழிக' என்று கோஷமிட்டனர். அவர்கள் தப்பிப் போக முயற்சி செய்யவில்லை. கைது செய்யப்பட்டார்கள்.

'புரட்சிக்காரர்களின் நோக்கம் எவரையும் கொல்வதல்ல,' என்று வைஸ்ராய் இர்வின் ஒரு செய்தியில் கூறியிருந்தார்.

வழக்கு விசாரணையில் தாங்கள் கொடுக்கப்போகும் வாக்கு மூலங் களை அப்படியே அரசு வெளியிடாது என்பதால் நீதிமன்றத்திற்குச் செல்லும் முன்பு கொடுக்கப்போகும் வாக்குமூலங்களை முன்ன தாகவே பத்திரிகைகளுக்கு அனுப்பிவைத்தனர். வெளிநாட்டிலும் அவர்களது வாக்குமூலம் பத்திரிகைகளில் வெளியிடப்பட்டது. பிரிட்டிஷ் ஆட்சியில் இந்திய மக்கள் மகிழ்ச்சியாக இருக்கிறார்கள் என நினைத்த வெளிநாட்டு மக்கள் உண்மை நிலைமையை அறிந்தனர்.

வாக்குமூலம்

அந்த வாக்குமூலம் மிக நீண்டது. அதில் முக்கியமான ஒரு சில பகுதிகள் இதோ:

1. மனித குலத்தை நேசிப்பதில் நாங்கள் எவருக்கும் சளைத்தவர் களில்லை. குறைந்தவர்களில்லை. எந்தத் தனிநபர் மீதும் எங்களுக்கு வன்மம் இல்லை. எல்லா மனித உயிர்களையும் புனிதமாகவே நாங்கள் கருதுகிறோம்.

2. எங்கள் எதிர்ப்பு ஆரம்ப நாளிலிருந்து தீமைகளே செய்துவரும் நிறுவனத்துக்கு எதிரானதே!

3. செவிடர்களைக் கேட்கச் செய்வதும் கவனிக்காதவர்களுக்குக் காலத்தே எச்சரிக்கை செய்வதுமே எங்கள் குறிக்கோள். நாங்கள் கவனிப்பதைப் போலவே நீங்களும் கவனித்தால் வெளித் தோற்றத்திற்கு அமைதியாகக் காட்சியளிக்கும் இந்திய சமுதாயத் தின் அடியில் ஒரு பெரும் புயல் அடிக்கக் காத்திருப்பது தெரியும். முன்னே காத்திருக்கும் இப்பேரபாயங்களை உணரா மல் கண்மூடித்தனமாகச் சென்று கொண்டிருப்பவர்களை எச்சரித்திருக்கிறோம். அவ்வளவே!

4. இது வெடிகுண்டு கலாச்சாரமோ அல்லது துப்பாக்கிக் கலாச் சாரமோ அல்ல. இது புரட்சி. புரட்சி என்பதன் பொருள் அநீதி யின் அடிப்படையிலான இந்தச் சமுதாய அமைப்பு மாற்றப்பட வேண்டும் என்பதுதான்.

5. இந்த லட்சியங்களுக்காகவும் நம்பிக்கைகளுக்காகவும் எங்க ளுக்கு விதிக்கப்படும் எந்தத் தண்டனையையும் அனுபவிக்க நாங்கள் தயாராக இருக்கிறோம். புரட்சியின் பலிபீடத்தில் எங்கள் இளமையைக் காணிக்கையாகச் சமர்ப்பிக்கிறோம். மகத்தான ஒரு லட்சியத்துக்காகச் செய்யப்படும் எந்தத் தியாக மும் பெரிதல்ல. நாங்கள் மிகவும் மன நிறைவுடன் அத்தகு புரட்சியின் வருகைக்காகக் காத்திருக்கிறோம்.

இருவருக்கும் ஆயுட்காலத் தீவாந்திரத்தண்டனை வழங்கப்பட்டது. சிறையில் சரிவர நடத்தப்படாததால் பகத் சிங்கும் தோழர்களும் உண்ணாவிரதம் இருந்தார்கள். ஒரு நாள் இரண்டு நாளில்லை. 63 நாள்கள். அவர்களை உண்ண வைப்பதற்காக சிறை அதிகாரிகளும் மருத்துவர்களும் எவ்வளவோ முயன்று பார்த்தார்கள். ஊசி மூலம் உணவைச் செலுத்த முனைந்தார்கள். சிறையதிகாரிகள் அவர்கள் கோரிக்கைக்கு ஒப்புக் கொண்டதால் உண்ணாவிரதம் நிறுத்தப் பட்டது லாகூர் சதிவழக்கு விசாரணை தொடர்ந்தது. குற்றம் சாட்டப்பட்டவர்கள் இல்லாமலேயே விசாரணை நடத்தப்பட்டுத் தண்டனை வழங்கப்பட்டது.

பகத் சிங், ராஜகுரு, சுகதேவ் மூவருக்கும் தூக்குத்தண்டனை வழங்கப்பட்டது.

இறுதி ஆசை

பகத் சிங்கைத் தூக்கிலிடுவதற்கு முதல்நாள் அவரது இறுதி ஆசை என்ன என்று கேட்டார்கள்.

‘எனக்குப் பீபி தயாரித்த உணவை உண்ணவேண்டும்’ என்றார் பகத் சிங்.

‘சரி உங்கள் வீட்டுக்குத் தகவல் சொல்கிறோம்,’ என்றனர்

‘வேண்டாம். பீபி இங்கே சிறைக்குள்தான் இருக்கிறார். இங்கே கழிவறையைச் சுத்தம் செய்யும் போகாவை நாங்கள் பீபி என்றுதான் அழைப்போம்.’

போகா அழைத்துவரப்பட்டான்.

‘பீபி, எனக்கு ஒரு உதவி செய்யவேண்டும்,’ என்றார் பகத் சிங்.

‘என்ன செய்யவேண்டும் என்று சொல்லுங்கள். செய்யக் காத்திருக் கிறேன்,’ என்றான் போகா.

‘உங்கள் கையால் உணவு சமைத்து எனக்குக் கொடுக்கவேண்டும்.’

போகாவுக்கு நம்பமுடியவில்லை.

‘என் கையாலேயா?’

‘ஆமாம்.’

‘மாலையில் வேலைக்கு வருகிறபோது கொண்டு வருகிறேன்,’ என்றான் போகா.

ஆனால் அவன் உணவு கொண்டுவந்தபோது அதைச் சாப்பிட பகத் சிங் உயிருடன் இல்லை.

1931 மார்ச் 23ந்தேதி மூவரும் தூக்கிலிடப்பட்டார்கள்.

வீரமரணம் அடைந்தவர்களின் உடல்களைப் பெற உறவினர்கள் வெளியில் காத்துக்கொண்டிருந்தார்கள். ஆனால் சிறையதிகாரிகள் அவர்களது உடல்களைத் துண்டு துண்டாக வெட்டி மண்ணெண்ணை ஊற்றிக் கொளுத்திவிட்டார்கள். செத்த உடலுக்குக்கூட உரிய மரியாதையை அவர்கள் கொடுக்கவில்லை.

காந்திஜியும் பகத்சிங்கும்

சில சமயங்களில் சில பொய்கள் உண்மைகள்போல் பிரச்சாரம் செய்யப்படுவதால் மக்கள் மனத்தில் உண்மையாகவே பதிந்துவிடு கின்றன. காந்தி நினைத்தால் பகத் சிங்கைக் காப்பாற்றியிருக்க லாம்.ஆனால் அவர் அதற்கான முயற்சிகள் ஏதும் செய்யவில்லை என்ற குற்றச்சாட்டு மிக ஆழமாகப் பிரச்சாரம் செய்யப்பட்டது. பகத் சிங்கையும் தோழர்களையும் தூக்குப்போடுவதற்கு நாள் குறிக்கப் பட்டிருந்த சமயத்தில் கராச்சி காங்கிரஸ் மாநாடு நடைபெறுவதாக இருந்தது.

என்ன நடந்தது? காந்திஜி உண்மையிலேயே பகத் சிங் முதலியோரை தூக்குப் போடுவதை நிறுத்த முயலவில்லையா? நீண்ட நாட்களாக வெளிவராமலிருந்த சில ஆவணங்கள் பின்னாளில் கிடைத்துள்ள தால் காந்திஜி எடுத்துள்ள முயற்சியைப் பற்றி நமக்குத் தெரிய வருகிறது.

காந்தி இர்வின் பேச்சு வார்த்தை தொடங்குவதற்கு முன் என்ன வெல்லாம் பேசப்போகிறார்கள் என்று முடிவு செய்யப்பட்ட அறிக்கையில் பகத் சிங் தூக்குத் தண்டனை பற்றி விவாதிப்பது இடம் பெறவில்லை. பிரிவி கவுன்சிலுக்கு மனுச்செய்வது தடை செய்யப்பட்ட நிலையில் வைஸ்ராய்தான் ஏதாவது செய்யக் கூடும். இந்த நிலையில் காந்தி என்ன செய்தார் என்பதைப் பற்றி பின்னா ளில் கிடைத்துள்ள ஆவணங்கள் வழி பார்க்கலாம்.

பகத் சிங்கின் செய்கை காந்திஜியின் அஹிம்சை வழிக்கு எதிரானது என்றாலும் தூக்குத் தண்டனை கொடுப்பதும் அகிம்ஸைக்கு எதிரானதாகவே காந்திஜி கருதினார். 1931ம் ஆண்டு மார்ச் மாதம் 7ந்தேதி டெல்லியில் நடந்த ஒரு பொதுக்கூட்டத்தில் காந்திஜி சொன்னார், ‘எவரையும் தூக்கில் தொங்கவிடுவதை என் மனச்சாட்சி ஏற்பதில்லை. அதுவும் பகத் சிங் போன்ற தேசபக்தியும் துணிவும் உடைய இளைஞர்களை தூக்குமேடையில் நிறுத்துவதை நான் ஏற்க இயலாது,’ என்றார். அப்படிப்பட்டவர் ஏன் முயற்சி செய்ய வில்லை என்று கேட்கிறார்கள்.

லாகூர் சதி வழக்கை விசாரிக்கத் தனி நீதிமன்றம் அமைத்ததையே காந்திஜி கண்டித்திருக்கிறார். 1930 மே மாதம் வைஸ்ராய்க்கு எழுதிய கடிதத்தில், ‘பகத் சிங் மற்றும் அவரது தோழர்களின் வழக்கை வேக மாக விசாரிக்க வேண்டும் என்பதற்காக வழக்கமான நடவடிக்கை களை விடுத்துக் குறுக்கு வழியில் முடிக்க முயல்வதை அடக்கு முறையாகவே நான் கருதலாமல்லவா?’ என்று எழுதினார்.

காந்தி இர்வின் பேச்சு வார்த்தை நடைபெற்றுக் கொண்டிருந்தபோது தாம் ஏற்கெனவே ஒப்புக்கொண்ட நெறிமுறைக்கு மாறானதாக இருந்தபோதும் பிப்ரவரி 18ந்தேதி காந்திஜி பகத் சிங்கின் பிரச்னையை எழுப்பியிருக்கிறார். அதற்கு வைஸ்ராய் தண்டனையை ரத்து செய்ய முடியாது என்றிருக்கிறார். எனவே காந்திஜி முதல் கட்டமாகத் தண்டனையை சற்று தள்ளிப் போடச் சொல்லி வேண்டினார். அதற்குப்பின் மேற்கொண்டு நடவடிக்கைகளைப் பின்னால் தொடரலாம் என்று அவர் எண்ணியிருக்கவேண்டும். வைஸ்ராய் கவனிப்பதாகச் சொல்லியிருக்கிறார். ஆனால் தண்டனையை ரத்து செய்ய வாய்ப்பில்லை என்பதையும் தெளிவுபடுத்தியிருக்கிறார். காங்கிரஸின் சட்ட ஆலோசகர்களும் இதை ஆராய்ந்திருக்கிறார்கள். காந்திஜி சேலம் விஜய ராகாவாச்சரியாருக்கு 1931 ஏப்ரல் 31 ந்தேதி எழுதிய கடிதத்தில், 'சர் தேஜ் பகதூர் போன்ற செல்வாக்குள்ள சட்ட நிபுணர்கள் வைஸ்ராயுடன் இந்த தண்டனையின் சட்டப்பூர்வ சாத்தியக்கூறுகளைப் பற்றி ஆழமாக விவாதித்தனர். ஆனால் அவை எதுவுமே பலனளிக்கவில்லை,' என்று எழுதியுள்ளார்.

முதல் கட்டமாகத் தண்டனையைத் தள்ளிப்போட்டுப் பின்னர் கிடைக்கும் அவகாசத்தில் வேறு முயற்சிகளைச் செய்யலாம் என்று காந்திஜி நினைத்திருக்கலாம். இது அதற்குப் பின்னர் நடந்த நிகழ்ச்சி களால் தெரிய வருகிறது.

மார்ச் 24ந்தேதி தண்டனை நிறைவேற்றப்படலாம் என்று பத்திரிகை களில் செய்தி வந்த நிலையில் காந்திஜி மார்ச் 19ந்தேதி வைஸ் ராயைச் சந்தித்துத் தண்டனையைத் தள்ளிப்போட வேண்டினார். ஆனால் வைஸ்ராய் எழுதி வைத்திருக்கும் குறிப்பில் தண்டனை யைத் தள்ளிப்போட ஒப்புக்கொண்டால் தண்டனையை ரத்து செய்ய வைஸ்ராய் விளைகிறாரோ என்னும் எண்ணத்தை உறவினர்களுக் கும் மற்றவர்களுக்கும் ஏற்படுத்தும். அதுமட்டுமல்ல, கொடுக்கப் பட்ட தண்டனையை ரத்து செய்ய முடியாத நிலையில் தள்ளிப் போடுவது மரண தண்டனை பெற்றவர்களுக்கு இழைக்கப்படும் துரோகம் ஆகும் என்று எழுதியுள்ளார். அடுத்த நாள் வைஸ்ராயின் உள்துறைச் செயலருடன் காந்திஜி விவாதித்துள்ளார்.

அதுவும் கைகூடாத நிலையில் காங்கிரஸின் முக்கியமான புள்ளிகளில் ஒருவரான அசாப் அலியை அனுப்பிப் பகத் சிங்கிடம் புரட்சியை நிறுத்தச் சொல்லி ஒரு செய்தியைக் கடிதமாக எழுதி வாங்கிவர அனுப்பினார். அதைக் காட்டி தண்டனையை ரத்து செய்ய முயல லாம் என நினைத்தார்.

பவிஷ்ய என்னும் பத்திரிகைக்கு அசப் அலி 27-3-1931 அன்று அளித்த பேட்டியில் சொன்னார்: 'நான் பஞ்சாப் மாகாண அரசின் அனுமதி யோடு பகத் சிங்கைச் சந்திக்க விரும்பினேன். மகாத்மா காந்தியின் அஹிம்சை போராட்ட வழிமுறையில் விடுதலை கிடைப்பதற்கு வாய்ப்பு இருக்கும்வரை புரட்சிப் படையினர் தங்களுடைய வன்முறை செயல்பாடுகளை நிறுத்திவைக்க வேண்டும் என புரட்சிப் படையினரைக் கோரும் ஒரு கடிதத்தை அவரிடமிருந்து பெறுவதற்காகவே டெல்லியிலிருந்து கராச்சி வந்தேன். நான் பல வழிகளிலும் பகத் சிங்கை சந்திக்க முயன்றேன். ஆனால் முடியவில்லை.'

காந்திஜி விடுவதாக இல்லை. 21 ந்தேதி, 22 ந்தேதி இரண்டு நாட்களிலும் வைஸ்ராயைச் சந்தித்தார். வைஸ்ராயின் மனமும் ஊசலாடியது. இதை அறிந்துகொண்ட காந்திஜி கராச்சி மாநாட்டுக்குச் செல்வதைக்கூட ஒருநாள் தள்ளிப்போட்டார். 23ந்தேதி அவர் லார்ட் இர்வினுக்கு ஒரு கடிதம் எழுதியிருக்கிறார்.

எம்.கே.காந்தி
1, டாரிகஞ், டெல்லி
மார்ச் 23, 1931

த வைஸ்ராய்
இந்திய அரசு

அன்புள்ள நண்பருக்கு,

இந்தக் கடிதத்தைத் தங்கள் மீது திணிப்பது குரூரமாகத் தென்படலாம். ஆனால் அமைதியை நாடும் முயற்சியில் இத்த கைய இறுதி முறையீடு அவசியமாகிறது. பகத் சிங் மற்றும் அவரது சகாக்களின் தண்டனையை ரத்து செய்வதற்கான சாத்தியக் கூறுகள் மிகக் குறைவு என்பதை நீங்கள் வெளிப்படை யாகத் தெரிவித்துவிட்டிருந்த போதிலும், சனிக்கிழமை நான் விடுத்த வேண்டுகோளைப் பரிசீலனை செய்வதாகச் சொன்னீர் கள். நேற்று என்னைச் சந்தித்த டாக்டர் சாப்ரு நீங்கள் இந்த விவகாரம் குறித்து சிந்தித்து, எந்தப் பாதையை தேர்ந்தெடுப்பது என்ற அவதியில் இருப்பதாகக் கூறினார். உங்கள் முடிவை மறு பரிசீலனை செய்வதற்கு ஏதேனும் வாய்ப்பிருந்தால் பின்வரும் கருத்துக்களை கவனத்தில் கொள்ளவும்.

சரியோ தவறோ பெருவாரியான மக்கள் தண்டனை ரத்து செய்யப்படுவதையே விரும்புகிறார்கள். இதற்கு அடிப்படையாக

எந்தக் கொள்கையும் காரணமும் இல்லாததால் அதை மதிப்பதே நமது கடமையாகும்.

இன்றையச் சூழலில், தண்டனை ரத்து செய்யப்பட்டால் உள்நாட்டு அமைதி நிலைபெற அது உதவும். ஒருகால் மரண தண்டனை நிறைவேற்றப்பட்டால், அமைதிக்கு பங்கம் ஏற்படுவது உறுதி.

இந்த மூன்று உயிர்கள் காப்பாற்றப்படும் பட்சத்தில் புரட்சிப் படையினர் ஆயுதங்களை கைவிடத் தயாராக உள்ளனர் என்று என்னிடம் உறுதியளித்ததை உங்களுக்குத் தெரியப்படுத்த விரும்புகிறேன். என்னைப் பொருத்தவரை வருங்காலத்தில் நிகழக்கூடிய மரணங்களைத் தடுப்பது அரசின் தலையாய கடமை என்றே கருதுகிறேன்.

இதற்கு முன்பும் பலமுறை அரசியல் கொலைகளுக்கு பொது மன்னிப்பு வழங்கப்பட்டுள்ளது. இந்த மூன்று உயிர்களைக் காப்பதன் மூலம் பல அப்பாவி உயிர்களைக் காப்பது சாத்தியம் எனில் அதைச் செய்வதே சிறந்தது. புரட்சியின் பேரால் நடை பெறும் குற்றங்களை அடியோடு ஒழிக்கவும் இது உதவக்கூடும்.

அமைதியை நிலைநாட்டுவதில் என் பங்களிப்பும் இருக்கிறது என்று நீங்கள் நம்புவதானால், தயவு செய்து என்னுடைய நிலையை மேலும் சங்கடமான ஒன்றாக ஆக்காதீர்கள், அது என்னுடைய வருங்கால செயல்பாடுகளுக்கு ஊறுவிளைவிக்கும்.

மரண தண்டனை என்பது நிறைவேற்றப்பட்டுவிட்டால் ஒரு நாளும் அதைத் திரும்பப் பெற முடியாது. விசாரணையில் மிகச் சிறிய தவறு ஏற்பட்டிருக்கும் எனும் சந்தேகமும் உங்களுக்கு இருக்குமானால்கூட திரும்பப்பெற முடியாத தண்டனையை நிறைவேற்றும் முன் அதை நிறுத்தி வைத்துவிட்டு தீர விசாரித்து விட்டு முன்செல்வது மேல்.

நான் அங்கு இருக்க வேண்டும் எனும் தேவை ஏற்பட்டால், வருகிறேன். நான் பேசாமல் இருந்தாலும்கூட, என் காதால் கேட்டு, கருத்துக்களை எழுத்தில் தர முடியும்.

‘கருணைக்குத் தோல்வியில்லை’

உங்கள் ஆப்த நண்பர்
எம்.கே.காந்தி

இதிலிருந்து காந்திஜி பகத் சிங் மற்றும் அவனது சகாக்களின் மரண தண்டனையை நிறுத்த எந்த முயற்சியும் எடுக்கவில்லை என்று சொல்வது தவறு என்பது விளங்கும்.

பின் ஏன் வைஸ்ராய் தண்டனையை நிறைவேற்றினார். அதற்கு அவர்கள் பஞ்சாப் கவர்னர் மற்றும் ஐ.சி.எஸ் அதிகாரிகளிடம் இருந்து வந்த வற்புறுத்துதல்தான் காரணம் என்று சொல்லப் படுகிறது. வைஸ்ராய் தண்டனையைக் குறைத்தாலோ ரத்து செய்தாலோ பஞ்சாப் கவர்னர் முதல் அங்கு பணிபுரியும் ஐரோப்பிய மூத்த அதிகாரிகள் யாவரும் வேலையை விட்டு விலகுவதாக அச்சுறுத்தினராம்!

இதைத்தவிர அவர்கள் தூக்கில் போடப்படுவதற்குச் சில தினங்கள் முன்பு அதாவது மார்ச் மாதம் 20ம் தேதி பகத் சிங்கும் அவரது நண்பர்களும் பஞ்சாப் ஆளுநருக்கு ஒரு கடிதமெழுதியிருந்தனர். அதில் மூவரும் தாங்கள் தூக்கிலிடப்படுவதற்குப் பதிலாகச் சுட்டுக் கொல்லப் படவேண்டும் என மனு கொடுத்தார்கள்.

‘உங்கள் நீதி மன்றத்தின் தீர்ப்பின்படி நாங்கள் போர் செய்திருக் கிறோம். எனவே நாங்கள் போர்க்கைதிகள். போர்க் கைதிகளைச் சுட்டுக் கொல்லுவதுதான் மரபு. உங்கள் நீதிமன்றம் சொன்னதை நீங்கள் அமல் படுத்தப் போகிறீர்களா இல்லையா என்பதை நீங்களே தீர்மானித்துக் கொள்ளுங்கள். எனவே எங்களுக்குத் தண்டனை வழங்க ராணுவத்தை அனுப்புமாறு வேண்டுகிறோம். எதிர்பார்க்கி றோம்!’

எனவே காந்திஜி போராடி தண்டனையிலிருந்து விலக்குப் பெற்றிருந்தாலும் அவர்கள் ஒப்புக்கொண்டிருப்பார்களா என்பது தெரியவில்லை.

83

காந்தி இர்வின் ஒப்பந்தம்

பலநாட்கள் விவாதத்திற்குப்பிறகு காந்திஜியும் இர்வினும் 1931 மார்ச் 5ந்தேதி ஒரு ஒப்பந்தத்திற்கு உடன்பட்டார்கள். அதன் படி...

காந்திஜி ஒப்புக்கொண்டது

ஒத்துழையாமைப் போராட்டத்தை நிறுத்திக்கொள்கிறேன்

அடுத்த வட்டமேஜை மாநாட்டில் கலந்துகொள்கிறேன்.

உப்புச் சத்தியாக்கிரகத்தின்போது நடைபெற்ற போலீஸ் அராஜகத்தை விசாரிக்கும் கோரிக்கையைக் கைவிடுகிறேன்.

இர்வின் ஒப்புக்கொண்டவை

கைது செய்யப்பட்டிருப்பவர்கள் அனைவரும் விடுதலை செய்யப்படுவார்கள்.

பணியிலிருந்து விலகிய கிராம அதிகாரிகள் மீண்டும் பணி அமர்த்தப்படுவர். ஏற்கெனவே காலியிடம் நிரப்பப்பட்டிருந்தால் ஏதும் செய்ய இயலாது.

கடற்கரைப் பகுதியில் இருப்பவர்கள் தங்கள் சொந்த உபயோகத்திற்காக உப்புக் காய்ச்சிக்கொள்ளலாம்.

ஒப்பந்தத்தில் இருவரும் கையெழுத்திட்டனர்.

இர்வின் பிரமாதமாக எதையும் கொடுத்துவிடவில்லை. உப்புவரி வழக்கம்போல் தொடர்ந்தது. டொமினியன் அந்தஸ்துப் பற்றிப் பேச்சே இல்லை.

காந்தியவாதிகள் ஏமாற்றமடைந்தனர். பழைய குருடி கதவைத் திறடி கதைதான். சுதந்திரத்தைப்பற்றித் தெளிவான ஒரு முடிவு கிடைக்கும் என்று நினைத்தவர் ஏமாந்தனர். இதற்கா இவ்வளவு போராடினோம் என்று மக்கள் பேசிக்கொள்ளத் தலைப்பட்டனர். ஜவஹர்லால் நேரு, காந்திஜியின் தோள்களில் சாய்ந்துகொண்டு அழுதார். கண்ணீர் கொட்டியது.

ஜனவரி மாதம் அவரது தந்தை மோதிலால் நேரு இறந்து போயிருந்தார். ஆறுதல் சொல்ல எவருமே இல்லை.

பக்கத்தில் நெருங்கி வந்த இந்திய சுதந்திரம் தொலைவுக்குப் போய் விட்டது என்றனர் பலர். காந்திஜி நம்மைக் கைவிட்டுவிட்டார் என்றனர் சிலர். புறப்பட்ட இடத்திற்கே வந்து நின்று விட்டோம் என்று பல தலைவர்கள் சொன்னார்கள்.

உப்புச் சப்பில்லாத ஒப்பந்தம் என்று பேசப்பட்டது.

மகாத்மா மார்ச் 6ந்தேதி பத்திரிகையாளர்களுக்குக் கொடுத்த பேட்டியில் சொன்னார்.

'நாம் இன்னும் பழைய நிலையில் இல்லை. டொமினியன் அந்தஸ்து நிச்சயம். அடுத்து வரும் வட்டமேஜை மாநாட்டில் டொமினியன் அந்தஸ்து என்பதை விரிவாக்கி முழுச் சுதந்திரம் அடைவோம்.'

இங்கே இந்தியாவில் இப்படி. அங்கே இங்கிலாந்தில் எப்படி?

அங்கே சர்ச்சில் துள்ளினார். அவர் சொன்னார், 'இந்த இந்திய விவகாரத்தை எல்லை வரை எதிர்த்துப் போராடுவேன். நாங்கள் இந்தியாவை இந்தியர்களிடம் ஒப்படைப்பதையும் இர்வினிஸத்தையும் இறுதிவரை எதிர்ப்போம்.

இந்தியா டொமினியன் அந்தஸ்துக்கு ஒரு நாள் உயரும் என்று எல்லோரும் எதிர்பார்க்கிறார்கள். யாருடைய வாழ்நாளுக்குள்ளும் அது நடக்காது. பிரிட்டனின் ஈடில்லா பலம் மீண்டும் காட்டப்பட்டு சாம்ராஜ்யம் நிலைநிறுத்தப்படும்.'

ஜனவரி 30 தேதி நடந்த மில் தொழிலாளர் கூட்டத்தில் சர்ச்சில் பேசும்போது சொன்னார், 'காந்தியின் அன்னியத்துணி பகிஷ்கரிப்பினால் மான்செஸ்டரின் வணிகம் அழிந்துபோகும். லங்காஷயரின் பொருளாதாரம் சீரழியும். இந்தியாவை இழந்தால் அது பிரிட்டனுக்குப் பேரழிவாகும். பிரிட்டனுக்கு மட்டுமல்ல இந்தியாவுக்கும் அது பேரழிவுதான்.'

அடிக்கடி மேற்கோளாகக் காட்டப்படும் வார்த்தைகளை சர்ச்சில் சொன்னார்:

‘ஒரு கலகக்கார மிடில் டெம்ப்பிள் வக்கீல், அரை நிர்வாண பக்கிரி, ஒத்துழையாமை இயக்கத்தை நடத்திக்கொண்டே, இங்கிலாந்து மன்னரின் பிரதிநிதியான வைஸ்ராயைச் சந்திக்க வைஸ்ராய் மாளிகையின் படிக்கட்டில் ஏறிவருகிற காட்சியை நினைத்துப் பார்க்கும்போது எனக்கு வாந்தி வருகிறது!’

காந்தி, சர்ச்சில் சொன்னதை அறிய வந்தபோது சிரித்தார். பின்னாளில் சர்ச்சில் பிரதம மந்திரியாக ஆனபோது காந்திஜி சர்ச்சிலின் இந்தக் கூற்றை மறக்காமல் அவருக்கு ஒரு கடிதம் எழுதினார்:

> ‘அன்புள்ள பிரதம மந்திரி,
>
> நீங்கள் இந்த எளிய நிர்வாணப் பக்கிரியை நசுக்கிவிட வேண்டும் என்று சொன்னதாக அறிகிறேன். நீங்கள்தானே முன்பு என்னை நிர்வாணப் பக்கிரி என்று சொன்னீர்கள்! நான் ஒரு பக்கிரியாக அதுவும் நிர்வாணப் பக்கிரியாக ஆகவேண்டும் என்று வெகு காலமாக முயன்றுகொண்டிருக்கிறேன் ஆனால் அது வெகு கஷ்டம். நீங்கள் அப்படிக் கருதிச் சொல்லாவிட்டாலும் அதை ஒரு பாராட்டாக எடுத்துக்கொள்கிறேன். எனவே நான் அப்படியே உங்களை அணுகுகிறேன். என்னை நம்பி நீங்கள் என்னை உங்கள் மக்களுக்காகவும், எனக்காகவும், அவர்கள் மூலம் இந்த உலகுக்காகவும் பயன்படுத்திக் கொள்ளலாம்.’
>
> உங்கள் அன்புள்ள நண்பன்,
>
> **M.K. காந்தி**

காந்திஜி வட்டமேஜை மாநாட்டுக்குச் செல்லும் முன்பே 1931 ஏப்ரலில் இர்வினுக்குப் பதிலாக லார்ட் வில்லிங்டன் வைஸ்ராயாகப் பதவியேற்றார். அவர் சற்று முரடர். அடுத்தவர் இன்னலை ரசிப்பவர். காந்திஜி வட்டமேஜை மாநாட்டுக்குச் செல்லும் முன்பு சிம்லாவில் வைஸ்ராயைச் சந்திக்க அழைக்கப்பட்டிருந்தார். காந்திஜி சிம்லா சென்றிருந்தார். சிம்லாவில் வைஸ்ராய், தலைமைத் தளபதி கார்களைத் தவிர வேறு கார்கள் செல்லக்கூடாது என்ற சட்டமிருந்தது. மற்றவர்கள் மனிதர்கள் இழுக்கும் கைரிக்ஷாவில் தான் செல்லவேண்டும். ஆனால் காந்திஜி ஒரு மனிதன் தன்னை உட்கார வைத்து இழுக்கும் ரிக்ஷாவில் ஏற மாட்டேன் என்று சொல்லிவிட்டார். வில்லிங்டன் காந்திஜிக்காக வழக்கத்தை மாற்ற மறுத்துவிட்டார்.

மகாத்மாவுக்கு வரவேற்பு

வட்டமேஜை மாநாட்டிற்குக் காந்திஜி இந்திய தேசியக் காங்கிரஸின் தனிப் பிரதிநிதியாகச் சென்றார். காந்திஜியின் புகழ் அவர் அங்கே செல்லுவதற்கு முன்பே பரவியிருந்ததால் இந்தியாவிலிருந்து வந்திருக்கும் ஞானியைப் பார்க்கப் பலர் வந்தார்கள். அரை நிர்வாணப் பக்கிரியைப் பார்க்கப் பலர் வந்தார்கள். பிரிட்டிஷ் அரசை ஆட்டிப் படைக்கும் அரசியல்வாதியைப் பார்க்கப் பலர் வந்தார்கள். மிகப் பிரமாதமான வரவேற்பு. கொட்டுகிற மழையிலும் நின்று வரவேற்றார்கள். அங்கே வட்டமேஜை மாநாட்டில் எந்தவிதமான முடிவும் எடுக்க விடாமல் மைனாரிட்டிகள் சார்பாக சீக்கியர்களும், முஸ்லிம் பிரதிநிதிகளும், தாழ்த்தப்பட்டவர் சார்பாக டாக்டர் அம்பேத்காரும் ரெட்டைமலை சீனிவாசனும் வேறு பலரும் தங்கள் இனத்துக்கு வேண்டியவை பற்றியே பேசினார்களே ஒழிய ஒரு தீர்மானத்துக்கு வர இயலவில்லை. காந்திஜி அங்கே மன்னர் ஐந்தாம் ஜார்ஜைச் சந்தித்தார். முதலில் மன்னர் அவரைச் சந்திக்க மறுத்தார். காந்திஜியும் தனது ஆடையை மாற்றிக்கொள்ளப் போவதில்லை என்று சொல்லிவிட்டார். கடைசியில் மன்னர் சந்திக்க ஒப்புக்கொண்டார். மன்னரைச் சந்திக்கச் சென்று வரும் வழியில் ஒருவர் காந்திஜியைக் கேட்டார். ‘இப்படி அரைகுறை ஆடையோடே மன்னரைச் சந்திக்கலாமா?’ காந்திஜி சொன்னார்: ‘எனக்கும் சேர்த்துத்தான் உங்கள் மன்னர் ஆடை அணிகலன் அணிந்திருந்தாரே!’

மன்னரைச் சந்தித்துவிட்டுக் கிளம்பும்போது மன்னர் சொன்னார்: ‘மிஸ்டர் காந்தி, என்னுடைய சாம்ராஜ்யத்தில் எந்தத் தாக்குதலையும் நான் அனுமதிக்க முடியாது, காந்திஜி சிரித்துக்கொண்டே பதில் சொன்னார், ‘மேன்மைதங்கிய மன்னர்பிரான் எனக்கு அளித்த விருந்துக்குப்பிறகு மேன்மைதங்கிய மன்னர்பிரானின் அரண்மனையில் அரசியல் விவாதங்கள் புரிய என்னை இழுக்கவேண்டாம்.’

காந்திஜி கைது

காந்திஜி வட்டமேஜை மாநாடு முடிந்து இந்தியாவுக்குத் திரும்பினார். பம்பாயில் வந்திறங்கினார். அவர் வருவதற்கு முன்னாலேயே எரவாடா சிறையில் அவரது அறை அவருக்காகத் தயாராக வைக்கப்பட்டிருந்தது. எங்கும் வன்முறை தலைவிரித்தாடியது. வெல்லிங்டன் அவசரச் சட்டம் பிறப்பித்திருந்தார். அந்தச் சட்டத்தைப் பயன்படுத்திப் பலர் கைது செய்யப்பட்டுச் சிறையில் தள்ளப்பட்டார்கள். காந்திஜி டிசம்பர் 29ம் நாள் வைஸ்ராய்க்கு கடிதம் எழுதினார். காந்தி வன்முறையை நிறுத்தினாலொழிய பேச்சு

வார்த்தைக்கு அழைக்க முடியாதென்றும் அவசரச் சட்டத்தைப் பற்றிப் பேசக்கூடாதென்றும் வெல்லிங்டன் பதிலளித்தார். வேறு வழியின்றி ஜனவரி 1 1932 அன்று காங்கிரஸ் செயற்குழுவில் காந்தி பேசினார். அவசரச் சட்டத்தைத் திரும்பப்பெற வேண்டும். இல்லை யென்றால் ஒத்துழையாமை மீண்டும் தொடங்கப்பெறும் என்ற தீர்மானம் நிறைவேறியது. ஜனவரி 2ந்தேதி லார்ட் பீவர் புருக் என்பவர், ‘காந்தியைச் சுட்டுவிடு; அல்லது சிறையில் இட்டுவிடு!’ (shoot up or shut up Ghandhi) என்று சொன்னார். ஜனவரி 4ந்தேதி பொழுது புலர்வதற்கு முன்பே காந்திஜி கைது செய்யப்பட்டார். மற்ற காங்கிரஸ் தலைவர்களும் கைது செய்யப்பட்டனர்.

ஒரு விபத்தில் அடிபட்டு நியூயார்க் மருத்துவமனையில் இருந்த சர்ச்சிலுக்கு இந்தச் செய்தி மகிழ்ச்சியைத் தந்தது. அவரது நண்பர் வால்டார்ஃப் அஸ்டோரியாவுக்கு எழுதிய கடிதத்தில், ‘நாம் அடிக் கடி சொல்லுகிற மாதிரி இப்பொழுதுதான் அரசு செயல்பட்டிருக் கிறது. இப்பொழுது அவர்கள் சட்டம் ஒழுங்கைக் காப்பாற்றுகிறார் கள். அரசியல் அமைப்புக் கோரிக்கை இப்பொழுது பின்னுக்குத் தள்ளப்பட்டு விட்டது.’ மேலும் காந்திஜியை ‘இந்தியாவில் அதிகாரத்துக்கு ஆசைப்படும் சர்வாதிகாரி!’ என்றார்.

காந்திஜி உண்ணாவிரதம்

1932 ஆகஸ்ட் மாதம் ராம்சே மேக்டொனால்ட் அரசு இனவாரி ஒதுக் கீடுத் திட்டத்தை அறிவித்தது. அப்பொழுது காந்தி எரவாடா சிறைச் சாலையில் இருந்தார். முஸ்லிம்கள், சீக்கியர், தாழ்த்தப்பட்டவர் ஆகியோருக்குத் தனித்தொகுதிகள் ஒதுக்கப்பட்டன. காந்தி இதற்கு ஒப்புக் கொள்ளவில்லை. தாழ்த்தப்பட்டவர்கள் ஹிந்து மதத்தின் ஓரங்கம். அவர்கள் ஹிந்துக்களிலிருந்து தனியானவர்களாகக் கருதப் பட்டால் என்றும் தாழ்த்தப்பட்டவர்களாகவே இருப்பார்கள். தீண்டாமை என்பது அறவே ஒழிக்கப்பட வேண்டுமே தவிர இடம் ஒதுக்கப்பட வேண்டியதில்லை என்றார் காந்திஜி. ‘நாய்கள் குரைக்கத் தாம் செய்யும். ஆனால் பயணம் தொடர்ந்துகொண்டுதான் இருக்கும்,’ என்றான் இந்தியா மந்திரி ஹோர். அந்த அளவுக்கு அவர்கள் இந்தியத் தலைவர்கள் மீது வெறுப்பைப் பொழிந்தார்கள். ஆங்கில அரசு அதை ஏற்பதாக இல்லை. எனவே காந்தி பிரிட்டிஷ் பிரதமருக்கு எழுதினார்.

‘தாழ்த்தப்பட்டவர்களுக்குத் தனித் தொகுதி ஒதுக்குவதை மறுப் பதில் நான் தவறு செய்தவனாக இருக்கலாம். அப்படி இருந்தால் உண்ணாவிரதம் இருந்து உயிர்விடுவதே அந்தத் தவற்றுக்குப் பரிகாரம் ஆகும்.’

நேருவுக்குக் காந்தியின் போக்குப் பிடிக்கவில்லை. ஒரு சாதாரண விஷயத்திற்காக உயிரைக் கொடுப்பதா என்றார். 'நான் உண்ணா விரதம் இருக்கப்போவது பிரிட்டனுக்கு எதிராக அல்ல. என்னு டைய சக ஹிந்துக்களுக்கு எதிராகத்தான். நான் இறந்தால் அதற்குப் பிறகாவது தீண்டாமையை ஒழிப்பார்கள் அல்லவா?' என்றார் காந்திஜி. உண்ணாவிரதத் திட்டத்தைக் கை விடும்படி பிரதம மந்திரி காந்திக்குக் கடிதம் எழுதினார்.

செப்டெம்பர் 15ந்தேதி தனது மனைவிக்குக் கடிதம் எழுதினார் காந்திஜி.

> 'என்னுடைய உண்ணாவிரதத்தைப்பற்றி அறிந்திருப்பாய். பயப் படாதே. மற்ற பெண்களையும் பயமுறுத்தாதே! நான் இறுதிவரை அந்த உண்ணாவிரதத்தை எடுத்துச் சென்றால் நீ கடவுளுக்கு நன்றி சொல்ல வேண்டும். பத்து லட்சத்தில் ஒருவருக்குத்தான், தான் விரும்பிய சாவு கிடைக்கும். எனக்கு அத்தகைய சாவு கிடைத்தால் எவ்வளவு எவ்வளவு பெரிய பேறு?'

காந்தி செப்டெம்பர் 20ம் தேதி தனது உண்ணாவிரதத்தைத் தொடங்கி னார். காந்திஜியைச் சிறையில் தள்ளிவிட்டால் எல்லாம் அடங்கிப் போகும் என நினைத்த ஆங்கில அரசுக்குத் தலைவலி தொடங் கியது. அவரை வெளியே விட்டுவிடுவதா வேண்டாமா என ஆலோசித் தார்கள். ஆனால் போதிய மருத்துவ மேற்பார்வைக்கு ஏற்பாடு செய்யப்பட்டது. இரண்டு வாரம் தாக்குப்பிடிக்க முடியும் என நினைத்தார் காந்திஜி. அவ்வளவு தூரம் போகாது என்றார்கள் மருத் துவர்கள். காந்திஜியை உண்ணாவிரதத்தை நிறுத்தச் சொல்லி எவ்வளவோ பேர் சொல்லிப் பார்த்தார்கள். காந்திஜியின் உண்ணா விரதத்தை நிறுத்தக்கூடியவர் ஒரே ஒருவர்தான். அவர்தான் டாக்டர் அம்பேத்கார். அவருக்குக் காந்திஜியின் போக்குப் பிடிக்கவில்லை. அவர் பம்பாயில் இருந்தார். அவரைக் கூட்டிக்கொண்டுவர ஒருவரை அனுப்பினார்கள். அவர் முதலில் வருவதற்கு ஒப்புக்கொள்ள வில்லை. சென்னையைச் சேர்ந்த எம்.சி. ராஜாவின் வற்புறுத்தலால் அவர் வர ஒப்புக்கொண்டார். எரவாடா சிறையில் பேச்சுவார்த்தை தொடங்கி ஒரு ஒப்பந்தத்திற்கு வந்தார்கள். அது பூனா ஒப்பந்தம் எனப்பட்டது.

அந்தப் பூனா ஒப்பந்தப்படி,

1. பொதுத் தொகுதியிலிருந்து தாழ்த்தப்பட்டவர்களுக்கு இடங் கள் ஒதுக்கப்படும். மாகாணச் சட்டசபைக்குக் கீழ்க்கண்டவாறு ஒதுக்கப்படும்.

மதராஸ் - 30, பம்பாய் - சிந்து உட்பட - 15, பஞ்சாப் - =8, பீகார் ஒரிஸ்ஸா - 18, மத்திய பிராந்தியம் - 20, அஸ்ஸாம் - 7, வங்காளம் - 30, ஐக்கிய மாகாணம் - 20 ஆக மொத்தம் 148.

2. இவ்விடங்களுக்கு பொதுத்தொகுதியிலிருந்து கீழ்க்கண்ட முறையில் தேர்ந்தெடுக்கப்படுவர்.

பொதுத்தொகுதியில் பதிவு செய்யப்பட்ட தாழ்த்தப்பட்ட வாக்கா ளர்கள் ஒரு எலெக்டோரல் காலேஜாகக் கருதப்படுவார்கள். அந்த எலெக்டோரல் காலேஜ் தாழ்த்தப்பட்டவர்களிலிருந்து நான்கு வேட்பாளர்களைத் தேர்ந்தெடுப்பர். அவர்களில் அதிகம் வாக்குப்பெறுபவர் பொதுத் தொகுதியின் வேட்பாளர் ஆவார்.

3. மத்திய சட்டசபைக்கும் இதே வழிமுறை.

4. மத்திய சட்டசபையில் பிரிட்டிஷ் இந்தியாவுக்கு ஒதுக்கப்பட்ட இடங்களிலிருந்து 18 சதவிகித இடங்கள் தாழ்த்தப்பட்டவர் களுக்காக ஒதுக்கப்படும்.

இரு பிரிவினரும் ஒப்புக்கொண்டு முன்னாலேயே முடித்துக் கொண்டால் அன்றி இவ்வழிமுறை முதல் பத்தாண்டு காலத்திற்குத் தொடரும்.

இதன் பிறகு காந்திஜி உண்ணாவிரதத்தை நிறுத்தினார். பிரிட்டிஷ் அரசும் இந்த ஒப்பந்தத்தை ஏற்றுக்கொண்டது.

1933ம் ஆண்டு டிசம்பர் மாதம் காந்திஜி மதராஸில் இருந்தார். அப்பொழுது சுதேசமித்ரன் ஆசிரியர் ரங்கசாமி அய்யங்காரும் கே.எம். முன்ஷியும் சுவராஜ்யா கட்சியை மீண்டும் புதுப்பிக்கும் முயற்சியில் இறங்கினர். டாக்டர் பி.சி. ராயின் ஆதரவும் அதற் கிருந்தது. ஒரு திட்ட வரைவு எடுத்துக்கொண்டுபோய் முன்ஷி காந்திஜியைப் பார்த்தார். காந்திஜி அதற்கு மறுப்புச் சொல்ல வில்லை. அதைப் பற்றிச் சர்தார் பட்டேலுக்கு 1934 செப்டெம் பெரில் ஒரு கடிதம் எழுதினார்.

‘நான் முழு மனத்தோடு அனுமதி கொடுக்காமல் இருந்திருந்தால் பார்லிமெண்டரி போர்டு உருவாகியிருக்காது. பல தீவிரமான, உண்மையுள்ள காங்கிரஸ்காரர்களின் விருப்பத்தை அது பூர்த்தி செய்கிறது. எனவே அதை உருவாக்குவது அவசியமாகப்போய் விட்டது.’

இதற்கிடையில் ரங்கசாமி அய்யங்கார் காலமானார். சட்டசபை புகும் தீர்மானத்தைக் கொண்டு செலுத்துவதில் சிறிது

காலதாமதமாயிற்று. சுவராஜ்யா கட்சியையே மீண்டும் உயிர்ப்பிப்பது என்று தீர்மானமாயிற்று. டாக்டர் அன்சாரியும் ஒப்புக்கொண்டார். காந்திஜி ஒப்புக்கொண்டால் மட்டுமே மேற்கொண்டு தொடரமுடியும் என்று முடிவெடுத்தார்கள். சத்தியமூர்த்தி மட்டும் காந்திஜி ஒப்புக்கொள்ளவிட்டால்கூட நாம் சட்டசபைக்குள் நுழையும் முடிவை எடுத்துவிடவேண்டும் என்றார். காங்கிரஸை அதிர்ச்சியில் ஆழ்த்துவதற்காக அடுத்த தேர்தலை 1934 நவம்பரிலேயே நடத்துவதற்கு அரசு திட்டமிடுவதாகத் தெரிய வருகிறது. எனவே எந்தக் காரணத்தைக் கொண்டும் நமது தீர்மானத்தைத் தள்ளிப் போடக்கூடாதென்றார் டாக்டர் அன்சாரி. உடனே புலாபாய் தேசாய் தலைமையில் ஒரு கூட்டம் நடத்தப்பட்டு திட்ட வரைவு ஏற்றுக்கொள்ளப்பட்டது. ஆனால் காந்திஜி ஏற்றுக்கொள்ளவேண்டும் என்பதில் கருத்து வேறுபாடு இல்லை. அப்பொழுது காந்திஜி பாட்னாவில் இருந்தார். காந்திஜி, அவர்கள் கொடுத்த திட்டத்தை ஏற்றுக்கொண்டார். பாட்னாவில் மே மாதம் 18, 19, 20. தேதிகளில் மாளவியாஜி தலைமையில் நடந்த அகில இந்திய காங்கிரஸ் செயற்குழு சட்டசபை நுழைவுக்கு அனுமதி அளித்தது. சட்ட மறுப்புப் போராட்டம் நிறுத்தி வைக்கப்பட்டது புதிய சுயராஜ்ஜிய கட்சி காங்கிரஸின் சட்டசபைப் பிரிவாக இயங்கும் என்றும் தீர்மானிக்கப் பட்டது.

84

1935ம் ஆண்டுச் சட்டத்தின் முக்கிய அம்சங்கள்

321 *பிரிவுகள், 10 அட்டவணைகள் கொண்ட மிகவும் நீண்ட சட்டமானது 4-8-1935ல் ஐந்தாம் ஜார்ஜ் மன்னரின் ஒப்பம் பெற்றுச் சட்டம் ஆனது. '1935ம் ஆண்டின் இந்திய அரசுச் சட்டம்' என்று பெயர் பெற்றது.*

1. இந்தியாவுக்கு டொமினியன் அந்தஸ்து அளிப்பதே பிரிட்டிஷ் அரசின் முடிவு என்று சொல்லப்பட்டது. அது படிப்படியாகத் தரப்படும். எப்பொழுது தரப்படும், என்ன தரப்படும், எப்படித் தரப்படும் என்பதைப் பிரிட்டிஷ் நாடாளுமன்றம் நிர்ணயிக்கும்.

   உருவாக்கப்படும் அரசியலமைப்பை மாற்றவோ, திருத்தங்கள் கொண்டு வரவோ பிரிட்டிஷ் நாடாளுமன்றத்துக்கு அதிகாரம் உண்டு.

2. இந்திய மந்திரியின் தலைமையகம்.

   மூன்றுக்குக் குறையாத ஆறுக்கு மேற்படாத ஆலோசகர்களை இந்தியா மந்திரி நியமிப்பார். அவர்களின் ஆலோசனைகளை ஏற்றுக்கொள்ளவோ புறக்கணிக்கவோ இந்திய அமைச்சருக்கு அதிகாரம் உண்டு.

கூட்டாட்சி

இந்தியாவில் இருந்த 11 மாநிலங்கள், தலைமை ஆணையரின் சுதேச அரசுகள் ஆகியன கொண்ட கூட்டாட்சி உருவாக்கப்பட்டது.

கூட்டாட்சிப் பட்டியல், மாநிலப் பட்டியல், பொதுப்பட்டியல் என மூன்று அதிகாரப் பட்டியல்கள் உருவாக்கப்பட்டன.

கூட்டாட்சிப் பட்டியலில் ராணுவம், ரயில்வே, நாணயங்கள் உட்பட 59 துறைகள் இருந்தன. இத்துறைகளில் கூட்டாட்சி சட்டமன்றமே சட்டங்கள் இயற்ற முடியும். மாநிலப் பட்டியலில் 59 துறைகள் இருந்தன. அவற்றிற்கு மாநிலங்கள் சட்டமியற்றிக்கொள்ளும். பொதுப் பட்டியலில் உள்ள துறைகளுக்கு மாநிலம், மற்றும் மத்திய கூட்டாட்சி சட்டம் இயற்றலாம். ஆனால் கூட்டாட்சி சட்டமே முடிவானது.

கூட்டாட்சி அரசு

இது கவர்னர் ஜெனரலின் கூட்டாட்சிச் சட்டமன்றம், அமைச்சர்கள் ஆகியவற்றைக் கொண்டது. கூட்டாட்சித் துறைகள் மாற்றப்பட்டவை என்றும் மாற்றப்படாதவை என்றும் பிரிக்கப்பட்டன. கூட்டாட்சிச் சட்டமன்றங்களின் தலைமை, கவர்னர் ஜெனரலிடம் இருக்கும். கூட்டாட்சிச் சட்டமன்றம் மாநிலங்கள் அவை, கூட்டாட்சி சட்டசபை என இரண்டாக இருக்கும். அவை கூட்டாட்சிப் பட்டியலிலும் பொதுப் பட்டியலிலும் உள்ள துறைகள் மீதும் கவர்னர் ஜெனரலிடம் உள்ள மீதமுள்ள துறைகள் மீதும் சட்டமியற்றும்.

மத்திய சட்டமன்றங்கள் மேல்சபை, கூட்டாட்சி சபை என வழங்கப்பட்டன மேல்சபையில் மாநிலப் பிரதிநிதிகள் 156 பேர்களும். சுதேசி அரசர்களின் பிரதிநிதிகள் 104 பேரும் இருப்பர். கீழ் மாநிலங்களிலிருந்து பிரதிநிதிகள் நேரடியாகத் தேர்ந்தெடுக்கப்படுவர். மூன்றாண்டுகளுக்கு ஒருமுறை உறுப்பினர்களுள் மூன்றில் ஒரு பங்கினர் பதவி விலகுவர். கீழ்ச்சபையில் மாநிலங்களிலிருந்து மறைமுகமாகத் தேர்ந்தெடுக்கப்பட்ட 250 உறுப்பினர்களும் 125க்கு மிகாத சிற்றரசர்களின் பிரதிநிதிகளும் இருப்பர். கீழ்சபையின் பதவிக்காலம் ஐந்து ஆண்டுகள்.

நிதி மசோதா தவிர மற்ற மசோதாக்களை இரு சபைகளிலும் சமர்ப்பித்து நிறைவேற்றலாம். ஆனால் அவை தலைமை ஆளுநரின் ஒப்புதல் பெற்றே சட்டமாக முடியும். மாற்றப்படாத துறைகளின் மசோதாக்களை தலைமை ஆளுநரின் அனுமதி பெற்றே சட்டமன்றத்தில் அவைபற்றி விவாதிக்க முடியும். ஆளுநரின் ஊதியம் சுதேசி மன்னர்களின் அரசாங்கச் செலவுகள் குறித்து விவாதிக்க முடியாது.

மாநிலங்களைப் பொறுத்தவரை 1919ல் மாண்டேகு செம்ஸ்போர்ட் சீர்திருத்தத்தின்படி கொண்டுவரப்பட்ட இரட்டை ஆட்சி முறை

நீக்கப்பட்டது. மாநிலங்கள் சுயாட்சி பெற்றன. ஆயினும் ஆளுநர் பலமான அதிகாரம் பெற்றிருந்தார். ஆளுநருக்கு ஆலோசனை கூறவும் உதவியாகவும் ஓர் அமைச்சரவை இருக்கும். அமைச்சர் களைச் சட்டமன்ற உறுப்பினர்களிலிருந்து ஆளுநரே நியமிப்பார். ஆளுநர் அமைச்சர்களின் ஆலோசனைப்படிதான் செயல்படவேண் டும் என்றாலும் சட்டம், ஒழுங்கு போன்றவற்றில் அவர் தனிச் சிறப் பதிகாரம் பெற்றிருந்தார். பாதுகாப்புக்குக் குந்தகம் வந்தாலும் நாட்டின் பாதுகாப்புக் கருதியோ, சட்டம் ஒழுங்கு சீர்குலைந்து விட்டதாக மாநில ஆளுநர் கருதினாலோ சட்டமன்றத்தைத் தலைமை ஆளுநரின் அனுமதியோடு அவர் கலைத்துவிட முடியும். ஆளுநருக்கு நிறைய அதிகாரங்கள் தரப்பட்டன. அவர் சில தனிப்பொறுப்புகளை ஏற்று நடத்தும்போது அமைச்சரவையின் ஆலோசனைப்படி செயல்படவேண்டிய அவசியமில்லை. மாநிலத் தில் அநேகமாக எல்லாத் துறைகளும் மாநில அமைச்சரவையின் பொறுப்பில் இருந்தது. ஒரு மசோதா மீதான விவாதத்தை நிறுத்தி வைக்கும் அதிகாரமும் ஆளுநருக்கு இருந்தது. தனிச் சிறப்பாணை களை மாநில ஆளுநர் கொண்டுவரலாம். வரவு செலவுத் திட்டத்தில் 40 சதவிகிதம் வரைதான் சட்டசபையில் பொறுப்பில் இருந்தது. அமைச்சர்களைப் பதவி நீக்கம் செய்யவும் சட்டசபையைக் கலைத்து விட்டுத் தாமே ஆட்சிப் பொறுப்பை நிர்வகிக்கவும் ஆளுநர் அதிகாரம் பெற்றிருந்தார்.

சென்னை, பம்பாய், வங்காளம் பீகார் ஐக்கிய மாநிலம், அஸ்ஸாம் போன்ற பெருமாநிலங்களில் இரு சட்டசபைகளும் மற்றவற்றில் ஒரு சட்டசபையும் அமைந்தன. மேலவை உறுப்பினர்கள்:

வங்காளம் - 65

உத்திரப்பிரதேசம் - 60

மதராஸ் - 56

பம்பாய் - 30

பீகார் - 30

அஸ்ஸாம் - 22 என்னும் அளவில் இருக்கலாம்.

இதில் தேர்ந்தெடுக்கப்பட்டவர்களும் ஆளுநரால் நியமிக்கப்பட்ட வர்களும் உண்டு. மூன்றில் ஒரு பங்கினர் மூன்றாண்டுகட்கு ஒருமுறை பதவி விலகுவர். கீழ்சபை எண்ணிக்கை மாநிலத்திற்கு மாநிலம் வேறுபட்டது. வகுப்புவாரி பிரதிநிதித்துவ அடிப்படை யில் உறுப்பினர்கள் தேர்ந்தெடுக்கப்பட்டனர். பொது இடங்களில் சில இடங்கள், தாழ்த்தப்பட்டவர்களுக்கு ஒதுக்கப்பட்டன.

முஸ்லிம்கள், சீக்கியர், ஆங்கிலோ இந்தியர், இந்தியக் கிறித்துவர், ஆகியோருக்குத் தனித்தனிப் பிரதிநிதித்துவம் வழங்கப்பட்டது. பெண்கள், பல்கலைக்கழகங்கள், தொழில் நிறுவனங்களுக்கும் சட்டசபையில் இடங்கள் ஒதுக்கப்பட்டன. வாக்குரிமை சொத்தின் அடிப்படையிலும் வருவாய், கல்வி போன்றவற்றின் அடிப்படை யிலும் வழங்கப்பட்டது.

கூட்டாட்சி நீதிமன்றம் ஒன்று டெல்லியில் அமைக்கப்பட்டது. இங்கிலாந்து அரசால் நியமிக்கப்பட்ட ஒரு தலைமை நீதிபதியும் ஆறு நீதிபதிகளும் அதில் இருந்தனர். மாநிலங்களுக்கும் கூட்டாட்சி அரசுக்கும் இடையே எழும் வழக்குகளை அது விசாரிக்கும். சுதேசிய அரசர்களுக்கும் கூட்டாட்சிக்கும் இடையே எழும் வழக்கு களையும் இம்மன்றமே விசாரணை செய்யும்.

இதற்கும் மேலான நீதிமன்றம் இங்கிலாந்தில் உள்ள பிரிவி கவுன்சில்.

சிற்றரசர்களை உள்ளடக்கிய கூட்டாட்சி செயல்படவே இல்லை.

புதிய அரசியலமைப்பு முறை காங்கிரஸுக்குப் பிடிக்கவில்லை. முஸ்லிம் லீக்கோ அதைப் பிற்போக்கான திட்டம் என்றது. புதிய அரசியல் அமைப்பின்படி பொதுத்தேர்தல்கள் 1936-37ம் ஆண்டு களில் நடைபெற்றன.

காங்கிரஸும் தேர்தலில் பங்குபெற்றது. அரசியலமைப்பை எதிர்த் தாலும் மிகத் தீவிரமாகப் பிரச்சாரம் செய்தது. சட்டமன்றங்களுக்குச் சென்று அங்கே வலிமையைப் பெருக்கிக்கொள்ளப் போவதாகத் தேர்தல் அறிக்கையில் சொன்னது. தேர்தலுக்குப் பிறகு மாநிலங் களில் ஆட்சிப்பொறுப்பை ஏற்பதா இல்லையா என்று தீர்மானிக்கப் படும் என்றது காங்கிரஸ்.

காங்கிரஸ் பெருவாரியாக வெற்றி பெற்றது. சென்னை, ஐக்கிய மாகாணம், மத்தியப் பிரதேசம், பீகார், ஒரிஸா ஆகிய மாநிலச் சட்டமன்றங்களில் அதற்குப் பெரும்பான்மை பலம் கிட்டியது. பம்பாய், வங்காளம், அஸ்ஸாம், வடமேற்கு எல்லைப்புற மாநிலம் ஆகியவற்றில் தனிப் பெரும் கட்சியாக வெற்றி பெற்றது. சிந்து மாகாணத்திலும் பஞ்சாபிலும் அது சிறுபான்மைக் கட்சியாகத் திகழ்ந்தது.

இவ்வளவு வெற்றி பெற்றாலும் மாநிலங்களில் ஆட்சிப் பொறுப்பை ஏற்க காங்கிரஸ் முன்வரவில்லை.

திரு கே.எம்.முன்ஷி, மகாத்மா காந்தியை அவரது வார்தா ஆசிரமத் தில் சந்தித்தார்.

'பாபு, நாம் சட்டசபையில் பங்கேற்பதுதான் நல்லது என்று நினைக்கிறேன்,' என்றார் முன்ஷி.

'ராஜாஜியும் அப்படி நினைப்பதாகத் தெரிகிறது. நான் இன்னும் அந்தச் சட்டம் முழுதையும் படிக்கவில்லை,' என்றார் காந்திஜி.

'நான் படித்துக் காட்டட்டுமா.'

'படிக்கவேண்டாம். அவற்றுள் என்ன இருக்கிறது என்பதை மட்டும் சொல்லுங்கள்.'

முன்ஷி விவரமாக எடுத்துரைத்தார்.

சில நாட்கள் கழித்து காந்திஜி முன்ஷியிடம் கேட்டார்.

'நான் உங்களை என் வீட்டிற்கு வரச்சொல்லி அழைத்தால் நான் என்ன செய்யவேண்டும்?'

'என்னை நட்புரிமையோடு வரவேற்கவேண்டும்.'

'அதுமட்டுமில்லை. உங்களுக்கு வேண்டிய வசதிகளையும் என்னால் இயன்ற அளவு செய்து கொடுக்க வேண்டும்!'

'ஆமாம்.'

'நம்மைச் சட்டசபைக்கு வா என அழைக்கிற இந்திய அரசும் அப்படிச் செய்ய வேண்டும். கவர்னர் அதற்கு வேண்டிய ஏற்பாடு களைச் செய்யவேண்டும். தனது தனிச் சிறப்பதிகாரத்தைப் பயன் படுத்தி இடைஞ்சல் கொடுக்கக்கூடாது. அப்படி அரசு உத்திரவாதம் கொடுத்தால் சட்டசபைக்கு நம்மவர்கள் போகலாம்,' என்றார் காந்திஜி.

இந்த நிபந்தனைகளை ஆளுநர்கள் ஏற்க மறுத்தனர். அதனால் பல மாநிலங்களில் அரசு ஏற்பது தாமதமாயிற்று.

பிரிட்டிஷ் நாடாளுமன்றத்தில் பிரதம மந்திரி சேம்பெர்லைன் இதைப்பற்றித் தன் கருத்தைச் சொன்னார்.

'என்னுடைய கருத்து என்னவென்றால் தனிச்சிறப்பு அதிகாரங்கள் மிகவும் கட்டுப்பாட்டோடு பயன்படுத்தப்படவேண்டும். நாம் எல்லோருமே இந்திய மாநில அரசுகள் நன்றாகச் செயல்பட வேண்டும் என்றுதான் விரும்புகிறோம். நாம் இந்தச் சபையில் புதிய அதிகாரப்பொறுப்புகளை நன்கு புரிந்து கொண்டாலன்றி இது நடக்காது,' என்றார்.

இந்தச் சிக்கலைத் தீர்ப்பதற்காகத் தலைமை ஆளுநர் ஓர் அறிக்கை கொடுத்தார்.

ஆளுநர் தலையீடு இருக்காது

'சிறுபான்மையினர் நலம் கருதி அரசியல் அமைப்பில் கொடுக்கப் பட்டுள்ள தனிச் சிறப்பதிகாரம் தவிர அன்றாட அரசின் நடவடிக் கைகளில் குறுக்கிடும் செயலை ஆளுநர் செய்யமாட்டார். அமைச்சர்களுடன் வீணான தகராறுகளை வளர்த்து மனக்கசப்பை உருவாக்குவது அரசின் நோக்கமல்ல. அது நாடாளுமன்றம் மற்றும் இந்திய அரசாங்கத்தின் குறிக்கோள் அல்ல.'

தலைமை ஆளுநரின் உறுதிமொழிக்குப் பிறகு, பெரும்பான்மை பலம் பெற்ற மாநிலங்களில் காங்கிரஸ் அரசு அமைத்தது.

பல மாநிலங்களில் ஆட்சி மிகச் சிறப்பாகவே நடைபெற்றது. மதராஸில் 215 இடங்களில் 159 இடங்கள் காங்கிரஸுக்குக் கிடைத்தன. ராஜாஜி முதலமைச்சரானார்.

பொதுத் தொகுதி	-	160
தாழ்த்தப்பட்டவர்கள்	-	30
முஸ்லிம்	-	28
இந்தியக் கிறித்துவர்	-	8
பெண்கள்	-	8
நிலச்சுவான்தார்கள்	-	6
வணிகம் தொழில்	-	6
தொழிற்சங்கங்கள்	-	6
ஐரோப்பியர்	-	3
ஆங்கிலோ இந்தியர்	-	2
பல்கலைக்கழகம்	-	1
பழங்குடியினர்	-	1

டொமினியன் அந்தஸ்துகூட இல்லாத இந்த ஆட்சி முறையில் மாநிலங்களில் பல நல்ல திட்டங்கள் செயல்வடிவம் பெற்றன. மது விலக்கு, தாழ்த்தப்பட்டவர் முன்னேற்றம், விவசாயிகள் நலத் திட்டம் எனப் பல பல நல்ல செயல்கள் நிறைவேற்றப்பட்டன. இந்தச் சமயத்தில்தான் நீல் சிலையை சென்னை மியூசியத்துக்கு மாற்றச் சொல்லி ராஜாஜி ஆணை பிறப்பித்தார்.

மத்திய சட்டசபையில் பொறுப்புகள் மந்திரிகள் வசம் கொடுக்கப் பட்டிருந்தாலும் தலைமை ஆளுநரின் தனிச் சிறப்பதிகாரம் என்னும்

கத்தி மேலே தொங்கிக்கொண்டிருந்த நிலையில்தான் செயல்பட வேண்டியிருந்தது.

பல குறைகள், கட்டுத்திட்டங்கள் கொண்டிருந்தாலும் இச்சட்டத்தினால் நன்மைகளே இல்லை என்று சொல்லிவிட முடியாது. மதராஸ் போன்ற சில மாநிலங்களில் உருப்படியான நிர்வாகம் நடைபெற்றது. இந்தியர்களுக்கு ஆளும் பயிற்சியை இச்சட்டம் கொடுத்தது. சில நல்ல செயல் திட்டங்களைக் கொண்டு செலுத்த முடிந்தது. பின்னால் வந்த அரசியல் அமைப்புச் சட்டங்களுக்கு இந்தச் சட்டம் ஒரு வழிகாட்டியாக அமைந்தது.

11 மாநிலங்களில் காங்கிரஸ் ஆறு மாநிலங்களில் பெரும்பான்மை பெற்றது. முஸ்லிம் லீக் ஒரு மாநிலத்தில் கூட வெற்றி பெற இயலவில்லை. தமது கட்சிக்கும் ஆட்சிப் பொறுப்பில் இடம் அளிக்குமாறு ஜின்னா நேருவை வேண்டினார். ஆனால் நேரு மறுத்துவிட்டார். 'இங்கே இரண்டு கட்சிகள்தான். ஒன்று பிரிட்டிஷ் மற்றொன்று காங்கிரஸ்,' என்று சற்றுப் பெருமிதத்தோடு நேரு பதில் அளித்தார். இந்தப் பதில் ஜின்னாவைக் கொதிப்படையச் செய்தது.

85

போர் அறிவிப்பு

1939ம் வருடம் செப்டெம்பர் மாதம் 3ந்தேதி இரண்டாவது உலக மகாயுத்தம் தொடங்கியது. லார்ட் லின்லித்கோ சட்டசபைகளைக் கலந்தாலோசிக்காமல் இந்தியா ஜெர்மனியுடன் போர் தொடுப் பதாக அறிவித்துவிட்டார். ஏற்கெனவே கொண்டுவந்திருக்கும் சட்டத் திருத்தத்தின்படி மாநில அரசுகளில் மைய அரசு நிச்சயம் தலையிடும். எனவே சர்தார் வல்லபாய் பட்டேல் எல்லா காங்கிரஸ் முதலமைச்சர்களுக்கும் அவர்கள் என்ன செய்யவேண்டும் என்று தெரிவித்து ஒரு சுற்றறிக்கை அனுப்பினார்.

அரசுக்கும் காங்கிரஸுக்கும் இடையே ஒரு சுமுகமான ஒப்பந்தம் ஏற்படுமானால் காங்கிரஸ் முழு ஆதரவும் கொடுக்கும் என்று படேல் சொன்னார்.

காங்கிரஸ் செயற்குழுக் கூட்டம் செப்டெம்பர் 9 ந்தேதி கூடியது. 15ந் தேதி வரை நடந்தது. காந்திஜியின் தனி அழைப்பின் பேரில் சுபாஷ் சந்திர போஸும் வந்திருந்தார். போரில் ஒத்துழைப்பதாகத்தான் காந்திஜி முதலில் முடிவுசெய்திருந்தார். ஆனால் ஜவஹர்லால் அதற்கு ஒப்புக்கொள்ளவில்லை. கடைசியில் ஜவஹர் வழிக்கே சென்றுவிட்டார். காங்கிரஸ் மூன்று கோரிக்கைகள் வைத்தது.

1. போர் ஏன் என்பதைத் தெளிவுபடுத்துதல்.
2. இந்தியாவின் எதிர்காலத்தை உறுதி செய்தல்.
3. மத்திய அரசில் காங்கிரஸ் பங்கேற்றல்.

சட்டசபையில் தீர்மானம்

காங்கிரஸ் ஆளும் மாநிலங்கள் தங்களைக் கேட்காமல் போர் அறிவித்ததை எதிர்த்து ஒரு தீர்மானம் கொண்டுவரவேண்டும் என்று முடிவாகியது. எப்படித் தீர்மானம் கொண்டுவருவது, என்ன தீர்மானம் என்பதைப்பற்றிக் காந்திஜியுடன் கலந்தாலோசிக்க முன்ஷி, வார்தா சென்றார். காந்தி தீர்மானத்தின் நகல்வரைவு ஒன்று எழுதிக்கொடுத்தார். இந்திய மக்களையோ, சட்டசபைகளையோ கேட்காமல் இந்திய அரசு பிரிட்டனுக்கும் ஜெர்மனிக்கும் இடையிலான யுத்தத்தில் ஜெர்மனிக்கு எதிராக இந்தியா போர் தொடுத்திருப்பதாக அறிவித்திருப்பதற்கு இந்தச் சட்டசபை வருத்தம் தெரிவிக்கிறது. இந்தியர்களின் கருத்தைக் கொஞ்சமும் மதிக்காமல் இந்த அறிவிப்பு வெளியாகியுள்ளதாக இந்தச் சட்டசபை கருதுகிறது. இது மாநில அரசுகளின் சுயாட்சிக் கொள்கைக்கு விரோதமானது. அதுமட்டுமன்று, இங்கிலாந்திலும் இங்கேயும் மாநில அரசுகளின் அதிகாரங்களையும் செயல் பாட்டையும் கட்டுப்படுத்தும் சட்டங்கள் உருவாக்கியிருப்பதையும் கவனத்தில் கொள்கிறது.

ஜனநாயகத்தைப் பாதுகாப்பதற்காகப் போர் தொடுத்திருப்பதாகப் பிரிட்டிஷ் அரசு சொல்கிறது. ஆனால் இந்தியாவைப் பொருத்த மட்டில் அது கொண்டிருக்கும் கொள்கை இதற்கு மாறாக இருக்கிறது. இந்தச் சட்டசபை ஜனநாயகத்தையும் சுதந்திரத்தையும் பாதுகாப்பதில் அக்கறை உள்ளதுதான். நாஜி அரசு போலந்தைத் தாக்கியுள்ளதைக் கண்டிக்கிறது. ஜனநாயகக் கொள்கை இந்தியாவுக்கும் காட்டப்படா விட்டாலும் இந்தியாவின் செயல்பாட்டை இந்திய மக்களே தீர்மானிக்க அனுமதிக்கப் படாவிட்டாலும் இந்தியா போரில் கலந்துகொள்ள இயலாது என்பதை இந்தச் சபை தெரிவிக்கிறது. தனது சுதந்திரத்தைத் தானே வகுத்துக்கொள்ளுமாறு இந்தியாவைச் சுதந்திர நாடாக அங்கீகரிக்க முடிவு செய்திருப்பதாக பிரிட்டிஷ் அரசு அறிவிக்கவேண்டும் என்று இந்தச் சபை கருதுகிறது. இந்தப் போர்க் காலத்துள் அதற்குச் செயல்வடிவம் கொடுக்கவேண்டும் என இந்தச் சபை விழைகிறது. இந்த மாநிலத்தில் போர் சம்பந்தமாக எந்த முடிவோ செயல்பாடோ இந்த மாநில அரசைக் கலந்தாலோசிக் காமல் செய்யப்படக்கூடாது எனக் கருதுகிறது.

இந்தத் தீர்மானத்தின் நகல் பம்பாய் கவர்னர் மூலம் லார்ட் லின்லித்கோவுக்கு அனுப்பப்பட்டது. அவர் அவசரகாலச் சட்டம் பிரகடனப்படுத்தப்படும் வாய்ப்பு இருப்பதாக மாநிலப் பிரதம மந்திரிகளிடம் கூறும்படி மாநிலக் கவர்னர்களிடம் சொன்னார்.

காந்திஜி சுபாஷ் சந்திர போஸை அழைத்துக் கொஞ்ச காலத்துக்கு எதுவும் செய்யாதிருக்குமாறு கேட்டுக்கொண்டார்.

ராஜாஜி பதவி விலகினார்

ஏதாவது முடிவு அவசரமாக எடுக்கவேண்டிய சூழ்நிலை இருந்தது. மாநிலப் பிரதமர்கள் தீர்மானம் கொணர்வதற்கு ஒரு வாரம் காத்திருக்குமாறு அறிவுறுத்தப்பட்டார்கள். இதற்கிடையில் காந்திஜி வைஸ்ராயை செப்டெம்பரில் ஒருமுறையும் நவம்பரில் ஒருமுறையும் சந்தித்தார். லின்லித்கோ நேருஜியையும் சந்தித்தார். நேருஜி யுத்தத்திற்குப்பிறகு முழு சுதந்திரம் கொடுப்பதாக உறுதியளிக்க வேண்டும் என்றும், இந்தியர்கள் அவர்களது அரசியல் நிர்ணயச் சட்டத்தை அவர்களே வடிவமைத்துக் கொள்ள அனுமதிக்க வேண்டும் என்றும் சொன்னார். பிரிட்டிஷ் அரசிடமிருந்தோ இந்திய அரசிடமிருந்தோ தெளிவான எந்த அறிவிப்பும் இல்லை. எனவே காங்கிரஸ் ஆளும் மாநில அரசுகள் அரசிலிருந்து விலகி விடுவது எனத் தீர்மானிக்கப்பட்டது. மதராசில் ராஜாஜி முதன் முதல் பதவி விலகினார். அவரைத் தொடர்ந்து மற்றவர்களும் விலகினர்.

எதற்காக ஜின்னா காத்திருந்தாரோ அது நடந்துவிட்டது. ஹிந்து காங்கிரஸ் ஆட்சியிலிருந்து விடுதலை என்று முழங்கினார். போரில் ஈடுபடக் காங்கிரஸ் எதிர்ப்புக் காட்டியபோது மறைமுகமாக ஜின்னா ஆதரவளித்தார்

இனி பிரிட்டிஷ் அரசின் நல்ல பிள்ளையாக அவர் திகழ முடியும். அவர் விரும்புவனவற்றை அதிகச் சிரமம் இல்லாமல் அடையமுடியும். பிரிட்டிஷ் அரசு ஜின்னாவையும் தாழ்த்தப்பட்டவர்களையும் காரணம் காட்டியே காங்கிரஸைப் பின்னுக்குத் தள்ளிவிடமுடியும். ஜின்னா முஸ்லிம்கள் மாஸ்டர் ரேஸ் அதாவது உயர்ந்த இனம் என்று சொல்லிச் சொல்லியே தமது இனத்தைச் சேர்ந்தவர்களை உசுப்பேற்ற முடியும்.

சிப்பாய் புரட்சி காலத்திலேயே ஆங்கிலேயர் முஸ்லிம்களையும் ஹிந்துக்களையும் பிரித்துவிட வேண்டும் என்று முயன்றனர். பஞ்சாப் கவர்னராக இருந்த லார்ட் லாரென்ஸ் கவர்னர் ஜெனரலாக ஆன பிற்பாடு முஸ்லிம்களையும் ஹிந்துக்களையும் பிரித்து வைப்பதே பிரிட்டிஷ் அரசாட்சிக்கு நல்லது என்றான்.

லார்ட் இர்வின் முன்னதாக டொமினியன் அந்தஸ்து கொடுக்கக் கருதப்படும் என்று கொடுத்திருந்த வாக்குறுதியை லார்ட் லின்லித்கோவின் அறிக்கை முறியடித்துவிட்டது. எனவே நேரு சொன்னார்: ‘நம்மை அவர்கள் நண்பர்களாகவோ சகாக்களாகவோ ஏற்க விரும்ப

வில்லை. என்றும் அவர்கள் இட்ட பணிகளைச் செய்யும் அடிமைகளாகவே இருக்க விரும்புகின்றனர்.'

தேவை பாகிஸ்தான்

சிப்பாய் புரட்சிக்குப் பிறகு இந்தியப் படையில் இந்துக்களை அதிகம் சேர்க்கவில்லை. அப்படிச் சேர்க்கப்பட்டவர்களுக்கும் முக்கியமான பொறுப்புகள் கொடுக்கப்படவில்லை. முஸ்லிம்கள் பெருவாரியாகச் சேர்க்கப்பட்டார்கள். எனவே ஜின்னாவின் மறைமுக ஆதரவின் காரணமாக பிரிட்டிஷ் அதிகாரிகள் ஜின்னாவின் பக்கம் சாய்ந்திருந்தனர்.

போர் தொடங்கிச் சில மாதங்களில், 'இந்திய முஸ்லிம் லீக்கின் குறிக்கோள் தனி தேசமாகப் பாகிஸ்தானைப் பெறுவதுதான்,' எனச் ஜின்னா முழங்கினார். 23-3-1940 அன்று முஸ்லிம் லீக் மாநாட்டில் 'பாகிஸ்தான்' தீர்மானம் லாகூரில் நிறைவேற்றப்பட்டது. 'முஸ்லிம்கள் அதிகமாக இருக்கும் வடமேற்கு மற்றும் வடகிழக்குப் பகுதிகளை ஒன்றிணைத்து சுதந்திரமாக இயங்கும் தனி நாடாக அங்கீகரித்தால் அன்றி, பிரிட்டன் இந்தியாவுக்காகக் கொண்டுவரும் எந்த அரசியல் அமைப்பையும் நாங்கள் ஏற்கமாட்டோம்' என்றார் ஜின்னா.

ஹிட்லருக்கு காந்திஜியின் கடிதம்

3-7-1940ல் காந்தி ஹிட்லருக்கு ஒரு திறந்த கடிதம் எழுதினார். 'மனித சமுதாயத்தைக் காட்டுமிராண்டித்தனத்திற்கு இழுத்துச் செல்லும் யுத்தத்தை நிறுத்துவதற்கு உங்கள் ஒருவரால்தான் முடியும். எனவே தயவு செய்து வன்முறையைக் கைவிடுங்கள்.'

ஆனால் ஹிட்லர் ஏற்கெனவே காந்தியின் மீது தனது வெறுப்பை உமிழ்ந்திருக்கிறார். 1938ல் அவரைச் சந்தித்த லார்ட் ஹேலிஃபேக்ஸிடம் (லார்ட் இர்வின்) சொன்னார், 'காந்தியைச் சுட்டுவிடுங்கள்.'

தந்திரமாக ஒரு திட்டம்!

ஜப்பான், மத்திய கிழக்கு நாடுகள் ரஷ்யா இப்படிப் பல நாடுகளுக்கு மத்தியில் இந்தியா இருந்ததால் போர் நடத்தவும் பொருள்களை நகர்த்தவும் வாய்ப்புள்ள இடமாக இந்தியா கருதப்பட்டது. இந்தியாவின் பாதுகாப்புச் செலவு மூன்றில் ஒருபாகமாக இருந்தது ஐந்தில் இரண்டு பாகமாக உயர்த்தப்பட்டது. யுத்தம் தொடங்கும்போது 43,500 பிரிட்டிஷ் போர்வீரர்கள் இருந்தார்கள். ஆனால் இந்தியர்கள் 1,31,000 பேர் இருந்தார்கள். 1857 சிப்பாய் புரட்சியில் ஆட்டம் கண்ட பிரிட்டிஷ் அரசு யுத்தகாலத்தில் இந்திய சிப்பாய்கள் மீண்டும் அப்படியொரு நிலைக்குப் போய்விடக்கூடாது என்பதற்காக

இந்தியாவைப் பாதுகாப்பது என்ற பேரில் 40,000 ஆங்கிலச் சிப்பாய் களை அங்கே பயிற்சிக்காக நிறுத்தி வைத்தது. பயிற்சி முடிந்ததும் அவர்கள் வெளிநாட்டுக்கு அனுப்பப்பட்டனர். அவர்களுக்கு மாற்றாக 60,000 பிரிட்டிஷ் சிப்பாய்களைப் பயிற்சிக்காக இந்தியா வுக்கு அனுப்பவேண்டும் என்றும் இந்திய சிப்பாய்கள் மத்திய கிழக்கு நாடுகளுக்குப் போரிட அனுப்பவேண்டும் என்றும் கூறினார். அதனால் இந்தியாவிற்குள் பிரிட்டிஷ் சிப்பாய்கள் அதிகமாகவும் இந்திய சிப்பாய்கள் குறைவாகவும் இருப்பார்கள். எனவே புரட்சி எழ வாய்ப்பில்லை. இந்தியாவின் செலவில் பிரிட்டிஷ் சிப்பாய்களுக்குப் பயிற்சி கொடுத்ததாகவும் ஆகும் என்று தந்திரமாகத் திட்டம் தீட்டினர்.

சர்ச்சில் பிரதமரானார்

சர்ச்சில் 10-5-1940ல் பிரிட்டிஷ் பிரதம மந்திரி ஆனார். அவருக்கு இந்தியாவுக்குச் சுதந்திரம் கொடுப்பது என்று சொல்வதே பிடிக்காது. இந்தியாமீது குறிப்பாக காந்திஜி மீது அவருக்குப் பயங்கர வெறுப்பு. புதிதாக நியமிக்கப்பட்ட இந்தியா மந்திரி ஆமெரி முதலில் அவ்வளவு ஆர்வம் காட்டவில்லை என்றாலும் பின்னால் தீவிரமான செயல்களில் இறங்கினார்.

'இந்தியாவில் ஆயுதங்களும் தளவாடங்களும் எல்லா இடங்களிலும் உற்பத்தி செய்யப்படவேண்டும். போருக்கு ஆயத்தமாக மக்கள் பலருக்குப் பயிற்சி அளிக்கப்படவேண்டும் தளவாடங்கள் உற்பத்தி யால் வரும் வருவாய் பயிற்சிச் செலவுக்குப் பயன்படுத்தப்படும்,' என்றார் ஆமெரி. ரயில் வண்டிகள் தண்டவாளங்கள் ஆகியவை போர் நடக்கும் இடங்களுக்கு இந்தியாவிலிருந்து ஏற்றுமதி செய்யப் பட்டன. அதிகம் உபயோகப்படுத்தப்படாத பகுதிகளிலிருந்து ஏற்கெனவே பதிக்கப்பட்ட தண்டவாளங்களைப் பிடுங்கி எடுத்து அனுப்பப்பட்டதாகவும் தெரிய வருகிறது. ஒவ்வொரு மாதத்திற் கும் 40,000 டன் தானியங்கள் படைவீரர்களின் தேவைக்காக அனுப்பப்பட்டது. பம்பாய் மில்களிலிருந்து படைவீரர்களுக்குத் தேவையான உடைகள், பாராசூட்கள், மற்ற இடங்களிலிருந்து இயந்திரங்கள், இயந்திரங்களின் உதிரிப்பாகங்கள் ஆகியவை அனுப்பப்பட்டன. இந்தியா போருக்காக 2 பில்லியன் பவுண்ட் மதிப்புள்ள பொருள்களை அளித்ததாகச் சொல்லப்படுகிறது.

ஒற்றுமை உதவாது

ஆரம்பத்திலிருந்தே இந்துக்களும் முஸ்லிம்களும் ஒற்றுமையாகச் செயல்பட்டால் சர்ச்சிலுக்கு எரிச்சல் வரும். அவர்களுக்கிடையே பிளவு வந்தால்தான் பிரிட்டன் தொடர்ந்து தனது ஆட்சியை இந்தியா

வில் தக்க வைத்துக்கொள்ளமுடியும் என்பது அவர் கருத்து. 1937ம் ஆண்டு லார்ட் லின்லித்கோவுக்கு எழுதிய ஒரு கடிதத்தில் சர்ச்சில், 'இந்தியாவில் உள்ள வெவ்வேறு மதத்தினர் ஒற்றுமையாக இருந்தால் அது பிரிட்டனின் நலத்துக்கு ஆபத்தானது!' என்று எழுதியிருந்தார்.

இன்னொரு முறை, 'ஒன்றுபட்ட இந்தியா எப்பொழுதும் நமக்கு உதவாது. நமக்கு வாசலைக் காட்டிவிடும்' என்று எழுதியிருந்தார்.

ஆனால் இந்தியா மந்திரி ஆமெரி சொன்னார், 'அதிகாரத்தால் நாம் இந்தியாவைக் கைக்குள் வைத்திருக்க முடியாது. ஆனால் இந்தியா நம் வசம் இருக்கவேண்டுமானால் அரசரின் மேல் இந்திய மக்களுக்கு மரியாதை இருக்கவேண்டும். அதற்குப் பொருளாதார வளம் அவர்களிடம் இருக்கவேண்டும். நமது காலனிகளை கை முட்டிக்குள் அடக்க நினைப்பதைவிட கைகுலுக்கி அரவணைக்க முயலவேண்டும்,' என்றார்.

ஆமெரிக்கு அவ்வப்போது திடீர் திடீரென்று கொஞ்சம் நல்ல புத்தி வரும். ஆனால் அடுத்த நிமிடம் அதை மாற்றிக்கொள்வார். அதே ஆமெரிதான் பின்னாளில் தன் கைவசம் இந்தியா மந்திரி பதவி வந்தபோது லார்ட் லின்லித்தோவுக்கு அவசர கால அதிகாரம் கொடுத்தார். எப்பொழுது வேண்டுமானாலும் யாரை வேண்டுமானாலும் கைது செய்யலாம். பத்திரிகைகளை ஒடுக்கலாம், ராஜ்ஜியத்துக்கு எதிராகப் போராடும் குழுக்களைத் தடை செய்யலாம்,' என்று சொன்னார்.

86

பாகிஸ்தான் வேண்டும்!

1940 மார்ச் மாதம் 22ம் நாள் லாகூரில் முஸ்லிம் லீக்கின் கூட்டம் நடந்தது. 60,000 பேருக்குமேல் குழுமியிருந்தனர். தனியான இஸ்லாமிக் தேசம் கோரி ஜின்னா ஒரு தீர்மானத்தை அக்கூட்டத்தில் மொழிந்து நிறைவேற்றினார். இரண்டு தேசக் கோரிக்கையை அறிவிப்பதற்குக் காரணம் பிரிட்டனோ, ஹிந்துவோ, முஸ்லிமோ அல்லது தானோ அல்ல, அதற்குக் காரணம் காந்திதான் என்றார் ஜின்னா.

ராஜாஜி தீர்மானம்

ஜுலை மாதம் 3-7 தேதிகளில் நடந்த அவசரச் செயற்குழுக் கூட்டத்தில் ராஜாஜி ஒரு தீர்மானம் கொணர்ந்தார். 'இந்தியாவுக்கு உடனடியாக நிபந்தனையற்ற பூரண சுயராஜ்ஜியம் அளிப்பதாக அறிவிக்கவேண்டும். தற்காலிக தேசிய அரசை மத்தியில் தேர்ந்தெடுக்கப்பட்ட எல்லாருடைய நம்பிக்கைக்கு ஏற்ப அமைப்பதற்கு ஈடாக காங்கிரஸ் இந்தியாவைப் பாதுகாக்க எடுக்கப்படும் பாதுகாப்பு முயற்சியில் முழுமூச்சாக ஈடுபடும் என்று உறுதி கூறுகிறோம்.' அந்தத் தீர்மானம் முறையான காங்கிரஸ் செயற்குழுவிலும் நிறைவேறியது.

ஆகஸ்ட் அறிக்கை

லார்ட் லின்லித்கோ ஓர் அறிக்கையை அளித்தார். அது 'ஆகஸ்ட் அறிக்கை' எனப்படுகிறது.

'போர் முடிந்ததும் சிறிதும் கால தாமதப்படுத்தாமல் முக்கியமான இனங்களின் பிரதிநிதிகளைக் கொண்ட ஓர் அமைப்பு புதிய அரசியலைப்புச் சட்டத்தை உருவாக்கும் நோக்கத்தோடு அமைக்கப்படும் என்றும், தனது அதிகாரத்தின் கீழ் என்னென்வெல்லாம் உதவிகள் செய்ய முடியுமோ அனைத்தையும் மேன்மை தங்கிய மன்னரின் அரசு செய்யும் என்றும் அவர்களின் பிரதிநிதியாக நான் அறிவிக்கிறேன்!'

தனி நபர் சட்டமறுப்புப் போராட்டம்

வழவழ கொழகொழா என்று வழங்கப்பட்ட இந்த அறிவிப்பில் உருப்படியாக ஏதும் இல்லை என்று காங்கிரஸ் தலைமை ஏற்க மறுத்துவிட்டது. அப்பொழுது காங்கிரஸ் தலைவராக இருந்த மௌலானா அபுல் கலாம் ஆஸாத் மறுத்துவிட்டார்.

இனியும் பொறுத்துப் பயனில்லை என்று 1940 அக்டோபர் மாதம் 13ம் நாள் கூடிய காங்கிரஸ் செயற்குழுக் கூட்டத்தில் காந்திஜி கொணர்ந்த 'தனிநபர் சட்ட மறுப்புத் தீர்மானம்' ஏற்றுக்கொள்ளப் பட்டது. முதன் முதல் அந்தப் போராட்டத்தைத் தொடங்கி வைப்பவராக வினோபா பாவே தேர்ந்தெடுக்கப்பட்டார்.

வினோபா பாவே போருக்கெதிரான முதல் சொற்பொழிவை வார்தாவுக்கு அருகில் உள்ள பௌனார் கிராமத்தில் 17ந்தேதி காலை நிகழ்த்தினார். அஸோசியேட்டட் ப்ரஸ் கொடுத்துள்ள அறிக்கையில், கொட்டும் மழையில் 300 பேருக்கும் மேல் அங்கே குழுமியிருந்து பேச்சைச் செவிமடுத்ததாக அறிக்கை கூறுகிறது.

பேச்சின் தொடக்கம்: 'போர் முயற்சியில் நியாயத்தின் அடிப்படையில் காங்கிரஸ் பிரிட்டனுக்கு உதவ முடியாது. ஜனநாயகத்தைக் காப்பாற்றுவதற்காகப் போர் புரிவதாகச் சொல்லும் பிரிட்டன் அதை ஏன் இந்தியர்களுக்கு மறுக்க வேண்டும்? இந்தியர்களைப் போருக்கு எதிராக ஈடுபடுத்தும் செயலை எதிர்த்துக் கிளர்ச்சி செய்வதற்கு மூன்று காரணங்கள் உண்டு. ஒன்று தேசிய அரசை அமைக்குமாறு காங்கிரஸ் விடுத்த கோரிக்கை நிராகரிக்கப்பட்டிருக்கிறது. போர் முயற்சிக்கு எதிராகக் குரல் கொடுப்பது தடைசெய்யப்பட்டுள்ளது. மூன்றாவதாக போரில் ஈடுபடுவது இந்தியர்கள் மேல் அவர்களைக் கேட்காமலேயே திணிக்கப்பட்டிருக்கிறது. கிறித்துவ நாடுகள் அவர்களுக்குள் மேலாண்மைக்காக நடத்தும் போர் இது. அவற்றில் சிலவற்றிற்கு எதிராக இந்தியா கலந்துகொள்ள வேண்டும் என்று கட்டாயப்படுத்துவது என்ன நியாயம்? அவை இந்தியாவுக்கு எதிரிகளல்லவே!

'கிறித்துவமதம் ஒருவன் தனது பகைவனையும் நேசிக்கவேண்டுமென்றல்லவோ போதிக்கிறது. இந்தியா அச்சத்தாலோ சொந்த

ஆதாயம் கருதியோ இந்தப் போரில் ஈடுபடக்கூடாது. இந்த இரண்டின் அடிப்படையில்தான் பிரிட்டன் போரில் நம்மை ஈடுபடுத்துகிறது,' என்று பேசிய வினோபா பாவே, தனது ஆலோசனையைக் கேட்காமல் போரில் ஈடுபட விரும்புகிற வர்களைத் தாம் தடுக்கப்போவதில்லை என்றும் வாய்மொழியாகச் சொல்வதோடு தாம் நிறுத்திக்கொள்ளப்போவதாகவும் சொல்லி யிருக்கிறார். கிராமத்தவர்கள் போரில் ஈடுபடாமல் இருப்பதோடு மட்டும் நின்றுவிடக்கூடாது. ராட்டையில் நூல் நூற்பதைத் தொடர்ந்து செய்யவேண்டும் கிராம முன்னேற்றத்துக்கும் இந்து முஸ்லிம் ஒற்றுமைக்காகவும் பாடுபடவேண்டும் என்றும் பேசியிருக்கிறார்.

ஆவணங்களில் கிடைத்திருக்கும் உளவுச் செய்திகள் தெரிவிப்ப தாவது: 'தனது பேச்சினிடையே பாவே சொன்னார், 'ஜெர்மானியர் கெட்டிக்காரர்கள். அதனால்தான் ஹிட்லரை அவர்கள் தலைவராகத் தேர்ந்தெடுத்திருக்கிறார்கள். அவரைப்பற்றி எல்லோரும் சித்தரிப் பதைப்போல அவர் அவ்வளவு மோசமானவராக இருக்க முடியாது. உண்மையில் ஹிட்லருக்கும் பிரிட்டிஷ்காரர்களுக்கும் இடையே தேர்ந்தெடுப்பதற்கு ஏதும் இல்லை. பகைவரல்லாதவர்களோடு போர் புரிய இந்தியர்கள் தலைப்பட்டால் அது பெரிய பாவமாகும். ஆட்களை அனுப்பியோ, பணவுதவி செய்தோ பொருள்கள் அளித்தோ எந்த வகையிலும் போருக்கு உதவ வேண்டாம்' என்று அவர் மக்களைக் கேட்டுக்கொண்டார். தன்னைச் சுதந்திரமாகத் திரிய அனுமதித்தால் தான் தொடர்ந்து போருக்கெதிரான கூட்டங்களைத் தொடர்ந்து நடத்தப்போவதாகவும் கூறினார்.

அக்டோபர் 17ந்தேதி அவர் கூட்டத்தில் பேசினார். கைது செய்யப் பட்டார். அதன் பிறகு ஒவ்வொருவராகத் தொடர்ந்தார்கள். நேரு, ஆஸாத், சர்தார் பட்டேல், ராஜேந்திர பிரசாத், ராஜாஜி மற்றும் பலர். இவர்கள் தவிர நாட்டில் எல்லா இடங்களிலும் தனி நபர் போராட் டத்தில் கலந்துகொண்டு பல்லாயிரக் கணக்கானவர்கள் சிறை சென்றனர். தேர்ந்தெடுக்கப்பட்டவர்கள் மட்டுமன்றி தேர்ந்தெடுக் கப்படாதவர்களும் கலந்துகொண்டனர். அதுவரையிலுமான இந்திய விடுதலைப் போரில் கலந்துகொண்டு சிறை சென்றவர் களைக் கணக்கெடுத்தால் தனிநபர் சட்டமறுப்பிலும் அடுத்து வரும் வெள்ளையனே வெளியேறு போராட்டத்திலும் கலந்து கொண்ட வர்களின் மொத்த எண்ணிக்கை அதுவரை சிறை சென்றவர்களின் எண்ணிக்கையைத் தாண்டிவிடும். சிப்பாய் புரட்சி தனி.

முஸ்லிம்களுக்கு ஒரே பிரதிநிதியாக முஸ்லிம் லீக் கட்சியை ஏற்றால் முஸ்லிம் லீக் பிரிட்டனின் போர் முயற்சிகளுக்கு உதவும் என்று அறிக்கை விடுத்தார் ஜின்னா.

1940 டிசம்பர் மாதம் லாகூரில் நடந்த முஸ்லிம் லீகில் மாநாட்டில் பாகிஸ்தான் அடைவதே லட்சியம் என்னும் தீர்மானம் நிறைவேற்றப்பட்டது.

‘கீழ்க்கண்ட கொள்கையின் அடிப்படையிலன்றி வேறெந்த அரசியல் அமைப்புத் திட்டமும் செயல்படாது என்று இந்த மாநாடு தீர்மானிக்கிறது.

முஸ்லிம்கள் பெருவாரியாக இருக்கக்கூடிய வடமேற்கு வடகிழக்குப் பகுதிகள் தனிதொகுதிகளாக ஆக்கப்பட்டு சுதந்திர மாநிலங்களாக அறிவிக்கப்படவேண்டும். இந்த அடிப்படையில் அரசியலமைப்பை உருவாக்க இந்தச் செயற்குழுவுக்கு அங்கீகாரம் அளிக்கப் படுகிறது.’

இது முடிந்த பிறகு அதன் தலைவர்கள் அங்கங்கே வகுப்புக் கலவரத்தைத் தூண்டினர். டாக்கா, அகமதாபாத், பம்பாய் ஆகிய இடங்களில் கலவரம் அதிகமாகியது. ஹிந்துக்கள் பலர் கொல்லப்பட்டார்கள். அகமதாபாத்தில் நிலைமை மிகவும் மோசமாக இருந்தது. காந்தியிடமிருந்து எதிர்த்து என்ன செய்வது என்ற வழிகாட்டல் இல்லை. காந்திஜிக்கு போகிலால் என்பவர் வழிகாட்டச் சொல்லிக் கடிதம் எழுதினார். அவருக்குப் பதில் எழுதினார் காந்திஜி: ‘சுயபாதுகாப்புக்காகப் பயிற்சி கொடுக்கும் அகதாஸ் அமைப்புகளை காங்கிரஸ்காரர்கள் நேரடியாகவோ மறைமுகமாகவோ நாடக்கூடாது. சுயபாதுகாப்பை வன்முறையால் மேற்கொள்ள வேண்டும் என்று எதிர்பார்க்கும் காங்கிரஸ்காரர்கள் காங்கிரஸைவிட்டு விலகிவிடலாம்,’ என்றார் காந்திஜி.

இந்தக்கடிதம் 25-5-1940 அன்று வெளியானது.

கே.எம். முன்ஷி காந்திஜியைச் சந்தித்தார்.

‘பாபுஜி, ஹிந்துக்கள் தாக்கப்படும்போது கையைக் கட்டிக்கொண்டிருக்கச் சொல்கிறீர்களா? ஹிந்துக்கள் தங்களைப் பாதுகாத்துக் கொள்வதற்காகத் திருப்பித்தாக்க அனுமதிக்கவேண்டும்,’ என்றார்.

‘வன்முறையற்ற கொள்கையில் நம்பிக்கையில்லாக் காங்கிரஸ்காரன்தான் திரும்பத் தாக்குவான். முஸ்லிம் லீக்கின் வன்முறைப்போக்கு எனக்கு வருத்தத்தைத் தருகிறது. காங்கிரஸில் என் சொல்லுக்குக் கொஞ்சமேனும் மதிப்பிருந்தால் வன்முறையை நான் அனுமதிக்க மாட்டேன். 1940 ஜூன் 21 தேதி காங்கிரஸ் செயற்குழுத் தீர்மானத்தை எண்ணிப்பாருங்கள். இந்தியாவைப் பாதுகாத்துக்கொள்ள வெளியிலே வன்முறையை அனுமதிப்பதாகவும், உள்ளே

எவ்வளவுதான் ஆத்திரமூட்டப்பட்டாலும் வன்முறையற்ற செயல்பாடே கொள்வோம் என்றும் தீர்மானித்திருக்கிறோம்,' என்றார் காந்திஜி.

'நீங்கள் இவ்வாறு சொன்னாலும் நான் பார்த்த அளவில் ஹிந்துக்கள் தம்மைப் பாதுகாத்துக்கொள்ளத் திருப்பித் தாக்கித்தான் ஆக வேண்டும் என்று நான் நம்புகிறேன். வெறிபிடித்த அந்த முஸ்லிம் கும்பல் வன்முறைக்குத்தான் கட்டுப்படுவார்கள்,' என்றார் முன்ஷி.

'முன்ஷி, உங்களுக்கு அப்படி ஒரு கருத்து இருந்தால், காங்கிரஸை விட்டு வெளியேறிவிட்டு வன்முறையைப் பயன்படுத்தச் சொல்லுங்கள். உங்களுக்குத் தேவைப்படும் ஆலோசனைகளை நீங்கள் காங்கிரஸை விட்டு வெளியேறினாலும் என்னை அணுகிக் கேட்கலாம். காங்கிரஸை விட்டு வெளியேறுகிற பலம் உங்களுக்கில்லையென்றால் எங்காவது மலைப்பிரதேசத்துக்குக் கொஞ்சகாலம் சென்று ஓய்வெடுத்துக்கொள்ளுங்கள். அதற்குள் இங்கே நிலைமை சரியாகிவிடும்,' என்றார் காந்திஜி.

மீண்டும் மீண்டும் 'காங்கிரஸை விட்டு வெளியேறிவிடுங்கள்' என்று காந்திஜி சொன்னதாலும், அப்படி வெளியேறினாலும் நான் உங்களுக்குத் தேவைப்படும்போது ஆலோசனை சொல்கிறேன் என்று சொன்னதாலும் முன்ஷி காங்கிரஸிலிருந்து வெளியேறினார்.

87

அமெரிக்கா கொடுத்த அழுத்தம்

சர்ச்சிலுக்கு பேராசிரியர் லிண்டர்மேன் என்றொரு நண்பர் இருந்தார். அவருக்கு உயரிய பதவி கொடுத்துத் தனக்கு ஆலோசகராக வைத்துக்கொண்டார் சர்ச்சில். பின்னால் அவர் பிரபுவாகவும் ஆனார்; லார்ட் செர்வெல் என்று பெயர். மக்கள் ஏழைகளாக வாழ்வதே குற்றம் என்ற கருத்துடையவர் அவர். ஹிட்லரைப்போல அவரும் இந்தியர்கள் தாழ்ந்தவர்கள் என்ற எண்ணம் கொண்டவர். அப்படிப்பட்டவர் எப்படி இந்தியர்களுக்காகப் பரிந்து பேசுவார்.?

யுத்தகாலத்தில் 'ரத்தம், உழைப்பு, கண்ணீர், வேர்வை' என்பது சர்ச்சிலின் தாரக மந்திரம். ஆனால் அவரும் பேராசிரியரும் ஆங்கில மக்களுக்கு உணவுக் கட்டுப்பாடு விதிப்பதற்கு உடன்படவில்லை. இதனால் இந்தியர்களைப் பட்டினி போட்டுப் பிரிட்டிஷ் மக்களுக்கு வழக்கத்தை விட அதிகமாக உணவுப் பொருள்கள் வழங்கப்பட்டன. நாட்டில் பணமில்லை. அந்த நேரத்திலும் இந்தியாதான் உதவியது. இந்தியாவுக்குக் கடன் திருப்பிக் கொடுக்கக்கூடிய நிலையில் பிரிட்டன் இருந்தது. எனவே இந்தியா யுத்தத்திற்காக ஒரு பகுதி பணம் தரவேண்டும் என்றது பிரிட்டன். இந்தியச் சிப்பாய்களை இந்தியாவை விட்டு வெளிநாடுகளிலே போரிட அனுப்பியது. இதற்காக இந்தியாவிலிருந்து மாதத்திற்கு 50,000 ராணுவ வீரர்களைப் பணிக்கமர்த்தியது.

இந்தியாவிலிருந்து ஒருகாலத்தில் ஏற்றுமதிமதி செய்யப்பட்ட பருத்தி, பட்டுத்துணிகள் பின்னாளில் ஆங்கிலத் துணி வியாபாரிகளின் வற்புறுத்தலால் நிறுத்தப்பட்டன. தொழிற்புரட்சியின் காரண

மாக இங்கிலாந்தில் துணி உற்பத்தி அதிகமாகிவிட்ட காரணத்தால் இந்தியாவுக்கு அவை குறைந்த விலையில் இறக்குமதி செய்யப் பட்டன. அதனால் நெசவுத்தொழில் நசுங்கியது. பின் சுதேசியப் போராட்டத்தால் நெசவுத் தொழில் ஓரளவு பலம் பெற்றது. எனவே சுதேசியப் போராட்டத்தை அடக்குவது இரண்டு வழிகளில் இந்தியாவை ஆண்டவர்களுக்கு அவசியமாயிருந்தது. இப்படியே போனால் சுதேசியப் போராட்டத்தால் சுதேசியத் துணிகளின் உற்பத்தி அதிகமாகும். அப்படி ஆனால் இங்கிலாந்துத் துணிகளை இங்கிலாந்தின் பெரிய இறக்குமதிச் சந்தையான இந்தியாவில் விற்க முடியாது. பொருளாதார வழியில் இங்கிலாந்து பின்தங்க நேரும். இந்தியர்கள் பலம் பெருகும். அவர்கள் பலம் பெற்றால் அதிக உரிமை கோருவார்கள். எனவே சுதேசியப் போராட்டத்தை அடக்கியே தீருவது என்று ஆங்கில அரசு தீவிரமாக நடந்து கொண்டது.

1941 வாக்கில் இந்தியாவில் குறிப்பிடும்படியான போர் விமானங் கள், ராணுவ டேங்க்குகள் இல்லை. அப்பொழுது ராணுவத் தளபதி யாக இருந்த கிளாடே ஆஜின்லெக், சர்ச்சிலிடம் இந்தியாவிற்கு 520 ஆண்டி ஏர்கிராஃப்ட் துப்பாக்கிகள் வேண்டும் என்று கேட்டார்.

உடனே சர்ச்சில், ‘ஜெனரல், அதை நமக்கெதிராகவே அவர்கள் திருப்பிவிடமாட்டார்கள் என்பது என்ன நிச்சயம்?’ என்று திருப்பிக் கேட்டார். இந்தியா ஆயுத பலம் பெறுவதைச் சர்ச்சில் விரும்ப வில்லை.

1857க்குப்பிறகு போரிடும் இனங்களான கூர்க்கா, முஸ்லிம், சீக்கியர்கள் ஆகியவர்களையே ராணுவத்தில் அதிகமாகச் சேர்த்துக் கொண்டார்கள். ஆனால் போர் தீவிரமாகப் போனதாலே வேறு வழியின்றி வங்காளிகளையும் சேர்த்துக்கொள்ளத் தொடங்கினர். ராணுவத்திலிருந்தவர்கள் கூடப் போரில் தங்கள் பங்களிப்புக்குப் பரிசாக இந்தியாவுக்குச் சுதந்திரம் கொடுத்துவிட வேண்டும் என்று வேண்டினார்கள். சுபாஷ் சந்திர போஸின் ஜெர்மனித் தொடர்பி னால் வெளிநாட்டில் போர் புரியும் இந்திய ராணுவ வீரர்கள் போஸிடம் சென்று சேர்ந்துவிடுவார்களோ என்ற பயமும் இருந்தது. இந்தியாவில் அப்பொழுது ராணுவம் பலவீனமானதாக இருந்தது. ஆனால் ஜப்பான் இந்தியாவைத் தாக்க எந்த முகாந்தரமும் இல்லை என்று சர்ச்சில் நம்பினார். அதுதவிர இடைத்தடையாகச் சிங்கப்பூர் நல்ல பாதுகாப்பாக இருந்தது. அந்த நிலையில் இந்தியாவுக்கு எந்த ஆபத்தும் இல்லையெனச் சர்ச்சில் நினைத்தார். 1941 ம் ஆண்டு ஆகஸ்ட் மாதம் சர்ச்சில் ரூஸ்வெல்ட்டைச் சந்தித்தார்.

பதில் சொல்ல முடியாத கேள்வி!

இந்தியாவுக்கு ஏதாவது செய்தாகவேண்டும் என்று சொல்லி சர்ச்சிலுக்கு அமெரிக்கா தலைவலி கொடுத்தது. அடக்கப்பட்ட நாடுகளை விடுவிப்பதற்காக நாம் போர் தொடுக்கிறோம் என்று சொல்லிக் கொண்டு பிரிட்டன் இந்தியாவைத் தொடர்ந்து அடக்கி வைத்துக் கொண்டிருப்பது எப்படிச் சரியாகும் என்று ரூஸ்வெல்ட் கேட்டார். சர்ச்சிலால் பதில் சொல்லமுடியவில்லை. 'அட்லாண்டிக் சார்ட்டர்' என்ற பெயரில் ஒரு ஒப்பந்தம் கையெழுத்தானது. அதன்படி மக்கள் தங்களுக்குத் தேவையான அரசை அவர்களே தேர்ந்தெடுத்துக் கொள்வதற்கும் அவர்களிடமிருந்து பறிக்கப்பட்ட அரசுரிமை அவர்களுக்கே திரும்ப அளிப்பதற்கும் பிரிட்டனும் அமெரிக்காவும் முனைந்து நிற்கும் என்றும் சொல்லப்பட்டது. ஆனால் பிரிட்டிஷ் பார்லிமெண்டில் சர்ச்சில் சொன்னார். 'அது ஆக்ஸிஸ் நாடுகள் போரில் பிடிக்கிற நாடுகளுக்கு மட்டுமே பொருந்துமே தவிர ஏற்கெனவே நாம் வைத்திருக்கும் காலனிகளுக்குப் பொருந்தாது!'

அமெரிக்கா போரிலிருந்து ஒதுங்கியே இருந்தது. ஆனால் 1941ம் ஆண்டு டிசம்பர் மாதம் 7ம் நாள் ஜப்பான் ஹவாயில் உள்ள பெர்ல் ஹார்பர் துறைமுகத்தைத் தாக்கியதால் அமெரிக்காவும் போரில் தீவிரமாக ஈடுபடத் தொடங்கியது. இங்கிலாந்தும் ஜப்பானின் மேல் போர் அறிவித்தது. அதைத் தொடர்ந்து இந்தியாவும் அறிவித்தது. இரண்டு போர்க் கப்பல்களை பிரிட்டன் சிங்கப்பூருக்கு அனுப்பியது. ஆனால் ஜப்பான் படை காடு வழியெல்லாம் புகுந்து வந்து பினாங்கைத் தாக்கி இரண்டு பிரிட்டிஷ் கப்பல்களையும் தாக்கி மூழ்கடித்தது. அப்பொழுது இந்தியப் படைகளுக்குத் தளபதியாக இருந்த வேவல், இதை சர்ச்சிலுக்குத் தெரிவித்தார். மிகவும் துணிச்சலான சர்ச்சிலும் உள்ளூர நடுங்கினார். ஜப்பான் இந்தியாவுக்குள் வந்து விட்டால் இந்திய மக்கள் அவர்களை வரவேற்பார்கள். பிறகு நிலைமை மோசமாகப் போய்விடும் என நினைத்தார். இந்தியாவில் இருக்கக்கூடிய ராணுவம் அதிகம் பயிற்சியில்லாதவர்களைக் கொண்டது. இந்தியாவை ஜப்பான் தாக்கும் நிலை வந்தால் இருக்கிற தளவாடங்களையும் ஆட்களையும் வைத்துக்கொண்டு தாக்குப்பிடிக்க முடியாது என்றார் வேவல். ஆனால் சிங்கப்பூர் தம் கைவசம் இருக்கும்வரை கவலைப்படவேண்டாம் என நினைத்தார். அந்த எண்ணத்திலும் இடி விழுந்தது.

வீழ்ந்தது சிங்கப்பூர்

'சிங்கப்பூர் வீழ்ந்துவிட்டது. பிரிட்டிஷ் ஆட்சி ஒழிந்தது. இனி நமக்கு வெற்றிதான்!' என்று ஒருவர் காந்திஜியிடம் சொன்னார்.

அதற்குப் பதிலாக காந்திஜி ஹரிஜன் பத்திரிகையில் ஒரு கட்டுரை எழுதினார்

'இங்கிலீஷ்காரர்களைத் தோல்வி குலைத்துவிடுவதில்லை. அவர்கள் அதை அமைதியாக எதிர்கொள்கிறார்கள். அவர்களைப்பொறுத்த மட்டில் சண்டை என்பது கால்பந்து விளையாடுவது மாதிரி. தோல்வி யடைத்த வீரர்கள் வெற்றிபெற்றவர்களை மனமாரக் கைகுலுக்கிப் பாராட்டுவார்கள். அவர்களது துயரத்தை ஒரு கிளாஸ் விஸ்கி குடித்துத் தீர்த்துக்கொள்வார்கள்!' என்று எழுதினார்.

சிங்கப்பூர் தோல்வி ஏற்படுவதற்கு முன்பு சர்ச்சில் தானே இந்தியா வுக்குப்போய் காந்தியையும் ஜின்னாவையும் சந்தித்து ஒரு சுமுகமான முடிவெடுக்கலாம் என்று சொன்னார். அவருடைய செயலர்களும் அது நல்ல முடிவு என்றனர். ஆனால் அவருடைய மருத்துவர் அவர் உடல் நலம் இருக்கும் நிலையில் அவ்வளவு தூரம் பயணப்படு வதைத் தவிர்க்கவேண்டும் என்றார். என்றாலும் அவர் போவதற்குத் தயாராக இருந்தார். அதற்குள் சிங்கப்பூர்த் தோல்விச் செய்தி வந்தது. அவர் இந்தியாவுக்குச் செல்லும் பயணத்தைக் கைவிட்டார்.

பர்மா இந்தியர்கள் பட்ட பாடு

15-2-1942 அன்று சிங்கப்பூரும் கைப்பற்றப்பட்டுவிட்டது. கர்னல் ஹண்ட் ஜப்பானியத் தளபதியிடம் 67,000 போர் வீரர்களுடன் சரணடைந்தார். கேப்டன் மோகன் சிங்கிடம் சரணடைந்தவர் களிடமிருந்து புதிய தேசியப் படையில் சேர விருப்பமுள்ள வர்களைக்கொண்டு ஒரு படை திரட்டும்படி ஜப்பானியத் தளபதி சொன்னார். அடுத்து பர்மா தாக்கப்பட்டது. பர்மாவில் அப்போது குடியிருந்த ஆறு லட்சம் இந்தியர்கள் பலத்த இன்னல்களுக் கிடையே தாயகம் நோக்கித் திரும்பினார்கள். வாகன வசதியின்றி நடையாய் நடந்து வந்து வரும் வழியிலேயே உயிரிழந்தவர் பலர். ஆனால், வெள்ளையர் இருக்கிற வாகனங்களையும் வசதிகளையும் பயன்படுத்தி தாம் வெளியேறியது மட்டுமன்றி பாதையில் இருந்த ஒரு பாலத்தையும் உடைத்துவிட்டனர். தாங்கள் தப்பித்துக் கொண்டு மற்றவர்களை அம்போ என்று விட்டுவிட்டனர். மக்கள் வழியெல் லாம் பட்ட அவதி மிகவும் கொடுமையானது.

ஜப்பான் தாக்குதலால் ரங்கூனும் வீழ்ந்ததால் ஜப்பான் இந்தியா எல்லையை நெருங்கிவிட்டது. வெள்ளையர்களுக்கு உணவு கிடைத்தது. ஆனால் தப்பித்து வந்தவர்களின் முகாமில் இருந்த இந்தியர்களுக்கு எதுவும் கிடைக்கவில்லை. சீனாவுக்குச் செல்லும் பாதை மூடப்பட்டுவிட்டது. பர்மாவிலிருந்து அமெரிக்கத் துருப்புகள்

கல்கத்தா வழியாக இந்தியாவுக்குள் நுழைந்து வடகிழக்குப் பகுதிக்குச் சென்றனர். ஆஸ்திரேலியா, சீனா, ஆப்பிரிக்கா, இங்கிலாந்து ஆகிய பகுதிகளிலிருந்து இந்தியாவுக்குள் வந்த ஐந்து லட்சம் போர் வீரர்களுக்கு வேண்டிய வசதிகளை இந்தியா செய்து கொடுக்க வேண்டியிருந்தது. அதனால் இந்தியர்களுக்கு வேண்டிய உணவில் தட்டுப்பாடு ஏற்பட்டது. இந்தியர்களைப் பகைத்துக்கொண்டு போரை நடத்துவது கஷ்டம் என்று சீன அதிபர் சியாங்கை ஷேக், ரூஸ்வெல்டுக்குக் கடிதம் எழுதினார். ரூஸ்வெல்ட், சர்ச்சிலுக்கு ஓர் அதிகாரி மூலம் அதைக் கொடுத்தனுப்பினார். வழக்கம் போல சர்ச்சில் அதற்கு இணங்கவில்லை. முகமதலி ஜின்னாவைப் பகைத்துக்கொள்ளும் காரியத்தில் தம் இறங்கப்போவதில்லை என்றும் ராணுவத்தில் பெருமளவு முஸ்லிம்கள் இருப்பதால் தாம் கவனத்துடன் செயல்பட வேண்டியதுள்ளது என்றும் தெரிவித்து விட்டார். அமெரிக்கா போரில் ஈடுபட்டுவிட்டதால் பிரிட்டன் சற்றுத் தெம்பாக இருந்தது. அதேசமயம் ஜப்பான் இந்தியாவுக்குள் புகுந்துவிட்டால் நிலைமை மாறிவிடும். பிரிட்டிஷ்காரர்களின் வெற்றிக்கெல்லாம் மூல காரணமே இந்திய வீரர்கள்தான். அவர்கள் திசை மாறிவிட்டால் திண்டாட்டம்தான்.

பூமியைப் பொட்டலாக்கு! (Scorched Earth)

ஜப்பான் இந்தியாவின் எல்லைவரை வந்துவிட்டதால் எந்த நேரமும் வங்காளம் வழியாக இந்தியாவுக்குள் புகுந்துவிடலாம். சிப்பாய் புரட்சி நாட்களிலிருந்து வங்காளத்தைக்கண்டால் பிரிட்டிஷ்காரர்களுக்குச் சற்று உதறல்தான். அதனாலேயே வங்காளிகள் மேல் சற்று வெறுப்பும் இருந்தது. அவுரி சாகுபடி, பருத்திச் சாகுபடி என அவர்களின் விவசாயத்தில் கையை வைத்து அவர்களை அடிமட்ட நிலைக்குத் தள்ளிவிட்டார்கள். அவர்களுடைய தானியச் சாகுபடிகளையும் கவர்ந்து வெளிநாட்டுக்கு அனுப்பிக் கொண்டிருந்தனர். இதனால் வங்காளத்தில் எந்த நேரத்திலும் பஞ்சம் தலைதூக்கும் அபாயம் இருந்தது. இந்தியாவில் இருந்த ஆட்சியாளர்கள் இந்தப் பஞ்ச அபாயத்தைப் பற்றி லண்டனுக்கு விடாமல் தெரிவித்துக் கொண்டிருந்தார்கள். ஆனால் சர்ச்சில் அதைப்பற்றியெல்லாம் கவலைப்படவில்லை.

வங்காளத்தின் வழியாக ஜப்பான் வந்தால் வங்காளிகளின் தானியங்களோ வேறு எந்த விதமான வசதிகளோ ஜப்பானியர்களுக்குக் கிடைத்துவிடக்கூடாது என்று சர்ச்சில் எண்ணினார். அதனால் அழித்தல் திட்டம் ஒன்றை அறிவித்தார். அதற்கு 'Scorched Earth' என்று பெயர். அதாவது ஜப்பானியர்கள் கடலோரமாகத்தான்

வருவார்கள். ஆதலால் கடலோரமாக இருக்கும் கட்டிடங்கள், தொழிற்சாலைகள் எல்லாவற்றையும் இடித்துத் தரைமட்டமாக்கி விடவேண்டும். அதை ஒட்டி இருக்கும் வயல்வெளிகளிலும், நிலப் பரப்புகளிலும் விளையும் எல்லாவிதப் பயிர்களையும் அழித்துவிட வேண்டும். ஜப்பானியர்களுக்கு உண்ண எதுவும் கிடைத்து விடக் கூடாது. அங்கு வாழும் மக்களுக்குக் கொஞ்சமாக உணவுப்பொருள் களை வைத்திருக்கலாம். ஜப்பானியர் நுழையும் பொழுது அதிகப் படியாகக் கைவசம் இருந்தால் மக்கள் பட்டினி கிடந்தாலும் பரவா யில்லை. அந்தத் தானியங்களைக் கடலில் கொட்டி அழித்துவிட வேண்டும்.'

சர்ச்சிலின் மேற்படி திட்டத்திற்குத் தளபதி வேவல் எதிர்ப்புத் தெரிவித்தார். இதனால் மக்களின் வாழ்வாதாரம் பாதிக்கப்படும் எனச் சொல்லி ஒரு சிறு மாற்றுத் திட்டத்தைச் சொன்னார். அதன்படி கல்கத்தாவிலிருந்து 20மைல் தொலைவுக்கு போக்குவரத்துச் சாதனங்கள் கைப்பற்றப்படும். அப்பகுதி மறுப்புப் பகுதியாக அறிவிக் கப்பட்டு எதிரிகளுக்கு எதுவும் கிடைக்காத நிலை உருவாக்கப்படும் என அறிவிக்கப்பட்டது. அங்கிருந்த வெள்ளைக்காரப் பெண்கள் அப்புறப்படுத்தப்பட்டுப் பாதுகாப்பான இடங்களுக்குக் கொண்டு செல்லப்பட்டனர். சர்ச்சிலும் ஆமெரியும் உத்தரவிட்டது போல அப்படியே அழித்தல் திட்டத்தை நிறைவேற்றினால் நாட்டில் கொந்தளிப்பு ஏற்படுவதோடு ஒரு லட்சம் பேருக்குமேல் மக்களுக்கு உணவுக்கு ஏற்பாடு செய்யும் பொறுப்பும் வந்துவிடும் என்று இந்திய அதிகாரிகள் சொன்னதால் ஸ்கார்ச்டு திட்டம் சற்றுத் தளர்த் தப்பட்டது வங்காளக் கடற்கரைப் பகுதியில் அதைத் தீவிரமாகச் செயல்படுத்துவது என முடிவாயிற்று. இரண்டு மாதத்திற்குத் தேவையான அரிசியை ஒவ்வொருவரும் சேமித்து வைத்துக் கொள்ளவேண்டும் என்று அரசு அறிவித்தது.

படகுகள் நொறுக்கப்பட்டன. போக்குவரத்து வாகனங்கள் கைப்பற் றப்பட்டன. யானைகள்கூடக் கைப்பற்றப்பட்டன என ஒரு குறிப்புத் தெரிவிக்கிறது. இந்தக் காரணங்களால் அதிக விளைச்சல் உள்ள இடங்களிலிருந்து உணவுப் பொருள் தேவைப்படும் இடத்திற்குப் பொருள்களைக் கொண்டுசெல்ல இயலவில்லை என்பது மட்டு மன்றி அதிகமாகத் தேங்கியிருந்தவை அழிக்கப்பட்டன அல்லது கடலில் வீசப்பட்டன. படகுகள் பறிக்கப்பட்டதால் மீன்பிடிப்பு பாதிக்கப்பட்டது. அரிசிக் கிடங்குகள் தீவைத்துக் கொளுத்தப் பட்டன. அதனால் பல குடும்பங்கள் பிழைப்புக்கு வழியின்றி அநேகமாக அழிந்து போகும் நிலைக்குத் தள்ளப்பட்டனர். பஞ்சம் நுழைவதற்குத் தருணம் பார்த்துக்கொண்டிருந்தது இதையெல்லாம்

கவலையோடு கவனித்துக்கொண்டிருந்த அமெரிக்க ஜனாதிபதி ரூஸ்வெல்ட் உடனடியாக இந்திய அரசியல் தலைவர்களுடன் பேசி எல்லாக் கட்சியினரையும் உள்ளடக்கிய ஓர் அரசை உருவாக்க ஏற்பாடு செய்யும்படிக் கூறினார். அப்படிச் செய்தால் இந்தியாவின் முழு ஆதரவும் போருக்குக் கிடைக்கும் என்றார். அதற்காக கர்னல் லூயி ஜான்சன் என்பவரை அமெரிக்கா இந்தியாவுக்கு அனுப்பியது.

போரின் ஆரம்ப காலத்தில் யுத்தம் ஐரோப்பாவை ஒட்டியே நடை பெற்றுவந்ததால் ஆங்கில அரசு இந்தியாவைப் பற்றி அதிகம் கருத வில்லை. ஆனால் சிங்கப்பூர் வீழ்ந்தது நிலைமையை மாற்றி விட்டது. இந்தியாவுக்கு நலமாக ஏதாவது உடனே செய்யுங்கள் என்று அமெரிக்க அதிபர் வற்புறுத்தினார். எனவே அமெரிக்க அதிபரைத் திருப்திப்படுத்துவதற்காகவாவது ஏதேனும் செய்ய வேண்டிய நிலைக்குச் சர்ச்சில் தள்ளப்பட்டார். ரூஸ்வெல்ட்டும் சர்ச்சிலும் போர் தொடங்குவதற்கு முன்பே மிக நெருக்கமான தொடர்பு கொண்டிருந்தனர். போரில் அமெரிக்கா ஈடுபட்ட பிறகு சர்ச்சிலுக்கு அதன் சகாயம் அதிகமாகத் தேவைப்பட்டது. எனவே ரூஸ்வெல்ட் சொல்வதைத் தட்டிக்கழிக்க இயலவில்லை. ரூஸ்வெல்ட்டும் இந்தியாவுக்கு உரிமை வழங்கும் ஏற்பாடுகளில் அடியெடுத்துவைக்கும் முயற்சிகளில் ஈடுபடும்படி சர்ச்சிலை வற்புறுத்தினார்.

1940ம் ஆண்டு மே மாதம் பிரதமராகப் பதவியேற்ற சர்ச்சில் தனது போர்க்கால கூட்டணி அமைச்சரவையில் எதிர்க் கட்சித் தலைவர் கிளமெண்ட் அட்லியைத் துணைப் பிரதமராக்கினார். நேச நாடு களின் போர் முயற்சிகளில் ஒத்துழைக்குமாறு இந்திய தேசிய காங் கிரஸை அணுகுவது என்று இரண்டு தலைவர்களும் முடிவெடுத் தார்கள். காந்தி, நேரு ஆகியோரின் ஒத்துழைப்பின்றி இந்திய மக்களை போருக்கு ஆதரவாகத் திசை திருப்ப முடியாது என்பதை அறிந்திருந்தனர். தமக்கு அவசியம் என்று வருகிறபோது தான் வெறுத்து ஒதுக்குபவர்களின் ஒத்துழைப்பை நாடக்கூட சர்ச்சில் தயங்கவில்லை.

காந்தி, நேருவின் ஆதரவைப் பெறுவதென்றால் சுதந்திரம் வழங்கு வதற்கு அடிப்படையான ஒரு திட்டத்துடன் சுமுகமாகப் பேசக் கூடிய ஒருவரை அனுப்புவது என்று முடிவெடுத்தனர். யாரை அனுப்புவது? நேருவுக்கும் காந்திக்கும் பழக்கமானவராகவும் அதே சமயத்தில் இந்தியாவைப் பற்றி நன்கு அறிந்தவராகவும் இருந்தால் நல்லது என்று நினைத்தனர். சமீபத்தில்தான் மாஸ்கோவில் தூதராக இருந்து திரும்பியிருந்த சர் ஸ்டாஃபோர்ட் கிரிப்ஸ் அதற்குத் தகுதியானவராக இருப்பார் எனத் தீர்மானித்தனர். ஸ்டாஃபோர்ட்

கிரிப்ஸ் சோஷலிசச் சிந்தனை உடையவர். அதற்கு முன் இந்தியா சென்று நேருவையும் காந்தியையும் சந்தித்துப் பேசியிருக்கிறார். அதுமட்டுமல்ல அவர் சுத்த சைவம். அவரை அணுகியபோது அவரும் இந்தியாவுக்குப் போகத் தயாராக இருந்தார். ‘தனிமனிதனாகச் செல்லுவது நல்லது’ என்றார். எனவே ஸ்டாஃபோர்ட் கிரிப்ஸ் போர் அமைச்சரவையில் இணைக்கப்பட்டார்.

88

ஸ்டாஃபோர்ட் கிரிப்ஸ் திட்டம்

இந்தியத் தலைவர்களுடன் விவாதிப்பதற்காக கிரிப்ஸின் திட்ட வரைவு 30-3-1942 அன்று முடிவானது.

சர் ஸ்டாஃபோர்ட் கிரிப்ஸ் தன்னுடன் கொண்டுவந்திருக்கும் திட்ட வரைவு பிரிட்டிஷ் போர் அமைச்சகத்தின் முடிவுகளாகும். இவை இந்தியத் தலைவர்களுடன் விவாதிப்பதற்காக அவர் கொண்டு வந்துள்ளார். இப்பொழுது நடந்துகொண்டிருக்கும் விவாதங்களின் முடிவைப் பொருத்தே இவற்றைச் செயல்முறைப்படுத்துவது தீர்மானிக்கப்படும். இந்த நாட்டிலும் இந்தியாவிலும் மக்களின் உணர்வுகளைக் கருத்தில்கொண்டு, இந்தியாவின் எதிர்காலம் பற்றி இதுவரை கொடுக்கப்பட்டு வந்திருக்கும் உறுதிமொழிகளின் அடிப்படையில், இந்தியாவில் சுய ஆட்சி மிக விரைவில் ஏற்படுத்துவதற்காக, மேன்மை தங்கிய மன்னர் அவர்களின் அரசு மிகத் தெளிவாகவும் அழுத்தமாகவும் கீழ்காணும் வழிமுறைகளை வகுத்துள்ளது.

ஒரு புது இண்டியன் யூனியனை உருவாக்குவதே குறிக்கோள். அந்த யூனியன் யுனைடெட் கிங்டத்துடனும் மற்ற டொமினியன்களுடனும் மன்னருக்கு உண்மையுள்ளவை என்ற பொது நோக்குடன் தொடர்புடையதாக அமையும். அது எல்லாவற்றுடன் சம அந்தஸ்துடன், எதையும் சார்ந்ததாக இல்லாமல் உள்நாட்டு விவகாரங்களிலும், வெளிவிவகாரங்களிலும் சுயமாக இயங்கும்.

எனவே மேன்மைதங்கிய மன்னரின் அரசு கீழ்க்கண்ட தீர்மானத்தை அளிக்கிறது:

a) போர்க் கலவரங்களெல்லாம் ஓய்ந்த பிறகு கீழே விவரித்துள்ளபடி, இந்தியாவில் புதிய அரசியல் அமைப்புச் சட்டத்தை உருவாக்குவதற்காக, தேர்ந்தெடுக்கப்படும் ஓர் அமைப்பு ஏற்படுத்தப்படும்.

b) கீழே கொடுத்துள்ளபடி இந்திய மாநிலங்கள் அவற்றில் பங்குபெற வழிமுறைகள் வகுக்கப்படும்.

c) அப்படி உருவாகும் அரசியலமைப்பு மேன்மை தங்கிய மன்னரது அரசின் கீழ்க்காணும் சில நிபந்தனைகளுக்கு உட்பட்டு ஏற்றுக்கொண்டு நடைமுறைப்படுத்தப்படும்.

d) பிரிட்டிஷ் இந்தியாவில் இந்த அரசியலமைப்பை ஒப்புக் கொள்ளாத எந்தப் பிராந்தியமும் இப்பொழுதுள்ள அரசியலமைப் பைப் பின்பற்றலாம். விரும்பினால் பின்னாளில் அவை இணை வதற்கு வேண்டிய வழிமுறைகள் வகுக்கப்படும்.

இப்படி இணையாத பிராந்தியங்கள் விரும்பினால் மேன்மை தங்கிய மன்னரின் அரசு அவற்றிற்குத் தனி அரசியலமைப்பு வகுத்துக்கொள்ள ஏற்பாடு செய்யும். கீழே தரப்படும் நெறி முறைகளின் படி அவற்றிற்கு இந்திய யூனியனுக்கு இணையாக அந்தஸ்தும் வழங்கப்படும்.

e) அரசியலைப்பை உருவாக்கும் அமைப்பும் மேன்மைதங்கிய மன்னரின் அரசும் தீர்மானிக்கும் ஒரு ஒப்பந்தத்தில் கையெழுத்திடவேண்டும்.

இந்த ஒப்பந்தம் பிரிட்டிஷிடமிருந்து இந்தியரின் கரங்களுக்கு அதிகாரத்தையும் பொறுப்பையும் மாற்றும் எல்லா விவரங்களையும் உடைத்தாயிருக்கும். மேன்மை தங்கிய மன்னரின் அரசு கொடுத்துள்ள உறுதிமொழிகளுக்கேற்ப இன, மத சிறுபான்மையரின் பாதுகாப்புக்கு வழிமுறைகள் வகுக்கப்படும். ஆனால் பிரிட்டிஷ் காமன்வெல்த்தின் மற்ற உறுப்பினர் நாடுகளுடன் இந்தியன் யூனியன் ஏற்படுத்திக் கொள்ளும் தொடர்புகளை எந்த வகையிலும் கட்டுப்படுத்தாது இந்தப் புதிய சூழலில் அரசியல் அமைப்புச் சட்டத்தை ஓர் இந்திய மாநிலம் ஒப்புக்கொள்கிறதோ இல்லையோ அதனுடைய ஒப்பந்த ஏற்பாட்டை புதுப்பித்துக்கொள்வது அவசியம்.

போர் முடிவதற்கு முன்னால் முக்கிய சமுதாயங்களைச் சேர்ந்த இந்தியத் தலைவர்கள் வேறொரு வடிவைத் தெரிவிக்கவில்லை யென்றால் அரசியல் சட்ட அமைப்புக் குழுமம் கீழ்க்கண்டவாறு இருக்கும்.

போருக்குப்பிறகு பிராந்திய தேர்தல் முடிவுகள் வெளியானதும் பிராந்திய சட்டசபையின் கீழ்சபையின் எல்லா உறுப்பினர்களும் ஒரு எலெக்டோரல் காலேஜாகக் கருதப்படுவர். அவர்கள் பின்பு அரசியலைப்புக் குழுவை விகிதாச்சார அடிப்படையில் தேர்ந் தெடுப்பர். இந்தப் புதுக்குழு எலெக்டோரல் காலேஜ் எண்ணிக்கை யில் பத்தில் ஒருபங்காக இருக்கும். இந்திய ஸ்டேட்ஸ் ஒவ்வொன்றும் அவர்களது பிரதிநிதிகளை ஜனத்தொகை அடிப்படையில் நியமிப் பார்கள். அவர்கள் பிரிட்டிஷ் இந்திய உறுப்பினர்களைப்போலவே அதிகாரம் பெற்றவராயிருப்பர்.

தற்போது இந்தியா இருக்கும் சிக்கலான நிலையில் அரசியல் அமைப்புச் சட்டம் உருவாகும் வரை மேன்மை தங்கிய மன்னரின் அரசே உலகப் போரின் அங்கமாக இந்தியாவின் பாதுகாப்பைக் கவனிக்கும்; பொறுப்பை வகிக்கும். ஆனால் முழு ராணுவத்தைத் திரட்டுவது, நிர்வகிப்பது, தேவைப்படுவனவற்றை இந்திய மக்க ளின் ஒத்துழைப்போடு அளிப்பது இந்திய அரசின் பொறுப்பாகும். இந்தியாவின் முக்கியச் சமுதாயத்தைச் சேர்ந்தவர்கள் மக்களின் ஒத்துழைப்போடு காமன்வெல்த்துக்கும் ஐக்கிய நாடுகளுக்கும் தேவையான ஒத்துழைப்பை அளிப்பார்கள் என்று மேன்மைதங்கிய மன்னரின் அரசு விரும்புகிறது, எதிர்பார்க்கிறது. இந்த முக்கியப் பணியில் அவர்கள் காட்டுகிற ஈடுபாடு பின்னர் இந்தியா சுதந்திரம் பெறுவதில் உறுதுணையாக இருக்கும்.

பாகிஸ்தான் ஜிந்தாபாத்

ஸர் ஸ்டாஃபோர்ட் கிரிப்ஸ் 1942 மார்ச் மாதம் 22 ந்தேதி சிந்து மாகாணத்தின் தலைநகரமான கராச்சியில் வந்து இறங்கினார். உடனே ஜோத்பூருக்குச் செல்ல விரும்பினார். ஜோத்பூரில் கொசுக் கடியிலிருந்து பாதுகாப்பதற்குத் தேவையான ஏற்பாடுகள் செய்யப் படவில்லை என்பதனால் உடனே கிளம்ப முடியவில்லை. சிந்து மாகாணத்தின் பிரதம மந்திரி அல்லா பக்ஷ், நல்ல திட்டத்தோடு வந்திருப்பதாகச் சொல்லி அவரை வரவேற்றார்.

மறுநாள் அவர் டெல்லி சென்றபோது பச்சைக்கொடி ஏந்தி ஆயிரக் கணக்கான முஸ்லிம்கள், 'பாகிஸ்தான் ஜிந்தாபாத்' என்று கோஷ மிட்டபடி ஊர்வலமாகச் சென்று கொண்டிருப்பதைப் பார்த்தார். அன்று லாகூர் தீர்மானத்தின் இரண்டாம் ஆண்டு விழா. கிரிப்ஸின் வருகையும் பாகிஸ்தான் தீர்மானத்தின் இரண்டாம் ஆண்டும் நிறைவும் தற்செயலாக ஒரேநாளில் அமைந்தன. போர் மந்திரிசபை மிகுந்த சிரத்தையுடன் அளித்திருக்கும் திட்டத்தைத் தாம் கொணர்ந் திருப்பதாகவும் அது என்னவென்று இந்தியத் தலைவர்கள் தெரிந்து

கொள்ளும்போது மேற்கொண்டு போர் ஆயத்தங்களுக்கு ஒத்துழைப்பர் என்று நம்புவதாகவும் கிரிப்ஸ் பத்திரிகையாளர்களிடம் சொன்னார்.

பிரிட்டிஷ் அரசு ஒரு நல்ல திட்டத்துடன் செயல்படுவதாகவும் அதற்கு வேண்டிய முயற்சிகளை எடுத்து வருவதாகவும் அமெரிக்கா நம்புவதற்குள்ள ஏற்பாடுதான் கிரிப்ஸ் மிஷன் என்றும் அது வெற்றி பெற்றாலும் தோல்வியுற்றாலும் நமது முயற்சியால் ரூஸ்வெல்டை சமாதானப்படுத்திவிடலாம் என்றும் பிரிட்டிஷார் நம்பினார்கள். கிரிப்ஸ் மிஷன் தோல்வி அடையவேண்டும் என்று சர்ச்சில் உள்ளுக்குள் விரும்பியதாகப் பின்னர் சொல்லப்பட்டது. ஆனால் கிரிப்ஸைப் பொறுத்தவரை அவர் இந்தியத் தலைவர்களிடம் பெருமதிப்புக் கொண்டிருந்த காரணத்தால் தனது முயற்சி வெற்றிபெறும் என்று நம்பினார்.

வைஸ்ராயின் நிர்வாக சபையைச் சந்திக்கக் கிரிப்ஸ் அழைக்கப்பட்டார். 'விரும்பும் மாநிலங்கள் வெளியே செல்லலாம்' (opt - out) என்னும் திட்டம் வெகுவாக விவாதிக்கப்பட்டது. போர்த் தளபதி ஆர்ச்சிபால்ட் வேவலும் கூட்டத்திற்கு வந்திருந்தார். இந்தத் திட்டத்தால் பஞ்சாபில் பெருங்குழப்பம் விளையும் என்றார் அவர். பஞ்சாபில் வாழும் சீக்கியர்களும் முஸ்லிம்களும் போர்க்குணம் கொண்டவர்கள். முஸ்லிம் மாநிலங்கள் தனியாகப் பிரிந்தால் பெருங்கலவரம் நிகழும். பஞ்சாபைப்பற்றித் தாம் பெரிதும் கவலைப்படுவதாக வேவல் சொன்னார்.

முஸ்லிம் லீகிற்குத் தலைவராக ஜின்னா இருந்தார். அதேசமயம் காங்கிரஸின் புத்திசாலித்தனமான செய்கையால் மௌலானா அபுல்கலாம் ஆஸாத் காங்கிரஸின் தலைவராக இருந்தார். ஜின்னா, ஆஸாத்தை மதிக்கவில்லை. அவரை 'ஷோகேஸ் முஸ்லிம்' என்று வசை பாடினார்.

பாதுகாப்பைத் தந்தால் பார்க்கலாம்

கிரிப்ஸ் காந்திஜியையும் நேருவையும் முதலில் சந்திக்கும் ஆசை கொண்டிருந்தாலும் முறைப்படி காங்கிரஸ் தலைவர் அபுல்கலாம் ஆஸாத்தைச் சந்தித்தார். அபுல்கலாம் ஆஸாத் அவருடன் அவருடைய செயலர் அசாஃப் அலியை உடன் கூட்டிவந்திருந்தார். அவர்களுக்குக் கிரிப்ஸ் தாம் கொணர்ந்திருக்கும் திட்டத்தைப் படித்துக் காட்டி ஏதேனும் ஐயம் இருந்தால் தாம் விளக்குவதாகவும் சொன்னார். எல்லாவற்றையும் கேட்டுவிட்டு ஆஸாத் ஒரே ஒரு வேண்டுகோளைச் சொன்னார். பாதுகாப்புத் துறையை இந்தியர்கள் வசம் ஒப்படைக்க வேண்டும் என்றார் ஆஸாத். அந்த வேண்டுகோள் கிரிப்ஸுக்கு அதிர்ச்சியைத் தந்தது. போர் உலக அளவில் நடைபெறுவதால் பாது

காப்பு ஏற்பாடுகளையும் படைகளின் இயக்கத்தை முடிவு செய்வதை யும் போர் மந்திரிசபைதான் முடிவுசெய்ய வேண்டும். எனவே பாதுகாப்பு பிரிட்டிஷ் அரசு வசம்தான் இருக்கவேண்டும் என்றார் கிரிப்ஸ். இந்தியர்களிடம் பாதுகாப்புப் பொறுப்பு இல்லாதபோது இந்திய மக்களைப் போர்ப்படைக்குத் திரட்டுவதும் போரில் கலந்து கொள்ள அவர்களை வேண்டுவதும் இயலாது. எங்கள் வசம்தான் பாதுகாப்புப் பொறுப்பு இருக்கவேண்டும். வேண்டுமென்றால் இப் பொழுதுள்ள தலைமைத் தளபதி போர்த்திட்டங்களை வகுக்கும் பொறுப்பில் இருக்கட்டும்!' என்றார் ஆஸாத்.

அடுத்து ஜின்னாவைச் சந்தித்தார் கிரிப்ஸ். 'இரண்டாவது டொமினி யன்' அமைத்துக்கொள்ளும் வாய்ப்பு அவருக்கு மகிழ்ச்சியைக் கொடுத்தது. சிறுபான்மையினர் ஓரளவு பெரும்பான்மையினராக இருக்கும் பஞ்சாப், வங்காள மாநிலங்களை முழுக்க இரண்டாம் டொமினியனில் இணைத்துக்கொள்ள இயலுமா என்று கேட்டார். சிறுபான்மையினர் வாக்களிக்கும் உரிமை கோரலாம். அந்த மாநிலத்தின் முழு ஜனத்தொகையைக் கணக்கில் எடுத்துத் தீர்மானிக் கப்படும் என்றார் கிரிப்ஸ். வரைவு திட்டத்தில் இருந்த ஒரு வாக்கி யத்தைச் சற்றுத் திருத்தவேண்டும் என்றார் ஜின்னா. அதாவது, 'இரண்டாவது டொமினியன் ஏற்படும்போது' என்பதை 'இரண்டா வது டொமினியனை உருவாக்க நேர்ந்தால்' என்று மாற்றவேண்டும் என்றார். அவரது திருத்தத்தை மறுநாளே போர் மந்திரிசபை ஏற்றுக் கொண்டது.

வெட்டப்பட்டு உலர்ந்த திட்டம்

காந்திஜியை அன்று பிற்பகலில் கிரிப்ஸ் சந்தித்தார். இருவரும் ஏற் கெனவே பழக்கமானவர்கள். அவரது வரைவு திட்டத்தைக் கேட்ட காந்திஜி, 'உங்கள் திட்டத்தை அதாவது பாகிஸ்தான் உருவாக்க அழைப்புவிடுக்கும் திட்டத்தை காங்கிரஸ் நிச்சயம் ஏற்காது,' என்றார்.

'இதைச் செயல்படுத்தும்போது பாகிஸ்தான் உருவாக்கும் செயற் பாட்டிற்கு இப்பொழுதுள்ளது போல் ஆதரவு இருக்குமா என்று சொல்ல முடியாது.'

'பிரிட்டிஷ் வெளியேறி அரசியலமைப்புச் சட்டக்குழு உருவான பிறகு காங்கிரஸும் முஸ்லிம் லீக்கும் ஒன்றாக அமர்ந்து பேசி ஒரு ஒப்பந்தத்திற்கு வரமுடியுமே?' என்றார் கிரிப்ஸ். தொடர்ந்து, 'ஒரு நண்பர் என்ற முறையில் உங்களை வேண்டுகிறேன். மேற்கொண்டு என்ன செய்யவேண்டும் என்று சொல்லுங்கள்,' என்றார்.

‘இப்படி ஒரு வெட்டுப்பட்டு உலர்ந்த திட்டத்தை (cut and dried scheme) நீங்கள் கொண்டு வராமல் இருந்திருக்கலாம்,’ என்றார் காந்திஜி.

‘நீங்கள் தானே முன்பு சொன்னீர்கள். சுயாட்சிக்கு ஒரு நாள் குறித்து விட்டால் இடைப்பட்ட நாட்களில் என்ன நடக்கிறது என்பது சிறிய விஷயம் என்று!’ என்றார் கிரிப்ஸ்.

காந்திஜி சிந்திப்பதற்கு தான் முடுக்கிவிட்டதாகக் கிரிப்ஸ் நம்பினார்.

‘முக்கிய சமுதாயங்கள் ஒப்புக்கொண்டு ஒரு முடிவெடுக்கும்வரை இந்த வரைவு திட்டத்தை வெளியிடவேண்டாம்,’ என்று காந்திஜி கேட்டுக்கொண்டார்.

சீக்கியர் கேட்ட சீக்கிஸ்தான்

பிரிட்டிஷ் ஆட்சிக்கு வந்தபிறகு சிதறிக் கிடந்த பல்வேறு சிற்றரசர் களையும் மன்னர்களையும் தம் ஆளுகைக்கீழ் கொணர்ந்தது ஒரு வகையில் இந்தியாவை இணைக்கும் ஒரு செயல் என்றாலும் கிரிப்ஸின் திட்டத்தின்படி அவர்கள் தனித்தனியாகப் பிரிந்து 562 தேசங்களாக மாறுவதற்கு வாய்ப்பிருந்தது. அது மட்டுமல்ல. இந்தியச் சிப்பாய் படை எழுச்சி சமயத்தில் சீக்கியப் படைகள் ஆங்கிலேயர்களுக்கு ஆதரவாக வீறு கொண்டு எழுந்து போரிட்டார் கள். ஆங்கிலேயர் வெற்றி பெற்றதற்கு அதுவே முதற் காரணம். எனவே அதற்குக் கைமாறாக சீக்கியர்கள் தமக்கென்று சீக்கிஸ்தான் என்ற பெயரில் தனி நாடு அமைத்துக்கொள்ள விரும்பினார்கள். அதைச் செயல்படுத்தும் விருப்பத்தில் சீக்கியப் பிரதிநிதிகள் சிலர் மாஸ்டர் தாரா சிங்கின் தலைமையில் ஸர் ஸ்டாஃபோர்ட் கிரிப்ஸைச் சந்தித்துத் தங்கள் கோரிக்கையை முன்வைத்தார்கள். அவர்களும் பாதுகாப்புத் துறைக்கு இந்திய மந்திரியை நியமிக்க வேண்டும் என்று சொன்னார்கள். அவர்களை ஒருவாறு சமாதானப் படுத்தி அனுப்பினார் கிரிப்ஸ்.

அடுத்து முக்கியமானவர்கள் சுதேசிய மன்னர்கள். அவர்களின் பிரதிநிதிகள் 9 பேர் அவரைச் சந்திக்க வந்தனர்.

‘நாங்கள் ஏற்கெனவே ‘மேன்மை தங்கிய சக்கரவர்த்திக்கு நேர்மை யானவர்களாக இருக்கிறோம்’ என்று வாக்குறுதி தந்து அதன்படி நடந்து வருகிறோம். உங்கள் திட்டத்தின்படி எங்கள் நிலை என்ன?’ என்று கேட்டனர்.

‘புதிய திட்டம் செயல்படும்போது இந்திய அரசுடன் இணையாத சிற்றரசுகளைப் பாதுகாக்க அவர்களின் எண்ணிக்கை, அமைந்திருக்

கும் இடம் இவற்றைப் பொறுத்து எங்கள் பாதுகாப்புக் கிடைக்கும். சிலோன் எங்களிடம் இருக்கும்வரை அவர்களாகவே எங்களுடன் ஒப்பந்தத்தை முறித்துக்கொள்ளாதவரை எங்கள் கடற்படை அவர்களைப் பாதுகாக்கும்,' என்று ஒரு மழுப்பலான பதிலைச் சொன்னார் கிரிப்ஸ்.

அடுத்து வீர் சாவர்க்கரைச் சந்தித்தார் கிரிப்ஸ்.

சாவர்க்கர் முன் இரண்டு அம்சத் திட்டத்தை வைத்தார்.

அதில் அரசில் இணைய ராஜ்யங்களுக்குச் சுய நிர்ணய உரிமை கொடுக்கவேண்டும் என்று குறிப்பிடப்பட்டிருந்தது. இது நாட்டைத் துண்டுபோட ஆங்கில அரசின் சூழ்ச்சி என்பதை அறிந்த சாவர்க்கர் அந்த அம்சத்தை ஏற்க மறுத்தார்.

'பாரத நாடு என்றுமே ஒன்றென்று சொல்லப்படவில்லையே!' என்றார் கிரிப்ஸ்.

'தவறான கூற்று. இந்த நாட்டு மக்கள் நாட்டைத் தாய்நாடு என்றே போற்றுகிறார்கள். பிரிட்டிஷ் அரசாங்கமே இது ஒரே நாடு என்பதை அறிந்துள்ளதால்தான், இந்தியன் கவர்ன்மெண்ட், இந்திய ராணுவம் என்று கூறுகிறது!' என்றார் சாவர்க்கர். கிரிப்ஸால் ஏதும் சொல்ல இயலவில்லை. இந்த விவாதத்தை அறிந்த பண்டிட் நேரு நியூ ஹெரால்ட் பத்திரிகையில் சாவர்க்கரைப் பாராட்டி எழுதினார்.

இந்தியருக்குப் போர்ப்பயிற்சி வேண்டும்

சாவர்க்கர் லண்டனில் இருந்தபோதே போர்ப் பயிற்சி பெறுவதற்காக இரண்டு பேரைப் போயர் யுத்தத்திற்கு அனுப்பினார். எனவே இந்துக்கள் எவ்வகையிலாவது போர்ப்பயிற்சி பெற வேண்டும் என்பது அவரது ஆசை. போருக்குப் பிறகு டொமினியன் அந்தஸ்து தருவதாக ஆங்கில அரசு ஆசை காட்டியது. அவரது உள்மனத்தில் சிப்பாய் புரட்சியைப் போன்ற இன்னொரு புரட்சி தோன்ற வேண்டும் என்பது ஆசை. இந்தியர்கள் நிறையப் பேர் ராணுவப் பயிற்சி பெற்று ராணுவத்தில் இருந்தால்தான் அது நடக்கும். எனவே இந்து மகாசபையைச் சேர்ந்தவர்கள் ராணுவத்தில் சேரவேண்டும் என்று சொன்னார்.

ஆதரித்தார் அரவிந்தர்

அரவிந்தர் கிரிப்ஸின் திட்டத்தை காங்கிரஸ் ஏற்றுக்கொள்ள வேண்டும் என்றார். கிரிப்ஸுக்கு அவர் ஒரு கடிதம் எழுதினார்.

'இப்பொழுது அரசியலிலிருந்து விலகி ஆன்மீகத்தில் ஈடுபடுபவனாக இருந்தாலும் முன்னர் இந்தியாவின் சுதந்திரத்திற்காகப் போராடிய தேசியத் தலைவர் என்ற முறையில், இந்தத் திட்டத்தைக் கொணர்ந்ததற்காக உங்களுக்கு என் பாராட்டுகளைத் தெரிவித்துக் கொள்கிறேன். தன்னைத்தானே நிர்ணயித்துக்கொண்டு தனக்குத் தேவையான உரிமையையும் ஒற்றுமையையும் பெறவும் உலகத்திலுள்ள சுதந்திர நாடுகளில் ஒரு முக்கிய இடத்தைப் பெறவும் இந்தியாவுக்குக் கொடுக்கப்பட்டுள்ள நல்ல வாய்ப்பாகவே நான் இதைக் கருதுகிறேன். வேற்றுமைகளையும் கருத்து வேறுபாடுகளையும் ஒதுக்கி வைத்துவிட்டு இதை ஏற்றுக்கொள்வார்கள் என நம்புகிறேன். என்னுடைய தலையீடு உதவுமென்றால் இதைப் பொதுவாகக் கூற நான் தயாராக இருக்கிறேன்,' என்று எழுதினார்.

அதற்கு விடையாக அடுத்த நாளே அதாவது ஏப்ரல் 1ந்தேதியன்று கிரிப்ஸ் அரவிந்தருக்குத் தந்தி கொடுத்தார். 'இந்திய தேசிய எழுச்சி இதுவரை எந்தச் சுதந்திரத்தை அடையவேண்டும் என்று முயன்று கொண்டிருக்கிறதோ அதை மேன்மை தங்கிய மன்னர் அரசின் இந்தத் தீர்மானம் அளிக்கும் என்பதை இந்திய இளைஞர்களின் மனத்திலும் கனவிலும் மிக முக்கிய இடத்தைப் பிடித்திருக்கும் நீங்கள் புரிந்து செய்தி அனுப்பியுள்ளீர்கள் என்பதை அறிந்து மகிழ்கிறேன். நன்றி.'

அரவிந்தர் கடிதம் எழுதியதோடு நிறுத்தவில்லை. துரைசாமி அய்யர் என்பவரைக் காந்திஜியைச் சந்தித்து தன் செய்தியைச் சொல்லும் படியும் அனுப்பினார். ராஜாஜிக்கும் தந்தி கொடுத்தார். அதில், 'இந்தியாவைக் காக்கச் சொல்லி உங்களை வேண்டுகிறேன். மிகப் பெரிய ஆபத்து, பழையன கழிந்து புதிய மேலாண்மை,' என்று எழுதியிருந்தார்.

தன்னைச் சந்தித்த துரைசாமி அய்யரிடம் காந்திஜி சொன்னார்:' அவர்தான் அரசியலிலிருந்து ஒதுங்கிவிட்டாரே, பின் ஏன் இதில் தலையிடுகிறார். நேருவும் ராஜாஜியும் கிரிப்ஸ் திட்டத்தை ஒப்புக் கொள்ளலாம் என்று சொன்னார்கள். ஆனால் காந்திஜி ஏற்கவில்லை.

திட்டத்தை ஒப்புக்கொள்ளலாம் என்பதற்காக அரவிந்தர் கொடுத்த காரணங்கள்:

1. ஹிட்லர் ஓர் அசுர சக்தி. அவருடைய வெற்றி இந்தியாவுக்கும் உலகத்துக்கும் நல்லதல்ல.

2. இந்தத் திட்டம் முக்கியமாகக் காங்கிரஸ் கட்சிக்குக் கொடுக்கப் பட்டிருக்கிறது. இதைச் சரிவரக் கையாண்டால் இனப் பிரச்னையைத் தீர்த்துவிடமுடியும்.

3. பிரிட்டிஷ்காரர்கள் இங்கிருக்கும்போதே பின்புல ஆதரவோடு நாம் தேசத்தை ஆண்டு கொண்டிருப்போம். அதாவது நாம் நிறையப் பேரை நிர்வாகத்தில் பயிற்சிபெறச் செய்ய இயலும்.

4. போர் முயற்சியில் பங்கு பெறுவதன் மூலம் கடுமையான யுத்தத்தின் மத்தியில் லட்சக்கணக்கான ராணுவ வீரர்கள் போர்ப் பயிற்சி பெறுவார்கள். பிரிட்டன் பின்னால் வாக்குறுதிக்கு மாறாக முடிவெடுத்தால் அவர்களுடன் போராட நம்மிடம் திறமை பெற்ற ராணுவ வீரர்கள் இருப்பார்கள்.

5. தெரிந்த பகைவனுக்கும் தெரியாத பகைவனுக்கும் இடையே தேர்ந்தெடுக்கும் நிலை வந்தால் தெரிந்த எதிரியைத் தேர்ந் தெடுப்பதே சிறந்தது. ஜெர்மனியோ, ஜப்பானோ வெற்றி பெற்றால் நாம் சுதந்திரம் பெறுவோம் என்ற உறுதியில்லை. நம்முடைய எஜமானர்களை மாற்றுவோம். பிரிட்டிஷ்காரர்கள் நம்மை ஆண்டாலும் அவர்களுடைய வரலாறு நமக்குத் தெரியும். அவர்கள் குறைபாடுடையவர்கள்தாம். ஆனாலும் ஜனநாயகத்தில் நம்பிக்கையுடையவர்கள். அதுமட்டுமல்ல கடந்த 200 ஆண்டுகளாக அவர்களுடன் தொடர்ந்து போராடி வருவதால் அவர்களைப்பற்றி நமக்கு நன்கு தெரியும்.

எனவே இந்தத் திட்டத்தை ஏற்றுக்கொள்வது நல்லது என்று சொன்னார் அரவிந்தர். காந்திஜி ஏற்கவில்லை,

எமக்கு வேண்டாம் இந்தத் திட்டம்

கிரிப்ஸின் திட்டம் திருப்தி அளிக்கவில்லை என்றார் ஜின்னா. இதை ஏற்றால் முஸ்லிம்கள் கொலைக்களத்துக்குச் சென்றது மாதிரித்தான் என்றார் அவர். நாங்கள் பாகிஸ்தான் பெறுவதற்குக் குறைந்து எதையும் ஏற்க மாட்டோம். இந்தத் திட்டத்தில் ஏதோ பூசி மெழுகி மழுப்பலாக அதைப் பற்றிச் சொல்லப்பட்டிருக்கிறது. தெளிவாகச் சொல்லப்படவில்லை. குறைந்த பட்சம் பிரிட்டிஷ் அரசு முஸ்லிம் களின் கோரிக்கையில் உள்ள நியாயத்தைப் புரிந்துகொண்டிருக் கிறது என்பதில் மகிழ்கிறேன் என்றார். முஸ்லிம்களுக்கு ஏற்றாற் போலத் திட்டத்தைத் திருத்தவேண்டும் என்றார். கிரிப்ஸ் காங்கிரஸுக்குச் சாதகமான கொள்கையுடையவர் என்ற எண்ணம் கொண் டிருந்தார் ஜின்னா. ஒரு முறை கிரிப்ஸ், ‘9 கோடி முஸ்லிம்கள் எதிர்க்கிறார்கள் என்பதற்காக 25 கோடி இந்துக்களின் கோரிக்கை யாகிய ஐக்கிய இந்தியாவை நாங்கள் மறுக்கமுடியாது,’ என்று சொன்னதாகச் சொல்லப்படுகிறது.

89

திவால் வங்கியின் காலி காசோலை!

காந்திஜி, கிரிப்ஸின் இந்தத் திட்டத்தைப் பற்றிச் சொல்லும்போது ‘இது திவாலாகப்போகும் ஒரு வங்கியின் காலி காசோலை’ என்று சொன்னார். காந்திஜியை மீண்டும் பிர்லா வீட்டில் சந்தித்த கிரிப்ஸ் அங்கே காங்கிரஸ் செயற்குழு உறுப்பினர்களுடன் பேசினார். பண்டிட் வல்லப பந்த் இந்தத் திட்டத்தைக் கடுமையாக எதிர்த்தார். இதை ஒப்புக்கொள்ள வேண்டுமென்றால் அதற்கு ஒரு முதல் நிபந்தனை. எல்லா சிற்றரசுகள் மீதும் பிரிட்டிஷ் அரசு கொண்டிருக்கும் மேலாண்மையை, உருவாகப்போகும் இந்திய யூனியனுக்கு மாற்றி விடவேண்டும் என்றார் பந்த். ‘சிற்றரசர்கள் ஒப்புக்கொண்டால் அன்றி இது நடக்காது,’ என்றார் கிரிப்ஸ். பிறகு நேருவும் ஆஸாத்தும் பாதுகாப்புத்துறை இந்திய மந்திரியின் கீழிருக்க வேண்டும் என்ற நிபந்தனையில் எந்த மாற்றமும் இல்லை என்று தீர்மானமாகச் சொல்லி விட்டனர். பிறகு கிரிப்ஸ் பத்திரிகையாளர் களைச் சந்தித்தார். அதில் ஒரு நிருபர் கிரிப்ஸைப் பார்த்து ‘பிரிட்டிஷ் அரசு கொடுத்த வாக்குறுதிகள் பலவற்றை நிறைவேற்றவில்லை. எனவே இத்திட்டத்தை நிறைவேற்றுவதற்கு அமெரிக்க அதிபர் ரூஸ்வெல்ட் சான்று அளிப்பாரா?’ என்று கேட்டார்.

‘அது இயலாத காரியம்,’ என்றார் கிரிப்ஸ்.

வானொலி மூலம் வழங்கிய பேச்சு

இதற்கிடையில் மேலும் காத்திராமல் கிரிப்ஸ் வானொலி மூலம் தான் கொணர்ந்திருக்கும் திட்டம் பற்றி 27-7-1942 அன்று

அமெரிக்காவுக்கும், இந்தியாவுக்கும் பிரிட்டனுக்கும் நாட்டு மக்களுக்கும் ஒலிபரப்பினார்.

‘நான் என்றும் இந்தியாவின் நண்பனாகவே இருந்து வந்திருக்கிறேன். கடந்த காலத்தில் இந்தியாவின் சுதந்திரத்திற்காக என்னால் இயன்றதைச் செய்து வந்திருக்கிறேன். நான் பிரிட்டிஷ் போர் அமைச்சரவையில் சேர்ந்தபொழுது பிரிட்டிஷ் அரசு இந்திய சுய ஆட்சிக்காக ஒரு திட்டத்தை முன்மொழிந்தபோது, பிரிட்டிஷ் அரசின் சார்பில் இந்திய தலைவர்களிடம் இத்திட்டத்தைக்கொண்டு செல்ல நானாக முன்வந்து ஒப்புக்கொண்டேன்.

போர் முடிந்ததும் இந்திய மக்களுக்கு முழுச் சுதந்திரம் கொடுப்பதென்றும் அவர்கள் தங்களுக்கேற்ற அரசைத் தீர்மானித்துக் கொள்ளலாம் என்றும் சொல்கிறோம். ஆனால் இதில் எந்தக் கெடுபிடியும் இல்லை. இந்திய மக்கள் தங்கள் மத இனங்களுக்கு ஏற்ப ஏதாவது திட்டத்தை வகுத்துக்கொள்ளலாம். ஆனால் அவர்கள் இதை ஒப்புக்கொள்ளவோ அல்லது வேறு மாற்றுத் திட்டத்தைக் கொடுக்கவோ முன்வரவில்லை என்று வருந்துகிறேன்.

வைஸ்ராயின் செயற்குழுவில் இந்திய அரசியல் பிரதிநிதிகளுக்கு அங்கமளிப்பதாகச் சொல்கிறோம். ஆனால் நாங்கள் நாட்டை விட்டே வெளியே போய்விடவேண்டும் என்று சொல்கிறார்கள். இங்கே ஆழமாகப் பதிந்துள்ள மத வேறுபாடுகளால் எந்தவிதமான அரசியல் அமைப்புக்கு உட்பட்ட அரசும் ஒழுங்கான நிர்வாகமும் இல்லாதபோது எப்படி விட்டுச் செல்லமுடியும்? அதுவும் போர் நடந்து கொண்டிருக்கும் இவ்வேளையில் இது சாத்தியமா? எந்தப் பொறுப்பான அரசும் இந்த நிலையை ஒப்புக்கொள்ளாது.

80 மில்லியன் இந்திய முஸ்லிம்களும் பல லட்சக்கணக்கான தாழ்த்தப்பட்டவர்களும் இந்துக்களின் மேலாண்மையை எதிர்க்கிறார்கள். காங்கிரஸ் கட்சி மற்றும் காந்தியின் வேண்டுதல்களை ஏற்றால் கலவரமும் வன்முறையும் குழப்பங்களும் வெடிக்கும். இது நான் மட்டும் சொல்லவில்லை. சமீபத்தில் காந்தியே சொன்னதுதான்!’ அவர் மேலும் சொன்னார்: ‘இப்பொழுது நமது பகை நாடுகளுக்கு எதிராகப் போர் தொடுக்க இந்தியா ஒரு முக்கியமான கேந்திரமான இடம். பிரிட்டிஷ் படைகள், சீனப் படைகள், இந்தியப் படைகள் ஒன்றோடொன்று இணைந்து ஜப்பானுக்கெதிராக இந்தியாவைக் காப்பதற்காகப் போராடி வருகின்றன. அமெரிக்கா மற்றும் சீன நேச நாடுகளுக்கான கடப்பாட்டை நாம் கைக்கொள்ளவேண்டுமென்றால் இந்தியா ஒரு பாதுகாப்பான தளமாக, அங்கிருந்து ஜப்பானை எதிர்க்கும் இடமாக அமைய

வேண்டும். எந்த அரசியல் கட்சியோ இந்தியத் தலைவர்களோ நமது யுனைடெட் நேஷன்ஸ் படைகளுக்குக் குந்தகமாக இருப்பதை அனுமதிக்க முடியாது. அப்படி அனுமதித்தால் அது நமது பகைவனுக்கு இந்தப் பயங்கர யுத்தக்களத்தில் முன்னேற வாசலைத்திறந்து விட்டதாகும். இந்தக் கடப்பாடு இந்தியாவில் உள்ள பிரிட்டிஷ் அமெரிக்கப் படைகளுக்கு மட்டுமல்ல, இந்திய மக்களுக்கும்தான்.

எனவேதான் உங்கள் நாடும் எங்கள் நாடும் தற்போது இந்தியாவில் உள்ள நிலைமை பற்றிக் கவலையுறுகிறோம். உங்கள் மக்களும் எங்கள் மக்களும் இந்தியாவைக் காப்பதற்காகவும் ஜப்பானை எதிர்ப்பதற்காகவும் போரிட்டுக் கொண்டிருக்கிறார்கள். இந்தியாவைப் பாதுகாப்பதுதான் உங்கள் கொள்கையும் எங்கள் கொள்கையும் ஆகும். ஆனால் மிஸ்டர் காந்தியும் காங்கிரஸ் கட்சியும் வேறுவிதமாகக் கருதுகிறார்கள்.

மிஸ்டர் காந்தியை மிகப்பெரிய தேசியத் தலைவராகவும் மதத் தலைவரகவும் மதிக்கிறேன். ஆனால் தற்சமயம் அவரது போக்கு சரியான நடைமுறைக்கு ஏற்ற வழியாக இல்லை.

இப்பொழுது அறிவிக்கப்பட்டிருக்கும் அவரது தொண்டர்களின் முழு ஒத்துழையாமை உங்களுடைய மற்றும் எங்களுடைய போர் முயற்சிகளை ஆபத்தில் தள்ளி நமது பொது எதிரிகளுக்கு அனுகூலமாகிவிடும்.

மிஸ்டர் காந்தியின் கருத்துகள் எப்பொழுதும் வரன்முறைக்கு எளிதாக இருப்பதில்லை. தொடர்ந்து உறுதியாகவும் இருக்க மாட்டா.'

நேருவின் பதிலுரை

கிரிப்ஸின் குற்றச்சாட்டுக்கு பண்டிட் நேரு மிக ஆணித்தரமாகப் பதிலிறுத்தார்.

'தீர்மானம் மிகத் தெளிவாக இருக்கிறது. அதைச் சிலர் தெளிவாகப் புரிந்துகொள்ள மறுத்தால் அவர்கள் புரிந்துகொள்ள விரும்பவில்லை என்பதுதான் பொருள். கிரிப்ஸின் ஒலிபரப்பு காங்கிரஸின் கருத்தைச் சிதைத்துக் கூறியுள்ளது. காந்திஜியின் பேச்சிலிருந்து இங்குமங்குமாகச் சில சொற்களை எடுத்துக் கோத்து ஒரு கைதேர்ந்த வக்கீலாகக் கிரிப்ஸ் கூறியிருக்கிறார். இது வார்த்தை ஜாலங்களுக்குள்ள நேரமில்லை. எந்த உண்மையான அரசியல்வாதியும் இதை ஒப்புக் கொள்ளமாட்டான். இப்பொழுது அரசை இந்தியர்கள் கையில் ஒப்படைத்து விட்டுச் செல்வதுதான் முதல் வேலை. இந்தியர்களுக்கு

இந்தியாவில் மேல் இல்லாத அக்கறையா கிரிப்ஸுக்கு வந்து விட்டது. இந்தியாவின் பாதுகாப்புக்குக் குந்தகம் வந்துவிட்டால் இந்தியர்கள் எல்லோரும் ஒன்றாகத் திரண்டெழுந்து எங்கள் தேசத்தைப் பாதுகாப்போம் அல்லது வீர மரணம் அடைவோம்!' என்றார் நேரு (28-7-1942- ராய்ட்டர் செய்தி).

கொடுத்தோம் ஏற்கவில்லை

கிரிப்ஸ் மிஷன் தோல்வியடையவேண்டும் என்று சர்ச்சில் உள்ளுக்குள் விரும்பினார் என நம்பப்படுகிறது. எவ்வகையிலாவது இந்தியாவைப் பிரிட்டனோடு தக்கவைத்துக் கொள்ளவேண்டும் என்றும் தனது ஆட்சிக் காலத்தில் இந்தியா பிரிட்டனின் கையை விட்டுப் போய்விடக் கூடாதென்றும் சர்ச்சில் நினைத்தார். கிரிப்ஸ் மிஷன் தோல்வியடைவது பிரிட்டிஷுக்கு நல்லது என அவர் நினைத்தார். இந்தியாவுக்குச் சுதந்திரம் கொடுத்துவிட வேண்டும் என்று அமெரிக்கர்கள் வற்புறுத்தினார்கள். கிரிப்ஸ் மிஷன் தோல்வியடைந்தால் 'பிரிட்டன் சுதந்திரம் கொடுக்கும் முயற்சியில் இறங்கியது. ஆனால் காங்கிரஸ் அதை மறுத்து விட்டது. எங்கள் முயற்சி தோல்வியடைந்து விட்டது!' என்று அமெரிக்காவிடம் சொல்லி விடலாம்.

'இதைக் காங்கிரஸ் மறுத்துவிட்டதால் வழக்கம்போல இந்தியாவைப் பாதுகாப்பதில் ஈடுபட்டுக் கொண்டிருப்போம்,' என்றார் சர்ச்சில்.

காந்திஜிக்கும் கிரிப்ஸ் மிஷன் வெற்றியடைவதில் விருப்பமில்லை. நாட்டுக்கேற்ற திட்டத்தைக் கொண்டு வந்து தந்திருந்தால் காந்திஜி அதை ஆதரித்திருப்பார். ஆனால் அவர் கொண்டு வந்து தந்ததோ ஒரு ஊத்தைத் திட்டம். மேலெழுந்த வாரியாகப் பார்த்தால் மிகப் பலனுள்ளதாகத் தெரியும். ஆனால் உள்ளே அத்தனையும் ஓட்டை. எனவேதான் காந்திஜி: 'திவாலாகப்போகும் வங்கியின் பின் தேதியிட்ட காசோலை (post dated cheque on a failing bank)' என்று கிரிப்ஸ் மிஷனை வர்ணித்தார். காலந்தாழ்த்திவந்த குறைவான திட்டம் என்றார் காந்திஜி. அவருடைய நண்பர் ஹொரேஸ் அலெக்ஸாண் டரிடம் காந்திஜி சொன்னார், 'இந்திய மண்ணில் பிரிட்டன் தன்னையே பாதுகாத்துக்கொள்ள முடியாது. எனவே அதன் விதியை இந்தியாவே நிர்ணயித்துக் கொள்ளட்டும் என்று பிரிட்டன் விட்டு விலகுவதுதான் சிறந்தது. இந்தியா நிச்சயமாக மோசமாகச் செயல்படாது என்பதை அறிவேன்.'

‘பிரிட்டன் இத்தருணத்தில் விலகிச் சென்றால் அது இந்தியாவின் பாதுகாப்புக்குக் குந்தகமாக அமையாதா?’ எனக் காந்திஜியிடம் கேட்டபோது அவர் சொன்னார். ‘அமையாது. இந்தியாவின் சுதந்திர அரசுக்குப் பிரிட்டன் ஒப்புக்கொண்டால் நேச நாடுகளுடன் இணைந்து இந்தியாவும் போரில் ஈடுபடும். அமெரிக்கத் துருப்பு களும் பிரிட்டிஷ் துருப்புகளும் இந்தியாவுக்குள் இருந்தே போரிட லாம். பிரிட்டனை விட ஜப்பானியரைத் தோற்கடிப்பதில் நான் தீவிரமாக இருக்கிறேன்!’ என்றார் காந்தி. காந்தியின் இந்த உறுதி யான போக்கைக்கண்டு ராஜாஜி கலங்கினார். நேரு தயங்கினார்.

‘இப்பொழுது அவர்கள் இந்தியாவின் கோரிக்கையாலோ இந்தியா வின் அனுமதியாலோ இந்திய மண்ணில் இல்லை. அவர்கள் வெளி யேறினால் நமது நன்றி உணர்ச்சியால் போரின்போது அவர்கள் இம் மண்ணில் இருப்பார்கள்’ என்றார் காந்தி. மிகத் துணிகரமான முடிவுதான், ‘சர்ச்சிலோ அல்லது வேறு யாரோ இந்தியர்கள் என்ன செய்யவேண்டும் என்று சொல்லவேண்டிய அவசியமில்லை. அவர்கள் வேண்டுமானால் இந்தியாவைக் கடவுளிடமோ அல்லது அவர்கள் இப்பொழுதெல்லாம் கூறும் வன்முறையிடமோ விட்டுவிட்டுச் செல்லட்டும்,’ என்றார் காந்திஜி. அஹிம்சா மூர்த்தியிடமிருந்து வந்த ஆவேசப் பேச்சு இது.

ஜான்சன் தந்த திட்டம்

அப்பொழுது அமெரிக்கப் பிரதிநிதி ஜான்சன் ஒரு மாற்றுத்திட்டத் துடன் வந்திருந்தார். அவர் காங்கிரஸ் தலைவர்களிடம் ஒரு திட்டத்தை அறிவித்தார். அதன்படி பாதுகாப்பு இலாகா ஒன்று உருவாக்கப் பட்டு இந்தியர்கள் வசம் கொடுக்கப்படும் என்றும் அதை அவர்கள் நிர்வகிக்கலாம் என்றும் ஆனால் மற்ற ராணுவத் தீர்மானங்களை ராணுவத் தளபதியிடம் விட்டுவிட வேண்டும் என்றும் சொன்னார். அதற்குக் காங்கிரஸ் சம்மதித்தது. ஆனால் பிரிட்டிஷ் அரசு அதற்கு ஒப்புக்கொள்ளவில்லை. காங்கிரஸ் தலைவர்களைச் சந்தித்த கிரிப்ஸ், ஜான்சன் தீர்மானம் ஏற்றுக்கொள்ளப்படவில்லையென்றும் இந்தி யர்கள் ராணுவக் கேண்டீன்களை நிர்வகிப்பது மற்றும் ஸ்கார்ச்டு எர்த் செயல்பாட்டுகளைச் செய்யலாம் என்றும் சொன்னார். காங்கிரஸ் தலைவர்கள் அதற்கு ஒப்புக்கொள்ளவில்லை.

அவசரத் தந்தியும், சர்ச்சிலின் பதில் அஸ்திரமும்...

ஜான்சன் ரூஸ்வெல்ட்டுக்குத் தந்தி கொடுத்தார். காங்கிரஸ் ஒப்புக் கொள்ளாத அளவுக்குத் திட்டங்களைக் கொடுப்பதிலே லண்டன் முனைவதாகச் சொன்னார். உடனே ரூஸ்வெல்ட் சர்ச்சிலுக்கு ஓர் அவசரத் தந்தி கொடுத்தார். அதில் இந்தியர்கள் பாதுகாப்புத் தீர்மானங்களை பிரிட்டிஷ் அதிகாரிகள் எடுப்பதற்கு ஒப்புக்

கொண்டும் பிரிட்டிஷ் அரசு இந்தியர்களுக்கு சுயாட்சி கொடுக்கத் தயங்குவதுதான் முட்டுக்கட்டையாக இருக்கிறது என்றும் ஒரு நேர்மையான உண்மையான திட்டத்தை உடனே அறிவிக்கும் படியும் கிரிப்ஸை இன்னும் கொஞ்ச காலம் இந்தியாவிலேயே இருத்தி வைக்கும்படியும் வேண்டியிருந்தார். இது சர்ச்சிலை வெகுவாகப் பாதித்தது. 'கிரிப்ஸ் ஏற்கெனவே இந்தியாவை விட்டுக் கிளம்பிவிட்டாரென்றும் ஜப்பானியப் படையெடுப்பு எந்தச் சமயத்திலும் நிகழலாம் என்றிருக்கும் இந்த நிலையில் எல்லா வற்றையும் கொதிக்கும் உலையில் எறிவது நல்லதில்லை என்றும், தான் ஜனாதிபதியின் ஆர்வத்தை மதிப்பதாகவும் இந்தக் காலகட்டத் தில் தமக்கும் அவருக்கும் ஏதாவது கருத்துவேற்றுமை ஏற்பட்டால் தன்னால் தாங்கிக்கொள்ள இயலாதென்றும் அப்படி நேர்ந்தால் தான் பதவி விலகி எங்காவது சென்றுவிடுவதாகவும் சர்ச்சில் பதில் தந்தி கொடுத்தார். ரூஸ்வெல்ட் மேற்கொண்டு வற்புறுத்தவில்லை.

இதற்கிடையில் அமெரிக்கா ஜப்பானை வேறு புலங்களில் தாக்கத் தொடங்கியதாலும் ஜப்பானின் கவனம் பெரும்பாலும் சீனாவின் மேல் இருந்ததாலும் ஜப்பான் இந்தியாவைத் தாக்கும் வாய்ப்பு மிக மிகக் குறைவு என்றார் சர்ச்சில். என்றாலும் அவருடைய 'ஸ்கார்ச்டு எர்த்' திட்டம் செயல்பட்டுக்கொண்டிருந்தது. இதை அறிந்த காங்கிரஸ் தலைவர்கள் வங்க மக்களை விழிப்புணர்வோடு இருக்கும் படியும் எந்தக் காரணம் கொண்டும் படகுகளை முறையான இழப் பீடு பெறாமல் கொடுத்துவிடக்கூடாதென்றும் கூறினர். இந்தியா வில், குறிப்பாக வங்கத்தில் கலவரம் உருவாகலாம் என்று வைஸ் ராய் நினைத்து அப்படி நேர்ந்தால் அதைச் சமாளிப்பதற்குத் தயாராக இருக்கும்படி இந்திய அதிகாரிகளுக்கு ஆணையிட்டார்.

சீனாவை ஜப்பான் தொடர்ந்து தாக்கியதால் சியாங்கை ஷேக், ரூஸ்வெல்ட்டுக்குச் செய்தி அனுப்பி இந்தியாவுக்கு முழு சுதந்திரம் கொடுக்க ஏற்பாடு செய்தால்தான் கலவரம் வெடிக்காமல் காக்க முடியும் என்றும் சர்ச்சிலிடம் பேசும்படியும் கடிதம் எழுதினார். அந்தக் கடிதத்தை ரூஸ்வெல்ட் சர்ச்சிலுக்கு அனுப்பினார். ஜனாதி பதி இங்கிலாந்து அரசரின் சாம்ராஜ்யத்திற்கு எந்த நெருக்கடியும் தராமல் இருக்கும்படி சர்ச்சில் பதில் எழுதிவிட்டார்.

இனிப் பொறுப்பதில்லை என்ற நிலைக்கு இந்திய நேஷனல் காங்கி ரஸ் தள்ளப்பட்டது. ஜப்பானை ஆதரிக்க காந்திஜி விரும்பவில்லை. எரிகிற கொள்ளியில் எந்தக் கொள்ளி நல்ல கொள்ளி என்ற கதைதான் என்றார். எனவே சட்ட மறுப்பு இயக்கத்தை முழுவீச்சில் தொடரத் திட்டமிட்டார். ஆங்கில அரசு இந்தியாவின் பலத்தைக் கொஞ்சம்

கொஞ்சமாகக் குறைத்துக்கொண்டு வருகிறது என்றும் இனி தன்னைப் பாதுகாத்துக்கொள்ளவே இயலாது என்ற நிலைக்கு இந்தியா தள்ளப்படுவதாகவும் காந்திஜி கூறினார். இந்தியாவுக்குச் சுதந்திரம் கொடுத்தால் நேச நாடுகளுடன் சேர்ந்து இந்தியாவும் ஜப்பானுக்கெதிராக யுத்தத்தில் கலந்துகொள்ளும் என்றார் காந்திஜி. அப்படிக் கொடுக்காதபோது பெரிய அளவில் சட்ட மறுப்பு வன்முறையில்லாத நிலையில் நடத்தப்படுமென்றார்.

ராஜாஜி போட்ட வெடிகுண்டு

இதற்குச் சற்று முன்பு ராஜாஜி மதராஸ் சட்டசபை உறுப்பினர் கூட்டத்தில் இரண்டு தீர்மானங்களை நிறைவேற்றினார். அவருடைய தீர்மானங்கள் பல காங்கிரஸ் தலைவர்களையும், காந்திஜியை யும் அதிர்ச்சிக்குள்ளாக்கின.

23-4-1942 அன்றில் நிறைவேற்றப்பட்ட அத்தீர்மானங்கள்:

> முஸ்லிம் லீக் பிரிவினை கோருவதைக் காங்கிரஸ்காரர்கள் ஏற்றுக்கொள்ளவேண்டும் என்றும் உடனடியாக இப்போதுள்ள நெருக்கடியைத் தீர்ப்பதற்காக ஒரு தேசிய அரசை அமைக்கும் முயற்சியில் லீகுடன் பேச்சுவார்த்தை தொடங்கவேண்டும் என்றும் அலகாபாத்தில் கூடப்போகும் அகில இந்தியக் காங்கிரஸ் கமிட்டி யைக் கேட்டுக்கொள்கிறது.
>
> இந்தியாவின் ஒற்றுமையால் கிடைக்கப் போகும் மிகவும் ஐயத்துக்கிடமான நன்மைகளை மனத்தில் வைத்துக்கொண்டு ஒரு தேசிய அரசை அமைக்கும் வாய்ப்பைத் தவறவிடுவது மிகவும் மோசமான கொள்கையாகும். இரண்டு தீமைகளில் குறைந்த தீமையைத் தேர்ந்தெடுப்பது அவசியமாகிறது.

எரிச்சலடைந்த அகில இந்திய காங்கிரஸ் கமிட்டி உறுப்பினர்கள் **29-4-1942** அன்று ராஜாஜியின் தீர்மானங்களை நிராகரித்தார்கள். அவற்றிற்கு மாறுபட்ட தீர்மானங்களை ஜகத்நாராயணன் லால் கொணர்ந்தார். அவை நிறைவேற்றப்பட்டன.

பின்னாளில் காந்திஜி கொணர்ந்த வெள்ளையனே வெளியேறு திட்டத்தையும் ராஜாஜி ஏற்கவில்லை. அதில் அவர் கலந்து கொள்ளவில்லை.

இருவருக்கும் இடையில் இப்படிக் கருத்துவேறுபாடுகள் இருந் தாலும் இவை அவர்களுடைய நட்பைப் பிரிக்கவில்லை. ராஜாஜி யைக் குற்றஞ்சாட்டிப் பலர் காந்திஜியிடம் கேள்வி கேட்டபோது அப்படிப் பேசக்கூடாது என்று கண்டித்தார். அதே போல ராஜாஜி

தன் மனத்திற்பட்டதை வெளிப்படையாகச் சொன்னாலும் மகாத்மா மனத்தைப் புண்படுத்திவிட்டோமோ என வருந்தினார். இந்தச் சந்தர்ப்பத்தில் அவர்களுக்கிடையே நடந்த கடிதப் போக்குவருத்து அவர்களுடைய உன்னதமான நட்பைக் காட்டுகிறது.

ராஜாஜியுடன் கருத்துவேற்றுமையைப் பற்றிப் பத்திரிகையாளர்கள் காந்திஜியைக் கேட்டபோது காந்திஜி சொன்னார். 'அவர் என்னுடைய பேச்சிலிருந்து சுட்டிக்காட்டியிருக்கும் ஒவ்வொரு வார்த்தையையும் நான் ஏற்கிறேன். என்னுடைய கூற்றுக்கு ராஜாஜி கொண்டிருக்கும் பொருளை நாம் ஏற்கவில்லை. பொது இடங்களில், அவருடன் நான் கொண்டிருக்கும் கருத்து மாறுபாட்டைப் பற்றிப் பேசப்போவ தில்லை. என்னுடைய தவறாக அவர் தெளிவாகப் பார்ப்பதை நானும் வருங்காலத்தில் ஓர்நாளில் பார்ப்பேன் என்று அவர் நம்புகிறார். நானும் அப்படி நடக்குமா என்று எதிர்பார்த்திருக்கிறேன். ஆனால் பொது இடங்களில் மிக நெருங்கிய கூட்டாளியான அவரோடு மாறு பட்டுப் பேசுவது என்னை அதிர்வடையச் செய்கிறது. அவர் ஒரு புதுத் திட்டம் வைத்திருக்கிறார். எனவே பேசும் தேவை அவருக்குத்தான் இருக்கிறது.'

என்னதான் காந்திஜியின் கருத்தை மறுத்தாலும் ராஜாஜிக்கும் அது வலியைக் கொடுக்காமல் இல்லை. அவர் காந்திஜிக்கு அதைத் தெரிவித்து வருந்திக் கடிதம் எழுதினார். அதற்குக் காந்திஜி பதில் எழுதினார் (7-6-1942).

> 'முட்டாள்தனம் (நான்சென்ஸ்). நீங்கள் விழுந்து விடவில்லை. இக்கருத்து வேறுபாடுகள் ஒன்றும் பெரிதில்லை. நான் ஏற் கெனவே ஹரிஜன் பத்திரிகையில் எழுதிவிட்டேன். உங்களுடன் மாறுபட்டு விவாதம் புரிய மாட்டேன். நீங்கள் இதற்காக வருந்த வேண்டாம். எனவே இங்கே புறப்பட்டு வந்துவிடுங்கள். ஓய்வெடுக்கலாம், நகைச்சுவையாகப் பேசலாம், வலிமையைப் பெருக்கிக் கொள்ளலாம். சந்தோஷமாக இருக்கலாம். உங்க ளுடைய விவாதங்களை என்னால் புரிந்துகொள்ள இயல வில்லை. இங்கு வந்து விளக்கிச் சொல்லுங்கள்.'

மிஸ்டர் குரோவர் காந்திஜியோடு ராஜாஜியைப் பற்றிப் பேசும் போது, 'ராஜாஜியை பிரிட்டிஷ் அரசு வளைத்துப்போட்டிருக்க முடியாது. அவருடைய கருத்து பிரிட்டிஷ் அரசின் கருத்தோடு ஒத்துப்போகிறது. அவ்வளவே. நான் நினைப்பது சரிதானே?' என்று கேட்டார்.

‘நீங்கள் சொல்வது சரி. ஜப்பானியர்கள் வந்து விடுவார்களோ என்ற பயம்தான் அவரை பிரிட்டிஷ் ஆட்சியைச் சகித்துக்கொள்ளத் தூண்டு கிறது. போர் முடியும்வரை அவர் தள்ளிப்போட நினைக்கிறார். போர் நிச்சயமாக வெற்றியடைய வேண்டுமென்றால் இந்தியா அதன் பங்கை இன்றே தொடங்கவேண்டும். என் நிலைமையில் எந்தப் பிழையும் இருப்பதாக எனக்குத் தோன்றவில்லை. என் மனத்துக் குள்ளே பல முறை விவாதித்துத்தான் இந்த முடிவை எடுத்திருக் கிறேன். நான் எதையும் கோபத்திலோ அவசரப்பட்டோ செய்ய வில்லை!’

90

வெள்ளையனே வெளியேறு!

1942ம் ஆண்டு ஆகஸ்ட் மாதம் 8ந்தேதி 'வெள்ளையனே வெளியேறு' போராட்டம் அறிவிக்கப்பட்டது. காங்கிரஸ் செயற்குழுவில் 'வெள்ளையனே வெளியேறு' தீர்மானம் விவாதத்திற்கு வருமுன் காந்திஜி காந்திஜி ஆற்றிய உரை.

'நீங்கள் இந்தத் தீர்மானத்தை விவாதிப்பதற்கு முன் நான் ஒன்றிரண்டு கருத்துக்களை உங்கள் முன் வைக்கிறேன். நீங்கள் இரண்டு விஷயங்களைக் கவனத்தில் கொள்ள வேண்டும். என்னுடைய நோக்கிலிருந்து நீங்கள் அதைக் கருதவேண்டும். ஏனென்றால் நீங்கள் அதை ஒப்புக்கொண்டால் நான் சொல்வதனைத்தையும் செயல்படுத்தக் கட்டுப்பட்டவர்கள் ஆவீர்கள். அது மிகப் பெரிய பொறுப்பு. 1920ல் இருந்த அதே மனிதர்தானா நீங்கள் அல்லது மாறிவிட்டீர்களா என்று என்னைச் சிலர் கேட்கிறார்கள். நீங்கள் அந்தக் கேள்வியைக் கேட்பது சரிதான். நான் 1920ல் இருந்த அதே காந்திதான். எந்த அடிப்படையிலும் நான் மாறவில்லை. அப்பொழுது வன்முறையின்மைக்கு என்ன முக்கியத்துவம் கொடுத்தேனோ அதே முக்கியத்துவம்தான் இப்பொழுதும் கொடுக்கிறேன். இன்னும் சொல்லப்போனால் என்னுடைய உறுதி முன்னிலும் அதிகமாகியிருக்கிறது. தற்போதைய தீர்மானத்திற்கும் என்னுடைய முந்தைய உரைகளுக்கும், எழுத்துகளுக்கும் உண்மையில் எந்த மாறுபாடும் இல்லை. இப்படிப்பட்ட சந்தர்ப்பங்கள் ஒவ்வொருவர் வாழ்க்கையிலும் அடிக்கடி வராது. ஒரு சிலர் வாழ்க்கையில் எப்பொழுதாவது வரலாம். இன்று நான் சொல்வதும், செய்வதும் முழுக்க முழுக்க

அஹிம்சையின் அடிப்படையிலானது என்பதை அறியவும் உணர வும் வேண்டும். செயற்குழுவின் தீர்மான வரவு அஹிம்சையை அடிப்படையாகக் கொண்டது. அதையொட்டி எடுக்கப்படும் போராட்டமும் அஹிம்சையை மூலமாகக் கொண்டதுதான். உங்களில் எவருக்காவது அஹிம்சையில் நம்பிக்கை இல்லையென்றாலோ அதில் குழப்பம் இருந்தாலோ அவர் இதற்கு ஆதரவாக வாக்களிக்க வேண்டாம்.

'என்னுடைய நிலையை நான் தெளிவுபடுத்த விரும்புகிறேன். அஹிம்சை என்னும் ஆயுதத்தை விலைமதிப்பற்ற பரிசாக என்னிடம் இறைவன் ஒப்படைத்திருக்கிறார். நானும் என்னுடைய அஹிம்சை தர்மமும் இன்று சோதனைக்குள்ளாகிறோம். உலகமெங்கும் ஹிம்ஸையெனும் தீ பற்றி எரிந்துகொண்டு விடுதலை பெற முனைந்துகொண்டிருக்கையில், நான் இப்பொழுதுள்ள பிரச்னை யில், எனக்குக் கடவுள் அளித்துள்ள இந்தத் திறலைப் பயன் படுத்தாமல் இருந்தால் கடவுள் என்னை மன்னிக்கமாட்டார். மிகப் பெரிய பரிசை நான் அவமரியாதை செய்துவிட்டதாகக் கருதப் படுவேன். இப்பொழுது நான் செயல்பட்டே ஆகவேண்டும். ரஷ்யாவும், சீனாவும் அச்சுறுத்தப்படும் இந்நிலையில் இதைப் பார்த்துக்கொண்டு நான் தயங்கி இருக்கக்கூடாது. நம்முடைய போராட்டம் அதிகாரத்திற்கான போராட்டம் இல்லை. இது இந்தியாவின் சுதந்திரத்திற்காக முழுதும் வன்முறையற்ற போராட்ட மாகும்.

'வன்முறையான போராட்டத்தில், வெற்றிகரமான தளபதி ராணுவப் புரட்சிமூலம் ஆட்சிக் கவிழ்ப்புச் செய்து எதேச்சாதி காரத்தைக் கொணர்வார். ஆனால் வன்முறையற்ற காங்கிரஸின் செயல்பாடுகளில் எதேச்சாதிகாரத்துக்கு இடமில்லை. வன்முறை யற்ற செயல்பாடு கொண்ட போர்வீரன் தனக்கு என்று எதையும் செய்யமாட்டான். அவன் தனது தேசத்தின் சுதந்திரத்திற்காக மட்டுமே பாடுபடுவான். சுதந்திரம் பெற்றபின் யார் அரசாள்வார் என்பதைப்பற்றிக் காங்கிரஸுக்குக் கவலையில்லை. நமக்கு அதிகாரம் வரும்போது அதை யாரிடம் ஒப்படைக்கவேண்டும் என்பதை மக்கள்தீர்மானிப்பார்கள். பார்ஸிகளின்கையில் கொடுக்கலாம். அதை நான் மிகவும் விரும்புவேன். அல்லது காங்கிரஸில் இதுநாள்வரை கேள்விப்படாத யார் கையிலாவது கொடுக்கலாம்.

அப்பொழுது நீங்கள் 'மக்களுக்கு ஒன்றும் தெரியாது. சுதந்திரப் போராட்டத்தில் உரிய பங்கு வகிக்காதவர்களிடம் ஏன் அதிகாரம் கொடுக்கப்படவேண்டும்,' என்று எதிர்ப்புத் தெரிவிக்கக்கூடாது.

தொடங்கப்பட்ட நாளிலிருந்து காங்கிரஸ் வகுப்புவாத துவேஷம் இன்றியே வந்திருக்கிறது. தேசம் முழுமையும் கருத்தில் கொண்டே செயல்பட்டு வந்திருக்கிறது. நம்முடைய அஹிம்சை எவ்வளவு குறைபாடு உடையது என்பது எனக்குத் தெரியும். பூரண அஹிம் சையிலிருந்து நாம் எவ்வளவு விலகியிருக்கிறோம் என்பதையும் அறிவேன். அஹிம்சையில் முடிவான தோல்விக்கு இடமில்லை. நம்முடைய குறைபாடுகளுக்கிடையே பெரிய பெரிய செயல்கள் நடைபெறுகின்றன என்றால் கடந்த 22 வருடத்து இடைவிடாத தளராத அமைதியான செயல்பாடுகளைக்கண்டு கடவுள் நமக்கு வெற்றியளித்து உதவுகிறார் என்பதுதான் பொருள்.

‘உலக உரிமைக்கான வரலாற்றில் நம்முடைய ஜனநாயக வழியில் நேர்மையான முறையில் கொண்டு செலுத்தும் போராட்டத்தைப் போல வேறொன்றும் இருந்ததில்லை என்று நான் நம்புகிறேன். கார்லைல் எழுதியுள்ள பிரெஞ்சு புரட்சியைப்பற்றி சிறைச் சாலையில் இருந்தபோது படித்திருக்கிறேன். ரஷ்யப் புரட்சி பற்றி ஜவஹர்லால் எனக்குச் சொல்லியிருக்கிறார். ஆயுதங்களைப் பயன் படுத்தி நடந்த அப்போராட்டங்கள் ஜனநாயகக் கொள்கைகளின் அடிப்படையில் அமைந்தவை அல்ல என்பது எனது தீர்மானமான கருத்து. நான் எதிர்பார்க்கிற ஜனநாயகத்தில் அதாவது பலாத்கார மில்லாத போராட்டத்தால் பெறப்படும் ஜனநாயகத்தில் எல்லோருக் கும் சமமான உரிமை இருக்கும். எல்லோரும் இந்நாட்டு மன்னர். இப்படிப்பட்ட ஒரு போராட்டத்தில் ஈடுபடத்தான் நான் உங்களை அழைக்கிறேன். இதை நீங்கள் உணர்ந்துகொண்டால் இந்திய சுதந் தரத்தைப் பெற நடத்தப்படும் இப்போராட்டத்தில் நாம் எல்லாம் இந்தியர்கள் என்ற உணர்வு ஏற்படும். நமக்குள் ஹிந்து, முஸ்லிம் என்ற பேதங்களை மறந்துவிடுவோம். இனி, பிரிட்டிஷ்காரர் களோடு நம்முடைய உறவைப் பார்க்கலாம்.

மக்களிடையே பிரிட்டிஷ்காரர்கள் மேல் வெறுப்பிருப்பதைப் பார்க் கிறேன். பிரிட்டிஷ் அராஜக ஆட்சிக்கும் பிரிட்டிஷ் மக்களுக்கும் இடையேயான வித்தியாசத்தை மக்கள் கருதுவதில்லை. அவர் களுக்கு இரண்டும் ஒன்றுதான். இந்தக் காரணத்தால் அவர்கள் ஜப்பானியர்களை வரவேற்கவும் தயாராயிருக்கிறார்கள். அது மிகவும் ஆபத்தானது. ஒரு அடிமைத்தனத்திலிருந்து இன்னொரு அடிமைத் தனத்துக்கு மாறியவர்கள் ஆவோம். இந்த உணர்வை ஒழிக்கவேண் டும். நமது போராட்டம் பிரிட்டிஷ் மக்கள்மீது அல்ல. அவர்களது ஆட்சியைத்தான் எதிர்க்கிறோம். ஆங்கில அரசை வெளியேற்றும் இத்தீர்மானம் நமது கோபத்தில் விளைந்ததல்ல. இந்த நெருக் கடியான நேரத்தில் இந்தியா தனது பங்கை அளிக்கவேண்டும் என்ற எண்ணத்தில் எழுந்ததுதான்.

‘நேச நாடுகள் சண்டையில் ஈடுபட்டுக் கொண்டிருக்கும்போது இந்தியா போன்ற பெரிய தேசம் அநியாயமாகப் பறிக்கப்பட்ட பணத்தாலோ பொருளாலோ உதவுவது மகிழ்ச்சியான ஒரு செயல் அல்ல. நாம் சுதந்திரமாக இருந்தாலொழிய நமது தீரத்தைக் காட்டவோ தியாகம் செய்யவோ வழியில்லை. நாம் மிகப்பெரிய தியாகம் செய்யும்போது பிரிட்டிஷ் அரசு சுதந்திரம் கொடுப்பதைத் தவிர்க்க முடியாது என அறிவேன். அதனால்தான் சொல்லுகிறேன். நாம் வெறுப்புக்கொள்ளக்கூடாது. என்னைப் பொறுத்த மட்டில் நான் எப்பொழுதும் வெறுப்புக்கு இடம் கொடுத்ததில்லை. உண்மையில் நான் இப்பொழுது வேறு எப்பொழுதும் இல்லாத அளவுக்கு பிரிட்டிஷ்காரர்களின் நண்பனாக இருக்கிறேன். அவர்கள் இப்பொழுது சிக்கலில் இருக்கிறார்கள் என்பது ஒரு காரணம். அவர்களை அவர்களுடைய தவற்றிலிருந்து காப்பாற்றுவது அவர்கள் பால் நான் கொண்டிருக்கும் நட்பால் அவசியமாகிறது. இப்பொழுதுள்ள சூழ்நிலையை நான் ஆராயும்பொழுது அவர்கள் அழிவின் ஓரத்தில் நிற்பதாகத் தெரிகிறது. எனவே அவர்களை எச்சரிப்பது எனது கடமையாகிறது. இதனால் அவர்கள் எரிச்சலடையலாம். நம்முடைய நட்பையே உதறித் தள்ளுமளவுக்கு அவர்கள் கோபப்படலாம். பலர் சிரிக்கலாம். எனக்குக் கவலையில்லை. இதுதான் என்னுடைய முடிவு. என்னுடைய வாழ்க்கையின் மிகப் பெரிய ஒரு போராட்டத்தை நிகழ்த்தப்போகும் நான் எவர் மீதும் வெறுப்பைக் காட்டக் கூடாது.

‘இப்பொழுது நீங்கள் இந்தத் தீர்மானத்தை ஏற்றுக்கொண்டமைக்காக உங்களை நான் வாழ்த்துகிறேன். தீர்மானத்துக்குப் பலர் ஆதரவு கொடுக்கிறார்கள் என்று தெரிந்தும் இங்கே தமது மூன்று தீர்மானங்களை வாக்குக்கு விடுமளவுக்கு வற்புறுத்திய மூன்று தோழர்களையும் நான் வாழ்த்துகிறேன். தீர்மானத்தை எதிர்த்து வாக்களித்த அந்தப் பதின்மூன்று நண்பர்களுக்கும் எனது வாழ்த்துகள். அவர்கள் அதற்காக வெட்கப்படத் தேவையில்லை. ஏனென்றால் கடந்த இருபது ஆண்டுகளாக நாம் மிகவும் மோசமான அளவு குறைந்த ஆதரவு பெற்றிருந்த நிலையிலும் கேலி செய்யப்பட்ட நிலையிலும் துணிவை இழக்காமல் இருந்திருக்கிறோம். நாம் உண்மையின் பாதையில் இருக்கிறோம் என்ற நம்பிக்கையால் நமது கொள்கைகளில் விடாப்பிடியாக இருக்கக் கற்றுள்ளோம். அது நம்மை உறுதியான போக்கிற்கு அழைத்துச் செல்கிறது. அது மனிதனை நேர்மையான பாதையில் செலுத்துகிறது.

‘எனவே கடந்த 50 ஆண்டுகாலமாக நான் கடைப்பிடித்துவரும் கொள்கைக்கு அனுசரணையாகவே இந்த நண்பர்கள் நடந்துள்ளார்

கள் என்பதில் எனக்கு மகிழ்ச்சி. நண்பர்கள் அவர்களது திருத்தங்களை இந்தக் குழு ஏற்றுக்கொள்ள வேண்டும் என்று கேட்டது, இப்பொழுதுள்ள சூழ்நிலையில் பொருத்தமானதாக எனக்குப் படவில்லை. அவர்களது திருத்தங்களைத் திரும்பப்பெறும்படி மௌலானா அவர்கள் வேண்டியதை அவர்கள் சிந்தித்திருக்க வேண்டும். ஜவஹர்லால் கொடுத்த விளக்கங்களை உன்னிப்பாகக் கவனித்திருக்க வேண்டும். அப்படி அவர்கள் செய்திருந்தால் என்ன உரிமையைக் காங்கிரஸிடமிருந்து வேண்டினார்களோ அந்த உரிமை காங்கிரஸால் ஏற்கெனவே கொடுக்கப்பட்டுள்ளது என்பது தெரிந்திருக்கும். இந்தியாவைத் தனது தாயகமாக ஒவ்வொரு முஸல்மானும் ஒரு காலத்தில் கருதியதுண்டு. அலி சகோதரர்கள் என்னுடன் இருந்த காலத்தில் அவர்களது பேச்செல்லாம் ஹிந்துக்களுக்கு எந்த அளவு இந்தியா உரிமைப்பட்டதோ அந்த அளவுக்கு அவர்களுக்கும் உரிமைப்பட்டது என்ற அடிப்படையிலேயே அமைந்தன. அவர்களோடு பல ஆண்டுகள் வாழ்ந்திருக்கிறேன். அதுதான் அவர்களின் உண்மையான கொள்கை. அதில் போலித்தனம் இல்லை. அவர்களுடன் பல இரவு பகல்களைக் கழித்திருக்கிறேன். அவர்கள் பேசியவையெல்லாம் அவர்களது உண்மையான நம்பிக்கையின் அடிப்படையில்தான் என்பதை அறிவேன். நான் எல்லாவற்றையும் அப்படியே நம்பிவிடுகிறேன் என்று என்னைப் பலர் குற்றம் சாட்டுகிறார்கள். நான் அப்படியொரு அப்பாவி இல்லை. ஆனால் அவர்களுடைய குற்றச்சாட்டு என்னைப் புண்படுத்தியதில்லை. ஏமாற்றுவாதியாக இல்லாமல் அப்பாவியாக இருப்பதையே நான் விரும்புகிறேன்.

'நமது கம்யூனிஸ்ட் தோழர்கள் கொணர்ந்த திருத்தங்கள் ஒன்றும் புதியனவல்ல. ஆயிரக்கணக்கான மேடைகளில் திரும்பத் திரும்பச் சொல்லப்பட்டவைதாம். ஹிந்து முஸ்லிம் பிரச்னைகள் சுமூகமாகத் தீர்க்கப்படவேண்டுமானால் அது எனது வாழ்நாளில் தீர்க்கப்பட வேண்டும் என்று ஆயிரக்கணக்கான முஸல்மான்கள் சொல்லுகிறார்கள். இதைக்கண்டு நான் பெருமை கொண்டிருக்கவேண்டும். ஆனால் எனது பகுத்தறிவுக்கு ஏற்புடையதாக இல்லாத திட்டத்தை என்னால் எப்படி ஏற்றுக்கொள்ள முடியும். ஹிந்து முஸ்லிம் ஒற்றுமை என்பது ஒன்றும் புதியதல்ல. நான் சிறுவனாக இருந்த காலத்திலிருந்தே இதைச் சாதிக்கப் பாடுபட்டு வருகிறேன். முஸ்லிம், பார்சி சக மாணவர்களுடன் தோழமையோடு இருக்க முயன்றிருக்கிறேன்.'

இவ்வாறு நீண்ட உரையின் உண்மை ஒளியில், கேட்டவர்கள் ஈர்க்கப்பட்டார்கள். ராஜாஜி வெள்ளையனே வெளியேறு தீர்

மானத்தை விரும்பவில்லை. எனவே அந்தப் போராட்டத்தில் கலந்து கொள்ளவில்லை.

வழிகாட்டத் தலைவர்கள் இல்லையென்றால் மக்களே தங்களைத் தாங்களே இயக்கிக்கொள்ளவேண்டும் என்றார் காந்திஜி. அவரையும் மற்ற காங்கிரஸ் தலைவர்களையும் இரவோடிரவாகக் கைது செய்தார்கள். காந்திஜி சிறைக்குச் செல்லுமுன் சொன்னார்; 'செய் அல்லது செத்துமடி'. அதற்குள் அவர் பேச இயலாமல் போனதால் அதுதான் காந்திஜியின் ஆணை என எடுத்துக்கொண்டு மக்கள் போராடத் தொடங்கினர்.

செய் அல்லது செத்து மடி

தலைவர்கள் கைது செய்யப்பட்டுவிட்டார்கள் என்று கேள்விப் பட்டதும் நாடெங்கிலும் கொந்தளிப்பு அதிகமாகியது. சரியான வழிநடத்துதல் இல்லாத போதிலும்கூட மக்கள் செயல்படத் தொடங்கினர். காந்திஜி சொல்லிவிட்டார், 'செய் அல்லது செத்து மடி' என்று. அது போதும் அவர்களுக்கு. தலைவன் நேரே இருந் தால்தானா, அவனது வாக்கு ஒன்று போதாதா? மாணவர்கள், அரசு ஊழியர்கள், பொதுமக்கள், காங்கிரஸ் தொண்டர்கள் என்று இந்தியாவே போருக்கெழுந்ததுபோல் எழுந்தது. மாணவர்களும் இளைஞர்களும் எழுந்துவிட்டால் பிரளயம்தான். வன்முறை வேண்டாம் என்று காந்திஜி சொல்லியிருந்தார். அத்தோடு உங்கள் மனச்சான்றுப்படி நடந்து கொள்ளுங்கள் என்று வேறு சொல்லி யிருந்தார். சாது மிரண்டால் காடு கொள்ளாது என்பார்கள். கலவரத் தில் விட்டுவிட்டு, 'வெட்டுப்பழியில் விட்டுச் செல்ல நேர்ந்தாலும் செல்லுங்கள். எங்களிடம் விட்டு விடுங்கள் அது போதும்!' என்று மகாத்மா, அஹிம்ஸா மூர்த்தி சொல்ல வேண்டுமானால், அப்படி ஒரு முடிவெடுக்க அவர் மனம் எவ்வளவு போராட்டங்களைச் சந்தித்திருக்கும். எதற்கும் மசியமாட்டேன் என்று அழுத்தம் திருத்த மாகச் சொல்லிவிட்டாரே! மக்கள் தெரிந்து கொண்டார்கள். மகாத்மா மறைமுகமாக உத்தரவு கொடுத்து விட்டார்கள் என்று நினைத்தார் கள். தந்திக் கம்பங்கள் அறுபடுவதற்கு முன்பாகவும், ரயில்வே தண்டவாளங்கள் உடைபடுவதற்கு முன்பாகவும் இந்தியா மந்திரி ஆமெரி இவையெல்லாம் பெருமளவு நடப்பதாகவும் மக்கள் வெறியாட்டம் ஆடுவதாகவும் வானொலியில் உரை நிகழ்த்தினார்.

நுணலும் தன் வாயால் கெடும்

மக்கள் சாத்வீகமாகப் போரிட்டிருப்பார்கள். போரிடத் தொடங்கு முன்னமே 'அங்கே குத்து', 'இங்கே பழி' என்று வானொலியில் கூக்

குரலிட்ட ஆம்ரேவின் கூச்சல், 'ஓகோ! இப்படியெல்லாம் நடக்கிறதா, நாம்தான் சும்மா இருக்கிறோமோ?' என்று மக்களை எண்ண வைத்ததோடு உணர்ச்சியையும் தூண்டிவிட்டது.

பம்பாயில்தான் இந்த அறிவிப்பு வெளியானதாலே முதலில் கிளர்ச்சி வெடித்தது. அருணா அசாப் அலி 9ந்தேதியன்று ஆகஸ்ட் புரட்சியைக் கொடி அசைத்துத் தொடக்கி வைத்தார். அங்கேதான் தபால் நிலையங்கள் சூறையாடப்பட்டன. தண்டவாளங்கள் பெயர்க்கப்பட்டன. பஞ்சாலைகள் மூடப்பட்டன. அரசும் கடுமை யான நடவடிக்கை எடுத்தது. இரண்டே நாளில் 24 பேர் கொல்லப் பட்டனர். சுதந்திரப் போராட்டத்தின் நீண்ட போராட்டக் காலகட்டத்தை எடுத்துப் பார்த்தால் ஆகஸ்ட் புரட்சியில் பங்கேற்றவர்கள் மொத்தத் தில் பாதிக்கும் மேலிருக்கும். சர்ச்சிலின் கடுமையான உத்தரவு களாலும், எப்படியும் அடக்கியே தீரவேண்டும் என்ற வெறியிலும் ஆகாய விமானம் மூலம் சில இடங்களில் குண்டுகள் வீசி அடக்கினர். ஆனால் அழுத்தி வைக்கப்பட்ட தூண்டுசுருள் விடுவிக்கப்பட்டால் எப்படிச் சீறி எழுமோ அப்படி எழுந்தார்கள் மக்கள்.

1942ம் ஆண்டுக் கடைசிக்குள் 250 ரயில்வே ஸ்டேஷன்கள் தகர்க்கப் பட்டன. நூற்றுக்கும் மேற்பட்ட போலீஸ் ஸ்டேஷன்கள் எரிக்கப் பட்டன. 60,000 பேருக்கு மேல் கைது செய்யப்பட்டனர். ஆகஸ்டு மாதக் கடைசியில் வைஸ்ராய் லின்லித்கோ சர்ச்சிலுக்கு எழுதினார்: '1857க்குப் பிறகு இப்படியொரு கலகத்தை நான் பார்க்கவில்லை. ராணுவப் பாதுகாப்பு காரணமாக இந்தச் செய்திகளை உலகுக்குத் தெரிவிக்கவில்லை. கிராமப்புறங்களிலும் போராட்டமும் வன் முறையும் அதிகமாக நிகழ்ந்துகொண்டிருக்கின்றன. ஐரோப்பியர் களின் உயிருக்கே ஆபத்தான நிலை இருக்கிறது. இப்பொழுது நாம் இதில் சரியான நடவடிக்கை எடுக்கவில்லையென்றால் நேச நாடு களின் போர் நடவடிக்கைகளுக்கு இந்தியாவை ஒரு தளமாகக் கொண்டு செயல்பட முடியாமல் போகும். சீனாவுக்கு இந்தியா வழியே அமெரிக்கா செல்ல இயலாமல் போகிவிடும்.'

அமெரிக்கா நிலைமையை நன்கு ஆராய்ந்து வந்தது. அமெரிக்க அதிகாரிகள் சிலர் இந்தியாவந்து காந்திஜியைச் சந்திக்க விரும்பி னர். ஆனால் பிரிட்டிஷ் அரசு அதற்கு இடங்கொடுக்கவில்லை.

மகாதேவ தேசாய் மரணம்

காந்திஜியைக் கைது செய்து கொண்டுபோகும்போது அவருடன் அவரது செயலர் மகாதேவ தேசாயையும் கைது செய்வார்கள். அவர் புறப்படும்போது வழக்கமாக அவரது மகன் நாராயணன் சிறையில் அவருக்கு வேண்டிய துணிகளை ஒரு பையில் போட்டுக்

கொடுப்பான். அந்த முறை எதையும் கொடுக்கவேண்டாம் என்று சொல்லிவிட்டார். சில தினங்களுக்கு முன் காந்திஜி அவரிடம், 'நம்மை எப்படியும் கைது செய்துவிடுவார்கள். இந்தமுறை நான் சிறையில் சாகும்வரை உண்ணாவிரதம் இருக்கப்போகிறேன்,' என்றார். 'உங்கள் உடல் இருக்கும் நிலையில் அது ஆபத்தானது!' என்றார் தேசாய். நேரு, பட்டேல் ஆகியோரிடமும் தேசாய் காந்தியின் தீர்மானத்தைச் சொன்னார். அவர்களும் வேண்டாம் என்று சொல்ல, காந்திஜி அவர்கள் பேச்சுக்குச் செவி கொடுப்பதாக இல்லை. இந்த மனப்பாங்கோடுதான் இருவரும் சிறைக்குச் சென்றார்கள். ஒரு வாரம் கழித்து அதாவது ஆகஸ்டு 15ந்தேதி காலை சிறையதிகாரி வருவதாக இருந்தது. காலை 4 மணிக்கே எழுந்திருக்கும் தேசாய் அன்று நேரங்கழித்துத்தான் எழுந்திருந்தார். காந்திக்கு வேண்டியவற்றைத் தயார் செய்து கொடுத்தார்.

திடீரென்று 'சுசேதா! சுசேதா!' என்று கஸ்தூரிபா கத்துவது கேட்டது. காந்திஜியுடன் பேசிக்கொண்டிருந்த டாக்டர் சுசேதா கிருபளானி ஏதோ சாதாரணமாகக் கூப்பிடுகிறார் என்று நினைத்து வாளாவிருந்தார். கஸ்தூரிபா கத்திக்கொண்டே உள்ளே வந்தார். 'சுசேதா, மகாதேவ் அசையாமல் படுத்துக்கிடக்கிறான் என்னவென்று பார்,' என்றார். சுசேதா விரைந்து சென்றார். காந்திஜியும் உடன் சென்றார். மாரடைப்பில் மகாதேவ தேசாய் இறந்துபோயிருந்தார். காந்திஜி இடிந்து போய்விட்டார். 'மகாதேவ், மகாதேவ்' என்று காந்தி குனிந்து தேசாய் காதருகில் சென்று கூப்பிட்டார். 'அவர் இறந்துவிட்டார்' என்றார் சுசேதா.

'கொஞ்சமாவது உயிர் இருந்து அவன் கண்விழித்தால் நான் கூப்பிட்டவுடன் எழுந்துவிடுவான். அவன் என் சொல்லை என்றுமே தட்டியதில்லை,' என்றார் காந்தி. உடலை என்ன செய்வது என்ற கேள்வி வந்தபோது, 'சொந்தக்காரர்களிடம்தான் கொடுக்க வேண்டும். அவன் என் மகன். நான்தான் தகனம் செய்வேன்' என்று சொல்லி தேசாயின் உடலை காந்திஜியே குளிப்பாட்டினார். அவரை ஆகாகான் மாளிகையிலேயே தகனம் செய்தார்கள்.

காந்திஜியின் கடிதம்

நாடெங்கும் நடப்பனவற்றை அறிந்த காந்திஜி வைஸ்ராய்க்குக் கடிதம் எழுதினார்.

'அவசரப்பட்டு விட்டீர்கள். நான் காங்கிரஸின் கோரிக்கையைப் பாரபட்சமில்லாமல் பரிசீலிக்க வேண்டினேன். அரசின் அவசர நடவடிக்கை பயத்தை வெளிப்படுத்துகிறது. உலகின் பார்வை காங்கிரஸை நோக்கித் திரும்பியிருக்கிறது. காங்கிரஸின் வேண்டுகோளை

ஏற்றுச் செயல்பட்டால் இந்தியா கலவரத்திலும் குழப்பத்திலும் ஆழும் என்று சொல்கிறீர்கள். ஆனால் உண்மை என்ன? உங்கள் மறுதலிப்புத்தான் இப்பொழுது இந்தியாவைக் குழப்பத்தில் ஆழ்த்தி யிருக்கிறது. உண்மையில் நேச நாடுகளை ஆதரிப்பதைத்தான் காங்கிரஸ் விரும்புகிறது. வன்முறையை நாங்கள் எப்பொழுதும் ஊட்டியதில்லை. வன்முறையற்ற மக்கள் எழுச்சியை வன்முறை யால் அடக்குவதுதான் அழகா? உங்கள் செயல்பாடுகள் எனக்குப் பிடிக்கவில்லைதான். ஆனாலும் நீங்கள் இன்னும் என்னுடைய நண்பர்தான். இந்திய அரசின் கொள்கையை மீண்டும் திருப்பிப் பார்க்கும்படி வேண்டுகிறேன். கடவுள் உங்களை வழி நடத்து வாராக!' என்று எழுதியிருந்தார்.

லின்லித்கோ மசிந்து கொடுக்கவில்லை. இதற்கிடையில் ஜின்னா பத்திரிகையாளர்களை அழைத்து 'காங்கிரஸின் செயல் விவேகமான தல்ல. இது உள்நாட்டு யுத்தத்தை வரவழைக்கும். பாகிஸ்தான் வேண்டுகோளில் மாற்றமில்லை. முஸ்லிம் லீக்தாம் முஸ்லிம்களின் வேண்டுகோளைத் தீர்மானிக்கும்,' என்றார்.

அமெரிக்காவிலிருந்து இந்தியாவிற்கு ஏதேனும் உடனே செய்தாக வேண்டும் என்று அழுத்தம் கொடுக்கப்பட்டது. 'தற்சமயம் விட்டுச் சென்றால், தாழ்த்தப்பட்டவர்களுக்கு விடிவு கிடைக்காது, முஸ்லிம் களும் இந்துக்களும் அடித்துக்கொள்வார்கள். கலவரம்தான் மிஞ்சும்,' என்று சொல்லிச் சொல்லியே அமெரிக்கர்களை சமாதானப்படுத்தப் பார்த்தார்கள். அந்தப் பணியை முன்னாள் வைஸ்ராய் லார்ட் இர்வின் அமெரிக்காவில் செய்து வந்தார்.

நம் காலம்தான் பொற்காலம்

சர்ச்சில், ஆமெரிக்கு எழுதிய கடிதம் ஒன்றில் மற்றவர்களிடம் என்ன சொல்லவேண்டும் என்பதைப் பற்றி எழுதியிருந்தார்.

'இந்தியாவை நாம் நடத்தும் விதம் பற்றி வருந்துவதற்கு ஏதும் இல்லை. நன்றாகத்தான், பாதுகாப்பாகத்தான் வைத்திருக்கிறோம். கடந்த 80 ஆண்டுகளாக இந்தியாவின் பாதுகாப்புக்கு ஏதாவது குந்தகம் வந்திருக்கிறதா? கடந்த 2000ம் ஆண்டு இந்திய வரலாற்றில் எப்பொழுதாவது இப்படிப் பாதுகாப்பாக இருந்தது உண்டா? அமெரிக்காவில் உள்நாட்டுப்போர், சைனா பிளவுபட்டது, ரஷ்யப் புரட்சி, ஐரோப்பிய நாடுகள் ஒவ்வொன்றிலும் சண்டைகள். ஆனால் நமது ஆட்சியின் காரணமாகத்தான் இந்தியா அமைதியாக இருக்கிறது. கை நிறைய வளையல்களை மாட்டிக்கொண்டு ஒரு பெண் தனியாக தனது கற்புக்கு எந்தப் பங்கமுமில்லாமல்

திருவனந்தபுரத்திலிருந்து பஞ்சாப் வரை செல்ல முடியும்? நாம் விட்டுச்சென்றால் கலவரம்தான்.'

அரசின் அடக்கு முறையில் முதலில் சூடு பிடித்திருந்த ஆகஸ்ட் புரட்சி கொஞ்சம் கொஞ்சமாக வலுவிழந்து போயிற்று. என்றாலும் நாட்டு மக்கள் அனைவரையும் நாட்டு விடுதலையைப் பற்றிச் சிந்திக்க வைத்ததுடன் தாங்களும் அந்த அறப்போரில் பங்குகொள்ள முடியும் என்ற எண்ணத்தையும் அது தோற்றுவித்தது. இனி முன்னைப் போல் மக்களை அடக்கி வைத்திருக்க முடியாது என்பதை அரசாங் கம் உணரத் தொடங்கியது. மக்களோடு மட்டுமின்றி ராணுவ வீரர் களுக்கும் அதில் அறைகூவல் இருந்ததால் சிப்பாய்கள் செவிமடுத் தால் சின்னாபின்னம்தான் என்பதையும் அரசு உணர்ந்தது. போருக்கு, ஒத்துழைப்புத் தேவை என்பதால் அரசு ஓரளவுக்குப் பணிந்து போகவேண்டிய சூழல் ஏற்பட்டது. இல்லையென்றால் இன்னும் அதிகமாக அடக்குமுறை அமைந்திருக்கும்.

91

காந்தியின் உண்ணாவிரதம்

காந்திஜி கைதாகி ஆறுமாதங்கள் ஆகிவிட்டன. அதுவரையும் அரசிடமிருந்து ஏதாவது பதில் வரும் என்று காத்திருந்தார். லின்லித்கோ சாதகமான நடவடிக்கை எதுவும் எடுப்பதாக இல்லை.

'ஆறு மாதங்கள் முடியப்போகின்றன. என்னுடைய பொறுமையும் நழுவிக்கொண்டிருக்கிறது. எனவே சத்தியாக்கிரக ஆயுதத்தைக் கையில் எடுப்பதைத்தவிர வேறு வழியில்லை. சத்தியாக்கிரக நெறி முறைகளின் படி, 'உண்ணா நோன்பு மூலம் சதையை வாடவிடு' என்பதும் ஒரு கோட்பாடு. அதையும் கடைசி ஆயுதமாகத்தான் பயன்படுத்த முடியும். அதைத் தவிர்க்கக் கூடுமென்றால் அதை நான் பயன்படுத்த விரும்ப மாட்டேன். என்னுடைய பிழை அல்லது பிழைகள் என்னவென்று என்னை ஒப்புக்கொள்ள வையுங்கள். அப்படிச் செய்ய முடியுமானால் நான் திருத்திக்கொள்கிறேன்,' என்று டிசம்பர் மாதக் கடைசியில் வைஸ்ராய்க்குக் கடிதம் எழுதினார்.

அதற்கு வைஸ்ராய் எழுதிய கடிதத்தில், 'போலீஸ்காரர்களை உயிரோடு கொளுத்துவதையும், பொதுச்சொத்துக்கு நாசம் விளைவிப்பதையும் ரயில்களை எரிப்பதையும் மாணவர்களைத் தவறாக வழிநடத்துவதையும் நீங்கள் கண்டிக்கவில்லை. அது இந்தியாவுக்குள்ள நல்ல பெயரையும் ஏன் காங்கிரஸின் பெயரையும் களங்கப்படுத்துகிறது. இப்பொழுது மனம் மாறிவிட்டீர்களா? உங்களுடைய கிளர்ச்சி நடவடிக்கைகளை கைவிட்டுவிடுகிறீர்களா?' என்று எழுதியிருந்தார்.

காந்தி தன் பதிலில், 'அதைக் கைவிடுவது என்பது என் கையில் இல்லை. அரசின் கையில்தான் இருக்கிறது. அன்றே சந்திக்க அனுமதி கேட்டபோது அனுமதி கொடுத்திருந்தால் இந்த அளவுக்கு நிகழ்ந்திருக்காது. என்னால் எவ்வளவு முடியுமோ அவ்வளவு வேண்டினேன். இன்னும் என் மூச்சு நிற்கிறவரை வேண்டிக் கொண்டேதான் இருப்பேன். ஆனால் நீங்கள் என்னிடம் நடை பெறும் கொலைகளைப் பற்றிப் பேசுகிறீர்கள். காங்கிரஸ்காரர்கள் பெயரில் யாரோ செய்கிறதை என்னிடம் சொல்கிறீர்கள். இந்த அளவுக்கு வெறித்தனமாக மக்கள் நடந்துகொள்ளும்படி அவர் களை ஆக்கியது அரசுதான். என்னுடைய மன வலிக்கு உரிய மருந்து கிடைக்காவிட்டால் பிப்ரவரி மாதம் 9ந்தேதி காலை உணவுக்குப் பிறகு 21 நாட்கள் உண்ணாவிரதம் இருக்கப்போகிறேன்!'

வைஸ்ராய் என்ன ஆனாலும் ஆகட்டும் என்ற துணிச்சலோடுதான் இருந்தார், ஆனால் அவருடைய நிர்வாகக் கவுன்சில் 'காந்திஜி உண்ணாவிரதத்தின்போது இறந்தால் பிறகு நாட்டு மக்களுக்கு நம்மால் பதில் சொல்லிக்கொண்டிருக்க முடியாது. எனவே அவரை உடனே விடுவித்துவிட வேண்டும்' என்றனர். சர்ச்சிலுக்குச் செய்தி போனது. காந்திஜியை விடுவித்து விடலாம் என்று நிர்வாகக் கவுன்சில் விரும்புவதாக லின்லித்கோ அனுப்பிய செய்தி கேட்டு சர்ச்சில் குதித்தார். மனத்துக்குள் கொதித்தார். அவசரகால மந்திரி சபையைக் கூட்டினார். 'போர் முனையில் வெற்றிகள் பெற்றுவரும் இத்தருணத்தில், எப்பொழுதும் நமக்குப் பகைவனாக இருக்கும் போக்கத்த ஒரு சிறு கிழவன் முன் பணிவதா?'

உடனே அட்லி சொன்னார். 'நீங்கள் என்ன காந்தியை இந்த நாட்டில் உள்ள சாதாரணக் குற்றவாளி என்று நினைத்துவிட்டீர்களா?'

ஆனாலும் காந்தியை வெளியில் விட சர்ச்சில் ஒப்புக்கொள்ள வில்லை. காந்தி மறைமுகமாக எதையாவது சாப்பிடுகிறாரோ என்று அவருக்கொரு சந்தேகம் உண்டு. லின்லித்கோ கூட அவருக்கு மருத்துவர் குளுக்கோஸ் கொடுப்பதாக எண்ணினார். ஆனால் பம்பாய் கவர்னர் லம்லே, 'அவர் தண்ணீர் சற்று சுவையாக இருப்பதற்காகச் சிறிது பழ ரசம் சேர்த்துக்கொள்கிறாரே தவிர வேறு எதுவும் சாப்பிடுவதில்லை!' என்றார்.

ராஜாஜி இதற்கிடையில் அனைத்துக் கட்சிக்கூட்டம் ஒன்றைக் கூட்டினார். ஜின்னா அதில் கலந்துகொள்ள மறுத்துவிட்டார். வைஸ்ராயின் நிர்வாகக் கவுன்சிலிலிருந்து மூவர் விலகினர். அமெரிக்க ஜனாதிபதி கவலைப்பட்டார். காந்தி இறந்தால் நிலைமை மோசமாகிவிடுமே என்றார். அவரது தூதுவர் வில்லியம்

பிலிப்ஸ், வைஸ்ராயிடம் இதே கேள்வியைக் கேட்ட போது, 'என்ன ஆகும்? ஆறு மாதங்கள் கொந்தளிப்பிருக்கும். அப்புறம் அடங்கிப் போகும். அதற்குப்பிறகு இந்தியா நமது போர் பிரயத்னங்களுக்கு வாய்ப்பான தளமாக மாறிக் காந்தியின் மறைவால் நம்மால் ஒரு நல்ல தீர்மானத்துக்கு வருவது எளிதாகிவிடும்,' என்றார்.

சர்ச்சில், தென்னாப்பிரிக்க அதிபருக்கு அனுப்பிய தந்தியில், 'நான் சென்ற வாரம் சாப்பிட்டதை விடக் காந்தி அதிகம் சாப்பிடுகிறார்!' என்று எழுதினார். (shameful flight - page 56).

அவரே, லின்லித்கோவிற்கு எழுதும்போது, 'அந்தப் பழம் பெருச் சாளி (old rascal) உண்ணாவிரதத்தை விட்டு நல்ல ஆரோக்கியத் தோடு வெளிவரும் பாருங்கள்!' என்று எழுதினார். 1943 மார்ச் 3ந்தேதி காந்திஜியின் உண்ணாவிரதம் நிறைவு பெற்றது. காந்திஜியின் உடல் நிலை மிகவும் மோசமாக இருந்தது.

'பிரிட்டிஷ் அமைச்சரவையின் மனக்குழப்பத்தின் காரணமாகத்தான் காந்தியையும் காங்கிரஸ் தலைவர்களையும் கைது செய்து வைத்திருக் கிறார்கள். காந்தியை விடுதலை செய்யுங்கள். உலகத்திலே சமா தானம் நிலவும்,' என்று தத்துவ ஞானி பெர்னாட்ஷா சொன்னார்.

கஸ்தூரிபா மறைவு

பூனா அருகில் உள்ள ஆகாகான் மாளிகை. தேதி 22.02.1944.

'பாபு, அம்மாவுக்குப் பென்ஸிலின் கொடுத்தால் சரியாகிவிடும். டெல்லியிலிருந்து பென்சிலின் இஞ்செக்ஷன் வரவழைத் திருக்கிறேன்,' என்றார் காந்தியின் இளைய மகன் தேவதாஸ்.

'இஞ்செக்ஷன் என்றால் அவள் உடம்பில் ஊசி குத்த வேண்டி யிருக்கும். அவள் வாழ்க்கையில் நிறைய அல்லல் பட்டுவிட்டாள். இன்னும் அவள் உடலைப் புண்ணாக்க வேண்டாம். அவளைக் கடவுள் கையில் விட்டுவிடுவோம். அவர் பார்த்துக்கொள்வார்.'

'இஞ்செக்ஷன் அதிகம் வலிக்காது.'

'எனக்குப் பிடிக்கவில்லை. அப்புறம் உன் இஷ்டம்' என்றார் காந்திஜி. இஞ்ஜெக்ஷன் கொடுக்கப்படவில்லை. கஸ்தூரிபாவுக்கு மூச்சு இழுத்தது. எல்லா மருந்துகளும் நிறுத்தப்பட்டன. கங்கை நீர் மட்டும் கொடுக்கப்பட்டது. காந்தியை அழைத்தாள். அவருடைய மடியில் தலைவைத்தாள். காந்தி அவளுடைய கையைப் பற்றிக் கொண்டு அமர்ந்திருந்தார். அவர் கண்களில் கண்ணீர் திரண்டு வந்தது. சிறிது நேரத்தில் அந்தச் சிறைச்சாலையில் கஸ்தூரிபாவின்

உயிர் பிரிந்தது. அந்தச் சிறையின் வளாகத்திலேயே சிதை மூட்டப் பட்டது. காந்திஜி அழுதார். சிதையில் கஸ்தூரிபாவின் உடல் முழுதும் எரியும்வரை அதன் அருகிலேயே அமர்ந்திருந்தார் காந்திஜி.

வைஸ்ராயிடமிருந்து அனுதாபச் செய்திவந்தது. 'நாங்கள் சாதாரண மானவர்களிலிருந்து வேறு பட்டவர்கள்!' என்று காந்திஜி பதில் எழுதினார்.

'அவளில்லாமல் என் வாழ்க்கையை என்னால் நினைத்துப்பார்க்க இயலவில்லை' என்றார் காந்திஜி.

'பாவுடன் பாபுவின் ஒரு பாகம் போய்விட்டது,' என்று எழுதினார் மீராபென்.

ஆறுவாரங்களுக்குப் பிறகு காந்திக்கு மலேரியாக் காய்ச்சல் வந்தது. அதன் விளைவாக அவர் சிறையிலிருந்து விடுவிக்கப்பட்டார். பம்பாயின் ஜுஹு பீச் பகுதிக்குச் சென்று நண்பர் வீட்டில் தங்கினார் காந்திஜி.

தியாகச் சீலர்கள்

வெள்ளையனே வெளியேறு போராட்டம் பெருமளவில் மக்கள் கலந்துகொள்ள வாய்ப்பளித்த போராட்டம். தனி நபர் சத்தியாக் கிரகம் போன்றோ உப்புச் சத்தியாக்கிரகம் போன்றோ போராட்டத் தில் கலந்து கொள்ள எவரும் தேர்ந்தெடுக்கப்படவில்லை. கிட்டத் தட்டக் கட்டவிழ்த்துவிட்ட நிலைதான். எனவே அதிகக் கட்டுப் பாடுகள் இன்றி மக்கள் இதில் கலந்துகொள்ள வாய்ப்புக் கிடைத்த தால் நாட்டில் ஆயிரக்கணக்கானவர் இந்தத் தனிநபர் சத்தியாக் கிரகத்திலும் கலந்து கொண்டனர். அவர்களில் ஒரு சிலரைப் பற்றியும் அப்போதைய நிகழ்வுகள் சிலவற்றையும் பார்க்கலாம்.

தாம்ரலிப்தா தேசிய அரசு

வெள்ளையனே வெளியேறு போராட்டம் நடந்து கொண்டிருந்த போது மேற்கு வங்காளத்தில் மிட்னாபூர் மாவட்டத்தில் உள்ள தாம்ரலிப்தா (Tamralipta) எனப் புகழ்பெற்ற தும்லுக் பகுதியில் ஒரு தேசிய அரசு அமைக்கப்பட்டு இயங்கிவந்தது. அதை அமைத்து இயக்கியதில் முக்கியமானவர் சுசில் தாரா. காந்திஜியின் உண்மை யான தொண்டர். ஆனால் அவரும் அவசியம் கருதி வன்முறையைக் கைக்கொள்ள நேர்ந்தது. தேசிய அரசாங்கத்தில் அவர் போர் மந்திரி யாக இருந்தார். வெள்ளையனே வெளியேறு போராட்டத்தில் ரகசியம் என்பதே பாபம் என்று காந்திஜி அறிவித்திருந்தார். 'செய் அல்லது செத்து மடி' என்ற காந்திஜியின் அறைகூவல் நாடெங்

கிலும் இளைஞர்களை இயக்கியது. சுதந்திரப் போராட்டத்தில் எழுந்த எழுச்சியிலும் முன்னணியில் இருந்தது வங்காளம். அங்கே மிட்னாபூர் மாவட்டத்தில் உள்ள தம்லுக் தாலுக்கைச் சேர்ந்த இளைஞர்கள் அதில் மிகத் தீவிரமாக ஈடுபடத் தொடங்கினர். பிரிட்டிஷ் இந்தியாவுக்கு ஒரு குட்டி ராஜ்ஜியமாக தும்லுக்கில் தேசிய அரசை நிறுவினார்கள்.

ஒரு அரசுக்கு என்னென்ன தேவையோ அத்தனையும் அங்கே உண்டு. நீதிமன்றம் உண்டு. பல துறைகளை வெவ்வேறு மந்திரிகள் நிர்வகித்தனர். சுசில்தாரா போர் மந்திரியாக இருந்தார். தன்னார்வலர்களைக் கொண்டு ஒரு ராணுவம் திரட்டப்பட்டது. அதற்கு ஒற்றர்கள் உண்டு. இயங்கும் மருத்துவமனை, செவிலியர் எல்லாம் உண்டு. 17-12-1942 முதல் 8-8 1944 வரை அந்த அரசாங்கம் இயங்கி வந்தது. குற்றம் புரிந்தவர்கள் நீதிமன்றத்தில் விசாரிக்கப்பட்டு உடனுக்குடன் தண்டனை பாரபட்சமற்ற முறையில் கொடுக்கப் பட்டது. திறந்த வெளியில்தான் நீதி விசாரணை நடத்தப்பெற்றது. வாதாடுவதற்கு வக்கீல்கள் இலவசமாக நியமித்துக்கொள்ள முடியும். வழக்குத் தொடுக்க 2 ரூபாய் செலுத்தவேண்டும். அங்கே கொடுக்கப்பட்ட தீர்ப்புகளை பின்னாளில் இந்திய அரசு நீதிமன்றங் கள் ஏற்றுக்கொண்டன. ஏழை எளியவருக்கு என்னென்ன வசதிகள் செய்து கொடுக்க முடியுமோ அத்தனையும் செய்யப்பட்டன. ஜமீன்தார்களும், பெரும்பணக்காரர்களும் ஏழைகளை கொடுமைப் படுத்தினால் அபராதம் விதிக்கப்பட்டது. பெண்களுக்கும் குழந்தை களுக்கும் அடிப்படையான மருத்துவ வசதிகள் செய்து கொடுக்கப் பட்டன.

பெண்கள் படையொன்று உருவாக்கப்பட்டு அவர்களுக்குத் தம்மைப் பாதுகாத்துக்கொள்ள ஆயுதப்பயிற்சி கொடுக்கப்பட்டது.

‘காந்திஜி எங்களை வன்முறையில் ஈடுபட வேண்டாம் என்று சொன்னார். ஆனால் அரசு கொண்டு செலுத்திய அடக்குமுறையால் எங்களால் அதைக் கடைப்பிடிக்க முடியவில்லை.’

காந்திஜி அதைப் புரிந்து கொண்டார். லார்ட் லின்லித்கோவுக்கு அவர் எழுதிய கடிதத்தில் வன்முறையில் ஈடுபடாதவர்களையும் வன்முறைப் பாதைக்குத் திருப்பிவிட்டது அரசின் அடக்குமுறைகள் தான் என்று எழுதினார்.’

காந்திஜி சிறையிலிருந்து வெளியே வந்ததும் தம்லுக் வந்து அவர் களுடைய அரசைக் கலைத்துவிடும்படியும் வன்முறை பயன்படுத் திச் சில குற்றங்களை அவர்கள் செய்திருப்பதால் அரசிடம் சரண

டைந்து விடும்படியும் சொன்னார். மறுபேச்சின்றி ஒருவர் பின் ஒருவராகச் சரணடைந்து தண்டனை பெற்றனர்.

உஷா மேத்தா

குஜராத்தைச் சேர்ந்த உஷா மேத்தா வெள்ளையனே வெளியேறு இயக்கத்தின்போது செய்தித் தொடர்புக்காக வானொலி நிலையம் அமைத்து இயக்கியவர்.

சின்ன வயதிலேயே தேசபக்தி ஊட்டப்பட்ட உஷா மேத்தா நான் தேசத்தைத் திருமணம் செய்துகொண்டுவிட்டேன். வேறு திருமணம் வேண்டாம் என்று சொல்லிவிட்டவள். அவளது தந்தை ஒரு நீதிபதி. எனவே அவள் அவர் உத்தியோகத்தில் இருந்தவரை பெரிய போராட்டங்களில் கலந்துகொள்ள இயலவில்லை.அவளது தந்தை ஓய்வு பெற்ற பிறகு 1932ம் ஆண்டு அவர்கள் பம்பாய்க்குக் குடி பெயர்ந்தார்கள். அதிலிருந்து அவள் பல போராட்டங்களில் கலந்து கொண்டாள். ஆனாலும் தொடர்ந்து படித்தும் வந்தாள். 1942ல் காந்தி வெள்ளையனே வெளியேறு இயக்கம் அறிவித்தபோது கவாலிய டேங்க் மைதானத்தில் 9ந்தேதி காலை அவள் இருந்தாள். முதல்நாளே காந்திஜியைக் கைது செய்திருந்தார்கள். அன்று அருணா ஆசப் அலி மற்றும் பலர் போலீஸ் தடையையும் மீறிக் கொடி ஏற்றினார்கள். அதில் உஷாவும் ஒருத்தி.

அநேகமாக எல்லாத் தலைவர்களையும் உள்ளே தள்ளிவிட்டதால் தொண்டர்கள் என்ன செய்வது என்று தெரியாமல் விழித்துக் கொண்டிருந்த நிலையில் தலைவர்களிடமிருந்து மக்களுக்குச் செய்தி தெரிவிக்கும் சாதனம் ஏதாவது இருந்தால் நன்றாக இருக்குமே என நினைத்தாள் உஷா. அப்பொழுது பம்பாயில் சிக்காகோ ரேடியோ என்றொரு அமைப்பு இருந்தது. அதன் நிறுவனரைச் சந்தித்துப்பேசியதில் அவர் இயங்கும் வானொலி நிலையம் ஒன்றை அமைக்க உதவுவதாகச் சொன்னார். சில பெரியவர்களும் அந்தத் திட்டத்தை ஆதரித்தனர். சிறையிலும் வெளியிலும் இருந்த காங்கிரஸ் தலைவர்களிடமிருந்து செய்தி பெற்று உஷா வானொலி மூலம் ஒலிபரப்பினாள்.

வானொலியில் ஒலித்த முதல் குரல் அவளுடையதுதான். அவள் சொன்னாள்: 'நீங்கள் கேட்டுக்கொண்டிருப்பது 42.34 மீட்டர் அலைவரிசையில் எங்கேயோ இருந்து வெளிவரும் ரகசிய ஒலிபரப்பு.'

அந்த வானொலி ஒலிபரப்பிற்கு மக்களிடையேயும் காங்கிரஸ் தலைவரிடையேயும் பெருத்த வரவேற்பிருந்தது. அதைக் கேட்டுத்

தலைவர்கள் வழிகாட்டியபடி பலர் போராட்டம் நடத்தினார்கள். வானொலி நிலையம் ஒருநாள் இருந்த இடத்தில் மறுநாள் இருக் காது. அது எங்கிருந்து ஒலிபரப்பாகிறது என்று அரசால் கண்டு பிடிக்க இயலவில்லை. ஆனால் அவர்களுடனே இருந்த ஒரு கருங்காலியின் உளவுச் செய்தியால் 21-11-1942 அன்று வானொலி நிலையம் இயங்கும் இடத்தைக் கண்டுபிடித்து உஷா மேத்தாவையும் அவளுக்கு உதவியவர்கள் சிலரையும் கண்டு பிடித்தார்கள்.

யார் யாரெல்லாம் அதில் அவளுடன் ஈடுபட்டவர்கள் என்று சொன்னால் அவளை விடுவிப்பதாகச் சொன்னார்கள். அவள் மறுத்துவிட்டாள். நீதிமன்றத்தில் வழக்கு நடந்தபோது நீதிபதியிடம், ‘இங்கே பதில் சொல்லித்தான் தீர வேண்டுமா?’ என்று கேட்டாள். உனது நிலையை விளக்கவேண்டுமென்றால் பதில் சொல்லலாம். இல்லையென்றால் அவசியமில்லை,’ என்றார் நீதிபதி.

‘அப்படியென்றால் நான் எந்தக் கேள்விக்கும் பதில் சொல்லப் போவதில்லை. கேள்வி கேட்டு நேரத்தை வீணடிக்கவேண்டாம். நீங்கள் தண்டனை கொடுக்கலாம்,’ என்றாள். அவளுக்கு நான்கு ஆண்டுகள் தண்டனை கொடுக்கப்பட்டது. பூனாவில் உள்ள எரவாடா சிறையில் உஷா மேத்தா அடைக்கப்பட்டாள்.

அவள் விடுதலை பெற இன்னும் சில மாதங்களே இருந்தபொழுது அந்தச் சமயத்தில் பம்பாயில் முதன்மந்திரியாகப் பதவியேற்ற மொரார்ஜி தேசாயின் ஆணையின்படி உஷா மேத்தா விடுவிக்கப் பட்டாள். நாடு சுதந்திரம் பெற்ற பிறகு அவளுக்குப் பத்மபூஷன் விருது வழங்கப்பட்டது.

கொடிகாத்த குமரன்

குமரன் திருப்பூரில் பஞ்சு வாங்கி விற்கும் பணியில் இருந்தார். மிகவும் நேர்மையானவர். அவருக்கு இளம் வயதிலேயே திருமண மாகியது. ஒருமுறை காந்தி திருப்பூருக்கு வந்தபோது அவரைப் பார்த்து அவரது பேச்சில் ஈர்க்கப்பட்டு அவர் சொன்னபடியே தன் மனத்தை கதரில் திருப்பினார். எப்பொழுதும் கதர்க் குல்லாவும் கதர் ஆடைகளும் மட்டுமே அணிந்தார். அவ்வூர் தேச பக்த வாலிபர் சங்கத்தில் உறுப்பினரானார். 1932ல் காந்திஜி கைது செய்யப்பட்டார். காங்கிரஸ் இயக்கம் தடை செய்யப்பட்டது. திருப்பூரில் காங்கிரஸ் அலுவலகம் பூட்டப்பட்டுச் சீல் வைக்கப்பட்டது.

எனவே தேசபக்த வாலிபர் சங்கத்தினர் 10-1-1932 அன்று தடையை மீறி ஊர்வலம் நடத்த முனைந்தனர். ஊர்வலத்திற்கு அவ்வூரில் புகழ் பெற்ற தேசபக்தர் தியாகி பி.எஸ். சுந்தரம் தலைமை வகித்தார்.

அன்று ஊர்வலத்தில் கலந்து கொண்டவர்களில் முக்கியமான வர்கள் ராமன் நாயர், விசுவநாத அய்யர், நாச்சிமுத்துக் கவுண்டர், சுப்பராயன், நாச்சிமுத்துச் செட்டியார், பொங்காளி முதலியார், அப்புக்குட்டி என்னும் மாணவன், நாராயணன் ஆகியோர்.

இவர்கள் இரண்டிரண்டு பேராக ஊர்வலத்தில் அணிவகுத்து, பாரதி பாடல்களைப் பாடிக்கொண்டும் மகாத்மா காந்திக்கு ஜே என்று கோஷம் போட்டுக்கொண்டும் சென்றனர்.

அந்த ஊர்வலத்தைத் தடுத்து நிறுத்துவதற்காக ஊர்வலத்திலிருந்த வர்களைவிட அதிக எண்ணிக்கையில் திரண்டு வந்த போலீஸ்காரர் கள் கையில் தடியுடன் வந்து தொண்டர்களைத் தாக்கினர். ஊர்வலத் தில் சென்றவர்கள் உண்மையான சத்தியாக்கிரகிகள். எந்த எதிர்ப்பை யும் காட்டவில்லை. அடியைத் தாங்கிக்கொண்டே வந்தே மாதரம் என்றார்கள். அடிபட்டு கீழே விழுந்தார்கள். முன்னால் கையில் தேசியக் கொடியை ஏந்திச் சென்ற குமரன் தலையில் பலத்த அடி விழுந்தது. மண்டை உடைந்து ரத்தம் கொட்டியது. குமரன் கீழே விழுந்தாலும் கொடியைப் பிடித்த பிடியை விடவில்லை.

ராமன் நாயரும் குமரனும் குற்றுயிரும் குலையுயிருமாகக் கிடந்த னர். தியாகி பி.எஸ். சுந்தரத்திற்கு பலத்த அடி. பதினான்கு இடங்க ளில் எலும்பு முறிவு. அவரும் மயக்க நிலையில் கிடந்தார்.

குமரனையும் ராமன் நாயரையும் ஒரு வண்டியில் தூக்கிப்போட்டனர் போலீஸார். மறுநாள் 11-1-1932 அன்று குமரன் இறந்தார். அவரைப் போலீஸாரே அடக்கம் செய்துவிட்டதால் எங்கு புதைத்தார்கள் என்றே தெரியவில்லை. செத்தும் கொடியை விடாமல் பிடித்திருந்ததால் ‘கொடி காத்த குமரன்’ என்று பெயர் பெற்றார்.

தியாகி பி.எஸ். சுந்தரம் அதன் பின் காது கேளாத நிலையில் உடல் ஊனமுற்றவராக வாழ்ந்து மடிந்தார்.

திருவாடானைச் சிறை மீட்பு

ஹோட்டல் ஒன்றில் நண்பர்கள் இருவர் திருதிருவென விழித்துக் கொண்டிருந்தார்கள்.

‘கையிலிருப்பதோ 10 ரூபாய். நாம் சாப்பிட்டதற்குக் கட்ட வேண்டிய பில்லோ 60 ரூபாய்! இப்பொழுது என்ன செய்வது?’ என்று புலம்பினார் தேசபக்தர் சின்ன அண்ணாமலை.

‘நாம் போலீசுக்குத் தப்பி இங்கே வந்திருக்கிறோம். நம்மை ஹோட்டல்காரர் போலீசில் பிடித்துக் கொடுக்கப்போகிறார்.

அதுதான் நடக்கப் போகிறது. திரும்பவும் கம்பி எண்ண வேண்டியது தான்!' என்றார் அவரது நண்பர்.

அந்த நாளில் திருவாடானை சிறை உடைப்பு சம்பவம் என்பது மிகப் பிரசித்தம். 1942ம் ஆண்டு ஆகஸ்டு மாதம். முதல் வாரம். புரட்சி எந்த நேரத்திலும் வெடிக்கும் என்று நாடே கொந்தளித்துக்கொண்டிருந் தது. காந்தியடிகள் என்ன சொல்லப் போகிறார் என்பதை அறிய மக்கள் காத்திருந்தனர். அதற்கு முன் போலீஸ் பல இடங்களில் ஊரடங்கு உத்திரவு பிறப்பித்திருந்தது. தேவகோட்டையில் சின்ன அண்ணாமலை ஊரடங்கு உத்திரவை மீறிக் கூட்டத்தில் பேசப் போவதாக அறிவிப்புச் செய்திருந்தார். அவரைக் கைது செய்ய இன்ஸ்பெக்டர் வீராசாமி தலைமையில் போலீஸ் காத்திருந்தது. ஆயிரக்கணக்கான மக்கள் தடிகளில் காங்கிரஸ் கொடியை ஏந்தி வந்தனர். கம்புகளின் முனைகளில் ஈட்டிக் குமிழ்கள் செருகப் பட்டிருந்தன. சின்ன அண்ணாமலை பேசத் தொடங்கியதும் இன்ஸ்பெக்டர் வீராசாமி ஊரடங்கு உத்தரவைக் காட்டினார். கூட்டம் கொந்தளித்தது. போலீஸ்காரர்கள் மேல் பாயத் தயாராக இருந்தது.

'நாம் காந்திய அஹிம்ஸாவாதிகள். போலீஸ்காரர்களை எதுவும் செய்யக்கூடாது,' என்றார் சின்ன அண்ணாமலை. கூட்டம் அடங்கி னாலும் சிலர் மேடையை நோக்கிப் பாய்ந்தனர். பயந்துபோய் போலீஸ் படை பின்வாங்கியது. மறுநாளிலிருந்து சின்ன அண்ணா மலையைக் கைது செய்யப் போலீஸ்காரர்கள் முயன்றும் அது கைகூடவில்லை. ஆகஸ்ட் எட்டாம் தேதி காந்தி அடிகள் 'செய் அல்லது செத்துமடி' என்ற கோஷத்தைக் கொடுத்துவிட்டுச் சிறை சென்றார். அன்று இரவே பெரும் ரிசர்வ் போலீஸ் படை கொண்டு வரப்பட்டுச் சின்ன அண்ணாமலை கைது செய்யப்பட்டார். மக்க ளுக்கு விவரம் தெரிவதற்கு முன் 22 மைல் தொலைவிலிருந்த திருவாடானைக்குக் கொண்டு செல்லப்பட்டு அங்கு சிறையிலடைக் கப்பட்டார். மறுநாள் அவர் கைது செய்யப்பட்ட செய்தி பரவி தேவ கோட்டையிலிருந்தும் மற்ற ஊர்களிலிருந்தும் மக்கள் பெருந் திரளாகத் திரண்டு சிறைச்சாலை நோக்கி வந்தார்கள். 20,000பேருக்கு மேலிருக்கும்.

பயந்து போன சிறையதிகாரி சின்ன அண்ணாமலையிடமே என்ன செய்வது என்று கேட்டார். 'உங்களுக்கும் உங்கள் குடும்பத்தினருக்கும் எந்த ஆபத்துமின்றி நான் காப்பாற்றுகிறேன். நீங்கள் எல்லோரும் உங்கள் அலுவலக ஆடைகளைக் கழற்றி வைத்துவிட்டு வீடு போய்ச் சேருங்கள்,' என்றார் சின்ன அண்ணாமலை. அவர்கள் அப்படியே

செய்தார்கள். சிறைக்காவலர் மட்டும் அங்கிருந்தார். மக்கள் கோபத்துடன் வந்து காவலர்களின் வீடுகளை நோக்கிச் செல்ல முற்பட்டனர். சின்ன அண்ணாமலை அவர்களைத் தடுத்து, 'அவர்களும் நம்மவர்கள். அவர்களை ஒன்றும் செய்யவேண்டாம்,' என்றார்.

திரண்டு வந்திருந்த தொண்டர்கள் 'நாம் உடனே சிறையை உடைப்போம்' என்றனர். சிறைக்காவலர் சாவியைக் கொண்டுவந்து கொடுத்தார். ஆனால் தொண்டர்கள் 'எங்களுக்குச் சாவி வேண்டாம். சிறையை உடைப்போம்' என்று சொல்லி சிறையை அடித்து நொறுக்கினார்கள். எல்லோரும் வெளியே வந்ததும் அங்கிருந்த ஆயுதங்களை எடுத்துக்கொண்டு போலீஸ்காரர்களின் ஆடைகளைத் தீயிட்டுக் கொளுத்தினர். சின்ன அண்ணாமலையைத் தோளிலே தூக்கிக் கொண்டு ஊர்வலமாகச் சென்றார்கள். சிறிது தொலைவு போனதும் ரிசர்வ் போலீஸ் பல வண்டிகளில் வந்து அவர்களை நோக்கிச் சுட்டனர். சின்ன அண்ணாமலையைச் சுற்றிப் பலர் பாதுகாவலாக நின்றுகொண்டு குண்டடிபட்டு இறந்தனர். சின்ன அண்ணாமலையைப் பாதுகாப்பாக தூக்கிக்கொண்டு சென்றனர். அவர் மயக்கம் போட்டு விழுந்துவிட்டார். அவர் கையில் குண்டு பாய்ந்திருந்தது. அவரைக் காங்கிரஸ் தலைவர் டி.எஸ். அருணாச்சலம் டாக்டரிடம் அழைத்துச் சென்றார். குண்டு வெளியே எடுக்கப்பட்டது.

பிறகு அங்கிருந்து தப்பி கரூரில் நாடகம் நடத்திக்கொண்டிருந்த டி.கே.எஸ். நாடகக்குழுவில் வந்து சேர்ந்தார். அங்கும் விசாரித்துக் கொண்டு போலீஸ்காரர்கள் வந்துவிடவே டி.கே. ஷண்முகம் அவரைப் பத்திரமாகச் சென்னைக்கு அனுப்பினார். அங்கிருந்து சின்ன அண்ணாமலை காசிக்குச் செல்வதற்காகத் தன் நண்பருடன் போகும்போது இட்டார்சியில் ரயில் மாறவேண்டியதிருந்தது. அங்குதான் ஆரம்பத்தில் ஹோட்டலில் அவர்கள் பேசிக்கொண்டது நடந்தது.

கையில் காசில்லாமல் சாப்பிட்ட உணவுக்குக் காசை எப்படிக் கொடுப்பது என்று கவலையோடு இருவரும் பேசிக்கொண்டிருந்த போது அதைக் கேட்ட சர்வர் அவர்கள் அருகில் வந்து, 'ஐயா நீங்கள் தமிழ்நாட்டுக்காரங்களா?' என்று கேட்டார்.

'ஆமாம். ராமநாதபுரம் ஜில்லா,' என்றார் சின்ன அண்ணாமலை.

'ராமநாதபுரமா? நான் சிவகங்கைக்குப் பக்கத்தில் உள்ள பார்த்திபனூர். என்பெயர் வீரபத்ரன்,' என்றார் சர்வர்.

'பரவாயில்லையே! நெருங்கி வந்துவிட்டோம்,' என்றார் சின்ன அண்ணாமலை.

‘அய்யா, நம்ம பக்கத்துலே திருவாடானையிலே பெரிய புரட்சியாமே? ஜெயிலை உடைச்சிட்டாங்களாமே. ராமநாதபுரத்தான் கிட்ட போலீஸ் வாலாட்டலாமா?’ என்றார் வீரபத்ரன்.

‘தம்பி நீ பேசிக்கொண்டிருக்கிறாயே இவர்தான் சின்ன அண்ணாமலை. இவருக்காகத்தான் ஜெயிலை உடைச்சாங்க,’ என்றார் நண்பர்.

வீரபத்ரனுக்குக் கண்களில் கண்ணீர் திரண்டது. பேச நா எழவில்லை. நீங்களா, நீங்களா சின்ன அண்ணாமலை அய்யா!’ என்று சொல்லி அவர் கைகளை எடுத்துக் கண்களில் ஒத்திக்கொண்டார். அவர்களைக் கடை முதலாளியிடம் அழைத்துச் சென்றார். அவரும் தமிழர். காங்கிரஸ்காரர். ஹோட்டலில் ஓர் அறையில் அவர்களைத் தங்க வைத்தார். மறு நாள் காலை வீரபத்ரன், கடை முதலாளி இருவரும் ஒரு போலீஸ் அதிகாரியை அறைக்குள் அழைத்து வந்தார்கள்.

ஐயோ நயவஞ்சகத்தில் மாட்டிக்கொண்டோமே என்று கவலைப் பட்ட போது போலீஸ் அதிகாரி அவர்களைப் பார்த்து, ‘கவலைப் படாதீர்கள். நானும் தமிழன்தான். ஒரு பஞ்சாபிப் பெண்ணைத் திருமணம் செய்திருக்கிறேன். என் பெயர் சோம சுந்தரம். சுந்தர் சிங் என்று பெயரை மாற்றிக் கொண்டிருக்கிறேன்,’ என்றார். பின் தொடர்ந்து சொன்னார்.

‘நீங்கள் இன்று எங்கள் வீட்டில் சாப்பிட்டுவிட்டுத்தான் செல்ல வேண்டும்’ என்று சொல்லி அழைத்துச் சென்றார். நல்ல தமிழ் நாட்டுச் சாப்பாடு. பிறகு மூவரும் சேர்ந்து அவர்களிடம் 500 ரூபாய் பணம் கொடுத்துக் காசிக்கு அனுப்பிவைத்தனர். இருவரும் காசியில் கொஞ்சம் நாட்கள் தலைமறைவாக இருந்தார்கள். தேவகோட்டையில் போலீஸ் இன்ஸ்பெக்டர் அவரது பெற்றோரிடம், ‘உங்கள் பையனை இன்னும் ஒரு வாரத்தில் ஒப்படைக்கவேண்டும். இல்லையென்றால் வீட்டை ஜப்தி பண்ணி உங்களையும் கைது செய்வேன்,’ என்று மிரட்டினாராம்.

செய்தியை அறிந்த சின்ன அண்ணாமலை ஊருக்குத் திரும்பி வந்தார். மறுநாள் அவரை போலீஸில் ஒப்படைக்கும் முன்பு, ‘இன்ஸ்பெக்டருக்குக் கதர்ச் சட்டையைக் கண்டால் பிடிக்காது. துவைத்து எடுத்து விடுவார். எனவே மில் துணி கட்டிக்கொள்ளுங்கள்!’ என்றார்கள். சின்ன அண்ணாமலை மறுத்துவிட்டார். போலீஸ் நிலையத்துக்கு அழைத்துச் சென்று இன்ஸ்பெக்டர் வீராசாமியிடம் ஒப்படைத்தனர். அவரிடம் நகைச்சுவையாகப்பேசி அவரைக் கவர்ந்து விட்டார் சின்ன அண்ணாமலை. அதனால் அடியினின்றும்

தப்பினார். ஆனால் அன்றிரவு அங்கு வந்த ஒரு போலீஸ்காரர் மிகவும் முரடர். யாரையாவது அடிக்க வேண்டுமென்றால் அவருக்கு ‘சுயராஜ்ஜியம் கொடுக்கலாம்’ என்று சொல்லி அடிப்பார்.

அவர் சின்ன அண்ணாமலையைப் பார்த்து, ‘காலையில் உனக்குச் சுயராஜ்ஜியம் கிடைக்கும்’ என்று சொல்லிவிட்டு, வெளியே இருந்த இன்னொரு போலீஸ்காரரிடம் பேசப் போனார். அந்தப் போலீஸ்காரர், ‘இப்பொழுது நீ மிரட்டினாயே, அவர் யார் தெரியுமா? வருஷா வருஷம் நமக்கெல்லாம் வாரி வழங்குவாரே சோமசுந்தரம் செட்டியார் அவருடைய தங்கை மகன்!’ என்றார்.

‘அந்த வள்ளலுக்குச் சொந்தக்காரரா?’ என்று வியப்போடு கேட்டார் அந்தப் போலீஸ்காரர். மறுநாள் அடி கிடைக்கவில்லை. நல்ல மரியாதையோடு நடத்தப்பட்டார். சின்ன அண்ணாமலையை விடுவிக்க ராஜாஜி மிக நுணுக்கமாக ஒரு குறிப்பை எழுதி அவருடைய வக்கீலிடம் கொடுத்தார். அதில் அவர் கீழ்க்கண்ட வாறு எழுதியிருந்தார். ‘144 தடை உத்தரவை மீறியதற்காகக் கைது செய்தார்கள். கைது செய்து தேவகோட்டையிலிருந்து 25 மைல் தள்ளியுள்ள சப் ஜெயிலில் அடைத்துவிட்டார்கள். அதன் பின்னர் வெளியில் நடைபெற்ற தீவைத்தல், கலவரம் இவைகளுக் கெல்லாம் சிறைக்குள் இருப்பவன் எப்படிப் பொறுப்பாக முடியும்? ஒரு கைதியைச் சிறைச்சாலையில் வைத்துப் பாதுகாக்க முடியாத அரசாங்கம் எதற்கும் லாயக்கில்லாத அரசாங்கம். சிறையை விட்டுத் தப்பாவிட்டால் தீயில் வெந்து சாவதா? ஆகவே 144 ஐ மீறியதற்கு மட்டுமே தண்டனை என்ன உண்டோ அதற்குமேல் தண்டனை அனுபவித்தாயிற்று. ஆகவே விடுதலைதான் செய்ய வேண்டும்.’

இந்தக் குறிப்பின்படியே வக்கீலும் வாதாட சின்ன அண்ணாமலை விடுதலை செய்யப்பட்டார்.

92

குலசேகரன் பட்டினம் சதி வழக்கு

நீதிபதி பாலகிருஷ்ண அய்யர் தான் கொடுக்கப்போகும் தீர்ப்பினால் தன் பெயர் பேசப்படவேண்டும் என்று நினைத்தாரோ என்னவோ, வ.உ.சிக்குத் தீர்ப்பளித்த நீதிபதி பின்ஹேயை விடக் கடுமையாகத் தீர்ப்பளித்தார்.

அதன்படி ராஜகோபாலன், காசி ராஜன் என்னும் இருவருக்குத் தூக்குத் தண்டனை. அது தவிர இரட்டை ஆயுள் தண்டனை. அதுமட்டுமல்லாது மேலும் கூடுதலாக 14 ஆண்டுகள் கடுங்காவல் தண்டனை. அவர் தண்டனையைப் படித்து முடித்ததும் ராஜ கோபால் சிரித்தார்.

பிறகு அவர் நீதிபதியைப் பார்த்து, 'மாண்புமிகு நீதிபதி அவர்களே, ஆயுள் தண்டனைகளை அனுபவிக்க மூன்று ஜன்மம் எடுக்கவேண்டுமா? ஆயுள் தண்டனை 74 நான்கு ஆண்டுகள் அனுபவித்தபின்தானே தூக்குத்தண்டனை! தூக்குத் தண்டனைக்குப்பின் ஆயுள் தண்டனையென்றால் எந்த ஆயுளுக்கு அந்தத் தண்டனை?' என்று கேட்டார். நீதிபதியின் அபத்தமான தீர்ப்பைக் கேட்டு அங்கிருந்தவர்கள் சிரித்தனர்.

இவ்வளவு கடுமையாகத் தண்டனை கொடுக்க அப்படி என்ன நடந்தது?

தூக்குமேடை ராஜகோபாலன்

1942ம் ஆண்டு ஆகஸ்ட் மாதம் வெள்ளையனே வெளியேறு போராட்டம். காங்கிரஸின் முக்கியத் தலைவர்கள் பலரும் கைதாகி

விட்டதால் தொண்டர்களை வழிநடத்தத் தலைவர்கள் எவரு மில்லை. காந்திஜி தன்னுடைய அறிக்கையில் கொடுத்திருந்த ஒரு வாசகம் தொண்டர்கள் தாங்களாகவே செயல்பட ஏதுவாயிற்று. காங்கிரஸ் கட்சி தடைசெய்யப்பட்டால் காங்கிரஸ்காரர் ஒவ்வொரு வரும் தத்தமக்கு வழிகாட்டியாகி எப்படிப் போராடுவது என்பதை முடிவு செய்துகொள்ளவேண்டும்,' என்பதுதான் அந்த வாசகம்.

எனவே தொண்டர்கள் தமது செயல்பாட்டைத் தாமே தீர்மானித்துக் கொண்டார்கள். இந்தியா முழுதும் ஒரே கொந்தளிப்பு. தமிழ்நாடே போர்க்களம்போல் காட்சிகொடுத்தது. நெல்லை மாவட்டம் தீவிரமான செயல்பாடுகளில் இறங்கியது. கே.டி. கோசல்ராம் நடவடிக்கைகளுக்குத் தலைமை தாங்கினார். நாடு சுதந்திரம் பெறு முன் திருநெல்வேலிச் சீமையைச் சுதந்திர பூமியாக அறிவித்துவிட வேண்டும் என்று தொண்டர்கள் முயன்றனர். 'சுதந்திர சேனை' என்னும் பெயரில் ஒரு படையை அமைத்தனர். கே.டி. கோசல்ராம், பி.எஸ். ராஜகோபாலன், டி.வி. காசிராஜன், மங்களா பொன்னம் பலம், ஏ.எஸ். பெஞ்சமின், எம்.எஸ். செல்வராஜன் சுந்தரலிங்கம், த. தங்கவேல் நாராயணன், ஆர். செல்லதுரை ஆகியோர் முக்கிய மானவர்கள்.

ஆகஸ்ட் 12 அன்று ஆறுமுகநேரி சந்தைத் திடலில் கே.டி. கோசல் ராம் தலைமையில் 10,000க்கு மேற்பட்டோர் குழுமியிருந்தனர். அங்கிருந்து உப்பளத்திற்குச் சென்றனர். சத்தியாக்கிரகம் தொடங் கியது. ஆனால் அமைதியாகப் போராட்டம் நடத்தப் போலீசார் விடவில்லை. பலரைக் கைது செய்து நகக்கண்ணில் ஊசி குத்துதல் போன்ற கொடுமைகளைச் செய்தனர். இனி சாத்வீகம் செல்லுபடி யாகாது என்று உணர்ந்த தொண்டர்கள் தற்கொலைப் படை ஒன்றைத் தயார் செய்தனர். அதன் உறுப்பினர்கள் ரத்தக் கையெழுத் திட்டனர். மெய்ஞானபுரம் அஞ்சல் நிலையம் தீயிடப்பட்டது. குரும்பூர் ரயில் நிலையம் கைப்பற்றப்பட்டது. ரயில் தண்டவாளங் கள் பெயர்க்கப்பட்டன. செய்தியறிந்து நெல்லை கலெக்டர் எச்மாடி மலபார் போலீஸ் படையுடன் விரைந்தார். ஆனால் தொண்டர்கள் காட்டுக்குள் ஒளிந்துகொண்டனர்.

1942 செப்டெம்பர் மாதம் 29ந்தேதி புரட்சியாளர்கள் குலசேகரன் பட்டினம் உப்பளத்துக்குச் சென்றனர். அங்கே போலீஸார் தடியடி நடத்தினர். ஆனால் புரட்சியாளர்கள் அதிகமிருந்ததால் அவர்கள் போலீஸ்காரர்களைக் கட்டிப்போட்டுவிட்டு அங்கிருந்து வெற்றிப் பெருமிதத்துடன் திரும்பினார்கள்.அப்படி அவர்கள் வந்து கொண்டிருந்தபோது வழியில் இருந்த பயணியர் விடுதியில் (முஸாபர் பங்களா) தங்கியிருந்த லோன் என்னும் ஆங்கிலேயன்

குடிபோதையில் துப்பாக்கியை எடுத்துச் சுட வந்தான். சற்றுத் தாமதித்திருந்தால் ராஜகோபாலன் சுடப்பட்டு வீழ்ந்திருப்பார். அதற்குள் புரட்சியாளர் ஒருவர் எறிந்த ஈட்டி மார்பில் தைத்து லோன் சரிந்தான். அன்று மட்டும் அவன் உடலில் 64 காயங்கள். போலீஸ் பெரும்படையுடன் வந்து அவர்களைக் கைது செய்தது.

வழக்கு சிறப்பு நீதிமன்றத்தில் விசாரிக்கப்பட்டு 1943 பிப்ரவரி 8ந்தேதி தீர்ப்பு வழங்கப்பட்டது. அந்தத் தீர்ப்பைத்தான் முதலில் பார்த்தோம்.

மூன்றாவது குற்றவாளியான ஏ.எஸ். பெஞ்சமினுக்கு மொத்தம் 100 ஆண்டுகள் சிறைத்தண்டனை.

மதராஸ் உயர்நீதி மன்றமும் டெல்லி உச்ச நீதிமன்றமும் தூக்குத் தண்டனைத் தீர்ப்பை உறுதி செய்தன. ராஜாஜி இவ்வழக்கில் பெரும் ஆர்வம் கொண்டு செயல்பட்டார். பிரிவி கவுன்சிலுக்கு வழக்குப் போயிற்று. அங்கும் தண்டனை உறுதி செய்யப்பட்டது. இந்தியாவுக்குச் சுதந்திரம் கிடைக்கும் நாள் நெருங்கிக்கொண்டிருப் பதால் கருணை காட்டும்படி ராஜாஜி வைஸ்ராயிடம் வேண்டினார். அதன் விளைவாகத் தூக்குத் தண்டனை ஆயுள் தண்டனையாகக் குறைக்கப்பட்டது. சென்னை மாகாணச் சட்டசபைக்குத் தேர்தல் நடந்தது. ஆந்திர கேசரி பிரகாசம்காரு பிரதமரானார். அவர் புரட்சி வீரர் களை விடுதலை செய்தார். தூக்குத்தண்டனையிலிருந்து பலத்த போராட்டத்திற்குப் பிறகு தப்பியதால் 'தூக்குமேடை ராஜகோபாலன்' என்றும் 'தூக்குமேடை காசிராஜன்' என்றும் அவர்கள் அழைக்கப் பட்டனர்.

ஹேமு கலானி

'உனது கடைசி விருப்பம் என்ன?' என்று கேட்டார் ஹேமு கலானி யைத் தூக்கிலிட வந்த மாஜிஸ்ட்ரேட்.

'நான் என்ன கேட்டாலும் செய்வீர்களா?'

'எங்களால் சுலபத்தில் செய்யக் கூடியதென்றால் செய்வோம்!' என்றார் மாஜிஸ்ட்ரேட்

'என்னை விடுதலை செய்யுங்கள் என்று நிச்சயமாகக் கேட்க மாட்டேன். அது உங்களால் இயலாது. நான் விரும்பிக் கேட்ப தெல்லாம் ஒன்றே ஒன்றுதான். நான் சொல்வதை நீங்கள் எல்லோரும் திருப்பிச் சொல்லவேண்டும். அசிங்கமாக எதுவும் சொல்ல மாட்டேன்.'

'சொல்கிறோம்!' என்றார் மாஜிஸ்ட்ரேட்.

‘இன்குலாப் ஜிந்தாபாத்! யூனியன் ஜேக் முர்தாபாத்!’ என்று முழங்கினான் ஹேமு கலானி.

அங்கிருந்தவர்கள் அனைவரும், ‘இன்குலாப் ஜிந்தாபாத்! யூனியன் ஜேக் முர்தாபாத்!’ என்றனர்.

பின் ஹேமு கலானி உடனே (21-1-1943) தூக்கிலிடப்பட்டான். அப்பொழுது அவனுக்கு வயது பதினெட்டு.

யார் இந்த ஹேமு கலானி?

‘ஜீதி ரஹோ பேட்டா (நீண்ட ஆயுளோடு வாழ்வாயாக)’ என்று ஹேமுவின் தாயார் அவனை வாழ்த்தினாள். அப்பொழுது அவனுக்கு பத்து வயதுகூட ஆகவில்லை.

‘அம்மா, பகத் சிங் போல் வாழ்வாயாக!’ என்று வாழ்த்துங்கள் அம்மா,’ என்றான் ஹேமு.

‘அடே! பகத் சிங்கைத் தூக்கில் போட்டார்கள். நான் உன்னை அப்படி வாழ்த்த மாட்டேன்,’ என்றாள் அவனது தாய்.

பகத் சிங்கை 23-3-1931 ல் தூக்கில் இட்டார்கள். அந்தக் கால கட்டத்தில் எங்கு பார்த்தாலும் பகத் சிங்கைப் பற்றிய பேச்சுதான். இளைஞர்களுக்கு அவன் ஒரு ஆதர்சமாக விளங்கினான். ஹேமு கலானி சிந்து மாவட்டத்தில் உள்ள சுக்கூர் என்னும் ஊரில் 11-3-1924ல் பிறந்தான்.

‘நான் இவரைப்போல வாழ வேண்டும்’ என்று ஆசைப்படுபவர் களைப் பார்த்திருக்கிறோம். நான் இவரைப் போலச் சாக வேண்டும் என்று யாராவது ஆசைப்படுவார்களா? ஹேமு கலானி ஆசைப் பட்டான். பகத் சிங் போலத் தூக்கில் தொங்கிச் சாக வேண்டும் என்று ஆசைப்பட்டான். ஒருநாள் அவனுடைய ஆசையை அவன் தனது தாயிடம் சொன்ன போது தாய் சொன்னாள், ‘தூக்கில் தொங்குவது மிகவும் எளிதென்று நினைத்துவிட்டாயா? கழுத்தில் கயிறு இறுக்கு கிறபோது வலிக்கும்’ என்று சொன்னாள். அவன் பயந்துவிடுவான் என்று எதிர்பார்த்தாள். அதற்கு மாறாக ஹேமு என்ன செய்தான் தெரியுமோ! ஒரு கயிற்றை எடுத்துத் தன் கழுத்தில் போட்டு இறுக்கிப் பார்த்துக் கொண்டான். தும்மல் வருகிறவரை இறுக்கி னான். வலித்தது. இருந்தும் பொறுத்துக் கொண்டான். இப்படி அடிக்கடி செய்து வந்தான். ஒரு நாள் பள்ளியின் விளையாட்டு மைதானத்தில் அவன் இதைச் செய்து பார்த்துக்கொண்டிருந்தபோது அவனது பள்ளித் தலைமை ஆசிரியர் டாக்டர் மங்காராம் அதைப் பார்த்து விட்டார். அவர் பெரிய தேச பக்தர். அவருக்கு மெத்த மகிழ்ச்சி.

மங்காராம் ‘சுயராஜ்ஜிய சேனா’ என்னும் பெயரில் ஓர் அமைப்பை ஏற்படுத்தி இளைஞர்களை அதில் சேர்த்தார். அந்தப் பணியில் ஹேமு தீவிரமாக ஈடுபட்டான். ஒரு நாள் சாலையில் இரண்டு போலீஸ்காரர்கள் ஓர் அப்பாவியைக் கடுமையாகத் தாக்கிக் கொண்டிருந்தார்கள். அவன் மயங்கிக் கீழே விழுந்தான். அப்படியும் விடவில்லை. அந்த வழியாக வந்த ஹேமுவின் தந்தை, ‘ஏன் அவனை இப்படி அடிக்கிறீர்கள்?’ என்று கேட்டார். உடனே அவரைக் கைது செய்து காவல் நிலையத்துக் கொண்டு சென்று விட்டார்கள். இதை அறிந்த ஹேமு வீட்டிலிருந்த கைத்துப் பாக்கியை எடுத்துக்கொண்டு காவல் நிலையம் நோக்கிச் சென்று கொண்டிருந்தான். அதைப்பார்த்த தலைமை ஆசிரியர் டாக்டர் மங்காராம் அவனைத் தடுத்து நிறுத்தினார்.

காவலர்களின் அடியைத் தாங்க வேண்டுமென்றால் உடலினை உறுதி செய்துகொள்ள வேண்டும் என்று நினைத்தான் ஹேமு. தேகப்பயிற்சிகள் செய்து தன்னைப் பலசாலியாக்கிக் கொண்டான். ஒரு நாள் சாலையில் இருவர் மல்யுத்தம் செய்து கொண்டிருந் தார்கள். ஒருவன் வெள்ளையன். தடியன். இன்னொருவன் இந்தியன். நோஞ்சான். வலுக்கட்டாயமாக அவனைச் சண்டைக் கிழுத்து வெள்ளையன் இந்தியனைப் புரட்டி எடுத்துக் கொண்டிருந் தான். இதைப் பார்த்த ஹேமு அந்த வெள்ளையனை மல்யுத்தத் திற்கு அழைத்தான். அவனும் மிகவும் அலட்சியமாக ஹேமுவோடு மோதினான். வெள்ளையன் தோற்கடிக்கப்பட்டான். இதை அறிந்த அவ்வூர் மக்கள் ஹேமுவைத் தோளில் தூக்கிக் கொண்டு ஊர்வல மாகப் போனார்கள். ஊர்வலத்துக்குப் போலீஸ் தடை விதித்தது. உடனே அங்கேயே சுதந்திர சேனை ஒன்று உருவாகியது. டாக்டர் மங்காராம் அவர்களிடையே சொற்பொழிவாற்றினார். அவர் கைது செய்யப்பட்டார். அன்று இரவு போலீஸ்காரர்கள் அங்குள்ள கிராமத் தின் நாட்டாமையைத் தாக்கி ஊரைக் கொளுத்தினர். அதை அறிந்த ஹேமு தனது நண்பர்களுடன் சென்று சுட்டுக் கொண்டிருந்த போலீஸை நோக்கிச் சுட்டான். சில போலீஸ்காரர்கள் இறந்தனர். அங்கிருந்து ஹேமுவும் நண்பர்களும் தப்பினர்.

வெள்ளையனே வெளியேறு இயக்கத்தின்போது காந்திஜி, ‘செய் அல்லது செத்து மடி’ என்ற அறிவிப்பைச் செய்தார். அது இளைஞர் களுக்குத் தாரக மந்திரமாயிற்று. வெள்ளையனே வெளியேறு புரட்சி யில் ஈடுபட்டவர்களை அடக்குவதற்காக ரயிலில் ஆயுதத் தளவாடங் கள் வந்துகொண்டிருப்பதாக அறிந்தார்கள். அந்த வண்டி யிலிருந்து ஆயுதங்களைக் கைப்பற்றி அழித்துவிடவேண்டும் என்று திட்டம்

தீட்டி தண்டவாளத்தில் பிஷ் ப்ளேட்டைக் கழற்றினார்கள். இதை ஒரு துரோகி மூலம் அறிந்த போலீஸார் ஹேமுவையும் நண்பர்களை யும் கைது செய்தார்கள். ஹேமுவுக்கு ஆயுள் தண்டனை வழங்கப் பட்டது. அவனுக்குப் பெரும் வருத்தம். பகத் சிங்கைப்போலத் தூக்கில் தொங்க வேண்டும் என்று ஆசைப்பட்டவனுக்கு ஆயுள் தண்டனை கிடைத்தால் வருத்தமாக இருக்காதா? அவனது மனத்தை அறிந்தாற்போல் ஆங்கில அரசு மேல் முறையீடு செய்ததில் ஹேமுவுக்குத் தூக்குத் தண்டனை வழங்கப்பட்டது. அவனுக்கு மெத்த மகிழ்ச்சி.

அவன் தன் தாயிடம் சொன்னான்: ‘அம்மா நீ எனக்குப் பகவத் கீதை யைப் போதிக்கும்போது என்ன சொன்னாய் நினைவிருக்கிறதா? ஆன்மாவுக்கு அழிவில்லை. மரணத்தறுவாயில் ஒருவன் என்ன நினைக்கிறானோ அதனை அடுத்த பிறவியில் அடைவான். அம்மா நான் சாகும் தருவாயில் அடுத்த பிறவியிலும் சுதந்திரப் போராட்ட வீரனாகப் பிறக்கவேண்டும். எந்நாடு விடுதலை அடையவேண்டும் என்று வேண்டிக்கொள்வேன்’ என்றான்.

மகனின் பேச்சைக் கேட்டு கதறியழுத அவனது தாய் மனத்துக்குள் இப்படியொரு மகனைப் பெற்றதற்காக பெருமிதமும் பூரிப்பும் கொண்டாள்.

21-1-1943 அன்று ஹேமு கலானி தூக்கிலிடப்பட்டான்.

மாதங்கனி ஹஸ்ரா

கொடி காத்த குமரனைப் போல கொடி காத்த பெண்மணி மாதங்கனி ஹஸ்ராவின் வீரமும் தீரமும் தியாகமும் போற்றத்தக்கது.

வெள்ளையனே வெளியேறு போராட்டத்தின் போதில் மிட்னாபூர் மாநிலத்தில் உள்ள தும்லுக் கிராமத்தில் உள்ள காங்கிரஸ்காரர்கள் காந்தியின் வழியைப் பின்பற்றிப் போராடிக்கொண்டிருந்தனர். தனி நபர் சத்தியாக்கிரகம், உப்புச் சத்தியாக்கிரகம், வெள்ளையனே வெளியேறு போராட்டம் என அத்தனை போராட்டங்களிலும் அவள் பங்கேற்றாள். சிறு வயதிலேயே விதவையான மாதங்கனி எல்லாப் போராட்டத்திலும் முன்னணியில் நின்றாள்.

வெள்ளையனே வெளியேறு போராட்டத்தின்போது காந்திஜி செய் அல்லது செத்து மடி என்று சொல்லிவிட்ட காரணத்தினால் அவர்கள் அரசு அலுவலங்கள், காவல் நிலையங்கள் ஆகியவற்றை முற்றுகை யிடும் போராட்டம் தொடங்கியது. ஆண்கள் சற்றுத் தயங்கியபோது மாதங்கனி 6,000 பெண்களைச் சேர்த்துக்கொண்டு 29-9-1942 அன்று

தம்லுக் காவல் நிலையத்தை நோக்கிச் சென்றாள். காவலர்கள் எதிர்த்து நின்று குண்டு மழை பொழிந்தனர். மாதங்கனி தயங்க வில்லை. தன்னுடன் வந்தவர்களைச் சற்றுப் பாதுகாப்பான இடத் தில் நிறுத்திவிட்டுத் தேசியக்கொடியைக் கையிலேந்தி முன்னேறி னாள். காவலர் துப்பாக்கியிலிருந்து வெளிப்பட்ட ஒரு குண்டு அவளது ஒரு கரத்தில் பாய்ந்தது. கொடியை மறு கரத்துக்கு மாற்றிக் கொண்டு மேலும் முன்னேறினாள். அந்தக் கரத்திலும் குண்டு பாய்ந்தது. அப்படியும் கொடியை மார்போடு அணைத்துக்கொண்டு முன்னேறினாள். மூன்றாவது குண்டு அவளது மார்பில் பாய்ந்தது. அந்த நிலையிலும் வந்தே மாதரம் என்று முழங்கிக்கொண்டே முன்னேறிப் பிடித்த கொடியின் பிடியை நழுவ விடாமல் கீழே விழுந்து உயிரை விட்டாள். அவள் பெயரில் கல்கத்தாவில் பல தெருக்கள், குடியிருப்புகள் உள்ளன. அவள் பெயரில் பள்ளிகள் இயங்குகின்றன. கல்கத்தாவில் அவளுடைய சிலை ஒன்று நிறுவப் பட்டுள்ளது. மேற்கு வங்காளம் தம்லுக் கிராமத்தில் அவள் அடி பட்டு கீழே விழுந்த இடத்திலும் ஒரு சிலை நிறுவப்பட்டுள்ளது. 5 ரூபாய் தபால் தலை ஒன்றும் அவள் படத்துடன் வெளியிடப் பட்டது.

கனகலதா பரூவா

அஸ்ஸாமிலுள்ளா போரங்கபாரி என்னும் கிராமத்தைச் சேர்ந்தவள் கனகலதா பரூவா. மூன்றாம் வகுப்புவரை மட்டுமே படித்தவள். அவளது தாய் பரூவா சிறு வயதாக இருக்கும்போதே இறந்து விட்டாள். தந்தை அவள் 13 வயதாக இருக்கும்போது இறந்து விட்டார். கனகலதா பரூவாவுக்கு 17 வயது ஆனபோது தனது ஊரைச் சேர்ந்தவர்கள் பலரும் அப்பொழுது சுதந்திரப் போராட்டத்தில் ஈடுபட்டிருப்பதைப் பார்த்தாள். உத்வேகம் கொண்டாள். தாய் தந்தையை இழந்த பரூவா பாரத மாதாவையே தனது தாயாக வரித்துக்கொண்டாள்.

மிருத்யு வாஹினி என்னும் சுதந்திரப் போராட்டப் படை அமைப்பு ஒன்று அவள் இருந்த பகுதியில் இயங்கி வந்தது. அதில் உறுப்பினர் ஆனாள். வெள்ளையனே வெளியேறு இயக்கம் ஆரம்பித்த பிறகு 20-9-1942 அன்று அந்த அமைப்பினர் மிகவும் துணிச்சலாக காவல் நிலையத்துக்குச் சென்று அங்கே தேசியக்கொடியை ஏற்றுவதாக முடிவெடுத்தனர். பலரும் பின்தங்கியபொழுது கனகலதா தானே தலைமைப் பொறுப்பேற்றுத் தேசியக் கொடியைக் கையிலேந்தி மிகவும் கம்பீரமாக நடந்து சென்றாள். ரெபாத்தி மஹன் சோம் என்னும் காவலர் அவர்களைத் தடுத்தார். சாவதற்கு அஞ்சாத கனக லதா மிகுந்த கம்பீரத்தோடு கொடியை உயரே தூக்கிப்பிடித்து நடந்து

சென்றாள். காவலர் அவளை நோக்கிச் சுட்டார். அவள் மார்பில் குண்டு பாய்ந்தது. அவள் கீழே விழுமுன் கொடியைப் பக்கத்திலி ருந்த முகுந்தா கக்கோடி என்பவர் கையில் கொடுத்தாள். அவரை யும் போலீஸ் சுட்டு வீழ்த்தியது.

இந்திய கடற்கரைப் பாதுகாப்புப் படையின் கப்பல் ஒன்றுக்கு கனக லதா பரூவாவின் பெயர் கொடுக்கப்பட்டுள்ளது. அவளுடைய முழு உருவச் சிலை கௌரிப்பூர் என்னும் இடத்தில் நிறுவப்பட்டுள்ளது.

தாராராணி ஸ்ரீவாஸ்தவா

பாட்னா பக்கத்தில் உள்ள சரண் என்ற ஊரைச் சேர்ந்த தாரா ராணிக்கு சமீபத்தில்தான் திருமணமாகியிருந்தது. அவளுக்குச் சிறுவயது முதலே தேச சேவையில் அதிக ஈடுபாடு உண்டு. அதேபோல அவளது கணவரும் ஒரு தேசபக்தர்.

வெள்ளையனே வெளியேறு போராட்டத்தின்போது போலீஸ் ஸ்டேஷன் கட்டடத்தின் மீது தேசியக்கொடியேற்றுவதை வெள்ளை யதிகாரத்தை அடக்கும் ஓர் அடையாளமாக புரட்சிக்காரர்கள் கருதி னர். எனவே சிவான் போலீஸ் ஸ்டேஷனில் கொடியேற்றுவதற் காக தாராராணியின் கணவன் பூலேந்து பாபு நிறைய ஆண்களையும் பெண்களையும் திரட்டிக்கொண்டு கொடியைக் கையில் ஏந்தி எல்லோரும் பெரும் கூட்டமாக காவல் நிலையம் நோக்கிச் சென்றார் கள். கணவனுடன் தாராராணியும் சென்றாள். அப்போது இவர் களைத் தடுக்க முயற்சித்த போலீஸ்காரர் ஒருவர் சுட்ட குண்டு பாய்ந்து தாராராணியின் கணவர் கீழே விழுந்தார். இரத்தம் பெருக் கெடுத்தது. தாராராணி அழுது ஆர்ப்பாட்டம் செய்யவில்லை. அதை அவளது கணவர் விரும்பமாட்டார் என்பதை அவள் அறிவாள். தனது புடவையிலிருந்து துணியைக் கிழித்து கணவருக்குக் கட்டுப் போட்டாள். பிறகு கொடியைத் தன் கையில் பிடித்து வீர நடை போட்டாள். போலீஸ் ஸ்டேஷனில் கொடியை ஏற்றிவிட்டுத் திரும்பித் தன் கணவன் விழுந்த இடத்துக்கு வந்தாள். அவனது உயிர் பிரிந்திருந்தது. தாராராணி அதன் பிறகும் தொடர்ந்து விடுதலைக் காகப் போராடிவந்தாள்.

ராணி கைடின்லியு

ராணி கைடின்லியு நாகாலாந்தைச் சேர்ந்த தேசபக்தர். மணிப்பூரில் அவள் சேராச்சம்டின்லியூ என்ற தேவதையின் அவதாரமாகக் கருதப் பட்டாள். கிறித்துவ மத போதகர்கள் அங்குள்ள மக்களைப் பெரு மளவுக்குக் கிறித்துவர்களாக மாற்றிக்கொண்டிருந்தபோது அதை எதிர்த்து ஹைப்போ ஜடோனாங் என்பவன் தமது பூர்வீக மதத்தைக்

காக்க இயக்கம் தொடங்கினான். அது பின்னர் பிரிட்டிஷ் ஆட்சியை எதிர்க்கும் இயக்கமாக மாறியது. 13 வயது கைடின்லியு அதில் சேர்ந்தாள். ஜடானோங் ஆங்கிலேயர்களால் கைது செய்யப்பட்டுத் தூக்கிலிடப்பட்டான். கைடின்லியு அந்த இயக்கத்தின் தலைவியாகி கொரில்லாப்போர் முறையில் ஆங்கிலேயர்களைத் தாக்கினாள். பிறகு 1932ல் அவள் கைது செய்யப்பட்டுச் சிறையிடப்பட்டாள். ஜவஹர்லால் நேரு அவளைச் சிறையில் சந்தித்து அவளை ராணி கைடின்லியு என அழைத்தார். அவளை விடுவிக்க அவர் எடுத்த முயற்சிகள் வெற்றிபெறவில்லை. அவர் 1946ல் இடைக்கால சர்க்கார் அமைத்ததன் பின் அவளை விடுதலை செய்தார். அதிக காலம் சிறையில் இருந்த பெண்ணாகக் கருதப்படுகிறார்.

மட்மர் ஜமாவ் (அருணாசல பிரதேசம்)

மட்மர் ஜமாவ், யாக்ரங் என்னும் கிராமத்தின் கிராம அதிகாரி. வில்லியம்சன் என்னும் ஆங்கில அதிகாரி தான் அந்தக் கிராமத்தின் வழியாகச் செல்லப்போவதாகவும் வேண்டிய ஏற்பாடுகள் செய்து வைக்கும்படியும் தூதுவன் மூலம் சொல்லியனுப்பியிருந்தான். வேண்டிய ஏற்பாடுகள் என்பதன் பொருளே வேறு என்பதை அறிந்த மட்மர், ஆங்கிலேயர்களைப் பிடிக்காததால் எந்த ஏற்பாடும் செய்ய வில்லை. வில்லியம்சன் அவனது சக அதிகாரி கர்னல் லும்ஸ்டனுடன் வந்தான். எந்த ஏற்பாடும் செய்யவில்லை என்பதை அறிந்த வில்லியம்சன் பலர் காண மட்மரைக் கன்னத்தில் அறைந்தான்.

பின்பு அவன் சென்று திரும்பி வரும் வழியில் 1911ம் ஆண்டு மார்ச் 20ந்தேதி டாக்டர் கிரேகோர்சன் என்பவருடன் வந்தான். வழியில் சாமான் தூக்கி வந்த போர்ட்டர்கள் நோயில் விழுந்ததால் டாக்டர் கிரேகோர்சனை சிச்சன் என்னுமிடத்தில் நிறுத்தி வைத்துவிட்டு கோம்சிங் என்னுமிடம் நோக்கிச் சென்றான். அப்போது மட்மர் தனது கூட்டாளிகளுடன் மார்ச் 30ந்தேதி இரண்டு பிரிவாகப் பிரிந்து டாக்டரையும் வில்லியம்சனையும் கொன்றான். வில்லியம்சன் அந்தப் பகுதியில் நிறையக் கொடுமைகள் செய்துகொண்டிருந்த தால் அவன் கொல்லப்பட்டதை அறிந்து அப்பகுதி மக்கள் மகிழ்ந்தனர்.

பின்னர் ஒரு பெரும்படை திரண்டுவந்து மட்மரைக் கைது செய்து தீவாந்திர தண்டனை அளித்து அந்தமானுக்கு அனுப்பியது. பின்னாளில் மட்மர் என்னவானான் எப்படி இறந்தான் என்பதைப் பற்றிய செய்தி எதுவும் ஆவணங்களில் இல்லை.

லால் பஹதூர் சாஸ்திரி

லால் பகதூர் சாஸ்திரி 1904 ல் பிறந்தவர். தனது ஆசிரியர் நிஷ் காமேஸ்வர் மிஸ்ரா வால் தேசத்தொண்டுக்கு இழுக்கப்பட்டவர். தனது 17 வயதில் காந்திஜியின் ஒத்துழையாமை இயக்க அறை கூவலைக் கேட்டுப் படிப்புக்கு முழுக்குப் போட்டுவிட்டு போராட் டத்தில் கலந்துகொண்டார். கைது செய்யப்பட்டு விடுவிக்கப் பட்டார். பிறகு ஆச்சார்ய ஜே.பி. கிரிபலானி மற்றும் வி.என். ஷர்மா ஆகியோர் சிவ் பிரகாஷ் குதா என்பவரின் ஆதரவால் தொடங்கிய காசி வித்யாபீடம் என்னும் தேசியக் கல்வி அமைப்பில் படித்து சாஸ்திரி பட்டம் பெற்றார். 1930ம் ஆண்டு உப்புச் சத்தியாக்கிரகப் போராட்டத்தில் இரண்டரை ஆண்டுகள் சிறைத்தண்டனையும் 1940ல் தனி நபர் சத்தியாக்கிரகத்தில் ஈடுபட்டதற்காக ஓராண்டும், வெள்ளையனே வெளியேறு போராட்டத்தில் நான்கு ஆண்டுகளும் சிறைத்தண்டனை பெற்றார். கிட்டத்தட்ட 9 ஆண்டுகள் சிறையில் இருந்தார். இந்தியா சுதந்திரமடைந்த பிறகு நாட்டின் இரண்டாவது பிரதமர் ஆனார்.

ஆச்சார்யா கிரிப்ளானி

காந்திஜியுடன் சம்பரான் போராட்டத்தில் ஈடுபட்டவர். ஒத்துழை யாமை இயக்கத்திலும் பின்பு சிறு சிறு போராட்டங்களிலும் உப்புச் சத்தியாக்கிரகப் போராட்டத்திலும், வெள்ளையனே வெளியேறு போராட்டத்திலும் கலந்து கொண்டவர். 1947ல் காங்கிரஸ் தலைவரானார்.

ஜெயப்ரகாஷ் நாராயணன்

ஜெயப்ரகாஷ் நாராயணனும் அவரது மனைவியும் விடுதலைப் போராட்டத்தில் பங்கு கொண்டவர்கள். மௌலானா அபுல் கலாம் ஆஸாத்தின் சொற்பொழிவைக் கேட்டுப் பள்ளிக் கல்வி விட்டுத் தேசியப் பள்ளியில் சேர்ந்து படித்தார் ஜெயப்ரகாஷ் நாராயணன். பிறகு அமெரிக்கா சென்று படித்தார். அவருடைய மனைவி சபர்மதி ஆசிரமத்தில் தங்கியிருந்தார். வெள்ளையனே வெளியேறு இயக்கத் தில் 1932ல் நாசிக் சிறையில் அடைக்கப்பட்டார். அங்கே ராம் மனோ கர் லோஹியா, மினு மசானி, அச்யுத் பட்டவர்த்தன், அஷோக் மேத்தா யூசூஃப் தேசாய் ஆகியவர்களுடன் பழக்கமானார்.

காங்கிரஸ் கட்சியின் ஓரங்கமாக ஆச்சார்ய நரேந்த்ர தேவாவால் தொடங்கப்பட்ட காங்கிரஸ் சோஷலிஸக் கட்சியின் பொதுச் செயலாளரானார். வெள்ளையனே வெளியேறு போராட்டத்தில் நாராயணன் அவரது நண்பர்கள் யோகேந்த்ர சுக்லா, சுராஜ் நாராயண் சிங், குலாப் சந்த் குப்தா, ராம் நந்தன் மிஸ்ரா, சாலிக்ராம் சிங் ஷ்யாம் பர்த்வார் ஆகியோருடன் அவர்கள் அடைக்கப்பட்டிருந்த ஹஸாரி

பாக் மத்திய சிறைச்சாலையிலிருந்து சுவரேறிக் குதித்துத் தப்பி கயாவுக்குச் சென்றார்கள். ஜெயப்ரகாஷ் நாராயணனுக்கு உடல் நிலை சரியில்லாமல் போகவே அவரைத் தன் தோளில் சுமந்து கொண்டு யோகேந்த்ர சுக்லா 124 கிமீ நடந்து சென்றார். மறைமுக மாகப் பதுங்கியிருந்து போராடுவது அவர்கள் திட்டம். மக்கள் ஜெயப்ரகாசரை லோக் நாயக் என அழைத்தார்கள்.

93

தமிழகத்தின் போராட்ட வீரர்கள்

கோவை அய்யாமுத்து

ரோவர் அண்ட் கோ என்கிற பெயரில் ஆங்கிலேயப் பெண்களுக் கான அன்னியத் துணிகள், அலங்காரப்பொருள்கள் கடையை நடத்தி வந்தவர் கோவை அய்யாமுத்து. 1921ல் காந்தி அடிகள் கோவைக்கு வருகை தந்தபோது அங்கு அவர் பேசிய பேச்சு அய்யாமுத்து வாழ்க்கையில் ஒரு திருப்புமுனையை ஏற்படுத்தியது. காந்தி அடிகள் சொன்ன ஒரு வாசகத்தால் மனம் கவரப்பட்டார் அய்யாமுத்து. 'கைராட்டையின் கதிர்முனை சுயராஜ்ஜியம் பெற்றுத் தரும்' என்று காந்தியடிகள் சொன்ன வாசகம் அவரது வாழ்க்கைப் பாதையையே மாற்றிவிட்டது.

அன்னியத் துணி அணிவதிலிருந்து கதராடைக்கு மாறியவர் 'கை ராட்டினம் சுற்றுங்கள். கதராடை அணியுங்கள்' என்று எங்கெங்கும் சென்று பிரச்சாரம் செய்தார். தமிழ்நாடு சர்க்கா சங்கத்திலும் பாரத சர்க்காச் சங்கத்திலும் பல முக்கியப் பொறுப்புகள் வகித்தார். அவரது தளரா முயற்சியால் கதர் அமோகமாக விற்பனையாயிற்று. காந்தியடிகளுக்கு அணுக்கத் தொண்டரானார். அவர் மிகவும் மதித்த தலைவர்கள் காந்திஜி, ராஜாஜி, ஈ.வே.ரா. பெரியார். 'ராஜாஜி என் தந்தை' என்று புத்தகம் எழுதியிருக்கிறார். வைக்கம் ஆலயப் பிரவேசப் போராட்டத்தில் முதன் முதல் சிறை சென்றார் அய்யா முத்து. அதுதான் அவரது முதல் சிறைவாசம். அதன் பிறகு பல முறை பல போராட்டங்களில் சிறை சென்றிருக்கிறார். அவருடைய மனைவி கோவிந்தம்மாளும் தேசியச் சுதந்திரப் போராட்டத்தில்

கணவனோடு தோளுக்குத் தோள் நின்று போராடினார். கதர் விற்பனையில் அய்யாமுத்து காட்டிய தீவிரத்தைக்கண்டு 'கதரென்றால் அய்யாமுத்து, அய்யாமுத்து என்றால் கதர்' என்று சொன்னார் ராஜாஜி.

ஒருமுறை புஞ்சைப்புளியம் பட்டியில் ஒரு தாழ்த்தப்பட்ட பெண்ணுக்கு கணவர் அய்யாமுத்துவின் சொற்படி, கிணற்றில் தண்ணீர் எடுக்க உதவினார் கோவிந்தம்மாள். அதைக்கண்ட ஊர்க்காரர்கள் தடிகளை எடுத்துக்கொண்டு தாக்க வந்தனர். அப்பொழுது ஒரு நாற்காலியைத் தன் வீட்டுக் கதவின் முன் போட்டுத் தன் கணவனை உட்காரச் சொன்னார். 'எல்லோரும் இவரைத் தாக்கிக் கொல்லுங்கள். அப்புறம் என்னிடம் வாருங்கள். எல்லோரும் சேர்ந்து மாரடித்து அழலாம்' என்றார் கோவிந்தம்மாள். அந்தத் தீரத்தைக் கண்டு. அடிக்க வந்த கூட்டம் கலைந்தது. காந்தி, ராஜாஜி ஆகியோருடன் கருத்து வேறுபாடு ஏற்பட்டபோது அவர்களை மறுத்துப்பேசவும் அய்யாமுத்து தயங்கவில்லை.

21-12-1975 அன்று கோவை அய்யாமுத்து காலமானார். கணவனுக்குச் செய்ய வேண்டியசடங்குகளை ஆற்றிவிட்டு அவர் மரித்த ஆறாம் நாள் கோவிந்தம்மாள் தானும் இறந்தார்.

மதுரை வைத்தியநாதய்யர்

மதுரை வைத்தியநாதய்யர் ராஜாஜி, காந்தி ஆகியோருக்குத் தொண்டராக இருந்தாலும் மதுரையில் அவர்தான் தலைவர். அங்கிருந்த மற்ற தேசபக்தர்கள் அவருக்குத் தொண்டர்கள் என்று சொல்லிக் கொள்வதிலே பெருமை கொண்டவர்கள்.

வைத்தியநாதய்யர் சென்னை ராஜதானிக் கல்லூரியில் படிக்கும் போது விபின் சந்திர பாலரின் பிரசங்கத்தைக்கேட்டுத் தேசத் தொண்டில் ஈர்க்கப்பட்டார். வக்கீலுக்குப் படித்து மதுரையில் வக்கீலாகப் பணியாற்றிக்கொண்டிருந்தார். சி.ஆர். தாஸின் அறிவுரையின்படி வக்கீல் தொழிலைப் பார்த்துக்கொண்டு தேச சேவையும் செய்துகொண்டிருந்தார். மதுரைக்குத் தேசத் தலைவர்கள் எவர் வந்தாலும் அய்யர் வீட்டில்தான் தங்குவார்கள். அங்கு தங்க இயலாத அளவுக்குக் கூட்டம் வந்தால் இன்னொரு தேச பக்தர் என்.எம்.ஆர். சுப்பராமன் வீட்டில் தங்குவார்கள். அரிசன சேவையில் தன்னை முழுதும் அர்ப்பணித்துக் கொண்டவர் அய்யர். 1946ல் இந்துக்களுக்கும் முஸ்லிம்களுக்கும் இடையே மொஹமதலி ஜின்னாவின் நேரடித் தாக்குதல் அறிவிப்பினால் பலத்த அடிதடி வெட்டுக்குத்துப் போராட்டம் நாட்டின் பல பகுதிகளிலும் நடந்தது.

மதுரையில் அப்படி ஒரு சூழல் உருவானபோது அய்யர் அவ்விருக் கூட்டத்திற்கும் இடையில் சென்று கைகூப்பிப் படுத்து வேண்டி னார். அய்யர் சொல்லுக்குக் கட்டுப்பட்டு இருசாராரும் விலகினர். எந்தக் கலவரமும் நடக்கவில்லை.

வேதாரண்யம் உப்புச் சத்தியாக்கிரகப்போராட்டத்தில் அய்யர் அடிதடிக்குள்ளானார். ஆறுமாதம் கடுங்காவல் தண்டனை அனுபவித்தார். வெள்ளையனே வெளியேறு இயக்கத்திலும் தண்டனை பெற்று 1945 வரை சிறையில் இருந்தார். அரிசனங்களுக்கு ஆலயப்பிரவேசம் செய்துவைத்ததிலும் மது விலக்குப் பிரச்சாரத் திலும் அய்யரது தொண்டு மிக அதிகம். அய்யரின் வீட்டில் சாதிமத வேற்றுமை பார்ப்பதில்லை. அவர் வீட்டில்தான் பின்னாளில் மந்திரியான கக்கன் பணி செய்துகொண்டிருந்தார். அவரால் கக்கன் உருவாக்கப்பட்டார். அய்யரின் மனைவி, அவரது மகன் வை. சங்கரன், தம்பி சுப்பிரமணியம், அய்யரின் வீட்டு வேலைக்காரர்கள் எல்லோருமே சிறைசென்ற தேசபக்தர்கள். 1955 பிப்ரவரி 23ம் நாள் அய்யர் அமரரானார். அவரது இறுதி ஊர்வலத்திற்கு மதுரையே திரண்டு வந்தது.

கக்கன்

எளிமையான நேர்மையான தேசபக்தர். காந்திஜி அறிவித்த சத்தியாக் கிரகப் போராட்டங்கள் பலவற்றிலும் பங்கு பெற்றவர். வெள்ளை யனே வெளியேறு போராட்டத்தில் சிறை சென்றார்.

பிற்காலத்தில் மந்திரியாகப் பணியாற்றிய போதும் தனக்கென எந்தச் சொத்தும் சேர்த்துக் கொள்ளாதவர்.

என்.எம்.ஆர். சுப்பராமன்

மதுரை காந்தி என்றழைக்கப்பட்ட தேசபக்தர் என்.எம்.ஆர். சுப்ப ராமன், தனது 16 வது வயதில் மதுரையில் காந்திஜியைப் பார்த்து அவர் பால் மனத்தைப் பறிகொடுத்தார். 1923ல் தூய கதராடைக்கு மாறினார். மதுரை மாவட்டக் காங்கிரஸ் தலைவராக இவர் செய்த தொண்டுகள் ஏராளம். கள்ளுக்கடை மறியலில் ஈடுபட்டுச் சிறை சென்றார். அவர் சிறையிலிருந்தபோது அவரது மனைவியார் பர்வத வர்த்தனி அம்மாள் ஜவுளிக்கடை மறியலில் ஈடுபட்டு ஆறுமாதம் சிறைசென்றார். 1934ம் ஆண்டு காந்தியடிகள் மதுரைக்கு வந்த போது என்.எம்.ஆர். வீட்டில் தங்கினார். தேச விடுதலையில் பங்கேற்பதற்கு எந்த வகையிலும் இல்லறம் இடைஞ்சலாக இருக்கக் கூடாதென்பதற்காக என்.எம்.ஆர்.சுப்பராமன் கல்யாணமாகியும் பிரம்மச்சாரியாகவே வாழ்ந்தார். பின்னர் காந்தியடிகளின் அறிவுரை யின்படி இல்லற வாழ்க்கையை மேற்கொண்டார்.

அரிசனங்களை ஆலயத்துக்குள் அழைத்துச் செல்லும் போராட்டத்தில் முன்னணியில் நின்றார் சுப்பராமன். 1935ம் ஆண்டு மதுரை நகரமன்றத் தலைவராகப் போட்டியின்றித் தேர்ந்தெடுக்கப்பட்டார். இரண்டாம் உலகப்போர் தொடங்கியபோது இந்தியர்கள் போரில் ஈடுபடுத்தப்பட்டபோது மதுரை மாநகராட்சியில் அதற்கு எதிராகத் தீர்மானம் நிறைவேற்றியதோடு மதுரை மாநகராட்சியின் சார்பில் யுத்த நிதி திரட்டவும் மறுத்துவிட்டார். இதனால் சென்னை மாகாண ஆளுநர் ஆர்தர் ஹோப் எரிச்சலடைந்து மாநகராட்சிக்கு அளிக்கப் பட்ட மானியங்களை நிறுத்தினார். அசரவில்லை என்.எம்.ஆர். மதுரை மாநகரம் என்.எம்.ஆர். சுப்பராமனால் பெருமை பெற்றது.

டி.எஸ். அவிநாசிலிங்கம்

கல்விப் பணியும் நாட்டுப்பணியும் இவரது சிறப்பியல்புகள். 1920ம் ஆண்டு நடந்த ஒரு நிகழ்ச்சி அவிநாசிலிங்கம் வாழ்வில் திருப்பு முனையாக அமைந்தது. அன்று காந்தியடிகள் சென்னை கடற்கரைக் கூட்டத்தில் பேசியபோது கேட்ட இளைஞர் அவிநாசிலிங்கத்தின் மனம் மாறியது. தேசப்பற்று உள்ளத்தே ஏறியது. அன்று முதல் கதர் அணியத் தொடங்கினார். 1926ம் ஆண்டு திருப்பூரில் மீண்டும் காந்தி யடிகளைச் சந்தித்துப் பேசும் வாய்ப்புக் கிடைத்தது. அதேசமயம் கல்விப்பணியில் தான் கொண்டிருந்த ஈடுபாட்டின் காரணமாக ஸ்ரீ ராமகிருஷ்ணா வித்யாலயம் என்னும் கல்வி நிறுவனத்தைத் தொடங்கினார்.

1930ம் ஆண்டு மே மாதம் 5ந்தேதி காந்தியடிகள் கைது செய்யப்பட்ட செய்தியைக் கேள்விப்பட்டுக் கொந்தளித்தார் அவிநாசிலிங்கம். அன்று அவரது பிறந்த நாளும்கூட. அவிநாசிலிங்கம் அன்றே காங்கிரஸ் இயக்கத்தில் உறுப்பினராகச் சேர்ந்தார். அவரது அதீத ஈடுபாட்டின் காரணமாகக் கோவை மாவட்டக் காங்கிரஸ் கமிட்டி தொடங்கப்பட்டு அதன் தலைவரானார். பெற்றோரின் எதிர்ப்பை யும் பொருட்படுத்தாமல் 1930ம் ஆண்டு ஜூலை 5ம் தேதி கோவை வாலங்குலத்தில் அரசின் தடைச்சட்டத்தை மீறி உப்புக் காய்ச்சி னார். அதனால் அவரும் அவரது நண்பர் டி. ராகவாச்சாரியும் கைது செய்யப்பட்டார்கள். ஆறு மாதம் கடுங்காவல் தண்டனை. பிறகு இரண்டாவது வட்டமேசை மாநாடு தோல்வியடைந்த பிறகு காந்திஜி கைதுசெய்யப்பட்டார். அதையொட்டிக் காங்கிரஸ் தலைவர் பலரும் கைது செய்யப்பட்டார்கள். அவிநாசிலிங்கமும் சிறைக்கு அனுப்பப்பட்டார். காந்தியடிகள் தனிநபர் சத்தியாக் கிரகத்தை 1941ல் அறிவித்தபோது இவரும் கலந்துகொண்டதால் இவருக்கு 6 மாதங்கள் கடுங்காவல் தண்டனை கிடைத்தது. அங்கே ஆஸ்துமா நோய் இவரைத் தாக்கியதால் விடுதலை செய்யப்

பட்டார். அவர் கல்விப்பணியும் தொடர்ந்து இன்று அவிநாசிலிங்கம் பல்கலைக்கழகம் அளவுக்கு வளர்ந்து திகழ்கிறது. சுதந்திரத்திற்கு முன் சென்னை சட்டசபையில் மந்திரியாகப் பணியாற்றினார்.

தேசபக்தர் ஜார்ஜ் ஜோசஃப்

ஜார்ஜ் ஜோசஃப் மதுரையில் வாழ்ந்த பாரிஸ்டர். அக்காலத்தில் மதுரையில் பிரமலைக் கள்ளர் என்னும் இனம் குற்றப் பரம்பரையாகக் கருதப்பட்டுத் தினமும் இரவு காவல் நிலையத்தில் கையெழுத்திடவேண்டும் என்ற நிலை இருந்தது. அவர்களே தங்கள் உரிமையை அறியாதிருந்த நிலையில் அவர்களுக்காக அயராது பாடுபட்டவர் ஜார்ஜ் ஜோசப். அவர் மறைவுக்குப் பிறகு அவருக்குச் சிலையெழுப்பி அவரைத் தமது குலத்தின் வழிபடு தெய்வமாகப் பிரமலைக் கள்ளர் இன்றும் வணங்குகிறார்கள். ரோசாப்பூத் துரை என்று அவரை அழைத்தார்கள். காந்தி, ராஜாஜி, மோதிலால் நேரு, நேருஜி ஆகியோருடன் நெருங்கிய தொடர்பு கொண்டிருந்தார் ஜோசஃப். காந்திஜி மதுரைக்கு வந்தால் ஜோசஃபின் வீட்டில் தங்குவது வழக்கம்.

காந்திஜி சிறையில் இருந்தபோது ராஜாஜி 'யங்க் இந்தியா' பத்திரிகைக்கு ஆசிரியப் பொறுப்பேற்று நடத்தினார். பிறகு ராஜாஜியிடமிருந்து ஜோசஃப் பொறுப்பேற்று ஆறுமாத காலம் அதன் ஆசிரியராக இருந்தார். வைக்கம் ஆலயப் பிரவேசப் போராட்டத்தில் கிறிஸ்துவரான ஜோசஃப் நேரடியாகப் பங்கேற்க வேண்டாம் என்றும் அவருடைய எழுத்தின் மூலம் தொண்டாற்றுமாறும் காந்திஜி அவருக்குக் கடிதம் எழுதியும் அந்தப் போராட்டம் ஒரு மதப் போராட்டம் மட்டுமல்ல, அது ஒரு சமுதாயப் போராட்டம் என்று சொல்லிப் பங்கெடுத்தவர் ஜோசஃப். மோதிலால் நேருவின் வேண்டுதலால் இண்டிபெண்டண்ட் பத்திரிகை ஆசிரியர் பொறுப்பேற்று நடத்தினார். காந்தி 1919ம் ஆண்டு ஏப்ரல் 6ந்தேதியை அவமான தினமாக அறிவித்தபோது மதுரையில் தீர்மானம் போட்டு அதை வெற்றிகரமாக நடத்திக் கொடுத்தவர் ஜோசஃப். தன் வக்கீல் தொழிலையும் துறந்து தனது மனைவியுடன் காந்திஜியின் சபர்மதி ஆசிரமத்திற்குச் சென்று அங்கே தங்கினார்.

பாரதியார் இவருடைய நண்பர் என்றும் மதுரையில் இவரது வீட்டில் தங்கியிருந்தபொழுதுதான் 'விடுதலை! விடுதலை! விடுதலை!' என்ற பாட்டை அவர் எழுதினார் என்றும் ஜோசஃபின் மனைவி சொல்லியிருக்கிறார். ஜோசஃப் இந்திய விடுதலையைக் காணாமலே 1938ம் ஆண்டு மார்ச் 5 ம் தேதி சிறுநீரகக் கோளாறு காரணமாக மதுரை அமெரிக்க மிஷன் மருத்துவமனையில் காலமானார்.

கம்பம் சுதந்திரப் போராட்ட வீரர் சையது முகமது

பள்ளிப் பருவத்திலேயே விடுதலை உணர்ச்சியோடு ‘விடுதலை’ என்ற கையெழுத்துப் பத்திரிகை நடத்தியதற்காகப் பள்ளியிலிருந்து வெளியேற்றப்பட்டவர் கம்பம் சையது முகமது அவர்கள். காந்திஜிக்கு ஜே என்று கோஷம் எழுப்பிக்கொண்டு தெருவில் ஊர்வலத்தில் சென்றதால் பள்ளியில் தேர்வு எழுதத் தலைமை ஆசிரியர் அனுமதிக்காததால் பள்ளிக்கு முழுக்குப் போட்டார். அன்னியத் துணிகள் பகிஷ்கரிப்பு, கள்ளுக்கடை மறியல் ஆகிய போராட்டங்களில் கலந்து கொண்டதால் தடியடி பட்டார். ரத்தம் ஒழுகியது. அந்த நிலையிலேயே கைது செய்யப்பட்டுச் சிறைக்கு அழைத்துச் செல்லப்பட்டு ஆறு மாதங்கள் தண்டனை பெற்றார். உப்புச் சத்தியாக்கிரகத்தில் கலந்துகொள்ளத் தேனி மாவட்டத்தி லிருந்து புறப்பட்டபோது கைது செய்யப்பட்டார்.

கள் இறக்கும் தொழிலாளர்கள் அந்தத் தொழிலிருந்து விடுபட்டு வேறு தொழிலில் தொடங்குவதற்காகப் பால்பண்ணை தொடங்கி னார். 1941ல் தனி நபர் சத்தியாக்கிரகத்தில் ஈடுபட்டு மீண்டும் சிறை சென்றார். 1997ல் மறைந்தார்.

கம்பம் பீர் முகமது

விடுதலைப்போரில் பல பாவலர்கள் பங்கேற்றிருக்கின்றனர். அவர்களில் ஒருவர் கம்பம் பீர் முகமது பாவலர். தமிழ் இலக்கண இலக்கியம் முறைப்படி கற்றவர் கம்பம் பீர் முகமது பாவலர். காந்தியடிகளிடம் கொண்ட ஈடு பாட்டினால் ‘காந்தி மாலிகை’ என்னும் நூலை எழுதினார். பல பெரிய தேசபக்தர்களைப் பற்றியும் தேசத்தைப் பற்றியும் நிறையப் பாடல்கள் எழுதினார். இவரது பாடல்களை மக்கள் பாடி சுதந்திர உணர்ச்சியைத் தட்டி எழுப்பினர். அவரது பாடல்களால் கவரப்பட்டுப் பலர் தேசத்தொண்டு புரிய இணைந்தனர்.

1941ல் பீர் முகமது தனிநபர் சத்தியாக்கிரகத்தில் கலந்துகொண்டு சிறை சென்றார். 1943ம் ஆண்டு இரண்டாம் உலகப் போரின் காரணமாக நாட்டில் உணவுப்பொருள்களுக்குத் தட்டுப்பாடு வந்த போது ஏழை மக்கள் ஒரு பிடி அரிசிக்காகப் பட்ட பாட்டைக் கண்டு மனம் வருந்திய தனது மனக் கொதிப்பை பாடல்களாகப் புனைந் தார். அத்துடன் ‘ஏழைக் களஞ்சியம்’ என்னும் நிறுவனத்தை அமைத் துப் பணக்காரர்களிடமிருந்து கெஞ்சிக் கூத்தாடி நியாய விலைக்கு வாங்கி ஏழை மக்களுக்கு நியாய விலையில் பொருள்கள் கிடைக்கு மாறு செய்தார்.

மிகச் சிறந்த தேச பக்தரான கம்பம் பீர் முகமது சுதந்திரத்தைப் பார்க்காமலேயே சுதந்திரம் கிடைப்பதற்கு இரண்டாண்டுகளுக்கு முன்பு 1945ம் ஆண்டு ஜுலை மாதம் மறைந்தார்.

சுத்தானந்த பாரதியார்.

1920ம் ஆண்டை ஒட்டிக் காந்தியடிகள் தமிழ்நாட்டிற்கு வந்திருந்த போது அவரைச் சந்தித்தார் சுத்தானந்தர். அப்பொழுது அவருக்கு வயது 23. காந்தியடிகள் பால் ஈர்க்கப்பட்டு தேச சேவைக்குத் தன்னை அர்ப்பணித்தார். மேடை ஏறி சுதந்திரம் பற்றிப் பேசினார். பாடினார். அதனால் அவர் காட்டுப்புத்தூரில் பார்த்துக்கொண்டிருந்த ஆசிரியப் பணியைத் துறக்க நேர்ந்தது. பிறகு புதுச்சேரியில் பாரதியாருடனும் அரவிந்தருடனும் பழகினார். அவர் 'இந்திய சுதந்திரக் கும்மி' என்று ஒரு நூல் எழுதியிருக்கிறார். 'பாரத சக்தி மகா காவியம்' என்றொரு காவியத்தையும் எழுதியிருக்கிறார். இன்னும் பல தேசிய இயக்கப் பாடல்களைப் பாடியிருக்கிறார். வ.வே.சு. ஐயருடன் அவரது குருகுலத்தில் பணிசெய்திருக்கிறார். இவர் ஒரு தவ யோகி மட்டுமல்ல ஒரு கவியோகியும்கூட!

திரு.வி. கல்யாண சுந்தரனார்

திரு.வி.க. 1907ம் ஆண்டு சென்னையில் விபின் சந்திரபாலரின் பேச்சைக்கேட்டு அதனால் கவரப்பட்டுத் தேசப்பணிக்குத் தன்னை அர்ப்பணித்துக்கொண்டார். திரு.வி.க. என அன்புடன் அழைக்கப் படும் வி.கல்யாண சுந்தரனார் சிறந்த தமிழறிஞர். அவரது தமிழும் தேசப்பணி புரிந்தது.

அண்டையன் பசியால் வாட
அணங்கொடு மாடி வாழ்தல்
மண்டையன் குற்றமன்று
மன்னிடும் ஆட்சிக் குற்றம்

என்று பாடி ஆட்சியின் குற்றத்தைச் சுட்டிக்காட்டினார்.

1917 டிசம்பர் மாதத்தில் 'தேசபக்தன்' என்ற பத்திரிகைக்கு ஆசிரியரானார். தேசபக்தி நிறைந்த கட்டுரைகள் அதில் வெளிவந்தன. அந்நிய ஆட்சியின் கொடுங்கோன்மையைப்பற்றி அவர் தேசபக்தனில் எழுதியதற்காக வெல்லிங்டன் என்னும் ஆளுநரின் ஆணையால் பத்திரிகை கட்டியிருந்த ஈட்டுத்தொகை முழுதும் பறிமுதல் செய்யப் பட்டது. திரு.வி.க தொழிற்சங்கங்கள் அமைத்துத் தொழிலாளர் களுக்காகப் போராடினார். 1919ம் ஆண்டு ஏப்ரல் மாதம் 6ந்தேதி காந்தியடிகளின் வேண்டுகோளின் படி பேரணி நடத்தினார். அதில்

பாரதியும் கலந்துகொண்டு பாடல் பாடினார். 1920ல் நவசக்தி என்னும் பத்திரிக்கைக்கு ஆசிரியரானார். பாரதியாரின் விடுதலைக் காகத் தனது பத்திரிகையில் கட்டுரைகள் எழுதினார். திரு.வி.க.வின் தமிழ் நடையில் மயங்காதவர் இல்லை. 'தமிழ்த் தென்றல்' என்று போற்றப்பட்டார்.

தீரர் சத்திய மூர்த்தி

பேச்சாற்றல் மிக்கவர். தனது பேச்சாற்றலாலும் விவாதத் திறமை யாலும் வெள்ளையர்களையே வியக்க வைத்தவர். காந்திஜியே சொன்னால்கூட தனது மனத்துக்கு ஒவ்வாதென்றால் ஏற்றுக் கொள்ள மறுத்தவர். சட்டசபையில் காங்கிரஸ் பங்கேற்கக் கூடாது என்று காந்திஜி சொன்னபோது அப்படிப் பங்கேற்றால்தான் நமக்குத் தேவையானதைப் பெறுவதோடு தேசத்திற்கும் தொண்டு செய்ய இயலும். வெள்ளையனை நம் வழிக்குக் கொணர முடியும் என்று சொன்னவர். சுயராஜ்ஜியா கட்சியில் உறுப்பினராகி மதராஸ் சட்டசபையிலும் மத்திய சட்டசபையிலும் பணியாற்றியவர். பாரதி யாரின் நூல்களை பர்மா அரசாங்கம் தடை செய்தது என்பதற்காக மதராஸ் அரசாங்கமும் தடைசெய்தபோது அதை எதிர்த்து சத்திய மூர்த்தி பேசிய பேச்சு அரசியல் சாதனை மட்டுமல்ல இலக்கிய சாதனையும் ஆகும்.

தனி நபர் சத்தியாக்கிரகம், வெள்ளையனே வெளியேறு போராட்டம் போன்றவற்றில் கலந்து கொண்டு சிறை சென்றவர். சிறைவாசத் தினால் உடல் நலம் பாதிக்கப்பட்டு 1943ல் சிறைவாசத்தில் இருக்கும் போதே சுதந்திரத்தைக் காணாமலே அமரரானார்.

ஈ.வே.ரா. பெரியார்

தமிழ்நாட்டில் காங்கிரஸில் பெருந்தொண்டாற்றியவர்களில் ஈ.வே.ராவும் ஒருவர். காந்தியடிகளின் உண்மைத் தொண்டராக ஒத்துழையாமை இயக்கத்தில் ஈடுபட்டும் கள்ளுக்கடை மறியலில் ஈடுபட்டும் தொண்டாற்றினார். தனது தென்னந்தோப்பிலிருந்த அத்தனை தென்னை மரங்களையும் கள்ளிறக்கப் பயன்படக் கூடாதென்பதற்காக வெட்டித் தள்ளினார். தமிழ்நாடு காங்கிரஸின் செயலராகவும் தலைவராகவும் பணியாற்றினார். கதர் இயக்கத்தில் மற்றெல்லோரையும் விட மிக முழுமையாக ஈடுபட்டவர் அவர். பெரும் பணக்காரரான அவர் தனது மனைவி நாகம்மையாருடன் தம் தோளில் கதர்த் துணிகளைச் சுமந்து வீடுவீடாகச் சென்று விற்று மக்களைக் கதர் அணியப் பழக்கியவர். பின்னாளில் வ.வே.சு. ஐயரின் குருகுலச் சச்சரவால் காங்கிரஸிலிருந்து விலகி தமது வாழ்க்கையைச் சமுதாயத் தொண்டிற்காக அர்ப்பணித்தவர்.

சிங்காரவேலர்

சிங்காரவேலர் இந்தியாவிற்குக் கம்யூனிசத்தைக் கொணர்ந்த வர்களுள் ஒருவர். 1919ம் ஆண்டிலிருந்தே காந்தியடிகளின் போராட்டங்கள் பலவிலும் பங்கு பெற்றவர். ஒத்துழையாமை இயக்கம், சட்ட மறுப்பு ஆகிய இயக்கங்களில் பங்கு பெற்றவர். தனது வக்கீல் தொழிலை உதறிவிட்டுத் தேச சேவையில் ஈடுபட்ட வர். தொழிற்சங்கங்கள் பலவற்றைத் தோற்றுவித்தும் வழிகாட்டி யும் நடத்தி வந்தவர். தொழிற்சங்கம் பற்றிய கவனத்தைக் காங்கிர ஸுக்குள் கொணர்ந்தவர். ‘அகில இந்திய அளவில் சர்வாதிகார ஆட்சி முறியடிக்கப்பட்டாலன்றி சோஷலிசம் பற்றிக் கனவு காண்பது கூடச் சாத்தியமில்லை’ என்றார் அவர்.

கு.காமராஜ்

தீரர் சத்திய மூர்த்தியின் சீடர் கர்மவீரர் காமராஜர். விருது பட்டியில் பிறந்த இவர் அதிகம் படிக்கவில்லை. ஆனால் படிக்காத மேதை யாகத் திகழ்ந்தார். சிறுவயதிலிருந்தே தேச சேவையில் இறங்கி விட்டார். அதே ஊரைச் சேர்ந்த கே.எஸ். முத்துச்சாமி ஆசாரி இவரு டைய நண்பர். இவர்கள் இருவரும் முத்துராமலிங்கத் தேவருடன் சேர்ந்து மும்மணிகளாகத் தேச சேவை செய்து வந்தனர். 1920ல் ஒத்துழையாமை இயக்கம், கள்ளுக்கடை மறியல் அதன்பின் சட்ட மறுப்புப் போராட்டம் ஆகியவற்றில் ஆசாரியும் காமராஜும் இணைந்தே ஈடுபட்டனர். சௌரி சௌரா நிகழ்ச்சிக்குப் பிறகு காமராஜர் தமது போராட்டத்தை விலக்கிக் கொண்டாலும் காமராஜும் முத்துசாமி ஆசாரியும் கள்ளுக்கடை மறியலைத் தொடர்ந்து நடத்தினர். தேசத் தொண்டிற்காக காமராஜ் திருமணமே செய்துகொள்ளவில்லை. நாகபுரிக் கொடிப் போராட்டத்திற் கலந்து கொள்ள நாகபுரி போனார். ஆனால் அதற்குள் அப்போராட்டம் நிறுத்தப்பட்டுவிட்டது.

அடுத்து வாளேந்தும் போராட்டத்தை முன்னின்று நடத்தினார். சைமன் கமிஷன் மதுரைக்குத் திருமலை நாயக்கர் மகாலுக்கு வந்த போது கருப்புக் கொடிப் போராட்டத்தை முன்னின்று நடத்தினார் காமராஜ். வெள்ளையனே வெளியேறு போராட்டத்தில் பின்புலத்தி லிருந்து வேலை செய்து தொண்டர்களை வழிநடத்திப் பின் தானும் கைதாகினார்.

இப்படிக் கடைசிவரை தன்னை நாட்டுக்காகவே அர்ப்பணித்துக் கொண்டவர் காமராஜர்.

விருதுநகர்.கே.எச். முத்துசாமி ஆசாரி

காமராஜரைவிட வயதில் இளையவர் முத்துசாமி ஆச்சாரி. ஆனால் தேசத்தொண்டில் காமராஜுக்கு முன்னோடி. இரட்டைக் குழல் துப்பாக்கிபோல இருவரும் இணைந்தே செயல்பட்டனர். பல காங்கிரஸ் தலைவர்களை அழைத்துவந்து சொற்பொழிவுகள் செய்ய வைத்தார். திருமணமான நான்காம் நாளே ஊரைவிட்டு வந்து உப்புச் சத்தியாக்கிரகத்தை ஆதரித்துப் பேசியதற்காகக் கைது செய்யப் பட்டு ஓராண்டு சிறைத்தண்டனை பெற்றார். 1933ல் சென்னைச் சதி வழக்கில் அநியாயமாகச் சேர்க்கப்பட்டுப் பிறகு விடுதலை ஆனார். சத்திய மூர்த்திக்குத் தொண்டராகப் பணியாற்றினார்.

சி.பி. சுப்பையா

கோவை மாவட்டத்தைச் சேர்ந்தவர். தகர டப்பாவை ஒரு சிறுவன் தட்டி வர இவர் பின்னே சென்று மக்களிடம் உரையாற்றும் வழக்கம் உள்ளவராகையால் 'தகர டப்பா சுப்பையா' என்று அழைக்கப் பட்டார். காந்தியடிகளிடம் அபார பக்தியுடையவர். காந்தியடிகள் உண்ணாவிரதம் இருக்கிறார் எனக்கேட்டாலே அழுதுவிடும் அன்பு கொண்டவர். வேதாரண்யத்தில் உப்புச் சத்தியாக்கிரகப் போராட்டம், கள்ளுக்கடை மறியல், வெள்ளையனே வெளியேறு போராட்டம் ஆகியவற்றில் கலந்துகொண்டு சிறை சென்றவர். 'தேசத்திற்காகத் தியாகம் செய்தோம்; அதற்காகப் பலன் எதிர்பார்ப்பது தவறு!' எனச்சொல்லி சுதந்திரப் போராட்ட வீரர்களுக்கு வழங்கப் பட்ட நிலம், ஓய்வூதியம் ஆகியவற்றைப் பெற மறுத்தவர்.

எம்.ஏ. ஈஸ்வரன்

எவ்வளவோ மகத்தான சாதனை செய்தவர்கள் சரியாக விளம்பரப் படுத்தப்படாததால் வெளியே அதிகம் தெரியாமல் போய் விட்டார்கள். அப்படி மகத்தான சாதனை செய்தவர்களில் ஈரோடு ஈஸ்வரன் ஒருவர்.

கருங்கல் பாளையத்துக்கு 1921ல் பாரதியை வரவழைத்துச் சொற் பொழிவு செய்யச் சொன்ன தங்கப்பெருமாள் பிள்ளைக்கு நெருக்க மான ஈஸ்வரன், தங்கப்பெருமாள் பிள்ளை நடத்திய பாரதி வாசக சாலையில் படித்து அரசியல் ஞானம் பெற்றவர். மகாத்மாவைப் பலமுறை சந்தித்திருக்கிறார். பாரதியையும் சந்தித்திருக்கிறார். 1921ல் ஒத்துழையாமை இயக்கத்தில் கலந்துகொண்டு சிறை சென்றவர். சுதந்திரம் அடையும் வரை, காலில் செருப்பணிய மாட்டேனென்றும் திருமணம் செய்துகொள்ளமாட்டேன் என்றும் சபதமேற்றவர். கடைசிவரை பிரம்மச்சாரியாகவே வாழ்ந்தார்.

நாகபுரி கொடிப்போராட்டத்தில் கலந்து கொண்டு சிறை சென்றார். கையில் இந்தியக்கொடி மூட்டையைச் சுமந்துகொண்டு கிராமம் கிராமமாகச் சென்று அங்கெல்லாம் அவ்வூரில் ஒருவரை அழைத்துக் கொடியேற்றச் சொன்னவர். இந்தச் செய்கையால் அப்பகுதியில் கிராமத்துக்காரர்களுக்குக் காங்கிரஸ் என்றால் தெரியாது. ஆனால் ஈஸ்வரன் கட்சி என்றால் தெரியும். 1932ல் சட்ட மறுப்புப் போராட்டத்தில் சிறை சென்றார். ஒருமுறை இவர் கூட்டத்தில் பேசியதைக்கேட்ட போலீஸ் அதிகாரி ஒரு போலீஸ்காரரிடம் ஏதோ சொல்ல அவர் ஈஸ்வரனை அழைத்துக்கொண்டு சென்று சிமிட்டா என்னும் கருவியினால் இவர் தலையில் ஒவ்வொரு முடியாகப் பிடுங்கிச் சித்திரவதை செய்தார்.

1939ம் ஆண்டு செப்டெம்பரில் நேருவும் காந்தியும் தென்னிந்தியச் சுற்றுப்பயணம் வந்தனர். நேரு ஈரோடுக்கு வந்தார். அந்தச் செப்டெம்பர் மாதத்திலும் வெயில் கொளுத்தியது. மேடையில் மட்டும் நிழலுக்காகக் கூரை போடப்பட்டிருந்தது. மேடையில் ஏறிய நேருஜி வெயிலில் நின்றுகொண்டிருக்கும் மக்களைப் பார்த்தார். இவ்வளவு மக்கள் வெய்யிலில் நின்று கொண்டிருக்க எனக்கு மட்டும் கூரை போட்டிருப்பது என்ன நியாயம் என்று சொல்லி அங்கிருந்த நாற்காலியில் ஏறி நேரு கூரையைப் பிய்க்கத் தொடங்கினார். பிறகு ஈஸ்வரனும் மற்றவரும் மேடையேறிக் கூரையைப் பிய்த்தனர். அதன் பிறகு நேருஜி உணர்ச்சிமயமாகப் பேசினார்.

11 ஆண்டுகளுக்குமேல் சிறைவாசம் அனுபவித்தவர் ஈஸ்வரன். 1946 ல் சென்னை சட்டசபைக்குப் போட்டியின்றித் தேர்ந்தெடுக்கப்பட்ட ஈஸ்வரன் பிரதமர் பதவிக்கு, (சென்னை மாகாண முதலமைச்சர் அப்போது பிரதமர் என்று அழைக்கப்பட்டார்.) ஆந்திர கேசரி டி. பிரகாசம் காருவை ஒரு நிபந்தனையுடன் ஆதரித்தார். அதாவது டி. பிரகாசம் பிரதமர் ஆனதும் கீழ்பவானித் திட்டத்தை நிறைவேற்ற வேண்டும் என்றார். அவரும் ஒப்புக்கொண்டார். பிரகாசம் ஒரு வாக்கு வித்தியாசத்தில் வென்றார். அந்த வாக்கு ஈஸ்வரன் வாக்கு. உடனே கீழ்பவானித் திட்டம் நிறைவேற்றப்பட்டது. ஈஸ்வரனோடு இணைந்து செயல்பட்டவர்கள் கேஸவதாஸ் காளிதாஸ் சேட், ஆர்.சி.கிருஷ்ணன், ஆகியோர். காந்திஜி ஈரோட்டுக்கு வந்தால் கேஸவதாஸ் வீட்டில் தங்குவது வழக்கம்.

ஆர்யா

பாஷ்யம் அய்யங்கார் என்ற பெயருடைய ஆர்யா காந்திஜியின் அறைகூவலை ஏற்றுக் கல்லூரிப் படிப்பை விட்டவர். தீவிரவாதியாக

ரிவால்வர் பயிற்சி எல்லாம் செய்து மற்றவர்களுக்கும் கற்றுக் கொடுத்தவர். காந்திஜி அறிவித்த எல்லாப் போராட்டங்களிலும் கலந்து கொண்டவர். தீப்பிடிக்கும் கருவி ஒன்றைக் கண்டு பிடித்து அதை டைம் பாம் மாதிரிப் பயன்படுத்தி அன்னியத் துணிகள் விற்ற கடைகளுக்குள் புகுந்து யாரும் அறியாமல் வைத்துவிட்டு வெளியேறு வார். பாதரசத்தில் ஈரம் செலுத்திய கருவிதான் அது. இருக்கும் ஈரம் உலர்ந்ததும் அது தீப்பிடிக்கும். பிறகு காந்தி அடிகளின் ஈர்ப்பால் தீவிரவாதத்திலிருந்து மாறி சத்தியாக்கிரக வழியைப் பின்பற்றினார்.

அவர் செய்த மாபெரும் வீரதீரச் செயல் 1932ம் ஆண்டு ஜனவரி மாதம் 26ம் நாள் (ஜனவரி 26ம் நாளை ஒவ்வோராண்டும் சுதந்திர நாளாகக் கொண்டாடப்படவேண்டும் என்று காந்திஜி சொல்லி யிருந்தார்) சென்னை செயிண்ட் ஜார்ஜ் கோட்டையில் ஏற்றப்பட்டி ருந்த யூனியன் ஜேக் கொடியை இறக்கி இந்திய தேசியக் கொடியை (மூவர்ணம்+ ராட்டை) ஏற்றினார். இரவுப்பொழுதில் பலத்த கட்டுக் காவலுக்கிடையே, சென்னை கலங்கரை விளக்கத்திலிருந்து வரும் ஒளி தம் மேல் படாமல் ஒளிந்து சென்று யாருக்கும் தெரியாமல் மிக உயர்ந்த கொடிமரத்தில் ஏறிக் கொடியை மாற்றியது அசாத்தியமான காரியம். எவராலோ காட்டிக்கொடுக்கப்பட்டு அவர் சிறை சென்றார்.

பெல்லாரி சிறையில் பகத் சிங்கின் நண்பரை சிறைக் கண்காணிப் பாளர் நிர்வாணமாக நிற்க வைத்து அடித்த கொடுமையைக் காண மாட்டாமல் ஆர்யா அந்த சிறை அதிகாரியைச் செருப்பால் அடித்த தீரம் அசாத்தியமானது. அதற்குத் தண்டனையாக இவரையும் நிர்வாணமாகக் கட்டிவைத்து கசையால் சதை பிய்ந்து போகும் வரை அடித்தார்கள். இந்த ஆர்யா மிகச் சிறந்த ஓவியர். சிலை வடிக்கும் நிபுணர். இவர் வரைந்ததுதான் அரசால் அங்கீகரிக்கப்பட்டுள்ள பாரதி, காந்திஜி படங்கள். சென்னை மாநகராட்சிக் கட்டிடத்தில் இருக்கும் சத்தியமூர்த்தி சிலையும் இவர் செய்ததே!

94

மேலும் சில மகத்தான தேச பக்தர்கள்

பி. எஸ். குமாரசாமி ராஜா

ராஜ பாளையத்தைச் சேர்ந்த பி.எஸ். குமாரசாமி ராஜா, அன்னி பெசண்ட் அம்மையாரின் ஹோம் ரூல் இயக்கத்தில் ஆர்வம் காட்டியவர். காந்திஜியைச் சந்தித்த பிறகு தன் வாழ்க்கையை எளிமையாக அமைத்துக் கொண்டவர். 1932ல் சுதந்திரப் போராட்ட இயக்கத்தில் பங்கு கொண்டு சிறை சென்றவர். அதன் பிறகு நடந்த சட்டமன்றத் தேர்தலில் வெற்றிபெற்றவர். சுதந்திரத்திற்குப் பிறகு சென்னை மாகாணத்தின் முதல் பிரதம மந்திரியாக 1949 ஏப்ரல் 6 முதல் 1952வரை பணிபுரிந்தார்.

எஸ்.ஏ. சுவாமிநாத அய்யர்

எஸ்.ஏ. சுவாமிநாத அய்யர் காங்கிரஸ் தோன்றுவதற்கு முன்னமே ஒரு மிதவாதியாக ஆங்கில அரசின் வேண்டாத செயல்பாடுகளுக்குத் தன் எதிர்ப்பைத் தெரிவித்தவர். ஆங்கில அரசு நிலவரியை அதிகரித்த போது அதை எதிர்த்துக் குரல் கொடுத்தவர்களில் சுவாமிநாத அய்யரும் ஒருவர். பிரம்மஞான சபையின் உறுப்பினர். சென்னை மாகாணத்தின் பிரதிநிதிகளாக முதல் காங்கிரஸ் தொடக்க மாநாட்டுக்குச் சென்றவர்களில் சுவாமிநாத அய்யரும் ஒருவர். அவர் அந்த மாநாட்டில் உப்புவரியை எதிர்த்துப்பேசினார் என்பது குறிப்பிடத்தக்கது.

ஆம்பூர் நாணு அய்யர் சிவராமன்

நெல்லை மாவட்டச் சுதந்திரப் போராட்டத் தியாகி. சிறந்த பத்திரிகை ஆசிரியர். 1921ம் ஆண்டு மகாத்மா காந்தி தொடங்கிய ஒத்துழையாமை இயக்கத்தில் பங்கேற்றார். கல்லூரி மாணவப் பருவத்திலேயே போராட்டத்தில் பங்கு பெற்றதால் படிப்பை இழந்தார். சிறைத் தண்டனை பெற்றார். 1930ல் ராஜாஜி தலைமையில் நடைபெற்ற உப்புச் சத்தியாக்கிரகப் போராட்டத்தில் பங்கு பெற்றவர்களில் இவரும் ஒருவர். அதில் கலந்துகொண்டதற் காக அவர் 20 மாதங்கள் சிறைத் தண்டனை பெற்றார். பத்திரிகை ஆசிரியராக அவர் அவர் செய்த தொண்டு அதிகம். தினமணிப் பத்திரிகையின் ஆசிரியராக நீண்ட காலம் பணியாற்றினார். அவருடைய தலையங்கங்கள் மக்களுக்கு எழுச்சியூட்டின.

தியாகி சிதம்பர பாரதி

ஆரம்ப காலங்களில் தியாகி சுப்பிரமணியம் சிவாவோடு இணைந்து சுதந்திரப் போராட்டத்தில் கலந்துகொண்டவர். இவர் ஒரு தீவிர வாதி. ஆங்கில அரசுக்கு எதிராக இவர் கலந்துகொண்ட பல போராட்டங்களுக்காக இவர் காவலர்களால் தேடப்பட்டு வந்தார். பல தடவை சிறைக்குச் சென்று மீண்டார். 1942ம் ஆண்டு அக்டோபர் மாதம் மதுரையில் காந்தி ஜெயந்தியை ஒட்டிப் பெண்கள் ஊர்வலம் நடத்தினர். அதனால் கோபம் கொண்ட தீச்சட்டிக் கோவிந்தன் எனப்படும் இன்ஸ்பெக்டர் விஸ்வநாதன் நாயர், அப்பெண்களைக் கைது செய்து அழைத்துப்போய்க் காட்டுக்குள் கொண்டு சென்று நிர்வாணமாக்கி விட்டுவிட்டு வந்துவிட்டார். மக்கள் கொதித்தெழுந் தனர். சிதம்பர பாரதியும் அவர்களுள் ஒருவர். அனைவரும் திரண்டு போய் தீச்சட்டிக் கோவிந்தனை மடக்கி திராவகம் வீசி தண்டித்து அசிங்கப்படுத்தினர். அந்த வழக்கில் கைதான சிதம்பர பாரதி மீண்டும் சிறை சென்றார். மொத்தம் 14 ஆண்டுகள் சிறைத் தண்டனை பெற்றார். அவர் வீர சாவர்க்கர் எழுதிய ‘1857 - முதல் இந்திய சுதந்திரப் போர்’ எனும் நூலைத் தமிழில் மொழிபெயர்க்கச் செய்து 1927 இல் நடந்த சென்னை காங்கிரஸ் மகாநாட்டில் அனைவருக்கும் விநியோகித்தவர். அந்த நூலை மொழி பெயர்த்த வர் டி.வி.எஸ். குடும்பத்தின் டாக்டர் சௌந்தரம் அவர்கள். அந்தப் புத்தகம் தடை செய்யப்பட்டது என்பதும் அதை படிப்பதோ விநியோகிப்பதோ குற்றம் என்றிருந்த நேரத்தில் இவர் அந்தப் பணியில் செயல்பட்டார். அந்த நூலைப் படிப்பதோ, வைத்திருப் பதோ தண்டனைக்குரிய குற்றம் என்ற சட்டம் இருந்த நேரம் அது. 1928 இல் சென்னையில் இவர் ஒரு பத்திரிகையை நடத்தினார். அதன் பெயர் ‘தேசோபகாரி’ என்பது. இவர் தனது சுதந்திரப் போராட்ட

வரலாற்றில் ஏழு முறை, அதாவது 1922, 23, 24, 29, 32, 40, 42 ஆகிய ஆண்டுகளில் போராட்டங்களில் கலந்து கொண்டமைக்காகச் சிறை சென்ற தியாகி.

கோமதி சங்கர தீட்சிதர்

நெல்லை மாவட்டம் சேரன்மாதேவியில் வாழ்ந்த இவர் தன்னல மற்ற தேசியவாதி. சுதந்திரப் போராட்டத்தில் ஈடுபட்டபோது தடியடியால் ஒரு கண்ணை இழந்தவர். எளிமை, தொண்டு, நேர்மை இவரது தாரக மந்திரங்கள். பல போராட்டங்களில் கலந்துகொண்ட இவர் சுதந்திரத்திற்குப் பிறகு பல முறை தமிழ்நாடு சட்டமன்றத் திற்குத் தேர்ந்தெடுக்கப்பட்டவர். தனக்கோ தன் குடும்பத்துக்கோ எந்த வசதிகளையும் பெருக்கிக்கொள்ளாத தொண்டர்.

முத்துராமலிங்கத் தேவர், சசிவர்ணத் தேவர்

முத்துராமலிங்கத் தேவரும், அவரது நெருங்கிய கூட்டாளியுமான சசிவர்ணத் தேவர் இருவரும் காங்கிரஸ் கட்சியில் இருந்து தேச விடுதலைக்காக அயராது பாடுபட்டவர்கள். பிரிட்டிஷ் ஆட்சியாளர் கள் தங்கள் சமூகத்தின் மேல் முத்திரை குத்தியிருந்த குற்றப் பரம் பரையினர் என்ற சட்டத்தை மாற்ற பெரும் போராட்டம் நடத்தினர். இவர்களது தீவிரமான போராட்டத்தின் காரணமாகத்தான் பின்னா ளில் அந்தக் குற்றப் பரம்பரை சட்டம் நீக்கப்பட்டது. இவர்கள் நேதாஜி சுபாஷ் சந்திர போஸின் ஆதரவாளர்கள். நேதாஜி இரண்டா வது முறை காங்கிரஸ் தலைவராகத் தேர்வாக முத்துராமலிங்கத் தேவரின் பங்கு மிக அதிகம். நேதாஜியை மதுரைக்கு வரவழைத்துக் கூட்டம் நடத்தியவர் முத்துராமலிங்கத் தேவர். அப்பொழுது அவருடன் தியாகி நரசிம்மன் என்பவரும் இருந்தார்.

சுந்தரராஜ ஐயங்கார்

இவர் 1899ஆம் ஆண்டில் பிறந்தவர். பத்தாம் வகுப்புவரை படித்தார். இவர் ஒரு ஆயுர்வேத மருத்துவர். டாக்டர் எஸ். சுந்தரராஜ ஐயங்கார் எனும் இவருடைய பெயரை பொதுவாக அனைவரும் I.D.F. என்றே குறிப்பிட்டு வந்தனர். இவர் சிறு வயதில் மிகவும் முரடனாக இருந் திருக்கிறார். 1918 இல் இந்திய பாதுகாப்புப் படையில் சேர்ந்து ராணுவப் பயிற்சியைப் பெற்றார். அதன் பயனாக துப்பாக்கி சுடும் பயிற்சியும் இவருக்கு உண்டு. மகாத்மா காந்தி இந்திய அரசியலில் புகுந்து இந்திய சுதந்திரத்துக்குப் பாடுபடத் தொடங்கிய நாளில் அவருடைய கொள்கை, வழிமுறைகள் இவற்றால் ஈர்க்கப்பட்டு இவர் காந்தி பக்தரானார். முதன் முதலில் காந்திஜி அறிவித்த ஒத்துழையாமை இயக்கத்தில் கலந்து கொண்டார். தொடர்ந்து

மகாத்மா காந்தி அறிவித்த எல்லா போராட்டங்களிலும் இவர் பங்கேற்றார்.

சுந்தரராஜ ஐயங்கார் மிகவும் எளிமையானவர். எல்லோருடனும் சகஜமாகப் பழகக் கூடியவர். முதுகுளத்தூர் தாலுகாவில் இவர் கள்ளுக்கடை மறியலில் ஈடுபட்டதன் காரணமாக அந்தப் பகுதிகளில் கள்ளுக்கடைகளை இரண்டுமுறை மூடும்படியான நிலைமையை உண்டாக்கினார். 1922 இல் மேலூரில் இவர் மறியலில் ஈடுபட்டதற்காகக் கைது செய்யப்பட்டு ஓராண்டு சிறை தண்டனை பெற்றார். 1923 ஆம் ஆண்டு மறுமுறையும் மறியலில் ஈடுபட்டதற்காக ஓராண்டு சிறை தண்டனை கிடைத்தது. 1930 ஆம் ஆண்டு நடைபெற்ற உப்புச் சத்தியாக்கிரகத்தில் பங்கு கொண்டதற்காக 6 மாத சிறை தண்டனை பெற்றார். 1932 இல் நடந்த மறியலில் இவர் கைது செய்யப்பட்டு ஒரு வருட தண்டனை கிடைத்தது. பொதுக் கூட்டங்களில் இவர் எளிமையான நடையில் பேசுவார்.

மு.சுப்பையா பிள்ளை

1930இல் தேசிய காங்கிரஸில் இந்திய சுதந்திரத்துக்குப் பாடுபட வேண்டுமென்கிற எண்ணத்தில் இணைந்தவர். 1930 ஆம் ஆண்டு நடந்த உப்புச் சத்தியாக்கிரகத்தில் இவர் பங்கு கொள்ளவிருக்கிறார் என்பதை அறிந்து போலீசார் இவரைப் பிடித்துக்கொண்டுபோய் சப் ஜெயிலில் அடைத்து வைத்துவிட்டார்கள். 1932 இல் அன்னிய துணி மறுப்பு இயக்கத்தில் ஈடுபட்டு ஒரு ஜவுளிக் கடையின் முன்பாக இவர் மறியல் செய்தபோது கைது செய்யப்பட்டு 4 மாத கால சிறை தண்டனை பெற்றார். மதுரை சிறையில் தண்டனை காலத்தைக் கழித்தார். 1933 இல் மறுபடியும் அன்னிய துணி பகிஷ்காரப் போராட்டத்தில் கலந்துகொண்டு 6 மாதகாலம் சிறை தண்டனை விதிக்கப்பட்டு திருச்சி சிறையில் அடைக்கப்பட்டார்.

திருவனந்தபுரம் சமஸ்தானப் பகுதிக்குச் சென்று அங்கு சுதந்திரப் போராட்டத்தில் கலந்துகொண்டமைக்காகக் கைது செய்யப்பட்டு ஒரு வருஷம் தண்டிக்கப்பட்டு அங்கு சிறையில் இருந்தார். 1941 இல் இந்திய பாதுகாப்புச் சட்டத்தின் கீழ் கைது செய்யப்பட்டு இரண்டரை வருஷ சிறை தண்டனை பெற்று தஞ்சாவூர், வேலூர் ஆகிய சிறைகளில் அடைக்கப்பட்டார். 1940 இல் மகாத்மா காந்தி அறிவித்த தனிநபர் சத்தியாக்கிரகத்தில் பங்கு பெற்றார். அதில் இவர் கைதாகி 10 மாத கால சிறை தண்டனை பெற்று, அலிப்புரம் சிறையில் அடைபட்டுக் கிடந்தார். மேடைப் பேச்சில் வல்லவர். இவருடைய ஆவேசமான பேச்சைக் கேட்க மக்கள் கூட்டம் கூட்டமாக வருவதுண்டு

மதுரை தியாகராஜ சிவம்

தியாகராஜர், தேச பக்தர் சுப்பிரமணியசிவம் மீது அளவற்ற ஈர்ப்புக் கொண்டவர். எனவே சுப்பிரமணிய சிவம் மறைந்ததும் தன் பெயரை தியாகராஜ சிவம் என மாற்றிக்கொண்டார். நீலகண்ட பிரம்மச்சாரியைப்போல் தீவிர தேசபக்தர் ஆகவேண்டும் என்று ஆசைப்பட்டவர். 1922, 1930, 1932 போராட்டங்களில் பங்குபெற்றுப் பதின்மூன்றரை மாதங்கள் வரை சிறையில் இருந்தவர்.

வி.கே.டி.வி. பங்கஜத்தம்மாள்

இவர் தனது கணவர் சீனிவாச ஆழ்வாருடன் மேடைகளில் சுதந்திரப் பாடல்களைப் பாடிவந்தார். அதனால் பலமுறை கைது செய்யப் பட்டுச் சிறை சென்றார். இரண்டரை ஆண்டுகள் சிறைவாசம். கள்ளுக்கடை மறியல், அந்நியத் துணி பகிஷ்கரிப்புப் போராட்டங் களில் பங்குபெற்றுள்ளார்.

திம்மநத்தம் கே.ஆர். தங்கமுத்து

18 வயதில் அன்னிய துணி பகிஷ்காரத்தில் பங்கேற்றார். இளவயது காரணமாக இவர் கைது செய்யப்படவில்லை. என்றாலும் 1942ல் வெள்ளையனே வெளியேறு இயக்கத்தில் தீவிரமாகப் பங்கு பெற்றதற்காகக் கைது செய்யப்பட்டு சிறைத்தண்டனை பெற்றார்.

மதுரை கே.என்.கிருஷ்ணன்

காந்தியடிகளின் பக்தர். 1940ல் தனிநபர் சத்தியாக்கிரகத்தில் பங்கேற் றார். 2 ஆண்டுகள் சிறை. தீச்சட்டி கோவிந்தன் வழக்கில் இவரையும் ஈடுபடுத்தினர். ஆதாரம் இல்லாததால் விடுவித்தனர். என்றாலும் பொய் வழக்குப் போட்டு இவரைப் போலீஸ் உள்ளே தள்ளியது. மூன்றுமுறை வெவ்வேறு போராட்டங்களுக்காகச் சிறை சென்றவர் இவர்.

மு. பழனியாண்டி சேர்வை

இவரது சகோதரர்களும் இவரும் முழு மூச்சாக தேச சேவையில் ஈடுபட்டனர். உப்புச் சத்தியாக்கிரகப் போராட்டம், வெள்ளையனே வெளியேறு போராட்டம் ஆகியவற்றில் பங்குபெற்றுச் சிறைத் தண்டனை பெற்றார்.

மதுரை பரமன்

இந்திய ராணுவத்தில் பணிபுரிந்த இவர் முதல் உலக மகாயுத்தத்தின் போது மெசபடோமியாவுக்கு அனுப்பப்பட்டார். ராணுவத்தை

விட்டு விலகிவந்து சுதந்திரப் போராட்டங்களில் பங்கு பெற்றார். அன்னியத் துணி எரிப்புப் போராட்டத்திலும் வெள்ளையனே வெளியேறு போராட்டத்திலும் பங்கேற்று சிறைத்தண்டனை பெற்றார்.

மதுரை எம்.என். ஆதிநாராயணன்

அன்னியத் துணி பகிஷ்கரிப்புப் போராட்டத்தில் துணிக் கடைகளின் முன்னின்று மறியல் செய்தார். அதற்காக 6 மாதங்கள் சிறைத் தண்டனையும் 100 ரூபாய் அபராதமும் விதிக்கப்பட்டது. அபராதம் கட்ட மறுத்து மேலும் இரண்டு மாதங்கள் சிறையில் இருந்தார்.

எம்.ஆர்.எஸ். மணி

வேதாரண்யம் உப்புச் சத்தியாக்கிரகத்தில் பங்குகொள்ளத் தேர்ந்தெடுக்கப்பட்டவர். அவர் செல்வதற்கு முன்பாகவே கைது செய்யப்பட்டு தண்டனை வழங்கப்பட்டார். இரண்டாண்டுகள் சிறைத்தண்டனை விதிக்கப்பட்டது. காந்தி இர்வின் ஒப்பந்தத்தின் பின் விடுவிக்கப்பட்டார். அடுத்தடுத்து அவருக்குச் சிறைவாசம் தான். 1941ல் 11 மாதங்கள். 1942ல் ஓராண்டு. 1943 தொடங்கி 19 மாதங்கள். விடுவிக்கப்பட்ட உடனே கைது செய்யப்படுவது அவருக்கு வாடிக்கை.

ஏ.வி.செல்லையா

இவரது தந்தையும் சகோதரர்களும் தேசபக்தர்கள். 1930, 1942 போராட்டங்களில் சிறை சென்றவர். ஒரு குண்டுவீச்சின்போது மயிரிழையில் தப்பினார். ஆனால் குண்டு இவர் தலையைப் பதம் பார்த்ததால் அந்தக் காயத்தின் வடுவுடனே வாழ்ந்தார்.

மாடசாமிப் பிள்ளை

ஒட்டப்பிடாரம் சொந்த ஊர். வ.உ.சிக்கு வேண்டியவர். அவரது சீடராகத் திகழ்ந்தவர். வாஞ்சிநாதனுடன் இணைந்து கலெக்டர் ஆஷ் கொலை வழக்கில் தொடர்புடையவர். போலீஸ் கண்ணில் மண்ணைத் தூவி தப்பித்து தலைமறைவானார். என்ன முயன்றும் போலீசாரால் கடைசிவரை அவரைக் கண்டு பிடிக்கமுடியவில்லை. புதுச்சேரியில் வ.வே.சு. அய்யருடன் சிறிது காலம் இருந்ததாகக் கூறப்படுகிறது. அவரைக் கண்டு பிடிக்க இயலாத எரிச்சலில் பிரிட்டிஷ் அரசு அவரது சொத்துக்களைப் பறிமுதல் செய்தது. மாடசாமிப் பிள்ளையைப் பற்றி அவருடைய நெருங்கிய நண்பரும் போராட்ட வீரருமான நீலகண்ட பிரம்மச்சாரி சொல்கிறார்: 'எனது புரட்சிப் படையில் மாடசாமி பிரதானமானவர். மகாதீரர். சூரர்.

வீரர். இவரைப் போல உறுதியும் துணிவும் மிகுந்தவரைக் காண்பது அரிது. இவர் சகலகலாவல்லவர். எந்த நிமிஷத்திலும் எந்த வேஷத்தையும் போட்டுத் திறமையுடன் செயல்படவல்லவர். போலீசாரைப் பலமுறை ஏமாற்றியுள்ளார். நெருங்கியவர்களைத் தவிர வேறு யாராலும் இவரை அடையாளம் காண இயலாது. அவ்வளவு சாமர்த்தியசாலி. ஒட்டப்பிடாரம்தான் இவரது சொந்த ஊர். திருமணமானவர். குழந்தைகளும் உண்டு. அப்படியிருந்தும் இவர் புரட்சி வேள்வியில் குதித்து நீந்தினாரென்றால், இவரது ஆண்மையையும், உறுதியையும் என்னென்று புகழ்வது!'

பொட்டி ஸ்ரீராமுலு

இவர் சுதந்திரப் போராட்டத் தியாகி மட்டுமல்ல. தனி ஆந்திர மாநிலம் உருவாக வேண்டுமென்பதற்காக 82 நாள்கள் உண்ணா விரதம் இருந்து உயிரை விட்டவர். காந்திஜியின் சபர்மதி ஆசிரமத்தில் அவருடன் தங்கித் தேசத் தொண்டு செய்து வந்தார். உப்புச் சத்தியாக்கிரகப் போராட்டத்திலும் வெள்ளையனே வெளியேறு இயக்கத்திலும் கலந்து சிறை சென்றார்.

பி. ராமமூர்த்தி

இவர் கம்யூனிஸ்ட் கட்சித் தலைவர். ஆனால் மாணவப் பருவத்தி லேயே அரசியலில் ஈர்க்கப்பட்டு படிப்பை விட்டு வட நாடு சென்று காந்தியைச் சந்தித்தார். அங்கிருந்த ராஜாஜி முதலில் படிப்பை முடித்துவிட்டு வா என்றதும் திரும்பிவந்து பள்ளி இறுதித்தேர்வு எழுதிவிட்டுச் சென்றார். காங்கிரஸ் நடத்திய போராட்டங்கள் பல வற்றிலும் கலந்து கொண்டார். பல முறை சிறை சென்றிருக்கிறார். 1933ல் கல்கத்தாவில் நடந்த காங்கிரஸ் மாநாட்டில் தடையை மீறிக் கலந்துகொண்டதற்காகப் போலீஸால் தாக்கப்பட்டார். 1932 சட்ட மறுப்பு இயக்கத்திலும் இணைந்து போராடிச் சிறைத்தண்டனை பெற்றார். பின்னாளில் கம்யூனிஸ்ட் தலைவராக மறைந்து வாழும் நிலையும் ஏற்பட்டது.

தோழர் என். சங்கரய்யா

1938ல் தமிழகத்தில் 'மதராஸ் ஸ்டூடண்ட்ஸ் ஆர்கனைசேஷன்' என்ற அமைப்பை உருவாக்கி, பிரிட்டிஷ் அரசுக்கு எதிராகப் போராடினார். மாணவர் பேரணிகள் நடத்தப்பட்டன. முத்தையா, பாலதண்டா யுதம், ஆர். உமாநாத், தூத்துக்குடி சீனுவாசன் போன்றோருடன், மதுரையில் படித்துக் கொண்டிருந்த சங்கரய்யாவும் அந்தப் பேரணி களில் கலந்து கொண்டார்.

சங்கரய்யாவின் கடும் உழைப்பு மாணவர் சக்தியை ஒன்று திரட்டியது.

1946ம் ஆண்டு, காஷ்மீரில் நுழையக் கூடாது என்று நேருவுக்குத் தடை விதிக்கப்பட்டதைக் கண்டித்து சங்கரய்யா தலைமையில் கூட்டங்களும் ஆர்ப்பாட்டங்களும் மதுரையில் நடந்தன. 1946ல் மதுரை சதி வழக்கை ஜோடித்து பி.ராமமூர்த்தி, என். சங்கரய்யா, கே.டி.கே. தங்கமணி ஆகியோரைக் கைது செய்தது.

கல்கி ரா. கிருஷ்ணமூர்த்தி

ராஜாஜியுடன் இணைந்து செயல்பட்டவர். ராஜாஜியின் காந்தி ஆசிரமத்தில் விமோசனம் என்னும் பத்திரிகைக்கு ஆசிரியராக இருந்தார். தேச பக்திப் புதினங்கள் தியாகபூமி, அலையோசை எழுதியவர்.

ம.பொ.சி.

ம.பொ. சிவஞானம் என்கிற ம.பொ.சி. காங்கிரஸில் சிறந்த தொண்டராகத் திகழ்ந்தார். ராஜாஜியோடு தொடர்புடையவர். 700 நாட்களுக்கு மேல் சிறையில் இருந்தவர். அவர் எழுதியுள்ள ‘விடுதலைப் போரில் தமிழகம்’ என்னும் புத்தகம் தமிழகம் மட்டுமன்றி இந்திய சுதந்திரப் போர் முழுமையும் எடுத்துச் சொல்லும் அருமையான நூல். விடுதலைப் போர் காலத்தில் தமிழ் இலக்கியம் எப்படி வளர்ந்தது என்பதைப் பற்றியும் நூல் எழுதியுள்ளார். சிறை வாழ்க்கை அவருக்குத் தீராத வயிற்று வலியைக் கொடுத்தது. வாழ்நாள் முழுதும் அவ்வயிற்றுவலி அவரைப் பாடாய்படுத்தியது.

சுதந்திரப் போராட்டத்தில் ஏராளமான பெண்களும் கலந்து கொண்டனர். அவர்களுள் சிலர்:

மதுரை மாவட்டத்தில் குறிப்பாக சொர்ணத்தம்மாள், பர்வத வர்த்தினி அம்மாள், அகிலாண்டத்தம்மாள், கே.பி. ஜானகியம்மாள், தாயம்மாள், சீலக்காரம்மாள், விசாலாட்சி, முத்தம்மாள், பத்மாசனி அம்மாள், தமயந்தி அம்மாள், மீனா கிருஷ்ணசாமி, திருக்கொண்டா லட்சுமி, வத்கலாமணி, அம்புஜம் அம்மாள், ராமநாதபுரம் ராஜ லட்சுமி அம்மாள், பரமக்குடி ஜெயலட்சுமி, அருப்புக்கோட்டை செல்லம்மாள், விருதுநகர் அமிர்தம்மாள், ராஜபாளையம் மஞ்சம்மாள்.

இவர்கள் எல்லோருமே உப்புச் சத்தியாக்கிரகத்திலும், அன்னிய துணி எதிர்ப்புப் போராட்டத்திலும், வெள்ளையனே வெளியேறு இயக்கம், தனி நபர் சட்ட மறுப்புப் போராட்டம், கள்ளுக்கடை

மறியல், போன்ற போராட்டங்களில் கலந்துகொண்டு சிறை சென்றவர்கள். மேலும் இவர்களில் சிலர் அப்போதைய சமுதாயச் சீரழிவுகளாக இருந்த குழந்தைத் திருமணம், பலதாரத் திருமணம், பெண்களுக்குச் சொத்தில் பங்கில்லை என்னும் நிலை, தேவதாசி முறை ஆகியவற்றை ஒழிக்க ஓயாமல் பாடுபட்டவர்கள் ஆவர்.

ஜல்காரிபாய், ராணி அவந்தி பாய் ஆகியோர் சிப்பாய் புரட்சியின் சமயம் வாள் தூக்கிப் போரிட்டவர்கள்.

இப்படி இன்னும் எத்தனையோ பேர். இப்பொழுது இங்கே கொடுத்திருப்பது ஒரு பானைச்சோற்றுக்கு ஒரு சோறு பதம் என்ற அளவில்தான்.

95

இந்திய சுதந்தரப் போராட்டத்தில் கலையும் கலைஞர்களும்

இந்திய சுதந்திரப் போராட்டத்தின் ஆரம்ப காலத்திலிருந்தே நாட்டுப்புறப் பாடல்கள் மக்களின் மனத்தில் சுதந்திர எழுச்சியை ஊட்டின. வெள்ளையனை எதிர்த்துப் போராடிய பாளையக்காரர் களைப்பற்றிக் கும்மிப் பாடல்களும் தெருக்கூத்துப் பாடல்களும் கதைப் பாடல்களும் எழுதப்பட்டன. தமது கதாநாயகனைப்பற்றிய சற்று மிகையான போற்றுதல்கள் அப்பாடல்களில் இருந்தாலும் அவை அந்தக் காலத்தில் நடந்த நிகழ்ச்சிகள்; அதில் கலந்து கொண்டவர்களின் பெயர்கள் ஆகியவை கொண்ட வரலாற்றுச் சான்றுகளாக ஆவணங்களாக மட்டுமன்றி மக்களுக்கு எழுச்சி ஊட்டுவனவாகவும் அமைகின்றன. பூலித்தேவன் கும்மி, மஸ்தான் சாகிப் கதைப்பாடல்கள், கட்டபொம்மன் கும்மி, போன்றவை மிகப் பிரபலமானவை.

இதோ ஒரு நாட்டுப்புறப்பாடல்

ஊரான் ஊரான் தோட்டத்திலே
ஒருவன் போட்டானாம் வெள்ளரிக்காய்.
காசுக்கு ரெண்டு விக்கச்சொல்லிக்
கட்டளை போட்டானாம் வெள்ளைக்காரன்.
வெள்ளைக்காரன் பணம் சின்னப்பணம் - அது
வேடிக்கை செய்யுதாம் வெள்ளிப்பணம்.

வெள்ளிப்பணத்துக்கு ஆசைப்பட்டு -நீ
வேஷங்குலைந்தாயே வீராயி.
எட்டிப் பாக்குறான் வெள்ளைக்காரன் அவன்
ஏய்ச்சுப் பிடுங்குற கொள்ளைக்காரன்
கட்டி முடிஞ்சுக்கோ சுருக்குப்பையை- அவன்
கண்டான் பிடுங்குவான் கிறுக்குப்பய.
கல்லை வெட்டச் சொன்னான் வெள்ளைக்காரன்
கல்லாப் போவான் வெள்ளைக்காரன்.
மண்ணை வெட்டச் சொன்னான் வெள்ளைக்காரன்
மண்ணாப் போவான் வெள்ளைக்காரன்.

தங்கள் நாட்டு மன்னனிடம் வந்து கப்பம் கப்பம் என்று பணம் பிடுங்கும் வெள்ளைக்காரனின் வஞ்சகத்தைக் கச்சிதமாய்ச் சொல்லு கிறது இந்த நாட்டுப்புறப்பாடல்.

இப்படி நாட்டுப்புறப் பாடலிலிருந்து பிறகு மக்கள் விரும்பிப் பார்க்கும் நாடகங்களுக்குத் தாவியது மக்களுடைய ஆவேசம். இதில் முக்கியமானவர்கள்:

சதாவதானம் தெ.பொ. கிருஷ்ணசாமிப் பாவலர், டி.கே. ஷண்முகம், மதுர கவி பாஸ்கரதாஸ், எஸ்.எஸ். விஸ்வநாத தாஸ், நடராஜ பிள்ளை, கே. சாரங்கபாணி, எம்.எம். சிதம்பரநாதன், கே.என். அனந்த நாராயணன், டி.பி. பொன்னுச்சாமி பிள்ளை, எஸ்.வி. சுப்பையா பாகவதர், டி.எம். காதர் பாஷா, திருவாரூர் ஏ. ராமசாமி, சுவாமிநாத சர்மா, எம்.ஆர். கமலவேணி, கே.பி.ஜானகி அம்மாள் இன்னும் பலர்.

பாவலர் கிருஷ்ணசாமி பாகவதர் நடத்திய நாடகங்கள்

கதரின் வெற்றி, பம்பாய் மெயில், கவர்னஸ் கப், பஞ்சாப் கேசரி, கமலசேகரன், தேசியக் கொடி.

மகாத்மா காந்தி தென்னாப்பிரிக்காவிலிருந்து இந்தியாவுக்கு மீண்டும் வந்து சுதந்திரப் போராட்டத்துக்குத் தலைமைப் பொறுப் பேற்று நடத்தத் தொடங்கிய அந்தக் கால கட்டத்திலேயே தமிழ் நாடகம் தேசிய நீரோட்டத்தில் கலந்திருந்தது. காந்திஜி எல்லோரும் கதர் உடுத்தவேண்டும் என்று சொன்னபோது கதரை மக்களுக்குக் கொண்டு செல்ல அதிகம் உதவியது நாடக மேடை. மதுரகவி பாஸ்கரதாஸ், உடுமலை நாராயண கவி ஆகியோர் எழுத அவற்றை நாடகங்களில் பாடியவர்கள் விஸ்வநாத தாஸ், கே.பி. ஜானகியம்மாள், கமலவேணி போன்றவர்கள்.

நம்பிக்கை கொண்டெல்லோரும்
கைராட்டை சுற்றுவோம்
கைராட்டை சுற்றுவோம்
சுய நாட்டைப் பற்றுவோம்
ராணுவ பலம் நமக்கேது? - கதர்
ராமபாண மிப்போது
நடையொரு பகைவர்கள் அடியொடு மடிகுவர்
நாளும் தப்பாது தினம்

என்று கதரைப்பற்றிப் பாடினர்.

1925 ஆம் ஆண்டு காந்திஜி தூத்துக்குடிக்கு வருகை தந்தார். காந்திஜி முன்னிலையில் விஸ்வநாத தாஸ் பக்க வாத்தியக்காரர்களோடு மேடையேறி நாலரைக் கட்டை சுருதியோடு மதுரகவி பாஸ்கரதாஸ் இயற்றிய 'காந்தியோ பரம ஏழை சந்நியாசி' என்ற பாடலைப் பாடினார். அதை சுத்தானந்த பாரதியார் மொழி பெயர்த்து காந்திக்குச் சொன்னார். 'தேச சேவைக்காக என்னுடன் பணியாற்ற வேண்டும்' என்று காந்தி, விஸ்வநாத தாஸுக்கு அழைப்பு விடுத்தார்.

'கதர் கப்பல் கொடி தோணுதே', 'பஞ்சாப் படுகொலை பாரினில் கொடியது', 'கெருவம் மிகுந்த ஜீவன்', 'தாழ்த்தப்பட்ட சகோதரரை தாங்குவார் உண்டோ' போன்ற மதுரகவி பாஸ்கரதாஸின் பாடல்கள் நாடகங்களில் பாட மறந்தாலும் மக்கள் பாடச் சொல்லிக் கேட்டனர். அவருடைய நாடகத்தில் விடுதலை உணர்வுப் பாடல்களும், தீண்டாமையைப் பற்றிய பாடல்களும் பாடுவது வாடிக்கை யாயிற்று. மக்கள் கூட்டம் நிரம்பி வழிந்தது. நாடகத்தின் ஆரம்பத்தி லேயே பாடச் சொல்லி ஆரவாரம் செய்தார்கள் மக்கள். எந்த நாடகமாக இருந்தாலும் விடுதலை உணர்வு பாடல்களை பாடாமல் இருக்க முடியவில்லை. மக்களும் விடுவதாக இல்லை.

நாடகம் நடத்துவது, கைதாவது, பிறகு நாடகம் நடத்துவது என சிறைச்சாலைக்கும் நாடகமேடைக்கும் என விஸ்வநாத தாஸின் வாழ்நாள் கழிந்தது. அதனால் அவர் இழந்த பொருள் அதிகம். வீட்டை அடமானம் வைக்கவேண்டிய நிலை ஏற்பட்டது. அதைத் திருப்ப இயலவில்லை. வள்ளித் திருமணத்தில் எடுத்ததுமே கழுகாசலக் காட்சி. முருகனாக அமர்ந்து காட்சிக் கொடுத்தார். வழக்கத்திற்கு மாறாக நாலரை கட்டை சுதியில் 'மாய உலகம் இம் மண் மீதே' என்ற பல்லவியை பாடத் தொடங்கினார். அதற்கு மேல் குரல் ஒலிக்கவில்லை. ஆர்மோனியம் வாசித்துக் கொண்டிருந்த

தம்பி, துவண்ட தலையை தாங்கிப் பிடித்தார், விஸ்வநாத தாஸ் நாடகமேடையிலேயே உயிர் துறந்தார்.

1919லிருந்து தமிழ்நாட்டுக் கோயில்களில் திருவிழா நடந்தால் சப்பரம் பவனி வரும்போது தேசபக்திப் பாடல்களைப் பாடிக் கொண்டு பாடகர்கள் முன்னால் செல்வார்களாம். எந்த மாதிரிப் பாடல்கள் என்பது அவர்களுக்கு முக்கியமல்ல. அது தேசபக்திப் பாடலாக இருக்கவேண்டும் அவ்வளவுதான்.

தேசத் தலைவர் மோதிலால் மாண்டபோது, ‘பண்டித மோதிலால் நேருவைப் பறிகொடுத்தோமே!’ என்றொரு பாடல். ‘ஞானப் பண்டித மோதிலால் நமைப் பிரிந்தார்’ என்று இன்னொரு பாடலும் ஒலித்தது.

இந்தப் பாடல்கள் நாதசுரத்தோடு இரண்டறக் கலந்து விட்டனவோ என்று நினைக்கும்படியாக செல்வாக்குப் பெற்றன. சுவாமி ஊர்வலத்தின் முன்னேயும், கலியாண வீடுகளிலேயும், ‘பண்டித மோதிலால் நேருவைப் பறிகொடுத்தோமே’தான்!

வள்ளித் திருமண நாடகம் நடந்துகொண்டிருக்கும். நாடகத் தொடக்கத்திலிருந்தே மக்கள் தேசபக்திப் பாடலைப் பாடச் சொல்லி ஆரவாரம் செய்வார்கள். மயில்மேல் இருக்கும் முருகன் பாடுவார்.

கதர்க்கப்பல் கொடி தோணுதே - கரம்
சந்திர மோகனதாச காந்தி இந்தியா சுதேசக்
கதர்க்கப்பல் கொடி தோணுதே
அதற்கப்பால் ஞானாகாசம்
அதிலே பாரத வாசம்
இதற்குள் சிவப்பிரகாசம்
இனி நமக்குச் சந்தோஷம்

என்று முருகன் பாடுவார். கைதட்டலில் அரங்கம் அதிரும். உடனே போலீஸ்காரர் மயில்மேல் அமர்ந்திருக்கும் நடிகரைக் கைது செய்ய வருவார்.

நடிகர் கேட்பார், ‘அரெஸ்ட் வாரண்ட் யாருக்கு? முருகனுக்கா? நான் நானாக இருக்கும்போது வாரும்; கைது செய்துகொள்ளலாம்,’ என்பார். அதற்கும் கூட்டம் கைதட்டும். காவலர் கைது செய்ய முடியாமல் நாடகம் முடியும் மட்டும் தானும் நாடகத்தைக் கண்டு களித்துக்கொண்டிருப்பார். இப்படி அடிக்கடி நடக்கும்.

அவர்கள் பாடும் ஒரு பாடல்

வெள்ளை வெள்ளை கொக்குகளா வெகு நாளாய் இங்கிருந்து
கொள்ளையடித்தீர்களே ஆலோலங்கடிச்சோ - இனி
கோபம்வரும் போய்விடுங்கோ ஆலோலங்கடிச்சோ!
காந்தி மகத்துவத்தால் கதிர்கள் விளைந்து இங்கே
சாய்ந்து கிடக்குதென்றா ஆலோலங்கடிச்சோ - இங்கு
தட்டிப் பறிக்க வந்தீர் ஆலோலங்கடிச்சோ!
இந்தியாவைக் கொள்ளையிட எங்கிருந்தோ இங்குவந்து
குந்தித் தின்னும் குருவிகளா ஆலோலங்கடிச்சோ - உங்கள்
சொந்த நாட்டைத் தேடிப் போங்க ஆலோலங்கடிச்சோ!

கல்யாண வீடுகளில் கல்யாணப் பெண்ணுக்கும் கதர்ச்சேலை வாங்கி வைத்திருக்கவேண்டும். அப்பொழுதுதான் மாப்பிள்ளை தாலி கட்டுவார். அங்கே ஒரு தேச பக்தர் பாடுவார்.

‘கற்புடை மாதர்களின் மேலே -விழக்
கண்டோமே அன்யநாட்டுச் சேலை
விற்ப்பணம் குறையும் அதனாலே-அவர்
விளங்கிக் கதர் உடுத்தல் மேலே

நாடகமேடைகளில் சுதந்திர கீதங்களைத் தனிப்பாடல்களாக இணைத்து விஸ்வநாததாஸ், செங்கோட்டை கிட்டப்பா, கே.பி. சுந்தராம்பாள் போன்றோர் எழுச்சியூட்டி வந்த காலகட்டத்தில், அவர்களுக்கு நிகராகப் பல நாடக மேடைகளில் சுதந்திர கீதம் இசைத்தவர் காதர் பாட்சா. இதனால் பலமுறை ஆங்கிலேயரின் அடக்குமுறைக்கு இவர் ஆளானதுண்டு.

காந்தி மகான் தமிழ் மக்களை ஆக்கிரமித்துக் கொண்டிருந்தார். தமிழ்நாட்டுக்கு வருவதென்றால் காந்திக்கு அவ்வளவு மகிழ்ச்சி. அடிக்கடி தமிழ்நாட்டுக்கு வருவார். அது தென்னாப்பிரிக்கா விலிருந்து தொடர்ந்து வந்த பந்தம்.

ஆரியகான கே.எஸ். அனந்த நாராயண ஐயர், சங்கு சுப்பிரமணியம் ஆகிய பாடகர்கள் தேசபக்திப் பாடல்களைப் பாடிக் கேட்க வேண்டும். அன்பர் சங்கு சுப்பிரமணியம், பாரதியாரின் பாடல்களைத் தனித் திறமையோடு பாடி, கேட்போரை ஆவேசங் கொள்ளச் செய்வார். பாரதியாரின் ‘ஊழிக்கூத்து’ பாடலை அவர் ஒருமுறை பாடிக் கேட்டோர் தம் வாழ்நாள் முழுவதும் அதனை மறக்க மாட்டார்கள்.

தேசபக்தர் ஒருவர் இறந்துபோனால், அவரது பிரேத ஊர்வலத்தின் பின்னேயும் தேசிய பஜனைக் குழு செல்வதுண்டு.

இப்பொழுதெல்லாம் பிச்சைக்காரர்கள் ரயில்களில் சினிமாப் பாட்டுப் பாடிக்கொண்டு பிச்சை எடுப்பதைப் பார்க்கிறோம். அந்தக் காலத்தில் பிச்சையெடுப்பவர் ரெயில்களில் டிக்கெட் இல்லாமல் பயணம் செய்து, தேசபக்திப் பாடல்களைப் பாடிப் பிச்சையெடுப்பர். அவர்களுக்கு நிறையப் பணம் கிடைக்கும்.

வீடு வீடாகச் சென்று பாடிப் பிச்சை எடுப்பவர்களிலும் பலர், அந்நாளில் தேசியப் பாடல்களைப் பாடி, மக்களுடைய அன்பைப் பெற்றனர். போலீஸ்காரர் வீட்டுமுன் தேசபக்திப் பாடல் பாடிப் பிச்சையெடுத்தால் போலீஸ்காரர் அவரைக் கைது செய்ய முடியாது. ஏனென்றால் அவர் மனைவி சாப்பாடு எடுத்துவந்து அந்தப் பிச்சைக்காரருக்குப் போடுவாள்.

பஜனைக் கோஷ்டிகள்

தமிழகமெங்கும் சென்று, ஊர் ஊராகச் சுற்றியலைந்து தேசியப் பாடல்களைப் பாடி, நாட்டில் தேச பக்தியை வளர்த்த தேசிய பஜனைக் கோஷ்டிகளும் உண்டு. தியாகி சுப்பிரமணிய சிவா, ‘தேசபக்த சமாஜம்’ என்ற பெயரில் தொண்டர் படை ஒன்றை அமைத்திருந்தார். இந்தப் படையினர் தமிழ் நாடெங்கும் தொடர்ந்து ஏழு மாத காலம் சுற்றுலா செய்து, பாரதியாரின் தேசியப் பாடல்களைப் பரப்பினர். ‘கல்கி’ டி. சதாசிவம், மதுரை சிதம்பர பாரதி, சோழவந்தான் ரா.சீனிவாச வரதன், தியாகராஜ சிவம், நெல்லை ந. சோமயாஜுலு ஆகியோர் தேச பக்த சமாஜப் படையைச் சேர்ந்தவர்களாவர். அறுவடைக் காலங்களில் களத்து மேட்டுக்குச் சென்று தேச பக்திப் பாடல்கள் பாடுவார்கள்.

‘பாரதி பஜனை சமாஜம்’ ஒன்றும் 1933ல் திரு. சீனிவாச வரதனால் மதுரை மாநகரில் ஆரம்பிக்கப்பட்டது. நாள்தோறும் காலையிலும் மாலையிலும் தேசிய கீதங்களைப் பாடிக்கொண்டு வீதிவலம் வருவது இந்த சமாஜத்தின் வேலையாகும். மார்கழித் திங்களிலே சைவர்கள், மணிவாசகர் தந்த திருவெம்பாவையையும்; வைணவர் கள், ஆண்டாள் அருளிய திருப்பாவையையும் அதிகாலையிலே பாடிப் பஜனை செய்த வண்ணம் வீதிவலம் வரக் காண்கின்றோம். அதுபோல, பாரதியார் பாடிய ‘பாரத மாதா திருப்பள்ளி எழுச்சி’ என்ற பாடலை மார்கழித் திங்களிலே நாள்தோறும் அதிகாலையில் பாடிக்கொண்டு தேசியவாதிகள் வீதிவலம் வருவதுண்டு. சிறைச் சாலைகளில் கைதிகள் பிரார்த்தனையிலும் தனித் தனியாகவும் தேசபக்திப் பாடல்கள் பாடுவர். அவரவர் மொழியிலும் பாடுவ

துண்டு தெலுங்குக் கைதிகள் பாடும் பாடல்களில் ஒன்று 'மாக்கொத்து ஈதெல்ல தொரத்தனமு' என்ற பாடல். இதன் பொருள், 'எங்களுக்கு வேண்டாம் இந்த வெள்ளைக்காரர் ஆதிக்கம்' என்பதாகும்.

வீரன் பகவத் சிங் தூக்கிலிடப்பட்டபோது துள்ளி எழுந்தது ஒரு பாடல்! அது, 'பகதூர் பகவத் சிங்கம்; பக்திமான்கள் தங்கம்' பங்கிம் சந்திர சட்டர்ஜியின் 'வந்தே மாதரம்', தாகூரின் 'ஜன கண மன' ஆகிய வங்கமொழிப் பாடல்களும்; காந்தியடிகளின் உள்ளத்தைக் கொள்ளை கொண்ட 'வைஷ்ணவ ஜனதோ' என்ற குஜராத்திப் பாடலும்; 'ஜண்டா ஊஞ்சா ரஹே ஹமாரா' என்ற இந்துஸ்தானிப் பாடலும் தேச பக்தியுடைய இந்தியர்களின் நாவுகளிலே நடம் புரிந்தன.

எஸ்.ஜி. கிட்டப்பா, கே.பி. சுந்தராம்பாள், டி.கே. பட்டம்மாள் ஆகியோர் தேசபக்திப் பாடல்கள் பாடியவர்களில் முக்கிய மானவர்கள்.

தேசபக்திப் பாடல்களைப் பாடியவர்களை ஊக்குவித்தவர்களுள் முக்கியமானவர் தீரர் சத்திய மூர்த்தியும் ஒருவர். அவர் சொன்னார், 'சங்கீதத்தைச் சாதனமாகக் கொண்டே விடுதலையை நாடி முன்னேற வேண்டுமென்று சொல்வேன்.' அவரே நாடகத்தில் நடிக்கவும் நடித்திருக்கிறார்.

கவிஞர்கள், பாடகர்கள்

விடுதலைப் போராட்டகாலத்தில் தமிழில் தேசபக்திப் பாடல்கள் எழுதியவர்களில் முன்னணியில் இருப்பவர் மகாகவி சுப்பிரமணிய பாரதியார். அவர் வேண்டுகொளுக்கிணங்க இரண்டு பேர் கவிதை எழுதி அனுப்பினார்கள். அவர்களுள் ஒருவர் வித்துவான் அரசன் சண்முகனார். இன்னொருவர் மு. ரா. கந்தசாமிக் கவிராயர். சுதந்திரச் சங்கு என்னும் பத்திரிகையை மிகச் சிறப்பாக நடத்தி வந்த சுதந்திரப் போராட்ட வீரர் சங்கு சுப்பிரமணியம் பல பாடல்கள் எழுதியுள்ளார். முத்துக்குமரன் எனும் கவிஞர் பல பாடல்கள் பாடியுள்ளார்

பால பாரதி, சாது சு. யோகியார், பாவேந்தர் பாரதிதாசன், ப.ஜீவானந்தம் போன்றோரும் தேசபக்திப் பாடல்கள் பல இயற்றியிருக்கிறார்கள்.

பிரிட்டிஷ்காரர்கள் காலத்தில் அவர்கள் திரைப்படத்தில் வரும் விரசக் காட்சிகளைப் பற்றிக் கவலைப்பட வில்லை. ஆனால் வசனங்களில் சுதந்திரம் என்றோ காந்தி என்றோ ஏதாவது பெயர்

வந்தால் நீக்கி விட வேண்டும் என்று சொல்லுவார்கள். காந்தி என்ற சொல்லை ஒளி என்ற பொருளில் பயன்படுத்தியிருந்தால்கூட அந்தப் பெயர் காந்தியை நினைவுபடுத்தும். ஆகையால் எடுத்து விடச் சொல்லுவார்கள். ஆனால் நம்மவர்கள் அவர்களையும் ஏமாற்றும் வித்தையைக் கற்றிருந்தார்கள். வள்ளி திருமணம் என்றொரு படம். அதில் வள்ளியாக நடித்த கதாநாயகி பாடுவார்

'ஆலோலம் ஆலோலம், ஆலோலம்
அன்னம் கௌதாரிகள் ஆலோலமே

வெட்கம் கெட்ட வெள்ளைக் கொக்குகளா
விரட்டி அடித்தாலும் வாரீகளா!

இது 'சென்சாருக்குத் தப்பியது. ஆனால் சினிமாக் கொட்டகையில் படம் பார்ப்பவர்களுக்கு அது யாரைக் குறிப்பிடுகிறது என்பது தெரியும். ஆமாம்! தெய்வங்கள் கூடத் தேசியம் பாடும்.

1931ல் வெளிவந்த காளிதாஸ் என்ற படத்தில் கதாநாயகி டி.பி ராஜலட்சுமி பாடிய பாடல்

'இந்தியர்கள் நமக்குள் ஏனோ வீண் சண்டை,
இந்து முஸ்லிம் ஒற்றுமை
நிறைந்த அல்லாஹு அக்பர்
வந்தே மாதரம் பகன்று வாழ்ந்திடுவோம்

என்றும் காந்திஜியின் ராட்டினத்தைப்பற்றி

'ராட்டினமாம் காந்தி கை பாணமாம்
பாரில் நமைக்காக்கும் பிரமாணம் சுதேசியே!'

என்றும் பாடியிருக்கிறார்.

'கலெக்டரும் கடவுளல்ல அடிமைப் போலீஸ் கான்ஸ்டபிள் எமனுமல்ல அல்லா... யாஅல்லா இத்தொல்லைகள் அகலுவது எந்நாளோ? இப்பொல்லாத பேய்களெல்லாம் இங்கிலாந்து போவதும் எந்நாளோ?' - என்று தேசவிடுதலைக்காக வேதனை வரிகளை வடித்தவர் கம்பம் பீர்முகம்மது பாவலர்.

7-7-1896லேயே பம்பாயில் திரைப்படம் காட்டப்பட்டிருக்கிறது. பாபா சாஹேப் பால்கே அப்பொழுது நடந்து வந்த சுதேசி இயக்கத்தை ஆதரித்துச் சுதேசிப் படங்களை எடுக்க வேண்டும் என்றார். அதற்கு வழிகாட்டினார்.

1918லேயே இந்தியன் சினிமாட்டோகிராஃப் ஆக்ட் கொண்டுவரப் பட்டது. பம்பாய், கல்கத்தா, மதராஸ் ரங்கூன் ஆகிய நகர்களில் திரைப்படத் தணிக்கை அமைப்பும் ஏற்படுத்தப்பட்டது. படத்துக் குத் தணிக்கை மட்டுமன்று, திரையிடப்படும் கொட்டகைக்கும் சான்றிதழ் பெறவேண்டும். புராணப் படங்களின் மூலம் மறைமுக மாக தேசிய எழுச்சி ஊட்டப்பட்டது. ராஜா ஹரிச்சந்திரா படத்தில் வன்முறையற்ற சத்தியாக்கிரகம் கடைசியில் வெற்றிபெறும் என மறைமுகமாகப் போதிக்கப்பட்டது. சரித்திரப் படங்களில் வெள்ளைக்காரர்களின் அடக்குமுறை சித்தரிக்கப்பட்டது. சில படங்களில் ஏதோ ஒரு கதாபாத்திரத்தில் தேசத் தலைவர்களைப் போல நடிகர்கள் வேடமிட்டு நடித்தனர். பிரபல எழுத்தாளர் முன்ஷி பிரேம்சிங்கின் தலைமையில் முன்னேற்ற எழுத்தாளர் கழகம் சார்பில் இந்திய மக்கள் தியேட்டர் கழகம் தொடங்கப்பட்டு சமுதாய விழிப்புணர்வும் அரசியல் விழிப்புணர்வும் தரும் படங்கள் காட்டப் பட்டன.

வீட்டை விட்டு வெளியே வந்து பெண்களும் சட்டமறுப்பு இயக்கம் போன்றவற்றில் பங்கு பெற வேண்டும் என்று சொன்னதால் பெண்கள் வெளியே வரத் தொடங்கினர். இதனால் பெண் விடுதலை விழிப்புணர்ச்சி ஏற்பட்டது. பெண்கள் சினிமாவில் நடிக்கத் தொடங்கினர். திரைப்படத்தில் விடுதலைச் செய்திகள் வெளிவரத் தொடங்கின.

1936ல் 'அச்சுத் கன்யா' என்ற படம் தீண்டாமையை ஒரு தீங்காகப் படம் பிடித்தது. சண்டைப் படங்கள் மக்களைக் கவர்ந்தது. அதன் மூலம் மறைமுகமாக சுதந்திரக் கருத்துகள் சொல்லப்பட்டன. படத்தின் தலைப்பு சில சமயங்களில் எழுச்சிச் சாதனங்களாயின.

ஆஸாதி, ஹிந்த் கேஸரி, தேஷ் தீபக், நவ பாரத், வீர்பாரத், பாரத் காலால், ஸ்வராஜ் கா சிப்பாஹி போன்ற தலைப்புகள் கொடுக்கப் பட்டன. சில சினிமாக் கம்பெனிகளின் பெயர்கள் கூட தேசியத்தைக் குறித்தன. ஜவஹர் பிக்சர்ஸ், நேஷனல் மூவிடோன், ஹிந்த் மாதா பிலிம்ஸ், நேஷனல் தியேட்டர்ஸ் என்பன சான்றுகள். சண்டைப் படங்களில் இரண்டு குழுக்கள் இருக்கும். ஒன்று வன்முறைக் கும்பல். அவர்கள் ஆடம்பரமாக உடையணிந்திருப்பார்கள். இன் னொரு குழு எளியவர் குழு. கிழிந்த ஆடைகளையும் எளிமையான விவசாயிகளின் உடையையும் அணிந்திருப்பார்கள். உச்சக்கட்டத்தில் இருவருக்கும் நடக்கிற சண்டையைவிட வாக்கு வாதம் அதிகம் நடக்கும். அதில் விடுதலைக் கருத்துகள் விதைக்கப்படும். இறுதியில் தீமை வீழும். உண்மை வெல்லும். இது மக்களுக்குத் தேசிய எழுச்சி யைக் கொடுக்கும்.

ஹிந்தி சினிமாவில் பல படங்கள் தேசபக்தியை வெளிக்கொணர்ந் தன. அவற்றில் பல சின்னச் சின்னக் காரணங்களுக்காகத் தடை செய்யப்பட்டன.

'மஹாத்மா விதுர்' என்றொரு படம். அதில் காந்திக் குல்லா அணிந்து வருவார்கள். ராட்டினம் சுற்றப்படும். பிரிட்டிஷ் அரசு பல பெரிய மனிதர்களுக்கு ராவ் பகதூர், திவான் பகதூர், ராவ் சாஹிப் என்றெல் லாம் பட்டம் கொடுத்துத் தன்வயப்படுத்துவார்கள். மகாத்மா விதுர் படத்தில் திருதராஷ்ட்ரன் தன்னுடைய அவைப் பெரியோர்களுக்கு 'கழுதை பகதூர்' என்று பட்டம் கொடுப்பான். மிக மெல்லியதாக நாட்டின் நிகழ்ச்சிகளைப் படம் பிடிப்பதாகவும் தலைப்பில் மகாத்மா இருக்கக்கூடாது என்றும் சொல்லி அந்தப் படத்தை அரசு தடைசெய்தது, பின்னர் 'தர்மாத்மா விதுர்' என்று மாற்றப்பட்டுப் பல காட்சிகள் வெட்டப்பட்டு வெளியிடப்பட்டது. டைரக்டர் கே. சுப்பிரமணியம் எடுத்த 'தியாகபூமி' படம் தடை செய்யப்பட்டது. ஆல் இந்தியா ரேடியோவில் பேசும்போது மகாத்மா காந்தி ரோடு என்று சொன்னதை வெட்டிவிட்டார்கள் என்று ரங்கூன்வாலா என்பவர் எழுதியிருக்கிறார்.

1942ல் வெள்ளையனே வெளியேறு இயக்கம் தொடங்கப்பட்டது. 1943ல் 'கிஸ்மத்' என்னும் படத்தில் ஒரு பாடல் 'தூர் ஹடாவ் ஏ துனியா வாலோ ஹிந்துஸ்தான் ஹமாரா ஹை (வெளியே போடா அன்னியனே, ஹிந்துஸ்தானம் எங்கள் நாடு)' என்றொரு பாடல் மிகப்பிரசித்தம். அதை கவி பிரதீப் என்னும் புனைபெயர் கொண்ட ராமச்சந்திர நாராயண திரிவேதி எழுதியுள்ளார். பாரதியார் பாடல்கள் தேசிய எழுச்சிக்காகத் திரைப்படங்களில் இடம் பெற்றது போல கவி பிரதீப்பின் பாடல்கள் வட இந்தியத் திரைப்படங்களில் இடம்பெற்றன. அந்தப் பாடலின் இன்னொரு வரி 'தும் நா கிஸி கே ஆகே ஜுக்னா ஜெர்மன் ஹோ யா ஜபானி (ஜெர்மன்காரனாயினும் சரி, ஜப்பான்காரன் ஆகினும் சரி எவர் முன்னாலும் உன் தலை குனியக்கூடாது). இந்தப் பாட்டிற்காகவே அந்தப் படம் மூன்று வருடங்கள் தொடர்ந்து ஓடியதாகச் சொல்கிறார்கள். அதனால் கவிஞர் மறைந்து வாழவேண்டியது வந்ததாம். 1940ல் 'பந்தன்' என்னும் படத்தில் 'ஜல் ஜல் ரே நௌஜவான்' என்ற அவரது பாடல் மிகப் பிரசித்தம். அவருக்கு 'ராஷ்ட்ரிய கவி' என்னும் விருது மத்திய அரசு வழங்கியது.

பால கங்காதர திலகர் சுதேசிய ஹிந்தி சினிமாக்களை ஆதரித்தார். தீரர் சத்தியமூர்த்தி இரண்டு பிரச்சாரக் குறும்படங்களை எடுத்தார். அதில் ஒரு படம் தடைசெய்யப்பட்டது.

காந்திஜி 1943ல் 'ராமராஜ்யா' என்ற படத்தை மட்டும் பார்த்தார். ஆர்.கே. சண்முகம் செட்டியார் காந்திஜியைப்பற்றி ஆவணப்படம் எடுத்தார்.

கே.பி. சுந்தராம்பாள், தியாகராஜ பாகவதர் ஆகியோரைத் தேசபக்திப் பாடல்கள் பாடத் தூண்டினார் தீரர் சத்தியமூர்த்தி. அவரும் குறும் படங்கள் எடுத்தார்.

1947 ஜனவரியில் ஏ.வி.எம்மின் நாமிருவர் படம் வெளியானது 'ஆடுவோமே பள்ளுப்பாடுவோமே!' 'கொட்டு முரசே', 'விடுதலை விடுதலை' போன்ற பாரதியார் பாடல்கள் இடம் பெற்றிருந்தன. விடுதலை விடுதலை பாடல் ஏற்கெனவே 1939ல் 'தேச முன்னேற்றம்' என்னும் பெயரில் வந்த ஒரு படத்திலும் இடம் பெற்றிருந்தது. 1936ல் டைரக்டர் கே. சுப்பிரமணியம் 'நவீன சாரங்கதாரா' என்றொரு படம் எடுத்தார். அதில் ஒரு காட்சியில் நாட்டு மக்கள் காந்திக் குல்லாய் அணிந்து வருவதாக அமைத்திருந்தார்.

தியாகி சுப்பிரமணிய சிவம், முகலாய ஆதிக்கத்தை எதிர்த்துப் போராடி மாண்ட சிவாஜி - செஞ்சி தேசிங்கு ஆகிய மாவீரர்களின் வரலாறுகளை பிரிட்டிஷ் ஏகாதிபத்திய எதிர்ப்புக்குப் பயன்படும் வகையில் நாடகங்களாக எழுதினார். அவற்றை, சிவமும் அவருடைய 'ஸ்ரீ பாரத விலாச சபையினரும் தமிழகமெங்கிலும் சென்று நடித்துக் காட்டினர். நாடகங்களில் வசூலான பணத்தைத் தேச விடுதலை இயக்கத்திற்காகப் பயன்படுத்தினர். சிவா குழுவினரின் 'தேசிங்கு' நாடகம் சிதம்பரத்திலே அரசினால் தடைசெய்யப்பட்டது. அரசின் அடக்குமுறையை எதிர்த்து நாடகத்தை நடத்திய தேசபக்தர்கள் சார்பாக அப்போதைய சென்னை சட்டமன்றத்திலே கண்டனக் குரல் கொடுத்தார் நாவலர் சத்தியமூர்த்தி.

'நமது பத்திரிகையை மகாஸ்ரீ சண்முக முதலியார் அச்சடித்துக் கொடுக்க மறுக்கின்றார். அச்சுச் சட்டத்திற்குப் பயப்படுவதாகக் கூறுகின்றார். சென்ற இரண்டு வாரங்களாக எனக்கும் அவருக்கும் பெரும் விவாதம் நடந்துகொண்டிருக்கின்றது. வேறு ஏதேனும் அச்சுக் கூடம்தான் நான் தேடவேண்டும். அன்னி பெசண்ட்டைப் பார்த்துத் தக்க ஏற்பாடுகள் செய்யலாமென்று யோசனை செய்து கொண்டிருக்கிறேன். இப் பத்திரிகையை ஆரம்பித்ததிலிருந்து நான் படும் கஷ்ட நஷ்டங்கள் இவ்வளவென்று சொல்ல முடியாது. என்னவோ, ஈச்வர சித்தம் எப்படியோ, அப்படியே நடக்கும்,' என்று எழுதினார் சுப்பிரமணிய சிவம். இவர் ஞானபானு என்னும் பத்திரிகையையும் நடத்தினார்.

வண்ணச்சரபம் தண்டபாணி சுவாமிகள் ஆங்கிலேயர் அந்தாதி என்னும் நூல் இயற்றி அதில் ஆங்கில ஆட்சியைச் சாடியிருக்கிறார். வள்ளலார் கருணையிலா ஆட்சி கடுகி ஒழிக என்று பாடியிருக் கிறார். 'நாமக்கல் கவிஞர்' என்று அழைக்கப்படும் திரு.வெ. இராம லிங்கம் பிள்ளை உப்புச் சத்தியாக்கிரகப் போராட்டத்தின்போது, 'கத்தியின்றி ரத்தமின்றி யுத்தமொன்று வருகுது' என்ற பாடலின் வாயிலாகத் தமிழ் மக்களுக்கு அறிமுகமானவர். விடுதலைப் போரில் நேரடியாகக் கலந்துகொண்டு சிறைத் தண்டனையும் பெற்றுள்ளார்.

தேசியத் தமிழ் இதழ்கள்

சுதந்திரம் - புதுச்சேரி வ. சுப்பையா- 1931

இந்தியா - பாரதி

விமோசனம் - கல்கி

ஞானபானு - சுப்பிரமணிய சிவம்

தர்மம்- புதுச்சேரி

இன்னும் சூர்யோதயம், நவசக்தி, கர்மயோகி, பாலபாரதா, தேச பக்தன், சக்கரவர்த்தினி, லோகோபகாரி, விஜயா, பாலபாரதா, போன்ற இதழ்களும் மக்கள் மத்தியில் தேசப்பற்றை வீரியத்துடன் விதைத்தன.

இந்தியாவில் விடுதலை வேட்கை உருவான கால கட்டத்தில் விடுதலை உணர்வூட்டும் நாடகங்கள் பல எழுதப்பட்டன. ஆங்கிலேயருக்கு வரி கொடுக்க மறுத்துத் தூக்குக் கயிற்றில் தொங்கிய வீரபாண்டிய கட்டபொம்மன் வரலாறு நாடகமாகியது. 'கட்டபொம்மு கூத்து' என்னும் நாட்டுப்புறப் பாடல் வடிவிலும் பின்னர் நாடக வடிவிலும் கட்டபொம்மன் கதை உருவானது. இதுதவிர பூலித்தேவன், ஊமைத்துரை, பெரியமருது, சின்னமருது, ராஜா தேசிங்கு, திப்பு சுல்தான், கான் சாகிபு ஆகியோரின் வீரம் நிறைந்த வரலாறுகளும் நாடகங்களாக எழுதப்பட விடுதலை இயக் கத்தின் முதல் நாடகமாகக் கருதத்தக்கது 'ஸ்ரீ ஆரிய சபா' என்னும் நாடகம் ஆகும் என்று நாடக ஆய்வாளர் டாக்டர் குமார வேலன் குறிப்பிடுகிறார். இந்த நாடகம் 1894 ஆம் ஆண்டு எழுதப்பட்டது. இந்நாடகம் அன்றைய காங்கிரஸின் கொள்கை விளக்கமாக அமைந்தது.

மதுரகவி பாஸ்கர தாஸ், பூமி பாலக தாஸ், ராஜா சண்முக தாஸ், லெட்சுமண தாஸ், இசக்கி முத்து வாத்தியார், ரெங்கராஜ் வாத்தியார், கோவை ஐயாமுத்து போன்ற பலர் விடுதலை உணர்வை

ஊட்டும் பாடல்களை நாடக மேடைக்கு ஏற்றவாறு எழுதினர். மேலும் பாரதியார், பாரதிதாசன், கவியோகி சுத்தானந்த பாரதியார், நாமக்கல் கவிஞர், எஸ்.டி.சுந்தரம் ஆகியோரின் பாடல்களும் மேடைகளில் பாடப்பட்டன.

நடிக மணி விஸ்வநாத தாஸ், எம்.எம். சிதம்பரநாதன், எஸ்.ஜி. கிட்டப்பா, கே.பி. சுந்தராம்பாள், பி.யு. சின்னப்பா, எம்.பி. அப்துல் காதர், பி.எம். கமலம், டி.ஆர். கோமளம், தி.க. சண்முகம் போன்ற பலரும் விடுதலை இயக்கப் பாடல்களை நாடக மேடையில் பாடி மக்களை எழுச்சி கொள்ளச் செய்தனர்.

தொழில்முறை நாடக மேடைகளில் விடுதலை வேட்கையை ஊட்டுவதற்காக எழுந்த நாடகங்களில் தெ.பொ.கிருஷ்ணசாமிப் பாவலரின் நாடகங்கள் குறிப்பிடத்தகுந்தவை. இவையன்றி வெ.சாமிநாத சர்மாவின் ‘பாணபுரத்து வீரன்’, எஸ்.டி.சுந்தரத்தின் ‘கவியின் கனவு’, கோவை ஐயாமுத்துவின் ‘இன்பசாகரன்’ ஆகிய நாடகங்கள் பலமுறை மேடை ஏறின. இந்தியா விடுதலை அடைந்த பின்னரும்கூட விடுதலையின் சிறப்பினைக் கூறும் பல நாடகங்கள் எழுதப்பட்டன

தமிழ் நாடக மேதை என்று போற்றப்படும் டி.கே. ஷண்முகம் அநேக தேசபக்தி நாடகங்களை நடத்தியிருக்கிறார். ‘விடுதலை விடுதலை’, ஆடுவோமே பள்ளுப் பாடுவோமே போன்ற தடை செய்யப்பட்ட தேச பக்திப் பாடல்கள் இவரது ‘தேச பக்தி’ நாடகத்தில்தான் முதன்முதலாக பாடப்பட்டது. டி.கே. ஷண்முகம் தனது நாடகசபா மூலம் தமிழ்நாடு காங்கிரஸ் கமிட்டிக்காக 127 நாடகம் நன்கொடையாக நடித்துக்கொடுத்திருக்கிறார்.

96

இந்தியாவை எடுத்துக் கொள்ளுங்கள்!

1940ல் ஏற்பட்ட ஒப்பந்தத்தின்படி இந்தியா பிரிட்டனுக்குப் பட்டிருந்த கடன் அனைத்தையும் தீர்த்து விட்டதுடன் பிரிட்டன் இந்தியாவுக்குக் கொடுக்க வேண்டிய கடன் அதிகமாகிக்கொண்டே இருந்தது. இந்தியாவில் உள்ள பிரிட்டிஷ் ராணுவத்தினருக்கும் இந்திய வீரர்களுக்கும் இந்தியா பணம் கொடுத்துவந்தது. ஆனால் போருக்காக மத்திய கிழக்கு நாடுகளுக்கும் வேறு வெளிநாடு களுக்கும் இந்திய வீரர்கள் போகும்போது அவர்களின் செலவை பிரிட்டன் ஏற்க வேண்டும். இது தவிர போருக்காக இந்தியப் பொருள்களை வாங்கிவந்தது. இப்படி இந்தியாவிலிருந்து பெறப்பட்ட உதவிகளுக்காக இந்தியாவுக்குப் பிரிட்டன் கொடுக்க வேண்டிய கடன் நாளொன்றுக்கு ஒரு மில்லியன் பவுண்டாக இருந்தது என்று கணக்கிடப்பட்டது.

பிரிட்டனின் நிதி மந்திரி பிரிட்டிஷ் அரசுக்கு எச்சரிக்கை விடுத்தார். இந்தியர்கள் மேல் ஏற்கெனவே வெறுப்புக்கொண்டிருந்த சர்ச்சிலை இந்தக் கடன் நிலைமை மேலும் கோபத்திற்குள்ளாக்கியது. 'அவர் களுக்கு நாம் பாதுகாப்புக்கொடுக்கிறோம். அதற்கும் மேல் கடன் படவும் வேண்டுமா?' என்றார். ஏதாவது கணக்குக்காட்டி அதாவது இந்தியா போர் செலவுகளுக்குக் கொடுக்கவேண்டிய விகிதாச் சாரத்தை அதிகப்படுத்தியும் இந்தியப் பாதுகாப்புக்கென்று செலவு கணக்குக் காட்டியும் இந்தியாவுக்குக் கொடுக்க வேண்டிய கடனை இல்லாது செய்துவிடவேண்டும் என்றார் சர்ச்சில்.

பின்னாலே பணம் கொடுப்பதாகச் சொல்லி இந்தியாவிலிருந்து உணவு தானியங்களும் பொருள்களும் அதிக அளவு இங்கிலாந்துக்கு ஏற்றுமதி செய்யப்பட்டன. இந்தியர்களைப் பட்டினி போட்டு அவர்களுக்கென்று வைத்திருந்த தானியங்கள் ஏற்றுமதி செய்யப்பட்டன. வங்காளத்தில் உணவுத் தட்டுப்பாடு நிலவினாலும் எந்த அதிகாரியும் உணவுத் தட்டுப்பாடு இருப்பதாகச் சொல்லக்கூடாதென்றும் மாறாக உணவுப் பொருள்கள் தேவைக்கு அதிகமாகவே உள்ளன என்று பிரச்சாரம் செய்ய வேண்டும் என்றும் சொன்னார்கள். வங்க மாகாணத்தின் உணவு மந்திரி சுராவர்த்திக்கு மாகாணம் எதிர்கொள்ளப்போகும் பஞ்ச நிலைமை பற்றித் தெரிந்தாலும் அவரையும் வற்புறுத்தி உணவு நிலைமை திருப்திகரமாக இருப்பதாகச் சொல்லவைத்தார்கள்.

பஞ்சமோ பஞ்சம்!

வரப்போகிறது வரப்போகிறது என்று எதிர்பார்க்கப்பட்ட பஞ்சம் வந்தே விட்டது. மக்கள் பட்டினி கிடந்தார்கள். புயலின் காரணமாக நெற்பயிர்கள் அழிந்து பட்டன. விளைச்சலில்லை. என்றாலும் ஏற்கெனவே ஒப்புக் கொண்டதற்கு அதிகமாகச் சிலோனுக்கு அரிசியை அனுப்பச் சொல்லி லண்டன் உத்திரவிட்டது. சண்டைக்கு முன்னால் இந்தியா வருடத்திற்கு 10 லட்சம் டன் இறக்குமதி செய்தது. ஆனால் போர் அறிவித்த பின் 1942 - 43ம் ஆண்டில் மட்டும் 3,60,000 டன் அரிசியும் கோதுமையும் ஏற்றுமதி செய்யப்பட்டன. இந்த ஏற்றுமதி செய்யப்படாமல் இருந்திருந்தால் 2 லட்சம் பேர் பட்டினி இல்லாமல் வாழ்ந்திருக்கமுடியும்.

இந்தியாவில் உள்ள நிலைமையை அறிய வில்லியம் பிலிப்ஸ் என்பவரை ஜனாதிபதி ரூஸ்வெல்ட் இந்தியாவுக்கு அனுப்பினார். காங்கிரஸ் தலைவர்கள் எல்லோரும் சிறையில் அடைபட்டுக் கிடந்தார்கள். முகமதலி ஜின்னா வெளியில் இருந்தார். பிரிட்டிஷ் அரசு அவருக்குச் சாதகமாக இருந்ததாலும் காங்கிரஸ் தலைவர்கள் சிறையில் இருந்ததாலும் ஜின்னா தனது நிலையைப் பலப்படுத்திக் கொண்டார். இந்தியாவுக்குச் சுதந்திரம் கொடுக்காமல் இருக்கச் ஜின்னாவைக் காரணம் காட்டுவது பிரிட்டனுக்கு வசதியாக இருந்தது. இதற்கிடையில் சிறையில் இருந்த மகாத்மா காந்தி மீண்டும் கூடிப் பேசி ஒரு முடிவுக்கு வரலாம் என்று சிறையிலிருந்து கடிதம் எழுதினார். அந்தக் கடிதத்தைப் பிரித்த இந்திய அரசு அதுபற்றிச் சர்ச்சிலுக்குச் செய்தி தெரிவித்தார்கள். அவர்கள் கூடிப் பேசி அதனால் அவர்கள் இணைந்து விட்டால் அது பிரிட்டனுக்குப் பேராபத்து என்று சர்ச்சில் நினைத்தார். எனவே அந்தக் கடிதம்

ஜின்னாவிடம் கொடுக்கப்படவில்லை. இதோ அதைப் பற்றிய அரசுக் குறிப்பு:

'மிஸ்டர் காந்தியிடமிருந்து மிஸ்டர் ஜின்னாவுக்கு எழுதப்பட்ட ஒரு சிறு கடிதம் இந்திய அரசின் பார்வைக்கு வந்திருக்கிறது. ஜின்னாவை அவர் சந்திக்க விரும்புவதாக எழுதப்பட்டுள்ளது. காந்தியுடன் பேட்டிகள் பற்றியும் கடிதத் தொடர்பு பற்றியும் அரசு கொண்டிருக்கும் கொள்கையின்படி, இந்தக் கடிதத்தை ஜின்னாவுக்கு அனுப்ப முடியாது. இதைப் பற்றிக் காந்திக்கும் ஜின்னாவுக்கும் சொல்லப்பட்டு விட்டது. அரசியல் தொடர்புடைய கடிதப் போக்குவரத்துக்கான வசதிகளோ, சட்டத்துக்கு விரோதமாக, போர் முயற்சிகளுக்குக் குந்தகம் விளைக்கும் மக்கள் எழுச்சியை உருவாக்கும் எவரையும் சந்திக்கும் அனுமதியோ அளிக்க இயலாது. வருங்காலத்தில் நிகழும் பொது விவகாரங்களிலும் எந்தச் சிக்கலுமில்லாமல் அவர் அனுமதிக்கப்படலாம் என்பதை நிரூபிக்க வேண்டிய பொறுப்பு காந்தியிடம்தான் இருக்கிறது. அதுவரை அவருக்குக் கொடுக்கப்படும் வசதியின்மைகள் அவரே தேர்ந்தெடுத்துக் கொண்டவைதாம்.

ஆனால் சில நாட்கள் கழித்து பத்திரிகையில் வெளியிட்டார்கள். அதைக் கண்ட ஜின்னா பாகிஸ்தான் உருவாவதற்கு மிஸ்டர் காந்தி ஒப்புக்கொண்டால் ஒழிய பேச்சுவார்த்தைக்கு இடமில்லை என்று கூறிவிட்டார்.

அமெரிக்கத் தூதுவர் பிலிப்ஸ் வைஸ்ராய் லின்லித்கோவைச் சந்தித்தார். 'காந்திஜி சிறைச்சாலையில் சாகும்வரை உண்ணா விரதம் இருக்கப்போகிறாராமே?' என்று கேட்டார். 'போர் முயற்சிகளுக்கு அது உதவியாக இருக்குமென்றால் காந்தி சிறைக்குள்ளே சாகும் வரை அவரை அங்கேயே வைத்திருப்பேன்,' என்றார் லின்லித்கோ.

பிலிப்ஸ் அமெரிக்கா திரும்பிச் சென்று ஜனாதிபதி ரூஸ்வெல்ட்டைச் சந்தித்து இந்தியாவில் நிலைமை மோசமாக இருக்கிறது என்றும் பஞ்சம் தலைவிரித்தாடுவதால் மக்கள் கொதித்துக் கிடக்கின்றனர் என்றும் நடக்கிற யுத்தம் இரண்டு சர்வாதிகார நாடுகளுக்கிடையே நடக்கிற யுத்தம் என்றும் அதில் அவர்களுக்கு எந்தப் பங்கும் இல்லை என்று பேசிக்கொள்வதாகவும் உடனடியாக இந்தியாவுடன் எதாவது ஒப்பந்தம் செய்தாக வேண்டும் என்றும் சொன்னார். ரூஸ்வெல்ட் அவரைச் சர்ச்சிலைச் சந்திக்கச் சொன்னார். சர்ச்சில் அப்பொழுது அமெரிக்காவில்தான் இருந்தார். சர்ச்சிலை பிலிப்ஸ் சந்தித்து நிலைமையை விளக்கிய பொழுது, 'எடுத்துக் கொள்ளுங்கள். இந்தியாவை நீங்கள் எடுத்துக் கொள்ளுங்கள்!' என்று கத்தினார். 'உங்களுக்கொன்று சொல்கிறேன். நாம்

இப்பொழுது இந்தியாவுக்குக் கதவைத் திறந்துவிட்டால் அதிலுள்ள ஒரு விரிசல் போதும். ரத்தக் களந்தான். ரத்தக் களத்தை நீங்கள் விரும்புகிறீர்களா? இப்பொழுது நான் சொல்வதைக் குறித்துக் கொள்ளுங்கள். ரத்தக் களந்தான்,' என்று சொன்னார் சர்ச்சில்.

இந்தியாவுக்குச் சுதந்திரங் கொடுக்க நேர்ந்தால் இங்கிலாந்து பாகிஸ்தான், இந்தியா, அரசர்களின் கூட்டாட்சி என்ற மூன்றை நிர்வகிக்கும் நிலையில் இருக்கும் என்றார். சுதந்திரம் கொடுப்பதை அவர் அறவே வெறுத்தாலும் அப்படிக் கொடுக்க நேர்ந்தால் பிரிவினை தவிர்க்க முடியாதது. அது வந்தே ஆகவேண்டும். அப்படி வந்தால்தான் இந்தியாவின் வடமேற்குப் பகுதியில் ராணுவத் தளத்தை அமைத்துக்கொண்டு ரஷ்யாவைக் கட்டுப்படுத்த முடியும் என்று சர்ச்சில் நினைத்தார்.

சர்ச்சிலால் நேர்ந்த சங்கடம்

1943ம் ஆண்டு இந்தியாவுக்கு மிகவும் சோதனையான ஆண்டு. இந்தியாவின் பெரும்பகுதியினர் குறிப்பாக வங்காளம் மிகப் பெரும் பஞ்சத்தில் வாடியது. பஞ்சம் என்றால் சாதாரணப் பஞ்சமல்ல. இறந்து போனவர்களை எடுத்து அடக்கம் செய்ய முடியாத அளவுக்கு ஆயிரக்கணக்கில் மக்கள் செத்து மடிந்தார்கள். அரசு அளித்துவந்த உதவி ஒன்றுமே இல்லை என்று சொல்லுமளவுக்குத்தான் இருந்தது. கால்நடைகள் செத்து விழுந்தன.

குழந்தைகள் குடிக்கப் பாலின்றித் தவித்தனர். இந்த நிலையிலும் இந்தியாவுக்குத் தானியம் அனுப்பச் சர்ச்சில் முன்வரவில்லை. அவருடைய நண்பர் அவரைவிடக் கடுமையாக நடந்துகொண்டார்.

சாப்பாட்டுக்கு வழியில்லாமல் மக்கள் அவதிப்பட்டனர். குழந்தைகளின் அழுகுரல் கேட்டுக்கொண்டே இருந்தது. சில சமயங்களில் அழக்கூடத் தெம்பில்லை. சதைப்பற்றுள்ள ஒரு மனிதனையோ ஒரு பெண்ணையோ காண முடியவில்லை. அரசாங்க அதிகாரிகளும் கொள்ளை அடிக்கும் வணிகர்களும் ராணுவ வீரர்களும்தான் கொழுத்துப் போயிருந்தனர். பல குடும்பங்களில் தாயானவள் வீட்டில் இருப்பதை மற்றவர்களுக்குக் கொடுத்து விட்டுத் தான் சாப்பிட்டுவிட்டதுபோல் நடிப்பாள். பட்டினி கிடந்து பட்டினி கிடந்து முதலில் இறப்பவள் அம்மாவாகத்தான் இருக்கும். வங்காளிகள் பொதுவாகவே விருந்தோம்பல் மிக்கவர்கள்

இதோ ஒரு நிகழ்ச்சி. பஞ்சத்திலிருந்து தப்பிப் பிழைத்த ஒருவர் பின்னாளில் எழுதிவைத்திருக்கும் நிகழ்ச்சி.

‘கனு என்னும் இளைஞன் போராட்ட வீரர்களுக்கு ஒரு செய்தியை எடுத்துக்கொண்டு இரவு 10 மணிக்குமேல் ரூப்னாராயன் நதிக்கரை வழியாக நடந்துகொண்டிருந்தான். அவனைப்பார்த்தால் காவலர்கள் அங்கேயே சுட்டுக்கொன்றுவிடுவார்கள். நதிக்கரையின் இருபுறமும் காவலர்களின் நடமாட்டம் இருந்தது. அவன் வருவதைப் பார்த்த அக்கிராமத்து விவசாயி ஒருவர் அவனைத் தனது வீட்டுக்கு வரும் படி அழைத்தார். அவனும் போனான். வீடு என்பது பெயருக்கு நான்கு சுவர்களும் பிய்ந்த கூரையும் தவிர வேறு ஒன்றுமில்லை. கனு அங்கே ஓரமாகப் படுத்துக்கொண்டான். அந்த விவசாயி தூங்காமல் அங்குமிங்கும் அலைந்து கொண்டிருந்தார்.

‘தூங்க வேண்டியதுதானே,’ என்றான் இளைஞன்.

‘உனக்கு உண்பதற்குக் கொடுக்க ஒன்றுமில்லையே! எதாவது கிடைக்குமா என்று பார்க்கிறேன்,’ என்றார் விவசாயி.

‘நீங்கள் படுத்துக்கொள்ளுங்கள். காலையில் பக்கத்து ஊருக்குச் சென்று கிடைப்பதைச் சாப்பிட்டுக் கொள்கிறேன்,’ என்றான் கனு.

விவசாயி படுத்துக்கொண்டார் சிறிது நேரம் கழித்து எழுந்தார். வெளியிலே போனார். அங்கே அவர் வீட்டுப் பசுமாடு வத்தலும் தொத்தலுமாக நின்றுகொண்டிருந்தது. அதனருகில் போய்ப் பால் கறந்தார். கால்படி பால் கிடைத்தது. அதைக் கனுவின் கையில் கொடுத்துக் குடிக்கச் சொன்னார்.

‘அப்பாடி, இனி நான் நிம்மதியாகத் தூங்குவேன்,’ என்றார் விவசாயி.

கனுவின் கண்கள் கண்ணீர் சுரந்தன. மறுநாள் காலை புலருமுன்னே விவசாயி எழுந்து வெளியே போய்ப் பார்த்து ‘ராணுவ நடமாட்டம் இல்லை. நீ போகலாம்’ என்றார். அப்பொழுதுதான் அந்த வீட்டில் அவரது மனைவியும் அவரது நான்கு வயது மகனும் படுத்துக் கொண்டிருப்பது தெரிந்தது. மறுநாள் அந்தக் குழந்தைக்குக் கறந்து கொடுக்கவேண்டிய பாலைத் தனக்குக் கொடுத்துவிட்டாரே என்று கலங்கினான் கனு. அன்று அவனுக்கு அந்த விவசாயி அடைக்கலம் கொடுத்த செய்தி வெளியே தெரிய வந்தால் அவரது குடும்பத் தையே காவலர்கள் அழித்திருப்பார்கள். எப்பொழுது மனிதர்கள் சாவார்கள் என்று எதிர்பார்த்து நாய்களும் கழுகுகளும் அந்தப் பகுதியைச் சுற்றிச் சுற்றி வருமாம்.

இன்னொருவர் எழுதுகிறார். ‘இரண்டு வயதானவர்கள் எப்படியோ தள்ளாடி நடந்து சென்று கொண்டிருந்தார்கள். அவர்கள் சேற்றில் காலை வைத்துவிட்டார்கள். அந்தச் சேற்றிலிருந்து காலை

வெளியே எடுக்கும் பலம் அவர்களிடம் இல்லை. அப்படியே அவர்கள் விழுந்துவிட்டார்கள். அவர்கள் சாவதற்கு முன்னமே கழுகுகள் அவர்களைக் கொத்தத் தொடங்கி விட்டன.'

மக்கள் இப்படி அவதிப்பட்டுக்கொண்டிருக்கும்போது வங்காளத்தி லிருந்து அரிசி வெளிநாடுகளுக்கு ஏற்றுமதி செய்யப்பட்டது. தானியங்கள் குவித்து வைக்கப்பட்டிருக்கும் களஞ்சியங்களிலிருந்து கொள்ளையடிக்கக்கூட மக்களுக்குத் திராணி இல்லை.

சிங்கப்பூரிலிருந்து நேதாஜி வங்காளத்துக்கு அரிசி அனுப்பத் தயாராக இருப்பதாகவும் கப்பலை அனுப்புவதாக இருந்தால் எந்த இடத்துக்கு அனுப்பவேண்டும் என்பதைத் தான் தெரிவிப்பதாகவும் செய்தி அனுப்பியிருந்தார். ஆனால் போஸ் உதவி செய்ய முன் வந்ததை எவருக்கும் தெரியாமல் அரசு மறைத்துவிட்டது.

ஜெனரல் வேவலை வைஸ்ராயாக நியமித்து அவரை இந்தியாவுக்கு வழியனுப்பும் விழாவில் பங்கேற்ற சர்ச்சில் சொன்னார்: 'மூன்று தலைமுறையாக சண்டையே இல்லாத ஒரு பகுதியாக இந்தியாவை வைத்திருக்கிறோம். இதை எவரும் பாராட்டவில்லை. நாங்கள் என்னவோ இந்தியாவின் மேல் அமர்ந்துகொண்டு அவர்களுடைய செல்வங்களை எல்லாம் கொள்ளையடித்துக் கொண்டு போவது போல் எல்லோரும் சொல்கிறார்கள். ஆனால் அப்படி ஒரு நாள் வந்தால் - வரக்கூடாது என்று இறைவனை வேண்டுகிறேன் - நாம் இந்தியாவை விட்டு வெளியேறக்கூடிய நாள் வந்தால் நாம் அவர்களை ஆண்ட அந்தக் காலம்தான் இந்தியாவின் பொற்காலம் என்று சொல்வார்கள். பிரிட்டிஷ்காரர்கள் அவர்களுக்கு அமைதியும் ஒழுங்கும் அளித்தார்கள். ஏழைகள் பாதுகாக்கப்பட்டார்கள். அவர்களை வெளியிலிருந்து எந்தத் தாக்குதலும் வராமல் காத்தார் கள். எனவே பிரிட்டிஷார் ஆண்ட காலம் ஒரு பொற்காலம் என்று இந்திய வரலாறு சொல்லும்!' என்றார்.

வேவல் இந்தியாவுக்குச் செல்லும்போது உருப்படியான ஒரு நல்ல திட்டத்தைக் கொண்டு போக வேண்டும் என்று விரும்பினார். ஆனால் சர்ச்சில் அதற்கு இடம் கொடுக்கவில்லை.

வங்காளப் பஞ்சத்தில் 15 லட்சம் பேர் இறப்பார்கள் என்று எதிர் பார்க்கப்படுகிறது என்றும் காந்தி இறந்தால் ஒழிய அமைதி வராது என்றும் வெளியேறும் வைஸ்ராய் லின்லித்கோ சொன்னார். லின் லித்கோ இந்தியாவை விட்டுச் செல்லும் முன் காந்தி அவருக்கு ஒரு கடிதம் எழுதினார். அதில் லின்லித்கோவைப்போல ஒரு மோசமான வைஸ்ராயைத் தாம் பார்த்ததில்லை என்று எழுதியிருந்தார். லார்ட் செர்வெல் இந்தியாவின் மீது அவரது வழக்கமான வெறுப்பைத்

தீவிரமாக உமிழ்ந்து கொண்டிருந்தார். இந்தியாவின் பஞ்சத்திற்கும், பிரிட்டன் இந்தியாவிடம் கடன்பட்டிருப்பதற்கும் இந்தியாவே காரணம் என்றும் சொன்னார். சர்ச்சில் சில சமயங்களில் இந்தியாவுக்கு ஏதாவது உதவி செய்தே ஆகவேண்டும் என்று நினைத்தால் கூட அவரது கருத்தை மாற்றி இந்தியாவை வெறுக்கச் செய்ய என்னவெல்லாம் செய்ய வேண்டுமோ அதையெல்லாம் செய்துகொண்டிருந்தார் லிண்டர்மேன் என்ற செர்வெல்.

'ஏன் இந்தியர்கள் முயல்களைப்போலப் பிள்ளைகளைப் பெற்றுத் தள்ளவேண்டும்? அவர்கள் பெற்றுத் தள்ளுவார்கள், நாங்கள் உதவிசெய்யவேண்டுமா?' என்று கேட்டார் சர்ச்சில். பஞ்சத்தில் அவதிப்படுபவர்கள் பெரும்பாலும் ஏழைகள். அவர்களுக்கு உணவு அளித்தால் அவர்கள் நீண்ட காலம் வாழ்ந்து மேலும் பெற்றுத் தள்ளிக்கொண்டே இருப்பார்கள்.அதனாலேயே உணவுப்பொருள் அனுப்பக் கூடாது' என்றார் லார்ட் செர்வெல்.

UNRRA (United Nations Relief and Rehabilitation Administration) என்னும் அமைப்பில் இந்தியாவுக்கு உணவுப்பொருள்கள் அனுப்ப விவாதிக்கப்பட்டது. அமெரிக்க நாடாளுமன்ற உறுப்பினர் பலர் உதவிசெய்ய விரும்பினர். 'யுத்தத்தில் பாதிக்கப்பட்ட நாடுகளுக்குத் தான் கொடுக்க இயலும். அதனால் இந்தியாவுக்குக் கொடுக்கக்கூடாது என்று விவாதித்தார்கள். இதைச் சீர் செய்ய போரின் காரணமாக பஞ்சத்தில் உழலும் நாடுகளுக்கும் கொடுக்கலாம் என்று திருத்தம் கொண்டுவரப்பட்டு நிறைவேற்றப்பட்டது. இந்தியாவுக்கு உதவி அளித்தால் அது பிரிட்டிஷ் மக்களின் உணர்வுகளை அவமதித்தாகிவிடும் என்று மறுப்புச்சொல்லப்பட்டது. தானியம் வழங்க முடிவு செய்தாலும் கப்பல்கள் அனுப்ப முடியாது என்று சொன்னார்கள். அதேசமயம் பிரிட்டனிலும் அதோடு சேர்ந்த மற்ற நாடுகளிலும் அளவுக்கு அதிகமாக உணவுப்பொருள் குவிக்கப்பட்டது. இதில் வேதனையான விஷயம் என்னவென்றால் UNRRA அமைப்புக்குப் பிரிட்டிஷ் அரசு இந்தியக் காலனியின் பணத்திலிருந்து 30 மில்லியன் பவுண்ட் வழங்கியது.

பஞ்சத்தில் அடிபட்டுக்கொண்டிருந்த வங்காள மக்களுக்கு உணவுக்கு ஏற்பாடு செய்ய வேண்டும் என்று மற்ற உயர் அதிகாரிகளும் மற்ற வெளிநாடுகளும் எவ்வளவுதான் போராடினாலும் இரும்பு நெஞ்சம் கொண்ட சர்ச்சில் மசிந்து கொடுக்கவில்லை. சர்ச்சிலின் இந்தப் போக்கால் வங்காளத்து வீதி எங்கும் பிணங்கள் விழுந்து கொண்டே இருந்தன. போர்க்காலத்தில் இந்தியா 6 லட்சம் மைல் நீளமுள்ள துணிகளை உற்பத்தி செய்து அளித்தது. ஆனால் அவை

அனைத்தும் ராணுவத்துக்கு அனுப்பப்பட்டு விட்டதால் வங்காளத்தில் ஆண்களும் பெண்களும் உடுத்த ஆடையின்றிக் கிழிந்த அழுக்குப்படிந்த துணிகளை உடுத்தினர். பல பெண்கள் மிகக் குறைந்த ஆடையில் வீட்டுக்குள்ளே அடைந்து கிடந்தனர். சகோதரர், தாய் தந்தை முன்பு உடுத்தத் துணியின்றி எப்படி வெளியே வருவது? (Churchill's Secret War, Page 221) அதே சமயத்தில் இங்கிலாந்தில் வாழ்பவர்களுக்குத் தேவைக்கு அதிகமாகவே துணிகள் கிடைத்தன.

97

சுபாஷ் சந்திர போஸ் - ஆட்டம் ஆரம்பம்!

சுபாஷ் மாணவனாக இருந்தபோது அந்தக் கல்லூரியின் முதல்வர் E.F. Oaten, ஒரு மாணவனைக் கடுமையாகத் தாக்கினார். அதைப் பார்த்த மாணவர்கள் சிலர் ஆசிரியரைத் தாக்கினர். இந்தக் காட்சியை தொலைவிலிருந்து பார்த்துக்கொண்டிருந்த சுபாஷையும் அந்தச் சம்ப வத்தின் குற்றவாளி என்று சொல்லிக் கல்லூரியிலிருந்து நீக்கினர்.

சுபாஷ், வேறொரு கல்லூரியில் சென்று சேர்வதற்குமுன் ராணுவத் தில் வங்காளம் ரெஜிமெண்டில் சேர விண்ணப்பித்தார். அவரது கண் பார்வை குறைபாடுடையது என்று சொல்லி அவரைத் தேர்ந்தெடுக்க வில்லை. ஆனால் அவர்தான் பின்னாளில் இந்திய தேசிய ராணுவத் தின் தலைமைத் தளபதியாக ஆனார். அவரது ராணுவ உடையில் அவரது கம்பீரமும் மிடுக்கும் அவரது புகைப்படத்தைப் பார்ப்பவர் களுக்கே தொற்றிக்கொள்ளும்.

1921ல் வேல்ஸ் இளவரசர் இந்தியா வந்தபோது அவருக்கு எந்த வரவேற்பும் கிடைக்க முடியாதபடி கல்கத்தாவே ஸ்தம்பித்துப் போகுமாறு ஏற்பாடு செய்திருந்தார் போஸ். தனது 27ம் வயதிலேயே கல்கத்தா நகரசபையின் நிர்வாக அதிகாரியானார். எடுத்த எடுப்பி லேயே தனது சம்பளத்தை 3000 ரூபாயிலிருந்து 1500 ஆகக் குறைத்துக் கொண்டார்.

வேல்ஸ் இளவரசரின் வரவுக்கு எதிர்ப்புத் தெரிவித்ததற்காக சுபாஷ் 1921 டிசம்பரில் கைது செய்யப்பட்டார். அதுதான் முதல் கைது. அதன் பிறகு 1941 ல் கைது செய்யப்பட்டதுவரை அவர் 11 முறை

சிறை சென்றிருக்கிறார். 1941 ஜனவரியில் வரலாறு வியக்குமளவுக்கு வீட்டுச் சிறையிலிருந்து தப்பினார்.

1928ல் கல்கத்தா காங்கிரஸ் மாநாட்டுக்கான ஏற்பாடுகள் அனைத்தையும் போஸ் தானே முன்னின்று கவனித்துக்கொண்டார். ஒவ்வொன்றையும் பார்த்துப் பார்த்துச் செய்திருந்தார் போஸ். அந்தக் காங்கிரஸ் மாநாட்டில் டொமினியன் அந்தஸ்து வேண்டி காந்திஜி கொண்டு வந்த தீர்மானத்துக்குத் திருத்தமாக இந்தியாவுக்குத் தேவை பூரண சுதந்திரமே என்ற திருத்தத்தைப் போஸ் கொணர்ந்தார். காந்திஜியின் ஆதரவாளர்களால் அது தோற்கடிக்கப்பட்டது. அத்தோடு நில்லாமல் காந்திஜி காங்கிரஸ் மாநாட்டு ஏற்பாடுகளை மிக ஆடம்பரமாகச் செய்திருந்ததற்காகப் போஸைக் குற்றம் சாட்டினார். போஸுக்கும் அவருக்கும் மனத்தளவில் விரிசல் உருவாகிவிட்டது. என்றாலும் 1929ம் ஆண்டு லாகூரில் நடந்த காங்கிரஸ் மாநாட்டில் ஜவஹர்லால் நேரு தலைமையில் பூரண சுயராஜ்ஜியத் தீர்மானம் நிறைவேற்றப் பட்டது. முதல் ஆண்டு கல்கத்தா மாநாட்டில் போஸ் எது வேண்டும் என்று சொன்னாரோ அதுவே அடுத்த ஆண்டு நிறைவேற்றப்பட்டது. அந்த ஆண்டு போஸ் ஆல் இண்டியா டிரேட் யூனியன் காங்கிரஸின் தலைவராகத் தேர்ந்தெடுக்கப்பட்டு இரண்டு ஆண்டுகள் அப்பதவியில் இருந்தார்.

காந்தி இர்வின் ஒப்பந்தம் கையெழுத்தாகியது. அதனால் பலர் விடுவிக்கப்பட்டனர். போஸும் விடுவிக்கப்பட்டார். ஆனால் மேலும் பல கைதிகளை அரசு விடுவிக்காமலே வைத்திருந்தது. கைதிகள் விஷயத்தைக் காந்தி இர்வினுடன் சரியான வகையில் கொண்டு செல்லவில்லை என்று போஸ் குற்றஞ்சாட்டினார். காந்திஜியும் அதை ஏற்றுக்கொண்டதாகத் தெரிகிறது. பிறகு கராச்சியில் நடந்த காங்கிரஸ் மாநாட்டிற்குக் காந்திஜி சென்றார். வேண்டுமென்றே ஆங்கில அரசு பகத் சிங்கையும் அவரது கூட்டாளிகளையும் 1931, மார்ச் 23-ம் தேதியன்று தூக்கிலிட்டது. காந்திஜி சரியாகக் குறுக்கீடு செய்திருந்தால் அந்தத் தூக்குத்தண்டனை நிறுத்தி வைத்திருக்க முடியும் என்று பலரும் கருதினார்கள். காந்திஜிக்குக் கராச்சியில் கறுப்புக்கொடி காட்டப்பட்டது. காங்கிரஸ், பகத் சிங் முதலியோருடைய செய்கையை ஆதரிக்காவிட்டாலும் அவர்களும் தேசபக்தர்கள்தான் என்று சொல்லி இரங்கல் தீர்மானம் நிறைவேற்றியது. காங்கிரஸ் ஏற்றுக்கொள்ளாவிட்டாலும் என்று எழுதப்பட்ட வாக்கியம் போஸுக்குப் பிடிக்கவில்லை. என்றாலும் காந்திஜியின் ஆளுமையினால் அந்தத் தீர்மானம் நிறைவேற்றப்பட்டது.

வெளிநாட்டில் சிகிச்சை

இரண்டாம் வட்டமேஜை மாநாட்டுக்குக் காந்திஜி சென்றார். அவர் பூரண சுயராஜ்ஜியம் வேண்டும் என்றார். பேச்சுவார்த்தை முறிந்தது. காங்கிரஸ் தலைவர்கள் கைது செய்யப்பட்டார்கள். அவர்களோடு போஸுும் கைது செய்யப்பட்டார். அவர் உடல்நிலை மிகவும் சீர் கெட்டது. எனவே அவரது சொந்தப் பொறுப்பில் அவரை ஐரோப்பா விற்குச் சிகிச்சை பெறுவதற்காகச் சில நிபந்தனைகளுடன் அரசு அனுப்பி வைத்தது. அங்கே வியன்னாவில் சிகிச்சை பெற்றுக் கொஞ்சம் தேறினார். அடுத்து சிகிச்சை பெற வேறிடம் செல்ல வேண்டிய நிலையில் நேருஜியின் மனைவி கமலா நேரு சிகிச்சைக் காக ஐரோப்பா வந்திருக்கிறார் என்பதை அறிந்து அவரது சிகிச்சைக்கு வேண்டிய ஏற்பாடுகள் அனைத்தையும் போஸ் செய்து கொடுத்தார். அங்கே ஆஸ்த்ரியாவில் அவர் எமிலி என்னும் ஆஸ்த்ரியப் பெண்ணைச் சந்தித்தார். அவள் அவரது செயலராகப் பணிபுரிந்தாள். பிறகு அவர்கள் திருமணம் செய்துகொண்டார்கள். அவர்களுக்கு ஒரு மகள் பிறந்தாள். தமது ஐரோப்பியப் பயணத்தின்போது போஸ் ரோமில் முஸோலினியைச் சந்தித்தார். 1936ல் அவரது உடல் நிலை சிறிது தேறியது. உடல்நிலை தேறிய நிலையில் இந்தியா வர போஸ் விழைந்தார். ஆனால் அவர் இந்தியா வருவதற்கு ஆங்கில அரசு ஒப்புக்கொள்ளவில்லை. அதையும் மீறி அவர் இந்தியா வந்தார். அவரைக் கைது செய்த ஆங்கில அரசு அவரை டார்ஜிலிங்கில் சிறை வைத்தது. அவர் சிறை வைக்கப்பட்டதை அறிந்த பொதுமக்கள் கிளர்ச்சியில் இறங்கினர். எனவே அவர் விடுவிக்கப்பட்டார்.

சில நாட்களில் மீண்டும் போஸின் உடல்நிலை சீர்கெடவே அவர் மீண்டும் வியன்னா சென்று சிகிச்சை பெற்றார். அங்கிருந்து ஐரோப்பா வின் பல நாடுகளுக்கும், லண்டனுக்கும் சென்றார். அங்கிருந்து அயர்லாந்து சென்றார். அயர்லாந்தின் சுதந்திரப் போராட்ட வீரர் களைச் சந்தித்தார். பிறகு இந்தியா திரும்பினார். 1938 ஜனவரி மாதம் நேதாஜி வெளிநாட்டில் இருந்தபோது இந்திய தேசியக் காங்கிரஸின் தலைவராகத் தேர்ந்தெடுக்கப்பட்டார். அரிபுராவில் நடந்த காங்கி ரஸ் மாநாட்டில் தலைவராக போஸ் நிகழ்த்திய உரை பலரை வியப்பில் ஆழ்த்தியது. இதோ ஒரு எழுச்சிமிக்க தலைவர் என்று தொண்டர்கள் ஊக்கம் பெற்றனர். தலைவராக ஆனவுடனே இந்தியாவின் பல பாகங்களுக்கும் சென்று எழுச்சிமிகு உரையாற்றினார்.

அதன்பிறகு தனது கொள்கைகளை எடுத்துச் சொல்லி மக்களை சுதந்திரத்தை நோக்கிக் குரல் கொடுக்கவைக்கும் முயற்சியில் ஈடுபட்டார். நாடு முழுதும் சுற்றினார். பிரிட்டனுக்குக் காலக் கெடு

வைத்து எல்லோரும் ஒற்றுமையாகப் போராடினால் சுதந்திரம் சீக்கிரம் வந்துவிடும் என்று போஸ் நம்பினார். ஆனால் காந்திஜி அந்தக் கொள்கைக்கு உடன்படவில்லை. அடிதடியென்றில்லாமல் காந்திஜியின் கொள்கைப்படியே ஒத்துழையாமை, சட்டமறுப்புப் போராட்டம் போன்ற போராட்டங்களின் மூலமே நெருக்கடியை உருவாக்கலாம் என்றார் போஸ். விரைவிலேயே உலகப் போர் வருவதற்கான அறிகுறிகள் இருக்கின்றன. எனவே காலத்தை விரயம் செய்யாமல் கிடுக்கிப்பிடி போடவேண்டிய தருணம் நெருங்கிவிட்டது என்றார் போஸ். சுதந்திரத்தைப்பற்றி மட்டும் கருதாமல் சுதந்திரம் வந்த பிறகு நாட்டை எப்படிக் கொண்டு செலுத்த வேண்டும் என்பதை ஆராயப் பொருளாதார நிபுணர்கள், விஞ்ஞானிகள் ஆகியோரைக் கொண்ட திட்டக் குழுக்களை அமைத் தார். தேசிய திட்டக் குழு ஒன்றை அமைத்து அதற்கு நேருவைத் தலைவராக்கி அறிக்கை சமர்ப்பிக்கக் கோரினார்.

பின்னாளில் வந்த ஐந்தாண்டுத் திட்டங்களுக்கு அடிகோலியவர் போஸ் என்றால் அது மிகையாகாது.

போஸ் காங்கிரஸ் தலைவராக இருந்தபோது இளைஞர்களிடையே ஒரு புதிய எழுச்சி இருந்தது. காங்கிரஸ் என்றால் படித்த முதியவர்களின் அமைப்பு என்ற நிலை அவர் காலத்தில் மாறியது. தான் செயல்படுத்த முனைந்துள்ள பல செயல்கள் இன்னும் முடிய வில்லை என்று போஸ் நினைத்ததால் அவர் மீண்டும் காங்கிரஸ் தலைவர் பதவிக்குப் போட்டியிட நினைத்தார். அவர் காங்கிரஸ் தலைவர்களிடம் சொன்னபோது ஒருவர் இரண்டாம் முறை தலைவ ராக விதிகளில் இடமில்லை என்றார்கள். அதற்கு முன் நேரு இரண்டு முறை தலைவராக இருந்ததைச் சுட்டிக்காட்டினார் போஸ். போட்டி கடுமையாக இருந்தது. காந்திஜியின் ஆசியோடு பட்டாபி சீதா ராமய்யாவைப் போட்டி வேட்பாளராக நிறுத்தினார்கள். தமிழ் நாட்டிலும் வங்கத்திலும் போஸுக்குப் பெருத்த ஆதரவு இருந்தது. போஸ் வெற்றி பெற்றார். போஸைச் செயல்பட விடக்கூடாது என்பதில் பல காங்கிரஸ் தலைவர்கள் தீவிரம் காட்டினர். காந்திஜி யும் அதில் தீவிரமாக இருந்தார், வல்லபாய் பட்டேலுக்கும் போஸ் தலைவரானது பிடிக்கவில்லை. அதைப் பற்றிக் காந்திஜிக்குக் கடிதம் எழுதினார். அதற்குப் பதில் எழுதினார் காந்திஜி

சேகோன்

நவம்பர் 1 1937

‘எல்லோரும் வெளியேறிவிட வேண்டும் என்ற முடிவுக்கு நான் வந்துவிட்டேன் மற்றவர்கள் வெளியேறுகிறார்களோ

இல்லையோ நீங்கள் வெளியேறிவிட வேண்டும். ஜமுனாலால் நிச்சயம் விலகிவிடுவார். நீங்கள் எல்லோரும் உங்கள் ராஜினாமாக் கடிதத்தைக் கொடுத்துவிடவேண்டும் என்று நான் ஏற்கெனவே ஆலோசனை சொல்லிவிட்டேன். எல்லோரும் இன்று கூடி அதைப் பற்றிப் பேசுங்கள். இன்று என்ன நடந்ததோ அது சரியில்லை. அதைப் போலவே இன்னும் பல சரியில்லா மல் நடந்துள்ளன. அவர் அவருடைய செயற்குழுவை அவரே தேர்ந்தெடுத்துக் கொள்ளட்டும். அவர் இப்பொழுது பதவி விலகுவது சரியாக இருக்காது. அதை அவரிடம் சொல்லி விடுங்கள். ராஜன் பாபு இன்று இங்கே வருகிறார். எல்லா வற்றையும் கேள்விப்பட்ட பிறகு நீங்கள் எல்லோரும் ராஜினாமாச் செய்யவேண்டும் என்று நான் உணர்கிறேன். எனக்கு இப்பொழுது நேரமோ பலமோ இல்லை. நீருக்கு மேல் தலையைத் தூக்கிப் பார்க்கிறேன். அவ்வளவே! இன்று இரவில் நீங்கள் இதைப்பற்றிப் பேசுங்கள்.'

காந்திஜியின் கருத்தை அறிந்த பன்னிரண்டு பேர் செயற்குழுவிலிருந்து விலகினர். புதிய செயற்குழுவைக் காந்திஜியின் ஆலோசனைப் படிதான் அமைக்க வேண்டும் என்று தீர்மானம் நிறைவேற்றி னார்கள். 'பிரிட்டிஷ் அரசு மிகவும் பலவீனமாக இருக்கும் அந்த நிலையில் ஒன்றுபட்டுப் போராடினால் நிச்சயம் சுதந்திரம் கிடைத்துவிடும். வன்முறையற்ற சத்தியாக்கிரக வழியிலே போராடினால்கூடப் போதும். அந்தத் தருணத்தை விட்டால் இந்தியா அடிமையாகக் கிடக்கவேண்டியதுதான். இழுபறிக்கு இடமே இல்லை. எழுக, செயல்படுக,' என்றார் போஸ். நேருஜி உள்ளுக்குள் போஸின் வழியை ஆதரித்தாலும் காந்திஜியின் விருப்பத்துக்கு மாறாக ஏதும் செய்யக் கூடவில்லை.

காந்திஜிக்கு மிகவும் உருக்கமாகக் கடிதம் எழுதினார் போஸ். ஆனால் காந்திஜி மசிந்து கொடுக்கவில்லை. வேறு வழியின்றி போஸ் தன் தலைவர் பதவியிலிருந்து விலகிவிட்டார். 'பார்வர்ட் பிளாக்' என்று ஒரு கட்சியைத் தொடங்கினார். அதற்கு மக்களிடம் பெருத்த ஆதரவு இருந்தது.

அடுத்து ராம்கார் காங்கிரஸ் மாநாட்டில் பேசிய காந்தி, 'என் வழி காட்டுதலில் நீங்களெல்லாம் செயல்பட விரும்பினால் நான் சொல் கிறபடி கேட்கவேண்டும். அப்பொழுதுதான் நான் வழிநடத்து வேன். இன்னும் ஒத்துழையாமைப் போராட்டம் தொடங்குவதற் கான சூழல் வரவில்லை. வந்ததும் தெரிவிக்கிறேன்,' என்றார்.

பார்வர்ட் பிளாக் தனது போராட்டத்தை அறிவித்தது. பல தொண்டர்கள் கைது செய்யப்பட்டார்கள். போஸ் காங்கிரஸ்

பதவியைத் துறந்தாலும் வங்காளக் காங்கிரஸ் போஸ்தான் எங்கள் தலைவர் என்று சொல்லிப் போஸை வங்கக் காங்கிரஸின் தலைவராகத் தேர்ந்தெடுத்தது.

வல்லபாய் பட்டேலின் தமையனார் வித்தல்பாய் பட்டேல் உடல் நிலை சரியில்லாமல் ஐரோப்பாவுக்கு சிகிச்சைக்காகச் சென்றார். அப்பொழுது சுபாஷ் போஸும் அங்கே சிகிச்சைக்காகச் சென்றிருந் தார். அங்கே இருவரும் நெருக்கமாகப் பழகினார்கள். வித்தல்பாய் பட்டேல், போஸ் இருவருக்குமே காந்திஜியின் திட்டங்கள் பிடிக்க வில்லை. இருவரும் மனமொத்துப் போனார்கள். போஸ் உடல்நிலை தேறியது. ஆனால் வித்தல் பாயின் உடல்நிலை சீரிழந்தது. அவர் தனது சொத்தில் ஒருபகுதியை, 1,20000 ரூபாய் மதிப்புள்ள சொத்தை போஸின் அரசியல் முன்னேற்றத்திற்காக உயில் எழுதி வைத்து விட்டு 22-10-1933ல் ஜெனீவாவில் இறந்துவிட்டார். அவருடைய இறுதிச் சடங்குகள் பம்பாயில் நடந்தன.

வல்லபாய் பட்டேல் உயிலின் படியொன்றை காந்திஜிக்கு அனுப்பினார். அப்பொழுது பட்டேல் சிறையில் இருந்தார். அதற்குக் காந்திஜி 6-4-1934 அன்று அனுப்பிய கடிதத்தில், 'நான் வித்தல்பாயின் உயிலை முழுவதும் படித்தேன். அதில் எழுதப் பட்டிருப்பவை அனைத்தும் முறைப்படி எழுதப்பட்டுள்ளன. அதிலிருந்து கொஞ்சம் போஸுக்கு போவதென்றால் போகட்டுமே என்றுதான் நான் கருதுகிறேன்,' என்று எழுதினார். ஆனால் அதில் அரசியல் செயல்பாடுகளுக்காக என்று எழுதப்பட்டிருப்பதால் போஸ் காங்கிரஸ்காரராக இருப்பதால் காங்கிரஸ் கட்சியின் செயல் பாடுதான் அவரது அரசியல் செயல்பாடு; எனவே அவர் காங்கிர ஸுக்கே அதைச் செலவிடவேண்டும் என்று காங்கிரஸ் தலைவர்கள் சொன்னார்கள். போஸ் ஒப்புக்கொள்ளவில்லை. வழக்கு நீதிமன்றத்துக்குப் போனது. 'அரசியல் முன்னேற்றத்திற்காக (political upliftment)' என்று அதில் எழுதியிருப்பதன் தாத்பர்யத்தைப் புரிந்து கொள்ளாத வெள்ளை நீதிபதி போஸுக்குப் பணம் சேராது என்று தீர்ப்பளித்துவிட்டார்.

கல்கத்தாவில் லார்ட் கர்ஸன் நிறுவிய ஹால்வெல் சிலையை அகற்றவேண்டுமென்றும் அதற்குத் தாமே தலைமைப் பொறுப் பேற்றுப் போராடுவதாகவும் போஸ் அறிவித்தார். ஹால்வெல், சிராஜ் உத்தௌலாவின் இருட்டறைச் சம்பத்தை ஊதிப் பெரிதாக்கி அவருக்குக் களங்கம் கற்பித்தவன். போராட்டம் தொடங்குவதற்கு முன் போஸ் கைது செய்யப்பட்டார், என்றாலும் மக்கள் விடவில்லை போராட்டம் தொடர்ந்தது. வேறுவழியின்றி அந்தச் சிலை அகற்றப் பட்டது.

சிறையில் அடைபட்ட போஸ் அரசுக்கு ஒரு கடிதம் எழுதினார். இந்தியர்கள் அனைவரும் மிக அவசியமாகப் படிக்க வேண்டிய கடிதம் அது. தன்னுடைய அந்தக் கடிதத்தைக் கிழித்துப் போடாமல் பத்திரமாகப் பாதுகாத்து வருங்காலச் சந்ததியினர் அறியுமாறு செய்தல் வேண்டும் என்று எழுதியிருந்தார்.

> ‘உண்ணாவிரதம் இருக்கப்போகிறேன், விடுதலை கிடைக்கும் வரை உண்ணாவிரதம். எனது தியாகம் வீண் போகாது. தியாகத்தாலும் துன்பத்தாலும் ஒரு லட்சியம் புனிதமடையும். இவ்வுலகில் அனைத்தும் அழிவுத் தன்மை கொண்டிருக்கின்றது. ஆனால் மனித லட்சியமும், கனவுகளும் அழியா அமரத்தன்மை கொண்டவை. ஒரு லட்சியத்துக்காக ஒருவன் மடியலாம். அவன் மாண்டபின் அந்த லட்சியம் பலரையும் தொற்றிக் கொள்ளும். ஒரு நாடு வாழவேண்டுமானால் தனி மனிதர்கள் சாகத்தான் வேண்டும். இன்று இந்தியா வாழச் சுதந்திரத்தையும் புகழையும் பெற நான் சாகத்தான் வேண்டும். ஒரு மனிதன் வாழ்ந்தான், ஒரு லட்சியத்துக்காக உயிரை விட்டான் என்பதை விட வேறென்ன பெருமை வேண்டும். தனது ஆத்மா பல ஆயிரம் பேர்களுக்கு உற்சாகத்தைக் கொடுக்கும் என்று எவன் எண்ணுகிறானோ அவனே பேறுபெற்றவன். அதைவிடப் பேரின்பம் ஏதுமில்லை. என் தாய்நாட்டு மக்களுக்கு ஒருவார்த்தை. ‘அடிமையாக வாழ்வதை விட சாபக்கேடு வேறொன்றும் இல்லை. அநீதியையும் அக்கிரமத்தையும் கண்டு பணிவது மகாபாவம்.’ இதை ஒருபோதும் மறவாதீர்கள். இறவா உயிரைப் பெற விரும்பினால் உங்கள் உயிரைத் தியாகம் செய்யுங்கள். அதுதான் இயற்கையின் எழுதிவைக்கப்படாத என்றும் இருக்கும் விதி. இதை ஒரு போதும் மறவாதீர்கள். எனது இரண்டு கோரிக்கை இதுதான். நான் அமைதியாக இறப்பதை நீங்கள் தடுக்க முடியாது. எனக்கு வலுக்கட்டாயமாக உணவு அளித்தால் அதனை நானும் என் பலம் உள்ளவரை கட்டாயமாக எதிர்ப்பேன்.’

இந்தக் கடிதம் மாநில அரசையும் மத்திய அரசையும் பதற வைத்தது. அவர் உண்ணாவிரதம் இருந்து இறந்து போனால் கிளர்ச்சி வெடிக்கும். நாடு முழுதும் கொந்தளிக்கும். அதனை அடக்குவது அவ்வளவு எளிமையான காரியமாகாது. எனவே அரசு ஒரு முடிவுக்கு வந்தது. போஸை ஜாமீனில் விடுதலை செய்வது என்றும் ஆனால் கல்கத்தா நீதிமன்றத்தில் 1941 ஜனவரி 27ல் அவர் ஆஜராக வேண்டும் என்றும் உத்தரவிடப்பட்டது.

அவரைக் கண்காணிக்க வீட்டைச் சுற்றிப் பலத்த காவல் போடப்பட்டது. அவசரமாகவும் அதிரடியாகவும் காரியங்களைச் செய்ய

வேண்டிய நிலையில் வீட்டுக்குள் அடைபட்டுக் கிடக்க அவர் விரும்பவில்லை. எனவே சில அதிரடி சாகசக் கதைகளில் வருவதைப்போல மிக ரகசியமாகச் சில திட்டங்களைத் தீட்டினார். ஜனவரி 27ந்தேதி நீதிமன்றத்தில் போய் நிற்பதற்கு முன்பாக வீட்டை விட்டு வெளியேறிவிட வேண்டும். அதற்கான திட்டங்கள் தயாரிக் கப்பட்டன. அவர் எப்படித் தப்பினார், என்னென்ன வேடங்கள் போட்டார், யார் யாரைச் சந்தித்தார் என்பனவெல்லாம் தனியாக ஒரு புத்தகத்தில் படிக்கவேண்டிய சாகசச் சரித்திரம். எனவே சுருக்கமாக இங்கே சொல்கிறேன்.

எந்தந்த இடத்தில் யார் யார் எந்தெந்த நேரத்தில் என்னென்ன உடையில் சந்திக்கவேண்டும் என்றும் மாறு வேடத்தை அங்கங்கே மாற்றிக்கொண்டே வரும் போஸை எப்படி அடையாளங் காண்பது, என்னென்ன சங்கேத மொழிகள் என்னும் விவரங்கள் துல்லியமாகத் தீட்டப்பட்டன. தான் வீட்டுக்குள்ளே அமர்ந்து தியானத்தில் ஈடுபடப்போவதாகவும் தன்னை யாரும் தொந்தரவு செய்யக் கூடாதென்றும் தனக்கு வேண்டிய உணவு வகைகளைக் கதவுக்கு வெளியிலேயே வைத்துவிட்டுச் செல்ல வேண்டும் என்றும் போஸ் வேலையாட்களுக்குச் சொன்னார். அப்படியே சில நாட்கள் கழிந்தன. போஸ் சன்னியாசியாகப் போய்விடுவாரோ என்று கூடச் சிலர் நினைத்தனர். தப்புவதற்குக் குறிப்பிட்ட 1941 ஜனவரி மாதம் 17ந்தேதி அவரது அண்ணனின் மகன் சிசிர் குமாருடன் ஒரு காரில் ஒரு பத்தானின் வடிவத்தில் வெளியேறினார் போஸ்.

சிறையிலிருந்து தப்பித்த சாசசம்!

மாற்றுப்பாதையில் கிராண்ட் டிரங்க் சாலையில் உள்ள அசன்சோல் வழியாகப் பராரி என்ற ஊரை அடைந்தார். அங்கே குடியிருந்த போஸின் சகோதரர் அஷோக்நாத் போஸ் அவர்களின் வீட்டிற்குச் சென்றார் சுபாஷ் சந்திர போஸ். அங்கே காப்பீட்டு முகவர் போல நடித்தார். தன் பெயர் ஜியாவுத்தீன் என்றார். அங்கிருந்து கோமோ என்னும் ரயில் நிலையத்தை அடைந்து அங்கிருந்து ரயிலில் டெல்லிக்குப் போனார். அங்கிருந்து தனிப்பயணம்தான். பெஷாவர் செல்லும் ரயிலின் மூலம் ஜனவரி 19ந்தேதி பெஷாவரை அடைந் தார். அங்கிருந்த பார்வர்ட் பிளாக் கட்சியின் தலைவர் அக்பர்ஷா போஸைச் சந்தித்தார். பிறகு பெஷாவரிலிருந்து ஆப்கானிஸ்தான் நோக்கிப் பயணம். வழிகாட்டியாக வந்தவனிடம் ஜியாவுத்தீன் வாய் பேசமுடியாத காது கேளாத ஊனம் என்று சொல்லி அவரது சிகிச்சைக்காக ஆப்கானிஸ்தான் போவதாகச் சொல்லப்பட்டது. அங்கிருந்து ஜனவரி 26ம் நாள் போஸ் பயணமானார். அன்றுதான்

கல்கத்தாவில் போஸ் தப்பிச் சென்ற விஷயம் தெரியவந்தது. போஸை தேடிக் கண்டுபிடிக்கப் பல படைகள் அமைக்கப்பட்டன. பிரிட்டிஷ் ஆளுகைக்குட்பட்ட எல்லா இடங்களிலும் தேடுதல் முடுக்கிவிடப்பட்டது.

கல்கத்தாவில் பல கதைகள் கற்பனையாகக் கூறப்பட்டன. அறைக்குள் தியானம் செய்துகொண்டிருந்தவர் ஆன்மீகச் சக்தியால் மாயமாக மறைந்து விட்டார் என்றனர் சிலர். இல்லை இல்லை தற்கொலை செய்துகொண்டிருப்பார் என்றனர் சிலர். மீண்டும் பாய்வதற்காகப் புலி பதுங்கியிருக்கிறது என்றனர் சிலர். முத்துராம லிங்கத் தேவர் போன்ற போஸின் நெருங்கிய நண்பர்கள் போஸிட மிருந்து விரைவில் செய்தி வரும் என்று சொன்னார்கள். பல சோதனைகளைக் கடந்து போஸ் ஆப்கானிஸ்தான் எல்லையை அடைந்தார். பிரிட்டிஷ் எல்லையைத் தாண்டிவிட்டதில் போஸ் மகிழ்ந்தார். பல மைல் தூரம் ஏற்றத்திலும் இறக்கத்திலும் நடந்து சென்ற களைப்பையும் உதறிவிட்டு மேலும் பயணம் செய்து ஆப்கானிஸ்தான் தலைநகரம் காபூலை அடைந்தார்கள். ரஷ்யாவில் தங்கித் தனது செயல்பாடுகளைத் தொடங்கவேண்டும் என்று போஸ் விரும்பினார். ரஷ்யத் தூதரகத்தில் எவ்வளவு எடுத்துச் சொல்லியும் அவர்கள் வந்திருப்பவர் போஸ்தான் என்பதை நம்ப மறுத்ததால் ரஷ்யப் பயணம் தடைப்பட்டது. ஆனாலும் இத்தாலிய ஜெர்மானியத் தூதரக அதிகாரிகளின் ஏற்பாட்டால் ரஷ்யா வழியாக ஜெர்மானியத் தலைநகர் பெர்லினை அடைய வழி பிறந்தது. கல்கத்தாவிலிருந்து கிளம்பிய 71ம் நாள் போஸ் பெர்லினை அடைந்தார்.

பெர்லினைச் சென்றடையும் முன்பு எத்தனை சாகசங்கள்! எத்தனை சோதனைகள். எத்தனை மாறு வேஷங்கள். கால்நடையாகவும் மாட்டுவண்டியிலும், ரயிலிலும் காரிலும் விமானத்திலும் சென்றது மட்டுமல்ல. மனிதர்கள் தங்குவதற்கு லாயக்கில்லாத ஒட்டகக் கொட்டகையிலும், வெட்ட வெளியிலும், சாப்பிட்டும் சாப்பிடாம லும், தூங்கியும் தூங்காமலும் அவர் பட்ட கஷ்டங்கள் ஏராளம். இத்தனை துன்பங்கள் எதற்காக? இந்தியா சுதந்திரமடைய வேண்டும் என்ற ஒரே நோக்கம்தான் காரணம். தருணம் கனிந்திருப்பதை உணராத காங்கிரஸ் தலைவர்களின் மிதப்போக்கினால்தான் இப்படி யெல்லாம் மாறுபட்ட கோணத்தில் தாம் செயல்படவேண்டி யிருக்கிறது என்று எண்ணினார்.

போஸுக்கு ஜெர்மனியிலே தேவையான அனைத்து உதவிகளும் கிடைக்கவில்லையென்றாலும் ஓரளவுக்கு உதவிகள் கிடைத்தன. அங்கே தங்கியிருந்த இந்தியப் போர்க் கைதிகளைக் கொண்டு ஒரு ராணுவம் அமைக்க முனைந்தார். இந்திய சுதந்திர லீக் என்ற

பெயரில் ஓர் அமைப்பைத் தொடங்கித் தான் சாதிக்க நினைத்திருக்கும் செயல்களுக்கு அடித்தளம் அமைத்துக்கொண்டார். அங்கே அவரின் செயல்பாடுகளுக்குப் பண உதவி தேவைப்பட்டது. இந்திய சுதந்திர அரசின் பேரால் கடன் கொடுங்கள். பின்னால் திருப்பிக் கொடுத்துவிடுகிறேன் என்று வாக்குறுதி அளித்தார். பண உதவி கிடைத்தது.

ஹிட்லர் தான் எழுதியுள்ள 'மெயின் கேம்ப்' என்னும் நூலில் இந்தியர்கள் ஐரோப்பியர்களுக்குத் தாழ்ந்தவர்கள் என்றும் இந்தியாவின் சுதந்திரப் போராட்டம் வெற்றி பெறாதென்றும் பிரிட்டனை வேறு ஏதாவது பலம் வாய்ந்த நாடு தோற்கடித்தால்தான் இந்தியா சுதந்திரம் பெற இயலும் என்றும் எழுதியிருந்தார். இதைப் படித்த போஸ் ஜெர்மானிய அதிகாரிகளிடம் ஹிட்லருக்கு ஒரு செய்தி சொல்லி அனுப்பினார். அவர் எழுதியுள்ள அந்தப் பகுதியை புத்தகத்திலிருந்து நீக்கிவிடவேண்டும் என்று சொல்லுங்கள் என்று சொல்லியனுப்பினார். பின்னால் ஹிட்லரைச் சந்திக்க நேர்ந்த போதும் துணிச்சலோடு இதையே சொன்னார்.

ஜெர்மனியில் அலுவலகத்தை அமைத்துக் கொண்டாலும் போஸ் ஐரோப்பாவில் உள்ள அண்டை நாடுகளுக்கும் சுற்றுப் பயணம் செய்து அங்கே சிறைக் கைதிகளாக இருந்த இந்தியர்களைக் கொண்டு இந்திய ராணுவ முகாம் ஒன்றை பிராண்டன்பர்க் நகரில் அமைத்தார். அனைத்தும் சுதந்திர இந்திய மையத்தின் மூலமாக செயல்பட்டு வந்தது. 'ஆஸாத் ஹிந்த்' என்ற பெயரில் வானொலி நிலையம் ஒன்று அமைக்கப்பட்டது. பின் பல அலைவரிசைகளின் வானொலி அதிகரிக்கப்பட்டது. 'ஆஸாத் ஹிந்த்' என்ற பத்திரிகை ஒன்றைத் தொடங்கி அதில் இந்திய விடுதலையைப் பற்றிக் கட்டுரைகள் எழுதி வெளிநாட்டு மக்கள் இந்தியாவின் உண்மை நிலையையும் பிரிட்டிஷ் அரசின் கொடுங்கோன்மையையும் அறியும்படிச் செய்தார். ஆஸாத் ஹிந்த் அமைப்புக்குத் தனிக்கொடி, சின்னம், தேசிய கீதம் அனைத்தும் உருவாக்கப்பட்டன.

மூவண்ணக் கொடிக்கு நடுவிலே பாயும் புலிதான் தேசியக் கொடி. மகாகவி தாகூரின் ஜனகன மனப்பாடல்தான் தேசிய கீதம். அவர்களின் தாரக மந்திரம் 'ஜெய்ஹிந்த்'. இது போஸுக்கு முன்பு முதல் உலக மகா யுத்தத்தின் போதே ஜெர்மனிக்கு வந்த செண்பக ராமன் பிள்ளை உருவாக்கியது. எம்டன் புகழ் செண்பகராமன் பிள்ளைதான் முதன் முதலில் ஜெர்மனியில் இந்திய ராணுவம் ஒன்றை அமைக்கும் முயற்சியில் ஈடுபட்டவர். நேதாஜியும் அதே கோஷத்தை எடுத்துக்கொண்டார்.

போஸ் தான் நிறுவிய வானொலி மூலம் உலக மக்களிடம் குறிப்பாக இந்திய மக்களுடன் பேசினார். போஸ் உயிருடன்தான் இருக்கிறார் என்ற செய்தி இந்திய மக்களை மகிழ்ச்சியில் திளைக்கச் செய்தது. வெள்ளையனுக்குச் சற்றே விலாவில் வலித்தது.

போஸ் வெளிநாட்டில் இருந்தாலும் இந்தியாவிலும் உலக அரங்கிலும் என்னென்ன நடைபெற்றன என்பதைக் கவனித்து வந்தார். போஸ் காங்கிரஸ் தலைவராக இருந்தபோது முகமதலி ஜின்னாவுடன் கடிதப் போக்குவரத்து வைத்துக்கொண்டிருந்தார். எப்படியாவது பிரிவினைக் கொள்கையை அவர் கைவிட்டுவிடவேண்டும் என்று கெஞ்சிப் பார்த்தார். அவர் மசியவில்லை. போஸ் ஜெர்மனியில் இருந்தபோது ஹிந்து முஸ்லிம் ஒற்றுமை குலைந்துவிடக் கூடாது என்பதற்காக ஆஸாத் முஸ்லிம் வானொலி நிலையம் ஒன்றை நிறுவி இந்து முஸ்லிம் ஒற்றுமையை நிகழ்ச்சிகளின் மூலமும் உரைகளின் மூலமும் வலியுறுத்தி வந்தார்.

1942ல் ஹிட்லரைச் சந்திக்கும் வாய்ப்புக் கிட்டியது. போருக்குப் பிறகு இந்திய சுதந்திரத்தைப்பற்றி ஜெர்மனியின் நிலையென்ன என்பதை அறிவிக்கும்படி ஹிட்லரைக் கேட்டார். இந்தியா அதற்கு இன்னும் தயாராக இல்லாத நிலையில் தன்னால் எதுவும் கூற இயலாது என்று கையை விரித்துவிட்டார் ஹிட்லர். இந்தியாவைப் பற்றிய தவறான கருத்தை அவரது புத்தகத்திலிருந்து அகற்றி விடும்படி அவரிடமே துணிவோடு எடுத்துச் சொன்னார். தான் தென்கிழக்கு ஆசிய நாடுகளுக்குச் செல்ல விரும்புவதாகவும் தன்னை அப்பகுதிக்கு அனுப்ப உதவி புரியுமாறும் வேண்டினார். ஏற்பாடுகளைச் செய்வதாக ஹிட்லர் உறுதிசெய்தார். நாட்கள் ஓடின. எதிர்பார்த்து எதிர்பார்த்து ஏமாந்து போனதால் ஒரு வருடகாலம் வீணாகப்போய்விட்டதே என வருந்தினார் போஸ். அதே நேரம் தென்கிழக்கு ஆசியாவில் அவர் தலைமையேற்று நடத்திச் செல்லுவதற்கு அவசியம் நேர்ந்தது. எனவே அங்கு வரும்படி அழைப்பு வந்தது.

சிங்கப்பூரில் ஜப்பானிடம் பிரிட்டிஷ் வீரர்கள் சரணடைந்த பிறகு அங்கே யுத்தக் கைதிகளாக இருந்த இந்தியக் கைதிகளைக் கொண்டு ஒரு ராணுவம் மோகன்சிங் தலைமையில் உருவாக்கப்பட்டது. அதற்குப்பிறகு ஜப்பானியர்களுடன் கருத்து வேறுபாட்டால் மோகன்சிங்கிடமிருந்து அப்பொறுப்பு ராஜ் பிஹாரி போஸ் வசம் வந்தது. இந்த நேரத்தில் ராஜ் பிஹாரி போஸ் பற்றியும் சிறிது தெரிந்து கொள்வது நல்லது. 1912ம் ஆண்டு லார்ட் ஹார்டிஞ்ச் மீது குண்டு வீசியதாகக் குற்றஞ் சாட்டப்பட்டுத் தேடப்பட்டு வந்தவர் ராஜ் பிஹாரி போஸ். அவர் ஜப்பானுக்குத் தப்பிச் சென்று அங்கே

மறைவாக வாழ்ந்து வந்தார். அப்பொழுது ஜப்பானும் பிரிட்டனும் நட்பு நாடுகளாக இருந்ததால் ராஜ் பிஹாரி போஸைக் கைது செய்து அனுப்ப ஜப்பான் தயாராக இருந்தது. மறைவாக வாழ்ந்து வந்த ராஜ் பிஹாரி போஸ் ஒரு ஜப்பானியப் பெண்ணைத் திருமணம் செய்து கொண்டு ஜப்பானியக் குடிமகன் ஆனார். அதன் பிறகு மறைவு வாழ்க்கை தேவையில்லாமல் போயிற்று என்றாலும் பிரிட்டிஷாரால் தலைக்கு விலை வைத்துத் தேடப்பட்டு வந்த குற்றவாளி என்ற நிலையில் மாற்றமில்லை. ஜப்பான் பிரிட்டன் மீது போர் தொடுத்த பிறகு நிலைமை மாறியது. ராஜ் பிஹாரி போஸ் அவர் குற்றச்சாட்டிலிருந்து விடுவிக்கப்பட்டார். இந்தியாவை விடுதலை செய்வதில் அவருக்கிருந்த ஆர்வத்தை அறிந்து அவருக்கு வேண்டிய உதவிகளைச் செய்ய ஜப்பானிய அரசு தயாராக இருந்தது. மோகன் சிங் வசம் இருந்த இந்திய தேசிய ராணுவத்திற்கு ராஜ் பிஹாரி போஸ் தளபதியானார். மோகன் சிங் ஜப்பானியர்களின் நம்பிக்கையிலிருந்து விழுந்துவிட்டதால் அந்த மாற்றம்.

1941 ம் ஆண்டு ராஜ் பிஹாரி போஸுக்கும் வயது அதிகமாகிவிட்டது. ஒரு சரியான வழிகாட்டி இல்லாமல் இந்திய தேசிய ராணுவம் மற்றும் சுதந்திரப் போராட்ட எழுச்சிகள் தெற்காசியாவில் மங்கிய நிலையில் இருந்தன. இந்த நிலையை மாற்றி எழுச்சியூட்டக் கூடிய ஒரே மனிதர் சுபாஷ் சந்திர போஸ்தான் என்பதை உணர்ந்த ராஜ் பிஹாரி போஸ் இந்திய தேசிய ராணுவத்தை சுபாஷ் சந்திர போஸிடம் ஒப்படைத்து விடவேண்டும் என்று நினைத்து அவருக்கு அழைப்பு விடுத்தார். ஜெர்மனியிலிருந்து எதிர்பார்த்த ஆதரவு கிடைக்காத காரணத்தினால் கிழக்காசியா செல்வதுதான் நல்லது என்று போஸ் தீர்மானம் செய்திருந்த நேரத்தில் அப்படி ஓர் அழைப்பு வந்தது போஸுக்குத் தெம்பளித்தது. உடனே பயணத்துக்கு ஏற்பாடு செய்யும்படி கேட்டுக்கொண்டார். கப்பலில் சென்றால் போர் விமானங்கள் உலா வரும் அந்தத் தருணத்தில் செல்வது நிச்சயம் ஆபத்தாகத்தான் முடியும் என்பதால் நீர்மூழ்கிக் கப்பலில் அனுப்புவது என்று முடிவாயிற்று. இதற்கிடையில் பிரிட்டனின் ரகசிய ஆணையொன்று போஸைக் கொலை செய்யப் பிறப்பிக்கப்பட்டிருந்தது. இதையெல்லாம் மீறி அவர் பத்திரமாக ஜப்பான் சென்றடைய வேண்டும். கிழக்கு ஆசியாவில் ராஜ் பிஹாரி போஸைத் தவிர இன்னும் சிலரும் பிரிட்டிஷ் அரசை எதிர்ப்பதிலே தீவிர ஈடுபாடு கொண்டிருந்தார்கள். அவர்களில் ஒருவர் பாபா அமர் சிங். அவர் தாய்லாந்திலிருந்து இயங்கிக் கொண்டிருந்தார். அந்த நாட்களில் தாய்லாந்து இந்தியப் புரட்சி வீரர்களின் புகலிடமாக இருந்தது.

முதல் உலக மகாயுத்தத்தின்போது பாபா அமர்சிங் கைது செய்யப் பட்டு 22 ஆண்டுகள் கடுங்காவல் தண்டனை கொடுக்கப்பட்டுப் பர்மா சிறையில் அடைக்கப்பட்டிருந்தார். அங்கிருந்து விடுதலை ஆனதும் தாய்லாந்துக்குத் தப்பிச் சென்றுவிட்டார். அங்கே தன் புரட்சிகரமான நடவடிக்கைகளைத் தொடர்ந்து வந்தார். அவருடைய முக்கிய நோக்கமே 1857ல் சிப்பாய் புரட்சி எழுந்த மாதிரி தென்கிழக் காசியாவிலும் இந்தியாவிலும் பணிபுரியும் இந்தியச் சிப்பாய்களை அரசுக்கு எதிராகத் திருப்பிவிடுவதுதான். அதற்காக அங்கங்கே ரகசியத் தூதுவர்களை அனுப்பிச் சிப்பாய்களிடம் ரகசிய அறிவிப்புக் கொடுக்கச் செய்தார்.

ரவீந்திரநாத் தாகூரின் சீடரும் புரட்சிகர தேசபக்தருமான சுவாமி சத்யானந்த் 'பாரத் கல்சுரல் லாட்ஜ்' என்னும் பெயரில் ஓர் அமைப்பைப் பாங்காக்கில் நடத்தி வந்தார். 1941ம் ஆண்டு டிசம்பர் 8ந்தேதி ஜப்பான் பிரிட்டன் மீதும் அமெரிக்கா மீதும் போர் அறிவிப்புச் செய்தது. அன்றே பாபா அமர்சிங் தாய்லாந்திலிருந்து 'இண்டியன் இண்டிபெண்டென்ஸ் லீக்' என்னும் அமைப்பைத் தொடங்கினார். சுவாமி சத்யானந்த் தனது அமைப்பை புதிய அமைப்போடு இணைத்து ஒன்றாகச் செயல்படத் தொடங்கினார். அதுவரை ரகசியமாக இயங்கி வந்த அமைப்புகளெல்லாம் வெளிப் படையாகச் செயல்படத் தொடங்கின. தென்கிழக்காசியாவிலுள்ள இந்தியர்களை ஈர்ப்பதில் அவர்கள் முனைந்து நின்றனர். ஜப்பான் மலேசியாவுக்குள் நுழைந்தது.

அங்கே உள்ள இந்தியக் கைதிகளை ஈர்த்துப் புதிய ராணுவத்தைத் தொடங்க ஜப்பானிய ராணுவ மேஜர் ஃபுஜிவாரா ஈடுபாடு காட்டி னார். அவருடன் பாபா ராம் சிங்கால் உருவாக்கப்பட்ட கியானி பிரித்தம் சிங் சென்றார். அங்கேதான் பிரிட்டிஷ் படையில் கேப்டனா கப் பணியாற்றிவந்த மோகன் சிங்கைக் காட்டுக்குள் ஜிரா என்ற இடத்தில் சந்தித்தார். மோகன் சிங் அவர்களுடைய வேண்டுகோளை ஏற்று அங்கிருந்த 5000 இந்தியக் கைதிகளுடன் பேசினார். 4000 பேர் புதிய ராணுவத்தில் இணைய உடனடியாக ஒப்புக் கொண்டனர். அவருடனிருந்த 54 வீரர்களும் அவரும் இந்திய சுதந்திரத்திற்காக உயிரைக் கொடுத்தும் போராடத் தயார் என அறிவித்தனர். அங்கே அந்த இடத்தில் இந்திய தேசிய ராணுவம் (ஆஸாத் ஹிந்த் ஃபௌஜ்) உருவாயிற்று. மோகன் சிங் தலைமை ராணுவத் தளபதி யாக அறிவிக்கப்பட்டார். 16-1-1942 அன்று கோலாலம்பூரில் இந்திய சுதந்திர லீக்கின் கிளை தொடங்கப்பட்டது. மலேசியாவில் வழி காட்ட எந்தத் தலைவரும் இன்றி இருந்த இந்தியக் கைதிகளில் பெரும்பான்மையோர் தமக்குக் கிடைத்த நல்வாய்ப்பு என்று கருதி இந்திய தேசிய ராணுவத்தில் இணைந்தனர். அந்த ராணுவத்தின்

எழுச்சி கோஷமான, ‘ஆஸாத் ஹிந்துஸ்தான் சிந்தாபாத்’ என்றும் ‘ஆஸாத் ஹிந்த் ஃபௌஜ் சிந்தாபாத்’ என்றும் முழக்கங்கள் எழுப்பப் பட்டன. அடுத்து 5-2-1942 அன்று சிங்கப்பூரில் இருந்த பிரிட்டிஷ் ராணுவ லெஃப்டினெண்ட் கர்னல் ஹண்ட் ஜப்பானியரிடம் தனது படைவீரர்களுடன் சரணடைந்தார். அப்பொழுது மேஜர் ஃபிஜூவாரா அந்த வீரர்களைப்பார்த்துச் சொன்னார்:

‘வீரர்களே, ஜப்பானிய அரசின் சார்பாக நான் உங்களை ஜப்பானின் கீழ்பணிபுரிபவர்களாக ஏற்றுக்கொண்டு உங்களை இந்திய ராணுவத் தளபதி மோகன் சிங்கிடம் ஒப்படைக்கிறேன். பிரிட்டிஷ் சாம்ராஜ்யம் முடிவுக்கு வரப்போகிறது. இந்திய சுதந்திரம் பெற இதுவே நல்ல தருணம். உங்கள் நாட்டின் சுதந்திரத்திற்காக நீங்கள் அவர்களை விரட்டி அடிக்க வேண்டும். நீங்களெல்லோரும் பிரிட்டிஷ் குடி மக்கள். உண்மையில் பிரிட்டிஷ் குடிமக்கள் எங்களுக்கு எதிரிகள். நீங்கள் பிரிட்டிஷ் குடியுரிமையைத் தொலைத்துவிடப் போராடினால் உங்களை நாங்கள் நண்பர்களாகவே ஏற்றுக்கொள்கிறோம் பிரிட்டிஷ் குடியுரிமை உங்கள் மேல் திணிக்கப்பட்டது. நீங்களாக விரும்பி ஏற்றுக்கொண்டதல்ல.’

அவர்களைப் பார்த்து கேப்டன் மோகன் சிங் பேசினார்: ‘பிரிட்டிஷ் காரர்களின் கொடுங்கோன்மை ஒழிய இன்னும் சில நாட்களே உள்ளன. ஜப்பானிய ராணுவம் அவர்களை மலேசியாவிலிருந்தும் சிங்கப்பூரிலிருந்தும் துரத்திவிட்டது. அவர்கள் பர்மாவுக்குச் சென்று விட்டனர். இந்தியர்களாகிய நாம் இப்பொழுது சுதந்திரத்தின் படிக் கட்டில் நிற்கிறோம். இந்தியர்களின் ரத்தத்தை உறிஞ்சி வந்த பிசாசு களைத் துரத்தி அடிப்போம். நமது இலக்கை அடைய ஜப்பானியர் கள் எல்லா உதவிகளையும் செய்வதாகச் சொல்லியிருக்கிறார்கள். 400 கோடி இந்திய ஆண்களையும் பெண்களையும் அடிமைத்தளை யிலிருந்து விடுவிக்க நம்மால் ஆனவை அனைத்தும் செய்தே ஆக வேண்டும். தென்கிழக்கிலுள்ள இந்திய மக்களையும் ராணுவ வீரர் களையும் உள்ளடக்கியதாக இந்திய தேசிய ராணுவத்தை உருவாக்கி யிருக்கிறோம். இதில் நீங்கள் எல்லாம் இணைய வேண்டும் என்று உங்களைக் கேட்டுக்கொள்கிறேன்!’

மோகன் சிங்கின் பேச்சைக் கேட்ட பலர் ராணுவத்தில் இணைய ஒப்புதல் அளித்தனர். 30,000 பேர் சேர்ந்துவிட்டனர். கைதிகளாக இருந்த சில அதிகாரிகளிடம் மட்டும் கருத்து வேற்றுமை இருந்தது. மோகன் சிங்கை விட மூத்த இடத்தில் பிரிட்டிஷ் ராணுவத்தில் இருந்த சிலர் மோகன் சிங்கின் ஆணையின் கீழ்ப் பணிபுரியத் தயங்கினர். அதுவும் ஒருவாறு சமாளிக்கப்பட்டது. இந்திய தேசிய ராணுவம் சிங்கப்பூரிலிருந்து இயங்குவதாகத் தீர்மானிக்கப்பட்டது.

அதன் பிறகு மலேசியாவின் இந்திய சுதந்திர லீக் கட்சியின் தலைவராக ராகவன் என்பவர் நியமிக்கப்பட்டார். அடுத்தடுத்து இரண்டு மாநாடுகள் நடத்தப்பட்டன. ஜப்பானில் நடந்த மாநாட்டிற்கு விமானத்தில் சென்ற நான்கு முக்கியத் தலைவர்கள் 13-3-1942 அன்று விமான விபத்தில் சிக்கிக்கொண்டார்கள். அவர்களைப்பற்றி எந்தத் துப்பும் கிடைக்கவில்லை. அவர்கள் சுவாமி சத்யானந்த் பூரி, கியானி ப்ரித்தம் சிங், கேப்டன் மொகமத் அக்ரம், நீலகண்ட அய்யர் ஆகியோர். அந்தத் துயரச் சம்பவத்துக்கிடையே மார்ச் 28ந்தேதி மாநாடு நடைபெற்றது.

அந்த மாநாட்டுத் தீர்மானங்களில் மிக முக்கியமான இரண்டு தீர்மானங்கள் நிறைவேற்றப்பட்டன.

இயக்கத்தின் கொள்கை ஒற்றுமை, நம்பிக்கை, தியாகம்.

'முழுச் சுதந்திரத்தை இந்தியா அடைய ஜப்பான் எல்லா ஒத்துழைப்பும் கொடுக்குமென்றும், சுதந்திரம் அடைந்த பிறகு இந்தியாவின் பூரண சுதந்திரத்தையும் மேலாண்மையும் அங்கீகரிக்கும் என்றும், இந்திய அரசின் அரசியல் சட்டத்தை உருவாக்கிக்கொள்ளும் உரிமை இந்தியர்களுக்கே' என்றும் ஜப்பான் அறிக்கை வெளியிட வேண்டும் என்று மாநாடு கேட்டுக்கொள்கிறது.

மேற்கொண்டு நடவடிக்கைகளைக் கவனித்துக்கொள்ள, தேர்ந்தெடுக்கப்படும் அமைப்பு ஒன்று தொடங்கப்படும் என்றும் அதற்குத் தற்காலிகத் தலைவராக ராஜ் பிஹாரி போஸ் இருப்பாரென்பதும் இன்னொரு தீர்மானம். பிறகு நடந்த பாங்காக் மாநாட்டில் சுபாஷ் சந்திர போஸை தென்கிழக்கு ஆசியாவுக்கு வரவழைக்க வேண்டும் என்றும் அதற்கு வேண்டிய ஏற்பாடுகளைச் செய்து உதவுமாறு ஜப்பானைக் கேட்டுக்கொள்வது என்றும் முடிவாயிற்று.

முதலில் ஃபுஜிவோரா ஜப்பான் அரசுக்கும் இந்திய சுதந்திர லீக்கிற்கும் தொடர்பு அதிகாரியாக இருந்தபோது நல்ல புரிதல் உணர்வு இருந்தது. ஆனால் அதன் பிறகு வந்த கர்னல் இவாகுரோ ஏனோ தானோ என்று செயல்பட்டார். அதனால் அரசுக்குச் சரியான நடவடிக்கைகளை எடுத்துச் சொல்வார் யாருமில்லாமல் போய் விட்டது. இந்திய ராணுவ வீரர்களுக்குச் சரியான ஆயுதங்கள் வழங்கப்படவில்லை. நடவடிக்கைக் குழுவையும் மோகன் சிங்கையும் கலந்தாலோசிக்காமலேயே இந்திய தேசிய ராணுவத்திற்கு உத்தரவுகள் கொடுக்கப்பட்டன. பர்மாவில் ஜப்பானியர் கைப்பற்றிய இந்தியர்களின் சொத்துகளையெல்லாம் பகைவர்களின்

சொத்தாகக் கருதி அதற்கேற்ப நடந்துகொண்டனர். இதனால் நடவடிக்கைக் குழுவின் உறுப்பினர்கள் பெரும்பகுதியினர் வெளியேறினர். சரியான புரிதல் இல்லாததால் தளபதி மோகன் சிங் ஜப்பானியர்களால் கைது செய்யப்பட்டு ஒரு தீவில் அடைக்கப் பட்டார். இந்திய தேசிய ராணுவம் கலைக்கப்பட்ட நிலைக்குச் சென்றுவிட்டது. என்றாலும் சுபாஷ் போஸ் வரும் வரை கட்டிக் காக்க வேண்டும் என்ற நோக்கத்தோடு ராஜ் பிகாரி போஸ் இந்திய சுதந்திர லீக்கின் கீழ் எல்லா இயக்கத்தையும் கொணர்ந்தார். பிறகு ஜூன் 1943ல் ஜப்பானுக்குச் சென்று போஸின் வருகைக்காகக் காத்திருந்தார். இந்த இக்கட்டான நிலையைச் சரிசெய்யத்தான் போஸ் அவசர அவசரமாக அழைக்கப்பட்டார்.

1943ம் ஆண்டு பிப்ரவரி மாதம் 8ம் நாள் காலை ஜெர்மனியின் நீர்மூழ்கிக் கப்பல் ஒன்றில் கீல் என்னும் இடத்திலிருந்து அபித் ஹாசன் என்பவருடன் போஸ் கிளம்பினார். மடகாஸ்கர் வந்ததும் அங்கே தயாராக இருந்த ஜப்பானின் நீர்மூழ்கிக் கப்பலில் ஏப்ரல் 28ந்தேதி கிளம்பினார். அங்கிருந்து சுமத்ராவுக்கு மே 6ந்தேதி வந்து சேர்ந்தனர். சுமத்ராவிலிருந்து விமானம் மூலம் டோக்கியோவுக்கு மே 16ந்தேதி வந்து சேர்ந்தார். நீர்மூழ்கிக்கப்பல் பயணத்தில் அவர் எதிர்கொண்ட இன்னல்கள் ஒரு தனிக் கதை.

98

சுபாஷ் ஸ்தாபித்த சுதந்தர இந்திய அரசு!

ஜப்பான் சென்ற நேதாஜி சுபாஷ் சந்திர போஸ் ஜப்பானியப் பிரதமரைச் சந்தித்தார். நேதாஜி ஜப்பானுக்கு வந்திருக்கும் செய்தி ஆசியாவுக்கும் ஏன் உலகம் முழுவதற்கும் வானொலி மூலம் அறிவிக்கப்பட்டது. இந்தியர்கள் அதைக் கேட்டுக் கொண்டாடினார் கள். இந்தியாவின் தலைவாசலை நேதாஜி நெருங்கிவிடுவார் என்ற அச்சம் பிரிட்டனை ஆட்டிப் படைத்தது. அவரைக் கொல்லத் தீவிர முயற்சிகள் மேற்கொள்ளப்பட்டதாகச் சொல்லப்படுகிறது. நேதாஜி டோக்கியோவிலிருந்து நாட்டு மக்களுக்கு வானொலி மூலம் செய்தி சொன்னார்:

'நவீன ஆயுதங்களோடு போரிடும் பிரிட்டனோடு தாயகத்திலிருந்து ராணுவம் போராட்டம் செய்வது இயலாத ஒன்று. அதனாலே அந்தப் பொறுப்பு வெளிநாடுகளில் வாழும் இந்தியர்களுடைய தாகும். அதிலும் குறிப்பாக ஆசியாவில் வாழும் இந்தியர்கள் இதில் முழுக்கவனம் செலுத்த வேண்டும். நேரம் கதவைத் தட்டுகிறது. ஒவ்வொரு இந்திய தேசபக்தனும் போர்க்களத்தை நோக்கி முன்னேற வேண்டும். சுதந்திரத்தை நேசிக்கும் இந்தியனுடைய ரத்தம் ஓடத் தொடங்கினால் இந்தியாவுக்கு முழுச் சுதந்திரம் வந்துவிடும்.'

அதையடுத்து அவர் ஆற்றிய உரை மிகவும் முக்கியமானது. ஆங்கிலக்கல்வி பயின்று ஆங்கிலப் பண்பாடுகளால் ஈர்க்கப்பட்டு அவர்களைச் சார்ந்திருக்கும் இந்தியக் கனவான்களை நோக்கிச் சொல்லப் பட்ட உரை அது.

‘இந்திய தேசத்தின்மீது பற்றுள்ள பாரதவாசிகளை என்மேல் நம்பிக்கை வைக்கும்படி வேண்டுகிறேன். என் வாழ்நாள் முழுக்க பிரிட்டிஷ் அரசு என்மேல் வழக்குத் தொடுத்தே வந்திருக்கிறது. 11 முறை சிறைக்குள் தள்ளியிருக்கிறது. என்றாலும் மனத்தளவில் என்னை அவர்களால் அசைக்க முடியவில்லை. உலகின் எந்தச் சக்தியும் என்னை ஒன்றும் செய்ய முடியாது. கொடுங்கோன்மை யான, வஞ்சகமான பிரிட்டிஷ் அரசியல்வாதிகளால் என்னை ஏதும் செய்யக் கூடவில்லை என்கிறபோது வேறு எவரும் ஒன்றும் செய்ய இயலாது. நான் இப்பொழுது இந்திய எல்லையிலிருந்து வெகு தொலைவில் இல்லை. ஜனவரி 1941 லிருந்து எந்த உலகின் எந்த சக்தியாலும் என்னைத் தடுக்க முடியவில்லை. நமது சுதந்திரப் போராட்டத்தின் கடைசிக் கட்டத்தில் நான் நமது எல்லைக்குள் நுழைவதை யாராலும் தடுத்துவிட முடியாது!’

ஜப்பானிலிருந்து ராஜ் பெஹாரி போஸுடன் சிங்கப்பூருக்கு வந்தார். அங்கே அவருக்கு மிகப் பிரம்மாண்டமான வரவேற்புக் கொடுக்கப்பட்டது. ஐ.என்.ஏக்குப் புது ரத்தம் பாய்ந்தது. அன்று, ‘தோழர்களே, நண்பர்களே’ என்று தொடங்கி வீரர்களிடையே அவர் நிகழ்த்திய உரையில் ராணுவ வீரர்கள் மயங்கினர். எங்கும் அதைப் பற்றித்தான் பேச்சு. உணர்ச்சிகரமான அந்தச் சூழலில் மேலும் உணர்ச்சியைத் தூண்டி விடும்படி அமைந்தது நேதாஜியின் பேச்சு.

1943 ஜூலை 4ந்தேதி ராஜ் பெஹாரி போஸிடமிருந்து அதிகார பூர்வமாகப் பொறுப்பேற்றுக் கொண்டார் நேதாஜி. இந்த நிகழ்ச்சி சிங்கப்பூரின் கேத்தே சினிமா ஹாலில் நடைபெற்றது. அப்பொழுது நேதாஜி சொன்னார்:

‘சுதந்திர இந்தியாவின் தற்காலிக அரசாங்கத்தை இங்கே தொடங்க விரும்புகிறேன். இந்தப் போராட்டத்தை வெற்றி முனைக்குக் கொண்டு செலுத்துவதுதான் இனி இந்த அரசின் முனைப்பாக இருக்கும்.’

ஜூலை 5ந்தேதி நடந்த கூட்டத்தில் தான் அவரது புகழ்பெற்ற கோஷமான ‘சலோ டெல்லி! சலோ டெல்லி!’ என்ற கோஷத்தை வெளியிட்டார். டெல்லி செங்கோட்டையில் நம் வெற்றிப் படை நடப்பு நடைபெறும் வரை நமது போராட்டம் ஓயாது,’ என்றார். ஜூலை 6ந்தேதி ஜப்பான் பிரதமர் சிங்கப்பூர் வந்து ஐ.என்.ஏவைப் பார்வையிட்டு தனது மகிழ்ச்சியை வெளிப்படுத்தினார். இரண்டு நாட்கள் கழித்து இந்தியர்களின் பிரம்மாண்டமான ஊர்வலத்தில் நேதாஜி சொன்னார்: ‘எனக்குத் தேவை மூன்று லட்சம் படைவீரர்கள். மூன்று கோடி டாலர். நான் பெண்களுக்காக ராணி

லட்சுமி பாயின் பேரில் ஒரு படையை உருவாக்கப்போகிறேன். நமது படையில் பெண்களும் போராடுவார்கள்.'

ஐ.என்.ஏ அமைப்பில் எல்லோருக்கும் ஒரே சமையலறைதான். எந்த விதமான வேறுபாடும் கிடையாது. அங்கே 'எல்லோரும் ஓர் நிறை எல்லோரும் ஓர்விலை, எல்லோரும் சமம்'.

நேதாஜி பக்கத்து நாடுகளுக்கும் சென்று ஆதரவு திரட்டினார். நிறையப் பேர் ராணுவத்தில் சேர்ந்தார்கள். பணமும் திரண்டது. ஆனால் சேர்ந்த அத்தனை பேருக்கும் ஆயுதங்கள் தருவதில் சிக்கல் ஏற்பட்டது. அதையும் சமாளித்தார், மூன்று மாதங்களில் ஒரு நல்ல நிலையான தன்மைக்கு அவரால் ஐ.என்.ஏ.யைக் கொண்டுவர முடிந்தது.

கோலாலம்பூருக்கு நேதாஜி சென்றிருந்தார். அப்பொழுது அங்கே அவரை வரவேற்ற ஜெயமணி சுப்பிரமணியம் அதைப்பற்றி எழுதி வைத்திருக்கிறார்: 'அங்குள்ள இந்திய சுதந்திரச் சங்கக் கட்டடத் துக்கு அவரை வரவேற்கும் பேறு பெற்றேன். கட்டடத்தின் முகப் பில் அவருடைய பெரிய உருவப்படம் ஒன்றை மாட்டி வைத்திருந் தோம். அதைச் சிறிது நேரம் உற்றுப்பார்த்தார். பின்னர் அங்கிருந்து கட்டடத்திற்குள் சென்று ஒவ்வோர் அறையாகப் பார்த்தது வந்தார், பிறகு வெளியே வந்தார். அவருக்கு என்று போடப்பட்டிருந்த இருக்கையில் அமர்ந்தார். எதிரே பல்லாயிரக்கணக்கான மக்கள் நின்று கொண்டிருந்தார்கள். நாங்கள் பத்துப்பேர் அவர் என்ன சொல்லப்போகிறார் என்பதைக் கேட்பதற்காக ஆவலோடு காத்திருந்தோம். நேதாஜி எங்களைப் பார்த்து, 'முகப்பிலிருந்து என்னுடைய படத்தை உடனே அகற்றுங்கள்,' என்றார். உடனே தழுதழுக்கும் குரலில் சொன்னார். இங்கே நான் உங்களுக்குத் தலைவன். ஆனால் பாரத நாடு முழுவதற்கும் மகாத்மா காந்திஜி தான் தலைவர். அவருடைய படத்தை முகப்பில் வைப்பதுதான் முறை. உடனே ஏற்பாடு செய்யுங்கள். நமக்கு ஜப்பானும் மற்ற நாடுகளும் மதிப்பளிப்பதற்குக் காரணம் மகாத்மாவின் அறிவும், ஆன்ம ஒளியும்தான். அந்த மகானின் ஆசியிருந்தால்தான் நாம் எடுத்திருக்கும் இச்செயலில் வெற்றிபெற முடியும்,' என்றார். அவர் ஏற்கெனவே வாக்களித்தபடி தற்காலிக சுதந்திர இந்திய அரசை நிறுவ விரும்பினார்.

சுதந்திர இந்திய அரசு

நாம் 1947ல் சுதந்திரம் பெற்று அரசு அமைத்தாலும் வரலாறு பூர்வமாக முதல் சுதந்திர இந்திய அரசு சிங்கப்பூரில் 1943 அக்டோபர் மாதம் 21ந்தேதி தொடங்கப்பட்டுவிட்டது. சிங்கப்பூரில் உள்ள

கேத்தே சினிமா ஹாலில் அது பிறந்தது. மக்கள் நெஞ்சில் நிறைந்தது. அங்கேதான் நேதாஜி தனது வரலாற்று முக்கியத்துவம் வாய்ந்த பிரகடனத்தை வெளியிட்டார். தற்காலிக சுதந்திர இந்தியா பிறந்துவிட்டதாக அறிவித்தார். அது ஒரு உணர்ச்சிமயமான கூட்டம். பலர் கண்கள் கசிந்தன. அறிக்கையின் நிறைவாகச் சொன்னார், 'கடவுளின் பெயராலும், இந்தியாவை ஒரே தேசமாக உருவாக்கி வைத்திருந்த நமது பாரம்பரியத்தின் பெயராலும் உயிர்கொடுத்துத் தியாகம் செய்த வீரர்களின் பெயராலும் இந்திய மக்கள் அனைவரையும் எங்களோடு தோளோடு தோளாக நின்று இந்திய சுதந்திரத்திற்காகப் போராடும்படி அழைக்கிறோம்.'

பிறகு உறுதி மொழி எடுக்கும் நிகழ்ச்சி நடைபெற்றது. நேதாஜி உணர்ச்சிவயப்பட்டார். கண்களிலிருந்து கண்ணீர் நதியாக ஓடியது. தொண்டை கம்மியது. முதல் இரண்டு வரிகளைச் சொன்னார். 'கடவுளின் பெயரால் இந்தியாவையும் அதன் முப்பத்தெட்டுக் கோடி மக்களையும் அடிமைத்தளையிலிருந்து விடுவிப்பேன் என்னும் புனித சபதத்தை எடுக்கிறேன்.' மேற்கொண்டு தொடர முடியாமல் தொண்டை கம்மியது. கண்ணீர் எழுத்துகளை மறைத்தது. பிறகு சமாளித்துக்கொண்டு தொடர்ந்து சொன்னார்:

'சுபாஷ் சந்திர போஸாகிய நான் எனது இறுதி மூச்சு இருக்கும்வரை இந்தப் புனிதச் சுதந்திரப் போரைத் தொடருவேன். என்றும் இந்தியாவின் ஊழியனாகவே இருப்பேன். இந்தியாவின் முப்பத்தெட்டுக் கோடி சகோதரர்கள் சகோதரிகள் நலனுக்காகப் பாடுபடுவதே எனது கடமையாகக் கொள்கிறேன். சுதந்திரம் கிடைத்த பிற்பாடும் தக்க வைத்துக்கொள்வதற்காக என்னுடைய ஒவ்வொரு சொட்டு ரத்தத்தையும் உதிர்க்கத் தயாராக இருப்பேன்'.

அவரது சபதத்தைக் கேட்ட மக்கள் மகிழ்ச்சியில் குதித்தனர். ஒருவரை ஒருவர் கட்டிப் பிடித்துக்கொண்டார்கள். அப்பொழுதே இந்தியாவுக்குச் சுதந்திரம் கிடைத்துவிட்டதாக உணர்ந்தார்கள். பிரிட்டிஷ் அரசைச் சபித்தார்கள். எங்கும் ஒரே கோஷம். 'இன்குலாப் ஜிந்தாபாத்', 'ஆஸாத் ஹிந்த் ஜிந்தாபாத்'. அந்த வருட இறுதிக்குள் இந்திய எல்லையில் காலடி எடுத்து வைப்போம் என்றார் நேதாஜி.

போஸ் சொன்னது போலவே கேப்டன் லக்ஷ்மி தலைமையில் 'ராணி ஆஃப் ஜான்சி ரெஜிமெண்ட்' ஒன்றை அமைத்தார். பல பெண்கள் ஆர்வமாகச் சேர்ந்தனர். பெண்களாவது போரிடவாவது என்று ஜப்பானியர் கிண்டலடித்தனர். ஆனால் பெண்கள் துப்பாக்கியைத் தோளில் தூக்கிக்கொண்டு வீர நடை நடந்ததையும் அவர்களது போர்ப் பயிற்சியையும் கண்டு அசந்து போய்விட்டனர். போஸ்

என்ற மந்திரவாதியின் கண்பார்வையில் துரும்பும் கூடத் துள்ளும் என்றனர்.

1943 அக்டோபர் மாதம் 28ந்தேதி ஜப்பானில் நடந்த கிரேட்டர் ஈஸ்ட் ஆசிய மாநாட்டில் சுபாஷ் சந்திர போஸ் ஒரு பார்வையாளராகக் கலந்துகொண்டார். அந்த மாநாட்டில் ஜப்பான் பிரதமர் டோஜோ அவர்கள் தாங்கள் ஆரம்பத்தில் வெற்றிகொண்டு கைவசம் வைத்திருக்கும் அந்தமான் நிக்கோபார் தீவுகளை தற்காலிக இந்திய அரசாங்கத்திடம் ஒப்படைப்பதாக அறிவித்தார். சுதந்திர இந்தியாவுக்கு முதல் முதல் கிடைத்த பூமி அதுதான்.

1943 இறுதிக்குள் இந்தியப் பகுதிக்குள் காலடி எடுத்துவைப்போம் என்று நேதாஜி கூறியதற்கேற்ப நேதாஜி 31-12-1943 அன்று அந்தமானுக்குச் சென்று சுதந்திர இந்தியாவின் நிலத்தில் காலடி எடுத்துவைத்தார். பல தேசபக்தர்களின் தியாகத்தால் புனிதப் படுத்தப்பட்டுள்ள அந்தப் பூமிக்கு மிகுந்த பெருமிதத்தோடு வணக்கம் செலுத்தினார்.

அந்தமானிலிருந்து நேதாஜி பர்மாவுக்குச் சென்றார். அங்கே அவருக்குப் பலத்த வரவேற்பு. தனது அரசின் தலைமையகத்தையும் சுதந்திர இந்திய லீக்கின் அலுவலகத்தையும் பர்மாவுக்கு மாற்றினார். பர்மாவை மையமாகக் கொண்டு செயலாற்ற விரும்பினார். பர்மாவின் எல்லை இந்திய எல்லையோடு ஒட்டியிருந்ததால் இந்தியாவுக்குள் நுழைய அது ஒரு வாய்ப்பாக இருக்கும். இந்திய தேசிய ராணுவம் பர்மாவுக்கு வந்தது. அதைக் கண்ட பர்மிய இந்தியர் மிகவும் மகிழ்ந்தனர். நேதாஜி கேட்டுக் கொண்டதற்கிணங்க ராணுவத்தைப் பராமரிப்பதற்காக மக்கள் பணத்தை அள்ளிக் கொடுத்தார்கள். நேதாஜி தனக்குப் போடப்பட்ட மாலைகளை ஏலம் விட்டார். ஒவ்வொரு மாலையும் குறைந்த பட்சம் ஒரு லட்சம் ரூபாய்க்குப் போனது. ரங்கூனைச் சேர்ந்த ஹபீப் என்பவர் தன் சொத்து, வீடு, மனை, நகைகள் அனைத்தையும் நேதாஜி வசம் கொடுத்துவிட்டுத் தானும் நேதாஜியின் தொண்டனாகச் சேர்ந்தார். மகிழ்ச்சியால் நெகிழ்ந்த நேதாஜி ஹபீபின் அந்தச் செய்கையை ‘ஹபீப் மிக்ஸர்’ என்றார். சிரித்துக்கொண்டே, ‘இப்படிப் பல மிக்ஸர்கள் தமக்குத் தேவை!’ என்றார். திருமதி ஹேம்ராஜ் பேட்டை என்பவரும் ஹபீப் போலவே தமது சொத்து முழுவதையும் நேதாஜி யின் வசம் ஒப்படைத்தனர். அவர்களுக்குத் தற்காலிக சுதந்திர இந்திய அரசின் சார்பாக ‘சேவக் இ ஹிந்த்’ என்னும் விருதை நேதாஜி வழங்கினார்.

இந்திய தேசிய ராணுவத்தின் முதல் குண்டு 4-2-1944 அன்று போடப் பட்டது. 18-3-1944 அன்று இந்திய தேசிய ராணுவம் இந்திய

எல்லைக்குள் முதன் முதல் நுழைந்தது. 14-4-1944 மணிப்பூரிலுள்ள மொய்ரங்க் என்னும் இடத்தில் இந்திய தேசிய ராணுவத்தின் கர்னல் எஸ்.ஏ. மாலிக் என்பவர் இந்திய மூவர்ணக் கொடியை ஏற்றினார். இந்தியாவில் முதல் முதல் கொடி ஏற்றப்பட்ட இந்த இடம் ஒரு புனித இடமாக இன்றும் கருதப்படுகிறது. இங்கே இந்திய தேசிய ராணுவத்தின் நினைவுச் சின்னம், நூலகம், நேதாஜி சிலை ஆகியவை நிறுவப்பட்டுள்ளன. முதல் சுதந்திரப் போர் சிப்பாய் புரட்சி என்று கருதப்பட்டால் நேதாஜியின் போராட்டம் இரண்டாவது சுதந்திரப் போராட்டம்.

ஏப்ரல் மாதம் 8ந்தேதி திமாபூர் கோஹிமா நெடுஞ்சாலையில் உள்ள ராணுவத் தளமும் கோஹிமா கோட்டையும் ஐ.என்.ஏ. வசம் வீழ்ந்தன. அடுத்தநாள் இம்பாலைச்சுற்றி முற்றுகை இடப்பட்டது. ஏப்ரல் 13ம் தேதி இம்பால் தாக்கப்பட்டது. சண்டை மே 20ம் தேதிவரை தொடர்ந்து நடந்தது. இம்பாலை எப்படியாவது காப்பாற்றியாகவேண்டும் என்ற மேலிடத்தின் உத்தரவு காரணமாக பிரிட்டிஷாரின் தாக்குதல் பலமாக இருந்தது. இதற்கிடையில் பருவகால மழை எப்பொழுது வந்து தாக்கும் என்று தெரியாத நிலையில் பயமுறுத்திக்கொண்டிருந்தது.

துரதிஷ்டவசமாக பருவ மழை ஜுன் 1ம் தேதி தாக்கத் தொடங்கியது. இதோ வெற்றி கிட்டும் நிலையில் இருக்கிறது என்று எண்ணியபோது இயற்கை சதி செய்துவிட்டது. ஓடிய வெள்ளம் ஐ.என்.ஏக்குத் தேவையான உணவுப்பொருள்கள், ஆயுதங்கள் இவற்றைக் கொண்டுவர இயலாமல் தடையாக அமைந்தது. எனவே இம்பால் முற்றுகை கைவிடப்பட்டது. எதிரியிடம் நவீன ஆயுதங்களும் சிறந்த போக்குவரத்து வசதிகளும் இருந்த காரணத்தால் கடுமையாகத் தாக்கினார்கள். இப்படிச் சண்டை நடந்து கொண்டிருந்தபோது நேதாஜி ஆகஸ்ட் மாதம் 4ந்தேதி ரங்கூன் வானொலியில் பேசினார். போர் நிலவரங்களை விரிவாக எடுத்துச் சொன்னதன் பின் மகாத்மா காந்திக்கு நேரடியாக ஒரு வேண்டுகோள் விடுத்தார். அப்பொழுதுதான் முதன் முதலாகக் காந்திஜியைத் தேசத் தந்தை என்று அழைக்கும் முறை வழக்கத்துக்கு வந்தது என்று சொல்லப்படுகிறது.

தேசத்தந்தையின் நல்லாசி வேண்டும்!

நேதாஜி சொன்னார்:'இந்தியாவின் கடைசிச் சுதந்திர யுத்தம் தொடங்கிவிட்டது. இந்திய மண்ணில் எதிரியுடன் ஆஸாத் ஹிந்த் ஃபௌஜ் போரிடுகிறது. எவ்வளவுதான் இடர்ப்பாடுகள் இருந்தா லும் நமது வீரர்கள் மெதுவாக அதேசமயம் துணிச்சலாக முன்னேறிக்

கொண்டிருக்கிறார்கள். இந்தியாவிலிருந்து கடைசி பிரிட்டிஷ்காரனை வெளியேற்றும்வரை ராணுவப் போராட்டம் தொடரும். நமது மூவர்ணக்கொடி நியூ டெல்லியில் வைஸ்ராய் மாளிகையில் கம்பீரமாகப் பறக்கும்.

தேசத்தந்தையே! இந்தியாவை அடிமைத் தளையிலிருந்து விடுவிக்கும் இந்தப் புனிதப் போராட்டத்தில் உங்களுடைய நல்லாசிகளையும் நல் வாழ்த்துகளையும் வேண்டுகிறோம். ஜெய்ஹிந்த்!'

அதே நாள் வெளியிடப்பட்ட இன்னொரு அறிக்கையில் நேதாஜி கூறினார்:

'எல்லாம் தயாராக இருந்தன. இம்பாலை முற்றுகையிட்டோம். கடைசித் தாக்குதல் நிகழ்த்தி எதிரியை வீழ்த்த இருந்த தருணத்தில் புயல் மழை பிடித்துக்கொண்டது. மேற்கொண்டு முன்னேறித் தாக்குவது இயலாது போயிற்று. இதற்காக நாம் தளர்ந்து போய் விடவில்லை. மீண்டும் தயாராவோம். மழை நின்றதும் முன்னிலும் தீவிரமாகத் தாக்குவோம். நமது வீரர்களின் துணிவும், வீரமும் உயிரைத் திரணமாக மதிக்கும் போர்க்குணமும் நமக்கு நிச்சயம் வெற்றியைத் தேடிக்கொடுக்கும்'.

மழை வராமல் இருந்திருந்தால் இம்பாலைப் பிடித்து அங்கிருந்து அஸ்ஸாமிற்குள் நுழைந்திருப்போம். ஐ.என்.ஏ. வருகை அறிந்து எழுச்சிகொள்ளும் இந்திய மக்கள் பெருவாரியாக எழுவார்கள். சிப்பாய்கள் இந்திய ராணுவத்தில் கலந்துகொண்டு போரிடுவார் கள். பிறகு பிரிட்டிஷ்காரர்களுக்கு இந்தியாவில் இடமில்லாமல் செய்திருப்பார்கள். அது நடக்காமல் பேரிடியாக வந்தது பெருமழை. என்றாலும் நேதாஜி தளர்ந்துவிடவில்லை. 'இன்னும் பணம் திரட்டுங் கள். இருப்பதைக் கொடுத்து வறியவர் ஆகுங்கள். இந்தியா சுதந்திரம் அடையும்' என்றார். 'எனக்கு ரத்தம் கொடுங்கள். நான் உங்களுக்குச் சுதந்திரம் கொடுக்கிறேன்' என்றார். நேதாஜியின் ராணுவத்திற்குப் பின்னடைவு நேர்ந்ததைப்பற்றி மக்கள் குற்றம் கூறவில்லை. மேலும் உதவி செய்யத் தயாராக இருந்தார்கள். ஆனால் விதி வேறு வகையில் விளையாடிவிட்டது.

பிரிட்டிஷ் படைகள் ரங்கூனை நோக்கி வரத் தொடங்கின. ஜப்பான் வீரர்கள்கூட ரங்கூனை விட்டுச் செல்லத் தயாரானார்கள். இந்த நிலையில் நேதாஜி பிரிட்டிஷார் கையில் அகப்பட்டுக்கொண்டால் மேற்கொண்டு யார் போரைக் கொண்டு செலுத்துவது. ஒரு மாபெரும் தலைவரை அவர்கள் எப்படி நடத்துவார்களோ? நேதாஜி தாய்லாந்துக்கோ ஜப்பானுக்கோ வெளியேறிவிட்டால் பிறகு அவர்

எங்கிருந்தாவது மேற்கொண்டு யுத்த நடவடிக்கைகளுக்கு ஏற்பாடு செய்வார் என்று நேதாஜியின் தொண்டர்களும் நண்பர்களும் சொன்னார்கள். நேதாஜி அவர்கள் சொன்னதை ஏற்க மறுத்து விட்டார். ஜான்சி கி ராணி ரெஜிமெண்டில் உள்ள பெண்களை அப்படியே விட்டுச் செல்ல அவருக்கு மனமில்லை. அவர்களையும் தம்முடன் அழைத்துச் செல்ல விரும்பினார்.

ரங்கூனிலிருந்து அவரை பாங்காக்குக்கு விமானத்தில் அனுப்பு வதாக ஜப்பான் கூறியது. இரண்டு மணி நேரத்தில் பாங்காக் சென்றிருக்கலாம். ஆனால் தமது அரசு அதிகாரிகளையும் ஜான்சி ராணிப் படையையும் விட்டுச் செல்ல விரும்பாத நேதாஜி 12 லாரிகளிலும் சில கார்களிலும் ஏப்ரல் 24ம் நாள் தனது பயணத்தைத் தொடங்கினார். பாங்காக் செல்ல 21 நாட்கள் ஆயின. வழியில்தான் எத்தனை தடைகள். மூன்று நாள்கள் மட்டுமே வாகனங்களில் செல்ல முடிந்தது. அதன்பிறகு பெரும்பாலும் நடைதான். பல சமயங்களில் எதிரிகள் கையில் அகப்படாமல் பதுங்கிப் பதுங்கிச் சென்றனர். எதிரியின் குண்டு வீச்சால் சிலர் காயம் அடைந்தனர். ஒரு வழியாக 21 நாள்கள் கழித்து மே 4 ந்தேதி பாங்காக்கை அடைந்தனர்.

சுபாஷ் சந்திர போஸ் அங்கிருந்து உலக நடவடிக்கைகளை ஆராய்ந்தார். ரஷ்யாவுக்குச் சென்று அவர்களின் உதவியை நாடலாமா என்று நினைத்தார். இந்தியாவில் வைஸ்ராய் வேவல் காங்கிரஸ் ஒத்துழைத்தால் வைஸ்ராய் கவுன்சிலில் மேலும் இந்தியர்களைச் சேர்த்துக்கொள்வதாகச் சொன்னார். இந்தச் செய்தி நேதாஜியின் காதில் விழுந்தது. காந்திஜி அதை ஏற்றுக்கொண்டால் எல்லோரும் வேறு வழியின்றி ஒப்புக்கொள்வார்கள். எனவே நேதாஜி சிங்கப்பூருக்குப் பறந்து சென்றார். அங்கிருந்து இந்திய தேசியக் காங்கிரஸுக்கு வேண்டுகோள் விடுத்தார். ‘தயவு செய்து வேவலின் சூழ்ச்சி வலையில் விழுந்துவிடாதீர்கள். பிரிட்டனில் அடுத்துத் தேர்தல் வரப்போகிறது. ஆட்சி மாறும். உழைப்பாளர் கட்சி வெற்றி பெறும். அப்பொழுது சர்ச்சிலின் கொடுமை எடுபடாது. காத்திருங்கள். கவிழ்ந்துவிடாதீர்கள்,’ என்று பலநாட்கள் அங்கிருந்து ஒலிபரப்புச் செய்துகொண்டிருந்தார். வேவலுடன் பேச்சு வார்த்தை சிம்லாவில் முறிந்து போனது. நேதாஜிக்கு மனம் சமாதானமாயிற்று.

சரணடைந்தது ஜப்பான்

நேதாஜி சிங்கப்பூரிலிருந்து மலேசியாவில் உள்ள செரம்பன் சென்றார். அங்கே அவர் இருக்கும்போது ரஷ்யா, ஜப்பானோடு போர் அறிவித்திருப்பது தெரியவந்தது. ரஷ்யா சென்று அவர்க ளுடைய உதவியை நாட வேண்டும் என்ற ஆசையிலும் மண்

விழுந்தது. இனி ஜப்பான் எப்படி அவரை ரஷ்யாவுக்கு அனுப்பும். ரஷ்யா எதிரி நாடு ஆகிவிட்டதே! ஆகஸ்ட் மாதம் 12ந்தேதி நேதாஜிக்கு இன்னொரு பேரிடி காத்திருந்தது. ஜப்பான் சரண டைந்துவிட்டது என்பதுதான் அந்தச் செய்தி. இனி என்ன செய்வது? தனது போர்வீரர்களுடனே சிங்கப்பூரில் தங்க நினைத்தார் நேதாஜி. ஜப்பானிலிருந்து அவரை உடனே வரச் சொல்லி ஒரு செய்தி வந்தது. 1945 ஆகஸ்ட் 15ம் நாள் நேதாஜி ஒரு செய்தி விடுத்தார். 'டெல்லி செல்லப் பல வழிகள் உள்ளன. நமது இலக்கு டெல்லி தான்.' இன்னொரு செய்தியில், 'இந்தச் சூழ்நிலையில் நான் ஒன்று சொல்ல விரும்புகிறேன். தற்காலிகத் தோல்வியைக் கண்டு தளர்ந்து விடாதீர்கள். உங்கள் ஊக்கம் குலைந்துவிடக்கூடாது. இந்தியாவின் விடுதலை மேல் நிச்சயம் நம்பிக்கை வையுங்கள். இந்தியாவை இதற்கு மேலும் அடிமைப்படுத்தி வைக்க முடியாது. ஜெய் ஹிந்த்!'

ஆகஸ்ட் மாதம் 16ந்தேதி நேதாஜியும், கலோனெல் ஹபிபுர் ரஹ்மானும், கர்னல் ப்ரீதம் சிங்கும் எஸ்.ஏ. ஐயரும் விமானம் மூலம் பாங்காக் அடைந்தனர். பிறகு மறுநாள் அங்கிருந்து சில நண்பர்களுடன் சைகோன் சென்றார். அங்கிருந்து எங்கே என்று தெரியாத இடத்திற்கு நேதாஜியைக் கொண்டு செல்லும் விமானத்தில் ஒரே ஓர் இடம் மட்டும் இருப்பதாகவும் அதில் நேதாஜி மட்டும் செல்லலாம் என்றும் சொல்லப்பட்டது. பிறகு தீவிர ஆலோசனைக்குப் பிறகு இன்னொருவரையும் ஏற்றிச் செல்ல அனுமதி கிடைத்தது. கர்னல் ஹபிபூர் ரஹ்மானை உடன் அழைத்துக்கொண்டு நேதாஜி சென்றார்.

இரண்டு நாட்களுக்கு நேதாஜியைப்பற்றி எந்தச் செய்தியும் இல்லை. 1945 ஆகஸ்ட் 19ந்தேதி அய்யர் மட்டும் ஜப்பானுக்கு அழைத்துச் செல்லப்பட்டார். அவரிடம் நேதாஜி விமான விபத்தில் இறந்து விட்ட செய்தி சொல்லப்பட்டது. அவர் நம்பவில்லை. அன்று ஜப்பான் வானொலியில் நேதாஜியின் மறைவுச் செய்தி அறிவிக்கப் பட்டது. இதுவும் நேதாஜியின் ஒரு சூழ்ச்சி என்று பலர் சொன்னார் கள். அவர் மீண்டும் வருவார் என்று பலர் நம்பினார்கள். அவர் மறைவு ஒரு மர்மமாகவே இன்றும் பேசப்படுகிறது. சமீபத்தில் தமிழ் ஹிந்து பத்திரிகையில் வெளியான நிஜாமுதீன் என்பவர் அளித்த பேட்டியில் நேதாஜி இறந்து போனதாகச் செய்தி பத்திரிகைகளில் வெளிவந்ததை நேதாஜி தானே படித்தார் என்றும் அவர் அந்த விபத்தில் சாகவில்லை என்றும் சொல்லப்பட்டிருக் கிறது.

இது போலவே 30-3-1942 லும் ஒருமுறை வானொலியில் 'போஸ் இறந்துவிட்டதாக' ஒரு செய்தி சொல்லப்பட்டது. அது பத்திரிகை

களில் வெளியானது. அதைப் படித்துவிட்டு காந்திஜி, நேதாஜியின் தாயாருக்கு இரங்கல் செய்தி அனுப்பினார். 'உங்களது தீரமிக்க மகனின் மரணச்செய்தி கேட்டுத் தேசம் முழுதும் வருந்துகிறது. உங்கள் சோகத்தில் முழுமையாகப் பங்கேற்கிறேன். எதிர்பாராத இந்த இழப்பைத் தாங்கிக்கொள்ள இறைவன் உங்களுக்குத் தைரியம் கொடுக்கட்டும்,' என்று எழுதினார்.

காங்கிரஸ் தலைவர் அபுல்கலாம் ஆசாதின் பத்திரிகைச் செய்தி, 'சுபாஷ் சந்திர போஸும் சில இந்தியர்களும் விமான விபத்தில் மறைந்த செய்தியை இன்று காலைச் செய்தியில் படித்தேன். அவர் இன்னும் இளமையாக இருக்கையிலேயே நிகழ்ந்த இந்தச் சோக மரணம் மிகுந்த வருத்தத்தைத் தருகிறது. சுதந்திரத்தை அடையும் முயற்சிகளில் அவருடன் கருத்து வேறுபாடுகள் இருந்தாலும் அவர் தனது வாழ்க்கையை எதற்காக அர்ப்பணித்தாரோ அதற்காகவே வாழ்ந்து இறந்தார் என்பதில் ஐயமில்லை,' என்று வெளியாகி யிருந்தது.

ஆனால் அந்த மரணச்செய்தி பொய் என்பது தெரியவந்தது.

அதைப்போலவே 1945ல் நடந்த மரணமும் பொய் என்றும் அவர் 1948 வரை சீனாவில் வாழ்ந்தார் என்றும் ஒரு செய்தி சொல்கிறது. அவர் ஒரு சன்னியாசியாக இந்தியாவில் வாழ்ந்தார் என்று இன்னொரு செய்தி சொல்கிறது. அவருடைய இறப்பு மர்மம் இன்னும் மர்ம மாகவே இருக்கிறது.

ஐ.என்.ஏ. விசாரணை

இந்தியாவுக்குச் சுதந்திரம் கிடைப்பதைத் துரிதப்படுத்திய காரணி களில் மிக முக்கியமான ஒரு காரணியாகச் சொல்லப்படுவது இந்திய தேசிய ராணுவ வீரர்களுக்குத் தண்டனை அளிப்பதற்காக நடத்தப் பட்ட விசாரணையாகும். ஆயிரக்கணக்கான ஐ.என்.ஏ. வீரர்கள் சென்னை செங்கோட்டையில் கைதிகளாக அடைத்து வைக்கப் பட்டிருந்தனர். பலர் ஏற்கெனவே தண்டனை அளிக்கப்பட்டுக் கொல்லப்பட்டிருந்தனர்.

1945 ஆகஸ்ட் மத்தியில் இரண்டாம் உலகப்போர் ஒரு முடிவுக்கு வந்திருந்தது. இன்னும் ஓரிரு ஆண்டுகளில் இந்தியா சுதந்திரம் அடைந்துவிடும் என்ற நிலை. போர் முடிந்தும் இந்தியாவிலிருந்து அனுப்பப்பட்ட வீரர்கள் இன்னும் இந்தியா திரும்பி வரவில்லை. அவர்களுடைய தியாகம் மதிக்கப்பட்டதாகவே தெரியவில்லை. இந்தியா இன்னும் அடிமை நிலையிலேயே இருந்தது. இரண்டு ஆண்டுகளுக்கு முன்னே வங்காளத்தையும் வேறு சில இடங்களை

யும் வாட்டிய பஞ்சத்தின் ஈரம் இன்னும் காயவில்லை. இந்த நிலையில் நாட்டுச் சுதந்திரத்திற்காக அன்னிய மண்ணில் போராடிய சுதந்திர வீரர்களுக்குத் தண்டனையா? நாடே கொதித்தெழுந்தது. எங்கெங்கும் ஆர்ப்பாட்டம். அரசு தத்தளித்தது.

ஜவஹர்லால் முழக்கம்

ஜவஹர்லால் நேரு ஆகஸ்ட் மாதம் 20ம் தேதி முழங்கினார்.

'இப்பொழுது இந்திய தேசிய ராணுவத்தைச் சேர்ந்த பலர் கைதிகளாக இருக்கிறார்கள். அவர்களில் சிலர் கொல்லப்பட்டுவிட்டனர். இப்படிப்பட்ட சுதந்திர வீரர்களை எந்தக் காலத்திலும் கடுமையாகத் தண்டிப்பது தவறு. அதுவும் இப்பொழுது இந்தியாவில் மாறிவரும் சூழ்நிலையில் அவர்களைச் சாதாரண கலகக்காரர்களாகக் கருதி விசாரிப்பது பெருத்த விளைவுகளை ஏற்படுத்தும். அவர்களுக்குக் கொடுக்கப்படும் தண்டனை இந்தியா முழுதும் உள்ளவர்களுக்குக் கொடுக்கப்படும் தண்டனையாகக் கருதப்படும். கோடிக்கணக்கான மக்களின் மனங்களில் அது ஆழமான புண்ணாகப் பதிந்துவிடும்,' என்றார்.

பலாத்காரத்துக்கும் தூண்டுதலுக்கும் ஆட்பட்டு அவர்கள் தவறிழைத்ததாகக் கூறி அவர்களுக்கு மிகக் குறைந்த தண்டனையே கொடுக்கப்படும் என்று அரசு சொன்னது.

வெள்ளை, சாம்பல், கறுப்பு வீரர்கள்!

ஆனால் கைதிகளாக இருந்த 17,000க்கும் மேற்பட்ட வீரர்கள், 'அப்படிப்பட்ட தீர்ப்பு எங்களுக்கு வேண்டாம். தெரிந்தேதான் யுத்தத்தில் கலந்துகொண்டோம். எங்களை யாரும் பலவந்தப் படுத்தியதாகச் சொல்லி எங்கள் நாட்டுப் பற்றையும் தியாகத்தையும் களங்கப்படுத்தி விடாதீர்கள். போரில் ஆர்வத்தோடு ஈடுபட்டு சண்டையிடும் ஒரு வீரனுக்கு என்ன தண்டனை அளிக்கப்படுமோ அதை நாங்கள் மகிழ்ச்சியோடு ஏற்கிறோம்!' என்றார்கள். இப்படிப் போர்வீரர்கள் சொன்ன கூற்று நாட்டு மக்களை உணர்ச்சி வெள்ளத்தில் ஆழ்த்தியது.

பிரிட்டிஷ் அரசு கைது செய்யப்பட்ட ஐ.என்.ஏ. வீரர்களை மூன்று பிரிவுகளாகப் பிரித்திருந்தது. வெள்ளை, சாம்பல், கறுப்பு என மூன்று பிரிவுகள். ஐ.என்.ஏவில் சேராதவர்கள் வெள்ளை. தவறுதலாக வழிகாட்டப்பட்டு ஐ.என்.ஏவில் சேர்ந்தவர்கள் சாம்பல். வேண்டுமென்றே சேர்ந்து போரிட்டவர்கள் கறுப்பு. கறுப்புப் பிரிவைச் சேர்ந்தவர்கள்தான் மிக அதிகமாக இருந்தனர்.

கறுப்புப் பிரிவினரின் சம்பளமும் பாக்கித் தொகையும் பறிமுதல் செய்யப்பட்டன.

நாடு முழுதும் ஐ.என்.ஏ. ராணுவ விசாரணையை மிகவும் உன்னிப் பாகக் கவனித்து வந்தது. மக்கள் மட்டுமன்றி இந்திய ராணுவத்தில் பணியாற்றும் ராணுவ வீரர்களும் கவனித்து வந்தார்கள். அவர்க ளிடமும் புரட்சி மனப்பாங்கு உருவாகிக் கொண்டு வந்தது. இதனால் பிரிட்டிஷ் அரசு ராணுவ வீரர்களை விடுவித்து விட்டது. ஆனால் மூன்று அதிகாரிகளின் மேலே விசாரணையை நடத்தியே ஆகவேண்டும் என்று தலைமைத் தளபதி சொன்னார். இல்லை யென்றால் ராணுவத்தின் சட்டதிட்டங்கள் குலைந்துவிடும் என்றார்.

வாதிட வந்த வக்கீல் கூட்டம்

டெல்லி செங்கோட்டையில் மூன்று ராணுவ அதிகாரிகள் ஷா நவாஸ், சேகல், தில்லான் ஆகிய மூவர் மீதும் வழக்கு விசாரணை நடந்தது. 1923ல் நாகூர் காங்கிரஸில் தூக்கி எறிந்த வக்கீல் கோட்டை மாட்டிக்கொண்டு ஜவஹர்லால் நேரு ராணுவ அதிகாரிகளுக்கு வாதாட வந்துவிட்டார். இந்தியாவின் தலை சிறந்த வக்கீல்களாகக் கருதப்பட்டவர்கள் எல்லாம் நான் நீ என ராணுவ வீரர்களுக்கு ஆதரவாக வாதாட வந்தார்கள். ஹைகோர்ட்டில் நீதிபதிகளாகப் பணியாற்றி ஓய்வு பெற்றவர்கள் ஐ.என்.ஏ. சார்பாக வாதாட வந்து விட்டார்கள். அந்தக் குழுவுக்குத் தலைவராக ஸர் தேஜ் பகதூர் சாப்ரு நியமிக்கப்பட்டார். அந்தக் குழுவில் ஜவஹர்லால் நேரு, புலாபாய் தேசாய், கைலாஸ்நாத் கட்ஜு, அசாஃப் அலி ரகுநந்தன் சரண் ஆகியோர் இருந்தனர். இவர்கள் தவிர வாதாட வந்தவர்கள் ராய்பகதூர் பத்ரி தாஸ், கன்வர் ஸர் தலிப் சிங், (லாகூர் ஹைகோர்ட் முன்னாள் நீதிபதி), பி. என் சென் (பாட்னா ஹைகோர்ட் முன்னாள் நீதிபதி) ஆகியோர். மகாத்மா காந்தி அடிக்கடி வந்து ஐ.என்.ஏ. வீரர் களையும் அதிகாரிகளையும் சந்தித்துச் சென்றார். நாட்டில் எங்கும் இதே பேச்சு. அமெரிக்காவிலிருந்தும் ஐரோப்பாவிலிருந்தும் இந்த விசாரணையைக் கண்டு செய்தி அனுப்பப் பத்திரிகை நிருபர்கள் வந்தனர். விசாரணை செங்கோட்டையில் பொதுமக்கள் பார்வை யில் திறந்த வெளியில் நடந்தது. சாப்ரூவின் உடல்நிலை சரியில் லாததால் புலாபாய் தேசாய் தலைமைப் பொறுப்பேற்று நடத்தினார்.

சுபாஷ் சந்திர போஸின் முன்னெச்சரிக்கை ஆவணங்கள்!

புலாபாய் தேசாய் விசாரணை தொடங்குவதற்குப் பலநாட்களுக்கு முன்பே செங்கோட்டைக்குச் சென்று ராணுவ அதிகாரிகளைச்

சந்தித்து அவர்களை விசாரித்துக் கிடைத்த ஆவணங்களைத் தொகுத்துப் பின் ஆழ்ந்து படித்து வழக்கைத் தயாரித்தார். இப்படி யெல்லாம் பின்னாளில் நடக்கலாம் என எதிர்பார்த்து நேதாஜி மிகக் கவனமாக ஆவணங்கள் தயாரித்து வைத்திருந்ததையும், ஒவ்வொரு பதவிக்கும் ஏற்ப உடை முத்திரை ஆகியவற்றை அளித்துப் பதிவு செய்திருந்ததையும், 'ஆஸாத் இந்தியா' என்னும் சுதந்திர அரசை உருவாக்கி அந்த அரசைப் பல நாடுகளை அங்கீகரிக்க வைத்து ஆவணங்களைப் பாதுகாப்பான இடங்களில் வைத்திருந்ததையும், போருக்கு மத்தியிலும் இவற்றையெல்லாம் மிகக் கவனமாகவும் நுணுக்கமாகவும் தயாரித்து வைத்திருந்ததையும் கைதாக நேரும் தனது ராணுவ வீரர்கள் அரசருக்கு எதிராகப் போரிட்டவர் களாகாமல் போர்க் கைதிகளாகக் கருதப்பட வேண்டிய ஆவணங் களையும் வைத்திருந்ததைப் பார்த்து புலாபாய் தேசாய் அசந்து போனார். இப்படிக்கூட ஒருவர் இருக்க முடியுமா என்று வியந்தார். பல நாட்கள் ஆராய்ந்து வழக்குத் தொடரும் நாளில் எல்லாம் தயாராக வைத்திருந்தார்.

தொட்டுப்பார் தெரியும்!

பொதுமக்கள் அங்கங்கே கூட்டங்கள் போட்டார்கள். அந்த மூன்று அதிகாரிகளின் தலையின் ஒரு முடியைத் தொட்டால்கூட இந்தியா வில் வாழும் ஒரு வெள்ளைக்காரன் கூடப் பாதுகாப்பாக இருக்க முடியாது என்று முழங்கினார்கள்.

1945ம் வருடம் நவம்பர் மாதம் 5ம் நாள் விசாரணை தொடங்கியது. 57 நாட்கள் விசாரணை நடந்தது. விசாரணை விவரங்களைப் பத்திரிகைகள் பக்கம் பக்கமாக எழுதின. புலாபாய் தேசாயின் வாதம் வழக்கு விசாரணை விவாதங்களில் மிகச் சிறந்ததாகக் கருதப்படுகிறது.

அரசு தரப்பில் அவர்கள் அரசுக்கு எதிராகப் போர் தொடுத்த குற்றவாளிகள் என்று அரசு வழக்கறிஞர் ஸர் என்.பி. இஞ்சினியர் வாதாடினார். குற்றம் சாட்டப்பட்டவர்கள் தரப்பில் அவர்கள் முறைப்படி அமைக்கப்பட்ட அரசின் போர்வீரர்கள் என்று நிரூபிக்கப் பட்டது. அந்தச் சமயத்தில் குற்றஞ் சாட்டப்பட்டவர்கள் கொடுத்த வாக்கு மூலங்கள் பிரசித்திபெற்றன.

இந்தியன் கண்வழியே இந்தியாவைப் பார்த்தேன்

ஷா நாவாஸ் சொன்னார்: 'இந்திய அரசுக்கு உண்மையுள்ள பரம் பரையில் பிறந்த நான் இளம் பிரிட்டிஷ் அதிகாரிகளின் கண்கள்

வழியேதான் இந்தியாவைப் பார்த்தேன். நேதாஜியை முதன் முதல் சந்தித்து அவரது பேச்சைக் கேட்ட பிறகு ஓர் இந்தியனின் கண் வழியே இந்தியாவைப் பார்த்தேன். அவரிடம் ஒரு தலைவனைப் பார்த்தேன். அந்தத் தலைவனைப் பின்பற்றினேன். அரசனா, தேசமா என்ற கேள்வி என் முன் எழுந்த போது தேசத்தைத் தேர்வு செய்தேன். எனவே நேதாஜியிடம் 'என்னுடைய தேசத்திற்காக உயிரையும் கொடுப்பேன்!' என்று சொன்னேன்.

சேகல் சொன்னார்: 'பிரிட்டிஷ் அரசு எங்களைப் பிரிட்டிஷ் மன்ன ரோடு பிணைத்த எல்லாக் கட்டுகளையும் தானாக அறுத்தெறிந்து எங்களைக் கட்டுக்களிலிருந்து விடுவித்தது. எங்களுக்குப் பாதுகாப்புக் கொடுக்க இயலாத பிரிட்டிஷ் அரசு எங்களிடமிருந்து எந்த விசுவாசத் தையும் எதிர்பார்க்க முடியாது என உணர்ந்தோம்!'

கர்னல் தில்லான் சொன்னார்: 'டேராடூனில் உள்ள ராணுவக் கழகத்தில் நான் சொல்லும் இவ்வார்த்தைகள் எழுதி வைக்கப் பட்டுள்ளன.

'உன்னுடைய நாட்டின் மானம், மரியாதை, பாதுகாப்புத்தான் எல்லாவற்றிற்கும் முதலில் வரும்.'

'ஒரு பெரிய, உறுதியான, விருப்பமுடைய ஒரு ராணுவத்தை நம்மால் உருவாக்க முடிந்தால் இந்தியாவை அன்னியன் ஆட்சியி லிருந்து விடுவிப்பது மட்டுமன்றி பின்னாளில் கொடுத்த வாக்குக்கு மாறி ஜப்பான் இந்தியாவை சுதந்திரமாக விடுவதற்குப் பதிலாக அவர்களுடைய சுய லாபத்திற்குப் பயன்படுத்த முனைந்தால் அதையும் முறியடிக்க முடியும் என்று உணர்ந்தேன்.'

இவையே பல நாட்களுக்கு லட்சக்கணக்கான மக்களால் பல மேடைகளில் பேசப்பட்டன. ஒரு புதிய எழுச்சியை இந்தியர்கள் மனத்தில் எழுப்பின.

இது என்ன நீதி?

புலாபாய் தேசாய் தனது வாதத்தின் தொடக்கத்தில்...

'இப்பொழுது இங்கே விசாரணையில் இருப்பது தனது சுதந்திரத் திற்காக ஓர் இனம் தன்னை அடக்கி வைத்திருப்பவர்களுக்கு எதிராகப் போராடும் உரிமை பெற்றிருக்கிறதா இல்லையா என்பதே. இது அகில உலகச் சட்டம் மட்டுமன்று தெய்வீகச் சட்டமுமாகும். எல்லோரும் சுதந்திரமாகப் பிறந்தவர்கள். சுதந்திரமாகத் தொடர்ந்து வாழும் உரிமை பெற்றவர்கள்,' என்றார். 'இங்கே இவர்கள் ஒரு சுதந்திரமான அங்கீகரிக்கப்பட்ட அரசின் வீரர்கள். அரசு உரிமைக்

காகப் போரிடு என்றால் போரிடும் கடமை உள்ளவர்கள். அது அவர்கள் குற்றமல்ல. சர்வ தேசச் சட்டத்தின்படி ஒரு நாடு தன்னை விடுவிக்கப் போராடுவது ஏற்றுக் கொள்ளப்பட்டதே! இந்தியர்கள் இங்கிருந்து போய் இங்கிலாந்தின் சுதந்திரத்திற்காக ஜெர்மனி யோடும், இத்தாலியோடும் ஜப்பானோடும் போராடலாமாம், ஆனால் அதே இந்தியன் தன் தாய் நாட்டை அடிமைப்படுத்தி வைத்திருக்கும் இங்கிலாந்தோடு தன் தாய்நாட்டின் சுதந்திரத் திற்காகப் போராடக் கூடாதாம். இது என்ன நீதி?' என்று கேட்டார்.

தனக்கு உடல்நிலை சரியில்லாத நிலையிலும் அவர் இரண்டு நாட்கள் தொடர்ந்து வாதாடினார்.

1946ம் ஆண்டு ஜனவரி மாதம் 3ந்தேதி ராணுவ நீதிமன்றம் தீர்ப்பு வழங்கியது. 'மூவரும் அரசருக்கு எதிராகப் போர் தொடுத்த குற்றவாளிகளே!' எனச் சொல்லி அவர்களுக்கு ஆயுள் முழுதும் நாடு கடத்தும் தண்டனை கொடுக்கப்பட்டது. அவர்களுடைய சம்பளமும் படிகளும் பறிக்கப்படுவதாகவும் தீர்ப்புச் சொல்லப் பட்டது. பின் ராணுவத் தலைமைத் தளபதி அவர்களை ஆயுள் தண்டனையிலிருந்து விடுவித்தார். 'ஆனால் அவர்களின் சம்பளமும் படிகளும் பறிக்கப்படும் என்ற தண்டனை அப்படியே இருக்கும்!' என்றார்.

அன்றே அவர்கள் விடுவிக்கப்பட்டார்கள். நாடு முழுதும் மகிழ்ச்சி யில் திளைத்தது. இந்த விசாரணையின்போது நிகழ்ந்த மக்கள் எழுச்சியையும் ராணுவ வீரர்களின் மனப்போக்கையும் எழுச்சி யையும் கண்ட பிரிட்டிஷ் அரசு இனி அதிக நாட்கள் இந்தியாவில் இருக்க முடியாது என்பதை உணர்ந்தது. எந்தச் சிப்பாய்கள் தாம் என்ன சொன்னாலும் கேட்டுக்கொண்டிருந்தார்களோ இனி அவர்கள் அப்படிக் கேட்க மாட்டார்கள் என்பதை அறிந்தனர். மறைமுகமாக இந்த விசாரணை சுதந்திரம் கிடைக்கும் நாளை முன்னரே வரவழைத்தது.

99

கப்பல்கள் கைவசம் இல்லை!

முஸ்லிம் லீக்கின் தலைவர் ஜின்னாவின் ஆதரவை அரசு மிகவும் எதிர்பார்த்தது. ஆனால் அதிலும் ஓர் அதிர்ச்சிச் செய்தி வைஸ்ராய்க்குக் கிட்டியது. முஸ்லிம் லீக்கின் மாநாட்டில் பேசிய முகமதலி ஜின்னா, 'நமது முதல் எதிரி காங்கிரஸ். நமது அடுத்த எதிரி பிரிட்டிஷ். நேச நாடுகள் போரில் வென்றால் பிரிட்டிஷ்காரர்களின் கை ஓங்கிவிடும். அப்புறம் அவர்கள் சுதந்திரம் கொடுப்பார்களா, எப்படிக் கொடுப்பார்கள் என்பது தெரியாது. எனவே முஸ்லிம்கள் இந்த எதிரியையும் ஒழித்துக்கட்டப் பாடுபடவேண்டும்' என்று சொன்னதாக ரகசியச் செய்தி கிட்டியது.

அது மட்டுமல்ல, மாநாட்டின் தொடக்கத்திலேயே, 'காந்தி பாகிஸ்தானை ஒப்புக்கொண்டு ஒரு தீர்மானத்துக்கு வந்தால் என்னை விட மகிழ்ச்சியடைபவர்கள் வேறு யாரும் இருக்க மாட்டார்கள். இந்துக்களுக்கும் முஸல்மான்களுக்கும் அந்நாள் ஒரு பொன்னாளாக இருக்கும். ஆனால் ஏன் காந்தி எனக்கு நேரடியாக எழுதமாட்டேன் என்கிறார்,' என்று பேசினார்.

இதில் வேடிக்கை என்னவென்றால் பல மாதங்களுக்கு முன்பே சிறையிலிருந்து ஜின்னா தன்னைச் சந்திக்க வேண்டுமென்றும் அவர்கள் பேசித் தீர்மானித்துக்கொள்ளலாம் என்றும் ஜின்னாவுக்கு காந்தி நேரடியாக ஒரு கடிதம் எழுதியிருந்தார். அந்தக் கடிதத்தைப் பிரித்துப் படித்த அரசு சர்ச்சிலுக்குத் தெரிவித்தது. இருவரும் பேசிச் சமாதானத்துக்கு வந்துவிட்டால் அது தம்முடைய அரசுக்கு ஆபத்து என்று சொல்லி அந்தக் கடிதத்தை ஜின்னாவிடம் சேராதபடி தடுத்து

நிறுத்திவிட்டார் சர்ச்சில். காந்திஜியும் ஜின்னாவும் சந்தித்துப் பேசியிருந்தால் அப்பொழுதிருந்த நிலைமையில் பின்னால் நடைபெற்ற பல விபரீதங்கள் நடைபெறாமல் போயிருக்கலாம்.

உண்ணாவிரதத்திற்குப்பிறகு காந்திஜியின் உடல்நிலை மிகவும் மோசமாக இருந்தது. அவருடைய ரத்த அழுத்தம் அதிகமாயிற்று. லின்லித்கோ இந்தியாவை விட்டுத் தாயகம் திரும்பத் தயாராக இருந்தார். அவருக்குப் பதிலாக அதுவரை இந்தியத் துருப்புகளுக்கு ராணுவத் தளபதியாக இருந்த வேவலை அனுப்புவதென்று சர்ச்சில் தீர்மானித்தார்.

வேவல் இந்தியாவுக்கு வருவதற்கு முன் அவரை வரவேற்க 'வங்காளப் பஞ்சம்' தயாராக இருந்தது. பஞ்சம் பரவி வருவதைக் கண்ட சிலர் சுய லாபத்துக்காக பொருள்களைப் பதுக்கிவைக்க முனைந்தனர். 50,000 டன் அரிசி உடனே அனுப்பும்படி வைஸ்ராய் அலுவலகத்திலிருந்து செய்தி போனது. மதராஸில் லஞ்சம் வாங்கிக் கொண்டு அரசு ஊழியர்கள் பதுக்கலுக்கு உதவுவதாக கவர்னர் ஹோப் சொன்னார். வங்காளத்துக்கு அனுப்புவதற்குத் தயாராக இருக்கும் உணவுப் பொருள்கள் திடீர் திடீரென்று காணாமல் போய் விடுவதாக புகார் எழுந்தது. பிரிட்டிஷ்காரர்களின் தேவைக்காக 6 மில்லியன் டன் உணவுப் பொருள்களை பதுக்கி வைத்துக்கொண்டு இந்தியாவுக்கு 50,000 டன் தர மறுத்துவிட்டனர்.

இந்தியாவில் இருந்த உணவுப் பொருள்களில் பெரும்பகுதி போர் வீரர்களுக்குப் போனது. தமது சொந்தக்காரர்கள் பட்டினியால் சாகிறார்களே என்று போர்வீரர்கள் ராணுவ அதிகாரிகளிடம் புகார் செய்தனர். ராணுவத் தலைமைத் தளபதி ஆச்சின் லெக் எழுதிய ஒரு கடிதத்தில் 'சிட்டகாங்கில் ஏ.ஆர்.பிக்காரர்களின் வேலை, செத்து விழுகிற பிணங்களை அப்புறப்படுத்துவதில் கழிகிறது. டாக்காவில் உண்ணும் உணவு கிடைக்காமல் தினம் நூற்றுக்கணக்கான சாவுகள் நிகழ்கின்றன. கிழக்கு வங்காளம் முழுதும் இதே நிலைதான். கிழக்கு வங்கத்தில் பணி புரியும் போர்வீரர்கள் அங்கே பஞ்ச நிலைமையைப் பார்க்கிறார்கள். அவர்கள் குடும்பம் பஞ்சத்தில் அடிபட்டு அவதியுறுவதை எண்ணி வருந்துகிறார்கள்' என்று குறிப்பிட்டுள்ளார்.

பஞ்சம், பசி, பட்டினி, காலரா, மலேரியா

புதிதாகப் பதவியேற்ற வேவல் வங்காளத்துக்குச் சென்று பார்த்தார். 1,50,000 பேர் நடைபாதைகளில் கிடந்து அவதியுறுவதைக் கண்டார். சுகாதார வசதிகள் ஏதுமில்லை. கல்கத்தாவில் உள்ள மாகாண அரசு எந்த வசதிகளும் செய்யவில்லை. சோறு கிடைத்தால் கூடச் சாப்பிடு

வதற்கு எழுந்து போக இயலாத நிலை. இதை வைஸ்ராயே மேலிடத்துக்குத் தெரிவித்தார். கொடுப்பதாக வாக்களிக்கப்பட்ட குறைந்த அளவு தானியமும் வந்து சேர வெகுகாலம் பிடித்தது. யாருக்காக அவை வரவழைக்கப்பட்டனவோ அவர்கள் உயிரோடு இல்லை. இது போதாதென்று காலரா வேறு பரவத் தொடங்கியது. பட்டினியால் விழுந்தவர் பாதி என்றால் நோயால் விழுந்தவர் மீதி. அடுத்து அழுகிப்போன பிணங்களின் காரணமாக கொசுத்தொல்லை அதிகமாகி மலேரியாவும் வரத் தொடங்கியது.

லண்டனிலிருந்து உதவி கிடைப்பதாகத் தெரியவில்லை. 'இந்தியா விலுள்ள நிலைமையைத் தெரிவிக்கவும், நடவடிக்கை எடுக்கவும் அனுப்பப்பட்டவனை நம்பவேண்டும் அல்லது அவனைத் திருப்பி அழைத்துக் கொள்ளவேண்டும்,' என்று வேவல் கடுமையாக எழுதி னார். ஆனாலும் சர்ச்சிலுக்கு இந்தியாவின் மேல் இருந்த வெறுப்புக் குறையவில்லை. நாடாளுமன்றத்தில் உறுப்பினர்கள் கேள்வி எழுப்பியும்கூட சர்ச்சில் கையை விரித்துவிட்டார். தானியத்தை அனுப்பக் கப்பல்கள் கைவசம் இல்லை என்று சொல்லிவிட்டார். 'இன்னுமா காந்தி சாகவில்லை?' என்று வைஸ்ராய்க்குத் தந்தி கொடுத்தார் சர்ச்சில்.

காந்தியின் உடல் நிலையும் மோசமாக இருந்தது. வைஸ்ராய் கல்கத்தாவுக்குப் போய்வந்ததை அறிந்த காந்திஜி அவரை தான் இருக்குமிடத்திற்கும் அகமத் நகர் கோட்டைக்கும் வந்து பார்க்கும் படி வேண்டினார். 'நாட்டிலே லட்சக்கணக்கான மக்கள் பட்டினி யில் சாகிறபோது என்னை மட்டும் வசதியாக ஒரு மாளிகையில் ஏன் வைத்திருக்கவேண்டும். என்னையும் அகமத் நகர் கோட்டைக்கு அனுப்பி விடுங்கள். அங்கேயுள்ள செயற்குழு உறுப்பினர்களுடன் கலந்து பேசி ஏதாவது முடிவெடுக்க வசதியாக இருக்கும்' என்று எழுதினார். பம்பாய்க்குப் புதிய கவர்னராக வந்திருந்த கால்வில்லும் அதே கருத்தைக் கொண்டிருந்தார். காந்தியின் உடல்நிலை சரியில்லாததால் அவர் சாவதற்கு முன் அவரை அகமத் நகருக்கு மாற்றவோ அல்லது விடுவிக்கவோ வேண்டும் என்றார். இதற் கிடையே ராஜாஜி ஒரு புதிய திட்டத்தைத் தீட்டியிருந்தார். அதற்கு ஜின்னா ஒப்புக்கொண்டால் காந்தியும் ஒப்புக்கொள்வதாகச் சொல்லியிருக்கிறார் என்றார் ராஜாஜி. பாகிஸ்தான் பிரிவதைக் கொள்கையளவில் ஒப்புக்கொள்ளும் திட்டமது. ஆனால் ஜின்னா அந்தத் திட்டத்தை ஏற்கவில்லை.

பர்மாவையும் ஜப்பானையும் சமாளிக்க இந்தியாவின் தயவு தேவை. இதுதவிர சிங்கப்பூரிலிருந்து படைகளைத் திரட்டிவந்து இந்திய எல்லைவரை சுபாஷ் சந்திர போஸ் வந்துவிட்டார். ஜப்பானின்

ஒத்துழைப்போடு அவர் இந்தியாவுக்குள் வந்துவிட்டால் இந்தியா வின் ஆதரவு, குறிப்பாக வங்காளிகளின் ஆதரவு அவருக்குத்தான் கிடைக்கும். இந்த நிலையில் சர்ச்சிலின் இந்திய வெறுப்புப் போக்கு அமெரிக்காவைக் கவலையடையச் செய்தது. இதற்கிடையில் போர் முனையில் இந்திய அதிகாரிகள் முன்போல் அவ்வளவு ஆர்வம் காட்டவில்லை. ஜெனரல் ஸ்டில்வெல் கூறினார். 'ஆதரவு இல்லா விட்டாலும் ஓரளவு சமாளிக்கலாம். எதிராகப் போய்விட்டால் என்ன செய்வது?' ஆனால் அமெரிக்கா போரில் ஈடுபட்ட பிறகு பல முனைகளிலிருந்தும் நேசநாடுகளுக்கு வெற்றி கிடைத்துக் கொண்டிருந்தது. அந்தத் தைரியத்தால் சர்ச்சிலின் இந்திய வெறுப்பு இன்னும் அதிகமாக வெளிப்பட்டது.

காந்திஜியின் கடிதத்திற்கு வேவல் பதில் எழுதினார். அதிகக் கடுமை யில்லாமல் கண்ணியமாக இருந்தது அவருடைய பதில். அந்தப் போக்கு சர்ச்சிலுக்குப் பிடிக்கவில்லை. வைஸ்ராய் தணிந்துபோய் விடக் கூடாது என்றார். இதற்குள் மருத்துவ காரணங்களால் காந்திஜி விடுவிக்கப்பட்டார். அவர் ஜுஹுவில் ஒரு நண்பர் வீட்டில் தங்கி யிருந்தார். அதற்குப் பிறகும் காந்தியை மதித்துக் கடிதம் எழுவது சர்ச்சிலுக்குப் பிடிக்கவில்லை. உடல்நிலை சரியில்லை, வெளியே வந்தாலும் அவரால் அரசியலில் ஈடுபடமுடியாத அளவுக்கு உடல் நிலை மோசமாக இருக்கிறது என்று சொல்லிவிட்டு அவருடன் கடிதப் போக்குவரத்தில் இறங்குவதா அப்படியென்றால் அவர் உடல்நிலை மோசம் என்று சொன்னது என்னவாயிற்று என்று சர்ச்சில் சினந்தார். காந்திஜிக்குப் பதிலாக வேவல் எழுதிய கடிதம் போர்க்கால மந்திரிசபையில் பலமாக விவாதிக்கப்பட்டது. விவாதிக்கப்பட்டுக்கொண்டே இருந்தது.

ஜின்னாவுடன் சந்திப்பு

1944 ஆகஸ்டு 14ம் நாள் காந்தியும் ஜின்னாவும் பம்பாயில் சந்திப் பதாக ஏற்பாடாகியிருந்தது. அதற்குள் தனது பதிலை காந்திஜிக்கு அனுப்பவேண்டும் என்று வேவல் விரும்பினார். ஆனால் சர்ச்சில் விரும்பவில்லை. காந்தி கடிதம் எழுதினால் பதிலுக்குக் கடிதம் எழுதித்தான் தீரவேண்டுமா? இன்னும் சொல்லப் போனால் காந்தி யுடன் கடிதப் போக்குவரத்து வைத்துக்கொள்ள வைஸ்ராய்க்கு அதிகாரம் இல்லை என்றார் சர்ச்சில்.

இதற்கிடையில் பல வன்முறையாளர்களின் கலவரத்தால் காந்தி, ஜின்னா சந்திப்பு நிகழவில்லை. 'உங்கள் பேச்சு வெற்றிகரமாக நிகழ எமது வாழ்த்துகள். நீங்கள் இருவரும் கூடிப் பேசி அளிக்கும் திட்டத்தைப்பற்றி ஆலோசிக்க நாங்கள் தயாராக இருக்கிறோம்,' என்று வேவல் எழுதிவைத்திருந்ததைக்கூட சர்ச்சில் அனுப்ப விட

வில்லை. பின்னால் எப்படியும் இவர்களுடன் நாம் கலந்தாலோசிக்கத்தான் வேண்டும். அப்படியிருக்கையில் அவர்களின் வெறுப்பை, அதன்மூலம் இந்தியர்களின் வெறுப்பை ஏன் சம்பாதித்துக்கொள்ள வேண்டும் என்பது வேவலின் கருத்து.

பஞ்சாப் கவர்னர் கிளான்சி எழுதினார். 'ராஜகோபாலாச்சாரியின் திட்டத்தை ஜின்னா ஏற்றுக்கொண்டால் ஜலந்தர், அம்பாலா, அமிர்தசரஸ் மாவட்டங்கள் பாகிஸ்தானுக்குக் கிடைக்காது. இதைப் பெரும்பாலான இஸ்லாமியர் விரும்பமாட்டார்கள். அவர்கள் புதிய அரசில் மத்தியில் தங்களுக்கு அதிக இட ஒதுக்கீடு கிடைத்தால் பாகிஸ்தான் கோரிக்கையை விட்டுவிடுவார்கள். இல்லை, பாகிஸ்தான் உருவானால் பஞ்சாபில் உள்நாட்டுப்போர் நிகழ்வதைத் தடுக்க முடியாது.'

சிப்பாய் புரட்சியின் போதும் மற்றும் பெரும்பாலான சமயங்களிலும் ஆங்கில அரசுக்கு ஆதரவாக இருந்தவர்கள் சீக்கியர்கள். அவர்கள் பஞ்சாபைப் பிரிப்பதற்குப் பதிலாகத் தங்களுக்கு 'சீக்கிஸ்தானை உருவாக்கித் தாருங்கள்!' என்று கேட்டார்கள்.

செப்டெம்பர் 9ந்தேதி காந்திஜியும் ஜின்னாவும் சந்தித்தார்கள். அவர்களின் சந்திப்பு நேருவுக்குப் பிடிக்கவில்லை. மணிக்கணக்காகப் பேசினார்கள். நாட்கணக்காகப் பேசினார்கள். காலையில் பேசினார்கள். மாலையில் பேசினார்கள். இரண்டு பேரும் லண்டனில் படித்த பாரிஸ்டர்கள். சளைக்காமல் பேச்சுவார்த்தை தொடர்ந்துகொண்டிருந்தது. பொறுமையிழந்து போகாமல், ஜின்னாவை எரிச்சலூட்டாமல் பேச வேண்டுமே என காந்திஜி கடவுளை வேண்டினார்.

'நாம் ஏதொரு முடிவும் எடுக்காமல் பிரிந்தால் அது நமது அறிவு திவாலாகிவிட்டது என்றுதான் பொருள். அதுமட்டுமல்ல நமது தேசத்தின் கோடிக்கணக்கான மக்களின் நம்பிக்கைகளும் நொறுங்கிப் போகும்,' என்றார் ஜின்னா.

எந்தத் தீர்மானமும் எடுக்காமல் அந்த இரண்டு துருவங்களும் துருவங்களாகவே பிரிந்து விட்டனர். 'ஜின்னா நல்லவர்தான். ஆனால் அவர் இயற்கைக்கு ஒவ்வாத பிரிவினை அவருடைய மக்களுக்குப் பெருத்த நன்மையைக் கொணரும் என்ற கற்பனை நம்பிக்கையில் இருக்கிறார்!' என்றார் காந்திஜி.

சிம்லா மாநாடும் சிக்கலைத் தீர்க்கவில்லை

சீக்கியர்களும், பல காங்கிரஸ்காரர்களும் பேச்சு வார்த்தை முறிந்ததில் மகிழ்ச்சியடைந்தனர்.

வேவல் மகிழ்ச்சியடையவில்லை. சர்ச்சில் மகிழ்ந்தார். சர்ச்சிலுடைய ஆதரவெல்லாம் ஜின்னாவுக்குத் தான்.

தான் வைஸ்ராயாக இருக்கும்பொழுதே ஒரு தீர்மானமான முடிவெடுக்கப்படவேண்டும் என்று வேவல் விரும்பினார். எனவே தாமே காந்திஜி, ஜின்னா மற்றும் சில முக்கியமான தலைவர்களை அழைத்து ஒரு கூட்டம் போடலாம் என நினைத்தார். நல்ல எண்ணம் தான். ஆனால் போர் மந்திரிசபையிலிருந்து முட்டுக்கட்டை வந்தது.

வேவல் ஒரு புதிய திட்டத்தை அனுப்பினார். அதன்படி அவரையும் படைத் தளபதியையும் தவிர மற்றவர்கள் அனைவரும் இந்தியர்களாக இருக்கும்படி அந்த மாநாட்டு உறுப்பினர்கள் இருப்பார்கள். அவர்கள் ஆறு ஹிந்துக்கள். ஆறு முஸ்லிம்கள், ஒரு சீக்கியர், ஒரு தாழ்த்தப்பட்டவர் பிரதிநிதி ஆகியவர்களைக் கொண்ட ஓர் இடைக்கால அரசை அவர்களை ஏற்கும்படிச் சொல்லலாம். யுத்தம் முடியும்முன் இதைச் செய்யவேண்டும்,' என்றார் வேவல்.

ஆனால் பதிலே இல்லை. எனவே லண்டன் வருவதற்கு அனுமதி கேட்டார். ஜனவரியிலே போகலாம் என எதிர்பார்த்தார்.

மார்ச்சில் சொல்கிறோம் என்றார்கள். பின்னர் ஜூனில் சொல்கிறோம் என்றார்கள். பிறகு வேவல் தான் பதவி விலகுவதாகச் சொன்ன பிற்பாடு மார்ச்சில் வரச் சொன்னார். மார்ச்சில் அவர் லண்டன் சென்றார். மே மாதம் தான் மந்திரிசபையைச் சந்திக்க அழைக்கப்பட்டார். முதலில் சாதகமாகப் பேசாத சர்ச்சில் என்ன நினைத்தாரோ தெரியவில்லை, 'காந்தி உட்பட யாரை வேண்டுமானாலும் மாநாட்டிற்கு அழைத்துக்கொள்ளுங்கள். ஆனால் ஒரே ஒரு நிபந்தனையை இந்த மந்திரிசபை விதிக்கிறது. 'எடுத்துக்கொள் அல்லது விட்டு விடு' என்ற கொள்கைதான் அது. அதற்குப்பிறகு பேச்சுவார்த்தையே இருக்கக்கூடாது,' என்றார் சர்ச்சில்.

இதன் அடிப்படையில் அமையப்பட்டதுதான் சிம்லா மாநாடு. 1944 ஜூன் மாதம் 25ந்தேதி வேவல் சிம்லாவில் மாநாட்டிற்கு ஏற்பாடு செய்தார். ராஜாஜி, காந்திஜி, ஜின்னா, அபுல் கலாம் ஆஸாத் உட்பட பதினெட்டு பேருக்கு அழைப்பு விடப்பட்டிருந்தது. அப்பொழுது தான் முதன் முதலாக வைஸ்ராய் வேவலைச் சந்தித்தார் காந்திஜி.

'உங்கள் அரசியல் வேறுபாடுகளையெல்லாம் களைந்துவிட்டு இந்தியாவிற்காகப் பேசுங்கள்,' என்றார் வேவல்.

காந்திஜி நீண்ட நேரம் பேசினார். பிறகு முடிவில், 'நான் என் சார்பில் மட்டுமே பேசுகிறேன். காங்கிரஸின் சார்பாக பேச்சுவார்த்தையைக் காங்கிரஸ் தலைவர் அபுல்கலாம் ஆஸாத் நிகழ்த்துவார்!' என்று

சொன்னார். அது ஜின்னாவிடம் எதிர்விளைவை ஏற்படுத்திவிட்டது. ஜின்னாவுக்கு ஆஸாத்தைக் கண்டால் பிடிக்காது. ஷோகேஸ் முஸ்லிம் என்று அவரை எப்பொழுதும் குறிப்பிடுவார். வெள்ளை யனே வெளியேறு இயக்கத்துக்குப் பிறகும் வேவல் காங்கிரஸ் காரர்களுடன் சுமுகமாகப் பேசியது காங்கிரஸ் உறுப்பினர்களை மகிழச் செய்தது. ஆனால் காங்கிரஸ் இந்தியாவில் எல்லா இனத்தின் சார்பில் பேசுவதாகத் தோற்றும்படி ஒரு முஸ்லிமைப் பேச்சு வார்த்தை யில் காங்கிரஸின் சார்பாக தலைமை வகித்துப் பேசும்படிச் சொன்னது ஜின்னாவுக்குப் பிடிக்கவில்லை. முஸ்லிம் லீக்கைச் சேர்ந்த முஸ்லிம்தான் முஸ்லிம்களுக்காகப் பேசவேண்டும் என்ற கொள்கையுடையவர் ஜின்னா. எனவே முஸ்லிம் லீகில் உறுப்பின ராக இல்லாத எவரும் இந்த மாநாட்டில் கலந்து கொள்ளக்கூடாது என்றார் ஜின்னா. அதற்கு வேவல் சம்மதிக்கவில்லை.

வைஸ்ராயின் நிர்வாகக் கவுன்சிலுக்கு முஸ்லிம் உறுப்பினர்களை அனுப்பும் உரிமை முஸ்லிம் லீக்கிற்கு மட்டுமே வேண்டும் என்று ஜின்னா பிடிவாதம் பிடித்தார். வைஸ்ராய் அதற்கு ஒப்புக்கொள்ள வில்லை. ஜின்னாவின் பிடிவாதத்தால் சிம்லா மாநாடு தோல்வி அடைந்தது. ராஜாஜி சொன்னார், ‘நிலைத்த அரசியல் அமைப்பை உருவாக்கித்தான் தீர்க்கப்படவேண்டிய பிரச்னை சமுதாயப் பிரச்னை. காங்கிரஸ் ஒத்துழைக்கத் தயாராக இருந்தது. ஆனால் ஜின்னா தானே இந்தியாவிலுள்ள அனைத்து முஸ்லிம்களின் ஒரே பிரதிநிதி என்றார். தேர்தல் மூலம் தேர்ந்தெடுக்க வேண்டிய இந்தப் பிரச்னை ஏற்றுக்கொள்ள முடியாத ஒன்று. எனவே மேன்மை தங்கிய வைஸ்ராய் அதை நிராகரித்துவிட்டார். அதன் அடிப்படையில் சிம்லா மாநாடு தோல்வியில் முடிந்தது.’

சிம்லா மாநாடு பற்றி...

வேவல் சிம்லா மாநாட்டைப்பற்றி விரிவாக மன்னர் நான்காம் ஜார்ஜுக்கு எழுதினார்.

‘காங்கிரஸ் உறுப்பினர்கள் எனது வலப்பக்கம் அமர்ந்திருந்தனர், அவர்களின் தலைவர் மௌலானா அபுல் கலாம் ஆஸாத் காங்கிரஸ் முஸ்லிம்களில் குறிப்பிடத்தக்கவர். வயதான அறிஞர். நற்பண்பு உடையவர். ஆனால் நிர்வாகத் திறமையோ அரசியல் ஞானமோ கிடையாது. காங்கிரஸின் ஊழியத்தில் இருக்கும் ஒரு முஸ்லிம் துரோகி என ஜின்னா அவரை அழைப்பது வழக்கம். ஆஸாத் ஆங்கிலத்தை நன்கு புரிந்து கொள்வார். ஆனால் அவ்வளவாகப் பேசத் தெரியாது. எனது இடப் பக்கத்தில் ஜின்னாவும் லீக் உறுப்பினர்களும் அமர்ந்திருந்தனர். ஜின்னா பம்பாயைச் சேர்ந்த

ஒரு கெட்டிக்கார வக்கீல். மதத்தைப் பொருத்த மட்டில் ஒரு மோசமான முஸ்லிம். ஆனால் தைரியசாலி. வளைந்து கொடுக்கா தவர். நானும் அவரும் ஐந்தாறு மணி நேரம் பேசியிருப்போம். எதற்கும் மசியவில்லை. என் வாயிலிருந்து ஏதாவது சலுகை அல்லது அனுமதியைப் பெறத் தீவிரமாக முயன்றார். பெற்றால் அவருக்குச் சாதகமாகப் பயன்படுத்தக் கூடுமல்லவா? அவருடைய நடவடிக்கை மோசமானது. அவருக்குப் பக்கத்தில் அவருடைய முதல் சகா நவாப் சாடா லியகத் அலிகான். தடித்த உருவம், கெட்டிக் காரர் என்கிறார்கள். ஆனால் எனக்குத் தெரியாது. மாநாடு முடிந்த தும் அவருடன் பேச முயன்றேன். ஆனால் ஜின்னா அவருக்கு அனுமதி மறுத்துவிட்டார். மாநாட்டுத் தோல்விக்கு அடிப்படைக் காரணம் ஜின்னாவின் பிடிவாதம்தான். ஹிந்துக்கள் முஸ்லிம்களை மேலாண்மை செய்வார்களோ என்ற பயம்தான். பேச்சுவார்த்தை முடிந்து வெளியிலே நான் காந்தியை ஒருமுறையும் நேருவை இரு முறையும் சந்தித்தேன். காந்தி மிக இனிமையாகப் பேசக் கூடியவர். நகைச்சுவை உணர்வுள்ளவர். நல்ல பண்பாளர். ஆனால் அவர் ஒரு நம்ப இயலாத கிழட்டு ஏமாற்றுவாதி என நம்புகிறேன். நேரு நட்போடு பழகக் கூடியவர். நன்றாகப் படித்தவர். நேர்மையாளர். தைரியசாலி. ஆனால் செயலை விடப் பேச்சில் அதிகம் ஈடுபாடு கொண்டவர். செயல்திறன் மிக்க அரசியல்வாதி அல்ல.'

தோற்றார் சர்ச்சில்

சர்ச்சில் பதவியில் இருக்கும்வரை இந்தியாவுக்குச் சுதந்திரம் கிடைக்க அனுமதிக்க மாட்டார். அந்த அளவுக்கு வெறுப்பு. இந்தியாவும் அவருடைய இடைஞ்சலையும் மீறி பஞ்சத்திலிருந்து சற்று வெளி வந்து விட்டது. சர்ச்சிலோ போரில் வெற்றி குவித்திருக்கிறார். எனவே போர் முடிந்த உடன் நடந்த தேர்தலில் அமோக வெற்றி பெறுவார் என்பது பலரின் கணிப்பு. ஆனால் தேர்தலில் அவரது கட்சி தோல்வி கண்டது.

1945 ஜூலை மாதம் 25 தேதி சர்ச்சில் பொதுத்தேர்தலில் தோல்வி யைத் தழுவினார். அவ்வளவு பெரிய பேச்சாளர், புத்திசாலி தோல்வியைத் தழுவியது வியப்புதான். 'தேசத்தின் மனத்தைப் புரிந்துகொள்ளாத எந்த அரசியல்வாதியும், எவ்வளவுதான் வெற்றி பெற்றிருந்தாலும் எவ்வளவுதான் சாதனைகள் செய்திருந்தாலும் இழப்பைச் சந்திக்க வேண்டியிருக்கும் என்பதற்கு இது ஒரு எச்சரிக்கை,' என்றார் காந்திஜி. இங்கிலாந்தில் உழைப்பாளர் கட்சி 393 இடங்களையும் சர்ச்சிலின் கன்சர்வேடிவ் கட்சி 313 இடங்களையும் பிடித்திருந்தன. சர்ச்சில் பதவி விலகினார். அட்லி

பிரதம மந்திரி ஆனார். இந்திய விவகார மந்திரியாக இருந்த ஆமெரி தோற்றார். அவருக்குப் பதிலாக பெதிக் லாரென்ஸ் இந்தியா மந்திரி ஆனார். பெத்திக் லாரென்ஸ் காந்திஜியின்மேல் பெரு மதிப்பு வைத்திருந்தவர். இந்தியாவைப்பற்றி நன்கு அறிந்திருந்தவர். எனவே பதவி ஏற்ற சில நாட்களிலேயே இந்தியாவின் பிரச்னையைத் தீர்ப்பதற்கு ஏதாவது செய்ய வேண்டும் என நினைத்தார்.

அவர் பதவியேற்ற பிறகு இந்தியப் பத்திரிகைகளுக்குச் செய்தி அனுப்பினார்.

‘நான் இந்தியாவின் நண்பன். என்னுடைய மனைவியுடன் 1927-28 களில் பல மாதங்கள் இந்தியாவில் தங்கியிருக்கிறேன். இந்திய வட்டமேஜை மாநாட்டில் நானும் ஒரு உறுப்பினன். அடைய வேண்டிய இலக்காக நான் ஒன்று தீர்மானித்திருக்கிறேன். பிரிட்டனுடன் இந்தியாவும் பர்மாவும் சமமான பங்குதாரர்களாக விளங்க வேண்டும் என்பதே எனது ஆசை. என் நிலையில் மட்டுமன்றி, மேன்மை தங்கிய மன்னர் சார்பிலும், பெரும்பாலான எங்கள் மக்கள் சார்பிலும் இதைச் சொல்லுகிறேன்.’

வேவல் ஆலோசனைக்காக லண்டன் சென்றார். திரும்பி வரும்போது இந்தியாவில் தேர்தல் நடத்தும் எண்ணத்துடன் வந்தார். 1945 செப்டெம்பர் 19ந்தேதி வானொலியில் உரையாற்றினார்.

‘அரசியல் சட்டத்தை உருவாக்கும் ஓர் அமைப்பை ஏற்படுத்துவதே மேன்மை தங்கிய மன்னர்பிரான் அரசின் குறிக்கோள். இந்தியாவில் இப்பொழுது இருக்கும் நிலை குழப்பமாகவும் சிக்கல் உள்ளதாகவும் இருக்கிறது. இந்தியா மக்களின் கருத்தை அறிவதற்காக நாங்கள் தேர்தல் நடத்தத் தீர்மானித்திருக்கிறோம். தேர்தலுக்குப் பிறகு தேர்வு செய்யப்பட்ட பிரதிநிதிகளுடன் பேச்சு வார்த்தை நடத்தி எந்த விதமான வடிவமைப்பை அரசியல் சட்டம் வகுக்கும் குழு எடுக்க வேண்டும் என்பதை விவாதிக்க எண்ணியிருக்கிறேன். இந்திய மக்கள் தங்கள் இலக்கை அடைய இந்த அரசும் பிரிட்டிஷ் மக்களும் உதவுவதற்குத் தயாராக இருக்கிறார்கள் என்பதை நான் தீர்மானமாகச் சொல்லிக்கொள்கிறேன். இப்பொழுது பந்து இந்திய மக்களாகிய உங்களிடம்தான் இருக்கிறது. நீங்கள்தான் உங்கள் பிரச்னைகளைத் தீர்த்துக் கொள்ளும் அறிவு, நம்பிக்கை, துணிச்சல் ஆகியவற்றைப் பெற்றிருக்கிறீர்கள் என்பதையும் இந்தியாவை இந்தியர்களே எப்படி ஆளப்போகிறீர்கள் என்பதையும் தீர்மானிக்க வேண்டும்.’

ஜின்னா உடனே தனது பத்திரிகையில் பாகிஸ்தான் உருவாகாமல் சுதந்திரம் இல்லை என அறிவித்தார். ‘முகமதியர் மகிழ்ச்சியோடு வாழ அதுதான் சிறந்த வழி’ என எழுதினார்.

இந்தியாவில் தேர்தல் நடந்தது. இந்துக்கள் அதிகம் உள்ள பகுதியில் பெரும்பாலும் காங்கிரஸ் வென்றது. முஸ்லிம்கள் அதிகம் உள்ள பகுதியில் முஸ்லிம் லீக் வென்றது.

100

கேபினெட் குழுவும் கப்பற்படைப் புரட்சியும்...

எப்படியாவது பிரச்னைக்கு ஒரு தீர்வுகாணவேண்டுமென்று பெதிக் லாரென்ஸ் தலைமையில் கேபினெட் மந்திரிகள் குழு ஒன்று இந்தியாவுக்குச் செல்வது என்று 14-1-1946 அன்று தீர்மானமாயிற்று. பெதிக் லாரென்ஸ், ஸர் ஸ்டாஃபோர்ட் கிரிப்ஸ், பர்ஸ்ட் லார்ட் ஆஃப் அட்மிராலிட்டி ஆல்பர் விக்டர் அலெக்ஸாண்டர் ஆகியோர் உறுப்பினர்களாகப் பங்கேற்கும் அந்தக் குழு இந்தியா செல்லத் தீர்மானித்தது. செல்வதற்கு முன் பெதிக் லாரென்ஸ் விவரம் தெரிந்த பலரோடும் ஆலோசனை நடத்தினார்.

கப்பற்படைப் புரட்சி

இதற்கிடையில் 18-2-1946 அன்று பம்பாயில் கடற்படைச் சிப்பாய்கள் பலர் புரட்சி செய்தனர். அதற்கு முன்னாலே இந்தியன் விமானப் படை டெல்லியில் கிளர்ச்சி செய்தது. வசதிக் குறைவு, அதிகாரிகளின் அலட்சியம் அதற்கொரு காரணம். நேதாஜி சுபாஷ் சந்திர போஸின் படையில் பணியாற்றிக் கைது செய்யப்பட்ட பலரின் நீதி விசாரணை நடந்ததை வயர்லெஸ் மூலம் அறிந்த கப்பற்படை சிப்பாய்கள் உள்ளுக்குள் கொதித்தனர். 17ந்தேதி நேவி உணவறைக்குப் புதிதாக வந்திருக்கும் சிப்பாய்களைப் பற்றி முன்னமே தகவல் கொடுத்தும் உணவு தயாராக இல்லை. இவையெல்லாம் சேர்ந்து சிப்பாய்களைக் கிளர்ச்சி செய்ய வைத்தது.

ஏற்கெனவே இந்தியர்கள் இருந்த படைகளில் ஒழுங்கீனம் இருப் பதாக பிரிட்டிஷ் மந்திரியே நாடாளுமன்றத்தில் சொன்னார். ஸர் ஸ்டாஃபோர்ட் கிரிப்ஸ் சொன்னார். 'இந்தியாவில் உள்ள இந்திய ராணுவம் பிரிட்டிஷ் அதிகாரிகளுக்குக் கீழ்ப்படிவதில்லை. போருக்குப் பிறகு, ராணுவ வீரர்கள் மகிழ்வின்றி இருக்கிறார்கள். ஹிட்லரின் குண்டு விமானங்கள் சேதப்படுத்திய தொழிலகங்களைப் பழுது பார்க்கும் பணி அவர்களுக்குக் கொடுக்கப்பட்டுள்ளது. போருக்குப் பிறகு அவர்கள் தமது உறவினர்களைப் பார்க்கப்போக வேண்டும் என்று துடிக்கிறார்கள். ஐந்தரை வருடப் பிரிவுக்குப் பிறகு உறவினர்களைச் சென்று பார்க்க முடியவில்லை. இந்த நிலையில் இந்தியாவை நாம் ஆளவேண்டுமென்றால் பிரிட்டிஷ் ராணுவத்தை அவ்வளவு பெரிய தேசத்தில் அதிக அளவு நிறுத்தி வைக்க வேண்டியிருக்கும். நம்மிடம் அந்த அளவுக்குப் படை இல்லை.'

இப்படி பல வெறுப்புகள் சிப்பாய்களிடம் பரவியிருந்ததால் புரட்சி வெடிக்கச் சமயம் பார்த்துக் கொண்டிருந்தது. கம்யூனிஸ்ட் கட்சியும் அதற்கு ஆதரவு தெரிவித்தது. இந்த நிலையில் 18-2-1946ம் ஆண்டு பம்பாயில் நிறுத்தி வைக்கப்பட்டிருந்த தல்வார் என்னும் கப்பலிலிருந்து புரட்சி தொடங்கியது.

ஆரம்பம் பம்பாயில். ஆனால் அவர்களிடம் வயர்லெஸ் கருவி இயக்கம் இருந்ததால் மிக விரைவில் பல இடங்களுக்கும் பரவியது. கராச்சியில் கப்பற்படை வீரர்கள் கிளர்ச்சியில் ஈடுபட்டனர். ராயல் இந்தியன் புரட்சி என்றழைக்கப்படும் அப்புரட்சி பம்பாயிலிருந்து கராச்சி, கல்கத்தா, விசாகப்பட்டினம் போன்ற இன்னும் பல இடங்களுக்கும் பரவியது. 19ந்தேதி கப்பற்படை தேசிய கிளர்ச்சிக் குழு உருவானது. அதற்குத் தலைவனாக எம்.எஸ். கான் என்னும் செய்தித் தொடர்பாளர் நியமிக்கப்பட்டார். தந்தி அலுவலர் மதன் சிங் துணைத் தலைவர். ராயல் இந்தியன் விமானப் படையும் போலீஸ்காரர்களும் இந்தப் புரட்சியில் ஈடுபட்டனர்.

பம்பாயில் ஒரு வாரம் வியாபாரம் நடைபெறவில்லை. கடை யடைப்புகள் நிகழ்ந்தன. அரசியல் அளவிலே முஸ்லிம்களுக்கும் இந்துக்களுக்கும் இடையே பிரச்னை இருந்தாலும் அந்தப் புரட்சி யில் அந்தப் பிரிவினை இல்லை. காங்கிரஸ், முஸ்லிம் லீக், மற்றும் கம்யூனிஸ்ட் கட்சியின் கொடிகளை ஒன்றாக அவர்கள் கப்பல்களில் பறக்க விட்டனர். இதுதான் இந்திய முஸ்லிம்களுக்கும் இந்துக் களுக்கும் ஒற்றுமை ஏற்படுத்த சரியான இடமென்று கருதி திருமதி அருணா அசஃப் அலி கிளர்ச்சியை ஆதரித்தார். ஆனால் காங்கிரஸும் முஸ்லிம் லீக்கும் புரட்சியை ஆதரிக்கவில்லை. காந்திஜி அதற்கு

எதிராக அறிக்கை விட்டதோடு வல்லபாய் படேலைப் புரட்சியாளர்களிடம் பேச அனுப்பினார். அரசியல் கட்சிகளின் ஆதரவு இருந்திருந்தால் புரட்சி இன்னும் பெரிய அளவில் நடந்திருக்கும். சிலோனிலிருந்தும் வெளியிடங்களிலிருந்தும் கப்பற்படைகளைக் கொண்டு வந்து சிப்பாய்களை அடக்க முயன்றனர். ஆனால் அவ்வளவு எளிதாக அடக்க முடியவில்லை.

கடலில் மட்டுமல்ல, நாட்டுக்குள்ளும் வீதிகளிலும் சிப்பாய்கள் ஊர்வலம் சென்றார்கள். பொது மக்களும் கலந்துகொண்டு ஆதரவு தெரிவித்தனர். சிப்பாய்கள் கப்பல்களிலிருந்த ஆயுதங்களைக் கைப்பற்றினர். எப்பொழுதும் விசுவாசமாக இருக்கும் கூர்கா ரெஜிமெண்ட், சிப்பாய்களைச் சுட மறுத்துவிட்டது. வல்லபாய் படேலும் கிளர்ச்சிக் குழுவின் தலைவனும் சந்தித்த பிறகு போராட்டம் திரும்பப்பெறப்பட்டது. என்றாலும் ஆங்கில அரசு ராணுவ நடவடிக்கை என்ற பெயரில் பலரைப் பணிவிலக்கம் செய்தனர். கிளர்ச்சி முடிவில் 78 கப்பல்களும் 20 கரைத்தளங்களும் 20,000 கப்பற்படை வீரர்களும் இதில் ஈடுபட்டதாகத் தெரிகிறது.

கேபினெட் குழு சந்திப்புகள்

இனியும் அதிகம் கால தாமதம் செய்யக்கூடாதென்று கேபினெட் அமைச்சர்கள் குழு மார்ச் மாதம் 23ந்தேதி கராச்சியை வந்தடைந்தது. அங்கிருந்து டெல்லிக்கு வந்தது.

இதற்கிடையில் வைஸ்ராயின் கவுன்சிலில் பிரச்னை ஆலோசிக்கப்பட்டது. வருங்காலத்தில் வெளிநாட்டுப் படையெடுப்பைத் தடுக்க இந்தியா பிரிட்டிஷ் காமன்வெல்த்தில் இருக்கவேண்டும் என்றார் ஒருவர். 'இந்தியா தனக்குக் கொடுக்கப்பட்டுள்ள ஆளுமையை எப்படிப் பயன்படுத்துவது என்று அறிகிறவரை பிரிட்டிஷின் தொடர்பு இருக்கவேண்டும்!' என்றார் சர்தார் ஜோகீந்தர் சிங். 'பாகிஸ்தானில் என்னென்ன பிரதேசங்கள் இருக்கும் என்று தெளிவாக ஜின்னா சொல்லாதவரை பாகிஸ்தான் பிரிவைப்பற்றியே பேசக்கூடாது' என்று ஸர் அக்பர் ஹைதாரி சொன்னார்.

ஏப்ரல் 3ந்தேதி காந்தி கேபினெட் மிஷன் உறுப்பினர்களைச் சந்தித்தார். ஜின்னாவுடன் மீண்டும் பேசி ஒரு நல்ல முடிவெடுக்க வேண்டும் என்று நினைத்தார். அடுத்த நாள் ஜின்னா அந்தக் குழுவைச் சந்தித்து முஸ்லிம்களுக்கும் இந்துக்களுக்கும் உள்ள வேறுபாடுகளைப்பற்றி ஒரு நீண்ட பிரசங்கம் செய்தார். ஜின்னா கல்கத்தா பாகிஸ்தானுக்குச் சேரவேண்டும் என்றார். 'கல்கத்தா இல்லையென்றால் பாகிஸ்தான் இதயமில்லாத மனிதனைப் போன்றது' என்றார்.

இந்தியாவுக்கு அந்தக் குழு வருமுன் பிரதம மந்திரியுடன் பேசும் போது அவர் சொன்னார்:

'எந்த அரசின் கையில் ஆட்சியை ஒப்படைக்கிறோமோ அந்த அரசிடம்தான் சமஸ்தான மன்னர்கள் தொடர்பு கொண்டு தங்கள் நிலையைத் தெளிவுபடுத்திக் கொள்ளவேண்டும். ஒன்றுக்கு மேற் பட்ட ஆட்சி என்றால் அவரவர்கள் எந்தெந்த ஆட்சியோடு தொடர்பு கொள்வது என்பதை மன்னர்கள்தான் தீர்மானித்துக்கொள்ள வேண்டும். அதன் பிறகு பிரிட்டனுக்கும் அவர்களுக்கும் எந்தத் தொடர்பும் இருக்காது!' என்று சொன்னார்.

கேபினெட் குழுவை மன்னர்களின் பிரதிநிதிகள் சந்தித்தனர். அதன் பிறகு சீக்கியர் சார்பாக மாஸ்டர் தாராசிங் தலைமையில் மூன்று பேர் சந்தித்தார்கள். அவர்கள் இந்தியாவைப் பிரிப்பதை விரும்ப வில்லை. இணைந்த இந்தியாவில் இருப்பதற்கு அவர்களுக்குச் சம்மதம். சீக்கியர்கள் பஞ்சாபின் எந்த மாவட்டத்திலும் பாதிக்கு மேல் இல்லை. எனவே ஜனத்தொகையைக் காரணம் காட்டிக் கேட்க முடியாது. ஆனால் இந்தியாவைப் பிரித்தால் அவர்களுக் கென்று ஒரு தனி அரசைக் காலிஸ்தான் அல்லது சீக்கிஸ்தான் என்னும் பெயரில் கொடுத்துவிடவேண்டும் என்றனர்.

எந்த முடிவும் எடுக்க இயலாத நிலையில் குழுவே ஒரு முடிவை எடுக்க வேண்டியதுதான் என்று தீர்மானித்தனர். ஏப்ரல் 11ந்தேதி பிரதம மந்திரி அட்லிக்குத் தந்தி கொடுத்தனர். அதன்படி 'திட்டம் A ஒற்றுமையான இந்தியா. பாதுகாப்பும் வெளியுறவும் மட்டும் அதன் பார்வையில் இருக்கும். அதன் கீழ் பல மாநிலங்கள் ஒரு தளர்ந்த ஃபெடெரேஷன் முறையில் இயங்கும்.

திட்டம் B பிரிக்கப்பட்ட இந்தியா. முஸ்லிம்கள் அதிகம் இருக்கும் பகுதி மட்டும் பாகிஸ்தானுடன் சேர்க்கப்படும். பலுசிஸ்தான், சிந்து, வடமேற்கு எல்லைப்புற மாகாணம், மேற்கு பஞ்சாப், கல்கத்தா இல்லாத கிழக்கு வங்காளம், அஸ்ஸாமில் சில்ஹெட் மாவட்டம் மட்டும்.

அட்லி பதில் தந்தி கொடுத்தார்: 'திட்டம் A விரும்பத்தக்கது. திட்டம் B பரவாயில்லை. ஏற்றுக் கொள்ளலாம்.'

காஷ்மீரில் சில நாட்கள் ஓய்வெடுத்த பிறகு அந்தக் குழு சிம்லா வுக்குச் சென்றது. அங்கே ஒவ்வொரு நாளும் பலரைச் சந்தித்தது. இப்பொழுது ஒரே இந்தியா திட்டத்தில் சிறிது மாற்றம் செய்தார்கள். அதைக் குழுத் திட்டம் என்று அழைத்தனர். மூன்று படிநிலைகள்.

முதலில் மத்திய அரசு. பாதுகாப்பு, வெளியுறவு, தொலைத்தொடர்பு இரண்டாம் படி.

முஸ்லிம்ஸ் அதிகமாக உள்ள பகுதி	ஹிந்துக்கள் அதிகமாக உள்ள பகுதி	வங்காளம் அஸ்ஸாம்
பலுசிஸ்தான், சிந்து, வடமேற்கு எல்லைப்புற மாகாணம்	இந்தியாவில் ஹிந்துக்கள் அதிகம் உள்ள மற்றப் பகுதிகள்	வங்காளம், அஸ்ஸாம்

இந்த இடைநிலை முதல் நிலையை விட ஆற்றல் வாய்ந்தது. ஒவ்வொன்றும் ஒரு தனி சுதந்திரமான அரசு. தனித் தனி சட்டசபை, அரசியலமைப்புக் கொண்டது. ஒவ்வொரு குழுமத்தின் கீழே இருக்கும் மாநிலங்கள் கல்வி, சட்டம் ஒழுங்கு ஆகியவற்றைக் கவனிக்கும். ஆனால் நிதிக்குத் தங்களது குழு அரசையே சார்ந்திருக்கவேண்டும். பத்து அல்லது பதினைந்தாண்டுகளுக்குப் பிறகு குழுவோ அல்லது குழுவைச் சேர்ந்த மாநிலமோ வெளியேறலாம். தனது அரசியலமைப்பைத் தேர்வு செய்துகொள்ளலாம்.

காங்கிரஸுக்கு இந்தக் குழு அமைப்புப் பிடிக்கவில்லை. ஜின்னா ஓரளவுக்கு ஒப்புக்கொண்டார். ஆனால் ஐந்து ஆண்டுகளில் மறு பரிசீலனை செய்துகொள்ளும் அதிகாரம் வேண்டும் என்றார். அதைக் காங்கிரஸ் எதிர்த்தது. எந்தத் தீர்மானத்திற்கும் வர இயலாமல் போய் விட்டதால் கேபினெட் மிஷன் குழுவும் தோல்வியடைந்தது. இந்தியாவை விட்டுச் செல்லும்முன் பெதிக் லாரென்ஸ் நாட்டு மக்களுக்கு ஒரு செய்தி விடுத்தார்

‘இந்திய மக்கள் மனத்தில் சுதந்திரம் பெறவேண்டும் என்ற ஆர்வம் மிகுந்திருக்கிறது. மேன்மை தங்கிய மன்னரின் அரசும், பிரிட்டிஷ் மக்களும் சுதந்திரம் கொடுக்கத் தயாராக இருக்கிறார்கள். ஆனால் அதைச் சுமுகமாக இரண்டு முக்கிய சமுதாயங்களுக்கும் ஏற்றாற் போல் செய்யவேண்டியிருக்கிறது. நாங்கள் இங்கே தங்கியிருந்த நாட்களில் அவர்கள் ஒப்புக்கொள்ளும் ஏற்பாட்டைச் செய்வதற்கு எங்களாலான அனைத்து முயற்சிகளையும் செய்தோம். ஒரு புதுத் திட்டத்தையும் அறிவித்தோம். ஆனால் இரண்டு பிரிவையும் ஒப்புக் கொள்ளச்செய்ய இயலவில்லை. அதனால் நாங்கள் ஒரு புது அறிவிப்பைச் செய்கிறோம். அதை பிரிட்டிஷ் மந்திரிசபையும்

ஏற்றுக்கொள்கிறது. அதன்படி சமீபத்திய தேர்தலில் தேர்ந்தெடுக் கப்பட்ட பிரதிநிதிகள் வைஸ்ராய் நிர்வாகக் கவுன்சில் உறுப்பினர் களாக இருப்பர். ஆங்கிலப் பிரதிநிதிகளாக வைஸ்ராயும் தலைமைத் தளபதியும் மட்டுமே இருப்பர். அரசியலமைப்புக் குழு ஒன்று அமைக்க பிராந்திய அரசுகள் பிரதிநிதிகளைத் தேர்வு செய்து அனுப்பும். இந்தியாவின் எதிர்காலம், அது எப்படித் தொடங்கப் போகிறது என்பது மிக முக்கியம். அதைத்தான் உலகமும் பார்த்துக் கொண்டிருக்கிறது. ஆனால் இந்திய அரசியலமைப்புச் சட்டத்தை உருவாக்குவது முழுக்க முழுக்க இந்தியர்கள் கையில்தான் இருக் கிறது. வாய்ப்பைப் பயன்படுத்துவது அவர்கள் பொறுப்பு. விரைவாகச் செயல்பட வாழ்த்துகள்.'

மிரட்டினால் பணிய மாட்டோம்

வேவல், ஆஸாத்திடம், 'எல்லா கட்சியினரும் ஒன்றிணைந்து ஒரு பிரதிநிதித்துவ இடைக்கால அரசை அமைக்கலாம். அதில் வைஸ் ராயின் தலையீடு இருக்காது. டொமினியன் அரசு போலச் செயல் படும் என்றார். அதே செய்தி ஜின்னாவுக்கும் தெரிவிக்கப்பட்டது. ஜின்னா சில நிபந்தனைகளோடு அந்த அரசில் கலந்து கொள்ளச் சம்மதித்தார். 5/5/2 என்ற விகிதாச்சாரத்தில் அதாவது காங்கிரஸ் 5, முஸ்லிம் லீக் 5 மற்றவர்கள் 3 என்ற விகிதத்தில் இருக்கவேண்டும் என்றார். அதைத்தவிர பாதுகாப்புத்துறை அவருக்குக் கொடுக்கப் படவேண்டும் என்றார். ஜின்னாவை அரசில் பங்கெடுக்கச் செய்ய வேண்டுமென்றால் வேறு வழியில்லை என்று வேவலும் பெதிக் லாரென்சும் நேருவிடமும் ஆஸாத்திடமும் சொல்லிப் பார்த்தார்கள். முதலில் சேரட்டும், பின்னால் பார்த்துக்கொள்ளலாம் என்றார்கள். ஆனால் நேரு ஒப்புக்கொள்ளவில்லை. ஆஸாத் வேறுவிதமான கருத்துக்கொண்டிருந்தார். ஒப்புக்கொள்ள வேண்டும் என்பது அவர் எண்ணம். 1937ல் நேரு முஸ்லிம் லீக்கிற்கு அரசில் இடங்கொடுக்க மறுத்த தவற்றைப்போலவே அப்பொழுதும் செய்தார் என்று ஆஸாத் எழுதியிருக்கிறார். வல்லபாய் படேலும் அதற்கு மறுப்புத் தெரிவித் தார். தனது தேவையை எல்லாம் மிரட்டிப் பெறவேண்டும் என்று நினைக்கிறவர் பின்னால் ஒவ்வொரு கட்டத்திலும் அதைச் செய்ய மாட்டார் என்பது என்ன நிச்சயம் என்பது அவர் கருத்து.

வைஸ்ராய் பாடுதான் பெரும்பாடாகப் போய்விட்டது. காங்கிரஸ்காரர் களும் முஸ்லிம் லீக்கைச் சேர்ந்தவர்களும் வைஸ்ராயைச் சந்திக்க வேண்டுகோள் விடுக்க அவர் சந்திக்க மறுத்த காலம் எல்லாம் போய் இப்பொழுது வைஸ்ராய் அவர்களைக் கெஞ்ச வேண்டிய நிலைமை வந்துவிட்டது. வேவலைச் சந்திக்கும்படி ஜின்னாவிடம் சொன்னால் தான் அலெக்ஸாண்டரையும் பெதிக் லாரென்ஸையும் சந்திப்பதாக

அவர் சொல்கிறார் என்றால் வைஸ்ராயின் நிலையை என்னவென்று சொல்வது? போயும் போயும் இந்தச் சிறு மனிதர்களிடம் அரசை ஒப்படைக்க வேண்டியதிருக்கிறதே என்று வருந்தி இங்கிலாந்து மன்னருக்கு எழுதினார். இடைக்கால அரசை 'இறந்து பிறந்த குழந்தை' என்றார். அரசியல் அமைப்புக் குழுவை சீக்குப்பிடித்த குழந்தை என்றார். சீக்கியர்கள் கலவரம் நிகழ்த்தப் போவதாகச் சொல்லிக் கொண்டிருந்தார்கள். காங்கிரஸின் இடதுசாரிகள் எந்த நேரத்திலும் எதையாவது செய்யலாம். படைவீரர்களோ ஊக்கமிழந்து இருக்கிறார்கள். பஞ்சம் மீண்டும் வந்துவிடுமோ என்று பயமுறுத்திக்கொண்டிருந்தது. இந்த நிலையில் காங்கிரஸ் மீண்டும் பொதுவுடமைச் சிந்தனை கொண்ட பண்டிட் ஜவஹர்லால் நேருவை காங்கிரஸின் தலைவராகத் தேர்ந்தெடுத்தது.

101

இடைக்கால அரசு பதவி ஏற்றது

கேபினெட் குழு இங்கிலாந்துக்குத் திரும்பிப்போய்விட்டதாலே இன்னும் பழைய இடத்திலிருந்து தொடங்குவது சரியில்லை என்றும் இடைக்கால அரசில் சேரும் முன்னர் காங்கிரஸ் தனி அரசமைக்கும் அதிகாரம் பெறும் என்ற உறுதி மொழி வேண்டும் என்றும் வைஸ்ராய்க்கு நேரு எழுதினார். வைஸ்ராய் எரிச்சலடைந் தார். அவரை பெதிக் லாரென்ஸ் சமாதானப்படுத்தினார். பிரதம மந்திரி அட்லி, வேவலுக்குக் கடிதம் எழுதினார். வேவல் முழுக்க முழுக்க ஒரு ராணுவவாதி. அரசியலின் நுணுக்கங்களை அவருக்கு எடுத்துச் சொல்ல அரசியல் தந்திரமும் சாமர்த்தியமும் அறிந்த ஒருவரை அவருக்கு ஆலோசகராக அமர்த்தியிருக்கவேண்டும் என்றும் எழுதியிருந்தார். வேவல் நேருவைச் சந்திக்க அழைப்பு விடுத்தார். அதற்குள் பம்பாயில் கூடிய முஸ்லிம் லீக்கின் செயற்குழு அதிரடி யான ஒரு தீர்மானத்தை நிறைவேற்றியிருந்தது. அதிரடி மட்டுமல்ல அதிர்ச்சி தரும் தீர்மானமும்கூட. நேரடித் தாக்குதலுக்கு அழைப்பு விடுத்திருந்தது. 'பிரிட்டிஷ் அரசின் ஆதரவோடு காங்கிரஸ் ஜாதி ஹிந்து அரசை அமைக்க முயல்வதால் பாகிஸ்தானைப் பெறுவதற்கு நேரடிச் செயலில் இறங்குவதைத் தவிர முஸ்லிம் லீகிற்கு வேறு வழி இல்லை.'

வேவல் மறுநாள் (ஜூலை 30ந்தேதி) நேருவைச் சந்தித்தார். நேரடிச் செயலில் இறங்கப்போவதாக அவர்கள் அறிவித்திருப்பதைத் தெரிவித்தார்.

வல்லபாய் பட்டேல் கொடுத்த உறுதிமொழி

அப்பொழுது கவர்னர் ஜெனரலின் சீர்திருத்தத்துறைக் கமிஷனராக இருந்த வி.பி. மேனன், வல்லபாய் பட்டேலைச் சந்திக்க ஒரு ஐ.சி.எஸ். அதிகாரியை ஒரு குறிப்புடன் அனுப்பியிருந்தார். 'நீங்கள் உதவி செய்வீர்களா? காங்கிரஸை அரசு அமைக்கச் சொல்லி அழைத்தால் வைஸ்ராய் கவுன்சிலை ஒரு டொமினியன் அரசாகக் கருதலாம் என உறுதிமொழி கொடுத்தால் போதுமா? அல்லது டொமினியன் அந்தஸ்தை முறைப்படி கடிதம் மூலம் அறிவிக்கக் கோருவீர்களா? அப்படிக் கேட்டால் அது இப்பொழுதுள்ள நிலையில் செயல்படுத்த முடியாத ஒன்று.'

படேல் யோசித்தார். என்ன சொல்ல வேண்டுமென்று தீர்மானித்தார். 'காங்கிரஸ் அரசு அமைக்க அழைக்கப்பட்டால் நான் என்னுடைய சக்தியுள்ள அனைத்தையும் பயன்படுத்தி இதை ஒப்புக்கொள்ளும் படிச் செய்வேன்,' என்றார்.

வேவல் அவருடைய உறுதிமொழியை ஏற்றுக்கொண்டு லண்டனுக்குத் தந்தி கொடுத்தார். பிரிட்டிஷ் அரசு ஒப்புக்கொண்டது. 1946 ஆகஸ்ட் மாதம் 6ந்தேதி மே 30ந்தேதி மௌலானாவுக்கு எழுதிய கடிதத்தின் அடிப்படையில் அரசு அமைக்க அழைப்பதாக ஜவஹர் லால் நேருவுக்குக் கடிதம் அனுப்பினார். மறு நாள் நேரு ஜின்னாவைச் சந்தித்து நிர்வாகக் கவுன்சிலில் சேருமாறு வேண்டினார். அதற்கு அவர் மறுத்துவிட்டார்.

முஸ்லிம் லீக்கை அரசியல் அமைப்புக் குழுவில் சேருவதற்கு ஏதுவாக ஏதாவது உறுதிமொழி கொடுக்கும்படி வேவல் சொன்னார். நேரு அதற்கு ஒப்புக்கொள்ளவில்லை. முஸ்லீம்கள் இல்லாமல் அரசியல் அமைப்புக்குழு அமைத்தல் ஆகாது என்றார் வேவல்.

இதற்கிடையில் வேவல், நேருவை இடைக்கால அரசை அமைக்கும் படி அழைத்தார். காந்திஜியும் அனுமதி கொடுத்தார். ஆகஸ்ட் 10ந்தேதி அதற்கான பெயர்கள் கொடுக்கப்பட்டன.

அமைச்சரவையில் 6 காங்கிரஸ்காரர்கள், சீக்கியர் ஒருவர், இந்தியக் கிறித்துவர் ஒருவர், பார்ஸி ஒருவர், ஐந்து முஸ்லிம்களின் பெயர்கள் அடங்கிய பட்டியல் ஒன்றை நேரு தலைமை ஆளுநரிடம் கொடுத்தார். பிரிட்டிஷ் அரசு அதை ஏற்றுக்கொண்ட செய்தி ஆகஸ்ட் 26ந்தேதி வந்தது. ஆளுநரின் நிர்வாக சபையை நீக்கிவிட்டு புதிய நிர்வாக சபை பதவியேற்றது. முஸ்லிம் லீக்கிற்கு ஐந்து இடங்கள் ஒதுக்கப்பட்டிருந்தன. ஆனால் லீக் அமைச்சரவையில் சேரவில்லை. ஒரு மாதம் கழித்து நிர்வாகக் கவுன்சிலில் குழப்பம் ஏற்படுத்தும்

நோக்கத்தோடு ஐந்து பேரை அமைச்சரவையில் சேர்க்கும்படி அனுப்பினார். முக்கியமான துறையாகிய நிதி இலாகா லியாகத் அலிக்கானுக்குக் கேட்டுப் பெறப்பட்டது. லீக் அமைச்சர்கள் தனித் தலைமையின் கீழ் இயங்கினர். எந்தத் துறைக்கும் நிதி ஒதுக்கீடு செய் வதில் லியாகத் அலிகான் தகராறு செய்தார். அமைச்சரவை ஒழுங் காக இயங்கவில்லை. முஸ்லிம் லீக்காரர்களைத் திருப்பி அனுப்பும் படி காங்கிரஸ்காரர்கள் கேட்டார்கள். ஜின்னா ஒப்புக்கொள்ள வில்லை. ஒரே இந்தியாவாக இருந்து இப்படி மந்திரி சபை இயங்கி னால் என்ன செய்வது என்று பாகிஸ்தானைப் பிரித்துக் கொடுத்து விடலாம் என்ற முடிவுக்குத் தள்ளப்பட்டார்கள்.

காங்கிரஸ் சார்பில் மந்திரிகளாக இருந்தவர்கள் ஜவஹர்லால் நேரு, சர்தார் வல்லபாய் பட்டேல், டாக்டர் ராஜேந்திர பிரசாத், எம். ஆசஃப் அலி, சி. ராஜகோபாலாச்சார்யார், சரத் சந்திரபோஸ், டாக்டர் ஜான் மத்தாய், சர்தார் பல்தேவ் சிங், சர்ஷபா அகமத்கான், ஜெகஜீவன் ராம், சையது அலி சாகீர், எச் பாபா ஆகியோர். முஸ்லிம் லீக் ஆட்கள் சேர்ந்ததும் சரத் சந்திர போஸ், அலிசாகீர், சர்ஷபா ஆகியோர் பதவி விலகினர்.

ஜின்னாவை ஒருவகையாக வழிக்குக் கொணர்ந்து இடைக்கால அரசில் அவரது ஆட்களைச் சேர்த்து விட்டோம் என்று மகிழ்ச்சி கொண்டிருந்த வேவலின் மகிழ்ச்சி நொறுங்கிப்போனது.

நேரடிச் செயல்நாள் வன்முறை

வேவல் பிராந்திய கவர்னர்களைச் சந்தித்தார். அப்போது வங்காளப் பிரதமராக இருந்த முஸ்லிம் லீக் தலைவர்களுள் ஒருவரான சுரா வர்த்தி, நேரடிச் செயல் நாளன்று அரசு விடுமுறை அறிவிக்க கவர்ன ரிடம் அனுமதி வேண்டினார். கவர்னரும் சம்மதித்துவிட்டார். அன்று போலீஸ்காரர்களுக்குக்கூட விடுப்புக் கொடுக்கப்பட்டது. முஸ்லிம் கள் இந்துக்களைத் தாக்கினால் அவர்களுக்குப் பாதுகாப்பளிக்க அங்கே எவரும் இருக்க மாட்டார்கள். நேரடிச் செயல் நாளன்று ராணுவமும் செயல்பட இயலாதபடி அவர்களது தளவாடங்கள் விடுமுறையில் சென்ற போலீஸின் பாதுகாப்பில் பூட்டிவைக்கப் பட்டிருந்தன. அன்று காலை கல்கத்தாவில் நடந்த கூட்டத்தில் சுராவர்த்தி பேசினார். அவர் என்ன பேசினார் என்று அன்று குறிப்புக் கூட எடுத்து வைக்கப்படவில்லை. ஆனால் மறைமுகமாகப் போலீஸ் எந்த நடவடிக்கையும் எடுக்கக்கூடாது என்று உத்தரவிடப் பட்டிருக்கிறது என்று சொன்னதாகச் சொல்லப்பட்டது. உண்மை யில் கிளர்ச்சியில் ஈடுபட விரும்பியவர்களைவிடச் சும்மா வேலை

வெட்டியின்றித் திரிந்து கொண்டிருந்த போக்கிரிகளுக்கு அது வாய்ப்பாகப் போயிற்று.

ஹிந்து தலைவர்களின் வேண்டுகோளின்படி இந்துக்களில் பலர் தங்கள் கடைகளைத் திறந்து வைத்திருந்தனர். முஸ்லிம்கள் அவர் களைக் கடைகளை அடைக்கும்படித் தூண்டினர். மறுத்தவர்கள் மட்டுமன்றி ஒத்துப்போனவர்களும் தாக்கப்பட்டார்கள். நிலைமை மோசமாகப் போனாலும் பாதுகாப்புக்கு வரப் போலீஸ்காரர்கள் இல்லை. ஒரு நாளுக்கு மேலாகியும் சுராவர்த்தி ராணுவத்தை அழைக்க வில்லை. சுதாரித்துக்கொண்ட சீக்கியர்களும் ஹிந்துக்களும் திருப்பித் தாக்கத் தொடங்கினர். அதன்பின்தான் சுராவர்த்தி ராணுவத்தை அழைத்தார். எங்கும் வெட்டும் குத்தும் கொலையும் தாண்டவ மாடின. ஏற்கெனவே ஏற்பாடு செய்யப்பட்டிருந்த லாரிகளில் முஸ்லிம்கள் கத்தி கம்புகளுடன் வந்து ஆலைகளுக்குள் புகுந்து அங்கிருந்த கருவிகளை நிறுத்தியதுடன் வேலை செய்துகொண்டி ருந்த ஹிந்துக்களையும் கொன்றார்கள். மறு நாளும் இது தொடர்ந் தது. ஆயிரக்கணக்காக இந்துக்களும் முஸ்லிம்களும் உயிரை விட்ட னர். இரண்டு தனிப்பட்ட மனிதர்களின் தன்முனைப்பின் காரணமாக அப்பாவி மக்கள் உயிரை விட்டனர் என்று சொல்லப்படுகிறது.

கிழக்கில் நிகழ்ந்த கோர நிகழ்ச்சிகள்

கல்கத்தாவில் நிகழ்ந்த வன்முறையின் எதிரொலியாகக் கிழக்கு வங்கத்திலும் பீகாரிலும் வன்முறை தலைதூக்கியது. அதிலும் கிழக்கு வங்கத்தில் நிகழ்ந்த கொடுமை சொல்லவே முடியாத அநியாயமாகும். ஹிந்துக்களின் வீடுகள் கொளுத்தப்பட்டன. குடும் பத்திலிருந்த அத்தனைப் பேரையும் ஒன்றாகக் கட்டி தீவைத்துக் கொளுத்தினர். பெண்களைக் கடத்திச் சென்று கற்பழித்தனர். பின்னால் இதைப்பற்றி வங்காளப் பிரதமர் சுராவர்த்தி, அது இயல் பானதுதான் ஏனென்றால் இந்துப் பெண்கள் முஸ்லிம் பெண்களை விட அழகானவர்கள் என்று சொன்னாராம். கொடுமையிலும் கொடுமையாக இந்துக் கோயில்கள் அழிக்கப்படும் முன் கன்றுக் குட்டிகளைக் கொன்று கோயிலுக்குள் எறிந்து விட்டு அழித்தார் களாம். முகலாயர் காலத்தில் இந்துக்களுக்கென்று தனி வரி வசூலித் தது போல வசூலித்தார்கள். ஊரைவிட்டு வெளியே போகவேண்டு மென்றால் முஸ்லிம் தலைவர்களிடம் அனுமதி பெற்ற பிறகே போகவேண்டும் என்று கட்டளை இட்டார்கள். நவகாளி மாவட்டத் தில் சாகடிக்கப்பட்டவர்கள் தவிர மற்றவர்களில் 95 சதவிகிதம் பேருக்கு மேல் மதம் மாற்றப்பட்டார்கள். கட்டாயப்படுத்தித் தொழுகை செய்ய வைத்தார்கள். ஹிந்துக்களுக்கு முஸ்லிம் பெயர்கள் சூட்டப்பட்டன. யாராவது எதிர்த்துப் பேசினால் அவரது

குடும் பமே அழிக்கப்பட்டது. அவர்களைத் தட்டிக்கேட்க அரசு செயல் படவில்லை. கட்டுப்பாடில்லாமல் அராஜகம் செய்ய முடிந்ததால் கொள்ளையும் கொலையும் விளையாட்டாகக் கூடச் செய்யப் பட்டது. இத்தனை பேரை நான் இன்று கொன்றேன் என்று சொல்லிப் பல இளைஞர்கள் பெருமை பேசிக்கொண்டனர். மாதக்கணக்கில் நடைபெற்ற இந்நிகழ்ச்சிகளை அறிந்து பீகாரில் ஹிந்துக்கள் கொதித்தெழுந்தார்கள். அங்கு முஸ்லிம்களுக்கு எதிராக வன்முறை தாண்டவ மாடியது.

நவகாளி நாயகர்

கல்கத்தாவிலிருந்த காந்திஜி நவகாளி கொலைவெறியாட்டத்தை அறிந்து வேதனைப்பட்டார். இனி பொறுப்பதில்லை என்று இந்துக் களும் திருப்பித் தாக்கும் நிலைக்குத் தள்ளப்பட்ட நிலையில் மகாத்மா காந்தி நவகாளி மாவட்டத்தில் அமைதியை நிலைநாட்ட யாத்திரை சென்றார். அங்கு நடந்த வன்முறையைக் கண்டார். பிரார்த்தனை செய்தார். கிராமம் கிராமமாகக் கால்நடையாகவே, காலில் செருப்பு அணியாமல் நடந்து சென்றார். அவரைத் தரிசிக்க வும் அவரது அறிவுரையைக் கேட்கவும் இந்துக்களும் முஸ்லிம் களும் பெருவாரியாக வந்தனர். இரண்டு இனத்தவரும் சகோதரர் களாக இருக்கவேண்டிய நிலையை எடுத்துரைத்தார். பெண்களும் அவசியம் நேர்ந்தால் ஆயுதங்களை வைத்திருக்கவேண்டும் என்று அகிம்ஸா மூர்த்தியே சொன்னதாகச் சொல்லப்படுகிறது. காந்திஜி சென்ற பிற்பாடும் சில முஸ்லிம்கள் சில இடங்களில் அவர் செல்லும் பாதையை எல்லாம் அசிங்கப்படுத்தி வைத்திருந்தார்கள் என்று சொல்லப்படுகிறது. காந்திஜி நவகாளியில் ஓரளவுக்கு அமைதியை நிலைநாடிவிட்டுப் பீகார் சென்றார்.

காந்திஜி எழுதிய கடிதம்

காந்தி வைஸ்ராய்க்கு ஒரு கடிதம் எழுதினார்.

'அரசரின் பிரதிநிதியாக இருக்கும் நீங்கள் ஒரு ராணுவ வீரராக இருந்தால் மட்டும் போதாது. உங்களுக்கு உதவ ஒரு சட்ட நிபுணரும் தேவை. உள்நாட்டுப் பாதுகாப்புக்கு பிரிட்டிஷ் ராணுவத்தை வைத்துக்கொண்டு இடைக்கால அரசை உருவாக்குவது என்பது போலியானது. பிரிட்டிஷ் ராணுவத்தின் மூலம் காங்கிரஸ் மதவெறிச் சண்டையிடும் இரண்டு சமுதாயத்தினரை அடக்குவது என்பது இயலாத காரியம். அவர்கள் மிருகத்தனமான வெறியை வெளிப்படுத்திக் கொண்டிருக்கும்போது காங்கிரஸ் அதற்குப் பணிந்து வளைந்து போவது என்பதும் நடக்காது.

பிரிட்டிஷ் ஆட்சி தொடர்ந்து கொண்டிருப்பதால்தான் வங்காளத்தில் அப்படி நடந்தது. நீங்களோ அல்லது வேறு எந்த பிரிட்டிஷ்காரரோ அறிந்ததைவிட காங்கிரஸ் முஸ்லிம் - இந்து மனத்தை நன்கு அறியும்.'

பஞ்சாபில் நிலைமை மிகவும் மோசமாக இருந்தது. எந்த நேரத்திலும் கலவரம் வெடிக்கும் போலிருந்தது. காங்கிரஸூம் வைஸ்ராயும் சேர்ந்து ஜின்னாவையும் முஸ்லிம்களையும் ஏமாற்றி விட்டதாகப் பஞ்சாப் முஸ்லிம்கள் பேசத் தொடங்கினர். காங்கிரஸ் இடைக்கால அரசு பொறுப்பேற்க மறுத்தால் முஸ்லிம் லீக்கிடம் கொடுக்க வேண்டியதுதானே! அதையேன் ஆங்கில அரசு செய்ய மறுக்கிறது என முஸ்லிம்கள் கேட்பதாகவும் அங்கும் இனப் போராட்டம் வெடிக்கும் சூழல் உருவாகியிருப்பதாகவும் பஞ்சாப் ஆளுநர் இவான் ஜெர்கின்ஸ் வைஸ்ராய்க்கு எழுதினார்.

வங்காளப் பிரதமர் சுராவர்த்தி கலவரத்தை உருவாக்கக்கூடிய வகையில் பேசத் தலைப்பட்டார். வேண்டுமென்றேதான் அவர் அப்படிப் பேசியதாகச் சொல்லப்பட்டது. 'வங்காள முஸ்லிம்கள் எல்லோரும் கிளர்ந்தெழுந்தால் கிழக்கு வங்கத்தில் ஓர் இந்து கூட உயிரோடு இருக்கமாட்டான்' என்று அவர் பேசினார். வேவல் அவரிடம் இப்படிப் பேசினீர்களா என்று கேட்டபோது ஆமாம் என்று ஒப்புக்கொண்டார். அவர் மீது எந்த நடவடிக்கையும் எடுக்க வில்லை.

வேவலுக்கு இரண்டுபக்கமும் இடி. அவருக்கு முன் இருந்த வைஸ் ராய்கள் போல் அவரால் அதிரடியான நடவடிக்கை எடுக்கவும் முடியாது. அவர் நினைத்ததைக் கொண்டு செலுத்தவும் முடியாது. இந்த நிலையில் இனக்கலவரம் வெடித்தால் பிரிட்டிஷ்காரர்களைப் பாதுகாக்கும் பெரும் பொறுப்பும் இருந்தது. எனவே விரைவில் இந்தியாவைவிட்டு ஆங்கிலேயர் வெளியேறினால் நல்லது என எண்ணினார்.

ஏற்கெனவே நேரடி நடவடிக்கையின்போது தொடங்கப்பட்ட கொலை நாடகம் இன்னும் பல இடங்களில் தொடர்ந்து கொண்டிருந்தது. நவகாளியின் எதிரொலியாக பீகாரில் கடுமையாக வன்முறை தாண்டவமாடியது. பிராந்திய அரசு வேடிக்கை பார்த்துக் கொண்டிருந்தது. வைஸ்ராயும் நேருவும் அங்கு சென்று பார்த்தும் அவர்களால் கலவரத்தை அடக்கமுடியவில்லை. கிழக்கு வங்கத்தில் முதலில் நடந்த கொடூரங்கள்தான் பீகார் நடவடிக்கைகளுக்குக் காரணம் என்பதை மறந்துவிட்டு ஜின்னா பீகார் நடவடிக்கைகளைக் குற்றம் சாட்டி அது கூட்டுச் சதி என்று சொல்லிக்கொண்டிருந்தார். பாகிஸ்தான் பிரிவினையை மீண்டும் கையில் எடுத்துக்கொள்வதற்கு

அதை ஒரு காரணமாக எடுத்துக்கொண்டார். பாகிஸ்தானைப் பற்றி அவர் ஒரு முடிவான, தெளிவான கருத்துக் கொண்டிருக்கவில்லை. 'பாகிஸ்தான் அமைந்தால் அங்கே ஜாதி மத இன வேறுபாடின்றி எல்லோரும் சம உரிமை பெறுவார்கள்,' என்று சொன்னார்.

நிலைமை கட்டுக்கடங்காமல் போய்க்கொண்டிருந்தது. இரு பெரும் கட்சிகளும் ஒப்புக்கொண்டு இணையாமல் அரசியல் சட்ட உருவாக்க அமைப்பை ஏற்படுத்த இயலாது என்று வைஸ்ராய் சொல்லி விட்டார். இந்தியாவை விட்டு வெளியேறப் பிரிட்டிஷ் இந்திய அரசு ஒரு நாள் குறித்து அதற்குமுன் எல்லா ஆங்கிலேயரை யும் வெளியேற்றிவிட வேண்டும் என்றும் வேவல் சொன்னார். அதற்கு ஏதேனும் இடைஞ்சல் நேர்ந்தால் அது பிரிட்டிஷ் அரசின் மீது தொடுக்கப்படும் போராகக் கருதப்படும் என்றும் சொல்லிவிட வேண்டும் என்றும் வேவல் சொன்னார்.

வேவலால் நிலைமையைச் சமாளிக்க இயலவில்லை. துடிப்புள்ள ஒருவரை வேவலின் இடத்திற்கு அனுப்பவேண்டும் என்று இந்திய மந்திரியும் பிரதம மந்திரி அட்லியும் நினைத்தனர்.

அதற்குமுன் நேரு, ஜின்னா இருவரையும் லண்டன் வரச் சொல்லி அழைத்தனர். நேரு சீக்கியர்களின் பிரதிநிதி பல்தேவ் சிங்கையும் அழைத்துக்கொண்டு சென்றார். ஜின்னா, லியாகத் அலிகானை அழைத்துக்கொண்டு சென்றார். அங்கே பிரதமர் அவர்களுடன் பேசினார். எவ்வளவுதான் விவாதித்தாலும் இருதரப்பும் பழைய நிலையிலேயே நின்றனர். அங்கே கருத்து ஒற்றுமை ஏற்படவில்லை.

அடக்கியாண்ட ஆங்கிலேயர் அடங்கிப்போவதா என்ற கேள்வி எழுந்தது. ஆங்கிலேயர் சொல்லுக்கு கட்டுப்பட்ட ராணுவம் அப்போது இல்லை. இந்த நிலையில் மரியாதையாகவும் பெருந்தன்மையாகவும் விலகிச்செல்லவேண்டும். அதற்கு என்ன செய்வது என்று ஆங்கில அரசு சிந்திக்கத் தொடங்கியது.

இந்தச் சமயத்தில் அரசியல் நிர்ணய சபை டிசம்பர் 9ந்தேதி கூடியது. அதற்குத் தலைவராக பாபு ராஜேந்திரப் பிரசாத் நியமிக்கப்பட்டார்.

102

வந்தார் மவுண்ட் பேட்டன்

வேவலால் நிலைமையைச் சமாளிக்க முடியாததால் இந்தியா பிரச்னையை தீர்ப்பதற்காக வேவலை விட இளைஞராகவும் அதே சமயம் கவர்ச்சியுடையவராகவும், ராணுவ அனுபவம் உள்ளவராக வும் உள்ள ஒருவரைத் தேர்ந்தெடுக்க அட்லி விரும்பினார். இரண் டாம் உலகயுத்தத்தில் ஜப்பானை எதிர்த்து ராயல் கடற்படைத் தளபதியாக இருந்த அரச குடும்பத்தோடு தொடர்புடைய லார்ட் மவுண்ட் பேட்டனை இந்தியாவுக்கு வைஸ்ராயாக அனுப்ப அட்லி விரும்பினார். மவுண்ட் பேட்டனும் ஒப்புக்கொண்டார்.

மவுண்ட் பேட்டன் தனது ராயல் நேவி மீது அளவற்ற நேசம் கொண்டவர். அதை விட்டு இந்தியாவுக்கு வர விரும்பவில்லை. எனவே தற்காலிகமாக அதிலிருந்து பிரிந்து இந்தியாவுக்கு வந்து அந்த வேலை முடிந்ததும் திரும்பவும் அந்தப் பணிக்கே திரும்பப் போவதற்கு அரசு அனுமதித்தால் தான் வைஸ்ராய் பொறுப்பை ஏற்றுக்கொள்வதாகச் சொன்னார். அதுமட்டுமன்றி வைஸ்ராய் என்ற எந்தப் பந்தாவும் இன்றித் தானும் தன் மனைவியும் பாது காவலர்கள் உடன் வராமல் இந்தியத் தலைவர்கள் எவரின் வீட்டிற் கும் செல்லவும் அனுமதி கேட்டார். அவரது மூன்றாவது வேண்டு கோள் லண்டனில் ஆலோசனை பெறுவதற்காகத் தான் அடிக்கடி லண்டனுக்கு வர நேரலாம். எனவே தான் வைத்திருக்கும் யார்க் பிளேன் தன்வசம் இருக்கவேண்டும் என்றார். தான் வைஸ்ராயாக ராயல் நேவியிலிருந்து கடன் கொடுக்கப்பட்டிருப்பதை தனது பதவி உத்தரவில் தெளிவாகக் கொடுக்கவேண்டும் என்றும் கூறினார். அவரது நிபந்தனைகள் எல்லாம் ஏற்றுக் கொள்ளப்பட்டன.

தன்னை இவ்வளவு சீக்கிரம் மாற்றுவார்கள் என வேவல் எதிர்பார்க்கவில்லை. 20-2-1947 அன்று இங்கிலாந்து பிரதம மந்திரி இந்திய சுதந்திரத்தைப் பற்றி அறிவித்தார். ஒரு தனி மைய அரசினிடமோ அல்லது சில பகுதிகளில் பிராந்திய அரசுகளிடமோ 1948 ஜூன் மாதத்திற்குள் ஆட்சி அதிகாரமும் பொறுப்புகளும் ஒப்படைக்கப்படும் என்றார். 'சுயாட்சி பெறவேண்டும் என்கிற இந்திய மக்களின் விருப்பத்திற்கேற்ப சுய ஆட்சி வழங்க ஆயத்தங்கள் நடைபெற்றுக் கொண்டிருக்கும் இத்தருணத்தில், இந்த நாட்டு மக்களின் சார்பாக அவர்களது நல்லெண்ணத்தையும் வாழ்த்துகளையும் தெரிவித்துக் கொள்கிறேன்,' என்றார்.

இந்த அறிவிப்பைத் தொடர்ந்து யாரிடம் அரசை ஒப்படைப்பது என்று இன்னும் தீர்மானிக்கப்படாத நிலையில் பஞ்சாபில் கலவரம் தொடங்கியது. லாகூர், முல்டான், அமிர்தசரஸ் ஆகிய இடங்களில் கலவரம் நடைபெற்றது. இப்படியே விட்டால் இனக் கலவரமாக இது பஞ்சாப் முழுவதும் பரவி விடக்கூடும் என்றார் பஞ்சாப் ஆளுநர். ஜின்னாவின் பிரிவினைவாதக் கட்சிக்கு மாற்றாக ஒரே அரசை ஆதரித்த யூனியனிஸ்ட் கட்சியின் தலைவர் கிஸார் ஹியாட் கான் பதவி விலகினார். அந்த வகையில் ஜின்னாவுக்கு இருந்த இரண்டு எதிர்ப்புகளில் ஒன்று அடிபட்டுப் போயிற்று. அவரது கரம் சற்று வலுப்பெற்றது.

இங்கிலாந்து மக்களவையில் அரசு மாறும் திட்டத்தை அறிவிக்கும் சடங்கு மார்ச் மாதம் 5ந்தேதி நடைபெற்றது. சபையின் தலைவராக இருந்த ஸர் ஸ்டாஃபோர்ட் கிரிஸ் பேசும்போது, 'காலம் மிகவும் குறைவாக இருக்கிறது. இன்னும் சில வாரங்களில் இந்தியாவின் 400 மில்லியன் மக்களின் மகிழ்ச்சிக்கு அடிப்படையான எதிர்காலம் நிர்ணயிக்கப்படும்!' என்றார், பலர் அதை எதிர்த்துப் பேசினார்கள். எதிர்க்கட்சித் தலைவர் சர்ச்சில் மிகுந்த வருத்தத்தோடு பேசினார்.

'ஹிந்துக்களுக்கும் முஸ்லிம்களுக்கும் இடையே இருக்கும் ஆயிரம் வருட வேற்றுமையை எப்படிப் பதினான்கு மாதங்களில் சரி செய்ய முடியும்? இந்தியாவை விட்டு நாம் விலகும்போது வன்முறை தாண்டவமாட விட்டுவிட்டு விலகினால் மேன்மை தங்கிய மன்னர் அரசின் கௌரவம் என்னாவது? வெட்கங்கெட்டு ஓடியதாகவல்லவா அமையும்!' என்றார்.

இந்தியாவை விட்டுச் சீக்கிரம் விலகிவிடவேண்டும் என்ற தீர்மானம் அதிக அளவு வாக்குகள் பெற்று நிறைவேறியது. பஞ்சாபில் யூனியனிஸ்ட் அரசு விலகிய பிறகு பாகிஸ்தான் பிரிவினை பற்றிய பேச்சு அதிகமாகியது. எங்கு பார்த்தாலும் கூட்டங்கள் நடத்தப்பட்டன. முதலில் அதிகம் ஈடுபடாதிருந்த அப்பாவிப் பொதுமக்களின்

உணர்ச்சி தூண்டிவிடப்பட்டது. அதேசமயம் ஹிந்துக்களும் தாராசிங் தலைமையில் சீக்கியர்களும் தாக்குதலை எதிர்கொள்ளத் தயாராக இருந்தார்கள். அவரவர் அதிகம் உள்ள இடங்களில் அந்தந்த இனத் தவர் கோஷங்கள் எழுப்பி ஊர்வலம் நடத்தினர். எப்பொழுது வேண்டுமானாலும் இது பற்றிக் கொள்ளும் என்ற நிலையிருந்தது. பஞ்சாப் பிரிக்கப்பட்டால் வளங்கொழிக்கும் பஞ்சாப்பின் பொருளாதாரம் சீரழியும் என நடுநிலையாளர்கள் கருதினர்.

முஸ்லிம் அல்லாதவர்கள் கடுமையாகத் தாக்கப்பட்டார்கள். ஆயிரக் கணக்கில் உயிரிழந்தனர். பல்லாயிரக்கணக்கில் வீடிழந்து அகதி களாயினர். இந்த நிலையில் முஸ்லிம் லீக் மந்திரிசபையை அமைக்க கவர்னர் வலியுறுத்தப்பட்டார், அவர் சற்று உறுதியானவராக இருந்த காரணத்தால் மறுத்து விட்டார். இல்லாவிட்டால் முஸ்லிம் லீக் அரசின் கீழ் வங்காளத்தில் நடந்த வன்முறையைவிடப் பலமடங்கு பஞ்சாபில் நிகழ்ந்திருக்கும்.

மவுண்ட் பேட்டனுக்கு வரவேற்பு

இப்படிப்பட்ட சூழ்நிலையில் 1947ம் ஆண்டு மார்ச் மாதம் 22ம் நாள் லார்ட் மவுண்ட் பேட்டன் ராயல் கடற்படையின் முதன்மைத் தளபதி யின் அதிகார உடையில் மிகக் கம்பீரமாக, தனது மனைவி எட்வினா, மகள் பமீலா உடன்வர டெல்லியில் வந்திறங்கினார். அவருக்குப் பிரமாதமான வரவேற்புக் கொடுக்கப்பட்டது. விமானத்தின் அருகிலேயே சென்று மலர்க்கொத்துக் கொடுத்து நேரு அவரை வரவேற்றார். இருவரும் ஒன்றாகவே வைஸ்ராய் மாளிகைக்குச் சென்றனர். அங்கே வேவல் அவரை வரவேற்றார். இரண்டு நாள்கள் கழித்து மவுண்ட் பேட்டனுக்குப் பதவிப் பிரமாணம் செய்து வைக்கப்பட்டது.

‘மேன்மை தங்கிய மன்னரின் அரசு ஜூன் 1948க்குள் அரசு மாற்றம் செய்யக் கருதியிருக்கிறது. அதற்குமுன் அரசியல் சட்ட நிர்ணயம் போன்ற பல பணிகள் செய்யப்படவேண்டும். அடுத்த சில மாதங் களில் ஒரு தீர்வை எட்ட வேண்டும். அதுவரை நாமெல்லோரும் செய்ய வேண்டியது என்னவென்றால், மேற்கொண்டு கசப்புணர்ச்சி யைத் தூண்டிவிட்டு அதனால் பல அப்பாவிகள் மரிக்க நேரும்படி யான வார்த்தைகளைச் சொல்லாமலிருக்கவேண்டுமென்று கேட்டுக் கொள்கிறேன்.’

அதன் பிறகு மவுண்ட் பேட்டன் ஒவ்வொரு அணியைச் சேர்ந்தவர் களையும் சந்திக்கத் தொடங்கினார். முட்டுக்கட்டையாக இருந்தவர் களுள் காங்கிரஸ், முஸ்லிம் லீக், சீக்கியர், அடுத்தது சமஸ்தான

அரசர்கள். ஏற்கெனவே பல சமஸ்தான அரசர்கள் காங்கிரஸோடு சேர ஒப்புக் கொண்டிருந்தனர். சிலர் அங்குமில்லாமல் இங்குமில்லாமல் மதில்மேல் பூனையாக இருந்தனர். ஹைதராபாத் நிஜாம், மைசூர் சமஸ்தான அரசர், காஷ்மீர் அரசர், திருவிதாங்கூர் அரசர் போன்றோர் தனியாக இயங்கலாமா எனச் சிந்தித்துக் கொண்டிருந்தனர். இந்த நிலையில் சில அரசர்கள் கூட்டுச் சேர்ந்து தமக்குள் ஓர் அமைப்பை ஏற்படுத்திக்கொண்டிருந்தனர். அந்த அமைப்புக்குத் தலைவராக இருந்த போபால் நவாப்பை மௌண்ட் பேட்டன் சந்தித்தார். அவர் ஜின்னாவுக்கு வேண்டியவர். எனவே ஜின்னா நிச்சயம் ஒருங்கிணைந்த இந்தியாவுடன் ஒன்ற மாட்டார் என்றார். 'சமஸ்தான அரசர்கள் தனியாக ஒரு மண்டலத்தை உருவாக்கிக்கொண்டு இயங்கமுடியுமா?' என்று கேட்டார். அத்துடன் நிற்காமல் 'அப்படி அமைந்தால் எங்களைப் பாதுகாத்துக் கொள்ள ஆயுதம் எங்கிருந்து வாங்கலாம் அமெரிக்காவிலிருந்தா, இந்தியாவிலிருந்தா?' என்று கேட்டார். அரசர்களின் பிரதிநிதிகள் இன்னும் உண்மை நிலையைப் புரிந்துகொள்ளவில்லை. அடுத்து நேரு, முஸ்லிம் லீக்கின் லியாகத் அலிகான் ஆகியோரையும் மவுண்ட் பேட்டன் சந்தித்தார்.

பஞ்சாப்பை பிரிப்பதைத் தவிர வேறு வழியில்லை என்றார் நேரு. சீக்கியர்களும்கூட முஸ்லிம்களோடு ஒத்துப்போக முடியாது. எனவே பஞ்சாபைப் பிரித்துத்தான் ஆகவேண்டும் என்றார்கள். பஞ்சாபைப் பிரித்தால் கலவரம் நிகழும் என்ற கவலையும் இருந்தது. லார்ட் மவுண்ட் பேட்டன் எந்தக் காரணம் கொண்டு அதிகாரத்தை மாற்றும் தேதியைத் தள்ளிப்போட விரும்பவில்லை. விரைவு, விரைவு என்பதே அவரது தாரகமந்திரமாக இருந்தது. முடிந்தால் அதற்கு முன்னமேயே அதை நிகழ்த்த முடியுமானால் நல்லது என்று நினைத்தார். தள்ளிப்போடத் தள்ளிப்போட புதுப்புது பிரச்னைகள் கிளம்பும் என்று எதிர்பார்த்தார். அடுத்து நேருவிடம் டொமினியன் அந்தஸ்து கொடுத்தால் ஏற்றுக்கொள்வீர்களா என்றார். 1930லேயே பூரண சுதந்திரம் கேட்டிருக்கிறோம். எனவே டொமினிய னைப் பெறுவதில் விருப்பமில்லை என்று நேரு சொல்லிவிட்டார். பீகாரிலிருந்து திரும்பி வந்த காந்திஜி மவுண்ட் பேட்டனைச் சந்தித்து உரையாடினார். தினமும் இரண்டு மணிநேரம் தன்னால் பேச்சுவார்த்தைக்கு ஒதுக்க முடியும் என்றார்.

ஜின்னாவிடமே அரசைக் கொடுங்கள்

மறுநாள் சந்தித்தபொழுது, 'எனக்கு ஒரு எண்ணம். சொன்னால் தவறாக எடுத்துக்கொள்ளக்கூடாது. ஜின்னாவிடம் சொல்லி இடைக்

கால சர்க்காரை முஸ்லிம் லீகே எடுத்து நடத்தட்டும் என்று சொல்லிவிடுங்கள். நான் காங்கிரஸ்காரர்களைச் சமாதானப்படுத்திக் கொள்கிறேன்!' என்றார் காந்திஜி. 'ஜின்னா ஏற்றுக்கொள்வாரா?' என்று மவுண்ட் பேட்டன் கேட்டார். அதற்கு 'அவரிடம் காந்திதான் சொன்னார் என்று சொல்லுங்கள். 'அவருக்கு வேலை இல்லை' என்று சொல்வார்!' என்றார். 'அவர் மட்டும்தான் அப்படிச் சொல்வாரா?' என்று கேட்டார் மவுண்ட் பேட்டன். 'நான் மேம்போக்காகச் சொல்லவில்லை. உண்மையிலேயே நன்கு சிந்தித்தான் சொல்கிறேன்,' என்றார் காந்திஜி. மவுண்ட் பேட்டன் இதை நேருவிடம் சொன்னபோது 'எனக்கும் தெரியும். எங்களிடமும் சொன்னார். அவர் கொஞ்ச நாளாக இங்கே இல்லாத காரணத்தால் இங்குள்ள நிலைமை அவருக்குத் தெரியவில்லை. அதனால்தான் அப்படிச் சொல்கிறார்!' என்றார்.

வங்காளப் பிரதமர் சுராவர்த்தி பீகாரில் நடந்த கலவரத்தைக் குறித்து விசாரணைக் கமிஷனுக்கு ஏற்பாடு செய்ய வேண்டும் என்றார். அதை அப்படியே வழி மொழிந்து காந்திஜியும் சொன்னார். பீகாரில் ஆளும் அரசு நிச்சயம் விசாரணைக்கு ஏற்பாடு செய்ய வேண்டும் என்றார். உடனே பீகாருக்குச் செல்லப் புறப்பட்டார். அங்கே போய் அந்த அரசை நிச்சயம் வற்புறுத்துவார் என்பதை உணர்ந்த மவுண்ட் பேட்டன் பீகார் மற்றும் வங்காள கவர்னர்களுக்கு எழுதினார். சுராவர்த்தி வங்காளத்தில் நடந்த கலவரங்களுக்கு விசாரணை நடத்த ஒப்புக்கொள்ளவில்லை. பீகாரில் நடந்த கலவரங்களை விசாரிக்க வேண்டுமென்கிறார். விசாரித்தால் இரண்டு இடங்களிலும் விசாரிக்க வேண்டும்,' என்று சொல்லி தன்னுடைய கருத்தாக இரண்டு இடங்களிலும் விசாரணை வேண்டாம். அதன் விளைவாக மேலும் கலவரங்கள் உருவாகக் கூடும் என்று சொல்லிவிட்டார்.

ஏப்ரல் மாதம் 5ந்தேதி ஜின்னாவை மவுண்ட் பேட்டன் சந்தித்தார். அவர் பாகிஸ்தானை உருவாக்கியே தீர வேண்டும் என்றார். உடனே வைஸ்ராய், 'அப்படி உருவாக்கினால் பஞ்சாபையும் வங்காளத்தையும் பிரிக்க வேண்டியிருக்கும்,' என்றார். பஞ்சாப்பும், வங்காளமும் முழுமையாக பாகிஸ்தானில் இணைய வேண்டும் என்பது ஜின்னாவின் விருப்பம். 'பஞ்சாபில் உள்ளவர்கள் தமக்குள்ளும் வங்காளத்தில் இருப்பவர்கள் தமக்குள்ளும் ஒரே மொழி என்ற அடிப்படையில் ஒன்றாக இணைந்திருப்பவர்கள். அவர்களைப் பிரித்துச் செல்லரித்த பாகிஸ்தானை நான் ஏற்றுக்கொள்ள மாட்டேன்' என்றார் ஜின்னா. 'நீங்கள் சொல்கிற இதே விவாதம் இந்தியா முழுவதற்கும் பொருந்துந்தானே?' என்று கேட்டார் மவுண்ட் பேட்டன்.

ஒவ்வொரு நாள் ஏற்படும் தாமதம் புதுச் சிக்கல்களை உருவாக்கும் என்றுணர்ந்த மவுண்ட் பேட்டன் தனது அலுவலகத்தைச் சேர்ந்தவர்களை முடுக்கிவிட்டார். பஞ்சாபையும் வங்காளத்தையும் பிரித்து பாகிஸ்தானை ஜின்னாவுக்குக் கொடுத்துவிடலாம் என்பது மவுண்ட் பேட்டனின் திட்டம். நேருவும் ஒப்புக்கொண்டார்.

பீகாரில் சிலநாட்கள் இருந்து விட்டுக் காந்திஜி நவகாளிக்கு மீண்டும் சென்றார். அங்கே ஹிந்துக்கள், முஸ்லிம்கள் ஆகிய இரு இனத்தவரும் ஒற்றுமையாக வாழ வேண்டும் என்று வலியுறுத்தினார். தனி ஒரு ஆளாக அவ்வளவு கலவரங்களுக்கு மத்தியிலும் எந்தவிதமான அச்சமுமின்றி தனது அஹிம்சைக் கொள்கையையே துணிவாகக் கொண்டு அங்கு வந்த காந்திஜியின் உண்மை ஒளியில் அந்த மக்கள் கொஞ்சம் அடங்கிப்போயினர். காந்தி அங்கிருந்த போது கலவரங்கள் குறைந்திருந்தன.

சுராவர்த்தியின் திட்டம்

இதற்கிடையில் வங்காளப் பிரதமர் சுராவர்த்தி தான் ஒரு பகுதிக்குத் தலைவனாக ஆளவேண்டும் என்ற ஆசையில் கல்கத்தாவிலிருந்த காங்கிரஸ் தலைவருடன் கலந்து பேசி வங்காள கவர்னரிடம் சென்று 'பங்களாதேஷ்' என்ற பெயரில் வங்காள மொழி பேசும் மாநிலமாக ஒரு தனி டொமினியன் அமைக்கும்படி வேண்டினார். அதை ஜின்னாவிடம் சொன்னபோது அவர் அந்தக் கருத்தை வரவேற்றார். ஆனால் மவுண்ட் பேட்டன் அக்கருத்தை ஏற்கவில்லை.

ஏப்ரல் மத்தியில் மவுண்ட் பேட்டன் இந்தியா மந்திரி பெதிக் லாரென்ஸிடம் பிரிவினையைத்தவிர வேறு வழியில்லை என்றார்.

பதவி விலகினார் பெதிக் லாரென்ஸ்

பெதிக் லாரென்ஸுக்கு மவுண்ட் பேட்டனின் வேகம் பிடிக்கவில்லை. 'வேகம் விவேகத்தைக் கெடுக்கும்' என்றார். 'அமைதியான மாற்றம் வேண்டும் என்றால் அவசரப்படக்கூடாது!' என்றார்.

மௌண்ட் பேட்டன் அதைக் கண்டுகொள்ளவில்லை எனவே பெதிக் லாரென்ஸ் தனது பதவியை ராஜினாமா செய்தார். அவரது இடத்தில் பிப்த் ஏர்ல் ஆஃப் லிஸ்டோவெல் என்பவர் இந்தியா மந்திரியாக நியமிக்கப்பட்டார். அவர் ஏற்கெனவே லண்டன் இந்தியா மந்திரி அலுவலகத்தில் துணைச் செயலராக இருந்து அனுபவம் பெற்றிருந்தார்.

புதிதாக வந்திருக்கும் இந்தியா மந்திரியிடம் தனது திட்டத்தை எடுத்துச் சொல்லும்படி இஸ்மே என்பவரை லண்டனுக்கு அனுப்பி

னார் மௌண்ட் பேட்டன். இனிக் கால தாமதம் கூடாது என்றும் பிரிவினை செய்ய வேண்டிய அவசியத்தையும் அவசரத்தையும் இஸ்மே அங்கு எடுத்துச் சொன்னார். அதிகாரத்தை மாற்றும் புதிய திட்டத்தைப்பற்றிய முடிவை இந்திய மக்களேதான் எடுத்தார்கள், ஆங்கில அரசின் தலையீடு ஏதுமில்லை என்பதை உலகம் அறியச் செய்யும் வகையில் திட்டங்களை வகுக்க வேண்டும் என்பதையும் வலியுறுத்தினார்.

ஒரே கட்சியிடம் ஒப்படையுங்கள்

நடப்பவை அனைத்தும் காந்திஜிக்குத் தாங்கவில்லை. தன்னுடைய திட்டத்திற்குச் செவிசாய்க்க மறுக்கிறார்களே என்ற வருத்தம் வேறு. எனவே மவுண்ட் பேட்டனுக்குத் தன்னுடைய எண்ணத்தை வலியுறுத்திக் கடிதம் எழுதினார். ‘இந்தியாவைத் துண்டாடுவதில் பிரிட்டிஷ்காரர்கள் ஈடுபட்டிருப்பது பெரிய தவறாகும். வங்காளத்தையும் பஞ்சாபையும் பிரிப்பது முஸ்லிம் லீகிற்கு எரிச்சலைக் கொடுக்கும். இந்தியாவில் பிரிட்டிஷ் அதிகாரம் செயல்பட்டு வரும் போது எந்த வகையிலும் அமைதியை நிலைநாட்டுவது அவர்கள் கடமை. நீங்கள் சென்ற பிறகு இந்தியாவில் எந்தக் குழப்பமும் நேராமல் இருக்கவேண்டுமென்றால் இந்தியாவை ஒரு கட்சி கையில் ஒப்படைத்துவிட்டுச் செல்வதுதான் உசிதமானது.

‘அவசரமாக முடிவெடுக்கிறபோது எந்தத் தவறும் நிகழ்ந்துவிடக் கூடாதே என்று கவலையாக இருக்கிறது!’ என்றார் நேரு. சீக்கியர் களுக்குச் சாதகமாக ஏதாவது செய்தாகவேண்டும் என்று கிரிப்ஸ் அபிப்பிராயப்பட்டார். மவுண்ட் பேட்டன் லண்டனுக்குச் சென்றார்.

இதற்கிடையில் சுராவர்த்தியும் வங்காளக் காங்கிரஸ் தலைவர் கே.எஸ்.ராயும் ஒன்று கூடித் திரும்பவும் சுதந்திர வங்காளக் கோரிக்கையை வைத்தார்கள். ஆனால் மவுண்ட் பேட்டன் அதைக் கண்டு கொள்ளவில்லை. லாகூரில் நிலைமை மோசமாக இருந்தது. ஹிந்துக்கள் தாக்கப்பட்டார்கள். ஹிந்துக்களும் சீக்கியர்களும் பதிலடி கொடுத்தார்கள். போலீஸ்காரர்களால் தாக்குப் பிடிக்க முடியவில்லை.

லண்டனிலிருந்து இந்தியாவுக்குப் போனதன் பிறகு தனது திட்டத்தை இரு கட்சிகளுக்கும் சொல்லப் போவதாகவும் இருபத்து நான்கு மணிநேரத்துக்குள் தமது கருத்தை இரண்டு கட்சிகளும் சொல்ல வற்புறுத்தப் போவதாகவும், ஏதாவது சிறு சிறு மாற்றங்கள் செய்ய நேர்ந்தால் அமைச்சரவையின் உத்தரவுக்குக் காத்திராமல் உடனே

முடிவெடுக்கும் அதிகாரம் தமக்கு வேண்டும் என்றும் மவுண்ட் பேட்டன் சொன்னார். மந்திரிசபை ஒப்புக்கொண்டது.

வங்காளம் தனி டொமினியனாக ஆக இயலாவிட்டாலும் பரவா யில்லை. கல்கத்தா சுதந்திரமான நகரமாக இருக்கவேண்டும் என்று சுராவர்த்தி சொன்னார். லார்ட் மவுண்ட் பேட்டன் ஆறு மாதங்களுக் குக் கல்கத்தா இரு டொமினியன்களுக்கும் பொதுவாக இருக்கட் டுமே என்று வி.பி. மேனன் மூலம் வல்லபாய் படேலுக்குச் சொல்லி அனுப்பினார். 'ஆறுமாதங்களா, ஆறு மணி நேரம் கூட அனுமதிக்க முடியாது!' என்றார் வல்லபாய் படேல்.

103

அடைந்தோம் ஆனந்த சுதந்தரம்!

மவுண்ட் பேட்டன் தனது திட்டத்தை முடிவு செய்துவிட்டார்.

அவர் ஜூன் 2ந்தேதி நேருவையும் ஜின்னாவையும் அழைத்துத் தமது திட்டத்தைச் சொல்லி அதை ரகசியமாக வைத்திருக்கும்படியும் அவர்களது செயற்குழுவிடம் மட்டும் சொல்லி அவர்களையும் ரகசியமாக வைத்திருக்கக் கேட்டுக்கொள்ளவேண்டும் என்றும் சொன்னார். அவர்களின் ஒப்புதலை அன்று இரவு 12 மணிக்குள் சொல்லியாக வேண்டும் என்றார்.

'எங்கள் செயற்குழுவிடம் மட்டும் சொன்னால் போதாது. மக்களிடமும் கொண்டு செல்ல வேண்டும்!' என்றார் ஜின்னா. சில அவசரச் சமயங்களில் தலைவர்களே முடிவெடுப்பது அவசியம் என்று சொல்லி மேலும் அவகாசம் கொடுக்க முடியாது என்று சொல்லி விட்டார் மவுண்ட் பேட்டன். நேரு தனது ஒப்புதலைச் சொல்லி விட்டார். அன்று இரவு 11 மணிக்கு வந்து ஜின்னா பலத்த விவாதங்களுக்குப் பிறகு ஒப்புதல் அளித்தார்.

மவுண்ட் பேட்டன் இந்தியாவின் கவர்னர் ஜெனரலாகத் தொடர வேண்டும் என்று சொன்னார் நேரு. ஆனால் ஜின்னா அந்த அழைப்பைக் கொடுக்கவில்லை. ஜூன் மாதம் 3ந்தேதி மவுண்ட்பேட்டன் இரு தலைவர்களிடம் பல்வேறு கருத்துவேறுபாடுகள் இருந்தாலும் இருவரும் ஒப்புக்கொண்டதற்கு நன்றி என்று சொன்னார். செய்தி லண்டனுக்கும் சென்றது. அவர்களும் வாழ்த்துத் தெரிவித்தனர்.

பிரிவினை தவிர வேறுவழியில்லை

காங்கிரஸ் செயற்குழுக் கூட்டத்தில் மவுண்ட் பேட்டனின் திட்டம் விவாதத்திற்கு வந்தது. அந்தத் திட்டத்தைச் செயற்குழுவின் முன் வைத்து பண்டிட் கோவிந்த வல்லப பந்த் பேசினார். 'நாட்டின் சில பகுதிகள், இந்தியாவை விட்டுப் பிரிந்து போகும். அது வேதனைக் குரியதுதான். அப்படி நிகழக்கூடாதென்று இதுவரை போராடி னோம். என்ன செய்வது? அதை ஏற்றுக்கொள்ளும் நிலைக்கு இன்று தள்ளப்பட்டிருக்கிறோம். சுதந்திரத்தையும் இந்தியாவுக்கு வலுவான ஒரு மத்திய அரசையும் பெற இந்தத் திட்டத்தை ஏற்க வேண்டியிருக் கிறது!' என்றார் கோவிந்த வல்லப பந்த்.

மௌலானா ஆஸாத்துக்குப் பிரிவினை பிடிக்கவில்லை. என்றாலும் பிரிந்து போகிறவர்கள் விரைவில் திரும்பி வந்துவிடுவார்கள் என்று நம்பினார். இந்தத் தீர்மானத்தை மறுத்தும் சிலர் பேசினர். சிந்து மாநிலக் காங்கிரஸ் தலைவரான ரஃபி அஹமத் கித்வானி, புருஷோத்தமதாஸ் தாண்டன், டாக்டர் கிச்சூலு ஆகியோர் மறுத்துப் பேசினர். சுதந்திரத்தை விட நாட்டு ஒற்றுமை மிக மிக முக்கியம் என்பது அவர்களது கருத்து. தீர்மானம் அனுமதிக்கப்பட்டால் முஸ்லிம் லீகிற்குப் பணிந்து போவதாக ஆகிவிடும். இது ஒரு முன்னுதாரணமாகவும் அமைந்து விடும்' என்றனர். 'வகுப்புவாதப் பூதத்திடம் தேசத்தைப் பலி கொடுக்கிறோம்' என்றார் டாக்டர் கிச்சூலு. 'வெறிச்செயல்கள் தூண்டிவிடப்படுகிறன. அப்பாவி மக்கள் மடிகிறார்கள். இதை எவ்வளவு நாள்கள்தான் பொறுத்துக் கொண்டிருப்பது. யாரையும் அவர்கள் விருப்பத்துக்கு விரோத மாகப் பிடித்து வைத்திருக்க முடியாது,' என்று நேரு தீர்மானத்தை ஆதரித்துப் பேசினார்.

இந்தக் கிழவனால் இனி எந்தப் பயனும் இல்லை

காங்கிரஸ் செயற்குழுவில் பிரிவினை பற்றிக் கடைசி முடிவு எடுக்கப்படும் முன் காந்திஜி அங்கிருந்து வெளியே செல்லப் போவதாகச் சொன்னார். அப்பொழுது காங்கிரஸ் தலைவர் காந்திஜி வெளியே செல்வதைத் தடுக்க வேண்டாம் என்றார்.

வெளியேறும் முன்பாக காந்தி சொன்னார், 'இன்னும் முற்றிலும் முடிந்து போய்விடவில்லை. இன்னும் போராட வாய்ப்பிருக்கிறது. போராடத் தயாராகுங்கள். 1942ல் போராட்டத்திற்குத் தலைமை தாங்க எனக்கு அனுமதி அளித்தீர்கள். நானும் வெள்ளையனே வெளியேறு என்று குரல் கொடுத்தேன். செய் அல்லது செத்துமடி என்று சொன்னேன். இப்பொழுதும் இந்தக் கிழவனிடம் செய் அல்லது செத்துமடி என்று செயல்படும் ஆற்றல் இருக்கிறது. நிமிர்ந்து

நில்லுங்கள். இன்னும் ஒருமுறை போராடுங்கள். சுதந்திர இந்தியாவை ஒன்றிணைந்த தேசமாகப் பார்ப்போம். போராடும் ஆர்வம் உங்க ளிடம் இப்பொழுது இல்லை என நினைக்கிறேன். உங்கள் வழியிலேயே செல்லுங்கள்,' என்று சொல்லிவிட்டு வெளியேறி னார். அவருடைய தொழுகையின்போது ஒரு முறை சொன்னார், 'இந்தக் கிழவனால் அவர்களுக்கு இனி எந்தப் பயனும் இல்லை.'

இறுதியாக 1947 ஜூன் 4ந்தேதி கூறப்பட்ட திட்டத்தை காங்கிரஸ் செயற்குழு ஏற்றுக்கொண்டது. முஸ்லிம் லீக்கின் செயற்குழுவும் டெல்லியில் கூடியது. அங்கும் அந்தத் திட்டம் ஏற்றுக் கொள்ளப் பட்டது. சிலர் தங்களது பயத்தை வெளிப்படுத்தினார்கள். பாகிஸ் தானிலும் இந்தியாவிலும் தங்கும் சிறுபான்மையினர் கொடுமைப் படுத்தப்பட்டால் என்ன செய்வது? அங்கே இந்துக்கள் கொடுமைப் படுத்தப்பட்டால் இங்கே ஏராளம் முஸ்லிம்கள் இருக்கிறார்கள் என்றார்கள். பழிவாங்கும் எண்ணங்களே வெளியிடப்பட்டன. எப்படியோ சுதந்திரம் கிடைக்கும் நாள் நெருங்கி விட்டது என்பதை மக்கள் உணர்ந்தார்கள். வருத்தமும் மகிழ்ச்சியும் கலந்த ஒரு வர வேற்பு. நாட்டின் தென்பகுதியில் இருந்தவர்களுக்கு அவ்வளவாகப் பாதிப்பில்லை. திராவிடக் கழகத்தைச் சேர்ந்த பெரியார், ஒரு காலத் தில் மிகச் சிறந்த தேச பக்தராக விளங்கியவர் சுதந்திரம் கிடைப்பதை துக்ககரமான நிகழ்ச்சி என்றார். ஆனால் வடநாட்டில் குறிப்பாக பாகிஸ்தானுக்குப் போகும் பஞ்சாபின் ஒரு பகுதியில் இருந்த இந்துக்களும் பாகிஸ்தானுக்கும் போகும் வங்காளத்தில் இருந்த இந்துக்களும் சங்கடப்பட்டார்கள். இந்தியா ஒரு மதச்சார்பற்ற தேசம் என்று சொல்லப்பட்டு விட்டதால் அங்கே தங்கப்போகும் முஸ்லிம்களுக்கு அவ்வளவு பாதிப்பில்லை.

சிற்றரசர்கள் முடிவு

இரண்டு கட்சிகளும் ஒப்புக்கொண்ட பின்னாலே அதிகாரத்தை மாற்று வது எப்படி, எதை எதை எப்படி எப்படிப் பிரிப்பது, படையை, நிலப்பகுதியைப் பிரிப்பது எப்படி, எல்லைகளை வகுப்பதெப்படி எனப் பல பிரச்னைகள் எழுந்தன. ஆனால் மவுண்ட் பேட்டன் அசர வில்லை. அவருக்குப் பெருந்துணையாக வி.பி. மேனன் இருந்தார்.

அடுத்து சிற்றரசர்கள் எந்தப் பக்கம் சாய்வார்கள் என்ற நிலை. அதிகாரம் மாற்றப்பட்ட பிறகு அவர்களுக்குக் கொடுக்கப்பட்ட வாக்குறுதிகளும் அதிகாரங்களும் விலக்கிக்கொள்ளப்படும் என்று ஆங்கில அரசு அறிவித்து விட்டது. தன்னிச்சையாக அரசாளலாம் என்பது இயலாத காரியம். எங்காவது சேர்ந்துதான் ஆகவேண்டும்

என்ற நிலை. அதற்கென்று சில வரைமுறைகளை மவுண்ட் பேட்டன் வகுத்திருந்தார். சிற்றரசின் பகுதி எந்த நாட்டின் எல்லையோடு ஒட்டியிருக்கிறதோ அந்த நாட்டுடன் சேரவேண்டும் என்றார் அவர். காஷ்மீர் போன்று இரண்டு நாட்டோடும் சேர்ந்திருக்கும் பிரதேசங் களில் பெரிய பிரச்னைதான். சில மன்னர்கள் விரைந்து முடிவெடுத் தார்கள். பெரும்பாலோர் இந்தியாவுடன் சேர்ந்தனர். சிலர் பாகிஸ் தானுடன் சேர்ந்தனர். சில ஊசலாடிக் கொண்டிருந்தன. ஹைதரா பாத் சுயமாக இயங்க நினைத்தது. சமஸ்தானங்களை இணைப்பதில் வல்லபாய் படேல். வி.பி. மேனன் ஆகியோருடைய பங்கு அளவிடற் கரியது. நைச்சியமாகவும், அச்சுறுத்தியும் ஒப்புதல் பெறவேண்டி யிருந்தது.

புதியதாக உருவாக்கப்படும் அரசியல் நிர்ணயசபையில் சேர்வது என்று வங்க மாநிலம் முடிவெடுத்தது. ஆனால் முஸ்லிம்கள் பெரும் பான்மையில்லாத மேற்குவங்கச் சட்டமன்ற உறுப்பினர்கள் வங்காளத்தை இரண்டாகப் பிரித்து, மேற்குவங்கம் ஏற்கெனவே இருக்கும் அரசியல் நிர்ணய சபையோடு சேர முடிவெடுத்தது. பஞ்சாபிலும் அப்படியே இரண்டாகப் பிரிப்பதற்கு முடிவெடுக்கப் பட்டது. சிந்து மாநிலம் புதிய சபையில் சேர ஓட்டளித்தது. பலுசிஸ் தானத்தில் சட்டசபையில்லாததால் குவெட்டா நகராண்மைக்கழக உறுப்பினர்களும் ஷாஹி ஜிர்கா உறுப்பினர்களும் இணைந்து புதிய சபையில் சேரத் தீர்மானித்தன. அஸ்ஸாம் மாநிலத்தில் முஸ்லிம்கள் பெரும்பான்மையாக இருந்த சில்ஹட் மாவட்டத்தில் வாக்கெடுப்பு நடத்தப்பட்டதில் அது கிழக்கு வங்கத்துடன் சேர ஒப்புதல் அளித்தது. வடமேற்கு எல்லைப்புற மாநிலத்தில் கான் அப்துல் கபார் கானும் அவரது ஆதரவாளர்களும் வாக்கெடுப்பில் கலந்துகொள்ளாத காரணத்தால் அந்த மாநிலம் புதிய சபையில் சேர முடிவெடுத்தது.

1947ம் ஆண்டு ஜூலை 4ந்தேதி பிரிட்டிஷ் மக்களவையில் பிரதமர் அட்லி இந்தியாவுக்குச் சுதந்திரம் கொடுக்கும் மசோதாவைக் கொண்டுவந்தார். அதிக எதிர்ப்பின்றி அம்மசோதா நிறைவேறியது. ஜூலை 18ந்தேதி அம்மசோதா அரசரின் ஒப்புதலைப் பெற்றது.

அந்த மசோதாவின் முக்கிய அம்சங்கள்:

1. 1947ம் வருடம் ஆகஸ்ட் மாதம் 15ந்தேதியன்று, இந்தியா, பாகிஸ்தான் என்னும் பெயரில் சுதந்திரமுள்ள இரு டொமினி யன்கள் உருவாக்கப்படும்.

2. சிந்து, பலுசிஸ்தானம், வடமேற்கு எல்லைப்புற மாநிலங்கள். கிழக்கு வங்காளம், மேற்கு பஞ்சாப் ஆகியவை பாகிஸ்தானில் இருக்கும். இந்த இரண்டு டொமினியன்களின் எல்லைகளை

அதற்காக நியமிக்கப்படும் எல்லை நிர்ணயக்குழு வகுக்கும்.

3. ஆகஸ்டு 15ந்தேதிக்குப் பிறகு அவ்விரு டொமினியன்களுக்கும் சட்டமியற்றும் அதிகாரம் பிரிட்டிஷ் நாடாளுமன்றத்துக்குக் கிடையாது.

4. இவ்விரு டொமினியன்களுக்கும் தலைமை ஆளுநரை மேன்மை பொருந்திய மன்னர் நியமிப்பார். இரண்டு டொமினியன்களும் ஒப்புக்கொண்டால் ஒருவரே இரண்டு டொமினியன்களுக்கும் தலைமை ஆளுநராக இருக்கலாம்.

5. பிரிட்டிஷ் மன்னர் இந்தியப் பேரரசர் என்னும் பட்டத்தைத் தாங்க மாட்டார். குறிப்பிட்ட 1947 ஆகஸ்டு 15ந்தேதியிலிருந்து பிரிட்டிஷ் இந்தியாவை ஆளும் பொறுப்பு பிரிட்டிஷ் அரசுக்கு இருக்காது. சிற்றரசர்களோடும் பழங்குடி மக்களோடும் பிரிட்டிஷ் அரசு கொண்டிருந்த உடன்படிக்கைகள், ஒப்பந்தங்கள் காலாவதி ஆகிவிடும்.

6. இரண்டு டொமினியன்களின் அரசியல் நிர்ணயசபைகளே டொமினியன்களாகப் பணியாற்றும்.

7. இந்த இந்திய சுதந்திரச் சட்டத்தை நடைமுறைப்படுத்தும் அதிகாரம் தலைமை ஆளுநரிடம் இருக்கும்.

8. ஏற்கெனவே பிரிட்டிஷ் இந்தியாவில் அலுவலர்களாக இருப் பவர்களின் நலன்கள் பாதுகாக்கப்படும். இந்திய அமைச்சர் இனிமேல் புதிய அரசுகளின் அலுவலர்களை நியமிக்க மாட்டார்.

9. இந்தியப் படைகள் இரண்டு டொமினியன்களுக்கும் இடையே முறைப்படி பகிர்ந்தளிக்கப்படும். இந்திய அமைச்சரும் இந்தியக் கணக்காய்வாளர்களும் ஆற்றிவந்த பணிகளைத் தொடர்ந்து நடத்தத் தற்காலிக ஏற்பாடுகள் செய்யப்படும்.

பிரிட்டிஷ் பாராளுமன்றம் ஒப்புதல் கொடுத்துவிட்டது. நாளும் குறிக்கப்பட்டுவிட்டது. ஆனால் பல முடிச்சுகள் இன்னும் அவிழ்க்கப் படாமலே இருந்தன. ஒரே தலைமை ஆளுநராக மௌண்ட் பேட்டனே இருப்பாரா எனத் தீர்மானிக்க இயலவில்லை. பண்டிட் ஜவஹர்லால் நேரு மவுண்ட் பேட்டனே சுதந்திர இந்தியாவின் முதல் கவர்னர் ஜெனரலாக இருக்கச் சம்மதம் அளித்தார். தனது ஒப்புதலை அளிக்கக் கால தாமதம் செய்த ஜின்னா விடுதலை நாள் நெருங்கும் சமயத்தில்

தானே பாகிஸ்தானின் முதல் கவர்னர் ஜெனரலாக இருக்கப்போவதாக அறிவித்துவிட்டார். இந்த நிலையில் மவுண்ட் பேட்டன் சுதந்தரத்திற்குப் பிறகு பதவியை ஒப்படைத்து விட்டுச் செல்வதாகக் கூறினார். ஆனால் நேருவின் வேண்டுதலால் இந்தியாவுக்கு மட்டும் கவர்னர் ஜெனரலாக இருக்க ஒப்புக் கொண்டார்.

இன்னும் பல வேலைகள் பாக்கியிருந்தன. கால் பாகம் ராணுவம் பாகிஸ்தானுக்குக் கொடுக்கப்பட்டது. எல்லைகளைத் தீர்மானிக்க வேண்டியிருந்தது. அதற்காக ஸர் சிரில் ஜான் ரெட் கிளிஃப் என்பவர் தலைமையில் எல்லை நிர்ணயக்குழு உருவாக்கப்பட்டது. பஞ்சாப்பைப் பிரிக்க ஒரு குழுவும் வங்காளத்தைப் பிரிக்க இன்னொரு குழுவும் அமைக்கப்பட்டன. இரண்டுக்கும் ஒருவரே தலைவர். ரெட் க்ளிஃப் அதற்குமுன் இந்தியாவுக்கு வந்ததில்லை. அவர் ஒரு வக்கீல். மவுண்ட் பேட்டனின் நண்பர். நேர்மையானவர். அதனால்தான் அவரை இரண்டு குழுக்களுக்கும் தலைவராக்கினார் மௌண்ட் பேட்டன். ஒவ்வொரு குழுவிலும் இரண்டு காங்கிரஸ்காரர்களும் இரண்டு முஸ்லிம் லீக்காரர்களும் இருந்தனர். இதில் பஞ்சாப் குழுவிலிருந்த ஒரு நீதிபதியின் குடும்பம் சில வாரங்களுக்கு முன் இனக்கலவரத்தில் ராவல் பிண்டியில் கொல்லப்பட்டிருந்தது. உறுப்பினர்கள் வக்கீல்களும் நீதிபதிகளுமாக இருந்தாலும் கட்சியின் நிலைப்பாட்டிலேயே அவர்கள் இருந்ததால் ரெட் கிளிஃப்பே எல்லா தீர்மானங்களையும் தன் பொறுப்பில் எடுக்க வேண்டியிருந்தது. இரண்டு குழுக்களும் போட்ட எல்லைக்கோடு ‘ரெட் க்ளிஃப் எல்லைக்கோடு’ என்று அழைக்கப்படுகிறது. ஒரு சரியான வரையறை இல்லாத காரணத்தாலும் 5 வாரங்களே அவகாசம் அவருக்குக் கொடுக்கப்பட்டதாலும் இரண்டு குழுக்களின் தலைமைப் பொறுப்பை ஏற்ற காரணத்தாலும் குழு உறுப்பினர்களின் எதிர்மறையான போக்காலும் அவரால் மிகவும் தெளிவான நோக்கோடு செயல்பட இயலவில்லை. 8ந்தேதி ஜூலையன்று அவர் இந்தியாவுக்கு வந்தார். 11ந்தேதி தனது முடிவை தலைமை நிர்வாகியிடம் கொடுத்தார். 15ந்தேதி ஊருக்குக் கிளம்பிவிட்டார்.

ஜோதிடர்களின் கலக்கம்

இந்தியாவுக்கு ஆகஸ்ட் 15ந்தேதி சுதந்திரம் கொடுக்க முடிவு செய்தபோது அன்றைய நாளின் தன்மையை ஆய்ந்த ஜோதிடர்கள் பதறிப் போனார்கள்.

அன்று சுதந்திரம் பெற்றால் எதிர்கால இந்தியா பல இன்னல்களுக்கு ஆளாகும் என்று அஞ்சினார்கள். நேருவுக்கு ஜாதகம் ஜோதிடம் ஆகியவற்றில் நம்பிக்கை கிடையாது. ஆனால் அரசியல் நிர்ணய

சபையின் தலைவராக இருந்த பாபு ராஜேந்திரப் பிரசாத்துக்கு நம்பிக்கை உண்டு. டெல்லியிலிருந்த உஜ்ஜையினியைச் சேர்ந்த இரண்டு பிரபல சோதிடர்கள் ஹர்தியோஜி, சூர்யநாராயண் வியாஸ் இருவரும் அன்றைய கால நிலைகளை அலசி ஆராய்ந்தனர்.

'வியாஸ்ஜி, பார்த்தீர்களல்லவா? ஆகஸ்ட் 15ந்தேதி சந்திரன் மிதுனத்திலே, புதனின் வக்கிர பார்வை. எட்டுக்குடையவன் பத்திலே. ஐயய்யோ கால யோகமாயிற்றே! என்றார் ஹர்தேவ்ஜி

'ஆமாம். இதனால் ஆட்சிப் பொறுப்பேற்கிறவருக்குச் சீக்கிரமே உயிருக்கு ஆபத்து நேரலாம். சுதந்திரத்திற்கு அடிக்கடி ஆபத்து வரும். நாடு சிதறும். அதனால் அன்றைக்கே வேறு நல்ல நேரம் ஏதாவது இருக்கிறதா, பார்க்கலாம்!' என்றார் வியாஸ்

மீண்டும் அலசிப்பார்த்தார்கள்.

'14ந்தேதி இரவு 12-15க்கு அபிஜித் முகூர்த்தம் வருகிறது. அந்த நேரத்தை ஒட்டி சுதந்திரம் வந்தால் நிலைக்கும். இருக்கிறதிலே கொஞ்சம் நல்ல நேரம் அந்த நேரம்,' என்றார் ஹர்தேவ். மீண்டும் மீண்டும் நன்றாக அலசிப் பார்த்தார்கள். அதை விட்டால் வேறு நல்லநேரம் தென்படவில்லை.

மறுநாள் வியாஸ் ராஜன் பாபுவைச் சந்தித்துச் சொன்னார். ராஜன் பாபு நேருவிடம் பேசிச் சம்மதிக்கவைத்தார். அதனால் அவர்கள் குறித்துக்கொடுத்த அந்த நல்ல நேரத்தை ஒட்டி இந்தியாவின் சுதந்திரம் தீர்மானிக்கப்பட்டது.

பாகிஸ்தான், நேரம் சரியில்லாத நேரத்தில் உருவானது. அதனால் தான் அது இரண்டாக உடைய நேர்ந்தது என்றெல்லாம் ஜோதிடர் கள் சொல்கிறார்கள் (கே.என். ராவ் கட்டுரை. ஜர்னல் ஆஃப் அஸ்ட்ராலஜி 1997).

ஸர் உட்ரோ வ்யாட் (Sir Woodrow Wyatt) தி ஜர்னல் ஆப்ஃ அஸ்ட்ராலஜி என்னும் பத்திரிகையின் செப்டெம்பர் இதழில் எழுதியுள்ள, 'யார்தான் நட்சத்திரங்களை ஆராயாதவர்?' என்னும் கட்டுரையில் சொல்கிறார்:

> 'சூர்யநாராயண் வியாஸ், ஹர்தேவ்ஜி என்னும் இரண்டு ஜோதிடர் கள் 15ந்தேதியின் 24 மணி நேரப்பொழுதுக்குள் நல்ல நேரத்தைத் தீர்மானித்தார்கள். பாகிஸ்தான் மோசமான நேரத்தில் உருவானது. இதன் விளைவு தெரிந்துகொண்டே இருக்கிறது!'

இந்தியாவுக்கு ஆகஸ்ட் 15ந்தேதி சுதந்திரம் கொடுக்க முடிவு செய்த காரணம் 15-8-1945 அன்று ஜப்பானியச் சக்கரவர்த்தி ஜப்பான்

சரணாகதி அடையப் போவதை வானொலி மூலம் அறிவித்தார். அப்போது மவுண்ட் பேட்டன் கடற்படைத் தளபதியாக இருந்தார். ஆகஸ்ட் 15 அவருக்கு ஒரு ராசியான நாள். அதனால்தான் சோதிடர்கள் ஆகஸ்ட் 15 1947 நல்ல நாள் இல்லை என்று சொன்ன போதிலும் அந்த நாளை அவர் பிடிவாதமாக மாற்ற மறுத்தார் என்று சொல்லப்படுகிறது

ஒரு முகூர்த்த கால நேரத்துக்குள்ளே அதாவது அபிஜித் முகூர்த் தத்தில் அதாவது 11-51லிருந்து 42 நிமிடங்களுக்குள் முழு நிகழ்ச்சி யும் நடந்து முடிந்து விட வேண்டும். சரியாக 12 மணிக்கு சங்கநாதம் முழங்கும்.

பாகிஸ்தான் அரசியல் நிர்ணயசபை

1947ம் வருடம் ஆகஸ்ட் மாதம் 11ந்தேதி பாகிஸ்தான் அரசியல் நிர்ணயசபை கராச்சியில் கூடியது. அதில் ஜின்னா தலைவராகத் தேர்ந்தெடுக்கப்பட்டார். தலைமை நிர்வாக இயக்குநர் மவுண்ட் பேட்டன் 13ந்தேதியன்று கராச்சி சென்று அங்கு கூடியிருந்த அரசியல் நிர்ணய சபையில் ஆட்சி மாற்றத்தைப் பற்றிச் சொற் பொழிவாற்றினார். ஆகஸ்ட் மாதம் 15ந்தேதி பாகிஸ்தானின் தலைமை ஆளுநராக ஜின்னா பொறுப்பேற்றார். லியாகத் அலிகான் பிரதம மந்திரி ஆனார்.

காந்திஜி டெல்லியில் இல்லை. கல்கத்தாவில் நடைபெறும் கலவரங் களை அடக்குவதற்காக அவர் கல்கத்தா சென்று விட்டார். எந்தச் சுதந்திரத்தை அடைவதற்காக அவர் இரவுபகல் பாடுபட்டாரோ அந்தச் சுதந்திரம் கிட்டும் நாளின் கொண்டாட்டத்தில் கலந்து கொள்ள அவர் அங்கே இல்லை.

உலர்ந்த இலை ஈர இலை ஆகியது

சுதந்திர தினத்திற்குச் சில தினங்களுக்கு முன்பு காந்திஜி கல்கத்தாவி லிருந்த பொழுது நேதாஜியும் படேலும் கொடுத்த ஒரு கடிதத்தை எடுத்துக்கொண்டு ஒருவர் காந்திஜியைக் காண வந்தார். காந்திஜி யைப் பார்த்து, 'உங்களுக்கு ஒரு முக்கிய கடிதம் கொண்டு வந்திருக்கிறேன்!' என்றார்

'யார் அனுப்பியிருக்கிறார்கள்?'

'நேருஜியும் படேலும் சேர்ந்து கொடுத்தார்கள்!'

'அப்படியா? சேர்ந்து கொடுத்தார்களா?' என்று சொல்லி மெல்ல நகைத்தார். அந்த நகைப்பில்தான் எத்தனை பொருள்!

'சரி நீ சாப்பிட்டாயா?'

'இனிமேல்தான் சாப்பிடவேண்டும்,' என்றார் அவர்.

'சரி, வா, என்னிடமிருப்பதை உனக்கும் கொஞ்சம் கொடுக்கிறேன்,' என்று சொல்லி அவர் கையினாலேயே பரிமாறினார். அவர் சாப்பிட்டு முடிந்ததும் கடிதத்தைப் படித்துப்பார்த்தார்.

'பாபுஜி, ஆகஸ்ட் 15ந்தேதி முதல் சுதந்திர நன்னாள். நீங்கள் டெல்லிக்கு வந்து எங்களை ஆசீர்வதிக்கவேண்டும்,' என்று எழுதப் பட்டிருந்தது.

'எவ்வளவு பெரிய முட்டாள்தனம். வங்காளம் எரிந்துகொண்டிருக் கிறது. இந்துக்களும் முஸ்லிம்களும் ஒருவரை ஒருவர் குத்திக்கொல் கிறார்கள். இரவில் கூட அந்த மரண ஓலம் என் காதில் விழுகிறது. இங்கே இருளாக இருக்கிறபோது டெல்லியின் அந்த ஒளிவெள்ளத் துக்கு எப்படி வருவேன்?'. மேலும் சொன்னார், 'அமைதியை நிலைநாட்ட நான் இங்கே இருந்தே தீரவேண்டும். அவசியமானால் இங்கே அமைதி நிலவ என் உயிரைக் கொடுக்கவேண்டும்.'

கடிதம் கொண்டுவந்தவர் வெளியே போகச் சற்றே திரும்பினார். காந்தி அவரை அனுப்ப, வெளியே வந்தார். அப்பொழுது காந்திஜி ஒரு மரத்தினடியில் நின்றுகொண்டிருந்தார். அந்த மரத்திலிருந்து ஒரே ஒரு உலர்ந்த இலை கீழே விழுந்தது. காந்திஜி அந்த இலையை எடுத்தார். அந்தத் தூதுவர் கையில் கொடுத்தார். 'நீ டெல்லிக்குப் போகிறாய். நானோ ஏழை. அதிகாரமும் சொத்தும் இல்லாதவன். நான் சுதந்திர தினப் பரிசாக நேருவுக்கும் பட்டேலுக்கும் என்ன கொடுக்கமுடியும். இதோ இந்த மரம் கொடுத்திருக்கிற உலர்ந்த இலையை உன் கையில் கொடுக்கிறேன். அவர்களிடம் கொடுத்து விடு.' அவர்கள் இருவரும் இணைந்து பெற்றுக்கொள்ளவேண்டும் என்பது காந்திஜியின் உட்கருத்துப் போலும். தூதுவரால் அழுகையை அடக்க முடியவில்லை. அவருடைய கண்களிலிருந்து கண்ணீர் வழிந்து அந்த இலையை நனைத்தது. காந்திஜி சிரித்தார்.

'பார்த்தாயா, கடவுள் எவ்வளவு பெரியவர். போயும் போயும் ஒரு உலர்ந்த இலையையா கொடுப்பது என்று உன்னுடைய கண்ணீரால் அதை நனைத்திருக்கிறார். இப்பொழுது எப்படிப் பளபளக்கிறது பார். அந்தப் பளபளப்பில் அது சிரிக்கிறது. கொண்டுபோய் அவர்கள் கையில் கொடு!' என்றார் .

இந்தியா சுதந்திரம் பெற்றது

இந்திய அரசியல் நிர்ணயசபை ஆகஸ்ட் மாதம் 14ந்தேதி தில்லியில் கூடியது. இரவுப்பொழுது 12மணி 15ந்தேதி உதயமாகும் நேரத்தில்

இந்தியா சுதந்திரம் பெற்றது. பண்டிட் நேரு அப்பொழுது ஆற்றிய உரை மிகவும் பிரசித்தி பெற்றது. 14ந்தேதி இரவு 11 மணிக்கு திருமதி சுஜேதா கிருபளானி வந்தே மாதரம் பாடலைப் பாடினார். அதன் பிறகு முதலில் அரசியல் நிர்ணய சபையின் தலைவர் ராஜேந்திர பிரசாத் பேசினார். அதன் பின் நேரு தனது புகழ்பெற்ற 'ட்ரையிஸ்ட் வித் டெஸ்டினி' உரையை ஆற்றினார்.

> 'பல ஆண்டுகளுக்கு முன் நாம் விதியோடு ஒரு சவால் எடுத்தோம். இதோ இப்பொழுது நாம் விடுத்த வாக்குறுதியை முழுதுமாக மட்டுமல்ல, போதுமான அளவு நிறைவேற்றிக் கொள்ளும் நேரம் வந்துவிட்டது. இரவு மணி 12 அடிக்கும் போது, உலகம் உறங்கிக்கொண்டிருக்கும் நேரத்தில் இந்தியா உயிர்த்துடிப்போடு சுதந்திரத்தில் கண்விழிக்கும். ஒரு கணம் வருகிறது. அது வரலாற்றில் எப்போதாவதுதான் வரும். அப்பொழுது நாம் பழையன கழித்துப் புதியன புகுவோம். அப்பொழுது நீண்ட காலமாக அடக்கிவைக்கப்பட்டிருந்த ஒரு தேசத்தின் ஆன்ம எழுச்சியுறும். இந்தப் புனிதமான நேரத்தில் இந்தியா மற்றும் இந்திய மக்களின் பணியில் ஏன், இந்த மனித சமுதாயத்தின் பணியில் நம்மை அர்ப்பணிக்க உறுதிமொழி எடுப்போம்.
>
> வரலாறு தொடங்கிய அந்த நாளில் இந்தியாவின் முடிவில்லாத வேட்கை தொடங்கியது. எத்தனையோ நூற்றாண்டுகளாக பாரத மாதாவின் தேடல் முயற்சிகள் வெற்றிகளாலும் தோல்வி களாலும் நிரப்பப்பட்டுள்ளன. நல்லதோ, அல்லது தீயதோ அவள் தனது நோக்கில் சிதறவே இல்லை. தனக்குப் பலம் கொடுக்கும் தமது கொள்கைகளை அவள் மறந்ததே இல்லை. இன்று நாம் துரதிர்ஷ்டமான காலத்தை ஒரு முடிவுக்குக் கொண்டுவருகிறோம். இந்திய மாதா மீண்டும் தன்னை இனம் கண்டு விட்டாள். இன்று நாம் கொண்டாடுகிறோமே இந்த வெற்றி இது ஒருபடிதான். நாம் பெறப்போகும் வெற்றி களுக்கும் சாதனைகளுக்கும் இது தோரண வாயில். இந்த வாய்ப்பைப் பயன்படுத்திக் கொண்டு வருங்காலச் சவால் களைச் சந்திக்க நாம் துணிச்சலும் விவேகமும் உள்ளவர்களா? அதிகாரமும் சுதந்திரமும் பொறுப்புகளையும் சுமந்து வருகின்றன. மேன்மை பொருந்திய இந்திய மக்களின் மிக மேன்மையான இந்தச் சபையைச் சார்ந்திருக்கிறது அந்தப் பொறுப்பு.
>
> சுதந்திரம் பிறப்பதன் முன்னர் எவ்வளவோ வலிகளைத் தாங்கிக் கொண்டோம். அந்த வேதனையின் நினைவுகள் நம் இதயங் களைக் கனக்க வைக்கின்றன. இன்னும் கூட அவ்வேதனைகள்

தொடர்கின்றன. இறந்த காலம் போய்விட்டது. இதோ வருங் காலம் நம்மை அழைக்கிறது. அந்த எதிர்காலம் அப்படி ஒன்றும் எளிதல்ல. இனியும் ஓய்வெடுக்க முடியாது. அது, நாம் அடிக்கடி எடுத்த உறுதிமொழி, ஏன் இன்று எடுக்கப்போகும் உறுதிமொழி ஆகியவற்றைக் கொண்டு செலுத்த நாம் எடுக்கப் போகும் முயற்சிகளின் தொகுப்பு. இந்தியாவிக்குச் செய்யும் சேவை அல்லல்படும் பலகோடி மக்களுக்குச் செய்யும் சேவை. அதன் மூலம் வறுமையை ஒழிப்போம். அறியாமையை அகற்று வோம். ஆரோக்கியத்தைக் கொணர்வோம். எல்லோருக்கும் சம வாய்ப்பளிப்போம்.

இந்தப் பரம்பரையின் மிகப் பெரிய மகாத்மாவின் ஆசை ஒவ்வொரு கண்ணிலிருந்தும் கண்ணீரைத் துடைப்பதே ஆகும். அது நமது சக்திக்கு அப்பாற் பட்டதாக இருக்கலாம். ஆனால் கண்ணீர் இருக்கும் மட்டும், துயரங்கள் தொடரும் மட்டும் நம்முடைய பணி நிறைவுறாது. அதனால் நமது கனவுகளை நனவாக்க நாம் உழைப்போம், கடுமையாக உழைத்துக் கொண்டே இருப்போம். அவை இந்தியாவின் கனவுகள் மட்டுமல்ல. அது உலகத்தின் கனவுகள். ஏனென்றால் இன்றைய உலகம் நெருக்கமாக இணைக்கப்பட்டிருக்கிறது. எந்த நாடும் தனித்து வாழ முடியாது. அமைதியைப் பின்னப்படுத்த முடியாது. சுதந்திரமும் அப்படித்தான். நல் வளங்களும் அப்படித்தான். அதைப்போலத்தான் இந்த உலகத்தில் அழிவு களும் சிறு சிறு துண்டுகளாகப் பின்னப்படுத்த முடியாது. இந்திய மக்களுக்கு ஒன்று சொல்லிக்கொள்கிறேன். நாங்கள் உங்கள் பிரதிநிதிகள். எங்களோடு நம்பிக்கையோடும் உறுதியோடும் இந்த முயற்சியில் இணையவேண்டும் என்று வேண்டுகிறேன். இது கூறு போட்டுப் பார்ப்பதற்குள்ள நேரமல்ல. ஒருவரை ஒருவர் குற்றம் சொல்லும் நேரமுமல்ல. மனக்கசப்புக் கொள்ளும் நேரமுமல்ல. சுதந்திர இந்தியா என்னும் புனித மாளிகையை, எங்கே அவளின் குழந்தைகள் அனைவரும் வாழமுடியுமோ அந்த மாளிகையை உருவாக்குவதில் முனைந்து ஈடுபடுவோமாக!

இந்தத் தீர்மானத்தை நான் கொணர விரும்புகிறேன்.

இந்த நள்ளிரவின் கடைசி மணி அடிக்கும் போது இந்த அரசியல் நிர்ணய சபையைச்சேர்ந்த உறுப்பினர்கள் அனைவரும் இந்த உறுதிமொழியை எடுக்க வேண்டும் என்று கேட்டுக் கொள்கிறேன்.

‘இன்னல்பட்டும் தியாகம் செய்தும் இந்திய மக்கள் சுதந்திரம் பெறும் இந்தப் புனிதத் தருணத்தில், நான் அரசியல் நிர்ணய

சபையின் உறுப்பினர் என்ற முறையில் இந்த உறுதி மொழியை எடுக்கிறேன். இந்தப் பழம் பெருமை வாய்ந்த பூமி இந்த உலகில் அவளுக்குரிய இடத்தை அடையவும் உலக அமைதியை அடையவும், மனித சமுதாயம் நலமாக வாழவும், அவள் தனது முழு ஈடுபாட்டையும் தொண்டையும் நல்குமாறு செய்யவும் நான், மிகவும் பணிவோடு இந்தியா மற்றும் அவளது மக்களின் பணியில் என்னை நான் அர்ப்பணிக்கிறேன்.'

பாவம் ரெட் க்ளிஃப்

ரெட் கிளிஃப் தனது பணியில் தனது செய்கைக்கு உண்மையாக இருக்கமுடியவில்லை என்ற காரணத்தால் அவருக்கென்று நிர்ணயிக்கப்பட்ட சம்பளத்தையும் வாங்க மறுத்துவிட்டார். தான் வைத்திருந்த குறிப்புகள் அனைத்தையும் தன்னோடு லண்டனுக்குக் கொண்டு சென்று அழித்து விட்டார். சுதந்திர நாளுக்கு முன் எல்லை வரையறை அறிவிக்கப்படவில்லை. ரகசியமாகவே வைக்கப் பட்டிருந்தது. சில இடங்களில் மக்கள் இந்தியக் கொடியை ஏற்றி வைத்திருந்தார்கள். அந்தப் பகுதி பாகிஸ்தானுக்குச் சென்று விட்டது. 97 சதவிகிதம் முஸ்லிம் அல்லாதார் வாழ்ந்த பகுதி பாகிஸ் தானுக்குச் சென்றுவிட்டது. சில இடங்களில் ஒரே மாளிகையின் ஒரு பகுதி இந்தியாவுக்கும் இன்னொரு பகுதி பாகிஸ்தானுக்கும் குறிக்கப்பட்டதாகச் சொல்லப்படுகிறது. எவ்வளவு தூரம் உண்மை யெனத் தெரியவில்லை. இந்தப் பிரிவினையின் காரணமாக நிகழ்ந்த அட்டூழியம் சொல்லக் கூடியதல்ல. அங்கிருந்து இங்கும், இங்கிருந்து அங்கும் இடம் பெயரும்போது நடந்த வன்முறை வெறியாட்டத்தில் 5 லட்சம் பேர்களுக்கு மேல் மக்கள் உயிர் துறந்தனர்.

பிரிட்டிஷ் ஆட்சியின் கடைசி வாரம்

பிரிட்டிஷ் ஆட்சியின் கடைசி வாரம் பற்றி மவுண்ட் பேட்டன் எழுதி வைத்திருக்கும் குறிப்பு அந்தக் காலத்தின் நிகழ்ச்சிகளையும் உணர்வுகளையும் அழகாகப் படம் பிடிக்கிறது.

பிரிட்டிஷ் ஆட்சியின் கடைசி வாரம் மிகவும் பரபரப்பாக இருந்தது. ஒவ்வொருநாளும் மிகவும் கடுமையான சூழ்நிலை யில் நீண்ட நேரம் வேலை செய்தோம். இன்ன பிரச்னைதான், இந்த அளவுதான் வரும் என்பதில்லை. பிரச்னைகளைச் சமாளித்துக்கொண்டே பணியாற்றினோம். சுதேச அரசர்களைப் பற்றிய பிரச்னைதான் அதிக நேரம் எடுத்துக்கொண்டது. பாகிஸ் தானுடன் சேர்வதா, இந்தியாவுடன் இணைவதா, இரண்டும் இல்லையா என்று தீர்மானம் செய்யாமல் பல சமஸ்தான அரசர்

கள் கடைசிவரை இழுத்தடித்துக் கொண்டிருந்தார்கள். விடை பெற்றுக்கொள்ளும் பயணமாக நான் கராச்சிக்குச் சென்றேன். பிறகு டெல்லியில் நம்பவே முடியாத அளவுக்கு ஆட்சி மாற்றம் நடைபெற்றபோது நிகழ்ச்சியில் பங்கேற்றேன். இன்று வரை மிகுந்த சிக்கலைக் கொடுத்தவை எல்லை நிர்ணயக் கமிஷனின் முடிவுகள்தாம்.

எல்லை கமிஷனின் தீர்வு எவருக்கும் பிடிக்காது என்பதை நான் ஏற்கெனவே எதிர்பார்த்தேன். அதன் தலைவர் பாரபட்சமாக நடந்துகொண்டார் என எல்லோருமே சொல்வார்கள் என்பதையும் எதிர்பார்த்தேன். எனவே கமிஷனின் நடவடிக்கைகளிலும் முடிவிலும் நான் தலையிடவே இல்லை. இரண்டு பிரிவினரும் அதில் தலையிட்டு வரையறை கொடுக்குமாறு வற்புறுத்திய போதிலும் நான் மறுத்து விட்டேன். அதன் நடவடிக்கைகளில் தலையிட மாட்டேன் என்று ஒதுங்கிவிட்டேன். ஆனாலும் இன்னும் பலர் அதன் முடிவில் இறுதியாகத் தலையிடுவேன் என எதிர்பார்க்கிறார்கள். எனவேதான் இந்திய அரசியல் நிர்ணய சபையில் நான் பேசும்போது எல்லை நிர்ணயக்குழு சம்பந்தப்பட்ட என்னுடைய நிலையை விளக்கமாகச் சொல்லி விட்டேன்.

இதுவரைக்கும் சந்திக்காத அளவு நெருக்கடியைச் சந்தித்திருக் கிறோம். கடந்த நான்கு மாதங்களாக நடந்த பணிகளை ஒன்று மில்லாமல் செய்துவிட்டது, கசப்புணர்வும் வெறுப்பும். அப்பப்பா சொல்லி முடியாது.

ஒவ்வொரு கமிஷனுக்கும் தனித்தனி தலைவர் இருக்க வேண்டும் என்றும் ஒவ்வொன்றிலும் முஸ்லிம் லீக் உறுப்பினர் ஒருவரும், காங்கிரஸ் உறுப்பினர் ஒருவரும் இருப்பார்கள் என்று அளித்த திட்டத்தை ஒப்புக்கொண்டு ஜூன் 10 தேதி நேரு கடிதம் எழுதினார். அதை ஜின்னாவும் ஒப்புக்கொண்டார்.

மவுண்ட் பேட்டன் பிரிட்டிஷ் ஆட்சி முடிவில் அவர் கலந்து கொண்ட நிகழ்ச்சிகளைப்பற்றிச் சொல்கிறார். எவ்வளவோ போராடி சுதந்திரம் பெற்றோம் என்றாலும் ஆட்சி மாறும்போது இந்திய மக்களும் ஆள்பவர்களும் வெறுப்பைக் காட்டாமல் அன்பைப் பொழிந்ததைப் பற்றி இங்கே மௌண்ட் பேட்டன் சொல்கிறார்.

‘கராச்சிக்குச் சென்றுவிட்டு 14ந்தேதி திரும்பினோம். அன்று இரவு நள்ளிரவு கடந்து 15 நிமிடங்கள் கழித்து அரசியல் நிர்ணயசபையின்

தலைவர் ராஜேந்திர பிரசாத்தும் புதிய பிரதம மந்திரி நேருவும் என்னைப் பார்க்க வந்தனர். நள்ளிரவில் 12 மணிக்கு அரசுப் பொறுப்பை ஏற்றுக்கொண்டதாகச் சொன்னார்கள். நான் சுதந்திர இந்தியாவின் முதல் கவர்னர் ஜெனரலாக இருக்கவேண்டும் என்று தலைவர்களின் வேண்டுகோளைத் தெரிவித்தனர். இந்த வரலாற்றுப்புகழ் மிக்க நிகழ்ச்சியைக் காண்பதற்கு பத்திரிகை யாளர்கள் அனுமதிக்கப்பட்டிருந்தனர். ராஜன் பாபு என்று நண்பர் களால் அழைக்கப்படும் ராஜேந்திர பிரசாத் தனது செய்தியைக் கூறினார். உடனே நேரு மிகக் கம்பீரமாகச் சொன்னார். 'புதிய மந்திரி சபையின் இலாகாக்களைச் சமர்ப்பிக்கிறேன்' என்று ஒரு உறையை என் கையில் கொடுத்தார். (அதைத் திறந்து பார்த்தால் உள்ளே ஒன்றுமே இல்லை.)

என்னுடைய வாழ்க்கையில் மறக்கமுடியாத ஒரு தினமாக ஆகஸ்டு 15ந்தேதி அமைந்தது. உறுதிமொழி எடுக்கும் விழாவை தர்பார் மண்டபத்தில் காலை 8-30க்குத் தொடங்கினோம். சுமார் 500 பேர் குழுமியிருந்தார்கள். அதில் பலர் சிற்றரசர்கள். அழைக்கப்பட்டி ருந்த விருந்தினர்கள், அரசுத் தூதுவர்கள், சிற்றரசர்கள், அமைச்சர் கள், ஆகியோர் அரசு மாளிகையிலிருந்து கவுன்சில் சேம்பருக்கு அழைத்துச் செல்லப்பட்டார்கள். இப்படிப்பட்ட ஒரு மக்கள் கூட்டத்தை எவரேனும் பார்த்திருக்கிறீர்களா என்று பலரிடம் கேட்டேன். யாருமே பார்த்ததில்லை என்றார்கள். வீதிகளில், வெட்டவெளியில் மட்டுமல்ல, வீடுகளின் கூரைகளில் எங்கெங்கே ஏறி நிற்க முடியுமோ அங்கங்கே, எங்கெங்கும் ஒரே மக்கள் வெள்ளம். சமாளிக்க முடியவில்லை. கவுன்சில் மண்டபத்துக்கு வெளியே 200 ராணுவ வீரர்கள் எங்களைக் கூட்டம் அலக்காகத் தூக்கி விடாமல் பாதுகாப்பாக அழைத்துச் சென்றனர்.

கவுன்சில் மண்டபத்தில் விழா மிகச் சிறப்பாகவும் கண்ணியத் தோடும் நடைபெற்றது. என் பேச்சை எல்லோரும் விரும்பிக் கேட்டார்கள். வெளியில் அலைமோதும் கூட்டத்தைச் சமாளிக்க ராணுவ வீரர்களால் இயலாது என்று தோன்றியது. உடனே நேரு கூரையின் மேலேறி விலகிச் செல்லுமாறு மக்களைப் பார்த்துக் கத்திச் சொன்னார். மக்கள் சற்று விலகினர். வெளியே வந்தோம். அங்கிருந்து ஒரு சிறு தொலைவைக் கடக்க அரைமணி ஆயிற்று. மக்கள் ஜெய்ஹிந்த், மகாத்மா காந்திக்கு ஜே, பண்டிட் நேருக்கி ஜெய் என்று கோஷம் போட்டார்கள். இதில் வேடிக்கை என்னவென்றால் பலர் 'மௌண்ட் பேட்டன்கி ஜெய்' என்றும் கோஷம் போட்டார்கள்.

மதிய உணவுக்குப் பிறகு ரோஷனாரா பூங்காவில் குழந்தைகள் நிகழ்ச்சி. ஆயிரக்கணக்கான குழந்தைகள் ஆடிக்கொண்டும் பாடிக்

கொண்டும் கத்திக்கொண்டும், கைகுலுக்க முண்டியடித்துக் கொண்டும் வந்தது உண்மையிலேயே கண்கொள்ளாக் காட்சி. இதையெல்லாம் பார்த்தபோது அதிகார பூர்வமான உடையில் இல்லாமல் சாதாரண உடையில் ஏதாவது ஒரு நிகழ்ச்சியிலாவது மக்களுடன் கலந்து உறவாடவேண்டும் என்று தோன்றியது.

அன்றைய தினத்தின் மிக முக்கியமான நிகழ்ச்சி அதன் பின் நடந்தது. அதுதான் புதிய அரசின் கொடிவணக்கம். முதலில் போட்ட திட்டத்தின்படி யூனியன் ஜேக் கொடியைக் கம்பத்திலிருந்து கீழே இறக்கிவிட வேண்டும். இதைப்பற்றி நான் நேருவிடம் எப்படிச் செய்யலாம் என்று பேசிக் கொண்டிருந்தபோது நேரு சொன்னார் ‘இந்த இனிய நன்னாளில் எல்லோரும் மகிழ்ச்சியாக இருக்க வேண்டும் என நான் விரும்புகிறேன். யூனியன் ஜேக் கொடியை இறக்கும்போது இங்கிருக்கும் ஆங்கில அதிகாரிகளின் மனம் புண்படலாம். அதனால் அது அப்படியே பறந்துகொண்டிருக்கும். வருடத்தில் 12 நாட்கள் யூனியன் ஜேக் கொடியும் இந்திய டொமினியனில் பறக்கும்!’ என்றார்.

முப்படைகளின் அணிவகுப்பு. அதைப் பார்வையிட மேடைகள் அமைக்கப்பட்டிருந்தன. எங்கு நோக்கினும் கூட்டம் கூட்டம். ராணுவ வீரர்களின் தலைக் கவசங்கள்தான் கண்ணுக்குத் தெரிந்த னவே தவிர அணிவகுப்பைக் காண முடியவில்லை. மக்கள் எனக்கும் என் மனைவிக்கும் மிகச்சிறந்த வரவேற்புக்கொடுக்க விழைந்தனர் என்பது தெரிந்தது.

நேரு எங்கிருந்தோ பாய்ந்து வந்து எங்கள் கோச்சில் ஏறினார். என்னுடைய பெண் பமீலா பத்திரமாக இருப்பதாகவும் கவலைப் படவேண்டாம் என்றும் கூறினார். என்னுடைய தனிச்செயலர் ஜார்ஜ் ஆபெல் மூலம் பின்னர் அறிந்தேன். நேரு கூட்டத்திற்குள் வெறி கொண்டவர் போலப் புகுந்து புகுந்து இடதுபுறமும் வலது புறமும் கைகளை வீசிக்கொண்டும் மக்களைத் தள்ளிக்கொண்டும் சென்று அவர்களைப் பாதுகாத்ததாகவும் ஒரு சமயத்தில் தொந்தரவு கொடுத்த ஒருவரின் தொப்பியைப் பறித்து அதைக்கொண்டே அவரின் தலையில் அடித்ததாகவும் சொன்னார்.

வானத்தில் தோன்றிய வானவில்

டெல்லி ஏரியா கமாண்டர் மேஜர் ஜெனரல் ராஜேந்திர சிங், நான், நேரு மூவரும் கூடிப் பேசி கொடி ஏற்றிவிட்டு பீரங்கிக் குண்டு முழங்க வணக்கம் செய்துவிட்டு மற்ற நிகழ்ச்சிகளையெல்லாம் நிறுத்திவிடலாம் என்று திட்டமிட்டோம். அதன்படி கொடியேற்றப்

பட்டது. எங்கும் மகிழ்ச்சி வெள்ளம். கொடி பிரிந்து மேலே பறக்கத் தொடங்கிய அதே நேரம் மிகவும் அதிசயமாக வானத்திலே ஒரு வானவில் தோன்றியது. இது ஒரு நல்ல சகுனம் என்று எல்லோரும் சொன்னார்கள். (காவி, வெள்ளை, பச்சை நிறம் கொண்ட டொமினியனின் தேசியக்கொடிக்கும் வானவில்லுக்கும் உள்ள ஒற்றுமையைக் கண்டு வியந்தேன்.)

கூட்டத்தின் நெரிசலால் பல விபத்துகளும் நடந்தன. எனவே விபத்துகளைத் தவிர்க்கக் கூட்டத்தை நமது கோச்சின் பின்னாலேயே வருமாறு செய்யலாம் என நினைத்து நேருவையும் என்னுடன் கோச்சில் வரச் சொன்னேன். ஒரு பணிவான பள்ளிக் கூடப் பையனைப்போல அவர் வண்டியின் முன்புறம் ஏறி அமர்ந்து கொண்டார். கூட்டம் மூன்று மைல் தூரம் எங்களுடனே ஓடிவந்தது. அரசினர் மாளிகை வாசலில்தான் அவர்கள் நிறுத்தப்பட்டனர்.

நேற்றுப்பார்த்த அளவு கூட்டத்தை அதுவரை பார்த்ததில்லை என்று எல்லோரும் சொன்னார்கள். இந்தியத் தலைவர்களுக்குக் கொடுக்கப்பட்ட வரவேற்பைப் போலவே எங்களுக்கும் அளிக்கப் பட்டது. இது இரண்டு தேசங்களின் வருங்கால நல்லுறவுக்கு ஒரு நல்ல சகுனம் என்றார் நேரு.

இரண்டு பிரதம மந்திரிகள், படேல், பல்தேவ் சிங் அப்துல் ரஹ்மான், மொஹமட் அலி, வி.பி. மேனன் ஆகியோருடன் என்னுடைய சந்திப்பு மாலை 5 மணி வரை தொடர்ந்தது. எல்லை நிர்ணயக்குழுவின் அறிக்கை மூன்று மணி நேரம் படிக்கப்பட்டது. எந்தப் பிரிவினருக்கும் முழுத்திருப்தி இல்லை. ஆனால் ஒரு பிரிவின் அதிருப்தியில் அடுத்த பிரிவு திருப்திப்பட்டதால் உணர்ச்சி வெளிப்பாடு ஓரளவு அடங்கிப்போனது.

சிட்டகாங் ஹில்ல் ட்ராக்ட் இந்தியாவுடன்தான் சேரும் என்று படேலும் நேருவும் அங்குள்ளவர்களுக்கு உறுதியளித்திருந்தார்கள். ஆனால் அது பாகிஸ்தானுக்குப் போய்விட்டது. எனவே இரண்டு அரசுகளும் பேசி ஒருவருக்கொருவர் விட்டுக்கொடுத்துத் தீர்மானித்துக்கொள்ளும்படி லியாகத் அலிகானிடம் சொன்னேன். அவரும் ஒப்புக்கொண்டார்.

எல்லோரையும் ஒன்றாக வைத்துக்கொண்டு அறிவிக்காமல் இருந்திருந்தால் நிலைமை மிக மோசமாகப் போயிருக்கும்.

பி. குறிப்பு

பம்பாயில் பிரிட்டிஷ் ராணுவத்தினரை வழியனுப்பும் விழா மிகச்சிறப்பாக நடைபெற்றது. டெல்லியை விட இங்குக் கூட்டம்

அதிகம். கூட்டத்தினர், 'இங்கிலாந்து ஜிந்தாபத், ஜெய் இந்திலாந்து' என்று கோஷமிட்டார்கள்.

அரசாட்சியை இந்தியாவுக்கும் பாகிஸ்தானுக்கும் மாற்றுவதற்கு முன்பு பஞ்சாப், வங்காளம் ஆகிய பிரதேசங்களைக் காக்கும் பொறுப்பு ராணுவத்திடமும் காவல்துறையிடமும் இருந்தன. இரண்டிலும் பெரும் பொறுப்பில் ஆங்கிலேயர் இருந்தனர். ஆனால் அரசு மாற்றம் நிகழப்போகிறது என்று அறிவிப்பு நடந்த உடனேயே ஆங்கில அதிகாரிகள் இனி நமக்கென்ன வந்தது என்ற எண்ணம் கொண்டு விட்டனர். அதனாலே அப்பகுதிகளில் பிரிவினைக்கு முன்னர்க் கலவரம் நிகழ்ந்தபோது, அப்பொழுது நிகழ்ந்த கலவரங் களையெல்லாம் விடப் பெரிய கலவரங்களையெல்லாம் எளிதாக அடக்கிய ராணுவ அதிகாரிகள் மெத்தனமாக இருந்தார்கள். அதனால் பல கொலைகள் நடந்தன. லாகூரில் முஸ்லிம்கள் இந்துக் கள் மற்றும் சீக்கியர்களின் வீடுகளைக் கொளுத்தினர். அதனாலே அவர்கள் வீட்டைவிட்டு வெளியே வர நேர்ந்தது. 144 தடையுத்தரவு இருக்கும்போது வீதியில் வந்தது சட்ட விரோதம் என்று சொல்லிக் காவலர்கள் அவர்களைக் கைது செய்து கொடுமைப்படுத்தினர். மிகவும் கொடுமையான செய்திகள் நேருவிடம் சொல்லப்பட்டன. அவர் பொறுத்திருந்து பார்த்தார். இன்னும் பொறுக்கமுடியாது என்று நிலை வந்தபோது லார்ட் மவுண்ட் பேட்டனுக்குக் கடிதம் எழுதினார். அப்பொழுது லார்ட் மவுண்ட் பேட்டன் காஷ்மீருக்குச் சுற்றுலா சென்றிருந்தார்.

அந்தக் கடிதத்தில், 'லாகூரில் நடக்கும் நிகழ்ச்சிகள் என்னைக் கதிகலங்கச் செய்கின்றன. நூற்றுக் கணக்கான வீடுகள் தீக்கிரையாக் கப்படுகின்றன. நேற்று இரவும் இன்று காலையும் நூறு வீடுகள் கொளுத்தப்பட்டுள்ளன. கடந்த இரண்டு நாட்களில் 250 வீடுகள் கொளுத்தப்பட்டுள்ளன. அமிர்தசரஸ் அநேகமாக அழிக்கப்பட்ட நிலையில் இருக்கிறது. வெகு விரைவிலேயே லாகூர் அதை விட மோசமாகிவிடும். இந்த நிலைமையைத் தவிர்த்திருக்கக்கூடும். நான் எவரையும் குற்றம் சொல்லவில்லை. ஆனால் பயங்கரத்துக்கு மேலே பயங்கரம் நிகழ்ந்துகொண்டிருக்கிறது என்பது உண்மை. இன்று லாகூரிலிருந்து பலர் என்னைக்காண வந்திருந்தனர். வீடுகள் கொளுத்தப்படும்போது மக்கள் வெளியில் வருகின்றனர். உடனே ஊரடங்கு உத்தரவை மீறியதாக அவர்கள் சுடப்படுகிறார்கள். என்ன கொடுமையிது? என்ன பரிதாபம்! பெரும்பாலும் துப்பாக்கிச்சூடு ஊரடங்குச் சட்டம் அமலில் இருக்கும்போது நடந்திருக்கிறது. இந்த

அவலத்தைப்போக்க உடனடியாக ஏதாவது செய்யவேண்டும். நான் ஏற்கெனவே உங்களிடம் சொல்லியபடி உடனடியாக ராணுவம் நடவடிக்கையில் இறங்கவேண்டும். அல்லது ராணுவமும் காவலர்களும் பொறுப்பிலிருந்து வெளியேறட்டும். மக்களே அவர்கள் பாதுகாப்பைப் பார்த்துக் கொள்ளட்டும். நான் சொல்வது ஆச்சரியமாக இருக்கலாம். ஆனால் நான் இதையே திரும்பத் திரும்பச் சொல்லுகிறேன். பயங்கரவாதச் செயல்களைக் காவலர்களே செய்வதாகக் கேள்விப்படுகிறேன். நிலைமை நாளுக்கு நாள் சீர்கெட்டுக்கொண்டிருக்கிறது. ஒரு மாபெரும் நகரம் அழிந்து கொண்டிருக்கிறபோது நாம் கைகட்டிப் பார்த்துக் கொண்டிருக்க வேண்டுமா?' என்று எழுதியிருந்தார்.

இரண்டு நாள்கள் கழித்து மவுண்ட் பேட்டன் நேருவைச் சந்தித்தார். அப்பொழுது மவுண்ட் பேட்டன் லாகூரைப் பற்றிப் பேசவில்லை. தான் இந்திய டொமினியனுக்காக ஒரு கொடியை வடிவமைத்திருப்பதாகவும் அப்போதுள்ள காங்கிரஸ் கொடியின் மேலே சிறிய அளவில் யூனியன் ஜேக் படமும் இருக்கும் என்றார் மவுண்ட் பேட்டன். நேரு அந்த வடிவமைப்பைக் கையில் வாங்கிக் கொண்டார். அதைப்பற்றிப் பின்னால் கூறுவதாகச் சொல்லி வெளியேறினார். மவுண்ட் பேட்டன் பஞ்சாப் கவர்னரிடம், 'உடனடியாக ராணுவ ஆட்சியை அறிவிக்கும்படியும் போலீஸை வெளியேற்றும்படியும் நேரு சொல்கிறார்,' என்றார்.

'ஜின்னாவும் அதையேதான் சொல்கிறார், யாராயிருந்தாலும், முஸ்லிம்களாக இருந்தாலும் சரி சுட்டுத் தள்ளுங்கள். உடனடியாக அராஜகம் ஒடுக்கப்படவேண்டும்,' என்று அவரும் சொல்கிறார்' என்றார் கவர்னர். ஆனால் கவர்னர் ராணுவ அடக்குமுறையைக் கொண்டுவர விரும்பவில்லை.

இன்னும் சமஸ்தானத்து அதிபதிகளின் நிலைமை என்ன என்று முடிவெடுக்கப்படவில்லை. சர்தார் வல்லபாய் படேலின் முயற்சியால் பல சமஸ்தானங்கள் அரசியல் சட்டசபையில் இணைந்து விட்டன. மேற்கொண்டு அவற்றை இணைக்கும் பொறுப்பை நேரு பட்டேலிடம் ஒப்படைத்தார். பட்டேலிடம் அப்பொறுப்பை ஒப்படைப்பதுதான் சரி என்று மவுண்ட் பாட்டனும் சொன்னார். அவருக்குத் துணையாக வி.பி. மேனனை அந்தத் துறையின் செயலராக்கினார். இன்னும் சேராதவர்களை உடனடியாகச் சேர்ந்து விடும்படி பட்டேல் செய்தி அனுப்பினார்.

‘பெரும்பாலான சமஸ்தானங்கள் அரசியல் நிர்ணய சபையில் சேர்ந்துவிட்டன. இன்னும் சேராதவர்களை நான் வேண்டிக் கேட்டுக்கொள்கிறேன். அவர்கள் உடனடியாக இணைந்து விடுவது நல்லது. பாதுகாப்பு, வெளிவிவகாரம், செய்தித்தொடர்பு மூன்றும் இந்திய யூனியனின் பொறுப்பில் இருக்கும். மற்றபடி அவர்களின் சுயாட்சியில் இந்திய யூனியன் தலையிடாது.’

வி.பி. மேனன் இணைப்புப் பத்திரத்தைத் தயார் செய்தார். திருவாங்கூர் சமஸ்தானம் சிறிது தயங்கியது. அதன் திவான் சி.பி. ராமசாமி அய்யர் திருவாங்கூர் தனி அரசாக இயங்கும் என்றார். வல்லபாய் பட்டேல் அவரிடம் பேசிய பிறகு திருவாங்கூர் சமஸ்தானம் இணைவதற்கு ஒப்புக்கொண்டது. ஹைதராபாத், ஜுனாகாத், காஷ்மீர் தவிர மற்ற சமஸ்தானங்கள் கையெழுத்திட்டன. அவ்வொப்பந்தத்தின்படி அவர்கள் அனுபவித்து வரும் வளமான வாழ்வுக்குப் பாதகமில்லாதபடி உதவித்தொகை வழங்கப்படும்.

சுதந்திர தினத்திற்குப் பிறகு டெல்லி

டெல்லியில் சாந்தினி சௌக் பகுதி பிணக்காடாயிற்று. குழந்தைகள் கூடக் கொல்லப்பட்டனர். காந்திஜி திரும்பி டெல்லிக்கு வந்தார். ‘எப்பொழுதும் மகிழ்ச்சியாக இயங்கிக்கொண்டிருக்கும் டெல்லி சுடுகாடாகி விட்டதே,’ என்று வருந்தினார். ‘நான் எதிர்பார்த்தது தான். அப்பொழுதே சொன்னேன். பிரிவினை வேண்டாம் என்றேன். பிரிவினை நடந்தால் அமைதி இடுகாட்டில்தான் கிடைக்கும் என்று சொன்னேன். யாரும் கேட்கவில்லையே,’ என்றார் காந்திஜி.

ஜான் ஓஸ்மன் என்பவர் பிபிசி ஒளிபரப்பிய The Last Viceroy என்ற தொலைக்காட்சித் தொடரை மைக்கேல் வெஸ்டி என்பவர் விமர்சனம் செய்ததைப் படித்துவிட்டு எழுதிய கடிதத்திலிருந்து:

> ஐயா,
>
> என்னுடைய முன்னாளைய பிபிசி சக ஊழியர் மைக்கேல் வெஸ்டி, ‘தி லாஸ்ட் வைஸ்ராயைப்’ பற்றி எழுதிய விமர்சனத்தைப் படித்தேன். அவரும் சரித்திரப் பேராசிரியர் டேவிட் கேன்னடைனும் லார்ட் மவுண்ட் பேட்டன் இந்தியாவில் தன்னுடைய செயல்பாட்டைப் பற்றி என்ன நினைத்தார் என அறிய விரும்பலாம்.
>
> 1965ம் ஆண்டு இந்தோ பாகிஸ்தான் போரின் செய்திகளைத் திரட்டச் சென்றுவிட்டு நான் திரும்பியிருந்தேன். அப்பொழுது விண்ட்சரிலுள்ள ஆபீஸர்ஸ் மெஸ்சில் லார்ட் மவுண்ட்

பேட்டனைச் சந்திக்கும் வாய்ப்புக் கிடைத்தது. எங்கள் பேச்சு இந்தியா பாகிஸ்தான் பிரிவினை பற்றித் தொடர்ந்தது. எல்லா வற்றையும் தாம் தவறாகச் செய்துவிட்டதாக வருத்தப்பட்டார். இன்னும் கொஞ்சம் சரியாகச் செய்திருக்கலாம் என்று தன்னையே நொந்துகொண்ட அவரை நினைக்க வருத்தமாக இருக்கிறது. அவர் தம் செயலை வர்ணிக்கப் பயன்படுத்திய ஓர் அசிங்க மான வார்த்தையை நான் இங்கே சொல்ல விரும்பவில்லை!'

104

இந்திய இணைப்பு

பிரிட்டிஷ் இந்தியா முடிந்து இந்தியா இரண்டாகப் பிரிக்கப்பட்டு ஆங்கிலேயர் வெளியேறிய காலத்தில் இந்தியாவிலிருந்த கிட்டத் தட்ட 600 மன்னர்களது சமஸ்தானங்களை இணைப்பது பற்றி ஒரு தெளிவில்லாத குறிப்புகளைத் தந்துவிட்டு வெளியேறினர். அதற்குமுன் பிரிட்டனின் மேலாண்மையை ஒப்புக்கொண்ட எல்லா மன்னர்களும் பிரிட்டிஷ் ஆட்சியில் தொக்கி நின்றன. அந்த மேலாண்மை விடுத்து அவர்கள் சென்றபோது சமஸ்தானங்கள் அந்த இணைப்பிலிருந்து விடுவிக்கப்படுவதாகவும் அதன் ஆளுநர் கள் தங்கள் விருப்பம் போல் இந்தியாவுடனோ பாகிஸ்தானுடனோ சேர்ந்து கொள்ளலாம் என்று சொல்லி விட்டுச் சென்றுவிட்டனர்.

கவர்னர் ஜெனரலாக இருந்த லார்ட் மவுண்ட் பேட்டன் கொடுத்த விளக்கத்தின்படி இந்தியாவுடன் எல்லைத் தொடர்புடையவை இந்தியாவோடும் பாகிஸ்தானோடு ஒட்டியிருப்பவை பாகிஸ்தா னோடும் சேர்ந்து கொள்ளலாமென்றும் அறிவித்திருந்தார். 1947 ஆகஸ்ட்டுக்கு முன்பு அப்பொழுது உள்நாட்டு மந்திரியாக இருந்த சர்தார் வல்லபாய் படேல், உள்துறைச் செயலர் வி.பி. மேனன், கவர்னர் ஜெனரல் லார்ட் மவுண்ட் பேட்டன் ஆகியோரின் விடா முயற்சியாலும் ராஜ தந்திரத்தாலும் சரியான, அதே சமயம் பரிவான அணுகுமுறையாலும் பல சமஸ்தானங்கள் இந்தியாவோடு இணைந்து கொள்ள ஒப்புதல் அளித்தன. இந்தியாவுடன் இணைவ தால் அதன் ஆட்சியாளர்களுக்குப் பல சலுகைகள் காட்டப்பட்டன. அவர்களது சொந்தச் சொத்துகள் பாதுகாக்கப்பட்டன. அவைதவிர மாநிலத்தின் அளவுக்கும், தன்மைக்கும், வருவாய்க்கும் ஏற்ப அதன்

மன்னருக்குப் பிரிவி பர்ஸ் (privy purse) என்னும் பெயரில் கணிசமான ஆண்டு நன்கொடை மான்யமாக அளிக்க ஒப்புக் கொள்ளப்பட்டது. பாகிஸ்தானோடு ஒட்டியிருந்த பல மாநிலங்கள் அதனோடு இணைந்தன. திருவாங்கூர் சமஸ்தானம் முதலில் சற்று முரண்டு பிடித்தாலும் பிறகு இணைந்தது. மைசூர், கொச்சியும் அப்படியே. ஹைதராபாத்தும் காஷ்மீரும் சுதந்திரமாக இயங்கப்போவதாக அறிவித்துவிட்டன. ஜுனாகாத்தின் கதை வேறு மாதிரியானது.

ஜுனாகாத்தின் இணைப்பு

சௌராஷ்ட்ரா கடற்கரையில் உள்ள ஒரு மாநிலம் ஜுனாகாத். கடலைத்தவிர எல்லாப் பக்கமும் இந்தியப் பகுதிகளால் சூழப்பட்டது. அதில் 80 சதவிகித மக்களுக்குமேல் ஹிந்துக்கள். கத்தியவார் பகுதியில் அது பெரிய மாநிலம். அதை ஒட்டி இருக்கக்கூடிய மாநிலங்கள் எல்லாம் இந்தியாவோடு இணைந்துவிட்டன. இந்திய தேசிய காங்கிரஸ் மக்களின் விருப்பத்துக்கு முக்கியத்துவம் கொடுத்தது.

17-8-1947ல் ஜுனாகாத் நவாப் பாகிஸ்தானுடன் சேர முடிவெடுத்து விட்டதாகப் பத்திரிகைச் செய்திகள் வெளியாகின. 13-9-1947ல் பாகிஸ்தான் ஜுனாகாத்தைத்தான் ஏற்றுக்கொண்டதாக அறிவித்தது. கத்தியவார் பகுதியைச்சேர்ந்த மற்ற இளவரசர்கள் டெல்லியிடம் புகார் செய்தனர். லார்ட் மவுண்ட் பேட்டன் ராணுவத் தளபதி லார்ட் இஸ்மேயைப் பாகிஸ்தானுக்குப் பேச்சுவார்த்தைக்கு அனுப்பினார். ஏதும் பலனில்லை. ஜுனாகாத்தோடு இணைந்து ஆனால் அதை ஒட்டி இருந்த மங்க்ரோல் மாநிலத்தின் ஷேக் இந்தியாவோடு இணைய ஒப்பந்தம் செய்தார். அதற்கு ஜுனாகத் நவாப் மறுத்துத் தன் படையை அனுப்பி மங்க்ரோலையும் பாபரியாவாத்தையும் கைப்பற்றிக்கொண்டார்.

பாபரியாவாத்திலிருந்து தன் படையைத் திரும்பப் பெறும்படி இந்திய அரசு ஜுனாகாத் நவாப்பைக் கேட்டுக்கொண்டது. இதற்கிடையில் இந்தியச் சிறிய படையொன்று ஜுனாகாத்திற்குள் நுழையாமல் ஜுனாகாத்தின் எல்லையோரமாக முகாமிட்டது. இதன் பின் ஒரு சிறிய படையுடன் இந்திய அதிகாரிகள் மங்க்ரோலையும் பாபரியாவாத்தையும் பிடித்தனர். இந்தியாவிலிருந்து உணவுப் பொருள்கள் ஜுனாகாத்துக்குப் போகவில்லை. அதனால் மக்கள் நவாப்புக்கு எதிராகத் திரண்டெழுந்தனர். நவாப் தனது குடும்பத்துடனும் சேர்த்து வைத்திருந்த நகை பணம் யாவற்றுடனும் பாகிஸ்தானுக்குச் சென்றுவிட்டார். ஜுனாகாத்தின் திவான் ஷா நாவாஸ் புட்டோ இந்திய அரசைத் தலையிடும்படி வேண்டினார். இந்திய

அரசு தனது படைகளை அனுப்பியது. பிறகு நடந்த ஓட்டெடுப்பில் மக்கள் பெருவாரியாக இந்தியாவோடு இணைவதையே விரும்பி னர். ஜுனாகாத் இந்தியாவோடு இணைக்கப்பட்டது.

ஹைதராபாத் இணைப்பு

இரும்பு மனிதர் வல்லபாய் படேலின் சாதனைகள் பல. ஆனால் அவற்றில் மிகப் பெரியது ஹைதராபாத் இணைப்பு. பிரதம மந்திரி யின் ஒத்துழைப்பு அதிகம் இல்லாத நிலையிலும் அந்த மாமனிதர் செய்த சாதனை இது. அன்று மட்டும் ஹைதராபாத் இணைக்கப் படாமல் இருந்திருந்தால், இப்பொழுது காஷ்மீர்போல ஹைதரா பாத்தும் தீராத தலைவலியாக இருந்திருக்கும். அங்கே முஸ்லிம்கள் தவிர வேறு எவரும் வசிக்க முடியாத சூழ்நிலை உருவாகியிருக்கும். இனி ஹைதராபாத் இணைப்புக்கு முன் இருந்த சூழலையும் இணைக்கப்பட்ட விதமும் அதற்காக உழைத்தவர்கள் பற்றியும் பார்க்கலாம்.

ஆரம்ப காலத்திலே கிழக்கிந்தியக் கம்பெனி இந்தியாவில் மிக ஸ்திரமாகக் காலூன்றக் காரணமாக இருந்தவர்களுள் ஹைதராபாத் நிஜாமும் ஒருவர். தனக்கு யார் சாதகமாக இருக்கிறார்களோ அவர்கள் கட்சிக்கு மாறுவது ஹைதராபாத் நிஜாமுக்குக் கைவந்த கலை.

இந்தியா சுதந்திரம் பெற்று நான்கே மாதங்கள் ஆன நிலையில் பல சமஸ்தானங்கள் தாமாகவும், சில இந்தியாவின் ராணுவ வலிமைக் குப் பயந்தும், சில எச்சரிக்கை செய்யப்பட்டும் இந்திய யூனிய னோடு இணைந்தன. ஆனால் ஹைதராபாத் மட்டும் இணைய மறுத்தது. அப்போது ஹைதராபாத் நிஜாமாக இருந்தவர் மீர் உஸ்மான் அலிகான். 1911ம் ஆண்டே நிஜாமாகப் பதவியேற்ற மீர் உஸ்மான் அலிகான் ஆங்கிலேயரால் 'மிக மேன்மை தங்கிய' (His Exalted Highness) என்னும் அடைமொழியோடு அழைக்கப்பட்டார்.

இந்தியா சுதந்திரம் பெற்றபோது சமஸ்தானங்கள் எல்லாம் அப்போ திருக்கும் நிலையிலேயே அப்படியே ஓராண்டிருக்கும் ஒப்பந்தம் 29-11-1947ல் கையெழுத்தாகியது. அதன்படி ஒரு வருடத்துக்கு மட்டும் பெரும்பாலும் அப்பொழுதுள்ள நிலையே நீடிக்கும். ஆனால் அந்தக் காலகட்டத்துக்குள் பேச்சுவார்த்தை மூலம் சமஸ் தானங்கள் ஒரு முடிவுக்கு வரவேண்டும். நிஜாமுக்கு தனது பிரதிநிதி களை லண்டனிலும் வேறு சில நாடுகளிலும் வைத்துக்கொள்ள உரிமை கொடுக்கப்பட்டது.

ஏஜெண்ட் ஜெனரல் கே.எம். முன்ஷி

அக்டோபர் மாதம் இந்த ஒப்பந்தம் கையெழுத்தாவதாக இருந்தது. ஆனால் செய்யது காசிம் ரஸ்வி என்பவரால் தலைமைப்பொறுப் பேற்று நடத்தப்பட்ட ரசாக்கர் படை பெரும் திரளாக பிரதம மந்திரி நவாப் சட்டாரி, ஸர் வால்டர் மாங்க்டன், நவாப் அலி நாவாஸ் ஜங் ஆகியோர் வீட்டின் முன் ஆர்ப்பாட்டம் செய்து ஒப்பந்தத்தில் கையெழுத்திட அவர்கள் டெல்லிக்குச் செல்ல முடியாதபடிச் செய்துவிட்டனர். இந்தப் போராட்டம் 'அக்டோபர் போராட்டம்' என்றழைக்கப்படுகிறது. அரசரை விட ரஸ்வியின் கரம் ஓங்கத் தொடங்கியது.

5-1-1948 அன்று ஹைதராபாத்துக்கு ஏஜெண்ட் ஜெனரலாக நியமிக்கப் பட்டிருந்த கே.எம். முன்ஷி ஹைதராபாத் வந்தடைந்தார். ஹைதரா பாத்தில் தங்குவதற்கு அவருக்கு இடம் தருவதற்குக்கூட நிஜாம் மறுத்தார். கவர்னர் ஜெனரல் லார்ட் மவுண்ட் பேட்டனின் வற்புறுத் தலுக்குப்பின் 11 நாட்களுக்கு மட்டும் தங்க ஓர் இடம் ஒதுக்கப் பட்டது.

அந்தக் காலகட்டத்தில் உலகின் மிகப்பெரிய பணக்காரராக நிஜாம் இருந்தார். நிஜாமை எவர் காண வந்தாலும் அவர்கள் நிஜாமைக் காணும் வாய்ப்புப் பெற்றதற்காக நஜர் என்னும் காணிக்கை வழங்க வேண்டும். அது பெரும்பாலும் தங்கமாக இருக்கும். நவாப்பின் பிறந்த நாளன்று ஏழை எளியவர்களும் நஜர் வழங்கவேண்டும். மன்னர் அதற்கு எதிர் மரியாதை செய்வது என்பதெல்லாம் கிடையாது. நிஜாமுக்கு இரண்டு பெரிய ஆசைகள்.

1. பணம் 2. பதவி, அதிகாரம்.

அடிக்கடி தன்னுடைய கஜானாவில் ஒருபகுதியை ட்ரக்கில் ஏற்றி நிற்க வைத்துப் பார்த்துக்கொண்டிருப்பாராம். அந்தப்புரத்திலிருக்கும் மனைவி களுக்கும், மனைவி உரிமை கொடுக்கப்படாமல் மனைவிகளாகச் செயல்பட்டுக்கொண்டிருப்பவர்களுக்கும் கணக்கே கிடை யாது. அவ்வளவு பேர் இருந்தார்கள். 37 வருடங்களாக நவாபாக இருக்கும் ஒருவருக்குத் தன் அதிகாரத்தை விட்டுக்கொடுக்க மனம் வராதுதான். இரண்டு பக்கமும் சேராமல் தானே தனி அரசாக ஆளவேண்டும் என்று ஆசைப்பட்டார். ஆசைப்பட்டார் என்று சொல்வது கூடச் சரியில்லை. அதில் வெறியாக இருந்தார். அதுவரை அவரிடமிருந்த சில நல்ல குணங்கள் கூடக் கொஞ்சம் கொஞ்சமாக நழுவத் தொடங் கின. உலகின் முஸ்லிம் சாம்ராஜ்யத்தின் தனி நாயகனாகத் தான் விளங்கப்போவதாகக் கனவுகண்டார்.

ஹைதராபாத் சமஸ்தானம் தான் இந்தியாவிலேயே பெரியது. 82,698 சதுரமைல் பரப்பளவுள்ளது. அதில் 8,109 சதுரமைல் பரப்பளவுள்ள இடம் நிஜாமின் தனிப்பட்ட சொத்து. சர்ஃப் இ குஸ் எனப் பெயர் பெற்றது. அதிலிருந்து மட்டுமே வருடத்திற்கு 2கோடியே 50 லட்சம் ரூபாய் வருமானம் வந்தது. இது தவிர வருடா வருடம் ஆங்கில நிர்வாகத்திடமிருந்து ப்ரிவி பர்ஸ் எனப்படும் தொகை வேறு வந்தது. நாட்டின் மொத்த ஜனத்தொகையில் 80 சதவிகிதம் இந்துக்கள். ஆனால் உள்நாட்டு ராணுவத்தில் 95 சதவிகிதம் முஸ்லிம்கள். நவாப்பின் அரசில் பணியாற்றிய அதிகாரிகளில் 75 சதவிகிதம் முஸ்லிம்கள். நகர்ப்புறங்களில் முஸ்லிம்கள் அதிகம். கிராமப்புறங்களில் 95 விழுக்காட்டினர் இந்துக்கள். இப்படிப்பட்ட நிலையில்தான் நவாபு தனது சமஸ்தானத்தை ஓர் இஸ்லாம் சமஸ்தானமாக மாற்ற விரும்பினார். அதற்கான நடவடிக்கைகளிலும் ஈடுபட்டார். அவருக்குப் பிடிக்காதவர்களைக் கண்காணிக்க ஒற்றர்களை வைத்திருந்தார். ஏன் பிடித்தவர்களைக் கண்காணிக்கவும் ஒற்றர்கள் இருந்தார்கள். ஆனால் அவரது சமஸ்தானத்தில் எல்லா மதத்தினரும் ஒற்றுமையாகவும் மகிழ்ச்சியாகவும் வாழ்வதாக மேம்போக்கான ஒரு போக்குக் காட்டப்பட்டது.

நவாப்பின் இந்தப் பதவி வெறிக்குத் தூபம் போடுவது போல ஓர் அமைப்புத் தோன்றியது. அதற்குப் பெயர் ‘மஜ்லிஸ் ஏ இதெஹாதுல் முஸ்ஸல்மீன்’. சுருக்கமாக ‘இதெஹாத்’ என்று அழைக்கப்பட்டது. அதன் முக்கியமான கொள்கை நிஜாமின் அரசுக்கு ஆதரவு, முஸ்லிம்களை ஒருங்கிணைப்பது, ஹிந்துக்களை இஸ்லாம் மதத்திற்கு மாற்றி இந்துக்களின் அளவைக் குறைப்பது. இதற்கு நிஜாமின் முழு ஒத்துழைப்பும் இருந்தது. பகதூர்கான் என்பவனை இதெஹாத்தின் தலைவனாக நிஜாம் நியமித்தார். அவனுக்கு பகதூர் யார் ஜங் என்று பெயர் சூட்டினார். அதன் கோஷம், ‘தட்சிண தேசியத்தின் மொத்த உருவான நிஜாம் நீடூழி வாழ்க’ என்பதுதான். இந்துக்களைக் குறிப்பாக ஆதி திராவிடர்களை ஆசைகாட்டியும் பயமுறுத்தியும் மதம் மாற்றத் தொடங்கினார்கள். மாணவர்கள் வேட்டி கட்டிக்கொள்ள அனுமதிக்கப்படவில்லை. பெரும்பாலான இந்து மாணவர்கள் மதராஸ் மாகாணத்துக்குப்போய் அங்கே படிக்கத் தொடங்கினார்கள்.

களம் புகுந்தான் காஸிம் ரஸ்வி

பகதூர் யார் ஜங் இறந்ததும் 1946ல் காஸிம் ரஸ்வி என்பவன் இதெஹாத்தின் தலைவனாக நியமிக்கப்பட்டான். அவன் மத வெறியன். வக்கீல். நல்ல பேச்சாளன். தனக்குப் பகையென்று அவன் யாரையாவது கருதினால் தந்திரமாக அவர்களை அழித்துவிடுவான்,

இதெஹாத்தின் தலைவனாகப் பொறுப்பேற்ற சிறிது காலத்தி லேயே அரசாங்கத்தில் அவனது நம்பிக்கைக்குப் பாத்திரமான பலர் நியமிக்கப்பட்டனர். இந்திய சுதந்திர மசோதா பிரிட்டிஷ் பார்லி மெண்டில் 1947 ஜூலை மாதம் சமர்ப்பிக்கப்பட்டது. பாகிஸ்தான் பிரிவது உறுதியானது. ஹைதராபாத் நிஜாமின் ஆசையில் மண் விழுந்தது.

ஹைதராபாத் மூன்றாவது டொமினியனாக அறிவிக்கப்பட்டிருக்க வேண்டும் என்றார். தான் எந்த டொமினியனோடும் இணையப் போவதில்லை, சுதந்திர அரசாக இருக்கப்போகிறேன் என்றார். அவரைச் சுதந்திரமான ஹைதராபாத் அரசராக இருத்தியே தீருவேன் என்று கங்கணம் கட்டிச் செயல்பட்டான் ரஸ்வி. அதற்காகக் கடவுளால் அனுப்பப்பட்டவன் என்று பறைசாற்றிக்கொண்டான். அவனது வாய் ஜாலத்தில் மயங்கிய முஸ்லிம்கள் பலர் அவனுக்குத் துணையாக அராஜகத்தில் ஈடுபட்டனர். முஸ்லிம்கள் ஆளப் பிறந்தவர்கள் என்றும் இந்துக்கள் என்றும் ஆளப்பட வேண்டியவர்கள் என்றும் கூறினான். தக்காணத்திலுள்ள முஸ்லிம்களின் நிலையை உயர்த்தினால் இந்தியாவிலுள்ள மற்ற முஸ்லிம்களும் அவர்களோடு இணைந்துகொள்வார்கள் என்றும் தக்காணத்திலுள்ள இந்துக்களைக் கொடுமைப்படுத்தினால் வேறு வழியின்றி அவர்கள் சட்டசபையில் 50-50 உறுப்பினர்களின் எண்ணிக்கைக்கு ஒப்புக்கொள்வார்கள் என்றும் எதிர்பார்த்தார்கள். அதற்கு முதற்படி இந்துக்களைக் கொடுமைப்படுத்துவது.

ரஸ்வி சொன்னான். 'இந்தியன் யூனியன் ஹைதராபாத்துக்குள் நுழைந்தால் அப்படி ஆக்கிரமிப்பவர் ஒரு கோடியே அறுபத்து லட்சம் உடல்கள் எரிந்துகொண்டிருப்பதைப் பார்ப்பார்கள். எங்களுக்கு இடமில்லையென்றால் நாங்கள் யாரையும் வாழவிட மாட்டோம்!'

ரசாக்கர் என்ற பெயரில் ஒரு படை திரட்டப்பட்டது. ரசாக்கராகச் சேரும் எவனும் ஒரு உறுதிமொழி எடுக்கவேண்டும். 'தக்காணத்தில் முஸ்லிம் ஆட்சி உன்னதமாக நடத்த நான் இறுதிவரை போராடு வேன். என்னுடைய தலைவன் என்ன சொல்லுகிறானோ அதன்படி ஹைதராபாத்துக்காகவும் இதெஹாத்துக்காகவும் எனது உயிரையும் தியாகம் செய்வேன்.'

1948ம் ஆண்டு ஜூலை ஆகஸ்டில் மட்டுமே நூறாயிரம் பேருக்கு மேல் ரசாக்கர்களாகச் சேர்க்கப்பட்டனர். நகரத்திலும் கிராமங் களிலும் அவர்கள் செய்த அட்டூழியம் கொஞ்சநஞ்சமல்ல. கேள்வி கேட்பாரில்லை. காவலர்கள் பார்த்துக்கொண்டிருந்தார்களே தவிர

ஏதும் செய்யவில்லை. சைக்கிளிலும் பஸ்சிலும் ஆயுதங்களோடு பயணம் செய்வார்கள். யாராவது இந்திய யூனியனோடு சேர்வதற்கு ஆதரவாகப் பேசினால் அவ்வளவுதான். அவர்களைத் துவைத்து எடுத்துவிடுவார்கள். துப்பாக்கியை வானத்தை நோக்கிச் சுட்டுக் கொண்டு செல்வார்கள். அவர்களால் இந்துக்கள் பட்ட துன்பம் கொஞ்சநஞ்சமல்ல.

ஹிந்துக்களிடமிருந்து ஆயுதங்களைப் பறித்து ரசாக்கர்களிடம் நிஜாம் அரசு கொடுத்தது. இன்னும் சில முஸ்லிம் தலைவர்கள் அவர்கள் இந்து ஞானிகளின் அவதாரங்களாகச் சொல்லிக்கொண்டு இப்பொழுது முஸ்லிம்களாக அவதாரம் எடுத்திருப்பதாகவும் அவர்களுடைய அடியவர்கள் முஸ்லிம்களாக மாறவேண்டும் என்றும் சொன்னார்கள். சித்திக் என்பவர் ஹிந்துக்களின் கோயில்களை இடிப்பதிலும் ஹிந்துக்களை மதமாற்றம் செய்வதிலும் முழு மூச்சாக ஈடுபட்டார்.

மிரட்டிய ரஸ்வி! எச்சரித்த பட்டேல்!

ஹைதராபாத் சுதந்திர நாடாக இயங்குவது என்ற அடிப்படையை ஒப்புக்கொண்டால் இந்தியாவுடன் பேச்சுவார்த்தை நடத்தத் தயாராக இருப்பதாக நிஜாம் அறிவித்தார். இதற்கிடையில் கவர்னர் ஜெனரல் மவுண்ட் பேட்டன் கூட்டிய இந்திய மன்னர்களின் மாநாட்டுக்குச் சென்றிருந்த ஹைதராபாத் முதன் மந்திரி, ரஸ்வி ஆகியோர் ஜின்னாவைச் சந்தித்து இந்தியாவுக்கு எதிராக ஹைதராபாத் படைநடத்த நேர்ந்தால் பாகிஸ்தான் ஆயுதங்கள் கொடுத்து உதவுமா என்று கேட்டார்கள். ஒரு துப்பாக்கி கூடத் தரமாட்டோம் என்றார் ஜின்னா. மன்னர்கள் மாநாட்டில் பல சமஸ்தானங்கள் இந்திய யூனியனில் இணைய ஒப்புதல் அளித்தார்கள். ஆனால் ஹைதராபாத் அதிகாரிகள் மறுத்துத் திரும்பிச் சென்று விட்டார்கள்.

இரண்டு மூன்று முறை பிரதிநிதிகள் போய்வந்தும் எந்தப் பயனுமில்லை. பிறகு ஒரு ஆண்டுக்கு 'இருந்த நிலை ஒப்பந்தம்' ஒன்று செய்துகொள்ளலாம் என்று லார்ட் மவுண்ட் பேட்டனுடன் பேசப் பட்டது. இந்திய யூனியன் சார்பில் அது ஒப்புக்கொள்ளப்பட்டது பாகிஸ்தான் போர் தொடுத்தால் ஹைதராபாத் நடுவுநிலை வகிக்குமென்றும் இந்தியா காமன்வெல்த்திலிருந்து விலக நேர்ந்தால் நிஜாம் தனது ஒப்பந்தத்தை மறு பரிசீலனை செய்ய நேரிடும் என்றும் சொல்லப்பட்டது. அதற்கும் ஒப்புக்கொண்டார்கள். அந்த ஒப்பந்தத்தில் நிஜாமின் கையெழுத்து வாங்குவதற்காகப் பிரதிநிதிகள் மீண்டும் ஹைதராபாத் சென்றார்கள். நிஜாம் கையெழுத்திடுவதாக ஒப்புக் கொண்டார். ஆனால் பிரதிநிதிகள் டெல்லிக்குச் செல்லுவதற்கு முன்

கையெழுத்திடுவதாகச் சொன்னார். ஆனால் மறுநாள் காலை எல்லாப் பிரதிநிதிகளின் வீடுகளும் ராசாக்கர்களால் முற்றுகை இடப்பட்டன. நிஜாமும் கையெழுத்திட மறுத்துவிட்டார். ரஸ்வியின் ஆதிக்கம் தலைதூக்கியது. நிஜாம், ரஸ்வியின் பிடியில் வசமாக மாட்டிக் கொண்டார். ரஸ்வியின் ஆள்கள் உயர் பதவிகளில் அமர்த்தப்பட்டார்கள். மீர் லெய்க் அலி பிரதம மந்திரியாக நியமிக்கப்பட்டார். ரஸ்வி தனது நண்பர்கள் சிலருடன் டெல்லியில் வல்லபாய் பட்டேலைச் சந்தித்தார். அப்பொழுது என்ன நடந்தது என்பதைப்பற்றி 'end of an era' என்னும் புத்தகத்தில் கே.எம். முன்ஷி எழுதியுள்ளார்.

வல்லபாய் பட்டேல்: 'உங்களுக்கு என்ன வேண்டும்?'

'உங்கள் மனமாற்றத்தை நான் எதிர்பார்க்கிறேன்,' என்றார் ரஸ்வி.

'எவருடைய மனம் முழுதும் விஷமாக இருக்கிறதோ அவருக்கல்லவா மனமாற்றம் வேண்டும்!' என்றார் பட்டேல்.

'ஹைதராபாத் சுதந்திரமாக இருக்க நீங்கள் ஏன் அனுமதிக்க மறுக்கிறீர்கள்?'

'நான் எந்த அளவுக்குப் போக முடியுமோ அந்த அளவுக்குப் போய் விட்டேன். மற்ற எந்த மாநிலத்துக்கும் கொடுக்காத சில சலுகைகளை ஹைதராபாத்துக்குக் கொடுத்துள்ளேன்!'

'ஆனால் நீங்கள் ஹைதராபாத்தின் இன்னல்களை அறியவேண்டும்.'

'எந்த இன்னலும் இருப்பதாகத் தெரியவில்லை. ஒருவேளை நீங்கள் பாகிஸ்தானோடு ஏதாவது உடன்படிக்கை வைத்திருந்தால் அதனால் இன்னல் இருக்கலாம்!'

'எங்கள் இன்னல்களை நீங்கள் கண்டுகொள்ளாவிட்டால் எங்களில் கடைசி மனிதன் இருக்கும்வரைப் போராடிச் சாகத் தயாராக இருக்கிறோம்!'

'நீங்களே விரும்பித் தற்கொலை செய்துகொண்டால் அதற்கு நான் என்ன செய்ய முடியும்?'

'உங்களுக்கு ஹைதராபாத் முஸ்லிம்களைப் பற்றித் தெரியாது. எங்களுக்குள்ள அனைத்தையும் ஹைதராபாத்தின் சுதந்திரத்திற்காகத் தியாகம் செய்வோம்.'

'தியாகத்தைப் பற்றிப் பேசினால் அதை இந்தியா பெருமளவு செய்து காட்டியிருக்கிறது. ஹைதராபாத் இனிமேல்தான் அதைச் செய்ய வேண்டும்!' என்றார் வல்லபாய் பட்டேல்.

ரஸ்வி கோபத்தில் பெருமூச்சு விட்டார். மீண்டும் அவர் பேசத் தொடங்குமுன் பட்டேல் சொன்னார்.

‘தயவு செய்து காலம் தாழ்ந்து போகும்முன் சூரியனைப் பாருங்கள். இன்னும் வெளிச்சம் இருக்கிறபோதே இருட்டுக்குள் மூழ்கி விடாதீர்கள்!’

ரணகளமான ஹைதராபாத்

அதன் பிறகு ரஸ்வி எல்லாப் பொதுக்கூட்டங்களிலும் சர்தார் பட்டேலையும் இந்திய அரசையும் தாக்கிப் பேசி முஸ்லிம்களைத் தூண்டிவிடுவதில் முழு மூச்சாக இறங்கினார். ரசாக்கர்கள் கிராமப்புறங்களுக்குச் சென்று எந்தக் காரணமும் இல்லாமல் ஹிந்துக்களைக் கொன்றனர். ஒரு கிராமத்தில் 19 ஹிந்துக்கள் வரிசையாக நிற்க வைக்கப்பட்டுச் சுடப்பட்டார்கள். பீபி நகரிலும் இதே போன்ற நிகழ்ச்சி நடந்தது. கம்யூனிஸ்ட்டுகளும் ஹைதராபாத் நிஜாமுடன் சேர்ந்துகொண்டு வன்முறையில் ஈடுபட்டார்கள் (எண்ட் ஆஃப் அன் ஈரா- பக்கம் 134). ஹைதராபாத் ரணகளமாக மாறிக்கொண்டிருந்தது.

அப்பொழுது நிஜாம் மந்திரிசபையில் அமைச்சராக இருந்த ராமாச்சார் என்ற ஹிந்து அமைச்சர் மனம் வெறுத்து அமைச்சர் பதவியை உதறினார். அதன் பிறகு அவர் விடுத்த ஒரு பொது அறிக்கையில்...

‘குண்டர்கள் ஆட்டமும் வன்முறையும் இங்கே கட்டவிழ்த்துவிடப் பட்டுள்ளன. தீவைப்பும், கொலையும் கொள்ளையடித்தலும் அன்றாட நிகழ்ச்சிகளாகப் போய்விட்டன. ஆயுதம் ஏந்தியவர் கட்டுப்பாடு இல்லாமல் தாங்கள் செல்லும் இடமெல்லாம் சாகடித்துக் கொண்டு செல்கிறார்கள். கிராமத்துக்குமேல் கிராமமாகத் தீ மூட்டப் படுகிறது. அடிமைகளாக வாழ விரும்பாதவர்களுக்கு இந்தப் பகுதி நரகமாக மாறி வருகிறது. சொத்துக்கும் உயிருக்கும் பாதுகாப்பில்லை. கைது செய்து சிறைச்சாலைகளில் அடைக்கப்பட்டவர்கள்கூட குண்டர்களின் தாக்குதல்களிலிருந்து தப்ப முடியவில்லை. ‘இஸ்லாமிய மாநிலமாக மாற எதிர்ப்புத் தெரிக்கும் எவரையும் தாக்கு! அதைச் செய்கையில் செய் அல்லது செத்துமடி’ என்று பிரச்சாரம் செய்யப் படுகிறது. இந்தியாவின் 4 கோடி முஸ்லிம்களுக்கும் தாய்வீடு ஹைதராபாத் என்று இதெஹாத்தின் தலைவர் எங்கெங்கும் சொல்லித் திரிகிறார்,’ என எழுதி வெளியிட்டார்.

இந்தியாவின் ஏஜெண்ட் ஜெனரல் ஸ்ரீ கே.எம். முன்ஷியைக் கூடத் தாக்க முற்பட்டார்கள். 1947 ஆகஸ்ட் 15ந்தேதியன்று சுதந்திர

தினத்தைக்கூடக் கொண்டாடக் கூடாது என்று நிஜாம் உத்தரவு போட்டுவிட்டார். ரயிலில் தேசியக் கொடியுடன் வந்த மக்களையும் காங்கிரஸ் தொண்டர்களையும் ரசாக்கர்கள் அடித்தனர். என்றாலும் தேசியவாதிகளான முஸ்லிம்களும் தேசபக்தர்களும் தேசியக் கொடியை ஏற்றிக் கொண்டாடினர். அதன்பிறகு பேச்சுவார்த்தை பேச்சுவார்த்தை என்று பேச்சுவார்த்தை நடந்துகொண்டிருந்ததே தவிர நிஜாமும் நிஜாமின் அதிகாரிகளும் தங்கள் பிடிவாதத்தை விடவில்லை. 1948ம் ஆண்டு ஜனவரி மாதம் 30ந் தேதி மகாத்மா காந்தி சுடப்பட்டு இறந்தார். ஹைதராபாத்தில் நடந்த இரங்கல் கூட்டத்தில் கலவரத்தை விளைவித்தார் ரஸ்வி. மகாத்மா காந்தியின் அஸ்தியை ஹைதராபாத் நதிகளில் கரைப்பதற்குக்கூட எதிர்ப்புத் தெரிவித்தார்கள்.

ஹைதராபாத்துக்கு அதிக உரிமைகள் கொடுக்க மவுண்ட் பேட்டன் பேச்சுவார்த்தை நடத்திக் கொண்டிருந்தார். சர்தார் வல்லபாய் பட்டேல், வி.பி. மேனன், கே.எம். முன்ஷி ஆகியோர் வேறொரு பாதையில் பேச்சுவார்த்தை நடத்திக்கொண்டிருந்தனர்.

ரசாக்கர்கள் பல கிராமங்களுக்குச் சென்று அழித்துக்கொண்டிருந் தார்கள். ரஸ்வி வெறிகொண்டவன்போல தீயை உமிழ்ந்து கொண்டிருந்தான்.

ஜூன் 9ந்தேதி ரஸ்வி சொன்னான்: ‘முஸ்லிம்கள் எப்பொழுதும் ஒரு புது வரைபடத்தை வரைபவர்கள். வெகு விரைவில் ஹைதராபாத்தின் எல்லை டெல்லியைக் கடந்தும் மேலே செல்லும். அசாஃபியா கொடி செங்கோட்டையில் பறக்கும்.

ஜூன் 10ந்தேதி சொன்னான்: ‘எங்கள் முன்னோர்களின் வழியைப் பின்பற்றி நாங்கள் இத்துனூண்டு பாகிஸ்தானுடன் திருப்தியடைந்து விடமாட்டோம். ஜம்முவையும் மூசியையும் இணைப்போம்.’

அவனது பேச்சுகள் எல்லை வரம்புகளையும் கடந்துகொண்டிருந் தன. இதற்கிடையில் நிஜாமின் மகன்களுக்கும் நிஜாமுக்குமிடையே கருத்துவேறுபாடுகள் எழுந்தன.

ரஸ்வின் பிடி நன்றாக இறுகியது.

நிஜாமின் மூத்தமகன் ராணுவத் தளபதியாக இருந்தவன் தனது பதவியை விட்டு விலகினான். இளைய மகன் இளவரசன் மௌசம் ஷா தந்தைக்குக் கடிதம் எழுதினான்.

‘மாங்க்டன் நமது நண்பர். அவர் வெறுத்துப்போய் உங்களைவிட்டுச் சென்றுவிட்டார். லார்ட் மவுண்ட் பேட்டன் ஹைதராபாத்தின் மிகச்

சிறந்த நண்பர். அவரை எதிரியாக்கிவிட்டீர்கள். முன்ஷி இங்கே நண்பராக வந்தார். அவரை அக்பர் ஹைதாரி காலத்திலிருந்தே எனக்குத் தெரியும். அவரையும் பகைத்துக் கொண்டீர்கள். எனக்குப் பண்டிட் ஜவஹர்லால் நேருவையும் தெரியும். அவரும் பகைவராகி விட்டார். இந்திய யூனியனுடன் சமாதானமாகப் போகவேண்டும். அப்படிச் செய்தால் ஹைதராபாத் மகிழ்ச்சியாக இருக்கும். ஹைதரா பாத் பாதுகாக்கப்படும். அசாஃபியா வம்சம் தொடரும்!'

நிஜாம் ரஸ்வியின் பிடியில் இருந்ததாலும் பதவி வெறி இன்னும் அவரை விட்டு நீங்காததாலும் அவர் எதற்கும் ஒப்புக்கொள்ள வில்லை.

நிலைமை கட்டுக்கடங்காமல் போய்விட்டது. நிஜாம் தனது பிடிவாதம் தவறு என்பதை உணர்ந்தார். இதெகாத்தின் கிடுக்கிப் பிடிக்குள் தாம் மாட்டிக்கொண்டிருப்பது தெரிந்தது. மௌண்ட் பேட்டன் அளித்த சலுகைகளுடன் கூடிய ஒப்பந்தத்தில் கையெழுத் திட்டிருக்க வேண்டும் என அவரது நலம் விரும்பிகள் சொன்னார் கள். தன்னைப் பாதுகாத்துக்கொள்ள நிஜாம் இந்திய யூனியனின் படையை வரவழைக்கலாம் என்ற செய்தி பரவியது. இதற்குள் ஐ. நா. சபையின் பாதுகாப்பு சபையில் நிஜாமின் சார்பில் புகார் கொடுக்கத் தீர்மானித்து ஹைதராபாத் அரசின் அதிகாரிகள் சிலர் சென்றனர்.

நிஜாம் இந்தியப் படையை அழைக்க வாய்ப்பிருக்கிறது என்பதை அறிந்த இதெகாத் தலைவர்கள் இந்திய ராணுவம் நிஜாமைப் பாதுகாக்க வந்தால் பாதுகாப்பதற்கு நிஜாமே இருக்கமாட்டார் என்றனர். மவுண்ட் பேட்டனின் ஒப்பந்தத்தில் கையெழுத்திட நிஜாம் தன்னைத் தயார்ப்படுத்திக்கொண்டிருக்கும் நிலையில் ரஸ்வி அவரைச் சந்தித்தார். இருதலைக்கொள்ளி எறும்பாகத் தத்தளித்துக் கொண்டிருந்த நிஜாம் மறு நாள் காலையில், 'என்ன நேர்ந்தாலும் நேரட்டும். நான் ஒப்பந்தத்தில் கையெழுத்திடப்போவதில்லை!' என்றார். 'யாராவது எங்கள் மாநில விவகாரங்களில் தலையிட்டால் அவர்களின் கரங்கள் வெட்டப்படும். அவர்கள் கரங்கள் மட்டு மன்று, அவர்களை யார் இயக்குகிறார்களோ அவர்களின் கரங்களும் துண்டிக்கப்படும்,' என்றார்.

ஸ்டேண்டிங் ஒப்பந்தத்தின் எல்லா விதிமுறையும் ஹைதராபாத் அரசால் மீறப்பட்டதால் இந்திய யூனியன் ராணுவ நடவடிக்கை எடுத்தாலும் இந்தியாவைக் குறை சொல்ல முடியாது. இனி பொறுப்பதில்லை என்ற நிலைமைக்கு இந்தியா தள்ளப்பட்டு விட்டது. ராஜாக்கர்கள் வாள்களைச் சுழற்றிக்கொண்டு வீதியில் திரிந்தார்கள். எந்த நேரத்திலும் இந்திய ராணுவம் ஹைதரா

பாத்துக்குள் நுழையலாம் என்று கூறப்பட்டது. அப்படி நுழைந்தால் உள்ளே வரமுடியாதபடி ரஜாக்கர்கள் பாலங்களைத் தகர்க்கத் தயாராக இருந்தார்கள். ராணுவம் வருவதாகக் கருதப்படும் பாதையிலெல் லாம் கண்ணிவெடி வைத்துள்ளார்கள் என்றும் கூறப்பட்டது. ஏஜெண்ட் ஜெனரலின் தலைக்கு 5000 ரூபாய் பரிசு அறிவித்திருப் பதாகச் செய்தி பெறப்பட்டது.

நானே பொறுப்பேற்கிறேன் என்றார் நேரு

இந்திய ராணுவத்தை ஹைதராபாத்துக்கு அனுப்புவதை பண்டிட் ஜவஹர்லால் நேரு அவ்வளவாக விரும்பவில்லை. ஹைதராபாத் நிஜாம் ஒரு ஒப்பந்தத்துக்கும் ஒத்துவராமல் இழுத்துக்கொண்டு செல்வதைக் கண்ட வல்லபாய் பட்டேல் கடுமையான நடவடிக்கை எடுக்கவேண்டிய தருணம் நெருங்கிவிட்டதை உணர்ந்தார். எனவே நிஜாமுக்கு ஒரு கடுமையான கடிதத்தை தனிச் செயலர் வி.பி. மேனன் எழுதி அனுப்பினார். இதைக் கேள்விப்பட்டு எரிச்சலடைந்த நேரு பாதுகாப்புத் துறையின் அவசரக் கூட்டத்தைக் கூட்டினார். அந்தக் கூட்டத்தில் மூன்று தளபதிகள் தவிர ஜவஹர்லால் நேரு, சர்தார் வல்லபாய் படேல், மௌலானா ஆஸாத், பாதுகாப்பு மந்திரி, நிதி மந்திரி, வி.பி.மேனன், பாதுகாப்புத் துறைச் செயலர் ஹெச்.எம். படேல் ஆகியோர் கலந்துகொண்டார்கள்.

கூட்டம் தொடங்கி விவாதம் ஆரம்பித்த சிறிது நேரத்திலேயே நேரு கோபத்தில் கொதித்தார். ஹைதராபாத்தின் மேல் சர்தார் கொண்டிருக் கும் மனப்போக்கைச் சாடினார். அரசுச் செயலர் வி.பி. மேனன் மேல் அவரது கோபம் திரும்பியது. 'இனி நீங்கள் யாரும் ஹைதராபாத் விவகாரத்தைக் கவனிக்க வேண்டாம். நானே பார்த்துக்கொள்கி றேன்,' என்றார். அவர் அப்படிக் கோபப்பட்டுப் பேசிக்கொண் டிருக்கும்போது சர்தார் வல்லபாய் பட்டேல் எதுவும் சொல்லாமல் மௌனமாக இருந்தார். பிறகு எழுந்து போனார். அவரின் பின்னால் வி.பி. மேனன் சொல்லிவிட்டு வெளியேறினார். எந்த முடிவும் எடுக்கப்படாமல் கூட்டம் கலைந்தது. அதற்குப்பின் வி.பி. மேனன் ஜவஹர்லால் நேருவை சந்தித்துத் தனது எதிர்ப்பைத் தெரிவித்தார். இப்படி ஒரு கருத்தை அவர் கொண்டிருந்தால் பதவியைத் துறப்ப தைத் தவிர வேறு வழியில்லை என்றார் மேனன். தான் அளவுக்கு மீறிக் கோபப்பட்டுவிட்டதை உணர்ந்த நேரு அவரிடம் மன்னிப்புக் கேட்டார். சர்தார் வல்லபாய் பட்டேல் கொஞ்சமும் அதைப்பற்றிக் கவலைப்படாமல் மறுநாளே ராணுவத்தை ஹைதராபாத்துக்கு அனுப்பினார்.

இந்திய ராணுவம் ஹைதராபாத்துக்குள் நுழைந்துவிட்டதாக வானொலியில் ஒலிபரப்பப்பட்டது. ஹைதராபாத்தில் எத்தனை

இந்துக்கள் இருந்தார்களோ அந்த அளவுக்கு இந்திய யூனியனிலிருந்து முஸ்லிம்களை உள்ளே சேர்த்துக்கொண்டு இந்துக்களை ஹைதராபாத்திலிருந்து வெளியில் அனுப்புவதாக ரஸ்வி திட்டம் தீட்டியிருப்பதாக ஒரு வதந்தி நிலவியது.

ஹைதராபாத் வானொலி எல்லா இடத்திலும் ஹைதராபாத் ராணுவம் இந்திய ராணுவத்தைத் தோற்கடித்து வெற்றி முரசு கொட்டுவதாகச் செய்தி ஒலிபரப்பிக்கொண்டே இருந்தது. இந்திய வானொலிச் செய்திகள் தெளிவாகக் கேட்கவில்லை. உண்மையில் இந்தியப் படை ஒவ்வொரு முனையிலும் வெற்றி பெற்று ஹைதராபாத் ராணுவத்தைத் தோற்கடித்து ஹைதராபாத்தை நோக்கி முன்னேறிக்கொண்டிருந்தது. நிலைமை மிகவும் மோசமாகப் போவதை அறிந்த நிஜாம் இந்திய கவர்னர் ஜெனரல் ராஜாஜிக்கு ஒரு கடிதம் எழுதினார்.

> ‘என்னுடைய அரசு ராஜினாமா செய்துவிட்டது. இப்பொழுது அது என் கட்டுப்பாட்டுக்குள் வந்து விட்டது. இதை முன்னாலேயே செய்திருக்கவேண்டும். இப்பொழுது நிலைமை கட்டுக்கடங்காமல் போய் விட்டது என்று அவர்களிடம் சொன்னேன். இன்று மாலை போர் நிறுத்தம் செய்யும்படி என் படைகளுக்கு உத்தர விட்டுள்ளேன். ரஸாக்கர் படையைக் கலைத்துவிடும்படியும் ஆணையிட்டுள்ளேன். போலாரம் மற்றும் செகந்தரபாத் பேரக்கில் இந்தியத் துருப்புகள் தங்கிக்கொள்ள அனுமதி கொடுத்துள்ளேன்.’

இதற்குள் ஐ.நாவின் பாதுகாப்புக் கவுன்சில் இந்தியா, ஹைதராபாத் பிரச்னையை விவாதத்திற்கு எடுத்துக்கொள்ள நாள் குறித்து விட்டது. அது நடந்தால் பிறகு இழுபறிதான். எனவே திரு கே.எம். முன்ஷி நிஜாமிடம் வானொலி மூலம் ஐ.நா. பாதுகாப்புக் கவுன்சிலிருந்து மனுவை திரும்பப்பெறுவதாகவும் ஹைதராபாத்தின் பாதுகாப்புக்காக போலீஸ் ஆக்‌ஷனை (operation PO) ஒரு ஒலிபரப்புச் செய்யும்படி நிஜாமிடம் சொன்னார். வேறுவழியின்றி அவரும் ஒப்புக்கொண்டார்.

‘நான் இப்பொழுது இந்திய யூனியனுடன் புதிதாக நட்புறவு கொள்ள விழைவதால் என்னுடைய பழைய அமைச்சரவையின் பிரதிநிதிகள் ஐ.நா. பாதுகாப்புக் கவுன்சிலில் தொடுத்திருக்கும் வழக்கை வற்புறுத்த வேண்டாம் என்று இதன் மூலம் கேட்டுக்கொள்கிறேன்’ என்று பேசினார். எல்லாத் தொடர்புகளும் துண்டிக்கப்பட்டிருந்ததால் வானொலிமூலம் செய்தியைத் தெரிவிக்கவேண்டியிருந்தது. மேலும் ஜெனரல் சௌத்ரி வெற்றிகரமாக ஹைதராபாத்துக்குள் நுழைந்து ஆபரேஷன் போலோவை நடத்தி முடித்துவிட்டார்.

ரஸ்வி கைது செய்யப்பட்டார். ஹைதராபாத் இந்திய யூனியனோடு இணைந்துவிட்டது. நிஜாம் அவருக்கு உரிய மரியாதையுடன் நடத்தப்பட்டார்.

காஷ்மீர்

ஜம்மு காஷ்மீர் மாநிலத்தை ஆண்டவர் ஹரி சிங். அவர் ஹிந்து. ஆனால் அங்கே நான்கில் மூன்று பாகம் முஸ்லிம் குடிமக்கள். ஹரிசிங் காஷ்மீரைத் தானே தனி ராஜ்ஜியமாக ஆளவேண்டும் என்று விரும்பினார். இந்திய டொமினியன்களுடன் 'இருப்பது இருந்த படி' ஒப்பந்தம் செய்து கொண்டார். 1947 அக்டோபரில் அவர் ஒரு முடிவெடுக்கவேண்டிய தருணம் வந்தது. தனியாக அரசாளத்தான் அவர் விரும்பினார். இதற்கிடையில் 1947 அக்டோபர் 22ந்தேதி ராணுவ வாகனங்களில் ஏறி ஆயிரக்கணக்கான பத்தாணியப் பழங் குடியினர் ஆயுதங்களைக் கையிலேந்தி காஷ்மீர் மீது போர் தொடுக்கக் கிளம்பினர். முஸப்பராபாத்தைக் கைப்பற்றினர். இந்த நிலையில் ஹரி சிங் இந்தியாவுடன் இணையும் ஒப்பந்தத்தில் கையெழுத்திட முன்வந்தார். ஆக்கிரமிப்புப் படைகளை அகற்ற உடனே படைகளை அனுப்பும்படி நேருவை வேண்டினார்.

ஆனால் படை அனுப்புவதை காந்திஜி விரும்பவில்லை. 'தேர்தல் நடத்தி மக்கள் எங்கு சேரவேண்டும் என்று சொல்கிறார்களோ அங்குச் சேரட்டும்,' என்றார்.

ஒருவர் காந்தியிடம், 'நீங்கள் படையை அனுப்ப விரும்பமாட்டீர் களா' என்று கேட்டதற்கு, அனுப்புவேன், ஆனால் வன்முறையில் ஈடுபடாத படையை அனுப்புவேன்!' என்றார். வன்முறையற்ற சாந்தி சேனைக்குத் தலைமைப்பொறுப்பேற்றுத் தான் பாகிஸ் தானுக்குப் போகப் போவதாக காந்திஜி சொன்னார். ஆனால் நேரு அதற்கு இடங்கொடுக்கவில்லை. அப்படியில்லையென்றால் தான் பாகிஸ்தானுக்குச் சென்று மைனாரிட்டிகளுக்காகப் பாடுபடப் போவதாகச் சொன்னார். அதுவும் நடக்கவில்லை. தாம் சொல்வதை யாரும் கேட்கவில்லை என்பதில் காந்திஜிக்கு வருத்தம்தான்.

கல்வந்த் சிங் தலைமையில் ஒரு படை காஷ்மீருக்கு அனுப்பப் பட்டது. பாகிஸ்தான் முதலில் ஆக்கிரமித்ததால் பிரிவினை ஒப்பந் தத்தின்படி பாகிஸ்தானுக்குக் கொடுக்க வேண்டிய பணத்தைக் கொடுக்க மாட்டோம் என்று நேருவும் பட்டேலும் சொன்னார்கள். கொடுத்துத்தான் ஆகவேண்டும் என்று காந்திஜி உண்ணாவிரதம் இருந்தார். வேறு வழியின்றி பணம் பாகிஸ்தானுக்கு அனுப்பப் பட்டது.

பாகிஸ்தான் பிரிந்தபோது இந்தியாவின் இரண்டு துண்டுகள் மட்டுமே பிரிந்தன. வல்லபாய் பட்டேலும், வி.பி. மேனனும் சரியான நேரத்தில், தடைகளை எல்லாம் மீறி நடவடிக்கை எடுத்திருக்கவில்லையென்றால் பல சமஸ்தானங்கள் தனித்தனியாக இயங்கி இந்தியா பொத்தல் விழுந்த இந்தியாவாக இருந்திருக்கும். ஒருமித்த இந்தியாவாக மாற்றிய பெருமை வல்லபாய் பட்டேலையே சேரும்.

லார்ட் மவுண்ட் பேட்டன் கவர்னர் ஜெனரலாகத் தொடர்ந்தார். பின்னர் ஜூன் 1948ல் ராஜாஜி இந்தியாவின் முதல் இந்திய கவர்னர் ஜெனரலாகப் பதவியேற்றார்.

இந்திய தேசத் தந்தை மகாத்மா காந்தி 30-1-1948ல் நாதுராம் கோட்சேவால் சுட்டுக்கொல்லப்பட்டார். இந்தியாவை உலக அரங்கிலே வழிகாட்டியாக நிறுத்திய அந்த உத்தமர் மறைந்தார்.

இந்தியக் காங்கிரஸார் 1930 முதல் ஜனவரி 26ந்தேதியைச் சுதந்திர நாளாகக் கொண்டாடி வந்திருக்கிறார்கள். இந்தியா ஒரு குடியரசாக மலரும் நாள் அதே ஜனவரி 26 ஆக இருக்க வேண்டும் என்ற எண்ணத்தில் 1950 ஜனவரி 26ம் நாள் குடியரசு நாளாகத் தேர்ந் தெடுக்கப்பட்டது, பாபு ராஜேந்திரப் பிரசாத் முதல் ஜனாதிபதி ஆனார்.

அடுத்தடுத்து இந்தியா மூன்று பிரதேசங்களை தன்னுடன் இணைத்துக்கொண்டது: கோவா (1961 இல் போர்த்துக்கீசியர் கட்டுப்பாட்டிலிருந்து), பாண்டிச்சேரி (1953–1954 இல் பிரான்ஸ் அரசிடமிருந்து) மற்றும் சிக்கிம் 1975 இல் சேர்த்துக்கொள்ளப் பட்டது.

1952 இல், இந்தியா தனது முதல் பொதுத்தேர்தலை நடத்தியது, 62 சதவிகிதத்திற்கும் மேற்பட்டோர் வாக்களித்தனர்.

அதன் பிறகு இந்தியா பல இன்னல்களைக் கடந்து போர்களைப் புரிந்து உலக நாடுகளால் மதிக்கப்படுகிற நாடாக வளர்ந்து, இன்று வளர்ந்துவிட்ட நாடாக எழுச்சி பெற்றுத் திகழ்கிறது. இந்திய விஞ்ஞானிகளும் அறிவு ஜீவிகளும் உலக அரங்கில் பெரிதும் விரும்பப்படுகின்றனர்.

உலகளவில் முன்னணியில் உள்ள 12 தொழில் நகரங்களில் இந்தியாவும் ஒன்று என்பது குறிப்பிடத்தக்கது. பொருளாதாரத்தில் இந்திய மிக வேகமாக வளர்ச்சியடைந்து வருகிறது. அறிவியல் தொழில்நுட்பத்தில் பிற நாடுகள் பொறாமைப்படும் வகையில்

இந்தியா வளர்ச்சியடைந்து வருகிறது என்பது வெளிப்படையான உண்மை. இந்தியாவின் இத்தனை வளர்ச்சிக்கும், மேம்பாட்டிற்கும், இதுவரை பெற்ற வெற்றிகளுக்கும் இந்திய மக்களின் ஒற்றுமையே காரணம்.

எத்தனையெத்தனையோ புரட்சியாளர்கள், போராட்ட வீரர்கள், தேச பக்தர்கள் மேலும் சரித்திரத்தில் பதிவாகாத எத்தனையோ ஊர்பேர் தெரியாதோரெல்லாம் சுதந்திரப் போராட்டத்தில் உயிர்த் தியாகம் செய்திருக்கிறார்கள். அவர்களுக்குத் தலைவணங்கு கிறோம்.

பல ஆண்டுகளுக்கு முன்பு நம் முன்னோர்கள் கண்ட கனவுபலித்து விட்டது. அதே போல் நாமும் இன்னும் செழுமையான இந்தியா உருவாகக் கனவு காண்போம். அதற்கென சிரத்தையாகப் பாடுபடுவோம்.

ஜெய்ஹிந்த்

Bibiliography

1. விடுதலைப்போரில் தமிழகம் பாகம் 1 - ம.பொ.சி பூங்கொடி பதிப்பகம்.
2. வீர சிவாஜியின் வரலாறு- டெனிஸ்கின் கெய்ட் தமிழாக்கம் சிவ. இராமச்சந்திரன் வ,உ சி நூலகம்.
3. தமிழக வரலாறு மக்களும் பண்பாடும்- டாக்டர் கே கே பிள்ளை.
4. பூலித்தேவன் கும்மி.
5. இந்திய சரித்திரக் களஞ்சியம் -1791- 1800 - சிவனடி.
6. இரு பெரும் தலைவர்கள்- பேராசிரியர் ந. சஞ்சீவி.
7. விடுதலை வேள்வியில் தமிழகம் - த ஸ்டாலின் குண சேகரன் - மனிதம் பதிப்பகம்.
8. வ.உ.சி. கண்ட பாரதி - செ. திவான் - சுஹைனா பதிப்பகம்.
9. இந்திய விடுதலை வரலாறு - கொடுமுடி ராஜகோபாலன் - கண்ணப்பன் பதிப்பகம்.
10. பாரதி இந்தியா - சிலம்பு நா செல்வராசு- உலகத் தமிழாராய்ச்சி நிறுவனம்.
11. பாரதி 'விஜயா' கட்டுரைகள் - ஆ.இரா வெங்கடாஜலபதி - காலச்சுவடு பதிப்பகம்.
12. சுதந்திரப் போரில் தமிழகம் 1885- 1985 - தமிழ்நாடு காங்கிரஸ் நூற்றாண்டுவிழா குழு.
13. இந்திய அரசியலமைப்பு வரலாறு - 1773 முதல் 1950 வரை - டாக்டர் சிராஜுதீன் - வெற்றி பதிப்பகம்.
14. இந்திய வரலாறு 1857-1947 - முனைவர் மங்கள் முருகேசன் - பழனியப்பா பிரதர்ஸ்.
15. இந்தியாவின் சிறப்பு வரலாறு - தமிழ் நாட்டுப் பாட நூல் நிறுவனம்.

16. வந்தவாசிப் போர் - 250 - டாக்டர் மு. ராஜேந்திரன், கவிஞர் அ.வெண்ணிலா - அகணி வெளியீடு.

17. 1806 வேலூர் புரட்சி - முனைவர் ந. சஞ்சீவி - பாரி நிலையம்.

18. சொன்னால் நம்ப மாட்டீர்கள் - தேசியச் செல்வர் சின்ன அண்ணாமலை - குமரன் பதிப்பகம்.

19. இந்திய சுதந்திரப் போரில் ஓர் இலங்கை மகன் பங்கு - தியாகி ராஜகோபால்.

20. இந்தியா உருவான கதை - க. சிவஞானம் - நக்கீரன் வெளியீடு.

21. தென்னாட்டுப் புரட்சி - பொன். முத்துராமலிங்கம் - வானதி பதிப்பகம்.

22. இந்தியாவின் விடுதலைக்கு வித்திட்ட இயக்கங்கள் - நா.ரா. பண்டரி நாதன் - மணிமேகலைப் பிரசுரம்.

23. விடுதலைப் போராட்ட காலப் பாடல்கள் - அறந்தை நாராயணன் - நேஷனல் புக் ட்ரஸ்ட், இந்தியா.

24. இந்திய தேசிய இயக்கத்தின் வரலாறு - பா. மாணிக்கவேலு - விகடன் பிரசுரம்.

25. சரித்திர நாயகன் சர்தார் வல்லபாய் பட்டேல் - கவிமாமணி இளையவன் - சாந்தி பப்ளிகேஷன்ஸ்.

26. மகாகவி பாரதி - இலந்தை சு. இராமசாமி - கிழக்கு பதிப்பகம்.

27. வீர் சாவர்க்கர் - இலந்தை சு. இராமசாமி - கிழக்கு பதிப்பகம்.

28. ஐயர் தி கிரேட் வ.வே சு ஐயர் - இலந்தை சு. இராமசாமி - கிழக்கு பதிப்பகம்.

29. The First warof Independence 1857 - VIR SAVARKAR.

30. British Empire - Ryan Brown.

31. British India, R.W Fraser.

32. Memoir and Correspondence of General James Stuart Fraser of The Madras Army.

33. The Seige of Arcot.

34. The Fort St. George.

35. Discovery of India, Jawaharlal Nehru.

36. The Indian Mutiny, Julian Spilsbury.

37. Rulers Of India Clive, Sir John Malcom.

38. End of an Era, K.M.Munshi Bhavans of India.

39. Pilgrimage to Freedom, K.M Munshi, Bhavans Book University.

40. My Experiment with Truth, M.K.Gandhi.

41. The Last Mugal, The Fall of the Dynasty, William Dalrymple.

42. Churchill's Secret War, Madhushree Mukarjee, Basic Books.

43. Rani Chennamma, Sadhashiva Wodeyar, NBT, India.

44. The Tragic Story of Partition, H.V.Seshadri & Shaidhya, Sindhu Parakasana.

45. The Partition of India, Anita Inder Singh, NBT, India.

46. Trials Of Independence, B.R Agarwala, NBT, India.

47. Story of I.N.A, S.A. Ayer, NBT, India.

48. Gandhi & Patel - Letters And Speeches, NBT, India.

49. A Manual of India History, S.I. Pakianathan, Shyamala Publication.

50. Hanged for their Patriotism, R.K Tandon, NBT, India.

51. The History of India from the Earlier Period to the Close of Lord Dalhausie's Administration, Vol1, John Clark, Mashmann Longmans

52. Gandhi and India, Sandersan Beck.

53. Shameful Flight (The Last Years of The British Empire), Stanley Wolpert, Oxford Univesity Press.

54. The Dawn of the British Trade to the East Indies, Henry Stevens.

55. The Makers British India, Daveport Adams.

56. With Clive or the Beginning of British Empire, G.A Henty.

57. The Indian Struggle - 1920 – 1942, Subash Chandra Bose, Asia Publications.

58. Nil Darpan (or) The Indigo Planting Mirror, Dinabandhu Mitra, Forgotten Books.Org.

59. Children of Kali, Kevin Rushby.

60. Sri Aurobindo and Cripps Mission to India - Papers.

61. Gaddar Movement - A Short History, Harish K Puri, NBT India.

62. Fort St George - A Short History of our First Possession on India, Mrs. Frank Penny.

63. The Little Known Mutiny by British Officers at Madras, Ferdinand Mount.

64. Battle of Plassey - The Battle Won with Treacery and Taurpolin - Paper.

65. Under the Sun - The Later Life of Nana Sahib, Tashi Lama.

66. Sanyasis and Fakirs rebellion in Bihar - Ananda Bhattacharya.

67. viceroy's verdict letter by John Osman.

இணையத் தளங்கள்

www.gandhitoday.in

tamilnaduthyagigal.blogspot.com

www.ingramcontent.com/pod-product-compliance
Ingram Content Group UK Ltd.
Pitfield, Milton Keynes, MK11 3LW, UK
UKHW042059021026
15589UKWH00001B/66

9 789384 149833